AF761622

സി പി ഐ (എം) രൂപീകരണം
ഒരു ചരിത്രം

c p i (m) roopeekaranam oru charithram

•

dr. chandavila murali

•

first edition
january 2015

•

typesetting
namasivaya communications, thiruvananthapuram

•

published
chintha publishers, thiruvananthapuram

•

•

cover
vinod

•

വിതരണം

ദേശാഭിമാനി ബുക്ക് ഹൗസ്

H O തിരുവനന്തപുരം–695 035
phone: 0471-2303026, 6063026
www.chinthapublishers.com
chinthapublishers@gmail.com

ബ്രാഞ്ചുകൾ

ഹെഡ്ഡാഫീസ് ബ്രാഞ്ച് കുന്നുകുഴി • സ്റ്റാച്യു തിരുവനന്തപുരം • കെ എസ് ആർ ടി സി ബസ് സ്റ്റേഷൻ ആലപ്പുഴ • കെ എസ് ആർ ടി സി ബസ് സ്റ്റേഷൻ എറണാകുളം • ചിറ്റൂർ റോഡ് എറണാകുളം • മച്ചിങ്ങൽ ലെയ്ൻ തൃശൂർ • ഐ ജി റോഡ് കോഴിക്കോട് • മാവൂർ റോഡ് കോഴിക്കോട് • എൻ ജി ഒ യൂണിയൻ ബിൽഡിങ് കണ്ണൂർ • സെൻട്രൽ ബസ് ടെർമിനൽ കോംപ്ലക്സ് താവക്കര കണ്ണൂർ

CO - 2160 / 3618

സി പി ഐ (എം) രൂപീകരണം
ഒരു ചരിത്രം

ഡോ. ചന്തവിള മുരളി

ചിന്ത പബ്ലിഷേഴ്സ്
തിരുവനന്തപുരം-695 035
വില: ₹ 405

ഡോ. ചന്തവിള മുരളി

ആയിരത്തി തൊള്ളായിരത്തി അറുപത്തിമൂന്ന് ഒക്ടോബർ 30 ന് തിരുവനന്തപുരം ജില്ലയിൽ കഴക്കൂട്ടത്തിനടുത്തുള്ള ചന്തവിളയിൽ ജനിച്ചു. അച്ഛൻ: ചന്തവിള ശ്രീധരൻപിള്ള. അമ്മ: ശാന്തകുമാരി. ചന്തവിള യു പി സ്കൂൾ, തുണ്ടത്തിൽ മാധവവിലാസം ഹയർ സെക്കന്ററി സ്കൂൾ, ചെമ്പഴന്തി എസ് എൻ കോളേജ്, കാര്യവട്ടം യൂണിവേഴ്സിറ്റി ക്യാമ്പ സ്, തിരുവനന്തപുരം ലോ അക്കാദമി ലോ കോളേജ് എന്നിവിടങ്ങളിൽ വിദ്യാഭ്യാസം. കേരള സർവ്വകലാശാലയിൽ നിന്നും 1986 ൽ പൊളിറ്റിക്സിലും 1987 ൽ ഹിസ്റ്ററിയിലും 1988 ൽ സോഷ്യോളജിയിലും എം എ ബിരുദവും 1999 ൽ എൽ എൽ ബി ബിരുദവും 2003 ൽ *ഇ എം എസും കേരളത്തിലെ കമ്യൂണിസ്റ്റ് പ്രസ്ഥാനവും 1959 വരെ (EMS and the Communist Movement in Kerala upto 1959)* എന്ന പ്രബന്ധത്തിന് ഡോക്ടറേറ്റും ലഭിച്ചു. ഇപ്പോൾ കല്ലമ്പലത്തിനടുത്തുള്ള കരവാരം വൊക്കേഷണൽ ഹയർ സെക്കന്ററി സ്കൂളിൽ ഹിസ്റ്ററി അദ്ധ്യാപകൻ.

ആദ്യ പുസ്തകമായ *സഖാവ് പി കൃഷ്ണപിള്ള ഒരു സമഗ്ര ജീവചരിത്രപഠനം* 2008 ആഗസ്ത് 19 ന് പ്രകാശനം ചെയ്തു. 2009 ലെ *വി ടി പുരസ്കാരവും*, 2009 ലെ അബുദാബി ശക്തി അവാർഡും ഈ ഗ്രന്ഥത്തിനു ലഭിക്കുകയുണ്ടായി. രണ്ടാമത്തെ പുസ്തകമായ *എ കെ ജി ഒരു സമഗ്ര ജീവചരിത്രം* (3 വോള്യങ്ങൾ) 2014 ജൂലൈ 21 ന് പ്രകാശനം ചെയ്തു.

ഭാര്യ : സുധാകുമാരി

മക്കൾ : അമൃത, ആര്യ

വിലാസം : അമൃത, ചന്തവിള
കാട്ടായിക്കോണം പി ഒ
തിരുവനന്തപുരം-695 584

ഫോൺ : 9895706568

ഉള്ളടക്കം

പ്രസാധകക്കുറിപ്പ്

ഇന്ത്യൻ വിപ്ലവപ്രസ്ഥാന ചരിത്രത്തിലെ സുപ്രധാനമായ ഒരു ചുവടുവയ്പായിരുന്നു സി പി ഐ (എം) രൂപീകരണം. വർഗ്ഗസഹകരണത്തിന്റെ പാതയിലേക്കു ചുവടുമാറ്റം നടത്തിയ അവിഭക്ത കമ്യൂണിസ്റ്റു പാർട്ടിയിൽ രൂപപ്പെട്ട ആശയസമരം പുതിയൊരു പാർട്ടിയുടെ രൂപീകരണത്തിലേക്കാണ് നയിച്ചത്. ഭിന്നിപ്പിനു പിന്നിൽ ഇന്ത്യൻ സാഹചര്യങ്ങളെപ്പറ്റിയുള്ള വിലയിരുത്തലും സ്വീകരിക്കേണ്ട വിപ്ലവ പാതയെക്കുറിച്ചുള്ള അഭിപ്രായ വിത്യാസങ്ങളുമുണ്ട്. സാർവ്വദേശീയ സാഹചര്യങ്ങളുടെ സ്വാധീനവും അതിലുണ്ട്. സി പി ഐ (എം) രൂപീകരണത്തിലേക്കു നയിച്ച വസ്തുതകളെ രേഖകളുടെയും വാർത്തകളുടെയും വിശകലനങ്ങളുടെയും അനുഭവങ്ങളുടെയും അടിസ്ഥാനത്തിൽ വായനക്കാർക്കു മുന്നിൽ അവതരിപ്പിക്കുകയാണ് ഡോ. ചന്തവിള മുരളി ഈ പുസ്തകത്തിൽ. ചരിത്രത്തെപ്പറ്റിയുള്ള ശരിയായ ധാരണ ഒരു പോരാളിക്ക് അനിവാര്യമായും ഉണ്ടാകണം. പോരാളികൾക്കു മുന്നിൽ ഒരായുധവും വിജ്ഞാനം തേടുന്നവനു മുന്നിൽ അക്ഷയഖനിയുമാണീ പുസ്തകം.

ചിന്ത പബ്ലിഷേഴ്സ്

അവതാരിക

ഇന്ത്യയിലെ കമ്യൂണിസ്റ്റ് പ്രസ്ഥാനത്തിനകത്ത് രൂപപ്പെട്ട ആശയ സമരമാണ് 1964 ലെ പാർട്ടി പിളർപ്പിലേക്ക് എത്തിച്ചത്. പാർട്ടിക്കകത്ത് വലതുപക്ഷ നിലപാടുകൾ സ്വീകരിച്ച അക്കാലത്തെ നേതൃത്വത്തിന്റെ തെറ്റായ രാഷ്ട്രീയത്തിനെതിരായ പോരാട്ടത്തിന്റെ ഉല്പന്നമായാണ് സി പി ഐ (എം) രൂപീകരിക്കപ്പെടുന്നത്. വലതുപക്ഷ ചിന്താഗതികൾ കമ്യൂണിസ്റ്റ് പാർട്ടിയിൽ ഉണ്ടാകുമ്പോൾ അതിനെതിരായി ശക്തമായ ഉൾപാർട്ടി സമരം ഉയർന്നുവരിക എന്നത് ചരിത്രത്തിൽ സ്വാഭാവിക മായും നടന്നിട്ടുള്ള ഒരു പ്രക്രിയയാണ്. രാഷ്ട്രീയ സാഹചര്യങ്ങളും ആശയപരമായ നിലപാടുകളുമാണ് പാർട്ടികളുടെ രൂപീകരണവും അതിന്റെ ഭാഗമായ രാഷ്ട്രീയ പ്രയോഗവും സൃഷ്ടിക്കുന്നത്.

റഷ്യയിൽ തന്നെ ബോൾഷെവിക്കുകളെന്നും മെൻഷെവിക്കുകൾ എന്നുമുള്ള അഭിപ്രായവ്യത്യാസം ഉണ്ടാവുകയും രണ്ട് പാർട്ടികളായി മാറുന്ന സ്ഥിതിയും ഉണ്ടായി. അതിൽ ബോൾഷെവിക്കുകളാണ് റഷ്യ യിൽ വിപ്ലവം നടത്തിയത്. ഇന്ത്യൻ സാഹചര്യത്തിൽ ഇത്തരം അഭി പ്രായഭിന്നതകൾ എങ്ങനെ ഉണ്ടായി എന്നും അതിനിടയാക്കിയ രാഷ്ട്രീ യവും സംഘടനാപരവും പ്രത്യയശാസ്ത്രപരവുമായ കാര്യങ്ങളെ സംബ ന്ധിച്ച് പരിശോധിക്കുന്നു എന്നതുമാണ് ഈ പുസ്തകത്തിന്റെ സവിശേഷത.

ഇന്ത്യൻ കമ്യൂണിസ്റ്റ് പാർട്ടിയിലെ ആശയസമരങ്ങളെക്കുറിച്ച് തന്റേ തായ അഭിപ്രായങ്ങൾ രേഖപ്പെടുത്തുക എന്നതിനേക്കാൾ അക്കാലത്തെ രേഖകളുടെയും അത്തരം ആശയപോരാട്ടത്തിൽ പങ്കെടുത്തവരുടെയും അനുഭവക്കുറിപ്പുകളെയും അടിസ്ഥാനപ്പെടുത്തിയാണ് ഈ പുസ്തകം എഴുതിയിട്ടുള്ളത്. അതുകൊണ്ടുതന്നെ, അക്കാലത്തെ ആശയസമരത്തെ

നേരിട്ട് വായനക്കാരന് മനസ്സിലാക്കുന്നതിന് ഇതിലൂടെ കഴിയുകയും ചെയ്യും.

കമ്യൂണിസ്റ്റ് പാർട്ടിയിലെ വലതുപക്ഷ നിലപാടുകൾക്കെതിരായി നടന്ന ഉൾപാർട്ടി സമരങ്ങളെക്കുറിച്ച് വിശദമായി പഠിക്കാൻ ശ്രമിക്കുന്ന രാഷ്ട്രീയ വിദ്യാർത്ഥികൾക്ക് നിരവധി കാര്യങ്ങൾ മനസ്സിലാക്കുന്നതിന് സഹായിക്കുന്നതാണ് ഈ പുസ്തകം. സംഭവങ്ങളെ ക്രമാനുഗതമായി അടുക്കിവച്ച് ഇതു സംബന്ധിച്ച് അക്കാലത്തെ പാർട്ടി നേതാക്കൾ മുന്നോട്ടുവച്ച അഭിപ്രായങ്ങളുടെ അടിസ്ഥാനത്തിൽ നിഗമനങ്ങളിലെത്തുക എന്ന രീതിയാണ് ഇതിൽ പിന്തുടരുന്നത്.

ഇന്ത്യയിലെ കമ്യൂണിസ്റ്റ് പാർട്ടിയുടെ രൂപീകരണത്തിന് ഇടയാക്കിയ ചലനങ്ങളെയാണ് ആദ്യഭാഗങ്ങളിൽ പരിചയപ്പെടുത്തുന്നത്. ഇന്ത്യയിൽ മാർക്സിസ്റ്റ് ആശയങ്ങൾ കടന്നുവന്ന സാഹചര്യങ്ങളിലേക്കും ഇന്ത്യയെക്കുറിച്ച് മാർക്സും ലെനിനും ഉൾപ്പെടെ രേഖപ്പെടുത്തിയിട്ടുള്ള കാര്യങ്ങളും ഇതിലുണ്ട്. കമ്യൂണിസ്റ്റ് പാർട്ടി രൂപീകരിക്കപ്പെട്ടതോടെ അതിനെ ഉന്മൂലനം ചെയ്യുന്നതിന് ബ്രിട്ടീഷ് സാമ്രാജ്യത്വം നിരവധി ഗൂഢാലോചനക്കേസുകൾ ചുമത്തുകയുണ്ടായി. സാമ്രാജ്യത്വശക്തികൾ ഇടതുപക്ഷ പ്രസ്ഥാനത്തെ ഉന്മൂലനം ചെയ്യുന്നതിന് ഇന്ത്യയിൽ ശക്തമായി ഇടപെടുന്ന വർത്തമാനകാലത്ത് ഇവയെക്കുറിച്ചുള്ള പഠനത്തിന് ഏറെ പ്രാധാന്യമുണ്ട്.

രണ്ടാം ലോക മഹായുദ്ധകാലത്തെ ഇന്ത്യയിലെ രാഷ്ട്രീയ ചലനങ്ങളേയും ഇത് ഉൾക്കൊള്ളുന്നുണ്ട്. സെക്ടേറിയൻ നിലപാടുകളുടെ അടിസ്ഥാനത്തിൽ നയം സ്വീകരിച്ച 1948 ലെ കൽക്കത്താ പാർട്ടി കോൺഗ്രസിലെ ചർച്ചകളും സംവാദങ്ങളും ഇതിൽ രേഖപ്പെടുത്തിയിട്ടുണ്ട്. ഇന്ത്യൻ കമ്യൂണിസ്റ്റ് പാർട്ടിക്കകത്തെ ആശയപരവും സംഘടനാപരവുമായ ഭിന്നിപ്പിന്റെയും അതിന്റെ പശ്ചാത്തലത്തിൽ യോജിപ്പിന് നടത്തിയ ശ്രമങ്ങളും വിശദമായി ഇതിൽ പ്രതിപാദിക്കുന്നുണ്ട്. ഇന്ത്യൻ വിപ്ലവപാത എന്തായിരിക്കണം എന്നതു സംബന്ധിച്ച് സ്റ്റാലിനുമായി ഇന്ത്യയിലെ കമ്യൂണിസ്റ്റ് പാർട്ടിയുടെ നേതാക്കൾ നടത്തിയ ചർച്ചകളും അതിന്റെ നിഗമനങ്ങളും ഇതിലുണ്ട്. 1955 ലെ ആന്ധ്ര നിയമസഭാ തെരഞ്ഞെടുപ്പും അതിന്റെ പശ്ചാത്തലത്തിൽ ഉണ്ടായിട്ടുള്ള ഉൾപാർട്ടി ചർച്ചകളും, സി പി എസ് യുവിന്റെ 20-ാം കോൺഗ്രസ് എടുത്ത തീരുമാനങ്ങളും അത് ഇന്ത്യയിലെ കമ്യൂണിസ്റ്റ് പാർട്ടിക്കകത്തുണ്ടാക്കിയ അലയൊലികളും ഇതിൽ രേഖപ്പെടുത്തുന്നുണ്ട്.

ഇന്ത്യാ-ചൈന അതിർത്തിത്തർക്കവും അതിനോട് കമ്യൂണിസ്റ്റ് പാർട്ടി സ്വീകരിച്ച നിലപാടുകളും ഈ പുസ്തകം പരിശോധിക്കുന്നുണ്ട്. ഈ പ്രശ്നം ഉൾപാർട്ടി സമരത്തിൽ വിപ്ലവകരമായ നിലപാട് സ്വീകരിച്ചവരെ ഒതുക്കുന്നതിനായി ഭരണവർഗ്ഗവുമായി ചേർന്ന് അക്കാലത്ത് വലതുപക്ഷം നടത്തിയ ഇടപെടലുകളും വിഷയമാകുന്നുണ്ട്. സാർവ്വദേശീയരംഗത്ത് ഉണ്ടായിട്ടുള്ള ചൈനീസ്-സോവിയറ്റ് പാർട്ടികൾ തമ്മി

ലുള്ള അഭിപ്രായഭിന്നതകളും അത് ഇന്ത്യയിലെ കമ്യൂണിസ്റ്റ് പാർട്ടിയെ ഏതൊക്കെ തരത്തിൽ സ്വാധീനിച്ചു എന്നും പരിശോധിക്കപ്പെടുന്നുണ്ട്.

പാർട്ടിക്കകത്ത് അഭിപ്രായഭിന്നതകൾ രൂപപ്പെട്ടതോടെ അവ പരിഹരിക്കുന്നതിനായി പാർട്ടി സംഘടനയിൽ ഉൾപ്പെടെ ഉണ്ടായ മാറ്റങ്ങളും തുടർന്നുണ്ടായ പ്രതിസന്ധിയും അത് പാർട്ടി പിളർപ്പിലേക്ക് നയിച്ച കാര്യവും വിശദമായിത്തന്നെ ഇതിൽ വിവരിക്കുന്നുണ്ട്. ഈ കാലഘട്ടത്തിൽ വ്യത്യസ്തമായ മറ്റു ധാരകളും ഉണ്ടായിരുന്നു. അവയെ സൂചിപ്പിക്കുന്നതിനും കഴിയുന്നുണ്ട്. പാർട്ടി ഐക്യം പുനഃസ്ഥാപിക്കുന്നതിന് വിപ്ലവകരമായ നിലപാട് സ്വീകരിച്ചവർ നടത്തിയ ശ്രമങ്ങൾ അവതരിപ്പിക്കാനും കഴിയുന്നുണ്ട്.

കമ്യൂണിസ്റ്റ് പാർട്ടിയിലെ പിളർപ്പ് കേരളത്തിലെ പാർട്ടിയിലുണ്ടാക്കിയ പ്രത്യാഘാതങ്ങളും ആശയസമരങ്ങളും തുടർന്ന് ഒരു അദ്ധ്യായത്തിൽ വിശദീകരിക്കുന്നുണ്ട്. തെന്നാലി കൺവെൻഷനും അതിന്റെ ഭാഗമായി നടന്ന ചർച്ചകളിലേക്കും ഇത് വെളിച്ചം വീശുന്നു. സി പി ഐ (എം) രൂപീകരിക്കപ്പെടുന്ന ഏഴാം പാർട്ടി കോൺഗ്രസിന്റെ വിശദാംശങ്ങൾ ഇതിലുണ്ട്. ഉപസംഹാരമെന്ന നിലയിൽ ആശയസമരത്തെ സംബന്ധിച്ച് തന്റേതായ അഭിപ്രായങ്ങളും ലേഖകൻ രേഖപ്പെടുത്തുന്നുണ്ട്.

സി പി ഐ (എം) രൂപീകരണത്തിന്റെ 50–ാം വാർഷികം ആചരിക്കുന്ന ഘട്ടത്തിലാണ് ഈ പുസ്തകം പ്രസിദ്ധീകരിക്കപ്പെടുന്നത്. ഇന്ത്യയിൽ ആർ എസ് എസ് നയിക്കുന്ന ബി ജെ പി സർക്കാർ അധികാരത്തിലെത്തി നില്ക്കുന്ന സാഹചര്യമാണ് നിലനില്ക്കുന്നത്. ഇടതുപക്ഷ ഐക്യം ഏറ്റവും ശക്തിപ്പെടുത്തിക്കൊണ്ട് ജനാധിപത്യശക്തികളെക്കൂടി ചേർത്തുകൊണ്ട് വിശാലമായ ജനകീയ പ്രസ്ഥാനം സംഘടിപ്പിക്കേണ്ട ഘട്ടം കൂടിയാണ് ഇത്. ബി ജെ പി അധികാരത്തിലെത്തുന്നതിന് ഇടയാക്കിയിട്ടുള്ളത് കോൺഗ്രസ് തുടർന്നുവന്ന ആഗോളവല്ക്കരണ നയങ്ങൾ കൂടിയാണ്. അതേ നയങ്ങൾ തന്നെയാണ് ബി ജെ പിയും പിന്തുടരുന്നത്. ഈ രണ്ടു ശക്തികൾക്കുമെതിരായി വിശാലമായ ബഹുജന പ്രസ്ഥാനം കെട്ടിപ്പടുക്കാൻ ഇടതുപക്ഷ പ്രസ്ഥാനങ്ങൾ പൊരുതിക്കൊണ്ടിരിക്കുകയുമാണ്. അതുകൊണ്ടുതന്നെ, ഇടതുപക്ഷ ഐക്യം ഊട്ടിയുറപ്പിക്കുക എന്നത് നാടിന്റെ ഭാവിക്ക് അത്യന്താപേക്ഷിതമാണ് എന്ന കാര്യത്തിൽ ഉറച്ചുനില്ക്കാൻ കഴിയേണ്ടതുണ്ട്.

ഇടതുപക്ഷ ഐക്യത്തിൽ ഉറച്ചുനില്ക്കുമ്പോൾ തന്നെ, പാർട്ടി കടന്നുവന്ന വഴിത്താരകളെയും അതിന്റെ പ്രയാണത്തിനിടയിൽ ഉണ്ടായിട്ടുള്ള ആശയസമരങ്ങളെയും മനസ്സിലാക്കുക എന്നത് ശരിയായ വിപ്ലവ പാതയിൽ ഉറച്ചുനില്ക്കുന്നതിന് അനിവാര്യമായിട്ടുള്ള ഒന്നാണ്. ആശയപരമായ ഭിന്നതയുടെ പേരിൽ വ്യത്യസ്ത പാർട്ടികളായി മാറിയവയാണ് സി പി ഐ (എം) ഉം സി പി ഐയും. ആ ആശയഭിന്നതയ്ക്ക് അടിസ്ഥാനപരമായ കാരണങ്ങളെ മനസ്സിലാക്കുക എന്നത് ഇന്ത്യൻ വിപ്ലവത്തിനുവേണ്ടി പൊരുതുന്നവരെ സംബന്ധിച്ചിടത്തോളം പ്രധാനമാണ്.

അതുകൊണ്ട് കമ്യൂണിസ്റ്റ് പാർട്ടിക്കകത്ത് നടന്ന ആശയസമരത്തെ മനസ്സിലാക്കാനുതകുന്ന പുസ്തകങ്ങൾക്ക് ഏറെ പ്രാധാന്യമുണ്ട്.

ആശയപരമായ ഭിന്നതയുടെ പേരിൽ രണ്ടായി മാറിയ സി പി ഐ (എം) ഉം സി പി ഐയും വീണ്ടും ഒന്നാകണമെന്ന ചർച്ച ഉയർന്നുവരുന്നുണ്ട്. എന്നാൽ പിളർപ്പിനാധാരമായ ഭിന്നതകൾ ഇപ്പോഴും തുടരുന്ന നിലയാണ് ഉള്ളത്. അതേ അവസരത്തിൽ ഇന്നത്തെ ഇന്ത്യൻ സാഹചര്യത്തിൽ ഇടതുപക്ഷ ശക്തികളുടെ യോജിപ്പ് മർമ്മപ്രധാനവുമാണ് എന്ന് തിരിച്ചറിഞ്ഞുകൊണ്ട് യോജിക്കാവുന്ന മേഖലകളിൽ ഐക്യപ്പെടുന്ന നിലപാട് ഉയർത്തിപ്പിടിക്കേണ്ടതുണ്ട്. പാർട്ടി രൂപീകരണത്തിന്റെ 50–ാം വാർഷികത്തിൽ അത്തരം ഭിന്നതകളെ സംബന്ധിച്ച് ഓർമ്മപ്പെടുത്തുന്നു എന്നതാണ് ഈ പുസ്തകത്തിന്റെ പ്രാധാന്യം.

എ കെ ജി സെന്റർ,
തിരുവനന്തപുരം.
03.10.2014

പിണറായി വിജയൻ

ആമുഖം

ഇന്ത്യൻ കമ്യൂണിസ്റ്റ് പാർട്ടി സി പി ഐ. എന്നും സി പി ഐ(എം) എന്നും രണ്ടായിപിളർന്നിട്ട് 2014 ഏപ്രിൽ 11 ന് അരനൂറ്റാണ്ട് പൂർത്തിയാകുകയാണ്. 1964 ഏപ്രിൽ 11 ന് 110 അംഗ നാഷണൽ കോൺഗ്രസിൽ നിന്ന് 32 ഇടതുപക്ഷക്കാരായ അംഗങ്ങൾ ഇറങ്ങിപ്പോയതോടെയാണ് ആ പിളർപ്പ് ഔദ്യോഗികമായി നിലവിൽ വന്നത്. 1953–54 കാലത്ത് ഇന്ത്യൻ നാഷണൽ കോൺഗ്രസിനോടും അതിന്റെ നേതൃത്വത്തിലുള്ള കേന്ദ്രഗവൺമെന്റിനോടും കൈക്കൊള്ളേണ്ട സമീപനത്തെ സംബന്ധിച്ച് ഇന്ത്യൻ കമ്യൂണിസ്റ്റ് പാർട്ടിക്കകത്ത് ആരംഭിച്ച അഭിപ്രായവ്യത്യാസം വളർന്നുവന്നാണ് 1964 ൽ പിളർപ്പിൽ ചെന്നെത്തിയത്. 1959 മുതലാരംഭിച്ച ഇന്ത്യാ–ചൈന അതിർത്തി തർക്കവും 1960 മുതൽ ലോക കമ്യൂണിസ്റ്റ് പ്രസ്ഥാനത്തിൽ പരസ്യമായി ഉടലെടുത്ത ഭിന്നതകളും ഇന്ത്യൻ കമ്യൂണിസ്റ്റ് പാർട്ടിക്കകത്തെ അഭിപ്രായവ്യത്യാസങ്ങൾക്ക് ആക്കം വർദ്ധിപ്പിച്ചു.

ഇന്ത്യൻ കമ്യൂണിസ്റ്റ് പാർട്ടി പിളർന്നിട്ട് അമ്പതുവർഷം തികയുന്ന ഈ കാലത്ത് പാർട്ടിയുടെ പിളർപ്പിന്റെ ചരിത്രത്തിലേക്ക് ഒരു അന്വേഷണം നടത്തുകയാണ് ഈ പുസ്തകത്തിൽ. 1953–54 കാലം മുതലാണ് പിളർപ്പിന്റെ ആരംഭം കുറിക്കുന്നതെങ്കിലും ഇന്ത്യൻ കമ്യൂണിസ്റ്റ് പാർട്ടിയുടെ രൂപീകരണകാലം മുതലുള്ള ചരിത്രം ഈ ഗ്രന്ഥത്തിൽ ചുരുക്കി വിവരിച്ചിട്ടുണ്ട്. അതിനാൽ പാർട്ടിയുടെ രൂപീകരണകാലം മുതൽ 1964 വരെയുള്ള ഇന്ത്യൻ കമ്യൂണിസ്റ്റ് പ്രസ്ഥാനത്തിന്റെ ചരിത്രമാണ് ഇതിൽ അനാവരണം ചെയ്തിരിക്കുന്നതെന്നു വ്യക്തമാക്കികൊള്ളട്ടെ. ഏറെ വിവാദം സൃഷ്ടിച്ചതും ഇപ്പോഴും വിവാദം കെട്ടടങ്ങിയിട്ടില്ലാത്തതുമായ ഒന്നാണ് ഇന്ത്യൻ കമ്യൂണിസ്റ്റ് പാർട്ടിയിലെ പിളർപ്പ്. അതി

നാൽ ചരിത്രരേഖകളെയും വസ്തുതകളെയും മാത്രം അവലംബമാക്കി ക്കൊണ്ടാണ് ഈ ഗ്രന്ഥം രചിച്ചിരിക്കുന്നതെന്ന് പറഞ്ഞുകൊള്ളട്ടെ. ചരിത്രരേഖകളെ അനാവശ്യമായി വ്യാഖ്യാനിക്കുകയോ വളച്ചൊടി ക്കുകയോ, അതിന്റെ അടിസ്ഥാനത്തിൽ സ്വന്തം നിഗമനത്തിലെത്താൻ ശ്രമിക്കുകയോ ചെയ്തിട്ടില്ലെന്ന് വ്യക്തമാക്കികൊള്ളട്ടെ. ഈ ഗ്രന്ഥത്തിന്റെ അവസാനം കൊടുത്തിരിക്കുന്ന അനുബന്ധങ്ങൾ കമ്യൂണിസ്റ്റ് പാർട്ടിയുടെ പിളർപ്പിനെക്കുറിച്ച് കൂടുതൽ ചരിത്ര വസ്തുതകൾ മനസ്സിലാക്കാൻ ഏറെ പ്രയോജനകരമാവും എന്നു കരു തുന്നു.

ഈ ഗ്രന്ഥം എഴുതുന്നതിന് എന്നെ സഹായിക്കുകയും പ്രോത്സാ ഹിപ്പിക്കുകയും ചെയ്ത ഒട്ടേറെ പേരുണ്ട്. അവരുടെയെല്ലാവരുടെയും പേരെടുത്തു പറയുക പ്രയാസകരമാണെങ്കിലും ഏതാനും ചിലരെ പ്രത്യേകം ഓർക്കാതിരിക്കാൻ കഴിയില്ല.

ഗ്രന്ഥരചനയ്ക്കാവശ്യമായ രേഖകളും മറ്റു വസ്തുതകളും പരിശോധിക്കുന്നതിനുവേണ്ടി നല്കി സഹായിച്ച സി പി ഐ കേരള സംസ്ഥാന കൗൺസിൽ ലൈബ്രറിയിലെ സുരേന്ദ്രൻ, എ കെ ജി പഠന ഗവേഷണകേന്ദ്രം ലൈബ്രറിയിലെ ആണ്ടലാട്ട് എന്നിവരോടു പ്രത്യേകം കടപ്പാട് രേഖപ്പെടുത്തുന്നു.

കരവാരം വൊക്കേഷണൽ ഹയർ സെക്കന്ററി സ്കൂൾ മാനേജർ സുരേഷ്, പ്രിൻസിപ്പൽ സണ്ണി വി ജോർജ്, സ്റ്റാഫ് സെക്രട്ടറി ഷാജു, ജയചന്ദ്രകുമാർ, രേഖ വി നായർ, സിന്ധു, അനിൽകുമാർ തുടങ്ങി എല്ലാ അദ്ധ്യാപക- അനദ്ധ്യാപക സുഹൃത്തുക്കളോടും എനിക്കുള്ള നിസ്സീമമായ കൃതജ്ഞത അറിയിക്കുന്നു.

ഈ ഗ്രന്ഥം ഡി റ്റി പി ചെയ്ത അനീസ (പടിഞ്ഞാറ്റുമുക്ക്), മറ്റു സഹായങ്ങൾ ചെയ്ത ഷമീർ(നാവായിക്കുളം), ഷൈജു (പടിഞ്ഞാ റ്റുമുക്ക്), ചന്തവിളയിലെ എന്റെ സുഹൃത്തുക്കളായ സുരേഷ് കുമാർ, അനിൽകുമാർ, എ കെ ജി പഠന ഗവേഷണകേന്ദ്രം ലൈബ്രറിയിലെ ഐശ്വര്യ, ഗിരിജ, കോമളം എന്നിവരോടും പ്രത്യേകം നന്ദി അറിയിക്കു ന്നു.

എന്റെ മറ്റു പുസ്തകങ്ങൾ പോലെതന്നെ ഇതും പ്രസിദ്ധീകരി ക്കുന്നത് ചിന്ത പബ്ലിഷേഴ്സാണ്. ചിന്തയുടെ ജനറൽ മാനേജർ വി കെ ജോസഫ്, എഡിറ്റർ ഡോ. ജയദേവദാസ്, ചിന്തയുടെ മറ്റുപ്രവർത്തകർ എന്നിവരോടും എനിക്കുള്ള നിസ്സീമമായ കൃതജ്ഞത അറിയിക്കട്ടെ.

ഈ ഗ്രന്ഥത്തിൽ പോരായ്മകൾ പലതും കണ്ടേക്കാം. പല സംഭവ ങ്ങളുടെയും വിശദീകരണങ്ങൾ കൂടുകയോ കുറയുകയോ ചെയ്തേക്കാം. ഒരുപക്ഷേ, തെറ്റുകളും വന്നേക്കാം. അവയെല്ലാം ചൂണ്ടിക്കാണി ച്ചുതരുന്നതിന് മാന്യവായനക്കാരോട് അഭ്യർത്ഥിക്കുന്നു.

ചന്തവിള,

2014 ജനുവരി 31 **ഡോ. ചന്തവിള മുരളി**

1

ഇന്ത്യൻകമ്യൂണിസ്റ്റ് പാർട്ടിയുടെ രൂപീകരണം

ഇന്ത്യയെക്കുറിച്ചും ഇന്ത്യാചരിത്രത്തെക്കുറിച്ചും സാമാന്യം ആവശ്യമായ അറിവ് കാൾ മാർക്സിനുണ്ടായിരുന്നു. 19–ാം നൂറ്റാണ്ടിന്റെ മദ്ധ്യത്തിൽ തന്നെ കാൾ മാർക്സിന്റെയും ഫ്രെഡറിക് എംഗൽസിന്റെയും രചനകളിലെ ഒരു പ്രധാന ശ്രദ്ധാകേന്ദ്രമായിരുന്നു ഇന്ത്യ. 1853 ൽ *ന്യൂയോർക്ക് ഡെയ്‌ലി ട്രിബ്യൂൺ* എന്ന പത്രത്തിൽ എഴുതിയ *ഇന്ത്യയിലെ ബ്രിട്ടീഷ് ഭരണം (The British Rule in India), ഇന്ത്യയിലെ ബ്രിട്ടീഷ് ഭരണത്തിന്റെ ഭാവി ഫലങ്ങൾ (The Future Results of British Rule in India)* എന്നീ ലേഖനങ്ങളിൽ ഇന്ത്യയിലെ ബ്രിട്ടീഷ് ഭരണത്തിന്റെ ചൂഷണ സ്വഭാവം അദ്ദേഹം തുറന്നുകാണിച്ചു.[1]

പഴയ ഇന്ത്യൻ സമ്പദ്‌വ്യവസ്ഥയേയും സാമൂഹ്യ സംവിധാനത്തേയും ബ്രിട്ടീഷ് ഭരണം എങ്ങനെ ഹിംസാത്മകമായി നശിപ്പിച്ചുവെന്ന് ഈ ലേഖനങ്ങളിൽ മാർക്സ് വിശദീകരിച്ചു. ഇന്ത്യയിൽ നിലനില്ക്കുന്ന എണ്ണമറ്റ ജാതികൾ, മതവിഭാഗങ്ങൾ, ഭാഷകൾ, സംസ്കാരങ്ങൾ മുതലായവ നിമിത്തമുണ്ടാകുന്ന അനൈക്യത്തിന്റെ ഫലമായാണ് വിദേശ മേധാവിത്വം സ്ഥാപിക്കാൻ ബ്രിട്ടന് കഴിഞ്ഞത് എന്നദ്ദേഹം പറഞ്ഞു.

ഈ ലേഖനങ്ങൾ എഴുതി നാലുകൊല്ലം തികയുമ്പോഴാണ് 1857 ൽ പൊട്ടിപ്പുറപ്പെട്ടതും *ശിപായിലഹള*യെന്ന് ബ്രിട്ടീഷ് ഭരണാധികാരികൾ മുദ്രകുത്തിയതുമായ *ദേശീയ കലാപ*മുണ്ടായത്. 1857 ലെ ഈ കലാപത്തെ *ഒന്നാം സ്വാതന്ത്ര്യ സമരം* എന്ന് ആദ്യം വിശേഷിപ്പിച്ചത് മാർക്സും എംഗൽസുമാണ്.[2] ഈ ദേശീയ കലാപത്തെ വാഴ്ത്തിയ മാർക്സ് അത് നടന്നകാലത്ത് മുഴുവൻ ഓരോ ആഴ്ചയിലേയും സംഭവവികാസങ്ങളെ അവലോകനം ചെയ്തുകൊണ്ട് ഒരു ലേഖന പരമ്പര എഴുതിയിരുന്നു.[3] അവയെ സമാഹരിച്ചുകൊണ്ട് *ഒന്നാം ഇന്ത്യൻ സ്വാതന്ത്ര്യ സമരം: 1857–59* എന്ന തലക്കെട്ടിൽ ഒരു ഗ്രന്ഥം മോസ്കോവിലെ ഫോറിൻ ലാംഗ്വേജ് പബ്ലിഷിങ് ഹൗസ് പ്രസിദ്ധീകരിക്കുകയു

ണ്ടായി. ഇന്ത്യയിലുണ്ടായ ആ *ദേശീയ കലാപം* അടിച്ചമർത്തപ്പെട്ടെങ്കിലും ഇന്ത്യൻജനത വീണ്ടും ഉയിർത്തെഴുന്നേല്ക്കുമെന്ന ശുഭപ്രതീക്ഷയോടെയാണ് മാർക്സ് ആ ലേഖന പരമ്പര അവസാനിപ്പിച്ചത്.[4] കൂടാതെ *മൂലധന*മടക്കം മറ്റെത്രയോ കൃതികളിൽ പല രാജ്യങ്ങളെയും പരാമർശിക്കുന്ന കൂട്ടത്തിൽ ഇന്ത്യയേയും മാർക്സ് പരാമർശിച്ചിരുന്നു.

1917 ലെ *ഒക്ടോബർ വിപ്ലവ*ത്തിന് മുമ്പുതന്നെ ലെനിനും ഇന്ത്യയിലെ സംഭവവികാസങ്ങളെക്കുറിച്ച് ലേഖനങ്ങളും മറ്റും എഴുതുകയുണ്ടായി.[5] 1908 ആഗസ്ത് 5 ന് ബോൾഷെവിക്ക് ജേർണലായ *പ്രോലിറ്റേറിയയിൽ* ലെനിൻ എഴുതിയ *Inflammble Material in World Politics* എന്ന ലേഖനത്തിൽ ദേശീയപ്രസ്ഥാനത്തിലെ സമുന്നത നേതാവ് ബാലഗംഗാധരതിലകനെ തടവിലിട്ടതിൽ പ്രതിഷേധിച്ച് ബോംബെയിലെ തൊഴിലാളികൾ നടത്തിയ ആറുദിവസത്തെ പണിമുടക്ക് സമരത്തെപ്പറ്റി വിവരിച്ചിട്ടുണ്ട്. ഇന്ത്യയിൽ മാർക്സിനെപ്പറ്റിയുള്ള ആദ്യ പരാമർശം നടത്തിയത് 1887 ൽ ബാലഗംഗാധരതിലകനാണെന്ന് കരുതുന്നു. 1903 ൽ ബംഗാളിലെ *അമൃതബസാർ പത്രിക*യിൽ വന്ന ഒരു ലേഖനത്തിലും മാർക്സിനെ പറ്റിയുള്ള പരാമർശം കാണാം.[6] വിവേകാനന്ദന്റെ പ്രസംഗങ്ങളിലും സോഷ്യലിസത്തെക്കുറിച്ചുള്ള ധാരാളം പരാമർശങ്ങൾ ഉണ്ട്. പഞ്ചാബിലെ ലാലാഹർദയാൽ ദേശീയ പത്രപ്രവർത്തകനായ രാമാനന്ദചതോപാധ്യായയുടെ കൽക്കത്തയിൽനിന്നു പ്രസിദ്ധീകരിച്ച *മോഡേൺ റിവ്യൂ* മാസികയിൽ 1912 മാർച്ച് മാസത്തിൽ *കാൾ മാർക്സ്: ആധുനികനായ ഋഷി* എന്ന പേരിൽ മാർക്സിനെ പറ്റി ഒരു ലേഖനം എഴുതി. ആ വർഷം ആഗസ്ത് മാസത്തിലാണ് സ്വദേശാഭിമാനി രാമകൃഷ്ണപ്പിള്ളയുടെ *കാൾ മാർക്സ്* ജീവചരിത്രം മലയാളത്തിൽ പ്രസിദ്ധീകരിക്കപ്പെട്ടത്. കൂടാതെ കുന്നംകുളത്തുനിന്ന് പ്രസിദ്ധീകരിച്ച *ആത്മപോഷിണി* എന്ന മാസികയിൽ സോഷ്യലിസത്തിന്റെ അടിസ്ഥാനതത്ത്വങ്ങൾ വിശദീകരിച്ചുകൊണ്ട് ഒരു ലേഖനപരമ്പരയും അദ്ദേഹം എഴുതി. എന്നാൽ ഇവയൊന്നുംതന്നെ മാർക്സിസം എന്ന ആശയം ബോധപൂർവ്വം ജനങ്ങളുടെ ഇടയിൽ പ്രചരിപ്പിക്കാനുള്ള ശ്രമമായിരുന്നില്ല.

1917 ൽ റഷ്യയിൽ നടന്ന *ഒക്ടോബർ വിപ്ലവം* മനുഷ്യരാശിയുടെ ചരിത്രത്തിൽ ഒരു പുതിയ അദ്ധ്യായം കുറിച്ചു. ഒക്ടോബർ വിപ്ലവത്തോടെയാണ് സോഷ്യലിസ്റ്റ് കമ്യൂണിസ്റ്റ് ആശയങ്ങൾ ലോകത്തൊട്ടാകെ പ്രചരിച്ചത്. ഒക്ടോബർ വിപ്ലവത്തെ പുകഴ്ത്തിക്കൊണ്ടുള്ള ധാരാളം ലേഖനങ്ങൾ മലയാളത്തിലുൾപ്പെടെ ഇന്ത്യയിലെ വിവിധ ഭാഷകളിൽ പുറത്തുവന്നു. 1917 ഡിസംബർ ലക്കം *ആത്മപോഷിണി*യിൽ ആമ്പാടി നാരായണമേനോനും *മിതവാദി*യിൽ സി ഉണ്ണികൃഷ്ണനും എഴുതിയ ലേഖനങ്ങൾ എടുത്തുപറയേണ്ടവയാണ്.

1917 ലെ റഷ്യൻവിപ്ലവത്തിനുശേഷമാണ് മാർക്സിസത്തിന്റെ ആശയങ്ങൾ ഇന്ത്യയിലെ സ്വാതന്ത്ര്യസമരഭടന്മാർക്കിടയിൽ ചുരുങ്ങിയ നിലയ്ക്കെങ്കിലും വ്യാപിക്കാൻ തുടങ്ങിയത്. ഈ സ്വാധീനത്തിന് ഏറ്റവുമധികം വിധേയരായവർ ഒന്നാം ലോകമഹായുദ്ധത്തിന് തൊട്ടുമുമ്പും യുദ്ധകാലത്തും ജർമ്മനി, അമേരിക്ക, തുർക്കി, അഫ്ഗാനിസ്ഥാൻ, ബ്രിട്ടൻ മുതലായ രാജ്യങ്ങളിൽ പ്രവർത്തിച്ചിരുന്ന ഇന്ത്യൻ

വിപ്ലവകാരികളാണ്. അവരിൽ ചിലർ ജർമ്മനിയിൽ "ഇന്ത്യൻ താല്ക്കാലിക ദേശീയഗവൺമെന്റും" രൂപീകരിക്കുകയുണ്ടായി. വീരേന്ദ്രനാഥ് ചതോപാ ദ്ധ്യായ, ബർക്കത്തുള്ള, എം പി ബി ടി ആചാര്യ, രാജാമഹേന്ദ്രപ്രതാപ്, എം എൻ റോയി, അബനിമുഖർജി മുതലായവർ ഇതിൽപ്പെടും.

1917 ലെ *റഷ്യൻ വിപ്ലവം* സ്വാധീനിച്ച മറ്റൊരു വിഭാഗമാണ് ഗദ്ദർ പാർട്ടിക്കാർ. അമേരിക്കയിലുണ്ടായിരുന്ന ഇന്ത്യൻവിപ്ലവകാരികൾ 1913 ൽ രൂപീകരിച്ച വിപ്ലവസംഘടനയാണ് ഗദ്ദർ പാർട്ടി. ലാലാ ഹർദയാൽ, ഭായി പരമാനന്ദ്, സോഹൻസിങ് ഭക്ന എന്നിവരായിരുന്നു ഈ പാർട്ടിയുടെ സ്ഥാപകർ. *ഗദ്ദർ* എന്ന പേരിൽ ഒരു പത്രവും ഈ സംഘടന പ്രസിദ്ധീകരിച്ചിരുന്നു. ഈ പത്രത്തിന്റെ പേരിലാണ് ഗദ്ദർ പാർട്ടി അറിയപ്പെട്ടത്. സംഘടനയ്ക്ക് ഒരു കേന്ദ്രകമ്മിറ്റിയും ആസ്ഥാനവുമുണ്ടായിരുന്നു. ഗദ്ദർ പാർട്ടിയുടെ ആസ്ഥാനമായ സാൻ ഫ്രാൻസിസ്കോ യുഗാന്തർ ആശ്രമം എന്ന പേരിൽ അറിയപ്പെട്ടു.

ഗദ്ദർ എന്ന പദത്തിന്റെ അർത്ഥം വിപ്ലവമെന്നാണ്. വിപ്ലവത്തിലൂടെ ഇന്ത്യയെ ബ്രിട്ടീഷ് ഭരണത്തിൽനിന്ന് മോചിപ്പിക്കുകയായിരുന്നു ഗദ്ദർ പാർട്ടിയുടെ മുഖ്യലക്ഷ്യം.

ഒന്നാം ലോകമഹായുദ്ധം ആരംഭിച്ചപ്പോൾ ഗദ്ദർ പാർട്ടിയുടെ നേതാക്കന്മാർ ഇന്ത്യയിലെ വിപ്ലവകാരികളുമായി ബന്ധപ്പെട്ട് 1915 ഫെബ്രുവരി 21 ന് ഇന്ത്യയിൽ സായുധ കലാപം ആരംഭിക്കാൻ നിശ്ചയിച്ചെങ്കിലും അതേക്കുറിച്ച് വിവരം ലഭിച്ച ബ്രിട്ടീഷ് ഗവൺമെന്റ് വൻ അടിച്ചമർത്തലുകളിലൂടെ അതിനെ തടയുകയുണ്ടായി. ഒക്ടോബർ വിപ്ലവത്തെക്കുറിച്ചറിഞ്ഞ ഈ വിപ്ലവകാരികളിൽ ചിലർ സോവിയറ്റ് യൂണിയൻ സന്ദർശിക്കുകയും കമ്യൂണിസ്റ്റ് ഇന്റർനാഷണലുമായി ബന്ധംവയ്ക്കാൻ ശ്രമിക്കുകയും ചെയ്തു.

റഷ്യൻ വിപ്ലവം ആഴത്തിൽ സ്വാധീനിച്ച മറ്റൊരു വിഭാഗമാണ് മുഹാജിർമാർ. യുദ്ധകാലത്തുതന്നെ സാമ്രാജ്യ വിരോധ വികാരം പ്രകടിപ്പിച്ചിരുന്നവരും പിന്നീട് ഖിലാഫത്ത് പ്രസ്ഥാനത്തിൽ പങ്കെടുത്തവരുമായ മുസ്ലീങ്ങളായിരുന്നു ഇവർ. ബ്രിട്ടീഷ് ഗവൺമെന്റ് അഴിച്ചുവിട്ട കടുത്ത മർദ്ദനം നേരിടുന്നതിന് തങ്ങൾക്ക് സഹായം നല്കാൻ കഴിയുന്ന ഏക രാജ്യം സോവിയറ്റ് റഷ്യയാണെന്ന് കരുതിയ അവർ ഹിമാലയത്തിലെ ചുരം കടന്ന് അഫ്ഗാനിസ്ഥാൻ വഴി റഷ്യയിലെത്തി. തുടർന്ന് അവരിൽ പലരും മോസ്കോയിലെ പൗരസ്ത്യരാജ്യങ്ങൾക്കുവേണ്ടി സ്ഥാപിക്കപ്പെട്ട *കിഴക്കൻ രാജ്യങ്ങളിലെ അദ്ധ്വാനിക്കുന്നവരുടെ സർവ്വകലാശാല (University of the Toilers of the East)* ൽ ചേർന്ന് മാർക്സിസം–ലെനിനിസം പഠിക്കുകയും ചെയ്തു. പിന്നീട് അവർ ഇന്ത്യയിലേക്ക് മടങ്ങി കമ്യൂണിസ്റ്റ് പാർട്ടി കെട്ടിപ്പടുക്കാൻ സഹായിച്ചു. ഷൗക്കത്ത് ഉസ്മാനി, ഫിറോസുദ്ദീൻ മൻസൂർ എന്നിവരെല്ലാം ഈ വിഭാഗത്തിൽപ്പെടുന്നു. മേല്പറഞ്ഞ വിവിധ വിഭാഗങ്ങളിൽപ്പെട്ട ഇന്ത്യൻ വിപ്ലവകാരികളിൽ മാർക്സിസ്റ്റ്–ലെനിനിസ്റ്റ് വിജ്ഞാനം പരത്താനും അവരെ ഒരു വിപ്ലവ പാർട്ടിയായി സംഘടിപ്പിക്കാനും കമ്യൂണിസ്റ്റ് ഇന്റർനാഷണൽ (കോമിന്റേൺ) ശ്രമിച്ചു.

1864 സെപ്തംബർ 28 ന് കാൾ മാർക്സിന്റെ നേതൃത്വത്തിൽ ലണ്ട നിൽ ചേർന്ന തൊഴിലാളിവർഗ്ഗ-ജനാധിപത്യ സംഘടനകളുടെ യോഗ ത്തിൽവെച്ചാണ് *ഒന്നാം ഇന്റർനാഷണൽ* എന്ന് ചരിത്രത്തിൽ അറി യപ്പെടുന്ന സാർവ്വദേശീയ തൊഴിലാളി സംഘം രൂപംകൊണ്ടത്. 1876 ജൂലൈ 15 ന് അമേരിക്കയിലെ ഫിലാഡൽഫിയയിൽ ചേർന്ന ഒരു സമ്മേ ളനത്തിൽവെച്ച് ഒന്നാം ഇന്റർനാഷണൽ പിരിച്ചുവിടാൻ മാർക്സ്-എംഗൽസ് നേതൃത്വം തീരുമാനിച്ചു.

1889 ജൂലൈ 14 ന് പാരീസിൽവെച്ച് ഇരുപത് രാജ്യങ്ങളിൽനിന്നു വന്ന പ്രതിനിധികൾ ചേർന്ന് രണ്ടാം ഇന്റർനാഷണൽ അഥവാ സോഷ്യ ലിസ്റ്റ് ഇന്റർനാഷണൽ രൂപീകരിച്ചു. ഈ സംഘടന രൂപീകരിക്കുന്നതിൽ എംഗൽസ് ഒരു പ്രധാന പങ്കുവഹിക്കുകയുണ്ടായി. 1914 ൽ ഈ സംഘ ടനയുടെ പ്രവർത്തനം നിലച്ചു.

1919 മാർച്ചിൽ ലെനിന്റെ നേതൃത്വത്തിൽ രൂപംകൊണ്ടതാണ് മൂന്നാം ഇന്റർനാഷണൽ അഥവാ കമ്യൂണിസ്റ്റ് ഇന്റർനാഷണൽ (കോമിന്റേൺ- Comintern).

ഇ എം എസ് എഴുതി:

> മാർക്സും എംഗൽസും ജീവിച്ചിരുന്ന കാലത്തെ ഒന്നുംരണ്ടും ഇന്റർനാഷണലുകൾ യഥാർത്ഥ ആഗോളസംഘടനകളായിരുന്നി ല്ല. യൂറോപ്പിലും അമേരിക്കയിലുമുള്ള പാർട്ടികൾ മാത്രമായിരുന്നു അതിലെ ഘടകങ്ങൾ. അത് മാറ്റി ഏഷ്യയിലും ആഫ്രിക്കയിലും ലാറ്റിനമേരിക്കയിലുമുള്ള ഒട്ടേറെ രാജ്യങ്ങളിൽ രൂപംകൊണ്ട പുത്തൻ കമ്യൂണിസ്റ്റ് പാർട്ടികളെക്കൂടി ചേർത്തുകൊണ്ടാണ് മൂന്നാം(കമ്യൂണിസ്റ്റ്) ഇന്റർനാഷണലിന് രൂപം നല്കിയത്.
>
> ആ നിലയ്ക്ക് യഥാർത്ഥത്തിൽ ആദ്യത്തെ ഇന്റർനാഷണൽ സംഘടന ലെനിന്റെ നേതൃത്വത്തിലാണ് രൂപംകൊണ്ടത്.(അ തിന്റെ ഘടകകക്ഷികളെന്ന നിലയ്ക്കാണ് ഇന്ത്യയിലും ചൈന യിലും മറ്റു ഒട്ടേറെ പിന്നോക്ക രാജ്യങ്ങളിലും കമ്യൂണിസ്റ്റ് പാർട്ടി കൾ രൂപംകൊണ്ടത്).[7]

1921 ൽ ഒക്ടോബറിൽ കോമിന്റേൺ *ഇന്റർനാഷണൽ പ്രസ് കറ സ്പോണ്ടൻസ് (ഇൻപ്രകോർ)* എന്ന പേരിൽ ഒരു പാക്ഷിക പ്രസിദ്ധീ കരണം തുടങ്ങി. ഇംഗ്ലീഷ്, ജർമ്മൻ, ഫ്രഞ്ച് എന്നീ മൂന്ന് ഭാഷകളിലാണ് ഇത് പ്രസിദ്ധീകരിച്ചത്. 1919 ജൂൺ മുതൽ *കമ്യൂണിസ്റ്റ് ഇന്റർനാഷണൽ* എന്നൊരു താത്ത്വിക മാസികയും കോമിന്റേൺ പ്രസിദ്ധീകരിച്ചിരുന്നു. ദൈനംദിന സംഭവങ്ങളെ സംബന്ധിച്ചുള്ള വാർത്തകളാണ് *ഇൻപ്രകോ റിൽ* പ്രധാനമായും ഉണ്ടായിരുന്നത്. ശക്തമായ നിയന്ത്രണങ്ങളെല്ലാമു ണ്ടായിരുന്നുവെങ്കിലും ഇന്ത്യൻ പ്രദേശങ്ങളിൽ *ഇൻപ്രകോർ* പ്രചരിച്ചി രുന്നു. ഇന്ത്യയിലെ കമ്യൂണിസ്റ്റ് പ്രസ്ഥാനത്തിന്റെ വളർച്ചയെ അത് സഹായിച്ചിരുന്നു. ഈ ശ്രമത്തിന്റെ ഭാഗമായി ഇന്ത്യൻ വിപ്ലവകാരികൾ കമ്യൂണിസ്റ്റ് ഇന്റർനാഷണലിന്റെ സമ്മേളനങ്ങളിലും കമ്മിറ്റി നടപടിക ളിലും പങ്കെടുക്കാൻ ആരംഭിച്ചു. 1920 ജൂലൈ 19 മുതൽ ആഗസ്ത് 7

വരെ മോസ്കോവിൽ നടന്ന *കോമിന്റേണി*ന്റെ രണ്ടാം കോൺഗ്രസിൽ തന്നെ എം എൻ റോയി, അബനി മുഖർജി, എം പി ബി ടി ആചാര്യ, മുഹമ്മദ് ഷഫീക്ക്, എവിലിൻ ട്രെന്റ് റോയി എന്നിവർ പങ്കെടുക്കുകയുണ്ടായി.[8]

ഇവരിൽ പ്രമുഖൻ എം എൻ റോയി തന്നെയായിരുന്നു. 1989 ൽ ബംഗാളിലെ 24 പർഗാനാ ജില്ലയിൽ മാനവേന്ദ്രനാഥ് റോയി (എം എൻ റോയ്) എന്നറിയപ്പെട്ട നരേന്ദ്രനാഥ് ഭട്ടാചാര്യ ജനിച്ചു. വിദ്യാർത്ഥിയായിരിക്കെ വിപ്ലവ ഭീകര പ്രസ്ഥാനത്തിൽ പങ്കാളിയായ റോയി ബ്രിട്ടീഷുകാർക്കെതിരെ പോരാടാൻ ജർമ്മൻ സഹായം തേടുന്നതിന് ഇന്ത്യ വിട്ട് അമേരിക്കയിലെ സാൻഫ്രാൻസിസ്കോ വഴി ന്യൂയോർക്കിലെത്തി. അവിടെവെച്ച് 1916 ൽ അദ്ദേഹം ലാലാ ലജ്പത്റോയിയെ കണ്ടുമുട്ടി. റോയി ആദ്യമായി മാർക്സിസ്റ്റ് രചനകളുമായി പരിചയപ്പെട്ടത് ന്യൂയോർക്കിൽ വെച്ചാണ്. അവിടെനിന്ന് പൊലീസിന്റെ പീഡനത്തിൽനിന്ന് രക്ഷപ്പെടാൻ 1917 നവംബറിൽ മെക്സിക്കോയിലേക്ക് പോയി. അവിടെ സോഷ്യലിസ്റ്റ് നേതാക്കളെ കണ്ട് എം എൻ റോയി ചർച്ച നടത്തി. റോയിയുടെ ജീവിതത്തിലെ വഴിത്തിരിവായിരുന്നു മെക്സിക്കോയിലെ ലെനിന്റെ പ്രതിനിധിയായ മിഖായേൽ ബോറോഡിനുമായുള്ള കണ്ടുമുട്ടൽ. അതിനെത്തുടർന്ന് 1918 ഡിസംബറിൽ റോയിയെ മെക്സിക്കൻ സോഷ്യലിസ്റ്റ് പാർട്ടി ജനറൽ സെക്രട്ടറിയായി തിരഞ്ഞെടുത്തു. 1919 ഏപ്രിലിൽ മെക്സിക്കൻ സോഷ്യലിസ്റ്റ് പാർട്ടി മെക്സിക്കൻ കമ്യൂണിസ്റ്റ് പാർട്ടിയായി മാറിയപ്പോൾ റോയി പാർട്ടിയുടെ ജനറൽ സെക്രട്ടറിയായി. മെക്സിക്കൻ കമ്യൂണിസ്റ്റ് പാർട്ടിയുടെ പ്രതിനിധിയെന്ന നിലയിലാണ് കോമിന്റേണിന്റെ രണ്ടാം കോൺഗ്രസിൽ റോയി പങ്കെടുത്തത്. എന്നാൽ ഇന്ത്യൻ സ്വാതന്ത്ര്യത്തിന്റെ പ്രശ്നം അവിടെ അദ്ദേഹം അവതരിപ്പിക്കുകയുണ്ടായി.[9]

മെക്സിക്കൻ കമ്യൂണിസ്റ്റ് പാർട്ടിയെ പ്രതിനിധീകരിച്ച് കമ്യൂണിസ്റ്റ് ഇന്റർനാഷണലിന്റെ രണ്ടാം കോൺഗ്രസിൽ പങ്കെടുക്കാൻ മോസ്കോയിലെത്തിയ എം എൻ റോയി കോൺഗ്രസിനുശേഷം സോവിയറ്റ് യൂണിയനിൽ കഴിയുകയായിരുന്ന ഇന്ത്യൻ വിപ്ലവകാരികളെയെല്ലാം ചേർത്ത് ഒരു ഇന്ത്യൻ കമ്യൂണിസ്റ്റ് പാർട്ടി രൂപീകരിക്കാൻ തീരുമാനിച്ചു. ആ ലക്ഷ്യത്തോടെ അന്നത്തെ സോവിയറ്റ് യൂണിയന്റെ ഭാഗമായ ഉസ്ബക്കിസ്ഥാന്റെ തലസ്ഥാനമായ താഷ്ക്കെന്റിൽ 1920 ഒക്ടോബർ 17 ന് ഇന്ത്യൻ വിപ്ലവകാരികളുടെ ഒരു യോഗം റോയി വിളിച്ചുകൂട്ടി. ഇന്ത്യൻ കമ്യൂണിസ്റ്റ് പാർട്ടിയെന്ന പേരിൽ ഒരു സംഘടന രൂപീകരിച്ചു. അതിലെ അംഗങ്ങൾ എം എൻ റോയി, എവ്ലിൻ റോയി(റോയിയുടെ ഭാര്യ), അബനി മുഖർജി, റോസാ ഫിറ്റിങ് ഗോ(അബനി മുഖർജിയുടെ ഭാര്യ), മുഹമ്മദ് അലി, മുഹമ്മദ് ഷഫീക്ക് സിദ്ദീഖി, എം പി ബി ടി ആചാര്യ എന്നിവരായിരുന്നു. മുഹമ്മദ് ഷഫീക്ക് സിദ്ദീഖിയെ പാർട്ടിയുടെ സെക്രട്ടറിയായി തിരഞ്ഞെടുത്തു. ഈ കമ്മിറ്റിക്ക് *കമ്യൂണിസ്റ്റ് ഇന്റർനാഷണലി*ന്റെ തുർക്കിസ്ഥാൻ ബ്യൂറോ ഉടൻതന്നെ അംഗീകാരം നല്കി.[10]

കമ്യൂണിസ്റ്റ് പാർട്ടിയുടെ പ്രവർത്തനം സോവിയറ്റ് യൂണിയന്റെ ഇതരഭാഗങ്ങളിലും മറ്റുരാജ്യങ്ങളിലും കഴിയുന്ന ഇന്ത്യൻ വിപ്ലവകാരികളുടെ ഇടയിലേക്ക് വ്യാപിപ്പിക്കാൻ താഷ്ക്കന്റ് യോഗം തീരുമാനിച്ചു.[11] ആ തീരു

മാനമനുസരിച്ച് എം എൻ റോയി ജർമ്മനിയിലെ ബർലിനിലേക്ക് പോയി. 1922 മേയ് 15 ന് ബർലിനിൽനിന്ന് എം എൻ റോയി ഇന്ത്യൻ കമ്യൂണിസ്റ്റ് പാർട്ടിയുടെ പ്രഥമ മുഖപത്രമായ *വാൻഗാർഡ് ഓഫ് ഇന്ത്യൻ ഇൻഡിപെന്റൻസ് (Vanguard of Indian Independence)* എന്ന പാക്ഷിക പത്രം ആരംഭിച്ചു. ബർലിനിൽനിന്ന് രഹസ്യമായി ഇന്ത്യയിലെത്തിച്ച ഈ പത്രം ഇന്ത്യയിലുടെനീളം കമ്യൂണിസത്തിന്റെ സന്ദേശം പ്രചരിപ്പിക്കുന്നതിൽ ശ്രദ്ധേയമായ പങ്കുവഹിച്ചു. ഒറ്റപ്പെട്ട് പ്രവർത്തിക്കുന്ന കമ്യൂണിസ്റ്റ് ഗ്രൂപ്പുകളെയും വ്യക്തികളെയും അന്യോന്യം ബന്ധിപ്പിച്ച്, എല്ലാവരെയും പൊതുലക്ഷ്യത്തിന്റെ ചരടിൽ കോർത്തിണക്കി ലോകകമ്യൂണിസ്റ്റ് പ്രസ്ഥാനത്തിന്റെ മുഖ്യധാരയിൽ ലയിപ്പിക്കാൻ ഈ പത്രത്തിനു കഴിഞ്ഞു.[12]

1922 ൽ തന്നെയാണ് ഇന്ത്യയിലെ സാമൂഹ്യവ്യവസ്ഥയെ മാർക്സിസ്റ്റ് വിശകലനത്തിന് വിധേയമാക്കിക്കൊണ്ട് *മാറിക്കൊണ്ടിരിക്കുന്ന ഇന്ത്യ(India in Transition)* എന്ന ഒരു ബൃഹദ്ഗ്രന്ഥം റോയി എഴുതിയത്. ഈ കൃതിയിലൂടെ അദ്ദേഹം ഇന്ത്യയിൽ മാർക്സിസ്റ്റ് ചരിത്രരചനയ്ക്ക് തുടക്കമിട്ടു. ഫ്യൂഡൽ ഉല്പാദന ബന്ധങ്ങൾ ഉപേക്ഷിച്ചുകൊണ്ട് ഇന്ത്യ മുതലാളിത്ത ലോകത്തിലേക്ക് പ്രവേശിക്കുകയുണ്ടായി എന്ന് റോയി തന്റെ ഗ്രന്ഥത്തിൽ വ്യക്തമാക്കി. ഇന്ത്യയിലെ യുവബൂർഷ്വാസിയുടെ രാഷ്ട്രീയ പ്രത്യയശാസ്ത്രത്തിന്റെ പ്രകാശനമാണ് ദേശീയതയെന്ന് റോയി സമർത്ഥിച്ചു.

സൂചിക

1. *സി പി ഐ (എം) ചരിത്ര കമ്മീഷൻ, ഇന്ത്യയിലെ കമ്യൂണിസ്റ്റ് പ്രസ്ഥാനം:* ഒരു ചരിത്രം, സഞ്ചിക I, ചിന്ത പബ്ലിഷേഴ്സ്, (തിരുവനന്തപുരം, ഒക്ടോബർ 2005), പു. 19
2. മേൽച്ചൊന്നത്, പു. 19
3. ഇ എം എസ് നമ്പൂതിരിപ്പാട്, *മാർക്സിസം ലെനിനിസവും ആശയസമരവും*, ചിന്ത പബ്ലിഷേഴ്സ്, (തിരുവനന്തപുരം– ഏപ്രിൽ 1997), പു: 59.
4. മേൽച്ചൊന്നത്, പു:61.
5. *ഇന്ത്യയിലെ കമ്യൂണിസ്റ്റ് പ്രസ്ഥാനം: ഒരു ചരിത്രം,* പു: 37–38.
6. മേൽച്ചൊന്നത്, പു: 36.
7. *മാർക്സിസം ലെനിനിസവും ആശയസമരവും,* ചിന്ത പബ്ലിഷേഴ്സ്, (തിരുവനന്തപുരം– ഏപ്രിൽ 1997), പു:115.
8. *ഇന്ത്യയിലെ കമ്യൂണിസ്റ്റ് പ്രസ്ഥാനം: ഒരു ചരിത്രം,* പു:69.
9. മേൽച്ചൊന്നത്, പു: 68.
10. ഇ എം എസ് നമ്പൂതിരിപ്പാട്, *ഇന്ത്യൻ സ്വാതന്ത്ര്യ സമരചരിത്രം,* ചിന്ത പബ്ലിഷേഴ്സ്, (തിരുവനന്തപുരം– ഡിസംബർ 1987), പു:375
11. സി ഭാസ്കരൻ, *ഇന്ത്യൻ വിപ്ലവപ്രസ്ഥാനം: വിവിധ കൈവഴികൾ,* ചിന്ത പബ്ലിഷേഴ്സ്, (തിരുവനന്തപുരം– മാർച്ച് 2004), പു:15.
12. *ഇന്ത്യയിലെ കമ്യൂണിസ്റ്റ് പ്രസ്ഥാനം: ഒരു ചരിത്രം,* പു:95.

2

ഗൂഢാലോചന കേസുകൾ

വിദേശത്ത് ഇന്ത്യൻ വിപ്ലവകാരികളുടെ പ്രവർത്തനവും മോസ്കോ കേന്ദ്രമായി കമ്യൂണിസ്റ്റുകാരുമായും കമ്യൂണിസ്റ്റ് സംഘടനയുമായും അവരുണ്ടാക്കിയ ബന്ധവും ബ്രിട്ടീഷ് ഗവൺമെന്റിനെ കുറച്ചൊന്നുമല്ല അസ്വസ്ഥമാക്കിയത്. 1922 മദ്ധ്യം മുതൽ ഗവൺമെന്റ് കമ്യൂണിസ്റ്റുകാർക്കെതിരെ ഗൂഢാലോചന കേസുകളുടെ ഒരു പരമ്പരതന്നെ സൃഷ്ടിച്ചു. ഇന്ത്യയിലെ ബ്രിട്ടീഷ് ഗവൺമെന്റിനെ അധികാര ഭ്രഷ്ടമാക്കാൻ പദ്ധതിയുണ്ടാക്കിയെന്നതായിരുന്നു അവരുടെ പേരിലുള്ള കുറ്റം.[1]

പെഷവാർ ഗൂഢാലോചന കേസ്

സോവിയറ്റ് യൂണിയനിലെ താഷ്ക്കെന്റിലും മോസ്കോയിലും മറ്റും പോയി കമ്യൂണിസ്റ്റായിത്തീർന്ന ഇന്ത്യൻവിപ്ലവകാരികളിൽ പലരും ഇന്ത്യയിലേക്ക് മടങ്ങാൻ തീരുമാനിച്ചു. പല ഘട്ടങ്ങളിലായി വന്ന അവർ ഹിമാലയത്തിലെ അതിർത്തി കടന്ന് ഇന്ത്യൻ പ്രദേശത്ത് എത്തിയപ്പോൾ അവരെ ബ്രിട്ടീഷ് രഹസ്യപൊലീസ് അറസ്റ്റുചെയ്തു. അവരുടെ പേരിൽ അഞ്ചു ഗൂഢാലോചന കേസുകൾ ചുമത്തി. ഈ ഗൂഢാലോചന കേസുകൾ എല്ലാം ചേർത്താണ് പെഷവാർ ഗൂഢാലോചന കേസ് (1922–27) എന്നറിയപ്പെടുന്നത്.

ഇതിൽ നാലാമത്തെ ഗൂഢാലോചന കേസ് താഷ്ക്കെന്റിൽ രൂപീകരിച്ച ഇന്ത്യൻ കമ്യൂണിസ്റ്റ്. പാർട്ടിയുടെ സെക്രട്ടറിയായിരുന്ന മുഹമ്മദ് ഷഫീക്കിനെതിരെയായിരുന്നു. 1923 ഡിസംബർ 10 നാണ് പൊലീസ് അദ്ദേഹത്തെ അറസ്റ്റുചെയ്തത്. ഐ പി സി 121 എ പ്രകാരം 1924 ഏപ്രിൽ 4 ന് അദ്ദേഹത്തെ മൂന്ന് വർഷത്തെ കഠിനതടവിന് ശിക്ഷിച്ചു. താഷ്ക്കെന്റിലും മോസ്കോയിലും നടന്ന ഗൂഢാലോചന കേസിലെ സജീവാംഗമായതിനായിരുന്നു ശിക്ഷ.[2] മറ്റുകേസുകളിലെ പ്രതികളെ

വിവിധ കാലയളവുകളിലേക്ക് ശിക്ഷിച്ചു.

ഇന്ത്യൻ കമ്യൂണിസ്റ്റ് പാർട്ടിയുടെ പേരിൽ ഒരു മാനിഫെസ്റ്റോ 1921 ൽ അഹമ്മദാബാദിൽ ചേർന്ന ഇന്ത്യൻ നാഷണൽ കോൺഗ്രസിന്റെ സമ്മേളനത്തിൽ വിതരണം ചെയ്യുകയുണ്ടായി. ആ മാനിഫെസ്റ്റോയിൽ സ്വാതന്ത്ര്യസമരത്തോടുള്ള തങ്ങളുടെ നിലപാട് പാർട്ടി വ്യക്തമാക്കി. പൂർണ്ണസ്വാതന്ത്ര്യം സമൂലമായ സാമ്പത്തിക-സാമൂഹ്യപരിഷ്കാരങ്ങൾ എന്നീ മുദ്രാവാക്യങ്ങൾ മാനിഫെസ്റ്റോ മുന്നോട്ടുവെച്ചു. ആ സമ്മേളനത്തിൽ തന്നെ താഷ്ക്കെന്റ് കമ്മിറ്റി മുൻകൈയെടുത്ത് മൗലാനാ ഹസ്രത്ത് മൊഹാനിയെക്കൊണ്ട് ഒരു പ്രമേയം അവതരിപ്പിക്കുകയുണ്ടായി. കോൺഗ്രസിന്റെ ലക്ഷ്യം പൂർണ്ണസ്വാതന്ത്ര്യമാണെന്ന് പ്രഖ്യാപിക്കണമെന്ന് ആ പ്രമേയം ആവശ്യപ്പെട്ടു. പ്രമേയം അവതരിപ്പിച്ചത് നിരുത്തരവാദിത്വപരമായിട്ടാണെന്നും അതിലെ ആവശ്യം അപ്രായോഗികമാണെന്നും പറഞ്ഞ് ഗാന്ധി അതിനെതിരായ നിലപാട് സ്വീകരിക്കുകയും പ്രമേയം തള്ളപ്പെടുകയും ചെയ്തു.[3]

1922 ൽ ഗയയിൽ ചേർന്ന കോൺഗ്രസ് സമ്മേളനത്തിലും താഷ്ക്കെന്റ് കമ്മിറ്റിയുടെ മാനിഫെസ്റ്റോ വിതരണം ചെയ്തു. പൂർണ്ണസ്വാതന്ത്ര്യം ആവശ്യപ്പെടുന്ന പ്രമേയം അവിടെ അവതരിപ്പിച്ചത് ശിങ്കാരവേലു ചെട്ടിയാർ ആയിരുന്നു. അതും തള്ളപ്പെടുകയുണ്ടായി. അതുപോലെതന്നെ കോൺഗ്രസിന് ഒരു കർമ്മപരിപാടി എന്നപേരിൽ ഒരു രേഖ എം എൻ റോയി ഈ സമ്മേളനത്തിൽ വിതരണം ചെയ്യുകയുണ്ടായി.[4]

ഇന്ത്യയിലെ ആദ്യത്തെ കമ്യൂണിസ്റ്റ് ഗ്രൂപ്പ് കൽക്കത്തയിൽ മുസഫർ അഹമ്മദ് സെക്രട്ടറിയായി രൂപംകൊണ്ട ഭാരത് സാമ്യതന്ത്രസമിതി ആണ്. 1922 മാർച്ച് 22 ന് മുസഫർ അഹമ്മദ് കമ്യൂണിസ്റ്റ് ഇന്റർനാഷണൽ സെക്രട്ടറിക്ക് എഴുതിയ കത്തിൽനിന്നാണ് ഈ കാര്യം മനസ്സിലാകുന്നത്.[5]

1921 ഏപ്രിലിൽ ഡാങ്കെ എഴുതിയ *ഗാന്ധിയും ലെനിനും* എന്ന പുസ്തകം പുറത്തുവന്നു. ഡാങ്കെയ്ക്ക് അന്ന് കമ്യൂണിസ്റ്റ് ആശയത്തെപ്പറ്റി വ്യക്തമായ ധാരണയൊന്നുമുണ്ടായിരുന്നില്ലെന്ന് ഗ്രന്ഥം തെളിയിച്ചു.[6] ഇന്ത്യയിലെ ആദ്യത്തെ മാർക്സിസ്റ്റ് പത്രമായി കരുതപ്പെടുന്ന *ദ സോഷ്യലിസ്റ്റ്*(മാസിക) 1922 ആഗസ്ത് 5 ന് ബോംബെയിൽനിന്ന് എസ് എ ഡാങ്കെ ആരംഭിച്ചു.

1922 സെപ്തംബർ 10 ന്റെ *ദ സോഷ്യലിസ്റ്റിൽ* കോൺഗ്രസിനുള്ളിൽ ഇന്ത്യൻ സോഷ്യലിസ്റ്റ് ലേബർ പാർട്ടി ഓഫ് ഇന്ത്യൻ നാഷണൽ കോൺഗ്രസ് രൂപീകരിക്കണമെന്ന് നിർദ്ദേശിച്ചുകൊണ്ട് ഒരു പരിപാടി ഡാങ്കെ പ്രസിദ്ധപ്പെടുത്തി.

1922 ജൂലൈയിൽ ഷംസുദ്ദീൻഹസ്സൻ ലാഹോറിൽ ഗുലാംഹുസൈന്റെ സഹായത്തോടെ *ഇൻകിലാബ്* എന്ന ഉർദു ദിനപത്രം ആരംഭിച്ചു. അതിന് ചുറ്റും ഒരു കമ്യൂണിസ്റ്റ് ഗ്രൂപ്പ് വളർന്നുവരികയുണ്ടായി.[7]

ഗദ്ദർപ്രസ്ഥാനവുമായി ബന്ധപ്പെട്ട അനേകം സഖാക്കൾ പഞ്ചാബിൽ ഇത്തരം ഗ്രൂപ്പുകൾ രൂപീകരിക്കുകയുണ്ടായി.[8]

1923 ഏപ്രിലിൽ മദ്രാസിൽ ശിങ്കാരവേലു ചെട്ടിയാർ ഒരു മാർക്സിസ്റ്റ്

ഗ്രൂപ്പ് സംഘടിപ്പിച്ചു. ഹിന്ദുസ്ഥാൻ ലേബർ കിസാൻപാർട്ടി എന്നായിരുന്നു അതിന്റെ പേര്. 1923 ഒക്ടോബറിൽ ഇന്ത്യയിലും വിദേശത്തുമുള്ള തൊഴിലാളി സമരങ്ങൾക്ക് പ്രചാരം നല്കുന്നതിന് *തൊഴിലാളൻ* എന്നൊരു തമിഴ് വാരിക അദ്ദേഹം തുടങ്ങി. തുടർന്ന് ഡിസംബറിൽ മദ്രാസിൽനിന്ന് *ദ ലേബർ കിസാൻഗസറ്റ്* എന്ന ഒരു ഇംഗ്ലീഷ് ദ്വൈവാരികയും അദ്ദേഹം ആരംഭിച്ചു. ഇന്ത്യൻ കമ്യൂണിസത്തിന്റെ പാക്ഷിക ജേർണൽ എന്നൊരു ഉപശീർഷകവും അതിനദ്ദേഹം നല്കി.

ക്രമേണ ഇതുപോലുള്ള ഗ്രൂപ്പുകൾ രാജ്യത്തിന്റെ പലനഗരങ്ങളിലും രൂപംകൊണ്ടു. ഈ കമ്യൂണിസ്റ്റ് ഗ്രൂപ്പുകൾക്ക് നേതൃത്വംകൊടുത്ത യുവ കമ്യൂണിസ്റ്റുകാർ ട്രേഡ്യൂണിയൻ പ്രസ്ഥാനത്തിലും ദേശീയപ്രസ്ഥാനത്തിലും സജീവമായിരുന്നു.

1920 കളിലും 30 കളിലും ഇന്ത്യയിലെ കമ്യൂണിസ്റ്റ് പ്രസ്ഥാനത്തിന്റെ വളർച്ചയ്ക്ക് ബ്രിട്ടീഷ് കമ്യൂണിസ്റ്റ് പാർട്ടി നല്കിയ സഹായം പ്രത്യേകം എടുത്തു പറയേണ്ടതാണ്. പ്രത്യയശാസ്ത്രപരമായും രാഷ്ട്രീയപരമായും ഇന്ത്യൻകമ്യൂണിസ്റ്റ് പ്രസ്ഥാനത്തിന്റെ വളർച്ചയ്ക്ക് വലിയ സംഭാവന നല്കിയ ബ്രിട്ടീഷ് കമ്യൂണിസ്റ്റ് നേതാവായിരുന്നു രജനി പാംദത്ത് (ആർ പി ദത്ത്). ഇന്ത്യയെ സംബന്ധിച്ച് അദ്ദേഹം എഴുതിയ പുസ്തകങ്ങളും ലഘുലേഖകളും ലേഖനങ്ങളും ഇന്ത്യൻ കമ്യൂണിസ്റ്റ് പ്രസ്ഥാനത്തിന് നല്കിയ സഹായം വിലമതിക്കാനാകാത്തതാണ്.

1921 ൽ രൂപംകൊണ്ട കമ്യൂണിസ്റ്റ് പാർട്ടി ഓഫ് ഗ്രേറ്റ്ബ്രിട്ടന്റെ (സി പി ജി ബി) സ്ഥാപകരിലൊരാളായ രജനി പാംദത്ത് 1896 ജൂൺ 19 ന് ഇന്ത്യൻ പിതാവിന്റെയും സ്വീഡിഷ് മാതാവിന്റെയും പുത്രനായി ജനിച്ചു. 1914 ൽ ഓക്ഫോർഡ് സർവ്വകലാശാലയിൽ വിദ്യാർത്ഥിയായിരിക്കെ സ്ഥാപിച്ച ഇൻഡിപെൻഡന്റ് ജേർണലായ *ദി ലേബർ മന്ത്‌ലി (*The Labour Monthly*)* അഞ്ച് ദശാബ്ദങ്ങളോളം അദ്ദേഹം എഡിറ്റ് ചെയ്തു. അതിൽ പ്രസിദ്ധീകരിച്ചിരുന്ന പത്രാധിപക്കുറിപ്പുകൾ ആദ്യത്തെ തലമുറയിൽപ്പെട്ട ഇന്ത്യൻ കമ്യൂണിസ്റ്റുകാരുടെ ആശയപരമായ വളർച്ചയ്ക്ക് അടിത്തറ പാകുകയുണ്ടായി.[9] സി പി ജി ബി പത്രമായ *ഡെയ്‌ലി വർക്കറിന്റെ*യും കർത്താവായിരുന്നു ആർ പി ദത്ത്. അദ്ദേഹം എഴുതിയ *ഇന്നത്തെ ഇന്ത്യ*(India Today)എന്ന ബൃഹദ് ഗ്രന്ഥം ആധികാരിക മാർക്സിസ്റ്റ് ഗ്രന്ഥമായി ഏറെക്കാലം പരിഗണിക്കപ്പെട്ടു. മാർക്സിസം–ലെനിനിസത്തെ ഇന്ത്യൻ പരിതഃസ്ഥിതിയിൽ എങ്ങനെ പ്രയോഗിക്കാമെന്ന് അത് ഇന്ത്യൻ കമ്യൂണിസ്റ്റുകാരെ പഠിപ്പിച്ചു.

19–ാം നൂറ്റാണ്ടിന്റെ ഉത്തരാർദ്ധത്തിൽ വളർന്നുവന്ന വ്യാവസായിക ബൂർഷാസിയും അഭ്യസ്തവിദ്യരായ മദ്ധ്യവർഗ്ഗവും ദേശീയതയുടെ ആവിർഭാവത്തിനു കാരണമായെന്ന് ആർ പി ദത്ത് ചൂണ്ടിക്കാണിച്ചു. ഇന്ത്യൻ കമ്യൂണിസ്റ്റ് പാർട്ടിയുടെ വളർച്ചയുടെ ആദ്യഘട്ടത്തിൽ കമ്യൂണിസ്റ്റ് പാർട്ടി ഓഫ് ഗ്രേറ്റ് ബ്രിട്ടൻ(സി പി ജി ബി) ഒട്ടേറെ കേഡർമാരെ സംഘാടകർ എന്ന നിലയിൽ ഇന്ത്യയിലേക്ക് അയക്കുകയുണ്ടായി. ഫിലിപ്പ് സ്പ്രാറ്റ്, ബെൻബ്രാഡ്‌ലി, ലെസ്റ്റർ ഹച്ചിൻസൺ, ഡോണാൾഡ് കാംബെൽ, ഷാപൂർജി സക്ലത്‌വാല എന്നിവർ അവരിൽ പ്രമുഖരാണ്.

ഇതിൽ ആദ്യംപറഞ്ഞ രണ്ടുപേർ മീറത്ത് ഗൂഢാലോചന കേസിൽ പ്രതികൾപോലുമായി.

കാൺപൂർ ഗൂഢാലോചന കേസ്

ഇന്ത്യയിൽ രൂപംകൊണ്ട കമ്യൂണിസ്റ്റ് ഗ്രൂപ്പുകൾ ക്രമേണ വളർന്നുവരാൻ തുടങ്ങി. ഇത് ബ്രിട്ടീഷുകാരെ അത്യന്തം അസ്വസ്ഥരാക്കി. കമ്യൂണിസ്റ്റ് പാർട്ടിയുടെ വളർച്ചയെ മുളയിൽത്തന്നെ നുള്ളിക്കളയാൻ തീരുമാനിച്ച ബ്രിട്ടീഷുകാർ അടിച്ചമർത്തൽ നടപടികൾക്ക് മൂർച്ചകൂട്ടി. രാജ്യത്തിന്റെ വിവിധ ഭാഗങ്ങളിൽനിന്ന് കമ്യൂണിസ്റ്റ് ട്രേഡ് യൂണിയൻ നേതാക്കളെ അറസ്റ്റുചെയ്തു. കാൺപൂർ ഗൂഢാലോചന കേസ് എന്ന പേരിൽ ഒരു കേസ് അവരുടെ മേൽ കെട്ടിവെച്ചു. ഷൗക്കത്ത് ഉസ്മാനി (1923 മേയ് 8), മുസഫർ അഹമ്മദ്(മേയ് 17), ഗുലാം ഹുസൈൻ, നളിനി ഗുപ്ത(ഡിസംബർ 20), ഡാങ്കെ, ശിങ്കാരവേലു ചെട്ടിയാർ(1924 മാർച്ച് 6) എന്നിവരെയാണ് അറസ്റ്റ് ചെയ്തത്. ഇവർ ആറു പേരും എം എൻ റോയി, ആർ വി ശർമ്മ എന്നിവരുൾപ്പെടെ എട്ടു പേരായിരുന്നു കേസിലെ പ്രതികൾ. ആദ്യം 13 പേർ ഉണ്ടായിരുന്നെങ്കിലും അഞ്ചുപേർക്ക് എതിരായ കേസുകൾ പിൻവലിച്ചു. 1924 ഫെബ്രുവരി 17 ന് കേസ് ആരംഭിച്ചു. 1924 മാർച്ച് 3 ന് കാൺപൂർ ജില്ലാ മജിസ്ട്രേട്ട് മുമ്പാകെ പെറ്റീഷൻസ് ഓഫ് കംപ്ലെൻസ് സമർപ്പിച്ചു. ഡാങ്കെയെയും ചെട്ടിയാരെയും അറസ്റ്റ് ചെയ്യുന്നതിനുമുമ്പായിരുന്നു ഇത്. എട്ട് പ്രതികളിൽ നാലുപേരെ കോടതിയിൽ ഹാജരാക്കാൻ കഴിഞ്ഞില്ല. ഹാജരാക്കിയ മുസഫർ അഹമ്മദ്, എസ് എ ഡാങ്കെ, ഷൗക്കത്ത് ഉസ്മാനി, നളിനി ഗുപ്ത എന്നിവരെ വിചാരണ ചെയ്ത് നാലു വർഷം വീതം ശിക്ഷിച്ചു.

അനാരോഗ്യം കാരണം നളിനി ഗുപ്തയും മുസഫർ അഹമ്മദും യഥാക്രമം 1925 ജൂലൈയിലും സെപ്തംബറിലും മോചിതരായി. ഡാങ്കെ 1927 മേയ് 12-ാം തീയതിയും, ഷൗക്കത്ത് ഉസ്മാനി ആഗസ്തിലും മോചിതരായി.[10]

കാൺപൂർ സമ്മേളനം

രാജ്യത്തെ കമ്യൂണിസ്റ്റ് ഗ്രൂപ്പുകളെ മുഴുവൻ ഒന്നിപ്പിക്കുന്നതിനുള്ള തീവ്രശ്രമത്തിന്റെ ഫലമായി 1925 ഡിസംബർ 26 മുതൽ 28 വരെ കാൺപൂരിൽവെച്ച് ഒരു സമ്മേളനം നടന്നു. സത്യഭക്തൻ എന്നൊരാളാണ് ഈ സമ്മേളനം വിളിച്ചുംകൂട്ടുന്നതിന് നേതൃത്വം നല്കിയത്. ഇതിനുമുമ്പുതന്നെ ഇന്ത്യൻ കമ്യൂണിസ്റ്റ് പാർട്ടി എന്ന പേരിൽ കാൺപൂരിൽ മാത്രം ഒതുങ്ങിനിന്നുകൊണ്ട് പ്രവർത്തിക്കുന്ന ഒരു സംഘടനയ്ക്ക് അദ്ദേഹം രൂപം കൊടുത്തിരുന്നു. ആ സംഘടനയുടെ സെക്രട്ടറി എന്ന നിലയ്ക്കാണ് കാൺപൂരിൽവെച്ച് ഒരു അഖിലേന്ത്യാ കമ്യൂണിസ്റ്റ് സമ്മേളനം കൂടാനുള്ള നിർദ്ദേശം അദ്ദേഹം വെച്ചത്.

ചെയർമാനെന്ന നിലയിൽ ഹസ്രത്ത് മൊഹാനി പ്രതിനിധികളെ സ്വാഗതം ചെയ്തുകൊണ്ട് ഇങ്ങനെ പറഞ്ഞു:

എല്ലാ ന്യായമായ മാർഗ്ഗങ്ങളും ഉപയോഗിച്ച് സ്വരാജ് അല്ലെങ്കിൽ പൂർണ്ണ സ്വരാജ്യം സ്ഥാപിക്കുക. സ്വരാജിന്റെ സ്ഥാപനത്തിനു ശേഷം അത് ഒരു സോവിയറ്റ് റിപ്പബ്ലിക്കായി മാറും; അതിൽ കമ്യൂണിസത്തിന്റെ എല്ലാ തത്ത്വങ്ങളും പ്രയോഗത്തിൽ വരും.[11]

അവിടെവെച്ച് കമ്യൂണിസ്റ്റ് പാർട്ടി ഓഫ് ഇന്ത്യ എന്ന പേരിൽ ഒരു സംഘടന രൂപീകരിച്ചു. പാർട്ടി ഭരണഘടനയും അംഗീകരിച്ചു.[12]

ശിങ്കാരവേലു ചെട്ടിയാരുടെ മദ്രാസ് ആസ്ഥാനമായ ലേബർ കിസാൻപാർട്ടി ഓഫ് ഹിന്ദുസ്ഥാൻ പിരിച്ചുവിടാനും അതിന്റെ മുഖപത്രമായ *ലേബർ ആന്റ് കിസാൻ ഗസറ്റ്* ഏറ്റെടുത്ത് അത് പുതിയ സി പി ഐ മുഖപത്രമാക്കാനും കാൺപൂർ സമ്മേളനം തീരുമാനിച്ചു.[13] കൽക്കത്ത, ബോംബെ, കാൺപൂർ, മദ്രാസ്, ലാഹോർ എന്നിവിടങ്ങളിൽ പാർട്ടിയുടെ അഞ്ചു പ്രവിശ്യാ കേന്ദ്രങ്ങൾ പാർട്ടി പ്രവർത്തകസമിതിയുടെ മേൽനോട്ടത്തിൽ പ്രവർത്തിക്കണമെന്ന് നിശ്ചയിച്ചു. ശിങ്കാരവേലു ചെട്ടിയാരെ പ്രസിഡന്റായും ആസാദ് ശോഭാനിയെ വൈസ് പ്രസിഡന്റായും എസ് വി ഘാട്ടെ, ജാനകീ പ്രസാദ് ബാഗർഹട്ട എന്നിവരെ ജനറൽ സെക്രട്ടറിമാരായും തിരഞ്ഞെടുത്തു. ബോംബെ കൂടാതെ മറ്റ് നാലു കേന്ദ്രങ്ങളിലെയും സെക്രട്ടറിമാരെയും നിശ്ചയിച്ചു. മദ്രാസിൽ കൃഷ്ണസ്വാമി അയ്യങ്കാരും കാൺപൂരിൽ സത്യഭക്തയും ലാഹോറിൽ എസ് ഡി ഹസനും കൽക്കത്തയിൽ മുസഫർ അഹമ്മദും ആണ് അവർ.

താമസിയാതെ കമ്യൂണിസ്റ്റ് പാർട്ടിക്കകത്ത് അഭിപ്രായവ്യത്യാസമുണ്ടായി. കമ്യൂണിസ്റ്റ് പാർട്ടി അതിന്റെ ദേശീയസ്വഭാവം നിലനിർത്തണമെന്നും കമ്യൂണിസ്റ്റ് ഇന്റർനാഷണലുമായി യാതൊരു ബന്ധവും പാടില്ലെന്നും സത്യഭക്തൻ വാദിച്ചു. 1926 ൽ ചേർന്ന പാർട്ടിയുടെ രണ്ടാം സമ്മേളനം സത്യഭക്തന്റെ ഈ അഭിപ്രായം തള്ളിക്കളഞ്ഞു. ഇതിനെത്തുടർന്ന് പാർട്ടിവിട്ട സത്യഭക്തൻ ഒരു ദേശീയ ഇന്ത്യൻ കമ്യൂണിസ്റ്റ് പാർട്ടി രൂപീകരിച്ചു.

തൊഴിലാളി-കർഷക പാർട്ടി

കാൺപൂർ സമ്മേളനം നടക്കുമ്പോൾ പാർട്ടിയെ നിരോധിച്ചിരുന്നില്ലെങ്കിലും പാർട്ടിയുടെ പരസ്യപ്രവർത്തനം അധികനാൾ അനുവദിക്കുകയില്ലെന്ന് സമ്മേളനത്തിൽ പങ്കെടുത്തവർ മനസ്സിലാക്കി. അതിനാൽ പരസ്യമായി പ്രവർത്തിക്കുന്നതിനുവേണ്ടി ഒരു വേദി രൂപീകരിക്കണമെന്ന് സമ്മേളനം തീരുമാനിച്ചു. അതിനെത്തുടർന്നാണ് വിവിധ സംസ്ഥാനങ്ങളിൽ തൊഴിലാളി-കർഷകപാർട്ടി(Workers and Peasant Party-WPP)കൾ രൂപീകരിച്ചത്.

ബംഗാളിൽ മുസഫർ അഹമ്മദിന്റെ നേതൃത്വത്തിൽ 1926 ഫെബ്രുവരി 6, 7 തീയതികളിൽ നടന്ന സമ്മേളനത്തിൽവെച്ച് തൊഴിലാളി-കർഷക പാർട്ടി രൂപംകൊണ്ടു.[14] പാർട്ടിക്ക് ഒരു മുഖപത്രവുമുണ്ടായിരുന്നു. മുസഫർ അഹമ്മദിന്റെ പത്രാധിപത്യത്തിലുള്ള *ഗണവാണി* വാരിക. 1926 ആഗസ്ത് 12 ന് ആദ്യലക്കം പുറത്തിറങ്ങി.

1927 ഫെബ്രുവരി 13 ന് എസ് എസ് മിറാജ്കറുടെ നേതൃത്വത്തിൽ ബോംബെയിൽ തൊഴിലാളി-കർഷക പാർട്ടി രൂപംകൊണ്ടു. പാർട്ടിയുടെ മുഖപത്രമെന്ന നിലയിൽ *ക്രാന്തി* എന്ന മറാത്തി വാരിക 1927 മേയ് 7 ന് മിറാജ്കറുടെ പത്രാധിപത്യത്തിൽ പുറത്തിറങ്ങി.

1928 ഏപ്രിൽ 12 ന് ഹോഷിയാർപ്പൂരിൽവെച്ചാണ് പഞ്ചാബിലെ തൊഴിലാളി-കർഷക പാർട്ടി രൂപംകൊണ്ടത്. സോഹൻസിങ് ജോഷും ഭാഗ്സിങ് കനേഡിയനുമാണ് പാർട്ടി രൂപീകരണത്തിന് മുൻകൈ എടുത്തത്. പഞ്ചാബി മാസികയായ *കീർത്തി* ആയിരുന്നു പാർട്ടിയുടെ മുഖപത്രം. ഭഗത്സിങ്ങും *കീർത്തി*യുമായി ബന്ധപ്പെട്ടിരുന്നു.

1928 ഒക്ടോബർ 14 മുതൽ 16 വരെ മീറത്തിൽ വെച്ചുനടന്ന സമ്മേളനത്തിൽവെച്ച് ഐക്യ പ്രവിശ്യയിൽ(യു പി) തൊഴിലാളി-കർഷക പാർട്ടി രൂപംകൊണ്ടു. പി സി ജോഷിയാണ് പാർട്ടി രൂപീകരണത്തിന് നേതൃത്വം കൊടുത്തത്. തുടർന്ന് വിവിധ--സംസ്ഥാനങ്ങളിൽ രൂപംകൊണ്ട തൊഴിലാളി-കർഷകപാർട്ടികളുടെ പ്രതിനിധികളെയെല്ലാം ചേർത്ത് ഒരു അഖിലേന്ത്യാ സമ്മേളനം 1928 ഡിസംബറിൽ കൽക്കത്തയിൽ സംഘടിപ്പിച്ചു.

> തൊഴിലാളി-കർഷക പാർട്ടികളുടെ അഖിലേന്ത്യാ സമ്മേളനം വിവിധ പ്രവിശ്യകളിൽ നിലവിലുള്ള സംഘടനകളുടെ പങ്കാളിത്തത്തോടെ 1928 ഡിസംബർ 21 മുതൽ 24 വരെ കൽക്കത്തയിൽ നടന്നു. ബോംബെ, പഞ്ചാബ്, ഐക്യപ്രവിശ്യ, ബംഗാൾ എന്നീ പ്രവിശ്യകളിലെ തൊഴിലാളി കർഷക പാർട്ടി പ്രതിനിധികൾ സമ്മേളനത്തിൽ സന്നിഹിതരായി. എസ് വി ഘാട്ടെ, കെ എൻ ജോഗ്ലേക്കർ, ഡി ആർ തെംഗ്ഡി, എസ് എസ് മിറാജ്കർ, ആർ എസ് നിംബ്കാർ, ജി അധികാരി, എസ് കുമരാനന്ദ് എന്നിവർ ബോംബെയിൽനിന്നും സോഹൻസിങ് ജോഷ്, ഭാഗ്സിങ് കനേഡിയൻ, ഫിറോസുദ്ദീൻ മൻസൂർ എന്നിവർ പഞ്ചാബിൽനിന്നും സമ്മേളനത്തിൽ പങ്കെടുത്തു. രാമചന്ദ്ര കപൂർ, എം എ മജീദ്, കേദാർനാഥ് സെഗാൾ എന്നിവർ കൽക്കത്തയിലേക്ക് പുറപ്പെടാൻ തുടങ്ങുമ്പോൾ അറസ്റ്റിലായി. ഭഗത്സിങ്ങും സമ്മേളനത്തിൽ രഹസ്യമായി പങ്കെടുത്തു. പി സി ജോഷി, ഗൗരിശങ്കർ, ബൽവന്ത്സിങ്, എൽ എൻ കാദം എന്നിവർ ഐക്യപ്രവിശ്യയിൽനിന്ന് സമ്മേളനത്തിനെത്തി. ജയിലിലായതിനാൽ വിശ്വനാഥ് മുഖർജിക്ക് ഹാജരാകാൻ കഴിഞ്ഞില്ല. ബംഗാളിൽനിന്ന് മുസഫർ അഹമ്മദിനു പുറമെ ഹേമന്തകുമാർ സർക്കാർ, ധരണികാന്ത ഗോസ്വാമി, അബ്ദുൾ റസാക് ഖാൻ, ഗോപാൽ ചന്ദ്രബസക്, ഗോപേന്ദ്രചക്രവർത്തി എന്നിവർ പ്രമുഖ പങ്കുവഹിച്ചു. എ ഐ ടി യു സിയുടെ ഝാറിയ സമ്മേളനത്തിൽനിന്ന് അഖില പസഫിക് ട്രേഡ് യൂണിയന്റെ ജെ എഫ് റിയാൻ കൽക്കത്ത സമ്മേളനത്തിനെത്തി. പാർട്ടിയുടെ രാഷ്ട്രീയ-സംഘടനാ ദിശ രൂപപ്പെടുത്തിയെടുക്കുന്നതിൽ സി എഫ് ബ്രാഡ്ലിയും ഫിലിപ്പ് സ്പ്രാറ്റും നിർണ്ണായകമായ പങ്കുവഹിച്ചു.

സമ്മേളനത്തിന്റെ അദ്ധ്യക്ഷൻ സോഹൻസിങ് ജോഷ്. സമ്മേളനം അദ്ദേഹത്തെ അഖിലേന്ത്യാ തൊഴിലാളി കർഷക പാർട്ടിയുടെ പ്രസിഡന്റായി തിരഞ്ഞെടുത്തു. ബോംബെയിൽ നിന്നുള്ള ആർ എസ് നിംബ്കാറെ സെക്രട്ടറിയായും തിരഞ്ഞെടുത്തു.

അഖിലേന്ത്യാ തൊഴിലാളി കർഷക പാർട്ടിയുടെ രൂപീകരണം സംബന്ധിച്ച പ്രമേയം ഔപചാരികമായി മുസഫർ അഹമ്മദ് അവതരിപ്പിച്ചു. ഡി ആർ തെംഗ്ഡിയും ഹേമന്ദകുമാർ സർക്കാറും പ്രമേയത്തിന് പിന്തുണ നല്കി സംസാരിച്ചു. പാർട്ടിയെ ലീഗ് എഗൈൻസ്റ്റ് ഇംപീരിയലിസത്തിൽ അഫിലിയേറ്റ് ചെയ്യാനുള്ള പ്രമേയം ഏകകണ്ഠമായി പാസായി. പാർട്ടി ഭരണഘടനയുടെ കരടിന് സമ്മേളനം അംഗീകാരം നല്കി. അതിൽ പാർട്ടിയുടെ ലക്ഷ്യം ഇപ്രകാരം പ്രഖ്യാപിച്ചു: സാമ്രാജ്യത്വത്തിൽനിന്ന് പൊതുവെയും ബ്രിട്ടീഷ് സാമ്രാജ്യത്തിൽനിന്ന് വിശേഷിച്ചും പൂർണ്ണ സ്വാതന്ത്ര്യം കൈവരിക്കുക. ബഹുജനങ്ങളുടെ സാമ്പത്തിക-സാമൂഹ്യ-രാഷ്ട്രീയ മോചനത്തെ അടിസ്ഥാനപ്പെടുത്തി ഇന്ത്യയെ സമ്പൂർണ്ണമായി ജനാധിപത്യവല്ക്കരിക്കുക.

ഒരു കർഷകസംഘടന രൂപീകരിക്കാനും അധിയാർ/ബർഗ്ഗ സമ്പ്രദായം അവസാനിപ്പിക്കാനും ഭൂപ്രഭുത്വം എന്തുതന്നെയായാലും അത് യാതൊരു പ്രതിഫലവുംകൂടാതെ അവസാനിപ്പിക്കാനും പോരാടുന്നതിന് സമ്മേളനം തീരുമാനിച്ചു.

വർഗ്ഗീയ സംഘടനകളുമായി ഏതെങ്കിലും തരത്തിൽ ബന്ധപ്പെടുന്നതിൽനിന്നും വർഗ്ഗീയ പ്രചാരണം നടക്കുന്നതിൽനിന്നും ഭരണഘടനാ പാർട്ടി മെമ്പർമാരെ വിലക്കി.

സമ്മേളനം രണ്ടു രേഖകൾ അംഗീകരിച്ചു രാഷ്ട്രീയ പ്രമേയവും തൊഴിലാളി- കർഷക പാർട്ടിയുടെ തത്ത്വങ്ങളും നയവും; രണ്ടും രാജ്യത്തെ നിലവിലുള്ള രാഷ്ട്രീയ സ്ഥിതിഗതികൾ വിശകലനം ചെയ്തു; വിവിധ വർഗ്ഗങ്ങളോടും സമൂഹത്തിലെ വിവിധ വിഭാഗങ്ങളോടുമുള്ള പാർട്ടിയുടെ സമീപനം വ്യക്തമാക്കി .[15]

ഇന്ത്യയുടെ ദേശീയ പ്രസ്ഥാനത്തിൽ അഖിലേന്ത്യാ തൊഴിലാളി കർഷക പാർട്ടി സമ്മേളനം ഒരു വഴിത്തിരിവ് കുറിച്ചു. ഈ പുതിയ പാർട്ടിയുടെ പേരിലാണ്, അല്ലാതെ കാൺപൂരിൽ രൂപംകൊണ്ട ഇന്ത്യൻ കമ്യൂണിസ്റ്റ് പാർട്ടിയുടെ പേരിലല്ല, കമ്യൂണിസ്റ്റുകാരും അല്ലാത്തവരുമായ ഇടതുപക്ഷക്കാർ കോൺഗ്രസിനകത്ത് ഇടതുപക്ഷക്കാരെ സംഘടിപ്പിക്കുകയും തൊഴിലാളി കർഷകാദി ബഹുജനങ്ങളുടെ പൊതുജനസംഘടനകൾ രൂപപ്പെടുത്തുകയും ചെയ്തതെന്ന് ഇ എം എസ് നമ്പൂതിരിപ്പാട് രേഖപ്പെടുത്തി.[16]

രാജ്യത്തിന്റെ വിവിധ ഭാഗങ്ങളിൽ രൂപംകൊണ്ട ട്രേഡ് യൂണിയനുകളെ സംയോജിപ്പിച്ചുകൊണ്ട് 1920 ഒക്ടോബർ 31 ന് ലാലാ ലജ്പത് റായിയുടെ അദ്ധ്യക്ഷതയിൽ ബോംബെയിൽവെച്ച് അഖിലേന്ത്യാ ട്രേഡ്

യൂണിയൻകോൺഗ്രസ് (എ ഐ റ്റി യു സി) രൂപംകൊണ്ടു. പ്രാരംഭകാലത്ത് എൻ എം ജോഷിയുടെ നേതൃത്വത്തിലുള്ള മിതവാദികളായ നേതാക്കന്മാരാണ് സംഘടനയെ നയിച്ചത്. 1925 മുതൽ കമ്യൂണിസ്റ്റുകാർ ട്രേഡ് യൂണിയൻ രംഗത്ത് സജീവമായി. 1927 നുശേഷം എ ഐ റ്റി യുസിയുടെ നിയന്ത്രണം കമ്യൂണിസ്റ്റുകാരുൾപ്പെട്ട ഇടതുപക്ഷക്കാരുടെ നിയന്ത്രണത്തിലായി. ഇതോടെ പണിമുടക്കുകളുടെ ഒരു ഘോഷയാത്ര തന്നെയുണ്ടായി. വിവിധ സംസ്ഥാനങ്ങളിൽ തൊഴിലാളി കർഷക പാർട്ടികൾ രൂപംകൊണ്ടത് തൊഴിലാളി സമരങ്ങൾക്കും കർഷകസമരങ്ങൾക്കും ശക്തി വർദ്ധിപ്പിച്ചു.

1928 ൽ സൈമൺ കമ്മീഷനെതിരായ പ്രകടനത്തിലും തൊഴിലാളികൾ ഒരു പ്രധാന പങ്കുവഹിച്ചു. 1928 ഡിസംബറിൽ കൽക്കത്തയിൽ ഇന്ത്യൻ നാഷണൽ കോൺഗ്രസിന്റെ സമ്മേളനം നടന്നപ്പോൾ 50,000 തൊഴിലാളികൾ സമ്മേളനസ്ഥലത്തേക്ക് ഒരു പ്രകടനം നടത്തുകയുണ്ടായി. പൂർണ്ണസ്വാതന്ത്ര്യമാണ് തങ്ങളുടെ ലക്ഷ്യമെന്ന് സമ്മേളനം പ്രഖ്യാപിക്കണമെന്നായിരുന്നു പ്രകടനക്കാരുടെ ആവശ്യം.

തൊഴിലാളികളുടെ മാർച്ചിനെപ്പറ്റി ഇ എം എസ് എഴുതി:

> ....തൊഴിലാളിവർഗ്ഗം ഒരു സംഘടിത രാഷ്ട്രീയ ശക്തിയായി മുന്നോട്ടുവന്നിരിക്കുന്നു; ഗാന്ധിയുടെയും മോത്തിലാൽ നെഹ്റുവിന്റെയും മറ്റും നേതൃത്വത്തിലുള്ള ബൂർഷ്വാ രാഷ്ട്രീയത്തിന്റെ വേദിയിലേക്കുപോലും ഒരു വർഗ്ഗമെന്ന നിലയ്ക്ക് തൊഴിലാളികൾ കയറാൻ തുടങ്ങിയിരിക്കുന്നു എന്നതിന്റെ വ്യക്തമായ സൂചനയാണിത്. (കൽക്കത്ത സമ്മേളനത്തിൽ സന്ദർശകനായിരുന്ന മഹാകവി വള്ളത്തോൾ തന്റെ കവിതകളിലൊന്നിൽ ഈ സംഭവം പരാമർശിച്ചിട്ടുണ്ട്.) ജവാഹർലാൽ പ്രഭൃതികൾ കോൺഗ്രസിനകത്തും സംഘടിത തൊഴിലാളിവർഗ്ഗം പുറത്തുംനിന്ന് സാമ്രാജ്യവിരുദ്ധ സമരം ശക്തിപ്പെടുത്താൻ പോകുകയാണെന്നതിന്റെ വ്യക്തമായ മുന്നറിയിപ്പായിരുന്നു അത്.[17]

മീറത്ത് ഗൂഢാലോചന കേസ്

1928 ഡിസംബറിൽ കൽക്കത്തയിൽ നടന്ന അഖിലേന്ത്യാ തൊഴിലാളി കർഷക സമ്മേളനത്തെത്തുടർന്ന് പാർട്ടിയുടെ മറ്റൊരു സമ്മേളനം മീറത്തിൽ ചേരുകയുണ്ടായി. ആ സമ്മേളനത്തെ ആസ്പദമാക്കിയാണ് 1929 മാർച്ച് 20 ന് രാജ്യത്തിന്റെ വിവിധ ഭാഗങ്ങളിൽനിന്നായി 31 കമ്യൂണിസ്റ്റുകാരെയും തൊഴിലാളി നേതാക്കളെയും അറസ്റ്റുചെയ്തതും അവരുടെ പേരിൽ ഒരു ഗൂഢാലോചന കേസ് കെട്ടിച്ചമച്ചതും. ബ്രിട്ടീഷ് ഇന്ത്യയുടെ പരമാധികാരത്തിൽനിന്നും ചക്രവർത്തിയെ നിഷ്കാസിതനാക്കാനായി ഗൂഢാലോചന നടത്തിയെന്നതിന് ഇന്ത്യൻ ശിക്ഷാനിയമത്തിലെ 121 എ വകുപ്പുപ്രകാരമാണ് നേതാക്കളെ അറസ്റ്റുചെയ്തത്. മീറത്ത് എന്ന സ്ഥലത്തുള്ള കോടതിയിൽ ഈ കേസ് വിചാരണ ചെയ്തിരുന്നതിനാൽ ഈ കേസിനെ മീറത്ത് ഗൂഢാലോചന കേസ് എന്നുവിളി

ക്കുന്നു. മുസഫർ അഹമ്മദ്, എസ് എ ഡാങ്കെ, എസ് വി ഘാട്ടെ, ഡോ.ജി അധികാരി, പി സി ജോഷി, എസ് എസ് മിറാജ്കർ, സോഹൻസിങ് ജോഷ്, ഷൗക്കത്ത് ഉസ്മാനി, ബ്രിട്ടീഷ് കമ്യൂണിസ്റ്റ് പാർട്ടി അംഗങ്ങളായ ഫിലിപ്പ് സ്പ്രാറ്റ്, ബി എഫ് ബ്രാഡ്‌ലി തുടങ്ങിയവർ അതിൽ പ്രതികളായിരുന്നു.

ഈ കേസിന്റെ വിചാരണ നാലുവർഷത്തിലധികം(1929–33) നീണ്ടുനിന്നു. കേസിലെ പ്രതികൾ സ്വയം പ്രതിരോധിച്ചില്ല. കോടതിയെ തങ്ങളുടെ കമ്യൂണിസ്റ്റ് ആശയപ്രചാരണത്തിനുള്ള വേദിയായി അവർ ഉപയോഗിച്ചു. കോടതി മുമ്പാകെ പ്രതികൾ നല്കിയ പ്രസ്താവന ഇന്ത്യൻ കമ്യൂണിസ്റ്റുകാരുടെ നയപ്രഖ്യാപനം തന്നെയായിരുന്നു. രാജ്യത്തെ ജനങ്ങൾ പലരും മാർക്സിസത്തെക്കുറിച്ചും കമ്യൂണിസ്റ്റ് പാർട്ടിയെക്കുറിച്ചും കേട്ടതുതന്നെ മീറത്ത് കേസിനെപ്പറ്റിയുള്ള വിവരങ്ങൾ പത്രങ്ങൾ പ്രസിദ്ധപ്പെടുത്തിയപ്പോൾ ആണ്. രാജ്യത്തിന്റെയാകെ ശ്രദ്ധയാകർഷിക്കാൻ ഈ കേസിനു കഴിഞ്ഞു. മീറത്ത് തടവുകാരെ മോചിപ്പിക്കണമെന്ന് ആവശ്യപ്പെട്ടുകൊണ്ട് ലോകത്തെമ്പാടും ശക്തമായ കാമ്പയിൻ നടന്നു. ആൽബർട്ട് ഐൻസ്റ്റീൻ, റോമേൻ റോളാങ്, ജോർജ് ബർണാഡ്ഷാ, എച്ച് ജി വെൽസ് മുതലായ ലോകപ്രശസ്തരായ ആൾക്കാരെല്ലാം മീറത്ത് തടവുകാരെ മോചിപ്പിക്കണമെന്നാവശ്യപ്പെട്ടുകൊണ്ടുള്ള പ്രസ്താവനയിൽ ഒപ്പുവച്ചവരായിരുന്നു. പ്രതികളെ വിവിധ കാലയളവുകളിലേക്ക് ശിക്ഷിച്ചു.

മൂന്ന് പാർട്ടികളുടെ കത്ത്

മീറത്ത് ഗൂഢാലോചന കേസിലെ പ്രതികൾ അറസ്റ്റിലായതോടെ ഇന്ത്യൻ കമ്യൂണിസ്റ്റ് പാർട്ടിയുടെ സംഘടന താറുമാറായി. വിവിധ ഗ്രൂപ്പുകൾ പാർട്ടിക്കകത്ത് ഉടലെടുത്തു. സിവിൽ നിയമലംഘന പ്രസ്ഥാനത്തിൽനിന്ന് പാർട്ടി വിട്ടുനിന്നു. കോമിന്റേൺ ഇന്ത്യയിലെ സംഭവവികാസങ്ങൾ ശ്രദ്ധാപൂർവ്വം വീക്ഷിച്ചിരുന്നു. ഇന്ത്യൻ സ്ഥിതിഗതികളെ വിലയിരുത്തിക്കൊണ്ട് 1932 മേയ് 19 ന് കോമിന്റേണിന്റെ മുഖപത്രമായ *ഇൻപ്രകോറിൽ* കമ്യൂണിസ്റ്റ് പാർട്ടി ഓഫ് ചൈന, ഗ്രേറ്റ് ബ്രിട്ടൺ, ജർമ്മനി എന്നീ മൂന്ന് പാർട്ടികൾ ചേർന്ന് ഈ തുറന്ന കത്ത് പ്രസിദ്ധീകരിച്ചു.[18] കോമിന്റേണിന്റെ പൂർണ്ണ അംഗീകാരമുണ്ടായിരുന്ന കത്ത് പാർട്ടിയുടെ ഐക്യം പുനഃസ്ഥാപിക്കാനുള്ള ഇന്ത്യൻ കമ്യൂണിസ്റ്റുകാരുടെ ശ്രമത്തിന് സഹായകമായി. 1933 ജൂലൈ 16 ന് ചൈനീസ് കമ്യൂണിസ്റ്റ് പാർട്ടിയും ഇന്ത്യൻകമ്യൂണിസ്റ്റുകാർക്ക് ഒരു തുറന്ന കത്ത് എഴുതി. 1933 നവംബർ 24 ന് *ഇൻപ്രകോർ* ഈ കത്ത് പ്രസിദ്ധീകരിച്ചു. ഇതുകൊണ്ടൊന്നും വിവിധ ഗ്രൂപ്പുകൾ തമ്മിലുള്ള അഭിപ്രായഭേദങ്ങൾ പൂർണ്ണമായും പരിഹരിക്കപ്പെട്ടില്ല. 1933 ആഗസ്തിൽ മീറത്ത് ഗൂഢാലോചന കേസിലെ പ്രതികൾ ജയിൽമോചിതരായതിനുശേഷമാണ് ഒരു ഏകീകൃത സംഘടന രൂപീകരിക്കാൻ ഇന്ത്യൻ കമ്യൂണിസ്റ്റുകാർക്ക് കഴിഞ്ഞത്. 1933 സെപ്തംബറിൽ സി പി ഐയുടെ കൽക്കത്ത കമ്മിറ്റി അതിന്റെ മുഖ്യപത്രമായ *ദ കമ്യൂണിസ്റ്റി* (മാസിക)ന്റെ ആദ്യപ്രതി പുറത്തിറക്കി.

കൽക്കത്ത യോഗം

മീറത്ത് തടവുകാരിലെ ആദ്യത്തെ ബാച്ച് 1933 ആഗസ്ത് മദ്ധ്യത്തിൽ ജയിൽമോചിതരായതോടെ ഇന്ത്യൻ കമ്യൂണിസ്റ്റ് പാർട്ടിയുടെ പുനരുത്ഥാനത്തിനുള്ള ശ്രമങ്ങൾ സജീവമായി. അതിനെത്തുടർന്ന് 1933 ഡിസംബറിൽ ബംഗാളിലെ കമ്യൂണിസ്റ്റുകാർ കൽക്കത്തയിൽ ഒരഖിലേന്ത്യാ സമ്മേളനം വിളിച്ചുകൂട്ടി. മീറത്ത് ഗൂഢാലോചന കേസിനുശേഷം വെറുതെവിട്ട പ്രതികളിൽ പലരും പുറത്ത് പ്രവർത്തിച്ചിരുന്ന ചില നേതാക്കളും അവിടെ കൂടി. ഡോ. അധികാരി, അബ്ദുൾ ഹലിം, സോമനാഥ് ലാഹിരി, ഡോ. രണൻസെൻ, പി സി ജോഷി (യു പി), എസ് ജി പട്കർ (ബോംബെ), എം എൽ ജയന്ത് (നാഗ്പൂർ) ഗുർദീപ് സിങ് (പഞ്ചാബ്) എന്നിവർ യോഗത്തിൽ നടന്ന ചർച്ചയിൽ പങ്കെടുത്തു. യോഗം സി പി ഐക്ക് ഒരു താല്ക്കാലിക ഭരണഘടനയുടെ കരട് രൂപം അംഗീകരിക്കുകയും, കരട് രാഷ്ട്രീയ തീസിസ് അംഗീകരിക്കുകയും, ഒരു താല്ക്കാലിക കേന്ദ്രകമ്മിറ്റിയെ തിരഞ്ഞെടുക്കുകയും ചെയ്തു.[19] ഡോ. അധികാരിയെ പാർട്ടിയുടെ സെക്രട്ടറിയായി തിരഞ്ഞെടുത്തു. അല്പകാലം കഴിഞ്ഞ് പി സി ജോഷി സെക്രട്ടറിയും ജി അധികാരി, ഭരദ്വാജ്, അജയ്ഘോഷ് എന്നിവർ പൊളിറ്റ്ബ്യൂറോ അംഗങ്ങളുമായി ഒരു കേന്ദ്രനേതൃത്വം നിലവിൽവന്നു.[20]

കൽക്കത്തയോഗത്തിന്റെ തീരുമാനങ്ങൾ 1934 ൽ കോമിന്റേൺ ശരിവെക്കുകയുണ്ടായി. 1934 മെയ് 11 ന് താല്ക്കാലിക ഭരണഘടനയുടെ കരടും ജൂലൈ 20 ന് കരട് രാഷ്ട്രീയതീസിസും കോമിന്റേണിന്റെ മുഖപത്രമായ *ഇൻപ്രകോറിൽ* പ്രസിദ്ധീകരിച്ചു.[21]

ഇന്ത്യൻ കമ്യൂണിസ്റ്റ് പ്രസ്ഥാനത്തിന്റെ ചരിത്രത്തിലെ ഒരുവഴിത്തിരിവായിരുന്നു കൽക്കത്തയോഗം. പാർട്ടിക്ക് സുസംഘടിതമായ ഒരു നേതൃത്വം ഉണ്ടായത് ഈ യോഗത്തോടെയാണ്. തുടർച്ചയായ അടിച്ചമർത്തൽ കാരണം പാർട്ടിക്ക് ഒരു അഖിലേന്ത്യാകേന്ദ്രം ഉണ്ടാക്കിയെടുക്കാൻ ഇതിനുമുമ്പ് നടത്തിയ എല്ലാ ശ്രമങ്ങളും പരാജയപ്പെടുകയാണുണ്ടായത്.

കമ്യൂണിസ്റ്റ് പ്രസ്ഥാനത്തിൽനിന്നുള്ള ആപത്ത് മനസ്സിലാക്കിയ ബ്രിട്ടീഷ് ഗവൺമെന്റ് 1934 ജൂലൈയിൽ പാർട്ടിയെ നിരോധിച്ചു. പാർട്ടി നിരോധിക്കപ്പെട്ടെങ്കിലും പാർട്ടിനേതാക്കളും സംഘാടകരും പാർട്ടിയുടെ പ്രവർത്തനം രാജ്യത്താകെ വ്യാപിപ്പിക്കുക എന്ന ലക്ഷ്യത്തോടെ തങ്ങളുടെ പ്രവർത്തനം ഊർജ്ജസ്വലമായി നടത്തി.[22]

കോൺഗ്രസ് സോഷ്യലിസ്റ്റ് പാർട്ടി

1930 ൽ ഗാന്ധിജിയുടെ നേതൃത്വത്തിൽ സിവിൽ നിയമലംഘന പ്രസ്ഥാനം ആരംഭിച്ചു. പ്രസ്ഥാനം ശക്തമായി മുന്നേറിക്കൊണ്ടിരുന്നപ്പോഴാണ് 1931 ന് മാർച്ച് 5 ന് ഗാന്ധിജിയും വൈസ്റോയി ഇർവിൻ പ്രഭുവുമായി ഉണ്ടാക്കിയ ഗാന്ധി–ഇർവിൻ കരാർപ്രകാരം സിവിൽ നിയമലംഘന പ്രസ്ഥാനം പിൻവലിച്ചത്. 1932 ജനുവരിയിൽ സിവിൽ നിയമലംഘന പ്രസ്ഥാനം ഗാന്ധിജി പുനരാരംഭിച്ചു. എന്നാൽ 1933 മദ്ധ്യത്തോടെ

സിവിൽ നിയമലംഘന പ്രസ്ഥാനം പൂർണ്ണമായും ഗാന്ധിജി പിൻവലിച്ചു. ഇത് കോൺഗ്രസിലെ ചെറുപ്പക്കാരെ നിരാശരാക്കി. ദേശീയ സമരത്തിന്റെ ഭാവിയെ സംബന്ധിച്ച് നിസ്സഹായതാബോധവും നൈരാശ്യബോധവും അവരിൽ വളർന്നുവന്നു. അവരിൽ പലരും ജയിലിൽവെച്ച് കമ്യൂണിസ്റ്റ്-സോഷ്യലിസ്റ്റ്-ഭീകരവാദ ആശയക്കാരുമായി ബന്ധപ്പെട്ടിരുന്നു. കോൺഗ്രസിനകത്ത് ഇടതുപക്ഷ ചിന്താഗതി വളരാൻ ഇതെല്ലാം സഹായിച്ചു.

ഇതിനെത്തുടർന്ന് കോൺഗ്രസിനകത്തെ സോഷ്യലിസ്റ്റുകാർ ചേർന്ന് 1934 ൽ കോൺഗ്രസ് സോഷ്യലിസ്റ്റ് പാർട്ടി(സി എസ് പി) രൂപീകരിച്ചു. ജയപ്രകാശ് നാരായണനായിരുന്നു അതിന്റെ ആദ്യത്തെ ജനറൽ സെക്രട്ടറി. നാല് ജോയിന്റ് സെക്രട്ടറിമാരിൽ ഒരാൾ ഇ എം എസ് നമ്പൂതിരിപ്പാടായിരുന്നു. കമ്യൂണിസ്റ്റ് ആശയങ്ങൾ ഇന്ത്യയിലെ യുവാക്കളുടെ ഇടയിൽ പ്രചരിപ്പിക്കുന്നതിൽ സി എസ് പി ഒരു പ്രധാന പങ്കുവഹിച്ചു.

സൂചിക

1. *ഇന്ത്യയിലെ കമ്യൂണിസ്റ്റ് പ്രസ്ഥാനം:ഒരു ചരിത്രം,* പു:97
2. മേൽച്ചൊന്നത്, പു:99.
3. സി ഭാസ്കരൻ, *ഇന്ത്യൻ വിപ്ലവപ്രസ്ഥാനം: വിവിധ കൈവഴികൾ,* പു:16.
4. മേൽച്ചൊന്നത്
5. *ഇന്ത്യയിലെ കമ്യൂണിസ്റ്റ് പ്രസ്ഥാനം: ഒരു ചരിത്രം,* പു:92–93.
6. മേൽച്ചൊന്നത്, പു:85.
7. മേൽച്ചൊന്നത്, പു:96.
8. ഒരു സംഘം ലേഖകർ, *കമ്യൂണിസ്റ്റ് പ്രസ്ഥാനം ബംഗാൾ മുതൽ കേരളം വരെ,* ചിന്ത പബ്ലിഷേഴ്സ്, (തിരുവനന്തപുരം-ഒക്ടോബർ 1995), പു:9.
9. ഇ എം എസ് നമ്പൂതിരിപ്പാട്, *ലോക കമ്യൂണിസ്റ്റ് നേതാക്കളോടൊപ്പം,* ചിന്ത പബ്ലിഷേഴ്സ്, (തിരുവനന്തപുരം–1994), പു:7–8.
10. മേൽച്ചൊന്നത്, പു:123.
11. മേൽച്ചൊന്നത്, പു:139.
12. മേൽച്ചൊന്നത്, പു:140.
13. *ഇന്ത്യയിലെ കമ്യൂണിസ്റ്റ് പ്രസ്ഥാനം: ഒരു ചരിത്രം,* പു:141.
14. മേൽച്ചൊന്നത്, പു:174.
15. മേൽച്ചൊന്നത്, പു:201–03.
16. ഇ എം എസ് നമ്പൂതിരിപ്പാട്, *ഇന്ത്യൻ കമ്യൂണിസ്റ്റ് പ്രസ്ഥാനം 1920–1998,* ചിന്ത പബ്ലിഷേഴ്സ്, (തിരുവനന്തപുരം–മേയ് 2008), പു:19.
17. *ഇന്ത്യൻ സ്വാതന്ത്ര്യസമരചരിത്രം,* പു:445.
18. *ഇന്ത്യയിലെ കമ്യൂണിസ്റ്റ് പ്രസ്ഥാനം: ഒരു ചരിത്രം,* പു:312–13.
19. മേൽച്ചൊന്നത്, പു:316.
20. ഇ എം എസ് നമ്പൂതിരിപ്പാട്, *കമ്യൂണിസ്റ്റ് പാർട്ടിയെപ്പറ്റി പ്രധാനചോദ്യങ്ങൾ, ദേശാഭിമാനി,* (കോഴിക്കോട്-നവംബർ 1964), പു:8.
21. *ഇന്ത്യൻ കമ്യൂണിസ്റ്റ് പ്രസ്ഥാനം:* ഒരു ചരിത്രം, പു:322.
22. *കമ്യൂണിസ്റ്റ് പ്രസ്ഥാനം ബംഗാൾ മുതൽ കേരളം വരെ,* പു:12–13.

3

കമ്യൂണിസ്റ്റ് ഇന്റർനാഷണലിന്റെ ഏഴാം കോൺഗ്രസും ഇന്ത്യൻ കമ്യൂണിസ്റ്റ് പ്രസ്ഥാനവും

ജർമ്മനിയിൽ ഹിറ്റ്ലറുടെ നേതൃത്വത്തിൽ നാസിസവും ഇറ്റലിയിൽ മുസ്സോളിനിയുടെ നേതൃത്വത്തിൽ ഫാസിസവും സ്പെയിനിൽ ഫ്രാങ്കോയുടെ നേതൃത്വത്തിൽ ഫ്രാങ്കോയിസവും ലോകത്തിന് വിനാശകരമായ രീതിയിൽ വളർന്നു. അതോടെ അതിനെതിരായ ശക്തികളും രംഗത്തു വന്നു. ഫ്രാൻസ്, ഇറ്റലി, ജർമ്മനി തുടങ്ങിയ രാജ്യങ്ങളിൽ ഫാസിസ്റ്റ് വിരുദ്ധ ഐക്യമുന്നണികൾ രൂപംകൊണ്ടു. ഈ പശ്ചാത്തലത്തിലാണ് കമ്യൂണിസ്റ്റ് ഇന്റർനാഷണലിന്റെ ഏഴാം കോൺഗ്രസ് ചേർന്നത്.

1935 ആഗസ്തിൽ മോസ്കോയിൽവെച്ച് കമ്യൂണിസ്റ്റ് ഇന്റർനാഷണലിന്റെ ഏഴാം കോൺഗ്രസ് കൂടി.[1] ഏഴാം കോൺഗ്രസിന്റെ തീരുമാനം സാർവ്വദേശീയ കമ്യൂണിസ്റ്റ് പ്രസ്ഥാനത്തിന്റെ ചരിത്രത്തിൽ ഒരു വഴിത്തിരിവ് കുറിച്ചു. ഫാസിസ്റ്റ് മുന്നേറ്റങ്ങൾക്കെതിരെ വിശാലമായ ഐക്യമുന്നണി കെട്ടിപ്പടുക്കാൻ കോൺഗ്രസ് ആഹ്വാനം *(ദിമിത്രോവ് തീസിസ്)* നല്കി. അതിന്റെ ഭാഗമായി ഇന്ത്യയുൾപ്പെടെയുള്ള കൊളോണിയൽ രാജ്യങ്ങളിൽ വിപുലമായ സാമ്രാജ്യവിരുദ്ധ ഐക്യമുന്നണികൾ കെട്ടിപ്പടുക്കാനും കോൺഗ്രസ് നിർദ്ദേശിച്ചു.[2] അതായത് ഫാസിസത്തിനും സാമ്രാജ്യാധിപത്യത്തിനും എതിരായി പോരാടാൻ തയ്യാറുള്ള എല്ലാ ബൂർഷ്വാ പാർട്ടികളും സംഘടനകളുമായി യോജിക്കുക എന്നതായിരുന്നു ഏഴാം കോൺഗ്രസിന്റെ തീരുമാനത്തിന്റെ പ്രധാന ഉള്ളടക്കം.

ഏഴാം കോൺഗ്രസിന്റെ തീരുമാനം ഇന്ത്യയുൾപ്പെടെയുള്ള അധീന രാജ്യങ്ങളിൽ എങ്ങനെ പ്രാവർത്തികമാക്കും എന്നതിനെപ്പറ്റി 1936 ൽ ബ്രിട്ടീഷ് കമ്യൂണിസ്റ്റ് പാർട്ടി നേതാക്കളായിരുന്ന രജനി പാംദത്തും ബെൻ ബ്രാഡ്ലിയും ചേർന്ന് ഒരു ലേഖനമെഴുതി.[3] 1936 ഫെബ്രുവരി

29 ന്റെ *ഇൻപ്രകോറിൽ* പ്രസിദ്ധീകരിച്ച *ദത്ത്-ബ്രാഡ്‌ലി തീസിസ്* എന്ന പേരിൽ അറിയപ്പെടുന്ന ആ രേഖ ഇന്ത്യൻ കമ്യൂണിസ്റ്റുകാരോട് ഇന്ത്യൻ നാഷണൽ കോൺഗ്രസിനകത്ത് ചേർന്ന് അതിനെ ഒരു വിശാലമായ സാമ്രാജ്യവിരുദ്ധ സംഘടനയാക്കി മാറ്റുന്നതിനുവേണ്ടി പ്രവർത്തിക്കാൻ ആഹ്വാനം ചെയ്തു.[4] അങ്ങനെയാണ് ഇന്ത്യൻ കമ്യൂണിസ്റ്റുകാർ കോൺഗ്രസിൽ അംഗത്വമെടുത്ത് പ്രവർത്തിക്കുന്നതോടൊപ്പം സ്വതന്ത്രമായി തൊഴിലാളി, കർഷകാദി ബഹുജനസംഘടനകൾ കെട്ടിപ്പടുക്കാനും അതിലൂടെ ബൂർഷ്വാനേതൃത്വത്തിലുള്ള കോൺഗ്രസിനെ ഇടത്തോട്ട് നയിക്കാനുമുള്ള പ്രവർത്തനം ആരംഭിച്ചത്.

ഇന്ത്യൻ നാഷണൽ കോൺഗ്രസിനകത്തുണ്ടായ മാറ്റവും കമ്യൂണിസ്റ്റുകാർക്ക് കോൺഗ്രസിൽ പ്രവർത്തിക്കുന്നതിന് വളരെയധികം സഹായകമായി. കോൺഗ്രസിന്റെ ലക്നൗ സമ്മേളനത്തിൽവെച്ച്(1936 ഏപ്രിൽ) സംഘടനയെ ഒരു സാമ്രാജ്യവിരുദ്ധമുന്നണിയായി രൂപാന്തരപ്പെടുത്താൻ അദ്ധ്യക്ഷനായ ജവാഹർലാൽ നെഹ്റു ആഹ്വാനം ചെയ്തു.[5] സ്വാതന്ത്ര്യ സമ്പാദനത്തിനുള്ള ഒരു ദേശീയമുന്നണി അഥവാ സാമ്രാജ്യവിരുദ്ധമുന്നണിയായിട്ടാണ് നെഹ്റു കോൺഗ്രസിനെ കണക്കാക്കിയത്. അങ്ങനെ ലക്നൗ സമ്മേളനത്തോടെ കോൺഗ്രസ് ഇടത്തോട്ട് നീങ്ങാൻ തുടങ്ങി. കമ്യൂണിസ്റ്റുകാർ, സോഷ്യലിസ്റ്റുകാർ, നെഹ്റു പക്ഷക്കാർ അടക്കമുള്ള ഇടതുപക്ഷ കോൺഗ്രസുകാർ എന്നിവർ ചേർന്ന ഒരു സാമ്രാജ്യവിരുദ്ധ മുന്നണി ലക്നൗവിൽവെച്ചു രൂപംകൊണ്ടു. 1936 ഡിസംബറിൽ ഫൈസ്പൂരിൽവെച്ചുനടന്ന കോൺഗ്രസ് സമ്മേളനം നെഹ്റുവിനെ വീണ്ടും കോൺഗ്രസ് പ്രസിഡന്റായി തിരഞ്ഞെടുത്തു. ഇങ്ങനെ നെഹ്റു രണ്ടുതവണയും 1938 ലും 1939 ലും സുഭാഷ് ചന്ദ്രബോസും അദ്ധ്യക്ഷനായത് കോൺഗ്രസിനകത്ത് പ്രവർത്തിച്ച കമ്യൂണിസ്റ്റുകാർക്കും സോഷ്യലിസ്റ്റുകാർക്കും ശക്തിയാർജ്ജിക്കാനും നിലനില്ക്കാനും സഹായകമായി.[6]

കോൺഗ്രസിൽ ചേർന്ന് പ്രവർത്തിക്കവെതന്നെ കോൺഗ്രസ് സോഷ്യലിസ്റ്റ് പാർട്ടിയിലും കമ്യൂണിസ്റ്റുകാർ സജീവമായി. "കോൺഗ്രസിനെ ഒരു സോഷ്യലിസ്റ്റ് സംഘടനയാക്കി മാറ്റാൻ ശ്രമിക്കുക" എന്ന ലക്ഷ്യപ്രഖ്യാപനത്തോടുകൂടിയാണ് 1934 ൽ ബോംബെയിൽവെച്ച് കോൺഗ്രസ് സോഷ്യലിസ്റ്റ് പാർട്ടി രൂപംകൊണ്ടത്. എന്നാൽ കോൺഗ്രസിന്റെ വർഗ്ഗസ്വഭാവം നോക്കുമ്പോൾ അതൊരു സോഷ്യലിസ്റ്റ് സംഘടനയായി മാറുമെന്നു കരുതുന്നത് വിഡ്ഢിത്തമാണെന്ന് ഔദ്യോഗിക കമ്യൂണിസ്റ്റുകാരും റോയിസ്റ്റുകളും ചൂണ്ടിക്കാണിച്ചു. ഇതു സംബന്ധിച്ച് നിരന്തരം നടന്ന ചർച്ചയെത്തുടർന്ന് 1935 ൽ വാരണാസിയിൽക്കൂടിയ കോൺഗ്രസ് സോഷ്യലിസ്റ്റ് പാർട്ടിയുടെ ദേശീയ എക്സിക്യൂട്ടീവ് യോഗം ലക്ഷ്യപ്രഖ്യാപനത്തിൽ ഇങ്ങനെ ഒരു മാറ്റംവരുത്തി: "കോൺഗ്രസിനെ ഒരു യഥാർത്ഥ സാമ്രാജ്യവിരുദ്ധ സംഘടനയാക്കി മാറ്റുക".[7]

1936 ജനുവരിയിൽ മീറത്തിൽവെച്ചുനടന്ന സി എസ് പിയുടെ

രണ്ടാം അഖിലേന്ത്യാസമ്മേളനം *മീറത്ത് തീസിസ്* എന്ന പേരിൽ ഒരു രേഖ അംഗീകരിച്ചു. സി പി ഐ അടക്കമുള്ള എല്ലാ സോഷ്യലിസ്റ്റ് കമ്യൂണിസ്റ്റ് ഗ്രൂപ്പുകളുടെയും ഐക്യവും ലയനവും ആ രേഖ ആഹ്വാനം ചെയ്തു. തുടർന്ന് ഇരു പാർട്ടികളും തമ്മിൽ ഏകോപിത പ്രവർത്തനം സംബന്ധിച്ച ഒരു കരാറിൽ ഒപ്പുവയ്ക്കുകയും ചെയ്തു. സി എസ് പിക്കുവേണ്ടി ജനറൽ സെക്രട്ടറി ജയപ്രകാശ് നാരായണനും സി പി ഐക്കുവേണ്ടി ജനറൽസെക്രട്ടറി പി സി ജോഷിയുമാണ് അതിൽ ഒപ്പുവെച്ചത്. ഇതോടെ കമ്യൂണിസ്റ്റ് ഇന്റർനാഷണലിന്റെ 7–ാം കോൺഗ്രസ് തീരുമാനം സി എസ് പിക്കുള്ളിൽ നടത്താനും എളുപ്പമായി. നിരവധി കമ്യൂണിസ്റ്റുകാർ സി എസ് പിയിൽ അംഗങ്ങളായി ചേർന്നു.

1936 ഡിസംബറിൽ ഫെയ്പൂരിൽവെച്ച് നടന്ന സി എസ് പിയുടെ മൂന്നാം അഖിലേന്ത്യാ സമ്മേളനം സി.പി.ഐയും സി എസ് പിയും തമ്മിലുള്ള സഹകരണം ദൃഢമാക്കാൻ സഹായിച്ചു. ഈ സമ്മേളനം സി എസ് പി നാഷണൽ എക്സിക്യൂട്ടിവിലേക്ക് വിദേശത്തുനിന്നും മടങ്ങിയെത്തിയ ചില അറിയപ്പെടുന്ന കമ്യൂണിസ്റ്റ് നേതാക്കളായ കെ എം അഷറഫ്, ഇസഡ് എ അഹമ്മദ്, എസ് എസ് സഹീർ എന്നിവരെ തിരഞ്ഞെടുത്തു. ഇവരും സി എസ് പിയുടെ രൂപീകരണകാലംതൊട്ട് അതിന്റെ നാഷണൽ എക്സിക്യൂട്ടീവിൽ അംഗമായിരുന്ന സോളി ബാട്‌ലിവാല, ദിൻകർമേത്ത, ഇ എം എസ് നമ്പൂതിരിപ്പാട് എന്നിവരും ചേർന്ന ഒരു *സി പി ഐ ഫ്രാക്ഷൻ* സി എസ് പി നാഷണൽ എക്സിക്യൂട്ടീവിനകത്ത് രൂപംകൊണ്ടു. ഫ്രാക്ഷന്റെ സെക്രട്ടറി ബാട്‌ലിവാലയായിരുന്നു. സി പി ഐ എടുക്കുന്ന തീരുമാനങ്ങൾ സി എസ് പിക്കകത്ത് നടപ്പിലാക്കുന്നതിനുള്ള ചുമതല ഈ ഫ്രാക്ഷനായിരുന്നു.[8]

കോൺഗ്രസിലും, കോൺഗ്രസ് സോഷ്യലിസ്റ്റ് പാർട്ടിയിലും ചേർന്ന് സജീവമായി പ്രവർത്തിച്ച സി പി ഐ ബഹുജനപ്രസ്ഥാനം കെട്ടിപ്പടുക്കുന്നതിൽ ശ്രദ്ധകേന്ദ്രീകരിച്ചു. രാജ്യവ്യാപകമായി അനേകം ട്രേഡ് യൂണിയനുകൾ സംഘടിപ്പിക്കുന്നതിൽ അവർ ഏർപ്പെട്ടു. പല വ്യവസായങ്ങളിലും ഉശിരൻ പണിമുടക്കുകൾ അവർ നടത്തി. കമ്യൂണിസ്റ്റുകാരുടെ നേതൃത്വത്തിലുള്ള *റെഡ് ട്രേഡ്‌യൂണിയൻ കോൺഗ്രസി*നെ അവർ 1935 മേയിൽ എ ഐ റ്റി യു സിയിൽ ലയിപ്പിച്ചു. 1920 ഒക്ടോബർ 3 ന് ബോംബെയിൽവെച്ചാണ് എ ഐ റ്റി യു സി രൂപംകൊണ്ടത്. പിന്നീട് കമ്യൂണിസ്റ്റുകാരും ഇതിൽചേർന്ന് പ്രവർത്തിച്ചു. 1931 ജൂലൈ 6 ന് എ ഐ റ്റി യു സിയിലെ കമ്യൂണിസ്റ്റ് ഗ്രൂപ്പ് പ്രത്യേകം യോഗം ചേർന്ന് റെഡ് ട്രേഡ് യൂണിയൻ കോൺഗ്രസ് എന്നൊരു സംഘടന രൂപീകരിച്ചു. എ ഐ റ്റി യു സിയെ റെഡ് ഇന്റർനാഷണൽ ഓഫ് ലേബർ യൂണിയനിൽ അഫിലിയേറ്റ് ചെയ്യണോ വേണ്ടയോ എന്ന തർക്കത്തെത്തുടർന്നാണ് കമ്യൂണിസ്റ്റുകാർ സംഘടനവിട്ടത്.

കോൺഗ്രസിലെ ഇടതുപക്ഷക്കാരോടും കോൺഗ്രസ് സോഷ്യലിസ്റ്റ് പാർട്ടിക്കാരോടും ചേർന്ന് കമ്യൂണിസ്റ്റുകാർ 1936 ൽ കോൺഗ്രസിന്റെ ലക്നൗ സമ്മേളനത്തിൽവെച്ച് അഖിലേന്ത്യാ കിസാൻ കോൺഗ്രസ്,

അഖിലേന്ത്യാ പുരോഗമന എഴുത്തുകാരുടെ സംഘടന (അഖിലേന്ത്യാ പ്രോഗ്രസീവ് റൈറ്റേഴ്സ് കോൺഫ്രൻസ്) എന്നിവ രൂപീകരിച്ചു. *അഖിലേന്ത്യ കിസാൻ സഭ* എന്ന പേര് സ്വീകരിച്ചത് 1936 ഡിസംബറിൽ ഫെയ്സ്പൂരിൽ വെച്ച് നടന്ന കോൺഗ്രസ് സമ്മേളനത്തിൽ വെച്ചായിരുന്നു. ലക്നൗവിൽ വെച്ച് രൂപംകൊണ്ട സംഘടനയുടെ പേര് അഖിലേന്ത്യാ കിസാൻ കോൺഗ്രസ് എന്നായിരുന്നു. സി എസ് പിയുടെ രണ്ടാം അഖിലേന്ത്യാ സമ്മേളനം 1936 ജനുവരിയിൽ മീറത്തിൽവെച്ച് കൂടിയപ്പോൾത്തന്നെ അഖിലേന്ത്യാ കിസാൻ കോൺഗ്രസ് എന്നപേരിൽ ഒരു സമ്മേളനം വിളിച്ചുകൂട്ടാൻ എൻ ജി രംഗയും ജയപ്രകാശ്നാരായണനും ജോയിന്റ് കൺവീനർമാരായി ഒരു സംഘടനാ കമ്മിറ്റി രൂപീകരിച്ചിരുന്നു. ഇതിനെത്തുടർന്നാണ് ലക്നൗവിൽവെച്ച് കിസാൻ സമ്മേളനം വിളിച്ചുകൂട്ടുകയും അഖിലേന്ത്യാ കിസാൻ കോൺഗ്രസ് രൂപീകരിക്കുകയും ചെയ്തത്. 1936 ആഗസ്ത് 19 ന് ലക്നൗവിൽവെച്ച് അഖിലേന്ത്യാ സ്റ്റുഡൻസ് ഫെഡറേഷൻ (എ ഐ എസ് എഫ്) രൂപീകരിച്ചു.

ഈ വർഗ്ഗ ബഹുജന സംഘടനകൾ രൂപംകൊണ്ടതിനെത്തുടർന്ന് അതിൽ സജീവമായിത്തീർന്ന കമ്യൂണിസ്റ്റുകാർ രാജ്യത്തിന്റെ നാനാഭാഗത്തും അതിന്റെ പ്രവർത്തനം വ്യാപിപ്പിക്കുന്നതിനുള്ള ശ്രമങ്ങളിൽ ഏർപ്പെടുകയാണ് 1936–39 കാലത്ത് ചെയ്തത്. കിസാൻ സഭയുടെ നേതൃത്വത്തിൽ രാജ്യത്തിന്റെ നാനാഭാഗങ്ങളിലും നിരവധി സമരങ്ങൾ നടന്നു. അതുപോലെതന്നെ എ ഐ റ്റി യു സിയുടെ നേതൃത്വത്തിൽ തൊഴിലാളിവർഗ്ഗത്തിനിടയിലും രണ്ടാം ലോകമഹായുദ്ധത്തിന് തൊട്ടുമുമ്പുള്ള വർഷങ്ങളിൽ വൻ മുന്നേറ്റം ദൃശ്യമായി. നൂറുക്കണക്കിന് പണിമുടക്കുകൾ രാജ്യത്തിന്റെ വിവിധ ഭാഗങ്ങളിലുണ്ടായി. കർഷകരുടെയും തൊഴിലാളികളുടെയും നേതൃത്വത്തിൽ നടന്ന ഈ പ്രക്ഷോഭണങ്ങൾക്ക് നേതൃത്വം കൊടുക്കുന്നതിൽ കമ്യൂണിസ്റ്റുകാർ സുപ്രധാന പങ്കുവഹിച്ചു. ഇക്കാലത്ത് ഉത്തരവാദിത്വ ഭരണത്തിനുവേണ്ടി നാട്ടുരാജ്യങ്ങളിൽ ജനങ്ങൾ നടത്തിയ പ്രക്ഷോഭങ്ങളിലും പാർട്ടി സജീവമായി പ്രവർത്തിച്ചു.

1937 ജൂലൈ, 1939 ഒക്ടോബർ കാലത്ത് ബഹുഭൂരിപക്ഷം സംസ്ഥാനങ്ങളിലും കോൺഗ്രസ് മന്ത്രിസഭകൾ നിലവിലിരുന്നതും പാർട്ടിയുടെ പ്രവർത്തനങ്ങൾ സജീവമാക്കാൻ സഹായിച്ചു. 1938 ഫെബ്രുവരി 13 ന് ബോംബെയിൽനിന്ന് പാർട്ടിയുടെ കേന്ദ്രമുഖപത്രമായ *നാഷണൽ ഫ്രണ്ട്* (വാരിക) ആരംഭിച്ചു. പി സി ജോഷിയായിരുന്നു പത്രാധിപർ. 1940 ജനുവരിവരെ ഇതിന്റെ പ്രസിദ്ധീകരണം തുടർന്നു. ഇക്കാലത്ത് കമ്യൂണിസ്റ്റ് പാർട്ടി നിരോധിക്കപ്പെട്ടിരുന്നെങ്കിലും കോൺഗ്രസിലും കോൺഗ്രസ് സോഷ്യലിസ്റ്റ് പാർട്ടിയിലും വർഗ്ഗ ബഹുജന സംഘടനകളിലും ചേർന്ന് അതിലെ അംഗങ്ങൾ സജീവം പ്രവർത്തിക്കുകയുണ്ടായി.

സൂചിക

1. ഇ എം എസ് നമ്പൂതിരിപ്പാട്, *ആത്മകഥ,* ചിന്ത പബ്ലിഷേഴ്സ്, (തിരുവനന്തപുരം, മേയ് 1985), പു:239.

2. *കമ്യൂണിസ്റ്റ് പ്രസ്ഥാനം ബംഗാൾ മുതൽ കേരളം വരെ*, പു:13.
3. *ഇന്ത്യൻ കമ്യൂണിസ്റ്റ് പ്രസ്ഥാനം 1920–1998*, പു:30.
4. *കമ്യൂണിസ്റ്റ് പ്രസ്ഥാനം ബംഗാൾ മുതൽ കേരളം വരെ*, പു:13–14.
5. ഡോ. ചന്തവിള മുരളി, *സഖാവ് പി കൃഷ്ണപിള്ള ഒരു സമഗ്രജീവചരിത്ര പഠനം*, ചിന്ത പബ്ലിഷേഴ്സ് (തിരുവനന്തപുരം–ഫെബ്രുവരി 2009), പു:165.
6. ഇ എം എസ് നമ്പൂതിരിപ്പാട്, *ഒരു ഇന്ത്യൻ കമ്യൂണിസ്റ്റിന്റെ ഓർമ്മക്കുറിപ്പുകൾ*, ചിന്ത പബ്ലിഷേഴ്സ് (തിരുവനന്തപുരം–ആഗസ്ത് 1987), പു:67.
7. ഇ എം എസ് നമ്പൂതിരിപ്പാട്, *ആത്മകഥ*, പു:239..
8. *സഖാവ് പി കൃഷ്ണപ്പിള്ള ഒരു സമഗ്രജീവ ചരിത്രപഠനം*, പു: 203.

4

സാമ്രാജ്യത്വ യുദ്ധത്തിൽനിന്ന് ജനകീയ യുദ്ധത്തിലേക്ക്

ആയിരത്തിത്തൊള്ളായിരത്തി മുപ്പത്തിയൊൻപത് സെപ്തംബർ 1 ന് ഹിറ്റ്ലർ പോളണ്ടിനെ ആക്രമിച്ചു. സെപ്തംബർ 3 ന് ബ്രിട്ടനും ഫ്രാൻസും ജർമ്മനിയോട് യുദ്ധം പ്രഖ്യാപിച്ചു. ഇതോടെ രണ്ടാം ലോക മഹായുദ്ധം ആരംഭിച്ചു. യുദ്ധത്തിന്റെ ആദ്യഘട്ടത്തെ ഇന്ത്യൻ കമ്യൂണിസ്റ്റുകാർ വിശേഷിപ്പിച്ചത് സാമ്രാജ്യത്വയുദ്ധം എന്നായിരുന്നു. അതായത് സാമ്രാജ്യത്വ ശക്തികളായ ബ്രിട്ടനും ഫ്രാൻസും ഒരു ഭാഗത്തും ജർമ്മനി, ഇറ്റലി, ജപ്പാൻ മുതലായ രാജ്യങ്ങൾ മറുഭാഗത്തുമായി നടത്തിയ യുദ്ധം.

കോൺഗ്രസ് നേതൃത്വത്തോടോ ഇന്ത്യയിലെ തിരഞ്ഞെടുക്കപ്പെട്ട മന്ത്രിസഭകളോടോ ആലോചിക്കാതെ ഇന്ത്യയും യുദ്ധത്തിൽ പങ്കുചേർന്നതായി വൈസ്രോയി ലിൻലിത്ഗോ പ്രഭു പ്രഖ്യാപിച്ചു. ഇതിൽ പ്രതിഷേധിച്ച് ഇന്ത്യൻ സംസ്ഥാനങ്ങളിലെ കോൺഗ്രസ് മന്ത്രിസഭ രാജി വെച്ചു. യുദ്ധത്തിനെതിരെ ശക്തമായി പോരാടാൻ കോൺഗ്രസ് നേതൃത്വത്തോട് കമ്യൂണിസ്റ്റ് പാർട്ടി ആവശ്യപ്പെട്ടു. എന്നാൽ ബ്രിട്ടീഷുകാരിൽ നിന്ന് ചില സൗജന്യങ്ങൾ വിലപേശി നേടാനേ അവർ ആഗ്രഹിച്ചുള്ളൂ. 1940 മാർച്ചിൽ ബീഹാറിലെ രാംഗർ എന്ന സ്ഥലത്ത് ചേർന്ന കോൺഗ്രസ് സമ്മേളനത്തിൽവെച്ച് യുദ്ധത്തിനെതിരെ വ്യക്തിസത്യഗ്രഹം ആരംഭിക്കാൻ തീരുമാനിച്ചു. എന്നാൽ ആ സമ്മേളനത്തിൽ അവതരിപ്പിച്ച രാഷ്ട്രീയ പ്രമേയത്തെ എതിർത്തുകൊണ്ട് ഇരുപതിൽത്താഴെ വരുന്ന കമ്യൂണിസ്റ്റുകാരായ പ്രതിനിധികൾ കൈപൊക്കി. യുദ്ധപരിതഃസ്ഥിതി ഉപയോഗപ്പെടുത്തിക്കൊണ്ട് ഒരു ബഹുജനസമരം നടത്തണമെന്ന് കമ്യൂണിസ്റ്റ് നേതാവായ ഭരദ്വാജ് സമ്മേളനത്തിൽ അഭിപ്രായപ്പെട്ടു.[1]

ഇന്ത്യക്ക് പരിപൂർണ്ണ സ്വാതന്ത്ര്യം നല്കിക്കൊണ്ട് ഉടനെയുള്ള പ്രഖ്യാപനം, കേന്ദ്രത്തിൽ ഒരു താല്ക്കാലിക ദേശീയ ഗവൺമെന്റ്

രൂപവല്ക്കരിക്കുക എന്നീ നിർദ്ദേശങ്ങൾ അംഗീകരിക്കുകയാണെങ്കിൽ ഗവൺമെന്റിന്റെ യുദ്ധശ്രമങ്ങളോട് സഹകരിക്കാമെന്ന് 1940 ജൂലൈയിൽ കോൺഗ്രസ് വർക്കിങ് കമ്മിറ്റി വാക്കു കൊടുത്തു. ഇതിനു മറുപടിയായി 1940 ആഗസ്ത് 8 ന് വൈസ്രോയി ലിൻലിത്ഗോ പ്രഭു ഒരു പ്രഖ്യാപനം നടത്തി. ആഗസ്ത് ഓഫർ എന്നപേരിൽ ഇതറിയപ്പെടുന്നു. എന്നാൽ ഉടനടി പ്രാബല്യത്തിൽ വരുന്ന യാതൊന്നും ഈ ഓഫറിൽ ഉണ്ടായിരുന്നില്ല എന്നതിനാൽ കോൺഗ്രസ് അതിനെ നിരസിക്കുകയും പ്രത്യക്ഷ സമരപരിപാടി ആരംഭിക്കാൻ തീരുമാനിക്കുകയും ചെയ്തു. ആഗസ്ത് ഓഫറിലൂടെ കോൺഗ്രസിന്റെ ആവശ്യങ്ങൾ നിരസിച്ചതിലും രാജ്യരക്ഷാനിയമത്തിന്റെ പേരിൽ നടന്ന അറസ്റ്റുകളിലും പ്രതിഷേധിക്കുവാൻ കോൺഗ്രസ് പ്രവർത്തകസമിതി എല്ലാ കോൺഗ്രസ് ഘടകങ്ങളോടും ആവശ്യപ്പെട്ടു. 1940 സെപ്തംബർ 15 ന് കെ പി സി സി അത് നടപ്പിലാക്കിയതിനെത്തുടർന്നാണ് മൊറാഴ, മട്ടന്നൂർ, തലശ്ശേരി മുതലായ സ്ഥലങ്ങളിൽ വെടിവയ്പ്പുണ്ടായതും രണ്ട് കമ്യൂണിസ്റ്റുകാർ കൊല്ലപ്പെട്ടതും. 1940 ൽ കോൺഗ്രസ് പ്രത്യക്ഷ സമരപരിപാടി എന്ന നിലയിൽ വ്യക്തി സത്യഗ്രഹം ആരംഭിച്ചു. യുദ്ധവിരുദ്ധ പ്രസംഗങ്ങൾ നടത്തുകയും യുദ്ധവിരുദ്ധ മുദ്രാവാക്യങ്ങൾ വിളിച്ചു പറയുകയും ആയിരുന്നു സമരത്തിന്റെ രീതി. ഈ സമരം യാതൊരു ചലനവും സൃഷ്ടിച്ചില്ല. 1941 മദ്ധ്യമായപ്പോൾ ഗാന്ധിജിയുടെ വ്യക്തി സത്യഗ്രഹത്തിന് സ്വാഭാവികമരണം സംഭവിച്ചു.

കോൺഗ്രസ് നേതൃത്വത്തിന്റെ ഈ വിട്ടുവീഴ്ചാനയത്തെ കമ്യൂണിസ്റ്റ് പാർട്ടി രൂക്ഷമായി വിമർശിച്ചു. സാമ്രാജ്യത്വയുദ്ധത്തെ ദേശീയ സ്വാതന്ത്ര്യത്തിനുള്ള യുദ്ധമാക്കി മാറ്റാൻ ഇന്ത്യൻ കമ്യൂണിസ്റ്റ് പാർട്ടിയുടെ പൊളിറ്റ്ബ്യൂറോ ആഹ്വാനം ചെയ്തു. യുദ്ധത്തിനെതിരെ അണിനിരക്കാൻ ഇന്ത്യൻ ജനതയോട് പാർട്ടി അഭ്യർത്ഥിച്ചു.

യുദ്ധം പ്രഖ്യാപിച്ച ദിവസംതന്നെ മദിരാശിയിൽ പാർട്ടി യുദ്ധവിരുദ്ധ യോഗങ്ങൾ സംഘടിപ്പിച്ചു. 1939 ഒക്ടോബർ 2 ന് 90,000 തൊഴിലാളികൾ ബോംബെയിൽ പണിമുടക്കുകയും വമ്പിച്ച പ്രകടനം നടത്തുകയും ചെയ്തു. ഒക്ടോബർ 8, 9 തീയതികളിൽ നാഗ്പ്പൂരിൽ യുദ്ധവിരുദ്ധ സമ്മേളനങ്ങൾ നടത്തി. 1939 ന്റെ അവസാനത്തെ മൂന്നു മാസം നടന്ന 110 പണിമുടക്കുകളിലായി 1.75 ലക്ഷം തൊഴിലാളികൾ പങ്കെടുത്തതായി കണക്കാക്കുന്നു. 1940 ൽ നടന്ന 322 പണിമുടക്കുകളിലായി 4.5 ലക്ഷം തൊഴിലാളികൾ പങ്കെടുത്തു. ഇങ്ങനെ എണ്ണമറ്റ തൊഴിലാളി സമരങ്ങൾക്ക് യുദ്ധത്തിന്റെ ആദ്യകാലത്ത് പാർട്ടി നേതൃത്വം നല്കി.

കൃഷിക്കാരെയും യുദ്ധവിരുദ്ധപ്രസ്ഥാനത്തിൽ പാർട്ടി അണിനിരത്തി. 1939 ഒക്ടോബറിൽ ആചരിച്ച കൃഷിക്കാരുടെ യുദ്ധവിരുദ്ധ ദിനത്തിൽ 30 ലക്ഷത്തോളം കൃഷിക്കാർ പങ്കെടുത്തതായാണ് കണക്ക്. നൂറുകണക്കിന് യോഗങ്ങൾ രാജ്യത്തിന്റെ നാനാഭാഗത്തായി അന്ന് നടന്നു. അങ്ങനെ രാജ്യത്തൊട്ടാകെ യുദ്ധവിരുദ്ധ പണിമുടക്കുകൾ, പ്രകടനങ്ങൾ, യോഗങ്ങൾ എന്നിവ പാർട്ടി സംഘടിപ്പിച്ചു.

ഗവൺമെന്റ് മിണ്ടാതിരുന്നില്ല. പാർട്ടിക്കെതിരെ അതിശക്തമായ കടന്നാക്രമണം നടത്തി. ആയിരക്കണക്കിനാളുകളെ അറസ്റ്റ് ചെയ്തു. ഭീകരമായ ലാത്തിച്ചാർജും മർദ്ദനവും ഉണ്ടായി. വെടിവയ്പ്പുകൾ നടന്നു. നിരവധിപേർ തടങ്കലിലുമായി. ഒളിവിൽ കഴിയുകയായിരുന്ന പാർട്ടി ഈ അടിച്ചമർത്തലിനെ ധീരമായി നേരിടുകതന്നെ ചെയ്തു.

ഈ ഘട്ടത്തിലാണ് യുദ്ധത്തിന്റെ ഗതിയിലും സ്വഭാവത്തിലും സമൂലമായ മാറ്റമുണ്ടായത്. 1941 ജൂൺ 22-ാം തീയതി മുൻ ഉടമ്പടികളെയെല്ലാം ധിക്കരിച്ചുകൊണ്ട് ജർമ്മൻ സൈന്യം സോവിയറ്റ് യൂണിയനെ ആക്രമിച്ചു. ലോകമാകെയുള്ള കമ്യൂണിസ്റ്റുകാരെയും നാസി വിരുദ്ധരെയും ഇത് വല്ലാതെ വേദനിപ്പിച്ചു. ലോകത്തിലെ പ്രഥമ സോഷ്യലിസ്റ്റ് രാഷ്ട്രമായ സോവിയറ്റ് യൂണിയനെ സംരക്ഷിക്കേണ്ടത് ലോകമെങ്ങുമുള്ള മർദ്ദിത ജനവിഭാഗങ്ങളുടെ ആവശ്യമായി മാറി. യുദ്ധത്തിന്റെ സ്വഭാവത്തിൽ വന്ന ഈ മാറ്റം കണക്കിലെടുത്ത് *സാമ്രാജ്യത്വയുദ്ധം* ജനകീയ യുദ്ധം ആയി മാറിയെന്ന് 1941 ഡിസംബറിൽ *ഇന്ത്യൻ കമ്യൂണിസ്റ്റ്* പാർട്ടി പ്രഖ്യാപിച്ചു.

ജനകീയയുദ്ധം എന്ന നയം പാർട്ടി അംഗീകരിച്ചതോടെ അത് നടപ്പിൽ വരുത്താനുള്ള പ്രവർത്തനങ്ങളിൽ പാർട്ടി ഏർപ്പെട്ടു. ഇപ്പോൾ നടക്കുന്ന യുദ്ധം ജനകീയയുദ്ധമാണെന്നും ഇന്ത്യക്കാർ സ്വന്തം താല്പര്യങ്ങളോർത്തെങ്കിലും സ്വരാജ്യപ്രേമികളായ സഖ്യകക്ഷികളോടൊപ്പം നില്ക്കണമെന്നും കമ്യൂണിസ്റ്റ് പാർട്ടി പ്രസ്താവനകളിലൂടെയും പാർട്ടി മെമ്പറന്മാർക്കുള്ള സർക്കുലറുകളിലൂടെയും പ്രഖ്യാപിച്ചു. യുദ്ധസംരംഭങ്ങളിൽ സഹകരിക്കാൻ അനുവദിക്കുകയാണെങ്കിൽ തങ്ങളുടെ മുഴുവൻ ശക്തിയും അതിലേക്കായി വിനിയോഗിക്കാൻ കമ്യൂണിസ്റ്റ് പാർട്ടി തീരുമാനിച്ചു.[2]

ഈ സാഹചര്യത്തിലാണ് തെക്കുകിഴക്കൻ ഏഷ്യൻ രാഷ്ട്രങ്ങളെ ആകെ കീഴടക്കികൊണ്ട് ജപ്പാൻ സൈന്യം ഇന്ത്യൻ അതിർത്തിയിലേക്ക് മുന്നേറിയത്. 1942 മാർച്ച് 8 ന് ബർമ്മയുടെ തലസ്ഥാനമായ റങ്കൂൺ കീഴടക്കിയ ജപ്പാൻ സൈന്യം ഇന്ത്യയിലെ ചിറ്റാഗോങ് വരെ എത്തി. ആന്തമാൻനിക്കോബാർ ദ്വീപുകൾ ജപ്പാൻ പിടിച്ചടക്കി. ബംഗാൾ ഉൾക്കടലിൽ ജപ്പാന്റെ നാവികപ്പട ആക്രമണങ്ങൾ നടത്തിക്കൊണ്ടിരുന്നു. വിശാഖപട്ടണം, കാക്കിനഡ എന്നീ തുറമുഖ പട്ടണങ്ങളിൽ ഏപ്രിൽ 6 ന് ജപ്പാൻ ബോംബുവച്ചു. ഇതിനിടയിൽ ജപ്പാൻ സൈന്യത്തിന്റെ മുന്നേറ്റം മനസ്സിലാക്കിയ ബ്രിട്ടീഷ് ഗവൺമെന്റ് ഇന്ത്യാക്കാരെ തങ്ങളുടെ ഭാഗത്തു കൊണ്ടു വരുന്നതിനുവേണ്ടി ചർച്ച നടത്താൻ സർ സ്റ്റാഫോർഡ് ക്രിപ്സിനെ ഇന്ത്യയിലേക്കയച്ചു. മാർച്ച് 23 ന് ന്യൂഡൽഹിയിലെത്തിയ സ്റ്റാഫോർഡ് ക്രിപ്സ് ചർച്ച കഴിഞ്ഞ് ഏപ്രിൽ 12 ന് മടങ്ങി. ചർച്ച പരാജയപ്പെട്ടു. ക്രിപ്സ് മിഷൻ പരാജയപ്പെട്ടതോടെ ബ്രിട്ടീഷുക്കാർക്കെതിരെ ശക്തമായ സമരമാരംഭിക്കാൻ കോൺഗ്രസ് തീരുമാനിച്ചു. അതായിരുന്നു ക്വിറ്റ് ഇന്ത്യ സമരം.

ജനകീയ യുദ്ധത്തിൽ കമ്യൂണിസ്റ്റ് പാർട്ടി ഏർപ്പെട്ടതോടെ ജയിലിലുള്ള ചില കമ്യൂണിസ്റ്റ് നേതാക്കളെ ഓരോന്നായി മോചിപ്പിക്കുക, ഒളിവിൽ പ്രവർത്തിക്കുന്നവരുടെ മേലുള്ള വാറണ്ടുകൾ പിൻവലിക്കുക മുതലായ നടപടികൾ ഗവൺമെന്റ് സ്വീകരിച്ചു. 1942 ജൂലൈ 22 ന് പാർട്ടിയുടെമേൽ എട്ട് വർഷമായി ചുമത്തിയിരുന്ന നിരോധനവും പിൻവലിച്ചു. പാർട്ടിയുടെയും, *നാഷണൽ ഫ്രണ്ട്, ന്യൂ ഏജ്* എന്നീ പാർട്ടിപത്രങ്ങളുടെയും മേലുള്ള നിരോധനമാണ് നീക്കം ചെയ്തത്.[3]

1942 ജൂലൈയിൽ കോൺഗ്രസ് പ്രവർത്തക സമിതി വാർദ്ധയിൽ യോഗം ചേർന്ന് 14-ാം തീയതി ക്വിറ്റ് ഇന്ത്യ പ്രമേയം അംഗീകരിച്ചു. ബ്രിട്ടന്റെ നയങ്ങളെ ശക്തിയായി ആക്ഷേപിച്ച കമ്യൂണിസ്റ്റ് പാർട്ടി കോൺഗ്രസ് പ്രത്യക്ഷ സമരപരിപാടികളിൽനിന്ന് പിന്തിരിയണമെന്ന് ആവശ്യപ്പെട്ടു. ദേശീയ ഗവൺമെന്റ് സ്ഥാപിക്കണമെന്ന കോൺഗ്രസിന്റെ ആവശ്യത്തിന് ഇന്നാട്ടിലെ കമ്യൂണിസ്റ്റുകാരുടെ ശക്തിയായ പിന്തുണയുണ്ടെന്ന് പാർട്ടി പറഞ്ഞു. അതേ സമയം ഗാന്ധിജിയുടെ നേതൃത്വത്തിൽ തുടങ്ങുവാൻ പോകുന്ന ക്വിറ്റ് ഇന്ത്യ സമരം പൊതു ജനതാല്പര്യത്തെ ഉദ്ദേശിച്ച് നിർത്തിവയ്ക്കാൻ പാർട്ടി അപേക്ഷിച്ചു. ആഗസ്ത് 4 ന് കമ്യൂണിസ്റ്റ് പാർട്ടി ജനറൽ സെക്രട്ടറി പി സി ജോഷി പുറപ്പെടുവിച്ച പ്രസ്താവനയിൽ പറഞ്ഞു.

> അഹിംസാപരമായ ഒരു പ്രക്ഷോഭത്തിന്റെ രൂപത്തിൽ ഇന്ത്യയിൽ അടുത്തു പൊട്ടിപ്പുറപ്പെടുമെന്ന് ഭയപ്പെടേണ്ടിയിരിക്കുന്ന അസംതൃപ്തിമൂലം ഇന്ത്യയുടെ സ്വാതന്ത്ര്യം അംഗീകരിക്കാനും ഇപ്പോൾത്തന്നെ ഇന്ത്യൻ ജനതയ്ക്ക് അത് അനുവദിച്ചു കൊടുക്കാനും ബ്രിട്ടീഷ് യാഥാസ്ഥിതികർ പ്രദർശിപ്പിക്കുന്ന സന്നദ്ധതയില്ലായ്മയാണെന്ന വസ്തുത ആരും മറക്കരുത്. ബ്രിട്ടനിലെ ആളുകൾ ഇന്ത്യയിലെ ദേശീയ പ്രസ്ഥാനത്തെ അവഹേളിക്കുകയും ആക്ഷേപിക്കുകയും ഒരു ഉയർന്ന ഭാവം നടിച്ചുകൊണ്ട് ഉപദേശിക്കുകയും ചെയ്യുന്നതുകൊണ്ട് കുഴപ്പം വർദ്ധിക്കുന്നതേയുള്ളൂ. കോൺഗ്രസ് നേതാക്കളുമായി കൂടിയാലോചന നടത്താനും ഇന്ത്യക്ക് സ്വാതന്ത്ര്യം അനുവദിക്കാനും തങ്ങളുടെ ഗവൺമെന്റിനെ പ്രേരിപ്പിക്കുകയാണ് ബ്രിട്ടീഷുകാർ ചെയ്യേണ്ടത്. യുദ്ധത്തിൽ ജയം നേടാനുള്ള വഴി അതാണ്.[4]

ആഗസ്ത് 7, 8 തീയതികളിൽ ബോംബെയിൽ ചേർന്ന എ ഐ സി സി സമ്മേളനം കമ്യൂണിസ്റ്റുകാരുടെ ഭേദഗതികളെ തള്ളിക്കളഞ്ഞു കൊണ്ട് ക്വിറ്റ് ഇന്ത്യ പ്രമേയം പാസാക്കി. പ്രവർത്തിക്കുക അല്ലെങ്കിൽ മരിക്കുക (Do or Die) എന്നതായിരുന്നു മുദ്രാവാക്യം. പിറ്റേദിവസം (ആഗസ്ത് 9) മുതൽ സമരം ആരംഭിക്കാൻ തീരുമാനിച്ചു. എന്നാൽ 9-ാം തീയതി പുലർച്ചെതന്നെ ബ്രിട്ടീഷ് ഗവൺമെന്റ് കോൺഗ്രസ് നേതാക്കളായ ഗാന്ധി, നെഹ്റു, പട്ടേൽ, ആസാദ്, രാജേന്ദ്രപ്രസാദ്

തുടങ്ങിയവരെയെല്ലാം അറസ്റ്റ് ചെയ്ത് ജയിലിലടച്ചു. സമരം നയിക്കാനും നിയന്ത്രിക്കാനും ആരുമില്ലാതായി.

ജനങ്ങൾ അക്രമാസക്തമായി. അവർ തങ്ങൾക്ക് തോന്നിയതൊക്കെ ചെയ്തു. റെയിൽവേ ലൈനുകളും, റെയിൽവേ പാലങ്ങളും തകർത്തു. ടെലിഗ്രാഫ്, പോസ്റ്റാഫീസുകൾ എന്നിവ അക്രമികൾ ഇടിച്ചുനിരത്തി. പല സർക്കാർ ഓഫീസുകളും കത്തിച്ചാമ്പലായി. ലാത്തിച്ചാർജും അറസ്റ്റും വെടിവയ്പ്പും ഇന്ത്യയിലുടനീളം നടമാടി. ക്വിറ്റ് ഇന്ത്യാ സമരത്തിൽനിന്ന് ഒഴിഞ്ഞുനിന്ന കമ്യൂണിസ്റ്റുകാർക്കെതിരെ ആക്രമണം വ്യാപകമായി സംഘടിപ്പിച്ചു. അവരുടെ യോഗങ്ങൾ കലക്കുക, നേതാക്കളെ തെറി പറയുക, ഓഫീസുകൾ നശിപ്പിക്കുക ഇതെല്ലാം നിർബ്ബാധം നടന്നു.

എന്നാൽ കമ്യൂണിസ്റ്റ് പാർട്ടി ജനകീയ യുദ്ധപരിപാടികളുമായി മുന്നോട്ടു പോയി. പാർട്ടിയുടെ കേന്ദ്ര ഓഫീസ് ബോംബെയിൽ തുറന്നു. *ജനകീയ യുദ്ധം* (പീപ്പിൾസ് വാർ) എന്ന പേരിൽ ഒരു ഇംഗ്ലീഷ് വാരിക പാർട്ടിയുടെ കേന്ദ്ര മുഖപത്രമായി ആരംഭിച്ചു. അതിന്റെ ഹിന്ദി, ഉറുദു, മറാത്തി, ഗുജറാത്തി പതിപ്പുകളും ബോംബെയിൽ നിന്നുതന്നെ പ്രസിദ്ധീകരിച്ചു. ബംഗാളി, തെലുങ്ക്, മലയാളം എന്നീ ഭാഷകളിലും ദിനപത്രങ്ങൾ ആരംഭിച്ചു. അങ്ങനെയാണ് 1942 സെപ്തംബർ 18 ന് *ദേശാഭിമാനി* കോഴിക്കോട്ടുനിന്ന് പുറത്തുവന്നത്. ജപ്പാനെതിരായ യുദ്ധത്തിൽ പാർട്ടി സജീവമായി. ജാപ്പ് വിരുദ്ധമേളകളും സോവിയറ്റ് സുഹൃദ് സമ്മേളനങ്ങളും സജീവമായി സംഘടിപ്പിച്ചു. വളരെനാൾ ജയിലിലും ഒളിവിലും കഴിഞ്ഞിരുന്ന നേതാക്കൾക്ക് ജനസമ്പർക്കമുണ്ടാക്കാനും കോൺഗ്രസ് ക്വിറ്റ് ഇന്ത്യാ സമരം സംഘടിപ്പിച്ചപ്പോൾ പാർട്ടിയെ ജനങ്ങളുമായി ബന്ധിപ്പിക്കാനും ഫാസിസത്തിനും നാസിസത്തിനുമെതിരെയുള്ള ബോധവല്ക്കരണത്തിനും കമ്യൂണിസ്റ്റ് പാർട്ടി നടപ്പിലാക്കിയ മാർഗ്ഗങ്ങളായിരുന്നു ജാപ്പ് വിരുദ്ധമേളകളും സോവിയറ്റ് സുഹൃദ് സമ്മേളനങ്ങളും.

കമ്യൂണിസ്റ്റുകാർ ഗവൺമെന്റുമായി സഹകരിക്കുന്നു എന്ന് കോൺഗ്രസ് ആക്ഷേപിച്ചു. അതേസമയം ഗവൺമെന്റിന്റെ ഭാഗത്ത് നിന്നാണെങ്കിലോ ശക്തമായ മർദ്ദനങ്ങൾക്ക് കമ്യൂണിസ്റ്റുകാർ വിധേയരായി. ദേശീയ നേതാക്കന്മാരെ അറസ്റ്റുചെയ്ത് ജയിലിലടച്ച ബ്രിട്ടീഷ് ഗവൺമെന്റിന്റെ നയത്തെ പാർട്ടി രൂക്ഷമായി വിമർശിച്ചു. അവരെ മോചിപ്പിക്കാൻ പാർട്ടി ആവശ്യപ്പെടുകയും അതിനുവേണ്ടി പ്രചാരണ പ്രക്ഷോഭങ്ങൾ സംഘടിപ്പിക്കുകയും ചെയ്തു. രാജ്യത്തെ ശത്രുവിനു കാഴ്ചവയ്ക്കുന്ന തരത്തിലുള്ള നശീകരണ പ്രവൃത്തികളെ എതിർക്കുക, നാട്ടുകാരെ കഷ്ടപ്പെടുത്തുകയും പട്ടിണി കിടത്തുകയും ചെയ്യുന്ന തരത്തിൽ ഉല്പാദനം സ്തംഭിപ്പിക്കുന്ന പണിമുടക്കങ്ങളെ തടയുക, നാട്ടിൽ കലാപവും കുഴപ്പവും സൃഷ്ടിക്കാനിടയുള്ള സമരങ്ങളെ നിരുത്സാഹപ്പെടുത്തുക, ഗാന്ധി ഉൾപ്പെടെയുള്ള ദേശീയ

നേതാക്കളെ വിടാനും ദേശീയ ഗവൺമെന്റ് നേടാനും വേണ്ടി നാട്ടുകാരെ അണിനിരത്തുക, സ്വയം നിർണ്ണായകാവകാശതത്ത്വമനുസരിച്ച് കോൺഗ്രസ്-ലീഗ് ഐക്യം സ്ഥാപിക്കുവാൻ കോൺഗ്രസുകാരെയും ദേശീയ നേതാക്കന്മാരെ വിടുന്നതിനുള്ള പ്രക്ഷോഭണത്തിൽ പങ്കുകൊള്ളാൻ ലീഗിനെയും പ്രേരിപ്പിക്കുക, ഭക്ഷണകുഴപ്പം തീർക്കാൻ സംഘടിതമായി പ്രവർത്തിക്കുക, ജയിലിൽ കിടക്കുന്ന കമ്യൂണിസ്റ്റുകാരെ മോചിപ്പിക്കുക (എഴുന്നൂറിലധികം പാർട്ടി സഖാക്കൾ ജയിലിലുണ്ടായിരുന്നു) തുടങ്ങിയ പ്രവർത്തനങ്ങളാണ് ക്വിറ്റ് ഇന്ത്യാ സമരകാലത്ത് പാർട്ടിചെയ്തത്.

1942 സെപ്തംബർ 15 മുതൽ ഒമ്പത് ദിവസം ബോംബെയിൽവച്ച് പാർട്ടിയുടെ കേന്ദ്രപ്ലീനം നടന്നു. തുടർന്ന് സംസ്ഥാനങ്ങളിലും പ്ലീനം സംഘടിപ്പിച്ചു. കേന്ദ്രപ്ലീനം അംഗീകരിച്ച് നയസമീപനത്തെക്കുറിച്ച് ഇ എം എസ് നമ്പൂതിരിപ്പാട് എഴുതി:

> ....ഇന്ത്യൻ ജനതയെ ഫാസിസ്റ്റ് ചേരിക്കെതിരായി അണിനിരത്തുന്നതിനു മുമ്പിലുള്ള പ്രധാന തടസ്സം ബ്രിട്ടീഷ് ഭരണാധികാരികളുടെ ഇന്ത്യാ വിരുദ്ധനയമാണെന്ന് കമ്മിറ്റി തറപ്പിച്ചു പറഞ്ഞു. കോൺഗ്രസിന്റെ സമരപ്രഖ്യാപനത്തിനുമുമ്പ് നടന്ന കൂടിയാലോചനകളിലും പ്രഖ്യാപനം വന്ന ഉടനെയും ഗവൺമെന്റ് പ്രതിനിധികൾ അംഗീകരിച്ച- ഇന്ത്യാവിരുദ്ധ സമീപനമാണ് ഇന്ത്യൻ ദേശീയ വാദികളിൽ പ്രതികൂല മനോഭാവം ഉളവാക്കിയിട്ടുള്ളത്, യഥാർത്ഥത്തിൽ ഫാസിസ്റ്റ് വിരോധികൾ കൂടിയായ സാമ്രാജ്യവിരോധികളിൽപോലും ഒരു വിഭാഗം ഫാസിസ്റ്റ് കോയ്മകളുമായി ചേർന്നിട്ടായാലും ബ്രിട്ടീഷ് വിരുദ്ധസമരം വിജയിപ്പിക്കണം എന്ന ചിന്താഗതിയിലേക്ക് വഴുതിപ്പോകാൻ തുടങ്ങിയതിന്റെ പശ്ചാത്തലമിതാണ്.
>
> അതുകൊണ്ട് ജയിലിലടയ്ക്കപ്പെട്ട ദേശീയ നേതാക്കളെ മോചിപ്പിക്കുക, ദേശീയ നേതാക്കൾക്ക് സജീവ പങ്കുള്ള ഒരു കേന്ദ്രഗവൺമെന്റ് രൂപീകരിക്കുക, യുദ്ധാനന്തര ഇന്ത്യയുടെ രാഷ്ട്രീയ സംവിധാനം സംബന്ധിച്ച് ദേശീയ പ്രതിനിധികളുമായി ധാരണയിലെത്തുമെന്ന് അസന്ദിഗ്ദ്ധമായി പ്രഖ്യാപിക്കുക എന്നീ നിർദ്ദേശങ്ങൾ ബ്രിട്ടീഷ് ഭരണാധികാരികൾ അംഗീകരിക്കണമെന്ന് കമ്മിറ്റി ആവശ്യപ്പെട്ടു.[5]

ഇന്ത്യൻ കമ്യൂണിസ്റ്റ് പാർട്ടിയുടെ ഒന്നാം പാർട്ടി കോൺഗ്രസ് 1943 മേയ് 23 മുതൽ ജൂൺ 1 വരെ ബോംബെയിൽവെച്ച് നടന്നു. 16000 പാർട്ടി മെമ്പറന്മാരെ പ്രതിനിധീകരിച്ച് 139 പ്രതിനിധികൾ കോൺഗ്രസിൽ പങ്കെടുത്തു. രാജ്യരക്ഷ എന്ന മുദ്രാവാക്യം പ്രാവർത്തികമാക്കുന്നതിനുവേണ്ടി എല്ലാ പാർട്ടികളും അടങ്ങുന്ന ഒരു ദേശീയ ഗവൺമെന്റ് സ്ഥാപിക്കുക എന്നതായിരുന്നു പാർട്ടി കോൺഗ്രസിൽ പാസാക്കിയ രാഷ്ട്രീയ പ്രമേയത്തിന്റെ സാരാംശം.[6]

സമ്മേളനം 22 അംഗങ്ങൾ അടങ്ങിയ ഒരു കേന്ദ്രകമ്മിറ്റിയെയും അതിൽനിന്ന് മൂന്നംഗങ്ങൾ അടങ്ങിയ ഒരു പൊളിറ്റ്ബ്യൂറോയെയും തിരഞ്ഞെടുത്തു. പി സി ജോഷി, ബി ടി രണദിവെ, ഡോ. ഗംഗാധർ അധികാരി എന്നിവരായിരുന്നു പൊളിറ്റ്ബ്യൂറോ അംഗങ്ങൾ. പി സി ജോഷിയെ ജനറൽ സെക്രട്ടറിയായും തിരഞ്ഞെടുത്തു.

ഒന്നാം പാർട്ടി കോൺഗ്രസ് ബോംബെയിൽ കൂടിക്കൊണ്ടിരുന്നപ്പോഴാണ് കമ്യൂണിസ്റ്റ് ഇന്റർനാഷണൽ പിരിച്ചുവിട്ടത്. കമ്യൂണിസ്റ്റ് ഇന്റർനാഷണൽ പിരിച്ചുവിടാനുള്ള കാരണമായി പറഞ്ഞത് ഇതാണ്:

> ......24 വർഷത്തെ പ്രവർത്തനത്തിന്റെ ഫലമായി സ്വന്തം കാലിൽ നില്ക്കാൻ കെല്പുള്ള കമ്യൂണിസ്റ്റ് പാർട്ടികൾ വിവിധ രാജ്യങ്ങളിൽ ഉയർന്നുവന്നുകഴിഞ്ഞു; അവയുടെ പ്രവർത്തനം ഒരു ലോക കേന്ദ്രത്തിലിരുന്നുകൊണ്ട് നിയന്ത്രിക്കാൻ പുറപ്പെട്ടാൽ ഓരോ പാർട്ടിയും സ്വയം വളർത്തേണ്ട രാഷ്ട്രീയ മുൻകൈ നഷ്ടപ്പെടും; യുദ്ധത്തിന്റെ അവസാന വർഷങ്ങളിലും യുദ്ധത്തിനുശേഷമുള്ള ലോക പരിതഃസ്ഥിതി നേരിടാൻ വിവിധ രാജ്യങ്ങളിലെ കമ്യൂണിസ്റ്റ് പാർട്ടികൾക്ക് കഴിയാത്ത ഒരു സ്ഥിതിയാണ് ഇതുമൂലം ഉളവാകുക; അതുകൊണ്ട് കേന്ദ്രീകൃതമായ ഒരു ലോക നേതൃത്വത്തിന്റെ വ്യക്തവും സവിസ്തരവും ആയ നിർദ്ദേശങ്ങളില്ലാതെ സ്വന്തം രാജ്യത്തെ സ്ഥിതിഗതികൾക്കൊത്ത് പ്രവർത്തിക്കാൻ വിവിധ രാജ്യങ്ങളിലെ കമ്യൂണിസ്റ്റ് പാർട്ടികൾ പഠിക്കണം......[7]

യുദ്ധകാലത്ത് പാർട്ടി നടത്തിയ മറ്റൊരു പ്രധാന പ്രവർത്തനം ക്ഷാമനിവാരണ പ്രവർത്തനങ്ങളിൽ ശ്രദ്ധകേന്ദ്രീകരിച്ചതാണ്. 1942–43 കാലത്ത് ബംഗാൾ, മദ്രാസ് സംസ്ഥാനത്തെ മലബാർ, നാട്ടുരാജ്യങ്ങളായ തിരുവിതാംകൂർ, കൊച്ചി തുടങ്ങി ഇന്ത്യയുടെ വിവിധ ഭാഗങ്ങളിൽ ക്ഷാമം പൊട്ടിപ്പുറപ്പെട്ടു. ക്ഷാമത്തോടൊപ്പം പകർച്ചവ്യാധികളായ വസൂരി, കോളറ, മലമ്പനി എന്നിവയും രാജ്യം മുഴുവൻ വ്യാപിച്ചു. ഇത് ഏറ്റവും ശക്തമായ ബംഗാളിൽ 35 ലക്ഷം പേരാണ് മരണപ്പെട്ടത്. തിരുവിതാംകൂറിൽ 23000 ത്തിനുമേൽ ആളുകളും മലബാറിൽ 30000 ലേറെപ്പേരും മരണമടഞ്ഞു. 1944–45 കാലത്തും പട്ടിണിമരണങ്ങളും പകർച്ചവ്യാധികളും ജനങ്ങളെ ദുരിതത്തിലാക്കി. ഈ സമയം ജനങ്ങളെ അവരുടെ കഷ്ടപ്പാടിൽനിന്നും കഴിയുന്നിടത്തോളം മോചിപ്പിക്കാൻ രാജ്യത്തെങ്ങുമുള്ള കമ്യൂണിസ്റ്റുകാർ രംഗത്തിറങ്ങി. ക്വിറ്റിന്ത്യാ സമരത്തിൽനിന്ന് പാർട്ടി വിട്ടുനിന്നെങ്കിലും ഈ രീതിയിലുള്ള പാർട്ടിയുടെ പ്രവർത്തനം ജനങ്ങൾക്കിടയിൽ മതിപ്പുണ്ടാക്കി. അത് പാർട്ടിയുടെ വളർച്ചയെ കുറച്ചൊന്നുമല്ല സഹായിച്ചത്.

എന്നാൽ വർഗ്ഗബഹുജന സംഘടനകളിലുണ്ടായ പിളർപ്പ് എടുത്തുപറയേണ്ടതാണ്. കമ്യൂണിസ്റ്റുകാർക്കായിരുന്നു അവയുടെ നേതൃത്വം. യുദ്ധകാലത്ത് വ്യവസായികോല്പാദനവും ഭക്ഷ്യോല്പാദനവും

വർദ്ധിപ്പിക്കാനും യുദ്ധകാല പരിതഃസ്ഥിതിയിൽ ഉയർന്നുവന്ന പൂഴ്ത്തിവയ്പ്പുകാർ, കരിഞ്ചന്തക്കാർ മുതലായ രാജ്യദ്രോഹികളെ തുറന്നുകാണിക്കാനും ശിക്ഷിക്കാനും കമ്യൂണിസ്റ്റുകാർ ശ്രമിച്ചു. ഇതിൽ അസഹിഷ്ണുക്കളായ കോൺഗ്രസിന്റെയും കോൺഗ്രസ് സോഷ്യലിസ്റ്റ് പാർട്ടിയുടെയും നേതാക്കൾ 1944 ൽ എ ഐ ടി യു സിയെ പിളർന്ന് ഐ എൻ ടി യു സി (ഇന്ത്യൻ നാഷണൽ ട്രേഡ് യൂണിയൻ കോൺഗ്രസ്) രൂപീകരിച്ചു. വിദ്യാർത്ഥി ഫെഡറേഷനെ പിളർന്ന് അവർ വിദ്യാർത്ഥി കോൺഗ്രസിന് രൂപം നല്കി.

സൂചിക

1. *സഖാവ് പി കൃഷ്ണപിള്ള ഒരു സമഗ്രജീവചരിത്ര പഠനം,* പു: 583
2. മേൽച്ചൊന്നത്, പു:615
3. മേൽച്ചൊന്നത്, പു:615
4. *മാതൃഭൂമി,* 6 ആഗസ്ത് 1942
5. *കമ്യൂണിസ്റ്റുപാർട്ടി കേരളത്തിൽ I,* ചിന്ത പബ്ലിഷേഴ്സ്, (തിരുവനന്തപുരം–1984), പു:154
6. *സഖാവ് പി കൃഷ്ണപിള്ള ഒരു സമഗ്രജീവ ചരിത്രപഠനം,* പു:661
7. ഇ എം എസ് നമ്പൂതിരിപ്പാട്, *കമ്യൂണിസ്റ്റ് പാർട്ടി കേരളത്തിൽ I* പു:189–190

5

യുദ്ധാനന്തരമുന്നേറ്റവും സ്വാതന്ത്ര്യവും

ഫാസിസ്റ്റ് ശക്തികളുടെ പരാജയത്തോടെ 1945 ആഗസ്തിൽ രണ്ടാം ലോകമഹായുദ്ധം അവസാനിച്ചു. അതോടെ ഘോരമായ പോരാട്ടങ്ങളും രക്തപങ്കിലമായ സംഭവ പരമ്പരകളുമാണ് ഇന്ത്യയിലുണ്ടായത്. യുദ്ധക്കാലത്ത് പട്ടാളത്തിൽ ചേർന്നിരുന്ന ലക്ഷക്കണക്കിന് ഇന്ത്യാക്കാരെ യുദ്ധം അവസാനിച്ചുടനെ പിരിച്ചുവിട്ടു. അതേസമയം അഞ്ചുലക്ഷത്തോളം ബ്രിട്ടീഷ്പട്ടാളക്കാരെ ഇന്ത്യയിൽ നിലനിർത്തുകയുണ്ടായി. യുദ്ധാവശ്യങ്ങൾ നിറവേറ്റാനായി അവധിയില്ലാതെ രാപ്പകൽപണിയെടുത്തിരുന്ന മില്ലുകളിലും ഫാക്ടറികളിലും യുദ്ധം കഴിഞ്ഞതോടുകൂടി ഉല്പാദനം കുറഞ്ഞു. ലക്ഷക്കണക്കിന് തൊഴിലാളികൾക്ക് പണി നഷ്ടപ്പെട്ടു. തൊഴിലില്ലായ്മ പെരുകി. സാധനങ്ങളുടെ വില കുതിച്ചുകയറി. ഭക്ഷണക്ഷാമം പരിഹരിക്കാൻ കഴിഞ്ഞില്ല. ഇതോടെ തൊഴിലാളികളും, കർഷകരും, നാട്ടുരാജ്യപ്രജകളും പ്രക്ഷോഭവുമായി രംഗത്തിറങ്ങി. ഈ ജനകീയ മുന്നേറ്റത്തിൽ പാർട്ടി ഒരു പ്രധാന പങ്കുവഹിച്ചു. 1946 ആഗസ്തിൽ *അന്ത്യപ്രഹരം (Final Assault)* എന്നൊരു പ്രമേയം പാർട്ടി അംഗീകരിച്ചു. പാർട്ടി കേന്ദ്രകമ്മിറ്റി തൊട്ടുമുമ്പ് നടപ്പാക്കിക്കൊണ്ടിരുന്ന നയത്തിൽ തിരുത്തൽ വരുത്തിക്കൊണ്ടുള്ളതായിരുന്നു ആ പ്രമേയം. അതോടെ ബഹുജന സമരങ്ങളുടെ നേതൃത്വത്തിന്റെ മുന്നിൽ പാർട്ടി എത്തി.[1]

ഐ എൻ എ തടവുകാരെ മോചിപ്പിക്കാനുള്ള പ്രക്ഷോഭം(1945–46), റോയൽ ഇന്ത്യൻ നേവിയിലെ കലാപം (1946 ഫെബ്രുവരി), റോയൽ എയർ ഫോഴ്സിലെ കലാപം എന്നിവയ്ക്കെല്ലാം പാർട്ടി പിന്തുണ നല്കി.

നിരവധി നാട്ടുരാജ്യങ്ങളിൽ സ്വാതന്ത്ര്യത്തിനുംവേണ്ടിയുള്ള

പ്രക്ഷോഭണങ്ങളിൽ ഇക്കാലത്ത് പാർട്ടി ശ്രദ്ധേയമായ പങ്കുവഹിച്ചു. ഇതിനിടയിൽ 1946 ൽ നടന്ന പൊതുതിരഞ്ഞെടുപ്പിൽ ഓരോ സംസ്ഥാനത്തും കുറെ സ്ഥാനാർത്ഥികളെ നിർത്തി മത്സരിക്കാൻ പാർട്ടിക്ക് കഴിഞ്ഞു. വളരെ ചുരുക്കം സ്ഥാനാർത്ഥികളെ വിജയിച്ചുള്ളൂവെങ്കിലും അവഗണിക്കാൻ വയ്യാത്ത ഒരു രാഷ്ട്രീയ ശക്തിയാണ് കമ്യൂണിസ്റ്റ് പാർട്ടിയെന്ന് വ്യക്തമായി.

കൂലിക്കുറവിനും പിരിച്ചുവിടലിനുമെതിരായി 1945 മുതൽതന്നെ വ്യവസായ കേന്ദ്രങ്ങളിൽ പണിമുടക്കുകൾ ആരംഭിച്ചു. 1945 ൽ നടന്ന 855 പണിമുടക്കുകളിലായി ഏഴരലക്ഷം തൊഴിലാളികൾ പങ്കെടുത്തതായാണ് കണക്ക്. അടുത്തവർഷം പണിമുടക്കുകളുടെ എണ്ണം വർദ്ധിച്ചു. കൽക്കത്തയിലെ ട്രാംവെ തൊഴിലാളികൾ, തുറമുഖ തൊഴിലാളികൾ, മുനിസിപ്പൽ തൊഴിലാളികൾ, കേന്ദ്രഗവൺമെന്റ് ജീവനക്കാർ, ചണമിൽ തൊഴിലാളികൾ, ധാൻബാദ്, ഝാരിയ മേഖലയിലെ കൽക്കരിഖനി തൊഴിലാളികൾ, ബോംബെ, കൽക്കത്ത, നാഗ്പൂർ, കാൺപൂർ, കോയമ്പത്തൂർ എന്നിവിടങ്ങളിലെ ടെക്സ്റ്റയിൽ തൊഴിലാളികൾ, കർണ്ണാടകത്തിലെ കോളാർ സ്വർണ്ണഖനി തൊഴിലാളികൾ, അഖിലേന്ത്യാ പോസ്റ്റൽ ആന്റ് ടെലഗ്രാഫ് ജീവനക്കാർ (1946 ജൂലൈ), ഗോൾഡൻ റോക്കിലെ തെന്നിന്ത്യാ റെയിൽവേ വർക്ക്ഷോപ്പിലെ തൊഴിലാളികൾ (1946 ജൂലൈ -ആഗസ്ത്), സൗത്ത് ഇന്ത്യൻ റെയിൽവേ തൊഴിലാളികൾ(1946 ആഗസ്ത്-സെപ്തംബർ), വടക്ക്-പടിഞ്ഞാറൻ റെയിൽവേ തൊഴിലാളികൾ, മലബാറിലെയും തെക്കൻ കർണ്ണാടകത്തിലെയും ബീഡി-ചുരുട്ട് തൊഴിലാളികൾ (1946 ഒക്ടോബർ) പാപ്പിനിശ്ശേരിയിലെ ആറോൺ മിൽ തൊഴിലാളികൾ (1946 ഫെബ്രുവരി-ജൂൺ) മുതലായവരെല്ലാം സമരരംഗത്തിറങ്ങി. പ്രധാനമായും കമ്യൂണിസ്റ്റ് പാർട്ടിയായിരുന്നു ഈ സമരങ്ങൾക്കെല്ലാം നേതൃത്വം കൊടുത്തത്.

ഈ ഘട്ടത്തിൽ ഒട്ടേറെ കർഷക കലാപങ്ങൾക്കും പാർട്ടി നേതൃത്വം നല്കി. തെലങ്കാന സമരം(1946-51), ബംഗാളിലെ തേഭാഗസമരം(1946 സെപ്തംബർ-1947 മാർച്ച്), ത്രിപുരയിലെ ഗിരിവർഗ്ഗക്കാരുടെ സമരം, അസാമിലെ സുർമാവാലി കർഷക സമരം മുതലായവ അതിൽ എടുത്തുപറയത്തക്ക സമരങ്ങളാണ്. അക്കാലത്ത് മറ്റനേകം സമരങ്ങളും നടന്നു. ഒഴിപ്പിക്കലിനും പാട്ടം വർദ്ധിപ്പിക്കലിനും എതിരെ, വെള്ളക്കരം കൂട്ടുന്നതിനെതിരെ, ബീഹാറിലും കേരളത്തിലുമെല്ലാം സമരങ്ങൾ നടന്നു. ജന്മിത്തത്തിനെതിരായും അടിച്ചമർത്തലിനും ഏകാധിപത്യത്തിനുമെതിരെയും സമരങ്ങൾ നടന്നു. കേരളത്തിൽ നടന്ന കർഷകസമരങ്ങളിലധികവും ഇതിനു വേണ്ടിയായിരുന്നു.

ഈ സമരങ്ങൾ നയിച്ചതിന്റെ ഫലമായി അതിനിഷ്ഠൂരമായ അടിച്ചമർത്തലുകളെ പാർട്ടിക്ക് നേരിടേണ്ടിവന്നു. ആയിരക്കണക്കിനുപേർക്ക് ഭീകരമർദ്ദനമേറ്റു. ആയിരങ്ങൾ അറസ്റ്റ് ചെയ്യപ്പെട്ടു ജയിലിലായി. നൂറുകണക്കിനുപേർ രക്തസാക്ഷികളായി. എന്നാൽ പാർട്ടി അവയൊക്കെ

ധൈര്യപൂർവ്വം നേരിട്ടു.

ഒന്നിനുപിറകെ ഒന്നായി സമരങ്ങൾ അലയടിച്ചുയർന്നപ്പോൾ ഇനി പഴയതുപോലെ ഭരിക്കാൻ ബുദ്ധിമുട്ടാണെന്ന് ബ്രിട്ടീഷുകാർ മനസ്സിലാക്കി. കമ്യൂണിസ്റ്റ് പാർട്ടിയുടെ നേതൃത്വത്തിലുള്ള പ്രക്ഷോഭങ്ങൾ ഒരു ദേശീയ കലാപമായി വളർന്നേക്കുമോ എന്ന് ബ്രിട്ടീഷുകാരും ഇന്ത്യയിലെ ദേശീയ നേതൃത്വവും ഒരുപോലെ ഭയപ്പെട്ടു. ഈ പശ്ചാത്തലത്തിലാണ് 1947 ആഗസ്ത് 15 ന് ഇന്ത്യക്ക് സ്വാതന്ത്ര്യം ലഭിച്ചത്. സ്വാതന്ത്ര്യം ലഭിച്ചപ്പോൾ സാമ്രാജ്യവിരുദ്ധ സമരത്തിന്റെ വിജയമാഘോഷിക്കാൻ ജനങ്ങളോടൊപ്പം ഇന്ത്യൻ കമ്യൂണിസ്റ്റ് പാർട്ടിയും പങ്കുചേർന്നു. എന്നാൽ അധികം കഴിയുന്നതിനുമുമ്പ് അധികാര കൈമാറ്റത്തിന്റെ സ്വഭാവവും പ്രാധാന്യവും വിലയിരുത്തുന്നതിൽ പാർട്ടിക്കകത്ത് അഭിപ്രായവ്യത്യാസം ഉയർന്നുവന്നു.[2]

1942–1947 കാലത്തെ കേന്ദ്രകമ്മിറ്റിയിലെ ആഭ്യന്തര സ്ഥിതിയെക്കുറിച്ച് ഇ എം എസ് എഴുതി:

> .... ജനകീയയുദ്ധനയത്തിന്റെ പ്രചോദകനും പ്രചാരകനും ജനറൽ സെക്രട്ടറിയും ജോഷിയായിരുന്നു. യുദ്ധാരംഭത്തിൽ അതേ നയം പിന്തുടർന്നുവന്ന രണദിവെ യുദ്ധാന്ത്യത്തോടെ അതിൽ നിന്നുമാറി. യഥാർത്ഥത്തിൽ പിന്നീടുവന്ന നയത്തിന്റെ–യുദ്ധാനന്തര കാലഘട്ടത്തിലെ ബഹുജന മുന്നേറ്റത്തിന്റെ–ശില്പിതന്നെ അദ്ദേഹമായിരുന്നു. നയമാറ്റം കുറിക്കുന്ന 1946 ലെ കേന്ദ്ര കമ്മിറ്റി പ്രമേയം അദ്ദേഹമാണ് അവതരിപ്പിച്ചത്. ഈ നയത്തിന്റെ അടിസ്ഥാനത്തിൽ പൊട്ടിപ്പുറപ്പെട്ട ബഹുജനസമരങ്ങളെയെല്ലാം മയപ്പെടുത്താനാണ് ജോഷി ശ്രമിച്ചത്. പി ബിക്കകത്തെ ഈ പ്രതിസന്ധിയാണ് 1948 ൽ കൽക്കത്തയിൽ ചേർന്ന രണ്ടാം പാർട്ടി കോൺഗ്രസിൽവെച്ച് മൗലികമായ തെറ്റുതിരുത്തലിലേക്ക് നയിച്ചത്.[3]

സൂചിക

1. Harkishan Singh Surjeet, *An Outline History of the Communist Movement in India, National Book Centre* (New Delhi- September 1993), പു:47.
2. *കമ്യൂണിസ്റ്റ് പ്രസ്ഥാനം ബംഗാൾ മുതൽ കേരളം വരെ*, പു:17
3. *ഒരു ഇന്ത്യൻ കമ്യൂണിസ്റ്റിന്റെ ഓർമ്മക്കുറിപ്പുകൾ*, പു:113

6

1948 ലെ രണ്ടാംപാർട്ടി കോൺഗ്രസിലെ തർക്കങ്ങൾ

കമ്യൂണിസ്റ്റ് പാർട്ടിയാകെ ഉശിരൻ സമരങ്ങളുടെ നടുവിലായിരുന്നപ്പോഴാണ് 1947 ജൂൺ 3 ന് അധികാര കൈമാറ്റത്തെപ്പറ്റിയുള്ള മൗണ്ട്ബാറ്റൺ പദ്ധതി പുറത്തുവന്നത്. അന്നത്തെ സ്ഥിതിയിൽ ഈ പദ്ധതി സ്വീകരിക്കേണ്ടതാണെന്നും പരീക്ഷിച്ചു നോക്കേണ്ടതാണെന്നും പറഞ്ഞുകൊണ്ട് പാർട്ടി മൗണ്ട്ബാറ്റൺ അവാർഡിനെ സ്വാഗതം ചെയ്തു. 1947 ജൂൺ മാസത്തിൽ തന്നെ പാർട്ടിയുടെ കേന്ദ്ര കമ്മിറ്റി കൂടി ഇതുസംബന്ധിച്ച് ഒരു പ്രമേയം അംഗീകരിക്കുകയുണ്ടായി. പ്രമേയത്തിന്റെ സാരാംശം ഇതായിരുന്നു:

> പഴയ രീതിയിൽ ഇന്ത്യയിൽ കോളനി വാഴ്ച തുടരുക സാദ്ധ്യമല്ലെന്ന് അനുഭവം കൊണ്ടറിഞ്ഞ ബ്രിട്ടീഷ് സാമ്രാജ്യത്വം അധികാരം ഇന്ത്യക്കാർക്ക് കൈമാറാൻ നിർബ്ബന്ധിക്കപ്പെട്ടിരിക്കുകയാണ്. ഇന്ത്യയിലെ പൊതുജനശക്തിയുടെയും ദേശീയ പ്രസ്ഥാനത്തിന്റെയും വലിയ വിജയമാണിത്. പുതുതായി രൂപംകൊള്ളുന്ന ഗവൺമെന്റും ജനപ്രതിനിധി സഭയും ദേശീയ പുരോഗതിക്കും ജനാധിപത്യവികാസത്തിനും വേണ്ടി ഉപയോഗപ്പെടുത്താവുന്ന സമരതന്ത്ര പ്രാധാന്യമുള്ള ആയുധങ്ങളാണ്. സാമ്രാജ്യത്വശക്തികളുടെയും ഇന്ത്യയിലെ സ്ഥാപിതങ്ങളുടെയും കുത്തിത്തിരുപ്പുകൾക്കും ഗൂഢതന്ത്രങ്ങൾക്കുമെതിരായി കരുതലോടും ജാഗരൂഗതയോടുംകൂടി ഇന്ത്യയിലെ പുരോഗമന ശക്തികൾ അവ ഉപയോഗപ്പെടുത്തണം.[1]

അതായത് ദേശീയ സ്വാതന്ത്ര്യം ഒരു യാഥാർത്ഥ്യമായിത്തീർന്ന സാഹചര്യത്തിൽ അത് ഉപയോഗിച്ച് ജനങ്ങളുടെ ആവശ്യങ്ങൾ നേടി

യെടുക്കാൻ കഴിയുന്നത്ര ശ്രമിക്കണമെന്നായിരുന്നു കമ്മിറ്റി അംഗീകരിച്ച പ്രമേയത്തിന്റെ അർത്ഥം. സ്വാതന്ത്ര്യലബ്ധിയെത്തുടർന്നുണ്ടായ പുതിയ രാഷ്ട്രീയ സംവിധാനം "ജനങ്ങളുടെ കൈയിലുള്ള ആയുധ" മാണെന്ന് കേന്ദ്ര കമ്മിറ്റി വിശേഷിപ്പിച്ചു. സ്ഥിതിഗതികളെപ്പറ്റിയുള്ള ഈ വിലയിരുത്തലിൽനിന്ന് പ്രായോഗിക പ്രവർത്തനത്തെ അടിസ്ഥാനമാക്കി അന്നത്തെ പാർട്ടി നേതൃത്വം "ഗാന്ധി മുതൽ കമ്യൂണിസ്റ്റുകാർ വരെ എല്ലാവരും യോജിക്കുക" എന്ന മുദ്രാവാക്യം ഉയർത്തി. ഇതിനെതിരെ ശക്തമായ വിമർശനം ഉയർന്നുവന്നു. അന്നത്തെ സാർവ്വദേശീയ സ്ഥിതിഗതികളും ഈ വിമർശനം ഉയർന്നുവരാൻ സഹായിച്ചു.

1945 ൽ രണ്ടാംലോക മഹായുദ്ധം അവസാനിച്ചതിനെത്തുടർന്ന് അമേരിക്കൻ നേതൃത്വത്തിൽ അഴിച്ചുവിട്ട 'ശീതസമര'(Cold War)ത്തെ നേരിടുന്നതിന് സോവിയറ്റ് യൂണിയന്റെ നേതൃത്വത്തിലുള്ള സോഷ്യലിസ്റ്റ് രാഷ്ട്രങ്ങൾ കർക്കശമായ നിലപാട് എടുത്തു. ഇതിനോട് എതിർപ്പുള്ള ഒരു വിഭാഗം ലോകകമ്യൂണിസ്റ്റ് നേതൃത്വത്തിനകത്തുതന്നെയുണ്ടായിരുന്നു.

ഫാസിസ്റ്റ് വിരുദ്ധ യുദ്ധത്തിൽ സോഷ്യലിസത്തിന് നേടാൻ കഴിഞ്ഞ ഉജ്ജ്വല വിജയത്തിന്റെ സാഹചര്യത്തിൽ രണ്ടാം ലോകമഹായുദ്ധ കാലത്ത് നിലനിന്നിരുന്ന ഐക്യം നിലനിർത്തണമെന്നും അതിന് പറ്റിയ അയവേറിയ അടവുകൾ അംഗീകരിക്കണമെന്നും ലോക കമ്യൂണിസ്റ്റ് പ്രസ്ഥാനത്തിൽ ഒരു വിഭാഗം വാദിച്ചു. ആ അടിസ്ഥാനത്തിലാണ് അമേരിക്കൻ ഐക്യനാടുകളിലെ കമ്യൂണിസ്റ്റ് പാർട്ടി പിരിച്ചുവിടാൻ ആ പാർട്ടിയുടെ ഏറ്റവും ഉന്നത നേതാവായ ഏൾ ബ്രൗഡർ തീരുമാനിച്ചത്.

ഈ തെറ്റ് തിരുത്താനോ അമേരിക്കയിലെ പാർട്ടിയെ പുനഃസംഘടിപ്പിക്കാനോ കമ്യൂണിസ്റ്റ് ഇന്റർനാഷണൽ പിരിച്ചുവിട്ടു കഴിഞ്ഞിരുന്നതിനാൽ എളുപ്പമായിരുന്നില്ല. ഫ്രഞ്ച് കമ്യൂണിസ്റ്റ് പാർട്ടി പരസ്യമായി ഇടപെട്ടതിനെത്തുടർന്നാണ് അമേരിക്കൻ കമ്യൂണിസ്റ്റുകാർക്ക് റിവിഷനിസത്തിന്റെ ആശാനായിരുന്ന ഏൾ ബ്രൗഡറെ സ്ഥാനഭ്രഷ്ടനാക്കി പാർട്ടി പുനഃസംഘടിപ്പിക്കാൻ കഴിഞ്ഞത്.

ചില സോഷ്യലിസ്റ്റ് രാജ്യങ്ങളിലടക്കം ലോകകമ്യൂണിസ്റ്റ് പ്രസ്ഥാനങ്ങളിലാകെ ഇതുപോലുള്ള വലതുപക്ഷ അവസരവാദ പ്രവണത പ്രത്യക്ഷപ്പെട്ടു. അത്യാപല്ക്കരമായ ഈ സ്ഥിതിവിശേഷം നേരിടുന്നതിനുവേണ്ടി നടപടികൾ എടുക്കാൻ ബന്ധപ്പെട്ടവർ നിർബ്ബന്ധിതമായി ത്തീർന്നു.

സോവിയറ്റ് യൂണിയനിലേതുൾപ്പെടെയുള്ള ഒമ്പത് കമ്യൂണിസ്റ്റ് പാർട്ടികളുടെ ഒരു സംയുക്തസമ്മേളനം ചേർന്ന് റിവിഷനിസത്തിനെതിരായ ആശയപോരാട്ടം തുറന്നുവിട്ടു. ആ പോരാട്ടം മുന്നോട്ടുകൊണ്ടുപോകുന്നതിനുവേണ്ടിയാണ് 1947 ൽ കമ്യൂണിസ്റ്റ് ഇൻഫർമേഷൻ ബ്യൂറോ (Communist Information Bureau) അഥവാ കോമിൻ ഫോം *(Cominform)* എന്ന സംഘടനയും അതിന്റെ വകയായി *ഫോർ എ ലാസ്റ്റിങ് പീസ്,*

ഫോർ എ പീപ്പിൾസ് ഡെമോക്രസി (For A Lasting peace, For A people's Democray) എന്ന പേരിൽ ഒരു സാർവ്വദേശീയ പത്രവും ആരം ഭിച്ചത്.[2]

സോവിയറ്റ് കമ്യൂണിസ്റ്റ് പാർട്ടിയുടെ ഉന്നതനേതാക്കളിൽ ഒരാളാ യിരുന്ന ഷഡ്നോവായിരുന്നു ഈ സംഘടനയ്ക്ക് രൂപം നല്കുന്ന സമ്മേ ളനത്തിൽ സജീവ നേതൃത്വം വഹിച്ചത്.

ഓരോ രാജ്യത്തെയും സ്ഥിതിഗതികൾ, കമ്യൂണിസ്റ്റ് പാർട്ടികൾ നേരിടുന്ന പ്രശ്നങ്ങൾ, അവയ്ക്ക് പരിഹാരം കാണുന്നതിനുവേണ്ടി എടു ക്കുന്ന നടപടികൾ എന്നിവയെ സംബന്ധിച്ച വസ്തുതകൾ അന്യോന്യം കൈമാറാനുള്ള ഒരു വേദി മാത്രമായിരുന്നു കമ്യൂണിസ്റ്റ് ഇൻഫർമേഷൻ ബ്യൂറോ. എന്നാൽ കമ്യൂണിസ്റ്റ് ഇന്റർനാഷണലിനെപ്പോലെ ഇതിന് അംഗ സംഘടനകളോ അവയുടെ മേൽ ഒരു നിയന്ത്രണാധികാരമോ ഇല്ല. കൂടാതെ സോഷ്യലിസ്റ്റും അല്ലാത്തതുമായ യൂറോപ്യൻ പാർട്ടികൾ മാത്ര മായിരുന്നു ഇതിലെ അംഗങ്ങളെന്നതിനാൽ ഇന്റർനാഷണലിനെപ്പോലെ ഈ സംഘടയ്ക്ക് സാർവ്വദേശീയ സ്വഭാവം ഉണ്ടായിരുന്നില്ല. എങ്കിലും സോഷ്യലിസ്റ്റ് വിപ്ലവം നടത്തിയ കുറെ രാജ്യങ്ങളിലെ കമ്യൂണിസ്റ്റ് പാർട്ടി കളും ഫാസിസ്റ്റ് ഭരണത്തിനെതിരെ ചെറുത്തുനില്പ് സംഘടിപ്പിച്ച് പാര മ്പര്യമുള്ള ഇറ്റലിയിലെയും ഫ്രാൻസിലെയും പാർട്ടികളും അടങ്ങിയ ഈ സംഘടനയ്ക്ക് ലോകകമ്യൂണിസ്റ്റ് പ്രസ്ഥാനത്തിൽ ഒരു തരത്തിൽ നേതൃത്വപരമായ പങ്കുവഹിക്കാൻ കഴിഞ്ഞു.

1947 സെപ്തംബറിൽ നടന്ന കമ്യൂണിസ്റ്റ് വർക്കേഴ്സ് പാർട്ടികളുടെ സമ്മേളനത്തിൽ എ എ ഷഡ്നോവ് ഒരു റിപ്പോർട്ട് സമർപ്പിക്കുകയു ണ്ടായി.(1947 നവംബർ 10-ാം തീയതിയിലെ *കോമിൻഫോം* മുഖപത്ര ത്തിൽ ഈ റിപ്പോർട്ട് പ്രസിദ്ധീകരിച്ചിട്ടുണ്ട്.) ഈ റിപ്പോർട്ടിന്റെ(തീസി സിന്റെ) അടിസ്ഥാനത്തിലാണ് കോമിൻഫോം എന്ന സംഘടന രൂപം കൊണ്ടത്.

കോമിൻഫോമിന്റെ രൂപീകരണ സമ്മേളനത്തിൽ ഷഡ്നോവ് അവ തരിപ്പിച്ച റിപ്പോർട്ടാണ് ചർച്ചയ്ക്ക് തുടക്കം കുറിച്ചത്. രണ്ടാംലോക മഹാ യുദ്ധം അവസാനിച്ചതോടുകൂടി ലോകമുതലാളിത്തത്തിന് നേരിട്ട കനത്ത പ്രത്യാഘാതത്തിൽനിന്ന് കരകയറുന്നതിനുവേണ്ടി അതിന്റെ നേതാക്കൾ നടത്തുന്ന പ്രത്യാക്രമണം വേണ്ട ഗൗരവബോധത്തോടെ പല സഖാ ക്കളും കാണുന്നില്ലെന്ന വിമർശനം ഷഡ്നോവ് അവതരിപ്പിച്ച റിപ്പോർട്ടിലും അതിനെത്തുടർന്ന് നടന്ന ചർച്ചയിലും ഉൾക്കൊണ്ടിരുന്നു. ശത്രുവിന്റെ പ്രത്യാക്രമണശക്തി കുറച്ചുകണ്ട് വിപ്ലവ പ്രസ്ഥാനത്തിനാ വശ്യമായ ജാഗ്രതാബോധനം ഇല്ലാതാക്കുന്ന ഈ സമീപനത്തെ റിവി ഷനിസ്റ്റായി വിശേഷിപ്പിച്ചു.

ഈ സാർവ്വദേശീയ വിമർശന-സ്വയംവിമർശന പ്രക്രിയ ഇന്ത്യൻ കമ്യൂണിസ്റ്റ് പാർട്ടിയിൽ പതുക്കെ പതുക്കെയായി തുടങ്ങിയിരുന്ന സ്വയം വിമർശനത്തിന് ശക്തി വർദ്ധിപ്പിച്ചു.

അധികാരക്കൈമാറ്റം സംബന്ധിച്ച് പാർട്ടിയുടെ ജൂൺ സി സി യോഗം (1947) കൈക്കൊണ്ടനിലപാട് തെറ്റാണ്, മിതവാദപരമാണ്, അടിയന്തരമായി തിരുത്തേണ്ടതാണ് എന്നൊരുവാദഗതി പാർട്ടിക്കുള്ളിൽ ശക്തിയായി രൂപംകൊണ്ടു. രാജ്യത്തിലെ ഭരണപരവും രാഷ്ട്രീയവുമായ ഘടനയിൽ വന്നമാറ്റത്തിന്റെ നേരെയുള്ള സമഗ്രമായ സമീപനത്തിനെതിരായി ബി ടി രണദിവെയുടെ നേതൃത്വത്തിലുള്ള ഒരു വിഭാഗത്തിൽനിന്നും നിശിതമായവിമർശനങ്ങൾ തന്നെ ഉയർന്നുവരികയുണ്ടായി. പി സി ജോഷിയുടെ നേതൃത്വത്തിലുള്ള കേന്ദ്രനേതൃത്വം ജൂൺ സി സിയുടെ രാഷ്ട്രീയനയം നടപ്പിലാക്കാൻ തുടങ്ങിയതോടെ ആ നയത്തിനെതിരായ എതിർപ്പിന് കൂടുതൽ കൂടുതൽ ശക്തിലഭിച്ചു. ഇന്ത്യൻ ജനതയുടെ വളർന്നുവരുന്ന വിപ്ലവമനോഭാവത്തെ തടഞ്ഞുനിർത്തുന്നതിനുവേണ്ടി ബ്രിട്ടീഷ് സാമ്രാജ്യത്വം അവലംബിച്ച സമർത്ഥമായ കരുനീക്കമായി അധികാരക്കൈമാറ്റത്തെ 1947 ഡിസംബറിൽ കേന്ദ്ര കമ്മിറ്റി അംഗീകരിച്ച രേഖ വിശേഷിപ്പിച്ചു. സ്വാതന്ത്ര്യലബ്ധിക്കുശേഷമുള്ള വർഷങ്ങളിൽ പൊട്ടിപ്പുറപ്പെട്ട സാമുദായിക ലഹളകളുടെയും മഹാത്മാഗാന്ധിയുടെ കൊലപാതകത്തിന്റെയും നേരെ പാർട്ടി നേതൃത്വം അംഗീകരിച്ച നിലപാട്– 'കോൺഗ്രസുകാർ മുതൽ കമ്യൂണിസ്റ്റുകാർവരെയുള്ള എല്ലാ പുരോഗമനവാദികളും അടങ്ങിയ ഐക്യമുന്നണി കെട്ടിപ്പടുക്കണമെന്ന മുദ്രാവാക്യം'– നിലവിലുള്ള അഭിപ്രായവ്യത്യാസങ്ങൾക്ക് മൂർച്ചകൂട്ടി. കിട്ടിയ സ്വാതന്ത്ര്യം യാഥാർത്ഥ്യമല്ല, ഔപചാരികമായി ഭരണം വിട്ടൊഴിഞ്ഞ ബ്രിട്ടീഷ് സാമ്രാജ്യവാദികൾ ഇന്ത്യയിലെ ഫ്യൂഡൽപ്രഭുക്കളുടെയും മുതലാളിമാരുടെയും സഹായസഹകരണങ്ങളോടെ പരോക്ഷമായി ഭരണത്തിൽ തുടരുകയാണ് എന്ന് രണദിവെയുടെ നേതൃത്വത്തിലുള്ള വിഭാഗം വിലയിരുത്തി.

മേൽപ്പറഞ്ഞ രണ്ടു ചിന്താഗതികൾ തമ്മിൽ ഏതാനും ആഴ്ചക്കാലം നടന്ന ആശയസമരത്തിന്റെ തുടർച്ചയായാണ് 1948 ഫെബ്രുവരി 28 മുതൽ മാർച്ച് 6 വരെ രണ്ടാം പാർട്ടി കോൺഗ്രസ് കൽക്കത്തയിൽ ചേർന്നത്. കോൺഗ്രസിൽ രണ്ടു തീസിസുകൾ–രാഷ്ട്രീയ തീസിസും (Political Thesis), പരിഷ്കരണവാദികളുടെ വ്യതിയാനം സംബന്ധിച്ച റിപ്പോർട്ടും (Report on the Reformist Deviation)–ചർച്ചയ്ക്ക് വന്നു.

രാഷ്ട്രീയ തീസിസ് സാർവ്വദേശീയ ദേശീയസ്ഥിതികൾ വിലയിരുത്തുകയും അതിന്റെ അടിസ്ഥാനത്തിൽ കടമകൾ എന്തെന്ന് എണ്ണിപ്പറയുകയും ചെയ്തുകൊണ്ടുള്ളതായിരുന്നു. *ജനകീയയുദ്ധകാലഘട്ടം* മുതൽ പാർട്ടി നേതൃത്വത്തെ ബാധിച്ച ആശയപരവും രാഷ്ട്രീയവും സംഘടനാപരവുമായ തെറ്റുകൾ സ്വയം വിമർശനപരമായി അവലോകനം ചെയ്തുകൊണ്ടുള്ള രേഖയായിരുന്നു *പരിഷ്കരണവാദികളുടെ വ്യതിയാനം സംബന്ധിച്ച റിപ്പോർട്ട്.* 1942 ൽ ജനകീയ യുദ്ധമെന്ന നയസമീപനം അംഗീകരിച്ചതുമുതൽ നടപ്പിലാക്കിയ സമീപനങ്ങൾ തികഞ്ഞ വലതുപക്ഷ റിവിഷനിസത്തിന്റേതാണെന്ന രൂക്ഷവിമർശനം ആ രേഖ

യിലുണ്ടായിരുന്നു. ക്വിറ്റ് ഇന്ത്യാസമരം, പാകിസ്ഥാൻ പ്രശ്നം, യുദ്ധകാല പരിതഃസ്ഥിതിയിൽ ബഹുജനപ്രക്ഷോഭങ്ങളും സമരങ്ങളും നടത്തേണ്ട രീതി എന്നീ കാര്യങ്ങളിലെല്ലാം തൊഴിലാളിവർഗ്ഗ വിപ്ലവകാരികളുടേതിനേക്കാൾ റിവിഷനിസ്റ്റുകാരുടേതായ കാഴ്ചപ്പാടാണ് പാർട്ടി നേതൃത്വം അംഗീകരിച്ചത്. ദീർഘമായ ചർച്ചയെത്തുടർന്ന് അവ രണ്ടും പാർട്ടി കോൺഗ്രസ് അംഗീകരിച്ചു. പല സഖാക്കൾക്കും ഇവ രണ്ടിനെ സംബന്ധിച്ചും സംശയങ്ങൾ ഉണ്ടായിരുന്നെങ്കിലും പരസ്യമായി അതിനെ വെല്ലുവിളിക്കാൻ ആരും തയ്യാറായില്ല. അതിനാൽ ഏകകണ്ഠമായാണ് പാർട്ടി കോൺഗ്രസ് രണ്ടു രേഖകളും പാസാക്കിയത്.

അതായത് 1947 ആഗസ്ത് 15 ന് ലഭിച്ച സ്വാതന്ത്ര്യം വഞ്ചനാപരമായ ഒന്നാണെന്ന നിഗമനത്തിൽ പാർട്ടി കോൺഗ്രസ് ചെന്നെത്തി. ഇന്ത്യയിൽ വളർന്നുവരുന്ന ബഹുജന പ്രസ്ഥാനത്തെ തകർക്കാൻ ബ്രിട്ടീഷ് സാമ്രാജ്യവാദികളും ഇന്ത്യയിലെ ബൂർഷ്വാ–ഫ്യൂഡൽ വർഗ്ഗങ്ങളും തമ്മിലുണ്ടാക്കിയ ഒരു കരാറാണ് ആഗസ്ത് 15 ന് കിട്ടിയ സ്വാതന്ത്ര്യമെന്ന് കോൺഗ്രസ് വിലയിരുത്തി. മുമ്പ് ബ്രിട്ടീഷ് ഭരണാധികാരികൾക്കും നാട്ടുരാജാക്കന്മാരെപ്പോലുള്ള അവരുടെ പാദസേവകർക്കും എതിരായിട്ടെന്ന പോലെ പുതിയ ഭരണാധികാരികൾക്കുമെതിരായി ഐതിഹാസികമായി തെലങ്കാന–പുന്നപ്ര–വയലാർ മാതൃകയിൽ വിപ്ലവസമരം തുടർന്നു നടത്താൻ കൽക്കത്താ കോൺഗ്രസ് ആഹ്വാനം ചെയ്തു. തെലങ്കാന മാർഗ്ഗം നമ്മുടെ മാർഗ്ഗം എന്ന മുദ്രാവാക്യം രണ്ടാം കോൺഗ്രസ് നടന്ന ഹാളിൽ പ്രതിധ്വനിച്ചു.

ഇനിയങ്ങോട്ട് പാർട്ടിയുടെ ശ്രമം തെലങ്കാനയുടെ പാഠം ഉൾക്കൊള്ളുക മാത്രമല്ല, രാജ്യത്തിന്റെ മറ്റുഭാഗങ്ങളിൽ അത് ആവർത്തിക്കുക കൂടിയാണെന്ന് പാർട്ടി കോൺഗ്രസ് വ്യക്തമാക്കി. രാജ്യത്തെല്ലായിടത്തും തെലങ്കാന മാതൃകയിൽ വിപ്ലവം സംഘടിപ്പിച്ച് നെഹ്റു ഗവൺമെന്റിനെ സ്ഥാനഭ്രഷ്ടമാക്കുകയാണ് പാർട്ടിയുടെ ലക്ഷ്യം.

പാർട്ടിയുടെ ഈ മുദ്രാവാക്യത്തിന്റെ താത്ത്വിക രാഷ്ട്രീയ മുൻഗണന സംഘടനാരൂപത്തിലും പ്രതിഫലിക്കുകയുണ്ടായി. പുതിയ കേന്ദ്ര കമ്മിറ്റിയിൽ അംഗങ്ങളാകേണ്ടവരുടെ പേരുകൾ നിലവിലുള്ള കേന്ദ്ര കമ്മിറ്റി തയ്യാറാക്കിയപ്പോൾ അതിൽ ന്യൂനപക്ഷത്തിന് പ്രാതിനിധ്യമുണ്ടായിരുന്നു. ന്യൂനപക്ഷത്തിന്റെ ഏറ്റവും ഉറച്ച പ്രതിനിധിയെന്ന് പറയുന്ന അന്നത്തെ ജനറൽ സെക്രട്ടറി പി സി ജോഷിയുടെ പേരും പാനലിൽ വെച്ചിരുന്നു. എന്നാൽ 31 പേരടങ്ങുന്ന പുതിയ കേന്ദ്ര കമ്മിറ്റിയുടെ പാനൽ അവതരിപ്പിച്ച് അതിൽ അംഗങ്ങളായവരുടെ കഴിവുകളും കുറവുകളും ചർച്ചചെയ്യാൻ തുടങ്ങിയപ്പോൾ പാനൽ തയ്യാറാക്കിയ പഴയ കേന്ദ്ര കമ്മിറ്റിയിലെ ചില അംഗങ്ങൾ അടക്കം പലരും പി സി ജോഷിയുടെ പേർ പാനലിൽനിന്ന് നീക്കണമെന്ന് ശക്തിയായി ആവശ്യപ്പെട്ടു. പുതിയതായി ആറുപേരുടെ നിർദ്ദേശം ഉയർന്നുവന്നു. തികച്ചും പ്രക്ഷുബ്ധമായ അന്തരീക്ഷം സമ്മേളനഹാളിൽ ഉണ്ടായി. അവസാനം വോട്ടെടുപ്പ്

നടന്നപ്പോൾ ജോഷി ഒഴികെ പാനലിൽ ഉണ്ടായിരുന്ന മുഴുവൻപേരും തിരഞ്ഞെടുക്കപ്പെട്ടു.[3] ജോഷിയുടെ പരാജയത്തെ വിലയിരുത്തിക്കൊണ്ട് ഇ എം എസ് എഴുതി:

> ജോഷിയുടെ ദൗർബല്യങ്ങൾ കുറച്ചുകാണാതെ–അദ്ദേഹത്തെപ്പോലുള്ളവർ പുതിയ പൊളിറ്റ്ബ്യൂറോവിൽ വരാൻ പാടില്ലെന്ന കാര്യത്തിൽ യോജിപ്പ് പ്രകടിപ്പിക്കുക തന്നെ ചെയ്തുകൊണ്ട്– കേന്ദ്ര കമ്മിറ്റിയിലേക്കുള്ള തിരഞ്ഞെടുപ്പിൽ അദ്ദേഹത്തെ തോല്പിച്ചത് ശരിയായില്ലെന്ന അഭിപ്രായം ഒരു വിഭാഗം പ്രകടിപ്പിച്ചു. രാഷ്ട്രീയനയം സംബന്ധിച്ച കാര്യങ്ങളിൽ തെറ്റുപറ്റിയവരെ തിരുത്തി നന്നാക്കുന്നതിനുപകരം അവരെ നശിപ്പിക്കുന്ന സമീപനമാണ് ഇതിലടങ്ങിയിട്ടുള്ളതെന്ന് അവർ കരുതി.[4]

പുതിയ പൊളിറ്റ്ബ്യൂറോയെക്കുറിച്ച് ഇ എം എസ് എഴുതി:

> ബംഗാളിലെ തേഭാഗ, ആന്ധ്രയിലെ തെലങ്കാന എന്നീസമരങ്ങൾക്ക് നേതൃത്വം നല്കുകയും അതിന്റെയെല്ലാം അനുഭവം ഉൾക്കൊണ്ട് പാർട്ടിയുടെ നയസമീപനം തിരുത്തുകയും ചെയ്ത സഖാക്കളാണ് പുതിയ പൊളിറ്റ്ബ്യൂറോവിലുള്ളത്. റിവിഷനിസ്റ്റ് സ്വാഭാവമുള്ള പഴയനേതൃത്വത്തിന്റെ അവശിഷ്ടങ്ങൾ തുടച്ചുനീക്കി പാർട്ടിസംഘടനയ്ക്കാകെ വിപ്ലവസ്വഭാവം നല്കാനുള്ള ചുമതലയാണ് പാർട്ടികോൺഗ്രസ് പുതിയ പൊളിറ്റ്ബ്യൂറോവിനെ ഏല്പിച്ചത്.[5]

സമ്മേളനം 31 അംഗങ്ങളടങ്ങിയ ഒരു കേന്ദ്രകമ്മിറ്റിയേയും അതിൽ നിന്ന് 9 പേർ ഉൾപ്പെട്ട ഒരു പൊളിറ്റ്ബ്യൂറോയേയും തിരഞ്ഞെടുത്തു. ബി ടി രണദിവെയെ ജനറൽ സെക്രട്ടറിയായും തിരഞ്ഞെടുത്തു.

പുതിയ കേന്ദ്രകമ്മിറ്റി പി സി ജോഷിക്കെതിരെ അച്ചടക്കനടപടി കൈക്കൊണ്ടു. രണ്ടാം കോൺഗ്രസ് വരെ പ്രവർത്തനത്തിലുണ്ടായിരുന്ന നയസമീപനം വിശ്വസ്തതയോടെ നടപ്പാക്കുന്നതിന് ഉത്തരവാദിത്വം വഹിച്ചവർക്കെതിരായി സംസ്ഥാനതലത്തിലും അച്ചടക്ക നടപടികൾ എടുക്കുകയുണ്ടായി.

സൂചിക

1. *സഖാവ് പി കൃഷ്ണപിള്ള ഒരു സമഗ്രജീവചരിത്ര പഠനം*, പു:975
2. *സോഷ്യലിസത്തിലേക്കുള്ള ഇന്ത്യൻ പാത*, പു:28–29.
3. ബാബു ജോൺ, പാർട്ടി *കോൺഗ്രസുകളുടെ ചരിത്രം*, ചിന്ത പബ്ലിഷേഴ്സ്, (തിരുവനന്തപുരം– ജനുവരി 2012), പു:34.
4. *പി കൃഷ്ണപിള്ള ഒരു സമഗ്ര ജീവചരിത്ര പഠനം* 977–78.
5. *കമ്യൂണിസ്റ്റ് പാർട്ടി കേരളത്തിൽ I*, പു:313.

7

റഷ്യൻപാതയോ ചൈനീസ്പാതയോ

തെലങ്കാനയിൽ പ്രയോഗിച്ച തന്ത്രവും അടവും ഇന്ത്യയിലാകെ വ്യാപിപ്പിക്കുകയെന്ന കാഴ്ചപ്പാടനുസരിച്ച് ഇന്ത്യയിലാകെ പ്രസ്ഥാനം സംഘടിപ്പിക്കുന്നതിനുള്ള സംരംഭത്തിൽ രണദിവെയുടെ നേതൃത്വത്തിലുള്ള പുതിയ കേന്ദ്ര നേതൃത്വം ഏർപ്പെട്ടു. പാർട്ടി പ്രവർത്തനത്തിന്റെ വിവിധ മേഖലകളിൽ ഓരോന്നിനെയും ഈ പുതിയ കാഴ്ചപ്പാടിനനുസരിച്ച് അവലോകനം ചെയ്യുക, തിരുത്തലുകൾ വേണ്ടിടത്ത് അത് നടത്തുക, തിരുത്തലിന്റെ ഭാഗമായി സംഘടനയിൽ മാറ്റംവരുത്തേണ്ടിടത്ത് അത് നടത്തുക തുടങ്ങിയ കാര്യങ്ങളിലാണ് അവർ ഏർപ്പെട്ടത്.

എന്നാൽ ഏതാനും മാസങ്ങൾക്കുള്ളിൽ തെലങ്കാനമാർഗ്ഗമനുസരിച്ച് വിപ്ലവപ്രവർത്തനം സംഘടിപ്പിക്കേണ്ടത് എങ്ങനെയെന്ന കാര്യത്തിൽ ശക്തമായ അഭിപ്രായവ്യത്യാസം ഉയർന്നുവന്നു. ഒരുവശത്ത് പാർട്ടിയുടെ കേന്ദ്രനേതൃത്വവും മറുവശത്ത് തെലങ്കാന സമരത്തിന് നേരിട്ട് നേതൃത്വം നല്കുന്ന ആന്ധ്രാ സംസ്ഥാന നേതൃത്വവും തമ്മിലാണ് ഏറ്റുമുട്ടലുകൾ നടന്നത്.

രണ്ടാം പാർട്ടി കോൺഗ്രസിൽ നടന്ന സ്വയംവിമർശനവും കോൺഗ്രസിൽ അംഗീകരിച്ച രാഷ്ട്രീയ പ്രമേയവും വിശദീകരിച്ചുകൊണ്ടുള്ള ഒരു രേഖ പാർട്ടിയുടെ കേന്ദ്രനേതൃത്വം തയ്യാറാക്കി. ഈ രേഖയുടെ ഉള്ളടക്കത്തെ മൗലികമായി വെല്ലുവിളിച്ചുകൊണ്ട് ആന്ധ്രാനേതൃത്വം മറ്റൊരു രേഖയും തയ്യാറാക്കി. ഈ രണ്ടുരേഖകളുടെയും ഉള്ളടക്കം സംബന്ധിച്ച് പരക്കെ വാദപ്രതിവാദങ്ങൾ ഉണ്ടായി.[1]

എന്നാൽ ഇവിടെ രണ്ടു കാര്യങ്ങൾ പ്രത്യേകം ശ്രദ്ധിക്കേണ്ടതുണ്ട്. ഒന്ന്, 1947 ആഗസ്ത് പതിനഞ്ചോടുകൂടി തൊഴിലാളി, കർഷകാദി

ബഹുജനങ്ങളുടെ മുഖ്യശത്രു ഭരണകക്ഷിയായ കോൺഗ്രസ് ഗവൺമെന്റാണെന്ന കാര്യത്തിൽ പൊളിറ്റ്ബ്യൂറോയും ആന്ധ്രാ കമ്മിറ്റിയും തമ്മിൽ യാതൊരു അഭിപ്രായവ്യത്യാസവും ഇല്ലായിരുന്നു. രണ്ട്, കോൺഗ്രസ് ഗവൺമെന്റിനെ എതിർക്കുന്നതിന് പ്രധാനമായുള്ള മാർഗ്ഗം പാർലമെന്ററി വേദിക്ക് പുറത്ത് നടക്കുന്ന ബഹുജനസമരങ്ങളാണെന്ന കാര്യത്തിലും പൂർണ്ണയോജിപ്പായിരുന്നു.

ആ ബഹുജനസമരം സംഘടിപ്പിക്കേണ്ട കാഴ്ചപ്പാടിനെ സംബന്ധിച്ചാണ് പൊളിറ്റ്ബ്യൂറോയും ആന്ധ്രാ കമ്മിറ്റിയും തമ്മിൽ അഭിപ്രായ ഭിന്നത ഉണ്ടായത്.[2]

കൽക്കത്ത കോൺഗ്രസ് കൈക്കൊണ്ട തെലങ്കാന മാർഗ്ഗം എന്ന തീരുമാനത്തിന്റെ അർത്ഥം രാജ്യവ്യാപകമായി റഷ്യയിൽ ബോൾഷെവിക്ക് പാർട്ടിയുടെ നേതൃത്വത്തിൽ നടന്നതുപോലുള്ള ഒരു വിപ്ലവത്തിനു രാഷ്ട്രത്തെ സന്നദ്ധരാക്കുക എന്നതാണെന്ന് പൊളിറ്റ്ബ്യൂറോ പറഞ്ഞു. റഷ്യയിൽ സംഘടിത തൊഴിലാളിവർഗ്ഗം പട്ടണപ്രദേശങ്ങളിലെ സായുധ കലാപത്തിലൂടെ ഭരണാധികാരികളെ സ്ഥാനഭ്രംശം ചെയ്യിച്ച് അധികാരം സ്വയം കൈയടക്കുകയാണുണ്ടായത്. ഈ റഷ്യൻ പാതയാണ് ഇന്ത്യക്ക് അനുയോജ്യം എന്ന് പൊളിറ്റ്ബ്യൂറോ പറഞ്ഞു.

എന്നാൽ തെലങ്കാന മാർഗ്ഗമെന്നാൽ അതല്ലെന്നും ഏറക്കുറെ ചൈനീസ് മാർഗ്ഗമാണെന്നും ആന്ധ്രാ നേതൃത്വം പറഞ്ഞു. ചൈനയിൽ നടന്നതുപോലെ നാട്ടിൻപുറങ്ങളിലെ പട്ടിണിപാവങ്ങളെ ആസ്പദമാക്കി ഗറില്ലാസമരങ്ങൾ സംഘടിപ്പിച്ച് അവസാനം പട്ടണപ്രദേശങ്ങൾ കീഴടക്കലാണ് തെലങ്കാന മാർഗ്ഗമെന്ന് തെലങ്കാനസമരനേതാക്കളായിരുന്ന ആന്ധ്രാ നേതാക്കൾ വാദിച്ചു. ഈ ചൈനീസ് പാതയാണ് ഇന്ത്യക്ക് അനുയോജ്യമെന്ന് ആന്ധ്രാ സഖാക്കൾ പറഞ്ഞു.

ഇതോടെ കേന്ദ്രനേതൃത്വവും ആന്ധ്രാനേതൃത്വവും തമ്മിലുള്ള ഏറ്റുമുട്ടൽ ഫലത്തിൽ *റഷ്യൻപാത, ചൈനീസ് പാത* എന്ന പേരുകളിൽ അറിയപ്പെടാൻ തുടങ്ങി. അതിനാൽ തെലങ്കാന മാർഗ്ഗം നമ്മുടെ മാർഗ്ഗം എന്ന മുദ്രാവാക്യം പ്രാവർത്തികമാക്കുന്നതിന് ഹൈദരാബാദിൽ നൈസാം ഭരണത്തിനും ബ്രിട്ടീഷ് സാമ്രാജ്യാധിപത്യത്തിനും എതിരായി ഉയർന്നുവന്ന സായുധ ഗറില്ലാ സമരം, അഖിലേന്ത്യാതലത്തിൽ നെഹ്റു ഗവൺമെന്റിനെതിരെ സംഘടിപ്പിക്കണമെന്ന് ആന്ധ്രാ കമ്മിറ്റി ആവശ്യപ്പെട്ടു.[3]

ആന്ധ്രാ കമ്മിറ്റിയുടെ ഈ നിർദ്ദേശം പാർട്ടിയെ ധനിക കൃഷിക്കാരുടെ വാലാക്കി മാറ്റുകയാണെന്ന വിമർശനം പൊളിറ്റ്ബ്യൂറോ ഉന്നയിച്ചു. ആ വാദം സ്ഥാപിക്കുന്നതിന് 1948 ഡിസംബറിൽ പൊളിറ്റ്ബ്യൂറോ *ഇന്ത്യയിലെ കാർഷിക പ്രശ്നം, ജനകീയ ജനാധിപത്യത്തിനുവേണ്ടിയുള്ള സമരത്തിന്റെ തന്ത്രവും അടവുകളും* എന്നിങ്ങനെ രണ്ടുരേഖകൾ അംഗീകരിച്ചു. ഈ രണ്ടു രേഖകളും നിയമവിരുദ്ധ മാർഗ്ഗത്തിലൂടെയും നിയമവിധേയമായ മാർഗ്ഗത്തിലൂടെയും പ്രസിദ്ധീകരിച്ചു.

രണ്ടാം കോൺഗ്രസിൽ തിരഞ്ഞെടുക്കപ്പെട്ട കേന്ദ്രകമ്മിറ്റിയിൽ ആന്ധ്രാ സഖാക്കൾ ന്യൂനപക്ഷമായിരുന്നെങ്കിലും തെലങ്കാന സമരത്തിന്റെ നായകന്മാരാണെന്ന ഖ്യാതി അവർക്കുണ്ടായിരുന്നു. എന്നാൽ ആന്ധ്രാ സഖാക്കളിൽ ഭൂരിപക്ഷംപേരും പി സി ജോഷിയുടെ നേതൃത്വത്തിൽ നടപ്പാക്കിയിരുന്ന വലതുപക്ഷ വ്യതിയാനത്തിന്റെ നേതാക്കളും കൂടിയായിരുന്നു. അതേസമയം ജോഷി നയത്തിനെതിരെ പോരാടിയവർക്കായിരുന്നു പൊളിറ്റ്ബ്യൂറോയിൽ ഭൂരിപക്ഷമുണ്ടായിരുന്നത്. അതുകൊണ്ട് പൊളിറ്റ്ബ്യൂറോയുടെ നയസമീപനത്തിന് പാർട്ടി നേതൃത്വത്തിൽ മേധാവിത്തം കിട്ടുകയുണ്ടായി.

പഴയ ജോഷിയൻ 'റിവിഷനിസ'ത്തിന്റെ ഇടതുപക്ഷരൂപമാണ് ആന്ധ്രാ സഖാക്കൾ എന്ന് പൊളിറ്റ്ബ്യൂറോ ആരോപിച്ചു. അതുപോലെ ലോക കമ്യൂണിസ്റ്റ് പ്രസ്ഥാനത്തിനകത്തും റിവിഷനിസം തലപൊക്കിയിരുന്നു. അതിനുദാഹരണമാണ് ചൈനയിലെ മാവോ സെ തൂങ്ങിന്റെ നേതൃത്വം എന്ന് പൊളിറ്റ്ബ്യൂറോ ചൂണ്ടിക്കാണിച്ചു.

അങ്ങനെ ഇന്ത്യയിൽ മാത്രമല്ല, സാർവ്വദേശീയ തലത്തിൽത്തന്നെ ഉയർന്നു വന്നിട്ടുള്ള റിവിഷനിസത്തിനെതിരെ പോരാടുന്ന ഒരു നേതൃത്വമാണ് ഇന്ത്യൻ കമ്യൂണിസ്റ്റ് പാർട്ടിയുടെ പൊളിറ്റ്ബ്യൂറോ എന്ന് വ്യക്തമാക്കപ്പെട്ടു.[4]

ആന്ധ്രാ കമ്മിറ്റിയുമായുള്ള തർക്കങ്ങൾ അവസാനിപ്പിച്ചതിനു ശേഷം നയം നടപ്പിലാക്കാൻ പൊളിറ്റ്ബ്യൂറോ തീരുമാനിച്ചു. ആന്ധ്രാ സഖാക്കളുടെ നയപരമായ തെറ്റിനെക്കുറിച്ച് പാർട്ടി അണികളെ മുഴുവൻ പഠിപ്പിക്കാൻ വ്യാപകമായ ഉൾപാർട്ടി ചർച്ചകൾ സംഘടിപ്പിച്ചു. പി ബി രേഖയിൽ ഉയർത്തി കാണിച്ചിരുന്ന *റഷ്യൻപാത* നടപ്പിൽ വരുത്താനുള്ള ശ്രമമെന്നനിലയിൽ 1949 മാർച്ച് 9 ന് അഖിലേന്ത്യാ തോതിൽ റെയിൽവേ തൊഴിലാളികളുടെ ഒരു പണിമുടക്കം സംഘടിപ്പിക്കാൻ തീരുമാനിച്ചു. ജനങ്ങളിൽനിന്ന് ഒറ്റപ്പെട്ട കോൺഗ്രസ് ഗവൺമെന്റിനെ അധികാരഭ്രഷ്ടമാക്കുന്നതിനുള്ള വിപ്ലവസമരത്തിൽ തൊഴിലാളിവർഗ്ഗത്തിനുള്ള കടമ നിറവേറ്റുന്നതിനുള്ള തുടക്കം എന്ന നിലയ്ക്കാണ് റെയിൽവേ പണിമുടക്ക് ആസൂത്രണം ചെയ്തത്.

> റെയിൽവേ തൊഴിലാളികളെത്തുടർന്ന് മറ്റു വ്യവസായങ്ങളിലെ തൊഴിലാളികളും പണിമുടക്കുക; അവരോടൊപ്പം വിദ്യാർത്ഥികളും മറ്റു വിഭാഗങ്ങളിൽപ്പെട്ട പട്ടണപ്രദേശങ്ങളിലെ ബഹുജനങ്ങളും സമരരംഗത്ത് ഇറങ്ങുക; അതോടൊപ്പം, തെലങ്കാനയിലും മറ്റു ചില സംസ്ഥാനങ്ങളിൽ ചിലയിടത്തും നടക്കുന്ന പ്രാദേശിക കർഷകസമരങ്ങൾക്ക് അഖിലേന്ത്യാ വ്യാപ്തി ഉണ്ടാക്കുക; ഈ സമരങ്ങൾക്കെല്ലാം വിപ്ലവപരമായ ഐക്യരൂപം നല്കുന്നതിന് പൊരുതുന്ന ജനവിഭാഗങ്ങളിൽ ഓരോന്നിൽനിന്നും സായുധ സേനാവിഭാഗങ്ങളെ ഉയർത്തുക– ഈ കാഴ്ചപ്പാടോടെയാണ്

റെയിൽവേ പണിമുടക്കിനുവേണ്ട മുൻ ഒരുക്കങ്ങൾ പാർട്ടിയുടെ കേന്ദ്രനേതൃത്വം നടത്തിയത്.[5]

എന്നാൽ പണിമുടക്ക് പരാജയപ്പെട്ടു. അതിന്റെ കാരണങ്ങളെക്കുറിച്ച് ഇ എം എസ് എഴുതി:

> ....പാർട്ടി മെമ്പർമാരും പാർട്ടിയോട് വളരെ അടുത്ത് നില്ക്കുന്നവരുമായ റെയിൽവേ തൊഴിലാളി വിഭാഗങ്ങൾ പലേടത്തും പണിമുടക്കിയെന്നത് നേരാണ്. അവർ അതിനുവേണ്ടി സഹിച്ച വേദനയും ത്യാഗവും പാർട്ടിയെ സംബന്ധിച്ചിടത്തോളം അഭിമാനകരമാണുതാനും. പക്ഷേ, റെയിൽവേ തൊഴിലാളികളിൽ ബഹുഭൂരിപക്ഷത്തെ പണിമുടക്കു പ്രസ്ഥാനം സ്പർശിച്ചില്ല.
>
> മറ്റു വ്യവസായങ്ങളിലെ തൊഴിലാളികൾക്കാകട്ടെ, റെയിൽവേ തൊഴിലാളികളോട് അനുഭാവം പ്രകടിപ്പിച്ചുകൊണ്ടുള്ള പ്രക്ഷോഭങ്ങളിലും സമരങ്ങളിലും ഏർപ്പെടാൻ കഴിഞ്ഞില്ല. അപ്പോൾ പിന്നെ മറ്റു ബഹുജനവിഭാഗങ്ങളുടെ കാര്യം പറയാനില്ലല്ലോ. അങ്ങനെ അഖിലേന്ത്യാ തോതിൽ വിപ്ലവമുന്നേറ്റത്തിന് പണിമുടക്കിലൂടെ ആക്കം കൂട്ടാമെന്ന കണക്കുകൂട്ടൽ പിഴച്ചു.[6]

ഇത് പാർട്ടിക്കകത്ത് ഗൗരവമായ പുനർവിചിന്തനത്തിനും സ്വയം വിമർശനത്തിനും വഴിയൊരുക്കി. കൽക്കത്താ കോൺഗ്രസിൽവെച്ചു തന്നെ തെലങ്കാന മാർഗ്ഗത്തെ അംഗീകരിച്ചുകൊണ്ടുള്ള പുതിയ സമീപനം സ്വീകരിച്ചപ്പോൾ അത് തികച്ചും ദഹിക്കാത്തവരായി ഒരു ന്യൂനപക്ഷമുണ്ടായിരുന്നു. തെലങ്കാന മാർഗ്ഗം തികച്ചും ദഹിച്ചിട്ടുള്ളവരിൽത്തന്നെ ആ മാർഗ്ഗം നടപ്പിലാക്കുന്നതിനുള്ള രീതി കേന്ദ്രനേതൃത്വം നിർദ്ദേശിക്കുന്നതല്ലെന്ന അഭിപ്രായക്കാരുണ്ടായിരുന്നു.

ഈ രണ്ടു വിഭാഗക്കാർക്കും റെയിൽവേ പണിമുടക്കിനുള്ള ആഹ്വാനം ആദ്യം ദഹിക്കുന്നുണ്ടായിരുന്നില്ല. എന്നാൽ അച്ചടക്കമുള്ള പാർട്ടി അംഗങ്ങൾ എന്ന നിലയ്ക്ക് പാർട്ടി തീരുമാനം നടപ്പിൽ വരുത്തുന്നതിന് അവർ ശ്രമിച്ചെന്നേയുള്ളു. പക്ഷേ, പണിമുടക്കിന് ജനങ്ങളിൽ നിന്നുണ്ടായ പ്രതികരണങ്ങളും പണിമുടക്ക് വിജയിപ്പിക്കാൻ നടത്തിയ ശ്രമങ്ങളുടെ പരാജയവും അവരിൽ വീണ്ടുവിചാരം സൃഷ്ടിച്ചു. ചോദ്യങ്ങളും സംശയങ്ങളും വിമർശനങ്ങളും ഉയർന്നുവരാൻ തുടങ്ങി.

എന്നാൽ പാർട്ടി നേതൃത്വമാകട്ടെ ഇതിൽനിന്ന് പാഠം പഠിച്ചില്ല. പണിമുടക്കിന് ആഹ്വാനം നല്കാൻ ഇടയാക്കിയ സാഹചര്യത്തെ സ്വയം വിമർശനബുദ്ധ്യാ പരിശോധിക്കാൻ അവർ തയ്യാറായില്ല. രാജ്യത്ത് നിലനില്ക്കുന്ന വിപ്ലവവികാരത്തെ പർവ്വതീകരിച്ചു കാണിക്കുകയാണ് പി ബി ചെയ്തത്. റെയിൽവേ തൊഴിലാളി സമരം വളർത്തി മുന്നോട്ടു കൊണ്ടുപോയി തൊഴിലാളിവർഗ്ഗ നേതൃത്വത്തിൽ ഒരു വിപ്ലവ പ്രസ്ഥാനം സംഘടിപ്പിക്കാമെന്ന കാഴ്ചപ്പാടോടെ നടത്തിയ ആഹ്വാനത്തിന്

ഇന്ത്യയിലെ പരിതഃസ്ഥിതി പക്വമായിരുന്നോ എന്ന് പരിശോധിച്ച് 'ആയിരുന്നുവെന്ന' തീരുമാനത്തിലെത്തിയിട്ടല്ല ആഹ്വാനം നടത്തിയത്. ഈ യാഥാർത്ഥ്യം അംഗീകരിക്കാൻ പൊളിറ്റ്ബ്യൂറോ തയ്യാറായില്ല. നേരെ മറിച്ച് പാർട്ടി അണികളിലുണ്ടായിരുന്ന റിവിഷനിസ്റ്റ് ചിന്താഗതി നിമിത്തം പണിമുടക്ക് സംഘടിപ്പിക്കാൻ പാർട്ടിക്ക് കഴിയാതെ വന്നതുകൊണ്ടാണ് പി ബി തീരുമാനം പരാജയപ്പെട്ടതെന്ന നിഗമനത്തിൽ പൊളിറ്റ്ബ്യൂറോ എത്തിച്ചേർന്നു. അതിനെത്തുടർന്ന് പാർട്ടിയിലുണ്ടായ ഈ റിവിഷനിസ്റ്റ് ചിന്താഗതി ഉന്മൂലനം ചെയ്യാനുള്ള സംഘടനാപരമായ നടപടികൾ പി ബി എടുക്കാൻ ആരംഭിച്ചു. ഒന്നിനു പുറകെ മറ്റൊന്നായി പാർട്ടി നേതാക്കളെ അച്ചടക്ക നടപടിക്ക് വിധേയമാക്കി. അതേക്കുറിച്ച് ഇ എം എസ് നമ്പൂതിരിപ്പാട് എഴുതി:

> .... പാർട്ടി അണികളിൽ അടിഞ്ഞുകൂടിയിട്ടുള്ള റിവിഷനിസ്റ്റ് സമീപനത്തിനെതിരായി സംഘടിതമായ ഒരു ഉൾപാർട്ടി സമരം അഴിച്ചുവിടുകയാണ് അവർ ചെയ്തത്. വിവിധ സംസ്ഥാനങ്ങളിൽ വിവിധ ഘടകങ്ങളിൽപ്പെട്ട മെമ്പർമാർ പണിമുടക്കിന് മുമ്പും പിന്നീടും ചെയ്ത പ്രവർത്തനങ്ങളെ വിശദമായ വിമർശനത്തിനും ശക്തിയേറിയ അച്ചടക്കനടപടികൾക്കും ഇരയാക്കി. ഒന്നിനു പിറകെ മറ്റൊന്നായി, സംസ്ഥാന കമ്മിറ്റികൾ, അവയുടെ ഭാരവാഹികൾ എന്നിവർ വിമർശനം, അച്ചടക്കനടപടി തുടങ്ങിയവയ്ക്ക് ഇരയായി. വ്യക്തിപരമായി സഖാക്കൾ വിവിധ രൂപത്തിലുള്ള അച്ചടക്കനടപടികൾക്ക് ഇരയായി. വിവിധ കമ്മിറ്റികൾ തന്നെ സസ്പെൻഷനും പിരിച്ചുവിടലിനും വിധേയമായി. ഒരു സംസ്ഥാനത്ത് പ്രവർത്തിക്കുന്ന സഖാക്കളെ മറ്റ് സംസ്ഥാനങ്ങളിലേക്ക് മാറ്റുക, കേന്ദ്രനേതൃത്വത്തിന്റെ കീഴിൽ നേരിട്ട് പ്രവർത്തിക്കാൻ നിയോഗിക്കുക മുതലായ നടപടികളും നടന്നു.[7]

ഇതിനെത്തുടർന്ന് ജയിലധികൃതരുടെ കടുത്ത പീഡനങ്ങൾക്കും അതിക്രമങ്ങൾക്കുമെതിരെ ശക്തമായ ചെറുത്തുനില്പുകൾ ജയിലിനകത്തുള്ള കമ്യൂണിസ്റ്റുകാർ സംഘടിപ്പിച്ചു. സേലം ജയിൽപ്പോലുള്ള ചിലയിടങ്ങളിൽ സമരത്തെ നിഷ്കരുണം അടിച്ചമർത്തുന്നതിനുവേണ്ടി അധികൃതർക്ക് വെടിവയ്പ്പുകൾ തന്നെ നടത്തേണ്ടി വന്നു.

ഭൂകമ്പസമാനമായ ഒരു പരിതഃസ്ഥിതി ഇത് പാർട്ടിക്കകത്ത് സൃഷ്ടിച്ചു. പല സഖാക്കളും ഇതിൽ ഉൽക്കണ്ഠ പ്രകടിപ്പിച്ചുകൊണ്ട് പി ബി ക്ക് കത്തെഴുതി. ആ സമയത്താണ് 1950 ജനുവരി 27 ന് *കമ്യൂണിസ്റ്റ് ഇൻഫർമേഷൻ ബ്യൂറോ* അതിന്റെ മുഖപത്രമായ *ഫോർ എ ലാസ്റ്റിങ് പീസ്, ഫോർ എ പീപ്പിൾസ് ഡെമോക്രസിയിൽ* ഇന്ത്യൻ പാർട്ടി നയം മാറ്റുന്നതായിരിക്കും നല്ലത് എന്ന ഉപദേശമടങ്ങുന്ന ഒരു മുഖപ്രസംഗം പ്രത്യക്ഷപ്പെട്ടത്.

തെലങ്കാന മാർഗ്ഗം ഇന്ത്യയിലാകെ വ്യാപിപ്പിക്കാനുള്ള ആഹ്വാന മായിരുന്നല്ലോ കൽക്കത്ത കോൺഗ്രസ് നടത്തിയത്. അത് നടപ്പിലാ ക്കുമ്പോൾ അംഗീകരിക്കേണ്ട പ്രവർത്തനശൈലി, സംഘടനാരീതി എന്നിവയ്ക്ക് ഇന്ത്യൻ സഖാക്കൾ മാതൃകയായി സ്വീകരിച്ചത് യൂഗോ സ്ലോവിയയിലെ കമ്യൂണിസ്റ്റുകാരെയാണ്. എന്തുകൊണ്ടെന്നാൽ രണ്ടാം ലോകമഹായുദ്ധകാലത്ത് സോവിയറ്റ് ചെമ്പട കഴിഞ്ഞാൽ ഏറ്റവും ഫലപ്രദമായി നാസിപ്പടയെ നേരിട്ട് ലോകത്തെല്ലായിടത്തുമുള്ള കമ്യൂ ണിസ്റ്റുകാരുടെ മാത്രമല്ല ജനസാമാന്യത്തിന്റെയാകെ ആദരബഹുമാന ങ്ങൾ നേടിയിരുന്ന സേനാവിഭാഗമാണ് യൂഗോസ്ലോവിയയിലെ ഒളിപ്പോ രാളികൾ. കമ്യൂണിസ്റ്റ് ഇന്റർനാഷണൽ നിലനിന്നിരുന്ന കാലത്ത് അതിന്റെ ഉന്നത നേതൃത്വത്തിൽ സ്ഥാനം നേടിയിരുന്ന മാർഷൽ ടിറ്റോ ആയിരുന്നു അതിന്റെ നേതാവ്. 1948 ൽ നടന്ന രണ്ടാംകോൺഗ്രസിൽ സോഷ്യലിസ്റ്റ് രാഷ്ട്രങ്ങളിൽനിന്ന് സൗഹാർദ്ദ പ്രതിനിധികളായി പങ്കെടുത്തത് യൂഗോസ്ലോവിയയിൽനിന്നു മാത്രമായിരുന്നു. ആസ്ട്രേ ലിയ, ബർമ്മ, സിലോൺ, നേപ്പാൾ എന്നീ രാജ്യങ്ങളിൽ നിന്നായിരുന്നു മറ്റു സൗഹാർദ്ദ പ്രതിനിധികൾ. അങ്ങനെ ഇന്ത്യയിലെ കമ്യൂണിസ്റ്റു കാർക്ക് യൂഗോസ്ലോവിയയിലെ പാർട്ടിയുമായി പ്രത്യേക ബന്ധം തന്നെ യുണ്ടായിരുന്നു. എന്നാൽ 1948 മദ്ധ്യത്തോടെ യൂഗോസ്ലോവ് കമ്യൂണിസ്റ്റ് പാർട്ടിക്കും അതിന്റെ നേതാവ് ടിറ്റോയ്ക്കുമെതിരായി കമ്യൂണിസ്റ്റ് പ്രസ്ഥാനത്തിന്റെ ലോകനേതൃത്വം പോരാടി. അതിനെത്തുടർന്ന് യൂഗോ സ്ലോവ് കമ്യൂണിസ്റ്റ് പാർട്ടിയെ കോമിൻ ഫോമിൽനിന്നു പുറത്താക്കുക യുണ്ടായി. ഇന്ത്യയിലും കൽക്കത്താ കോൺഗ്രസിൽനിന്നും ഉയർ ന്നുവന്ന രണദിവെയുടെ നേതൃത്വത്തെ സ്ഥാനഭ്രഷ്ടമാക്കി. രാജേശ്വ രറാവുവിന്റെ നേതൃത്വം നിലവിൽ വന്നപ്പോൾ സ്ഥാനഭ്രഷ്ടമാക്കിയ രണദിവെ നേതൃത്വത്തെ വിശേഷിപ്പിക്കാൻ ഉപയോഗിച്ച പദങ്ങളിലൊന്ന് ടിറ്റോയിസ്റ്റ് എന്നതായിരുന്നു.

കൊളോണിയൽ ആശ്രിതത്വ രാജ്യങ്ങളിലെ ദേശീയ വിമോചന പ്രസ്ഥാനങ്ങളുടെ ശക്തമായ മുന്നേറ്റം എന്ന തലക്കെട്ടിലുള്ളതായിരുന്നു *കോമിൻഫോം* പത്രത്തിൽ വന്ന മുഖപ്രസംഗം. ആ മുഖപ്രസംഗം ഇന്ത്യ യിലെ കമ്യൂണിസ്റ്റ് പ്രസ്ഥാനത്തിന്റെ ദിശതന്നെ തിരിച്ചുവിട്ടു. ഇന്ത്യ യിലെ സ്ഥിതിഗതികൾ സാമാന്യമായി മുഖപ്രസംഗത്തിൽ വിശകലനം ചെയ്തിരുന്നു. കമ്യൂണിസ്റ്റുകാർ അടക്കമുള്ള വിപ്ലവശക്തികൾ ഒന്നിച്ചു നിന്ന് പോരാടേണ്ടത് എങ്ങനെയെന്ന സൂചന അതിൽ നല്കിയിരുന്നു. ഇന്ത്യൻ സ്ഥിതിഗതികളിൽ പൊതുവിലും കമ്യൂണിസ്റ്റ് പാർട്ടിയിൽ വിശേ ഷിച്ചും നിലനില്ക്കുന്ന സ്ഥിതിഗതികളിൽ സോവിയറ്റ് പാർട്ടി അടക്ക മുള്ള സഹോദരപാർട്ടികൾ അസ്വസ്ഥരും ദുഃഖിതരുമാണെന്ന് അതിൽ വ്യക്തമാക്കിയിരുന്നു. തെലങ്കാന മാർഗ്ഗത്തിലൂടെ മുന്നോട്ടുപോകുക യെന്ന കാഴ്ചപ്പാടിനുപകരം പരിമിതമായ ജനകീയ ആവശ്യങ്ങൾക്കു വേണ്ടി ജനങ്ങളെ സംഘടിപ്പിക്കുന്നതിൽ സാമ്രാജ്യവിരുദ്ധവും ഫ്യൂഡൽ

വിരുദ്ധവും ജനാധിപത്യപരവുമായ എല്ലാ ശക്തികളെയും യോജിപ്പിക്കുകയെന്ന കാഴ്ചപ്പാട് മുഖപ്രസംഗം ഇന്ത്യൻ പാർട്ടിയുടെ മുമ്പിൽ അവതരിപ്പിച്ചു.[8] രണ്ടാം കോൺഗ്രസിന്റെ രാഷ്ട്രീയ പ്രമേയത്തിൽ തുടങ്ങിവെച്ചതും പി ബി വളർത്തിയെടുത്തതുമായ ഇടതുപക്ഷ സെക്ടേറിയൻ സമീപനത്തിനെതിരെയുള്ള രൂക്ഷമായ വിമർശനമായിരുന്നു അത്. ഇന്ത്യൻ കമ്യൂണിസ്റ്റു പാർട്ടി അംഗീകരിക്കേണ്ട സമരതന്ത്രം, അടവുകൾ, അവ നടപ്പിലാക്കുന്നതിനു രൂപപ്പെടുത്തേണ്ട സംഘടനാരീതി തുടങ്ങിയവയിലെല്ലാം അടിമുടി മാറ്റം വരുത്താനുള്ള ആഹ്വാനമായിരുന്നു മുഖപ്രസംഗത്തിൽ നടത്തിയത്.[9]

ആദ്യം ബൂർഷ്വാപത്രങ്ങളിലൂടെ മുഖപ്രസംഗം സംബന്ധിച്ച സംക്ഷിപ്ത റിപ്പോർട്ടും, പിന്നീട് പൂർണ്ണരൂപത്തിൽ ആധികാരികമായും, അത് ഇന്ത്യയിൽ എത്തി. രണ്ടാം പാർട്ടി കോൺഗ്രസിനെത്തുടർന്ന് രണദിവെയുടെ നേതൃത്വത്തിൽ പാർട്ടി കേന്ദ്രനേതൃത്വം അംഗീകരിച്ച സമീപനത്തോട് തികച്ചും യോജിച്ചു പോകാത്ത മനോഭാവത്തോടെ കഴിഞ്ഞിരുന്ന സഖാക്കളെ ഇരുത്തി ചിന്തിപ്പിക്കാൻ ഈ മുഖപ്രസംഗം സഹായിച്ചു.

ഇന്ത്യൻ പാർട്ടിക്കകത്തുനിന്നും ആഗോള കമ്യൂണിസ്റ്റ് പ്രസ്ഥാനത്തിനകത്തുനിന്നും വന്ന വിമർശനങ്ങൾ പരിശോധിക്കുന്നതിന് ആദ്യമൊന്ന് മടിച്ചെങ്കിലും കേന്ദ്ര കമ്മിറ്റിയുടെ പൂർണ്ണയോഗം പൊളിറ്റ്ബ്യൂറോ വിളിച്ചുകൂട്ടി. *കോമിൻഫോം* മുഖപത്രത്തിന്റെ മുഖപ്രസംഗത്തിൽ പറഞ്ഞിരിക്കുന്ന സമീപനം വ്യക്തമാക്കാൻ സഹായിക്കുന്ന ഒട്ടേറെ രേഖകൾ കേന്ദ്ര കമ്മിറ്റി അംഗങ്ങൾക്കിടയിൽ വിതരണം ചെയ്തു.[10] മേയ് 20 മുതൽ ജൂൺ 1 വരെ കേന്ദ്ര കമ്മിറ്റിയിലെ 31 സഖാക്കൾ ആദ്യം അനൗപചാരികമായും പിന്നീട് ഔപചാരികമായും ഗ്രൂപ്പുകളായും കൂട്ടായും ഇക്കാര്യം ചർച്ച ചെയ്തു. പാർട്ടി നിരോധിക്കപ്പെട്ടിരുന്നതിനാൽ ഒളിവിലിരുന്നാണ് യോഗം കൂടിയത്. ചെറിയൊരു പിഴവു പറ്റിയാൽ പാർട്ടിയാകെ നശിക്കും.

യോഗത്തിൽ സ്വന്തം നിലപാട് ന്യായീകരിക്കാൻ പൊളീറ്റ്ബ്യൂറോയ്ക്ക് കഴിഞ്ഞില്ല. അതേസമയം ആന്ധ്രാ സഖാക്കൾ അവരുടെ നിലപാട് ന്യായീകരിച്ചുകൊണ്ട് ഒരു റിപ്പോർട്ട് അവതരിപ്പിക്കുകയും ചെയ്തു. വിശദമായ ചർച്ചകളുടെ അവസാനം ആന്ധ്രാലൈനിനെ ശരിവെച്ചുകൊണ്ടും പൊളിറ്റ്ബ്യൂറോ ലൈനിനെ തള്ളിപ്പറഞ്ഞുകൊണ്ടും തീരുമാനമെടുത്തു. അതിന് അനുബന്ധമായി പി ബി നടപ്പാക്കിവന്ന പല സംഘടനാ നടപടികളും നിശിതമായി വിമർശിക്കപ്പെട്ടു.[11]

രണ്ടാം കോൺഗ്രസിനുശേഷം നടന്ന പ്രവർത്തനം *ട്രോസ്കി–ടിറ്റോ* ഇടതു വിഭാഗീയ നയ(ഇടതുപക്ഷ സെക്ടേറിയനിസം) ത്തിന്റേതാണെന്ന നിഗമനത്തിൽ കേന്ദ്ര കമ്മിറ്റി ചെന്നെത്തി. അതിന് ഉത്തരവാദികളായ മുൻ ജനറൽസെക്രട്ടറി ബി ടി രണദിവെ അടക്കം അഞ്ച് പൊളിറ്റ്ബ്യൂറോ അംഗങ്ങളെ ഒഴിവാക്കി. ജി അധികാരി, ഭവാനിസെൻ, സോമനാഥ്

ലാഹിരി, എൻ കെ കൃഷ്ണൻ എന്നിവരായിരുന്നു മറ്റു നാല് പൊളിറ്റ് ബ്യൂറോ അംഗങ്ങൾ. അവരുടെ പേരിലുള്ള കുറ്റങ്ങൾ അന്വേഷിക്കുന്നതിനായി ഒരു പാർട്ടി കമ്മീഷൻ രൂപീകരിച്ചു.

അതുപോലെതന്നെ ഈ നയം നടപ്പിലാക്കുന്നതിന് കാരണക്കാരായ കേന്ദ്ര കമ്മിറ്റി മെമ്പറന്മാരിൽ കുറെപ്പേരെ സ്ഥാനങ്ങളിൽനിന്ന് നീക്കുകയുണ്ടായി. അതിനുശേഷം കേന്ദ്ര കമ്മിറ്റിയും പൊളിറ്റ്ബ്യൂറോയും പുനഃസംഘടിപ്പിച്ചു. കുറച്ചംഗങ്ങൾ മാത്രമുൾപ്പെടുന്നവയായിരുന്നു ആ രണ്ടു സമിതികളും. 9 അംഗങ്ങളുള്ള കേന്ദ്ര കമ്മിറ്റിയിൽ ആന്ധ്രായിൽനിന്നും നാലുപേർ ഉണ്ടായിരുന്നു. രാജേശ്വരറാവു ജനറൽ സെക്രട്ടറിയും ബസവ പുന്നയ്യ, ചന്ദ്രശേഖരറാവു എന്നിങ്ങനെ മൂന്നു പേർ മാത്രം അംഗങ്ങളുമായ ഒരു പൊളിറ്റ്ബ്യൂറോയും രൂപീകരിച്ചു.

ഈ പുനഃസംഘടന നടന്നത് 1950 ജൂൺ മാസത്തിലായതിനാൽ പുതിയ സി സി ക്കും പി ബി ക്കും ജൂൺ സി സി യും പി ബി യുമെന്ന പേരു വന്നു. അതിനു നേതൃത്വം നല്കിയത് ആന്ധ്രാക്കാരായ പുതിയ ജനറൽ സെക്രട്ടറി രാജേശ്വറാവുവും പൊളിറ്റ്ബ്യൂറോ മെമ്പറായ ബസവ പുന്നയ്യയുമായിരുന്നതിനാൽ ആ പുനഃസംഘടന ബി ടി ആർ നയത്തിന്റെ പരാജയവും ആന്ധ്രാനയത്തിന്റെ വിജയവുമായി കണക്കാക്കപ്പെട്ടു.

എന്നാൽ രാജേശ്വരറാവുവിന്റെ നേതൃത്വത്തിലുള്ള പുതിയ പി ബി യും ബി ടി രണദിവെയുടെ നേതൃത്വത്തിലുണ്ടായിരുന്ന പഴയ പി ബി യുടെ ഇടതുപക്ഷ സെക്ടേറിയൻ നയത്തിന്റെ ഒരു പുത്തൻരൂപമാണ് അംഗീകരിച്ച് നടപ്പിലാക്കിയത്. കോൺഗ്രസ് ഗവൺമെന്റിനെതിരെ വിപ്ലവസമരങ്ങൾ സംഘടിപ്പിച്ച് ഭരണമാറ്റമുണ്ടാക്കാൻ സ്ഥിതിഗതികൾ പാകമായിരുന്നുവെന്ന മുൻ പി ബി യുടെ കാഴ്ചപ്പാടും വിലയിരുത്തലും തന്നെയായിരുന്നു പുതിയ പി ബി യുടേതും.

ഇതുകൊണ്ടൊന്നും പാർട്ടിയിലെ പ്രതിസന്ധി പരിഹരിക്കപ്പെട്ടില്ല. പുതിയ പി ബി അംഗീകരിച്ച സംഘടനാ നടപടികൾ ഉൾപാർട്ടി പ്രതിഷേധത്തിന് വേഗതകൂട്ടി. ഇതിന് രൂപംനല്കിക്കൊണ്ട് അജയഘോഷ്, എസ് എ ഡാങ്കെ, എസ് വി ഘാട്ടെ എന്നിവർ ഒരു കുറിപ്പ് തയ്യാറാക്കി കേന്ദ്ര കമ്മിറ്റിക്ക് അയച്ചു. പ്രബോധ് ചന്ദ്ര (അജയഘോഷ്), പ്രഭാകർ (ഡാങ്കെ), പുരുഷോത്തം (ഘാട്ടെ) എന്നിവർ ചേർന്ന് തയ്യാറാക്കിയതിനാൽ ഈ രേഖ *മൂന്ന് പി കളുടെ കത്ത്* (Three P's Letters) എന്നാണ് അറിയപ്പെട്ടത്. ആ സാഹചര്യത്തിൽ പുതിയ കേന്ദ്ര കമ്മിറ്റിയുടെയും മറ്റും രഹസ്യയോഗം വിളിച്ചുകൂട്ടി. ഈ ഉൾപാർട്ടി പ്രതിസന്ധിയെക്കുറിച്ച് ഇ എം എസ് നമ്പൂതിരിപ്പാട് എഴുതി:

> ഈ പുതിയ നേതൃത്വം അതിന്റെ നയം പാർട്ടിക്കുള്ളിലാകെ പ്രചരിപ്പിക്കാൻ ഏറെ സമയമെടുത്തു. അതാകട്ടെ കൽക്കത്ത കോൺഗ്രസ് നയംപോലെ അത്രയേറെ ആവേശത്തോടെ സ്വാഗതം ചെയ്യപ്പെട്ടുമില്ല. കൽക്കത്തയ്ക്കുമുമ്പുള്ള നയത്തിന്റെ പിന്തുണക്കാർ ഈ പുതിയ നയത്തെ കൽക്കത്താ കോൺഗ്രസിന്റെ സെക്ടേ

റിയൻ തീരുമാനത്തിന്റെ മറ്റൊരു പതിപ്പായാണ് വിലയിരുത്തിയതെങ്കിൽ മറ്റൊരു വിഭാഗം അതിനെ തൊഴിലാളിവർഗ്ഗനയത്തിന്റെ നിഷേധമായി വിശേഷിപ്പിച്ചു. ആദ്യത്തെ കൂട്ടർ ശക്തിയായി തുറന്ന പോരാട്ടത്തിനൊരുങ്ങി. ഡാങ്കെ, ഘാട്ടെ, അജയഘോഷ് എന്നീ മൂന്നു നേതാക്കൾ ഒരു കുറിപ്പു തയ്യാറാക്കി പാർട്ടിയിലുട നീളം വിതരണം ചെയ്തു. രാജേശ്വരറാവു പി ബി യെ എതിർത്തുകൊണ്ടുള്ള ഇത്തരം പല രേഖകളും വ്യാപകമായി പ്രചരിപ്പിക്കപ്പെട്ടു. പരസ്യമായി പ്രവർത്തിക്കുന്ന ബോംബെയിലെ പാർട്ടി കേന്ദ്ര ആപ്പീസ് ഈ പ്രവർത്തനങ്ങളുടെ വേദിയായിത്തീർന്നു. ഉൾപാർട്ടി സമരം എന്നതിന്റെ ഇംഗ്ലീഷ് ചുരുക്കപ്പേരായ ഐ പി എസ് (ഇന്നർ പാർട്ടി സ്ട്രഗിൾ) പാർട്ടിക്കുള്ളിൽ പ്രചുരപ്രചാരം നേടി.[12]

1950 ഡിസംബറിലായിരുന്നു പുതിയ കേന്ദ്ര കമ്മറ്റിയുടെ രഹസ്യ യോഗം ചേർന്നത്. രണദിവെയുടെ നേതൃത്വമെന്നപോലെ രാജേശ്വര റാവുവിന്റെ നേതൃത്വവും ഇടതുപക്ഷ സെക്ടേറിയൻ നയത്തിന്റെ മറ്റൊരു പതിപ്പാണെന്ന് മുദ്രകുത്തപ്പെട്ടു. നീണ്ട ചർച്ചകൾക്കുശേഷം യോഗം രണ്ടു പ്രധാന തീരുമാനമെടുത്തു. ഒന്ന്, ഇന്ത്യൻ വിപ്ലവത്തിന്റെ പാത ഏതായിരിക്കണമെന്ന് തീരുമാനിക്കാൻ സോവിയറ്റ് പാർട്ടിയുടെ സഹായം തേടുക. ഇതിനുവേണ്ടി മോസ്കോയിലേക്ക് ഒരു പ്രതിനിധി സംഘത്തെ അയക്കാൻ തീരുമാനിച്ചു. ആ പ്രതിനിധി സംഘത്തിൽ രണ്ടുനയങ്ങളെ പ്രതിനിധാനം ചെയ്യുന്ന രണ്ടുപേരെ വീതം തിരഞ്ഞെടുത്തു. അജയഘോഷും ഡാങ്കെയും ഒരു വിഭാഗത്തെയും രാജേശ്വരറാവുവും ബസവ പുന്നയ്യയും മറുവിഭാഗത്തെയും പ്രതിനിധീകരിക്കും. രണ്ട്, മോസ്കോയിൽനിന്നും തീരുമാനം വരുന്നതുവരെ പ്രവർത്തിക്കാൻ അജയഘോഷ് കൺവീനറായി ഒരു താല്ക്കാലിക നേതൃത്വത്തെ തിരഞ്ഞെടുത്തു. അജയഘോഷ്, ഇ എം എസ് നമ്പൂതിരിപ്പാട്, എസ് എ ഡാങ്കെ, സി രാജേശ്വരറാവു, എസ് എസ് യൂസഫ് എന്നിവർ ഉൾപ്പെട്ടതായിരുന്നു ഈ താല്ക്കാലിക പി ബി.

പ്രതിനിധി സംഘം മോസ്കോയിൽനിന്നും തിരിച്ചുവരുന്നതുവരെ പാർട്ടി കേന്ദ്രം ഇ എം എസ് നമ്പൂതിരിപ്പാടിന്റെ ചുമതലയിലായിരിക്കുമെന്നും തീരുമാനിച്ചു.

1950 ജൂൺ മുതൽ ഡിസംബർവരെ പാർട്ടിയുടെ നയസമീപനം നടപ്പാക്കിയതിന് ഉത്തരവാദികളായവർക്കെതിരെ അച്ചടക്ക നടപടിയൊന്നുമെടുത്തില്ല. ഡിസംബറിൽ അജയഘോഷ് കൺവീനറായി രൂപീകരിക്കപ്പെട്ട സംയുക്ത സ്വഭാവത്തിലുള്ള നേതൃത്വം പാർട്ടിയിൽ ഐക്യം പുനഃസ്ഥാപിക്കുന്നതിൽ തല്പരരായിരുന്നു.

സൂചിക

1. *കമ്യൂണിസ്റ്റ് പാർട്ടി കേരളത്തിൽ I,* പു:335.
2. *ഇന്ത്യൻ കമ്യൂണിസ്റ്റ് പ്രസ്ഥാനം 1920–1998*, പു:78.
3. മേൽച്ചൊന്നത്, പു:78
4. *ഇന്ത്യൻ കമ്യൂണിസ്റ്റ് പ്രസ്ഥാനം 1920–1998,* പു:79
5. *കമ്യൂണിസ്റ്റ് പാർട്ടി കേരളത്തിൽ I*, പു:338
6. മേൽച്ചൊന്നത്, പു:338–39
7. *കമ്യൂണിസ്റ്റ് പാർട്ടി കേരളത്തിൽ* I, പു 339
8. മേൽച്ചൊന്നത്, പു:340
9. *ഇന്ത്യൻ കമ്യൂണിസ്റ്റ് പ്രസ്ഥാനം 1920–1998,* പു:80
10. *കമ്യൂണിസ്റ്റ് പാർട്ടി കേരളത്തിൽ* I, പു:341
11. *ഒരു ഇന്ത്യൻ കമ്യൂണിസ്റ്റിന്റെ ഓർമ്മക്കുറിപ്പുകൾ,* പു:140
12. മേൽച്ചൊന്നത്, പു:141

8

മോസ്കോ ചർച്ചയും ഇന്ത്യൻ പാതയും

സോവിയറ്റ് പാർട്ടിയുടെ നേതൃത്വവുമായി ചർച്ച നടത്തുന്നതിന് മോസ്കോവിലേക്കുപോയ ഇന്ത്യൻ കമ്യൂണിസ്റ്റ് പാർട്ടിയുടെ നാലംഗ പ്രതിനിധി സംഘത്തിൽ ഉൾപ്പെട്ടിരുന്നത് അജയഘോഷ്, എസ് എ ഡാങ്കെ, എം ബസവ പുന്നയ്യ, രാജേശ്വരറാവു എന്നിവരായിരുന്നു. അവരും സ്റ്റാലിന്റെ നേതൃത്വത്തിലുള്ള സോവിയറ്റ് പാർട്ടിയുടെ നാലംഗ പ്രതിനിധി സംഘവും തമ്മിൽ സവിസ്തരമായ ചർച്ച നടന്നു. ചർച്ച ആരംഭിക്കുന്നതിനുമുമ്പുതന്നെ ചിലകാര്യങ്ങൾ സോവിയറ്റ് പ്രതിനിധി സംഘം ചൂണ്ടിക്കാട്ടി. അതേക്കുറിച്ച് ഇ എം എസ് എഴുതി:

> 1943 ൽ പിരിച്ചുവിട്ട കമ്യൂണിസ്റ്റ് ഇന്റർനാഷണലിന്റെ സ്ഥാനം സോവിയറ്റ് കമ്യൂണിസ്റ്റ് പാർട്ടി എടുക്കുന്നില്ല. ഇന്ത്യൻവിപ്ലവത്തെ നയിക്കാൻ ആവശ്യമായ കാഴ്ചപ്പാടും പരിപാടിയും പ്രവർത്തനരീതികളുമെല്ലാം ഇന്ത്യൻ സഖാക്കൾതന്നെ ജനാധിപത്യപരമായ കേന്ദ്രീകരണമെന്ന സംഘടനാതത്ത്വങ്ങളെ ആസ്പദമാക്കി തീരുമാനിക്കണം. ആ ഉൾപാർട്ടി ചർച്ചയ്ക്ക് സഹായകമായ ചില കാര്യങ്ങൾ വ്യക്തമാക്കുക മാത്രമാണ് പരിചയസമ്പന്നരും പക്വമതികളുമായ സോവിയറ്റ് സഖാക്കൾ ചെയ്യുന്നത്.[1]

ഈ ആമുഖത്തോടെ തുടങ്ങിയ ചർച്ചയിൽ മറ്റൊരു പ്രധാന കാര്യംകൂടി സോവിയറ്റ് പ്രതിനിധിസംഘം വ്യക്തമാക്കി. 1948 ൽ തുടങ്ങി ഇപ്പോഴും തുടരുന്ന സോവിയറ്റ്–ചൈനീസ്പാതകളെ സംബന്ധിച്ച് ഇന്ത്യൻ പാർട്ടിയിലുള്ള വിവാദം അയഥാർത്ഥമാണ്. 'സോവിയറ്റ് പാതയോ ചൈനീസ് പാതയോ' അന്ധമായി അനുകരിക്കുകയല്ല, മറിച്ച്

ഇന്ത്യയുടെ തനതായ പാത സ്വയംകണ്ടുപിടിക്കുകയാണ് ഇന്ത്യൻ പാർട്ടി ചെയ്യേണ്ടത്. നാം അതിനു സഹായകരമായ ചർച്ചയാണ് നടത്തേണ്ടത്.[2]

റഷ്യക്ക് റഷ്യയുടേതായ ഭൗതികസാഹചര്യങ്ങളുണ്ട്. അതനുസരിച്ചുള്ള മാർഗ്ഗങ്ങളിലാണ് അവിടെ വിപ്ലവപ്രസ്ഥാനവും കമ്യൂണിസ്റ്റ് പാർട്ടിയും വളർന്ന് ശക്തിപ്രാപിച്ചത്. അതനുസരിച്ചാണ് 1917 ൽ അവിടെ വിപ്ലവം ഉണ്ടായത്. ചൈനയ്ക്കും അതിന്റേതായ സവിശേഷ സാഹചര്യങ്ങളുമുണ്ട്. അതനുസരിച്ചാണ് അവിടെ വിപ്ലവം ഉണ്ടായതും 1949 ൽ കമ്യൂണിസ്റ്റ് പാർട്ടി അധികാരത്തിലെത്തിയതും. അതുകൊണ്ട് ഇന്ത്യൻ വിപ്ലവം റഷ്യയുടെയോ ചൈനയുടെയോ മാർഗ്ഗത്തിലൂടെ പോകുകയില്ല. ഇന്ത്യക്ക് ഇന്ത്യയുടേതായ പാത ഉണ്ടാക്കാനേ പറ്റൂ. ഇന്ത്യൻ സ്ഥിതിഗതികൾ മൂർത്തമായും വിശദമായും ചർച്ചചെയ്തതിന്റെ അടിസ്ഥാനത്തിൽ യുക്തമായ നിഗമനങ്ങളിലും തീരുമാനങ്ങളിലും എത്തുകയല്ലാതെ സോവിയറ്റ് യൂണിയനിൽ 1917 ൽ നടന്ന ഒക്ടോബർ വിപ്ലവത്തെയോ ചൈനയിൽ 1949 ൽ നടന്ന വിപ്ലവത്തെയോ ഇന്ത്യൻ സഖാക്കൾ മാതൃകയായി സ്വീകരിക്കരുത് എന്നാണ് സോവിയറ്റ് പ്രതിനിധി സംഘം വ്യക്തമാക്കിയതെന്നർത്ഥം.

തുടർന്ന് നടന്ന ചർച്ചയുടെ ഫലമായി ഇന്ത്യൻ വിപ്ലവം സംബന്ധിച്ച മൗലിക പ്രശ്നങ്ങൾ കൈകാര്യം ചെയ്യുന്ന രണ്ടു രേഖകൾ-കരട് പരിപാടിയും (Draft Programme) നയപ്രഖ്യാപനരേഖയും (Policy Statement) തയ്യാറാക്കപ്പെട്ടു. ചർച്ചയെല്ലാം കഴിഞ്ഞ് വിടപറയുന്ന സന്ദർഭത്തിൽ സ്റ്റാലിൻ ഇന്ത്യൻ പ്രതിനിധി സംഘത്തിന് നല്കിയ ഉപദേശം ഇങ്ങനെയായിരുന്നു:

> നിങ്ങൾ നാലുപേർ യോജിച്ചുനില്ക്കുക, അങ്ങനെ കേന്ദ്ര കമ്മിറ്റിയെ യോജിപ്പിച്ചു നിർത്തുക, കേന്ദ്ര കമ്മിറ്റിക്ക് പിന്നിൽ പാർട്ടിയെയാകെ യോജിപ്പിച്ചു നിർത്തുക.[3]

നാലുമാസം കഴിഞ്ഞ് ഇന്ത്യൻ പ്രതിനിധിസംഘം നാട്ടിൽ തിരിച്ചെത്തിയതോടെ 1951 ഒക്ടോബർ 9 മുതൽ 15 വരെ കൽക്കത്തയിൽ പാർട്ടിയുടെ ഒരു പ്രത്യേക സമ്മേളനം വിളിച്ചുകൂട്ടി. അവർ എത്തുന്നതിനുമുമ്പു തന്നെ പാർട്ടി പരിപാടി *കോമിൻഫോമിന്റെ* മുഖപത്രത്തിൽ പ്രസിദ്ധീകരിച്ചിരുന്നതിനെത്തുടർന്ന് അതിന്റെ കോപ്പിയെടുത്തു ഇന്ത്യയിൽ പ്രസിദ്ധീകരിച്ചിരുന്നു. നൂറിൽ താഴെ പ്രതിനിധികൾ പങ്കെടുത്തുകൊണ്ട് രഹസ്യമായി നടത്തിയ ആ സമ്മേളനം ചില്ലറ ചില ഭേദഗതികളോടെ രണ്ട് മോസ്കോ രേഖകളും അംഗീകരിച്ചു.[4]

രണ്ടാം പാർട്ടി കോൺഗ്രസോടെ പാർട്ടി നേതൃത്വത്തിൽ ആരംഭിച്ച അഭിപ്രായ വ്യത്യാസം ഇതോടെ പരിഹരിക്കപ്പെട്ടു. 1947 ആഗസ്ത് 15 ന് ഇന്ത്യക്ക് കിട്ടിയ സ്വാതന്ത്ര്യം കപടമാണെന്നുള്ള ഇടതുപക്ഷ സമീപനവും തള്ളിക്കളഞ്ഞു. വിപ്ലവകരമായ മാർഗ്ഗങ്ങളിലൂടെ അധികാരത്തിലെത്തുന്നതിന് ജനങ്ങളെ തയ്യാറെടുപ്പിക്കുന്നതിനുള്ള മാർഗ്ഗങ്ങളിലൊ

ന്നായി പാർലമെന്ററി പ്രവർത്തനം ഉൾപ്പെടുത്തണമെന്നും തീരുമാനിക്കപ്പെട്ടു.

> അതേക്കുറിച്ച് ഇ എം എസ് നമ്പൂതിരിപ്പാട് എഴുതി:
> മോസ്കോ ചർച്ചയുടെ അന്ത്യത്തിൽ തയ്യാറായ കരടു പാർട്ടി പരിപാടി *കോമിൻഫോമി*ന്റെ മുഖപത്രത്തിൽ പ്രസിദ്ധീകരിച്ചതിനെത്തുടർന്ന് ഇന്ത്യൻ പാർട്ടിയുടെ ദേശീയ ആസ്ഥാനം അതിന്റെ കോപ്പി ഇന്ത്യയിൽ പ്രസിദ്ധീകരിച്ചു. അതിന്റെ ഉള്ളടക്കം സംബന്ധിച്ച് പാർട്ടിയിലുടനീളം ചർച്ച നടന്നു. കീഴ്ഘടകങ്ങളിൽ നിന്നുവന്ന അഭിപ്രായങ്ങൾ കേന്ദ്ര കമ്മിറ്റി ഉൾപാർട്ടി രേഖകളായി പ്രസിദ്ധീകരിച്ചു. അതിന്റെ അടിസ്ഥാനത്തിൽ പാർട്ടിയുടെ ഒരു പ്രത്യേക ദേശീയസമ്മേളനം നിയമവിരുദ്ധമായി സംഘടിപ്പിച്ചു. കരട് പരിപാടിയും നയപ്രഖ്യാപനരേഖയും ചില ഭേദഗതികളോടെ സമ്മേളനം അംഗീകരിച്ചു.
>
> ഇതോടെ 1948 ലും തുടർന്നും പാർട്ടി നേതൃത്വത്തിൽ പ്രകടമായ അഭിപ്രായഭേദം പരിഹരിക്കപ്പെട്ടു.
>
> 1947 ആഗസ്ത് 15 ന് കിട്ടിയ സ്വാതന്ത്ര്യം കപടമാണെന്ന ഇടതു പക്ഷ സമീപനം തിരസ്കരികപ്പെട്ടതോടൊപ്പം, സ്വാതന്ത്ര്യത്തിന്റെ ഗുണഭോക്താക്കൾ ബൂർഷ്വാ–ഫ്യൂഡൽ പ്രമാണിമാരാണെന്ന സത്യംകൂടി ചൂണ്ടിക്കാണിക്കപ്പെട്ടു.
>
> ഭരണകക്ഷിയായി മാറിയ കോൺഗ്രസിനെതിരെ ജനങ്ങളെ സംഘടിപ്പിക്കാനുള്ള ശ്രമം തുടരണമെന്നും അതിനുള്ള മാർഗ്ഗങ്ങളുടെ കൂട്ടത്തിൽ പാർലമെന്ററി പ്രവർത്തനം ഉൾപ്പെടുത്തണമെന്നും അംഗീകരിക്കപ്പെട്ടു. അതേയവസരത്തിൽ, പാർലമെന്ററി പ്രവർത്തനത്തിലൂടെ മാത്രം സോഷ്യലിസത്തിലേക്ക് നീങ്ങുകയെന്ന സോഷ്യൽ ഡെമോക്രാറ്റിക് ധാരണ തിരസ്കരിക്കപ്പെട്ടു. വിപ്ലവകരമായ മാർഗ്ഗങ്ങളിലൂടെ അധികാരത്തിലെത്തുന്നതിന് ജനങ്ങളെ സന്നദ്ധരാക്കുന്നതിനുള്ള മാർഗ്ഗങ്ങളിലൊന്നാണ് പാർലമെന്ററി പ്രവർത്തനമെന്ന ലെനിനിസ്റ്റ് സിദ്ധാന്തത്തിന് ഊന്നൽ നല്കിക്കൊണ്ടുള്ള സമീപനം അംഗീകരിക്കപ്പെട്ടു.......
>
> പുതിയ സാഹചര്യത്തിൽ പാർട്ടി ഒരു ബഹുജനപാർട്ടിയായി മാറണമെന്നും, പാർട്ടി മെമ്പർമാരുടെ പ്രവർത്തനം അച്ചടക്കപൂർണ്ണമാവണമെന്നും നിശ്ചയിക്കപ്പെട്ടു. പുതിയ വിപ്ലവസമരതന്ത്രം, പുതിയ അടവുകൾ എന്നിവയോടൊപ്പം പുതിയ പാർട്ടി സംഘടനാരീതിയും അംഗീകരിക്കണമെന്നു തീരുമാനിക്കപ്പെട്ടു.[5]

പാർട്ടിക്കകത്തെ ഐക്യം പുനഃസ്ഥാപിക്കണമെന്നും അതിന്റെ പ്രാരംഭമെന്ന നിലയ്ക്ക് അടുത്തകാലത്ത് നടപടിക്ക് വിധേയരായ എല്ലാ

സഖാക്കളെയും തിരിച്ചുകൊണ്ടുവരണമെന്നും തീരുമാനിച്ചു. അതിനാൽ രണദിവെ ഉൾപ്പെട്ട അഞ്ച് പി ബി മെമ്പറന്മാരുടെ ശിക്ഷ ലഘൂകരിച്ചു. സഖാക്കൾ ബി ടി രണദിവെ, ജി അധികാരി, ഭവാനി സെൻ, സോമനാഥ് ലാഹിരി, എൻ കെ കൃഷ്ണൻ എന്നിവരെപ്പറ്റി സമ്മേളനം എടുത്ത തീരുമാനത്തിൽ ഇങ്ങനെ പറഞ്ഞു:

> പാർട്ടിയുടെ കേന്ദ്ര കമ്മിറ്റിയുടെ മേയ്(1951) യോഗത്തിൽവെച്ച് പഴയ പി ബി മെമ്പർമാരുടെ പ്രവർത്തനത്തെപ്പറ്റി അന്വേഷിക്കാൻ നിയമിക്കപ്പെട്ട കമീഷന്റെ അന്വേഷണപരിധി ചുരുക്കിയതു ശരിയായില്ലെന്ന് അഖിലേന്ത്യാ സമ്മേളനം അഭിപ്രായപ്പെട്ടു. പഴയ പി ബി മെമ്പറന്മാരുടെ കുറ്റങ്ങളും തെറ്റുകളും പരിപൂർണ്ണമായ അന്വേഷണത്തിനു വിധേയമാക്കേണ്ടതായിരുന്നുവെന്നാണ് സമ്മേളനത്തിന്റെ അഭിപ്രായം.
>
> പഴയ പി ബി മെമ്പർമാർ ടിട്ടോയിസ്റ്റ്-ട്രോട്സ്കിയൈറ്റ് കുറ്റങ്ങൾ ചെയ്തുവെന്ന് കുറ്റാരോപണം നീതീകരിക്കത്തക്കതല്ലെങ്കിലും ഈ സഖാക്കൾ രാഷ്ട്രീയമായ തെറ്റുകൾ ചെയ്തുവെന്നു മാത്ര മല്ല പാർട്ടിക്കും ബഹുജന പ്രസ്ഥാനത്തിനും ഗൗരവമായ നാശ നഷ്ടം വരുത്തി ഏറ്റവും വെറുക്കപ്പെടേണ്ട സ്വേച്ഛാധിപത്യപരവും പാർട്ടിവിരുദ്ധവും പൊളിപ്പനുമായ കുറ്റങ്ങൾക്ക് ഉത്തരവാദി കളാണ്.[6]

എങ്കിലും പാർട്ടിക്കകത്തെ ഐക്യം പുനഃസ്ഥാപിക്കുന്നതിനും മറ്റുമായി അവരുടെ പേരിലുള്ള ശിക്ഷ ലഘൂകരിക്കാൻ സമ്മേളനം തീരുമാനിച്ചു. അങ്ങനെ രണദിവെയെ രണ്ടു കൊല്ലത്തേക്കും ജി അധികാരി യെയും ഭവാനി സെന്നിനെയും ഓരോ കൊല്ലത്തേക്കുവീതവും സോമ നാഥ് ലാഹിരിയെ ആറുമാസത്തേക്കും പാർട്ടിയിൽനിന്ന് സസ്പെന്റ് ചെയ്താൽ മതിയെന്ന് സമ്മേളനം തീരുമാനിച്ചു. എൻ കെ കൃഷ്ണന്റെ പാർട്ടിയിൽ നിന്നുള്ള സസ്പെൻഷനെ ഇതുവരെ അനു ഭവിച്ച കാലത്തേക്കുമായി ചുരുക്കണമെന്നും അദ്ദേഹത്തിനു പരിപൂർണ്ണമായ പാർട്ടി അംഗത്വം തിരിച്ചേല്പിക്കണമെന്നും സമ്മേളനം തീരുമാനിച്ചു.[7]

1951 ലെ പാർട്ടി പരിപാടിയും നയപ്രഖ്യാപനരേഖയും അതേവരെയുള്ള പാർട്ടി സമീപനത്തിൽനിന്ന് എന്തെല്ലാം മാറ്റങ്ങൾ വരുത്തി എന്നറിഞ്ഞിരിക്കുന്നത് ഇത്തരുണത്തിൽ നല്ലതായിരിക്കും. അതേക്കുറിച്ച് ഇ എം എസ് നമ്പൂതിരിപ്പാട് എഴുതി:

> ഒന്നാമത്, കൽക്കത്താ കോൺഗ്രസിൽ അംഗീകരിച്ച നയസമീ പനത്തിന്റെ കാതലായ ഭാഗം-തെലങ്കാന മാർഗ്ഗം ഇന്ത്യയിലേക്ക് ആകെ വ്യാപിപ്പിക്കുകയെന്ന കാഴ്ചപ്പാട്-അടിമുടി തെറ്റാണ്. തെലങ്കാനയിൽ കൃഷിക്കാരുടെ സായുധ സേനാവിഭാഗങ്ങൾ ഉയർന്നുവന്നതും വർഗ്ഗശത്രുക്കൾക്കെതിരായ പോരാട്ടം നടത്തി

യതും നല്ലകാര്യമായിരുന്നു. എന്നാൽ, അത് ബ്രിട്ടീഷ് സാമ്രാജ്യ മേധാവികൾക്ക് എതിരായി ഇന്ത്യൻ ജനതയാകെ പോരാടിയിരുന്ന സാഹചര്യത്തിൽ, ആ സാമ്രാജ്യവിരുദ്ധ സമരത്തിന്റെ അഭേദ്യ ഭാഗമായി രൂപംകൊണ്ട കാർഷിക വിപ്ലവപ്രസ്ഥാനമാണ്. ഇന്ത്യൻ ജനത നടത്തിയ വിപ്ലവസമരങ്ങളുടെ ഫലമായി അധികാരത്തിൽ വന്ന ബൂർഷ്വാ ദേശീയ ഗവൺമെന്റിനെതിരായി തെലങ്കാനയിലെ വിപ്ലവപ്രസ്ഥാനത്തെ തിരിച്ചുവിടാമെന്ന് കരുതുന്നത് യാഥാർത്ഥ്യ ബോധത്തിന് നിരക്കുന്നതല്ല. സായുധസേനാവിഭാഗങ്ങൾ നടത്തിയ പോരാട്ടത്തെത്തുടർന്ന് തെലങ്കാനയിലെ കൃഷിക്കാർ ക്കുകിട്ടിയ ഭൂമി അവരുടേതുതന്നെ ആക്കിത്തീർക്കാനാണ്, ഇന്ത്യയിലെ കോൺഗ്രസ് ഗവൺമെന്റിനെ അധികാരഭ്രഷ്ട മാക്കാനല്ല തെലങ്കാന പ്രസ്ഥാനത്തെ ഇനി ഉപയോഗിക്കേണ്ടത്.

രണ്ടാമത്, ഇന്ത്യയിലാകെ വിപ്ലവം നടത്താൻ ആവശ്യമായ പരിതഃസ്ഥിതി ഉളവായി എന്ന കൽക്കത്താ കോൺഗ്രസിന്റെ വില യിരുത്തൽ തെറ്റാണ്. വിപ്ലവത്തിന് ബഹുജനങ്ങളെ തയ്യാറാക്കുക യെന്ന ജോലിയാണ് ഉടൻ ഏറ്റെടുത്ത് നടത്തേണ്ടത്. ഇങ്ങനെ ജനങ്ങളെ വിപ്ലവത്തിന് തയ്യാറാക്കുന്ന ജോലിയുടെ ഭാഗമായി നിയമവിരുദ്ധവും നിയമവിധേയവുമായ പ്രക്ഷോഭങ്ങളുടെയും സമരങ്ങളുടെയും മാർഗ്ഗങ്ങൾ അംഗീകരിക്കണം. അവ രണ്ടി നെയും കൂട്ടിയിണക്കണം. ഈ പ്രവർത്തനത്തിന്റെ കേന്ദ്രമെന്ന നിലയ്ക്ക് ഇപ്പോൾ ശിഥിലമായിക്കിടക്കുന്ന ട്രേഡ് യൂണിയൻ പ്രസ്ഥാനത്തിന്റെ പുനരേകീകരണത്തിനുവേണ്ടി പാർട്ടി പ്രവർ ത്തിക്കണം. കർഷകസംഘങ്ങൾ മുതലായ മറ്റു ബഹുജനസം ഘടനകളിലൂടെ പ്രശ്നങ്ങൾ പരിഹരിക്കുന്നതിന് സ്ഥിതിഗതി കൾക്കൊത്ത് നിയമവിധേയമോ നിയമവിരുദ്ധമോ ആയ മാർഗ്ഗ ങ്ങൾ അംഗീകരിച്ച് പ്രവർത്തിക്കണം. ഇതിനു സഹായിക്കുംവിധം പാർലമെന്റുമുതൽ പഞ്ചായത്തുവരെ എല്ലാ നിലവാരത്തിലും നടക്കുന്ന തിരഞ്ഞെടുപ്പുകളെ രാഷ്ട്രീയ സമരത്തിനുള്ള വേദികളാക്കിമാറ്റണം. എവിടെയെല്ലാം ജനങ്ങളുണ്ടോ അവിടെ യെല്ലാം കമ്യൂണിസ്റ്റുകാരുണ്ടാകണം എന്ന ലെനിനിസ്റ്റ് നിർദ്ദേശം നടപ്പിൽ വരുത്തണമെന്നർത്ഥം.

മൂന്നാമത്, ഈ പ്രവർത്തനമെല്ലാം കാര്യക്ഷമമായി സംഘടി പ്പിക്കാൻ കഴിവുള്ള വിപ്ലവതൊഴിലാളിവർഗ്ഗ പാർട്ടിയായി കമ്യൂ ണിസ്റ്റ് പാർട്ടി ഉയരണം. തൊഴിലാളി വർഗ്ഗത്തിൽനിന്നും മറ്റദ്ധ്വാ നിക്കുന്ന ബഹുജനവിഭാഗങ്ങളിൽനിന്നും ഉയർന്നു വരുന്ന ഉശിര ന്മാരായ സഖാക്കൾക്ക് താത്ത്വിക വിദ്യാഭ്യാസവും പ്രായോഗിക പരിശീലനവും നല്കി പാർട്ടി മെമ്പർമാരാക്കുകയും അത്തരം പാർട്ടി മെമ്പർമാരെ പാർട്ടിയുടെ സമുന്നത നേതൃസ്ഥാനങ്ങളി ലേക്ക് സധൈര്യം ഉയർത്തിക്കൊണ്ടുവരികയും വേണം.

നാലാമത്, ആഗോളമായി വളർന്നുകൊണ്ടിരിക്കുന്ന യുദ്ധവിപത്തിനെതിരായി ഇന്ത്യൻ ജനതയെ ആകെ അണിനിരത്തണം. അന്നു രൂപംകൊണ്ടിരുന്ന ലോകസമാധാന പ്രസ്ഥാനത്തിന് ഇന്ത്യൻ ജനതയുടെ-തൊഴിലാളി-കർഷകാദി ബഹുജനങ്ങളുടെ വിശേഷിച്ചും-പിന്തുണ ഉറപ്പിക്കാൻ പാർട്ടി അതിന്റെ കഴിവുകൾ മുഴുവനും ഉപയോഗിക്കണം.[8]

യോഗം 21 അംഗങ്ങളടങ്ങിയ ഒരു പുതിയ കേന്ദ്ര കമ്മിറ്റിയേയും അജയഘോഷ് ജനറൽ സെക്രട്ടറിയായി ഏഴംഗങ്ങളടങ്ങിയ ഒരു പൊളിറ്റ് ബ്യൂറോയേയും തിരഞ്ഞെടുത്തു.[9] മൂന്നംഗങ്ങളടങ്ങിയ ഒരു കൺട്രോൾ കമ്മീഷനെയും സമ്മേളനം തിരഞ്ഞെടുത്തു.

മോസ്കോ ചർച്ചയിൽ ഉയർന്നുവന്ന പുതിയ പാർട്ടി പരിപാടിയിൽ ഉൾക്കൊള്ളിച്ചിരുന്ന കേന്ദ്രമുദ്രാവാക്യം ജനകീയ ജനാധിപത്യം (Pepoles Democracy) ആയിരുന്നല്ലോ. എന്താണ് ജനകീയ ജനാധിപത്യം എന്നതുകൊണ്ട് ഉദ്ദേശിക്കുന്നതെന്ന് വിശാലമായും എന്നാൽ വളരെ ലളിതമായും ഇ എം എസ് നമ്പൂതിരിപ്പാട് വ്യക്തമാക്കിയിട്ടുണ്ട്. അദ്ദേഹം എഴുതി:

.......1951 ൽ അവിഭക്ത കമ്യൂണിസ്റ്റ് പാർട്ടി ആവിഷ്കരിച്ച ജനകീയ ജനാധിപത്യമെന്ന പദപ്രയോഗംകൊണ്ടുദ്ദേശിക്കുന്നത് എന്താണെന്ന് വ്യക്തമാക്കേണ്ടിയിരിക്കുന്നു.

ലെനിൻ വിഭാവനം ചെയ്തതുപോലെ, ബൂർഷ്വാജനാധിപത്യത്തെ വിപ്ലവകരമായ മാർഗ്ഗങ്ങളിലൂടെ അട്ടിമറിച്ച് തൊഴിലാളി വർഗ്ഗത്തിന്റെ സർവ്വാധിപത്യം സ്ഥാപിക്കാനല്ല ഇന്ത്യൻ കമ്യൂണിസ്റ്റുകാർ ശ്രമിക്കുന്നത്. നേരെമറിച്ച് ബൂർഷ്വാസിയെപ്പോലും ഒഴിച്ചു നിർത്താതെ തൊഴിലാളി-കർഷകാദി ബഹുജനങ്ങൾക്കാകെ വ്യാപകമായ ജനാധിപത്യാവകാശങ്ങൾക്ക് ഉറപ്പു നല്കുന്ന ഒരു ഭരണവ്യവസ്ഥയാണ് 1951 ലെ പരിപാടിയിൽ വിഭാവനം ചെയ്തത്.

തൊഴിലാളിവർഗ്ഗ സർവ്വാധിപത്യംകൊണ്ട് മാർക്സും എംഗൽസും വിഭാവനം ചെയ്തത്ര വ്യാപകവും യഥാർത്ഥവുമായ ജനാധിപത്യാവകാശങ്ങൾ ജനങ്ങൾക്ക് മുഴുവൻ കിട്ടുക; പക്ഷേ, ആ ജനാധിപത്യവ്യവസ്ഥയിൽ തൊഴിലാളി-കർഷകാദി ബഹുജനങ്ങൾക്ക് മുൻകൈയുണ്ടായിരിക്കുക; അങ്ങനെ രൂപംകൊള്ളുന്ന യഥാർത്ഥ ജനാധിപത്യവ്യവസ്ഥയിൽ തൊഴിലാളിവർഗ്ഗത്തിന് നേതൃത്വപരമായ പങ്കുണ്ടാവുക-ഇതൊക്കെയാണ് ജനകീയ ജനാധിപത്യമെന്ന പദപ്രയോഗംകൊണ്ട് പാർട്ടി ഉദ്ദേശിക്കുന്നത്.

.......1951 ലെ പരിപാടി ആവിഷ്കരിക്കുമ്പോൾത്തന്നെ ഇന്ത്യൻ വിപ്ലവത്തിന്റെ മാർഗ്ഗം സോവിയറ്റ് യൂണിയന്റേതോ ചൈനയു

ടെതോ അല്ല, ഇന്ത്യയുടേതാണ്, അതിന്റെ രൂപം ഇന്ത്യാക്കാർ തന്നെ നിശ്ചയിക്കും എന്ന് പ്രഖ്യാപിക്കുകയുണ്ടായെന്ന് ഓർക്കുക.

ഇതിന്റെ സ്വാഭാവിക ഫലമായി 1952 ൽ നടക്കാനിരുന്ന ലോക്സഭ-നിയമസഭ തിരഞ്ഞെടുപ്പുകളിലും മറ്റേതെല്ലാം നിലവാരങ്ങളിലും തിരഞ്ഞെടുപ്പു നടക്കുന്നുവോ അവിടങ്ങളിലും കമ്യൂണിസ്റ്റുകാർ പങ്കെടുക്കണമെന്ന് തീരുമാനിക്കപ്പെട്ടു. സോവിയറ്റ്-ചൈനീസ് പാതകളിൽനിന്ന് ഇന്ത്യൻ പാതയ്ക്കുള്ള ഒരു പ്രധാനവ്യത്യാസം ഇതാണ്.

ആ രണ്ട് രാജ്യങ്ങളിലും വിപ്ലവത്തിനുമുമ്പ് ബൂർഷ്വാ ജനാധിപത്യ അവകാശങ്ങളോ തിരഞ്ഞെടുക്കപ്പെടുന്ന ഭരണസ്ഥാപനങ്ങളോ ഇല്ലായിരുന്നു. ഇന്ത്യയിൽ ബ്രിട്ടീഷ് ഭരണകാലത്തുപോലും അത് ഉണ്ടായിരുന്നു. സ്വാതന്ത്ര്യലബ്ധിക്ക് മുമ്പുള്ള കാലത്തുപോലും കമ്യൂണിസ്റ്റുകാർ ആദ്യം കോൺഗ്രസുകാരെന്ന നിലയ്ക്കും പിന്നീട് സ്വന്തം പേരിലും തിരഞ്ഞെടുപ്പിൽ സ്ഥാനാർത്ഥികളാകുകയും ജയിക്കുകയും ചെയ്തിട്ടുണ്ട്. ഭാവിയിലും അത് തുടരാൻ കഴിയുന്നവിധത്തിലാണ് പുതിയ കോൺഗ്രസ് ഭരണാധികാരികൾ ഭരണഘടന രൂപപ്പെടുത്തുന്നത്: അതുകൊണ്ട് ജനകീയ ജനാധിപത്യ വിപ്ലവത്തിനുവേണ്ടിയുള്ള സമരത്തിൽ ബൂർഷ്വാ പാർലമെന്ററി വ്യവസ്ഥയ്ക്ക് കീഴിലുള്ള തിരഞ്ഞെടുപ്പുകൾക്ക് പ്രധാന സ്ഥാനമുണ്ട്.

ഇനി ചൂണ്ടിക്കാണിക്കാൻ പോകുന്നതുപോലെ തിരഞ്ഞെടുപ്പുകളിൽ പങ്കെടുക്കുക മാത്രമല്ല ഭൂരിപക്ഷം കിട്ടുന്നിടത്ത് ഭരണം കൈയാളുക കൂടി ചെയ്യാൻ കമ്യൂണിസ്റ്റുകാർക്ക് കടമയുണ്ട്. സോവിയറ്റ് യൂണിയനിലോ ചൈനയിലോ ഇല്ലാത്ത ഒരു ഇന്ത്യൻ സവിശേഷതയാണിത്.[10]

ഇതോടെ ഇന്ത്യൻ കമ്യൂണിസ്റ്റ് പാർട്ടിക്കുള്ളിലെ ഇരുവിഭാഗങ്ങളും അംഗീകരിച്ചിരിക്കുന്ന നിലപാടുകൾ തെറ്റാണെന്ന് വന്നു. പാർട്ടിയിൽ ഐക്യം പുനഃസ്ഥാപിക്കാൻ സോവിയറ്റ് കമ്യൂണിസ്റ്റ് പാർട്ടിയുടെ ഉപദേശത്തോടെ തയ്യാറാക്കി 1951 ഒക്ടോബറിലെ യോഗത്തിൽവെച്ച് അംഗീകരിച്ച രേഖകൾ സഹായിച്ചു. പക്ഷേ, അത് ചുരുങ്ങിയ കാലത്തേക്കു മാത്രമേ നിലനിന്നുള്ളു. താല്ക്കാലികമായെങ്കിലും തർക്ക പ്രശ്നങ്ങൾക്ക് പരിഹാരമുണ്ടായതോടെ പാർട്ടി ഒന്നാം പൊതുതിരഞ്ഞെടുപ്പിലേക്കുള്ള പ്രവർത്തനങ്ങളിലേക്കു പോയി.

ഒന്നാം പൊതുതിരഞ്ഞെടുപ്പ്

കോൺഗ്രസിനെതിരെ ജനങ്ങളെ സംഘടിപ്പിക്കുന്നതിനുള്ള മാർഗ്ഗങ്ങളിലൊന്നായി പാർലമെന്ററി പ്രവർത്തനവും ഉൾപ്പെടുത്താമെന്ന്

പാർട്ടി തീരുമാനിച്ചതിനെത്തുടർന്ന് 1952 ൽ നടക്കുന്ന ഒന്നാം പൊതുതിരഞ്ഞെടുപ്പിൽ പങ്കെടുക്കാൻ പാർട്ടി തീരുമാനിച്ചു. 1951 ഒക്ടോബർ 21 ന് തെലങ്കാന സമരം പാർട്ടി പിൻവലിച്ചു. പാർട്ടിയുടെ മേലുള്ള നിരോധനം ഗവൺമെന്റ് നീക്കാൻ തുടങ്ങി. പാർട്ടി നേതാക്കൾ ഓരോരുത്തരായി ഒളിവിൽനിന്ന് പുറത്തുവരാൻ തുടങ്ങി.

പാർട്ടി ഒരു തിരഞ്ഞെടുപ്പ് വിജ്ഞാപനം പുറത്തിറക്കി. പാർട്ടി പരിപാടിയിലെ ആശയങ്ങളുടെ ലളിതവും ഏവർക്കും മനസ്സിലാകുന്ന തരത്തിലുള്ളതുമായ പുനരാഖ്യാനമായിരുന്നു അത്.[11] ബൂർഷ്വാ ജനാധിപത്യത്തിനുപകരം ജനകീയ ജനാധിപത്യമാണ് തങ്ങളുടെ ലക്ഷ്യമെന്ന് അതിൽ വിളംബരം ചെയ്തിരുന്നു. ജനങ്ങളിൽ ഓരോ വർഗ്ഗത്തിനും വിഭാഗത്തിനും ഇതുകൊണ്ടുള്ള നേട്ടമെന്താണെന്നും അതിൽ വിശദമാക്കിയിരുന്നു.

തിരഞ്ഞെടുപ്പ് ഫലം കോൺഗ്രസിനെ അമ്പരപ്പിച്ചു. ലോകസഭയിൽ ഭൂരിപക്ഷം സീറ്റ് കരസ്ഥമാക്കാൻ കോൺഗ്രസിന് കഴിഞ്ഞെങ്കിലും ലഭിച്ച വോട്ടിന്റെ കാര്യത്തിൽ കോൺഗ്രസ് ന്യൂനപക്ഷമായി (44.47%). ലോകസഭയിൽ ആകെയുള്ള 499 സീറ്റുകളിൽ 361 കോൺഗ്രസിന് ലഭിച്ചു. ബാക്കി പ്രതിപക്ഷത്തിനാണ് കിട്ടിയത്. സംസ്ഥാന നിയമസഭയിലേക്ക് ആകെയുള്ള 3358 സീറ്റുകളിൽ 42 ശതമാനം മാത്രമേ കോൺഗ്രസിന് കിട്ടിയുള്ളൂ. എന്നാൽ മിക്ക സംസ്ഥാനങ്ങളിലും കോൺഗ്രസിനാണ് ഭൂരിപക്ഷം ലഭിച്ചത്. തിരു-കൊച്ചി, മദിരാശി, പെപ്സു (പാട്യാലയും കിഴക്കൻ പഞ്ചാബിലെ നാട്ടുരാജ്യങ്ങളും ചേർന്ന സംസ്ഥാനം) എന്നീ സംസ്ഥാനങ്ങളിൽ നിയമസഭാ സീറ്റിന്റെ കാര്യത്തിലും കോൺഗ്രസ് ന്യൂനപക്ഷമായിത്തീർന്നു.

എന്നാൽ കമ്യൂണിസ്റ്റ് പാർട്ടിക്ക് വമ്പിച്ച വിജയം കരസ്ഥമാക്കാൻ കഴിഞ്ഞു. കമ്യൂണിസ്റ്റ് പാർട്ടിയും ഐക്യമുന്നണിയും പാർലമെന്റിലും സ്റ്റേറ്റ് അസംബ്ലികളിൽ പൊതുവേയും രണ്ടാമത്തെ വലിയ ശക്തിയായിത്തീർന്നു. കമ്യൂണിസ്റ്റുകാരും അവരുടെ സഹയാത്രികരും ചേർന്ന് 31 (26 കമ്യൂണിസ്റ്റ്, സഹയാത്രികർ 5) അംഗങ്ങളോടുകൂടി ലോകസഭയിലെ പ്രധാന പ്രതിപക്ഷമായി. ഇന്ത്യയിലെ എല്ലാ സംസ്ഥാന അസംബ്ലികളിലും കൂടി 239 സ്ഥാനങ്ങൾ കമ്യൂണിസ്റ്റ് പാർട്ടി നേടി.[12] മദ്രാസിലും തിരു-കൊച്ചിയിലുമടക്കം നാല് സംസ്ഥാനങ്ങളിൽ പാർട്ടി ഉൾപ്പെട്ട ഐക്യമുന്നണി ഗവൺമെന്റ് രൂപിക്കരിക്കാനുള്ള സാദ്ധ്യതപോലും ഉണ്ടായി.

സെക്ടേറിയൻ തെറ്റുകൾ വരുത്തിയെങ്കിലും ഉശിരൻ ജനമുന്നേറ്റത്തിന് നേതൃത്വം കൊടുത്ത സംസ്ഥാനങ്ങളിലൊക്കെ– ഹൈദരാബാദ്, മദ്രാസ്, ബംഗാൾ, തിരു-കൊച്ചി, ത്രിപുര-പാർട്ടിയുടെ പ്രകടനം മികച്ചതായിരുന്നു. 1951 ഒക്ടോബറിലെ പാർട്ടി സമ്മേളനം കൈക്കൊണ്ട തീരുമാനത്തിന്റെ ശരിമ വിളംബരം ചെയ്യുന്നതായിരുന്നു ഒന്നാം തിരഞ്ഞെടുപ്പ് ഫലങ്ങൾ.

പാർട്ടി പ്ലീനം

1951 ഒക്ടോബറിൽ വിളിച്ചുചേർക്കപ്പെട്ട പ്രത്യേക അഖിലേന്ത്യാ സമ്മേളനത്തിൽ അംഗീകരിച്ച പാർട്ടി പരിപാടിയും നയപ്രഖ്യാപന രേഖയും, 1952 ലെ തിരഞ്ഞെടുപ്പിനെ നേരിടുന്നതിനുവേണ്ടി യോജിച്ചു അംഗീകരിച്ച നയസമീപനം എന്നിവ മുഖാന്തിരം അതേവരെ പാർട്ടിക്ക കത്തുണ്ടായിരുന്ന അഭിപ്രായവ്യത്യാസം തീർത്ത് മുന്നോട്ടു പോകാൻ കഴിഞ്ഞിരുന്നെങ്കിലും ആശയപരവും വൈകാരികവുമായി പൂർണ്ണമായ ഐക്യം ഉണ്ടായിക്കഴിഞ്ഞിരുന്നില്ല. ചില വിവാദ വിഷയങ്ങൾ പിന്നെയും അവശേഷിച്ചു. ആദ്യ ലോകസഭാ തിരഞ്ഞെടുപ്പിൽ മുഖ്യ പ്രതിപക്ഷ മായി മാറാൻ കമ്യൂണിസ്റ്റ് പാർട്ടിക്ക് കഴിഞ്ഞെങ്കിലും ഈ മുന്നേറ്റ ങ്ങൾക്കിടയിലും സംഘടനയുടെ ദുർബ്ബലാവസ്ഥ തുടർന്നു. പോരാട്ടങ്ങൾ ഒരു തലത്തിൽ-പാർലമെന്ററി തലത്തിൽ-മാത്രം ഒതുങ്ങിനിന്നു. അതിനെ കൂടുതൽ വിവിധതലത്തിലേക്ക് വ്യാപിപ്പിക്കാൻ കഴിയാത്ത പ്രതിസന്ധി നിലനിന്നു. പൂർണ്ണസ്വാതന്ത്ര്യത്തിനും ജനാധിപത്യത്തിനും വേണ്ടിയുള്ള ദേശീയ മുന്നേറ്റം രൂപപ്പെടുത്തുന്നതിന് സംഘടനയ് ക്കകത്തുള്ള ഈ ദൗർബല്യങ്ങൾ പരിഹരിക്കേണ്ടത് അനിവാര്യമായി മാറി. ഇതിനെത്തുടർന്നാണ് പാർട്ടിയുടെ വിശാലമായ പ്ലീനം വിളിച്ചുകൂട്ടാൻ തീരുമാനിച്ചത്. 1952 ഡിസംബർ 30 മുതൽ 1953 ജനുവരി 10 വരെ കൽക്കത്തയിൽ നടന്ന പ്ലീനത്തിൽ കേന്ദ്ര കമ്മിറ്റി അംഗങ്ങൾക്കും കേന്ദ്ര കൺട്രോൾ കമ്മിറ്റി അംഗങ്ങൾക്കും പുറമെ വിവിധ പ്രവിശ്യകളിൽ നിന്നായി 61 പ്രതിനിധികളും പങ്കെടുത്തു.[13]

ഇന്ത്യൻ കമ്യൂണിസ്റ്റ് പാർട്ടിയുടെ മുഖ്യകടമ എന്താണെന്ന് പ്ലീനം വ്യക്തമാക്കി. അവ:

> ലോകമെമ്പാടുമുള്ള കമ്യൂണിസ്റ്റ് പാർട്ടികളുടെ മുഖ്യകടമ എന്ന പോലെതന്നെ ഇന്ത്യൻ കമ്യൂണിസ്റ്റ് പാർട്ടിയുടെയും മുഖ്യകടമ സമാധാനത്തിനുവേണ്ടിയുള്ള പോരാട്ടം തന്നെയാണെന്നും, ഇന്ത്യാ-ചൈനാ, ഇന്തോ-സോവിയറ്റ് സൗഹൃദം ശക്തിപ്പെടുത്ത ണമെന്നും, രൂക്ഷമായ ഭക്ഷ്യക്ഷാമത്തിന് പരിഹാരം കാണണ മെന്നും, കർഷകർക്ക് അടിയന്തര ആശ്വാസം നല്കണമെന്നും, പിരിച്ചുവിടലിനും കൂലിവെട്ടിക്കുറയ്ക്കലിനുമെതിരെ അതിശക്ത മായ നടപടികളെടുക്കണമെന്നും, കൂടുതൽ തൊഴിലവസരങ്ങൾ സൃഷ്ടിക്കണമെന്നും, സർക്കാരിന്റെ പഞ്ചവത്സരപദ്ധതി ജന്മി-കുത്തക താല്പര്യങ്ങൾ സംരക്ഷിക്കാൻ വേണ്ടിയുള്ളതാ ണെന്നും, ഇന്ത്യാ-പാക് സൗഹൃദം ഉറപ്പിച്ച് സാമ്പത്തികരംഗത്ത് ഉൾപ്പെടെ പാകിസ്ഥാനുമായി സഹകരിക്കണമെന്നും, ഭാഷാടി സ്ഥാനത്തിൽ സംസ്ഥാനങ്ങൾ രൂപീകരിക്കുന്നതിനെ പിന്തുണയ് ക്കണമെന്നുമുള്ള നിലപാടുകൾ പ്ലീനം കൈക്കൊണ്ടു. മതന്യൂന പക്ഷങ്ങളുടെയും പട്ടികജാതി പട്ടികവർഗ്ഗ-ആദിവാസിഗോത്രവർഗ്ഗ

ജനങ്ങളുടെയും അവകാശങ്ങൾ സംരക്ഷിക്കുന്നതിനും അവർക്കെതിരെയുള്ള അക്രമങ്ങളും അടിച്ചമർത്തലുകളും തടയുന്നതിനും പ്രത്യേക ശ്രദ്ധയും നടപടികളുമുണ്ടാവണമെന്നും പ്ലീനം തീരുമാനിച്ചു. ഈ കാര്യങ്ങൾ നടപ്പാക്കുന്നതിന് സുശക്തമായ പാർട്ടി ഉണ്ടാകണം. ആരോഗ്യകരമായ ഉൾപാർട്ടി ചർച്ചകളിലൂടെ പാർട്ടിയെ ഐക്യപ്പെടുത്തുകയും ശക്തമാക്കുകയുമാണ് വേണ്ടത്. അണികൾക്ക് അവരുടെ അഭിപ്രായങ്ങൾ പരസ്യമായി പറയാൻ അനുവാദമില്ല. എന്നാൽ ബന്ധപ്പെട്ട വേദികളിൽ ഉയർത്തുന്ന വിമർശനങ്ങൾക്കും അഭിപ്രായങ്ങൾക്കും നേതൃത്വം ചെവികൊടുക്കുകയും അത് പാർട്ടിയുടെ നയങ്ങളെയും പരിപാടികളെയും പുഷ്ടിപ്പെടുത്തുകയും നേതൃത്വത്തിന്റെ ശരിയായ പോക്കിന് ഇടയാക്കുകയും ചെയ്യും.[14]

സുശക്തമായ പാർട്ടി കെട്ടിപ്പടുക്കുന്നതിനുവേണ്ടി ചില സംഘടനാപരമായ തീരുമാനങ്ങൾ പ്ലീനം കൈക്കൊണ്ടു. അവയിൽ പ്രധാനപ്പെട്ടവ:

1. എല്ലാ ജില്ലാ കമ്മിറ്റികളുടെയും മേൽനോട്ടത്തിൽ നിലവിലുള്ള അംഗത്വലിസ്റ്റ് പരിശോധിക്കുക, പാർട്ടി ലെവി അടയ്ക്കുക, പാർട്ടി യോഗങ്ങളിൽ കൃത്യമായി പങ്കെടുക്കുക, പാർട്ടി തീരുമാനങ്ങൾ നടപ്പാക്കുക, ഭൂരിപക്ഷ തീരുമാനം അംഗീകരിക്കുക, പാർട്ടി രഹസ്യങ്ങൾ സൂക്ഷിക്കുക, ഉൾപാർട്ടി പ്രശ്നങ്ങളെ സംബന്ധിച്ച് വിടുവായത്തമോ കേട്ടുകേഴ്വിയോ പറയാതിരിക്കുക, ബഹുജനസംഘടനയിൽ അംഗമായിരിക്കുക തുടങ്ങിയ പാർട്ടി അംഗങ്ങളുടെ ഉത്തരവാദിത്വങ്ങൾ നിർവ്വഹിക്കാത്തവരെ കണ്ടെത്തി അവർക്ക് അച്ചടക്കമുള്ള പാർട്ടി അംഗമായി തുടരാൻ അവസരം നല്കുക, അല്ലാത്തവരെ ഒഴിവാക്കുക.
2. എല്ലാ തലത്തിലും പുതിയ അംഗങ്ങളെ റിക്രൂട്ട് ചെയ്യുന്നതിനും അനുഭാവികളെ കണ്ടെത്തുന്നതിനും അവർക്ക് ആവശ്യമായ പാർട്ടി വിദ്യാഭ്യാസം നല്കുന്നതിനും പ്രത്യേക പരിഗണന നല്കുക.
3. ബഹുജന സംഘടനകളിലേക്ക് നിശ്ചിത അംഗങ്ങളെ ചേർക്കുക, പാർട്ടി പ്രസിദ്ധീകരണങ്ങൾക്ക് നിശ്ചിത വരിക്കാരെ കണ്ടെത്തുക, പാർട്ടി സാഹിത്യം വില്ക്കുക തുടങ്ങിയവ പാർട്ടി അംഗങ്ങളെ സജീവമാക്കാൻ ഉപകരിക്കും.
4. പി ബി, സി സി പ്രവിശ്യ കമ്മിറ്റികൾ എന്നിവയുടെ പ്രവർത്തനങ്ങൾ കുറെക്കൂടി ചിട്ടയായും ക്രമമായും സംഘടിതമായും നടത്തണം. കേന്ദ്രതലത്തിലും പ്രവിശ്യാതലത്തിലും ബഹുജന സംഘടനകളിലുണ്ടാകുന്ന വിഷയങ്ങൾ ആരും ഒറ്റയ്ക്ക് കൈകാര്യം ചെയ്യാതെ പി ബി യോ, സി സി യോ കൂട്ടായി ബന്ധപ്പെട്ടവരുമായി ചേർന്ന് മാത്രം പരിഹരിക്കുക.

5. അച്ചടക്ക നടപടികളിൽ പാർട്ടി അംഗങ്ങളുടെ അവകാശങ്ങൾ സംബന്ധിച്ച്

(എ) പാർട്ടി ഘടകം അതിലെ ഒരു അംഗത്തിനെതിരെ അച്ചടക്ക നടപടി കൈക്കൊള്ളുമ്പോൾ അദ്ദേഹത്തിന്റെ സാന്നിദ്ധ്യത്തിലായിരിക്കണം വിഷയം ചർച്ച ചെയ്യേണ്ടത്.

(ബി) മേൽഘടകമാണ് നടപടിയെടുക്കുന്നതെങ്കിൽ അതിന് രേഖാമൂലമോ അല്ലാതെയോ വിശദീകരണം നല്കാൻ അവസരം നല്കണം.

(സി) ഗുരുതരമായ അച്ചടക്കലംഘനം എന്ന് ബോദ്ധ്യപ്പെട്ടാൽ പിന്നീട് അന്വേഷണം എന്ന വ്യവസ്ഥയിൽ ഉടനടി നടപടികൾ കൈക്കൊള്ളാവുന്നതാണ്.

(ഡി) പാർട്ടിയെ അപകീർത്തിപ്പെടുത്തുന്ന ലേഖനങ്ങൾ പ്രസിദ്ധീകരിച്ചാൽ അത് ഉൾപാർട്ടി ചർച്ചയ്ക്ക് വിധേയമാക്കുകയും ബന്ധപ്പെട്ടവർക്ക് വിശദീകരണം നല്കാൻ അവസരം നല്കേണ്ടതുമാണ്.

6. പാർട്ടി സംഘടനാപ്രവർത്തനത്തിൽ കൂടുതൽ ചിട്ടയും അച്ചടക്കവും രൂപപ്പെടുത്തുന്നതോടൊപ്പം മൂന്നാം പാർട്ടി കോൺഗ്രസിന് വേണ്ട തയ്യാറെടുപ്പുകളും തുടങ്ങണം. അതിനാവശ്യമായ രാഷ്ട്രീയ സംഘടനാ പ്രമേയങ്ങൾ പി ബി തയ്യാറാക്കണം.[15]

രാഷ്ട്രീയവും പ്രത്യയശാസ്ത്രപരവും സംഘടനാപരവുമായ തലങ്ങളിൽ കൂടുതൽ വ്യക്തതയുണ്ടാക്കാൻ കൽക്കത്താ പ്ലീനം സഹായിച്ചു. ഇതോടെ 1947–48 കാലം മുതൽ ആരംഭിച്ച അഭിപ്രായ വ്യത്യാസങ്ങൾ ഒട്ടൊക്കെ പരിഹരിക്കപ്പെട്ടു. എന്നാൽ 1953 അവസാനത്തോടെ പുതിയ രൂപത്തിൽ പാർട്ടിക്കകത്തു അഭിപ്രായ ഭേദങ്ങൾ ഉടലെടുത്തു. കോൺഗ്രസുമായുള്ള കമ്യൂണിസ്റ്റ് പാർട്ടിയുടെ നയത്തെ ചൊല്ലിയായിരുന്നു ആ അഭിപ്രായവ്യത്യാസം. അത് വളർന്ന് 1964 ൽ പാർട്ടിയുടെ പിളർപ്പിൽ ചെന്നെത്തുകയും ചെയ്തു.

സൂചിക

1. *കമ്യൂണിസ്റ്റ് പാർട്ടി കേരളത്തിൽ I,* പു:346
2. *ഇന്ത്യൻ കമ്യൂണിസ്റ്റ് പ്രസ്ഥാനം 1920–1998,* പു:82
3. *കമ്യൂണിസ്റ്റ് പാർട്ടി കേരളത്തിൽ I,* പു:350
4. *സോഷ്യലിസത്തിലേക്കുള്ള ഇന്ത്യൻ പാത,* പു:32
5. *ഇന്ത്യൻ കമ്യൂണിസ്റ്റ് പ്രസ്ഥാനം 1920–1998,* പു:82–83
6. *പാർട്ടിക്കത്ത്, നമ്പർ-4, ഇന്ത്യൻ കമ്യൂണിസ്റ്റ് പാർട്ടിയുടെ കേരളാ കമ്മിറ്റി പ്രസിദ്ധപ്പെടുത്തുന്നത്,* നവംബർ 20, 1951, പു: 13
7. *പാർട്ടിക്കത്ത്, നമ്പർ-4,* പു: 13–17
8. *കമ്യൂണിസ്റ്റ് പാർട്ടി കേരളത്തിൽ I,* പു:343–44
9. മേൽച്ചൊന്നത്, പു:10; Party Letter, No: 4, Communist Party of India, Bombay, November 20, 1951, P: 3

10. *സോഷ്യലിസത്തിലേക്കുള്ള ഇന്ത്യൻ പാത*, പു:35–42.
11. *ഒരു ഇന്ത്യൻ കമ്യൂണിസ്റ്റിന്റെ ഓർമ്മക്കുറിപ്പുകൾ*, പു: 148.
12. മേൽച്ചൊന്നത്.
13. പാർട്ടിക്കത്ത്, നമ്പർ–2, ഇന്ത്യൻ കമ്യൂണിസ്റ്റ് പാർട്ടിയുടെ കേരളാകമ്മിറ്റി പ്രസിദ്ധീകരിക്കുന്നത്, ഫെബ്രുവരി 1953, പു:1.
14. *പാർട്ടി കോൺഗ്രസുകളുടെ ചരിത്രം*, പു:42.
15. മേൽച്ചൊന്നത്, പു:42–44.

9

വിദേശനയത്തിലെ മാറ്റവും കമ്യൂണിസ്റ്റ് പാർട്ടിക്കുള്ളിലെ അഭിപ്രായവ്യത്യാസവും

ആയിരത്തിത്തൊള്ളായിരത്തി നാല്പത്തിയേഴിൽ ഇന്ത്യ സ്വാതന്ത്ര്യം പ്രാപിച്ച സമയത്ത് ലോകം സോവിയറ്റ് യൂണിയന്റെ നേതൃത്വത്തിൽ സോഷ്യലിസ്റ്റ് ചേരിയെന്നും അമേരിക്കയുടെയും ബ്രിട്ടന്റെയും നേതൃത്വത്തിൽ മുതലാളിത്ത ചേരിയെന്നും രണ്ടായി തിരിഞ്ഞിരുന്നു. ഈ രണ്ടുചേരിയിലുംപെടാതെ ഒരു സ്വതന്ത്രവിദേശനയം–ചേരിചേരാനയം–ആവിഷ്കരിക്കാനാണ് ഇന്ത്യൻ ഭരണാധികാരികൾ ശ്രമിച്ചത്. പക്ഷേ, ആദ്യമെല്ലാം ചേരിചേരായ്മയുടെ പേരിൽ സാമ്രാജ്യത്വ ചേരിയോട് അടുപ്പം പുലർത്തുന്ന ഒരു നയമാണ് കോൺഗ്രസ് കൈക്കൊണ്ടത്. കാരണം, യുദ്ധത്തെത്തുടർന്ന് അമേരിക്ക ശക്തമാകുകയും സോവിയറ്റ് യൂണിയൻ ക്ഷീണിക്കുകയും ചെയ്തുവെന്ന ധാരണയാണ് കോൺഗ്രസ് നേതാക്കൾ വെച്ചുപുലർത്തിയത്. ഇന്ത്യക്ക് കാര്യമായ സഹായം എന്തെങ്കിലും ചെയ്യാനുള്ള കഴിവ് സോവിയറ്റ് യൂണിയനോ മറ്റു സോഷ്യലിസ്റ്റ് രാഷ്ട്രങ്ങൾക്കോ ഇല്ല. അതേസമയം അമേരിക്കയും ബ്രിട്ടനുമടക്കമുള്ള സാമ്രാജ്യകോയ്മകൾക്ക് അതിനുകഴിവുണ്ട്. അതുകൊണ്ട് ഇന്ത്യയുടെ സാമ്പത്തിക വികസനത്തിന് അവരുമായി കൂടുതൽ അടുക്കുന്നതാണ് നല്ലതെന്ന് നെഹ്റു ഗവൺമെന്റ് കണക്കുകൂട്ടി.

ഇതനുസരിച്ച് ഇന്ത്യയെ ബ്രിട്ടീഷ് കോമൺവെൽത്തിൽ അംഗമാക്കി. കോമൺവെൽത്തിന്റേതായ യുദ്ധാനന്തര സാമ്പത്തിക വികസന പ്രക്രിയ ഇന്ത്യൻ സ്ഥിതിഗതികൾക്കൊത്ത് പ്രയോഗിക്കാൻ കോൺഗ്രസ് തീരുമാനിച്ചു. അങ്ങനെയാണ് 1951 ൽ ഉദ്ഘാടനം ചെയ്ത ഒന്നാം പഞ്ചവത്സരപദ്ധതിക്ക് ആസ്പദമായി മുമ്പത്തെ ബ്രിട്ടീഷ് ഗവൺമെന്റ് തയ്യാറാക്കിയിരുന്ന സാമ്പത്തിക പുനരുദ്ധാരണ പരിപാടികളെ നെഹ്റു ഗവൺമെന്റ് എടുത്തത്. അതുകൊണ്ടുതന്നെയാണ് വ്യാവസായികവും

കാർഷികവും മറ്റുമായ നവീകരണത്തിലും വളർച്ചയിലും അമേരിക്കൻ ഐക്യനാടുകളുടെ സഹായം അഭ്യർത്ഥിച്ചുകൊണ്ട് ആ രാജ്യം നെഹ്റു സന്ദർശിച്ചത്.

എന്നാൽ സോഷ്യലിസ്റ്റ് ചേരിയും മുതലാളിത്തചേരിയും തമ്മിലുണ്ടായിരുന്നതുപോലെ അതേകാലത്ത് മുതലാളിത്ത ചേരിക്കകത്തുതന്നെ അമേരിക്കയും ബ്രിട്ടനുമായുള്ള വിവിധ ചേരികൾ തമ്മിലും ഏറ്റുമുട്ടലുകൾ ഉണ്ടായിരുന്നു. ഇതെല്ലാം കണക്കിലെടുത്തുകൊണ്ടുള്ള ഒരു തീരുമാനമാണ് മോസ്കോ ചർച്ചയ്ക്കുശേഷം 1951 ഒക്ടോബറിൽ ചേർന്ന പാർട്ടിയുടെ പ്രത്യേക സമ്മേളനം എടുത്തത്.

ആ തീരുമാനം ഇതായിരുന്നു. മുതലാളിത്ത–സോഷ്യലിസ്റ്റ് ചേരികൾ തമ്മിലോ മുതലാളിത്ത ചേരിയിലെ വിവിധ രാജ്യങ്ങൾ തമ്മിലോ ഉള്ള വൈരുദ്ധ്യങ്ങൾ ഇന്ത്യൻ ഭരണവർഗ്ഗം ഉപയോഗിക്കുന്നത് ആ വർഗ്ഗത്തിന്റെ താല്പര്യം സംരക്ഷിക്കാൻവേണ്ടി മാത്രമായതിനാൽ അതിൽ തൊഴിലാളി വർഗ്ഗത്തിന് താല്പര്യമില്ല. സോഷ്യലിസ്റ്റ് ചേരിയുടെ കൂടെ ഉറച്ചു നില്ക്കുകയാണ് ഇന്ത്യൻ തൊഴിലാളിവർഗ്ഗത്തിന്റെ രാഷ്ട്രീയ പാർട്ടിയായ കമ്യൂണിസ്റ്റ് പാർട്ടി ചെയ്യേണ്ടത്. ആ നിലപാട് എടുക്കാതെ "മുതലാളിത്ത–സോഷ്യലിസ്റ്റ് ചേരികൾ തമ്മിലും വിവിധ മുതലാളിത്ത കോയ്മകൾ തമ്മിലുമുള്ള വൈരുദ്ധ്യങ്ങളിൽനിന്ന് മുതലെടുക്കുന്ന" ഇന്ത്യാ ഗവൺമെന്റിന്റെ വിദേശനയത്തെ കമ്യൂണിസ്റ്റ് പാർട്ടി എതിർക്കണം.[1]

പക്ഷേ, അത് കഴിഞ്ഞ് ഒന്നര വർഷം തികയുന്നതിനുമുമ്പ് 1953 ഡിസംബർ 27 മുതൽ 1954 ജനുവരി 4 വരെ മധുരയിൽവെച്ച് ചേർന്ന പാർട്ടിയുടെ മൂന്നാം കോൺഗ്രസ് ആയപ്പോഴേക്ക് സ്ഥിതിഗതികളിൽ കാര്യമായ മാറ്റം ഉണ്ടായി. സോഷ്യലിസ്റ്റ് ചേരിയോട് പൂർണ്ണമായി ഉറച്ചു നിന്നുകൊണ്ടല്ലെങ്കിലും, അമേരിക്കൻ നേതൃത്വത്തിലുള്ള സാമ്രാജ്യത്വ ചേരിക്ക് എതിരായ നിലപാട് ഇന്ത്യാ ഗവൺമെന്റ് സ്വീകരിക്കാൻ ആരംഭിച്ചു. അതിനുള്ള കാരണങ്ങളെന്തൊക്കെയായിരുന്നു? അതാണ് ഇനി വ്യക്തമാക്കാൻ ഉദ്ദേശിക്കുന്നത്.

ഒന്ന്, 1952 ലെ പൊതുതിരഞ്ഞെടുപ്പിലുണ്ടായ തിരിച്ചടി, പ്രത്യേകിച്ച് കമ്യൂണിസ്റ്റ് പാർട്ടി വെല്ലുവിളി ഉയർത്തിയ സംസ്ഥാനങ്ങളിലേത്, കോൺഗ്രസ് ഗൗരവപൂർവ്വം വിലയിരുത്തി. ആ വിലയിരുത്തലിന്റെ അടിസ്ഥാനത്തിൽ കോൺഗ്രസിന്റെ നയങ്ങളിൽ ഒരു ഇടതുപക്ഷ പ്രതിച്ഛായ സൃഷ്ടിക്കാൻ കേന്ദ്രകോൺഗ്രസ് നേതൃത്വം തീരുമാനിച്ചു.

രണ്ട്, യുദ്ധകാലത്ത് തകർന്നുവെന്ന് കരുതിയ സോവിയറ്റ് യൂണിയൻ തകർച്ചയിൽനിന്ന് അതിവേഗം കരകയറുക മാത്രമല്ല, സാമ്പത്തികവും രാഷ്ട്രീയവുമായി വൻകിട രാഷ്ട്രങ്ങളിലൊന്നായി ഉയർന്നു. നേരെമറിച്ച് ഇന്ത്യയുടെ ത്വരിതമായ വ്യവസായവല്ക്കരണത്തെ സഹായിക്കുമെന്ന് പ്രതീക്ഷിച്ച അമേരിക്കയും ബ്രിട്ടനുമുൾപ്പെട്ട മുതലാളിത്ത ചേരി ഇന്ത്യൻ ഭരണാധികാരികൾ കണക്കുകൂട്ടിയതുപോലുള്ള വികസനത്തിന്

തടസ്സം നില്ക്കുകയാണ് ചെയ്യുന്നതെന്ന് വ്യക്തമായി. നെഹ്റുവിന്റെ അമേരിക്കൻ സന്ദർശനം പരാജയത്തിലാണ് കലാശിച്ചത്. ബ്രിട്ടീഷ് സ്വാധീനശക്തിക്ക് കീഴ്പെട്ടുകൊണ്ട് ഇന്ത്യ തയ്യാറാക്കിയ ഒന്നാം പഞ്ചവത്സര പദ്ധതിയിൽ വ്യവസായവല്ക്കരണത്തിനും കാർഷിക നവീകരണത്തിനും പറയത്തക്ക സ്ഥാനമൊന്നുമില്ലായിരുന്നു.

മൂന്ന്, കാശ്മീരിന്റെ പദവിയടക്കം ഇന്ത്യക്ക് പ്രത്യേകം താല്പര്യമുള്ള ഒട്ടേറെ രാഷ്ട്രീയ പ്രശ്നങ്ങളിൽ സോഷ്യലിസ്റ്റ് ചേരി ഇന്ത്യാരാജ്യത്തിനനുകൂലവും മുതലാളിത്ത ചേരികൾക്കെതിരുമായ നിലപാടുകൾ കൈക്കൊണ്ടു.

നാല്, രണ്ടാം ലോകമഹായുദ്ധത്തിനുശേഷം ഉയർന്നുവന്ന ആദ്യത്തെ ഏഷ്യൻ സോഷ്യലിസ്റ്റ് രാഷ്ട്രമായ ചൈന അതിന്റെ നയതന്ത്രപരവും രാഷ്ട്രീയവുമായ സ്വാധീനം ഇന്ത്യൻ ജനതയിലെന്നപോലെ ഭരണവർഗ്ഗങ്ങളിലും വമ്പിച്ച സ്വാധീനം ചെലുത്തി. കൂടാതെ ചൈനീസ് ജനകീയ ഗവൺമെന്റിന്റെ നേതൃത്വത്തിൽ നടന്ന കാർഷികവിപ്ലവവും ഇന്ത്യൻ ഭരണാധികാരികളെയും ജനതയെയും സ്വാധീനിച്ചു.

അഞ്ച്, ലോക രാഷ്ട്രീയത്തിലാകട്ടെ, മുതലാളിത്ത വ്യവസ്ഥ നിലനിർത്താൻ വേണ്ടി അണുബോംബു നിർമ്മാണം, വൻതോതിലുള്ള ആയുധവല്ക്കരണം എന്നിവയിൽ മുതലാളിത്ത രാജ്യങ്ങൾ ഏർപ്പെടാൻ തുടങ്ങിയപ്പോൾ സോഷ്യലിസ്റ്റ് രാജ്യങ്ങൾ അവ അവസാനിപ്പിക്കാനുള്ള ബോധപൂർവ്വമായ ശ്രമം നടത്തി. സോഷ്യലിസ്റ്റ് രാജ്യങ്ങളും ഇന്ത്യ അടക്കമുള്ള മുൻകോളനി പ്രദേശങ്ങളിലെ ഭരണകർത്താക്കളും തമ്മിലും, അവർക്ക് മുതലാളിത്ത രാജ്യങ്ങളിലെ തൊഴിലാളിവർഗ്ഗ–സമാധാന പ്രസ്ഥാനങ്ങളോടുമുള്ള ബന്ധം കൂടുതൽ കൂടുതൽ സഹകരണാത്മകമാവാൻ തുടങ്ങി. ഈ സഹകരണം അന്നും ബാക്കിനിന്നിരുന്ന കോളനി പ്രദേശങ്ങളുടെ മോചനത്തിനുവേണ്ടി അവർ ഉപയോഗിച്ചു.[2]

ആറ്, മേൽപ്പറഞ്ഞ സംഭവവികാസങ്ങളെത്തുടർന്ന് സ്വാതന്ത്ര്യലബ്ധിക്കുശേഷമുള്ള ആദ്യവർഷങ്ങളിൽ മിക്കവാറും എല്ലാ കാര്യങ്ങളെയും. സംബന്ധിച്ച് ഐക്യരാഷ്ട്രസഭയിൽ അമേരിക്കയോടൊപ്പം വോട്ട് ചെയ്തിരുന്ന ഇന്ത്യ ക്രമേണ സോഷ്യലിസ്റ്റ് രാജ്യങ്ങളുമായി അടുക്കാൻ തുടങ്ങി. ഈ മാറ്റത്തിന്റെ സൂചനകൾ കാട്ടാൻ തുടങ്ങിയതു മുതൽക്ക് നയതന്ത്രബന്ധവും മെച്ചപ്പെടാൻ തുടങ്ങി.

അതായത്, സോവിയറ്റ് യൂണിയനും ജനകീയ ചൈനയുമായി സൗഹാർദ്ദം വളർത്തുക, കൊളോണിയലിസത്തോടെതിർപ്പ്, സാർവ്വദേശീയ സാമ്രാജ്യത്വവിരുദ്ധ സമരത്തിന്റെ ഭാഗമായി ഏഷ്യയിലെയും ആഫ്രിക്കയിലെയും നവസ്വതന്ത്ര രാഷ്ട്രങ്ങളുമായി കൈകോർത്തു പിടിക്കുക എന്നീ നടപടികളിലൂടെ, പതുക്കെപ്പതുക്കെ, സാമ്രാജ്യത്വ വിരുദ്ധ പാളയത്തിൽ നിലയുറപ്പിക്കുകയായിരുന്നു ഇന്ത്യ.

വിദേശനയ രംഗത്തുണ്ടായ ഈ നയം മാറ്റത്തിന്റെ അടിസ്ഥാനത്തിൽ കോൺഗ്രസിനോടുള്ള പാർട്ടിയുടെ സമീപനം മാറ്റേണ്ടതാണെന്ന്

ഇന്ത്യൻ കമ്യൂണിസ്റ്റ് പാർട്ടിക്കകത്തെ ഒരു വിഭാഗം വാദിച്ചു. ഭരണവർഗ്ഗങ്ങൾ മൊത്തത്തിലും ഭരണകക്ഷിയായ കോൺഗ്രസ് പ്രത്യേകിച്ചും 'ഇടത്തോട്ടുനീങ്ങിക്കൊണ്ടിരിക്കുന്നു' എന്ന് അവർ വ്യക്തമാക്കി. സാമ്രാജ്യവിരുദ്ധ വിദേശനയത്തിൽ ആരംഭിച്ച ആ 'ഇടത്തോട്ടു നീങ്ങൽ' ആഭ്യന്തരനയത്തിലും പ്രതിഫലിക്കാതെ വയ്യാ എന്നവർ പറഞ്ഞു. 'പുരോഗമനപരമായ വിദേശനയം ആഭ്യന്തരനയത്തെ സ്വാധീനിക്കാതിരിക്കുമോ?' എന്നവർ ചോദിച്ചു. അവർതന്നെ അതിനു മറുപടിയും പറഞ്ഞു. വിദേശനയരംഗത്തുണ്ടായ പുരോഗമന സ്വഭാവം അനിവാര്യമായും ആഭ്യന്തരനയത്തിൽ പ്രതിഫലിക്കും.[3]

ഈ ചിന്താഗതിക്ക് സോഷ്യലിസ്റ്റ് രാജ്യങ്ങളിലെ സഖാക്കളുടെ ശക്തമായ പിന്തുണയുമുണ്ടായിരുന്നു. അതേക്കുറിച്ച് ഇ എം എസ് നമ്പൂതിരിപ്പാട് എഴുതി:

> ....ഇന്ത്യാ ഗവൺമെന്റും ഭരണകക്ഷി നേതാക്കളുമായി കൂടുതൽ കൂടുതൽ ബന്ധം സ്ഥാപിച്ചുവന്ന സോവിയറ്റ്-ചൈനീസ് സഖാക്കൾ അവരുടെ സാമ്രാജ്യത്വ വിരുദ്ധസ്വഭാവത്തെയും ആഭ്യന്തര പരിഷ്കാരങ്ങളെയും വാനോളം പുകഴ്ത്തി അവർക്ക് പ്രോത്സാഹനം നല്കി. ഈ പശ്ചാത്തലത്തിലാണ് മുൻപ് പ്രതി വിപ്ലവകാരിയായി ചിത്രീകരിക്കപ്പെട്ട മഹാത്മാഗാന്ധിയുടെ പങ്ക് പുനർ ചിന്തനത്തിന് അവർ വിധേയമാക്കിയത്. അദ്ദേഹത്തെ മഹാനായ ദേശീയ നേതാവായി അവതരിപ്പിക്കാൻ സോഷ്യലിസ്റ്റ് രാജ്യങ്ങളിലെ ചില പണ്ഡിതർ ശ്രമമാരംഭിച്ചു. ഇന്ത്യൻപാർട്ടിയിലെ പലരും സോവിയറ്റ് നേതാക്കൾ നടത്തുന്ന ഓരോ പ്രഖ്യാപനവും അവരുടെ പ്രസിദ്ധീകരണങ്ങളിൽ വരുന്ന ഓരോ ലേഖനവും ഇന്ത്യൻ പാർട്ടിക്കുള്ള മാർഗ്ഗനിർദ്ദേശമായി വ്യാഖ്യാനിക്കാൻ തുടങ്ങി.[4]

എന്നാൽ ബഹുഭൂരിപക്ഷം സഖാക്കളും ഇതംഗീകരിച്ചില്ല. അതേക്കുറിച്ച് ഇ എം എസ് നമ്പൂതിരിപ്പാട് എഴുതി:

> എന്നാൽ ബഹുഭൂരിപക്ഷം സഖാക്കളും-അണികളെപ്പോലെത്തന്നെ നേതൃത്വവും-ഇതിനോടു വിയോജിച്ചു. വിദേശനയത്തിലെ മാറ്റം സ്വാഗതാർഹമാണെങ്കിൽക്കൂടി അത് ഗവൺമെന്റിന്റെ വർഗ്ഗനയത്തിൽ, വിശേഷിച്ച് ആഭ്യന്തരനയത്തിൽ, മാറ്റം വരുന്നതിന്റെ സൂചനയായി കണക്കാക്കിക്കൂടെന്ന് അവർ വാദിച്ചു. വിദേശനയത്തിൽ സാമ്രാജ്യത്വവിരുദ്ധത ദർശിക്കാമെങ്കിൽക്കൂടി, തൊഴിലാളിവർഗ്ഗവും അതിന്റെ പാർട്ടിയും ലക്ഷ്യമിട്ടിരിക്കുന്ന തരത്തിലുള്ള നിലപാടെടുക്കാൻ ഭരണകക്ഷി തയ്യാറാകില്ലെന്ന് ഉറപ്പാണെന്ന് അവർ ചൂണ്ടിക്കാട്ടി. അതുകൊണ്ട് ലോകവ്യാപകമായ സാമ്രാജ്യത്വവിരുദ്ധ സമരങ്ങൾക്ക് കരുത്തേകുന്ന ഇന്ത്യയുടെ വിദേശനയത്തിലെ ഓരോ നടപടിയെയും പിന്തുണയ്ക്കവെതന്നെ

സാർവ്വദേശീയ പരിതഃസ്ഥിതിയെ മാർക്സിസ്റ്റ്-ലെനിനിസ്റ്റ് വീക്ഷണത്തോടെ വിലയിരുത്തുന്ന സ്വതന്ത്രമായനയം പാർട്ടി പ്രചരിപ്പിക്കണമെന്ന് അവർ ആവശ്യപ്പെട്ടു. വിദേശനയത്തിലെ പുരോഗമനസ്വഭാവം ആഭ്യന്തരനയത്തിൽ സ്വാഭാവികമായും പ്രതിഫലിപ്പിക്കുമെന്ന മിഥ്യാധാരണ ജനങ്ങളിൽ വളരാൻ അനുവദിച്ചുകൂടാ എന്നതായിരുന്നു ഇവരുടെ നിലപാട്.[5]

മൂന്നാം കോൺഗ്രസിനുമുമ്പ് നടന്ന സംസ്ഥാന ജില്ലാ പ്രാദേശീക സമ്മേളനങ്ങളിലെല്ലാം ഈ രണ്ടു ചിന്താഗതികൾ തമ്മിലേറ്റുമുട്ടി. 1953 ഡിസംബർ 27 മുതൽ 1954 ജനുവരി 4 വരെ മധുരയിൽനടന്ന മൂന്നാം കോൺഗ്രസിന്റെ വേദിയും ഈ രണ്ട് നയങ്ങൾ തമ്മിലുള്ള ഏറ്റുമുട്ടലിന്റെ വേദിയായിമാറി. സമ്മേളനത്തിൽ സൗഹാർദ്ദ പ്രതിനിധിയായി പങ്കെടുത്ത ബ്രിട്ടീഷ് കമ്യൂണിസ്റ്റ് പാർട്ടി ജനറൽ സെക്രട്ടറി ഹാരി പോളിറ്റ് നടത്തിയ ആശംസാപ്രസംഗം കോൺഗ്രസിനോടുള്ള പാർട്ടിയുടെ സമീപനം മാറ്റണമെന്ന് വാദിച്ചിരുന്നവർക്ക് പിന്തുണ നല്കുംവിധത്തിലായിരുന്നു.

വിദേശനയ സംബന്ധമായ കാര്യങ്ങളിൽ സോവിയറ്റ് യൂണിയനുമായി സഹകരിക്കുക എന്ന നെഹ്റു ഗവൺമെന്റിന്റെ പുതിയ നിലപാട് ഇന്ത്യൻ രാഷ്ട്രീയത്തിൽ ഒരു പുതിയ വഴിത്തിരിവ് സൃഷ്ടിച്ചിരിക്കുന്നുവെന്ന് പോളിറ്റ് വാദിച്ചു. ആഗോളമായി രൂപംകൊള്ളുന്ന സാമ്രാജ്യവിരുദ്ധ ചേരിയിൽ ഇന്ത്യയിലെ നെഹ്റു ഗവൺമെന്റും പെട്ടിരിക്കുന്നു. അതുകൊണ്ട് ഗവൺമെന്റിനോട് കമ്യൂണിസ്റ്റ് പാർട്ടി എടുക്കുന്ന നയസമീപനം സഹകരണാത്മകമാവണം എന്നദ്ദേഹം നിർദ്ദേശിച്ചു.

അദ്ദേഹം ഇന്ത്യൻ പാർട്ടിയുടെ നയത്തിൽ മാറ്റം വരുത്തണമെന്നാവശ്യപ്പെടാനുള്ള കാരണത്തെക്കുറിച്ച് ഇ എം എസ് ഇങ്ങനെ എഴുതി:

> ....ആഗോളരാഷ്ട്രീയത്തിൽ സാമ്രാജ്യാധിപത്യത്തിനെതിരായ ചേരിക്ക് രൂപം നല്കുന്നതിൽ നെഹ്റുവിന്റെ നേതൃത്വത്തിലുള്ള ഇന്ത്യാഗവൺമെന്റ് വഹിക്കുന്ന പങ്ക് അദ്ദേഹം മനസ്സിലാക്കി. അതുകൊണ്ട് നെഹ്റു ഗവൺമെന്റിന് പിന്തുണ നല്കുന്നത് ഇന്ത്യയടക്കം ലോകത്തെല്ലായിടത്തുമുള്ള കമ്യൂണിസ്റ്റുകാരുടെ കടമയാണെന്ന് അദ്ദേഹം കരുതി. ആഭ്യന്തര നയരംഗത്ത് നെഹ്റു ഗവൺമെന്റ് പ്രകടിപ്പിക്കുന്ന ജനവിരുദ്ധ സ്വഭാവം അദ്ദേഹത്തിന് അനുഭവപ്പെട്ടുമില്ല. ആ നിലയ്ക്കാണ് വിദേശനയരംഗത്ത് പുരോഗമനപരമായ നിലപാട് എടുക്കുന്ന നെഹ്റു ഗവൺമെന്റിനെ ആഭ്യന്തര രംഗത്ത് ഒരു പുരോഗമന ശക്തിയായി കാണണമെന്ന നിലപാടിനെ അദ്ദേഹം ശരിവെച്ചത്.......[6]

ഹാരി പോളിറ്റിന്റെ പ്രസംഗത്തെകൂടി ആസ്പദമാക്കി കോൺഗ്രസിന്റെ ചർച്ചയ്ക്കുവെച്ച കരട് രാഷ്ട്രീയ പ്രമേയം മാറ്റി എഴുതണമെന്ന്

പ്രതിനിധികളിൽ ഒരു വിഭാഗം ആവശ്യപ്പെട്ടു.

ഈ സാഹചര്യത്തിൽ പോളിറ്റിന്റെ പ്രസംഗത്തിലെ പ്രധാനഭാഗങ്ങളെ ഖണ്ഡിച്ചുകൊണ്ട് ചർച്ചയിലിടപെടാൻ പാർട്ടി ജനറൽ സെക്രട്ടറി അജയഘോഷ് നിർബ്ബന്ധിതനായി. നെഹ്റു ഗവൺമെന്റിന്റെ വിദേശനയം കൂടുതൽ സാമ്രാജ്യവിരുദ്ധമായിട്ടുണ്ടെന്ന് അദ്ദേഹവും സമ്മതിച്ചു. അതേസമയം, ആഭ്യന്തരനയം ജനവിരുദ്ധമായി തുടരുകയാണ്. അതുകൊണ്ട് വിദേശനയത്തിലുള്ള മാറ്റം സ്വാഗതം ചെയ്യുമ്പോൾ തന്നെ നെഹ്റു ഗവൺമെന്റ് ആഭ്യന്തരരംഗത്ത് തുടരുന്ന ജനദ്രോഹനയങ്ങൾക്കെതിരെ ബഹുജനപ്രസ്ഥാനം സംഘടിപ്പിക്കേണ്ടതിന്റെ പ്രാധാന്യം ഘോഷ് ഊന്നിപ്പറഞ്ഞു.[7]

തുടർന്ന് നടന്ന വോട്ടെടുപ്പിൽ കേന്ദ്ര കമ്മിറ്റിയുടെ നിലപാട് ഭൂരിപക്ഷം പേരും അംഗീകരിച്ചു. ഹാരി പോളിറ്റിന്റെ അഭിപ്രായം കൂടി അവഗണിച്ചായിരുന്നു ഇത്. എന്നത് ശ്രദ്ധേയമാണ്.

ഇതൊരു തുടക്കം മാത്രമായിരുന്നു. തുടർന്ന് വാശിയേറിയ വിവാദങ്ങൾ പാർട്ടിയിലുടനീളം നടന്നു. രാഷ്ട്രീയവും നയപരവുമായ പ്രശ്നങ്ങളിൽ ശക്തമായ രണ്ടഭിപ്രായങ്ങളും ചേരികളും പാർട്ടിയിൽ രൂപംകൊണ്ടു. ഉപരി കമ്മിറ്റികളിലെന്നപോലെത്തന്നെ സംസ്ഥാനകമ്മിറ്റികളുടെയും കീഴ്കമ്മിറ്റികളുടെയും യോഗങ്ങളിൽ ഇതു രൂക്ഷമായ ചർച്ചാ വിഷയങ്ങളായി.

സൂചിക

1. *സോഷ്യലിസത്തിലേക്കുള്ള ഇന്ത്യൻ പാത*, പു:44–45
2. ഇ എം എസ് നമ്പൂതിരിപ്പാട്, *കമ്യൂണിസ്റ്റ് പാർട്ടികേരളത്തിൽ II*, ചിന്ത പബ്ലിഷേഴ്സ്, (തിരുവനന്തപുരം– മാർച്ച് 1986), പു:34
3. *സോഷ്യലിസത്തിലേക്കുള്ള ഇന്ത്യൻ പാത*, പു:45–46
4. *ഒരു ഇന്ത്യൻ കമ്യൂണിസ്റ്റിന്റെ ഓർമ്മക്കുറിപ്പുകൾ*, പു:163
5. മേൽച്ചൊന്നത്
6. *സോഷ്യലിസത്തിലേക്കുള്ള ഇന്ത്യൻ പാത*, പു:48
7. *ഇന്ത്യൻ കമ്യൂണിസ്റ്റ് പ്രസ്ഥാനം 1920–1998*, പു:97.

10

1955 ലെ ആന്ധ്രാ തിരഞ്ഞെടുപ്പും ഉൾപാർട്ടി പ്രതിസന്ധിയും

ഇന്ത്യൻ കമ്യൂണിസ്റ്റ് പാർട്ടിയിൽ അഭിപ്രായസംഘട്ടനങ്ങൾക്ക് വഴി തെളിച്ച മറ്റൊരു സംഭവമാണ് 1955 ഫെബ്രുവരി–മാർച്ച് മാസത്തിൽ ആന്ധ്രാ നിയമസഭയിലേക്ക് നടന്ന ഇടക്കാല തിരഞ്ഞെടുപ്പ്. തിരഞ്ഞെടുപ്പിൽ കമ്യൂണിസ്റ്റ് പാർട്ടി ഒറ്റയ്ക്കാണ് മത്സരിച്ചത്. 1952 ൽ കമ്യൂണിസ്റ്റ് പാർട്ടിയോടൊപ്പം ഐക്യമുന്നണിയിൽനിന്ന കക്ഷികളെയെല്ലാം ചേർത്ത് ഒരു മുന്നണി രൂപീകരിച്ചുകൊണ്ടാണ് കോൺഗ്രസ് കമ്യൂണിസ്റ്റ് പാർട്ടിക്കെതിരെ മത്സരിച്ചത്. തിരഞ്ഞെടുപ്പിൽ കമ്യൂണിസ്റ്റ് പാർട്ടി വിജയിക്കുമെന്നും പാർട്ടിയുടെ ഏകകക്ഷി ഭരണം സ്ഥാപിക്കാൻ കഴിയുമെന്നും പാർട്ടി വിശ്വസിച്ചു. ഈ കണക്കുകൂട്ടലിനെ ന്യായീകരിക്കുന്ന പ്രതികരണങ്ങൾ തിരഞ്ഞെടുപ്പു പ്രവർത്തനത്തിന്റെ ആദ്യഘട്ടത്തിൽ ഉണ്ടാകുകയും ചെയ്തു. പതിനായിരക്കണക്കിനാളുകൾ അത്യാവേശപൂർവ്വം കമ്യൂണിസ്റ്റ് പാർട്ടിയുടെ പ്രചാരണയോഗങ്ങളിലെല്ലാം പങ്കുകൊണ്ടു. ഭാവി മുഖ്യമന്ത്രി എന്ന നിലയ്ക്കാണ് പ്രചാരണത്തിനിറങ്ങിയ പി സുന്ദരയ്യയെ ജനങ്ങൾ സ്വീകരിച്ചത്.

എന്നാൽ തിരഞ്ഞെടുപ്പുഫലം പുറത്തുവന്നപ്പോൾ കനത്ത പരാജയമാണ് പാർട്ടിക്കുണ്ടായത്. രാജേശ്വര റാവു, ബസവ പുന്നയ്യ മുതലായ പല പ്രമുഖരും തോല്ക്കുകയുണ്ടായി. 140 അംഗസഭയിൽ മുമ്പ് 41 സീറ്റുകളുണ്ടായിരുന്ന പാർട്ടിക്ക് ഈ തിരഞ്ഞെടുപ്പിൽ ലഭിച്ചത് 196 ൽ 15 സീറ്റുമാത്രമാണ്. മത്സരിച്ച സീറ്റുകളിൽ 74.5 ശതമാനവും നേടിയ കോൺഗ്രസിന് പോൾചെയ്ത വോട്ടിന്റെ 49.5 ശതമാനം മാത്രമേ കിട്ടിയിരുന്നുള്ളൂ. കമ്യൂണിസ്റ്റ് പാർട്ടിക്ക് 31 ശതമാനം വോട്ടുകിട്ടിയപ്പോൾ 7.6 ശതമാനം സീറ്റേ ലഭിച്ചുള്ളൂ.[1]

ചില്ലറ വോട്ടുകളുടെ വ്യത്യാസത്തിലാണ് പാർട്ടിയുടെ ഡസൻ കണക്കിന് സ്ഥാനാർത്ഥികൾ പരാജയപ്പെട്ടത്. ഈ പരാജയത്തിന്റെ കാരണ

ങ്ങളിലൊന്ന് ഐക്യമുന്നണി ഇല്ലാതിരുന്നതാണ്. 1952 ലെ പൊതുതിരഞ്ഞെടുപ്പിൽ നല്ല പ്രകടനം കാഴ്ചവയ്ക്കാൻ കമ്യൂണിസ്റ്റ് പാർട്ടിക്ക് കഴിഞ്ഞത് അന്ന് തെലുങ്ക്, തമിഴ്, കന്നട, മലയാളം എന്നീ നാലു ഭാഷകൾ സംസാരിക്കുന്ന ജനങ്ങളുടെ ഇടയിലുള്ള പ്രതിപക്ഷ പാർട്ടികളെയെല്ലാം ഏകോപിപ്പിച്ച് ആന്ധ്രാകേസരി പ്രകാശത്തിന്റെ നേതൃത്വത്തിൽ ഒരു കോൺഗ്രസ് ഇതര ഐക്യമുന്നണി മദിരാശി സംസ്ഥാനത്ത് രൂപപ്പെടുത്തിയിരുന്നു.

ഇന്നത്തെ ആന്ധ്രസംസ്ഥാനം അന്നത്തെ മദിരാശിപ്രവിശ്യയുടെ ഭാഗമായിരുന്നു.

എന്നാൽ ഇതിനേക്കാൾ പ്രധാനപ്പെട്ട ഒരു രാഷ്ട്രീയകാരണം തിരഞ്ഞെടുപ്പിന്റെ പരാജയത്തിന് വഴിതെളിച്ചിരുന്നു. തിരഞ്ഞെടുപ്പിന് തൊട്ടുമുമ്പാണ് (1954 നവംബറിൽ) സോവിയറ്റ് കമ്യൂണിസ്റ്റ് പാർട്ടി ജനറൽ സെക്രട്ടറി എൻ എസ് ക്രൂഷ്ചേവും, സോവിയേറ്റ് പ്രധാനമന്ത്രി എൻ എസ് ബുൾഗാനിനും ഇന്ത്യ സന്ദർശിച്ചത്. ഇന്ത്യൻ പാർലമെന്റിനകത്തും പുറത്തും അവർ നടത്തിയ പ്രസംഗങ്ങളിൽ നെഹ്റു ഗവൺമെന്റിന്റെ നയസമീപനങ്ങളെ വാനോളംപുകഴ്ത്തിയിരുന്നു. ആ പ്രസംഗങ്ങൾ തെലുങ്കിലേക്ക് തർജുമചെയ്ത് ആന്ധ്രയിലെ ലക്ഷക്കണക്കിന് ജനങ്ങൾക്കിടയിൽ വിതരണം ചെയ്തു. അത് ആന്ധ്രയിലെ വോട്ടറന്മാരെ വൻതോതിൽ സ്വാധീനിച്ചു. നേതാക്കളുടെ പ്രസംഗങ്ങൾമാത്രമല്ല. *പ്രവ്ദ*യിലും മറ്റുസോവിയറ്റ് പ്രസിദ്ധീകരണങ്ങളിലും നെഹ്റുവിന്റെ വിദേശ –ആഭ്യന്തരനയങ്ങളെ പുകഴ്ത്തിക്കൊണ്ടുള്ള ലേഖനങ്ങളും പ്രസ്താവനകളും മുഖപ്രസംഗങ്ങളുമുണ്ടായിരുന്നു. കോൺഗ്രസ് പാർട്ടി അവ തിരഞ്ഞെടുപ്പുകാലത്ത് സി പി ഐക്കെതിരെ ഫലപ്രദമായി ഉപയോഗിച്ചു. ഇതിന്റെ ഫലമായി വോട്ടറന്മാരിൽ വന്ന മനംമാറ്റം ശരിയായി വിലയിരുത്താൻ പാർട്ടിക്ക് കഴിഞ്ഞിരുന്നില്ല.

ഇതേക്കുറിച്ച് ഇ എം എസ് നമ്പൂതിരിപ്പാട് എഴുതി:

> ....തിരഞ്ഞെടുപ്പിന് ഏതാനും മാസംമുമ്പ് ഇന്ത്യ സന്ദർശിച്ച സോവിയറ്റ് പ്രധാനമന്ത്രി ബുൾഗാനിൻ സോവിയറ്റ് പാർട്ടി ജനറൽസെക്രട്ടറി ക്രൂഷ്ചേവ് എന്നിവരുടെ പര്യടനവേള പ്രസംഗങ്ങൾ അവരുടെ പടങ്ങളോടൊപ്പം വൻതോതിൽ പ്രചരിപ്പിക്കാൻ കോൺഗ്രസിന്റെ തിരഞ്ഞെടുപ്പ് കമ്മിറ്റി തയ്യാറായി. എന്നുവച്ചാൽ ആശയപരമായി കമ്യൂണിസത്തെ വെല്ലുവിളിക്കുന്ന ഒന്നല്ല ഇന്ത്യൻ നാഷണൽ കോൺഗ്രസ്, ഇന്ത്യയിലെ കമ്യൂണിസ്റ്റുകാരെ മാത്രമേ എതിർക്കുന്നുള്ളൂ എന്ന ധാരണ ജനങ്ങൾക്കിടയിൽ പരത്താനാണ് കോൺഗ്രസ് നേതാക്കൾ ശ്രമിച്ചത്. കമ്യൂണിസത്തിന്റെ ആദർശവും സിദ്ധാന്തങ്ങളും മാത്രമല്ല അതിന്റെ പ്രായോഗിക പരിപാടികൾപോലും ഇന്ത്യൻ സ്ഥിതിഗതികൾക്കൊത്തു നടപ്പിൽ വരുത്താൻ ശ്രമിക്കുന്നതും അതിനു കഴിവുണ്ടെന്ന് തെളിയിച്ചതും കമ്യൂണിസ്റ്റ് പാർട്ടിയല്ല, കോൺഗ്രസാണ് എന്നായിരുന്നു അവരുടെ അവകാശവാദം......[2]

തിരഞ്ഞെടുപ്പിലേറ്റ ആഘാതം ഇന്ത്യൻ കമ്യൂണിസ്റ്റ് പാർട്ടിയെ അങ്ങേയറ്റം ക്ഷീണിപ്പിച്ചു. മുമ്പുതന്നെ നീറിപ്പിടിക്കാൻ തുടങ്ങിയിരുന്ന പാർട്ടിക്കകത്തെ ആശയക്കുഴപ്പം മൂർച്ഛിക്കാൻ ആന്ധ്രാ തിരഞ്ഞെടുപ്പ് പരാജയം ഇടവരുത്തി. ഇടക്കാല തിരഞ്ഞെടുപ്പിന്റെ ഫലം വിലയിരുത്തുന്ന കാര്യത്തിൽ ആന്ധ്രാകമ്മിറ്റിയിലും സെൻട്രൽ കമ്മിറ്റിയിലും രൂക്ഷമായ അഭിപ്രായവ്യത്യാസങ്ങൾ പൊട്ടിപ്പുറപ്പെട്ടു.

കമ്യൂണിസ്റ്റ് പാർട്ടിക്കെതിരായി മറ്റെല്ലാ പാർട്ടികളെയും സംഘടനകളെയും ഒന്നിപ്പിക്കാൻ നോക്കിയ കോൺഗ്രസിന്റെ തന്ത്രം പൊളിക്കത്തക്ക ഫലപ്രദമായ ഐക്യമുന്നണി സമീപനം പാർട്ടി അംഗീകരിച്ചില്ലെന്നായിരുന്നു പ്രധാന വിമർശനം. അഖിലേന്ത്യാ വ്യാപകമായി ഈ അഭിപ്രായത്തിനായിരുന്നു മുൻതൂക്കമുണ്ടായിരുന്നത്. കോൺഗ്രസിന്റെ ദുർഭരണത്തോട് അങ്ങേയറ്റം മടുപ്പുണ്ടെങ്കിലും അതിനുപകരം കമ്യൂണിസ്റ്റ് പാർട്ടിയെ ജയിപ്പിച്ച് പാർട്ടിയുടെ ഏകകക്ഷി ഭരണം വിശ്വസിച്ചേല്പിക്കാൻ ആന്ധ്രയിലെ ജനങ്ങൾ തയ്യാറായിരുന്നില്ല. കമ്യൂണിസ്റ്റ് പാർട്ടിക്കൂടി ഉൾക്കൊള്ളുന്ന മുന്നണികൾ നിലവിൽ വരാനും തിരഞ്ഞെടുപ്പിൽ ജയിച്ച് ഭരണഭാരമേല്ക്കാനും പരിപക്വമായ പ്രദേശങ്ങളിലൊന്നായിരുന്നു ആന്ധ്ര. എന്നാൽ ഒറ്റ കക്ഷിയെന്ന നിലയ്ക്ക് മത്സരിച്ച് ജയിക്കാനും ഭരണമേല്ക്കാനും പാർട്ടിക്ക് കഴിയുന്ന സ്ഥിതി ഇന്ത്യയിലൊരിടത്തും വന്നിട്ടുണ്ടായിരുന്നില്ല. ഈ സാഹചര്യം ഫലപ്രദമായി ഉപയോഗിച്ച് പാർട്ടിയെ ഒറ്റപ്പെടുത്താൻ സഹായിച്ച തിരഞ്ഞെടുപ്പ് തന്ത്രം കോൺഗ്രസ് ആവിഷ്കരിച്ചപ്പോൾ അതിനെ നേരിടാനുള്ള തന്ത്രം പാർട്ടിക്കില്ലാതെ പോയി എന്ന് ഈ വിഭാഗക്കാർ പറഞ്ഞു.

എന്നാൽ ഇതേപോലെ ശക്തിയുള്ള മറ്റൊരഭിപ്രായം ആന്ധ്രയിൽ ഉയർന്നുവരികയും അതിന് അഖിലേന്ത്യാതലത്തിൽ പ്രതിധ്വനിയുണ്ടാകുകയും ചെയ്തു. ഈ ചിന്താഗതിയനുസരിച്ച് കോൺഗ്രസിന്റെ അധികാര കുത്തക തകർക്കുക, അതിനെതിരായി പ്രതിപക്ഷകക്ഷികളെ ഏകോപിപ്പിക്കുക, എന്ന ലക്ഷ്യം തന്നെ തെറ്റാണ്. അത് തിരുത്തണം.[3]

1952 ലെ തിരഞ്ഞെടുപ്പിൽ കോൺഗ്രസിനെ പരാജയപ്പെടുത്താൻവേണ്ടി അംഗീകരിച്ച പ്രതിപക്ഷ ഐക്യമെന്ന സമീപനം ശരിയായിരുന്നു. എന്നാൽ ആ തിരഞ്ഞെടുപ്പിനുശേഷം കോൺഗ്രസ് നേതൃത്വം തുടർന്നുപോന്ന പുതിയ നയസമീപനം സ്ഥിതിഗതികളിലാകെ മാറ്റമുണ്ടാക്കി. വിദേശനയത്തിൽ തുടങ്ങി പിന്നീട് ആഭ്യന്തരരംഗത്തേക്കുകൂടി വ്യാപിച്ച ഒരു പുതിയ ഇടതുപക്ഷ സമീപനം കോൺഗ്രസിനുണ്ട്; കോൺഗ്രസ് ഇന്ത്യയുടെ ഇടതുപക്ഷശക്തികളിലൊന്നായി മാറിയിരിക്കുന്നു; അതുകൊണ്ട് കോൺഗ്രസിന്റെ അധികാര കുത്തക തകർക്കുകയെന്ന മൗലിക രാഷ്ട്രീയ കാഴ്ചപ്പാട് തികച്ചും തിരുത്തേണ്ടിയിരിക്കുന്നു. അതിന് തയ്യാറാകാതെ കോൺഗ്രസ് വിരുദ്ധ നിലപാട് തുടർന്നതിനാലാണ് ആന്ധ്രയിൽ പാർട്ടിക്ക് പരാജയം നേരിട്ടതെന്ന് ഈ വിഭാഗക്കാർ വാദിച്ചു.[4]

വിദേശത്തെ നമ്മുടെ സഖാക്കളുടെപോലും പ്രശംസ പിടിച്ചുപറ്റിയ സാമ്രാജ്യവിരുദ്ധനയം കോൺഗ്രസ് പിന്തുടരുമ്പോൾ നമ്മുടെ പാർട്ടി നേതൃത്വം അധിക്ഷേപാർഹമായ സെക്ടേറിയൻ നയത്തിൽ മുറുകെ പിടിച്ചതിന്റെ ഫലമായാണ് ഈ പരാജയം ഉണ്ടായതെന്ന് അവർ പറഞ്ഞു.

1953–54 ൽ നടന്ന മധുര കോൺഗ്രസ് മുതൽ കോൺഗ്രസിനോടുള്ള പാർട്ടിയുടെ നയസമീപനം തിരുത്തണമെന്ന അഭിപ്രായം ശക്തിപ്പെടാൻ തുടങ്ങിയിരുന്നെങ്കിലും അതിന് പാർട്ടിയിൽ ഗണ്യമായ സ്വാധീനമൊന്നുമില്ലായിരുന്നു. എന്നാൽ ആന്ധ്ര തിരഞ്ഞെടുപ്പോടെ ആ ആവശ്യം പാർട്ടിയുടെ എല്ലാ നിലവാരങ്ങളിലും ഉയർന്നുവന്നു.

1956 ഏപ്രിലിൽ പാലക്കാട്ടുവെച്ച് നടന്ന നാലാം കോൺഗ്രസിൽ അവതരിപ്പിച്ച കേന്ദ്ര കമ്മിറ്റി റിപ്പോർട്ടിൽ ഇങ്ങനെ പറഞ്ഞു:

> ആന്ധ്രാ തിരഞ്ഞെടുപ്പിനുശേഷം കേന്ദ്ര കമ്മിറ്റിയിലെ പ്രതിസന്ധി മൂർച്ഛിച്ചു. ആന്ധ്രാ തിരഞ്ഞെടുപ്പുഫലം വിശകലനം ചെയ്യുന്നതിന് 1955 മാർച്ചിൽ ചേർന്ന സി സി യോഗം പാസാക്കിയ പ്രമേയം തൃപ്തികരമല്ലെന്ന് മിക്ക പാർട്ടി കമ്മിറ്റികളും കണക്കാക്കി. ഇത് അനിവാര്യവുമായിരുന്നു. എന്തുകൊണ്ടെന്നാൽ, നിലവിലുള്ള പരിതഃസ്ഥിതിയെക്കുറിച്ചുതന്നെ സി സിക്കകത്ത് ഏകീകൃത ധാരണയുണ്ടായിരുന്നില്ല.

റിപ്പോർട്ടിൽ ഇത്രയുംകൂടി പറഞ്ഞു:

> സി സിക്കകത്ത് അഭിപ്രായവ്യത്യാസം തീക്ഷ്ണമാവുകയും ഒരു പിളർപ്പിന്റെ വക്കുവരെ അതെത്തുകയും ചെയ്തു. അഭിപ്രായ വ്യത്യാസങ്ങൾ കുറയുന്നതിനുപകരം വിപുലമാവുകയും മൂർത്തമായ രൂപം കൈക്കൊള്ളുകയും ചെയ്തുവെന്ന് സിസിയുടെ ജൂൺ യോഗം വ്യക്തമാക്കി.[5]

മേൽപ്പറഞ്ഞ ഉദ്ധരണിയിൽനിന്ന് പാർട്ടിക്കകത്തെ അഭിപ്രായ വ്യത്യാസത്തിന്റെ ആഴം എത്രമാത്രമാണെന്ന് ഊഹിക്കാമല്ലോ.

സൂചിക

1. E M S Namboodiripad, Nehru: *Ideology and Practice,* National Book Centre, (New Delhi- Nov.1988), P:230
2. *കമ്യൂണിസ്റ്റ്പാർട്ടി കേരളത്തിൽ II*, പു:35
3. മേൽച്ചൊന്നത്, പു:44–45
4. മേൽച്ചൊന്നത്, പു:45
5. *ഇന്ത്യൻ കമ്യൂണിസ്റ്റ് പ്രസ്ഥാന ചരിത്രത്തിന്റെ ഒരു രൂപരേഖ,* പു:69–70

11

കോൺഗ്രസ് കമ്യൂണിസ്റ്റ് ഐക്യമുന്നണിക്കുവേണ്ടി

ആയിരത്തിത്തൊള്ളായിരത്തി അൻപത്തിയൊന്ന് ഒക്ടോബറിൽ പാർട്ടിപരിപാടി അംഗീകരിച്ചെങ്കിലും മൂന്നു വർഷത്തിനകം അതിലെ ചില മൗലിക നിഗമനങ്ങൾ ഇന്ത്യയിലെ യാഥാർത്ഥ്യവുമായി പൊരുത്തപ്പെടുന്നില്ലെന്നു വന്നു. ഇന്ത്യാഗവൺമെന്റിന്റെ വിദേശ–ആഭ്യന്തര നയങ്ങളിലുണ്ടായ മാറ്റമായിരുന്നു ഇതിനു കാരണം. അതിനാൽ പാർട്ടി പരിപാടി ഭേദഗതിചെയ്യുന്ന പ്രശ്നം ഉയർന്നുവന്നു.

കൊറിയൻ യുദ്ധത്തിൽ അമേരിക്കൻ സൈന്യത്തിന്റെ പരാജയം, വിയത്നാമിൽ ഫ്രഞ്ച് സൈന്യങ്ങൾ തുരത്തിയോടിക്കപ്പെട്ടത്, തിബറ്റൻ കരാർ, ഇന്ത്യയും ജനകീയ ചൈനയും ചേർന്ന് പഞ്ചശീലതത്ത്വങ്ങളിൽ ഒപ്പുവെച്ചത്. വളർന്നുകൊണ്ടിരുന്ന ഇന്തോ–സോവിയറ്റ്, ഇന്തോ—ചൈന സുഹൃദ്ബന്ധങ്ങൾ, ചൈന, ഇന്ത്യ, ഇന്തോനേഷ്യ എന്നീരാജ്യങ്ങളുടെ നേതൃത്വത്തിൽ നടന്ന ബന്ദൂങ് സമ്മേളനം, അമേരിക്കൻ സാമ്രാജ്യത്വത്തിനും സിയാറ്റൊ, സെന്റോ പോലുള്ള അതിന്റെ സൈനിക കൂട്ടുകെട്ടുകൾക്കും എതിരെ തങ്ങളുടെ ചേരിചേരാനയം ഇന്ത്യാഗവൺമെന്റ് ഉറപ്പിച്ച് പ്രഖ്യാപിച്ചത്, ഏഷ്യയിലും ആഫ്രിക്കയിലും ലാറ്റിനമേരിക്കയിലും മറ്റും വളർന്നുകൊണ്ടിരുന്ന ദേശീയ വിമോചനസമരത്തിന്റെ ഗതിവേഗം മുതലായ സംഭവങ്ങൾ 1951 ലെ പാർട്ടിപരിപാടി മാറ്റിയെഴുതേണ്ടതായ ആവശ്യകതയിലേക്കു നയിച്ചു.

വിദേശനയകാര്യങ്ങളിൽ പുരോഗമനപരമായ നിലപാട് എടുത്തുകഴിഞ്ഞതിനാൽ ക്രമേണ ആഭ്യന്തരരംഗത്തും പുരോഗമന സ്വഭാവം കാണിക്കുന്ന സംഘടനയായി കോൺഗ്രസ് മാറുമെന്നായിരുന്നു മൂന്നാം കോൺഗ്രസിൽ ഉന്നയിച്ച വാദ ഗതി. നാലാം കോൺഗ്രസ് ആയപ്പോഴാകട്ടെ ആഭ്യന്തര രംഗത്തും കോൺഗ്രസ് പുരോഗമന സ്വഭാവം പ്രകടിപ്പി

ക്കാൻ തുടങ്ങി എന്നായി വാദം. ആ അടിസ്ഥാനത്തിൽ "കമ്യൂണിസ്റ്റ് പാർട്ടിയും കോൺഗ്രസും ചേർന്ന കൂട്ടുകക്ഷി ഗവൺമെന്റ്" എന്ന മുദ്രാവാക്യം പാർട്ടിയിലെ വലതുപക്ഷ വിഭാഗം ഉയർത്തി.[1]

ദേശീയബൂർഷ്വാസി രണ്ടായി പിളർന്നിരിക്കുകയാണെന്നും അതിലെ കുത്തകവിഭാഗം സാമ്രാജ്യത്വവുമായും നാടൻ ഫ്യൂഡലിസവുമായും സഹകരിക്കുന്നതിനും കൂട്ടുകൂടുന്നതിനും നിലകൊള്ളുന്നുവെന്നും മറ്റേ വിഭാഗം സാമ്രാജ്യത്വത്തെയും ഫ്യൂഡലിസത്തെയും എതിർക്കുന്നുവെന്നും പാർട്ടിയിലെ വലതുവിഭാഗം വാദിക്കാൻ തുടങ്ങി. പി സി ജോഷിയുടെ നേതൃത്വത്തിൽ യു പി സംസ്ഥാന കമ്മിറ്റിയിലെ പത്ത് അംഗങ്ങളാണ് ഈ നയം ആദ്യം മുന്നോട്ടുവെച്ചത്. 1954 സെപ്തംബറിൽ ചേർന്ന പാർട്ടിയുടെ കേന്ദ്ര കമ്മിറ്റിയോഗം ഈ നയം തള്ളിക്കളഞ്ഞു.[2]

1954 ഒക്ടോബർ 8 ന്റെ *കോമിൻഫോം* മുഖപത്രത്തിൽ രജനി പാംദത്ത് എഴുതിയ ഒരു ലേഖനത്തിൽ(New Features in National Liberation Struggle of Colonial and Dependent People എന്ന ലേഖനം) നെഹ്റു ഗവൺമെന്റിന്റെ വിദേശനയത്തിന് ശക്തമായ പിന്തുണ പ്രഖ്യാപിച്ചിരുന്നു. സി പി ഐ പൊളിറ്റ്ബ്യൂറോയ്ക്കകത്ത് ഇത് അഭിപ്രായവ്യത്യാസമുണ്ടാക്കിയതിനെത്തുടർന്ന് നവംബറിൽ അടിയന്തര കേന്ദ്ര കമ്മിറ്റി വിളിച്ചുകൂട്ടി ഇതേപ്പറ്റി ചർച്ച നടത്തി. *കോമിൻഫോം* ലൈനിനെ സ്പഷ്ടമായും നിരസിക്കാൻ കേന്ദ്ര കമ്മിറ്റിയോഗം തീരുമാനിച്ചു.

എന്നാൽ വലതുവിഭാഗക്കാരുടെ ന്യായവാദങ്ങളെ സഹായിക്കത്തക്ക കാര്യങ്ങളാണ് ഇന്ത്യയുടെ വിദേശ–ആഭ്യന്തര നയരംഗത്ത് സംഭവിച്ചുകൊണ്ടിരുന്നത്. അവ:

ഒന്ന്, മധുരയിൽവെച്ചുനടന്ന മൂന്നാം കോൺഗ്രസിലെ വിലയിരുത്തലിനുശേഷം നെഹ്റു ഗവൺമെന്റിന്റെ വിദേശനയം കുറെക്കൂടി മുന്നോട്ടുപോയി. സോവിയറ്റ് യൂണിയൻ, ചൈന, യൂഗോസ്ലോവിയ എന്നീ സോഷ്യലിസ്റ്റ് രാജ്യങ്ങളോടും ഈജിപ്ത്, ഇന്തോനേഷ്യ, ബർമ്മ മുതലായ മൂന്നാം ലോകരാജ്യങ്ങളോടും ചേർന്ന് ആഗോളമായ ദേശീയ വിമോചനപ്രസ്ഥാനത്തിന് രൂപം നല്കുന്ന ഒരു സംരംഭത്തിൽ ഇന്ത്യ ഏർപ്പെട്ടു.

രണ്ട്, നെഹ്റു സോവിയറ്റ് യൂണിയനും(1954 ജൂണിൽ) ചൈനയും സന്ദർശിച്ചതും, സോവിയറ്റ് നേതാക്കളായ എൻ എസ് ക്രൂഷ്ചേവും എൻ എ ബുൾഗാനിനും (1954 നവംബർ) ചൈനീസ് പ്രധാനമന്ത്രി ചൗ എൻ ലായിയും ഇന്ത്യ സന്ദർശിച്ചതും നെഹ്റുവിന്റെ ഇന്ത്യയെ സോഷ്യലിസ്റ്റ് ചേരിയുടെ ഒരു സഖ്യശക്തിയാക്കി മാറ്റി.

മൂന്ന്, വിദേശനയരംഗത്തു മാത്രമല്ല, ഇന്ത്യയുടെ ആഭ്യന്തരരംഗത്തും ഇടതുപക്ഷ ചായ്‌വുള്ള ഒരു സമീപനത്തിലേക്ക് നെഹ്റു ഗവൺമെന്റ് നീങ്ങി. സോഷ്യലിസ്റ്റ് രാജ്യങ്ങളുടെ സഹായത്തോടെ ത്വരിതമായ വ്യവസായവല്ക്കരണത്തിന്റെ മാർഗ്ഗത്തിലേക്ക് ഗവൺമെന്റ് നീങ്ങി. വ്യവസായവല്ക്കരണത്തിൽ സോവിയറ്റ് യൂണിയനിലെന്ന

പോലെ ഘനവ്യവസായങ്ങൾക്ക് മുൻതൂക്കം നല്കി. സോവിയറ്റ് സഹായത്താൽ ഒരു വൻ ഇരുമ്പുരുക്ക് ഫാക്ടറി ഭിലായിൽ തുടങ്ങുന്നതിനുള്ള കരാറിൽ ഇരുരാജ്യങ്ങളും ഒപ്പുവെച്ചു. അങ്ങനെ പൊതുമേഖലാസ്ഥാപനങ്ങൾ സോഷ്യലിസ്റ്റ് രാജ്യങ്ങളുടെ സഹായത്തോടെ നിലവിൽ വരാൻ തുടങ്ങി. അതിന്റെ അടിസ്ഥാനിൽ രണ്ടാം പഞ്ചവത്സര പദ്ധതി ആവിഷ്കരിക്കുന്നതിന് സോവിയറ്റ് യൂണിയന്റെയും മറ്റ് സോഷ്യലിസ്റ്റ് രാജ്യങ്ങളുടെയും സഹായം ഇന്ത്യാഗവൺമെന്റ് തേടി. അതായത് അമേരിക്കയും ബ്രിട്ടനും ഉൾപ്പെട്ട പശ്ചാത്യ ചേരികളോടുള്ള ഏകപക്ഷീയമായ ആശ്രിതത്വം കുറഞ്ഞു തുടങ്ങിയെന്നർത്ഥം.

നാല്, സോഷ്യലിസ്റ്റ് രാജ്യങ്ങളുടെ സഹായത്തോടെ വ്യവസായവല്ക്കരണത്തിന് പ്രാധാന്യം നല്കുക എന്ന കാഴ്ചപ്പാടോടെ രൂപപ്പെട്ട രണ്ടാം പഞ്ചവൽസര പദ്ധതിക്കെതിരെ കോൺഗ്രസിനകത്തും പുറത്തുമുള്ള വലതുപക്ഷ വിഭാഗക്കാർ ശക്തിയായ ആക്രമണം അഴിച്ചുവിട്ടു. ആ നീക്കത്തിന്റെ ഭാഗമായി കോൺഗ്രസിനെ വലതുഭാഗത്തുനിന്നെതിർക്കുന്ന സ്വതന്ത്രപാർട്ടി ജന്മമെടുക്കുകയും ചെയ്തു.

അഞ്ച്, ഇതിനെല്ലാം പുറമെ, 1955 ൽ തമിഴ്നാട്ടിലെ ആവഡിയിൽ ചേർന്ന കോൺഗ്രസ് സമ്മേളനം സോഷ്യലിസ്റ്റ് മാതൃകയിലുള്ള സമൂഹം കെട്ടിപ്പടുക്കുകയാണ് തങ്ങളുടെ ദേശീയലക്ഷ്യം എന്ന് പ്രമേയം പാസാക്കി.

ആറ്, മുമ്പ് പ്രതിവിപ്ലവകാരിയായി ചിത്രീകരിച്ചിരുന്ന മഹാത്മാ ഗാന്ധിയെ മഹാനായ ദേശീയ നേതാവായി ചിത്രീകരിച്ചുകൊണ്ടുള്ള ഒരു ലേഖനം 1955 മേയിൽ സി പി എസ് യു ജേർണലായ കമ്യൂണിസ്റ്റിൽ (Communist) പ്രത്യക്ഷപ്പെട്ടു. ഇതുപോലെ ഇന്ത്യൻ ദേശീയ നേതാക്കളെ പുകഴ്ത്തിക്കൊണ്ടുള്ള ലേഖനങ്ങൾ സോവിയറ്റ് പ്രസിദ്ധീകരണങ്ങളിൽ തുടർന്നും വന്നുകൊണ്ടിരുന്നു.

ഏഴ്, 1955 ജനുവരി 26 ന് ഇന്ത്യൻ റിപ്പബ്ലിക്കൻ ദിനത്തിൽ *പ്രവ്ദ* എഴുതിയ മുഖപ്രസംഗത്തിൽ നെഹ്റുവിന്റെ വിദേശനയത്തെ വാനോളം പുകഴ്ത്തുക മാത്രമല്ല, കൃഷി, ഉപഭോഗസാധനങ്ങളുടെ ഉല്പാദനം, വിദ്യാഭ്യാസം പൊതുജനാരോഗ്യം മുതലായ ആഭ്യന്തര രംഗങ്ങളിൽ ഗവൺമെന്റുണ്ടാക്കിയ നേട്ടങ്ങളെ പുകഴ്ത്തുകയും ചെയ്തിരുന്നു.

മേൽപ്പറഞ്ഞ കാരണങ്ങളാൽ നെഹ്റുവിന്റെ നേതൃത്വത്തിലുള്ള കോൺഗ്രസ് ഇടത്തോട്ട് നീങ്ങുകയാണെന്നും ആ പ്രവണതയെ ശക്തിപ്പെടുത്താൻ കമ്യൂണിസ്റ്റുകാർക്ക് കടമയുണ്ടെന്നും പാർട്ടിയിലെ വലതുവിഭാഗം തുടർന്നും വാദിച്ചുകൊണ്ടിരുന്നു.

ഇത് പാർട്ടിപരിപാടി സംബന്ധമായ പ്രശ്നങ്ങളിൽ മാത്രമല്ല, അടവു സംബന്ധമായ നയപ്രശ്നങ്ങളിലും പാർട്ടിക്കകത്ത് ഗൗരവപരമായ ഒരു ചർച്ചയ്ക്ക് വഴിവെച്ചു. 1955 ജൂണിൽ കേന്ദ്ര കമ്മിറ്റിയോഗം ചേർന്നപ്പോൾ യോഗത്തിൽ അഭിപ്രായവ്യത്യാസം പൊട്ടിപ്പുറപ്പെട്ടു. പാർട്ടികോൺഗ്രസിലേക്ക് ഏകകണ്ഠമായ ഒരു കരട് രാഷ്ട്രീയ പ്രമേയം തയ്യാറാക്കാൻ

കഴിഞ്ഞില്ല. ഭൂരിപക്ഷത്തോടെ കേന്ദ്ര കമ്മിറ്റി അവതരിപ്പിച്ച കരട് രാഷ്ട്രീയ പ്രമേയത്തിന് ബദലായി രണ്ട് രാഷ്ട്രീയ പ്രമേയങ്ങൾകൂടി ചർച്ചകൾക്കായി അവതരിപ്പിച്ചു.

അതിലൊന്ന് ഭൂരിപക്ഷ അഭിപ്രായത്തെ വിമർശിച്ചുകൊണ്ടുള്ള വലതുപക്ഷക്കാരുടെ കരട് പ്രമേയമായിരുന്നു. മറ്റൊന്ന് മൊത്തത്തിൽ ഭൂരിപക്ഷാഭിപ്രായത്തെ ശരിവെക്കുന്നുവെങ്കിലും ചില പ്രധാനപ്പെട്ട വിഷയങ്ങളിൽ വ്യത്യസ്ത അഭിപ്രായം പ്രകടിപ്പിക്കുന്ന ഇടതുപക്ഷക്കാർ അവതരിപ്പിച്ച കരട് പ്രമേയം.[3]

അതേക്കുറിച്ച് നാലാം കോൺഗ്രസിൽ സമർപ്പിച്ച സംഘടനാ റിപ്പോർട്ടിൽ ഇങ്ങനെ പറഞ്ഞു:

> ....1955 ജൂണിലെ സി സി യോഗം ഒരുമാസം മുഴുവൻ നീണ്ടുനിന്ന ചർച്ചകൾക്കുശേഷം ഒരു പ്രമേയം അംഗീകരിച്ചു. അതു ഭൂരിപക്ഷ പ്രകാരമായിരുന്നു. ആ പ്രമേയവും അതിനെ കുറിച്ച് നടന്ന ചർച്ചയും പാർട്ടിയിൽ വ്യക്തമായി വേർതിരിക്കപ്പെട്ട മൂന്നു ഗ്രൂപ്പുകളെ സൃഷ്ടിച്ചു. പ്രമേയത്തിന്റെ അനുകൂലികളും അതിനെ എതിർത്തിരുന്നവരും തമ്മിൽ–എതിർത്തിരുന്നവരിൽത്തന്നെ രണ്ടു തരക്കാരുണ്ടായിരുന്നു, വലതുവശത്തുനിന്നു എതിർക്കുന്നവരും ഇടതുപക്ഷത്തുനിന്നു എതിർക്കുന്നവരും–ഉള്ള തീവ്രമായ ഒരു രാഷ്ട്രീയ സമരം അടിമുതൽ മുടിവരെ ഉൾപാർട്ടി ജീവിതത്തിന്റെ മുഖ്യ സ്വഭാവമായിത്തീർന്നു!

ഈ മൂന്ന് രേഖകളും പൊതുചർച്ചയ്ക്കായി സമർപ്പിച്ചു. പാർട്ടി സഖാക്കളുടെയും യൂണിറ്റുകളുടെയും അഭിപ്രായങ്ങൾ *ഫോറം* (വ്യത്യസ്ത അഭിപ്രായങ്ങളടങ്ങിയ രേഖകൾ) എന്ന പേരിൽ പ്രത്യേകമായി ആരംഭിച്ച പ്രസിദ്ധീകരണത്തിൽ അച്ചടിച്ചു. പ്രാദേശിക–ജില്ലാ–സംസ്ഥാന സമ്മേളനങ്ങളടക്കം മാസങ്ങളോളം നീണ്ടുനിന്ന ഈ ചർച്ചാപ്രക്രിയയിൽ വിവിധ ചിന്താഗതികൾ ഇഴകീറി പരിശോധിക്കപ്പെട്ടു. നിരവധി പ്രമുഖനേതാക്കളും ചർച്ചയിൽ സജീവമായി പങ്കെടുത്തിരുന്നു എന്നത് ശ്രദ്ധേയമാണ്.

ഭവാനിസെൻ ചർച്ചയിൽ പങ്കെടുത്തുകൊണ്ട് പറഞ്ഞു:

> വൻകിട ബൂർഷ്വാസിക്കിടയിലും ഗവൺമെന്റിലുമുള്ള സാമ്രാജ്യത്വ–ഫ്യൂഡൽ പക്ഷക്കാർ ഇന്ത്യയുടെ സ്വതന്ത്രമുതലാളിത്ത വികസനത്തിൽ താല്പര്യമുള്ളവരല്ല. സാമ്രാജ്യാവാദികളെക്കാളും അവർ ജനങ്ങളെ ഭയപ്പെടുന്നു; നെഹ്റുവിന്റെ പുരോഗമന നയങ്ങൾ ജനശക്തിയെ അന്തിമമായി പ്രബലപ്പെടുത്തുമെന്നും അത് തങ്ങൾക്കുതന്നെ ഒരു പ്രഹരമായിരിക്കുമെന്നും അവർക്കറിയാം.
>
> ഇന്ത്യൻ വൻകിട ബൂർഷ്വാസിയിലെ പുരോഗമന വിഭാഗത്തെ പ്രതിനിധാനം ചെയ്യുന്ന നെഹ്റു സർക്കാർ, മുഖ്യമായും, സാമ്രാ

> ജ്യത്വവുമായുള്ള കൂട്ടുകെട്ടുപേക്ഷിക്കുകയും സമാധാനപരമായ സഹവർത്തിത്വനയത്തെ ആശ്ലേഷിക്കുകയും സോഷ്യലിസ്റ്റ് രാജ്യങ്ങളുമായി സഹകരണം സ്ഥാപിക്കുകയും ചെയ്തിരിക്കുന്നു.[4]
>
> പിന്നീടദ്ദേഹം വ്യാപാരത്തിലും വ്യവസായത്തിലും ദേശീയ ബൂർഷ്വാ താല്പര്യങ്ങളെ അഭിവൃദ്ധിപ്പെടുത്തുന്നതിനെതിനെപ്പറ്റി പരാമർശിച്ചശേഷം താഴെ പറയുന്ന നിഗമനത്തിലെത്തിച്ചേരുന്നു.
>
> നിശ്ചയമായും ഈ നടപടികളെല്ലാം, അന്തിമമായി അർദ്ധ കൊളോണിയലിസം അവസാനിപ്പിക്കുന്നതും സാമ്പത്തിക സ്വാതന്ത്ര്യത്തിലേക്ക് നയിക്കുന്നതുമായ കാൽവയ്പ്പുകളാണ്.
>
> അതിനു പുറമെ സാമ്രാജ്യവിരുദ്ധ സമാധാനച്ചേരിയുമായി ഒരു സഖ്യത്തിലേക്ക് നീങ്ങുകവഴി മാത്രമാണ് നെഹ്റുവിന് ഈ നടപടികൾ കൈക്കൊള്ളാൻ കഴിഞ്ഞത് എന്നദ്ദേഹം ഊന്നിപ്പറയുകയും ചെയ്യുന്നു.

പി സി ജോഷി, എസ് എസ് യൂസഫ് തുടങ്ങിയവർ ചെന്നെത്തിയതും ഇതേ നിഗമനത്തിൽ തന്നെയാണ്. അവർ തങ്ങളുടെ കുറിപ്പ് ഉപസംഹരിക്കുന്നത് ഇങ്ങനെ:

> ഞങ്ങളുടെ അഭിപ്രായത്തിൽ, ഒരു ദേശീയ ജനാധിപത്യ കൂട്ടുഗവൺമെന്റ് എന്ന മുദ്രാവാക്യം, ഇന്നത്തെ ചുറ്റുപാടിൽ സാമ്രാജ്യത്വാനുകൂലികളും ഫ്യൂഡൽ അനുകൂലികളും ആയ പിന്തിരിപ്പന്മാരെ ഒറ്റപ്പെടുത്തുന്നതിനും പരാജയപ്പെടുത്തുന്നതിനും ദേശീയ ബൂർഷ്വാവിഭാഗങ്ങളുമായി ഒരു സഖ്യം ഊട്ടിയുറപ്പിക്കുന്നതിനും ദേശീയപ്രസ്ഥാനത്തിന്റെമേൽ തൊഴിലാളി വർഗ്ഗാധിപത്യം യാഥാർത്ഥ്യമാക്കിത്തീർക്കുന്നതിനെ സഹായിക്കുന്നതിനും നമ്മുടെ പാർട്ടിക്ക് കഴിവുണ്ടാകും.[5]

എന്നാൽ ഈ നയത്തിന് പിന്നിൽ പാർട്ടിയെ അണിനിരത്തുക എന്നത് വലതുപക്ഷ ചിന്താഗതിക്കാർക്ക് എളുപ്പമായിരുന്നില്ല. കാരണം ഇടതുപക്ഷക്കാർ അവതരിപ്പിച്ച ബദൽരേഖയും അതിന്മേൽ നടന്ന ചർച്ചയും കേന്ദ്ര നേതൃത്വത്തെ ചില മൗലിക നിലപാടുകൾ ഊന്നിപ്പറയുന്നതിന് നിർബ്ബന്ധിതരാക്കിത്തീർത്തു.

മൊത്തത്തിൽ ഭൂരിപക്ഷാഭിപ്രായത്തെ ശരിവെക്കുന്നുവെങ്കിലും ചില പ്രധാന വിഷയങ്ങളിൽ വ്യത്യസ്താഭിപ്രായം പ്രകടിപ്പിക്കുന്നതായിരുന്നു ഇടതുപക്ഷക്കാരുടെ കരട് രാഷ്ട്രീയ പ്രമേയം. കേന്ദ്ര കമ്മിറ്റിയുടെ കരട് പ്രമേയം പാർട്ടിക്കകത്തെ വർഗ്ഗ സഹകരണ പ്രവണതയ്ക്ക് പ്രോത്സാഹനം നല്കുന്നതാണെന്ന് ഇടതുപക്ഷക്കാരുടെ ബദൽ കരട് രാഷ്ട്രീയ പ്രമേയം അഭിപ്രായപ്പെട്ടു. വിദേശനയത്തിലും ആഭ്യന്തര സാമ്പത്തിക നയത്തിലും മാറ്റം വരുത്തിയത് ബൂർഷ്വാഭരണവർഗ്ഗത്തിന്റെ

താല്പര്യം സംരക്ഷിക്കുന്നതിനാണെന്ന് ബദൽ രേഖ പറഞ്ഞു. ബൂർഷ്വാ ഭരണകർത്താക്കളുടെ തട്ടിപ്പാണ് ഇതെല്ലാം എന്നവർ വിലയിരുത്തി. ബദൽരേഖയുടെ നേട്ടത്തെയും അതിന്റെ പോരായ്മയെയും കുറിച്ച് ആ രേഖയ്ക്ക് നേതൃത്വം കൊടുത്തവരിലൊരാളായ ഹർകിഷൻ സിങ് സുർജിത് എഴുതി:

> ....സി സിയുടെ കരടുപ്രമേയം പാർട്ടിക്കകത്തെ വർഗ്ഗസഹകരണ പ്രവണതയ്ക്ക് പ്രോത്സാഹനം നല്കി. ഒരു ബദൽ കരടുരേഖ അവതരിപ്പിച്ചുകൊണ്ട് കേന്ദ്ര കമ്മിറ്റിയിലെ ഒരു വിഭാഗം ഈ നയത്തെ വെല്ലുവിളിച്ചു. ബദൽ കരടു രേഖയിലെ എല്ലാ നിഗമനങ്ങളും ഉറച്ച മാർക്സിസ്റ്റ്-ലെനിനിസ്റ്റ് നിലപാടിന്റെ അടിസ്ഥാനത്തിലായിരുന്നുവെന്ന് പറയുന്നത് തെറ്റായിരിക്കും. കാരണം, 1951 ലെ പരിപാടിയുടെ ചട്ടക്കൂടിന് പുറത്തുകടക്കാൻ അപ്പോഴും ഞങ്ങൾക്കു കഴിഞ്ഞിരുന്നില്ല. എന്നിരുന്നാലും ഭരണകൂടത്തിന്റെ വർഗ്ഗസ്വഭാവത്തെയും വർഗ്ഗസഖ്യത്തെയും സംബന്ധിച്ച തെറ്റായനയം ഞങ്ങൾ സ്വയം തിരുത്തി. ബദൽ കരടു രേഖയിലൂടെ വർഗ്ഗസഹകരണ നയത്തെ ശരിയായ നിലയിൽ ഞങ്ങൾ വിമർശിച്ചു.
>
> വിപ്ലവഘട്ടം ജനകീയ ജനാധിപത്യത്തിന്റേതാണെന്നും ഇന്ത്യാ ഗവൺമെന്റ് ബൂർഷ്വാ-ഭൂപ്രഭുവർഗ്ഗത്തിന്റേതാണെന്നും കേന്ദ്ര കമ്മിറ്റിയുടെ കരടും വിലയിരുത്തി. പക്ഷേ, ഗവൺമെന്റിന്റെ നയാവിഷ്കരണത്തിലും രണ്ടാം പഞ്ചവത്സര പദ്ധതി കരുപ്പിടിപ്പിക്കുന്നതിലും ജനാധിപത്യമുന്നണി കെട്ടിപ്പടുക്കുകയും അതിൽ കോൺഗ്രസിന്റെ സ്ഥാനം നിശ്ചയിക്കുകയും ചെയ്യുന്നതിലും വർഗ്ഗസഹകരണനയമാണ് അത് സ്വീകരിച്ചത്.[6]

നാലാം പാർട്ടി കോൺഗ്രസിനുള്ള തയ്യാറെടുപ്പിന്റെ ഭാഗമായി ഉൾപാർട്ടി ചർച്ചകൾ നടന്നുകൊണ്ടിരിക്കെവെയാണ് സി പി എസ് യുവിന്റെ 20-ാം കോൺഗ്രസ് നടന്നത്.

സി പി എസ് യു വിന്റെ ഇരുപതാം കോൺഗ്രസിന്റെ അലയടി

1956 ഫെബ്രുവരിയിൽ മോസ്കോവിൽവെച്ച് സോവിയറ്റ് കമ്യൂണിസ്റ്റ് പാർട്ടിയുടെ ഇരുപതാം കോൺഗ്രസ് നടന്നു. കോൺഗ്രസിൽ സി പി എസ് യുവിന്റെ ജനറൽ സെക്രട്ടറി ക്രൂഷ്ചേവ് അവതരിപ്പിച്ച റിപ്പോർട്ടും തുടർന്ന് നടന്ന ചർച്ചയും ലോക കമ്യൂണിസ്റ്റ് പ്രസ്ഥാനത്തിലാകെ വമ്പിച്ച കോളിളക്കമുണ്ടാക്കി. അതേവരെ യാതൊരു അഭിപ്രായവ്യത്യാസവും ഇല്ലാതിരുന്ന പലരാജ്യങ്ങളിലേയും കമ്യൂണിസ്റ്റ് പാർട്ടികളെക്കൂടി അതിന്റെ പ്രത്യാഘാതം ബാധിച്ചു.

ഇന്ത്യയിൽ ഭരണവർഗ്ഗങ്ങളും കോൺഗ്രസുമായി കൂട്ടുകൂടണമെന്ന

ചിന്താഗതിക്ക് 20–ാം കോൺഗ്രസിന്റെ തീരുമാനങ്ങൾ വളംവെച്ചു കൊടുത്തു.

സാമ്രാജ്യാധിപത്യവും ആഗോളയുദ്ധവും തമ്മിലുള്ള അഭേദ്യബന്ധം, മുതലാളിത്ത–സോഷ്യലിസ്റ്റ് ലോകങ്ങൾ തമ്മിലുള്ള വൈരുദ്ധ്യം; ഓരോ രാജ്യത്തിലെയും വർഗ്ഗസമരം വിപ്ലവകരമായ മാർഗ്ഗത്തിലൂടെ പരിഹരിക്കുന്നതിന്റെ ആവശ്യം എന്നിവ ലെനിന്റെ കാലംതൊട്ട് വിപ്ലവതൊഴിലാളിവർഗ്ഗ പ്രസ്ഥാനത്തിന്റെ മൗലികതത്ത്വങ്ങളെന്ന നിലയ്ക്ക് പരിഗണിക്കപ്പെട്ടിരുന്നത്. അവയെയെല്ലാം വെല്ലുവിളിച്ചുകൊണ്ട് മൂന്ന് പുതിയ തത്ത്വങ്ങൾ ഇരുപതാംപാർട്ടി കോൺഗ്രസിൽ ആവിഷ്കരിച്ചു. മറ്റൊരു ലോകമഹായുദ്ധം "ഒഴിവാക്കാൻ വയ്യാത്തതല്ല" എന്നും, മുതലാളിത്തവും സോഷ്യലിസവും തമ്മിൽ സമാധാനപരമായ സഹവർത്തിത്വം സാദ്ധ്യവും ആവശ്യവുമാണെന്നും, ചിലരാജ്യങ്ങളിലെങ്കിലും മുതലാളിത്തത്തിൽനിന്ന് സോഷ്യലിസത്തിലേക്കുള്ള സമാധാനപരമായ പരിവർത്തനം കൈവരിക്കാൻ കഴിയും എന്നതുമാണ് ആ മൂന്ന് തത്ത്വങ്ങൾ. അതേക്കുറിച്ച് ഇ എം എസ് എഴുതി:

> ഒന്നാമത്, സോഷ്യലിസ്റ്റ് ലോകത്തിന്റെയും ആഗോളസാമ്രാജ്യവിരുദ്ധ പ്രസ്ഥാനത്തിന്റെയും ബലം വർദ്ധിച്ചതിന്റെ ഫലമായി, സാമ്രാജ്യാധിപത്യം നിലനില്ക്കുമ്പോൾ തന്നെ യുദ്ധം അനിവാര്യമല്ലാത്ത സ്ഥിതി ഉളവായിട്ടുണ്ട്: സാമ്രാജ്യാധിപത്യം നിലനില്ക്കുന്നിടത്തോളം കാലം യുദ്ധം അനിവാര്യമാണെന്ന മുൻധാരണ തിരുത്തേണ്ടിയിരിക്കുന്നു.
>
> രണ്ടാമത്, ഈ പുതിയ സാഹചര്യത്തിൽ മുതലാളിത്ത ലോകവും സോഷ്യലിസ്റ്റ് ലോകവും തമ്മിൽ സമാധാനപരമായി സഹവർത്തിക്കുന്നത് പ്രായോഗികമായിരിക്കുന്നു: രണ്ടു ലോകങ്ങൾ തമ്മിലുള്ള മത്സരം സമാധാനപരമായി നടന്നാൽ സോഷ്യലിസത്തിന്റെ സ്വാഭാവിക മേന്മ നിമിത്തം ആ വ്യവസ്ഥ മുതലാളിത്ത ലോകത്തിലാകെ വ്യാപിക്കും.
>
> മൂന്നാമത്, മുതലാളിത്തത്തിന് മേധാവിത്തമുള്ള രാജ്യങ്ങളിലെ വർഗ്ഗസമരം അനിവാര്യമായും ബലപ്രയോഗത്തിലെത്തുമെന്ന് കരുതേണ്ടതില്ല: വിപ്ലവതൊഴിലാളിവർഗ്ഗം മറ്റദ്ധ്വാനിക്കുന്ന ബഹുജനങ്ങളും പുരോഗമനശക്തികളുമായി യോജിച്ച് ഒരു സംഘടിത ജനകീയ പ്രസ്ഥാനം രൂപപ്പെടുത്തിയാൽ ബൂർഷ്വാ പാർലമെന്ററി സ്ഥാപനങ്ങൾ ഉപയോഗിച്ച് അവയുടെമേൽ നിയന്ത്രണംനേടി സമാധാനപരമായ മാർഗ്ഗങ്ങളിലൂടെ സാമൂഹ്യ പരിവർത്തനങ്ങൾ നടപ്പിൽ വരുത്താൻ കഴിയും.[7]

ഈ മൂന്നു പുതിയ തത്ത്വങ്ങൾ ആവിഷ്കരിച്ചതിന് പുറമെ സ്റ്റാലിന്റെ വ്യക്തിപ്രഭാവത്തെ കേന്ദ്രീകരിച്ച് അനിയന്ത്രിതമായ ആക്ര

മണം അഴിച്ചുവിട്ടുകൊണ്ട് ഒരു പ്രസംഗവും ക്രൂഷ്ചേവ് സമ്മേളനത്തിൽ നടത്തി.[8] സോവിയറ്റ് കമ്യൂണിസ്റ്റ് പാർട്ടിയിൽ കാൽനൂറ്റാണ്ടിലേറെ ക്കാലം(1924–53) നേതൃത്വം വഹിച്ചിരുന്ന സ്റ്റാലിന്റെ ജീവിതാവസാന കാലത്ത് അദ്ദേഹത്തിന് പറ്റിയ തെറ്റുകൾ, അവയിൽനിന്നുയർന്നുവന്ന ജനാധിപത്യവിരുദ്ധ സംഘടനാരീതികൾ എന്നിവയെ രൂക്ഷമായി വിമർശിച്ചുകൊണ്ടുള്ളതായിരുന്നു ആ പ്രസംഗം. ഇന്ത്യയടക്കം ലോക ത്തെല്ലായിടത്തുമുള്ള കമ്യൂണിസ്റ്റുകാരെ ഞെട്ടിച്ചുകളഞ്ഞ സംഭവമായി രുന്നു ആ പ്രസംഗവും അതിനെ ആസ്പദമാക്കി നടന്ന ചർച്ചയും[9]. അതേ വരെ ദൈവമായി ആരാധിക്കപ്പെട്ടിരുന്ന സ്റ്റാലിനെ ക്രൂഷ്ചേവ് ഇപ്പോൾ ഒരു ചെകുത്താനായി ചിത്രീകരിച്ചതാണ് സഖാക്കളെ അമ്പരപ്പിച്ചത്. അതുമാത്രമല്ല, സോവിയറ്റ് പാർട്ടിയുടെ ഇരുപതാം കോൺഗ്രസിന്റെ രഹസ്യസമ്മേളനത്തിൽ ക്രൂഷ്ചേവ് സമർപ്പിച്ച റിപ്പോർട്ട് ഒരു അമേരിക്കൻ പത്രം ചോർത്തിയെടുത്ത് പ്രസിദ്ധീകരിച്ചു. പരസ്യമായി ചെയ്ത ക്രൂഷ്ചേവിന്റെ റിപ്പോർട്ടിനേക്കാൾ തീക്ഷ്ണമായി സ്റ്റാലിനെ തുറന്നു കാട്ടുന്ന ഒരു രേഖയായിരുന്നു അത്.[10]

ഇന്ത്യൻ കമ്യൂണിസ്റ്റ് പാർട്ടിക്ക് ഇത് കണ്ടില്ലെന്ന് നടിക്കാൻ കഴി യുമായിരുന്നില്ല. അതുകൊണ്ട് 1956 മാർച്ചിൽ കേന്ദ്ര കമ്മിറ്റിയുടെ ഒരു യോഗം ചേർന്ന് ഇരുപതാം കോൺഗ്രസിന്റെ നിഗമനങ്ങൾ, ആ കോൺഗ്ര സിൽ സ്റ്റാലിന് നേരെ നടത്തിയ വിമർശനം എന്നിവയെക്കുറിച്ച് വിശദ മായി ചർച്ച ചെയ്യുകയും *സി പി എസ് യു വിന്റെ 20-ാം പാർട്ടി കോൺഗ്ര സിനെപ്പറ്റി* എന്ന തലക്കെട്ടിൽ ഒരു പ്രമേയം അംഗീകരിക്കുകയും ചെയ്തു. തുടർന്ന് ഇരുപതാം കോൺഗ്രസിന്റെ നിഗമനങ്ങളിൽ പലതി നോടും (പ്രത്യേകിച്ച് സ്റ്റാലിൻ പ്രശ്നത്തിൽ) വിയോജിപ്പ് പ്രകടിപ്പിച്ചു കൊണ്ട് ഒരു പ്രമേയം പാസാക്കി സോവിയറ്റ് കമ്യൂണിസ്റ്റ് പാർട്ടിക്ക് അയ ച്ചുകൊടുത്തു.[11]

ആധികാരികമായി അംഗീകരിക്കപ്പെട്ട ഈ പ്രമേയത്തിൽ താഴെ പറയുന്ന മൂന്നു കാര്യങ്ങൾ ചൂണ്ടിക്കാട്ടി:

> ഒന്നാമത്, സോവിയറ്റ് യൂണിയനിൽ സോഷ്യലിസ്റ്റ് ജനാധിപ ത്യവും സോവിയറ്റ് പാർട്ടിക്കകത്ത് ഉൾപാർട്ടി ജനാധിപത്യവും നിലനിർത്തുന്നതു സംബന്ധിച്ച് ഗൗരവാവഹമായ പിശകുകൾ നട ന്നിട്ടുണ്ടെന്ന 20-ാം കോൺഗ്രസിന്റെ നിഗമനത്തോട് ഇന്ത്യൻ പാർട്ടി യോജിച്ചു.
>
> രണ്ടാമത്, ഈ ജനാധിപത്യലംഘനത്തിന് സ്റ്റാലിൻ മാത്രമാണ് ഉത്തരവാദിയെന്ന നിലപാട് ഇന്ത്യൻ പാർട്ടി അംഗീകരിച്ചില്ല. സ്റ്റാലിന്റെ നേതൃത്വത്തിൽ ആയിരുന്ന കാലത്തും ഒരു കേന്ദ്ര കമ്മിറ്റി ഉണ്ടായിരുന്നു. ആ കാലത്ത് സോവിയറ്റ് യൂണിയനിലും കമ്യൂണിസ്റ്റ് ഇന്റർനാഷണലിലുമുണ്ടായ നേട്ടങ്ങളെന്നപോലെ കോട്ടങ്ങളും കേന്ദ്ര കമ്മിറ്റിക്ക് കൂട്ടായിട്ടുള്ളതാണ്. അതിൽ നേട്ട

ങ്ങൾക്കെല്ലാം ഉത്തരവാദി സ്റ്റാലിൻ ആയിരുന്നുവെന്ന മുമ്പത്തെ വിലയിരുത്തലിന്റെ മറുപുറമാണ് കോട്ടങ്ങൾക്കെല്ലാമുള്ള ഉത്തരവാദിത്വം സ്റ്റാലിന്റെ തലയിൽ വയ്ക്കുന്നത്. സ്റ്റാലിന്റെ തെറ്റുകൾ തിരുത്താൻ കേന്ദ്ര കമ്മിറ്റിക്ക് എന്തുകൊണ്ട് കഴിയുന്നില്ലെന്ന ചോദ്യം ഉയർന്നുവന്നു.

മൂന്നാമത്, അത്യുജ്ജ്വല നേട്ടങ്ങൾ ഉണ്ടാക്കിയ കേന്ദ്ര കമ്മിറ്റിക്ക് സ്റ്റാലിന്റെ അപഥസഞ്ചാരം തടയാൻ കഴിയാത്തതിന്റെ വസ്തുനിഷ്ഠമായ സാഹചര്യങ്ങളിലേക്ക് ആണ്ടിറങ്ങിക്കൊണ്ടുള്ള ഒരു പരിശോധന ഇനിയെങ്കിലും നടത്തണം.[12]

ഇതുപോലെ മറ്റുപല സഹോദര പാർട്ടികളും തങ്ങളുടെ വിയോജിപ്പുകൾ സോവിയറ്റ് പാർട്ടിയെ അറിയിക്കുകയുണ്ടായി. ഉഭയകക്ഷി അടിസ്ഥാനത്തിലായിരുന്നു അതിന്റെ തുടക്കം. അതാത് പാർട്ടികൾ പരസ്യമായിട്ടല്ലാതെ നേരിട്ടും കത്തുകൾ വഴിയും അഭിപ്രായങ്ങൾ സോവിയറ്റ് പാർട്ടിയെ അറിയിക്കുക എന്ന രീതിയിലായിരുന്നുവെന്നർത്ഥം. എന്നാൽ ക്രമേണ അത് പരസ്യമായ വാദവിവാദങ്ങൾ ആയിമാറുകയും അതിനെത്തുടർന്ന് ലോക കമ്യൂണിസ്റ്റ് പ്രസ്ഥാനത്തിൽ ഭിന്നിപ്പുണ്ടാകുകയും ചെയ്തു.

സ്റ്റാലിന്റെ വ്യക്തിപ്രഭാവത്തെ വിമർശിക്കവെ, അദ്ദേഹത്തിന്റെ ജീവിതത്തിലെ ഗുണപരമായ അംശം മുഴുവൻ തള്ളിക്കളഞ്ഞു എന്നതായിരുന്നു ഇന്ത്യൻ കമ്യൂണിസ്റ്റ് പാർട്ടിയുടെയും മറ്റു സഹോദരപാർട്ടികളുടെയും വിമർശനം. അതുമാത്രമല്ല, കൂട്ടുത്തരവാദിത്വമുള്ള നേതൃത്വത്തിന്റെ വീഴ്ചയ്ക്ക് മുഴുവൻ സ്റ്റാലിനെ മാത്രമായി കുറ്റപ്പെടുത്തുന്നതും ശരിയല്ല എന്ന് പാർട്ടി ചൂണ്ടിക്കാണിച്ചിരുന്നു.[13]

കോൺഗ്രസുമായുള്ള ബന്ധം പുനഃപരിശോധിക്കണമെന്ന് വാദിച്ചുകൊണ്ടിരുന്ന ഇന്ത്യൻ കമ്യൂണിസ്റ്റ് പാർട്ടിയിലെ വലതുവിഭാഗത്തിന് ആത്മവിശ്വാസം പകരുന്നതായിരുന്നു ഇരുപതാം കോൺഗ്രസിന്റെ തീരുമാനങ്ങൾ.

നാലാം കോൺഗ്രസിന് തൊട്ടുമുമ്പ് ഉൾപാർട്ടി ചർച്ചകൾ ക്രോഡീകരിക്കുന്നതിനുവേണ്ടി കേന്ദ്ര കമ്മിറ്റി കൂടി. വിദേശയനയത്തിലും ആഭ്യന്തര–സാമ്പത്തിക നയത്തിലും ഇന്ത്യാഗവൺമെന്റ് മാറ്റംവരുത്തിയത് ബൂർഷ്വാഭരണകർത്താക്കളുടെ തട്ടിപ്പാണെന്ന ഇടതുപക്ഷ വിലയിരുത്തലിനോട് കേന്ദ്ര കമ്മിറ്റി യോജിച്ചില്ല. തൊഴിലാളിവർഗ്ഗത്തിന്റെ താല്പര്യം സംരക്ഷിക്കുന്നതിന് ഗവൺമെന്റ് വരുത്തിയ ഈ നയംമാറ്റം ഉപയോഗിക്കണമെന്ന് കേന്ദ്ര കമ്മിറ്റി പറഞ്ഞു.

ബൂർഷ്വാഭരണവർഗ്ഗത്തിന്റെ താല്പര്യം സംരക്ഷിക്കുന്നതിനാണ് വിദേശനയത്തിലും ആഭ്യന്തര–സാമ്പത്തികനയത്തിലും മാറ്റം വരുത്തിയതെന്ന വാദഗതിയോട് കേന്ദ്ര കമ്മിറ്റി യോജിച്ചു. അതേസമയം ബൂർഷ്വാവർഗ്ഗ താല്പര്യം സംരക്ഷിക്കുന്നതിന് ആവിഷ്കരിക്കപ്പെട്ട നയ

ങ്ങൾതന്നെ തൊഴിലാളിവർഗ്ഗത്തിന്റെ വളർച്ചയ്ക്ക് സഹായകരമാണെന്ന് കമ്മിറ്റി ചൂണ്ടിക്കാണിച്ചു.[14]

എന്നാൽ ബൂർഷ്വാഗവൺമെന്റ് ആവിഷ്കരിച്ച വിദേശനയത്തിലും ആഭ്യന്തരനയത്തിലുമുള്ള വൈകല്യങ്ങളെടുത്തുകാണിച്ച് അവയ്ക്കെതിരെ പോരാടേണ്ടതിന്റെ ആവശ്യം കേന്ദ്ര കമ്മിറ്റി എടുത്തുപറഞ്ഞു. പാർട്ടിയുടെ ഗവൺമെന്റിനോടുള്ള സമീപനം 'വിമർശനാത്മകമായ സഹകരണം' ആണെന്ന് വ്യക്തമാക്കപ്പെട്ടു.

കരട് രാഷ്ട്രീയ പ്രമേയത്തിലെ ഒട്ടേറെ തെറ്റുകൾ കേന്ദ്ര കമ്മിറ്റി തിരുത്തി. "തന്ത്രപരമായ ലക്ഷ്യം ജനകീയ ജനാധിപത്യമാണെന്നും ആ ലക്ഷ്യം കൈവരിക്കുന്നതിനുള്ള മുന്നണിയുടെ നേതൃത്വം തൊഴിലാളിവർഗ്ഗത്തിനായിരിക്കുമെന്നും തെറ്റു തിരുത്തിയ കരടുപ്രമേയം വിഭാവനം ചെയ്തു". അതുകൊണ്ട് ബദൽരേഖ അവതരിപ്പിച്ച ഇടതുപക്ഷക്കാർ അത് പിൻവലിച്ചു.[15]

എന്നാൽ വലതുവിഭാഗത്തിന് ഭേദഗതി ചെയ്ത പ്രമേയത്തോട് യോജിക്കാൻ കഴിഞ്ഞില്ല. അതിനാൽ തങ്ങളുടേതായ ബദൽ പ്രമേയം അവർ പാർട്ടി കോൺഗ്രസിൽ അവതരിപ്പിച്ചു. അവർക്ക് നേതൃത്വം നല്കിയത് പി സി ജോഷി, രാജേശ്വരറാവു, രവിനാരായണ റെഡ്ഢി, എസ് എസ് യൂസഫ്, ഭവാനി സെൻ, സോമനാഥ് ലാഹിരി, കെ ദാമോദരൻ, അവതാർ സിങ് മൽഹോത്ര, രമേശ്ചന്ദ്ര എന്നിവരായിരുന്നു.

> വിദേശനയത്തിലെ മാറ്റവും ഭൂപരിഷ്കരണം സംബന്ധിച്ച ചില മുദ്രാവാക്യങ്ങളും മറ്റും ഉപയോഗിച്ച് ബദൽ പ്രമേയം ചില നിഗമനങ്ങളിലെത്തി. അവ താഴെ ചേർക്കാം:
>
> മൊത്തത്തിൽ സാമ്രാജ്യത്വവും ഫ്യൂഡലിസവുമായി ഒത്തുതീർപ്പെന്ന പണ്ടത്തെ നയത്തിൽനിന്ന് ഭരണവർഗ്ഗത്തിന്റെ ദിശ മാറാൻ തുടങ്ങി. പഴയ നയങ്ങൾക്ക് പകരം സാമ്രാജ്യത്വ-നാടുവാഴിത്ത ശക്തികളോട് ഉറച്ച എതിർപ്പ് എന്ന നയം അവർ മാറ്റി പ്രതിഷ്ഠിച്ചു:
>
> മേൽപ്പറഞ്ഞ ധാരണയുടെ അടിസ്ഥാനത്തിൽ വിശകലനം നടത്തിയശേഷം അവർ പ്രസ്താവിച്ചു:
>
> ഇതിനർത്ഥം കാലഹരണപ്പെട്ട കോൺഗ്രസ് വിരുദ്ധ ജനാധിപത്യമുന്നണി കെട്ടിപ്പടുക്കുകയെന്ന അടവ് ഉപേക്ഷിക്കണമെന്നാണ്. എന്തുകൊണ്ടെന്നാൽ, അത്തരമൊരു അടവ് ജനങ്ങൾക്കിടയിലെ ഭിന്നിപ്പ് നിലനില്ക്കുന്നതിനും ഏകീകരണത്തിന്റേതായ പങ്കുവഹിക്കുന്നതിൽനിന്ന് പാർട്ടിയെ തടയുന്നതിനും മാത്രമേ ഇടയാക്കൂ.
>
> ബദൽ പ്രമേയം അവസാനിക്കുന്നതിങ്ങനെയാണ്:
>
> ദേശീയ ഐക്യത്തിന്റെ വളർച്ചയുടെയും പുരോഗമനശക്തി

കൾക്കനുകൂലമായി വർഗ്ഗശക്തികളുടെ ബലാബലത്തിൽ വന്ന മാറ്റത്തിന്റെയും ഫലമായി ദേശീയൈക്യത്തിന്റേതായ ഒരു ബദൽ ഗവൺമെന്റ് രൂപീകരിക്കാൻ കഴിയുമെന്ന് സി പി ഐ വിശ്വസിക്കുന്നു.[16]

ഭരണകക്ഷിയായ കോൺഗ്രസുമായി ചേർന്ന് ഒരു ഗവൺമെന്റ് രൂപീകരിക്കുന്നതിനുള്ള വ്യക്തമായ ആഹ്വാനമായിരുന്നു ഈ പ്രമേയത്തിൽ അടങ്ങിയിരുന്നത്. അങ്ങനെ ഭൂരിപക്ഷത്തിന്റേതും ന്യൂനപക്ഷത്തിന്റേതുമായ രണ്ടുരേഖകൾ പാർട്ടി കോൺഗ്രസിൽ അവതരിപ്പിച്ചു. ചൂടുപിടിച്ച ചർച്ചകൾക്കും വിവാദങ്ങൾക്കുംശേഷം വോട്ടെടുപ്പ് നടന്നപ്പോൾ ഭൂരിപക്ഷരേഖയ്ക്ക് മൂന്നിൽ രണ്ടും ന്യൂനപക്ഷ രേഖയ്ക്ക് മൂന്നിൽ ഒന്നും വോട്ട് ലഭിച്ചു.

കോൺഗ്രസുകാരും കമ്യൂണിസ്റ്റുകാരുമടക്കമുള്ള ഒരു ഐക്യമുന്നണിയും തുടർന്ന് ഒരു കൂട്ടുമന്ത്രിസഭയും രൂപീകരിക്കണമെന്നും അതിന്റേതായ ഗവൺമെന്റുകൾ കേന്ദ്രത്തിലും സംസ്ഥാനങ്ങളിലും നിലവിൽ വരുത്തണമെന്നുമായിരുന്നു വലതുപക്ഷക്കാർ അവതരിപ്പിച്ച ന്യൂനപക്ഷ രേഖയുടെ സാരാംശം. പ്രതിനിധികളിൽ മൂന്നിലൊരു ഭാഗം ഈ നിഗമനത്തെ അനുകൂലിച്ച് വോട്ടുചെയ്തതിന്റെ അർത്ഥം പാർട്ടിയാകെ 'വലത്തോട്ടു ചായുക' എന്ന അപകട സാദ്ധ്യത യാഥാർത്ഥ്യമായി എന്നാണ്. കേന്ദ്ര കമ്മിറ്റി കരടിനെ അനുകൂലിച്ചവരും അതിനോട് ചില കാര്യങ്ങളിൽ വിയോജിച്ച ഇടതുപക്ഷക്കാർ തങ്ങളുടെ കരട് പിൻവലിച്ച് ഒരുമിച്ച് നിന്നതുകൊണ്ടാണ് കോൺഗ്രസുമായി ഐക്യമുന്നണി എന്ന നയത്തെ പരാജയപ്പെടുത്താൻ കഴിഞ്ഞത്.[17]

കോൺഗ്രസ് ഗവൺമെന്റ് പുരോഗമനപരമായ നിലപാടെടുക്കുന്ന ഘട്ടങ്ങളിലെല്ലാം അതിന് കലവറയില്ലാതെ പിന്തുണ നല്കുമ്പോൾ തന്നെ കേന്ദ്രപാർലമെന്റിലും സംസ്ഥാന നിയമസഭകളിലും കമ്യൂണിസ്റ്റ് പാർട്ടി വിപ്ലവാത്മക പ്രതിപക്ഷമായി പ്രവർത്തിക്കണമെന്നുള്ള നിർദ്ദേശമാണ് നാലാം പാർട്ടി കോൺഗ്രസ് അംഗീകരിച്ച നയസമീപനം.

നാലാം പാർട്ടികോൺഗ്രസിൽ നടന്ന ചൂടേറിയ ചർച്ചയും അതിനെത്തുടർന്ന് സ്വീകരിച്ച നയസമീപനങ്ങളെയും കുറിച്ച് ഇ എം എസ് നമ്പൂതിരിപ്പാട് എഴുതി:

വിദേശനയത്തിലെ സ്വാഗതാർഹമായ മാറ്റം(ഇതിനെ ഏവരും അംഗീകരിച്ചിരുന്നു) നിർബ്ബന്ധമായും ആഭ്യന്തര നയമാറ്റത്തിന് വഴിവയ്ക്കുമോ എന്നുള്ളതായിരുന്നു ഈ ചർച്ചയിലെ മുഖ്യപ്രശ്നം. ഈ ചോദ്യത്തിന് 'ഊവ്വ്' എന്ന മറുപടി പറഞ്ഞവർ പ്രതിനിധികളിലെ മൂന്നിലൊന്നുവരുമായിരുന്നു. പാർട്ടിയുടെ പില്ക്കാല വികാസത്തിൽ ഗണ്യമായ സ്വാധീനം ചെലുത്തിയ സംഭവമായിരുന്നു ഇത്. പില്ക്കാലത്ത് ഇടത്-വലത് എന്ന രീതിയിൽ-ഇന്നത്തെ സി പി ഐ (എം) ഉം സി പി ഐയുമായി പാർട്ടി പിളർന്നുപോകാനിടയായതിന്റെ മൂലകാരണം ഇതായിരുന്നു.

ഇതുമായി ബന്ധപ്പെട്ടതായിരുന്നു ആസൂത്രണ പ്രക്രിയയിൽ വരുത്തപ്പെട്ട മാറ്റത്തെ എങ്ങനെ വിലയിരുത്തണമെന്ന പ്രശ്നം. ആ മാറ്റം സ്വാഗതാർഹമാണോ, എങ്കിൽ ആഭ്യന്തര(സാമ്പത്തിക-രാഷ്ട്രീയ) നയങ്ങളോട് പാർട്ടി അവലംബിക്കുന്ന സമീപനത്തിനും മാറ്റം ആവശ്യമാണോ എന്ന ചോദ്യം ഉയർന്നുവന്നു. ഈ മാറ്റം വിദേശനയത്തിൽ വരുത്തിയ മാറ്റവുമായി അഭേദ്യമായി ബന്ധപ്പെട്ടിരിക്കുന്നതിനാൽ ആസൂത്രണ പ്രക്രിയ സംബന്ധിച്ചുള്ള ഈ പുതിയ നയസമീപനം ആഭ്യന്തര-സാമൂഹ്യ-സാമ്പത്തിക വ്യവസ്ഥിതിയെ മാറ്റിമറിക്കാനുള്ള പോരാട്ടത്തിലെ കരുത്തുറ്റ പോരാളിയായി കോൺഗ്രസിനെ പരിവർത്തനം ചെയ്തിരിക്കുന്നുവെന്നാണ് ആ പാർട്ടിയുമായി ഐക്യമുന്നണി വേണമെന്ന ആവശ്യമുന്നയിച്ചവർ വാദിച്ചത്.

പാർട്ടി കോൺഗ്രസ് അംഗീകരിച്ച പ്രമേയം ഈ രണ്ടു വ്യത്യസ്ത സമീപനങ്ങളിൽനിന്നും ഒഴിഞ്ഞുനിന്നുകൊണ്ടുള്ളതായിരുന്നു. കമ്യൂണിസ്റ്റുകാർ സഹായഹസ്തം നീട്ടിയാൽ മാത്രംമതി കോൺഗ്രസ് ഗവൺമെന്റിനെയും അതിന്റെ നയങ്ങളെയും കൂടുതലിടത്തോട്ട് ചായ്ക്കാൻ കഴിയുമെന്നുള്ള വലതുപക്ഷ അവസരവാദ നയത്തെയോ, ഗവൺമെന്റിന്റെ വിദേശ-ആഭ്യന്തരനയങ്ങളിലെ ഗുണപരമായ മാറ്റങ്ങളൊന്നും അംഗീകരിക്കാതെ കണ്ണുമടച്ച് അതിനെയെല്ലാം എതിർക്കുന്ന ഇടതുപക്ഷ വരട്ടുതത്ത്വവാദ നയത്തെയോ അതേപടി അംഗീകരിക്കാൻ പാർട്ടി കോൺഗ്രസ് മുതിർന്നില്ല. ജനാധിപത്യ പ്രസ്ഥാനത്തെ കെട്ടിപ്പടുക്കുകയും അതിന്റെ കുന്തമുനയായി പ്രവർത്തിക്കുകയും ചെയ്യുന്ന സംഘടനയെന്ന അർഹമായ പങ്കുവഹിക്കുന്നതിനായി വിപ്ലവപരവും എന്നാൽ ആവശ്യാനുസരണം മാറ്റംവരുത്താവുന്നതുമായ നയമാണ് പാർട്ടി അവലംബിക്കേണ്ടത്....... ഇന്നത്തെ ഗവൺമെന്റിനെതിരെ ഒരു പ്രതിപക്ഷ പാർട്ടി എന്ന രീതിയിലാണ് അത് പ്രവർത്തിക്കേണ്ടത് എന്നാണ് കോൺഗ്രസ് പ്രമേയം ആഹ്വാനം ചെയ്തത്.......

ഇങ്ങനെ കോൺഗ്രസുമായി ഐക്യമുന്നണി എന്ന വലതുപക്ഷ അവസരവാദനയത്തെ തിരസ്കരിച്ച രാഷ്ട്രീയ പ്രമേയം പാർട്ടിയുടെ കടമകൾ ഏവയെന്ന് ചൂണ്ടിക്കാണിച്ചു: സമാധാനം, ദേശീയ സ്വാതന്ത്ര്യത്തിന്റെ പരിരക്ഷയും, ശക്തിപ്പെടുത്തലും, ദേശീയ പുനർനിർമ്മാണം, ജനതാല്പര്യ സംരക്ഷണം, അത്യന്തം സങ്കീർണ്ണമായ ജനാധിപത്യത്തിന്റെ വിപുലീകരണമെന്ന കടമ എന്നിവയ്ക്കെല്ലാം വേണ്ടി ദേശീയൈക്യം കെട്ടിപ്പടുക്കൽ നമ്മുടെ കടമയാകുന്നു. സമാധാനത്തിനുവേണ്ടിയുള്ള പോരാട്ടത്തിലും അത് ശക്തിപ്പെടുത്താനുള്ള ശ്രമത്തിലും ഗവൺമെന്റിന് നാം

പിന്തുണ നല്കണം.സാമ്രാജ്യത്വത്തെയും നാടുവാഴിത്തത്തെയും ദുർബ്ബലമാക്കാനും കുത്തകകളെ നിയന്ത്രിക്കാനും ദേശീയ സമ്പദ്ഘടനയെ ശക്തിപ്പെടുത്താനുമുള്ള ഗവൺമെന്റിന്റെ ശ്രമങ്ങളെയെല്ലാം നാം പിന്തുണയ്ക്കണം. വ്യവസായവല്കരണ പ്രക്രിയയെ ത്വരിതപ്പെടുത്താനാവശ്യമായ നടപടികൾ കൈക്കൊള്ളാൻ ഗവൺമെന്റിനുമേൽ നാം സമ്മർദ്ദം ചെലുത്തണം. വിദേശ മുതലാളിമാർക്കും ഭൂപ്രഭു–കുത്തകമുതലാളിത്ത താല്പര്യങ്ങൾക്കും വഴങ്ങിക്കൊടുക്കാനും അവർക്ക് സൗജന്യങ്ങളനുവദിക്കാനുമുള്ള ശ്രമങ്ങളെ നാം മുച്ചൂടും എതിർക്കണം. ജനങ്ങളുടെ ജീവിത സാഹചര്യങ്ങൾ മെച്ചപ്പെടുത്താൻ ഗവൺമെന്റിനെതിരെ ഉറച്ച സമരം നടത്തണം. ഗവൺമെന്റിന്റെ അടിച്ചമർത്തൽ നയങ്ങൾക്കെതിരെയും ജനാധിപത്യാവകാശങ്ങൾ പരിരക്ഷിക്കാനും വിപുലീകരിക്കാനും വേണ്ടിയും നാം ഉശിരൻപോരാട്ടങ്ങൾ സംഘടിപ്പിക്കണം ....

ആസൂത്രണപ്രക്രിയ സംബന്ധിച്ച് നെഹ്റു ഗവൺമെന്റ് അവലംബിച്ച പുതിയ സമീപനത്തെ വിലയിരുത്തിയ രീതി ഇതിൽ സവിശേഷ ശ്രദ്ധ ആകർഷിക്കുന്നു. ഒന്നാം പദ്ധതിയെക്കാൾ മെച്ചമായതുകൊണ്ട് രണ്ടാം പദ്ധതിയുടെ കരടുനിർദ്ദേശങ്ങളെ, ചില വ്യവസ്ഥകൾക്കു വിധേയമായി, പാർട്ടി സ്വാഗതം ചെയ്തു. എന്നാൽ പദ്ധതിയുടെ വിശദാംശങ്ങൾ വന്നപ്പോൾ അവ ആവശ്യത്തേക്കാൾ തുലോം താഴെയാണെന്നുമാത്രമല്ല പലതും തനി പിന്തിരിപ്പൻ പരിപാടികളാണെന്നുകൂടി കണ്ടപ്പോൾ പാർട്ടി അവയ്ക്കെതിരെ ശക്തമായിത്തന്നെ വിമർശനം അഴിച്ചുവിട്ടു. ഈ വിമർശനങ്ങൾക്കുശേഷം പ്രമേയം താഴെ പറയുന്ന നിഗമനത്തിലെത്തി.

കരടുരേഖയിലുണ്ടായിരുന്ന പുരോഗമന നിർദ്ദേശങ്ങളെ കീഴ്മേൽ മറിക്കുന്നവയാണീ നിർദ്ദേശങ്ങൾ. സംസ്ഥാന ഗവൺമെന്റുകളിലും ഉദ്യോഗസ്ഥരിലും ഭൂപ്രഭുവർഗ്ഗത്തിന് അസാമാന്യമായ സ്വാധീനമുള്ളതുകൊണ്ട് കാർഷിക പരിഷ്കാര പദ്ധതികൾ അട്ടിമറിക്കപ്പെടും. ഈ പരിപാടികൾ നടപ്പാക്കാൻ ശക്തമായ ഒരു കിസാൻ പ്രസ്ഥാനം കെട്ടിപ്പടുത്താൽ മാത്രമേ ഇതിനെ തടയാനാകൂ.

തുടർന്ന് പ്രമേയം ഊന്നിപ്പറഞ്ഞു: പദ്ധതിയുടെ കരട് നയസമീപനം പുനഃസ്ഥാപിക്കാനും ജനാധിപത്യ രീതിയിൽ കാർഷികപരിഷ്കാരം നടപ്പാക്കാനും ത്വരിതഗതിയിലുള്ള വ്യവസായവല്ക്കരണം ഉറപ്പാക്കുന്നതിന് രണ്ടാംപദ്ധതിയിൽ ആവശ്യമായ മാറ്റങ്ങൾ വരുത്തുന്നതിനും നാം പോരാടണം. വിഭവങ്ങളെ സംബന്ധിച്ച് തികച്ചും പിന്തിരിപ്പനായ പദ്ധതി നിർദ്ദേശങ്ങളെ എതിർത്തു തോല്പിക്കാൻ നമുക്ക് കഴിയണം. ജനങ്ങളുടെ മുൻകൈയെടു

ക്കാനുള്ള കഴിവ് വികസിപ്പിക്കാനും സാമൂഹ്യസേവന പദ്ധതികളിൽ നിന്നും അവർക്ക് പരമാവധി ഗുണം ലഭിക്കുന്നു എന്ന് ഉറപ്പുവരുത്താനും ഇത്തരം പദ്ധതികളുടെ നടത്തിപ്പിൽ ഉദ്യോഗസ്ഥ മേധാവിത്വ പ്രവണതകൾ, അഴിമതി, സ്വജനപക്ഷപാതം, പാഴ്ച്ചെലവ് എന്നിവ ഉണ്ടാകുന്നില്ല എന്ന് ഉറപ്പുവരുത്താനും നാം പോരാടണം .....

ഒന്നാം പദ്ധതിയുടെ അനുഭവപാഠങ്ങൾ ഉൾക്കൊണ്ട് പ്രമേയം മുന്നറിയിപ്പു നല്കി: ത്വരിതഗതിയിലുള്ള വ്യവസായവല്ക്കരണത്തിലൂടെയും വിശിഷ്യയന്ത്ര നിർമ്മാണമടക്കമുള്ള വ്യവസായങ്ങളുടെ സ്ഥാപനത്തിലൂടെയും കർഷക തൊഴിലാളികൾക്കും ദരിദ്രകർഷകർക്കും ഭൂമിവിതരണം ചെയ്യുന്നത് സുപ്രധാനമായിക്കരുതുന്ന കാർഷിക പരിഷ്കാരത്തിലൂടെയുമല്ലാതെ ഇന്ത്യക്ക് സാമ്പത്തിക പിന്നോക്കാവസ്ഥയിൽനിന്നും ആശ്രയത്വത്തിൽ നിന്നും കരകേറാനോ, സമ്പദ്ഘടനയെ പുനർനിർമ്മിക്കാനോ കഴിയില്ല. മാത്രവുമല്ല, ബ്രിട്ടീഷ് മൂലധനവും ഫ്യൂഡലിസവും നമ്മുടെ സമ്പദ്ഘടനയെ നിയന്ത്രിക്കുന്ന അവസ്ഥ മാറ്റിയെടുക്കുകയും അങ്ങനെ വെറുക്കപ്പെട്ട കൊളോണിയൽ പാരമ്പര്യത്തിൽനിന്ന് നാം മുക്തമാവുകയും വേണം. സാമ്രാജ്യത്വത്തെയോ ലോകമുതലാളിത്ത കമ്പോളത്തെയോ ആശ്രയിച്ചുകൊണ്ട് നമ്മുടെ രാജ്യത്തിന് വ്യാവസായിക വളർച്ച കൈവരിക്കാനോ സമ്പദ് ഘടനയെ സന്തുലിതമായി വികസിപ്പിക്കാനോ കഴിയുന്നതല്ല ......

അതിനുംപുറമെ കുത്തക മുതലാളിത്തത്തിന് സമ്പദ്ഘടനയിലും ദേശീയ രാഷ്ട്രീയ ജീവിതത്തിലുമുള്ള സ്വാധീനം ദുർബ്ബലപ്പെടുത്താൻ ജനാധിപത്യ പ്രസ്ഥാനത്തിന് കഴിയണം. കർഷകജനസാമാന്യത്തിന്റെ ഭാരം കുറയ്ക്കുന്നതായിരിക്കണം ആ പരിപാടി. ജനങ്ങളുടെ ജീവിതനിലവാരം അനുക്രമമായി ഉയർത്തിക്കൊണ്ട് സ്ഥിരമായി വികസിക്കുന്ന ഒരു ആഭ്യന്തര കമ്പോളം സൃഷ്ടിക്കാൻ കഴിയണം. തികച്ചും നീതിയുക്തമായ നികുതി നയമായിരിക്കണം പിന്തുടരേണ്ടത്. വിദേശമുതലാളിമാർ, ഭൂപ്രഭുക്കൾ, നാട്ടുരാജാക്കന്മാർ, ബൂർഷ്വാസി എന്നിങ്ങനെ വരേണ്യ വിഭാഗങ്ങളിൽ നിന്നായിരിക്കണം വിഭവ സമാഹരണം. സ്ഥിരമായ ഒരു വിലനിലവാരമാണ് ഉണ്ടായിരിക്കേണ്ടത്. ആരോഗ്യം, പാർപ്പിടം, സംസ്കാരം എന്നീ മേഖലകളിൽ സർവ്വതോന്മുഖമായ പുരോഗതി കൈവരിക്കാൻ കഴിയണം .... അർത്ഥവത്തായ ആസൂത്രണപ്രക്രിയയ്ക്ക് അവശ്യം ആവശ്യമായ അദ്ധ്വാനിക്കുന്ന ജനവിഭാഗങ്ങളുടെ ഊർജ്ജസ്വലതയെ തൊട്ടുണർത്താൻ പോന്നതായിരുന്നു രാഷ്ട്രീയ പ്രമേയത്തിലെ ഈ നിർദ്ദേശങ്ങൾ.

> അങ്ങനെ അടിസ്ഥാനപരമായി കോൺഗ്രസ് പദ്ധതിക്കെതിരായ, ദേശീയ പുനർനിർമ്മാണത്തിന് അവശ്യം വേണ്ടതായ ഒരു പരിപാടിയുടെ പിന്നിലണി നിരക്കാൻ ജനങ്ങൾക്കാഹ്വാനം നല്കുന്ന ഒരു രാഷ്ട്രീയനയമാണ്, വാശിയേറിയ ചർച്ചകൾക്കുശേഷം കമ്യൂണിസ്റ്റ് പാർട്ടി അംഗീകരിച്ചത്....... കമ്യൂണിസ്റ്റ് പാർട്ടിയാകട്ടെ ഇന്ത്യൻ ജനതയ്ക്കിടയിലെ സാമ്രാജ്യത്വവിരുദ്ധ വിഭാഗങ്ങളുടെ പിന്തുണ നേടിക്കൊണ്ട് കോൺഗ്രസിനെ എതിർക്കുക എന്ന സമീപനമാണംഗീകരിച്ചത്. സാമ്രാജ്യത്വം, ഫ്യൂഡലിസം, കുത്തക മുതലാളിത്തം എന്നിവയ്ക്കെതിരെ നെഹ്റു ഗവൺമെന്റ് കൈക്കൊണ്ട ചില്ലറ നടപടികളെ അവഗണിക്കാൻ വിസമ്മതിച്ച പാർട്ടി, അതേ സമയം തൊഴിലാളിവർഗ്ഗത്തിനെതിരെ ആക്രമണമഴിച്ചുവിടുകയും സാമ്രാജ്യത്വത്തിനും അതിന്റെ ഇന്ത്യൻ കൂട്ടാളികൾക്കും മുൻപിൽ മുട്ടുമടക്കുകയും ചെയ്യുന്ന നടപടികളെ ശക്തിയുക്തം എതിർക്കുകയും ചെയ്തു.[18]

എന്നാൽ രാഷ്ട്രീയ പ്രമേയം അംഗീകരിക്കുന്ന സമയമായപ്പോൾ ബദൽ രേഖക്കാർ അജയഘോഷ് ഒരു സൗജന്യം നല്കുകയുണ്ടായി. "വൻകിട ബൂർഷ്വാസി നയിക്കുന്ന ബൂർഷ്വാ-ഭൂപ്രഭു ഗവൺമെന്റാണ് ഇന്ത്യാ ഗവൺമെന്റ് എന്നത് ശരിയാണെങ്കിലും വൻകിട ബൂർഷ്വാസിയാണ് അതിനെ നയിക്കുന്നതെന്ന് പ്രത്യേകം എടുത്തുപറയേണ്ടതില്ല" എന്നതായിരുന്നു ആ സൗജന്യം.[19] പിന്നീട് ഈ ചെറിയ സൗജന്യത്തെ വലതുപക്ഷക്കാർ ദുർവ്യാഖ്യാനിച്ചു. അവസാനം ഇന്ത്യാഗവൺമെന്റിനെ ദേശീയ ബൂർഷ്വാസിയുടെ ഗവൺമെന്റായി ചിത്രീകരിക്കുന്ന നിഗമനത്തിൽ അവർ എത്തിച്ചേർന്നു.[20]

റുബിൻസ്റ്റെന്റെ ലേഖനം

നാലാം പാർട്ടി കോൺഗ്രസിൽ പ്രമേയം കൊണ്ടുവന്ന് പരാജയപ്പെട്ട സഖാക്കൾ അടങ്ങിയിരിക്കാൻ തയ്യാറായില്ല. പാർട്ടി കോൺഗ്രസിന്റെ തീരുമാനം തങ്ങളുടെ നയത്തിനെതിരായിട്ടും കോൺഗ്രസ് കഴിഞ്ഞ് ഏതാനും മാസങ്ങൾക്കകം പാർട്ടിയുടെ കോൺഗ്രസിനോടുള്ള നയത്തെ സംബന്ധിച്ച് വീണ്ടും ഒരു ചർച്ചയ്ക്ക് അവർ തുടക്കം കുറിച്ചു. 1956 ജൂലൈ 5, ആഗസ്ത് 2 എന്നീ തീയതികളിലെ *ന്യൂടൈംസ്* എന്ന സോവിയറ്റ് രാഷ്ട്രീയവാരികയിൽ മോഡസ്റ്റെ റുബിൻസ്റ്റെൻ എന്ന ഒരു പണ്ഡിതൻ എഴുതിയ ഒരു ലേഖനത്തെ തുടർന്നായിരുന്നു ഇത്.[21] A Non-Capitalist Path for Under Developed Countries എന്ന ആ ലേഖനം 1956 ഒക്ടോബറിലെ *ന്യൂഏജ്* മാസികയിൽ പുനഃപ്രസിദ്ധീകരിച്ചിരുന്നു. നെഹ്റു ഗവൺമെന്റ് മുതലാളിത്തേതര വികസനമാർഗ്ഗത്തിലൂടെ സോഷ്യലിസത്തിലേക്ക് മുന്നേറിയിരിക്കുന്നുവെന്നും അതിനാൽ സോഷ്യലിസ്റ്റ് സമ്പ്രദായത്തിലേക്ക് നെഹ്റു ഇന്ത്യയെ നയിക്കു

കയാണെന്നും അതുകൊണ്ട് ഇന്ത്യൻ കമ്യൂണിസ്റ്റ് പാർട്ടി നെഹ്റു ഗവൺമെന്റിന് പിന്തുണ നല്കണമെന്നായിരുന്നു ലേഖനത്തിന്റെ ഉള്ളടക്കം. ഇത് കോൺഗ്രസിനോടുള്ള കമ്യൂണിസ്റ്റുകാരുടെ സമീപനം മാറ്റണമെന്ന ചിന്താഗതിക്കാർക്ക് പ്രോത്സാഹനം നല്കി. ഈ ആഹ്വാനം 'ഇന്ത്യൻ കമ്യൂണിസ്റ്റ് പാർട്ടിക്കുള്ള സോവിയറ്റ് നിർദ്ദേശ'മാണെന്നും ആയതിനാൽ നാലാം പാർട്ടി കോൺഗ്രസിൽ അംഗീകരിച്ച നയം പുനഃപരിശോധിക്കേണ്ടതാണെന്നും കേന്ദ്രകമ്മിറ്റിയിൽത്തന്നെ ചിലർ വാദിച്ചു.

ആ ലേഖനം കേന്ദ്ര കമ്മിറ്റി വിശദമായി ചർച്ച ചെയ്യുകയും അതിലടങ്ങിയ നിഗമനങ്ങൾ ദൃഢസ്വരത്തിൽ തള്ളിക്കളയുകയും ചെയ്തു. അതിന്റെ അടിസ്ഥാനത്തിൽ റുബിൻസ്റ്റൈന്റെ ലേഖനത്തെ ഖണ്ഡിച്ചുകൊണ്ട് പാർട്ടി ജനറൽ സെക്രട്ടറി അജയഘോഷ് പാർട്ടി മുഖപത്രമായ *ന്യൂഏജിൽ* ഒരു ലേഖനമെഴുതി. ആ ലേഖനം *ന്യൂടൈംസിന്* അയച്ചുകൊടുക്കുകയും അതിൽ പ്രസിദ്ധീകരിക്കുകയും ചെയ്തു.

അജയഘോഷ് ആ ലേഖനം ഇങ്ങനെ ഉപസംഹരിക്കുന്നു:

> ഇന്ത്യയെപ്പോലുള്ള അല്പവികസിത രാജ്യങ്ങൾക്ക് മുമ്പിൽ ഒരു മുതലാളിത്തേതര മാർഗ്ഗം തുറന്നുകിടക്കുന്നുണ്ടെന്നതിൽ സംശയമില്ല. എങ്കിലും ബൂർഷ്വാസിയുടെ നേതൃത്വത്തിലുള്ള ഇപ്പോഴത്തെ ഗവൺമെന്റിന് ആ പാതയിലൂടെ മുന്നേറാൻ കഴിയുമെന്ന് വിചാരിക്കുന്നത് ഒരു വ്യാമോഹം മാത്രമായിരിക്കും. ഇന്ത്യൻ കമ്യൂണിസ്റ്റ് പാർട്ടിക്ക് അങ്ങനെയൊരു വ്യാമോഹമില്ല. അതുകൊണ്ട് നിലവിലുള്ള പരിതഃസ്ഥിതിയിൽ മുന്നേറ്റത്തിന് സാദ്ധ്യതയുണ്ടെന്ന് പാർട്ടി പൂർണ്ണമായും അംഗീകരിക്കുന്നു. അതോടൊപ്പം ഈ സാദ്ധ്യതകൾ യാഥാർത്ഥ്യമാക്കിത്തീർക്കാനും സമാധാനത്തിന്റെയും ദേശീയ സ്വാതന്ത്ര്യത്തിന്റെയും ദേശീയ സമ്പദ്‌വ്യവസ്ഥയുടെയും താല്പര്യങ്ങൾ ശക്തിപ്പെടുത്താനും കൈക്കൊള്ളുന്ന എല്ലാ നടപടികൾക്കും പൂർണ്ണ പിന്തുണ നല്കും. തന്നെയുമല്ല, തൊഴിലാളിവർഗ്ഗ നേതൃത്വത്തിൽ ജനാധിപത്യവാദികളായ ബഹുജനങ്ങളുടെ കൈകളിലേക്ക് അധികാരം പകരുന്നതിന് സഹായിക്കുംവിധം നമ്മുടെ രാജ്യത്തെ ജനാധിപത്യ-സോഷ്യലിസ്റ്റ് ശക്തികൾക്ക് കരുത്തുകൂട്ടുന്നതിനും പാർട്ടി ശ്രമിക്കും. അതിനുമാത്രമേ ജനാധിപത്യ വിപ്ലവത്തിന്റെ കടമ പൂർത്തിയാക്കാനും രാജ്യത്തെ അതിവേഗം സോഷ്യലിസത്തിലേക്ക് നയിക്കാനും കഴിയൂ.[22]

കോൺഗ്രസുമായുള്ള ഐക്യത്തിനുവേണ്ടി വാദിച്ചവർ അടങ്ങിയിരുന്നില്ല.

1956 സെപ്തംബറിൽ നടന്ന ചൈനീസ് പാർട്ടിയുടെ എട്ടാം കോൺഗ്രസിൽ ഇ എം എസ് നമ്പൂതിരിപ്പാടിന്റെ നേതൃത്വത്തിൽ പിസി

ജോഷി, പി സുന്ദരയ്യ എന്നീ മൂന്നംഗ സംഘമാണ് ഇന്ത്യൻ പാർട്ടിയുടെ സൗഹാർദ്ദ പ്രതിനിധികളായി പങ്കെടുത്തത്. ഇവർ മൂന്നുപേരും പാർട്ടിയിലെ വിവിധ വിഭാഗത്തിന്റെ പ്രതിനിധികളായിരുന്നു. ഇന്ത്യൻ പാർട്ടിയുടെ നാലാം കോൺഗ്രസിൽ വലതുപക്ഷം, ഇടതുപക്ഷം ഇവ രണ്ടിന്റെയും ഇടയ്ക്കുള്ളതെന്ന് അറിയപ്പെടുന്ന കേന്ദ്രകമ്മിറ്റിയിലെ ഭൂരിപക്ഷ വിഭാഗമായ നടുനിലക്കാർ (മദ്ധ്യവർത്തികൾ) എന്നിങ്ങനെ മൂന്നു വിഭാഗക്കാർ ഉണ്ടായിരുന്നല്ലോ. ഈ ഓരോ വിഭാഗത്തിൽനിന്ന് ഓരോരുത്തരെ ചൈനീസ് പാർട്ടിയുടെ എട്ടാം കോൺഗ്രസിൽ പങ്കെടുക്കാൻ തെരഞ്ഞെടുക്കുകയാണുണ്ടായത്. ഇതിൽ വലതുവിഭാഗത്തിന്റെ പ്രതിനിധിയായിരുന്നു പി സി ജോഷി. ഇടതുവിഭാഗത്തിന്റെ പ്രതിനിധി പി സുന്ദരയ്യയായിരുന്നു. അന്നത്തെ കേന്ദ്ര കമ്മിറ്റിയിലെ ഭൂരിപക്ഷ വിഭാഗവും ഔദ്യോഗിക വിഭാഗവുമായ മദ്ധ്യവർത്തികളുടെ പ്രതിനിധിയായിരുന്നു ഇ എം എസ് നമ്പൂതിരിപ്പാട്. അങ്ങനെ ഭൂരിപക്ഷ വിഭാഗത്തിന്റെ പ്രതിനിധിയായതിനാലാണ് ഇ എം എസിനെ പ്രതിനിധി സംഘത്തിന്റെ തലവനാക്കിയത്.[23]

പോളണ്ടും ഹംഗറിയും

സോവിയറ്റ് കമ്യൂണിസ്റ്റ് പാർട്ടിയുടെ ഇരുപതാം കോൺഗ്രസിന്റെ തീരുമാനങ്ങൾ ഇന്ത്യയുൾപ്പെടെയുള്ള എല്ലാ രാജ്യങ്ങളിലെയും കമ്യൂണിസ്റ്റ് പാർട്ടികളെ പിടിച്ചുകുലുക്കുകയുണ്ടായി. ഇത് ആഴമേറിയ ഒരു രാഷ്ട്രീയ പ്രതിസന്ധി സൃഷ്ടിച്ചത് പോളണ്ടിലും ഹംഗറിയിലുമാണ്. ഈ രണ്ടു രാജ്യങ്ങളിലും ഭരണകക്ഷിയിൽ വളർന്നുവന്ന ആശയസമരത്തെ ഒരു രാഷ്ട്രീയ കോളിളക്കമാക്കിത്തീർക്കാനും ആ അവസരമുപയോഗിച്ച് ഭരണതലത്തിൽ തങ്ങൾക്കനുകൂലമായ മാറ്റങ്ങൾ വരുത്താനും സാമ്രാജ്യത്വ രാഷ്ട്രങ്ങൾ ശ്രമിച്ചു. അവർക്ക് സഹായം ചെയ്യുന്ന ചില ശക്തികൾ രാജ്യത്തിനകത്തും രൂപംകൊണ്ടു. ഭരണതലത്തിലും പാർട്ടി സംഘടനയിലും നിലവിലിരുന്ന നേതൃത്വത്തെമാറ്റി പുതിയ നേതൃത്വത്തെ പ്രതിഷ്ഠിച്ചു. ഈ പുതിയ നേതൃത്വങ്ങളുടെ അയവേറിയ സമീപനം ഉപയോഗിച്ച് സാമ്രാജ്യാധിപത്യം നുഴഞ്ഞു കയറുമെന്ന സ്ഥിതിയുണ്ടായി. സോഷ്യലിസം നിലവിലിരിക്കുന്ന കിഴക്കൻ യൂറോപ്യൻ രാജ്യങ്ങളെ വീണ്ടും മുതലാളിത്തത്തിന്റെ ഭാഗമാക്കിക്കൊണ്ടു വരികയും തുടർന്ന് സോവിയറ്റ് യൂണിയനെ ആക്രമിക്കുകയുമായിരുന്നു സാമ്രാജ്യമേധാവികളുടെ തന്ത്രം.

ഈ തന്ത്രം മനസ്സിലാക്കി സോവിയറ്റ് യൂണിയൻ ഒരതിരുവരെ പോളണ്ടിലും കൂടുതൽ തുറന്ന രീതിയിൽ ഹംഗറിയിലും ഇടപെട്ടു. ഈ സൈനിക നടപടികൾ തക്കസമയത്ത് എടുത്തില്ലായിരുന്നുവെങ്കിൽ പോളണ്ടും ഹംഗറിയും സോഷ്യലിസ്റ്റ് ലോകം വിട്ട് മുതലാളിത്ത ചേരിയുടെ ഭാഗമാകുമായിരുന്നു.

ഈ നിലയ്ക്ക് പ്രശ്നം കാണാത്ത സഖാക്കൾ ലോകത്തെല്ലാ രാജ്യങ്ങളിലുമുണ്ടായിരുന്നു. ഇന്ത്യയിൽ പാർട്ടിയുടെ സമുന്നത നേതാക്കളിലൊരാളായിരുന്ന എസ് എ ഡാങ്കെ ഹംഗറിയിലെ സോവിയറ്റ് നടപടിയെ പരസ്യമായി അപലപിച്ചു. നെഹ്റുവിന്റെ ഒരു പ്രസ്താവനയുടെ പ്രതിധ്വനിയായി ഡാങ്കെ *ടൈംസ് ഓഫ് ഇന്ത്യ*യിൽ ഒരു പ്രസ്താവനയിറക്കി.[24] സോഷ്യലിസത്തെ അട്ടിമറിക്കുന്നതിന് പ്രതിവിപ്ലവകാരികൾ നടത്തിയ ശ്രമത്തെ 'ഹംഗേറിയൻ ജനതയുടെ ദേശീയ മുന്നേറ്റ'മാണെന്ന് ഡാങ്കെ ചിത്രീകരിച്ചു. ഡാങ്കെയ്ക്ക് നേതൃത്വമുള്ള മഹാരാഷ്ട്ര സ്റ്റേറ്റ് കമ്മിറ്റി സോവിയറ്റ് നടപടിയെ അപലപിച്ചുകൊണ്ടുള്ള ഒരു പ്രമേയം തന്നെ പാസാക്കി.[25] വലതുപക്ഷഗ്രൂപ്പിലെ പ്രധാനികളിലൊരാളും കേന്ദ്ര കമ്മിറ്റി അംഗവുമായിരുന്ന സി അച്ചുതമേനോൻ ഹംഗറിയിൽ നടന്ന സംഭവങ്ങൾ കമ്യൂണിസ്റ്റ് പ്രസ്ഥാനത്തിലുള്ള തന്റെ വിശ്വാസത്തെ തകർത്തുകളഞ്ഞുവെന്ന് പറഞ്ഞുകൊണ്ട് കേന്ദ്ര കമ്മിറ്റിയംഗത്വവും പാർട്ടി അംഗത്വവും രാജിവെച്ചുകൊണ്ട് കേന്ദ്ര കമ്മിറ്റിക്ക് കത്തെഴുതി.

സൂചിക

1. *സോഷ്യലിസത്തിലേക്കുള്ള ഇന്ത്യൻപാത*, പു: 51.
2. *ഇന്ത്യൻ കമ്യൂണിസ്റ്റ് പ്രസ്ഥാന ചരിത്രത്തിന്റെ ഒരു രൂപരേഖ*, പു:69.
3. *ഒരു ഇന്ത്യൻ കമ്യൂണിസ്റ്റിന്റെ ഓർമ്മക്കുറിപ്പുകൾ*, പു:167.
4. *റിവിഷനിസത്തിനെതിരെ* (1964 ഒക്ടോബർ 31 മുതൽ നവംബർ 7 വരെ കൽക്കത്തയിൽ ചേർന്ന ഇന്ത്യൻ കമ്യൂണിസ്റ്റ് പാർട്ടിയുടെ 7-ാം കോൺഗ്രസിൽ അംഗീകരിച്ച രാഷ്ട്രീയ-സംഘടനാ റിപ്പോർട്ട്) കമ്യൂണിസ്റ്റ് പാർട്ടി ഓഫ് ഇന്ത്യ(മാർക്സിസ്റ്റ്) കേരള സംസ്ഥാനകമ്മിറ്റി പ്രസിദ്ധീകരണം, (തിരുവനന്തപുരം-1986), പു: 6-8.
5. മേൽച്ചൊന്നത്, പു:8.
6. *ഇന്ത്യൻ കമ്യൂണിസ്റ്റ് പ്രസ്ഥാന ചരിത്രത്തിന്റെ ഒരു രൂപരേഖ*, പു:70.
7. *കമ്യൂണിസ്റ്റ് പാർട്ടി കേരളത്തിൽ II*, പു:53.
8. *ഒരു ഇന്ത്യൻ കമ്യൂണിസ്റ്റിന്റെ ഓർമ്മക്കുറിപ്പുകൾ*, പു:168.
9. *കമ്യൂണിസ്റ്റ് പാർട്ടി കേരളത്തിൽ II*, പു:53.
10. *ഇന്ത്യൻ കമ്യൂണിസ്റ്റ് പ്രസ്ഥാനം 1920-1998*, പു:112.
11. *കമ്യൂണിസ്റ്റ് പാർട്ടി കേരളത്തിൽ II*, പു:54-55.
12. *ഇന്ത്യൻ കമ്യൂണിസ്റ്റ് പ്രസ്ഥാനം 1920-1998*, പു:112-13.
13. *ഒരു ഇന്ത്യൻ കമ്യൂണിസ്റ്റിന്റെ ഓർമ്മക്കുറിപ്പുകൾ*, പു:169.
14. *ഇന്ത്യൻ കമ്യൂണിസ്റ്റ് പ്രസ്ഥാനം 1920-1998*, പു:110.
15. *ഇന്ത്യൻ കമ്യൂണിസ്റ്റ് പ്രസ്ഥാന ചരിത്രത്തിന്റെ രൂപരേഖ*, പു:73.
16. *ഇന്ത്യൻ കമ്യൂണിസ്റ്റ് പ്രസ്ഥാന ചരിത്രത്തിന്റെ രൂപരേഖ*, പു:73-74.
17. *ഒരു ഇന്ത്യൻ കമ്യൂണിസ്റ്റിന്റെ ഓർമ്മക്കുറിപ്പുകൾ*, പു:169.
18. ഇ എം എസ് നമ്പൂതിരിപ്പാട്, *നെഹ്റുവും നെഹ്റുയിസവും*, ചിന്ത പബ്ലിഷേഴ്സ്, (തിരുവനന്തപുരം-1990), പു:255-58.
19. *ഇന്ത്യൻ കമ്യൂണിസ്റ്റ് പ്രസ്ഥാന ചരിത്രത്തിന്റെ ഒരു രൂപരേഖ*, പു:74.
20. മേൽച്ചൊന്നത്.

21. ഹർകിഷൻസിങ് സുർജിത്, *സി പി ഐ (എം) സി പി ഐ ഭിന്നത*, ചിന്ത പബ്ലിഷേഴ്സ് (തിരുവനന്തപുരം–1995), പു:14
22. *ഇന്ത്യൻ കമ്യൂണിസ്റ്റ് പ്രസ്ഥാന ചരിത്രത്തിന്റെ ഒരു രൂപരേഖ*, പു: 75.
23. ഇ എം എസ് നമ്പൂതിരിപ്പാട്, *ഒക്ടോബർ വിപ്ലവത്തിനുശേഷം*, ചിന്ത പബ്ലിഷേഴ്സ് (തിരുവനന്തപുരം– ജനുവരി 1988), പു:50–51.
24. *റിവിഷനിസത്തിനെതിരെ*, പു:11.
25. *കമ്യൂണിസ്റ്റ് പാർട്ടി കേരളത്തിൽ II*, പു:64.

12

അഭിപ്രായവ്യത്യാസങ്ങൾക്ക് താല്ക്കാലിക ശമനം

ആയിരത്തിത്തൊള്ളായിരത്തി അൻപത്തിയേഴിലെ രണ്ടാം പൊതു തിരഞ്ഞെടുപ്പിനെക്കുറിച്ചുള്ള അടവ് ആവിഷ്കരിക്കുന്നതിനുവേണ്ടി 1956 ജൂലൈ ആദ്യവാരം കേന്ദ്രകമ്മിറ്റി കൂടിയപ്പോൾ കോൺഗ്രസുമായുള്ള യോജിപ്പിനുവേണ്ടി അവർ വീണ്ടുംവാദിച്ചു. വർഗ്ഗീയ, നാടുവാഴി, പിന്തിരിപ്പൻ ശക്തികളും വിഘടനശക്തികളും ഗണ്യമായ തോതിൽ ശക്തിപ്പെട്ടു. ഇതിന്റെ വെളിച്ചത്തിൽ ദേശീയ-രാഷ്ട്രീയ സ്ഥിതിഗതികളെക്കുറിച്ചുള്ള പാർട്ടിയുടെ നയം പരിഷ്കരിക്കണം. എതിർപ്പിന്റെ കുന്തമുന വലതുപക്ഷ പിന്തിരിപ്പൻ ശക്തികൾക്കെതിരെ തിരിച്ചുപിടിക്കണം. ആ ലക്ഷ്യത്തിനായി പാർട്ടി കോൺഗ്രസുമായി യോജിക്കണം—അവർ പറഞ്ഞു.[1]

എന്നാൽ കേന്ദ്രകമ്മിറ്റി ഈ നയം അംഗീകരിച്ചില്ല. യോഗം കോൺഗ്രസിന്റെ അധികാരക്കുത്തക തകർക്കുന്നതിനു ആഹ്വാനം ചെയ്തു. യോഗം ഇതുസംബന്ധിച്ച് അംഗീകരിച്ച രേഖയിൽ ഇങ്ങനെ പറഞ്ഞു:

> കോൺഗ്രസ് ഗവൺമെന്റിനെതിരെ ഒരു പൊതു മുന്നണിയിൽ ഒന്നിക്കാനും എല്ലാതലങ്ങളിലും കോൺഗ്രസ് സ്ഥാനാർത്ഥികളുമായി മത്സരിക്കാനും ഇന്ത്യൻ കമ്യൂണിസ്റ്റ് പാർട്ടി രാജ്യത്തെ എല്ലാ സോഷ്യലിസ്റ്റുകാരോടും ജനാധിപത്യവാദികളോടും ദേശാഭിമാനികളോടും പുരോഗമനവാദികളായ ജനങ്ങളോടും അഭ്യർത്ഥിക്കുന്നു.[2]

കമ്യൂണിസ്റ്റ് പാർട്ടിയുടെ തിരഞ്ഞെടുപ്പ് വിജ്ഞാപനം 1957 ജനുവരി ആദ്യവാരത്തിൽ പുറത്തിറങ്ങി. കോൺഗ്രസ് ഗവൺമെന്റ് പിന്തുട

രുന്ന ജനവിരുദ്ധനയങ്ങളെ അതിനിശിതമായി വിമർശിച്ചുകൊണ്ടുള്ള തായിരുന്നു അത്. അമിതാധികാര പ്രവണതകളുടെ ആവിർഭാവത്തെ വിജ്ഞാപനം അടിവരയിട്ടു പറഞ്ഞിരുന്നു.

തിരഞ്ഞെടുപ്പിൽ സി പി ഐ വൻവിജയം കരസ്ഥമാക്കി. ലോകസ ഭയിൽ പാർട്ടിക്ക് 30 സീറ്റുകൾ കിട്ടി. പാർലമെന്റിലെ ഇരുസഭകളിലും പ്രധാനകക്ഷിയായി പാർട്ടി മാറി. സീറ്റുകളുടെ കാര്യത്തിൽ മാത്രമല്ല, വോട്ടിന്റെ ശതമാനത്തിലും രാജ്യത്തെ രണ്ടാമത്തെ വലിയ പാർട്ടിയായി സി പി ഐ മാറി. സി പി ഐ ക്ക് ആകെ 12 ദശലക്ഷം വോട്ടുകൾ ലഭി ക്കുകയുണ്ടായി. ആകെ രേഖപ്പെട്ട വോട്ടിന്റെ 11 ശതമാനത്തോളമായി രുന്നു അത്.

അന്നുണ്ടായിരുന്ന 13 സംസ്ഥാനങ്ങളിൽ ഏഴിലും ഒന്നാം പൊതു തിരഞ്ഞെടുപ്പിനെ അപേക്ഷിച്ച് സി പി ഐ യുടെ വോട്ട് രണ്ടു മുതൽ ആറിരട്ടിവരെ വർദ്ധിച്ചു. കേരളം 22 ലക്ഷം(40.7%), ആന്ധ്രാപ്രദേശ് 21.5 ലക്ഷം (23%), പശ്ചിമബംഗാൾ 19.8 ലക്ഷം(19%) എന്നിങ്ങനെയായിരുന്നു വോട്ടുകളുടെ എണ്ണത്തിന്റെ വർദ്ധന.[3]

പശ്ചിമബംഗാൾ നിയമസഭയിൽ തിരഞ്ഞെടുക്കപ്പെട്ട കമ്യൂണിസ്റ്റു കാരുടെ എണ്ണം 28 ൽനിന്ന് 46 ആയും, ബോംബെയിൽ 1 ൽനിന്ന് 21 ആയും, ഉത്തർപ്രദേശിൽ 1 ൽനിന്ന് 9 ആയും വർദ്ധിച്ചു. ബീഹാറിൽ ഇതാദ്യമായി ഏഴ് കമ്യൂണിസ്റ്റുകാരും മദ്ധ്യപ്രദേശിൽ മൂന്നുപേരും തിര ഞ്ഞെടുക്കപ്പെട്ടു.

കേരളത്തിൽ 126-ൽ 125 നിയസഭ സീറ്റുകളിലാണ് തിരഞ്ഞെടുപ്പ് നടന്നത്. 100 സീറ്റിൽ മത്സരിച്ച് സി പി ഐ 60 സീറ്റ് നേടി. 18 സ്ഥലത്തു സ്വതന്ത്രന്മാരെ പിന്താങ്ങി. അതിൽ അഞ്ചുപേർ വിജയിച്ചു. കേരളത്തിൽ ഇ എം എസ് നമ്പൂതിരിപ്പാടിന്റെ നേതൃത്വത്തിൽ പാർട്ടി മന്ത്രിസഭ രൂപീ കരിച്ചു.

അങ്ങനെ വോട്ടിന്റെയും സീറ്റിന്റെയും കാര്യത്തിൽ ഒരുപോലെ തിര ഞ്ഞെടുപ്പ് ഫലം കോൺഗ്രസ് ഗവൺമെന്റിനെതിരെ സമരം എന്ന പാർട്ടി യുടെ നയം ശരിവെച്ചു.

എന്നാൽ ജനാധിപത്യപ്രസ്ഥാനം ദുർബ്ബലമായ സ്ഥലങ്ങളിൽ ചില നേട്ടങ്ങൾ വർഗ്ഗീയ പിന്തിരിപ്പൻ ശക്തികൾക്കുണ്ടായി. കോൺഗ്രസുമായി ഐക്യം വേണമെന്നാവശ്യപ്പെട്ടവർ ഇതിനെ ആപൽസൂചകമായി പൊക്കിക്കാട്ടി.

അക്കാലത്ത് നടന്ന ഉൾപാർട്ടി സമരങ്ങളുടെ അനുഭവങ്ങളെയാകെ ക്രോഡീകരിച്ചുകൊണ്ട് 1957 ജൂലൈ മാസത്തിൽ കേന്ദ്രകമ്മിറ്റി അംഗീ കരിച്ച തിരഞ്ഞെടുപ്പ് റിവ്യൂ ഇങ്ങനെ രേഖപ്പെടുത്തി:

> പാലക്കാട് പ്രമേയം അവസാനം ഏകകണ്ഠമായിട്ടാണ് അംഗീക രിച്ചതെങ്കിലും പ്രമേയത്തിലെ പല നിഗമനങ്ങളോടും കോൺഗ്ര സിൽ പങ്കെടുത്ത ഒട്ടേറെ സഖാക്കൾക്ക് യോജിപ്പുണ്ടായിരുന്നി ല്ല. ഗവൺമെന്റിന്റെ ആഭ്യന്തരനയങ്ങളിൽ പ്രത്യക്ഷപ്പെട്ട പുരോ

ഗമനപരമായ വശങ്ങളെയും അത് ജനങ്ങളിൽ ചെലുത്തിയ സ്വാധീനത്തെയും അവർ അതിശയോക്തിപരമായി ചിത്രീകരിക്കാൻ ശ്രമിച്ചു. കേന്ദ്രകമ്മിറ്റിയുടെ തിരഞ്ഞെടുപ്പുനയം പാർട്ടിയെ ജനങ്ങളിൽനിന്ന് ഒറ്റപ്പെടുത്തുമെന്നും പാർട്ടിയെ കോൺഗ്രസിനകത്തെ പരിവർത്തന പ്രക്രിയയെ മന്ദീഭവിപ്പിക്കുമെന്നും ജനാധിപത്യ ഐക്യം കെട്ടിപ്പടുക്കുന്നതിൽനിന്ന് പാർട്ടിയെ തടയണമെന്നും അവർ കരുതി. പാർട്ടിയെ ഒരു പ്രതിപക്ഷ പാർട്ടിയായി ചിത്രീകരിക്കുന്നതും ഇടതുപക്ഷ ഐക്യത്തിനു ഊന്നൽ നല്കുന്നതും സമീപനത്തിലും അടവുകളിലും ഇടതുപക്ഷവിഭാഗീയ ചിന്താഗതി നിലനില്ക്കാൻ ഇടവരുത്തുകയും പാർട്ടിയുടെ കീഴിലുള്ള ബഹുജനങ്ങളും കോൺഗ്രസിനുപിന്നിൽ അണിനിരന്ന ബഹുജനങ്ങളും തമ്മിലുള്ള വിടവ് വർദ്ധിക്കുന്നതിന് ഇടയാക്കുകയും ചെയ്യുമെന്ന് അവർ ഭയപ്പെട്ടു.

ഒരു ധാരണയുടെ അടിസ്ഥാനത്തിലാണ് അവർ വ്യത്യസ്തമായ ഒരു പ്രമേയം തയ്യാറാക്കിയത്. മർമ്മപ്രധാനമായ പ്രശ്നങ്ങളിൽ പാർട്ടി കോൺഗ്രസ് അംഗീകരിച്ച പ്രമേയത്തിൽനിന്ന് വ്യത്യസ്തമായിരുന്നു ഇത്. ചില സംസ്ഥാനങ്ങളിൽ ബദൽ ഗവൺമെന്റുകൾ രൂപീകരിക്കുക; എല്ലാ സംസ്ഥാനങ്ങളിലും ജനാധിപത്യപ്രതിപക്ഷത്തെ ശക്തിപ്പെടുത്തുക ഇതായിരുന്നു കേന്ദ്ര കമ്മിറ്റി മുദ്രാവാക്യത്തിന്റെ സത്ത. ബദൽ പ്രമേയം ഈ മുദ്രാവാക്യത്തോട് യോജിച്ചില്ല. ജനാധിപത്യപ്രസ്ഥാനം ശക്തമായ സംസ്ഥാനങ്ങളിൽ അനേകം പാർട്ടികളടങ്ങിയ ഒരു ഗവൺമെന്റുണ്ടാക്കണമെന്ന് അവർ ആഗ്രഹിച്ചു. അതിൽ കോൺഗ്രസ് അവശ്യം ഉണ്ടായിരിക്കണമെന്നില്ല. എന്നാൽ പുരോഗമനപരമായ നയങ്ങൾക്കുവേണ്ടി നിലകൊള്ളുന്നവരുടെ നില ശക്തിപ്പെടുത്തുന്നതിനോട് അത് പ്രതിജ്ഞാബദ്ധമായിരിക്കണം. അതിന്റെ അർത്ഥം തിരഞ്ഞെടുപ്പുകാലത്ത് കോൺഗ്രസിലെ പുരോഗമനശക്തികൾക്കും പിന്തുണ നല്കുകയെന്നാണ്.

തങ്ങൾ മുന്നോട്ടുവെച്ച നയം തെറ്റായിരുന്നുവെന്നും ആ നയം അംഗീകരിച്ചിരുന്നുവെങ്കിൽ പാർട്ടിക്കും ജനാധിപത്യപ്രസ്ഥാനത്തിനും കനത്ത തിരിച്ചടി നേരിടേണ്ടിവരുമായിരുന്നുവെന്നും മുകളിൽ സൂചിപ്പിച്ച സഖാക്കൾ ഉൾപ്പെടെ (നാലാം കോൺഗ്രസിൽ ബദൽ പ്രമേയം കൊണ്ടുവന്ന സഖാക്കളുൾപ്പെടെ) എല്ലാവർക്കും ഇപ്പോൾ ബോദ്ധ്യമായിട്ടുണ്ടാകും. ഇടതുപക്ഷ വാചകമടി നടത്തുന്ന പാർട്ടികളും വലതുപക്ഷ പിന്തിരിപ്പൻ പാർട്ടികൾപോലും ജനങ്ങളുടെ അസംതൃപ്തിയിൽനിന്നു മുതലെടുപ്പ് നടത്തി സ്വന്തം നില ശക്തിപ്പെടുത്താൻ ഈ അവസരമുപയോഗിക്കുമായിരുന്നു.

ഈ സഖാക്കൾ ഐക്യത്തിന്റെ പ്രശ്നത്തെ അമൂർത്തരൂപത്തി

ലാണ് സമീപിച്ചത്. അത്തരമൊരു ഐക്യത്തിനുമുമ്പിലുള്ള ഏറ്റവും വലിയ തടസ്സം കോൺഗ്രസിന്റെ ജനാധിപത്യ വിരുദ്ധ–ജനവിരുദ്ധ നയങ്ങളാണെന്ന് കാണുന്നതിൽ അവർ പരാജയപ്പെട്ടു. ജനകീയാഭിപ്രായത്തെ, സ്വന്തം പാർട്ടിയിൽത്തന്നെയുള്ള ജനാധിപത്യശക്തികളുടെ അഭിപ്രായത്തെപ്പോലും, അവഗണിച്ചുകൊണ്ട് കോൺഗ്രസിന് ഇമ്മാതിരി നയം പിന്തുടരാൻ കഴിയുന്നത് അവരുടെ അധികാരക്കുത്തകമൂലമാണെന്ന് കാണാനും അവർക്ക് കഴിഞ്ഞില്ല. ഈ തിരഞ്ഞെടുപ്പിലെ മർമ്മപ്രധാനമായ കടമ കോൺഗ്രസിന്റെ അധികാരക്കുത്തക ദുർബ്ബലമാക്കുകയും തകർക്കുകയുമാണെന്ന് മനസ്സിലാക്കാനും അവർക്ക് സാധിച്ചില്ല. നിലവിലുള്ള പരിതഃസ്ഥിതിയിൽ ഇത് ആവശ്യപ്പെട്ടത് ഇടതുപക്ഷ ഐക്യത്തിന്റെ അടവുകളാണ്.[4]

ഭാഷാസംസ്ഥാനങ്ങളുടെ അതിർത്തി പ്രശ്നത്തിൽ ബൂർഷ്വാ ദേശീയത്വം പ്രകടമായി. ഒട്ടേറെ സംസ്ഥാന കമ്മിറ്റികൾ അതിർത്തി പ്രശ്നത്തെ സംബന്ധിച്ചിടത്തോളം പരസ്പരവിരുദ്ധമായ പരസ്യപ്രസ്താവനകളുമായി രംഗത്തുവന്നു. മഹാരാഷ്ട്രകമ്മിറ്റിയെ സംബന്ധിച്ചിടത്തോളം അത് അതിന്റെ പാരമ്യത്തിലെത്തി. നദീജലം പങ്കുവയ്ക്കൽ, പദ്ധതികളുടെ സ്ഥാനനിർണ്ണയം എന്നിവയിലും ഈ പ്രവണത പ്രകടമായി. 1957 ൽ എസ് എ ഡാങ്കെയുടെ നിർദ്ദേശപ്രകാരം ബൽഗാം ജില്ല കർണ്ണാടകത്തിൽനിന്ന് വേർപെടുത്തി മഹാരാഷ്ട്ര സംസ്ഥാനത്തിൽ ചേർക്കണമെന്ന് ആവശ്യപ്പെടാൻ മഹാരാഷ്ട്ര പാർട്ടി കമ്മിറ്റി തീരുമാനിച്ചു. ഈ ഉദ്ദേശ്യം സാധിക്കുന്നതിനുവേണ്ടി 1958 ൽ സത്യഗ്രഹം നടത്താനും തീരുമാനമെടുത്തു. നാഷണൽ കൗൺസിലുമായോ, കേന്ദ്ര എക്സിക്യൂട്ടീവ് കമ്മിറ്റിയുമായോ കർണ്ണാടക പാർട്ടി കമ്മിറ്റിയുമായോ ആലോചിക്കാതെയാണ് ഇതെല്ലാം ചെയ്തത്. അവസാനം 1958 ൽ ഒക്ടോബർ 8 മുതൽ 13 വരെ മദിരാശിയിൽ നടന്ന നാഷണൽ കൗൺസിൽ യോഗം ഈ പ്രശ്നത്തിൽ ഇടപെടുകയും സത്യഗ്രഹം തുടങ്ങാനുള്ള തീരുമാനം പിൻവലിക്കാൻ ശാസന നല്കുകയുമുണ്ടായി.[5] ഈ തീരുമാനമെടുക്കുമ്പോൾ ഡാങ്കെ യൂറോപ്പിലായിരുന്നു. തിരിച്ചെത്തിയശേഷം ഡാങ്കെ ഈ തീരുമാനത്തിന് തുരങ്കം വയ്ക്കുകയുണ്ടായി.[6] ഹിന്ദിവേണമെന്നും വേണ്ടെന്നുമുള്ള തർക്കത്തിലും വ്യത്യസ്ത റീജിയനുകളിലും ഭാഷാപ്രദേശങ്ങളിലും പാർട്ടിഘടകങ്ങൾ പരസ്പരവിരുദ്ധമായ നിലപാടുകൾ സ്വീകരിച്ചു.

അമൃതസർ കോൺഗ്രസിനുമുമ്പുള്ള അഭിപ്രായവ്യത്യാസങ്ങളെക്കുറിച്ച് അമൃതസർ കോൺഗ്രസിലെ സംഘടനാ പ്രമേയത്തിൽ ഇങ്ങനെ പറഞ്ഞു:

കോൺഗ്രസിനുമുമ്പ് നമ്മുടെ പാർട്ടിയിൽ രൂക്ഷമായ അഭിപ്രായവ്യത്യാസം വളർന്നുവന്നു. ഈ അഭിപ്രായവ്യത്യാസങ്ങളും അതിനെച്ചൊല്ലി പാർട്ടിക്കകത്തു നടന്ന സമരവും പാർട്ടി ഐക്യം ദുർബ്ബ

ലമാകുന്നതിനിടയാക്കി. പല പ്രദേശങ്ങളിലും സംഘടനാപ്രവർത്തനം സ്തംഭിച്ചു. തൻനിമിത്തം ബഹുജനരംഗത്തെ, പ്രത്യേകിച്ചും കൃഷിക്കാർക്കിടയിലെ, നമ്മുടെ പ്രവർത്തനത്തെ അത് ഗുരുതരമായി ബാധിച്ചു.

റിപ്പോർട്ട് തുടരുന്നു:

ഇരുപതാം കോൺഗ്രസിന്റെ തീരുമാനത്തെപ്പറ്റി, സമാധാനപരമായ മാർഗ്ഗത്തിലൂടെ സോഷ്യലിസത്തിലേക്കുള്ള പരിവർത്തന സാദ്ധ്യതയുടെ പ്രായോഗികതയെപ്പറ്റി, വിവിധ സഖാക്കൾക്കിടയിൽ വ്യത്യസ്തവും, പരസ്പരവിരുദ്ധവുമായ ആശയങ്ങൾ വളർന്നുവന്നു, പൊതുതിരഞ്ഞെടുപ്പിനുശേഷം കേരള സംസ്ഥാന കമ്മിറ്റി അംഗീകരിച്ച പ്രമേയം അവിടത്തെ നമ്മുടെ വിജയത്തെയും കമ്യൂണിസ്റ്റ് ഗവൺമെന്റിന്റെ രൂപീകരണത്തെയും സമാധാനപരമായ പരിവർത്തനത്തിന്റെ വിശാലപ്രശ്നവുമായി ബന്ധപ്പെടുത്താൻ ശ്രമിച്ചു. ആ രേഖ തെറ്റാണെന്ന് ചില സി സി അംഗങ്ങൾ കരുതി. ചിലർ അതിനോട് യോജിച്ചു. പക്ഷേ, കേന്ദ്രകമ്മിറ്റി അത് ചർച്ചചെയ്തുപോലുമില്ല.

എങ്കിലും ഇവ ഒറ്റപ്പെട്ട ഉദാഹരണങ്ങളെല്ല. മൗലികമായ ആശയപ്രശ്നങ്ങളോട് താല്പര്യരാഹിത്യം കാണിക്കുകയെന്ന സമീപനം പാർട്ടിക്കകത്ത് വളർന്നുവന്നു. സോഷ്യലിസം കെട്ടിപ്പടുക്കുന്നതിന് തൊഴിലാളിവർഗ്ഗ സർവ്വാധിപത്യം അനുപേക്ഷണീയമാണെന്ന മാർക്സിസം–ലെനിനിസത്തിന്റെ മൗലിക സങ്കല്പത്തോടു തന്നെ ചില സഖാക്കൾ അഭിപ്രായവ്യത്യാസം പ്രകടിപ്പിച്ചു.

റിപ്പോർട്ടിൽ ഇതുകൂടി പറഞ്ഞു:

പഞ്ചവത്സര പദ്ധതിയുടെ ഫലത്തെക്കുറിച്ച് ബൂർഷ്വാസി നിരന്തരം നടത്തുന്ന ആശയപ്രചാരണത്തിന്റെ വലയിൽ ബഹുജനങ്ങൾ—പാർട്ടി അംഗങ്ങൾപോലും—അകപ്പെട്ടുപോകുന്നു. തിരഞ്ഞെടുപ്പിനുമുമ്പുള്ള രാഷ്ട്രീയ സ്ഥിതിഗതികൾ വിലയിരുത്തിയപ്പോൾ കേന്ദ്രകമ്മിറ്റിയെപ്പോലും അത് സ്വാധീനിച്ചു.[7]

അമൃതസർ പാർട്ടി കോൺഗ്രസ്

കമ്യൂണിസ്റ്റ് പാർട്ടിക്കകത്തെ അഭിപ്രായവ്യത്യാസങ്ങൾ തല്ക്കാലത്തേക്ക് പിറകോട്ട് കൊണ്ടുപോയ സംഭവങ്ങളായിരുന്നു 1957 ലെ തിരഞ്ഞെടുപ്പും, അതിൽ നേടിയ വിജയത്തെത്തുടർന്ന് കമ്യൂണിസ്റ്റ് പാർട്ടി ഗവൺമെന്റ് രൂപീകരിച്ചതും, ഗവൺമെന്റിനെതിരായി കേരളത്തിലും അഖിലേന്ത്യാതലത്തിലും കോൺഗ്രസ് അഴിച്ചുവിട്ട രൂക്ഷമായ ആക്രമ

ണവും. പാർട്ടിക്കകത്ത് വിയോജിപ്പുള്ള ആഭ്യന്തര പ്രശ്നങ്ങളെപ്പറ്റി ചർച്ച നടത്തുകയല്ല, പാർട്ടിക്കും ഗവൺമെന്റിനും എതിരായി ഉണ്ടായിട്ടുള്ള ആക്രമണത്തിന് തിരിച്ചടി കൊടുക്കുകയാണ് അടിയന്തരമായ കടമ എന്ന നിഗമനത്തിൽ പാർട്ടിയാകെ ചെന്നെത്തി. ഇക്കാര്യത്തിൽ യോജിപ്പോടെ പ്രവർത്തിച്ചിരുന്ന പാർട്ടിക്ക് പാലക്കാട് സമ്മേളനത്തിനുമുമ്പും സമ്മേളനത്തിലും വിവാദവിഷയമായ പ്രശ്നങ്ങളിൽനിന്ന് ഒഴിഞ്ഞുമാറാൻ കഴിഞ്ഞില്ല. ആ പ്രശ്നങ്ങളെ സംബന്ധിച്ച് ആശയവിനിമയം നടത്തുകയും അന്യോന്യം ധാരണയിലെത്തുകയും ചെയ്യാൻ പാർട്ടി കഠിനമായ ശ്രമം നടത്തി. അതിന്റെ ഫലമായി 1958 ഏപ്രിൽ 6 മുതൽ 13 വരെ പഞ്ചാബിലെ അമൃതസറിൽ ചേർന്ന അഞ്ചാം പാർട്ടി കോൺഗ്രസിൽവെച്ച് പാസാക്കിയ സമകാലീന പ്രശ്നങ്ങളോട് പാർട്ടിക്കുള്ള തന്ത്രപരമായ നിലപാട് വ്യക്തമാക്കുന്ന രാഷ്ട്രീയ പ്രമേയത്തിനു പുറമെ ഭരണഘടനയ്ക്ക് പുതിയതായി എഴുതിച്ചേർത്ത ആമുഖവും ഭരണഘടനാ ഭേദഗതിയും പാർട്ടിയുടെ തുടർന്നുള്ള പ്രവർത്തനത്തിന് വഴികാട്ടികളായി ത്തീർന്നു. ഇവ പാർട്ടിയുടെ രാഷ്ട്രീയ സ്വഭാവത്തിലും സംഘടനാപരമായ പ്രവർത്തനശൈലിയിലും കാര്യമായ മാറ്റങ്ങൾ വരുത്തുന്ന രേഖകളായിരുന്നു.

കമ്യൂണിസ്റ്റ് പാർട്ടിക്കെതിരായി എതിരാളികൾ ഉന്നയിക്കുന്ന ഒട്ടേറെ ആരോപണങ്ങൾക്ക് മറുപടി പറയുന്നതായിരുന്നു ഭരണഘടനയുടെ പുതിയ ആമുഖം. സി പി എസ് യുവിന്റെ ഇരുപതാം കോൺഗ്രസ് രേഖകളുടെ ചുവടുപിടിച്ച് എഴുതിയിട്ടുള്ള ആമുഖത്തിൽ *സമാധാനപരമായ പരിവർത്തനം* മാർക്സിസം-ലെനിനിസം നിഷേധിച്ചിട്ടില്ലെന്ന് വ്യക്തമാക്കിയിരുന്നു. പാർട്ടി അതിന്റെ ലക്ഷ്യം നേടുന്നതിനായി സമാധാനപരമായ മാർഗ്ഗങ്ങൾ അവലംബിക്കുമെന്ന് ആമുഖത്തിൽ പ്രഖ്യാപിച്ചിരുന്നു. ആമുഖത്തിൽ പറഞ്ഞിരിക്കുന്ന കാര്യത്തെക്കുറിച്ച് ഇ എം എസ് നമ്പൂതിരിപ്പാട് എഴുതി:

> ....ഭരണഘടന വിധേയവും സമാധാനപരവുമായ മാർഗ്ഗങ്ങളിലൂടെ ലക്ഷ്യം നേടാൻ ശ്രമിക്കുമെന്ന് ഒരിക്കൽക്കൂടി ആവർത്തിക്കുന്നതായിരുന്നു അതിലെ പ്രധാനപ്പെട്ട ഒരു ഭാഗം. പാർട്ടി വിഭാവനം ചെയ്യുന്ന പുതിയ ഇന്ത്യൻ ഭരണവ്യവസ്ഥയിൽ വിവിധ രാഷ്ട്രീയ പാർട്ടികൾക്ക് നിലനില്ക്കാനുള്ള അവകാശവും പ്രതിപക്ഷപാർട്ടികൾക്ക് സംഘടനാ സ്വാതന്ത്ര്യവും മറ്റു പൗരാവകാശങ്ങളും ഉണ്ടായിരിക്കുമെന്ന് അതിലുറപ്പിച്ചു പറഞ്ഞു. ബൂർഷ്വാ വ്യവസ്ഥയ്ക്ക് കീഴിലുള്ള പൗരാവകാശങ്ങൾ, വ്യക്തിസ്വാതന്ത്ര്യം, മതവിഭാഗങ്ങളുടെ വിശ്വാസങ്ങൾക്കും ആരാധനാമാർഗ്ഗങ്ങൾക്കും സ്വാതന്ത്ര്യം മുതലായവയെ കവർന്നെടുക്കുന്നതാണ് കമ്യൂണിസമെന്ന ആക്ഷേപം അടിസ്ഥാനരഹിതമാണെന്ന് വ്യക്തമാക്കപ്പെട്ടു. ചുരുക്കത്തിൽ, തൊഴിലാളിവർഗ്ഗത്തിന്റെയും മറ്റ്

അദ്ധ്വാനിക്കുന്ന ബഹുജനങ്ങളുടെയും താല്പര്യങ്ങൾ സംരക്ഷിച്ചുനിർത്തി പടിപടിയായി തൊഴിലാളിവർഗ്ഗ നേതൃത്വത്തിൽ അദ്ധ്വാനിക്കുന്ന ബഹുജനങ്ങൾക്ക് മുൻതൂക്കമുള്ള ഒരു പുതിയ ഭരണ സംവിധാനം പടുത്തുയർത്തുകയാണ് പാർട്ടിയുടെ മൗലിക ലക്ഷ്യമെന്ന് ഭരണഘടനയുടെ ആമുഖ്യത്തിൽ വ്യക്തമാക്കപ്പെട്ടു. ബൂർഷ്വാ–പെറ്റിബൂർഷ്വാ വർഗ്ഗങ്ങളെ പ്രതിനിധാനം ചെയ്യുന്ന ഏത് രാഷ്ട്രീയ പാർട്ടിയെയുംപോലെ—എന്നാൽ തൊഴിലാളിവർഗ്ഗത്തിന്റെയും മറ്റ് അദ്ധ്വാനിക്കുന്ന ബഹുജനങ്ങളുടെയും കാഴ്ചപ്പാടൊടെ—പ്രവർത്തിച്ച് സാമൂഹികവ്യവസ്ഥയാകെ മാറ്റിത്തീർക്കാൻ ശ്രമിക്കുന്ന വിപ്ലവപ്പാർട്ടിയാണ് കമ്യൂണിസ്റ്റുകാരുടേതെന്ന് അർദ്ധശങ്കയ്ക്കിടമില്ലാത്തവിധം വ്യക്തമാക്കി.[8]

ഭരണഘടനാപരമായ മാറ്റങ്ങളിൽ പ്രധാനം സംഘടനാപരമായ കെട്ടുപാടുകൾക്ക് വരുത്തിയ രണ്ടു മാറ്റങ്ങളാണ്. ഒന്നാമതായി, ഏറ്റവും താഴെയുള്ള പ്രാഥമിക ഘടകം ചുരുക്കം അംഗങ്ങൾ മാത്രമുള്ള സെൽ ആയിരുന്നു. അത് കൂടുതൽ അംഗങ്ങളുള്ള ബ്രാഞ്ച് ആയിത്തീർന്നു. രണ്ടാമതായി, ദേശീയ തലത്തിൽ കേന്ദ്രകമ്മിറ്റി, പൊളിറ്റ്ബ്യൂറോ എന്നിങ്ങനെ രണ്ടു തട്ടുകൾക്ക് പകരം നാഷണൽ കൗൺസിൽ, കേന്ദ്ര എക്സിക്യൂട്ടീവ് കമ്മിറ്റി, കേന്ദ്രസെക്രട്ടേറിയേറ്റ് എന്ന മൂന്നു തട്ടുള്ള സംവിധാനം രൂപംകൊണ്ടു. സംസ്ഥാന, ജില്ല, പ്രാദേശികതലങ്ങളിലും ഈ രീതിയിലുള്ള പുനഃസംഘടന നടന്നു.

അഞ്ചാം കോൺഗ്രസിൽവെച്ച് പാർട്ടിയിലുണ്ടായ അഭിപ്രായ വ്യത്യാസം ഒട്ടൊക്കെ പരിഹരിക്കപ്പെട്ടു. അതിനുകാരണം കേരളത്തിലെ കമ്യൂണിസ്റ്റ് നേതൃത്വത്തിലുള്ള സർക്കാരിനെ പുറന്തള്ളാൻ ശ്രമിച്ചുകൊണ്ടിരിക്കുന്നത് കോൺഗ്രസുകാരാണെന്നുള്ളതുകൊണ്ട് 'കോൺഗ്രസുമായി കൂട്ടുകക്ഷി ഗവൺമെന്റ്'' എന്ന മുദ്രാവാക്യം മുന്നോട്ടുവയ്ക്കാൻ വലതുപക്ഷക്കാർക്ക് ഇപ്പോൾ കഴിയാതായതാണ്. എങ്കിലും സോവിയറ്റ് കമ്യൂണിസ്റ്റ് പാർട്ടിയും ചൈനീസ് കമ്യൂണിസ്റ്റ് പാർട്ടിയും ജവഹർലാൽ നെഹ്റു പുരോഗമന നയമാണ് പിന്തുടരുന്നതെന്നും അതുകൊണ്ട് ജനാധിപത്യശക്തികളെല്ലാം ആ നയത്തിന് പിന്തുണനല്കേണ്ടതാണെന്നും പരസ്യമായി പറഞ്ഞുകൊണ്ടിരുന്നു. ഇതു മുതലെടുത്തുകൊണ്ട് ഇന്ത്യയിൽ വലതുപക്ഷ പിന്തിരിപ്പന്മാരിൽനിന്നുള്ള ആപത്ത് വർദ്ധിച്ചുകൊണ്ടിരിക്കുകയാണെന്നും അതുകൊണ്ട് എതിർപ്പിന്റെ കുന്തമുന അവർക്കെതിരെ തിരിച്ചുപിടിക്കേണ്ടതാണെന്നും സി പി ഐയിലെ വലതുപക്ഷ വിഭാഗം വാദിച്ചു. ഈ തർക്കത്തിനുള്ള പരിഹാരമെന്ന നിലയിൽ ഒരേസമയം രണ്ടു ശക്തികൾക്കുമെതിരെ സമരം ചെയ്യുകയെന്ന മുദ്രാവാക്യം അമൃതസർ കോൺഗ്രസുയർത്തി. അതായത്;

> ഒരു ഭാഗത്ത് വലതുപക്ഷ പിന്തിരിപ്പൻ ശക്തികൾക്കെതിരായും മറുഭാഗത്ത് നമ്മുടെ സാമ്പത്തിക ജീവിതത്തിൽ ദേശീയവിരുദ്ധ ഘടകങ്ങൾക്ക് തങ്ങളുടെ നില ശക്തിപ്പെടുത്താനും വിദേശകുത്തകകളുമായി ബന്ധം സൃഷ്ടിക്കാനും അവർക്കവസരം നല്കുകയും ചെയ്ത ഗവൺമെന്റു നയത്തിനെതിരായും, ഒരേസമയത്ത് സമരം നടത്തുന്നതിനനുകൂലമായ തീരുമാനം അമൃതസർ കോൺഗ്രസ് എടുത്തു.[9]

ഇന്ത്യയിൽ സോഷ്യലിസത്തിലേക്കുള്ള സമാധാനപരമായ പരിവർത്തനത്തിന്റെ സാദ്ധ്യതകൾ പാർട്ടി കോൺഗ്രസ് വ്യക്തമായി അംഗീകരിച്ചു. രാഷ്ട്രീയമായി ഇന്ത്യൻ നാഷണൽ കോൺഗ്രസിന്റെ അധികാരക്കുത്തകയെ മാത്രം എതിർത്തു തോല്പിച്ചാൽ പോരാ, കോൺഗ്രസിന് പുറത്ത് സംഘടിച്ച് ശക്തിപ്പെട്ടുവരുന്ന നാടുവാഴി–സാമുദായിക–പിന്തിരിപ്പൻ താല്പര്യങ്ങളെയും എതിർത്തു തോല്പിക്കേണ്ടത് അത്യാവശ്യമാണ്. ജനസംഘം, സ്വതന്ത്രാപാർട്ടി, പഞ്ചാബിലെ അകാലികക്ഷി, ഒഡിഷായിലെ ഗണതന്ത്രപരിഷത്ത് തുടങ്ങി നിക്ഷിപ്ത താല്പര്യങ്ങളുടെ രാഷ്ട്രീയസംഘടനകളെ ചൂണ്ടിക്കൊണ്ട് അമൃതസർ കോൺഗ്രസ് പ്രമേയങ്ങൾ സ്വീകരിച്ചു.[10]

എന്നാൽ അമൃതസറിൽ വരുത്തിയ രാഷ്ട്രീയ സംഘടനാ മാറ്റങ്ങൾക്ക് വലതുപക്ഷ പാളിച്ചയുടേതായ ഒരു വ്യാഖ്യാനം പാർട്ടി നേതൃത്വത്തിൽ പ്രത്യക്ഷപ്പെട്ടു. മറുവശത്ത് അമൃതസറിൽ വരുത്തിയ ഭേദഗതികളെ മുഴുവൻ സംശയത്തോടെ വീക്ഷിക്കുന്ന ഇടതുപക്ഷ പാളിച്ചയും രൂപംകൊണ്ടു. ഈ അഭിപ്രായഭേദം രൂക്ഷമായത് കേരളത്തിലെ ഗവൺമെന്റിനെ പിരിച്ചുവിട്ടതിനെത്തുടർന്നുള്ള (1959 ജൂലൈ 31 ന്) മാസങ്ങളിലാണെന്നെയുള്ളൂ.

സൂചിക

1. *റിവിഷനിസത്തിനെതിരെ*, പു: 10.
2. *ഇന്ത്യൻ കമ്യൂണിസ്റ്റ് പ്രസ്ഥാന ചരിത്രത്തിന്റെ ഒരു രൂപരേഖ*, പു:75.
3. മേൽച്ചൊന്നത്.
4. *ഇന്ത്യ കമ്യൂണിസ്റ്റ് പ്രസ്ഥാന ചരിത്ത്രത്തിന്റെ ഒരു രൂപരേഖ*, പു:76–77.
5. *റിവിഷനിസത്തിനെതിരെ*, പു:10.
6. മേൽച്ചൊന്നത്.
7. *ഇന്ത്യൻ കമ്യൂണിസ്റ്റ് പ്രസ്ഥാന ചരിത്രത്തിന്റെ ഒരു രൂപരേഖ*, പു:79–80.
8. *കമ്യൂണിസ്റ്റ് പാർട്ടി കേരളത്തിൽ II*, പു:154–155.
9. *റിവിഷനിസത്തിനെതിരെ*, പു:10.
10. പി നാരായണൻനായർ, *അരനൂറ്റാണ്ടിലൂടെ*, സാഹിത്യ പ്രവർത്തക സഹകരണസംഘം, (കോട്ടയം–1973), പു:324.

13

ഇന്ത്യാ-ചൈനാ അതിർത്തി പ്രശ്നം

സ്വാതന്ത്ര്യ പ്രാപ്തിക്കുശേഷം ഇന്ത്യ ആദ്യമായി നയതന്ത്ര ബന്ധം സ്ഥാപിച്ച രാജ്യങ്ങളിലൊന്നായിരുന്നു ചിയാങ് കൈഷക്കിന്റെ നേതൃത്വത്തിലുള്ള ചൈനീസ് ഗവൺമെന്റ്. എന്നാൽ 1949 ഒക്ടോബർ ഒന്നിന് മൗ സെ ദോങ്ങിന്റെയും ചൂ എൻ ലായിയുടെയും നേതൃത്വത്തിൽ പീപ്പിൾസ് റിപ്പബ്ലിക് ഓഫ് ചൈന സ്ഥാപിതമായപ്പോൾ ഇന്ത്യ ആ കമ്യൂണിസ്റ്റ് ഗവൺമെന്റിനെ അംഗീകരിക്കുകയുണ്ടായി. മാത്രമല്ല, ആ ഗവൺമെന്റിന് ഐക്യരാഷ്ട്രസഭയിൽ അംഗത്വം നേടി കൊടുക്കുന്നതിന് ഇന്ത്യ നിരന്തരം വാദിച്ചുപോന്നു. അങ്ങനെ തുടക്കത്തിൽ ഇന്ത്യയും ചൈനയും തമ്മിലുള്ള ബന്ധം ഏറെ സൗഹൃദപരമായിരുന്നു.

1954 ൽ ഇന്ത്യൻ പ്രധാനമന്ത്രി ജവാഹർലാൽ നെഹ്റുവും ചൈനീസ് പ്രധാനമന്ത്രി ചൂ എൻ ലായിയും പഞ്ചശീല തത്ത്വങ്ങളിൽ ഒപ്പുവെച്ചതോടെ ഇന്ത്യയും ചൈനയും തമ്മിലുള്ള ബന്ധം കൂടുതൽ ദൃഢമായിത്തീർന്നു. പഞ്ചശീല തത്ത്വങ്ങൾ താഴെ പറയുന്നവയാണ്.

1. ഇരുരാജ്യങ്ങളുടെയും അതിർത്തിയും പരമാധികാരവും പരസ്പരം അംഗീകരിക്കുക.
2. പരസ്പരം ആക്രമിക്കാതിരിക്കുക.
3. ആഭ്യന്തര കാര്യങ്ങളിൽ പരസ്പരം ഇടപെടാതിരിക്കുക.
4. സമത്വവും പരസ്പരസഹായവും പുലർത്തുക.
5. സമാധാനപരമായ സഹവർത്തിത്വം പാലിക്കുക.

എന്നാൽ തിബറ്റിൽനിന്ന് ഒളിച്ചോടിയ ദലൈലാമയ്ക്ക്(1959 ൽ) ഇന്ത്യ അഭയം നല്കിയതും തുടർന്നുണ്ടായ അതിർത്തി തർക്കങ്ങളും ഇന്ത്യ-ചൈനാ ബന്ധത്തിൽ വിള്ളലുണ്ടാക്കി. അത് ഇന്ത്യൻ കമ്യൂണിസ്റ്റ് പാർട്ടിയിലുണ്ടായിരുന്ന അഭിപ്രായ വ്യത്യാസങ്ങൾക്ക് ആക്കംകൂട്ടി.

1954 ലെ ഇന്ത്യ-ചീന ഉടമ്പടി വഴി ഇന്ത്യ ബ്രിട്ടീഷ് സാമ്രാജ്യത്വത്തിൽനിന്ന് പൈതൃകമായി തങ്ങൾക്ക് ലഭിച്ച എല്ലാ പ്രത്യേകാവകാശങ്ങളും ഉപേക്ഷിക്കുകയുണ്ടായി. ഈ ഉടമ്പടി പ്രകാരം ഇന്ത്യ തിബത്തിനെ ചീനയുടെ പ്രദേശമായംഗീകരിച്ചിട്ടുണ്ട്. ബ്രിട്ടീഷ് ഭരണത്തിന്റെ അനന്തരാവകാശി എന്ന നിലയ്ക്ക് തിബത്തിൽ തങ്ങൾക്കുണ്ടായിരുന്ന അവകാശങ്ങൾ ഇന്ത്യ ഉപേക്ഷിച്ചു. ഇന്ത്യ തിബത്തിൽനിന്ന് തങ്ങളുടെ സൈനികവിഭാഗങ്ങളെ പിൻവലിച്ചു. ഇന്ത്യൻ തപാൽ-കമ്പി സ്ഥാപനങ്ങളെയും മറ്റെടുപ്പുകളെയും ചൈനക്കേല്പിച്ചുകൊടുത്തു.

പിന്നീട് ദലായി ലാമയുടെ തിബത്തൻ കലാപത്തിനുശേഷം (1959 ൽ) ഇന്ത്യാ-ചീന അഭിപ്രായ വ്യത്യാസങ്ങൾ മുൻപന്തിയിലേക്ക് വരികയുണ്ടായി. തിബത്തിൽ പിന്തിരിപ്പന്മാർ നടത്തിയ കലാപത്തിന്റെ നേരെ ഇന്ത്യാഗവൺമെന്റ് എടുത്ത നിലപാട് ആക്ഷേപാർഹമാണെന്ന് പറയാതിരിക്കാൻ പാർട്ടിക്ക് കഴിഞ്ഞില്ല. തിബത്തൻ കലാപകാലത്ത് ഒരതിർത്തിവരെ കലാപകാരികൾക്ക് സഹായകരമായ പ്രസ്താവനകൾ ചെയ്തതും പിന്നീട് കലാപ നേതാക്കളായ ദലൈലാമയ്ക്കും കൂട്ടർക്കും ഇന്ത്യയിൽ സർവ്വവിധ സൗകര്യങ്ങളും നല്കി അവരുടെ ചൈനാവിരുദ്ധ രാഷ്ട്രീയ പ്രവർത്തനത്തിന് ഇന്ത്യൻ മണ്ണുപയോഗിക്കാനനുവദിച്ചതും ചൈനാക്കാരെ ഇന്ത്യക്കെതിരായി അണിനിരത്തിയെങ്കിലതിൽ അത്ഭുതപ്പെടാനില്ല. ഇതാണ് ഇന്ത്യാ-ചൈനാ ബന്ധം എളുപ്പം വഷളാകാൻ ഇടയായത്.

ടിബറ്റിലെ വിപ്ലവവിരുദ്ധ കലാപത്തിന്റെ നേർക്ക് ഇന്ത്യാഗവൺമെന്റ് കൈക്കൊണ്ട മനോഭാവവും പ്രവർത്തനങ്ങളും ഇന്ത്യയിൽ ചൈനാവിരുദ്ധ പ്രചാരണം നടത്താൻ ദലൈലാമയ്ക്ക് സഹായം നല്കിയതുമായിരുന്നു ഇന്ത്യാ-ചൈനാ സൗഹൃദത്തിൽ ആദ്യവിടവു സൃഷ്ടിച്ചതെന്നുള്ളത് ഒരു തർക്കമറ്റ വസ്തുതയാണ്. നെഹ്റുവിന്റെ ചില പ്രസ്താവനകൾ തിബത്തൻ റബലുകളെ സഹായിക്കുന്നവയാണെന്ന് 1959 മേയ് 10 ന് *ന്യൂഏജിൽ* അജയഘോഷ് എഴുതിയ ലേഖനത്തിൽ കുറ്റപ്പെടുത്തുകയുണ്ടായി. ഈ പ്രവർത്തനങ്ങൾ ചൈനയുടെ ആഭ്യന്തര കാര്യങ്ങളിലുള്ള കൈകടത്തലുകളാണെന്ന് പാർട്ടി വ്യക്തമായി പറയുകയുണ്ടായി.[1]

തിബത്ത് സംഭവത്തോടെ ഇന്ത്യയും ചൈനയും തമ്മിൽ ഗവൺമെന്റുതലത്തിൽ അഭിപ്രായ വ്യത്യാസങ്ങൾ പൊട്ടിപ്പുറപ്പെട്ടു. ഇതോടെ ഇന്ത്യാ ഗവൺമെന്റിനോടുള്ള ചൈനീസ് പാർട്ടിയുടെ നിലപാടിൽ മാറ്റം ഉണ്ടായി. അതുവരെ ഇന്ത്യയിലെ കോൺഗ്രസ് ഗവൺമെന്റ് സാമ്രാജ്യവിരുദ്ധനയം കൈകൊള്ളുന്നതിനാൽ അത് മൊത്തത്തിൽ പുരോഗമനപരമാണെന്നും അതിന് പിന്തുണ കൊടുക്കാൻ കമ്യൂണിസ്റ്റുകാരടക്കമുള്ള എല്ലാ പുരോഗമനവാദികൾക്കും കടമയുണ്ടെന്നുമുള്ള അഭിപ്രായം പ്രകടിപ്പിക്കുകയും ആ രീതിയിൽ കമ്യൂണിസ്റ്റുകാരെ പഠിപ്പിക്കാൻ ശ്രമിക്കുകയുമായിരുന്നു ചൈനീസ് നേതാക്കൾ ചെയ്തത്.

ഇക്കാര്യത്തിൽ സോവിയറ്റ് ചൈനീസ് നേതാക്കൾ തമ്മിൽ അഭിപ്രായ വ്യത്യാസമൊന്നുമുണ്ടായിരുന്നില്ല.

തിബറ്റിലെ വിപ്ലവവും നെഹ്റുവിന്റെ തത്ത്വശാസ്ത്രവും (The Revolution in Tibet and Nehru's philosophy) എന്ന ശീർഷകത്തിൽ *പീപ്പിൾസ് ഡെയ്‌ലി* 1959 മേയ് 6 ന് പ്രസിദ്ധപ്പെടുത്തിയ ഒരു ലേഖനത്തിൽ ഇങ്ങനെ പറഞ്ഞു:

> പ്രധാനമന്ത്രി നെഹ്റുവിന്റെ നേതൃത്വത്തിലുള്ള ഇന്ത്യൻ ഗവൺമെന്റ് സാർവ്വ ദേശീയ കാര്യങ്ങളിൽ ഇന്ത്യൻ ജനതയുടെ അഭിലാഷങ്ങളെ പ്രതിഫലിപ്പിച്ചിട്ടുണ്ട്; യുദ്ധത്തെയും കൊളോണിയലിസത്തേയും എതിർക്കുന്നതിലും സമാധാനത്തെ സംരക്ഷിക്കുന്നതിലും ചീനയുമായും സോവിയറ്റ് യൂണിയനുമായും മറ്റ് സോഷ്യലിസ്റ്റ് രാജ്യങ്ങളുമായുമുള്ള സൗഹൃദത്തിന്റെയും അമേരിക്കൻ സാമ്രാജ്യത്വത്തിന്റെയും സൈനിക ബ്ലോക്കുകളിൽ ചേരാത്തതുമായ ഒരു വിദേശനയം അനുവർത്തിക്കുന്നതിലും സുപ്രധാനവും പ്രശംസനീയവുമായ ഒരു പങ്ക് വഹിക്കുകയും ചെയ്തിട്ടുണ്ട്. പക്ഷേ, ചരിത്രപരമായ കാരണങ്ങളാൽ ഇന്ത്യയിലെ വൻകിട ബൂർഷ്വാസി ബ്രിട്ടീഷ് കൊളോണിയൽ ഭരണകർത്താക്കളിൽനിന്ന് ഒരു പൈതൃകം ഏറ്റുവാങ്ങിയിട്ടുണ്ട്. അവരത് നിലനിർത്താൻ ഉദ്യമിച്ചുകൊണ്ടിരിക്കുകയുമാണ്.[2]

പ്രസ്തുത ലേഖനം ഇന്ത്യൻ ബൂർഷ്വാസിയെ 'കോമ്പ്രദോർ ബൂർഷ്വാസി'യായും നെഹ്റു ഗവൺമെന്റിനെ 'പാവ ഗവൺമെന്റാ'യും ചിത്രീകരിച്ചു. അങ്ങനെ ഇന്ത്യൻ വിപ്ലവത്തിന്റെ ഘട്ടം സാമ്രാജ്യവിരോധത്തിന്റേതായ ഘട്ടമാണെന്ന് അഭിപ്രായപ്പെട്ടു. കൊളോണിയൽ ബ്രിട്ടീഷ് ഭരണവും സ്വാതന്ത്ര്യാനന്തര നെഹ്റു ഗവൺമെന്റും തമ്മിൽ യാതൊരു വ്യത്യാസവുമില്ലെന്നാണല്ലോ ഇതിനർത്ഥം. എന്നാൽ ഇന്ത്യൻ കമ്യൂണിസ്റ്റ് പാർട്ടിയുടെ കേന്ദ്ര എക്സിക്യൂട്ടീവ് കമ്മിറ്റി ഈ ലേഖനത്തിലെ അഭിപ്രായം ചർച്ച ചെയ്യുകയും ഒരു തീരുമാനമെടുക്കുകയും ചെയ്തു. നെഹ്റു സർക്കാരിനെപ്പറ്റിയുള്ള ചൈനീസ് ലേഖനത്തിലെ നിലപാട് തെറ്റാണെന്നതിൽ പറഞ്ഞിരുന്നു.[3]

മീറത്ത് നാഷണൽ കൗൺസിൽ

കേരളത്തിലെ കമ്യൂണിസ്റ്റ് ഗവൺമെന്റിനെതിരായി കോൺഗ്രസ് നേതൃത്വത്തിൽ പ്രക്ഷോഭം നടക്കുന്ന സമയത്ത് ഇന്ത്യയും ചൈനയും തമ്മിൽ അതിർത്തിത്തർക്കം ഉയർന്നുവന്നു. 1959 ജൂലൈ 31 ന് കേരള ഗവൺമെന്റിനെ പിരിച്ചുവിട്ടതിൽ പ്രതിഷേധം പ്രകടിപ്പിക്കുന്നതിന് മുഖ്യമന്ത്രിയായിരുന്ന ഇ എം എസിന്റെ നേതൃത്വത്തിൽ ഒരു അഖിലേന്ത്യാ പര്യടനം നടന്നു. ഈ പര്യടനം നടക്കുന്നതിനിടയിൽ 1959

ആഗസ്ത് അവസാനം ഇന്ത്യാ-ചൈനാ അതിർത്തിയായ ലോങ്ജു (Longju)വിൽ സംഘട്ടനം ഉണ്ടായി. കേരളഗവൺമെന്റിനെതിരെ കേന്ദ്രം എടുത്ത നടപടിയിൽ പ്രതിഷേധമുള്ള ജനങ്ങളിൽത്തന്നെ ഒരു വിഭാഗത്തെ കമ്യൂണിസ്റ്റ് പാർട്ടിക്കെതിരായി തിരിച്ചു വിടാൻ ഈ സംഭവം വിരുദ്ധന്മാരെ സഹായിച്ചു. ഇ എം എസിന് സ്വീകരണം നല്കാനായി സംഘടിപ്പിക്കപ്പെട്ട യോഗങ്ങളിൽ പലതിലും കുഴപ്പമുണ്ടാക്കുന്നതിനായി എതിർപ്രകടനങ്ങൾ സംഘടിപ്പിക്കപ്പെട്ടു. പല സ്ഥലത്തും പാർട്ടിക്കെതിരായി കരിങ്കൊടി പ്രകടനങ്ങൾ നടന്നു.

ലഡാക്കിലും വടക്ക് പടിഞ്ഞാറൻ അതിർത്തി പ്രവിശ്യയിലും ചൈന ഇന്ത്യൻ അതിർത്തി ലംഘിച്ചിരിക്കുകയാണെന്ന് 1959 ആഗസ്ത് 28 ന് നെഹ്റു ലോക്സഭയിൽ വെളിപ്പെടുത്തി. രണ്ടുദിവസത്തിനുശേഷം സി പി ഐ കേന്ദ്രസെക്രട്ടേറിയെറ്റ് പുറപ്പെടുവിച്ച പ്രസ്താവനയിൽ ഇന്ത്യാ-ചൈനാ അതിർത്തി മുഴുവനും വ്യക്തമായി നിർവ്വചിച്ചിട്ടില്ലാത്തതിനാൽ അടിയന്തരമായി കൂടിയാലോചനയിലൂടെ പ്രശ്നങ്ങൾ പരിഹരിക്കണമെന്നാവശ്യപ്പെട്ടു. സെപ്റ്റംബർ 8 ന് ചൈനീസ് പ്രധാന മന്ത്രി ചൂ എൻ ലായി അയച്ച കത്തിൽ അതിർത്തിത്തർക്കങ്ങളെക്കുറിച്ച് കൂടിയാലോചന നടത്താൻ ചൈന തയ്യാറാണെന്ന് നെഹ്റുവിനെ അറിയിച്ചു. ചൈനീസ് അതിർത്തിയിൽ കയറി ഇന്ത്യൻ സൈനികർ ആക്രമണം നടത്തിയെന്നും ചൂ എൻ ലായി ആരോപിച്ചു.

ഈ സാഹചര്യത്തിൽ കേന്ദ്ര എക്സിക്യൂട്ടീവ് കമ്മിറ്റി (സി ഇ സി) കൽക്കത്തയിൽ സമ്മേളിച്ച് 1959 സെപ്തംബർ 25 ന് ഇന്ത്യാ-ചൈനാ അതിർത്തിയിലെ സംഘട്ടനത്തെപ്പറ്റി ഒരു പ്രമേയം അംഗീകരിച്ചു. ആ പ്രമേയത്തിൽ ഇങ്ങനെ പറഞ്ഞു:

> ഇരുഭാഗവും സ്വന്തം അവകാശവാദങ്ങൾ—ഉദാ: മക്മോഹൻ രേഖ, ചൈനീസ് ഭൂപടങ്ങൾ എന്നിവ—സംഭാഷണം തുടങ്ങുന്നതിനുള്ള മുൻ ഉപാധിയായി വയ്ക്കാതെ ഈ അഭിപ്രായവ്യത്യാസങ്ങൾ സൗഹൃദപരമായ ചർച്ചകളിലൂടെയും സംഭാഷണങ്ങളിലൂടെയും പരിഹരിക്കാൻ കഴിയും. ആക്രമണ പ്രശ്നത്തെപ്പറ്റി പ്രമേയം ഇപ്രകാരം പറഞ്ഞു:
>
> ഇന്ത്യയുടെ ഭൂപരമായ അപരിച്ഛിന്നതയ്ക്കുവേണ്ടി ഞങ്ങളുടെ പാർട്ടി മറ്റു ജനങ്ങളോടൊപ്പം നിലകൊള്ളുമെന്നും അത് സംരക്ഷിക്കുന്നതിൽ പാർട്ടി മറ്റാരുടെയും പിന്നിലായിരിക്കുകയില്ലെന്നും അസന്ദിഗ്ദ്ധമായി ആവർത്തിച്ചുറപ്പിക്കാൻ കേന്ദ്ര എക്സിക്യൂട്ടീവ് കമ്മിറ്റി ഈ അവസരം ഉപയോഗിച്ചുകൊള്ളുന്നു. പക്ഷേ, നമ്മുടെ രാജ്യത്തിന് ചൈനയെ ആക്രമിക്കാൻ ഉദ്ദേശ്യമില്ലാത്തതു പോലെതന്നെ, സോഷ്യലിസ്റ്റ് ചൈന ഇന്ത്യക്കെതിരായി ഒരിക്കലും ആക്രമണം നടത്തുകയില്ലെന്ന് കമ്മിറ്റിക്ക് വിശ്വാസമുണ്ട്.[4]

ഒരു സോഷ്യലിസ്റ്റ് രാജ്യം ഒരിക്കലും ആക്രമണം നടത്തുകയില്ലെന്നും ഇന്ത്യയും ചൈനയും പരസ്പരം യുദ്ധമല്ല, സമാധാനപരമായ ജീവിതമാണാഗ്രഹിക്കുന്നതെന്നും ആണല്ലോ, ഈ പ്രമേയത്തിൽ പ്രസ്താവിച്ചത്. 1959 ൽ ഇന്ത്യാ–ചൈന അതിർത്തിത്തർക്കം ആവിർഭവിച്ചപ്പോൾത്തന്നെ പാർട്ടിയെ പരസ്യമായി ധിക്കരിച്ചുകൊണ്ട് എസ് എ ഡാങ്കെ പ്രസ്താവനകൾ പുറപ്പെടുവിച്ചു. കോൺഗ്രസിന്റെ പിന്നിൽ അണിനിരത്തുന്നതിന് പാർട്ടിയെയാകെ വലിച്ചിഴക്കുക എന്ന ലക്ഷ്യമായിരുന്നു ഇതിനുപിന്നിൽ. സെപ്തംബർ 25 ന് സി ഇ സി എടുത്ത തീരുമാനത്തെ ഡാങ്കെ എതിർത്തു. ഡാങ്കെ മാത്രമല്ല, പാർട്ടി മഹാരാഷ്ട്ര സംസ്ഥാന സെക്രട്ടറി എസ് ജി സർദേശായി, മഹാരാഷ്ട്ര ഘടകം എന്നിവയും ഇതേരീതി തന്നെ പിന്തുടർന്നു. പാർട്ടി അച്ചടക്കത്തിന്റെ ഇത്തരം ഗർഹണീയമായ ധിക്കാരത്തിന് മീറത്ത് യോഗം ഡാങ്കെയും എസ് ജി സർദേശായിയെയും മഹാരാഷ്ട്ര ഘടകത്തെയും പരസ്യമായി സെൻഷർ ചെയ്തു.[5]

മീറത്ത് യോഗത്തോടെ പാർട്ടി തല്ലിപ്പിരിയുമെന്ന് ബൂർഷ്വാ പത്രങ്ങൾ വ്യാപകമായി പ്രചരിപ്പിച്ചു. എന്നാൽ സ്ഥിതിഗതികളിൽ വീണ്ടും മാറ്റംവന്നു. 1959 ഒക്ടോബറിൽ ലഡാക്കിലെ കോൻഘാ പാസിലും (Kongha Pass) സംഘട്ടനം ഉണ്ടായി.

ഇതിനെത്തുടർന്ന് ഒക്ടോബർ 24 ന് കേന്ദ്ര സെക്രട്ടേറിയേറ്റ് പുറപ്പെടുവിച്ച ഒരു പ്രസ്താവനയിൽ ലഡാക്ക് സംഭവം ഒരു 'ദുരന്ത സംഭവം' (Tragic Event) ആണെന്നും വെടിവയ്പിന് യാതൊരു ന്യായീകരണവുമില്ലെന്നും വ്യക്തമാക്കി.

1959 ൽ കേരളത്തിലെ കമ്യൂണിസ്റ്റ് ഗവൺമെന്റിനെ പിരിച്ചുവിട്ടതിനെതിരെ അഖിലേന്ത്യാ വ്യാപകമായിത്തന്നെ പ്രതിഷേധം ഉയർന്നുവന്നപ്പോൾ നെഹ്റു അതിനെ നേരിട്ടത് ദേശീയ സുരക്ഷിതത്വം അപകടത്തിൽപ്പെട്ടിരിക്കുന്നുവെന്നും ചൈന ഇന്ത്യക്ക് അവകാശപ്പെട്ട വൻഭൂപ്രദേശം കൈവശം വെച്ചിരിക്കുന്നുവെന്നും അത് അവരിൽനിന്നും പിടിച്ചെടുക്കണമെന്നും പറഞ്ഞുകൊണ്ടാണ്.[6] ഇങ്ങനെ വാദിക്കാൻ രണ്ട് പ്രധാന ഉദ്ദേശ്യം നെഹ്റുവിനുണ്ടായിരുന്നു. അതേക്കുറിച്ച് ഇ എം എസ് നമ്പൂതിരിപ്പാട് എഴുതി:

> ഒന്നാമത്, അക്രമി ചൈനയ്ക്കെതിരെ ഉറച്ച നിലപാടെടുക്കുന്നത് തന്റെ നേതൃത്വത്തിലുള്ള കോൺഗ്രസ് ഗവൺമെന്റാണെന്നു വരുത്തിത്തീർക്കണം. അതിന്റെ അടിസ്ഥാനത്തിൽ മറ്റു ബൂർഷ്വാ പാർട്ടികൾ കൂടി സജീവം പങ്കെടുക്കുന്ന പ്രതിപക്ഷ പ്രസ്ഥാനത്തെയാകെ നിർജ്ജീവമാക്കണം.
>
> രണ്ടാമത്, പ്രതിപക്ഷ പ്രസ്ഥാനത്തിലെ പ്രധാന ഘടകമായ കമ്യൂണിസ്റ്റ് പാർട്ടിയെ വിശേഷിച്ചും ഒറ്റപ്പെടുത്തണം. പാർട്ടിക്കകത്തുതന്നെ ഒരു പിളർപ്പുണ്ടാക്കി ഒരു വിഭാഗത്തെ കോൺഗ്രസിന്റെ പിന്നിൽ അണിനിരത്തണം.[7]

മേൽപ്പറഞ്ഞ രണ്ടുദ്ദേശ്യങ്ങളും നേടിയെടുക്കത്തക്കവിധത്തിൽ ചൈനാ വിരോധത്തിന്റേതായ ഒരു അപസ്മാരം ഇളക്കിവിടുന്നതിൽ നെഹ്റു വിജയിക്കുകയുണ്ടായി. ജനസംഘം, സ്വതന്ത്രാ പാർട്ടി തുടങ്ങിയ വലതുപക്ഷ പാർട്ടികളെയും സോഷ്യലിസ്റ്റ് പാർട്ടിയെ പോലുള്ള ഇടതുപക്ഷപാർട്ടികളെയും മാത്രമല്ല കമ്യൂണിസ്റ്റ് പാർട്ടിയിലെ ഒരു വിഭാഗത്തെപ്പോലും ഉൾക്കൊള്ളിക്കുന്ന ഒരു ചൈന വിരുദ്ധമുന്നണി കോൺഗ്രസിന്റെ നേതൃത്വത്തിൽ രൂപീകരിക്കുന്നതിൽ പ്രധാനമന്ത്രി നെഹ്റു വിജയിച്ചു. ഇന്ത്യയുടെ ഭാഗമായ വലിയൊരു ഭൂപ്രദേശം ചൈന കൈയടക്കിവെച്ചിരിക്കുകയാണെന്നും അതിനെ മോചിപ്പിക്കാൻ വേണ്ടിവന്നാൽ ചൈനയുമായി ഒരു യുദ്ധത്തിലേർപ്പെടണമെന്നും കോൺഗ്രസ്, ജനസംഘം മുതലായ പാർട്ടികൾ ആവശ്യപ്പെട്ടു.[8]

ഇതോടെ കമ്യൂണിസ്റ്റുകാർക്കെതിരായി കോൺഗ്രസും ജനസംഘത്തെപ്പോലുള്ള പ്രതിപക്ഷ കക്ഷികളും ചേർന്ന് പ്രക്ഷോഭം തുടങ്ങിയതിനുപുറമെ കമ്യൂണിസ്റ്റ് പാർട്ടിക്കകത്തുതന്നെ കാര്യമായ ആശയക്കുഴപ്പം പൊട്ടിപ്പുറപ്പെടുകയും ചെയ്തു. ഇന്ത്യാ–ചൈന തർക്കം, അതിനോട് ഗവൺമെന്റിനും മിക്ക പ്രതിപക്ഷകക്ഷികൾക്കും ഉണ്ടായ പ്രതികരണം എന്നിവയെ വിലയിരുത്തുന്ന കാര്യത്തിൽ വ്യത്യസ്തമായ രണ്ടു ചിന്താഗതികൾ പാർട്ടിക്കകത്തു പ്രത്യക്ഷപ്പെട്ടു. അതിർത്തി സംഘട്ടനത്തെ ആസ്പദമാക്കി ചൈനയെ 'അക്രമി'യാക്കി മുദ്രകുത്തി ഈ ചൈനീസ് ആക്രമണത്തെ എതിർക്കണമെന്ന് കോൺഗ്രസും ബൂർഷ്വാ–പെറ്റിബൂർഷ്വാ പ്രതിപക്ഷകക്ഷികളും പറഞ്ഞ 'തരംഗ'-ത്തിൽപ്പെട്ട് കമ്യൂണിസ്റ്റ് പാർട്ടിയും ഒഴുകണമെന്ന് പാർട്ടിയിലെ വലതുവിഭാഗം ശക്തിയായി വാദിച്ചു.[9] ഇടതുപക്ഷക്കാർ ഇതിനെ ശക്തിയായി എതിർത്തു. ചൈന നിർദ്ദേശിക്കുന്നതുപോലെ ഇരുരാജ്യങ്ങളുടെയും ഗവൺമെന്റുകൾ തമ്മിൽ സൗഹൃദപൂർവ്വമായ സംഭാഷണങ്ങളിലൂടെ പ്രശ്നം പരിഹരിക്കണമെന്നും അതിർത്തിയെച്ചൊല്ലി ചൈനയുമായി ഒരു യുദ്ധത്തിൽ ചെന്നുചാടുന്നത് ആത്മഹത്യാപരമായിരിക്കുമെന്ന് അവർ പറഞ്ഞു.[10]

ഈ പ്രശ്നം ചർച്ച ചെയ്യാൻ പാർട്ടിയുടെ നാഷണൽ കൗൺസിൽ യോഗം 1959 നവംബറിൽ ഉത്തർപ്രദേശിലെ മീറത്തിൽ വിളിച്ചുകൂട്ടിയപ്പോൾ ഈ രണ്ടു വിഭാഗക്കാരും തമ്മിൽ രൂക്ഷമായ സംഘട്ടനം നടന്നു. അതിർത്തിയെ സംബന്ധിച്ച് ഇന്ത്യാഗവൺമെന്റ് ഉന്നയിച്ചിരുന്ന വാദഗതികളെ അതേപടി ശരിവെച്ചുകൊണ്ടും തികച്ചും നീതികരിക്കാവുന്ന അതിർത്തി ലംഘിച്ച് ഇന്ത്യയിലേക്ക് കടന്നുവന്ന ചൈനയെ ശക്തിയായി അപലപിച്ചുകൊണ്ടുമുള്ള ഒരു പ്രമേയമാണ് നാഷണൽ കൗൺസിൽ നേതൃത്വം അവതരിപ്പിച്ചത്.[11] അതിനോട് മൊത്തത്തിൽ വിയോജിച്ചുകൊണ്ടും അതിർത്തിപ്രശ്നം സമാധാനപരമായി പരിഹരിക്കണമെന്ന് നിർദ്ദേശിച്ചുകൊണ്ടുമുള്ള ഭേദഗതികളാണ് മറുഭാഗത്തുനിന്ന് (ഇടതുവിഭാഗം) അവതരിപ്പിച്ചത്.

അതിർത്തിത്തർക്കത്തിൽ ഏതു ചേരിയുടെ നിലപാട് ശരിയെന്നതല്ല പ്രധാന പ്രശ്നം. ഇന്ത്യയെയും ചൈനയെയുംപോലെ സാമ്രാജ്യവിരുദ്ധ ലോകരാഷ്ട്രീയത്തിൽ സജീവ പങ്കുവഹിക്കുന്ന രണ്ട് രാജ്യങ്ങൾ തമ്മിലുള്ള തർക്കം പരിഹരിക്കേണ്ടത് യുദ്ധത്തിലൂടെയല്ല സമാധാന പരമായും കൂടിയാലോചനകളിലൂടെയുമാണ് എന്നതാണ് പ്രധാന കാര്യം. അതിർത്തി തർക്കപ്രശ്നത്തിൽ വിട്ടുവീഴ്ചയും സൗമനസ്യവും പ്രകടിപ്പിക്കാൻ ഇരു ഗവൺമെന്റുകളും തയ്യാറാവണം. ആ രീതിയിലെ പ്രശ്നം പരിഹരിക്കാൻ കഴിയൂ. അതിനെ സഹായിക്കത്തക്ക സമീപന മായിരിക്കണം ഇരു രാജ്യങ്ങളിലേയും ബഹുജനസംഘടനകൾ രാഷ്ട്രീയ പാർട്ടികൾ എന്നിവർ കൈക്കൊള്ളേണ്ടത്.[12] അതായത്, പ്രശ്നം രാഷ്ട്രീ യാടിസ്ഥാനത്തിൽ പരിഹരിക്കണമെന്ന് ഇടതുവിഭാഗം ആവശ്യപ്പെട്ടു.

ഭേദഗതികളിൽ ചിലതെല്ലാം അംഗീകരിച്ചുകൊണ്ട് കഴിയുന്നത്ര ഏകകണ്ഠമായ ഒരു പ്രമേയം പാസാക്കിയെടുക്കാൻ പാർട്ടി നേതൃത്വം ശ്രമിച്ചു. എന്നാൽ ഇരുവിഭാഗവും തമ്മിലുള്ള അകൽച്ച ഇല്ലാതാക്കാനോ അല്പമെങ്കിലും കുറയ്ക്കാനോ ഈ ശ്രമം സഹായിച്ചില്ല. രൂക്ഷവിവാദ ത്തെത്തുടർന്ന് വോട്ടെടുപ്പിലൂടെയാണ് പ്രമേയം പാസാക്കിയത്.[13]

എന്നാൽ ന്യൂനപക്ഷത്തിൽത്തന്നെ ചുരുക്കം ചിലർക്ക് ചൈന ഒരു സോഷ്യലിസ്റ്റ് രാജ്യമാകയാൽ അതിന്റെ ഒരു നടപടിയേയും ആക്രമ ണമായി വിലയിരുത്താൻ വയ്യെന്ന അഭിപ്രായമുണ്ടായിരുന്നു. അതിർത്തി തർക്കം നൂറ് ശതമാനവും ശരിയാണെന്ന് അവർ വാദിച്ചു. ആ നിലയ്ക്ക് അതിർത്തി തർക്കത്തിൽ ഇന്ത്യ ആക്രമണകാരിയാണെന്ന് കരുതു ന്നതിൽവരെ അവരിൽ ചിലർ ചെന്നെത്തുകയുണ്ടായി.[14]

ഇതിന് മുമ്പൊക്കെ കോൺഗ്രസുമായി സഹകരിക്കുക, കോൺ ഗ്രസുമായി ഐക്യമുന്നണി ഉണ്ടാക്കുക എന്ന നിർദ്ദേശം വെച്ചവർ ന്യൂനപക്ഷമായിരുന്നെങ്കിൽ ഇപ്പോൾ അതിർത്തിയെച്ചൊല്ലി കേന്ദ്രഗവ ൺമെന്റുമായി സഹകരിക്കണമെന്ന നിർദ്ദേശം ഉന്നയിക്കപ്പെട്ടവർ ഭൂരിപക്ഷമായിത്തീർന്നു. മുമ്പത്തെ ആശയ സംഘട്ടനത്തിൽ കോൺ ഗ്രസിനെതിരായി പ്രതിപക്ഷ നിലപാട് പാർട്ടി എടുക്കണമെന്ന് അഭിപ്രാ യപ്പെട്ടവരിൽ ഒരു വിഭാഗം ഇപ്പോൾ ചൈനയുടെ ആക്രമണം ചെറുത്ത് പരാജയപ്പെടുത്താനും ഇന്ത്യാഗവൺമെന്റ് ഉയർത്തിപ്പിടിക്കുന്ന അതിർത്തി ചൈനയെക്കൊണ്ട് അംഗീകരിപ്പിക്കാനുംവേണ്ടി ഇന്ത്യൻ കമ്യൂണിസ്റ്റുകാർ പ്രവർത്തിക്കണമെന്നാണ് വാദിച്ചത്. ഇതോടെ പാർട്ടി ക്കകത്ത് പൊതുവിലും പാർട്ടിനേതൃത്വത്തിൽ വിശേഷിച്ചും ഇരുഗ്രൂ പ്പുകളും തമ്മിലുള്ള ബലാബലത്തിൽ വ്യത്യാസം വന്നു. ഇതോടെ പാലക്കാട് നടന്ന നാലാം കോൺഗ്രസിൽ വലത്-ഇടത് അവസരവാ ദങ്ങൾ തമ്മിൽ നടന്ന മത്സരത്തിൽ രണ്ടിലുംപെടാതെ നിന്നിരുന്ന പാർട്ടി ജനറൽ സെക്രട്ടറി അജയഘോഷടക്കം നേതൃത്വത്തിലൊരു വിഭാഗം വലത്തോട്ട് നീങ്ങാൻ തുടങ്ങി. രൂക്ഷമായ സംഘട്ടനത്തിന് ശേഷമാണെ ങ്കിലും പാർട്ടിയുടെ ഔദ്യോഗിക പ്രമേയം പുറത്തുവരികയുണ്ടായി.

അതിർത്തി പ്രശ്നമാകെത്തന്നെയും തർക്കപ്രശ്നമാകയാൽ ആക്രമണത്തിന്റെ പ്രശ്നമേ ഉത്ഭവിക്കുന്നില്ലെന്ന് അതിൽ അസന്ദിഗ്ദ്ധമായി വെളിപ്പെടുത്തിയിരുന്നു. നിലവിലിരിക്കുന്ന ബന്ധങ്ങളെ കണക്കിലെടുത്തുകൊണ്ട് അതിർത്തി പ്രശ്നങ്ങളാകമാനം കൂടിയാലോചനവഴി പരിഹരിക്കപ്പെടണമെന്ന് ആ പ്രമേയം അഭ്യർത്ഥിക്കുകയുണ്ടായി.[15]

എന്നാൽ നാഷണൽ കൗൺസിൽ തീരുമാനത്തിനെതിരായി എസ് എ ഡാങ്കെ ഒരു കലാപം തന്നെ സംഘടിപ്പിച്ചു. ഫലത്തിൽ ഇന്ത്യാ–ചൈന അതിർത്തി തർക്കത്തെ സംബന്ധിച്ച മീററ്റ് നാഷണൽ കൗൺസിൽ പാസാക്കിയ പ്രമേയം തന്നെ മരവിപ്പിക്കപ്പെട്ടു.[16]

കൂടാതെ, ബൂർഷ്വാ പത്രങ്ങൾ ഉപയോഗപ്പെടുത്തിക്കൊണ്ട് ഡാങ്കെയും കൂട്ടരും ചൈനീസ് പ്രശ്നത്തിൽ ഗവൺമെന്റിന്റെയും കോൺഗ്രസിന്റെയും പിന്നിൽ അണിനിരക്കാത്ത ലൈൻ പിന്തുടർന്നവരെ കമ്യൂണിസ്റ്റ് പാർട്ടിയിലെ 'ദേശീയവിരുദ്ധ'രെന്നും 'ചൈനീസ്പക്ഷക്കാരെ'ന്നും മറ്റും വിശേഷിപ്പിച്ച് ദുരുദ്ദേശ്യപരമായ റിപ്പോർട്ടുകൾകൂടി പ്രചരിപ്പിക്കുകയും ചെയ്തു.

ഇന്ത്യാ–ചൈന അതിർത്തി പ്രശ്നത്തോടെ കമ്യൂണിസ്റ്റ് പാർട്ടിക്കകത്തെ ഉൾപാർട്ടി തർക്കം കടുത്ത രൂപത്തിൽ തുടർന്നു. അതേക്കുറിച്ച് ഇ എം എസ് എഴുതി:

> ....കോൺഗ്രസിനോടുള്ള പാർട്ടിയുടെ സമീപനത്തിന്റെ പ്രശ്നത്തിൽ പാർട്ടിക്കുള്ളിൽ മുമ്പ് പരസ്പരം പോരടിച്ചിരുന്ന രണ്ട് വിഭാഗങ്ങൾ ചൈനാ അനുകൂല വിഭാഗവും ചൈനാ വിരുദ്ധ വിഭാഗവുമായി സ്വയം രൂപാന്തരപ്പെട്ടു. ഈ പുതിയ ഘടകം മുമ്പ് കോൺഗ്രസ് അനുകൂല നിലപാട് സ്വീകരിച്ചിരുന്നവരുടെ എണ്ണം വർദ്ധിപ്പിക്കുന്നതിന് സഹായിച്ചു. കോൺഗ്രസിന് എതിരായിരുന്നവരും പാർട്ടിയുടെ നേതൃത്വത്തിൽ വലതുപക്ഷം എന്ന് അറിയപ്പെട്ടവരെ എതിർത്തിരുന്നവരുമായ അനേകം പേർ ചൈനീസ് വഞ്ചനയെ സി പി ഐ പരസ്യമായി തള്ളിപ്പറയണമെന്ന അഭിപ്രായത്തിലേക്ക് വന്നു. മറ്റൊരുവിധത്തിൽ പറഞ്ഞാൽ, പാർട്ടി വലതെന്നും ഇടതെന്നും രണ്ട് വിഭാഗമായി ക്രമേണ പിളരുന്നതിലേക്ക് നീങ്ങുകയായിരുന്നു. അത് സോഷ്യലിസ്റ്റ് ചൈനയോടുള്ള ശത്രുതയും സൗഹൃദവും എന്ന രൂപം കൈക്കൊള്ളുകയും ചെയ്തു.[17]

1960 ൽ ഇരു ഗവൺമെന്റുകളും ഔദ്യോഗിക നിലവാരത്തിൽ നടന്ന സംഭാഷണങ്ങളും തുടർന്ന് സമർപ്പിക്കപ്പെട്ട റിപ്പോർട്ടുകളും 1961 ൽ ദില്ലിയിൽ ചേർന്ന നാഷണൽ കൗൺസിൽ പരിഗണിച്ചു. ഇരു രാജ്യങ്ങളിൽനിന്നും പരസ്പരവിരുദ്ധമായ വ്യാഖ്യാനങ്ങൾ സമർപ്പിക്കപ്പെട്ടതിനെത്തുടർന്ന് ഒരു സ്തംഭനം തന്നെ ഉളവായിട്ടുള്ള സ്ഥിതിക്ക്

തുടർന്നുള്ള സംഭാഷണം രാഷ്ട്രീയ നിലവാരത്തിലായിരിക്കണം എന്ന് കമ്യൂണിസ്റ്റ് പാർട്ടി ആവശ്യപ്പെട്ടു.[18] പാർട്ടിയുടെ ഈ നിലപാട് വിജയവാഡ കോൺഗ്രസിൽ(ആറാം പാർട്ടി കോൺഗ്രസ്)ജനറൽ സെക്രട്ടറി ഘോഷ് ചെയ്ത പ്രസംഗത്തിൽ ആവർത്തിച്ചിരുന്നു. ആ പ്രസംഗം പാർട്ടി രേഖയായി അംഗീകരിക്കുകയും ചെയ്തു.[19]

സൂചിക

1. സാർവ്വദേശീയ കമ്യൂണിസ്റ്റ് പ്രസ്ഥാനത്തെ നേരിടുന്ന ചില പ്രശ്നങ്ങളെപ്പറ്റി (1960 സെപ്റ്റംബർ 4–7 തീയതികളിൽ ചേർന്ന കമ്യൂണിസ്റ്റ് പാർട്ടി കേന്ദ്ര എക്സിക്യൂട്ടീവ് കമ്മിറ്റി അംഗീകരിച്ച ഉൾപാർട്ടി പ്രമേയം), കമ്യൂണിസ്റ്റ് പാർട്ടി കേരള സ്റ്റേറ്റ് കൗൺസിൽ പ്രസിദ്ധപ്പെടുത്തുന്നത്, (തിരുവനന്തപുരം-ഒക്ടോബർ 1960), പു:10.
2. എസ് എ ഡാങ്കെ, ഞങ്ങളുടെ മാർഗ്ഗം തിരുത്തൽവാദമോ വരട്ടുതത്വവാദമോ അല്ല.
   ദേശാഭിമാനി (കോഴിക്കോട്-മേയ് 1963), പു:5.
3. മാർക്സിസ്റ്റ്(ലേഖകൻ), ഇന്ത്യൻ കമ്യൂണിസ്റ്റ് പാർട്ടിയും റിവിഷനിസവും സെക്ടേറിയനിസവും, കമ്യൂണിസ്റ്റ് പാർട്ടി പ്രസിദ്ധീകരണം, ആഗസ്ത് 1964, പു: 90–91; ജി അധികാരി, കമ്യൂണിസ്റ്റ് പാർട്ടിയും സോഷ്യലിസത്തിലേക്കുള്ള ഇന്ത്യൻ പാതയും, കമ്യൂണിസ്റ്റ് പാർട്ടി കേരള സ്റ്റേറ്റ് കൗൺസിൽ പ്രസിദ്ധീകരണം, ഏപ്രിൽ 1965, പു:121.
4. ഞങ്ങളുടെ മാർഗ്ഗം തിരുത്തൽവാദമോ വരട്ടുതത്ത്വവാദമോ അല്ല, പു:12.
5. *ന്യൂ ഏജ്* വാരിക, 22 നവംബർ 1959.
6. ഇന്ത്യൻ കമ്യൂണിസ്റ്റ് പ്രസ്ഥാനം 1920–1998, പു:144.
7. മേൽച്ചൊന്നത്.
8. ഇ എം എസ് നമ്പൂതിരിപ്പാട്, *ഒരു മുൻ മുഖ്യമന്ത്രിയുടെ ഓർമ്മക്കുറിപ്പുകൾ,* ചിന്ത പബ്ലിഷേഴ്സ്, (തിരുവനന്തപുരം-ജൂലൈ 1995), പു:207.
9. കമ്യൂണിസ്റ്റ് പാർട്ടി കേരളത്തിൽ II, പു:158–59.
10. മേൽച്ചൊന്നത്, പു:207.
11. *കമ്യൂണിസ്റ്റ് പാർട്ടി കേരളത്തിൽ II*, പു:159.
12. മേൽച്ചൊന്നത്, പു: 160.
13. മേൽച്ചൊന്നത്, പു:159.
14. മേൽച്ചൊന്നത്, പു:160.
15. അനുബന്ധം–1.
16. മേൽച്ചൊന്നത്, പു:12.
17. ഇ എം എസ് നമ്പൂതിരിപ്പാട്, *കേരളത്തിലെ കമ്യൂണിസ്റ്റ് പ്രസ്ഥാനം: ഉത്ഭവവും വളർച്ചയും*, ചിന്ത പബ്ലിഷേഴ്സ് (തിരുവനന്തപുരം – ഏപ്രിൽ 1995), പു:269.
18. *ദേശാഭിമാനി,* 8 മേയ് 1961.
19. മേൽച്ചൊന്നത്.

14

സോവിയറ്റ്-ചൈനീസ് ചേരികളും ഇന്ത്യൻ കമ്യൂണിസ്റ്റ് പാർട്ടിയിലെ അഭിപ്രായവ്യത്യാസങ്ങളും

സോവിയറ്റ്-ചൈനീസ് പാർട്ടികൾ തമ്മിൽ പൂർണ്ണമായ യോജിപ്പുണ്ടായിരുന്ന കാലത്താണ് ഇന്ത്യൻപാർട്ടിയിൽ അഭിപ്രായ വ്യത്യാസങ്ങൾ രൂപപ്പെടാൻ ആരംഭിച്ചത്. ഇന്ത്യയിലെ കോൺഗ്രസ് ഗവൺമെന്റ് സാമ്രാജ്യവിരുദ്ധനയം കൈകൊള്ളുന്നതിനാൽ അത് മൊത്തത്തിൽ പുരോഗമനപരമാണെന്നും അതിന് പിന്തുണകൊടുക്കാൻ കമ്യൂണിസ്റ്റുകാരടക്കമുള്ള എല്ലാ പുരോഗമനവാദികൾക്കും കടമയുണ്ടെന്നുമുള്ള അഭിപ്രായം പ്രകടിപ്പിക്കുകയും ആ രീതിയിൽ കമ്യൂണിസ്റ്റുകാരെ പഠിപ്പിക്കാൻ ശ്രമിക്കുകയും ചെയ്യുകയായിരുന്നു സോവിയറ്റ്-ചൈനീസ് നേതാക്കൾ. സി പി എസ് യുവിന്റെ ഇരുപതാം കോൺഗ്രസിലും സി പി സിയുടെ എട്ടാം കോൺഗ്രസിലും അവതരിപ്പിക്കപ്പെട്ട റിപ്പോർട്ടുകളിൽ ഈ വിലയിരുത്തലുകൾ കാണാം. അക്കാര്യത്തിൽ 1959 വരെ അവർ തമ്മിൽ അഭിപ്രായ വ്യത്യാസമെന്നുമുണ്ടായിരുന്നില്ല.[1]

ഇന്ത്യയിലെ ആഭ്യന്തര പരിതസ്ഥിതിയെക്കുറിച്ച് ഈ രണ്ടു പാർട്ടികളും നടത്തിയ വിലയിരുത്തലിനോട് ഇന്ത്യൻ കമ്യൂണിസ്റ്റ് പാർട്ടിയുടെ കേന്ദ്രകമ്മറ്റി യോജിച്ചില്ല.

1943 ൽ മൂന്നാം കമ്യൂണിസ്റ്റ് ഇന്റർനാഷണൽ പിരിച്ചുവിട്ടു. അത് പിരിച്ചുവിടാൻ തീരുമാനിച്ച എക്സിക്യൂട്ടീവ് കമ്മിറ്റി പറഞ്ഞ രണ്ടു കാരണങ്ങൾ ഇവയാണ്:

ഫാസിസ്റ്റ് വിരുദ്ധയുദ്ധത്തിന്റെ അവസാനത്തോടുകൂടി രൂപപ്പെടാൻ പോവുന്ന ലോക സാഹചര്യത്തിൽ ഒരു ആഗോള കേന്ദ്രത്തിലിരുന്നുകൊണ്ട് വിവിധ കമ്യൂണിസ്റ്റ് പാർട്ടികൾക്ക് നേതൃത്വ നിർദ്ദേശങ്ങൾ നല്കാൻ കഴിയാത്ത ഒരു സ്ഥിതി വന്നുചേരും—ഇതാണ് ഒരു കാരണം.

അതേയവസരത്തിൽ, 24 വർഷത്തെ ഇന്റർനാഷണലിന്റെ പ്രവർത്ത

നത്തിന്റെ ഫലമായി വിവിധ രാജ്യങ്ങളിലെ കമ്യൂണിസ്റ്റ് പാർട്ടികൾക്ക് സ്വന്തം കാലിൽ നിന്നുകൊണ്ട് അതാത് രാജ്യത്തെ പ്രശ്നങ്ങൾ പരിഹരിക്കാൻ കഴിയുമെന്ന നിലവന്നിരിക്കുന്നു.

> അതുകൊണ്ട്, മാർക്സിസം-ലെനിനിസത്തിന്റെ അടിസ്ഥാന തത്ത്വങ്ങൾ സ്വന്തം രാജ്യത്ത് പ്രയോഗത്തിൽ വരുത്താനുള്ള ചുമതല വിവിധ രാജ്യങ്ങളിലെ ദേശീയ കമ്യൂണിസ്റ്റ് പാർട്ടികൾ സ്വയം ഏറ്റെടുക്കണം.[2]

ഇതോടെ ലോക കമ്യൂണിസ്റ്റ് പ്രസ്ഥാനത്തിന് ഒരു ലോക സംഘടനയില്ലാതായി. എന്നാൽ വിവിധ രാജ്യങ്ങളിലെ കമ്യൂണിസ്റ്റ് പാർട്ടികൾ ഉഭയകക്ഷി ചർച്ചകൾ, പ്രാദേശികതല ചർച്ചകൾ, ആവശ്യ മെന്നാൽ ആഗോളതല ചർച്ചകൾ തന്നെ നടത്തി സ്ഥിതിഗതികൾ പരസ്പരം അറിയിക്കുക, ആശയപ്രശ്നങ്ങൾ സംബന്ധിച്ച അഭിപ്രായം കൈമാറുക എന്നിവ ചെയ്യാമെന്നും ചെയ്യണമെന്നും ധാരണ യുണ്ടായിരുന്നു. ആ ധാരണയുടെ അടിസ്ഥാനത്തിൽ അനൗപചാരി കമായ തലത്തിൽ സംവാദങ്ങളും ചർച്ചകളും നടക്കുകയും ചെയ്തി രുന്നു. എന്നാൽ ഔപചാരികമായ ചർച്ചകളുടെയും അഭിപ്രായ ഐക്യം രൂപീകരിക്കേണ്ടതിന്റെയും ആവശ്യം വന്നിരുന്നില്ല.

1957 ലെ മോസ്കോ പ്രഖ്യാപനം

1956 ഫെബ്രുവരിയിൽ നടന്ന സോവിയറ്റ് കമ്യൂണിസ്റ്റ് പാർട്ടിയുടെ ഇരുപതാം കോൺഗ്രസിനെത്തുടർന്ന് അഭിപ്രായവ്യത്യാസം ലോകകമ്യൂ ണിസ്റ്റ് പ്രസ്ഥാനത്തിൽ പ്രകടമാകാൻ തുടങ്ങി. അതിനെത്തുടർന്ന് 1957 ൽ മോസ്കോയിൽവെച്ച് ഒരു സമ്മേളനം ചേരുകയുണ്ടായി. അതിലെ ചർച്ചകളെ ആസ്പദമാക്കി ഏകകണ്ഠമായ ചില തീരുമാനങ്ങൾ അംഗീ കരിക്കുകയുണ്ടായി. 1957 ലെ *മോസ്കോ പ്രഖ്യാപനം* എന്നപേരിൽ അതറിയപ്പെടുന്നു.

ലോകസമാധാനത്തിനുവേണ്ടി പ്രവർത്തിക്കുകയെന്നത് ലോക കമ്യൂണിസ്റ്റ് പ്രസ്ഥാനത്തിന്റെ സർവ്വപ്രധാനമായ കടമയാണെന്ന് പ്രഖ്യാപിക്കുന്ന രണ്ടു ചരിത്രപ്രധാന രേഖകളാണ് *മോസ്കോ പ്രഖ്യാപനം.* 1957 നവംബറിൽ അത് പുറത്തുവന്നു. അതിലൊന്ന് 12 കമ്യൂണിസ്റ്റ് രാഷ്ട്രങ്ങളുടെ ഭരണാധിപന്മാർ ചേർന്ന് പുറപ്പെടുവിച്ച *സംയുക്ത പ്രസ്താവന.* രണ്ടാമത്തേത് ഒക്ടോബർ വിപ്ലവ വാർഷി കത്തിൽ പങ്കെടുത്ത 64 രാജ്യങ്ങളിലെ കമ്യൂണിസ്റ്റ് പ്രതിനിധിസംഘം തലവന്മാർ ചേർന്ന് പുറപ്പെടുവിച്ച *സമാധാന വിജ്ഞാപനം.*[3]

ലോകത്തിൽ സോഷ്യലിസ്റ്റ് മേഖലയുടെയും സമാധാനത്തിന്റെയും പുരോഗമനത്തിന്റെയും ശക്തികളുടെ വളർച്ച തൊഴിലാളിവർഗ്ഗത്തിനും കോളനികളിലെയും വികസ്വരരാജ്യങ്ങളിലെയും ജനകോടികൾക്കും കൈവരുത്തിയിട്ടുള്ള പുതിയ സാദ്ധ്യതകളായിരുന്നു പ്രസ്തുത രേഖ

കളിലെ പ്രതിപാദ്യം. സമാധാനത്തിന്റെ ശക്തികൾ ജാഗരൂകമായി ഒത്തു പിടിച്ചാൽ ഒരു ലോകമഹായുദ്ധത്തിന്റെ ആപത്തിൽനിന്നും മാനവ രാശിയെ രക്ഷിക്കാനുള്ള സാദ്ധ്യതകളുണ്ട്; പല രാജ്യങ്ങളിലും സോഷ്യ ലിസത്തിലേക്ക് സമാധാനപരമായ പരിവർത്തനം സാദ്ധ്യമാണ്; സായുധ വിപ്ലവത്തിൽക്കൂടി മാത്രമല്ല അദ്ധ്വാനിക്കുന്ന ജനവിഭാഗങ്ങളെ സംഘടി പ്പിച്ചും സമരം ചെയ്യിച്ചും ദേശീയ ജനാധിപത്യത്തിൽ കൂടിയും ജനകീയ ജനാധിപത്യത്തിൽക്കൂടിയും സ്വാതന്ത്ര്യത്തിലേക്കും സോഷ്യലിസ ത്തിലേക്കും എത്താവുന്നതാണ്--ഇതൊക്കെയായിരുന്നു പ്രധാന നിഗമനങ്ങൾ.[4]

വരട്ടുതത്ത്വവാദത്തിനെതിരെ മുന്നറിയിപ്പ് നല്കിയെങ്കിലും ലോക കമ്യൂണിസ്റ്റ് പ്രസ്ഥാനം നേരിടുന്ന പ്രധാന വിപത്ത് *റിവിഷനിസ*മാണെ ന്ന് 1957 ലെ മോസ്കോ പ്രഖ്യാപനത്തിൽ പ്രത്യേകം വ്യക്തമാക്കി.

എന്നാൽ മോസ്കോ പ്രഖ്യാപനംകൊണ്ട് ഐക്യം പുനഃസ്ഥാ പിക്കാൻ കഴിഞ്ഞില്ല. രൂക്ഷമായ അഭിപ്രായഭേദം തുടർന്നും പ്രകടമായി. സോവിയറ്റ് കമ്യൂണിസ്റ്റ് പാർട്ടി മാർക്സിസത്തിൽ വെള്ളം ചേർക്കുക യാണ്, അതിന്റെ നേതൃത്വത്തിൽ വ്യക്തമായ വലതുപക്ഷ ചിന്താ ഗതികൾ രൂപംകൊള്ളുകയാണ് എന്ന ആക്ഷേപങ്ങൾ പിന്നീടാണ് പ്രത്യ ക്ഷത്തിൽ പുറത്തുവന്നതെങ്കിലും അതിന്റെ തുടക്കം തിരശീലയ്ക്ക് പിറകിൽ സോവിയറ്റ് കമ്യൂണിസ്റ്റ് പാർട്ടിയുടെ 20-ാം കോൺഗ്രസ് കഴിഞ്ഞതുമുതൽതന്നെ നടന്നുകൊണ്ടിരുന്നു.

ഈ അഭിപ്രായം ഏറ്റവും ശക്തിപ്പെട്ടത് ചൈനീസ് കമ്യൂണിസ്റ്റ് പാർട്ടിയിലാണ്. 1958-59 ൽത്തന്നെ അതിന്റെ ചില സൂചനകൾ പുറത്തുവരാൻ തുടങ്ങി. പാർട്ടിയുടെ അംഗസംഖ്യയിൽ ഒന്നാമത്തേതായ ചൈനീസ് കമ്യൂണിസ്റ്റ് പാർട്ടിക്ക് ലോകകമ്യൂണിസ്റ്റ് പ്രസ്ഥാനത്തിലുള്ള സ്ഥാനത്തിൽ മാത്രമല്ല ആ പാർട്ടിക്കകത്തുതന്നെ മാറ്റങ്ങൾ ഉണ്ടാകാൻ തുടങ്ങിയിരുന്നുവെന്നതാണ് യാഥാർത്ഥ്യം.

1957 ലെ മോസ്കോ പ്രഖ്യാപനത്തെക്കുറിച്ച് ഗൗരവതരമായ ചർച്ച യൊന്നും ഇന്ത്യൻ കമ്യൂണിസ്റ്റ് പാർട്ടിക്കകത്തു നടക്കുകയുണ്ടായില്ല.

1959 ൽ ഇന്ത്യാ-ചൈന അതിർത്തി തർക്കത്തിൽ ക്രൂഷ്ചേവ് നിഷ്പക്ഷനയം സ്വീകരിച്ചതും, ക്രൂഷ്ചേവിനെ അമേരിക്ക സന്ദർശി ക്കാൻ വാഷിങ്ടൺ ക്ഷണിച്ചതും, അമേരിക്ക സന്ദർശിച്ചതിനുശേഷം പാശ്ചാത്യ രാജ്യങ്ങളോട് മൃദുവായ സമീപനം ക്രൂഷ്ചേവ് കൈകൊണ്ടതുമെല്ലാം ചൈനയുടെ വിമർശനത്തിനിടയാക്കി.

1959 മേയിൽ ഇന്ത്യാ-ചൈന അതിർത്തിയിൽ സംഘട്ടനം നടന്നപ്പോൾ സാർവ്വദേശീയ കമ്യൂണിസ്റ്റ് പ്രസ്ഥാനത്തിൽ വ്യക്തമായ അഭിപ്രായവ്യത്യാസം ഉണ്ടായിരുന്നില്ല. സോവിയറ്റ് കമ്യൂണിസ്റ്റ് പാർട്ടിയും ചൈനീസ് കമ്യൂണിസ്റ്റ് പാർട്ടിയും തമ്മിലുള്ള ചെറിയ അഭിപ്രാ യവ്യത്യാസങ്ങൾ പരസ്യമായിരുന്നുമില്ല. എന്നാൽ 1960-തോടെ അവ തുറന്ന വിവാദമായിത്തീർന്നു. ലെനിന്റെ ജന്മവാർഷികത്തോടനുബന്ധിച്ച്

1960 ഏപ്രിലിൽ പ്രസിദ്ധീകരിച്ച നാലു പ്രസ്താവനകളിലൂടെ സോവിയറ്റ് കമ്യൂണിസ്റ്റ് പാർട്ടിയുടെ നയസമീപനങ്ങളെ ചൈനീസ് കമ്യൂണിസ്റ്റ് പാർട്ടി ശക്തമായി വിമർശിക്കുകയുണ്ടായി. ഏപ്രിൽ ആദ്യം സോവിയറ്റ് താത്ത്വിക പ്രസിദ്ധീകരണമായ *റെഡ് ഫ്ലാഗിൽ* വന്ന ലേഖനവും ഏപ്രിൽ 19 ന് *റെഡ് ഫ്ലാഗിന്റെ* എഡിറ്റോറിയൽ വിഭാഗം എഴുതിയ ലേഖനത്തിന്റെ രൂപത്തിലുള്ള പ്രഖ്യാപനവും ഏപ്രിൽ 22 ന് *പീപ്പിൾസ് ഡെയിലിയിൽ* പ്രസിദ്ധീകരിച്ച ലേഖനവും അതേദിവസം തന്നെ ചൈനീസ് പ്രചാരണ വകുപ്പ് (Propaganda Department) ഡയറക്ടർ ലു റ്റിൻഗി (Lu Tingi) നടത്തിയ പ്രസംഗവുമായിരുന്നു അവ. ഇവ നാലും ചേർത്ത് ഒരു പ്രത്യേക ലഘുലേഖയായി ചൈനീസ് കമ്യൂണിസ്റ്റ് പാർട്ടി പല ഭാഷകളിൽ പ്രിന്റ് ചെയ്യുകയും ലോകം മുഴുവൻ വിതരണം ചെയ്യുകയും ചെയ്തു. *പീക്കിങ് റിവ്യൂയിൽ* ഈ ലേഖനങ്ങളുടെ ഇംഗ്ലീഷ് തർജുമ വന്നപ്പോൾത്തന്നെ സി പി ഐ അക്കാര്യം ശ്രദ്ധിക്കുകയുണ്ടായി.

ഈ ലേഖനങ്ങളിൽ ഏറ്റവും പ്രധാനം ഏപ്രിൽ 19 ന് *റെഡ് ഫ്ലാഗിൽ* പ്രസിദ്ധീകരിച്ച *ലെനിനിസം നീണാൾ വാഴട്ടെ* (Long Live Leninism) എന്ന ലേഖനമാണ്. മാർക്സിസം–ലെനിനിസത്തിനും അതിന്റെ പ്രതിനിധിയെന്നാരോപിക്കപ്പെട്ട സോവിയറ്റ് കമ്യൂണിസ്റ്റ് പാർട്ടിക്കുമെതിരായ ഒരു നിശിത വിമർശനമായിരുന്നു ആ ലേഖനം. ലെനിനിസത്തിന്റെ അടിസ്ഥാനപ്രമാണങ്ങൾ ആ ലേഖനത്തിൽ പുനഃപ്രഖ്യാപിക്കുകയും ഇരുപതാം കോൺഗ്രസിൽവെച്ച് സി പി എസ് യു നേതൃത്വം ആവിഷ്കരിച്ച പുതിയ നയത്തെ *നവീന റിവിഷനിസം* എന്ന് യാതൊരു മറയും കൂടാതെ വിമർശിക്കുകയും ചെയ്തു. ക്രൂഷ്ചേവിന്റെ സമാധാനപരമായ സഹവർത്തിത്വം എന്ന നയം ലോകം മുഴുവനുമുള്ള വിപ്ലവശക്തികളുടെ സമരോത്സുകതയുടെ ശക്തി കുറയ്ക്കുമെന്ന് ലേഖനം പറഞ്ഞു. സോവിയറ്റ് കമ്യൂണിസ്റ്റ് പാർട്ടിക്കെതിരെ ചൈനീസ് കമ്യൂണിസ്റ്റ് പാർട്ടി ഉയർത്തിയ കലാപക്കൊടിയായിരുന്നു അത്. സാർവ്വദേശീയ മുതലാളിത്ത വാർത്താമാധ്യമങ്ങളിൽ ആ സംഭവം കോളിളക്കം സൃഷ്ടിച്ചു. ലോകത്തെങ്ങുമുള്ള കമ്യൂണിസ്റ്റ് വിരുദ്ധർ സോവിയറ്റ്–ചൈനീസ് അഭിപ്രായവ്യത്യാസം നന്നായി ഉപയോഗപ്പെടുത്തി.

ഇന്ത്യൻ കമ്യൂണിസ്റ്റ് പാർട്ടിക്കകത്തും ഇതിന്റെ പ്രതിഫലനം ഉണ്ടായി. ഒന്നാമതായി ഏപ്രിൽ ആദ്യം *റെഡ് ഫ്ലാഗിൽ* വന്ന ലേഖനത്തിന്റെ പ്രതിഫലനമായി എപ്രിൽ 24 ന് *ന്യൂഏജ്* വാരികയിൽ ലെനിന്റെ ജന്മവാർഷികത്തോടനുബന്ധിച്ച് ബി ടി രണദിവെ ഒരു ലേഖനമെഴുതി. തിരുത്തൽവാദത്തിനും പരിഷ്കരണവാദത്തിനുമെതിരെ ലെനിൻ നടത്തിയ സമരങ്ങളെയും അവയ്ക്കെതിരെ സന്ധിയില്ലാത്ത സമരം നടത്താനുള്ള ലെനിന്റെ ആഹ്വാനത്തെയും ലേഖനത്തിൽ രണദിവെ ഊന്നിപ്പറഞ്ഞു. മാർക്സിസം വളച്ചൊടിക്കാനുള്ള ക്രൂഷ്ചേവിന്റെ ശ്രമങ്ങളെ അദ്ദേഹത്തിന്റെ പേരെടുത്തു പറയാതെ വിമർശിക്കുകയായിരുന്നു രണദിവെ.

ഇതിന് വിപരീതമായി *ന്യൂഏജിന്റെ* അതേ ലക്കത്തിൽ തന്നെ പാർട്ടി ജനറൽ സെക്രട്ടറി അജയഘോഷ് എഴുതിയ ലേഖനത്തിൽ ക്രൂഷ്ചേവിന്റെ നടപടികളെ പുകഴ്ത്തിയിരുന്നു. ക്രൂഷ്ചേവ് അടുത്തകാലത്ത് ഇന്ത്യ സന്ദർശിച്ചതും, ക്യാമ്പ് ഡേവിഡ് കരാറും, കൂടിയാലോചനകൾ നടത്തേണ്ട ആവശ്യകതയുമൊക്കെ അതിൽ പരാമർശിച്ചിരുന്നു.

മേയ് 8 ന്റെ *ന്യൂ ഏജ്* വാരികയിൽ ഏപ്രിൽ 22 ന് ചൈനീസ് പ്രചാരണ വകുപ്പു ഡയറക്ടറായ ലു റ്റിൻഗി നടത്തിയ പ്രസംഗത്തിന്റെ ഭാഗങ്ങളും അതേ ദിവസം തന്നെ സോവിയറ്റ് കമ്യൂണിസ്റ്റ് പാർട്ടി കേന്ദ്രകമ്മിറ്റി സെക്രട്ടറിയായ ഓട്ടോ കുസിനെൻ (Otto Ku-usinen) മോസ്കോയിൽ നടത്തിയ പ്രസംഗത്തിന്റെയും നീണ്ടഭാഗങ്ങൾ കൊടുത്തിരുന്നു. സോവിയറ്റ് കമ്യൂണിസ്റ്റ് പാർട്ടിയുടെ ഇരുപതും ഇരുപത്തിയൊന്നും പാർട്ടി കോൺഗ്രസുകളിൽ യുദ്ധം തടയാനുള്ള സാദ്ധ്യതയെക്കുറിച്ച് എടുത്ത നയം, അതായത് സമാധാനപരമായ സഹവർത്തിത്വം നിർണ്ണായകമായ പ്രാധാന്യമുള്ളതാണെന്നും അതു മാർക്സിസത്തിനുതന്നെ ഒരു പുതിയ സംഭാവനയാണെന്നുമായിരുന്നു ലെനിനിന്റെ ജന്മവാർഷികത്തോടനുബന്ധിച്ച് നടത്തിയ കുസിനെന്റെ പ്രസംഗത്തിൽ പറഞ്ഞിരുന്നത്. ചൈനീസ് കമ്യൂണിസ്റ്റ് പാർട്ടിക്കുള്ള ആദ്യത്തെ പ്രധാനപ്പെട്ട മറുപടിയായിരുന്നു ഈ പ്രസംഗം.

മൂന്നാമതായി, 1960 മേയ് മാസത്തിൽ നാഷണൽ കൗൺസിൽ മീറ്റിങ് കൂടിയപ്പോൾ 'മാർക്സിസത്തിന്റെ പവിത്രത സംരക്ഷിക്കുന്ന' ചൈനീസ് കമ്യൂണിസ്റ്റ് പാർട്ടിയെ പുകഴ്ത്തിക്കൊണ്ട് ഇടതുപക്ഷക്കാർ പ്രസംഗിച്ചപ്പോൾ ക്രൂഷ്ചേവിന്റെ 'സൃഷ്ടിപരമായ മാർക്സിസ' (Creative Marxism) ത്തെ പിന്താങ്ങി വലതുപക്ഷക്കാർ സംസാരിച്ചു.[5]

നാലാമതായി, *ന്യൂഏജ്* മാസികയുടെ എഡിറ്ററായിരുന്ന രണദിവെ മാസികയുടെ മേയ് ജൂൺ ലക്കങ്ങളുടെ അവസാനം പുറത്തു ഫുൾ പേജിൽ *പീക്കിങ് റിവ്യൂവിന്റെ* പരസ്യം നല്കുകയും ജൂൺ ലക്കത്തിൽ *ലെനിനിസം നീണാൾ വാഴട്ടെ* എന്ന ലേഖനം പുനഃപ്രസിദ്ധീകരിക്കുകയും ചെയ്തു. അതിന് ബദലായി വലതുപക്ഷ വിഭാഗം ജൂലൈ 3 ന്റെ *ന്യൂഏജ്* വാരികയിൽ റൂമേനിയൻ പാർട്ടി കോൺഗ്രസിൽ ക്രൂഷ്ചേവ് ചൈനീസ് കമ്യൂണിസ്റ്റ് പാർട്ടിയെ ആക്രമിച്ചുകൊണ്ടു നടത്തിയ പ്രസംഗത്തിന്റെ ഭാഗങ്ങൾ ഉദ്ധരിക്കുകയുണ്ടായി.

സി പി എസ് യുവും സി പി സിയും തമ്മിലുള്ള അടുത്ത പ്രധാന തർക്കം നടന്നത് 1960 ജൂൺ ആദ്യവാരം പീക്കിങ്ങിൽവെച്ചു നടന്ന വേൾഡ് ഫെഡറേഷൻ ഓഫ് ട്രേഡ് യൂണിയൻ (W F T U) സമ്മേളനത്തിൽ വെച്ചാണ്. നിരായുധീകരണം, യുദ്ധം, സാമ്രാജ്യത്വത്തിന്റെ സ്വഭാവം തുടങ്ങിയവയോടുള്ള സോവിയറ്റ് സമീപനങ്ങൾ വേൾഡ് ഫെഡറേഷൻ ഓഫ് ട്രേഡ് യൂണിയൻ ഉപേക്ഷിക്കണമെന്നാവശ്യപ്പെട്ടുകൊണ്ട് ചൈനീസ് പ്രതിനിധികൾ ശക്തമായി പ്രചാരണം നടത്തി. ഇതിനെതിരെ സോവിയറ്റ് പ്രതിനിധികളും രംഗത്തുവന്നു. എന്നാൽ

ഭൂരിപക്ഷം പ്രതിനിധികളും സോവിയറ്റ് നിലപാട് സ്വീകരിക്കുകയാണുണ്ടായത്. സി പി ഐയിലെ വലതുപക്ഷ വിഭാഗത്തിന്റെ പ്രമുഖനേതാവും എ ഐ ടി യു സി പ്രസിഡന്റും വേൾഡ് ട്രേഡ് യൂണിയന്റെ വൈസ് പ്രസിഡന്റുമായ ഡാങ്കെ ചൈനീസ് വിമർശനത്തെ ചെറുക്കുന്നതിൽ സോവിയറ്റ് പ്രതിനിധികളെ അങ്ങേയറ്റം സഹായിക്കുകയുണ്ടായി.

സോവിയറ്റ് കമ്യൂണിസ്റ്റ് പാർട്ടിയുടെ നയത്തിനെതിരെ ചൈനീസ് പാർട്ടി നടത്തിയ വിമർശനങ്ങൾ ഇന്ത്യൻ കമ്യൂണിസ്റ്റ് പാർട്ടിക്കകത്തുണ്ടായ മാറ്റങ്ങളെക്കുറിച്ച് ഇ എം എസ് എഴുതി:

> മറ്റു രാജ്യങ്ങളിലെന്നപോലെ ഇന്ത്യയിലും കമ്യൂണിസ്റ്റുകാർക്കിടയിൽ സോവിയറ്റ് പാർട്ടിക്കെതിരായ നിലപാടെടുക്കാൻ ഇത് സഹായിച്ചു. മുമ്പുതന്നെ ഇന്ത്യയെക്കുറിച്ചുള്ള സോവിയറ്റ് നിലപാടിൽ അതൃപ്തിയുണ്ടായിരുന്ന സഖാക്കൾക്ക് 20-ാം കോൺഗ്രസ് രൂക്ഷമായ ആഘാതമേല്പിച്ച കാര്യം ഇതിനുമുമ്പ് പറഞ്ഞിട്ടുണ്ടല്ലോ. എങ്കിലും അന്നൊന്നും എതിർപ്പ് പരസ്യമായി പ്രകടിപ്പിക്കാൻ അവർക്ക് ധൈര്യം ഉണ്ടായിരുന്നില്ല. ഇപ്പോഴാണ് ലോകത്തിലാകെ ആദരിക്കപ്പെടുന്ന ചൈനീസ് കമ്യൂണിസ്റ്റ് പാർട്ടി സോവിയറ്റ് സഖാക്കൾ വ്യക്തമായ റിവിഷനിസ്റ്റ് നിലപാട് എടുക്കുന്നുവെന്ന ആരോപണം പരസ്യമായി ഉന്നയിക്കുന്നത്.
>
> ഇന്ത്യൻ സഖാക്കളിലൊരു വിഭാഗത്തിന്റെ ഉള്ളിന്റെ ഉള്ളിലുള്ള വികാരങ്ങൾക്ക് പ്രകടരൂപം നല്കാൻ ഇത് സഹായിച്ചു. സോവിയറ്റ് പാർട്ടിയുടെ റിവിഷനിസത്തിനെതിരായി ചൈനീസ് പാർട്ടി വിപ്ലവപരമായ നിലപാടെടുക്കുന്നുവെന്ന പ്രതീതി അവരിൽ ജനിച്ചു. മറ്റു മിക്ക സഹോദര പാർട്ടികളിലുമെന്നപോലെ സോവിയറ്റ് ചേരി ചൈനീസ് ചേരി എന്നിവ ഇന്ത്യയിലും പ്രത്യക്ഷപ്പെട്ടു.[6]

അതുപോലെതന്നെ അതിർത്തി പ്രശ്നത്തിൽ ചൈനയ്ക്കെതിരായ വിമർശനത്തിൽ സംയമനം പാലിക്കുന്ന ഒരു നയമായിരുന്നല്ലോ മീററ്റ് നാഷണൽ കൗൺസിൽ യോഗം എടുത്തത്. ആ സംയമനം തകർക്കാൻ സോവിയറ്റ്-ചൈനാ അഭിപ്രായവ്യത്യാസം സഹായിച്ചു. അതേക്കുറിച്ച് ഇ എം എസ് എഴുതി:

> ഇന്ത്യയിൽ അതിർത്തി പ്രശ്നത്തെച്ചൊല്ലി ചൈനാവിരുദ്ധ പ്രചാരവേലയിലേർപ്പെട്ടിരുന്ന ബൂർഷ്വാമാധ്യമങ്ങൾ സാർവ്വദേശീയ പ്രസ്ഥാനത്തിലെ ഭിന്നിപ്പ് മുതലെടുത്ത് സി പി ഐക്കെതിരെ കൂടുതൽ ആക്രമണങ്ങൾ നടത്തുവാൻ തുടങ്ങി. പാർട്ടിക്കുള്ളിലാകട്ടെ ബൂർഷ്വാസിക്കൊപ്പം ചൈനാവിരുദ്ധ പ്രചാര വേലയി

ലേർപ്പെടാൻ ആഗ്രഹിച്ചിരുന്നവർക്ക് അതിർത്തിത്തർക്ക പ്രശ്നത്തിൽ, ചൈനയ്ക്കെതിരായ വിമർശനത്തിൽ പാർട്ടി കാണിച്ചിരുന്ന സംയമനം തകർക്കാൻ സോവിയറ്റ്-ചൈനാ അഭിപ്രായവ്യത്യാസങ്ങൾ അവസരം നല്കി.[7]

1960 ലെ ബുക്കാറസ്റ്റ് സമ്മേളനം

ലോകകമ്യൂണിസ്റ്റ് പ്രസ്ഥാനത്തിലെ അഭിപ്രായവ്യത്യാസങ്ങൾ പരിഹരിക്കുന്നതിനുവേണ്ടി റുമേനിയൻ വർക്കേഴ്സ് പാർട്ടിയുടെ മൂന്നാം കോൺഗ്രസിനോടനുബന്ധിച്ച് 1960 ജൂൺ 24 മുതൽ 26 വരെ ബുക്കാറസ്റ്റിൽവെച്ച് അനൗപചാരികമായി നടത്തിയ ഏതാനും പാർട്ടികളുടെ പ്രാഥമിക സമ്മേളനത്തിൽ ഇന്ത്യൻ കമ്യൂണിസ്റ്റ് പാർട്ടിയുടെ പ്രതിനിധികളായി ഭൂപേശ് ഗുപ്തയും ബസവ പുന്നയ്യയും പങ്കെടുത്തു. സോവിയറ്റ്-ചൈനീസ് പാർട്ടികൾ തമ്മിലുള്ള ആക്രമണ-പ്രത്യാക്രമണ വേദിയായി സമ്മേളനം മാറുകയുണ്ടായി. ചൈനീസ് പാർട്ടിയുടെ പേരെടുത്തു പറയാതെ ചൈനയുടെ സമീപനത്തെ പരസ്യമായി വിമർശിച്ച ക്രൂഷ്ചേവ് സമ്മേളനത്തിൽ പങ്കെടുത്ത പാർട്ടികളെ അഭിസംബോധന ചെയ്യവെ ഇന്ത്യയോടും മറ്റു ഏഷ്യൻ രാജ്യങ്ങളോടുമുള്ള ചൈനയുടെ സമീപനത്തെയും മറ്റും രൂക്ഷമായി വിമർശിക്കുകയും ചെയ്തു.[8] സമ്മേളനത്തിൽ പങ്കെടുത്ത ബഹുഭൂരിപക്ഷം പാർട്ടികളും ക്രൂഷ്ചേവിനെ പിന്തുണച്ചെങ്കിലും ഇന്ത്യൻ പാർട്ടിയുടെ പ്രതിനിധിയായി സമ്മേളനത്തിൽ പ്രസംഗിച്ച ഭൂപേശ് ഗുപ്ത ചൈനീസ് പാർട്ടിക്കെതിരെ സോവിയറ്റ് പാർട്ടിയുടെ കൂടെ നില്ക്കാൻ തയ്യാറായില്ല.[9] അതുകൊണ്ട് സഹോദര പാർട്ടികളുടെ ഒരു സൗഹാർദ്ദസമ്മേളനം വിളിച്ചുചേർക്കേണ്ടതാണെന്ന് തീരുമാനിച്ചു. അങ്ങനെയാണ് 81 പാർട്ടികളുടെ സമ്മേളനം 1960 നവംബറിൽ മോസ്കോയിൽവെച്ച് കൂടിയത്.

1960 ആഗസ്ത് 10 മുതൽ 17 വരെ ന്യൂഡൽഹിയിൽ ചേർന്ന കേന്ദ്ര എക്സിക്യൂട്ടീവ് കമ്മിറ്റിയോഗം ബുക്കാറസ്റ്റിൽ ചേർന്ന 12 പാർട്ടികൾ പുറപ്പെടുവിച്ച കമ്യൂണിക്കെ അംഗീകരിക്കുകയുണ്ടായി.[10]

1960 സെപ്തംബർ 4 മുതൽ 7 വരെ കൂടിയ കേന്ദ്ര എക്സിക്യൂട്ടീവ് കമ്മിറ്റി യോഗം യുദ്ധം ഒഴിവാക്കുന്ന കാര്യത്തിൽ, ഇന്ത്യയോടുള്ള നയത്തിന്റെ കാര്യത്തിൽ, സമാധാനപരമായ മാറ്റത്തിലൂടെ സോഷ്യലിസം സ്ഥാപിക്കാനുള്ള കാര്യത്തിൽ, മാർക്സിസ്റ്റ്-ലെനിനിസ്റ്റ് തത്ത്വങ്ങൾ സൃഷ്ടിപരമായി നടപ്പിലാക്കുന്ന കാര്യത്തിൽ ഒക്കെ സോവിയറ്റ് യൂണിയന്റെ നിലപാടിനെ പിന്താങ്ങുന്ന ഒരു പ്രമേയം പാസാക്കി. ചൈനയുടെ പേരെടുത്തു പറയാതെയുള്ള ആ പ്രമേയം ചൈനീസ് നിലപാടിനെ തള്ളിക്കളയുന്നതായിരുന്നു. ഇതേ യോഗംതന്നെ പ്രസിദ്ധീകരിക്കുന്നതിനല്ലാതെ രഹസ്യമായി ഒരു പ്രമേയവും പാസാക്കുകയുണ്ടായി. *സാർവ്വദേശീയ കമ്യൂണിസ്റ്റ് പ്രസ്ഥാനത്തിനു മുന്നിലുള്ള ചില ചോദ്യങ്ങൾ* (On Certain Questions Before the International Communist Movement)

എന്ന തലക്കെട്ടിലുള്ള ആ പ്രമേയം സി ഇ സിയിൽ ചർച്ചയ്ക്ക് വന്നപ്പോൾ രണദിവെയും പശ്ചിമബംഗാൾ, പഞ്ചാബ് തുടങ്ങിയ സംസ്ഥാനങ്ങളിൽ നിന്നുമുള്ള ഇടതുപക്ഷ വിഭാഗ അംഗങ്ങളും അതിനെ ശക്തമായി എതിർക്കുകയുണ്ടായി. *സമാധാന മേഖല* (Peace Zone) യുടെയും മറ്റും കാര്യത്തിൽ സോവിയറ്റ് യൂണിയനെ പിന്തുണയ്ക്കാൻ പ്രമേയം തീരുമാനിച്ചു. ദലായ്‌ലാമയ്ക്ക് അഭയം നല്കിയതിന് പ്രമേയം ഇന്ത്യാ ഗവൺമെന്റിനെ കുറ്റപ്പെടുത്തി. അതേസമയം തിബറ്റൻ കലാപകാരികളുടെ 'യുദ്ധം നയിക്കുന്ന കേന്ദ്ര'മായി കാലിംപോങ്ങിനെ ചൈന വിവരിച്ചതിനെയും, ദലായിലാമ പ്രസ്താവന പുറപ്പെടുവിക്കുന്നത് ഇന്ത്യയുടെ 'സമ്മർദ്ദത്തിന് വിധേയരായിട്ടാണെ'ന്ന് തറപ്പിച്ചു പറഞ്ഞതിനെയും 'രാജ്യാതിർത്തി വിപുലപ്പെടുത്തൽ', 'ഇന്ത്യൻ വികസന മോഹം' എന്നൊക്കെ പറഞ്ഞതിനെയും പ്രമേയം ശക്തമായി എതിർത്തു. ഇന്ത്യൻ കമ്യൂണിസ്റ്റ് പാർട്ടിയുടെ അഭിപ്രായങ്ങൾ മനസ്സിലാക്കാൻ ഒരു ശ്രമവും നടത്താതെ ഇന്ത്യൻ സാഹചര്യങ്ങളെക്കുറിച്ച് ചൈന നടത്തുന്ന ആരോപണങ്ങൾ തെറ്റായതാണെന്നും പ്രമേയം പറഞ്ഞു. 'സമാധാനക്യാമ്പിലെ രണ്ടു രാജ്യങ്ങൾ തമ്മിലുള്ള' അഭിപ്രായ വ്യത്യാസങ്ങൾ എന്നുപറഞ്ഞുകൊണ്ട് ഇന്ത്യാ-ചൈനാ തർക്കത്തെപ്പറ്റിയുള്ള വിലയിരുത്തൽ ശരിയായ നിലപാടാണെന്ന് പ്രമേയം വെളിപ്പെടുത്തി. ചൈനയുടെ പ്രവർത്തി സി പി ഐയ്ക്ക് ദോഷകരമായിത്തീർന്നുവെന്ന് പ്രമേയം പരോക്ഷമായി സൂചിപ്പിച്ചു. ഇന്ത്യയിലെ ദേശീയ ബൂർഷ്വാസിയുടെ പങ്കിനെ വിലയിരുത്തുന്ന കാര്യത്തിലുണ്ടായ തെറ്റിന്റെ ഫലമായാണ് ചൈനീസ് കമ്യൂണിസ്റ്റ് പാർട്ടിക്ക് വഴിപിഴയ്ക്കാൻ കാരണമെന്ന് പ്രമേയം ചൂണ്ടിക്കാണിച്ചു. ഈ വിലയിരുത്തലിനോട് ഇന്ത്യൻ കമ്യൂണിസ്റ്റുപാർട്ടി യോജിക്കുന്നില്ലെന്നും സമാധാനപരമായ മാർഗ്ഗത്തിലൂടെ അധികാരത്തിൽ വരാനുള്ള സാദ്ധ്യതയുണ്ടെന്നു ഇന്ത്യൻ കമ്യൂണിസ്റ്റുപാർട്ടി വിശ്വസിക്കുന്നുവെന്നും പ്രമേയം വ്യക്തമാക്കി. അതുപോലെ തന്നെ വേൾഡ് ഫെഡറേഷൻ ഓഫ് ട്രേഡ് യൂണിയൻ കോൺഗ്രസിന്റെ യോഗത്തിൽ ചൈനീസ് ട്രേഡ് യൂണിയൻ നേതാവ് ലിയു നിൻഗി (Liu Ningi) ഉൾപാർട്ടി തർക്കം ഉണ്ടാക്കാൻ നടത്തിയ ശ്രമങ്ങളെയും പ്രമേയം വിമർശിച്ചു.[11]

കേന്ദ്രഎക്സിക്യൂട്ടീവ് കമ്മിറ്റി പാസാക്കിയ ഈ പ്രമേയത്തോട് ഇടതുപക്ഷ വിഭാഗം നേതാക്കൾക്കും ഇടതുപക്ഷക്കാർക്ക് ഭൂരിപക്ഷമുള്ള കമ്മിറ്റികൾക്കും ശക്തമായ എതിർപ്പുണ്ടായിരുന്നു. ഒക്ടോബർ 21 ന് പശ്ചിമബംഗാൾ പാർട്ടി പാസാക്കിയ ഒരു പ്രമേയത്തിൽ ചൈനീസ് കമ്യൂണിസ്റ്റ് പാർട്ടിയുടെ അഭിപ്രായങ്ങൾ ശരിയായി പഠിക്കാതെ കേന്ദ്ര എക്സിക്യൂട്ടീവ് കമ്മിറ്റി എടുത്ത തീരുമാനം തെറ്റായതും ഹാനികരവും (Wrong and Harmful) ആണെന്ന് വിശേഷിപ്പിച്ചു. ചൈനയെ വിമർശിച്ചുകൊണ്ടുള്ള സോവിയറ്റ് നേതാക്കളുടെ നിരവധി പ്രസംഗങ്ങളും ലേഖനങ്ങളും ചില സോവിയറ്റ് രേഖകളും ഒന്നും കണക്കിലെടുക്കാതെ

സോവിയറ്റ് ആരോപണങ്ങളുടെയും *റെഡ് ഫ്ലാഗിൽ* വന്ന ഒന്നോ രണ്ടോ ലേഖനങ്ങളുടെയും ഒന്നോ രണ്ടോ പ്രസംഗങ്ങളുടെയും അടിസ്ഥാനത്തിൽ ഏകപക്ഷീയമായ തീരുമാനം സി ഇ സി കൈക്കൊണ്ടതിനെ പ്രമേയം ശക്തമായി വിമർശിച്ചു.

സോവിയറ്റ് കമ്യൂണിസ്റ്റ് പാർട്ടിയും ചൈനീസ് കമ്യൂണിസ്റ്റ് പാർട്ടിയും വളരെ വിപ്ലവ അനുഭവങ്ങളുള്ളവയും, മാർക്സിസം–ലെനിനിസം മൂർത്തമായ സാഹചര്യങ്ങളിൽ പ്രായോഗികമായി നടപ്പിലാക്കിക്കൊണ്ടിരിക്കുന്നവയും, മഹത്തായ വിപ്ലവങ്ങൾ നയിച്ചവയും, ലോകവിപ്ലവപ്രസ്ഥാനത്തിൽ വമ്പിച്ച സ്വാധീനം ചെലുത്തിക്കൊണ്ടിരിക്കുന്നവയുമാണെന്ന കാര്യം ഇന്ത്യൻ പാർട്ടി പ്രത്യേകം ശ്രദ്ധിക്കേണ്ടതുണ്ടെന്ന് പ്രമേയം ഓർമ്മിപ്പിച്ചു.[12]

സാർവ്വദേശീയ കമ്യൂണിസ്റ്റ് പ്രസ്ഥാനത്തിലുണ്ടായ തർക്കങ്ങളിൽ പാർട്ടിയിലെ വലതുപക്ഷവിഭാഗം പൂർണ്ണമായും സോവിയറ്റ് കമ്യൂണിസ്റ്റ് പാർട്ടിയുടെ ഭാഗത്ത് ചേരുന്ന ഒരവസ്ഥയാണ് 1960 കളുടെ ആരംഭം മുതൽ കാണാൻ കഴിഞ്ഞത്. പാർട്ടിയിലെ ഇടതുപക്ഷം ഇതിനെ ശക്തമായി എതിർക്കുകയുണ്ടായി. 1961 ജനുവരിയിൽ *സി പി ഐക്ക് അകത്തെ തിരുത്തൽവാദ പ്രവണത* (Revisionist Trends in the CPI) എന്ന തലക്കെട്ടിൽ ഒരു രേഖ പശ്ചിമബംഗാൾ സംസ്ഥാന സെക്രട്ടറി പ്രമോദ്ദാസ് ഗുപ്ത ചർച്ചയ്ക്കുവേണ്ടി പാർട്ടിക്കകത്തു വിതരണം ചെയ്യുകയുണ്ടായി. സാമ്രാജ്യത്വത്തിനും ബൂർഷ്വാസിക്കും കീഴടങ്ങുന്നതാണ് അജയഘോഷിന്റെ നയങ്ങൾ എന്ന് ആ രേഖയിൽ അദ്ദേഹം കുറ്റപ്പെടുത്തി.[13]

ഇതുപോലൊരു രേഖ പഞ്ചാബ് സംസ്ഥാന ഘടകവും സമർപ്പിച്ചിരുന്നു. ഈ രേഖകളെക്കുറിച്ച് സമഗ്രമായ ചർച്ച ആവശ്യപ്പെട്ടിരുന്നെങ്കിലും ആ ചർച്ച അട്ടിമറിക്കപ്പെടുകയാണുണ്ടായത്. ആ രേഖകൾ ചർച്ച ചെയ്യേണ്ടത് അടിയന്തരമായ ഒരു കാര്യമായി നാഷണൽ കൗൺസിൽ പോലും കണക്കാക്കിയില്ല.

1960 നവംബറിലെ 81 പാർട്ടികളുടെ മോസ്കോ സമ്മേളനം

റുമേനിയയിലെ ബുക്കാറസ്റ്റിൽവെച്ച് നടന്ന സമ്മേളനം ആക്രമണ–പ്രത്യാക്രമണ വേദിയായതിനെത്തുടർന്ന് സഹോദര പാർട്ടികളുടെ ഒരു സൗഹാർദ്ദ സമ്മേളനം വിളിച്ചുചേർക്കേണ്ടതാണെന്ന് തീരുമാനിക്കപ്പെട്ടു. 1960 നവംബറിൽ മോസ്കോയിൽവെച്ചായിരുന്നു സമ്മേളനം.

സമ്മേളനത്തിൽ പങ്കെടുക്കാൻ ഇന്ത്യയിലെ പാർട്ടിക്കും ക്ഷണം ലഭിച്ചു. അതിനെത്തുടർന്ന് സമ്മേളനത്തിൽ കൈക്കൊള്ളേണ്ട നിലപാട് തീരുമാനിക്കാനും അതിലേക്കുള്ള പ്രതിനിധികളെ നിശ്ചയിക്കുവാനുമായി പാർട്ടി കേന്ദ്ര എക്സിക്യൂട്ടീവിന്റെ ഒരു യോഗം വിളിച്ചുകൂട്ടപ്പെട്ടു. 1960 സെപ്തംബർ 4 മുതൽ 7 വരെയായിരുന്നു യോഗം. ലോക കമ്യൂണിസ്റ്റ് പ്രസ്ഥാനത്തിലെ വിവാദവിഷയങ്ങളെക്കുറിച്ച് മറ്റു സഹോദര പാർട്ടികളിൽ എന്നപോലെ ഇന്ത്യൻപാർട്ടിയിലും രൂക്ഷമായ അഭിപ്രായ

വ്യത്യാസം ഉണ്ടായിരുന്നു. എന്നാൽ സഹോദര പാർട്ടികൾക്കില്ലാത്ത ഒരു പ്രശ്നത്തിലും—ഇന്ത്യാ-ചൈന അതിർത്തി തർക്കം—ഇന്ത്യൻ പാർട്ടിയിൽ രൂക്ഷമായ അഭിപ്രായവ്യത്യാസമുണ്ടായിരുന്നു. അങ്ങനെ സാർവ്വദേശീയ-ദേശീയ പ്രശ്നങ്ങളിൽ കേന്ദ്ര എക്സിക്യൂട്ടീവ് കമ്മിറ്റി അംഗങ്ങൾക്കിടയിൽ ഒരുപോലെ ഗുരുതരമായ അഭിപ്രായവ്യത്യാസങ്ങൾ ഉണ്ടായിക്കഴിഞ്ഞിരുന്നു. ഈ അഭിപ്രായവ്യത്യാസങ്ങൾ പരിഹരിക്കുകയും പ്രതിനിധിസംഘത്തെ നിശ്ചയിക്കുകയും മാത്രമല്ല വ്യത്യസ്ത താത്ത്വിക രാഷ്ട്രീയ നയക്കാരായ എക്സിക്യൂട്ടീവ് അംഗങ്ങളുടെ ലിസ്റ്റ് ആ യോഗത്തിൽവെച്ച് തയ്യാറാക്കേണ്ടിയിരുന്നു. അതുകൊണ്ട് ഇന്ത്യൻ കമ്യൂണിസ്റ്റ് പാർട്ടിയുടെ പ്രതിനിധിസംഘം മോസ്കോ സമ്മേളനത്തിലവതരിപ്പിക്കേണ്ട നിലപാട് സംബന്ധിച്ച് കേന്ദ്ര എക്സിക്യൂട്ടീവ് കമ്മിറ്റി അംഗീകരിച്ച രേഖ ഏകകണ്ഠമായിരുന്നില്ല. വോട്ടെടുപ്പു നടത്തി ഒരൊറ്റ വോട്ടിന്റെ ഭൂരിപക്ഷത്തിലാണ് രേഖ അംഗീകരിച്ചത്. രൂക്ഷമായ ഈ അഭിപ്രായ വ്യത്യാസം സമ്മേളനത്തിൽ പങ്കെടുക്കാൻവേണ്ടി തിരഞ്ഞെടുത്ത പ്രതിനിധി സംഘത്തിന്റെ ഘടനയിലും പ്രതിഫലിച്ചു. പാർട്ടി ജനറൽ സെക്രട്ടറി അജയഘോഷിന്റെ നേതൃത്വത്തിൽ 5 അംഗ പ്രതിനിധി സംഘത്തെയാണ് തിരഞ്ഞെടുത്തത്. ഇവരിൽ അജയഘോഷും എസ് എ ഡാങ്കെയും വലതുപക്ഷ നേതൃത്വത്തിൽപ്പെട്ടവരായിരുന്നു. പി രാമമൂർത്തി, ഭൂപേശ് ഗുപ്ത എന്നിവർ ഇടതുപക്ഷചിന്താഗതിക്കാരായിരുന്നു. അഞ്ചാമത്തെ പ്രതിനിധിയായ ഇ എം എസ് നമ്പൂതിരിപ്പാട് നടുനിലക്കാരനായിരുന്നെങ്കിലും ഇടതുപക്ഷക്കാരോട് അടുത്തു നില്ക്കുന്നയാളായിരുന്നു.

കേന്ദ്ര എക്സിക്യൂട്ടീവ് കമ്മിറ്റിയിൽ ഇത്ര രൂക്ഷമായ ഭിന്നിപ്പുണ്ടായിട്ടും നാഷണൽ കൗൺസിൽ യോഗം വിളിച്ചുകൂട്ടി കാര്യങ്ങൾ ചർച്ച ചെയ്യുകയുണ്ടായില്ല. ഈ ഭൂരിപക്ഷ തീരുമാനം പാർട്ടിക്കകത്താകെ റിപ്പോർട്ടുചെയ്യുകയും പാർട്ടി തീരുമാനമെന്ന നിലയ്ക്ക് അടിച്ചേല്പിക്കുകയുമാണ് ചെയ്തത്.[14]

മൂന്നാഴ്ചക്കാലം നീണ്ടുനിന്ന സമ്മേളനത്തിൽ ഓരോ പ്രതിനിധി സംഘത്തലവനും താന്താങ്ങളുടെ പാർട്ടി നിലപാട് വിശദീകരിച്ചു സംസാരിക്കുകയുണ്ടായി. അതോടൊപ്പം അവസാനം പുറപ്പെടുവിക്കേണ്ട യോജിച്ച പ്രസ്താവനയ്ക്ക് രൂപം നല്കാനായി എഡിറ്റോറിയൽ സമിതിയും കൂടികൊണ്ടിരുന്നു. ചർച്ചകളിൽ സോവിയറ്റ് ചേരിക്ക് നേതൃത്വം നല്കിയ ക്രൂഷ്ചേവ് തന്നെയായിരുന്നു ആ പാർട്ടിയുടെ നിലപാട് വ്യക്തമാക്കിക്കൊണ്ട് പ്രസംഗിച്ചത്. ചൈനീസ് പ്രതിനിധി സംഘത്തിന്റെ നേതാവ് ലു ഷാവ് ക്വി ആയിരുന്നെങ്കിലും പാർട്ടിയുടെ നിലപാട് വ്യക്തമാക്കിക്കൊണ്ടുള്ള പ്രസംഗം നടത്തിയത് അന്ന് പാർട്ടിയുടെ ജനറൽ സെക്രട്ടറിയായിരുന്ന ദെങ് സിയോവോ പിങ് ആയിരുന്നു.[15] ഇന്ത്യൻ പാർട്ടിക്കുവേണ്ടി അജയ്ഘോഷ് പ്രസംഗം എഴുതി വായിക്കുകയും ഭൂപേശ് ഗുപ്ത എഡിറ്റോറിയൽ സമിതിയിൽ പങ്കെടു

ക്കുകയും ചെയ്തു.[16] സമ്മേളനത്തിൽ പങ്കെടുത്ത 81 പാർട്ടികളുടെയും പ്രതിനിധികളുടെ പ്രസംഗങ്ങൾക്കുശേഷം സമ്മേളനത്തിന്റെ വകയായി ഒരു പ്രഖ്യാപനം ഡിസംബർ ഒന്നിന് ഏകകണ്ഠമായി അംഗീകരിച്ചു. സമ്മേളനത്തിൽ പങ്കെടുത്തവരുടെയെല്ലാം യോജിച്ച അഭിപ്രായത്തിന് വാക്രൂപം നല്കിക്കൊണ്ട് സമ്മേളനാന്ത്യത്തിൽ പ്രസിദ്ധീകരണത്തിന് നല്കിയ ആ പ്രസ്താന സാർവ്വദേശീയപ്രസ്ഥാനം നേരിടുന്ന പ്രശ്നങ്ങളെക്കുറിച്ചുള്ള സമഗ്രമായ ഒരു രേഖയായിരുന്നു.

ഇതോടെ സാർവ്വദേശീയ കമ്യൂണിസ്റ്റ് പ്രസ്ഥാനത്തിനകത്ത് ഐക്യം പുനഃസ്ഥാപിച്ചുവെന്ന് കരുതി. ഏതാനുംദിവസം ആ പ്രതീതി നിലനിന്നു. എന്നാൽ പുനഃസ്ഥാപിക്കപ്പെട്ട ഐക്യം വെറും തൊലിപ്പുറമെയുള്ളതായിരുന്നുവെന്ന് അധികം കഴിയുന്നതിനുമുമ്പ് ബോദ്ധ്യമായി. സമ്മേളനം അംഗീകരിച്ച രേഖയുടെ സത്തയെച്ചൊല്ലി അഭിപ്രായവ്യത്യാസങ്ങൾപൊട്ടിപ്പുറപ്പെട്ടു. സോവിയറ്റ്–ചൈനീസ് പാർട്ടികൾ തമ്മിലുള്ള കത്തിടപാടുകളിലൂടെയാണ് ഈ അഭിപ്രായ വ്യത്യാസം സാർവ്വദേശീയ തലത്തിൽ പരസ്യമാക്കപ്പെട്ടത്. സമ്മേളനത്തിന് മുമ്പുണ്ടായിരുന്നതിനേക്കാൾ കൂടുതൽ ശക്തിയോടെ വാദവിവാദങ്ങൾ തുടർന്നു. ലോക കമ്യൂണിസ്റ്റ് പ്രസ്ഥാനത്തിലെ പിളർപ്പ് ഇതോടെ പൂർത്തിയായിക്കഴിഞ്ഞു.

81 പാർട്ടികളുടെ സമ്മേളനം ചർച്ച ചെയ്ത് എടുത്ത തീരുമാനങ്ങൾ, അവയോട് സോവിയറ്റ് ചേരിക്കും ചൈനീസ് ചേരിക്കുമുള്ള പ്രതികരണം എന്നിവയെ പറ്റി ഇ എം എസ് നമ്പൂതിരിപ്പാട് എഴുതി:

> ഒന്ന്, മനുഷ്യസമൂഹത്തിന്റെ വളർച്ചയിൽ ഒരു പുതിയ ചരിത്ര കാലഘട്ടത്തിന്റെ തുടക്കം രണ്ടാംലോകമഹായുദ്ധത്തിന്റെ അവസാനത്തോടെ വന്നുകഴിഞ്ഞുവെന്നതാണ് മോസ്കോരേഖ ഏകകണ്ഠമായി അഭിപ്രായപ്പെട്ടത്. മനുഷ്യസമൂഹം സോഷ്യലിസത്തിലേക്ക് നീങ്ങിക്കൊണ്ടിരിക്കുകയാണ്. രണ്ടാംലോക മഹായുദ്ധത്തിനുശേഷം ആ പ്രക്രിയ കൂടുതൽ ശക്തിപ്പെട്ടിരിക്കുന്നുവെന്ന് സമ്മേളനം അഭിപ്രായപ്പെട്ടു. യുദ്ധാനന്തര വർഷങ്ങളിൽ ദേശീയ സ്വാതന്ത്ര്യം നേടിയ മൂന്നാം ലോകരാജ്യങ്ങൾ സാമ്രാജ്യാധിപത്യം അങ്ങേയറ്റം ക്ഷീണിച്ചതിന്റെ തെളിവാണ്. കിട്ടിയ സ്വാതന്ത്ര്യം ഉറപ്പിക്കുന്നതിനുവേണ്ടി അവർ നടത്തുന്ന ശ്രമത്തോടൊപ്പം സോഷ്യലിസ്റ്റ് സമൂഹം കെട്ടിപ്പടുത്തുതുടങ്ങിയ ഒരു ഡസനിലേറെ രാജ്യങ്ങളിലെ പുനർനിർമ്മാണ പ്രക്രിയ, മുതലാളിത്ത രാജ്യങ്ങളിൽ തൊഴിലാളിവർഗ്ഗ നേതൃത്വത്തിൽ നടക്കുന്ന ബഹുജന മുന്നേറ്റം, ആഗോളമായി യുദ്ധത്തനെതിരായും സമാധാനത്തിനുവേണ്ടിയും പോരാടുന്ന സാമൂഹ്യശക്തികൾ എന്നിവ കൂടിച്ചേർന്ന് ആഗോളമായി ഒരു മഹാപ്രസ്ഥാനം ലോകസാമ്രാജ്യാധിപത്യത്തിനെതിരായി രൂപം

കൊള്ളാൻ തുടങ്ങിയെന്നും മനുഷ്യസമൂഹത്തിന്റെ സോഷ്യലിസ്റ്റ് പരിവർത്തനത്തെ അത് സഹായിക്കുമെന്നും സമ്മേളനം വിലയിരുത്തി. എന്നാൽ ഏകകണ്ഠമായെത്തിയ ഈ നിഗമനത്തിന് രണ്ട് വ്യാഖ്യാനങ്ങൾ നല്കപ്പെട്ടു. വിപ്ലവശക്തികളുടെ വളർച്ച നിമിത്തം സാമ്രാജ്യാധിപത്യം മിക്കവാറും തകർന്നു. അതിനൊരു ഉന്തുകൊടുക്കുകമാത്രമേ വേണ്ടൂ—ഇതായിരുന്നു ഒരു വ്യാഖ്യാനം. ഈ വിധത്തിൽ ചിന്തിക്കുന്നവരുടെ നേതാവായിരുന്ന ക്രൂഷ്ചേവിന്റെ ഭാഷയിൽ നാം ധരിക്കുന്ന കോട്ടിലുള്ള ബട്ടൺ പോലെയായിട്ടുണ്ട് സാമ്രാജ്യാധിപത്യം. അതുകൊണ്ട് സോഷ്യലിസത്തിലേക്കുള്ള വിപ്ലവകരമായ മാറ്റത്തിന്റെ പ്രായോഗിക രൂപം മുതലാളിത്ത–സോഷ്യലിസ്റ്റ് ലോകങ്ങൾ തമ്മിൽ സമാധാനപരമായ സഹവർത്തിത്വം സ്ഥാപിക്കലും അവയുടെ അന്യോന്യ സാമ്പത്തിക മത്സരവുമാണെന്ന് ഈ ചിന്താഗതിക്കാർ വാദിച്ചു.

നേരെമറിച്ച്, സാമ്രാജ്യാധിപത്യം മുമ്പെന്നത്തേയുംപോലെ ശക്തമാണ്; അത് മനുഷ്യസമൂഹത്തെ മറ്റൊരു ലോകമഹായുദ്ധത്തിലേക്ക് തള്ളിവിടുകയാണ്; അതിനെതിരായി ഓരോ രാജ്യത്തും വിപ്ലവസമരങ്ങൾ നടത്തുകമാത്രമല്ല, മൂന്നാം ലോകമഹായുദ്ധം അനിവാര്യമാകയാൽ അതിനെ ധീരതയോടെ നേരിട്ട് ലോക മുതലാളിത്തത്തെ ആറടിമണ്ണിൽ കുഴിച്ചുമൂടാൻ തൊഴിലാളിവർഗ്ഗം തയ്യാറാവുക കൂടിവേണം—ഇതാണ് ചൈനീസ് പാർട്ടിയുടെ നേതൃത്വത്തിലുള്ള ഇടതുപക്ഷക്കാരുടെ ചിന്താഗതി.

രണ്ട്, മുതലാളിത്ത രാജ്യങ്ങളിലെ വിപ്ലവപ്രസ്ഥാനങ്ങളുടെ വളർച്ചയിൽ പാർലമെന്ററി സ്ഥാപനങ്ങളെ ഉപയോഗപ്പെടുത്തുന്നത് സംബന്ധിച്ചായിരുന്നുവല്ലോ മറ്റൊരു അഭിപ്രായവ്യത്യാസം. അതും ഔപചാരികമായി പരിഹരിക്കുന്ന നിലപാടാണ് മോസ്കോ പ്രസ്താവനയിൽ അടങ്ങിയിരുന്നത്. അത് ഔപചാരികമായി സമ്മേളനം അംഗീകരിച്ചുവെങ്കിലും, സോവിയറ്റ്–ചൈനീസ് പാർട്ടികളുടെ പ്രായോഗിക നിലപാടിൽ കാര്യമായ മാറ്റമൊന്നും വന്നില്ല.

മൂന്ന്, രണ്ടാംലോകമഹായുദ്ധത്തെത്തുടർന്ന് ദേശീയ സ്വാതന്ത്ര്യം നേടിയ മൂന്നാം ലോകരാജ്യങ്ങളിലെ ഭരണവർഗ്ഗങ്ങൾ, അവയോട് വിപ്ലവപ്രസ്ഥാനത്തിലുണ്ടാവേണ്ട സമീപനം എന്നിവയെക്കുറിച്ചും ഔപചാരികമായി യോജിച്ച നിലപാടാണ് മോസ്കോ സമ്മേളനം അംഗീകരിച്ചത്. എന്നാൽ പിന്നീടുള്ള പ്രവർത്തനത്തിൽ പഴയ അഭിപ്രായവ്യത്യാസം തുടരുന്നതായി കണ്ടു.......[17]

ചുരുക്കത്തിൽ ക്രൂഷ്ചേവിന്റെ നേതൃത്വത്തിൽ ഇരുപതാം കോൺഗ്രസ് തൊട്ട് സോവിയറ്റ് പാർട്ടി എടുക്കുന്ന സമീപനം റിവിഷനിസം ആണെന്നുപറഞ്ഞ് ചൈനീസ് പാർട്ടി അതിനിശിതമായി വിമർശിച്ചു.

മറിച്ച് ചൈനീസ് പാർട്ടി ഉന്നയിക്കുന്ന വാദഗതികൾ തികച്ചും സെക്ടേറിയനായിരുന്നുവെന്ന് സോവിയറ്റ് പാർട്ടിയും വിശേഷിപ്പിച്ചു. ഇതോടെ ഇരുപാർട്ടികളും തമ്മിൽ നടത്തുന്ന ആശയസമരത്തിന്റെ വേദിയായി സോവിയറ്റ് യൂണിയനിലെയും ചൈനയിലെയും പാർട്ടി പത്രങ്ങളും മറ്റു പ്രസിദ്ധീകരണങ്ങളും മാറി.

1960 ഡിസംബർ 31 മുതൽ 5 ദിവസം നടന്ന നാഷണൽ കൗൺസിൽ യോഗം ബോംബെയിൽവെച്ച് കൂടിയപ്പോൾ സമ്മേളനത്തിൽ പങ്കെടുത്തിരുന്ന അഞ്ചംഗ പ്രതിനിധി സംഘത്തിന് ഏകോപിതമായ ഒരു റിപ്പോർട്ട് അവതരിപ്പിക്കാൻ കഴിഞ്ഞില്ല. അജയഘോഷും ഡാങ്കെയും ചൈനാവിരുദ്ധനിലപാട് എടുത്തപ്പോൾ ഇ എം എസ് നമ്പൂതിരിപ്പാടും, ഭൂപേശ് ഗുപ്തയും, പി രാമമൂർത്തിയും അതിനോട് യോജിക്കുകയുണ്ടായില്ല. എന്നാൽ ചൈനീസ് നിലപ്പാട് പൂർണ്ണമായും അംഗീകരിക്കുന്നവർ ആരുമുണ്ടായിരുന്നില്ല.[18] റിവിഷനിസ്റ്റ് പാതയിലേക്ക് വലിച്ചുനീട്ടപ്പെടാൻ സാദ്ധ്യതയുള്ളതാണ് സമ്മേളനത്തിലെ സോവിയറ്റ് നിലപാടെന്നും അതേസമയം ചൈനീസ് രേഖകളിൽ പറയുന്നത്ര നിശിതമായ രീതിയിൽ അതിനെ വിമർശിച്ചു കൂടെന്നും ദേശീയ കൗൺസിൽ ഇ എം എസ് നമ്പൂതിരിപ്പാട് വാക്കാൽ നല്കിയ റിപ്പോർട്ടിൽ വ്യക്തമാക്കി.[19] അവസാനം മോസ്കോ സമ്മേളനത്തെപ്പറ്റി ഒരു പ്രമേയം ഭൂരിപക്ഷത്തോടെ നാഷണൽ കൗൺസിൽ അംഗീകരിച്ചു.[20] മോസ്കോയിൽവെച്ച് നടന്ന 81 കമ്യൂണിസ്റ്റ് തൊഴിലാളി പാർട്ടികളുടെ സമ്മേളനം പാസാക്കിയ പ്രസ്താവന 'ചരിത്രപരമായ ഒരു രേഖ'യാണെന്ന് കൗൺസിൽ അംഗീകരിച്ച പ്രമേയത്തിൽ പറഞ്ഞു.[21]

ഔപചാരികമായി ഒരു പ്രമേയം പാസാക്കിയതല്ലാതെ ചരിത്രപ്രാധാന്യമുള്ള ആ രേഖയെ സംബന്ധിച്ച് ഡിസംബർ-ജനുവരിയിൽ നടന്ന നാഷണൽ കൗൺസിൽ യോഗത്തിൽ വെച്ചാകട്ടെ 1961 ഏപ്രിലിൽ നടന്ന ആറാം പാർട്ടി കോൺഗ്രസിൽവെച്ചാകട്ടെ ഗൗരവപൂർവ്വമായ ചർച്ചകളൊന്നും നടത്തിയില്ല.

1961 ൽ സോവിയറ്റ് കമ്യൂണിസ്റ്റ് പാർട്ടിയുടെ 22-ാം കോൺഗ്രസ് നടന്നപ്പോൾ രണ്ടുപാർട്ടികളും തമ്മിലുള്ള ഭിന്നത മറനീക്കി പുറത്തുവന്നു. ചൈനീസ് പാർട്ടിയുടെ പിന്തുണ സ്വീകരിക്കുന്ന അൽബേനിയൻ പാർട്ടിയെ ക്രൂഷ്ചേവ് ശക്തമായി വിമർശിച്ചു. സോവിയറ്റ് യൂണിയന്റെ യുഗോസ്ലോവിയയുമായുള്ള ബന്ധത്തിനെതിരെ അൽബേനിയ തിരിച്ചടിച്ചു. സോവിയറ്റ് യൂണിയനെതിരെ അൽബേനിയ നടത്തിയ ഈ വിമർശനത്തിന് ചൈനീസ് മാധ്യമങ്ങൾ വലിയ പ്രാധാന്യം നല്കി. ഇതിൽ സോവിയറ്റ് പാർട്ടിക്ക് അമർഷമുണ്ടായിരുന്നു.

സോവിയറ്റ്-ചൈനീസ് പാർട്ടികൾ തമ്മിലുള്ള ഭിന്നതയ്ക്കുള്ള മറ്റൊരു കാരണം 1962 ലെ ക്യൂബൻ പ്രതിസന്ധിയായിരുന്നു. മദ്ധ്യഅമേരിക്കയിൽ കരീബിയൻ പ്രദേശത്ത് കൊച്ചു ക്യൂബയിൽ ഫിദൽ കാസ്ട്രോവിന്റെ നേതൃത്വത്തിൽ സോഷ്യലിസ്റ്റ് ഭരണം നിലവിൽ വന്നത്

1959 ലാണ്. അമേരിക്കയിൽനിന്നുള്ള ആക്രമണഭീഷണി വർദ്ധിച്ചപ്പോൾ കാസ്ട്രോയുടെ അഭ്യർത്ഥന പ്രകാരം കുറെ ന്യൂക്ലിയർ സജ്ജീകരണങ്ങൾ 1962 ൽ സോവിയറ്റ് യൂണിയൻ ക്യൂബയ്ക്ക് നല്കി. അത് ക്യൂബയുടെ ആഭ്യന്തര കാര്യങ്ങളിലുള്ള കൈകടത്തലാണെന്ന് ചൈന പറഞ്ഞു. തങ്ങൾ നേരിട്ടോ മറ്റു രാജ്യങ്ങൾ മുഖേനയോ സോഷ്യലിസ്റ്റ് ക്യൂബയെ ആക്രമിക്കുന്നതല്ലെന്ന് അമേരിക്കയിൽനിന്ന് അസന്ദിഗ്ദമായ ഉറപ്പ് ലഭിച്ചതിനെത്തുടർന്ന് സോവിയറ്റ് യൂണിയൻ ന്യൂക്ലിയർ സജ്ജീകരണങ്ങൾ ക്യൂബയിൽനിന്ന് പിൻവലിച്ചു. അത് അമേരിക്കൻ സാമ്രാജ്യത്വത്തിന് അടി വയ്ക്കലായി ചൈന കുറ്റപ്പെടുത്തി.

സൂചിക

1. *കമ്യൂണിസ്റ്റ് പാർട്ടി കേരളത്തിൽ II,* പു 174.
2. ഇ എം എസ് നമ്പൂതിരിപ്പാട്, *സി പി ഐ (എം): ഒരു ലഘുവിവരണം,* ചിന്ത പബ്ലിഷേഴ്സ് (തിരുവനന്തപുരം-ജനുവരി 1994), പു:22.
3. *ദേശാഭിമാനി,* 2, 4 നവംബർ, 1, 8 ഡിസംബർ 1957.
4. *അരനൂറ്റാണ്ടിലൂടെ,* പു: 323–24.
5. ലിങ്ക്, 22 മേയ് 1960.
6. *കമ്യൂണിസ്റ്റ് പാർട്ടി കേരളത്തിൽ II,* പു:174.
7. *ഒരു ഇന്ത്യൻ കമ്യൂണിസ്റ്റിന്റെ ഓർമ്മക്കുറിപ്പുകൾ,* പു:200.
8. ലിങ്ക് 31 ജൂലൈ 1960.
9. മേൽച്ചൊന്നത്.
10. *ന്യൂഏജ്, വാല്യം VIII,* നമ്പർ–34, 21 ആഗസ്ത് 1960, പു:1.
11. ലിങ്ക്, 11, 18 സെപ്തംബർ1960.
12. *ഹിന്ദുസ്ഥാൻ ടൈംസ്,* 14 നവംബർ 1960; പഞ്ചാബ് സംസ്ഥാന കമ്മിറ്റിയും ഈ രീതിയിലുള്ള പ്രമേയം പാസാക്കുകയുണ്ടായി (*നവഭാരത് ടൈംസ്,* ന്യൂഡൽഹി, 8 ജൂലൈ 1961).
13. ലിങ്ക്, 5 ഫെബ്രുവരി 1961.
14. *റിവിഷനിസത്തിനെതിരെ,* പു:13.
15. *കമ്യൂണിസ്റ്റ് പാർട്ടി കേരളത്തിൽ II,* പു:181–82.
16. *ഒരു ഇന്ത്യൻ കമ്യൂണിസ്റ്റിന്റെ ഓർമ്മക്കുറിപ്പുകൾ,* പു:203.
17. *കമ്യൂണിസ്റ്റ് പാർട്ടി കേരളത്തിൽ II,* പു:183–84.
18. *ഒക്ടോബർ വിപ്ലവത്തിനുശേഷം,* പു:54.
19. *ഒരു ഇന്ത്യൻ കമ്യൂണിസ്റ്റിന്റെ ഓർമ്മക്കുറിപ്പുകൾ,* പു: 203.
20. ലിങ്ക്, വാല്യം III, നമ്പർ–22, 8 ജനുവരി 1961.
21. *ന്യൂഏജ്, വാല്യം IX,* നമ്പർ–28, ജനുവരി 1961.

15

ആറാം പാർട്ടി കോൺഗ്രസിലെ അഭിപ്രായവ്യത്യാസങ്ങൾ

പാർട്ടി കേന്ദ്ര മുഖപത്രമായ *ന്യൂഏജ്* 1959 ലെ റിപ്പബ്ലിക് ദിനത്തെപ്പറ്റി ഒരു മുഖപ്രസംഗം എഴുതി. ഇതേപ്പറ്റി കേന്ദ്ര എക്സിക്യൂട്ടീവ് കമ്മിറ്റിക്കകത്ത് രൂക്ഷമായ അഭിപ്രായവ്യത്യാസം ഉണ്ടായി. ഇതിനെത്തുടർന്ന് കേന്ദ്ര എക്സിക്യൂട്ടീവ് കമ്മിറ്റിക്ക് താഴെ പറയുന്ന പ്രമേയം പാസാക്കേണ്ടിവന്നു:

1. ജനങ്ങൾ നടത്തിയ സമരങ്ങളെക്കുറിച്ച് അതിൽ യാതൊരു പരാമർശവും ഉണ്ടായിരുന്നില്ല.
2. നാഗപ്പൂരിൽ കാർഷിക പരിഷ്കരണം സംബന്ധിച്ച് കോൺഗ്രസ് അംഗീകരിച്ച പ്രഖ്യാപനങ്ങളെ യാതൊരു വിമർശനവും കൂടാതെ അംഗീകരിച്ചു.
3. തൊഴിലാളിവർഗ്ഗ നേതൃത്വത്തിന് അദ്ധ്വാനിക്കുന്ന ജനങ്ങൾ അധികാരം പിടിച്ചെടുക്കാതെ ചൈനയിലുണ്ടായതുപോലുള്ള മുന്നേറ്റം ഇന്ത്യയിലും സാദ്ധ്യമാണെന്ന തെറ്റായ പ്രതീതി ജനിപ്പിക്കാൻ പര്യാപ്തമായിരുന്നു ലേഖനത്തിലെ ചില വാചകങ്ങൾ.
4. അറബ് രാജ്യങ്ങളിലെ ആഭ്യന്തര അഭിപ്രായവ്യത്യാസങ്ങൾ പരാമർശിക്കുമ്പോൾ യു എ ആർ ഗവൺമെന്റ് കമ്യൂണിസ്റ്റുകാർക്കെതിരെ സ്വീകരിച്ച അടിച്ചമർത്തൽ നടപടികൾ ദേശീയ ഐക്യം ശിഥിലമാക്കുകയും അറബ് ജനതയുടെ സാമ്രാജ്യത്വവിരുദ്ധ സമരം ദുർബ്ബലമാക്കുകയും ചെയ്ത കാര്യം പ്രത്യേകം എടുത്തുപറഞ്ഞില്ല.

ഭാവിയിൽ ജാഗരൂകരായിരിക്കാനും പാർട്ടിയുടെ കേന്ദ്രമുഖ പത്രത്തിൽ ഇത്തരം ഗുരുതരമായ പിശകുകൾ മേലിൽ ഉണ്ടാകാതെ നോക്കാനും കേന്ദ്ര എക്സിക്യൂട്ടീവ് കമ്മിറ്റി പത്രാധിപസമിതി

യെയും മുഖ്യപത്രാധിപരെയും അറിയിക്കുന്നു.[1]

1959 നവംബറിൽ താൻ തയ്യാറാക്കി നാഷണൽ കൗൺസിലിന് മുമ്പിൽ അവതരിപ്പിച്ച കുറിപ്പിൽ ഇന്ത്യൻ കമ്യൂണിസ്റ്റ് പാർട്ടി നെഹ്റുവിന് പിന്തുണ നല്കണമെന്ന് ഡാങ്കെ വാദിച്ചു. അദ്ദേഹത്തിന്റെ കുറിപ്പിൽനിന്ന്:

> ഇക്കാര്യത്തിൽ ഏത് ഗ്രൂപ്പിനാണ് നാം പിന്തുണകൊടുക്കേണ്ടത് എന്ന ചോദ്യം ഇത് ഉയർത്തുന്നു. നെഹ്റുവിനോടും വിദേശനയത്തിലും അതുപോലെതന്നെ ദേശീയ വികസനത്തിലും അദ്ദേഹത്തിന്റെ നയങ്ങളോടും യോജിപ്പു പ്രകടിപ്പിക്കുന്ന വിഭാഗങ്ങൾക്ക് നാം പിന്തുണകൊടുക്കും എന്നതായിരിക്കണം അതിന്റെ ഉത്തരം. നാം കൊടുക്കുന്ന പിന്തുണ വിമർശനാത്മകമായ പിന്തുണയാണെങ്കിലും നാം നടത്തുന്ന വിമർശനം സഖ്യശക്തികൾ തമ്മിൽ നടത്തുന്ന വിമർശനം പോലെയായിരിക്കണം. വിദേശനയത്തിന്റെ കാര്യത്തിൽ മാത്രമല്ല നാം പിന്തുണ കൊടുക്കേണ്ടത്; പിന്നെയോ? സമ്പത്ത് വ്യവസ്ഥയിലെ ആഭ്യന്തര സംഭവ വികാസങ്ങളുടെ കാര്യത്തിലും നാം പിന്തുണ കൊടുക്കണം.[2]

ഇന്ത്യൻ കമ്യൂണിസ്റ്റ് പാർട്ടിയുടെ ആറാം കോൺഗ്രസ് 1961 ഏപ്രിൽ 7 മുതൽ 16 വരെ ആന്ധ്രാപ്രദേശിലെ വിജയവാഡയിൽവെച്ചു നടന്നു. 1953–54 മുതൽ കോൺഗ്രസിനോടുള്ള കമ്യൂണിസ്റ്റ് പാർട്ടിയുടെ സമീപനത്തിന്റെ കാര്യത്തിലാണ് അഭിപ്രായവ്യത്യാസം ആരംഭിച്ചതെങ്കിൽ 1959 അവസാനത്തോടെ ചൈനീസ് പ്രശ്നവും അഭിപ്രായവ്യത്യാസത്തിന് കാരണമായിത്തീർന്നല്ലോ. 1960 നവംബറിൽ മോസ്കോയിൽവെച്ചുനടന്ന 81 കമ്യൂണിസ്റ്റ്–തൊഴിലാളി പാർട്ടികളുടെ മോസ്കോ സമ്മേളനത്തോടെ അഭിപ്രായ ഭിന്നതയ്ക്ക് സാർവ്വദേശീയമായ തലത്തിൽക്കൂടി ഒരടിത്തറയുണ്ടാകുകയും ചെയ്തു. 'കോൺഗ്രസുമായി ഐക്യ മുന്നണി' എന്ന സമരതന്ത്രത്തെ ആസ്പദമാക്കി പ്രവർത്തിച്ചിരുന്ന പാർട്ടിയിലെ വലതുപക്ഷക്കാർക്ക് സോവിയറ്റ് കമ്യൂണിസ്റ്റ് പാർട്ടിയുടെയും അതിനെ എതിർത്ത ഇടതുപക്ഷക്കാർക്ക് ചൈനയുടെയും നിലപാടുകൾ നല്ല പ്രോത്സാഹനം നല്കുകയുണ്ടായി. ഈ പശ്ചാത്തലത്തിലാണ് പാർട്ടിയുടെ ആറാം കോൺഗ്രസ് ചേർന്നത്.

1951 ൽ ആരംഭിച്ച പാർട്ടി പരിപാടി കാലഹരണപ്പെട്ടിരിക്കുകയാണെന്നും പുതിയതായൊന്ന് തയ്യാറാക്കപ്പെടേണ്ടതാണെന്നും വ്യക്തമായിരുന്നു.

ആറാം കോൺഗ്രസിൽ അവതരിപ്പിക്കേണ്ട കരടുരാഷ്ട്രീയ പ്രമേയം നാഷണൽ കൗൺസിൽ യോഗത്തിൽ അവതരിപ്പിച്ച് പാസാക്കുന്നതിനുവേണ്ടി 1960 ഏപ്രിൽ 10 ന് കേന്ദ്ര എക്സിക്യൂട്ടീവ് കമ്മിറ്റി അംഗീകരിച്ചു. പാലക്കാട്ടു നടന്ന നാലാം പാർട്ടികോൺഗ്രസിന്റെയും

അമൃതസറിൽ നടന്ന അഞ്ചാം പാർട്ടികോൺഗ്രസിന്റെയും രാഷ്ട്രീയ നിലപാടുതന്നെ അതിൽ ആവർത്തിച്ചു. എന്നാൽ, കേന്ദ്ര എക്സിക്യൂട്ടീവ് കമ്മിറ്റിയിലെ ഒരു ഭാഗം അംഗങ്ങൾ അതിനോട് യോജിച്ചില്ല. എസ് ജി സർദേസായി, ഭവാനിസെൻ, ഇസഡ് എ അഹമ്മദ്, കെ ദാമോദരൻ എന്നിവരുടെ പേരിൽ അവർ ബദൽ കരടുരാഷ്ട്രീയ പ്രമേയം വിതരണം ചെയ്തു. ഭരണവർഗ്ഗങ്ങൾക്കുള്ളിലുള്ള ചേരിതിരിവ് വളർന്നു കൊണ്ടിരിക്കുകയാണെന്നും അതിന്റെ അടിസ്ഥാനത്തിൽ ഇന്ത്യൻ കമ്യൂണിസ്റ്റ് പാർട്ടിയുടെ നയം പുനഃപരിശോധിക്കണമെന്നുമുള്ള സിദ്ധാന്തം അവർ മുന്നോട്ടുവെച്ചു. അവരുടെ കരട് പ്രമേയത്തിൽനിന്ന്:

> കഴിഞ്ഞ ഏതാനും വർഷങ്ങൾക്കിടയിൽ കോൺഗ്രസിനകത്തും പുറത്തും വലതുപക്ഷ പിന്തിരപ്പൻ സ്വാധീനം വളർന്നുകൊണ്ടിരിക്കുകയാണ്. ഭരണവർഗ്ഗങ്ങൾക്കകത്ത് രാഷ്ട്രീയ ചേരിതിരിവ് നടന്നുകൊണ്ടിരിക്കയാണെന്നാണ് ഇത് കാണിക്കുന്നത്. ഒരു വർഗ്ഗമെന്ന നിലയിൽ ഇന്ത്യൻ ബൂർഷ്വാസി വ്യവസായവല്ക്കരണത്തിനും സ്വതന്ത്രമുതലാളിത്ത വികസനത്തിനുമാണ് നിലകൊള്ളുന്നത്. അതേസമയം കുത്തകകളിൽ ഒരു വിഭാഗത്തിന് ഇന്ത്യൻ സമ്പദ്‌വ്യവസ്ഥയെയാകെ വളർത്തിയെടുക്കുന്നതിനെക്കാൾ തങ്ങളുടെ സങ്കുചിക സ്വാർത്ഥ താല്പര്യം സംരക്ഷിക്കുന്നതിനാലാണ് വ്യഗ്രത. വൻകിട ഭൂപ്രഭുക്കളോടൊപ്പം അവരാണ് കോൺഗ്രസിനകത്തും പുറത്തുമുള്ള വലതുപക്ഷ പിന്തിരിപ്പന്മാരുടെ പിന്നിലെ നിയമാത്മകശക്തി. ഈ ചേരിതിരിവ് ഇപ്പോഴും അതിന്റെ പ്രാഥമിക ഘട്ടത്തിലാണ്. അതുകൊണ്ട് ബൂർഷ്വാവർഗ്ഗത്തിനകത്ത് ഇപ്പോഴും ധ്രുവീകരണം നടന്നിട്ടില്ല. എങ്കിൽത്തന്നെയും ഈ ചേരിതിരിവ് ഇതിനകം നയങ്ങളുടെ കാര്യത്തിൽ സംഘട്ടനങ്ങൾക്കിടയാക്കി. അത് ജനാധിപത്യ പ്രസ്ഥാനത്തിന് വളരെയധികം ആക്കം കൂട്ടി.[3]

എന്നാൽ, കേന്ദ്ര എക്സിക്യൂട്ടീവ് കമ്മിറ്റി ഈ ആശയങ്ങളെ തുറന്നുകാട്ടുകയും നിരാകരിക്കുകയുമുണ്ടായി. അജയഘോഷ് കരടുറിപ്പോർട്ടിന്റെ പാർട്ടി നയത്തിന്റെ വിമർശകർക്ക് ഇങ്ങനെ മറുപടികൊടുത്തു:

> തെറ്റായ മാർക്സിസ്റ്റ് വിരുദ്ധ സങ്കല്പനങ്ങൾ, റിവിഷനിസ്റ്റ് സങ്കല്പനംപോലും, പാർട്ടിക്കകത്ത് നുഴഞ്ഞുകയറിവന്നിട്ടുണ്ട്. അത് പാർട്ടിയുടെ മുന്നേറ്റത്തെ പിറകിലേക്ക് വലിക്കുകയും വർത്തമാന പരിതഃസ്ഥിതിയിൽ ശരിയായ പങ്കുവഹിക്കുന്നതിൽനിന്ന് അതിനെ തടയുകയുമാണ്. ഈ നാഷണൽ കൗൺസിൽ യോഗത്തിൽ അത് തുറന്നുകാട്ടണം. എതിരാളികളുടെ വായമൂടിക്കെട്ടുകയല്ല, ഈയൂട്ടംകൂടി വന്ന ദൗർബല്യങ്ങൾ ഇല്ലാതാക്കുകയാണ് അതിന്റെ ലക്ഷ്യം. അതൊരു ഭാരിച്ച കടമയാണ്.

അമൃതസറിൽവെച്ച് അതിനൊരു തുടക്കം കുറിച്ചുവെന്നാണ് നാം കരുതിയത്. പക്ഷേ, അതേത്തുടർന്ന് നാം അക്കാര്യം ശ്രദ്ധിച്ചില്ല. അത് ഇപ്പോൾ ചെയ്യേണ്ടിയിരിക്കുന്നു.

പാർട്ടിയുടെ വീക്ഷണത്തിലും പ്രവർത്തനത്തിലും അനുക്രമവാദം എന്ന സങ്കല്പനം ആധിപത്യം ചെലുത്താൻ തുടങ്ങിയത് പരിഷ്കരണവാദത്തിന്റെ ഏറ്റവും പ്രകടമായ പ്രതിഫലനമാണ്. കമ്യൂണിസ്റ്റ് നേതൃത്വത്തിലുള്ള ഗവൺമെന്റിനു നേരെ സ്വീകരിക്കേണ്ട സമീപനവുമായി ബന്ധപ്പെട്ട് 1958 ഒക്ടോബറിൽ മദിരാശിയിൽ ഇക്കാര്യം ചർച്ചചെയ്തതാണ്. കേരളത്തിലെ നമ്മുടെ വിജയത്തെത്തുടർന്ന് പശ്ചിമബംഗാളിൽനിന്നും ആന്ധ്രയിൽനിന്നും തുടർന്ന് മറ്റ് സംസ്ഥാനങ്ങളിൽനിന്നും കോൺഗ്രസിനെ പുറന്തള്ളാൻ കഴിയുമെന്നും അങ്ങനെ പടിപടിയായും അനായസേനയും അധികാരം കൈയടക്കാമെന്നുമുള്ള ചിന്താഗതി പാർട്ടിക്കുള്ളിൽ ശക്തിപ്രാപിച്ചുവന്നു. ആരും ഇക്കാര്യം അങ്ങനെ വെട്ടിത്തുറന്ന് പറഞ്ഞിട്ടുണ്ടാവില്ല. എങ്കിലും നാം അങ്ങനെയൊരു സങ്കല്പത്തിൽ വിശ്വസിക്കാൻ തുടങ്ങിയെന്നാണ് നമ്മുടെ പ്രവർത്തനം കാണിച്ചത്.

ഗാന്ധിയൻ പാമ്പര്യങ്ങളിൽ വളർന്നുവന്ന നമ്മുടെ ബൂർഷ്വാസിക്ക് അസാധാരണമായ ചില ഗുണങ്ങളൊക്കെയുണ്ടെന്ന നിലയിലാണ് നാം ചിലപ്പോൾ പ്രവർത്തിച്ചത്. അതുകൊണ്ട് അക്രമാസക്തമായ മാർഗ്ഗങ്ങളിലൂടെ കേരളാ ഗവൺമെന്റിനെ അട്ടിമറിക്കുന്നതിനുള്ള സമരം (1959 ജൂലായിൽ) അത്ഭുതകരമായാണ് നമുക്ക് തോന്നിയത്. ഈ തെറ്റ് പിന്നീട് നാം തിരുത്തിയെന്നത് ശരിതന്നെ. അതുകൊണ്ടാണ് വിമോചന സമരകാലത്ത് നമുക്ക് കടുത്ത ചെറുത്തുനില്പ് നടത്താനും അഖിലേന്ത്യാ തലത്തിൽ ഒരു കാമ്പയിൻ വളർത്തിയെടുക്കാനും കഴിഞ്ഞത്.

ആദ്യഘട്ടത്തിൽ കേരളത്തോടുള്ള നമ്മുടെ സമീപനം പരിഷ്കരണവാദപരമായ ഈ വീക്ഷണത്തിന്റെ സൂചന മാത്രമായിരുന്നില്ല. അതിന് മറ്റ് പ്രത്യാഘാതങ്ങളുമുണ്ടായിരുന്നു.

ഒരു പരിപ്രേക്ഷ്യവുമില്ലാതെ ഏതൊരു കമ്യൂണിസ്റ്റ് പാർട്ടിക്കും പ്രവർത്തിക്കാൻ കഴിയില്ല. പാർട്ടിക്ക് മുമ്പിൽ ശരിയായൊരു പരിപ്രേക്ഷ്യം നേതൃത്വം അവതരിപ്പിക്കുന്നില്ലെങ്കിൽ സമൂഹത്തിൽ ആധിപത്യം ചെലുത്തുന്ന ബൂർഷ്വാസിയുടെ ആശയങ്ങൾ അനിവാര്യമായും അതിന്റെ സ്ഥാനം കരസ്ഥമാക്കുകയും പാർട്ടി അംഗങ്ങളുടെ പ്രായോഗിക പ്രവർത്തനത്തിന് മാർഗ്ഗദർശനം നല്കിത്തുടങ്ങുകയും ചെയ്യും. അതാണ് നമ്മുടെ പാർട്ടിയിൽ സംഭവിച്ചുകൊണ്ടിരിക്കുന്നത്.[4]

1951 ൽ അംഗീകരിച്ച പാർട്ടിപരിപാടി ഇന്നത്തെ പരിതഃസ്ഥിതിക്ക്

യോജിച്ചവയല്ലെന്ന് കണ്ടതുകൊണ്ട് ഒരു പുതിയ പരിപാടി തയ്യാറാക്കണമെന്ന് അമൃതസർ കോൺഗ്രസിൽവെച്ച് തീരുമാനിച്ചിരുന്നു. അതു കഴിഞ്ഞ് രണ്ടുവർഷമായിട്ടും അങ്ങനെ ഒരു പരിപാടി തയ്യാറാക്കുന്ന ജോലി പൂർത്തിയാക്കാൻ പാർട്ടിക്ക് കഴിഞ്ഞിരുന്നില്ല. 1960 മേയ് മാസത്തിൽ നാഷണൽ കൗൺസിൽ കൽക്കത്തയിൽ ചേർന്നപ്പോൾ 6–ാം പാർട്ടി കോൺഗ്രസിനുള്ള കേന്ദ്ര എക്സിക്യൂട്ടീവ് കമ്മിറ്റിയുടെ കരട് പ്രമേയം പര്യാലോചിക്കാൻ കഴിയാതെ വന്നു. വിദേശമൂലധനത്തിന്റെ പ്രത്യേകിച്ച് അമേരിക്കൻ മൂലധനത്തിന്റെ നുഴഞ്ഞുകയറ്റത്തെ കരടു പ്രമേയം പെരുപ്പിച്ചു കാണിച്ചുവെന്നും അത് യാഥാർത്ഥ്യത്തെ തെറ്റായി അവതരിപ്പിച്ചുവെന്നും പറഞ്ഞ് എസ് എ ഡാങ്കെ ഇതിനെ നേരത്തെ തന്നെ എതിർത്തിരുന്നു. താൻ തയ്യാറാക്കിയതും 1959 നവംബറിൽ നാഷണൽ കൗൺസിൽ മെമ്പറന്മാർക്കിടയിൽ വിതരണം ചെയ്തതുമായ കുറിപ്പിൽ വിദേശമൂലധനത്തിന്റെ നുഴഞ്ഞുകയറ്റത്തെ പുച്ഛിച്ചുതള്ളിക്കൊണ്ട് അദ്ദേഹം പറഞ്ഞു: "നിങ്ങളെന്തുകൊണ്ട് ഡോളറിന്റെ വരവിനെ മാത്രം കാണുന്നു? പെട്ടിക്കകത്തെ റൂബിൾകൂടി കാണുക". അവ "ബേബി ജോൺസൺ പൗഡറിലെ മൂലധന നിക്ഷേപമാണെ"ന്നും അതുകൊണ്ട് യാതൊന്നും സംഭവിക്കില്ലെന്നും അദ്ദേഹം പറഞ്ഞു. എങ്കിലും പ്രമേയം കേന്ദ്ര എക്സിക്യൂട്ടീവ് കമ്മിറിയിൽ വമ്പിച്ച ഭൂരിപക്ഷത്തോടെ പാസാക്കി.

എന്നാൽ ഈ നാഷണൽ കൗൺസിൽ യോഗത്തിൽ ഡാങ്കെയുടെ എതിർപ്പുമൂലം ഈ പ്രമേയം അവതരിപ്പിക്കാൻ പാർട്ടി ജനറൽ സെക്രട്ടറി കൂട്ടാക്കിയില്ല. കേന്ദ്ര എക്സിക്യൂട്ടീവ് കമ്മിറ്റിയുടെ കരട് ചർച്ച ചെയ്യുക എന്ന പ്രത്യേക ഉദ്ദേശ്യത്തോടെ വിളിച്ചുകൂട്ടിയതായിരുന്നു ഈ നാഷണൽ കൗൺസിൽ. അവസാനം വസ്തുതകൾ പഠിക്കാൻ കൂടുതൽ സമയം വേണമെന്നവർ വാദിക്കുകയും തുടർന്ന് കരട് പ്രമേയത്തെക്കുറിച്ച് ആലോചിക്കാതെ നാഷണൽ കൗൺസിൽ പിരിഞ്ഞുപോകുകയും ചെയ്തു.[5]

1961 ഫെബ്രുവരി 5 മുതൽ 12 വരെ ന്യൂഡൽഹിയിൽ കൂടിയ നാഷണൽ കൗൺസിൽയോഗം രണ്ട് കരട് രാഷ്ട്രീയ പ്രമേയങ്ങളെയും കുറിച്ച് രൂക്ഷമായ ചർച്ച നടത്തിയതിനുശേഷം കൂടുതൽ പരിഗണനയ്ക്കും ഭേദഗതികൾക്കുംവേണ്ടി ഭൂരിപക്ഷവോട്ടുപ്രകാരം അജയഘോഷ് അവതരിപ്പിച്ച രാഷ്ട്രീയ പ്രമേയം തിരഞ്ഞെടുക്കുകയുണ്ടായി. എന്നാൽ ഒരു വിഭാഗം രണദിവെയുടെ പ്രമേയത്തിന് അനുകൂലമായി വോട്ടു ചെയ്യുകയുണ്ടായി. ഏതാനുംപേർ രണ്ട് കരടുകൾക്കും വോട്ടുചെയ്യാതെ നിഷ്പക്ഷത പാലിച്ചു. അങ്ങനെ രാഷ്ട്രീയപ്രമേയത്തിന്റെ കാര്യത്തിൽ ഏകീകൃതമായ ഒരു തീരുമാനത്തിലെത്താൻ കഴിഞ്ഞില്ല. ഇതിനെത്തുടർന്ന് ഈ രണ്ടു കരടുകളും കൂടാതെ മറ്റേതെങ്കിലും സഖാക്കൾ ആഗ്രഹിക്കുകയാണെങ്കിൽ അവർ തയ്യാറാക്കുന്ന കരടും പാർട്ടി യൂണിറ്റുകളിലും തുടർന്ന് പാർട്ടി കോൺഗ്രസിലും ചർച്ചയ്ക്കും അംഗീകാര

ത്തിനുമായി സമർപ്പിക്കാൻ തീരുമാനിച്ചു.[6] ഇതിനോട് രണ്ടിനോടും പരിപൂർണ്ണമായി യോജിക്കാൻ നിവൃത്തിയില്ലെന്ന് പറഞ്ഞുകൊണ്ട് ഇ എം എസ് നമ്പൂതിരിപ്പാട് മൂന്നാമതൊരു കരട് രാഷ്ട്രീയ പ്രമേയവും അവതരിപ്പിച്ചു.[7]

ഇന്ത്യാ-ചൈന അതിർത്തിത്തർക്കത്തെ സംബന്ധിച്ചു രണ്ടു ഗവൺമെന്റുകളുടെയും ഔദ്യോഗിക റിപ്പോർട്ട് അപ്പോൾ പ്രസിദ്ധീകരിച്ചിരുന്നതേയുള്ളൂ. നാഷണൽ കൗൺസിൽ ആ റിപ്പോർട്ടുകൾ പഠിച്ചുകൊണ്ടിരിക്കുമ്പോൾ തന്നെ വലതുപക്ഷഗ്രൂപ്പിലെ ഒരു പ്രധാന അംഗമായ എം എൻ ഗോവിന്ദൻ നായർ ഇന്ത്യാ-ചൈനാ തർക്കത്തെ സംബന്ധിച്ച് ഇന്ത്യയുടെ ആക്ഷേപം തെളിയിക്കപ്പെട്ടിരിക്കുന്നുവെന്ന് പാർലമെന്റിൽ പ്രസ്താവിച്ചു. നാഷണൽ കൗൺസിലിന്റെ പ്രമേയത്തിന് ഇതൊരടിസ്ഥാനമാക്കിത്തീർക്കാനാണ് അദ്ദേഹം ശ്രമിച്ചത്. എന്നാൽ ചരിത്രപരമായ വസ്തുതകളിലേക്ക് കടന്ന് ചെന്നുകൊണ്ട് തർക്കത്തിന് പരിഹാരം കാണാനാവില്ലെന്ന ഒരേയൊരു ശരിയായ നിലപാടാണ് നാഷണൽ കൗൺസിൽ സ്വീകരിച്ചത്.[8] കാരണം ഇരുഭാഗക്കാർക്കും അവരവരുടേതായ വസ്തുതകൾ എടുത്തുകാണിക്കാനുണ്ടാകും. ഇരുഭാഗക്കാരും തങ്ങളുടെ വസ്തുതകളിൽ ഉറച്ചുനില്ക്കുകയും ചെയ്യും. അതുകൊണ്ട് ഉന്നത നിലവാരത്തിൽ 'രാഷ്ട്രീയമായ ഒരൊത്തുതീർപ്പ്' ഉണ്ടാക്കാൻ ശ്രമിക്കണമെന്ന് നാഷണൽ കൗൺസിൽ ആവശ്യപ്പെട്ടു. എന്നാൽ പ്രതീക്ഷിച്ചതുപോലെ ഈ പ്രമേയവും മരവിപ്പിക്കപ്പെട്ടു.[9]

ഇതിനെത്തുടർന്ന് പാർട്ടി പരിപാടിയുടെ ഒരു കരട് തയ്യാറാക്കുവാൻ 1960 ഡിസംബർ-ജനുവരി മാസത്തിൽ ബോംബെയിൽ കൂടിയ നാഷണൽ കൗൺസിൽ ഒരു കമ്മീഷനെ നിയമിച്ചു. എസ് ഡാങ്കെ, ജി അധികാരി, പി സി ജോഷി, ഭൂപേശ് ഗുപ്ത, പി രാമമൂർത്തി എന്നീ അഞ്ചുപേരായിരുന്നു കമ്മീഷനിലെ അംഗങ്ങൾ. 1961 ജനുവരി അവസാനം മുതൽ കമ്മീഷൻ അതിന്റെ പ്രവർത്തനമാരംഭിച്ചെങ്കിലും യോജിച്ച ഒരു കരട് തയ്യാറാക്കി നാഷണൽ കൗൺസിലിനു മുമ്പിൽ സമർപ്പിക്കുവാൻ കമ്മീഷനു കഴിഞ്ഞില്ല. പാർട്ടി പരിപാടി പുതുക്കി എഴുതുന്നത് സോവിയറ്റ് കമ്യൂണിസ്റ്റ് പാർട്ടിയുടെ സമീപനത്തിന്റെ അടിസ്ഥാനത്തിലായിരിക്കണമെന്ന് കമ്മീഷനിലെ വലതുപക്ഷ വിഭാഗം വാദിച്ചപ്പോൾ ചൈനീസ് കമ്യൂണിസ്റ്റ് പാർട്ടിയുടെ സമീപനത്തിന്റെ അടിസ്ഥാനത്തിലായിരിക്കണമെന്ന് ഇടതുപക്ഷവിഭാഗം വാദിച്ചു. ഇതിനെത്തുടർന്ന് കമ്മീഷനിലെ വലതുപക്ഷക്കാരായ ഡാങ്കെ, അധികാരി, ജോഷി എന്നിവർ ചേർന്ന് ഒരു *കരടുപരിപാടി*യും ഇടതുപക്ഷക്കാരായ ഭൂപേശ് ഗുപ്തയും പി രാമമൂർത്തിയും ചേർന്ന് മറ്റൊരു *കരടുപരിപാടി*യും തയ്യാറാക്കി ഫെബ്രുവരി 5 മുതൽ 12 വരെ ന്യൂഡൽഹിയിൽ കൂടിയ നാഷണൽ കൗൺസിൽ യോഗത്തിൽ അവതരിപ്പിച്ചു. ഒരു *ദേശീയ ജനാധിപത്യ മുന്നണിയും ഗവൺമെന്റും* വിഭാവനം ചെയ്യുന്നതായിരുന്നു വലതുവിഭാഗം അവതരിപ്പിച്ച *ഇന്ത്യൻ കമ്യൂണിസ്റ്റ് പാർട്ടിക്ക് ഒരു കരടുപരിപാടി* (A Draft Programme for the Communist Party of India)[10]. എന്നാൽ ഇടതുപക്ഷക്കാരുടെ കരട് പരിപാടി *ജനകീയ ജനാധിപത്യമുന്നണിയും ഗവൺമെന്റും* വിഭാവനംചെയ്യുന്നു. അഭിപ്രായവ്യത്യാസം കാരണവും സമയക്കുറവു കൊണ്ടും ഈ രണ്ടു കരടുകളും ചർച്ചചെയ്തു ഏതെങ്കിലുമൊന്ന് അടിസ്ഥാനമായി അംഗീകരിക്കാൻ നാഷണൽ കൗൺസിലിനു കഴിഞ്ഞില്ല. അതിനാൽ രണ്ടുകരടുകളും പാർട്ടി കോൺഗ്രസിന്റെ ചർച്ചയ്ക്ക് വയ്ക്കാൻ തീരുമാനിച്ചു. ഇതിനുപുറമെ മൂന്നാമതൊരു കരട് പരിപാടി ബാബാഗുർമുഖ് സിങ് അവതരിപ്പിച്ചു.[11] ഇ എം എസ് നമ്പൂതിരിപ്പാട് പ്രത്യേകമൊരു പാർട്ടി പ്രോഗ്രാം അവതരിപ്പിച്ചിരുന്നില്ലെങ്കിലും പാർട്ടി കോൺഗ്രസിന്റെ ചർച്ചയ്ക്കുവേണ്ടി അദ്ദേഹം ഒരു *രേഖ* സമർപ്പിച്ചിരുന്നു. അതിൽ പാർട്ടി പ്രോഗ്രാമിനെ സംബന്ധിച്ച ചില ഭാഗങ്ങൾ ഉണ്ടായിരുന്നു.[12]

പാർട്ടി പരിപാടിയെന്നപോലെ രാഷ്ട്രീയ പ്രമേയം തയ്യാറാക്കുന്നതിന് ആറംഗങ്ങളടങ്ങിയ ഒരു കമ്മീഷനെ നിയമിച്ചിരുന്നു. അജയഘോഷ്, ബി ടി രണദിവെ, കെ ദാമോദരൻ മുതലായവർ അതിൽ അംഗങ്ങളായിരുന്നു. കമ്മീഷൻ അംഗങ്ങൾക്കിടയിലുണ്ടായ രൂക്ഷമായ അഭിപ്രായ ഭിന്നതകാരണം ഏകകണ്ഠമായി ഒരു കരട് പ്രമേയം ഉണ്ടാക്കുവാൻ കമ്മീഷനു കഴിഞ്ഞില്ല. അതിനാൽ ഡൽഹിയിൽവെച്ചു കൂടിയ നാഷണൽ കൗൺസിൽ യോഗത്തിൽ രണ്ട് *കരട് രാഷ്ട്രീയപ്രമേയം* അവതരിപ്പിക്കപ്പെട്ടു. ഒന്ന്, അജയ്ഘോഷ് ഒപ്പിട്ട് പാർട്ടിയിലെ വലതുപക്ഷവിഭാഗം പിന്താങ്ങിയ കരട് (Resolution on the Present Political Situation). രണ്ട്, രണദിവെ ഒപ്പിട്ട് ഇടതുപക്ഷക്കാരായ മറ്റ് 20 പേർ പിന്താങ്ങിയ *രാഷ്ട്രീയ പ്രമേയം* (Political Resolution).

ആ ഇരുപതുപേർ അബ്ദുൾ ഹാലിം, അചിന്ത്യ ഭട്ടാചാര്യ, ഭൂപേശ് ഗുപ്ത, ബിരെൻ ഒത്ത, ദശരഥ് ദേബ്, ഡി വെങ്കടേശ്വര റാവു, ഇ കെ ഇമ്പിച്ചി ബാവ, ഗുണ്ടൂർ ബാപ്പനയ്യ, ഹരേകൃഷ്ണ കോനാർ, ഹരിസിങ്, ഹർകിഷൻസിങ് സുർജിത്, ജഗ്ജിത് സിങ് ല്യാൽപുരി, ജ്യോതിബസു, എം ബസവ പുന്നയ്യ, എം ഹനുമന്തറാവു, മുസഫർ അഹമ്മദ്, എൻ പ്രസാദ റാവു, പി സുന്ദരയ്യ, സോഹൻ സിങ് ജോഷ്, ടി നാഗറെഡ്ഢി എന്നിവരായിരുന്നു.

വലതുപക്ഷ പരിപാടിയുടെ ആശയപരമായ അടിസ്ഥാനം സോവിയറ്റ് സമീപനമായിരുന്നെങ്കിൽ ഇടതുപക്ഷ പരിപാടിയുടെ അടിസ്ഥാനം ചൈനീസ് സമീപനമായിരുന്നു.

ഇടതുപക്ഷക്കാർ അവതരിപ്പിച്ച കരട് രാഷ്ട്രീയ പ്രമേയത്തിൽ അഭിപ്രായ വ്യത്യാസങ്ങൾ ഇങ്ങനെ സമാഹരിച്ചു:

1. തൊഴിലാളിവർഗ്ഗത്തിന്റെയും അതിന്റെ പ്രത്യയശാസ്ത്രമായ മാർക്സിസം-ലെനിനിസത്തിന്റെയും വീക്ഷണത്തിലൂടെ രാജ്യത്തിലെ രാഷ്ട്രീയ-സാമ്പത്തിക സ്ഥിതിഗതികളെ വിലയിരുത്തൽ.
2. 81 കമ്യൂണിസ്റ്റ് പാർട്ടികളുടെയും തൊഴിലാളി പാർട്ടികളുടെയും

പ്രസ്താവനയിൽ അടങ്ങിയ ധാരണയെ പ്രത്യേകിച്ചും പ്രത്യയശാസ്ത്രത്തിന്റെയും തത്ത്വങ്ങളുടെയും പ്രശ്നത്തിന്മേലുള്ള ധാരണയെ, ഇന്നത്തെ നമ്മുടെ സ്ഥിതിഗതികൾക്കനുയോജ്യമായ രാഷ്ട്രീയ പ്രമേയത്തിന് രൂപംകൊടുക്കാൻ എങ്ങനെ ഉപയോഗിക്കാം.

3. ഇന്ത്യയുടെ വിദേശനയവും ആഗോളസംഭവ വികാസങ്ങളിൽ ഇന്ത്യ വഹിക്കുന്ന പങ്കും വിലയിരുത്തൽ.
4. അമേരിക്കയിൽനിന്നും പടിഞ്ഞാറൻ രാജ്യങ്ങളിൽനിന്നുമുള്ള വിദേശസഹായത്തിന്റെയും നമ്മുടെ സമ്പദ് വ്യവസ്ഥയിൽ വിദേശസ്വകാര്യമൂലധനത്തിന് ഇന്നുള്ള സ്ഥാനത്തിന്റെയും പുതിയ നുഴഞ്ഞുകയറ്റത്തിന്റെയും മോസ്കോ സമ്മേളനത്തിന്റെ വെളിച്ചത്തിൽ ഇക്കാര്യം അവതരിപ്പിക്കുന്നതിന്റെയും പ്രശ്നം.
5. തൊഴിലാളിവർഗ്ഗത്തിന്റെ ആപേക്ഷികമായ പങ്കും തൊഴിലാളി–കർഷക സഖ്യവും ഒരു ദേശീയജനാധിപത്യമുന്നണി കെട്ടിപ്പടുക്കുന്നതിൽ യോജിച്ച ബഹുജന സമരത്തിന്റെ പ്രാധാന്യവും
6. വികസനപാതയെ സംബന്ധിച്ച തന്ത്രപരമായ സങ്കല്പനത്തിന്റെ അടിസ്ഥാനത്തിൽ വർത്തമാന രാഷ്ട്രീയനയം (അടവുപരമായ നയം) ആവിഷ്കരിക്കൽ. ഈ സങ്കല്പനത്തിനനുസൃതമായും ലോകത്തുയർന്നുവന്ന പുതിയ അവസരങ്ങൾ കണക്കിലെടുത്തും പ്രസ്ഥാനത്തിന്റെ ദിശ തിരിച്ചുവിടൽ.[13]

ഡാങ്കെ, ജോഷി, അധികാരി എന്നിവർ അവതരിപ്പിച്ച കരടുപരിപാടി അധികാരക്കൈമാറ്റ സമയത്തും അധികാരം കൈയാളാൻ തുടങ്ങിയതിനുശേഷവും ഇന്ത്യൻ ബൂർഷ്വാസി സ്വീകരിച്ച വർഗ്ഗസഹകരണനയത്തെ പാടെ അവഗണിക്കുകയും അതിനുപകരം അവർ കരടുപരിപാടിയിൽ ഇങ്ങനെ എഴുതി ചേർക്കുകയും ചെയ്തു:

> സാമ്രാജ്യത്വത്തിന്റെയും ചൂഷകവർഗ്ഗങ്ങളുടെയും ആഗ്രഹങ്ങൾക്കുവിരുദ്ധമായി ഇന്ത്യയും തങ്ങളുടെ സാമൂഹിക വികാസത്തിന്റെ അന്തിമലക്ഷ്യമെന്ന നിലയിൽ സോഷ്യലിസം അംഗീകരിച്ചിരിക്കയാണ്.[14]

വലതുപക്ഷക്കാരുടെ കരട് പരിപാടിയെക്കുറിച്ച് ഹർകിഷൻസിങ് സുർജിത് എഴുതി:

> ഇന്ത്യൻ ഭരണകൂടത്തിന്റെയും ഇന്ത്യൻ വിപ്ലവപാതയുടെയും സ്വഭാവത്തെ സംബന്ധിച്ച് വർഗ്ഗസഹകരണത്തിലധിഷ്ഠിതമായ ഒരു ധാരണ അതുവെച്ചുപുലർത്തുകയും അതിനുവേണ്ടി വാദിക്കുകയും ചെയ്തു.
>
> ദേശീയ ബൂർഷ്വാസി ഫ്യൂഡലിസവുമായി കൂട്ടുകൂടിയിരിക്കുകയാണെന്നും അവരുമായി അവർ യഥാർത്ഥത്തിൽ അധികാരം പങ്കിടുകയുമാണെന്നുള്ള വസ്തുതയുടെ കാര്യത്തിൽ കരടുപരിപാടി

നിശ്ശബ്ദത പാലിച്ചു. ദേശീയ ബൂർഷ്വാസിയെ സംബന്ധിച്ച ഈ വിലയിരുത്തലിനനുസൃതമായി കോൺഗ്രസ് പാർട്ടിയെക്കുറിച്ച് അവർ ഇങ്ങനെയൊരു നിഗമനത്തിലെത്തി. ബൂർഷ്വാസിയുടെ അങ്ങേയറ്റത്തെ പിന്തിരിപ്പൻ വിഭാഗം കോൺഗ്രസിൽനിന്ന് പുറത്തുപോയി സ്വതന്ത്രപാർട്ടി സംഘടിപ്പിച്ചിരിക്കുകയാണ്. അതേ സമയം ആ പിന്തിരിപ്പന്മാർക്ക് പിന്തുണ നല്കുന്നവരിൽ പലരും ഇപ്പോഴും കോൺഗ്രസ് പാർട്ടിയിൽ അവശേഷിക്കുന്നുമുണ്ട്. മുഖ്യമായി പുരോഗമന സ്വഭാവമുള്ള ഒരു പാർട്ടിയെന്ന നിലയിലാണ് കരട് പരിപാടി കോൺഗ്രസിനെ ചിത്രീകരിച്ചത്. അങ്ങനെ പാർട്ടി കോൺഗ്രസ് ഈ കരട് പരിപാടി അംഗീകരിച്ചിരുന്നുവെങ്കിൽ അത് പാർട്ടിയെ തികഞ്ഞ വർഗ്ഗസഹകരണത്തിന്റെ പാതയിലേക്ക് നയിക്കുമായിരുന്നു.

സാർവ്വദേശീയ കമ്യൂണിസ്റ്റ് പ്രസ്ഥാനത്തിന്റെ ധാരണയ്ക്ക് വിരുദ്ധമായി പടിഞ്ഞാറൻ രാജ്യങ്ങളുടെ സഹായത്തിനുപിറകെ പോകുന്ന ബൂർഷ്വാസിയുടെ വക്കാലത്ത് പിടിക്കുകയാണ് കരടു പരിപാടി ചെയ്യുന്നത്. നോക്കുക:

ഇന്ത്യൻ സമ്പദ് വ്യവസ്ഥയെ അതിവേഗം വളർത്തിയെടുക്കാനുള്ള വ്യഗ്രതയിൽ സമ്പദ് വ്യവസ്ഥയുടെ മർമ്മപ്രധാന മേഖലകളിൽ ആംഗ്ലോ-അമേരിക്കൻ മൂലധനം നുഴഞ്ഞുകയറുന്നതിന്റെ ആപത്ത് അത് ചുരുക്കിക്കാണുന്നു. ഈ ആപത്ത് തടഞ്ഞുനിർത്താൻ കഴിയുമെന്ന ആത്മവിശ്വാസം അതിനുണ്ട്. കാരണം, സാമ്രാജ്യത്വത്തിന് ഏതാനും കോടിരൂപ രാജ്യത്തുനിന്ന് കടത്തിക്കൊണ്ടുപോകാമെന്നിരിക്കിലും അതിന് നമ്മുടെ സ്വാതന്ത്ര്യത്തെ കവർന്നെടുക്കാൻ കഴിയില്ല. സാമ്രാജ്യത്വം ഈജിപ്തിലും ഇറാഖിലും ആ പണി നോക്കിയതാണ്. പക്ഷേ, അതിൽ അവർ പരാജയപ്പെട്ടു. ആവശ്യപ്പെടുമ്പോൾ ആ സഹായം കിട്ടുന്ന ചേരി എന്ന നിലയിൽ സോഷ്യലിസ്റ്റ് ചേരിയെ അത് ഉപയോഗിക്കുന്നു. അതിന്റെ അടവുകളുടെയും ആത്മവിശ്വാസത്തിന്റെയും അടിത്തറ അതാണ്.[15]

ആറാം പാർട്ടി കോൺഗ്രസിൽ അവതരിപ്പിച്ച റിപ്പോർട്ടിൽ പാർട്ടിക്കകത്തെ അഭിപ്രായവ്യത്യാസങ്ങളുടെ ഗൗരവം അജയഘോഷ് എടുത്തുകാട്ടിക്കൊണ്ട് താഴെപ്പറയുന്ന കാര്യങ്ങളിലാണ് അഭിപ്രായ വ്യത്യാസങ്ങളെന്ന് വ്യക്തമാക്കി.

1. നവസ്വതന്ത്ര രാജ്യങ്ങളെക്കുറിച്ച് മോസ്കോ പ്രസ്താവനയിലെ നിഗമനങ്ങൾ പ്രായോഗികമാക്കൽ.
2. നമ്മുടെ രാജ്യത്തെ രാഷ്ട്രീയ-സാമ്പത്തിക സ്ഥിതി.
3. പാർട്ടിയുടെ മുമ്പിലുള്ള അടിയന്തര കടമകൾ.

ഈ അഭിപ്രായ ഭിന്നതകൾമൂലം ഒരു പൊതു രാഷ്ട്രീയ പ്രമേയം

ഉണ്ടാക്കാൻ കഴിഞ്ഞില്ലെന്ന് അജയഘോഷ് വ്യക്തമാക്കി.[16]

കോൺഗ്രസ് ഗവൺമെന്റിനോടുള്ള സമീപനം, ഇന്ത്യാ-ചൈന തർക്കം എന്നീ കാര്യങ്ങളിൽ ഇ എം എസിന്റെ രേഖ ഇടതുപക്ഷക്കാരുടെ രേഖയോടു യോജിക്കുമ്പോൾത്തന്നെ സാർവ്വദേശീയ സ്ഥിതിഗതികളെ സംബന്ധിച്ചുള്ള വിശകലനത്തിൽ അവരുടെ രേഖയോട് ചിലകാര്യങ്ങളിൽ വിയോജിപ്പ് പ്രകടിപ്പിച്ചു. ക്രൂഷ്ചേവിന്റെ നേതൃത്വത്തിൽ സോവിയറ്റ് പാർട്ടി തുടങ്ങിവെച്ച വലതുപക്ഷ അവസരവാദസമീപനത്തിന് തികച്ചും എതിരാണെങ്കിലും ചൈനീസ് സമീപനം പൂർണ്ണമായി ആ രേഖ അംഗീകരിച്ചില്ല. ഫലത്തിൽ ഇടതുപക്ഷക്കാരോടും ചൈനീസ് നിലപാടിനോടും യോജിക്കുന്നതാണ് ഇ എം എസിന്റെ രേഖയെന്ന് വലതുപക്ഷക്കാർ സമ്മേളനത്തിൽത്തന്നെ ആക്ഷേപമുന്നയിച്ചു. എന്നാൽ വലതുപക്ഷ അവസരവാദത്തിനെതിരായ സമരത്തിൽ ചാഞ്ചാട്ടങ്ങളും വിട്ടുവീഴ്ചകളും ഉണ്ടെന്ന വിമർശനം ഇടതുപക്ഷക്കാരിൽനിന്ന് ഈ രേഖയ്ക്കെതിരെ ഉണ്ടായി.[17]

രണ്ടുഭാഗത്തും നിന്നുവന്ന ഈ വിമർശനം നിമിത്തം മൂന്നാം രേഖയ്ക്ക് സമ്മേളനത്തിന്റെ ചർച്ചയിൽ കാര്യമായ സ്ഥാനമൊന്നും ലഭിച്ചില്ല. വലതുപക്ഷ-ഇടതുപക്ഷ രേഖകൾ തമ്മിലായിരുന്നു രൂക്ഷമായ വാദവിവാദങ്ങൾ നടന്നത്.

പാർട്ടികോൺഗ്രസിൽ കരടുപാർട്ടി പരിപാടികളെ കുറിച്ചെല്ലാം ചർച്ച നടന്നു. ഏതാണ്ട് പത്തുമണിക്കൂറോളം അജയഘോഷ്, ഇ എം എസ്, ഡാങ്കെ, അധികാരി, രാമമൂർത്തി മുതലായവരടക്കം 29 പേർ ചർച്ചയിൽ പങ്കെടുത്തു.[18]

വാശിയേറിയ വാദവിവാദങ്ങളെത്തുടർന്ന് പൂർണ്ണമായ ചർച്ചപോലും നടത്താതെ പാർട്ടി പരിപാടിയെക്കുറിച്ചുള്ള കാര്യം മാറ്റിവയ്ക്കേണ്ടിവന്നു. ഈ കരടുകളെല്ലാം അടുത്തു തിരഞ്ഞെടുക്കപ്പെടുന്ന നാഷണൽ കൗൺസിലിനെ ഏല്പിക്കുവാൻ സമ്മേളനം തീരുമാനിച്ചു.[19]

ദേശീയ കൗൺസിൽ കൂടുതൽ പര്യാലോചനകൾക്കുശേഷം ഇതിൽ ഏതെങ്കിലുമൊന്ന് അടിസ്ഥാനപരമായി സ്വീകരിക്കുകയോ, അത് ഭേദഗതിചെയ്യുകയോ, അല്ലെങ്കിൽ പുതിയതൊന്ന് തയ്യാറാക്കുകയോ ചെയ്തതിനുശേഷം പാർട്ടി ഘടകങ്ങളിൽ ചർച്ചയ്ക്കുവയ്ക്കുമെന്ന് തീരുമാനിച്ചു.[20]

രാഷ്ട്രീയ പ്രമേയവും ഏകകണ്ഠമായി അംഗീകരിക്കാൻ കഴിഞ്ഞില്ല. പാർട്ടി പരിപാടിയെക്കുറിച്ചുള്ള ചർച്ചയും അതംഗീകരിക്കലും നീട്ടിവയ്ക്കുന്നതിൽ തെറ്റില്ല. എന്നാൽ അടവുനയത്തെക്കുറിച്ച് വ്യക്തമായ പ്രഖ്യാപനം ഉൾക്കൊള്ളുന്ന ഏകകണ്ഠമോ ഭൂരിപക്ഷ പിന്തുണയോ ഉള്ള ഒരു രാഷ്ട്രീയ പ്രമേയം അംഗീകരിക്കാതെ പാർട്ടികോൺഗ്രസ് പിരിച്ചുവിട്ടുകൂടാ.[21] എന്നാൽ പ്രമേയം വോട്ടിനിട്ടാൽ പാർട്ടി പിളരുന്ന സ്ഥിതിയുമായിരുന്നു. നാഷണൽ കൗൺസിലിലെ ഭൂരിപക്ഷം അംഗീകരിച്ച പ്രമേയം എന്ന നിലയിൽ വലതുപക്ഷക്കാർ കൊണ്ടുവന്ന രാഷ്ട്രീ

യപ്രമേയം അജയഘോഷ് ആണ് കോൺഗ്രസിൽ അവതരിപ്പിച്ചിരുന്നത്. പാർട്ടി ജനറൽ സെക്രട്ടറി എന്നനിലയിൽ ചർച്ചകൾക്ക് മറുപടി പറഞ്ഞുകൊണ്ട് പ്രസംഗിക്കവെ സമ്മേളനത്തിൽ ഉയർന്നുവന്ന പല വിമർശനങ്ങളും വാദഗതികളും അദ്ദേഹം അംഗീകരിക്കുകയുണ്ടായി. ഇരുകൂട്ടർക്കും അദ്ദേഹം നടത്തിയപ്രസംഗം സ്വീകാര്യമായിരുന്നു. അതിനെത്തുടർന്ന് ആ പ്രസംഗത്തിലെ പ്രസക്തഭാഗങ്ങൾ രാഷ്ട്രീയ പ്രമേയമായി ഐക്യകണ്ഠേന അംഗീകരിക്കുകയുണ്ടായി.[22]

രാഷ്ട്രീയപ്രമേയം പാർട്ടി കോൺഗ്രസ് ചർച്ചചെയ്ത് അംഗീകരിച്ച രീതിയെക്കുറിച്ച് സി അച്ചുതമേനോൻ ഒരു ലേഖനത്തിൽ വിശദീകരിക്കുന്നുണ്ട്. അത് നോക്കുക:

> ....മൂന്ന് കരടുപ്രമേയങ്ങൾവെച്ചുകൊണ്ടാണ് പാർട്ടി കോൺഗ്രസ് ചർച്ച തുടങ്ങിയത്.
>
> ചർച്ചകൾക്കുശേഷം ഇതിൽ ഏത് അടിസ്ഥാനരേഖയായി സ്വീകരിച്ചു ഭേദഗതികൾ അവതരിപ്പിക്കാൻ അവസരം കൊടുക്കണമെന്ന പ്രശ്നം വന്നു. ഏത് പ്രമേയമായാലും വളരെ ചെറിയ ഒരു ഭൂരിപക്ഷംകൊണ്ടുമാത്രമേ പാസാക്കാൻ പോകുന്നുള്ളൂ എന്ന സ്ഥിതിയാണ് അഭിപ്രായപ്രകടനങ്ങളുടെ ഫലമായി കാണാൻ കഴിഞ്ഞത്. അതേസമയം ദേശീയകൗൺസിൽപ്രമേയം അവതരിപ്പിച്ചുകൊണ്ട് സ. അജയഘോഷ് ഒരു പ്രസംഗം ചെയ്തിരുന്നു. അമൃതസർ കോൺഗ്രസിനു ശേഷമുള്ള സംഭവവികാസങ്ങളെയും സമരങ്ങളെയും അവലോകനം ചെയ്തുകൊണ്ടുള്ള ഒന്നായിരുന്നു ആ പ്രസംഗത്തിന്റെ ആദ്യഭാഗം. അത് പ്രതിനിധികളുടെ ഇടയിൽ വിതരണം ചെയ്തിരുന്നു. എന്നാൽ വിമർശനം ചെയ്ത ഭാഗത്തിനുപുറമെ വാചാപ്രസംഗത്തിൽ അദ്ദേഹം ദേശീയ കൗൺസിൽ പ്രമേയത്തിലടങ്ങിയിട്ടുള്ള നയവും മുദ്രാവാക്യങ്ങളും സമീപനവും വിശദീകരിക്കുകകൂടി ചെയ്തിരുന്നു. ഈ വാചാപ്രസംഗഭാഗം പിന്നീടു സൈക്ലോ ചെയ്തു വിതരണം ചെയ്യുകയുണ്ടായി.
>
> പാർട്ടി കോൺഗ്രസിൽ പിന്നീട് ഈ പ്രസംഗഭാഗം അതിപ്രധാനമായ ഒരു രേഖയായി പരിണമിച്ചു. സ. ബി ടി രണദിവെയും സഖാവ് ഇ എം എസും ഇവരുടെ രേഖകളെ അനുകൂലിച്ചും ദേശീയ കൗൺസിൽ പ്രമേയത്തെ എതിർത്തും സംസാരിച്ച പലരും, ദേശീയ കൗൺസിൽപ്രമേയത്തിന്റെ പലഭാഗങ്ങളും സ്വീകാര്യമല്ലെങ്കിലും സഖാവ് അജയഘോഷ് പ്രസംഗിച്ച അർത്ഥത്തിലും സ്പിരിറ്റിലുമാണ് പ്രമേയം വ്യാഖ്യാനിക്കപ്പെടുകയെങ്കിൽ അത് സ്വീകാര്യമായിത്തീരുമെന്ന് പറഞ്ഞിരുന്നു. യോജിപ്പിന്റെ മേഖലകൾ വികസിച്ചുവരുന്നുണ്ടെന്നും ഈ പ്രസ്താവനകൾ തോന്നിച്ചു.
>
> അതുകൊണ്ട് യോജിച്ച ഒരു പ്രമേയം അംഗീകരിക്കുന്നതിനുള്ള സാദ്ധ്യതകൾ ആരായണമെന്ന അഭിപ്രായഗതി പൊതുവെ

പൊന്തിവന്നു. ഏതെങ്കിലും ഒരു രേഖ അടിസ്ഥാനപരമായി സ്വീകരിക്കുന്നതിനുവേണ്ടി വോട്ടിടുന്നതിനുമുമ്പായി ഇനിയെന്തുചെയ്യണമെന്നതിനെ സംബന്ധിച്ച് നിർദ്ദേശം സമർപ്പിക്കുവാൻ സഖാക്കൾ അജയഘോഷ്, ബി ടി രണദിവെ, ഇ എം എസ് എന്നിവരടങ്ങിയ ഒരു കമ്മിറ്റിയെ കോൺഗ്രസ് അധികാരപ്പെടുത്തി.

പ്രസ്തുത കമ്മിറ്റി കോൺഗ്രസ് മുമ്പാകെ സമർപ്പിച്ച നിർദ്ദേശം ഇതായിരുന്നു: ആദ്യം സഖാവ് അജയഘോഷിന്റെ അവതരണ പ്രസംഗത്തിലെ പ്രസക്തഭാഗം. (നയവും മുദ്രാവാക്യങ്ങളും വിശദീകരിക്കുന്ന ഭാഗം) ചർച്ചചെയ്തു അംഗീകരിക്കുക. ഈ പ്രസംഗത്തിനും ഭേദഗതികൾ അവതരിപ്പിക്കുന്നതിനു പ്രതിനിധികൾക്ക് അവസരം നല്കണം. ഇങ്ങനെ ഭേദഗതികളോടുകൂടിയോ അല്ലാതെയോ പ്രസംഗം അംഗീകരിച്ചതിനുശേഷം അംഗീകരിച്ച പ്രസംഗത്തിന്റെ വെളിച്ചത്തിൽ ദേശീയ കൗൺസിലിന്റെ പ്രമേയത്തിന് ആവശ്യമായ ഭേദഗതികൾ കോൺഗ്രസിന്റെ സ്റ്റീയറിങ് കമ്മിറ്റി തയ്യാറാക്കണം. സ്റ്റീയറിങ് കമ്മിറ്റി ഏകകണ്ഠമായി അംഗീകരിച്ച ഭേദഗതികളെ കോൺഗ്രസിനുമുമ്പാകെ ശുപാർശ ചെയ്യുകയുള്ളൂ. സ്റ്റീയറിങ് കമ്മിറ്റിയുടെ ഭേദഗതികളോടുകൂടിയുള്ള പ്രമേയം കോൺഗ്രസുമുമ്പാകെ വന്നുകഴിഞ്ഞാൽ അത് ഭേദഗതിചെയ്യുന്നതിന് പ്രതിനിധികൾക്ക് അവസരം നല്കുന്നതാണ്. അവയുംകൂടി ചർച്ചചെയ്ത് സ്വീകരിക്കേണ്ടവ സ്വീകരിക്കുകയും തള്ളേണ്ടവ തള്ളുകയും ചെയ്ത് പ്രമേയം ഒട്ടാകെതന്നെ ഭേദഗതി ചെയ്ത രൂപത്തിൽ പാർട്ടി കോൺഗ്രസ് അംഗീകരിക്കണം.

മുൻപറഞ്ഞ മൂന്ന് സഖാക്കൾകൂടിവെച്ച ഏകകണ്ഠമായ ഈ നിർദ്ദേശം പാർട്ടികോൺഗ്രസ് അംഗീകരിച്ചു. അതിനെത്തുടർന്ന് സഖാക്കൾ ഇ എം എസും ബി ടി രണദിവെയും തങ്ങളുടെ പ്രമേയങ്ങൾ പിൻവലിച്ചു.

അതിനുശേഷം സഖാവ് അജയഘോഷിന്റെ പ്രസംഗത്തിന്മേലുള്ള ഭേദഗതികൾ ആലോചനയ്ക്കെടുത്തു. അവയിൽ ചിലതെല്ലാം അംഗീകരിക്കുകയും ചിലതെല്ലാം തള്ളുകയും ചെയ്തശേഷം ഭേദഗതിചെയ്ത രൂപത്തിൽ ആ പ്രസംഗം പാർട്ടി കോൺഗ്രസ് ഒരു റിപ്പോർട്ട് എന്നപോലെ അംഗീകരിച്ചു.

പിന്നീട് സ്റ്റീയറിങ് കമ്മിറ്റി അതിന്റെ പ്രവർത്തിയാരംഭിച്ചു. എന്നാൽ പ്രധാനപ്പെട്ട മൂന്നുനാല് ഭേദഗതികളെ സംബന്ധിച്ച് മാത്രമേ സ്റ്റീയറിങ് കമ്മിറ്റിക്ക് ഏകകണ്ഠമായ തീരുമാനം എടുക്കാൻ കഴിഞ്ഞുള്ളൂ. അപ്പോഴേക്കും സ്റ്റീയറിങ് കമ്മിറ്റിയുടെ പ്രവർത്തനത്തിന് അവിചാരിതമായൊരു തടസ്സം നേരിട്ടു. സഖാവ് അജയഘോഷിന് ഇടയ്ക്കിടയ്ക്ക് ഉണ്ടാകാറുള്ള ഹൃദയരോഗത്തിന്റെ ആക്രമണം ഉണ്ടാകുകയും അദ്ദേഹത്തിന് യാതൊന്നും പ്രവർത്തിക്കുവാൻ

സാദ്ധ്യമാകാതെ വരികയും ചെയ്തു. രാഷ്ട്രീയ പ്രമേയത്തിനാണെങ്കിൽ പ്രതിനിധി സഖാക്കൾ കൊടുത്ത നൂറ് കണക്കിന് ഭേദഗതികൾ ഉണ്ടായിരുന്നുതാനും. സമയമാണെങ്കിൽ വളരെ പരിമിതം. ഈ പരിതഃസ്ഥിതിയിൽ എന്തുചെയ്യണമെന്ന പ്രശ്നം വീണ്ടും പാർട്ടി കോൺഗ്രസിന്റെ മുമ്പിൽത്തന്നെ അവതരിപ്പിക്കപ്പെടുകയുണ്ടായി. നിർദ്ദേശങ്ങളും പ്രതിനിർദ്ദേശങ്ങളും ചർച്ചകളുമായി വളരെനേരം കഴിഞ്ഞതിനുശേഷം കോൺഗ്രസ് ഒടുവിൽ താഴെപ്പറയുന്ന തീരുമാനത്തിലെത്തിച്ചേർന്നു.

സ്റ്റിയറിങ് കമ്മിറ്റി ഏകകണ്ഠമായി സ്വീകരിച്ച ഭേദഗതികൾ ആദ്യം പാർട്ടികോൺഗ്രസും അംഗീകരിക്കുക. അതിനുശേഷം സഖാവ് അജയഘോഷിന്റെ പ്രസംഗത്തിന്റെ (നയപരിപാടിയായി അംഗീകരിച്ച അവസാനത്തെ ഭാഗം) ആവശ്യമുള്ള ഭാഗങ്ങൾ ദേശീയ കൗൺസിൽ പ്രമേയത്തിൽ എടുത്തുചേർക്കുക. ഇതിന്റെ ഫലമായി ആവശ്യമായിത്തീരുന്ന മറ്റു ഭേദഗതികളും ആ പ്രമേയത്തിൽ വരുത്തണം. അങ്ങനെ പ്രമേയം ഭേദഗതിചെയ്തു എഡിറ്റു ചെയ്തു പ്രസിദ്ധപ്പെടുത്തുവാൻ സഖാവ് അജയഘോഷിനെ അധികാരപ്പെടുത്തുക.

ഇത് സംബന്ധിച്ച് പാർട്ടി കോൺഗ്രസ് അംഗീകരിച്ച പ്രമേയം അതേ രൂപത്തിൽത്തന്നെ താഴെക്കൊടുക്കുന്നു:

ജനറൽ സെക്രട്ടറിയുടെ പ്രസംഗം അംഗീകരിച്ചു കഴിഞ്ഞിട്ടുള്ള ഈ സ്ഥിതിയിൽ, പ്രസ്തുത റിപ്പോർട്ടിന്റെ അവസാനഭാഗത്തിൽ (37 മുതൽ 44 വരെയുള്ള പുറങ്ങളിൽ) ഉൾക്കൊള്ളിച്ചിട്ടുള്ള പാർട്ടിയുടെ അടവുകളെ സംബന്ധിച്ച ഭാഗം, ദേശീയ കൗൺസിലിന്റെ രാഷ്ട്രീയപ്രമേയത്തോടു കൂട്ടിച്ചേർക്കാനും, അടവുകളെ സംബന്ധിച്ച പാർട്ടിയുടെ നയമായി അതിനെ സ്വീകരിക്കാനും ഇന്ത്യൻ കമ്യൂണിസ്റ്റ് പാർട്ടിയുടെ ആറാം കോൺഗ്രസ് തീരുമാനിക്കുന്നു. ഈ കൂട്ടിച്ചേർക്കലോടുകൂടിയ പ്രമേയം പാർട്ടി കോൺഗ്രസ് അംഗീകരിക്കുന്നു. ഈ തീരുമാനത്തിന് അനുയോജ്യമായവിധം പ്രമേയത്തിന്റെ പ്രസക്തഭാഗങ്ങളെ ഭേദഗതി ചെയ്യാനും എഡിറ്റ് ചെയ്യാനും സഖാവ് അജയഘോഷിനെ അധികാരപ്പെടുത്തുന്നു. പ്രമേയത്തിന്റെ മറ്റുഭാഗങ്ങളും ഈ റിപ്പോർട്ടിന്റെ വെളിച്ചത്തിൽ ഭേദഗതി ചെയ്യുവാൻ അദ്ദേഹത്തിന് അധികാരമുണ്ടായിരിക്കുന്നതാണ്.[23]

മാറ്റങ്ങൾ വരുത്തി കോൺഗ്രസ് അംഗീകരിച്ച അജയഘോഷിന്റെ *പുതിയ സ്ഥിതിയും നമ്മുടെ ചുമതലകളും (New Situation and Our Tasks)* എന്ന പ്രസംഗം 1961 മേയ് 7-ാം തീയതിയിലെ *ന്യൂഏജ്* വാരികയിൽ പ്രസിദ്ധീകരിച്ചു.[24]

ആറാം കോൺഗ്രസിലെ സംഭവഗതികളെയും തുടർന്നുണ്ടായ അഭിപ്രായ വ്യത്യാസങ്ങളെയും വിലയിരുത്തിക്കൊണ്ട് ഇ എം എസ് നമ്പൂതിരിപ്പാട് എഴുതി:

> ചർച്ചയിൽ പ്രകടമായ വീറുംവാശിയും, ഇരുഭാഗത്തും അണിനിരന്നിരുന്ന പ്രാസംഗികരുടെയും അനുയായികളുടെയും എണ്ണം എന്നിവ നിമിത്തം വോട്ടിനിട്ടാൽ എന്തുസംഭവിക്കുമെന്ന് പറയാൻ വയ്യാത്ത നിലയിലായിരുന്നു. ഏതിനായാലും നേരിയ ഭൂരിപക്ഷമേ കിട്ടൂ. അങ്ങനെ നേരിയ ഭൂരിപക്ഷവോട്ടോടെ പ്രമേയം പാസാക്കുന്നതുകൊണ്ട് പാർട്ടിക്ക് ഗുണമല്ല ദോഷമാണുണ്ടാവുകയെന്ന് നേതാക്കളിലും പ്രതിനിധികളിലും ഒരു വിഭാഗം കരുതി. അതിൽ സോവിയറ്റ് പ്രതിനിധി സംഘത്തിന്റെ നേതാവ് സുസ്ലോവും ഉൾപ്പെട്ടിരുന്നു. പാർട്ടി പ്രത്യക്ഷമായിത്തന്നെ പിളരുന്ന സ്ഥിതി ഒഴിവാക്കാനുള്ള ശ്രമം ഇന്ത്യൻ പാർട്ടിയിലെ ചില പ്രമുഖരെന്ന പോലെ അദ്ദേഹവും നടത്തി.
>
> മറ്റൊരു കാര്യംകൂടി ഇവിടെ എടുത്തുപറയേണ്ടതുണ്ട്: സമ്മേളനത്തിൽ ചർച്ചചെയ്തും അവസാനം ഔപചാരികമായ ഏകകണ്ഠതയോടെ അംഗീകരിച്ചതും സമകാലീന പരിതഃസ്ഥിതികൾ വിലയിരുത്തുന്ന രാഷ്ട്രീയ പ്രമേയം മാത്രമായിരുന്നു. ഇന്ത്യയുടെ സാമൂഹ്യ-സാമ്പത്തിക സ്ഥിതി, അതിൽ ബൂർഷ്വാ പരിവർത്തനങ്ങളെത്തുടർന്നുവരുന്ന രൂപഭേദങ്ങൾ എന്നിവയെയും ആഗോള രാഷ്ട്രീയത്തിൽ വന്നുകൊണ്ടിരിക്കുന്ന ചലനങ്ങളെയും മാർക്സിസം-ലെനിനിസത്തെ അടിസ്ഥാനമാക്കി വിലയിരുത്തുന്ന മൗലിക പ്രമാണം--പാർട്ടി പരിപാടി—സമ്മേളനത്തിന്റെ ചർച്ചയ്ക്കുവയ്ക്കുകപോലും ചെയ്തില്ല. അത്തരമൊരു മൗലികപ്രമാണം തയ്യാറാക്കുന്നതിനാകട്ടെ, 81 സഹോദരപാർട്ടികളുടെ മോസ്കോ സമ്മേളനത്തെയും അതിനുമുമ്പും പിമ്പും നടന്ന സംഭവവികാസങ്ങളെയും ഇന്ത്യൻ കമ്യൂണിസ്റ്റുകാരുടെ വീക്ഷണത്തോടെ വിലയിരുത്തണം. അത് സംബന്ധിച്ച അഭിപ്രായവ്യത്യാസങ്ങൾ ഏകകണ്ഠമായോ ഭൂരിപക്ഷവോട്ടിന്റെ അടിസ്ഥാനത്തിലോ പരിഹരിക്കണം. അതിനുള്ള യാതൊരു ശ്രമവും വിജയവാഡ സമ്മേളനത്തിനു മുമ്പോ സമ്മേളനത്തിൽവെച്ചോ നടന്നില്ല.
>
> എന്നുവെച്ചാൽ 1951 ൽ അംഗീകരിച്ചതും പിന്നീട് ഉപേക്ഷിച്ചതുമായ പാർട്ടിപരിപാടി, നയപ്രഖ്യാപന രേഖ എന്നിവയ്ക്കുപകരം, മറ്റൊരു പരിപാടിയും നയപ്രഖ്യാപന രേഖയും തയ്യാറാക്കുന്ന ജോലി തുടങ്ങിവയ്ക്കുകപോലും ചെയ്യാതെയാണ് സമ്മേളനം പിരിഞ്ഞത്.[25]

ഈ പശ്ചാത്തലത്തിലാണ് അടുത്ത പാർട്ടി കോൺഗ്രസ് വരെ നേതൃത്വത്തിലിരിക്കേണ്ട നാഷണൽ കൗൺസിൽ, അതിനകത്തുനിന്ന് തിര

ഞ്ഞെടുക്കേണ്ട കേന്ദ്ര എക്സിക്യൂട്ടീവ് കമ്മിറ്റി, കേന്ദ്രസെക്രട്ടേറിയറ്റ് എന്നീ സ്ഥാപനങ്ങൾ രൂപീകരിക്കേണ്ടത്. 100 അംഗങ്ങളുള്ള ഒരു നാഷണൽ കൗൺസിൽ, 25 പേരുള്ള കേന്ദ്ര എക്സിക്യൂട്ടീവ് കമ്മിറ്റി, ഒമ്പതുപേരുള്ള സെക്രട്ടേറിയറ്റ് എന്നിങ്ങനെയാണ് അമൃതസറിൽവെച്ച് ചേർന്ന അഞ്ചാം പാർട്ടി കോൺഗ്രസ് അംഗീകരിച്ച ഭരണഘടനയിൽ നേതൃത്വഘടനയെ സംബന്ധിച്ചുണ്ടാക്കിയവ്യവസ്ഥ. അതിൽ ആരെയെല്ലാമാണ് ഉൾപ്പെടുത്തേണ്ടതെന്ന പ്രശ്നത്തിൽ രൂക്ഷമായ ഏറ്റുമുട്ടലുണ്ടായി. ഗ്രൂപ്പിസത്തിന്റേതായ മാർഗ്ഗത്തിൽത്തന്നെ അത് നടത്തുവാൻ ഡാങ്കെ ഗ്രൂപ്പുകാർ തീവ്രയത്നം നടത്തി. ഓരോ സംസ്ഥാനത്തിനുമുള്ള അംഗങ്ങളുടെ എണ്ണം കേന്ദ്ര എക്സിക്യൂട്ടീവ് കമ്മിറ്റി നിശ്ചയിക്കുകയും അതതു സംസ്ഥാനത്തെ പ്രതിനിധികളുടെ ശുപാർശകൾ തേടുകയുമാണ് പാനൽ സമർപ്പിക്കുന്ന കാര്യത്തിൽ നാഷണൽ കൗൺസിൽ അനുവർത്തിച്ചുവരാറുള്ള മാർഗ്ഗം. ഈ ശുപാർശ ഡാങ്കെ ഗ്രൂപ്പിനെ അമ്പരിപ്പിക്കുന്നതായിരുന്നു. അതിനെത്തുടർന്ന് സംസ്ഥാന പ്രതിനിധികളുടെ ശുപാർശകളെ പാടെ അവഗണിച്ചുകൊണ്ട് ഒരു പുതിയ പാനൽ വയ്ക്കുവാൻ അവർ കരുനീക്കങ്ങളാരംഭിച്ചു. ആ രീതിയിലൂടെ ആദ്യം അവതരിപ്പിച്ച പേരുകൾ രൂക്ഷമായ പ്രതിഷേധത്തിനിടയാക്കി. സമ്മേളന പ്രതിനിധികൾക്കിടയിലുള്ള വിരുദ്ധചേരികളുടെ ഏറ്റുമുട്ടലുകൾ കാരണം പുതിയ നാഷണൽ കൗൺസിലിന്റെ ഘടനയിൽ ഏകാഭിപ്രായമുണ്ടാക്കാൻ കഴിഞ്ഞില്ല. അതു സംബന്ധിച്ച് നടന്ന ഒട്ടേറെ അനൗപചാരിക സംഭാഷണങ്ങൾ, ഔപചാരികമായി പല തവണ നിർത്തിവയ്ക്കുകയും, വീണ്ടും ചേരുകയും ചെയ്ത പ്രതിനിധിസമ്മേളനം എന്നിവയിലൂടെ പ്രശ്നം പരിഹരിക്കാൻ കഴിയാതെ വന്നപ്പോൾ പാർട്ടി ഭരണഘടനയിൽ അനുവദിച്ചിരിക്കുന്നതിനേക്കാൾ കൂടുതൽ അംഗസംഖ്യയുള്ള ഒരു നാഷണൽ കൗൺസിൽ രൂപപ്പെടുത്താൻ തീരുമാനിച്ചുകൊണ്ട് പാർട്ടി ഭരണഘടനതന്നെ താല്ക്കാലികമായി ഭേദഗതി ചെയ്യേണ്ടിവരുകയാണുണ്ടായത്. അങ്ങനെ 100 ന് പകരം 110 അംഗങ്ങളുള്ള ഒരു നാഷണൽ കൗൺസിൽ രൂപീകരിക്കാൻ തീരുമാനിച്ചു.[26] അപ്പോഴും തർക്കം അവസാനിച്ചില്ല. ആരെ ഉൾപ്പെടുത്തണമെന്ന കാര്യത്തിൽ തർക്കം നിലനിന്നു. അവസാനം നേരം വെളുക്കുന്നതുവരെ രാത്രി മുഴുവൻ നടന്ന വാശിയേറിയ കൂടിയാലോചനകളെ തുടർന്നാണ് നാഷണൽ കൗൺസിൽ രൂപീകരിക്കാൻ കഴിഞ്ഞത്. ഈ 110 പേരിൽ 56 പേർ വലതുവിഭാഗക്കാരും 36 പേർ ഇടതുവിഭാഗക്കാരും 18 പേർ നടുനിലക്കാരുമായിരുന്നു.[27] എന്നാൽ അഭിപ്രായവ്യത്യാസം കാരണം കേന്ദ്ര എക്സിക്യൂട്ടീവ് കമ്മിറ്റിയെയോ കേന്ദ്ര സെക്രട്ടേറിയറ്റിനെയോ തിരഞ്ഞെടുക്കാൻ കഴിയാതെ ജനറൽ സെക്രട്ടറിയെ മാത്രം (അജയഘോഷിനെ) തിരഞ്ഞെടുത്തുകൊണ്ട് നാഷണൽ കൗൺസിൽ യോഗം പിരിയുകയുണ്ടായി.

തല്ക്കാലം പാർട്ടി രണ്ടായി ഭിന്നിക്കുമെന്ന അവസ്ഥ ഒഴിവായി എന്നതാണ് പാർട്ടികോൺഗ്രസിന്റെ ഏക നേട്ടം. ആശയങ്ങളുടെയും നയ

സമീപനങ്ങളുടെയും രംഗത്ത് മാത്രമല്ല, സംഘടനാരംഗത്തും ഒരു പോലെ താല്ക്കാലിക ഒത്തുതീർപ്പ് ഉണ്ടാക്കേണ്ടിവന്ന സമ്മേളനമായിരുന്നു ആറാം പാർട്ടി കോൺഗ്രസ്. ഈ രണ്ടു രംഗത്തും 'ഏച്ചുകെട്ടിയാൽ മുഴച്ചുനില്ക്കു'മെന്ന അവസ്ഥയിലായിരുന്നു തീരുമാനങ്ങൾ. പാർട്ടിക്കകത്തെ പ്രതിസന്ധി പരിഹരിക്കാനല്ല, കൂടുതൽ മൂർച്ഛിക്കാനേ ഈ ഒത്തുതീർപ്പുകൾ പ്രയോജനപ്പെട്ടുള്ളു. പാർട്ടി ഭിന്നിപ്പിലേക്ക് നീങ്ങുകയായിരുന്നു. പാർട്ടി ശത്രുക്കളും കുത്തകപത്രങ്ങളും അതിന് ആക്കം കൂട്ടി. ഈ സ്ഥിതിവിശേഷണത്തെക്കുറിച്ച് ഇ എം എസ് നമ്പൂതിരിപ്പാട് എഴുതി:

> .... ഏച്ചുകൂട്ടിയാൽ മുഴച്ചുനില്ക്കുമെന്ന പരുവത്തിലായിരുന്നു സമ്മേളനമംഗീകരിച്ച രാഷ്ട്രീയ പ്രമേയം. വിരുദ്ധവീക്ഷണങ്ങളോടുകൂടി തയ്യാറാക്കപ്പെട്ട രണ്ടു രേഖകളിൽനിന്ന് കുറെഭാഗങ്ങൾ യാതൊരു തത്ത്വദീക്ഷയും ഇല്ലാതെ എടുത്തു ഉൾക്കൊള്ളിക്കുകയാണ് പ്രമേയത്തിന്റെ അവസാനരൂപമെന്ന നിലയ്ക്ക് നടന്നത്. ഇരുവീക്ഷണക്കാർക്കും താന്താങ്ങളുടെ വീക്ഷണത്തിനൊത്ത് അടർത്തിയെടുത്ത് ഉപയോഗിക്കാൻ പറ്റുന്ന നിരവധി ഖണ്ഡികകൾ ഏകകണ്ഠമായി അംഗീകരിച്ച പ്രമേയത്തിലുണ്ടായിരുന്നു. അങ്ങനെ ഒരേ രാഷ്ട്രീയപ്രമേയത്തെ ആസ്പദമാക്കി പ്രവർത്തിക്കുന്നുവെന്നവകാശപ്പെട്ടുകൊണ്ടാണെങ്കിലും ഇരുവിഭാഗക്കാർക്കും മുമ്പെന്നപോലെ സമ്മേളനത്തിനുശേഷവും അവരവർക്ക് ശരിയെന്നു തോന്നുന്ന വിധത്തിൽ പ്രവർത്തിക്കാൻ കഴിയുമെന്നായി.
>
> ....കോൺഗ്രസിനെ വെല്ലുവിളിക്കാനുള്ള ശക്തി മറ്റേതു പ്രതിപക്ഷ പാർട്ടിയെക്കാളും കൂടുതലുള്ള കമ്യൂണിസ്റ്റ് പാർട്ടി അതിവേഗം ഭിന്നിപ്പിലേക്ക് നീങ്ങുകയാണെന്ന് ഭരണകക്ഷിക്കും പ്രതിപക്ഷത്തെ വിരുദ്ധന്മാർക്കും ബോദ്ധ്യപ്പെട്ടു. പാർട്ടിക്കകത്തെ അന്യോന്യസമരം ഉപയോഗിക്കാനും മൂർച്ഛിപ്പിക്കാനുമുള്ള മാർഗ്ഗങ്ങൾ ശത്രുക്കൾ ആരായാൻ തുടങ്ങി. ഭരണവർഗ്ഗങ്ങളുടെ പെട്ടിപ്പാട്ടുകാരായ കുത്തകപത്രങ്ങളാകട്ടെ, തങ്ങളുടെ പംക്തികൾ മുഴുവൻ കമ്യൂണിസ്റ്റ് പാർട്ടിക്കകത്തെ വൈരുദ്ധ്യങ്ങൾ പെരുപ്പിച്ചു കാണിക്കാൻ ഉപയോഗിച്ചു.[28]

നാഷണൽ കൗൺസിലിന്റെ അടുത്ത യോഗത്തിൽവെച്ച് (1961 ജൂൺ 18 നു ചേർന്ന യോഗം) കേന്ദ്ര എക്സിക്യൂട്ടീവ് കമ്മിറ്റിയെ തിരഞ്ഞെടുത്തപ്പോൾ ഇടതുപക്ഷക്കാരായ പി സുന്ദരയ്യ, ജ്യോതിബസു, ഹർകിഷൻസിങ് സുർജിത് എന്നിവർ പുറത്തുനില്ക്കാൻ തീരുമാനിച്ചു. ദേശീയ കൗൺസിലിലേക്കുള്ള പാനൽ സംസ്ഥാനങ്ങളിൽനിന്നു വരുന്ന പ്രതിനിധി സംഘാംഗങ്ങളുമായി ചർച്ച ചെയ്ത് തയ്യാറാക്കുകയെന്ന രീതി ഉപേക്ഷിച്ചതിൽ പ്രതിഷേധിച്ചായിരുന്നു ഇത്.[29] പൂർണ്ണമായ ഒരു സെക്രട്ടേറിയറ്റിനെ തിരഞ്ഞെടുക്കാൻ കഴിഞ്ഞതുമില്ല. അജയഘോഷ്, എസ്

എ ഡാങ്കെ, ഇസഡ് എ അഹമ്മദ്, ഭൂപേശ് ഗുപ്ത, എം എൻ ഗോവിന്ദൻ നായർ എന്നിവരടങ്ങിയതായിരുന്നു സെക്രട്ടേറിയറ്റ്. ഇതിൽ ഭൂപേശ് ഗുപ്ത ഒഴികെ ബാക്കിയെല്ലാവരും വലതുപക്ഷക്കാരായിരുന്നു. എന്നാൽ പൊതുതിരഞ്ഞെടുപ്പിൽ കൈക്കൊള്ളേണ്ട അടവുകൾക്ക് കൗൺസിൽ സമൂർത്തരൂപം നല്കി.

നാഷണൽ കൗൺസിലിന്റെ യോഗത്തിൽ പരസ്പരവിരുദ്ധമായ അഭിപ്രായങ്ങൾ പ്രകടിപ്പിക്കുകയുണ്ടായെങ്കിലും ഏതാണ്ട് ഏകകണ്ഠമായിത്തന്നെ വിശദമായ തിരഞ്ഞെടുപ്പ് തന്ത്രങ്ങൾക്ക് രൂപം നല്കുകയുണ്ടായി.

സൂചിക

1. *ഇന്ത്യൻ കമ്യൂണിസ്റ്റ് പ്രസ്ഥാന ചരിത്രത്തിന്റെ ഒരു രൂപരേഖ*, പു:80–81.
2. മേൽച്ചൊന്നത്, പു:83.
3 മേൽച്ചൊന്നത്, പു:81–82.
4. *ഇന്ത്യൻ കമ്യൂണിസ്റ്റ് പ്രസ്ഥാന ചരിത്രത്തിന്റെ ഒരു രൂപരേഖ*, പു:82–83.
5. *റിവിഷനിസത്തിനെതിരെ*, പു:13.
6. മേൽച്ചൊന്നത്, പു:1–2.
7. *കമ്യൂണിസ്റ്റ് മാസിക*, മേയ് 1961, പു:68.
8. *റിവിഷനിസത്തിനെതിരെ*, പു:14.
9. മേൽച്ചൊന്നത്.
10. *ദേശാഭിമാനി*, 9 ഏപ്രിൽ 1961.
11. *ക്യൂണിസ്റ്റ് മാസിക*, മേയ് 1961, പു:66.
12. മേൽച്ചൊന്നത്, പു:67–68.
13. *ഇന്ത്യൻ കമ്യൂണിസ്റ്റ് പ്രസ്ഥാന ചരിത്രത്തിന്റെ ഒരു രൂപരേഖ*, പു:84–85.
14. മേൽച്ചൊന്നത്, പു:85.
15. മേൽച്ചൊന്നത്, പു: 85–86.
16. *An Outline History of the Communist Movement In India*, P:68.
17. *കമ്യൂണിസ്റ്റ് പാർട്ടി കേരളത്തിൽ II*, പു:187.
18. *കമ്യൂണിസ്റ്റ് മാസിക*, മേയ് 1961, പു:67.
19. *ദേശാഭിമാനി*, 11 ഏപ്രിൽ 1961.
20. *കമ്യൂണിസ്റ്റ് മാസിക*, മേയ് 1961, പു:68.
21. *ഒരു ഇന്ത്യൻ കമ്മ്യൂണിസ്റ്റിന്റെ ഓർമ്മക്കുറിപ്പുകൾ*, പു:204.
22. *ഇന്ത്യൻ കമ്യൂണിസ്റ്റ് പ്രസ്ഥാനം 1920–1998*, പു:151.
23. *കമ്യൂണിസ്റ്റ് മാസിക*, മേയ് 1961, പു:68–71.
24. *പുതിയ പരിതസ്ഥിതിയും നമ്മുടെ ചുമതലകളും*, കമ്യൂണിസ്റ്റ് പാർട്ടി കേരള കൗൺസിൽ പ്രസിദ്ധപ്പെടുത്തുന്നത് (തിരുവനന്തപുരം, ആഗസ്ത് 1961).
25. *കമ്യൂണിസ്റ്റ് പാർട്ടി കേരളത്തിൽ II*, പു:187–88.
26. T J Nossiter, *Communism in Kerala- A study of Political Adaptation*, Oxford University Press, (New Delhi-1982), P:182.
27. *ദേശാഭിമാനി*, 17 ഏപ്രിൽ 1961.
28. *കമ്യൂണിസ്റ്റ് പാർട്ടി കേരളത്തിൽ II*, പു:188–89.
29. *സി പി ഐ (എം) സി പി ഐ ഭിന്നത*, പു:36.

16

1962 ലെ തിരഞ്ഞെടുപ്പ് റിവ്യുവും അഭിപ്രായവ്യത്യാസങ്ങളും

കോൺഗ്രസിന്റെ അധികാര കുത്തക തകർക്കുക എന്ന മുദ്രാവാക്യവുമായി പാർട്ടി 1962 ലെ തിരഞ്ഞെടുപ്പ് രംഗത്തിറങ്ങി. തിരഞ്ഞെടുപ്പ് കഴിഞ്ഞശേഷം ഫലങ്ങൾ വിലയിരുത്തുന്നതു സംബന്ധിച്ച് പാർട്ടിക്കകത്ത് അഭിപ്രായവ്യത്യാസങ്ങൾ ഉടലെടുത്തു. തിരഞ്ഞെടുപ്പ് ഫലങ്ങൾ വിലയിരുത്തുന്നതിന് നാഷണൽ കൗൺസിൽ സമ്മേളിച്ചപ്പോൾ റിവ്യുവിന്റെ രണ്ട് കരട് രേഖകൾ വന്നു. അതിലൊന്ന് വലതുപക്ഷക്കാരനായ പി സി ജോഷിയും മറ്റേത് ഇടതുപക്ഷക്കാരനായ ഭൂപേശ് ഗുപ്തയും തയ്യാറാക്കിയതായിരുന്നു.

പി സി ജോഷി സമർപ്പിച്ച കരട് രേഖയിൽ പറഞ്ഞു:

> വലതുപക്ഷ പാർട്ടികൾക്കനുകൂലമായി കോൺഗ്രസിനുണ്ടായ നഷ്ടം കമ്യൂണിസ്റ്റ്–കോൺഗ്രസ് നേതാക്കളും അണികളും തമ്മിൽ കൂടുതൽ സൗഹൃദാത്മകവും മെച്ചപ്പെട്ടതുമായ ബന്ധം കെട്ടിപ്പടുക്കുന്നതിൽ മുൻ ഉപാധി സൃഷ്ടിച്ചു. ഈ പുതിയ നീക്കം കൈവരിക്കുന്നതിനുള്ള മുൻകൈ, വ്യക്തമായും, കോൺഗ്രസിനകത്തുനിന്നു വരിക സാദ്ധ്യമല്ല. അതിനുള്ള വഴിതുറക്കേണ്ടത് പാർട്ടി തന്നെയാണ്. ഒന്നുംരണ്ടും പൊതുതിരഞ്ഞെടുപ്പുകാലത്ത് ജനങ്ങൾക്കിടയിലുണ്ടായിരുന്ന കോൺഗ്രസിനെതിരായ അസംതൃപ്തി അവരെ ഇടത്തോട്ട്, പ്രത്യേകിച്ചും നമ്മുടെ പാർട്ടിയിലേക്കു നയിച്ചിരുന്നത് ഇപ്പോൾ വലത്തോട്ടുള്ള നീക്കമായിത്തീർന്നിരിക്കുന്നുവെന്ന ഒരൊറ്റകാരണത്താൽത്തന്നെ നമ്മുടെ പാർട്ടിക്ക് സെക്ടേറിയനിസത്തിൽ മുഴുകുക വയ്യ, അതുകൊണ്ട് പാർട്ടി അതിന്റെ നിലനില്പിനുവേണ്ടിത്തന്നെ ഒരു പുതിയ നീക്കം ആരംഭിക്കേണ്ടതാണ്. എത്രവേഗത്തിൽ ആ നീക്കം ആരംഭിക്കു

ന്നുവോ അത്രയും ശക്തിയായി അത് വളരും.[1]

അതേ കുറിപ്പിൽ പാർട്ടിയുടെ കടമയെക്കുറിച്ച് പി സി ജോഷി ഇങ്ങനെ എഴുതി:

> കമ്യൂണിസ്റ്റ് പാർട്ടിയുടെ പ്രഥമവും പ്രധാനവുമായ കടമ വലതുപക്ഷത്തിനെതിരായി ദേശീയ ജനാധിപത്യമുന്നണിയുടെ തന്ത്രങ്ങൾ ശരിയായി എടുത്തുപയോഗിക്കുന്നതിന്റെ അടിസ്ഥാനത്തിൽ ഒരു ദേശീയമായ കുരിശുയുദ്ധം നടത്തുകയും അങ്ങനെ ഇന്ത്യൻ ജനതയുടെ ദീർഘദൃഷ്ടിയോടുകൂടിയതും സുധീരവുമായ ദേശീയമുന്നണിയായി നമ്മുടെ പാർട്ടി വളരുകയും ആണെന്ന് ഈ നാഷണൽ കൗൺസിലിൽത്തന്നെ വ്യക്തമായി തീരുമാനിക്കേണ്ടതാണ്. തികഞ്ഞ വലതുപക്ഷക്കാരെയും നെഹ്റുവിന്റെ നേതൃത്വത്തിലുള്ള കോൺഗ്രസിനെയും തമ്മിൽ വേർതിരിച്ചു കാണുന്നതിൽ നാം പരാജയപ്പെട്ടാൽ, വലതു വിഭാഗത്തെ ഒറ്റപ്പെടുത്താൻ സഹായകമായ ഒരു തന്ത്രം ഉൾക്കൊള്ളുന്നതിൽ നാം പരാജയപ്പെട്ടാൽ തിരഞ്ഞെടുപ്പിനുശേഷമുള്ള ചുമതലകളിലേക്ക് ഉയരുന്നതിൽ നാം തീർച്ചയായും പരാജയപ്പെടും.[2]

വലതുപക്ഷ പാർട്ടികൾക്കെതിരായ പോരാട്ടത്തിൽ കമ്യൂണിസ്റ്റ് പാർട്ടിയുടെ സഖ്യശക്തിയെ സംബന്ധിച്ച് ജോഷി പറയുന്നു:

> വലതുപക്ഷത്തിന്റെ വളർച്ച കോൺഗ്രസിനകത്തുതന്നെ, അതിലെ ചിന്തിക്കുകയും മുന്നിട്ടുനില്ക്കുകയും ചെയ്യുന്ന വിഭാഗത്തിൽ പ്രത്യേകിച്ചും, ഒരു പുതിയ കാലാവസ്ഥ, വൻതോതിൽ നമ്മുടെ സഖ്യശക്തിയായി അവരെ നേടുന്നതിനനുകൂലമായ ഒരു മുൻ ഉപാധി സൃഷ്ടിച്ചിട്ടുണ്ട്. തിരഞ്ഞെടുപ്പുകാലത്തും തിരഞ്ഞെടുപ്പിനുശേഷവും വലതുപക്ഷത്തിനെതിരായി നെഹ്റു ചെയ്ത പ്രസംഗങ്ങൾ ഇതിന്റെ വ്യക്തമായ സൂചനകളാണ്. അതിന്റെ പ്രാധാന്യത്തോടൊപ്പം പരിമിതികളും സസൂക്ഷ്മം നാം വിലയിരുത്തേണ്ടതാണ്. നെഹ്റുവിന്റെ പ്രസ്താവനയെ നാം കൈക്കൊള്ളേണ്ടത് സ്വയം വ്യക്തമായ ഒരു കാര്യമാണെന്ന് ഞാൻ കരുതുന്നു. അതു കൂടുതൽ വളർത്തിക്കൊണ്ടു വരേണ്ടത് നമ്മുടെ കടമയാണ്.
>
> രാജ്യത്തിനകത്തെ ബലാബലം വലതുപക്ഷത്തിനെതിരായി മാറ്റിത്തീർക്കേണ്ടതാണ്. ഇതിന്റെ മുഖ്യമായ ഉത്തരവാദിത്വം പാർട്ടിക്കാണെങ്കിലും, അതിനൊറ്റയ്ക്ക് അത് ചെയ്യാനാവില്ല. അത് സഖ്യശക്തികളെ തേടുകയും നേടിയെടുക്കുകയും വേണം. വലതുപക്ഷത്തിന്റെ വളർച്ച തിരഞ്ഞെടുപ്പിൽ വെളിവായ നിഷേധാത്മകമായ വശമാണെങ്കിൽ, പുതുതായി വെളിവാക്കപ്പെട്ട സ്വീകാര്യാത്മകമായ ഒരു വസ്തുതകൂടിയുണ്ട്. അതാവട്ടെ മറ്റെന്നത്തേ

ക്കാളും പ്രബലപ്പെട്ടിരിക്കുകയാണ്. ഒരു പുതിയ ഉണർവ്വുണ്ടായിട്ടുണ്ട്. കോൺഗ്രസിനകത്തുതന്നെയും കമ്യൂണിസ്റ്റ് വിരോധം വളരെ കുറഞ്ഞിട്ടുണ്ട്.[3]

എന്നാൽ തിരഞ്ഞെടുപ്പു ഫലത്തിൽനിന്ന് ഭൂപേശ് ഗുപ്ത എത്തിച്ചേർന്ന നിഗമനം ഇതായിരുന്നു:

> തിരഞ്ഞെടുപ്പു ഫലം ദേശീയ കൗൺസിലിന്റെ സമീപനത്തിന്റെയും ധാരണയുടെയും ശരിമ സ്ഥിതീകരിച്ചിരിക്കുന്നു.[4]

വലതുപക്ഷ പിന്തിരിപ്പൻ വിഭാഗം ശക്തിപ്പെട്ടു വരുന്നതിനെ ചൂണ്ടിക്കാണിച്ച് ഭൂപേശ് ഗുപ്ത തന്റെ കരടിൽ ഇങ്ങനെ മുന്നറിയിപ്പ് നല്കി:

> വലതുവർഗ്ഗീയ പിന്തിരിപ്പന്മാരുടെ ശക്തി കുറച്ചുകാണരുത്. അതേസമയം അതിശയോക്തിപരമോ പരിഭ്രാന്തിജനകമോ ആയ വിലയിരുത്തലുകളും ആവശ്യമില്ല. ആദ്യത്തേത് സെക്ടേറിയനിസത്തിലേക്കും വലതുപിന്തിരിപ്പൻ ശക്തികൾക്കെതിരായി എല്ലാ മതേതര-പുരോഗമനശക്തികളെയും ആകർഷിക്കുകയെന്ന കടമ അവഗണിക്കപ്പെടുന്നതിലേക്കും നയിക്കും; രണ്ടാമത് പറഞ്ഞതാകട്ടെ കോൺഗ്രസിന്റെയും ബൂർഷ്വാനേതാക്കളുടെയും പിന്നിൽ അവയുടെ വാലാകുന്നതിലേക്ക് നയിക്കും. എന്നിരുന്നാലും സംഘടിത ജനാധിപത്യ പ്രതിപക്ഷത്തേക്കാളേറെ ഈ ശക്തികൾ പ്രബലപ്പെടുകയും അതിവേഗത്തിൽ വളരുകയും ചെയ്തുവരുന്നു എന്ന് അംഗീകരിക്കുകതന്നെ വേണം. ഏത് നിലയ്ക്കും നമ്മുടെ രാഷ്ട്രീയ ജീവിതത്തിൽ ഇതൊരാപല്ക്കരമായ പ്രവണതയാണ്.[5]

കോൺഗ്രസിനെതിരായാണോ, അതോ വലതുപക്ഷ ശക്തികൾക്കെതിരായാണോ കമ്യൂണിസ്റ്റ് പാർട്ടി അതിന്റെ എതിർപ്പിന്റെ കുന്തമുന തിരിച്ചുവയ്ക്കേണ്ടത് എന്ന പ്രശ്നം തന്നെയാണ് അഭിപ്രായ വ്യത്യാസങ്ങളുടെ സാരാംശമെന്ന് മേൽപ്പറഞ്ഞ രേഖകളിൽനിന്ന് വ്യക്തമാണ്.

പി സി ജോഷിയുടെ അഭിപ്രായഗതിയെ ഇങ്ങനെ സംഗ്രഹിക്കാം. വലതുപക്ഷ പിന്തിരിപ്പൻ ശക്തികളും വർഗ്ഗീയ വിഭാഗീയ ശക്തികളും ദേശീയ ഐക്യത്തിനും ജനാധിപത്യത്തിനും തൊഴിലാളിവർഗ്ഗ പ്രസ്ഥാനത്തിനും ഗുരുതരമായ ഭീഷണിയാണ്. അതിനാൽ ഈ വലത് പിന്തിരിപ്പൻ വർഗ്ഗീയ വിഭാഗീയ ശക്തികളെ തുരത്തുന്നതിനുവേണ്ടി 'മദ്ധ്യമാർഗ്ഗി'കളെന്ന് വിശേഷിപ്പിക്കപ്പെടുന്ന ശക്തികളെ ഏകോപിപ്പിക്കേണ്ട കടമ കമ്യൂണിസ്റ്റ് പാർട്ടി വഹിക്കേണ്ടതായിട്ടുണ്ട്. ഈ മദ്ധ്യമാർഗ്ഗി കക്ഷികളിൽ ഇന്ത്യൻ നാഷണൽ കോൺഗ്രസും ഉൾപ്പെടും.

ഭൂപേശ് ഗുപ്തയുടെ അഭിപ്രായഗതിയെ ഇങ്ങനെ സംഗ്രഹിക്കാം. ഭരണകക്ഷിയായ കോൺഗ്രസിനെ ശക്തിപ്പെടുത്തുക വഴി വലതുപക്ഷ

പിന്തിരിപ്പൻ, വർഗ്ഗീയ-വിഭാഗീയ ശക്തികളുടെ വളർച്ചയെ തടഞ്ഞു നിർത്താനാവില്ല. കാരണം, വലതുപക്ഷ പിന്തിരിപ്പൻ ശക്തികൾക്കും വർഗ്ഗീയ ശക്തികൾക്കും വിഭാഗീയ ശക്തികൾക്കും പ്രവർത്തനം നടത്താവുന്നവിധം ബഹുജനങ്ങൾക്കിടയിൽ രാഷ്ട്രീയാടിസ്ഥാനം സൃഷ്ടിച്ചുകൊടുത്തത് ഭരണകക്ഷിയായ കോൺഗ്രസിന്റെ നയങ്ങളുടെയും നടപടികളുടെയും ഫലമായി ബഹുജനങ്ങൾക്കിടയിലുണ്ടായ അസംതൃപ്തിയാണ്.

ഈ രണ്ട് അഭിപ്രായഗതികൾ തമ്മിൽ നാഷണൽ കൗൺസിലിൽ ഏറ്റുമുട്ടി. രൂക്ഷമായ അഭിപ്രായഭിന്നതയെത്തുടർന്ന് പൊതുതിരഞ്ഞെടുപ്പിനെ സംബന്ധിച്ച വിശദമായ റിവ്യൂ അടുത്ത യോഗത്തിലേക്ക് മാറ്റിവെച്ചു.

എന്നാൽ തിരഞ്ഞെടുപ്പ് ഫലത്തെക്കുറിച്ച് നാഷണൽ കൗൺസിൽ ഒരു പ്രസ്താവന പുറപ്പെടുവിക്കുകയുണ്ടായി. ആ പ്രസ്താവനയിൽ കോൺഗ്രസുമായി ഐക്യമുന്നണിയുണ്ടാക്കണമെന്ന് പി സി ജോഷിയും കൂട്ടരും ഉന്നയിച്ച ലൈൻ തള്ളിക്കളഞ്ഞിരുന്നു.

തിരഞ്ഞെടുപ്പ് റിവ്യൂ ചെയ്തുകൊണ്ട് കേന്ദ്ര എക്സിക്യൂട്ടീവ് കമ്മിറ്റി നാഷണൽ കൗൺസിലിൽവെച്ച പ്രമേയത്തിൽ ഇങ്ങനെ പറഞ്ഞിരുന്നു:

> പിന്തിരിപ്പൻ വർഗ്ഗീയ ശക്തികളുടെയും രാജ്യത്തിന്റെ വിവിധ ഭാഗങ്ങളിൽ അനുഭവപ്പെടുന്ന വിഭാഗീയ പ്രവണതയുടെയും വളർച്ചയെ തടഞ്ഞുനിർത്താൻ അടിയുറച്ച യത്നം ആവശ്യമായിട്ടുള്ള ഒരു സന്ദർഭത്തിൽ കോൺഗ്രസ് അതിന്റെ നയംമൂലം അവയുടെ ഉയർച്ചയ്ക്കും വളർച്ചയ്ക്കും കളമൊരുക്കുകയാണ്. അതിനു പുറമെ തുടർച്ചയായി മോശമായിവരുന്ന ജീവിത നിലവാരവും ഭരണകക്ഷിയിലെ വ്യാപകമായ അഴിമതിയും ജനങ്ങൾക്കിടയിൽ വിപുലമായതോതിൽ അസംതൃപ്തി വളർത്തിയിരിക്കുകയാണ്. ജനങ്ങളുടെ ഈ അസംതൃപ്തി രാജ്യത്തിന്റെ ഭാവിയെ സംബന്ധിച്ചിടത്തോളം വായാടികൾക്കും സാഹസികർക്കും വിനാശകരമായ ശക്തി സംഭരിക്കാനും പുതിയ പ്രവർത്തനോപാദികൾ നേടാനും പറ്റിയ വളക്കൂറുള്ള മണ്ണ് പാകപ്പെടുത്തിക്കൊടുത്തിരിക്കുകയാണ്. അതുകൊണ്ട്, വലതു പിന്തിരിപ്പത്തിനെതിരായ സമരത്തിൽ എല്ലാ ജനകീയ ജനാധിപത്യശക്തികളുടെയും ഐക്യം ഊട്ടിയുണ്ടാക്കുകയും, ബഹുജനങ്ങളുടെ അസംതൃപ്തിയിൽനിന്ന് പിന്തിരിപ്പൻ ശക്തികൾ മുതലെടുക്കുന്നത് തടഞ്ഞ്, അതിന് ജനദ്രോഹപരമായ സർക്കാർ നയങ്ങൾക്കെതിരായി തിരിച്ചുവിടുകയും ചെയ്യുകയെന്ന, നമ്മുടെ പാർട്ടിയുടെ ആറാം കോൺഗ്രസിൽ അംഗീകരിച്ച പൊതുനയം, ...ശക്തമായി മുന്നോട്ടുകൊണ്ടുപോകണം എന്ന നിഗമനത്തിൽ കൗൺസിൽ എത്തിച്ചേർന്നു.[6]

കേന്ദ്ര എക്സിക്യൂട്ടീവ് കമ്മിറ്റിയുടെ പ്രമേയത്തെ ഭൂരിപക്ഷം അംഗങ്ങളും പിന്താങ്ങുമെന്ന് കണ്ടപ്പോൾ തിരഞ്ഞെടുപ്പിനെക്കുറിച്ച് ഒരു 'പോസ്റ്റ്മോർട്ടം പരിശോധന'യ്ക്ക് പുറപ്പെടുന്നത് അനാവശ്യമാണെന്ന് എസ് എ ഡാങ്കെയും മറ്റു വലതുപക്ഷക്കാരും വാദിക്കുകയുണ്ടായി. അങ്ങനെ തിരഞ്ഞെടുപ്പ് റിവ്യൂതന്നെ നടത്താത്ത സ്ഥിതിയുണ്ടാക്കുന്നതിൽ വലതുപക്ഷം വിജയിച്ചു.

ഒട്ടേറെ സാമ്രാജ്യവിരുദ്ധ പ്രശ്നങ്ങളിൽ സ്വാതന്ത്ര്യത്തിനുവേണ്ടിയുള്ള സമരത്തിന് സൗഹാർദ്ദം പ്രകടിപ്പിക്കുന്നതിന് ഇന്ത്യൻ ജനതയെ അണിനിരത്തുന്നതിൽ ഇന്ത്യൻ കമ്യൂണിസ്റ്റ് പാർട്ടി പരാജയപ്പെട്ടു. അൾജീരിയ, കോംഗോ തുടങ്ങിയ രാജ്യങ്ങളിലെ സ്വാതന്ത്ര്യസമരപ്രസ്ഥാനങ്ങളോട് എടുത്ത നിലപാട് ഇതിനുദാഹരണമാണ്. പൊതുവിൽ ഗവൺമെന്റിന്റെ നിലപാടിനെ സ്വാഗതം ചെയ്തുകൊണ്ട് പ്രമേയം പാസാക്കുന്നതുകൊണ്ടുമാത്രം ഇന്ത്യൻ കമ്യൂണിസ്റ്റ് പാർട്ടി തൃപ്തിപ്പെട്ടു. അൾജീരിയയിലെ താല്ക്കാലിക ഗവൺമെന്റിനെ അംഗീകരിക്കാൻ ഇന്ത്യാ ഗവൺമെന്റ് വിസമ്മതിച്ചപ്പോഴും കോംഗോവിൽനിന്ന് മറ്റെല്ലാ ആഫ്രോ ഏഷ്യൻ രാജ്യങ്ങളും സൈന്യങ്ങളെ പിൻവലിച്ചിട്ടും ഇന്ത്യൻ സൈന്യങ്ങളെ പിൻവലിക്കാൻ ഗവൺമെന്റ് കൂട്ടാക്കാതിരുന്നപ്പോഴും ഗവൺമെന്റിനെതിരായി ഇന്ത്യൻ കമ്യൂണിസ്റ്റ് പാർട്ടി നിശിതമായ വിമർശനവുമായി മുന്നോട്ടുവരികയോ ജനങ്ങളെ അണിനിരത്തുകയോ ചെയ്തില്ല.

സൂചിക

1. *റിവിഷനിസത്തിനെതിരെ,* പു:20.
2. മേൽച്ചൊന്നത്, പു:21.
3. മേൽച്ചൊന്നത്, പു:21–22.
4. സി പി ഐ(എം) സി പി ഐ ഭിന്നത, പു:38.
5. റിവിഷനിസത്തിനെതിരെ, പു:22.
6. റിവിഷനിസത്തിനതിരെ, പു:23–24.

17

സംയുക്ത നേതൃത്വം

പാർട്ടി തിരഞ്ഞെടുപ്പ് പ്രവർത്തനങ്ങളിലേക്ക് നീങ്ങവെ 1962 ജനുവരി 13 ന് ജനറൽ സെക്രട്ടറിയായിരുന്ന അജയ്ഘോഷ് അന്തരിച്ചു. ഉടൻ തന്നെ നാഷണൽ കൗൺസിൽ കൂടി പുതിയ ജനറൽ സെക്രട്ടറിയെ തിരഞ്ഞെടുക്കാൻ പറ്റാത്ത അന്തരീക്ഷമായിരുന്നു പാർട്ടിക്കകത്ത്.[1] എന്തുകൊണ്ടെന്നാൽ വിജയവാഡയിൽ നടന്ന ആറാം കോൺഗ്രസിൽ വെച്ച് വളരെയധികം സംഘർഷാത്മകമായ അന്തരീക്ഷത്തിൽനിന്ന് രൂപം കൊണ്ടതായിരുന്നല്ലോ അന്നത്തെ കേന്ദ്രനേതൃത്വം. ആ സംഘർഷാത്മകത പുതിയ ജനറൽ സെക്രട്ടറിയെ തിരഞ്ഞെടുക്കുമ്പോഴും ഉണ്ടാകും എന്നുള്ളത് വ്യക്തമായിരുന്നു. പൊതുതിരഞ്ഞെടുപ്പ് നടക്കുന്ന സമയവുമായിരുന്നു അത്. അതിനാൽ പാർട്ടിക്കകത്തെ പ്രശ്നങ്ങൾ പൊതുതിരഞ്ഞെടുപ്പിൽ കൂടി ബാധിച്ചേക്കുമെന്നതിനാൽ ജനറൽ സെക്രട്ടറിയെ തിരഞ്ഞെടുക്കുന്നത് അല്പനാൾ നീട്ടിവെച്ചു. 1962 ഏപ്രിൽ 23 മുതൽ 29 വരെ ന്യൂഡൽഹിയിൽ വെച്ചു നാഷണൽ കൗൺസിൽ യോഗം ചേർന്നപ്പോൾ പ്രതീക്ഷിച്ചതുപോലെ തന്നെ പാർട്ടിയുടെ പുതിയ ജനറൽ സെക്രട്ടറിയെ തിരഞ്ഞെടുക്കുന്നതിൽ രൂക്ഷമായ അഭിപ്രായവ്യത്യാസം ഉടലെടുത്തു.[2] ഒരു ചേരി ഒരാളെ നിർദ്ദേശിക്കുമ്പോൾ മറു ചേരി അതിനെ ശക്തിയായി എതിർക്കുന്ന ഒരവസ്ഥയുണ്ടായി.[3] ഈ പശ്ചാത്തലത്തിൽ ജനറൽ സെക്രട്ടറിപദം ഏറ്റെടുക്കാൻ വലത് ചേരിയിലോ ഇടതു ചേരിയിലോ ഉൾപ്പെടാത്ത ഇ എം എസിനോട് വിവിധ വിഭാഗക്കാർ അഭ്യർത്ഥിക്കുകയുണ്ടായി.[4] എന്നാൽ ജനറൽ സെക്രട്ടറി പദം ഏറ്റെടുക്കാൻ ഇ എം എസിനു മടിയുണ്ടായിരുന്നു. അതിന്റെ കാരണത്തെക്കുറിച്ച് അദ്ദേഹം തന്നെ പറയട്ടെ:

> ....സഖാക്കളേവരുടെയും പൂർണ്ണസഹകരണമില്ലാതെ അത്തരമൊരു ഉത്തരവാദിത്വം ഏറ്റെടുക്കുന്നതിനോട് വികാരപരമായി

എനിക്ക് യോജിപ്പില്ലായിരുന്നു. പാർട്ടിയിൽ അടിമുടി ഭിന്നിപ്പ് പ്രകടമായിരിക്കെ ആ സഹകരണം ലഭ്യമാകുമെന്ന് എനിക്കുറപ്പുണ്ടായിരുന്നില്ല. മാത്രവുമല്ല പാർട്ടിയിൽ ആഴത്തിൽ വേരോടിയ ശക്തമായ ഇരു രാഷ്ട്രീയ-താത്വിക നിലപാടുകളോടും എനിക്കു യോജിപ്പുണ്ടായിരുന്നില്ല. ഇങ്ങനെയൊക്കെയാണെങ്കിലും തിരഞ്ഞെടുപ്പ് ഏകകണ്ഠമാണെങ്കിൽ ഞാൻ ഉത്തരവാദിത്വം ഏറ്റെടുക്കാമെന്ന് ബന്ധപ്പെട്ടവരെ അറിയിച്ചു.[5]

ഇടതുപക്ഷക്കാർ ആയിരുന്നു ഇ എം എസിന്റെ പേര് നിർദ്ദേശിച്ചത്. വലതുപക്ഷക്കാർ ഒരു നിബന്ധനയോടെ അതംഗീകരിക്കാൻ തയ്യാറായി. ഇതേവരെ തുടർന്നതുപോലെ ഒരൊറ്റ ജനറൽ സെക്രട്ടറിയെന്ന ഏർപ്പാട് അവസാനിപ്പിച്ച് അതിനുപകരം ചെയർമാനും ജനറൽ സെക്രട്ടറിയും വേണം. ചെയർമാൻ സ്ഥാനത്തേക്ക് ഡാങ്കെയെ തിരഞ്ഞെടുക്കണം. എന്നാൽ ഇ എം എസിനെ ജനറൽ സെക്രട്ടറിയായും തിരഞ്ഞെടുക്കാം. ഇതായിരുന്നു നിബന്ധന.[6] പക്ഷേ, ഡാങ്കെയെ ചെയർമാനായി തിരഞ്ഞെടുക്കുന്നതിനെ ഇടതുവിഭാഗം നേതാക്കൾ ശക്തമായി എതിർത്തു. ഡാങ്കെയുടെ മുൻകാലചരിത്രം, പാർട്ടിയോടും ട്രേഡ് യൂണിയനോടുമുള്ള അദ്ദേഹത്തിന്റെ സമീപനം, പാർട്ടി രീതികളെ നിരന്തരമായി ലംഘിക്കൽ, പാർട്ടി തീരുമാനങ്ങൾക്ക് പലപ്പോഴും വഴങ്ങാൻ കൂട്ടാക്കായ്മ, ഡാങ്കെ തുടർന്നുവരുന്ന പൊളിപ്പൻ നടപടികൾ തുടങ്ങിയവയെല്ലാം കാരണമായി ചെയർമാൻ സ്ഥാനത്തേക്ക് ഡാങ്കെയെ തിരഞ്ഞെടുക്കുന്നത് തൊഴിലാളിവർഗ്ഗത്തിന്റെ വിപ്ലവ മുൻനിരയെന്ന നിലയ്ക്കുള്ള പാർട്ടിയുടെ നിലനില്പിന്റെ അന്ത്യംകുറിക്കും എന്നവർ വാദിച്ചു.[7] എന്നാൽ തിരഞ്ഞെടുപ്പ് ഏകകണ്ഠമാണെങ്കിൽ മാത്രമേ താൻ ജനറൽ സെക്രട്ടറിപദം ഏറ്റെടുക്കുകയുള്ളൂവെന്ന് ഇ എം എസ് അറിയിച്ചു.[8] നാഷണൽ കൗൺസിലാകട്ടെ പാർട്ടിയിൽ ഒരു പിളർപ്പിന്റെ സാദ്ധ്യത ഒഴിവാക്കാൻ അത്യന്തം ആകാംക്ഷകൊള്ളുകയും ചെയ്തു. അവസാനം വിവിധ ചിന്താഗതിക്കാരടങ്ങുന്ന കൂട്ടു സെക്രട്ടേറിയറ്റ് എന്ന ആശയം ഉയർന്നുവന്നു. അങ്ങനെ ഡാങ്കെയെ ചെയർമാനായി തിരഞ്ഞെടുക്കുന്നതിനെ നഖശിഖാന്തം എതിർത്തിരുന്ന ഇടത് വിഭാഗം പാർട്ടി ഐക്യത്തിനുവേണ്ടി ഈ കൂട്ടു സെക്രട്ടേറിയറ്റ് ഒരിക്കൽക്കൂടി പരീക്ഷിച്ചു നോക്കാൻ സമ്മതിച്ചു.[9]

ഇതിന്റെ അടിസ്ഥാനത്തിൽ ജനറൽ സെക്രട്ടറിസ്ഥാനം ഒന്നു മാത്രം അനുവദിക്കുന്ന പാർട്ടി ഭരണഘടനയുടെ വകുപ്പ് ലംഘിക്കാനുള്ള തീരുമാനം കൈക്കൊണ്ടു. അതേത്തുടർന്ന് ഭരണഘടനയിൽ ആവശ്യമായ ഭേദഗതികൾ നാഷണൽ കൗൺസിൽ ഏകകണ്ഠമായി തന്നെ വരുത്തി. ഡാങ്കെ ചെയർമാനും ഇ എം എസ് ജനറൽ സെക്രട്ടറിയും ഭുപേശ് ഗുപ്ത, ഇസഡ് എ അഹമ്മദ്, എം എൻ ഗോവിന്ദൻ നായർ, പി സുന്ദരയ്യ, ജ്യോതിബസു, ഹർകിഷൻ സിങ് സുർജിത്, യോഗേന്ദ്രശർമ്മ എന്നിവർ അംഗങ്ങളായും ഉള്ള ഒൻപതംഗ സംയുക്ത സെക്രട്ടേറിയറ്റ്

രൂപീകരിച്ചു.[10] ഇവരിൽ ഡാങ്കെ, ഇസഡ് എ അഹമ്മദ്, എം എൻ ഗോവിന്ദൻ നായർ, യോഗീന്ദ്രശർമ്മ എന്നിവർ വലതു വിഭാഗത്തെ പ്രതിനിധീകരിക്കുന്നവരും പി സുന്ദരയ്യ, ജ്യോതിബസു, ഹർകിഷൻ സിങ് സുർജിത് എന്നിവർ ഇടത് വിഭാഗത്തെ പ്രതിനിധീകരിക്കുന്നവരും ഇ എം എസ്, ഭൂപേശ് ഗുപ്ത എന്നിവർ നടുനിലക്കാരുമായി അറിയപ്പെടുന്നവരാണ്. എന്നാൽ നടുനിലക്കാർക്ക് ഇടതുവിഭാഗക്കാരോടായിരുന്നു കൂടുതൽ അടുപ്പം. അതുകൊണ്ടുതന്നെയാണ് ഇടതുവിഭാഗക്കാർ ജനറൽ സെക്രട്ടറിയായി ഇ എം എസിന്റെ പേർ നിർദ്ദേശിക്കാൻ കാരണവും.

കേന്ദ്ര എക്സിക്യൂട്ടീവ് കമ്മിറ്റിയിൽ നിന്നാണല്ലോ സെക്രട്ടേറിയറ്റിലേക്ക് അംഗങ്ങളെ തിരഞ്ഞെടുക്കേണ്ടത്. എന്നാൽ മുകളിൽ പറഞ്ഞ ഇടതുവിഭാഗം അംഗങ്ങൾ സി ഇ സിയിലെ അംഗങ്ങൾ ആയിരുന്നില്ല. അതിനാൽ അവരെ ആദ്യം നാഷണൽ കൗൺസിലിൽനിന്ന് സി ഇ സിയിൽ ഉൾപ്പെടുത്തുകയുണ്ടായി. അപ്പോൾ സന്തുലനം പാലിക്കാനായി തങ്ങളുടെ ഭാഗത്ത് നിന്ന് മൂന്നുപേരെക്കൂടി സി ഇ സി യിൽ ഉൾപ്പെടുത്തണമെന്ന് വലത് വിഭാഗം വാദിക്കുകയും അത് അംഗീകരിക്കുകയും ചെയ്തു. ജി അധികാരി (മഹാരാഷ്ട്ര), എച്ച് കെ വ്യാസ് (രാജസ്ഥാൻ), അവതാർ സിങ് മൽഹോത്ര (പഞ്ചാബ്) എന്നിവരായിരുന്നു അവർ. അങ്ങനെ കേന്ദ്ര എക്സിക്യൂട്ടീവ് കമ്മിറ്റിയുടെ അംഗസംഖ്യ 25 ൽനിന്ന് 31 ആയി ഉയർത്തി.[11]

ചെയർമാൻ സ്ഥാനത്തേക്ക് തിരഞ്ഞെടുക്കപ്പെടുന്നതിനുവേണ്ടി "താൻ സെക്രട്ടേറിയറ്റിന്റെ പ്രവർത്തനങ്ങളിൽ കൈകടത്തുന്നതല്ലെന്നും ജനറൽ സെക്രട്ടറി തന്നെയായിരിക്കും പാർട്ടിയുടെ പ്രധാന വക്താവ്" എന്നും ഡാങ്കെ ഉറപ്പു നല്കുകയുണ്ടായി. ഏതാനും മാസങ്ങളോളം ഈ ഏർപ്പാടുകളെല്ലാം തൃപ്തികരമായി നടന്നു. വീണ്ടും പഴയതിനേക്കാൾ ശക്തമായി ഉൾപാർട്ടി സമരം മൂർച്ഛിച്ചു.

സൂചനകൾ

1. *കമ്യൂണിസ്റ്റ് പാർട്ടി കേരളത്തിൽ II*, പു:199.
2. റിവിഷനിസത്തിനെതിരെ, പു:25.
3. *ഒരു ഇന്ത്യൻ കമ്യൂണിസ്റ്റിന്റെ ഓർമ്മക്കുറിപ്പുകൾ*, പു:206.
4. മേൽച്ചൊന്നത്.
5. *ഒരു ഇന്ത്യൻ കമ്യൂണിസ്റ്റിന്റെ ഓർമ്മക്കുറിപ്പുകൾ*, പു:206.
6. *റിവിഷനിസത്തിനെതിരെ*, പു:25.
7. മേൽച്ചൊന്നത്.
8. *ഒരു ഇന്ത്യൻ കമ്യൂണിസ്റ്റിന്റെ ഓർമ്മക്കുറിപ്പുകൾ*, പു:206; *റിവിഷനിസത്തിനെതിരെ*, പു:25.
9. *റിവിഷനിസത്തിനെതിരെ*, പു:26.
10. *ന്യൂഏജ്* (വാരിക), 6 മേയ് 1962; *ദേശാഭിമാനി* 30 ഏപ്രിൽ 1962.
11. *ന്യൂഏജ്* (വാരിക), 6 മേയ് 1962.

18

ഇന്ത്യ-ചൈന സംഘർഷവും പാർട്ടിയിലെ പ്രതിസന്ധിയും

ആയിരത്തിത്തൊള്ളായിരത്തി അറുപത്തിരണ്ട് ആഗസ്ത് 14 മുതൽ 20 വരെ ഹൈദരാബാദിൽ ചേർന്ന നാഷണൽ കൗൺസിൽ യോഗത്തിൽ സോവിയറ്റ് കമ്യൂണിസ്റ്റ് പാർട്ടിയുടെ 22-ാം കോൺഗ്രസി നെപ്പറ്റി ഒരു പ്രമേയം അവതരിപ്പിച്ച് ചർച്ചചെയ്യുകയുണ്ടായി. ഈ പ്രമേയത്തെപ്പറ്റിയും ശക്തമായ അഭിപ്രായ വ്യത്യാസങ്ങൾ ഉയർന്നുവന്നു. അവസാനം പ്രമേയം വോട്ടിനിടുകയും മൂന്നിൽ രണ്ടു ഭൂരിപക്ഷത്തോടെ പ്രമേയം പാസാക്കുകയും ചെയ്തു. യുദ്ധവും സമാധാനവും, സമാധാനപരമായ സഹവർത്തിത്വം, സമാധാനപരമായ സോഷ്യലിസ്റ്റ് പരിവർത്തനത്തിന്റെ സാദ്ധ്യത, വ്യക്തിപൂജാ സിദ്ധാന്തം മുതലായ പ്രശ്നങ്ങളാണ് പ്രമേയത്തിലെ ചർച്ചാവിഷയങ്ങൾ.[1]

ഇന്ത്യാ-ചൈന അതിർത്തിയിൽ സ്ഥിതിവഷളായിരിക്കുന്നത് കൗൺസിൽ പ്രത്യേകം ശ്രദ്ധിച്ചു. അതിനാൽ നാഷണൽ കൗൺസിലിൽ പ്രമേയം ഇങ്ങനെ പ്രസ്താവിച്ചു:

> ഇരു രാജ്യങ്ങളുടെയും സായുധസൈന്യങ്ങൾ പരസ്പരം ഏറ്റുമുട്ടാൻ തയ്യാറായി നില്ക്കുകയാണ്. ഏത് നിമിഷത്തിലും സംഘട്ടനം പൊട്ടിപ്പുറപ്പെടാവുന്നവിധം ഭീഷണി അവിടെ നിലനിന്നുവരുന്നു. ഇന്ത്യൻ സൈന്യങ്ങൾക്ക് പരിക്കേറ്റ ഒരു സംഭവമുണ്ടാകുകയും അത് ഇന്ത്യൻ ജനങ്ങളിൽ ന്യായമായും, രോഷമുളവാക്കുകയും ചെയ്തിട്ടുണ്ട്.[2]

ഇന്ത്യൻ സൈനികർക്ക് പരിക്കേറ്റുവെന്നതിനെ പ്രധാനമന്ത്രി നെഹ്റു പിന്നീട് പാർലമെന്റിൽ നിഷേധിക്കുകയുണ്ടായി.

ഈ പ്രശ്നം പാർട്ടിയുടെ മുന്നിൽ ചില ചോദ്യങ്ങളുയർത്തി.

അതിർത്തി സംരക്ഷിക്കുന്നതിൽ ഇന്ത്യാഗവൺമെന്റിന് കമ്യൂണിസ്റ്റ് പാർട്ടി പിന്തുണ നല്കണമോ? ഒരു സോഷ്യലിസ്റ്റ് രാജ്യത്തിനെതിരായുള്ള രക്ഷാനടപടികൾക്ക് തൊഴിലാളിവർഗ്ഗ സാർവ്വദേശീയതയ്ക്കൊപ്പിച്ച് എങ്ങനെ പിന്തുണനല്കും? വളരെയധികം ചർച്ചകൾക്കുശേഷം നാഷണൽ കൗൺസിൽ ഇങ്ങനെയൊരു തീരുമാനമെടുത്തു.

> രാജ്യത്തിന്റെ അതിർത്തി കാത്തുരക്ഷിക്കുന്നതിന് ആവശ്യമായ നടപടികൾ കൈക്കൊള്ളുന്നതോടൊപ്പം തന്നെ അതിർത്തിപ്രശ്നം സമാധാനപരമായ കൂടിയാലോചനാമാർഗ്ഗത്തിൽക്കൂടി പരിഹരിക്കുന്നതിന് സർവ്വാത്മനായത്നിക്കുകയെന്ന പ്രധാനമന്ത്രി ജവഹർലാൽ നെഹ്റുവിന്റെ നയത്തിന് പിന്തുണ നല്കുക.[3]

ഇരുഗവൺമെന്റുകളും 'സമ്പർക്കം പുലർത്താൻ' ചെയ്ത ശ്രമങ്ങളെപ്പറ്റി പ്രമേയം പിന്നീട് പ്രതിപാദിക്കുന്നു: 'സ്ഥിതി കൂടുതൽ വഷളായിത്തീരുന്നതിനെ തടയാൻ ഇന്ത്യാഗവൺമെന്റ് നടപടികളെടുക്കുന്നുണ്ടെന്നത് കൗൺസിൽ സംതൃപ്തിയോടെ രേഖപ്പെടുത്തി.' 'ഇന്ത്യയുടെ മുൻകൈയിനുള്ള ചൈനയുടെ പ്രതികരണം ക്രിയാത്മകമാണ്....' എന്നും പ്രമേയം പ്രസ്താവിച്ചു.

കൗൺസിൽ രാജ്യത്തിലെ പിന്തിരിപ്പൻ പാർട്ടികളെ താക്കീതുചെയ്യുകകൂടിചെയ്തു. അതിങ്ങനെ പറഞ്ഞു:

> എങ്കിലും, ഒത്തുതീർപ്പിനുവേണ്ടി കൂടിയാലോചിക്കുകയെന്ന ഗവൺമെന്റിന്റെ നയം മാറ്റിക്കാൻ മറ്റൊരു ഭാഗത്തു ശ്രമം നടക്കുന്നുണ്ടെന്നു കൗൺസിൽ ഗൗനിക്കുന്നു. രാജ്യത്തിലെ ചില രാഷ്ട്രീയ പാർട്ടികളും ഗ്രൂപ്പുകളും രാജ്യരക്ഷാമന്ത്രിക്കെതിരായും പ്രധാനമന്ത്രിക്കെതിരായി വിശേഷിച്ചും അവർ രാജ്യത്തിന്റെ മാന്യതയും അപരിച്ഛിന്നതയും വിട്ടുമാറാൻ ശ്രമിക്കുകയാണെന്ന് വരുത്തിത്തീർക്കാൻ ദുഷ്ടമായ ഒരു പ്രചാരവേല നടത്തിവരികയാണ്.
>
> ഗവൺമെന്റിന്റെ നയങ്ങളുടെമേൽ ഈ ആക്രമണം നടത്തുന്നവർ രാജ്യത്തിന്റെ മുഴുവൻ വിദേശനയത്തെയുമാണ്, സാർവ്വദേശീയ പ്രശ്നങ്ങളിൽ സമാധാനപരമായ ഒത്തുതീർപ്പുണ്ടാക്കുകയും സൈനികച്ചേരികളുമായി കൂട്ടുചേരാതിരിക്കുകയും ചെയ്യുകയെന്ന നയത്തെയാണ് സത്യത്തിൽ എതിർക്കുന്നത്. കാരണം, നമ്മുടെ അതിർത്തികളെ കാത്തുരക്ഷിക്കുകയെന്ന പേരിൽ അവർ വാദിക്കുന്നത്, സമാധാനപരമായ കൂടിയാലോചനയുടെ മാർഗ്ഗം ഉപേക്ഷിക്കണമെന്നും നമ്മുടെ രാജ്യം സാമ്രാജ്യത്വശക്തികളുടെ ഭാഗത്ത് ചേരുകയെന്ന നയം അംഗീകരിക്കണമെന്നുമാണ്.
>
> ഈ സംരംഭങ്ങൾക്കെതിരായി രാജ്യത്തുള്ള ദേശാഭിമാനികളായ എല്ലാ പൗരന്മാരും അണിനിരക്കുമെന്നും ശാന്തമായ ഒരന്തരീക്ഷ

ത്തിൽ ചൈനാഗവൺമെന്റുമായി കൂടിയാലോചന ആരംഭിക്കാനുള്ള പരിശ്രമങ്ങൾ ഇത് ഗവൺമെന്റിനു പിന്തുണ നല്കുമെന്നും കൗൺസിൽ പ്രത്യാശിക്കുന്നു.[4]

നീണ്ട വാദപ്രതിവാദം നടന്നുവെങ്കിലും ഒന്നോ രണ്ടോ വാക്കുകളെയും അവയുടെ പൊരുളുകളെയും സംബന്ധിച്ച് അല്പം ചിലർ മാത്രം വിയോജിച്ചുകൊണ്ട് ബഹുഭൂരിപക്ഷത്തോടെയാണ് പ്രമേയം പാസാക്കിയത്.[5]

നിർഭാഗ്യവശാൽ, ഹൈദരാബാദ് ലൈൻ അംഗീകരിച്ചപ്പോഴുണ്ടായിരുന്നതുപോലെ സ്ഥിതിഗതികൾ ഏറെക്കാലം നീണ്ടുനിന്നില്ല. സംഘർഷം വളർന്നുവരാൻ തുടങ്ങി. സെപ്തംബർ 8 മുതൽ അതിർത്തി സ്ഥിതിഗതികൾ അതിഭയങ്കരമായി വഷളായി.[6]

ഈ വളർന്നു വരുന്ന സംഘർഷാവസ്ഥയെ കമ്യൂണിസ്റ്റ് വിരുദ്ധ പാർട്ടികളും മാധ്യമങ്ങളും കമ്യൂണിസ്റ്റ് പാർട്ടിയെ ഒറ്റപ്പെടുത്താനും ആക്രമിക്കാനും ഉപയോഗപ്പെടുത്തി. അതിർത്തിയിൽ സംഘട്ടനം പിന്നെയും രൂക്ഷമായി കണ്ടിരുന്നു.

ഈ സാഹചര്യത്തിലാണ് 1962 ഒക്ടോബർ 15 മുതൽ 17 വരെ കേന്ദ്ര സെക്രട്ടേറിയറ്റ് യോഗം ചേർന്നത്.[7] അതിർത്തി സ്ഥിതിഗതികളെ സംബന്ധിച്ച് ചർച്ച നടത്തിയത് സെക്രട്ടേറിയറ്റിൽ രൂക്ഷമായ അഭിപ്രായ ഭിന്നത സൃഷ്ടിച്ചു.[8]

ചെയർമാൻ ഡാങ്കെ അജണ്ടയിലേക്ക് കടക്കുകയും വലതുപക്ഷക്കാരായ ഇസഡ് എ അഹമ്മദ്, യോഗേന്ദ്ര ശർമ്മ, എം എൻ ഗോവിന്ദൻ നായർ എന്നിവർ ചേർന്ന് നല്കിയിരുന്ന ഒരു പ്രമേയം സെക്രട്ടേറിയറ്റിൽ അവതരിപ്പിക്കുകയും ചെയ്തു. ആ പ്രമേയത്തിൽ പറഞ്ഞിരുന്നത് ചൈന മാക്മോഹൻ രേഖ ലംഘിച്ചിട്ടുണ്ടായിരുന്നു എന്നും സെപ്തംബർ 8 ന് മുമ്പുള്ള സ്ഥാനത്തേക്ക് അവർ പിൻവലിയണമെന്ന് അവരോട് ആവശ്യപ്പെടണം എന്നുമായിരുന്നു. കൂടാതെ ഇന്ത്യാഗവൺമെന്റ് അതിർത്തി സംരക്ഷണത്തിന് വേണ്ടി എടുക്കുന്ന നടപടികളെ പിന്താങ്ങുക, രാഷ്ട്രീയ പാർട്ടികൾ അവരുടെ അഭിപ്രായവ്യത്യാസങ്ങൾ മാറ്റിവച്ച് രാജ്യത്തെ സംരക്ഷിക്കുന്നതിനുവേണ്ടി ഐക്യത്തോടെ നില്ക്കണമെന്ന പ്രസിഡന്റ് ഡോ. രാധാകൃഷ്ണന്റെ അപേക്ഷയെ സ്വാഗതം ചെയ്യുക എന്നിവയും പ്രമേയത്തിൽ പറഞ്ഞിരുന്നു.[9] ഇടതുപക്ഷക്കാർ ശക്തമായി ഈ പ്രമേയത്തെ എതിർത്തു. ഈ സമയം പാർട്ടി ജനറൽ സെക്രട്ടറി ഇ എം എസ് നമ്പൂതിരിപ്പാട് പുതിയ ഒരു നിർദ്ദേശം കൊണ്ടുവന്നു. പ്രസിഡന്റ് രാധാകൃഷ്ണന്റെ അഭിപ്രായത്തെ സ്വാഗതം ചെയ്യുന്നത് ഒഴിവാക്കാനും പകരം മാക്മോഹൻ രേഖ ലംഘിച്ചു എന്നത് 'ചൈന നിരസിക്കുന്നു' എന്നുകൂടി കൂട്ടിച്ചേർക്കുവാനും ആവശ്യപ്പെട്ടു. പ്രതിരോധ നടപടികളെ പിന്താങ്ങണം എന്ന് പ്രമേയത്തിൽ പറഞ്ഞിരുന്നതിനെ ഇ എം എസ് എതിർത്തില്ല. അദ്ദേഹം ഒരു കാര്യം കൂടി സൂചിപ്പിച്ചു. തന്റെ നിർദ്ദേശം പ്രമേയം കൊണ്ടുവന്നവർ അംഗീകരിച്ചില്ലെങ്കിൽ

താൻ ഇടതുപക്ഷക്കാരോടൊപ്പം ചേർന്ന് വോട്ടുചെയ്യുന്നതാണ്. ഇതിനെത്തുടർന്ന് പ്രമേയ അവതാരകർ ഇ എം എസിന്റെ നിർദ്ദേശത്തെ അംഗീകരിച്ചു. പക്ഷേ, ഇടതുപക്ഷക്കാരെ ഇത് പൂർണ്ണമായും തൃപ്തിപ്പെടുത്തിയില്ല. ഹർകിഷൻസിങ് സുർജിത് യോഗത്തിൽനിന്ന് ഇറങ്ങിപ്പോയി. ഭൂപേശ് ഗുപ്ത വോട്ടിങ്ങിൽ പങ്കെടുത്തില്ല. പി സുന്ദരയ്യയും, ജ്യോതിബസുവും പ്രമേയത്തെ എതിർത്ത് വോട്ട് ചെയ്തു. അവസാനം ഭേദഗതിയോടുകൂടിയുള്ള പ്രമേയം ഡാങ്കെ, ഇസഡ് എ അഹമ്മദ്, എം എൻ ഗോവിന്ദൻ നായർ, യോഗേന്ദ്ര ശർമ്മ, ഇ എം എസ് നമ്പൂതിരിപ്പാട് എന്നിവരുടെ അംഗീകാരത്തോടെ പാസായി. ഒക്ടോബർ 17 ന് ഭൂരിപക്ഷത്തോടെ പാസാക്കിയ 200 വാക്കുകളുള്ള ആ പ്രമേയം എല്ലാവരും അംഗീകരിച്ചു. ഇതായിരുന്നു പ്രമേയം:

> നേഫാ അതിർത്തിയിലുണ്ടായ ഗുരുതരമായ സംഭവവികാസങ്ങളിൽ ഇന്ത്യൻ കമ്യൂണിസ്റ്റ് പാർട്ടിയുടെ ദേശീയ കൗൺസിലിന്റെ സെക്രട്ടേറിയറ്റ് ഉൽക്കണ്ഠ പ്രകടിപ്പിക്കുന്നു. ഇന്ത്യാ-ചൈനാ സൈന്യങ്ങൾ തമ്മിൽ നടന്ന സംഘട്ടനങ്ങൾ ഒട്ടേറെ ജീവനാശത്തിന് വഴി തെളിച്ചിട്ടുണ്ട്.
>
> കൂടിയാലോചനയ്ക്ക് അനുകൂലമായ കാലാവസ്ഥ സൃഷ്ടിക്കപ്പെട്ടിരിക്കുന്നുവെന്നുള്ള ആശ ശക്തിയായി ജനഹൃദയങ്ങളിലുദയം ചെയ്യുകയും ഇരുരാജ്യങ്ങളും തമ്മിലുള്ള കൂടിക്കാഴ്ചയ്ക്കാവശ്യമായ പ്രാഥമിക പ്രവർത്തനങ്ങൾ ആരംഭിക്കുകയും ചെയ്തു. ഈ സന്ദർഭത്തിൽ ഇതേറെ ആശങ്കാജനകമാണ്. നേഫാ അതിർത്തിയിൽ വളർന്നുവന്ന പുതിയ സംഘർഷാവസ്ഥ ഈ ആശകളെയെല്ലാം അയഥാർത്ഥമാക്കിത്തീർത്തു.
>
> പണ്ടുകാലത്ത് ഈ അതിർത്തി താരതമ്യേന ശാന്തമായിരുന്നു. അവിടെ ഇന്ത്യാ-ചൈനാ അതിർത്തി വേർതിരിച്ചുകൊണ്ടുള്ള മാക്മോഹൻ രേഖ നിലവിലുണ്ടായിരുന്നു. മാക്മോഹൻ രേഖയെ ചൊല്ലി ഗുരുതരമായ അഭിപ്രായഭിന്നതയും സംഘട്ടനവും ഉണ്ടാകുമെന്ന് ആരും പ്രതീക്ഷിച്ചിരുന്നില്ല.
>
> ചൈനീസ്പട മാക്മോഹൻരേഖയ്ക്ക് തെക്കുള്ള ഇന്ത്യൻ പ്രദേശത്തേക്ക് അതിക്രമിച്ച് കടന്നുവെന്നാണ് ഇന്ത്യാഗവൺമെന്റിന്റെ റിപ്പോർട്ടിൽ കാണുന്നത്. ചൈനാക്കാർ ഇത് നിഷേധിക്കുന്നുണ്ടെങ്കിലും മക്മോഹൻരേഖ ഇന്ത്യയുടെ അതിർത്തിരേഖയാണെന്ന നിലപാട് ഇന്ത്യൻ കമ്യൂണിസ്റ്റ് പാർട്ടി എക്കാലവും പുലർത്തിപ്പോന്നിട്ടുണ്ട്. അതിനാൽ അതിനെ കാത്തുരക്ഷിക്കാനാവശ്യമായ ഏതൊരു നടപടിയും ന്യായീകരിക്കാവുന്നതാണ്.
>
> അതിർത്തി കാത്തുരക്ഷിക്കുന്നതിനാവശ്യമായ നടപടികൾ കൈക്കൊള്ളുന്നതോടൊപ്പം കൂടിയാലോചിക്കാനുള്ള ഗവൺമെന്റിന്റെ യത്നത്തിന് ഹൈദരാബാദിൽവെച്ച് ചേർന്ന പാർട്ടിയുടെ

നാഷണൽ കൗൺസിലിന്റെ പ്രമേയം പിന്തുണ നല്കിയിട്ടുണ്ട്.[10]

എന്നാൽ ഈ പ്രമേയത്തെ വ്യാഖാനിച്ചുകൊണ്ട് പാർട്ടി ജനറൽ സെക്രട്ടറി ഇ എം എസും ചെയർമാൻ ഡാങ്കെയും വ്യത്യസ്ത അഭിപ്രായങ്ങളാണ് പത്രക്കാരോട് പറഞ്ഞത്.[11] സെക്രട്ടേറിയറ്റ് പ്രസ്താവന പത്രക്കാർക്ക് നല്കിക്കൊണ്ട് ഇ എം എസ് പറഞ്ഞുവച്ചതിന് നേരെ വിപരീതമായാണ് അതേ സ്റ്റേജിൽ ഇരുന്ന ഡാങ്കെ സംസാരിച്ചത്.[12] സെക്രട്ടേറിയറ്റിന്റെ പ്രവർത്തനത്തിൽ കൈകടത്തുന്നതല്ലെന്നും ജനറൽസെക്രട്ടറി തന്നെയായിരിക്കും പാർട്ടിയുടെ പ്രധാന വക്താവ് എന്നും നാഷണൽ കൗൺസിലിൽ സമ്മതിച്ചിരുന്ന ഡാങ്കെ ഇപ്പോൾ അതെല്ലാം കാറ്റിൽ പറത്തി. കമ്യൂണിസ്റ്റ് പാർട്ടിയുടെ ഉന്നതസ്ഥാനങ്ങളിൽ ഇരിക്കുന്ന ഇവർ രണ്ടുപേരും തമ്മിലുള്ള അഭിപ്രായ വ്യത്യാസം കമ്യൂണിസ്റ്റ് വിരുദ്ധർ ശരിക്കും പാർട്ടിയെ നശിപ്പിക്കുന്നതിനുവേണ്ടി ഉപയോഗപ്പെടുത്തി.

പാർട്ടിയുടെ അഭിപ്രായത്തിൽ ചീനക്കാർ നേഫാ പ്രദേശത്ത് മാക്മോഹൻ രേഖ ലംഘിച്ചിട്ടുണ്ടോ എന്ന ചോദ്യത്തിന് പാർട്ടി ജനറൽ സെക്രട്ടറി ഇ എം എസ് നമ്പൂതിരിപ്പാട് പത്രപ്രതിനിധികളോട് പറഞ്ഞത് ലംഘനത്തിന്റെ വസ്തുത നിർണ്ണയിക്കുന്നത് ഗവൺമെന്റാണ്. മാക്മോഹൻ രേഖയെ കാത്തുരക്ഷിക്കണമെന്ന് ഞങ്ങൾ പറയുന്നു എന്നാണ്.[13]

ചീനക്കാർ നേഫായിൽ ഇന്ത്യൻ അതിർത്തിലംഘിച്ചിട്ടുണ്ടെന്ന ഗവൺമെന്റാരോപണത്തോടൊപ്പം പ്രമേയത്തിൽ ചീനയുടെ നിഷേധത്തിന് സ്ഥാനം കൊടുത്തിട്ടുള്ളതായി ഒരു ലേഖകൻ ചൂണ്ടിക്കാട്ടി. അതിന് നമ്പൂതിരിപ്പാട് പറഞ്ഞത് ഞങ്ങൾക്ക് ഗവൺമെന്റ് പറയുന്നതിനെ ആശ്രയിക്കേണ്ടതുണ്ട്. എന്നാൽ ചീനക്കാർ അത് നിഷേധിക്കുന്നുവെന്നത് ഒരു വസ്തുതയാണ് എന്നാണ്.[14]

ചീനക്കാർ ഒരിക്കലും മാക്മോഹൻ രേഖ അംഗീകരിച്ചിട്ടില്ലെന്ന് ഒരു ലേഖകൻ ചൂണ്ടിക്കാണിച്ചപ്പോൾ നമ്പൂതിരിപ്പാട് പറഞ്ഞു: "മാക്മോഹൻ രേഖ ഞങ്ങൾ അംഗീകരിക്കുന്നില്ലെങ്കിലും ഞങ്ങൾ അതിന്റെ തെക്കോട്ട് മുറിച്ച് കടക്കുകയില്ലെന്ന് ചീനക്കാർ പറഞ്ഞിട്ടുള്ള പല പ്രസ്താവനകളും നിങ്ങൾക്ക് കാണിച്ചു തരാൻ എനിക്ക് കഴിയും."[15]

എന്നാൽ പാർട്ടി ചെയർമാൻ ഡാങ്കെ ഒരു ചോദ്യത്തിന് ഉത്തരമായി പറഞ്ഞത് നമ്പൂതിരിപ്പാട് പറഞ്ഞതിന് വിപരീതമായിട്ടായിരുന്നു. ഒരു ലേഖകന്റെ ചോദ്യത്തിന് ഉത്തരമായി ഡാങ്കെ പറഞ്ഞു: "തന്റെ അഭിപ്രായത്തിൽ പ്രമേയം ചൈനീസ് ഭാഷ്യത്തിന് ഇന്ത്യാഗവൺമെന്റിന്റേതിനോട് തുല്യമായ സ്ഥാനം നല്കുന്നില്ല. മാക്മോഹൻ രേഖ ലംഘിക്കപ്പെട്ടിട്ടുണ്ടെന്ന അർത്ഥം പ്രമേയത്തിലുണ്ട്".[16]

"ഇന്ത്യ ഗവൺമെന്റിൽനിന്ന് വരുന്ന റിപ്പോർട്ടുകളിൽനിന്ന് എനിക്കുണ്ടായ വികാരം ചീനക്കാർ മാക്മോഹൻ രേഖ ലംഘിച്ചിട്ടുണ്ടെന്നു തന്നെയാണ്"-ഡാങ്കെ തുടർന്നു പറഞ്ഞു.[17]

സെക്രട്ടേറിയറ്റിനകത്തെ സ്ഥിതി അതിവേഗത്തിൽ വഷളായി. സെക്രട്ടേറിയറ്റിന്റെ പ്രസ്താവന പുറത്തുവന്ന് 12 മണിക്കൂർ കഴിയുന്നതിനു മുമ്പുതന്നെ സെക്രട്ടേറിയറ്റിലെ വലതുവിഭാഗക്കാരായ മൂന്നംഗങ്ങൾ–യോഗേന്ദ്രശർമ്മ, എം എൻ ഗോവിന്ദൻ നായർ ഡോ.അഹമ്മദ്–കൂട്ടായി തങ്ങൾ നിർദ്ദേശിക്കുന്ന മാർഗ്ഗത്തിൽ സെക്രട്ടേറിയേറ്റ് പ്രസ്താവനയ്ക്ക് ഒരു 'വിശദീകരണം' പുറപ്പെടുവിക്കണമെന്ന് ജനറൽ സെക്രട്ടറിയോട് ആവശ്യപ്പെട്ടു.[18] എന്നാൽ ജനറൽ സെക്രട്ടറി ഇ എം എസ് നമ്പൂതിരിപ്പാടും ഭൂപേശ് ഗുപ്തയും സെക്രട്ടേറിയറ്റിന്റെ പ്ലീനറി യോഗം ചേർന്നുകൊണ്ടു മാത്രമേ പ്രസ്താവനയുടെ വ്യാഖ്യാനത്തിലുള്ള അഭിപ്രായ ഭിന്നതകൾക്ക് പരിഹാരം കാണാൻ കഴിയൂ എന്നു പറഞ്ഞ് അവരുടെ ആവശ്യം നിഷേധിച്ചു.[19] അപ്പോൾ മുകളിൽ പറഞ്ഞ മൂന്നുപേരും തങ്ങളുടേതായ പ്രസ്താവന പുറപ്പെടുവിക്കുമെന്ന് ഭീഷണിപ്പെടുത്തി.

ഇതിനെത്തുടർന്നുണ്ടായ സംഭവവികാസങ്ങൾ ഇവയാണ്.

(എ) സെക്രട്ടേറിയറ്റ് പ്രസ്താവനയെ വ്യാഖ്യാനിച്ചുകൊണ്ട് ഡാങ്കെ ഡൽഹിയിൽവെച്ച് ഒരു പ്രസ്താവന പുറപ്പെടുവിച്ചു. ഇത് ജനറൽ സെക്രട്ടറിയുടെയോ ഭൂപേശ് ഗുപ്തയുടെയോ അറിവോടുകൂടിയായിരുന്നില്ല. മറ്റു മൂന്നംഗങ്ങളുമായി മാത്രം ആലോചിച്ചുകൊണ്ടുള്ളതായിരുന്നു.

(ബി) ജനറൽ സെക്രട്ടറിയും ഭൂപേശ്ഗുപ്തയും ഒരു ഭാഗത്തും മറ്റ് മൂന്ന് സെക്രട്ടേറിയറ്റംഗങ്ങൾ മറുവശത്തുമായിക്കൊണ്ട് നടന്ന ചർച്ചയുടെ മുഴുവൻ റിപ്പോർട്ടും ലിങ്കിൽ പ്രത്യക്ഷപ്പെട്ടു. ഇത് മേൽപ്പറഞ്ഞ മൂന്ന് പേരിൽ ഒരാളാണ് നല്കിയിട്ടുള്ളതെന്നതിന് മതിയായ തെളിവുകളുമുണ്ട്.

(സി) ജനറൽ സെക്രട്ടറിയും ഭൂപേശ്ഗുപ്തയും അറിയാതെ പുറപ്പെടുവിക്കപ്പെട്ടതാണ് ഡാങ്കെയുടെ പ്രസ്താവനയെന്നുള്ളതിനുപുറമെ അതിന്റെ ഉള്ളടക്കം പാർട്ടിയിലുണ്ടെന്ന് പറയപ്പെട്ടിരുന്ന ചൈനാനുകൂല വിഭാഗത്തിനെതിരായവരെ ഉന്നംവെച്ചുകൊണ്ടുള്ളതുമായിരുന്നു. ഡാങ്കെ ഗ്രൂപ്പിന് അതുവരെയും സംഘടനാപരമായ ഒത്തുതീർപ്പിനുവേണ്ടി വഴങ്ങിക്കൊടുക്കേണ്ടിവന്ന നേതൃത്വവിഭാഗത്തിനെതിരായി അണികളെയും ജനങ്ങളെയും ഇളക്കിവിടാനുദ്ദേശിച്ചുകൊണ്ടുള്ളതായിരുന്നു അതെന്ന് സ്പഷ്ടം. പാർട്ടി നേതൃത്വത്തിലുള്ള തങ്ങളുടെ എതിരാളികളെ ചൈനാനുകൂലികളെന്ന് അധിക്ഷേപിച്ചുകൊണ്ട് ഒറ്റപ്പെടുത്താൻ ശ്രമിക്കുന്നതിന് ഉൾപാർട്ടി സ്ഥിതിഗതികൾ തികച്ചും പാകമായിരിക്കുന്നുവെന്ന് ഡാങ്കെയും കൂട്ടുകാരും കരുതി.[20]

ഒക്ടോബർ 19 നായിരുന്നു ഡാങ്കെ മേൽപ്പറഞ്ഞ പ്രസ്താവന പുറപ്പെടുവിച്ചത്.

മഹാരാഷ്ട്രയിലെ പാർട്ടി സെക്രട്ടറിയും വലതുപക്ഷക്കാരനുമായ

ശ്രീനിവാസ സർദേശായി അവിടത്തെ ഔദ്യോഗിക പാർട്ടി പത്രമായ *യുഗാന്തർ* എന്ന പത്രത്തിലെഴുതിയ ഒരു ലേഖനത്തിലൂടെ വെളിപ്പെടുത്തിയത് താൻ സെക്രട്ടേറിയറ്റ് പ്രസ്താവനയെ അംഗീകരിക്കുന്നില്ലെന്നാണ്.[21] ഇന്ത്യാ ഗവൺമെന്റ് അതിർത്തി പ്രശ്നത്തെക്കുറിച്ച് പറയുന്നത് പൂർണ്ണമായും ശരിയാണ്. അതു വിശ്വസിക്കാത്ത പാർട്ടി നേതാക്കളെ അദ്ദേഹം ശക്തമായി വിമർശിച്ചു. അതുപോലെതന്നെ സർദേശായിയുടെ നേതൃത്വത്തിൽ മഹാരാഷ്ട്ര സ്റ്റേറ്റ് കൗൺസിൽ പാസാക്കിയ പ്രമേയത്തിൽ സെക്രട്ടേറിയറ്റ് പ്രമേയത്തെ വിശേഷിപ്പിച്ചത് അത് "സംശയാർത്ഥമായതും, അന്യായമായതും, അതൃപ്തികരമായതും" ആണെന്നാണ്. ഇടതുപക്ഷക്കാരനായ ബി ടി രണദിവെയെ പാർട്ടിയിൽനിന്ന് പുറത്താക്കണമെന്നും അവരാവശ്യപ്പെട്ടു. തമിഴ്നാട്, മദ്ധ്യപ്രദേശ്, ബീഹാർ എന്നീ സംസ്ഥാനകമ്മിറ്റികളും ഏകദേശം ഈ രീതിയിലുള്ള പ്രമേയങ്ങൾ പാസാക്കി. പാർട്ടി കേന്ദ്ര സെക്രട്ടേറിയറ്റ് ഭൂരിപക്ഷത്തോട് കൂടി പാസാക്കി പ്രസിദ്ധീകരിച്ച ഒരു പ്രമേയത്തെയാണ് ഒരു സംസ്ഥാന സെക്രട്ടറിയും മുകളിൽ പറഞ്ഞ കമ്മിറ്റികളും വെല്ലുവിളിക്കുന്നത് എന്നറിയുമ്പോഴാണ് പാർട്ടിയുടെ അന്നത്തെ സംഘടനാപരമായ കെട്ടുറപ്പ് എന്തായിരുന്നുവെന്ന് നമുക്ക് ബോദ്ധ്യപ്പെടുന്നത്.

ഒക്ടോബർ 19 ന് മൂന്ന് സെക്രട്ടേറിയറ്റ് അംഗങ്ങളുടെ പിന്തുണയോടെ ഡാങ്കെ പുറപ്പെടുവിച്ച പ്രസ്താവന തങ്ങളാരംഭിക്കാൻ പോകുന്ന വിഭാഗീയ സമരത്തിന്റെ കേളികൊട്ടായിരുന്നു. എന്നാൽ അവരുടെ ഭാഗ്യത്തിന് അടുത്ത ദിവസം (ഒക്ടോബർ 20 ന്) തന്നെ ചൈനപ്പട അതിർത്തിയിൽ മാക്മോഹൻ രേഖ കടന്നു. സംഘർഷം നിറഞ്ഞ ഈ അന്തരീക്ഷത്തിൽ പാർട്ടിയുടെ പല സംസ്ഥാന–ജില്ലാ–പ്രാദേശിക കമ്മിറ്റികളും ചൈനയെ രൂക്ഷമായി അധിക്ഷേപിച്ചുകൊണ്ട് പ്രസ്താവനകളുടെ ഘോഷയാത്രയുമായി രംഗത്തിറങ്ങി. വിരലിലെണ്ണാവുന്ന ഏതാനും ചിലർ പാർട്ടിയിലുണ്ടെന്ന് പറയപ്പെടുന്ന 'ചൈനാനുകൂല' വിഭാഗങ്ങളെയും അധിക്ഷേപിച്ചു. പാർട്ടിയിലെ ഇടതുപക്ഷ വിഭാഗത്തിനെതിരായി യുദ്ധത്തിന്റേതായ ഒരന്തരീക്ഷം തന്നെ സൃഷ്ടിച്ചു.

പാർട്ടി സംഘടനാതത്ത്വങ്ങളുടെ ലംഘനമായിരുന്നു ഇതെല്ലാം. അഖിലേന്ത്യാ സ്വഭാവത്തിൽത്തന്നെ ഗുരുതരമായ ഒരു സ്ഥിതിവിശേഷം ഉളവായിരിക്കുന്നതിനാൽ പാർട്ടി ഭരണഘടനയുടെ വ്യക്തമായ വ്യവസ്ഥപ്രകാരം കൂട്ടായ ചർച്ച ചെയ്തശേഷം നാഷണൽ കൗൺസിലിനു മാത്രമേ ഇതേക്കുറിച്ചുള്ള അഭിപ്രായം പറയാൻ പാടുള്ളൂ. എന്നാൽ കേന്ദ്ര സെക്രട്ടേറിയറ്റിലെ വലതുവിഭാഗത്തിന്––ഒമ്പതംഗ സെക്രട്ടേറിയറ്റിൽ നാലുപേർ മാത്രമടങ്ങുന്ന അവർ ന്യൂനപക്ഷമായിരുന്നു—ഇതൊന്നും സ്വീകാര്യമായിരുന്നില്ല. പാർട്ടിയെ താഴെയറ്റം മുതൽ മുകളറ്റംവരെ ന്യൂനപക്ഷമെന്നും ഭൂരിപക്ഷമെന്നും രണ്ടായി വിഭജിക്കുന്നതിനുള്ള ചുമതല അവർ ഏറ്റെടുത്തു. നാഷണൽ കൗൺസിൽ കൂടുമ്പോൾ പ്രശ്നങ്ങളെ സംബന്ധിച്ച് ശാന്തമായി ഉൾപാർട്ടി ചർച്ചയിലൂടെ കാര്യ

ങ്ങൾ തീരുമാനിക്കാൻ പറ്റാത്ത അവസ്ഥ സൃഷ്ടിക്കുകയായിരുന്നു ഇതിന്റെ ഉദ്ദേശ്യം. അത് വിജയിക്കുകയും ചെയ്തുവെന്ന് പിന്നീടുള്ള സംഭവങ്ങൾ തെളിയിച്ചു.

ഒക്ടോബർ 19 ന് ഡാങ്കെ നടത്തിയ പ്രസ്താവനയ്ക്കും ഒക്ടോബർ 30 ന് നാഷണൽ കൗൺസിൽ യോഗം ആരംഭിക്കുന്നതിനുമിടയ്ക്ക് ഡൽഹിയിൽ താമസക്കാരായ ഡാങ്കെയുടെ നേതൃത്വത്തിലുള്ള വലതുപക്ഷക്കാരായ സെക്രട്ടേറിയറ്റംഗങ്ങളും കേന്ദ്ര എക്സിക്യൂട്ടീവ് കമ്മിറ്റി അംഗങ്ങളും പ്രത്യേകം ഗ്രൂപ്പായി പ്രവർത്തിക്കാൻ തുടങ്ങി.[22] നാഷണൽ കൗൺസിലിൽ ഭൂരിപക്ഷവിഭാഗത്തെ പ്രതിനിധാനം ചെയ്യുന്നത് തങ്ങളാണെന്നും അതുകൊണ്ട് തങ്ങൾ നിർദ്ദേശിക്കുന്നപോലെ പ്രവർത്തിക്കണമെന്നും അവർ ജനറൽ സെക്രട്ടറി ഇ എം എസ് നമ്പൂതിരിപ്പാടിനോട് ആവശ്യപ്പെട്ടു. ഇതെല്ലാം ഹൈദരാബാദിൽവെച്ചംഗീകരിച്ച സംഘടനാ പ്രമേയത്തിന്റെ തത്ത്വങ്ങൾക്ക് കടകവിരുദ്ധമാണെന്ന് ചൂണ്ടിക്കാണിച്ചപ്പോൾ അവർ പറഞ്ഞ മറുപടി ഇങ്ങനെ: "ഇതെല്ലാം ശരിയായ രാഷ്ട്രീയമാണ്; ശരിയായ രാഷ്ട്രീയം നടപ്പാക്കുന്നതിന് താഴെയാണ് സംഘടന......"[23] 1962 ഏപ്രിലിൽ ഹൈദരാബാദിൽ വെച്ചുകൂടിയ നാഷണൽ കൗൺസിൽ യോഗത്തിൽ വെച്ചാണ് ഡാങ്കെയെ ചെയർമാനായും ഇ എം എസ് നമ്പൂതിരിപ്പാടിനെ ജനറൽ സെക്രട്ടറിയായും തിരഞ്ഞെടുത്തുകൊണ്ടുള്ള സംയുക്ത സെക്രട്ടേറിയറ്റ് രൂപീകരിച്ചതും, സെക്രട്ടേറിയറ്റിന്റെ ദൈനംദിന പ്രവർത്തനങ്ങളിൽ താൻ ഇടപെടുന്നതല്ലെന്ന് ഡാങ്കെ ഉറപ്പുകൊടുത്തതും.

ചൈനീസ് ആക്രമണം മൂലമുണ്ടായ സ്ഥിതിവിശേഷം ചർച്ച ചെയ്യുവാൻ നാഷണൽ കൗൺസിലിന്റെ അടിയന്തരയോഗം ഒക്ടോബർ 30 ന് വിളിച്ചുകൂട്ടി.[24] നവംബർ 1 വരെ നീണ്ടുനിന്ന നാഷണൽ കൗൺസിൽ യോഗത്തിൽ ചൈനീസ് ആക്രമണത്തെ സംബന്ധിച്ച് മൂന്നുകരട് പ്രമേയങ്ങൾ അവതരിപ്പിക്കപ്പെട്ടു. ഒന്ന്, വലതുപക്ഷക്കാരനായ ഡാങ്കെയും, മറ്റൊന്ന് ഇടതുപക്ഷക്കാരോട് ചായ്‌വുള്ള ഇ എം എസ് നമ്പൂതിരിപ്പാടും ഭൂപേശ് ഗുപ്തയും ചേർന്നവതരിപ്പിച്ചതും, മൂന്നാമതൊന്ന് ഇടതുപക്ഷക്കാരനായ രാമമൂർത്തി അവതരിപ്പിച്ചതുമായിരുന്നു.[25]

ഡാങ്കെ അവതരിപ്പിച്ച പ്രമേയത്തിലെ പ്രധാന ഇനങ്ങൾ അദ്ദേഹം ഇങ്ങനെ സംഗ്രഹിച്ചു:

താഴെപ്പറയുന്ന 21 ഇനങ്ങളാണ് പ്രമേയത്തിലെ പ്രധാന വാദമുഖങ്ങൾ.

1. ചൈന ഇന്ത്യക്കെതിരായി ആക്രമണം നടത്തിയിരിക്കുന്നു; അതിനെ അക്രമി എന്നുവിളിക്കുന്നു.
2. കമ്യൂണിസ്റ്റ് പാർട്ടി രാജ്യരക്ഷയെ പിന്താങ്ങണം.
3. സമാധാനപരമായ കൂടിയാലോചനകളുടെ അന്തരീക്ഷം ഒരിക്കൽക്കൂടി സൃഷ്ടിക്കുന്നതിന് തങ്ങളുടെ സ്വാധീനം ചെലുത്തണമെന്ന് എല്ലാ സുഹൃത് രാഷ്ട്രങ്ങളോടും ഞങ്ങളഭ്യർത്ഥിക്കുന്നു.

അതിനർത്ഥം: (എ) ശത്രുതപ്രവർത്തനങ്ങൾ നിർത്തണം; (ബി) ചൈനീസ് സൈന്യങ്ങൾ 1962 സെപ്തംബർ 7 ന് അവരുണ്ടായിരുന്ന സ്ഥാനത്തേക്ക് പിൻവലിക്കണം.

4. സംഘർഷം ആഫ്രോ–ഏഷ്യൻ ഐക്യത്തെ ഭിന്നിപ്പിക്കുന്നു.
5. സാമ്രാജ്യത്വത്തിനെതിരായ സമരത്തെ ക്ഷീണിപ്പിക്കുകയും,
6. ലോകസമാധാനത്തെ ഭീഷണിപ്പെടുത്തുകയും ചെയ്യുന്നു.
7. ഏഷ്യയിലെ ഈ രണ്ടുവൻകിട രാജ്യങ്ങൾതമ്മിൽ പൂർണ്ണരീതിയിലുള്ള ഒരു നീണ്ട യുദ്ധം ഒരു ആപത്തായിരിക്കും; അതിനെയെല്ലാവരും ഒഴിവാക്കണം.
8. സംഘർഷം പിന്തിരിപ്പന്മാരെ കൂടുതൽ ശക്തിനേടുവാൻ സഹായിച്ചിരിക്കുന്നു.
9. തുടർച്ചയായി നടപ്പിൽ വരുത്തുന്നതിൽ തെറ്റുകളുണ്ടായിരുന്നെങ്കിലും, അടിസ്ഥാനപരമായി ശരിയായിരുന്ന ഇന്ത്യയുടെ സമാധാന–ചേരി രഹിതനയത്തെ എതിർക്കുന്നവരെ ശക്തിപ്പെടുത്തി.
10. ഇന്ത്യയെ ആംഗ്ലോ–അമേരിക്കൻ സാമ്രാജ്യവാദികളുടെ യുദ്ധചേരിയിലേക്കു വലിച്ചിഴയ്ക്കാൻ ഈ പിന്തിരിപ്പന്മാരുടെ സംരംഭങ്ങൾക്ക് സംഘട്ടനം സൗകര്യമുണ്ടാക്കിക്കൊടുക്കുന്നു.
11. യുദ്ധക്കലി കുത്തിയിളക്കുകയും,
12. ഇന്ത്യൻ ജനതയും ചൈനീസ് ജനതയും തമ്മിലുള്ള സ്നേഹബന്ധം തകർക്കുകയും ചെയ്യുന്നു.
13. ഇന്ത്യൻ സമ്പദ്വ്യവസ്ഥയെക്കുറിച്ച്, അതിന്റെ ആഭ്യന്തരസ്ഥിതിയെയും വിദേശനയത്തെയും കുറിച്ച്, ചൈനീസ് നേതൃത്വം നല്കിയ സ്വഭാവവിവരണത്തെ പ്രമേയം ഖണ്ഡിക്കുന്നു.
14. ഒരു സോഷ്യലിസ്റ്റ് രാജ്യം സോഷ്യലിസ്റ്റ് ചേരിയിലുള്ള ഒരു ചേരി രഹിത രാജ്യവുമായി, അതൊരു മുതലാളിത്ത രാജ്യമാണെങ്കിൽപ്പോലും സൈനിക സംഘട്ടനം നടത്തുമെന്ന് ഞങ്ങൾ പ്രതീക്ഷിച്ചിരുന്നില്ല.
15. 81 പാർട്ടികളുടെ ധാരണയെ ചൈന ലംഘിച്ചു.
16. വ്യാപാരടിസ്ഥാനത്തിൽ ആരിൽനിന്നും ആയുധം വാങ്ങുന്നതിനും ഞങ്ങൾ എതിരല്ല; പക്ഷേ, വിദേശസൈന്യങ്ങളുടെ സാന്നിദ്ധ്യത്തിനെതിരാണ്.
17. ദേശരക്ഷയ്ക്കുവേണ്ടിയുള്ള ദേശീയ ഐക്യത്തെ ഞങ്ങൾ പിന്താങ്ങുന്നു.
18. രാജ്യരക്ഷയുടെ ഭാരങ്ങൾ പണക്കാരുടെമേൽ ചുമത്തണമെന്ന്, അത് താങ്ങാൻ വയ്യാത്ത പാവങ്ങളുടെമേൽ ചുമത്തരുതെന്ന് ഞങ്ങൾ ഗവൺമെന്റിനോടാവശ്യപ്പെടുന്നു.
19. ദേശീയവിരുദ്ധ നിക്ഷിപ്ത താല്പര്യങ്ങൾക്കെതിരായും അവരുടെ കൊള്ളലാഭത്തിനും വിലവർദ്ധനവിനും കുത്തകഗ്രൂപ്പുകൾ സമ്പദ്ഘടനയെ ഛിദ്രിപ്പിക്കുന്നതിനുമെതിരായും,

20. അദ്ധ്വാനിക്കുന്ന ജനങ്ങളുടെ അവകാശങ്ങളും ജീവിതത്തോതുകളും സംരക്ഷിക്കുന്നതിനുവേണ്ടിയും, ഗവൺമെന്റും ജനങ്ങളും നടപടികളെടുക്കണമെന്ന് ഞങ്ങൾ ആഗ്രഹിക്കുന്നു.
21. കമ്യൂണിസ്റ്റ് വിരോധവും പാർട്ടിയുടെമേലുള്ള ആക്രമണവും നമ്മൾ അടിച്ചുതുരത്തണം.

> ഈ വാദമുഖങ്ങളെ ആധാരമാക്കി അടിയന്തരസ്ഥിതിയിൽ തങ്ങളുടെ പ്രവർത്തനത്തിനുള്ള അടിസ്ഥാനമായി ഒരു സപ്തമുഖ പരിപാടി ഏറ്റെടുക്കാൻ പ്രമേയം എല്ലാ പാർട്ടിഘടകങ്ങളോടും അംഗങ്ങളോടും പാർട്ടിയെ അനുകൂലിക്കുന്നവരോടും ആഹ്വാനം ചെയ്തു.[26]

ഡാങ്കെ അവതരിപ്പിച്ച പ്രമേയം ഇന്ത്യാ ഗവൺമെന്റിന്റെ നിലപാടിനെ പൂർണ്ണമായി പിന്താങ്ങുന്നതായിരുന്നു. എന്നാൽ മദ്ധ്യവർത്തികളും ഇടതുപക്ഷക്കാരും ഗവൺമെന്റ് നടപടിയെ പൂർണ്ണമായും പിന്താങ്ങാൻ തയ്യാറായില്ല. അതിന്റെ കാരണം ഇ എം എസ് പറയുന്നത് നോക്കുക:

> ....ചൈന ആക്രമണകാരിയെന്നു വിശേഷിപ്പിക്കുന്നതുകൊണ്ടു മാത്രം പരിഹരിക്കാൻ കഴിയാത്ത പ്രശ്നം ഉദിച്ചിട്ടുണ്ടെന്ന അഭിപ്രായമാണ് ഈ ലേഖകനടക്കം പല നാഷണൽ കൗൺസിൽ മെമ്പർമാർക്കും ഉണ്ടായിരുന്നത്. എന്തുകൊണ്ടെന്നാൽ, ചൈനയെ ഈ നടപടിയിലെത്തിക്കുന്നതിൽ ഇന്ത്യാ ഗവൺമെന്റിനും പങ്കുണ്ട്. ചു എൻ ലായിയുടെ ഇന്ത്യാ സന്ദർശനമടക്കം പല സന്ദർഭങ്ങളിലും അന്യോന്യം കൂടിയാലോചനകളിലൂടെ അതിർത്തി തർക്കം പരിഹരിക്കാൻ ലഭിച്ച അവസരം ഇന്ത്യാ ഗവൺമെന്റ് ഉപയോഗിക്കുകയല്ല ചെയ്തത്. നേരെമറിച്ച് സോവിയറ്റ് യൂണിയനും അമേരിക്കയുമടക്കം പ്രധാനപ്പെട്ട ലോകകോയ്മകളുടെ പിന്തുണയുള്ളതിനാൽ സൈനിക മാർഗ്ഗങ്ങളിലൂടെ ഇന്ത്യൻ അതിർത്തി കാത്തു രക്ഷിക്കാൻ കഴിയുമെന്ന കണക്കുകൂട്ടലോടെ അതിർത്തി പ്രശ്നം കൈകാര്യം ചെയ്യാനാണ് ഗവൺമെന്റ് ശ്രമിച്ചത്. അതുകൊണ്ട് ഗവൺമെന്റ് സമീപനത്തെ പൂർണ്ണമായി പിന്താങ്ങാൻ ഈ ലേഖകനടക്കം ന്യൂനപക്ഷ മെമ്പർമാർ തയ്യാറില്ലായിരുന്നു. ഗവൺമെന്റ് തുടർന്നുപോന്ന നയസമീപനം മാറ്റാതെ പ്രശ്നം പരിഹരിക്കാൻ കഴിയുകയില്ലെന്ന് അവർ അഭിപ്രായപ്പെട്ടു.......[27]

സമാധാനപരമായ കൂടിയാലോചനകൾക്കെതിരായി സൈനിക മാർഗ്ഗങ്ങൾ അവലംബിച്ചുകൊണ്ട് ദേശീയ ലക്ഷ്യങ്ങൾ നടപ്പിലാക്കാൻ കഴിയുമെന്ന് വിചാരിക്കുന്നത് ദേശാഭിമാനപരമായ നിലപാടല്ലെന്ന് തുറന്നു പ്രഖ്യാപിക്കാൻ നാഷണൽ കൗൺസിലിൽ ഇ എം എസും മറ്റും ആവശ്യപ്പെട്ടെങ്കിലും അതെല്ലാം അവഗണിക്കുകയാണുണ്ടായത്.

ഇ എം എസിന്റെ വാക്കുകളിൽ:

> ....ദേശീയമായ അപരിച്ഛിന്നതയും ഭൂപ്രദേശങ്ങളും ദേശാഭിമാനപരമായി സംരക്ഷിക്കുവാൻ ജനതയെയാകെ അണിനിരത്തേണ്ടതത്യാവശ്യമാണെന്നിരിക്കലും സമാധാനപരമായ കൂടിയാലോചനകൾക്കെതിരായി സൈനികമാർഗ്ഗങ്ങൾ അവലംബിച്ചുകൊണ്ട് ദേശീയലക്ഷ്യങ്ങൾ നേടുവാൻ സാധിക്കുമെന്ന് കരുതുന്നത് ദേശാഭിമാനപരമായ നിലപാടല്ലെന്ന് കലവറ കൂടാതെ പ്രഖ്യാപിക്കാൻ ആ പ്രമേയം കൂട്ടാക്കിയില്ല. (ഈ ആശയംതന്നെ നവംബർ 14 ന് പാർലമെന്റിൽ ചെയ്ത പ്രസംഗത്തിൽ പ്രധാനമന്ത്രി നെഹ്റു ശരിക്കും പ്രകടിപ്പിക്കുകയുണ്ടായി. അതിന് 14 ദിവസം മുമ്പു ചേർന്ന നമ്മുടെ നാഷണൽ കൗൺസിൽ അങ്ങനെ ഒരു പ്രസ്താവന ചെയ്യാൻ ഒരുമ്പെട്ടില്ല. സത്യം പറഞ്ഞാൽ ഇത്തരത്തിൽ തുറന്നു പ്രസ്താവിക്കണമെന്നു നാഷണൽ കൗൺസിൽ യോഗത്തിൽ ഞങ്ങളിൽ ചിലർ പറഞ്ഞിരുന്നു. അതൊന്നും ജനങ്ങൾ കേൾക്കാൻ കൂട്ടാക്കുകയില്ലെന്ന് പറഞ്ഞുകൊണ്ടാണ് ഞങ്ങളുടെ നിർദ്ദേശം പുച്ഛിച്ചുതള്ളിയത്).[28]

എന്നാൽ വലതുപക്ഷം ഈ അഭിപ്രായങ്ങളെല്ലാം ശക്തമായി എതിർത്തു.

ചൈനയെ ആക്രമണകാരിയാക്കി അപലപിക്കുയും ആ ആക്രമണത്തെ നേരിടുന്നതിൽ ഗവൺമെന്റ്, പ്രതിപക്ഷ കക്ഷികൾ എന്നിവരോടൊപ്പം നില്ക്കുകയും ചെയ്തില്ലെങ്കിൽ 1942 ലെ ക്വിറ്റ് ഇന്ത്യാ സമരകാലത്തെപ്പോലെ ഒരിക്കൽക്കൂടി കമ്യൂണിസ്റ്റുകാർ ഒറ്റപ്പെടുമെന്ന കണക്കുക്കൂട്ടലാണ് ഭൂരിപക്ഷക്കാർക്കുണ്ടായിരുന്നത്. പിന്തിരിപ്പൻ എന്ന് വിശേഷിപ്പിക്കപ്പെടുന്ന ജനസംഘം, സ്വതന്ത്ര മുതലായ പാർട്ടികളോടും കോൺഗ്രസിനോടുമൊപ്പംനിന്ന് ആക്രമണകാരിയായ ചൈനയിൽ നിന്ന് ഇന്ത്യയെ രക്ഷിക്കുകയെന്ന സമീപനമാണ് ദേശാഭിമാനികൾ അംഗീകരിക്കേണ്ടതെന്നും അത്തരത്തിൽ ദേശാഭിമാനികളുടേതായ മുഖ്യധാരയിൽ കമ്യൂണിസ്റ്റുകാർ ചേരണമെന്നും അവർ ശക്തിയായി വാദിച്ചു.[29] രൂക്ഷമായ വാദപ്രതിവാദങ്ങൾക്കുശഷം ആ അടിസ്ഥാനത്തിലുള്ള ഒരു പ്രമേയം ഭൂരിപക്ഷ വോട്ടോടെ അവർ പാസാക്കിയെടുത്തു. പ്രമേയം വോട്ടിനിട്ടപ്പോൾ 110 അംഗ കൗൺസിലിൽ 62 പേർ പ്രമേയത്തെ അനുകൂലിച്ചും 23 പേർ എതിരായും വോട്ടുചെയ്തു.[30] മൂന്നുപേർ നിഷ്പക്ഷത പാലിച്ചു. 22 പേർ യോഗത്തിന് ഹാജരുണ്ടായിരുന്നില്ല.[31] നിഷ്പക്ഷത പാലിച്ച മൂന്നു പേരിൽ ഒരാൾ ഇ എം എസ് നമ്പൂതിരിപ്പാട് ആയിരുന്നു.[32]

എന്നാൽ മൂന്നു പ്രമേയങ്ങളും തമ്മിൽ രാജ്യരക്ഷ (പ്രതിരോധം) യെ സംബന്ധിച്ച് എതൊരു അഭിപ്രായവ്യത്യാസവും ഉണ്ടായിരുന്നില്ല. *1963 മാർച്ച് 9ന്റെ പരിഷ്ക്കരണ വാദികൾക്ക് ഒരു മുഖക്കണ്ണാടി* എന്ന *പീപ്പിൾസ് ഡെയ്‌ലി* മുഖപ്രസംഗത്തിന് മറുപടിയായി എഴുതിയ

ഞങ്ങളുടെ മാർഗ്ഗം തിരുത്തൽവാദമോ വരട്ടു തത്വവാദമോ അല്ല (Neither Revisionism nor Dogmatism In Our Guided) എന്ന പുസ്തകത്തിൽ ഡാങ്കെ തന്നെ ഇതു വ്യക്തമായി രേഖപ്പെടുത്തിയിട്ടുണ്ട്.

ഡാങ്കെയുടെ പുസ്തകത്തിൽ നിന്ന്:

> ഒരൊറ്റ ആളെയും അറസ്റ്റുചെയ്യാത്ത ഒരു സന്ദർഭത്തിൽ എല്ലാ പ്രമുഖ സഖാക്കളും ഹാജരായിക്കൊണ്ട് നവംബർമാസത്തിൽ ചേർന്ന നാഷണൽ കൗൺസിൽ യോഗത്തിൽ ഭൂരിപക്ഷപ്രമേയ ത്തിനെതിരായി രണ്ടു ബദൽപ്രമേയങ്ങൾ അവതരിപ്പിക്കപ്പെടുക യുണ്ടായെന്ന കാര്യം പ്രത്യേകം ഇവിടെ ഊന്നിപ്പറയേണ്ടതുണ്ട്. ഈ രണ്ട് കരടുകളിലും രാജ്യരക്ഷ എന്ന മുദ്രാവാക്യത്തെ ശരി വെച്ചുതന്നു. ഒരു കരടിൽ ഇങ്ങനെ പറഞ്ഞു:
>
> നമ്മുടെ അതിർത്തികൾ സംരക്ഷിക്കുന്നതിനിടയിൽ മൃതിയടഞ്ഞ വരുടെ സ്മരണയെ നാഷണൽ കൗൺസിൽ അഭിവാദ്യം ചെയ്യു ന്നു. അതിർത്തികളിലെ രാജ്യരക്ഷ ഏർപ്പാടുകൾ ശക്തിപ്പെടുത്തു ന്നതുൾപ്പെടെ രാജ്യരക്ഷയ്ക്കുവേണ്ടിയാണ് കമ്യൂണിസ്റ്റ് പാർട്ടി എന്നും നിലകൊണ്ടിട്ടുള്ളത്. ഇന്നത്തെ സാഹചര്യത്തിൽ ഇന്ത്യ ഏകപക്ഷീയമായി വെടിനിർത്തുന്ന പ്രശ്നമില്ല. കൈയൂക്കിന് കീഴ ടങ്ങുന്ന പ്രശ്നമേയില്ല.
>
> ഇത് യഥാർത്ഥമായും ആത്മാർത്ഥമായും ഉദ്ദേശിക്കപ്പെട്ടതാണെന്ന് ഞങ്ങൾക്കുറപ്പുണ്ട്. മറ്റേ കരട് ഇങ്ങനെ പറഞ്ഞു:
>
> രാജ്യസംരക്ഷണാർത്ഥം വളരെയധികം വിഷമതകൾ നേരിടേണ്ടി വന്ന ഇന്ത്യൻ പട്ടാളത്തിലെ ഓഫീസർമാർക്കും ജവാന്മാർക്കും കൗൺസിലിൽ അതിന്റെ വിനീതമായ പ്രണാമമർപ്പിക്കുന്നു. ഈ മണ്ണ് സംരക്ഷിക്കുന്നതിനുവേണ്ടി തങ്ങളുടെ വിലപ്പെട്ട ജീവൻ അർപ്പിച്ചവരുടെ സ്മരണയെ അത് അഭിവാദ്യം ചെയ്യുന്നു. ഇങ്ങനെ സ്വന്തം ജീവൻ അർപ്പിക്കേണ്ടിവന്നവരുടെ കുടുംബങ്ങളോട് അത് ഹൃദയംഗമമായ അനുഭാവം രേഖപ്പെടുത്തുന്നു.
>
> ഹൈദരാബാദിൽവെച്ച് ചേർന്ന നാഷണൽ കൗൺസിൽയോഗം രാജ്യത്തിന്റെ സംരക്ഷണത്തിനാവശ്യമായ നടപടികൾ എടുക്കു ന്നതോടൊപ്പംതന്നെ സമാധാനപരമായ കൂടിയാലോചനകൾ വഴി ഒരു ഒത്തുതീർപ്പുണ്ടാക്കാനുള്ള എല്ലാ ശ്രമങ്ങളും തുടരുകയെന്ന ഇന്ത്യൻ പ്രധാനമന്ത്രി പണ്ഡിറ്റ് ജവഹർലാൽ നെഹ്റുവിന്റെ നയ ത്തിന് പാർട്ടിയുടെ പിന്തുണ പ്രഖ്യാപിക്കുകയുണ്ടായി.
>
> കൗൺസിലിന്റെ ഈ പ്രഖ്യാപനത്തെ അടിസ്ഥാനമാക്കി, മാക്മോഹൻ രേഖയുടെ തെക്ക് ഭാഗത്തുള്ള പ്രദേശത്തെ സംര ക്ഷിക്കാൻ ഗവൺമെന്റ് എടുക്കുന്ന ഏത് നടപടിയും ന്യായീകരി ക്കപ്പെടാവുന്നതാണെന്ന് കേന്ദ്ര സെക്രട്ടേറിയറ്റ് ഒക്ടോബർ 17 ന് പറഞ്ഞു. ഇപ്പോൾ ചൈനീസ് സൈന്യം മാക്മോഹൻ രേഖയുടെ

തെക്കുഭാഗത്ത് പ്രവേശിച്ചിട്ടുള്ളതിനാലും നേഫായിലും ലഡാക്കിലും അത് മുന്നേറിക്കൊണ്ടിരിക്കുന്നതിനാലും കൗൺസിൽ ഗവൺമെന്റിന് അതെടുക്കുന്ന ആവശ്യമായ എല്ലാ രാജ്യരക്ഷാ നടപടികളിലും വിശേഷിച്ചും പിന്തുണ പ്രഖ്യാപിക്കുന്നു.

നമ്മുടെ രാജ്യത്തിന്റെ അന്തസ്സിനും സ്വാതന്ത്ര്യത്തിനും അടിസ്ഥാന നയങ്ങൾക്കും അനുസൃതമായ വിധത്തിൽ രാജ്യരക്ഷ മെച്ചപ്പെടുത്തുന്നതിനുള്ള എല്ലാ നടപടികളുമെടുക്കുമെന്ന് കൗൺസിൽ ആശിക്കുന്നു.

ഇതും യഥാർത്ഥമായും ആത്മാർത്ഥമായും ഉദ്ദേശിക്കപ്പെട്ടതായിരുന്നു. അപ്പോൾ, രാജ്യരക്ഷ എന്ന മുദ്രാവാക്യം സംബന്ധിച്ച് അന്ന് നാഷണൽ കൗൺസിലിൽ യാതൊരാൾക്കും യാതൊരഭിപ്രായ വ്യത്യാസവുമുണ്ടായിരുന്നില്ല. രാജ്യത്തെ സംരക്ഷിക്കുക എന്ന മുദ്രാവാക്യത്തിന്റെ കാര്യത്തിൽ നാഷണൽ കൗൺസിലിന് ഏകകണ്ഠമായ അഭിപ്രായമാണുണ്ടായിരുന്നത്. ഇതിന്റെ അർത്ഥം നാഷണൽ കൗൺസിൽ ഏകകണ്ഠമായി പിന്തിരിപ്പന്മാർക്ക് തങ്ങളുടെ ചുമതല നിർവ്വഹിക്കാതിരിക്കാൻ ഒരു ഒഴിവുകഴിവു നല്കുകയായിരുന്നുവെന്നോ സമാധാനപരമായ കൂടിയാലോചനയെന്ന മുദ്രാവാക്യം ഊന്നാതിരിക്കുകയോ കൈവെടിയുകയോ ചെയ്തുവെന്നോ ആണോ? അല്ലതന്നെ.[33]

ഇതിലാദ്യത്തെ പ്രമേയം പി രാമമൂർത്തി അവതരിപ്പിച്ച് ഇടതുപക്ഷക്കാർ പിന്താങ്ങിയതും രണ്ടാമത്തെ പ്രമേയം ഇ എം എസ് നമ്പൂതിരിപ്പാടും ഭൂപേശ് ഗുപ്തയും കൂടി അവതരിപ്പിച്ചതും ആയിരുന്നു. "നമ്മുടെ അതിർത്തികൾ സംരക്ഷിക്കുവാൻ ആവശ്യമായ എല്ലാ നടപടികളും എടുത്തുകൊണ്ടിരിക്കുമ്പോൾത്തന്നെ ഇന്നത്തെ സംഘട്ടനങ്ങൾക്കു വിരാമമിടാൻ പരമാവധി പരിശ്രമിക്കുകയും സമാധാനപരമായ കൂടിയാലോചനകൾ പിന്തുടരുകയും ചെയ്യണമെന്ന് നാഷണൽ കൗൺസിൽ ദൃഢമായി അഭിപ്രായപ്പെടുന്നു" എന്നും രാമമൂർത്തി അവതരിപ്പിച്ച പ്രമേയത്തിൽ പറഞ്ഞിരുന്നു.[34] ചൈനക്കാർക്കെതിരായി ഗവൺമെന്റ് സ്വീകരിക്കുന്ന പ്രതിരോധ നടപടികളെ എതിർക്കുന്നുവെന്ന അർത്ഥത്തിൽ നാഷണൽ കൗൺസിലിലെ യാതൊരു വിഭാഗവും 'ചീനാനുകൂല'മായിരുന്നില്ലെന്ന് ഈ കരടുകൾ തെളിയിക്കുന്നു.

എന്നാൽ വലതുവിഭാഗക്കാരുടെ പ്രധാന ആരോപണം ചൈനീസ് പട്ടാളത്തിന്റെ നടപടിയെ ആക്രമണം എന്ന് വിളിക്കാൻ ന്യൂനപക്ഷക്കാർ (ഇടതു–മദ്ധ്യവിഭാഗം) തയ്യാറായില്ല എന്നാണ്.

എന്നാൽ ബലം പ്രയോഗിച്ച് അതിർത്തി കടന്ന ചൈനീസ് പട്ടാളം ആക്രമണമാണ് നടത്തിയതെന്ന പരമാർത്ഥം ഇ എം എസും ഭൂപേശ് ഗുപ്തയും കൂടി തയ്യാറാക്കിയ പ്രമേയത്തിൽ പ്രത്യക്ഷമായിത്തന്നെ അംഗീകരിച്ചിരുന്നു. ഇത്രതന്നെ പ്രത്യക്ഷമായിട്ടല്ലെങ്കിലും അതിന്റെ

ഉള്ളടക്കം രാമമൂർത്തിയുടെ പ്രമേയത്തിലുണ്ടായിരുന്നു.

തുടർന്ന് തന്റെ പുസ്തകത്തിൽ ഡാങ്കെ ഇങ്ങനെ ചോദിക്കുന്നു:

> പിന്നെ എന്തിനാണ് ഭൂരിപക്ഷ പ്രമേയത്തെ മാത്രം മാർക്സിസ്റ്റു വിരുദ്ധമായും തൊഴിലാളിവർഗ്ഗ സാർവ്വദേശീയത്വത്തോടുള്ള വഞ്ചനയായും ഇടുങ്ങിയ ദേശീയത്വത്തിന്റെ ഒരു പ്രകടമായും പാർട്ടിയെ ബൂർഷ്വാ ഗവൺമെന്റിന് പിന്നിൽ അണിനിരത്തലായും വിമർശിക്കുകയും ഇന്ത്യയിലെ കമ്യൂണിസ്റ്റുകാരെ ശുദ്ധന്മാരും അശുദ്ധന്മാരുമായും ശരിയായ മാർക്സിസ്റ്റുകാരും ശരിയല്ലാത്ത മാർക്സിസ്റ്റുകാരുമായും വിഭജിക്കാൻ ശ്രമിക്കുകയും ചെയ്യുന്നത്?[35]

ഈ ചോദ്യത്തിനുള്ള ഉത്തരമാണ് ഇനിയങ്ങോട്ട് വിശദീകരിക്കുന്നത്.

ഭൂരിപക്ഷ പ്രമേയത്തിലെ ഇടതു-മദ്ധ്യവിഭാഗങ്ങളുടെ വിമർശനത്തിനു വിധേയമായ ഭാഗങ്ങൾ ഇവയായിരുന്നു:

> ഇപ്പോഴത്തെ ഗുരുതരമായ ദേശീയാടിയന്തരാവസ്ഥാ വേളയിൽ ന്യൂഡൽഹിയിൽ സമ്മേളിച്ചുകൊണ്ടിരിക്കുന്ന ഇന്ത്യൻ കമ്യൂണിസ്റ്റ് പാർട്ടി നാഷണൽ കൗൺസിൽ ചൈനീസ് ആക്രമണത്തിനെതിരായി മാതൃഭൂമിയുടെ സംരക്ഷണത്തിന് ഒത്തൊരുമിക്കാൻ ഇന്ത്യയിലെ എല്ലാ ജനവിഭാഗങ്ങളോടും പാർട്ടിഘടകങ്ങളോടും ആഹ്വാനം ചെയ്യുന്നു. രാജ്യസംരക്ഷണാർത്ഥം ദേശീയ ഐക്യത്തിന് വേണ്ടിയുള്ള പ്രധാനമന്ത്രിയുടെ ആവേശകരമായ ആഹ്വാനത്തിന് പിന്നിൽ അണിനിരന്നിട്ടുള്ള നമ്മുടെ ദേശാഭിമാനികളായ എല്ലാ ജനങ്ങളുമായും കമ്യൂണിസ്റ്റ് പാർട്ടി കൈകോർത്തു പിടിക്കുന്നു.
>
> അതിർത്തി തർക്കം ഒത്തുതീർക്കുന്നതിനായുള്ള കൂടിയാലോചനകൾ ആരംഭിക്കുന്നതിനുള്ള ഉപാധികളെ സംബന്ധിച്ച് പ്രധാനമന്ത്രി നെഹ്റു കൈക്കൊണ്ട നിലപാടിന് നാഷണൽ കൗൺസിൽ പൂർണ്ണമായ പിന്തുണ നല്കുന്നു. എന്നാൽ അത്തരം കൂടിയാലോചനകൾ, ചൈനീസ് സൈന്യം അവർ ഇപ്പോഴത്തെ ആക്രമണ നടപടികൾ തുടങ്ങുന്നതിന് മുമ്പത്തെ സ്ഥാനങ്ങളിലേക്കെങ്കിലും അതായത്, ഇന്ത്യാഗവൺമെന്റ് നിർദ്ദേശിച്ചതുപോലെ 1962 സെപ്തംബർ 8 നുമുമ്പ് അവർ നിന്നിരുന്ന സ്ഥാനങ്ങളിലേക്ക്, പിന്മാറുന്നതിന്റെ അടിസ്ഥാനത്തിലേ നടക്കാൻ നിവൃത്തിയുള്ളൂ എന്ന് സ്പഷ്ടമാണ്.
>
> പാശ്ചാത്യശക്തികളിൽ നിന്നുള്ള സഹായം സ്വീകരിക്കുന്നതിനെപ്പറ്റി പ്രമേയം പറയുന്നത് നോക്കുക: ഏതു രാജ്യത്ത് നിന്നും വാണിജ്യാടിസ്ഥാനത്തിൽ ആയുധങ്ങൾ വാങ്ങുന്നതിന് കമ്യൂ

ണിസ്റ്റ് പാർട്ടി എതിരല്ല .[36]

മറ്റൊരു പ്രധാന വിമർശനത്തെക്കുറിച്ച് ഇ എം എസ് എഴുതി:

നവംബർ 1 ന് നാഷണൽ കൗൺസിൽ അംഗീകരിച്ച പ്രമേയത്തിൽ ചൈനീസ് കമ്യൂണിസ്റ്റ് പാർട്ടിയെ അധികരിച്ചു താഴെകൊടുക്കുന്ന ഖണ്ഡിക ചേർക്കപ്പെട്ടിരുന്നു.

സമാധാനപരമായ സഹവർത്തിത്വം പുതുതായി സ്വാതന്ത്ര്യം നേടിയ നാടുകളോടുള്ള സമീപനം, യുദ്ധവും സമാധാനവും സംബന്ധിച്ച പ്രശ്നം എന്നിവയെ അധികരിച്ചു 1960 ലെ 81 പാർട്ടികളുടെ സമ്മേളനത്തിൽവെച്ചു കമ്യൂണിസ്റ്റ് ലോകത്തിലുണ്ടായ പൊതുധാരണയെ തികച്ചും ലംഘിച്ച നിലയിലാണ് സമാധാന സ്നേഹിയായ ഇന്ത്യയുടെ നേരെ സോഷ്യലിസ്റ്റ് ചൈന പെരുമാറിയത്. ഇന്ത്യയുടെ നേരെ സ്വീകരിച്ച സമീപനത്തിൽ സോഷ്യലിസ്റ്റ് ചൈന ലോകസമാധാനത്തിനും സാമ്രാജ്യവിരോധമനോഭാവത്തിനും ഹാനിവിളയിച്ചുകൊണ്ട് സങ്കുചിത ദേശീയ പരിഗണനകൾക്ക് ഇരയായിരിക്കുകയാണ്.

ഇത് നാഷണൽ കൗൺസിൽ അംഗീകരിക്കുന്ന അവസരത്തിൽ സഹോദരപാർട്ടികൾ മേൽക്കൊടുത്തതിലുൾക്കൊണ്ട സമർത്ഥനത്തെ സ്വീകരിക്കുവാൻ പോകുന്നില്ലെന്നു കാണിക്കുന്ന സൂചനകൾ കൗൺസിലിന്റെ മുമ്പാകെ ആവശ്യമായത്ര ഉണ്ടായിരുന്നു. ചൈന സങ്കുചിതമായ ദേശീയ പരിഗണനകളാൽ നയിക്കപ്പെടുന്ന അവസരത്തിൽ നമ്മുടെ പാർട്ടി തൊഴിലാളിവർഗ്ഗ സാർവ്വദേശീയത്വത്തിന്റെ മൗലിക പ്രമാണങ്ങളിൽ ഉറച്ചുനില്ക്കുകയാണെന്നതാണ് ആ സമർത്ഥനം. ഇന്ത്യയിൽ യുദ്ധ പ്രേരകമായ ചിന്താഗതികൾ വളർന്നുവരികയാണെന്നതിനെതിരായി താക്കീതു നല്കിക്കൊണ്ടുള്ള *പ്രവ്ദാ* മുഖപ്രസംഗം പുറത്തുവന്നുകഴിഞ്ഞിരുന്നു. എന്നാൽ ആ താക്കീത് ഒരു ചടങ്ങെന്ന നിലയിൽപ്പോലും പരിഗണിക്കാതെ തിരസ്കരിക്കപ്പെട്ടു. ഞാനടക്കമുള്ള പല നാഷണൽ കൗൺസിൽ മെമ്പർമാരും കൗൺസിൽ അംഗീകരിക്കുന്ന പ്രമേയം യാതൊരു കാരണവശാലും നാട്ടിലെ ബൂർഷ്വാ–ദേശീയ ചിന്താഗതിക്കാരെ കടിഞ്ഞാണില്ലാതെ വിടുന്ന തരത്തിലാവരുത് എന്ന് അഭ്യർത്ഥിച്ചതിനെ (സ. ഡാങ്കെ അവതരിപ്പിച്ച പ്രമേയം അത്തരത്തിലുള്ളതായിരുന്നു.) പുച്ഛത്തോടെ വിഗണിച്ചു.[37]

ഭൂരിപക്ഷ പ്രമേയത്തോട് ഇടതു–മദ്ധ്യവിഭാഗക്കാർക്കുണ്ടായിരുന്ന അഭിപ്രായ വ്യത്യാസങ്ങൾ അവർ ഇങ്ങനെ ക്രോഡീകരിക്കുന്നു:

.......ഒന്നാമതായി ഭൂരിപക്ഷവിഭാഗം കൈക്കൊണ്ട അടിസ്ഥാനപരമായ രാഷ്ട്രീയ നിലപാട് ഒഴുക്കിനനുസരിച്ച്, അതായത് ബൂർഷ്വാ ദേശീയത്വത്തിന്റെ ഒഴുക്കിനനുസരിച്ച്, പോകുക എന്നതായിരുന്നു. ഭൂരിപക്ഷപ്രമേയം സർവ്വതോന്മുഖമായി സൈനികമെന്നപോലെ പ്രത്യയശാസ്ത്രപരമായും രാഷ്ട്രീയമായും ചൈനയ്ക്കെതിരായ ആക്രമണത്തിനുള്ള അസന്ദിഗ്ദ്ധമായ ആഹ്വാനമായിരുന്നു. അതിനെ കടുത്ത കമ്യൂണിസ്റ്റ് വിരുദ്ധശക്തികൾ ഏർപ്പെട്ടിട്ടുള്ള ചൈനാവിരുദ്ധപ്രചാരണത്തിൽ നിന്ന് വേർതിരിക്കാൻ ആകുമായിരുന്നില്ല. ഈ നിലപാട് കൈക്കൊള്ളാൻ ന്യൂനപക്ഷവിഭാഗം തയ്യാറായില്ല. അതിർത്തി കാത്തുരക്ഷിക്കാനുള്ള ഗവൺമെന്റിന്റെ നടപടികൾക്ക് പിന്തുണ നല്കുന്നതോടൊപ്പം നമ്മുടെ പ്രദേശം പിടിച്ചടക്കാനും ജനങ്ങളെ കീഴടക്കാനുമുള്ള ഉദ്ദേശ്യത്തോടു കൂടിയ ഒരാക്രമണകാരിയായി ചൈനയെ നോക്കിക്കാണുന്ന ഗവൺമെന്റിന്റെ നയം പിന്തുടരാൻ ന്യൂനപക്ഷ വിഭാഗം കൂട്ടാക്കിയില്ല.

ചൈനീസ് പാർട്ടിക്കുള്ള മറുപടിയിൽ ജനകീയാർത്ഥ്യത്തിലുള്ള ആക്രമണമെന്നും മുതലാളിത്ത സാമ്രാജ്യത്വ അർത്ഥത്തിലുള്ള ആക്രമണമെന്നും ഡാങ്കെ തന്നെ രണ്ടായി വേർതിരിച്ചു പറഞ്ഞിരുന്നുവെന്നത് ഈ സന്ദർഭത്തിൽ പ്രസ്താവ്യമാണ്. ആദ്യത്തെ തരത്തിലുള്ള ആക്രമണമാണ്, രണ്ടാമത്തെ തരത്തിലുള്ളതല്ല ചൈന നടത്തിയത് എന്നും അദ്ദേഹം പറഞ്ഞു. എന്നാൽ അദ്ദേഹത്തിന്റെ നിയന്ത്രണത്തിലുള്ള ഭൂരിപക്ഷവിഭാഗം അംഗീകരിച്ച പ്രമേയത്തിൽ ഇങ്ങനെയൊരു വ്യത്യാസം എടുത്തുപറഞ്ഞിരുന്നില്ല. നേരെമറിച്ച് പിന്നീട് കേന്ദ്ര എക്സിക്യൂട്ടീവ് അംഗീകരിച്ച പ്രമേയത്തിൽ ചൈനയുടെ മുന്നേറ്റം അസാമിലെ തോട്ടങ്ങളെയും എണ്ണപ്പാടങ്ങളെയും ഭീഷണിപ്പെടുത്തുന്നതായിപ്പോലും പ്രസ്താവിക്കുകയുണ്ടായി. നാഷണൽ കൗൺസിൽ അംഗീകരിച്ച പ്രമേയത്തിന്റെ സ്പിരിറ്റ് യഥാർത്ഥത്തിൽ കേന്ദ്ര എക്സിക്യൂട്ടീവിന്റെ ഈ പ്രമേയമായിരുന്നു. ഡാങ്കെ ഗ്രൂപ്പ് അവതരിപ്പിച്ച ആ പ്രമേയത്തിന്റെ കരടിൽ ചൈനാക്കാർ ബൂർഷ്വാദേശീയത്വത്താലും കൃഷിക്കാരന്റെ മനോഭാവത്താലും പ്രചോദിതരാണെന്ന് പ്രസ്താവിക്കപ്പെട്ടിരുന്നു. എന്നാൽ ആ കരടുപ്രമേയത്തിൽ അവർതന്നെ ഭേദഗതിവരുത്തുകയും കൃഷിക്കാരന്റെ മനോഭാവം എന്ന പദപ്രയോഗം നീക്കുകയും ചെയ്തിരുന്നുവെങ്കിലും ഡാങ്കെ തന്റെ മറുപടി പ്രസംഗത്തിൽ കൃഷിക്കാരന്റെ മനോഭാവം എന്ന് ആവർത്തിച്ചു പറയുകയുണ്ടായി.

രണ്ടാമതായി, ഇന്ത്യാഗവൺമെന്റിനു സ്വീകാര്യമായ അടിസ്ഥാനത്തിലല്ലാതെ ചൈനയുമായി കൂടിയാലോചിക്കുന്നതിനെപ്പറ്റിയോ ഒത്തുതീർപ്പുണ്ടാക്കുന്നതിനെപ്പറ്റിയോ ചിന്തിക്കാൻപോലും ഭൂരി

പക്ഷവിഭാഗം സന്നദ്ധരായിരുന്നില്ല. ഉദാഹരണമായി ഇന്ത്യയും ചൈനയും 1962 സെപ്തംബർ 8 ന്റെ നില പുനഃസ്ഥാപിച്ചാലല്ലാതെ സംഭാഷണത്തിനു യാതൊരു മുൻകൈയും എടുക്കില്ലെന്ന നിലപാട് അവർ സ്വീകരിച്ചു. ന്യൂനപക്ഷവിഭാഗം കൂടുതൽ ശാസ്ത്രീയമായ നിലപാടാണ് കൈക്കൊണ്ടത്. ഇരുഭാഗക്കാർക്കും ദോഷം ചെയ്യാത്തതും പ്രശ്നപരിഹാരത്തിന് വഴിതെളിയിക്കുന്നതുമായ ഒരു ഫോർമുല ആവിഷ്കരിക്കേണ്ടത് ആവശ്യമാണെന്നവർ കരുതി.

ഒന്നരക്കൊല്ലത്തിനുശേഷം ഇന്ത്യാഗവൺമെന്റ് തന്നെയും കൂടുതൽ അയവേറിയ സമീപനം കൈക്കൊള്ളുകയുണ്ടായെന്നത് ഇവിടെ ചൂണ്ടിക്കാണിച്ചുകൊള്ളട്ടെ. സെപ്തംബറിന്റെ രേഖയിലേക്ക് തിരിച്ചുപോകുകയെന്ന പഴയ ഫോർമുലയിൽ മാറ്റംവരുത്തി. സെപ്തംബറിൽ തങ്ങൾക്കുണ്ടായിരുന്ന പ്രദേശത്തേക്കു മുന്നേറണമെന്ന ആവശ്യം ഇന്ത്യവിട്ടു. ആ തീയതിക്കു ചൈന എവിടെയായിരുന്നുവോ അവിടേക്ക് ചൈന പിന്മാറിയാൽ മാത്രം മതിയെന്നായി. ഗവൺമെന്റ് ഈ നിലപാട് സ്വീകരിക്കുവാൻ തയ്യാറായപ്പോൾ ഡാങ്കെ ഗ്രൂപ്പും അതേ നിലപാട് സ്വീകരിക്കുകയുണ്ടായെന്നതും ചൂണ്ടിക്കാണിച്ചുകൊള്ളട്ടെ.

മൂന്നാമതായി, മറ്റൊരു കാര്യത്തിലും–പാശ്ചാത്യ സൈനിക സഹായം നേടുന്നതു എത്രത്തോളം ശരിയാണെന്ന കാര്യത്തിലും–ഭൂരിപക്ഷവിഭാഗം ഗവൺമെന്റിന്റെ ലൈൻ പിന്തുടരുകയാണ് ചെയ്തത്.

കച്ചവടാടിസ്ഥാനത്തിൽ എന്ന നിബന്ധനയോടുകൂടിയാകണമെന്നു മാത്രമാണ് വിദേശസഹായം സ്വീകരിക്കുന്നതിനെക്കുറിച്ച് ഡാങ്കെ ഗ്രൂപ്പ് പറഞ്ഞത്. എന്നാൽ കച്ചവടാടിസ്ഥാനത്തിലായാൽ പോലും സൈനിക സഹായം സ്വീകരിക്കുന്നത് മറ്റു പല രാജ്യങ്ങളും പരമാധികാരം നഷ്ടപ്പെട്ട് സാമ്രാജ്യത്വശക്തികളുടെ ആശ്രിത രാജ്യങ്ങളായി തീരുന്നതിനിടയാക്കിയ ആ പ്രക്രിയയുടെ തുടക്കമായിരിക്കുമെന്ന അഭിപ്രായമാണ് ന്യൂനപക്ഷവിഭാഗത്തിനുണ്ടായിരുന്നത്.

ചുരുക്കത്തിൽ, ഭൂരിപക്ഷവിഭാഗം അംഗീകരിച്ച ലൈൻ തൊഴിലാളിവർഗ്ഗത്തിന്റെ പ്രത്യയശാസ്ത്രപരമായ നിലപാടിൽനിന്നുള്ള പിന്തിരിയൽ ആയിരുന്നു. ബൂർഷ്വാ ദേശീയത്വത്തിനും സങ്കുചിതദേശീയത്വത്തിനും കീഴടങ്ങുകയും ദേശാഭിമാനപരമായ രാജ്യരക്ഷയുടെ പേരിൽ നമ്മുടെതന്നെ ഭരണവർഗ്ഗത്തിനെതിരായ സമരം കൈവെടിയുകയും സാമ്രാജ്യത്വ ആശയങ്ങൾക്ക് കീഴടങ്ങുകയുമെന്നാണ് ഇതിനർത്ഥം. സാമ്രാജ്യത്വശക്തികൾ സ്വതന്ത്രരാജ്യങ്ങളെ കീഴടക്കുകയല്ല ചെയ്യുന്നത്; പിന്നെയോ അവരുടെ

സ്വാതന്ത്ര്യവും പരമാധികാരവും കാത്തുസൂക്ഷിക്കുകയും കൂടുതൽ വളർത്തുകയുമാണ് ചെയ്യുന്നത് എന്നാണ് അവരുടെ വാദം. ന്യൂനപക്ഷത്തിന് സ്വാഭാവികമായും ഈ ലൈൻ സ്വീകരിക്കാൻ കഴിയുമായിരുന്നില്ല.[38]

ഡാങ്കെയുടെ പ്രമേയം അംഗീകരിച്ചതോടെ 1962 ഏപ്രിലിൽ ഹൈദരാബാദ് നാഷണൽ കൗൺസിലിൽ വെച്ചെടുത്ത സംയുക്ത സെക്രട്ടേറിയറ്റ് തുടങ്ങിയ തീരുമാനങ്ങളെല്ലാം താറുമാറായി. ഇങ്ങനെ തങ്ങൾക്ക് അടിസ്ഥാനപരമായി വിയോജിപ്പുണ്ടായിരുന്ന പ്രമേയം ഭൂരിപക്ഷത്തോടെ പാസാക്കിയപ്പോൾ സെക്രട്ടേറിയറ്റിലെ ഇടതുപക്ഷക്കാരായ ജ്യോതിബസു, പി സുന്ദരയ്യ, ഹർകിഷൻസിങ് സുർജിത് എന്നീ മൂന്നംഗങ്ങൾ സെക്രട്ടേറിയറ്റിൽനിന്ന് രാജിവച്ചു.[39] രാജി പിൻവലിക്കണമെന്ന് നാഷണൽ കൗൺസിൽ യോഗത്തിൽ നിന്നുയർന്നുവന്ന അഭ്യർത്ഥനകൾ അവർ അംഗീകരിച്ചില്ല. "സെക്രട്ടേറിയറ്റ് യോഗത്തിലെ ചർച്ചകൾ പതിവായി ചോരുകയും ബൂർഷ്വാ പത്രങ്ങളിൽ പ്രത്യക്ഷപ്പെടുകയും ചെയ്യുന്നുവെന്ന വസ്തുതയുടെ വെളിച്ചത്തിൽ തുറന്ന ചർച്ച അസാദ്ധ്യമായിത്തീർന്നിരിക്കയാൽ സെക്രട്ടേറിയറ്റിൽ പ്രവർത്തിക്കുന്നത് അസാദ്ധ്യമായിത്തീർന്നിരിക്കുന്നുവെന്ന് അവരുടെ രാജികത്തിൽ ചൂണ്ടിക്കാട്ടി."[40]

ജനറൽ സെക്രട്ടറി ഇ എം എസ് നമ്പൂതിരിപ്പാടും ഭൂപേശ് ഗുപ്തയും തങ്ങളെ സെക്രട്ടേറിയറ്റിൽനിന്ന് ഒഴിവാക്കണമെന്നാവശ്യപ്പെട്ടെങ്കിലും അവർ തങ്ങളുടെ രാജി പ്രസ് ചെയ്തില്ല. അവരുടെ അപേക്ഷ ഭൂരിപക്ഷവിഭാഗം നിരസിക്കുകയാൽ വീണ്ടും അവർ സെക്രട്ടേറിയറ്റിൽ തുടരാൻ സമ്മതിച്ചു.

വളരെ നാളായി ഉള്ളുതുറന്ന ചർച്ച പാർട്ടിയുടെ കേന്ദ്ര ഘടകങ്ങളിൽ നടത്താൻ ബുദ്ധിമുട്ടായിരുന്നു. കമ്യൂണിസ്റ്റ് പാർട്ടിയുടെ ഘടകങ്ങളിൽ പ്രത്യേകിച്ച് സെക്രട്ടേറിയറ്റിൽ നടക്കുന്ന ചർച്ചകൾ *പേട്രിയറ്റ്* ദിനപത്രത്തിലും *ലിങ്ക്, മെയിൻ സ്ട്രീം, ബ്ലിറ്റ്സ്* പോലുള്ള വാരികകളിലും സ്ഥിരമായി വന്നുകൊണ്ടിരുന്നു. ഇടതുപക്ഷ അംഗങ്ങൾ പറയുന്ന അഭിപ്രായങ്ങൾ പലതും വള്ളിപുള്ളി വ്യത്യാസമില്ലാതെ ഇത്തരം വാർത്താമാധ്യമങ്ങളിൽ പ്രത്യക്ഷപ്പെട്ടു. പി ടി ഐ, യു എൻ ഐ എന്നീ ഏജൻസികൾ രാജ്യവ്യാപകമായി ഈ റിപ്പോർട്ടുകൾ പ്രചരിപ്പിച്ചു. കമ്യൂണിസ്റ്റ് പാർട്ടിഘടകങ്ങൾക്ക് അകത്തു നടക്കുന്ന ചർച്ച എന്തായാലും ഭൂരിപക്ഷ തീരുമാനം മാത്രമേ പുറത്തുവരാൻ പാടുള്ളായിരുന്നു. എങ്കിൽ മാത്രമേ ഉള്ളു തുറന്ന ചർച്ച സാദ്ധ്യമാക്കാനും അങ്ങനെ ഗുണകരമായ ഒരു തീരുമാനത്തിൽ എത്താനും കഴിയുകയുള്ളൂ. നിർഭാഗ്യവശാൽ അതിന്റെ നഗ്നമായ ലംഘനമാണ് ഇവിടെ നടന്നത്. നാഷണൽ കൗൺസിലിലും, കേന്ദ്ര എക്സിക്യൂട്ടീവ് കമ്മിറ്റിയിലും സെക്രട്ടേറിയറ്റിലും നടക്കുന്ന ചർച്ചകൾ വ്യക്തമായ പ്ലാനോടുകൂടി ചിട്ടയായിത്തന്നെ ബോധപൂർവ്വമായ ഉദ്ദേശ്യത്തോടെ ബൂർഷ്വാപത്രങ്ങൾക്ക് ചോർത്തിക്കൊടുക്കുകയായിരുന്നു.

അങ്ങനെ പാർട്ടിയിലെ ഇടതുപക്ഷ വിഭാഗത്തിന്റെ നേർക്ക് പരസ്യമായിത്തന്നെ അപവാദ പ്രചാരണം നടത്തി. ചോർച്ച സംബന്ധിച്ച കമ്മീഷന്റെ റിപ്പോർട്ടു ചർച്ചചെയ്യുകയോ നടപടികളെടുക്കുകയോ ഉണ്ടായില്ല. വ്യക്തമായ തെളിവുകൾ എടുത്തുകാട്ടാൻ കഴിഞ്ഞിരുന്നില്ലെങ്കിലും യഥാർത്ഥത്തിൽ ആരാണ് കുറ്റക്കാരനെന്ന് നാഷണൽ കൗൺസിലിലെ എല്ലാ അംഗങ്ങൾക്കും അറിയാമായിരുന്നു. സെക്രട്ടേറിയേറ്റിന്റെ ഒരു യോഗത്തിൽ മിക്കവാറും എല്ലാ അംഗങ്ങളും ഡാങ്കെയുടെ നേരെ വിരൽ ചൂണ്ടിക്കൊണ്ടു കുറ്റം ആരോപിക്കുകയുണ്ടായി. സെക്രട്ടേറിയറ്റിന്റെ മറ്റൊരു യോഗത്തിൽ വെറും അഞ്ചംഗങ്ങൾ മാത്രമാണ് പങ്കെടുത്തിരുന്നത്. ആ യോഗത്തിന്റെ നടപടികൾ വെറും ഇരുപത്തിനാല് മണിക്കൂറിനകം ബൂർഷ്വാ പത്രങ്ങളിൽ നിറഞ്ഞു. ഇവരിൽ വലതുപക്ഷക്കാരായ മൂന്നംഗങ്ങളിലൊരാളോ അതിൽ കൂടുതൽ പേരോ മുഖാന്തിരമായിരിക്കണം വാർത്തകൾ ചോർന്നുപോയതെന്ന് വളരെ വ്യക്തമായി. ഈ രീതിയിൽ വാർത്തകൾ ചോർന്നുപോകുന്നതിന് വിരാമമിടണമെന്ന് അണികൾ ആവർത്തിച്ചാവശ്യപ്പെട്ടിട്ടും നാഷണൽ കൗൺസിൽ തികഞ്ഞ മൗനം ഭജിച്ചു.[41] "മനഃപൂർവ്വം ഇത്തരം റിപ്പോർട്ടുകൾ പത്രങ്ങൾക്ക് ചോർത്തിക്കൊടുക്കുന്നതാണ് പാർട്ടിയുടെ ശിഥിലീകരണത്തിനു കാരണം" എന്ന് എ കെ ജി തന്റെ കുറിപ്പിൽ എഴുതി. ഇതിനു ഏറ്റവും വലിയ ഉദാഹരണമാണ് ന്യൂഡൽഹിയിലെ *പേട്രിയറ്റ്* ദിനപത്രത്തിനു ഡാങ്കെ 30,000 രൂപ നല്കിയത്.

1959 മേയ് 9 മുതൽ 12 വരെ തീയതികളിൽ കൂടിയ കേന്ദ്ര എക്സിക്യൂട്ടീവ് കമ്മിറ്റിയോഗം ലിങ്കുമായുള്ള എല്ലാ ബന്ധങ്ങളും അവസാനിപ്പിക്കാൻ ആവശ്യപ്പെട്ടുകൊണ്ട് പ്രമേയം പാസാക്കുകയുണ്ടായി. ഇതായിരുന്നു ആ പ്രമേയം:

> കുറച്ചു മാസങ്ങൾക്കുമുമ്പ് എടത്തട്ട നാരായണൻ *ലിങ്ക്* എന്ന രാഷ്ട്രീയ വാരികയുടെ പ്രസിദ്ധീകരണമാരംഭിച്ചപ്പോൾ അതൊരു ഇടതുപക്ഷ സ്വഭാവമുള്ള പുരോഗമന വാരികയായിരിക്കുമെന്നു കരുതി. നമ്മുടെ ഏതാനും ചില സഖാക്കൾ അതിന്റെ എഡിറ്റോറിയൽ ബോർഡ് അംഗങ്ങളായും ലേഖകന്മാരായും ചേരുകയുണ്ടായി....... ഏതായാലും, ഇന്ത്യൻ കമ്യൂണിസ്റ്റ് പാർട്ടിയേയും സാർവ്വദേശീയ കമ്യൂണിസ്റ്റ് പ്രസ്ഥാനത്തേയുംപ്പറ്റി അപവാദപ്രചരണം നടത്തിയും, അവയെ വിലയിടിച്ചു കാണിച്ചുകൊണ്ടുമുള്ള ലേഖനങ്ങളാണ് അതിൽ പതിവായി വന്നുകൊണ്ടിരിക്കുന്നത്....... ഈ സ്ഥിതിക്ക്, ഈ പത്രവുമായി നമ്മുടെ സഖാക്കൾ ബന്ധപ്പെടുന്നത് അനാശാസ്യമാണെന്നും എഡിറ്റോറിയൽ ബോർഡ് അംഗങ്ങളെന്ന നിലയ്ക്കോ ലേഖകന്മാരെന്ന നിലയ്ക്കോ നമ്മുടെ സഖാക്കൾ ബന്ധപ്പെടുന്നത് അവസാനിപ്പിക്കേണ്ടതാണെന്നും സെൻട്രൽ എക്സിക്യൂട്ടീവ് കമ്മിറ്റി കരുതുന്നു...... അവർ ലിങ്കുമായുള്ള ബന്ധം അവസാനിപ്പിക്കണം .[42]

(ഇതേക്കുറിച്ച് എ കെ ജി എഴുതി:)

> *ലിങ്കു*മായുള്ള എല്ലാ സഹകരണവും നിരോധിച്ചുകൊണ്ട് 1959 ലെ കേന്ദ്ര എക്സിക്യൂട്ടീവ് കമ്മിറ്റി പാസാക്കിയ ഒരു പ്രമേയം ഇന്നും നിലവിലുണ്ട്. *ലിങ്ക്* വാരിക നടത്തിക്കൊണ്ടിരിക്കുന്ന പാർട്ടി പിളർപ്പൻ പ്രചാരവേല കണ്ടിട്ടാണ് ഈ പ്രമേയം പാസാക്കിയത്. *പേട്രിയറ്റ്, ലിങ്കിന്റെ* അതേ നയം അനുസരിച്ചുകൊണ്ട് അതിന്റെ പത്രാധിപർ തന്നെ നടത്തുന്ന ദിനപത്രമാണ്. ആ പത്രത്തിന്റെ രാഷ്ട്രീയനയം കമ്യൂണിസ്റ്റ് പാർട്ടിയിലെ വലതുപക്ഷം കോൺഗ്രസ് പാർട്ടിയിലെ ഇടതുപക്ഷവുമായി യോജിച്ച് കമ്യൂണിസ്റ്റ് പാർട്ടിയിലെ ഇടതുപക്ഷവുമായി സമരം ചെയ്യണമെന്നാണ്. ഈ പത്രത്തിനുള്ള ഡാങ്കെയുടെ 30,000 രൂപ സംഭാവനയാകട്ടെ, ഒരു ഒറ്റപ്പെട്ട സംഭവമായിരുന്നില്ല. *ലിങ്ക്* തുടങ്ങിയ മറ്റ് പത്രങ്ങൾക്ക് പാർട്ടി രഹസ്യങ്ങൾ ചോർത്തിയെടുക്കാൻ കഴിഞ്ഞതിന്റെ പ്രധാന കാരണം അവയുടെ പ്രവർത്തകരും നാഷണൽ കൗൺസിലിലെ ഔദ്യോഗിക നേതൃത്വവും തമ്മിലുണ്ടായിരുന്ന ബന്ധമാണ്. ഇടതുപക്ഷ പത്രങ്ങളെ ആക്ഷേപിച്ച ഔദ്യോഗിക നേതൃത്വം ഇതേക്കുറിച്ചാവർത്തിച്ചുണ്ടായ ആരോപണത്തെക്കുറിച്ച് അന്വേഷിച്ചതേയില്ല.[43]

പിന്നീട് 30000 രൂപയുടെ ഷെയർ കടമാക്കി തീർത്തു.

1962 നവംബർ പ്രമേയത്തിന്റെ അനന്തരഫലങ്ങൾ വിനാശകരമായിരുന്നു. എന്തായിരുന്നു അത്:

> ....എല്ലാ അർത്ഥത്തിലും പാർട്ടി ഇന്ത്യാഗവൺമെന്റിന്റെ വാലായിത്തീർന്നു–ജനസംഘം, സ്വതന്ത്രാപാർട്ടി തുടങ്ങിയ പിന്തിരിപ്പൻ ശക്തികളുടെപോലും വാലായിത്തീർന്നു. പാർട്ടി അഴിച്ചുവിട്ട സങ്കുചിത ദേശീയത്വത്തിലും ദേശീയ ദുരഭിമാനത്തിലും അധിഷ്ഠിതമായ പ്രചാരണം പിന്തിരിപ്പൻ പാർട്ടികൾപോലും നടത്തിയിട്ടില്ലാത്ത രീതിയിലുള്ളതായിരുന്നു. എല്ലാ നന്മകളുടെയും ഉത്തമ മാതൃകയായിട്ടാണ് ഇന്ത്യാഗവൺമെന്റിനെ ഈ നേതാക്കൾ ചിത്രീകരിച്ചത്. അതിർത്തി സംഘട്ടനങ്ങളെക്കുറിച്ച് ചില പാർട്ടിനേതാക്കൾ പാർലമെന്റിൽ ചെയ്ത പ്രസംഗങ്ങൾ നയതന്ത്രകാര്യാലയങ്ങൾ മുഖേന ഇന്ത്യാഗവൺമെന്റ് ലോകത്താകമാനം പ്രചരിപ്പിച്ചത് വെറുതെയായിരുന്നില്ല.[44]

വലതുപക്ഷ വിഭാഗത്തിന്റെ ശക്തരായ വക്താക്കളിൽ ഒരാളായിരുന്ന കെ ദാമോദരൻ പില്ക്കാലത്ത് പറഞ്ഞു:

> ....സി പി ഐ നേതാക്കളിൽ ചിലരുടെ പ്രസ്താവനകൾ തികച്ചും സങ്കുചിത ദേശീയവാദപരമായിരുന്നുവെന്നും അവർ കോൺഗ്രസ്

നേതാക്കളുടെ പ്രസംഗങ്ങൾ തത്തയെപ്പോലെ ആവർത്തിക്കുകയായിരുന്നുവെന്നും ഞാൻ ഭയപ്പെടുന്നു. മഞ്ഞ വിപത്തിന്റെ രീതിയിലുള്ള ചില വർഗ്ഗീയ ശകാരങ്ങൾപോലും ചൈനീസ് നേതാക്കൾക്കു നേരെ വർഷിക്കപ്പെട്ടു. ചൈനയ്ക്കെതിരെ ആഞ്ഞടിച്ചുകൊണ്ടും ഇന്ത്യൻ ബൂർഷ്വാസിയെ ന്യായീകരിച്ചുകൊണ്ടും ഡാങ്കെ എഴുതിയ ചില ലേഖനങ്ങൾ സ്റ്റാലിനിസ്റ്റ് പൈതൃകത്തിൽ ആകണ്ഠം മുഴുകിയ ഒരു കമ്യൂണിസ്റ്റു നേതാവിനുപോലും അപമാനകരമായിരുന്നു......[45]

1962 ഡിസംബറിൽ ചേർന്ന കേന്ദ്ര എക്സിക്യൂട്ടീവ് കമ്മിറ്റിയോഗത്തിൽ പല അംഗങ്ങളും നവംബർ 21 ന്റെ ഇന്ത്യ-ചൈന വെടിനിർത്തൽ നിർദ്ദേശത്തെ 'വഞ്ചനാപര'മെന്നും 'പൈശാചിക'മെന്നും ചിത്രീകരിക്കുകയും ആ നിർദ്ദേശം പാടെ നിരസിക്കണമെന്നാവശ്യപ്പെടുകയും ചെയ്തു. ചൈന ഏകപക്ഷീയമായി വെടിനിർത്തുകയും സൈന്യങ്ങളെ പിൻവലിക്കാൻ തുടങ്ങുകയുമാണുണ്ടായത്. അവരുടെ പ്രസ്താവനകളും ചർച്ചകളും പരിശോധിച്ചാൽ യുദ്ധം തുടരാൻ അവരാഗ്രഹിച്ചതുപോലെ തോന്നും. ചൈന സൈനിക സംഘട്ടനം അവസാനിപ്പിക്കുകയും സൈന്യങ്ങളെ പിൻവലിക്കുകയും ചെയ്താൽ തങ്ങളുടെ സങ്കുചിതവും ദേശീയ ദുരഭിമാനപരവും ആയ പ്രചാരണങ്ങളുടെ അടിത്തറ തകരുമെന്ന് അവർ ഒരുപക്ഷേ, ഭയന്നിരിക്കണം. പിൻവലിക്കുന്നതിനുമുമ്പായി ചൈനീസ് സൈന്യം നേഫാ താഴ്വരയോളം ചെന്നെത്തിയത് കാണിക്കുന്നത് ചൈനക്കാർ അസാമിലെ ചായത്തോട്ടങ്ങളുടെയും എണ്ണപ്പാടങ്ങളുടെയും നേർക്ക് കണ്ണുവെച്ചിട്ടുണ്ടെന്ന വസ്തുതയാണെന്ന് കേന്ദ്ര എക്സിക്യൂട്ടീവ് കമ്മിറ്റി പാസാക്കിയ പ്രമേയത്തിൽ പറഞ്ഞിരുന്നു. ജനസംഘവും സ്വതന്ത്രപാർട്ടിയുംപോലും ഇത്തരം പ്രചാരണങ്ങളിലേർപ്പെട്ടിരുന്നില്ല എന്നതാണ് വസ്തുത.

പാർട്ടിയുടെ കേന്ദ്രമുഖപത്രത്തിലും സംസ്ഥാന മുഖപത്രങ്ങളിലും നാം ഒന്ന് കണ്ണോടിച്ചാൽ സാമ്രാജ്യവിരോധത്തെക്കാളും കുത്തക വിരോധത്തെക്കാളും പിന്തിരിപ്പൻ വിരോധത്തെക്കാളുമൊക്കെ ചൈന വിരോധമായിരുന്നു മുന്നിട്ട് നിന്നിരുന്നതെന്ന് കാണാൻ കഴിയും.

രാജ്യരക്ഷ ശക്തിപ്പെടുത്തുന്നതോടൊപ്പം ഇന്ത്യാ-ചൈനാ അതിർത്തി തർക്കത്തിന് സമാധാനപരമായ കൂടിയാലോചനകൾ വഴി രാഷ്ട്രീയമായ ഒത്തുതീർപ്പുണ്ടാക്കുന്നതിന് അങ്ങേയറ്റത്തെ പ്രാധാന്യം കല്പിക്കണമെന്ന ഇടതുപക്ഷക്കാരുടെ നിലപാട് വളച്ചൊടിക്കുകയും അവർ 'ചൈനപക്ഷക്കാരാ'ണെന്നു പരസ്യമായി പ്രചാരണം നടത്തുകയുമാണ് വലതുപക്ഷം ചെയ്തത്. 1962 സെപ്തംബർ 8 ന്റെ നില അംഗീകരിക്കുകയാണ് ഏതെങ്കിലും തരത്തിലുള്ള സംഭാഷണത്തിന്റെ മുൻ ഉപാധിയെന്ന് പ്രധാനമന്ത്രി നെഹ്റു പറഞ്ഞപ്പോൾ വലതുപക്ഷക്കാരും അതേറ്റുപറഞ്ഞു. ചൈനാഗവൺമെന്റ് കൊളംബോ നിർദ്ദേശങ്ങൾ അപ്പാടെ സ്വീകരിച്ചാൽ മാത്രമേ സംഭാഷണമുള്ളൂവെന്ന് നെഹ്റു പറ

ഞ്ഞപ്പോൾ അവർ തത്തയെപ്പോലെ അത് ഏറ്റുപറഞ്ഞു. കൊളംബോ സമ്മേളനത്തിനും കൊളംബോ പ്രതിനിധികളുടെ ഡൽഹി സന്ദർശനത്തിനുശേഷവും കേന്ദ്ര എക്സിക്യൂട്ടീവ് കമ്മിറ്റി കൊളംബോ നിർദ്ദേശങ്ങളെക്കുറിച്ചുള്ള തങ്ങളുടെ അഭിപ്രായം ഉപേക്ഷിക്കാൻ തയ്യാറായില്ല. ഇന്ത്യാ ഗവൺമെന്റ് അതംഗീകരിക്കുകയും ചൈന 'അതപ്പടി' അംഗീകരിക്കണമെന്ന് നിർദ്ദേശിക്കുകയും ചെയ്തതിൽ പിന്നെ മാത്രമാണ് ഇന്ത്യാഗവൺമെന്റിന്റെ നിലപാടിന് പൂർണ്ണമായ പിന്തുണ നല്കിക്കൊണ്ട് കേന്ദ്ര എക്സിക്യൂട്ടീവ് കമ്മിറ്റി പ്രമേയം പാസാക്കുകയുണ്ടായത്. 1963 ഒക്ടോബറിൽ ഇടതുപക്ഷക്കാരിൽ ചിലർ ഐക്യത്തിനുള്ള നിർദ്ദേശങ്ങൾ മുന്നോട്ടുവെച്ചപ്പോൾ "സംഭാഷണത്തിന് കൊളംബോ നിർദ്ദേശങ്ങൾ അപ്പടി ചൈന അംഗീകരിക്കണമെന്നത് അവർ സ്വീകരിക്കുമോ?" എന്നാണ് അതിനുള്ള മറുപടിയിൽ ഡാങ്കെ ചോദിച്ചത്.

ഒക്ടോബർ 25 ന്റെ പ്രവ്ദ എഡിറ്റോറിയൽ

ഇന്ത്യാ-ചൈനാ യുദ്ധം ആരംഭിച്ചയുടനെ അതിനോട് സോവിയറ്റ് യൂണിയനുണ്ടായ പ്രതികരണം ഇന്ത്യയിലെ ഗവൺമെന്റിന്റെയോ ഇന്ത്യൻ കമ്യൂണിസ്റ്റ് പാർട്ടിക്കകത്തെ വലതുപക്ഷ വിഭാഗത്തിന്റെയോ നിലപാടിനോട് യോജിക്കുന്നതായിരുന്നില്ല. അതിർത്തിത്തർക്കം പരിഹരിക്കുന്നതിന് ഇന്ത്യൻ ഭരണാധികാരികൾ കൈക്കൊണ്ട മാർഗ്ഗത്തെ അവർ വിമർശിക്കുകയുണ്ടായി. ചൈനയെയും അവിടത്തെ കമ്യൂണിസ്റ്റുകാരെയും ശത്രുക്കളായി കണക്കാക്കി അവർക്കെതിരെ ഇന്ത്യൻ ജനതയെയാകെ അണിനിരത്താനാണ് ഇന്ത്യാഗവൺമെന്റും കമ്യൂണിസ്റ്റ് പാർട്ടിയിലെ വലതുപക്ഷ നേതൃത്വവും ശ്രമിച്ചിരുന്നത്. ഇതിനുപകരം അതിർത്തിപ്രശ്നം ഇന്ത്യയും ചൈനയും തമ്മിൽ ചർച്ചചെയ്ത് സമാധാനപരമായി പരിഹരിക്കുന്നതിനാണ് സോവിയറ്റ് നേതൃത്വം പ്രാധാന്യം നല്കിയത്. ഇന്ത്യൻ പാർട്ടിക്കകത്തെ ഇടതുപക്ഷവിഭാഗക്കാർ എടുത്ത നിലപാടും ഇതുതന്നെയായിരുന്നു. ഇന്ത്യയിലെ സ്വാധീനശക്തിയുള്ള പല രാഷ്ട്രീയ നേതാക്കളും ജനങ്ങളിൽ ദേശീയഭ്രാന്ത് ഇളക്കിവിടുന്ന സമീപനത്തിനെതിരായ താക്കീത് സോവിയറ്റ് കമ്യൂണിസ്റ്റ് പാർട്ടി പരസ്യമായിത്തന്നെ നല്കിയിരുന്നു. 'ഇന്ത്യ സോവിയറ്റ് യൂണിയന്റെ സുഹൃത്തും ചൈന സഖാവുമാണ്' എന്ന കാരണത്താലാണ് ഇന്ത്യാ-ചൈനാ തർക്കം സമാധാനപരമായ കൂടിയാലോചനകളിലൂടെ പരിഹരിക്കണമെന്ന് സോവിയറ്റ് പാർട്ടി നിർദ്ദേശിച്ചത്. *പ്രവ്ദ* പത്രത്തിൽ 1962 ഒക്ടോബർ 25 ന് പ്രസിദ്ധീകരിച്ച മുഖപ്രസംഗത്തിൽ ഇക്കാര്യം വിശദീകരിച്ചിരുന്നു. ഇന്ത്യയിലെ പിന്തിരിപ്പന്മാർ യുദ്ധോന്മാദം കുത്തിപ്പൊന്തിക്കുകയാണെന്നും പുരോഗമന ശക്തികൾ അതിനെ എതിർത്ത് സമാധാനപരമായ കൂടിയാലോചനകൾക്കായി പരിശ്രമിക്കണമെന്നും ആ മുഖപ്രസംഗത്തിൽ മുന്നറിയിപ്പ് നല്കിയിരുന്നു:

> വിദ്വേഷം ആളിക്കത്തുന്നതിനും സംഘട്ടനം മൂർച്ഛിപ്പിക്കുന്നതിനും പാടുപെടാതെ കൂടിയാലോചനകൾ വഴി സമാധാനപരമായി തർക്കം പരിഹരിക്കുന്നതിന് യത്നിക്കാനും സാർവ്വദേശീയ മനോഭാവക്കാരനാകാനും ഇന്ത്യയിലെ പുരോഗമനശക്തികളെ ആഹ്വാനം ചെയ്തു.[46]

കൂടിയാലോചന വഴിക്കുള്ള സമാധാനപരമായ ഒത്തുതീർപ്പിനാണ് സോവിയറ്റ് ജനതയും ഗവൺമെന്റും എന്നും നിലകൊണ്ടിട്ടുള്ളതെന്നും മുഖപ്രസംഗം പറയുന്നു. ഏഷ്യയുടെയും ലോകത്തിന്റെയും ഭദ്രതയെ അത് ഗണ്യമായി ശക്തിപ്പെടുത്തുമെന്ന് പത്രം ചൂണ്ടിക്കാണിച്ചു.

ഇരുഭാഗക്കാരും സൗമനസ്യം കാണിക്കേണ്ടതിന്റെയും മുൻ നിബന്ധനകളൊന്നും മുന്നോട്ടുവയ്ക്കാതിരിക്കേണ്ടതിന്റെയും പ്രാധാന്യവും മുഖപ്രസംഗത്തിൽ ഊന്നിപ്പറഞ്ഞിരുന്നു.

ചൈനീസ് ഗവൺമെന്റിന്റെ പ്രസ്താവനയെ ഇന്ത്യയുമായുള്ള ബന്ധം സംബന്ധിച്ച് അവർക്കുള്ള ഉല്ക്കണ്ഠയുടെയും, സംഘട്ടനം അവസാനിപ്പിക്കാനുള്ള ആഗ്രഹത്തിന്റെയും പ്രകടനമായാണ് *പ്രവ്ദ* മുഖപ്രസംഗത്തിൽ വിശദീകരിച്ചിരുന്നത്.

മാക്മോഹൻ രേഖയെ മുറുകെപ്പിടിക്കുന്നതു തെറ്റാണെന്ന് സൂചിപ്പിക്കുന്നവിധം അതൊരു സാമ്രാജ്യത്വ സൃഷ്ടിയാണെന്ന പരാമർശം ആ ലേഖനത്തിലുണ്ടായിരുന്നു. സെപ്തംബർ 8 ന്റെ സ്ഥാനത്തേക്ക് ചൈനക്കാർ മടങ്ങിപ്പോകണമെന്ന ഇന്ത്യാഗവൺമെന്റിന്റെ വാദത്തെ പിന്താങ്ങുന്നത് തെറ്റാണെന്ന് സൂചിപ്പിക്കുന്നവിധം നിരുപാധികമായ കൂടിയാലോചന എന്ന ചൈനീസ് മുദ്രാവാക്യത്തെ സൃഷ്ടിപരമായ സമാധാന നിർദ്ദേശമായി അതിൽ വാഴ്ത്തിയിരുന്നു:

> അവ (ചൈനയുടെ നിർദ്ദേശങ്ങൾ) ഇന്ത്യയുടെയും ചൈനീസ് ജനകീയ റിപ്പബ്ലിക്കിന്റെയും താല്പര്യത്തെ കണക്കിലെടുത്തുകൊണ്ട് തർക്കം സമാധാനപരമായി പരിഹരിക്കുന്നതിനുള്ള കൂടിയാലോചനകൾക്ക് സ്വീകാര്യമായ അടിസ്ഥാനം പ്രദാനം ചെയ്യുന്നുണ്ട്.[47]

ഇന്ത്യയിലെ പുരോഗമന വൃത്തങ്ങൾക്കിടയിൽ സങ്കുചിതമായ ബൂർഷ്വാദേശീയ ചിന്താഗതി സ്വാധീനം ചെലുത്തുന്നുണ്ടെന്ന സൂചനയും അതിൽ ഉണ്ടായിരുന്നു. മുഖപ്രസംഗത്തിൽ നിന്ന്:

> പുരോഗമന മനോഭാവക്കാരയവർകൂടി ദേശീയതത്വത്തിന് കീഴ്പ്പെട്ട് അതിരുകടന്ന സങ്കുചിത ദേശീയ ദുരഭിമാനത്തിന്റെ കലികേറിയവരായി തീർന്നേക്കാം.[48]

എന്നാൽ ഇന്ത്യാഗവൺമെന്റ് ചൈനീസ് ഗവൺമെന്റിന്റെ പ്രസ്താവനയെ തള്ളിക്കളയുകയാണുണ്ടായത്.

അതിരുകവിഞ്ഞ ദേശാഭിമാനക്കലി തുള്ളലിനെതിരായി ഇന്ത്യയിലെ പുരോഗമനാശയക്കാർക്ക് മുന്നറിയിപ്പ് നല്കുക എന്ന ഒക്ടോബർ 25 ന്റെ *പ്രാവ്ദ* മുഖപ്രസംഗത്തിൽ സ്വീകരിച്ച നിലപാട് കൈവെടിഞ്ഞ് യു എസ് എസ് ആർ ഗവൺമെന്റും കമ്യൂണിസ്റ്റ് പാർട്ടിയും പടിപടിയായി ഇന്ത്യാ ഗവൺമെന്റിന്റെ നിലപാടിലേക്ക് നീങ്ങുകയാണുണ്ടായത്.

ഇന്ത്യാ–ചൈന പ്രശ്നം സംബന്ധിച്ച് സോവിയറ്റ് യൂണിയന്റെ നിലപാടിലുണ്ടായ ഈ മാറ്റം സ്വാഭാവികമായും ഡാങ്കെയുടെ നേതൃത്വത്തിലുള്ള വലതുപക്ഷ വിഭാഗത്തിന് ഏറെ സഹായകമായി. തങ്ങൾ ബൂർഷ്വാ ദേശീയവാദികളല്ലെന്നും യഥാർത്ഥ സാർവ്വദേശീയ നിലപാടിൽ പിടിച്ചുനില്ക്കുന്നവരാണെന്നും അവകാശപ്പെടുവാനും, അങ്ങനെ തോന്നിപ്പിക്കുവാനും ഇതുമൂലം വലതുവിഭാഗത്തിന് കഴിഞ്ഞു.

ഇന്ത്യൻ കമ്യൂണിസ്റ്റ് പാർട്ടിയിലെ റിവിഷനിസും ഡോഗ്മാറ്റിസവും എന്ന രേഖയെ റിവ്യൂ ചെയ്തുകൊണ്ട് ഡോ. ഗംഗാധർ അധികാരി എഴുതിയ *കമ്യൂണിസ്റ്റ് പാർട്ടിയും സോഷ്യലിസത്തിലേക്കുള്ള ഇന്ത്യയുടെ പാതയും* എന്ന രേഖയിൽ അദ്ദേഹം ഇങ്ങനെ രേഖപ്പെടുത്തി:

> ഗ്രന്ഥകർത്താവ് തന്റെ (വാദത്തിന്) ഉപോൽബലകമായി 1962 ഒക്ടോബർ 25 ന്റെ പ്രാവ്ദയുടെ മുഖപ്രസംഗം ഉദ്ധരിക്കുന്നു. ഇന്ത്യയിലെ പിന്തിരിപ്പന്മാർ യുദ്ധജ്വരം ഇളക്കിവിടുമെന്നും പുരോഗമന ശക്തികൾ അതിനെ എതിർക്കുകയും സമാധാനപരമായ കൂടിയാലോചനയ്ക്കുവേണ്ടി യത്നിക്കുകയും ചെയ്യേണ്ടതുണ്ടെന്നുമുള്ള പ്രസ്തുത മുഖപ്രസംഗത്തിലെ മുന്നറിയിപ്പു ഞങ്ങൾ തള്ളിക്കളഞ്ഞുവെന്നാണദ്ദേഹം പരാതിപ്പെടുന്നത്. എന്നാൽ ലേഖനത്തിൽ പല കാര്യങ്ങളെക്കുറിച്ചും അദ്ദേഹം ഒന്നും പറയാതെ വിട്ടിരിക്കുകയാണ്. യുദ്ധജ്വരം വിതയ്ക്കുന്നതിന് പിന്തിരിപ്പന്മാർക്ക് മണ്ണുപാകപ്പെടുത്തിക്കൊടുത്ത ഖേദകരമായ ചൈനീസ് ആക്രമണത്തിനെതിരായി അദ്ദേഹത്തിന് ഒരൊറ്റവാക്കുപോലും പറയാനായില്ല. നമ്മുടെ പാർട്ടി ന്യായമായും അതവഗണിച്ചത് അതുകൊണ്ടാണ്. നമുക്കതിൽ ഖേദിക്കേണ്ട യാതൊരു കാര്യവുമില്ല. സോവിയറ്റ് കമ്യൂണിസ്റ്റ് പാർട്ടിക്ക് തങ്ങളുടെ നിലപാടിൽ മാറ്റം വരുത്തേണ്ടിവന്നു. ചൈനീസ് കമ്യൂണിസ്റ്റ്പാർട്ടിയെക്കുറിച്ച് ഞങ്ങൾ ചെയ്തതുപോലെതന്നെ സോവിയറ്റ് പാർട്ടിയും പരസ്യ വിമർശനം നടത്തി.[49]

കോൺഗ്രസ് ഗവൺമെന്റുമായി ധൈര്യപൂർവ്വം കൂട്ടുകൂടുക എന്ന ലൈനുമായി മുമ്പോട്ടു പോകുന്നതിന് ഈ സാർവ്വദേശീയ പിന്തുണ ഇന്ത്യയിലെ വലതുപക്ഷ വിഭാഗത്തിന് വളരെയേറെ സഹായകമായി.

നെഹ്റുവിന്റെ തത്ത്വശാസ്ത്രത്തെക്കുറിച്ച് കുറെക്കൂടി

1962 ഒക്ടോബർ 27 ന് *ചൈനാ–ഇന്ത്യാ അതിർത്തി പ്രശ്നത്തിന്റെ*

വെളിച്ചത്തിൽ നെഹ്റുവിന്റെ തത്ത്വശാസ്ത്രത്തെക്കുറിച്ച് കുറെക്കൂടി (More on Nehru's Philosophy in the Light of the Sino-Indian Boundary Question) എന്ന ശീർഷകത്തിൽ ഒരു ലേഖനം *പീപ്പിൾസ് ഡെയ്‌ലി* പ്രസിദ്ധീകരിച്ചു.

ഇന്ത്യ, അമേരിക്കൻ സാമ്രാജ്യവാദികളുടെ കൈയിൽച്ചെന്ന് വീണിരിക്കുന്നുവെന്നും, നെഹ്റുവും അദ്ദേഹത്തിന്റെ ഗവൺമെന്റും അമേരിക്കൻ സാമ്രാജ്യത്വത്തിന്റെ ഏജന്റുമാരാണെന്നും അതുകൊണ്ടാണ് ചൈനയോട് യുദ്ധം ചെയ്യുന്നത് എന്നുമായിരുന്നു ഇന്ത്യയിലെ സ്ഥിതിയെക്കുറിച്ചുള്ള ഈ ലേഖനത്തിന്റെ കണക്കുകൂട്ടൽ.

നെഹ്റുവിനെയും ഇന്ത്യാഗവൺമെന്റിനെയും ആംഗ്ലോ-അമേരിക്കൻ സാമ്രാജ്യത്വത്തിന്റെയും കടുത്ത പിന്തിരിപ്പത്വത്തിന്റെയും ഏജന്റുകളും, ചൈനയുടെ നേർക്കുള്ള ആക്രമണാസക്തവും പ്രകോപനപരവും വികസനമോഹപരവുമായ നയത്തിന്റെ വക്താക്കളും ആയി ലേഖനം ചിത്രീകരിക്കുന്നു. ലേഖനത്തിന്റെ പ്രസക്തഭാഗങ്ങൾ:

> ഏതു രാജ്യത്തും വിദേശനയം ആ രാജ്യത്തിന്റെ ആഭ്യന്തരനയത്തിന്റെ തുടർച്ചയായിരിക്കും. ആഭ്യന്തരനയത്തിലേതുപോലെ തന്നെ വിദേശനയത്തിലും നെഹ്റു ഗവൺമെന്റ് അതിന്റെ പിന്തിരിപ്പൻ വർഗ്ഗസ്വഭാവം പ്രതിഫലിപ്പിക്കുന്നു........ ഇന്ത്യയുടെ ആഭ്യന്തര സ്ഥിതിഗതികളിലും സാർവ്വദേശീയ സ്ഥിതിഗതികളിലും, ഈ അടുത്തവർഷങ്ങളിൽ ഉണ്ടായിട്ടുള്ള മാറ്റങ്ങളുടെ ഫലമായി നെഹ്റുവിന്റെ വിദേശനയം വ്യക്തമായും സാമ്രാജ്യത്വചായ്‌വുള്ളതായിട്ടുണ്ട്....... നെഹ്റു കൊട്ടിഘോഷിക്കുന്ന ചേരിചേരാനയം വെറുമൊരു പറച്ചിലാണെന്ന് വ്യക്തമായിട്ടുണ്ട്. വിവിധ രാജ്യങ്ങളിലെ ദേശീയവിപ്ലവ പ്രസ്ഥാനങ്ങളെയും സോഷ്യലിസത്തെയും എതിരാക്കുകയും സാമ്രാജ്യത്വത്തിന് സേവനം ചെയ്യുകയുമാണ് ഈ നയത്തിന്റെ മറവിൽ യഥാർത്ഥത്തിൽ നെഹ്റു ചെയ്യുന്നത്. ഇന്ത്യയുടെ സ്വാതന്ത്ര്യപ്രഖ്യാപനത്തിനുശേഷം, നെഹ്റുവിന്റെ നേതൃത്വത്തിലുള്ള ഭരണാധികാരവൃത്തങ്ങൾ ബ്രിട്ടീഷ് കൊളോണിയലിസ്റ്റ് ഭരണക്കാരുടെ പൈതൃകം തുടരാനും അത് കാത്തുസൂക്ഷിക്കാനും പരമാവധി ശ്രമിച്ചിട്ടുണ്ട്. ദേശീയമേധാവിത്വപരവും വികസനപരവുമായ നയങ്ങൾ നടപ്പാക്കുന്നതിലാണ് ഇത് വ്യക്തമായി കാണാൻ കഴിയുന്നത്........ നെഹ്റു പ്രതിനിധാനം ചെയ്യുന്ന വൻകിട ബൂർഷ്വാസിയുടെയും വലിയ ഭൂഉടമകളുടെയും വർഗ്ഗസ്വഭാവം നാം പരിശോധിക്കേണ്ടതാണ്. ഇവരുടെ താല്പര്യങ്ങൾ സാമ്രാജ്യത്വ താല്പര്യങ്ങളുമായി അടുത്തു ബന്ധമുള്ളതാണ്. ആഭ്യന്തരവിദേശനയങ്ങളിൽ നെഹ്റു പ്രാതിനിധ്യം വഹിക്കുന്ന ഇന്ത്യൻ പിന്തിരിപ്പൻ ഭരണാധികേന്ദ്രങ്ങളുടെ ആവശ്യങ്ങൾ എന്തൊക്കെയാണെന്ന് നാം പരിശോധിക്കേണ്ടതാണ്.

പക്ഷേ, ഇന്ത്യൻ ഭരണാധികാരിവർഗ്ഗത്തിന്റെ പിന്തിരിപ്പൻ പ്രചാരണത്തിന് ഇന്ത്യയിലെ വളരെയധികം പുരോഗമനവാദികളെയും, രാഷ്ട്രീയബോധമുള്ള തൊഴിലാളികളെയും കൃഷിക്കാരെയും ബുദ്ധിജീവികളേയും യോഗ്യമാനസരായവരെയും കബളിപ്പിക്കുന്നതിന് കഴിഞ്ഞിട്ടില്ല. ഭരണാധികാരിവർഗ്ഗത്തിന്റെ ആക്രമണങ്ങൾക്ക് ഇവർ കീഴടങ്ങുകയും ചെയ്തിട്ടില്ല. ഇന്ത്യൻ ജനതയുടെ താല്പര്യത്തിനായി വളരെയധികം ബുദ്ധിമുട്ടു നിറഞ്ഞ സാഹചര്യങ്ങളിൽ കൂസലേന്യേ അവർ സമരം ചെയ്യുന്നു. മഹത്തായ ഇന്ത്യാരാജ്യത്തിന്റെയും ജനങ്ങളുടെയും താല്പര്യങ്ങളെ അവരാണ് യഥാർത്ഥത്തിൽ പ്രതിനിധാനം ചെയ്യുന്നതെന്ന് ചരിത്രം തെളിയിക്കുമെന്ന് ലേഖനം തുടർന്നു പറയുന്നു.

ചിയാങ് കൈഷക്കിന്റെ നേതൃത്വത്തിലുള്ള ചൈനയിലെ കുമിന്താങ് ഗവൺമെന്റ് സോവിയറ്റ് യൂണിയനെ 1927 ൽ ആക്രമിച്ചപ്പോൾ ചൈനീസ് കമ്യൂണിസ്റ്റ് പാർട്ടി കുമിന്താങ് ആക്രമണത്തെ അധിക്ഷേപിച്ചുകൊണ്ട് ഒരു പ്രഖ്യാപനം പുറപ്പെടുവിക്കുകയും സോവിയറ്റ് യൂണിയനുമേൽ നടത്തുന്ന യുദ്ധത്തിനെതിരായി ഉയിർത്തെഴുന്നേല്ക്കാൻ വിപുലമായ ബഹുജനങ്ങളെ ആഹ്വാനം ചെയ്യുകയും ചെയ്തു. ഈ ആഹ്വാനം ഏറ്റെടുത്തുകൊണ്ട് കമ്യൂണിസ്റ്റുകാരും തൊഴിലാളികളും കൃഷിക്കാരും വിദ്യാർത്ഥികളും പുരോഗമനവാദികളുമായ വളരെയധികംപേർ തങ്ങളുടെജീവൻ ബലിയർപ്പിച്ചു. അതുപോലെ 'ഇന്ത്യയിലെ കുമിന്താങ് ആയ കോൺഗ്രസി'നെയും ഇവിടത്തെ 'ചിയാങ് കൈഷക്ക് ആയ നെഹ്റുവിനെ'യും എതിർക്കാൻ ഇന്ത്യയിലെ കമ്യൂണിസ്റ്റുകാരും പുരോഗമനവാദികളും മുന്നോട്ടുവരണമെന്ന് പ്രസ്തുതലേഖനം ഉപദേശിച്ചു.[50] 'ഇന്ത്യയിലെ കുമിന്താങ്' എന്ന് വിശേഷിപ്പിക്കുന്ന കോൺഗ്രസ് ഗവൺമെന്റിനും അതിന്റെ നേതൃത്വപദവിയിലിരിക്കുന്ന 'ഇന്ത്യൻ ചിയാങ് കൈഷക്കി'നും പിന്തുണ നല്കുന്നത് സോവിയറ്റ് കമ്യൂണിസ്റ്റ് പാർട്ടിയുടെ റിവിഷനിസം കൊണ്ടാണെന്ന് ചൈനീസ് പാർട്ടി നേതാക്കൾ വിലയിരുത്തി.[51] ഇന്ത്യൻ കമ്യൂണിസ്റ്റ് പാർട്ടിക്കകത്തെ ഇടതുപക്ഷ ചിന്താഗതിക്ക് ആക്കം കൂട്ടാൻ ഇത് സഹായിച്ചു.

തിരുത്തൽവാദികൾക്കൊരു മുഖക്കണ്ണാടി

ചൈനീസ് കമ്യൂണിസ്റ്റ് പാർട്ടിയുടെ കേന്ദ്രമുഖപത്രമായ *പീപ്പിൾസ് ഡെയ്‌ലി* 1963 മാർച്ച് 9 ന് *തിരുത്തൽവാദികൾക്കൊരു മുഖക്കണ്ണാടി* എന്ന ശീർഷകത്തിൽ ഒരു മുഖപ്രസംഗം പ്രസിദ്ധപ്പെടുത്തി. മാർച്ച് 31 ന്റെ *ന്യൂഏജ്* അത് പുനഃപ്രസിദ്ധീകരിച്ചു. ഇന്ത്യൻ കമ്യൂണിസ്റ്റ് പാർട്ടിയിലെ ഡാങ്കെയുടെ നേതൃത്വത്തിലുള്ള വലതുപക്ഷവിഭാഗത്തിനെതിരായ രൂക്ഷമായ ഒരു ആക്രമണമായിരുന്നു ആ മുഖപ്രസംഗം. പീക്കിങ് റേഡിയോ മുഖേനയും അവരുടെ പത്രങ്ങൾ മുഖേനയും പല ഭാഷകളിലായി അതു ലോകമൊട്ടുക്കും പ്രക്ഷേപണം ചെയ്യുകയുമുണ്ടായി. മുഖപ്രസംഗത്തിൽ നിന്ന്:

ചൈനയ്ക്കും കമ്യൂണിസത്തിനും ഇന്ത്യൻ ജനതയ്ക്കും എതിരായി ഇന്ത്യയിലെ വൻകിട ബൂർഷ്വാസിയുടെയും വൻകിടപ്രഭുക്കന്മാരുടെയും ഭരണാധികാര ഗ്രൂപ്പുകൾ അഴിച്ചുവിട്ടിരിക്കുന്ന വൻതോതിലുള്ള കാമ്പയിനെ ഉപയോഗപ്പെടുത്തിക്കൊണ്ട് കഴിഞ്ഞ 12 മാസക്കാലമായി ഡാങ്കെയുടെ നേതൃത്വത്തിലുള്ള റിവിഷനിസ്റ്റ് ക്ലിക്ക് ഇന്ത്യൻ കമ്യൂണിസ്റ്റ് പാർട്ടിയുടെ നേതൃത്വം പിടിച്ചുപറ്റിയിരിക്കുകയാണ്. ഇവർ മാർക്സിസം-ലെനിനിസത്തെയും തൊഴിലാളിവർഗ്ഗ സാർവ്വദേശീയത്വത്തെയും വഞ്ചിച്ചിരിക്കുന്നു. ഇന്ത്യൻ തൊഴിലാളിവർഗ്ഗത്തിന്റെയും ഇന്ത്യൻ ജനതയുടെയും വിപ്ലവപരമായ താല്പര്യങ്ങളെ ഇവർ ഒറ്റുകൊടുത്തിരിക്കുകയാണ്. അമിതദേശീയത്വത്തിന്റെയും വർഗ്ഗതാല്പര്യങ്ങൾ അടിയറവയ്ക്കുന്നതിന്റെയും പാതയിലൂടെ സഞ്ചരിക്കുവാൻ ഇവർ ആരംഭിച്ചിരിക്കുന്നു. അങ്ങനെ ഇന്ത്യൻ കമ്യൂണിസ്റ്റ് പാർട്ടിയിൽ പരിപൂർണ്ണമായ അരാജകത്വം ഇവർ സൃഷ്ടിച്ചിരിക്കുകയാണ്. ഇവരുടെ ലക്ഷ്യം ഇന്ത്യൻ കമ്യൂണിസ്റ്റ് പാർട്ടിയെ ഇന്ത്യയിലെ വൻകിട ബൂർഷ്വാസിയുടെയും വൻകിടഭൂപ്രഭുക്കന്മാരുടെയും വാലും നെഹ്റു ഗവൺമെന്റിന്റെ ഒരു പാദസേവകനും ആക്കിമാറ്റുകയെന്നതാണ്.

ഡാങ്കെയും കമ്പനിയും എത്രയോ താണപടിയിലേക്കാണ് അധഃപതിച്ചിരിക്കുന്നത്........

.......ഡാങ്കെ ക്ലിക്ക് റിവിഷനിസത്തിന്റെ പാതയിലൂടെ കൂടുതൽ കൂടുതൽ താഴോട്ടിറങ്ങിക്കൊണ്ടിരിക്കുകയാണെന്ന് തെളിയിക്കുന്നു. വർഗ്ഗസമരത്തിന്റെ സിദ്ധാന്തം മാറ്റി തൽസ്ഥാനത്ത് വർഗ്ഗസഹകരണത്തിന്റെ സിദ്ധാന്തം സ്ഥാപിച്ചിരിക്കുന്നു അവർ. ഇതുപോലെതന്നെ, തൊഴിലാളിവർഗ്ഗ സോഷ്യലിസത്തിന്റെ സ്ഥാനത്ത് ബൂർഷ്വാ സോഷ്യലിസവും സ്ഥാപിച്ചിരിക്കുന്നു. വൻകിട ബൂർഷ്വാസിയുടെയും വൻകിടഭൂപ്രഭുക്കന്മാരുടെയും സ്വേച്ഛാധിപത്യത്തെ അവർ കൂറോടെ പിന്താങ്ങുന്നു. ഇന്ത്യൻ തൊഴിലാളിവർഗ്ഗത്തിന്റെയും ഇന്ത്യൻ ജനങ്ങളുടെയും വിപ്ലവപരമായ ലക്ഷ്യത്തെ അവർ കാറ്റിൽപ്പറത്തിയിരിക്കുന്നു. തങ്ങളെത്തന്നെ അമേരിക്കൻ സാമ്രാജ്യത്വത്തിന് വാടകയ്ക്കുകൊടുക്കുക എന്ന നെഹ്റു ഗവൺമെന്റിന്റെ നയത്തിന് അവർ നിരുപാധികമായ പിന്തുണ നല്കുന്നു. സാമ്രാജ്യത്വത്തിനെതിരായ സമരം അവർ പൂർണ്ണമായും ഉപേക്ഷിച്ചിരിക്കുന്നു. ചൈനയിലേയും ഇന്ത്യയിലേയും ജനങ്ങൾ തമ്മിലുള്ള സൗഹൃദത്തെ അവർ ചവിട്ടിമെതിക്കുകയാണ്. നെഹ്റുവിന്റെ ചൈനാവിരുദ്ധ കുഴൽവിളിക്കാരായിട്ടാണ് അവർ പ്രവർത്തിക്കുന്നത്. തൊഴിലാളിവർഗ്ഗ സാർവ്വദേശീയത്വത്തിന്റെ സ്ഥാനത്ത് അവർ ബൂർഷ്വാ സങ്കുചിത ദേശീയത പ്രതിഷ്ഠിച്ചിരിക്കുന്നു. ചുരുക്കത്തിൽ, ഡാങ്കെ ക്ലിക്കിന്റെ അധഃപ

തനം മാർക്സിസം-ലെനിനിസത്തെയും തൊഴിലാളിവർഗ്ഗ സാർവ്വ ദേശീയതത്വത്തെയും ഒറ്റുകൊടുക്കുന്നതുവരെ അധഃപതിച്ചിരിക്കുന്നു. വർഗ്ഗവിദ്ധ്വേഷത്തിന്റെയും സങ്കുചിത ദേശീയതയുടെയും ചെളിക്കുണ്ടിൽ അവർ ഇനിയുമിനിയും താണുകൊണ്ടിരിക്കുകയാണ്.

ഒരു കമ്യൂണിസ്റ്റ് പാർട്ടിയിൽ ഡാങ്കെയെയും കൂട്ടാളികളെയും പോലുള്ളവർ തലപൊക്കുന്നത് ചരിത്രത്തിലാദ്യമല്ല.......[52]

ഇന്ത്യൻ കമ്യൂണിസ്റ്റ് പാർട്ടിക്കകത്തെ ഇടതുപക്ഷ ആശയത്തെ ശക്തിപ്പെടുത്താൻ ഈ ലേഖനം സഹായിക്കുകയുണ്ടായി. ഇതിന് ഞങ്ങളുടെ മാർഗ്ഗം തിരുത്തൽ വാദമോ വരട്ടുതത്ത്വവാദമോ അല്ല എന്ന തലക്കെട്ടിൽ ഡാങ്കെ ഒരു മറുപടി 1963 ഏപ്രിൽ 21 ന്റെ ലക്കം *ന്യൂഏജിൽ* എഴുതുകയുണ്ടായി.

സൂചനകൾ

1. സി അച്യുതമേനോൻ, *അഭിപ്രായവ്യത്യാസങ്ങളുടെ കാതലെന്താണ്, കമ്യൂണിസ്റ്റ് പാർട്ടി പ്രസിദ്ധീകരണം*, ഏപ്രിൽ 1964, പു:10.
2. *റിവിഷനിസത്തിനെതിരെ*, പു:26.
3. മേൽച്ചൊന്നത്, പു:27.
4. *ഞങ്ങളുടെ മാർഗ്ഗം തിരുത്തൽവാദമോ വരട്ടുതത്ത്വവാദമോ അല്ല*, പു:50–51.
5. മേൽച്ചൊന്നത്, പു:51.
6. *റിവിഷനിസത്തിനെതിരെ*, പു:28.
7. *ന്യൂഏജ്, വാല്യം–X*, നമ്പർ: 42, 21 ഒക്ടോബർ 1962.
8. *റിവിഷനിസത്തിനെതിരെ*, പു:28.
9. *ലിങ്ക്*, വാല്യം–V, നമ്പർ:11, 21 ഒക്ടോബർ 1962.
10. *റിവിഷനിസത്തിനെതിരെ*, പു:28–29.
11. *റിവിഷനിസത്തിനെതിരെ*, പു:28–29; *ദേശാഭിമാനി*, 19 ഒക്ടോബർ 1962.
12. *കമ്യൂണിസ്റ്റ് പാർട്ടി കേരളത്തിൽ II*, പു:204; *ദേശാഭിമാനി*, 19 ഒക്ടോബർ 1962.
13. *ദേശാഭിമാനി*, 19 ഒക്ടോബർ 1962; *ദി ഹിന്ദു*, 18 ഒക്ടോബർ 1962.
14. മേൽച്ചൊന്നത്.
15. മേൽച്ചൊന്നത്.
16. മേൽച്ചൊന്നത്.
17. മേൽച്ചൊന്നത്.
18. *റിവിഷനിസത്തിനെതിരെ*, പു:37.
19. മേൽച്ചൊന്നത്, പു:37–38.
20. *റിവിഷനിസത്തിനെതിരെ*, പു:38.
21. *ദി ഹിന്ദു*, 20 ഒക്ടോബർ 1962.
22. *റിവിഷനിസത്തിനെതിരെ*, പു:39.
23. മേൽച്ചൊന്നത്, പു:40.
24. *കമ്യൂണിസ്റ്റ് പാർട്ടി കേരളത്തിൽ II*, പു:207.

25. *റിവിഷനിസത്തിനെതിരെ,* പു:30.
26. *ഞങ്ങളുടെ മാർഗ്ഗം തിരുത്തൽവാദമോ വരട്ടുതത്ത്വവാദമോ അല്ല,* പു:55–56.
27. കമ്യൂണിസിറ്റ് പാർട്ടി കേരളത്തിൽ II, പു:207–08.
28. ഇ എം എസ് നമ്പൂതിരിപ്പാട്, *സ. അച്യുതമേനോനു മനസ്സിലാക്കാനാവാത്ത ഒരു കാര്യത്തെപ്പറ്റി,* ചിന്ത പ്രസിദ്ധീകരണം, (കോഴിക്കോട്, മേയ് 1964), പു:12.
29. *കമ്യൂണിസ്റ്റ് പാർട്ടി കേരളത്തിൽ II,* പു:208.
30. വി ബി സിൻഹ, *ദി റെഡ് റിബൽ ഇൻ ഇന്ത്യാ,* പു:146.
31. മേൽച്ചൊന്നത്.
32. *ദേശാഭിമാനി,* 28 ജൂൺ 1964.
33. *ഞങ്ങളുടെ മാർഗ്ഗം തിരുത്തൽവാദമോ വരട്ടുതത്ത്വവാദമോ അല്ല,* പു:64–65
34. ഇ എം എസ് നമ്പൂതിരിപ്പാട്, ഇന്ത്യൻ കമ്യൂണിസ്റ്റ് പാർട്ടിയിലെ റിവിഷനിസവും ഡോഗ്‌മാറ്റിസവും, കേരളാ സ്റ്റേറ്റ് കൗൺസിൽ, (തിരുവനന്തപുരം–1963), പു:102–103.
35. ഞങ്ങളുടെ മാർഗ്ഗം തിരുത്തൽവാദമോ വരട്ടുതത്ത്വവാദമോ അല്ല, പു:66.
36. *ദേശാഭിമാനി,* 3 നവംബർ 1962; *ന്യൂഏജ്,* വാല്യം–X, നമ്പർ 44, 4 നവംബർ 1962.
37. ഇന്ത്യൻ കമ്യൂണിസ്റ്റ് പാർട്ടിയിലെ റിവിഷനിസവും ഡോഗ്‌മാറ്റിസവും, പു:60
38. റിവിഷനിസത്തിനെതിരെ, പു:31–33.
39. *ദി ഹിന്ദു,* 7 നവംബർ 1962.
40. റിവിഷനിസത്തിനെതിരെ, പു:16.
41. റിവിഷനിസത്തിനെതിരെ, പു:140.
42. എ കെ ഗോപാലൻ, *സ. അച്യുതമേനോൻ മറുപടി പറയട്ടെ,* ചിന്ത പ്രസിദ്ധീകരണം, *ദേശാഭിമാനി* പ്രസ്, (കോഴിക്കോട്– ജൂൺ 1964), പു:13.
43. എ കെ ഗോപാലൻ, *എന്റെ ജീവിതകഥ,* ചിന്ത പബ്ലിഷേഴ്സ്, (തിരുവനന്തപുരം–നവംബർ 2004), പു:329–30.
44. റിവിഷനിസത്തിനെതിരെ, പു:40–41.
45. കെ ദാമോദരൻ, *ഒരു ഇന്ത്യൻ കമ്യൂണിസ്റ്റിന്റെ ഓർമ്മക്കുറിപ്പ്,* പ്രഭാതം പ്രിന്റിങ് ആന്റ് പബ്ലിഷിങ് കമ്പനി(പ്രൈവറ്റ്) ലിമിറ്റഡ്, (തിരുവനന്തപുരം– ഏപ്രിൽ 1990), പു:62.
46. *റിവിഷനിസത്തിനെതിരെ,* പു:34.
47. മേൽച്ചൊന്നത്, പു:35.
48. മേൽച്ചൊന്നത്, പു:34.
49. മേൽച്ചൊന്നത്, പു:35–36.
50. *ഞങ്ങളുടെ മാർഗ്ഗം തിരുത്തൽവാദമോ വരട്ടുവാദമോ അല്ല,* പു:59.
51. *കമ്യൂണിസ്റ്റ് പാർട്ടി കേരളത്തിൽ II,* പു:175.
52. *ഞങ്ങളുടെ മാർഗ്ഗം തിരുത്തൽവാദമോ വരട്ടുവാദമോ അല്ല,* പു:1, VIII.

19

സംഘടനാ വിരുദ്ധനടപടികളും ഇ എം എസിന്റെ രാജിയും

ഇന്ത്യാ–ചൈനാ സംഘട്ടനത്തെക്കുറിച്ച് നാഷണൽ കൗൺസിലിൽ ഡാങ്കെ അവതരിപ്പിച്ച പ്രമേയത്തെ എതിർക്കുകയും ഇ എം എസിന്റെയോ പി രാമമൂർത്തിയുടെയോ പ്രമേയങ്ങൾക്ക് പിന്തുണ നല്കുകയും ചെയ്തവർ ചൈനീസ് പക്ഷക്കാരാണെന്ന് കമ്യൂണിസ്റ്റു വിരുദ്ധ പത്രങ്ങളും പ്രതിപക്ഷപാർട്ടികളും (സ്വതന്ത്ര, ജനസംഘം, പി എസ് പി മുതലായ)കൊണ്ടുപിടിച്ച് പ്രചരിപ്പിച്ചു. അവർക്കുവേണ്ട സഹായസഹകരണങ്ങൾ നാഷണൽ കൗൺസിലിലെ വലത് നേതൃത്വത്തിൽ നിന്നും വേണ്ടുവോളം ലഭിക്കുകയും ചെയ്തു. ഈ ദുഷ്പ്രചാരണം അതിന്റെ അത്യുച്ചകോടിയിലെത്തിയിരുന്ന മഹാരാഷ്ട്രയിൽ 1962 നവംബർ 7 ന് ചൈനാനുകൂല വിഭാഗക്കാരെന്നു വിളിക്കപ്പെടുന്നവരെ അറസ്റ്റ് ചെയ്യുകയുണ്ടായി. അതിന്റെ തലേദിവസമാണ് ഡാങ്കെ നെഹ്റുവിനെ കണ്ട് നാഷണൽ കൗൺസിൽ പ്രമേയത്തിന്റെ ചുരുക്കം വിവരിച്ചുകൊടുത്തതും സി പി ഐയുടെ പിന്തുണ നെഹ്റുവിന് വാഗ്ദാനം ചെയ്തതും. ഈ അറസ്റ്റിനെ അപലപിച്ചുകൊണ്ടും അറസ്റ്റു ചെയ്തവരെ വിട്ടയക്കണമെന്നാവശ്യപ്പെട്ടുകൊണ്ടുമുള്ള പ്രമേയങ്ങൾ കേന്ദ്ര എക്സിക്യൂട്ടീവ് കമ്മിറ്റിയിലും, പത്തു ദിവസത്തിനകം യോഗം ചേർന്ന എ ഐ ടി യു സി ജനറൽ കൗൺസിലിലും കൊണ്ടുവരുന്നത് തടയാൻ ഡാങ്കെ തന്നെക്കൊണ്ടാകുന്നതെല്ലാം ചെയ്തു. കമ്യൂണിസ്റ്റ് പാർട്ടിയിലെ വലതുവിഭാഗത്തിന്റെ പിന്തുണ തങ്ങൾക്കുണ്ടെന്നു മനസ്സിലാക്കിയ ഗവൺമെന്റ് നവംബർ 21 ന് രാജ്യവ്യാപകമായി തങ്ങളുടെ ആക്രമണം അഴിച്ചുവിട്ടുകൊണ്ട് ആയിരത്തോളം കമ്യൂണിസ്റ്റുകാരെ അന്നു അറസ്റ്റ് ചെയ്തു ജയിലിലടച്ചു. അന്നുതന്നെ ദേശീയ അടിയന്തരാവസ്ഥ പ്രഖ്യാപിച്ചു. രാജ്യരക്ഷാനിയമം(ഡി ഐ ആർ) നടപ്പിലാക്കി. ഇതുകൊണ്ടൊന്നും വലതു വിഭാഗക്കാർ പാഠം പഠിച്ചില്ല. അറസ്റ്റിൽ പ്രതി

ഷേധിക്കാനോ സർക്കാരിനെ ഈ നടപടിയിൽ നിന്നു പിന്തിരിക്കുന്നതിനു പ്രക്ഷോഭണം നടത്താനോ അവർ തുനിഞ്ഞില്ല. ഇന്ത്യൻ പാർട്ടിയിൽ നിന്നല്ല, ഇന്ത്യക്ക് പുറത്തുള്ള സി പി എസ് യു ഉൾപ്പെടെയുള്ള സഹോദരപാർട്ടികളിൽ നിന്നാണ് അറസ്റ്റിനെതിരെ പ്രതിഷേധം ആദ്യമായി ഉയർന്നുവന്നത്.[1] പ്രക്ഷോഭം നടത്താത്തതോ പോകട്ടെ, യഥാർത്ഥത്തിൽ ഗവൺമെന്റിനെ പ്രോത്സാഹിപ്പിക്കുകയാണ് അവർ ചെയ്തത്. പല സംസ്ഥാന കമ്മിറ്റികളും നേതൃത്വങ്ങളും സമർപ്പിച്ച മെമ്മോറണ്ടങ്ങൾ അത്തരത്തിലുള്ളതായിരുന്നുവെന്നു പറഞ്ഞാൽ മതി. ജയിലിലുള്ളവരെ ശാസിച്ചുകൊണ്ട് പല സംസ്ഥാന കൗൺസിലുകളും പ്രമേയങ്ങൾ പാസാക്കി. തടങ്കലിൽ വെച്ചതിനെ അധിക്ഷേപിച്ചുകൊണ്ടും അവരെ വിട്ടയക്കണമെന്നാവശ്യപ്പെട്ടുകൊണ്ടും പൊതു സ്ഥലങ്ങളിൽ പതിച്ചിരുന്ന പോസ്റ്ററുകൾ നീക്കം ചെയ്യണമെന്ന് തമിഴ്നാട് സംസ്ഥാനസെക്രട്ടറി ജില്ലാ കമ്മിറ്റികൾക്ക് നിർദ്ദേശം നല്കുകയുണ്ടായി. താൻ നാഷണൽ കൗൺസിൽ പ്രമേയത്തെ പൂർണ്ണമായും പിന്താങ്ങിയിരുന്നുവെന്നും ബി ടി രണദിവെയെ പാർട്ടിയിൽനിന്നു പുറത്താക്കണമെന്നാവശ്യപ്പെട്ടുകൊണ്ട് തന്റെ പാർട്ടിഘടകം പ്രമേയം പാസാക്കിയിരുന്നുവെന്നും കാണിച്ച് ഡാങ്കെയുടെ വിശ്വസ്തനായ ഒരാൾ ജയിലിൽനിന്നു ഗവൺമെന്റിനെഴുതി.[2]

ആദ്യം അറസ്റ്റു ചെയ്യാൻ തീരുമാനിച്ചപ്പോൾ ആരൊക്കെയാണ് വ്യക്തമായും ചൈനീസ് പക്ഷത്ത് നില്ക്കുന്നവരെന്ന് കണ്ടുപിടിക്കാൻ അധികാരികൾ കാര്യമായ ശ്രമം നടത്തിയില്ല. അതിന്റെ ഫലമായി കടുത്ത ചൈനവിരുദ്ധരിൽ പലരും അറസ്റ്റിൽപ്പെടുകയുണ്ടായി.

നവംബർ 22 ന് ഡൽഹി പാർട്ടി ഹെഡ്ക്വാർട്ടേഴ്സിൽവെച്ച് പാർട്ടി ജനറൽ സെക്രട്ടറിയായിരുന്ന ഇ എം എസിനെ അറസ്റ്റുചെയ്തു തീഹാർ സെൻട്രൽ ജയിലിലടച്ചു.[3]

ഇന്ത്യയിലെമ്പാടും 'ചൈനാവിരുദ്ധജ്വരം' അതിശക്തിയായി അടിച്ചുകയറ്റി ജനങ്ങളെ ചൈനയ്ക്കെതിരായി തിരിച്ചുവിടുന്നതിൽ ഭരണയന്ത്രം അതിപ്രധാന പങ്കുവഹിച്ചു. കമ്യൂണിസ്റ്റ് പാർട്ടിയിലെ വലത് നേതൃത്വവും ഈ പ്രചാരണങ്ങളിൽ വലിയൊരു പങ്കുവഹിക്കുകയുണ്ടായി.

രാജ്യരക്ഷയുടെ പേരിൽ പാർട്ടി റാലികൾ സംഘടിപ്പിക്കാൻ കമ്യൂണിസ്റ്റ് പാർട്ടി നേതൃത്വം പ്രത്യേകം ശ്രദ്ധവെച്ചു. അവിടെ ചൈനയ്ക്കെതിരായും ഇന്ത്യാഗവൺമെന്റിനു അനുകൂലമായും പ്രസംഗിക്കുന്നതിനും പ്രചാരവേല സംഘടിപ്പിക്കുന്നതിനുമുള്ള നിർദ്ദേശങ്ങൾ പാർട്ടി നേതൃത്വം പ്രത്യേകം നല്കുകയുണ്ടായി.

കോൺഗ്രസ് ഭരണാധികാരികൾ അവരുടെ താല്പര്യങ്ങൾക്കു വേണ്ടി നമ്മുടെ പാർട്ടിയെ ഉപയോഗപ്പെടുത്തുകയാണ് ചെയ്യുന്നതെന്നും, അതിന് നമ്മുടെ നേതാക്കന്മാർ നിർലജ്ജം കീഴടങ്ങുകയാണെന്നും പാർട്ടിയിൽ ഒരു വിഭാഗം നേതാക്കളും പ്രവർത്തകന്മാരും മനസ്സിലാക്കി.

അവരിലൊരാളായ എ കെ ജി ഇന്ത്യയും ചൈനയും തമ്മിലുള്ള അതിർത്തി തർക്കം ഒരു മേശയ്ക്ക് ചുറ്റുമിരുന്നു പരസ്പരം ചർച്ചചെയ്ത് പരിഹരിക്കേണ്ടതാണ് എന്ന് ഉറപ്പിച്ചു പറഞ്ഞു. അതിർത്തി വെട്ടിപ്പിടിക്കാനുള്ള വികസന മോഹം കേവലം ബൂർഷ്വാ പ്രചരണം മാത്രമാണെന്ന് അദ്ദേഹം എടുത്തു പറഞ്ഞു.

> കമ്യൂണിസ്റ്റ്, ട്രേഡ് യൂണിയൻ, കർഷക നേതാക്കളെ രാജ്യവ്യാപകമായി ഈ സന്ദർഭത്തിൽ അറസ്റ്റ് ചെയ്തിട്ടുള്ളതിന്റെ ഗുണം വലതുപക്ഷ പിന്തിരിപ്പന്മാർക്കാണ് ലഭിക്കുക എന്നും അതിനാൽ അറസ്റ്റ് ചെയ്ത എല്ലാവരേയും ഉടനെ മോചിപ്പിക്കേണ്ടതാണെന്നും ഒരു പ്രസ്താവനയിൽ എ കെ ജി ആവശ്യപ്പെട്ടു.[4]
>
> ഇന്ത്യയുടെ ചേരിചേരാ നയത്തെയും രാജ്യരക്ഷാ പരിശ്രമങ്ങളെയും യഥാർത്ഥത്തിൽ സഹായിക്കുന്നതു കമ്യൂണിസ്റ്റുകാരാണ്. കമ്യൂണിസ്റ്റ് പാർട്ടിയുടെ നാഷണൽ കൗൺസിൽ പാസാക്കിയ പ്രമേയത്തെ ഹാർദ്ദവമായി സ്വാഗതം ചെയ്തുകൊണ്ട് നെഹ്റു ലോകസഭയിൽ ചെയ്ത പ്രസ്താവനയ്ക്ക് കടകവിരുദ്ധമായൊരു നിലപാടാണിത്. വലതുപക്ഷ പിന്തിരിപ്പന്മാരെ സഹായിക്കുന്നതും ഇന്ത്യയുടെ ചേരിചേരാനയത്തെ തുരങ്കം വയ്ക്കാൻ ശ്രമിക്കുന്നവർക്കനുകൂലമായതുമായ ഈ നടപടിയിൽനിന്നും ഉടനെ പിന്തിരിഞ്ഞ് അറസ്റ്റുചെയ്ത എല്ലാവരെയും മോചിപ്പിക്കാൻ എ കെ ജി തന്റെ പ്രസ്താവനയിലൂടെ പ്രധാനമന്ത്രിയോടഭ്യർത്ഥിച്ചു.

അറസ്റ്റ് ചെയ്തവരുടെ മോചനത്തിനുവേണ്ടി എ കെ ജി പോരാടി. നിരന്തരം നടത്തിയ പ്രസ്താവനകളിലൂടെയും രാജ്യത്തിന്റെ നാനാഭാഗത്തും നടത്തിയ പ്രസംഗങ്ങളിലൂടെയും അധികൃതർക്കെഴുതിയ കത്തുകളിലൂടെയും മറ്റും ഇടതുപക്ഷക്കാരുടെ അറസ്റ്റിനെ അദ്ദേഹം രൂക്ഷമായി വിമർശിച്ചു. രാജ്യരക്ഷയുടെ പേരിൽ എതിർപാർട്ടികളുടെ നേരെ പകപോക്കാനുള്ള നടപടിയാണ് ഉൾനാട്ടിൽ പലയിടത്തും നടക്കുന്നതെന്ന് അദ്ദേഹം ചൂണ്ടിക്കാട്ടി. ഇതിനെപ്പറ്റി അന്വേഷണം നടത്തണമെന്നാവശ്യപ്പെട്ടു. പാർട്ടിയിലെ വലതു വിഭാഗത്തിന് ഇതൊട്ടും ദഹിക്കുന്നതായിരുന്നില്ല.

നവംബർ 28 ന് ഡൽഹി ജില്ലാ മജിസ്ട്രേട്ട് എസ് ജി ബോസ്മല്ലിക് ഇ എം എസിനെ വിട്ടയയ്ക്കുകയുണ്ടായി.[5]

കേന്ദ്ര സെക്രട്ടേറിയറ്റ് അംഗങ്ങളിൽ അറസ്റ്റിനിരയായ ഒരേയൊരു വ്യക്തി ഇ എം എസ് മാത്രമായിരുന്നു. ചൈനാവിരുദ്ധ നിലപാടെടുത്ത വലതു കമ്യൂണിസ്റ്റ് നേതാക്കൾക്ക് തികച്ചും വിഷമമുണ്ടാക്കുന്ന ഒരു സംഭവമാണ് പാർട്ടി ജനറൽ സെക്രട്ടറിയായ ഇ എം എസിന്റെ അറസ്റ്റും തടങ്കലും. അതവസാനിപ്പിച്ചെങ്കിലേ തങ്ങളുടെ ചൈനാവിരുദ്ധ നിലപാട് തുടർന്നുകൊണ്ടു പോകാൻ അവർക്ക് കഴിയുകയുള്ളൂ.

1962 ഒക്ടോബർ 25 ന്റെ *പ്രാവ്ദ* മുഖപ്രസംഗത്തിലൂടെ ഇന്ത്യാ–

ചൈനാ പ്രശ്നത്തിൽ ഇന്ത്യയിലെ കോൺഗ്രസ് ഗവൺമെന്റിന്റേതിനും ഇന്ത്യൻ കമ്യൂണിസ്റ്റ് പാർട്ടിയിലെ വലതുപക്ഷത്തിനുമെതിരായ നിലപാടാണ് സോവിയറ്റ് കമ്യൂണിസ്റ്റ് പാർട്ടി എടുത്തതെന്ന് പറഞ്ഞിരുന്നല്ലോ. ഈ നിലപാട് തിരുത്തേണ്ടത് കോൺഗ്രസ് ഗവൺമെന്റിനും കമ്യൂണിസ്റ്റ് പാർട്ടിയിലെ വലതുപക്ഷത്തിനും ഒരുപോലെ ആവശ്യമായിരുന്നു. അതിനുവേണ്ടി ചൈനാവിരോധിയായ വലതുവിഭാഗത്തിന്റെ നേതാവും പാർട്ടി ചെയർമാനുമായ ഡാങ്കെ ഡിസംബറിൽ സോഷ്യലിസ്റ്റ് രാജ്യങ്ങളും ഇറ്റലി, ബ്രിട്ടൻ മുതലായ രാജ്യങ്ങളും സന്ദർശിക്കാൻ തീരുമാനിച്ചു. എന്നാൽ പാർട്ടി ജനറൽ സെക്രട്ടറി തടങ്കലിൽ കിടക്കുമ്പോൾ ഇന്ത്യാഗവൺമെന്റിന്റെ നിലപാട് ശരിവെച്ചുകൊണ്ടുള്ള പ്രചാരണത്തിന്റെ സന്ദേശവുമായി സോഷ്യലിസ്റ്റ് രാജ്യങ്ങളിലേക്ക് പോകാൻ ചെയർമാന് ബുദ്ധിമുട്ടാണ്. ആ ബുദ്ധിമുട്ട് ഒഴിവാക്കുന്നതിനു വേണ്ടിയാണ് ഇ എം എസിനെ വിട്ടയച്ചത്. ഡാങ്കെ വിദേശത്തുപോയി മടങ്ങിവന്നശേഷം ആദ്യം വിവരം ധരിപ്പിച്ചത് നെഹ്റുവിനെയായിരുന്നു. പിന്നീടാണ് സി ഇ സിയിൽ റിപ്പോർട്ട് ചെയ്തത്. തന്നെ അറസ്റ്റുചെയ്യാനും ഒരാഴ്ചയ്ക്കുള്ളിൽ വിട്ടയക്കാനുമുള്ള കാരണത്തെക്കുറിച്ച് ഇ എം എസ് തന്നെ പറയട്ടെ:

> ......ആദ്യം അറസ്റ്റ് ചെയ്യാൻ തീരുമാനിച്ചപ്പോൾ ഞങ്ങളിൽ ആരൊക്കെയാണ് ചൈനാ അനുകൂലികൾ എന്ന് കണ്ടുപിടിക്കാൻ അധികാരികൾ കാര്യമായി മിനക്കെട്ടില്ല. തടവിലാക്കപ്പെടാതെപോയ പലരുടെയും അത്രതന്നെ ചൈനാവിരുദ്ധരായിരുന്നു അറസ്റ്റുചെയ്യപ്പെട്ട പലരും. എന്റെ അറസ്റ്റിൽ എനിക്കശേഷം അത്ഭുതം തോന്നിയില്ല. എന്തുകൊണ്ടെന്നാൽ രണ്ടു കാരണങ്ങളാൽ ഞാൻ ചൈനാ അനുകൂലിയായിരുന്നു.
>
> ഒന്നാമത്, അതിർത്തിയിലെ ചൈനയുടെ സൈനികനടപടികളെ വിമർശിച്ചിരുന്നെങ്കിലും തർക്കം, യുദ്ധത്തിലൂടെ പരിഹരിക്കാമെന്ന കാഴ്ചപ്പാടിനോട് ഞാൻ വിയോജിച്ചിരുന്നു. പാർട്ടി അംഗങ്ങളടക്കം രാജ്യത്തുടനീളം അലയടിച്ച ചൈനാ വിരുദ്ധഭ്രാന്തിന് കൂട്ടുനില്ക്കാൻ ഞാൻ തയ്യാറായിരുന്നില്ല.
>
> രണ്ടാമത്, പല സാർവ്വദേശീയ പ്രശ്നങ്ങളോടുമുള്ള ചൈനീസ് നിലപാടിനെക്കുറിച്ച്, സംശയങ്ങളുണ്ടായിരുന്ന ഞാൻ മറ്റുപല കാര്യങ്ങളിലും സോവിയറ്റ് നിലപാടിനോടും വിയോജിച്ചിരുന്നു. സോവിയറ്റ് യൂണിയനുമായുള്ള ഏതൊരു വിയോജിപ്പും ചൈനാ ആഭിമുഖ്യമാണെങ്കിൽ, ആ അർത്ഥത്തിൽ, ഞാൻ ചൈനാ അനുകൂലിയായിരുന്നു.
>
> അധികാരികൾ വിശദമായ അന്വേഷണം നടത്തിയപ്പോൾ എന്നെ അറസ്റ്റ് ചെയ്തത് തെറ്റായെന്നു ബോദ്ധ്യപ്പെട്ടതുകൊണ്ടല്ല, ഞാൻ വിട്ടയയ്ക്കപ്പെട്ടത്. ലളിതമായ മറ്റൊരു കാരണത്താലായിരുന്നു

> അത്-പാർട്ടിയുടെ ചൈനാ വിരുദ്ധ-ഗവൺമെന്റ് അനുകൂലനില പാട് വിദേശ സഖാക്കൾക്ക് വിശദീകരിച്ചുകൊടുക്കാനായി ഡാങ്കെയ്ക്ക് പുറത്തേക്കു പോകേണ്ടിയിരുന്നു. ഗവൺമെന്റിനും അതിൽ താല്പര്യമുണ്ടായിരുന്നു. അദ്ദേഹത്തിനുവേണ്ട സഹാ യസഹകരണങ്ങളെല്ലാം നല്കാൻ അവർ തീരുമാനിച്ചു. എന്നാൽ അദ്ദേഹം ചോദിച്ചു. എന്റെ ജനറൽ സെക്രട്ടറി തടവിലാകുമ്പോൾ ഞാനെങ്ങനെ പോകും? അങ്ങനെ അദ്ദേഹത്തിന്റ ഡമ്മി ജനറൽ സെക്രട്ടറിയായി പ്രവർത്തിക്കാൻ--ഒരു പി ബി യോഗത്തിൽ എന്നെ അദ്ദേഹം വിശേഷിപ്പിച്ചത് അങ്ങനെയാണ്—വേണ്ടി എന്നെ വിട്ടയച്ചു.[6]

ഇ എം എസിനെ മോചിപ്പിച്ചതിനുശേഷം കൂടിയ നാഷണൽ കൗൺസിൽ യോഗത്തിൽ വർദ്ധിപ്പിച്ച നികുതികൾക്കെതിരെ സമരം ചെയ്യാൻ ആവശ്യപ്പെടുന്ന പ്രമേയം എ കെ ജി അവതരിപ്പിച്ചു. ആരും അത് കണ്ടതായിപോലും നടിച്ചില്ല. എ കെ ജി എഴുതി:

> രാജ്യരക്ഷയുടെ പേരിൽ അനേകം നേതാക്കളെ അറസ്റ്റുചെയ്ത് തടവിൽ പാർപ്പിച്ചിരുന്നു. നാട്ടിൽ അസഹ്യമായ നികുതികൾ ചുമ ത്തപ്പെട്ടു. പണമില്ലെന്ന് പരാതിപ്പെട്ടാൽ നിങ്ങളെ അറസ്റ്റുചെയ്യു കയും ചൈനാചാരൻ എന്ന് മുദ്രയടിക്കുകയും ചെയ്യും. നാട്ടിൽ ഇത്തരം ഭീകരസംഭവങ്ങൾ നടന്നുകൊണ്ടിരുന്നെങ്കിലും നേതാ ക്കൾ അവയെപ്പറ്റി ഒരക്ഷരവും മിണ്ടാതെ ചൈനയെ തെറിപറ യുകയാണ് ചെയ്തത്. അനേകം ഉദാഹരണങ്ങൾ ഉദ്ധരിച്ച് ഇതി നെക്കുറിച്ച് ഞാൻ പ്രധാനമന്ത്രിക്കെഴുതി. ഈ അവസരം ഉപ യോഗിച്ച് ചില കോൺഗ്രസുകാർ തങ്ങളുടെ രാഷ്ട്രീയ ശത്രു ക്കളെ തടവിലാക്കാൻ ശ്രമിച്ചു. എന്തുചെയ്യാൻ കഴിയും? അദ്ധ്വാ നിക്കുന്ന ജനവിഭാഗങ്ങളുടെ പാർട്ടിയായ കമ്യൂണിസ്റ്റ് പാർട്ടി പോലും അവരെ സഹായിക്കാൻ ഉണ്ടായിരുന്നില്ല.
>
> ഇ എം എസിനെ മോചിപ്പിച്ചതിനുശേഷം നടന്ന കേന്ദ്രകമ്മിറ്റി യോഗത്തിൽ ഞങ്ങൾ നേതാക്കളെ മോചിപ്പിക്കാനും കനത്ത നികുതികൾക്കെതിരെ പടവെട്ടാനും ആവശ്യപ്പെടുന്ന പ്രമേയങ്ങൾ അവതരിപ്പിച്ചു. ഇത് കേൾക്കാൻ അവിടെ ആരുണ്ട്? എനിക്ക് അവ താരകന്റെയും അനുവാദകന്റെയും രണ്ട് വോട്ടുകൾ മാത്രമാണ് കിട്ടിയത്.[7]

സംഘടനാ വിരുദ്ധ നടപടികൾ

ചൈനീസ് ആക്രമണത്തിന്റെ മറവിൽ നൂറുകണക്കിന് കമ്യൂണി സ്റ്റുകാരെ രാജ്യംമുഴുവൻ അറസ്റ്റ് ചെയ്ത് ജയിലിലടച്ച പരിതഃസ്ഥിതി ഉപയോഗിച്ച് വിവിധ സംസ്ഥാനങ്ങളിലെ പാർട്ടി കമ്മിറ്റികൾ പിടിച്ചട

ക്കാനാണ് ഡാങ്കെയുടെ നേതൃത്വത്തിലുള്ള വലതുവിഭാഗം ശ്രമിച്ചത്. പശ്ചിമബംഗാൾ ഘടകത്തിന്റെ പ്രമുഖ നേതാക്കൾ തടവറകളിൽ കഴിയുമ്പോൾ പുറത്തുണ്ടായിരുന്ന ഏതാനും സ്റ്റേറ്റ് കൗൺസിൽ അംഗങ്ങൾ ഒരു പുതിയ സെക്രട്ടേറിയറ്റ് തട്ടിപ്പടച്ചുണ്ടാക്കി. അവർ ഒരു പ്രസ്താവന പുറപ്പെടുവിക്കുകയും ആഭ്യന്തരമന്ത്രിക്ക് ഒരു മെമ്മോറാണ്ടം കൊടുക്കുകയും ചെയ്തു. പശ്ചിമബംഗാളിലെ പഴയ പാർട്ടി നേതൃത്വം 'ചൈനീസ് ആക്രമണത്തോട് തക്കസമയത്ത് പ്രതികരിച്ചില്ല', ചൈനീസ് ആക്രമണത്തെ സംബന്ധിച്ച നാഷണൽ കൗൺസിൽ പ്രമേയം നടപ്പാക്കുന്നതിൽ അറച്ചുനിന്നു എന്നും മറ്റും പറഞ്ഞുകൊണ്ടുള്ള പ്രമേയം പരസ്യമായി പത്രങ്ങളിൽ പ്രസിദ്ധം ചെയ്തു. ഇത് ഗവൺമെന്റിന് പാർട്ടി സഖാക്കളെ തടങ്കലിൽവയ്ക്കാനുള്ള അനുമതിയാണെന്ന് പാർട്ടി അണികൾ വിശ്വസിച്ചു. പഴയ സ്റ്റേറ്റ് കൗൺസിൽ നേതാക്കൾ പാർട്ടി ഫണ്ട് ദുരുപയോഗപ്പെടുത്തി എന്നുപറഞ്ഞുകൊണ്ട് ഒരു പ്രസ്താവന പുതിയ സെക്രട്ടേറിയറ്റ് ഇറക്കി.[8]

1963 ഫെബ്രുവരി മാസത്തിൽ കൂടിയ നാഷണൽ കൗൺസിൽ (ഇടതുപക്ഷക്കാർ 40 അംഗങ്ങൾ 1962 നവംബർ മുതൽ ജയിലിലായിരുന്നു.) പാർട്ടിയുടെ എല്ലാ സംഘടനാ തത്ത്വങ്ങളെയും അവഗണിച്ചുകൊണ്ട് തിരഞ്ഞെടുക്കപ്പെട്ട പശ്ചിമബംഗാൾ സ്റ്റേറ്റ് കൗൺസിലിനെ (ഇവരിൽ ബഹുഭൂരിപക്ഷവും ജയിലിലായിരുന്നു)പിരിച്ചുവിടുകയും തങ്ങളുടെ ഭാഗത്ത് നില്ക്കുന്ന ഏഴംഗങ്ങളെ ചേർത്ത് ഒരു സംസ്ഥാന സംഘടന കമ്മിറ്റി (Provincial Organizing Committee- P O C) രൂപീകരിക്കുകയും ചെയ്തു. നേതാക്കന്മാർ ജയിൽമോചിതരായി പുറത്തുവന്നാൽ സ്റ്റേറ്റ് കൗൺസിൽ സ്വമേധയാ പ്രവർത്തിക്കാൻ തുടങ്ങരുതെന്നും നാഷണൽ കൗൺസിൽ അതിനെ പുനഃസ്ഥാപിച്ചതിനുശേഷമേ പാടുള്ളൂവെന്നും തീരുമാനിച്ചു.[9]

ഇങ്ങനെ രൂപീകരിച്ച പി ഒ സിയിൽ ഒരാൾ ഉടൻ തന്നെ അതിൽ നിന്ന് രാജിവെച്ചു. രണ്ടുപേർ ഡൽഹിയിലെ സ്ഥിരതാമസക്കാരായിരുന്നു. ഒരാൾ സോവിയറ്റ് യൂണിയനിലേക്ക് പോയി. ഒരാൾ സ്വന്തം ജില്ലയിൽ ഒതുങ്ങിക്കൂടി. അങ്ങനെ ഒന്നോ രണ്ടോ പേരുടെ സംഘടനയായി പി ഒ സി മാറി. സ്റ്റേറ്റ് കൗൺസിലിന്റെ എല്ലാ അധികാരങ്ങളും പ്രവർത്തനങ്ങളും ഈ കമ്മിറ്റിക്ക് നല്കുകയും ചെയ്തിരുന്നു.

സ്റ്റേറ്റ് കൗൺസിൽ പിരിച്ചുവിട്ടത് നാഷണൽ കൗൺസിലിന്റെ നവംബർ പ്രമേയത്തെ ശരിവെച്ചില്ല എന്നു പറഞ്ഞാണല്ലോ. എന്നാൽ നാഷണൽ കൗൺസിൽ ചേർന്ന് പ്രമേയം പാസാക്കിയ ഉടനെ തന്നെ സ്റ്റേറ്റ് കൗൺസിൽ ചേർന്ന് നാഷണൽ കൗൺസിൽ പ്രമേയം നടപ്പാക്കുന്നതാണെന്ന പ്രമേയം അംഗീകരിക്കുകയുണ്ടായി.[10] ഇന്ത്യൻ കമ്യൂണിസ്റ്റ് പാർട്ടിയുടെ നാഷണൽ കൗൺസിൽ ഒരു പ്രമേയം പാസാക്കിയിട്ടുണ്ടെന്നും താനത് നടപ്പാക്കുമെന്നും പശ്ചിമബംഗാൾ നിയമസഭയിലെ അസംബ്ലി പാർട്ടിനേതാവായ ജ്യോതിബസു പ്രസ്താവിക്കുകയും

ചെയ്തു. അതിനാൽ പശ്ചിമബംഗാൾ സംസ്ഥാന കൗൺസിലിനെ പിരിച്ചുവിട്ട നാഷണൽ കൗൺസിലിന്റെ തീരുമാനം സംഘടനാതത്ത്വത്തിന്റെ ലംഘനവും ഉൾപാർട്ടി ജനാധിപത്യത്തിന്റെ നേർക്കുള്ള കനത്ത പ്രഹരവുമായിരുന്നു. ഒരു പ്രശ്നത്തെക്കുറിച്ച് തീരുമാനമെടുക്കുന്നതിനുമുമ്പ് അഭിപ്രായം പ്രകടിപ്പിക്കുന്നതും അത് സാദ്ധ്യമല്ലാതാക്കിത്തീർത്തു.[11]

തന്നിഷ്ടപ്രകാരം അച്ചടക്കനടപടികളുടെ ഒരു പരമ്പരതന്നെ സൃഷ്ടിക്കുക, പാർട്ടി മെമ്പറന്മാരെ ചോദ്യം കൂടാതെ പുറത്താക്കുക, പാർട്ടി കമ്മിറ്റികളെ പിരിച്ചുവിടുക എന്നിവയൊക്കെയായിരുന്നു പി ഒ സിയുടെ ദൈനംദിന പ്രവർത്തി. പാർട്ടി നേതാക്കൾ അറസ്റ്റ് ചെയ്യപ്പെട്ട് തടവറയ്ക്കുള്ളിൽ കിടക്കുകയും പാർട്ടി കടുത്തമർദ്ദനം അഭിമുഖീകരിക്കുകയും ചെയ്ത സന്ദർഭത്തിൽ ഒരു നിശ്ചിതസമയത്തിനുള്ളിൽ ജില്ലകളിലെ പാർട്ടിമെമ്പറന്മാരുടെ ലിസ്റ്റ് പി ഒ സി ആവശ്യപ്പെട്ടു. നിശ്ചിത സമയത്തിനുള്ളിൽ അത് ശേഖരിക്കാൻ കഴിയാതെ വന്നപ്പോൾ ജില്ലകളിലെ അംഗത്വം അവർ റദ്ദാക്കി. സ്റ്റേറ്റിൽ വെറുമൊരു ന്യൂനപക്ഷമായിരുന്ന വലതുപക്ഷഗ്രൂപ്പിനെ ഭൂരിപക്ഷമാക്കി മാറ്റുകയായിരുന്നു ഇതിന്റെ പിന്നിലുള്ള ലക്ഷ്യം.[12]

1963 ജൂൺ 26 മുതൽ ജൂലൈ 3 വരെ കൂടിയ നാഷണൽ കൗൺസിൽ യോഗത്തിൽവെച്ച് പശ്ചിമബംഗാൾ സംസ്ഥാന കൗൺസിൽ പുനഃസ്ഥാപിക്കണമെന്ന് ചില അംഗങ്ങൾ ആവശ്യപ്പെട്ടെങ്കിലും പ്രശ്നം ദേശീയ കൗൺസിലിന്റെ അടുത്ത യോഗത്തിലേക്ക് മാറ്റിവെച്ചു.[13] 1963 ഒക്ടോബർ 14 മുതൽ 19 വരെ കൂടിയ നാഷണൽ കൗൺസിൽ യോഗത്തിൽ ഈ പ്രശ്നം വീണ്ടും വിവാദമായെങ്കിലും സംസ്ഥാന കൗൺസിൽ പുനഃസ്ഥാപിക്കാൻ നാഷണൽ കൗൺസിൽ തയ്യാറായില്ല.

ഭൂപേശ് ഗുപ്തയുടെ കുറിപ്പ്

പഞ്ചാബ് സംസ്ഥാന സെക്രട്ടറിയുടെ അറസ്റ്റിനു മുമ്പുതന്നെ അദ്ദേഹത്തോട് ആലോചിക്കാതെ സംസ്ഥാന കൗൺസിലിന്റെ യോഗം വിളിച്ചുകൂട്ടി. സംസ്ഥാനത്തെ ഭൂരിപക്ഷവിഭാഗത്തിൽ (ഇടതുപക്ഷവിഭാഗം) പെട്ട ഒട്ടേറെ നേതാക്കൾ അറസ്റ്റിൽപ്പെട്ട സാഹചര്യത്തിൽ ന്യൂനപക്ഷ വിഭാഗം (വലതുപക്ഷം) നേതൃത്വം കൈക്കലാക്കുകയുണ്ടായി. ഈ നേതൃത്വം നിയമരഹിതമായും സംസ്ഥാന പാർട്ടിയെ പ്രതിനിധാനം ചെയ്യാത്തതുമായ ഒരു 'വിശേഷാൽ സമ്മേളനം' 1963 മാർച്ചിൽ വിളിച്ചുകൂട്ടി. പാർട്ടി മെമ്പറന്മാർ തിരഞ്ഞെടുത്തവരായിരുന്നില്ല ഈ സമ്മേളനത്തിലേക്കുള്ള പ്രതിനിധികൾ. ജില്ലാ കൗൺസിലുകളിൽ അറസ്റ്റ് ചെയ്യപ്പെടാതെ അവശേഷിച്ച മെമ്പറന്മാരെല്ലാം അതിൽ പ്രതിനിധികളായിരുന്നു. അറസ്റ്റ് ചെയ്യപ്പെട്ട ജില്ലാകൗൺസിൽ മെമ്പറന്മാരുടെ സ്ഥാനത്ത് ഏതാനുംപേരെ നോമിനേറ്റ് ചെയ്തു. ചില ജില്ലാ കൗൺസിലുകൾ പാർട്ടി ഭരണഘടനയുടെ വ്യവസ്ഥകൾക്ക് വിരുദ്ധമായി അംഗങ്ങളെ നോമിനേറ്റു ചെയ്തുകൊണ്ട് വിപുലീകരിക്കുകയും ചെയ്തു. പാർട്ടി ഭരണഘടനാ

പരമായി യാതൊരു അധികാരവുമില്ലാതിരുന്ന ഈ വിശേഷാൽ സമ്മേളനം തിരഞ്ഞെടുത്ത പുതിയ സ്റ്റേറ്റ് കൗൺസിലിനെ ഭരണഘടനാപരമായി തിരഞ്ഞെടുത്ത പ്രതിനിധികളുടെ സ്റ്റേറ്റ് സമ്മേളനം തിരഞ്ഞെടുത്ത സംസ്ഥാന കൗൺസിലിന്റെ സ്ഥാനത്തു അവരോധിച്ചു. ഈ നടപടി പാർട്ടിക്കെതിരെ കടന്നാക്രമണം ആരംഭിച്ച ഉടൻതന്നെയായിരുന്നു. പാർട്ടിപിളർന്നപ്പോൾ വലതുവിഭാഗക്കാരോടൊപ്പം നിന്ന ഭൂപേശ് ഗുപ്തയ്ക്കുപോലും ഈ നടപടിയെ അംഗീകരിക്കാൻ കഴിഞ്ഞില്ല. 1963 മാർച്ച് 14 ന് കേന്ദ്രസെക്രട്ടേറിയറ്റിന് നല്കിയ കുറിപ്പിൽ അദ്ദേഹം ഇങ്ങനെ മുന്നറിയിപ്പ് നല്കി:

> പാർട്ടിയിലെ അഭിപ്രായവ്യത്യാസങ്ങൾ പരിഹരിക്കുന്നതിനും സംഘടനയെ ഊർജ്ജ്വസ്വലമാക്കുന്നതിനും അസാധാരണമായ ഒരു സമ്മേളനം നടത്തേണ്ടത് ആവശ്യമായിത്തീർന്നു എന്നാണ് പ്രമേയത്തിൽ പറഞ്ഞിരിക്കുന്നത്. എന്നാൽ അതിന്റെ ഫലം നേരെ വിപരീതമായിരിക്കുമെന്ന് ഞാൻ ഭയപ്പെടുന്നു. പ്രമേയത്തിൽ വിഭാവനം ചെയ്യുന്നതും നിർദ്ദേശിക്കുന്നതുമായ പ്രക്രിയ നടക്കുകയാണെങ്കിൽ അത് സ്ഥിതിഗതികൾ കൂടുതൽ വഷളാക്കും. പാർട്ടിയെ ഭിന്നിപ്പിച്ചുനിർത്താനുള്ള ഭാവിശ്രമങ്ങൾ കൂടുതൽ പ്രയാസകരമാക്കും. ഇപ്പോൾ പാർട്ടി നേരിട്ടുകൊണ്ടിരിക്കുന്ന പ്രതിസന്ധിയുടെ ആഴം നമ്മുടെ പഞ്ചാബ് സഖാക്കൾ കുറച്ചുകാണുകയാണെന്ന് പറയേണ്ടിവന്നതിൽ എനിക്ക് ഖേദമുണ്ട്.

അദ്ദേഹം തുടർന്നു:

> ഇന്നത്തെ പരിതഃസ്ഥിതിയിൽ പ്രത്യേകിച്ചും ഇത്രയധികം പഞ്ചാബ് നേതാക്കൾ രാജ്യരക്ഷാനിയമത്തിന്റെ നിസ്സഹായ ഇരകളായി തടവറകൾക്കുള്ളിൽ കഴിയുമ്പോൾ ഒരു സാധാരണ സമ്മേളനം തിരഞ്ഞെടുത്ത സംസ്ഥാന കൗൺസിലിനെ പഴയകൗൺസിലിനുപകരം വയ്ക്കുന്നത് അങ്ങേയറ്റം തെറ്റാണ്. അത് ബുദ്ധിപൂർവ്വമായ ഒരു നടപടിയല്ല.

തന്റെ കുറിപ്പ് അദ്ദേഹം ഇങ്ങനെ ഉപസംഹരിച്ചു:

> അസാധാരണമായ സംസ്ഥാനസമ്മേളനം നടത്താനുള്ള തീരുമാനം.
>
> 1. ഇന്നത്തെ പരിതഃസ്ഥിതിയിൽ രാഷ്ട്രീയമായി തെറ്റാണ്. അഭിപ്രായവ്യത്യാസങ്ങൾ പരിഹരിക്കുന്നതിനുപകരം വർദ്ധിപ്പിക്കാനേ അത് സഹായിക്കൂ.
>
> 2. സംഘടനാപരമായി തെറ്റും ബുദ്ധിപൂർവ്വമല്ലാത്തതുമായ നടപടി പഞ്ചാബിലെ പാർട്ടിക്കും, പാർട്ടിക്ക് ഒട്ടാകെയും വിനാശകരമായ ഫലം അതുളവാക്കും.

3. പാർട്ടി ഭരണഘടനയുടെ നിലപാടിൽനിന്ന് നോക്കുമ്പോൾ അങ്ങേയറ്റം സംശയകരമായ ഒരു നടപടി.

4. നിഷേധാത്മകമായ പ്രത്യാഘാതങ്ങൾകൊണ്ട് നിറഞ്ഞ നടപടി. അതുകൊണ്ടുണ്ടാകുന്ന ദൂഷ്യം നേട്ടങ്ങളെക്കാൾ എത്രയോ വലുതായിരിക്കും.[14]

ഭൂപേശ് ഗുപ്തയുടെ ഈ അഭിപ്രായം ചെവിക്കൊള്ളാൻ ആരും തയ്യാറായില്ല. കാരണം, ഗവൺമെന്റിന്റെ അടിച്ചമർത്തൽ നടപടികളെ ഉപയോഗിച്ച് തങ്ങളുടെ വർഗ്ഗസഹകരണ നയത്തെ എതിർക്കുന്നവരെയെല്ലാം നേതൃസ്ഥാനത്തുനിന്ന് പുറത്താക്കി പാർട്ടി പിടിച്ചടക്കാൻ ഡാങ്കെയുടെ നേതൃത്വത്തിലുള്ള വലതുപക്ഷം തീരുമാനിച്ചുറച്ചിരുന്നു.

ആന്ധ്രാപ്രദേശിൽ നാഷണൽ കൗൺസിൽ പ്രമേയം അംഗീകരിക്കപ്പെടുന്നതിനുമുമ്പ് അതിനെ എതിർത്തവർക്ക് അത് നടപ്പാക്കാമെന്ന് സമ്മതിക്കുകയാണെങ്കിൽപ്പോലും സെക്രട്ടേറിയറ്റിൽ സ്ഥാനം കൊടുക്കരുതെന്ന് കർശനമായ നിർദ്ദേശം നല്കുകയും അതനുസരിച്ച് അവിടെ സെക്രട്ടേറിയറ്റ് പുനഃസംഘടിപ്പിക്കുകയും ചെയ്തു. ബോംബെയിൽ 1962 നവംബറിൽ അറസ്റ്റ് ചെയ്യപ്പെട്ട ഏഴ് മെമ്പറന്മാരെ മാറ്റിനിർത്തിക്കൊണ്ട് അറസ്റ്റുനടന്ന് വെറും മൂന്നു ദിവസത്തിനുള്ളിൽ സംസ്ഥാനകമ്മിറ്റി പുനഃസംഘടിപ്പിച്ചു. മറ്റുപല സംസ്ഥാനങ്ങളിലും പാർട്ടി അംഗങ്ങൾക്കെതിരായി പലരീതിയിലുള്ള അച്ചടക്കനടപടികൾ കൈകൊള്ളുകയുണ്ടായി.

എന്നാൽ അധികകാലം ഇ എം എസിനു ജനറൽ സെക്രട്ടറിയായി തുടരാൻ കഴിഞ്ഞില്ല. അദ്ദേഹം ജയിൽമോചിതനായശേഷം ഉണ്ടായ ചില സംഭവവികാസങ്ങൾ അദ്ദേഹത്തിന്റെ രാജിയിലേക്ക് നയിച്ചു.

ഒന്നാമത്, ഇന്ത്യാ–ചൈനാ സംഘട്ടനത്തെപ്പറ്റിയുള്ള നാഷണൽ കൗൺസിലിന്റെ ഭൂരിപക്ഷപ്രമേയം നടപ്പിൽ വരുത്താനെന്ന പേരിൽ സോവിയറ്റ് യൂണിയനിലേതടക്കം എല്ലാ സഹോദര പാർട്ടികൾക്കും ഇന്ത്യൻ പാർട്ടിയുടേതായ ഒരു കത്ത് തയ്യാറാക്കി അയയ്ക്കാൻ തീരുമാനിച്ചു. തയ്യാറാക്കപ്പെട്ട കത്തിനോട് അടിമുടി വിയോജിക്കുന്ന ഒരാളാണ് താനെന്ന് ഇ എം എസ് വ്യക്തമാക്കിയിട്ടും ജനറൽ സെക്രട്ടറി എന്ന നിലയ്ക്ക് അതിൽ ഒപ്പുവയ്ക്കാൻ ഇ എം എസിനു സെക്രട്ടേറിയറ്റ് നിർദ്ദേശം നല്കുകയുണ്ടായി.[15] അച്ചടക്കമുള്ള ഒരു പാർട്ടി പ്രവർത്തകനെന്ന നിലയിൽ അദ്ദേഹം അങ്ങനെ ചെയ്തു.[16]

രണ്ടാമത്, ജനറൽ സെക്രട്ടറി പദത്തിനു പുറമേ *ന്യൂ ഏജിന്റെ* പത്രാധിപത്യംകൂടി വഹിച്ചിരുന്ന ഇ എം എസ് 1963 ജനുവരിയിലെ ലക്കത്തിൽ ആയിരത്തോളം പാർട്ടി പ്രവർത്തകരെ അറസ്റ്റ് ചെയ്തതിനെ അപലപിച്ചുകൊണ്ടും തടങ്കലിലുള്ളവരെ വിട്ടയക്കണമെന്നാവശ്യപ്പെട്ടുകൊണ്ടും ഒരു മുഖപ്രസംഗമെഴുതി.[17] എന്നാൽ പത്രാധിപസമിതിയിലെ മറ്റു രണ്ടംഗങ്ങൾ ഭൂരിപക്ഷ തീരുമാനപ്രകാരം ആ മുഖപ്രസംഗത്തിലെ ഏതാനും ഭാഗങ്ങൾ ഒഴിവാക്കി. ഒഴിവാക്കിയത് അറസ്റ്റിനെ അപലപിക്കുന്നതും

അറസ്റ്റ് ചെയ്തവരെ വിട്ടയക്കണമെന്നാവശ്യപ്പെട്ടുകൊണ്ടുള്ളതുമായ ഭാഗങ്ങളായിരുന്നു.[18]

ഇതുപോലെ തന്നെ പാർട്ടി സംഘടനയുടെ എല്ലാ നിലവാരത്തിലും സഖാക്കളെ അറസ്റ്റ് ചെയ്തതിൽ പ്രതിഷേധിക്കുക എന്ന സമീപനത്തെ പാർട്ടിയിലെ ഡാങ്കെയുടെ നേതൃത്വത്തിലുള്ള വലതുപക്ഷം എതിർത്തു പോന്നു. കമ്യൂണിസ്റ്റ് പാർട്ടി പ്രവർത്തകരെ അറസ്റ്റ് ചെയ്യുന്നതിനെ ന്യായീകരിക്കുകയെന്ന നിലവാരംവരെ അവരെത്തി. ഈ നേതൃത്വത്തിനെതിരെ പ്രതിഷേധവും എതിർപ്പും പാർട്ടിയിലാകമാനം വ്യാപിക്കാൻ തുടങ്ങി. നേതൃത്വത്തിന്റെ ഈ ചെയ്തികളെ എതിർക്കുന്ന ഒരു വിമത വിഭാഗം രാജ്യവ്യാപകമായി തന്നെ പാർട്ടിയിലുടനീളം രൂപംകൊണ്ടു.

അതിനു സംഘടിതരൂപം നല്കിയത് ബംഗാൾ സഖാക്കളും പുറത്ത് എ കെ ഗോപാലനുമാണ്. ഈ പ്രവണത ഏറ്റവുമധികം ശക്തിപ്രാപിച്ചത് ബംഗാളിലായിരുന്നു. അതിനാൽ പ്രശ്നം പരിഹരിക്കുന്നതിനുവേണ്ടി പാർട്ടി ചെയർമാൻ എസ് എ ഡാങ്കെയും ജനറൽ സെക്രട്ടറി ഇ എം എസ് നമ്പൂതിരിപ്പാടും കൂടി അവിടെ പോകണമെന്ന് കേന്ദ്ര സെക്രട്ടേറിയറ്റ് തീരുമാനമെടുത്തു. ബംഗാളിലെ പ്രധാനപ്പെട്ട സഖാക്കളുടെ ഒരു യോഗം വിളിച്ചുകൂട്ടി ചെയർമാനും ജനറൽ സെക്രട്ടറിയും ആ യോഗത്തിൽ പങ്കെടുക്കുകയും സംസാരിക്കുകയും ചെയ്യണമെന്നായിരുന്നു തീരുമാനം.[19] രണ്ടുപേരും ആ തീരുമാനമനുസരിച്ച് ബംഗാളിൽ പോയി. 1963 ജനുവരി 20 ന് കൽക്കത്തയിലെ മുസ്ലീം ഇൻസ്റ്റിറ്റ്യൂട്ട് ഹാളിലും ജനുവരി 21 ന് കൽക്കത്ത ജില്ലാ കമ്മിറ്റി ഓഫീസിലും വെച്ചായിരുന്നു യോഗം.

അങ്ങേയറ്റം പ്രക്ഷുബ്ധമായിരുന്നു യോഗങ്ങൾ. യോഗത്തിൽ പങ്കെടുത്ത ബഹുഭൂരിപക്ഷംപേരും ചെയർമാനായ ഡാങ്കെയെ സംസാരിക്കാൻപോലും അനുവദിച്ചില്ല. അദ്ദേഹത്തെ കൂക്കിവിളിച്ചിരുത്തുകയും അദ്ദേഹത്തിന്റെ രാഷ്ട്രീയ അഭിപ്രായങ്ങളെയും വ്യക്തിപരമായ സത്യസന്ധതയെയും ചോദ്യം ചെയ്തുകൊണ്ടുള്ള സെക്ലോസ്റ്റെയിൽ ചെയ്ത ഒരു മെമ്മോറാണ്ടം നല്കുകയും ചെയ്തു.[20] ജനറൽ സെക്രട്ടറിയായ ഇ എം എസ് സംസാരിക്കാൻ ആരംഭിച്ചപ്പോൾ ബഹളം അവസാനിക്കുകയുണ്ടായി. അങ്ങേയറ്റത്തെ ബഹുമാനത്തോടെ അവരദ്ദേഹത്തെ പരിഗണിച്ചു. എങ്കിലും യോഗത്തിൽ പങ്കെടുത്തവരുടെ വികാരവിചാരങ്ങളോട് വലിയൊരളവുവരെ യോജിക്കുന്ന വ്യക്തിയെന്ന നിലയ്ക്ക് ഡാങ്കെയും അനുയായികളും പ്രതീക്ഷിച്ച തരത്തിൽ പ്രസംഗിക്കാൻ കഴിയാതെ ഏതാനും മിനിട്ടുകൾകൊണ്ട് യോഗം നിർത്തിവയ്ക്കേണ്ടിവന്നു.[21] വിമതവിഭാഗക്കാരോടുള്ള സമീപനത്തിന്റെ കാര്യത്തിൽ ചെയർമാനും ജനറൽ സെക്രട്ടറിയും തമ്മിലുള്ള വ്യത്യാസം പ്രത്യക്ഷത്തിൽത്തന്നെ പാർട്ടിപ്രവർത്തകർക്ക് ഈ സംഭവത്തോടെ ബോദ്ധ്യമായി. തങ്ങളുടെ അഭിപ്രായങ്ങൾ കേൾക്കുന്നതിനുവേണ്ടി അവർ ഇ എം എസിനെ ഒരു പ്രൈവറ്റ് ഡിന്നറിന് ക്ഷണിച്ചു.

മേൽപ്പറഞ്ഞ സംഭവങ്ങളുടെ അനുഭവത്തിൽനിന്നു ജനറൽ സെക്രട്ടറി സ്ഥാനത്ത് ഇനിയും തുടർന്നിരിക്കാൻ കഴിയുകയില്ലെന്ന നിഗമനത്തിൽ ഇ എം എസ് എത്തിച്ചേർന്നു. തുടർന്നു ചേർന്ന കേന്ദ്ര സെക്രട്ടേറിയേറ്റ് യോഗത്തിൽ താൻ രാജിവയ്ക്കാൻ പോകുകയാണെന്ന് ഇ എം എസ് അറിയിച്ചു. അതിനു ചെയർമാൻ ഡാങ്കെ പറഞ്ഞ മറുപടി നിങ്ങളൊരു 'ഡമ്മി ജനറൽ സെക്രട്ടറി'യാണെന്നാണ്. പാർട്ടി നേതൃത്വത്തിന്റെ ഭൂരിപക്ഷാഭിപ്രായത്തോടു വിയോജിപ്പുണ്ടെങ്കിലും, അത് നടപ്പിൽ വരുത്തുന്നതിൽ പൂർണ്ണമായി സഹകരിക്കാൻ അച്ചടക്കമുള്ള കമ്യൂണിസ്റ്റുകാരനെന്ന നിലയ്ക്ക് ഇ എം എസിനു കടമയുണ്ടെന്നാണ് ഡമ്മി ജനറൽ സെക്രട്ടറി എന്ന പദപ്രയോഗംകൊണ്ട് ഡാങ്കെ ഉദ്ദേശിച്ചത്. ചൈനാ വിരോധനത്തിന്റേതായ ഉള്ളടക്കം അടിമുതൽ മുടിവരെ പരന്നുകിടന്നിരുന്നതും സഹോദര പാർട്ടികളെ അഭിസംബോധന ചെയ്തുകൊണ്ട് എഴുതിയതുമായ കത്തിൽ ഒപ്പിട്ടതുപോലെ ജനറൽ സെക്രട്ടറിയെന്ന നിലയിൽ ഇനിയും പലതും ഇ എം എസിന് ചെയ്യേണ്ടിവരുമെന്നും പാർട്ടിയുടെ നിലനില്പിനു അത് അത്യാവശ്യമാണെന്നും ഡാങ്കെയും കൂട്ടാളികളും വ്യക്തമാക്കി.[22]

വലതുപക്ഷ നേതൃത്വം തുടർന്നുപോരുന്ന തികച്ചും തെറ്റായ പ്രവർത്തനങ്ങളിൽ തന്നെക്കൂടി പങ്കാളിയാക്കുകയും പങ്കാളിയാണെന്നു സഹോദരപാർട്ടികളെ ബോദ്ധ്യപ്പെടുത്തുകയും ചെയ്യാനാണ് പാർട്ടി നേതൃത്വത്തിൽ ഭൂരിപക്ഷമുള്ള വലതുവിഭാഗം ശ്രമിച്ചുകൊണ്ടിരിക്കുന്നതെന്ന് ഏതാനും ദിവസത്തെ പ്രവർത്തനങ്ങളിൽനിന്ന് ഇ എം എസിനു ബോദ്ധ്യമായി. ഈ സാഹചര്യത്തിൽ താൻ ജനറൽ സെക്രട്ടറി സ്ഥാനം തുടരുന്നത് ഒട്ടും ശരിയായ നിലപാടല്ല എന്ന ബോദ്ധ്യം ഇ എം എസിനുണ്ടായി. അദ്ദേഹം തന്റെ രാജി സമർപ്പിച്ചു.

1963 ഫെബ്രുവരി 11 ന് കൂടിയ നാഷണൽ കൗൺസിൽ യോഗത്തിലാണ് ഇ എം എസ് ജനറൽ സെക്രട്ടറി സ്ഥാനം രാജിവെച്ചുകൊണ്ടുള്ള കത്ത് ചർച്ചയ്ക്ക് വന്നത്. പാർട്ടിയുടെ ജനറൽ സെക്രട്ടറിസ്ഥാനവും *ന്യൂഏജി*ന്റെ പത്രാധിപത്യവും താൻ എന്തുകൊണ്ടാണ് രാജിവയ്ക്കുന്നതെന്ന് നമ്പൂതിരിപ്പാട് യോഗത്തിൽ വിശദീകരിച്ചു. അദ്ദേഹത്തിന് പറയാനുള്ളത് കേൾക്കുകയും അതിന്മേൽ കാര്യമായ ഒരു ചർച്ച നടത്തുകയും ചെയ്തു. രാജി പിൻവലിപ്പിക്കുവാൻ കിണഞ്ഞശ്രമം നടന്നുവെങ്കിലും അദ്ദേഹം അതിനു വഴങ്ങിയില്ല. അവസാനം രാജി അംഗീകരിക്കേണ്ടിവന്നു.[23]

തന്റെ രാജിക്കത്തിനോടൊപ്പം *ഇന്ത്യൻ കമ്യൂണിസ്റ്റ് പാർട്ടി*യിലെ *റിവിഷനിസവും ഡോഗ്മാറ്റിസവും* എന്ന തലക്കെട്ടിൽ 72 പേജുള്ള ഒരു രേഖയും അദ്ദേഹം നാഷണൽ കൗൺസിൽ അംഗങ്ങൾക്കിടയിൽ വിതരണം ചെയ്തിരുന്നു. അന്നത്തെ പാർട്ടിയിലെ ഉൾപാർട്ടി സ്ഥിതിഗതികൾ, അല്ലെങ്കിൽ പാർട്ടിക്ക് പറ്റിക്കൊണ്ടിരിക്കുന്ന ക്ഷീണവും തകർച്ചയും ഇ എം എസ് തന്റെ രേഖയിൽ വിശദീകരിച്ചിരുന്നു. അതിനുള്ള കാരണ

ങ്ങൾ എന്തെല്ലാമാണെന്നും വിശദമായി തന്നെ അദ്ദേഹം പ്രതിപാദിച്ചിരുന്നു. പൊതു ചർച്ചയ്ക്ക് വേണ്ടി ആ രേഖ മെമ്പർമാർക്കിടയിൽ വിതരണം ചെയ്യണമെന്ന ഇ എം എസിന്റെ അപേക്ഷയും അംഗീകരിക്കുകയുണ്ടായി. പിന്നീട് ഈ രേഖ അച്ചടിച്ച് പ്രസിദ്ധീകരിക്കുകയും (1963 ജൂണിൽ) ചെയ്തു.[24] വലതുവിഭാഗത്തിന്റെ രാഷ്ട്രീയ നയവും സംഘടനാപരമായ സമീപനവും നിമിത്തം ഇന്ത്യൻ കമ്യൂണിസ്റ്റ് പാർട്ടി തകർച്ചയുടെ വക്കത്തെത്തിയിരിക്കുകയാണെന്ന് ഇ എം എസ് ആ രേഖയിൽ വെട്ടിത്തുറന്നു തന്നെ പറഞ്ഞിരുന്നു.

സൈദ്ധ്യാന്തിക പ്രശ്നങ്ങളിൽ റിവിഷനിസത്തിന്റെ നിലപാടെടുക്കുന്ന സോവിയറ്റ് പാർട്ടിനേതൃത്വം പ്രയോഗതലത്തിൽ വലതുപക്ഷ അവസരവാദത്തിലേക്ക് നീങ്ങുന്ന സമീപനം പലപ്രശ്നങ്ങളിലും അംഗീകരിക്കുന്നുവെന്ന കാര്യത്തിൽ ഇ എം എസിനു ഒരു സംശയവും ഉണ്ടായിരുന്നില്ല. എന്നാൽ അതിനെ എതിർക്കുന്നതിന്റെ പേരിൽ ചൈനീസ് നേതൃത്വം സൈദ്ധ്യാന്തിക പ്രശ്നങ്ങളിൽ ഡോഗ്മാറ്റിസത്തിന്റെയും പ്രായോഗികതലത്തിൽ ലെനിൻ-ബാലാരിഷ്ടമെന്നുവിളിച്ച ഇടതുപക്ഷ പാളിച്ചയുടെയും സമീപനമാണ് അംഗീകരിച്ചതെന്ന് ഇ എം എസ് കരുതി.

എന്നാൽ ഈ രേഖയിലെ ചർച്ചാവിഷയം ലോക കമ്യൂണിസ്റ്റ് പ്രസ്ഥാനത്തിനകത്തെ പാളിച്ചകളായിരുന്നില്ല. ആ വിഷയങ്ങൾ പശ്ചാത്തലമായുണ്ടായിരുന്നുവെന്നുമാത്രം. ഇന്ത്യൻ പാർട്ടിയിൽ അവ രണ്ടും പ്രകടമാകുന്നതെങ്ങനെയാണെന്നാണ് ഇ എം എസ് രേഖയിൽ വ്യക്തമാക്കിയത്. അതിനുവേണ്ടി ഇന്ത്യൻ കമ്യൂണിസ്റ്റ് പാർട്ടിയുടെ ഭൂതകാല ചരിത്രത്തിലേക്ക് അദ്ദേഹം ഒരു തിരിഞ്ഞുനോട്ടം നടത്തിയിരുന്നു. ഇന്ത്യൻ കമ്യൂണിസ്റ്റ് പാർട്ടിയെ വലത്തോട്ടും ഇടത്തോട്ടും നയിച്ചുകൊണ്ടിരിക്കുന്ന പ്രവണതകളേവ, ഏതെല്ലാം രൂപങ്ങളിൽ അവ ഇതിനുമുമ്പ് പ്രകടമാകുകയുണ്ടായി എന്ന് പാർട്ടിയുടെ രണ്ടാം കോൺഗ്രസിലേക്കും പിന്നീട് നടന്ന ഉൾപാർട്ടി സമരങ്ങളിലേക്കും തിരിഞ്ഞുനോക്കി അവയിൽനിന്ന് പാഠംപഠിക്കാൻ ഇ എം എസ് നടത്തിയ ഒരു ശ്രമമായിരുന്നു ആ രേഖ. ഈ പഠനത്തിന്റെ വെളിച്ചത്തിൽ പാർട്ടിയിൽ ചർച്ചാവിഷയമായിരുന്ന താത്വിക-പ്രായോഗിക പ്രശ്നങ്ങളിൽ രണ്ട് പാളിച്ചകളെയും എങ്ങനെ നേരിടണമെന്ന് ആ രേഖയിൽ സൂചിപ്പിക്കുകയുണ്ടായി.

ഇ എം എസ് എഴുതി:

> രാജിക്കത്ത് നല്കുന്നതിന്റെ കൂടെ അന്നത്തെ ദേശീയ കൗൺസിൽ, കേന്ദ്ര എക്സിക്യൂട്ടീവ്, സെക്രട്ടേറിയറ്റ് എന്നിവയിലെ ഭൂരിപക്ഷ വിഭാഗത്തിന്റെ നിലപാടുകളോട് എനിക്കുള്ള വിയോജിപ്പ് വ്യക്തമാക്കുന്ന ഒരു കുറിപ്പും ഞാൻ സമർപ്പിച്ചു. സി പി ഐക്കുള്ളിലെ തിരുത്തൽവാദവും വരട്ടുതത്ത്വവാദവും എന്ന തലക്കെട്ടു നല്കപ്പെട്ട ആ രേഖയിൽ പാർട്ടിക്കുള്ളിൽ പൊതുവെയും, നേതാക്കൾക്കിടയിൽ വിശേഷിച്ചും നിലനിന്നിരുന്ന പ്രവ

ണതകളെക്കുറിച്ച് ആശങ്ക പ്രകടിപ്പിച്ചിരുന്നു. പാർട്ടി പൊട്ടിപ്പിളർന്നുകൊണ്ടിരിക്കയാണെന്നും ഞാൻ പറഞ്ഞു. ചൈനാപ്രശ്നവുമായി ബന്ധപ്പെട്ട പ്രതിസന്ധിയുടെ കാര്യത്തിൽ ഭൂരിപക്ഷവിഭാഗം അംഗീകരിച്ച രാഷ്ട്രീയ-സംഘടനാനയത്തെ വിമർശിക്കവെ ഉൾപാർട്ടിസമരത്തിന്റെ ചരിത്രവും പാഠങ്ങളും ഞാൻ വിശദീകരിച്ചു. സമകാലീന കാലഘട്ടത്തിൽ റിവിഷനിസമാണ് പ്രധാന വിപത്തെന്ന് ചൂണ്ടിക്കാണിക്കവെതന്നെ ചില പാർട്ടികൾ ചില സന്ദർഭങ്ങളിൽ സെക്ടേറിയനിസത്തിന്റെ ഭീഷണിയും നേരിടുമെന്ന് മുന്നറിയിപ്പ് നല്കിയ 1960 ലെ സാർവ്വദേശീയ രേഖയാണ് ഞാൻ മാർഗ്ഗദീപമായി മുറുകെപ്പിടിച്ചത്.[25]

"ഈ രേഖയിൽ ഉന്നയിക്കപ്പെട്ടിട്ടുള്ള ആശയപരവും റിവിഷനിസ്റ്റ് ഡോഗ്മാറ്റിസ്റ്റ് തെറ്റുകളെ സംബന്ധിച്ചവയുമായ പ്രശ്നങ്ങൾ അതുപോലുള്ള പ്രശ്നങ്ങളെ സംബന്ധിച്ച് ലഭിച്ച മറ്റു രേഖകളോടൊപ്പം നാഷണൽ കൗൺസിൽ രൂപീകരിച്ച കമ്മീഷന്റെ പരിഗണനയ്ക്കായി നല്കപ്പെടുന്നതാണ്" എന്ന് പറഞ്ഞുകൊണ്ട് ഇ എം എസ് നമ്പൂതിരിപ്പാടിന്റെ രേഖയെപ്പറ്റി 1963 ഫെബ്രുവരി 11 ന് നാഷണൽ കൗൺസിൽ ഒരു പ്രമേയം അംഗീകരിച്ചു. ഇതാണ് ആ പ്രമേയം:

> സി പി ഐയിലെ പരിഷ്കരണവാദവും വരട്ടുതത്ത്വവാദവും എന്ന പേരിൽ 72 പേജുള്ള ഒരു രേഖ ഇ എം എസ് നമ്പൂതിരിപ്പാട് നാഷണൽ കൗൺസിലിന് സമർപ്പിച്ചിട്ടുണ്ട്.
>
> ഈ രേഖയിൽ ഉന്നയിക്കപ്പെട്ട പ്രത്യയശാസ്ത്ര പ്രശ്നങ്ങളും പരിഷ്കരണവാദപരവും വരട്ടുതത്ത്വവാദപരവുമായ തെറ്റുകളെ സംബന്ധിച്ച പ്രശ്നങ്ങളും സമാന പ്രശ്നങ്ങളെ സംബന്ധിച്ചുള്ള മറ്റുരേഖകളോടൊപ്പം, നാഷണൽ കൗൺസിൽ രൂപവല്ക്കരിച്ച ഒരു കമ്മീഷന്റെ പരിഗണനയ്ക്കായി വിടേണ്ടതാണ്.
>
> പക്ഷേ, പാർട്ടിവിരുദ്ധമായ സമീപനം എന്ന ഉപതലക്കെട്ടിൽ ഇ എം എസ് നമ്പൂതിരിപ്പാട് നടത്തിയ ചില തെറ്റായ അഭിപ്രായങ്ങളെ നാഷണൽ കൗൺസിൽ ഗൗരവപൂർവ്വം കാണുന്നു.
>
> ഒന്നാമതായി, നാഷണൽ കൗൺസിലിന്റെ ഒക്ടോബർ-നവംബർ യോഗത്തിലെ അന്തരീക്ഷം ഉന്മാദഭരിതമായിരുന്നുവെന്നും ഇത് സ്വച്ഛന്ദവും നിർവ്യാജവുമായ അഭിപ്രായവിനിമയം അസാദ്ധ്യമാക്കിയെന്നും അർത്ഥംവരുന്ന പ്രസ്താവന അദ്ദേഹത്തിന്റെ രേഖ നടത്തുന്നുണ്ട്.
>
> രണ്ടാമതായി, അത് നാഷണൽ കൗൺസിൽ പ്രമേയത്തിനു പിന്തുണ നല്കിയവരുടെമേൽ തങ്ങളോട് വിയോജിച്ചവരെ രാജ്യദ്രോഹികളെന്നു മുദ്രകുത്തിയെന്ന കുറ്റം ആരോപിക്കുകയും ജനസംഘത്തെയും പി എസ് പിയെയുംപോലുള്ള കമ്യൂണിസ്റ്റ് വേട്ട

ക്കാർക്കും അതുപോലെതന്നെ ഗവൺമെന്റിനും, പാർട്ടിക്കുമെതിരായി ആക്രമണം അഴിച്ചുവിടുന്നതിനു പറ്റിയ നിമിത്തം ഒരുക്കിക്കൊടുക്കുന്നതിനു തുല്യമാണെന്ന് പ്രസ്താവിക്കുകയും ചെയ്യുന്നു.

മൂന്നാമതായി, പാർട്ടിപ്രവർത്തകരെ ഗവൺമെന്റ് അറസ്റ്റ് ചെയ്ത് ജയിലിലടച്ചപ്പോൾ നമ്മുടെ പാർട്ടി അതിനെതിരായി ശക്തിപൂർവ്വം പ്രതിഷേധിച്ചില്ല എന്ന് പ്രസ്താവിക്കുമ്പോൾ രേഖ പാർട്ടിയെ ഒന്നടങ്കം കരിതേച്ചു കാണിക്കുകയാണ് ചെയ്യുന്നത്. നാഷണൽ കൗൺസിലിലെ ഭൂരിപക്ഷക്കാരെപ്പറ്റി മഹാരാഷ്ട്രയിൽ ഗവൺമെന്റ് ആദ്യത്തെ പ്രഹരം ഏല്പിച്ചപ്പോൾ അവർ പ്രതികരിച്ചില്ലെന്നും നവംബർ 21 ന് രാജ്യവ്യാപകമായ ആക്രമണം അഴിച്ചുവിടാൻ ഇത് ഗവൺമെന്റിന് ധൈര്യം കൊടുത്തുവെന്നുമുള്ള അടിസ്ഥാനരഹിതമായ ആരോപണങ്ങൾ രേഖ ഉന്നയിക്കുന്നു. ഗവൺമെന്റിന് അതിന്റെ നടപടികളിൽനിന്നു പിന്തിരിയാൻ നിർബ്ബന്ധിതമാക്കുന്നതിനുള്ള ഒരു യഥാർത്ഥ ബഹുജനപ്രക്ഷോഭം ആരംഭിക്കുവാൻ യാതൊരു നീക്കവും ഇന്നേ തീയതിവരെ ഉണ്ടായിട്ടില്ലെന്നും പ്രസ്താവിക്കുന്നു.

നാലാമതായി, പാർട്ടിയിലെ ഒരു വിഭാഗത്തിനെതിരായി പകപോക്കൽ നടപടി ആരംഭിച്ചുവെന്ന സത്യവിരുദ്ധമായ ആരോപണത്തെ അടിസ്ഥാനമാക്കി ആ രേഖ പാർട്ടി ചെയർമാനെയും പാർട്ടി നേതൃത്വത്തെയും ആക്രമിക്കുന്നു.

അവസാനമായി നാഷണൽ കൗൺസിൽ പ്രമേയത്തിന്റെ അവതാരകന്മാർ അംഗീകരിച്ച തെറ്റായ ശത്രുവർഗ്ഗ പ്രത്യയശാസ്ത്രവും രാഷ്ട്രീയ നയങ്ങളും ഛിദ്രകരമായ സംഘടനാരീതികളും അനിവാര്യമായും പാർട്ടിയെ മന്ദഗതിയിലുള്ള ശിഥിലീകരണത്തിലേക്ക് നയിച്ചുവെന്നുമാത്രമല്ല പാർട്ടിയെ ഭിന്നിപ്പിക്കുമെന്ന ഭീഷണി ഇപ്പോൾ ഉയർത്തുകയാണെന്നും ആ രേഖ പ്രസ്താവിക്കുന്നു. പാർട്ടിയെ പൊളിക്കുകയും പിളർക്കുകയും ചെയ്യുന്നതിന്റെ കുറ്റം നാഷണൽ കൗൺസിലിന്റെ മേൽ ചുമത്തുന്നതിന് തുല്യമാണിത്.

ഇ എം എസ് നമ്പൂതിരിപ്പാടിന്റെ ഈ പരാമർശങ്ങളും ഇത്തരത്തിലുള്ള മറ്റെല്ലാ പരാമർശങ്ങളും നാഷണൽ കൗൺസിലിനെതിരായും നവംബർ ഒന്നിന്റെ പ്രമേയത്തെ അനുകൂലിച്ച ഭൂരിപക്ഷത്തിനെതിരായും പാർട്ടിയുടെ ചെയർമാനെതിരായുമുള്ള ആരോപണങ്ങളാണെന്നാണ് നാഷണൽ കൗൺസിലിന്റെ അഭിപ്രായം.

പാർട്ടിയുടെ ജനറൽ സെക്രട്ടറിപദം അലങ്കരിക്കുന്ന ഒരാളിൽനിന്നുമാണ് ഇത്തരം പരാമർശങ്ങൾ വരുന്നതെന്ന വസ്തുത ഇല്ലാ

> തിരുന്നെങ്കിൽ കൗൺസിൽ ഇവയെ അവഗണിക്കുമായിരുന്നു. പാർട്ടി കോൺഗ്രസ് തിരഞ്ഞെടുത്ത പാർട്ടിയുടെ ഏറ്റവും ഉയർന്ന ഘടകമായ നാഷണൽ കൗൺസിലിന്റെമേൽ നടത്തിയ കുറ്റാരോപണത്തിനു തുല്യമാണ് അദ്ദേഹത്തിന്റെ പരാമർശങ്ങൾ.
>
> ഇത്ര ഗൗരവമേറിയ ആരോപണങ്ങൾ നാഷണൽ കൗൺസിലിനെതിരായി ഉന്നയിക്കുമ്പോൾത്തന്നെ നാഷണൽ കൗൺസിൽ പ്രമേയം നടപ്പിലാക്കുന്നതിനെ നഖശിഖാന്തം എതിർത്തുകൊണ്ടിരിക്കുന്നതായി റിപ്പോർട്ട് ചെയ്യപ്പെട്ട സഖാക്കളുടെ പെരുമാറ്റത്തെ അപലപിക്കുന്നതു പോയിട്ട് നിരാകരിക്കുകയെങ്കിലും ചെയ്യുന്ന ഒറ്റവാക്കുപോലും ഇ എം എസ് നമ്പൂതിരിപ്പാടിന്റെ രേഖയിലില്ലെന്നത് തീർച്ചയായും ആശ്ചര്യജനകമാണ്. ഈ സഖാക്കൾ പാർട്ടിക്ക് ദ്രോഹമാണ് ചെയ്യുന്നതെന്ന് നാഷണൽ കൗൺസിലിന്റെ യോഗത്തിൽ ചെയ്ത പ്രസംഗത്തിൽ അദ്ദേഹം പ്രസ്താവിച്ചിട്ടുണ്ടെന്നത് ശരിതന്നെ.
>
> ഈ ആരോപണങ്ങളെ അവ അടിസ്ഥാനരഹിതവും അനാവശ്യവുമാണെന്നതിനാൽ, നാഷണൽ കൗൺസിൽ പ്രതിഷേധിക്കുകയും തള്ളിക്കളയുകയും ചെയ്യുന്നു.[26]

എന്നാൽ കമ്മീഷൻ ജനിക്കുന്നതിനുമുമ്പുതന്നെ മരിച്ചു. പ്രസ്തുത കമ്മീഷൻ ഈ രേഖ ചർച്ചചെയ്യുന്നതിനായി യോഗം ചേരുകയോ പ്രവർത്തിക്കുകയോ ഉണ്ടായില്ല.[27] അതുപോലെ തന്നെ ഇ എം എസിന്റെ തീസിസിനെക്കുറിച്ച് ഒരു മറുപടി തയ്യാറാക്കാൻ കേന്ദ്ര സെക്രട്ടേറിയറ്റ് ജി അധികാരിയെ ചുമതലപ്പെടുത്തി. അദ്ദേഹം *കമ്യൂണിസ്റ്റ് പാർട്ടിയും സോഷ്യലിസത്തിലേക്കുള്ള ഇന്ത്യൻ പാതയും* എന്നപേരിൽ ഒരു മറുപടി തയ്യാറാക്കി. ഇ എം എസിന്റെ രേഖയെന്നപോലെ ഈ രേഖയും നാഷണൽ കൗൺസിൽ രൂപീകരിച്ച പ്രത്യയശാസ്ത്ര കമ്മീഷനിൽ ചർച്ച ചെയ്യുകയുണ്ടായില്ല.[28]

അങ്ങനെ അഭിപ്രായവ്യത്യാസങ്ങൾ യഥാസമയം പരിഹരിക്കപ്പെടാതെ നീണ്ടുപോയി.

ഇ എം എസ് രാജിവെച്ചതിനുശേഷം അദ്ദേഹത്തിന്റെ മേലും ആരോപണങ്ങൾ മെനഞ്ഞെടുത്തു. അദ്ദേഹം ചൈനീസ് പക്ഷപാതിയാണെന്ന വൻപ്രചാരണം അഴിച്ചുവിട്ടു. ഇതിനെത്തുടർന്നാണ് ആഭ്യന്തര കാര്യങ്ങളിലുള്ള അഭിപ്രായവ്യത്യാസംകൊണ്ടാണ് താൻ രാജിവയ്ക്കുന്നതെന്നുള്ള പരസ്യപ്രസ്താവന ഫെബ്രുവരി 28 ന് ഇ എം എസ് നടത്തിയത്. ഇതായിരുന്നു ആ പ്രസ്താവന:

> കമ്യൂണിസ്റ്റ് പാർട്ടിയുടെ ജനറൽ സെക്രട്ടറി സ്ഥാനത്തുനിന്നും ഞാൻ രാജിവെച്ചതിനെപ്പറ്റി ചില ദിനപത്രങ്ങളും വാരികകളും റിപ്പോർട്ടുകളും അഭിപ്രായങ്ങളും പ്രസിദ്ധീകരിക്കുകയുണ്ടായി. അവയിൽ അടങ്ങിയ വിവരങ്ങൾ സത്യത്തിൽനിന്ന് അമ്പേ വിദൂ

രമാണ്. ഈ പത്രങ്ങൾക്ക് വിവരങ്ങൾ നല്കിയവരുടെ ഭാവന കാടുകയറിയിരിക്കുന്നു; നാഷണൽ കൗൺസിലിലെ ചർച്ചയുടെ പോക്കിനെപ്പറ്റി അതിശയോക്തിപരവും വികലവുമായ ചിത്രം നല്കിയതുകൊണ്ടും തൃപ്തിവരാതെ ശുദ്ധ അസംബന്ധങ്ങളായ അനവധി കാര്യങ്ങളും അവർ നല്കിയിരിക്കുന്നു. ഇതുകാരണമായി പാർട്ടിയുടെ അനേകം മെമ്പർമാരും സുഹൃത്തുക്കളും ആശയക്കുഴപ്പത്തിൽപെട്ടുപോയിട്ടുണ്ടെങ്കിൽ അതൊരിക്കലും അസ്വാഭാവികമല്ല. അതുകൊണ്ട് യഥാർത്ഥസ്ഥിതി ഞാൻ ചുവടെ വിശദീകരിക്കുകയാണ്:

1. പാർട്ടിയുടെ കേന്ദ്രസംഘടനയിൽ വഹിച്ചിരുന്ന മൂന്ന് സ്ഥാനങ്ങളിൽ–ജനറൽ സെക്രട്ടറി, പാർട്ടി പത്രത്തിന്റെ എഡിറ്റർ, കേന്ദ്ര സെക്രട്ടേറിയറ്റ് അംഗം–നിന്നാണ് ഞാൻ രാജിവെച്ചത്. കേന്ദ്ര എക്സിക്യൂട്ടീവ് കമ്മിറ്റിയിൽനിന്നോ നാഷണൽ കൗൺസിലിൽ നിന്നോ ഞാൻ രാജിവെച്ചിട്ടില്ല. പാർട്ടിയുടെ നയരൂപീകരണ അഖിലേന്ത്യാഘടകങ്ങളിലെ ഒരു അംഗമായി പ്രവർത്തനം തുടരുവാനാണ് ഞാൻ ഉദ്ദേശിക്കുന്നത്.

2. രാജിയുടെ കാരണമിതാണ്: എന്നെ സംബന്ധിച്ചിടത്തോളം, നാഷണൽ കൗൺസിലിലെ ഭൂരിപക്ഷത്തിന്റെ അഭിപ്രായത്തോട് പൂർണ്ണമായും ഒത്തുപോകാത്ത ചില അഭിപ്രായങ്ങൾ വച്ചുപുലർത്തുന്നതുകൊണ്ട് ഞാൻ പാർട്ടിയുടെ നയം നടപ്പിലാക്കുന്നതിനുള്ള ഉത്തരവാദിയാവുന്ന ഒരു സ്ഥാനത്ത്, ജനറൽ സെക്രട്ടറി എന്ന നിലയിൽ നയം നടപ്പാക്കാൻ ബാദ്ധ്യസ്ഥമായ ഏതെങ്കിലും സ്ഥാനം വഹിക്കുന്നതും മുഖ്യവക്താക്കളിലൊരാളായി പ്രവർത്തിക്കുന്നതും ശരിയല്ല. നാഷണൽ കൗൺസിലിന്റെ നവംബർ യോഗത്തിന്റെ സമയത്തുതന്നെ എനിക്ക് ഈ തോന്നലുണ്ടായിരുന്നു. അതുകൊണ്ട്, ഈ സ്ഥാനങ്ങളിൽനിന്ന് എന്നെ ഒഴിവാക്കിത്തരണമെന്ന് ഞാൻ നാഷണൽ കൗൺസിലിനോട് അഭ്യർത്ഥിക്കുകയും ഈ സ്ഥാനങ്ങൾക്കു പുറത്തുള്ള എന്തു ജോലിതന്നാലും ഞാൻ ചെയ്തുകൊള്ളാമെന്നേല്ക്കുകയും ചെയ്തിരുന്നു. പക്ഷേ അതിന്റെ ആവശ്യമില്ലെന്നാണ് നാഷണൽ കൗൺസിലിന് തോന്നിയത്. ചൈനീസ് ആക്രമണത്തിൽനിന്ന് ഉളവായ അങ്ങേയറ്റം നിർണ്ണായകമായ ഒരു സ്ഥിതിവിശേഷത്തെ പാർട്ടിയും നമ്മുടെ രാജ്യം ആകെതന്നെയും അഭിമുഖീകരിച്ചിരിക്കുന്ന ആ സമയത്ത് ഞാൻ എന്റെ രാജിക്കുവേണ്ടി ശഠിച്ചില്ല.

3. പക്ഷേ, ഞാൻ ആ സ്ഥാനങ്ങളിൽ തുടർന്നിരുന്നെങ്കിൽ എന്നിൽ വന്നുചേരുമായിരുന്ന ഉത്തരവാദിത്വം നിറവേറ്റുവാൻ എനിക്കു സാദ്ധ്യമല്ലെന്ന് പിന്നീടുണ്ടായ അനുഭവങ്ങൾ എന്നെ ബോദ്ധ്യപ്പെടുത്തി. അതിനുംപുറമെ, കഴിഞ്ഞ നവംബറിൽ പാർട്ടിയും രാജ്യവും അഭിമുഖീകരിച്ചിരുന്ന നിർണ്ണായക പരിതഃസ്ഥിതിക്ക് ഗണ്യ

മായ അയവുവന്നിട്ടുമുണ്ട്. അതുകൊണ്ടാണ് ഞാൻ നാഷണൽ കൗൺസിലിന്റെ കഴിഞ്ഞ യോഗത്തിൽ എന്റെ രാജിക്കുവേണ്ടി ശഠിച്ചത്. ആ ഘട്ടത്തിൽപോലും ചെയർമാനായ ഡാങ്കെയടക്കം എന്റെ സഹപ്രവർത്തകരിൽ വളരെയധികംപേർ എന്റെ തീരുമാനം പുനഃപരിശോധിക്കണമെന്നും രാജി പിൻവലിക്കണമെന്നും ആവശ്യപ്പെടുകയുണ്ടായി. പക്ഷേ, ഒടുവിൽ ജനറൽ സെക്രട്ടറി, പത്രത്തിന്റെ എഡിറ്റർ എന്നീ സ്ഥാനങ്ങളിൽനിന്നുമുള്ള എന്റെ രാജി അവർ സ്വീകരിച്ചു; എന്നാൽ സെൻട്രൽ സെക്രട്ടേറിയറ്റിൽ നിന്നുള്ള രാജി സ്വീകരിക്കാൻ കൂട്ടാക്കിയില്ല.

4.ഞാനും നാഷണൽ കൗൺസിലിലെ ഭൂരിപക്ഷക്കാരും തമ്മിലുള്ള അഭിപ്രായ വൈജാത്യം-അതാണല്ലോ എന്റെ രാജി ആവശ്യമാക്കിത്തീർത്തത്-ഇന്ത്യാ-ചൈന നയങ്ങളെയോ ചൈനാ-സോവിയറ്റ് പ്രത്യയശാസ്ത്ര സംഘട്ടനങ്ങളെയോ അല്ല, പ്രത്യുത, നമ്മുടെ രാജ്യത്തെ സാമ്പത്തികവും രാഷ്ട്രീയവും സാമൂഹിക-സാംസ്കാരികവുമായ വികസനത്തെ സംബന്ധിച്ചുള്ള വിലയിരുത്തലിനെ കേന്ദ്രീകരിച്ചുള്ളവയാണ്. അഭിപ്രായവ്യത്യാസങ്ങളെല്ലാം ഉൾപാർട്ടി ചർച്ചയ്ക്കു വിധേയമാക്കിയിരിക്കുന്ന ഈ ഘട്ടത്തിൽ അവയെക്കുറിച്ച് ഞാൻ വിശദമാക്കുന്നത് ശരിയായിരിക്കുകയില്ല. എങ്കിലും പറയുന്ന കാര്യങ്ങൾ എനിക്കു വ്യക്തമാക്കേണ്ടതുണ്ട്.

*(എ)*കഴിഞ്ഞ ഡിസംബറിൽ സുപ്രീം സോവിയറ്റിലും ജനുവരിയിൽ ജർമ്മൻ ജനാധിപത്യ റിപ്പബ്ലിക്കിലെ സോഷ്യലിസ്റ്റ് യൂണിറ്റിലും പാർട്ടിയുടെ കോൺഗ്രസിലും ചെയ്ത പ്രസംഗങ്ങളിൽ ക്രൂഷ്ചേവ് എടുത്ത നിലപാട് എന്റെ അഭിപ്രായത്തിൽ, ശരിയായിട്ടാണ്; ഇന്നത്തെ സാർവ്വദേശീയ സ്ഥിതിയും അതുപോലതന്നെ. സാർവ്വദേശീയ കമ്യൂണിസ്റ്റ് പ്രസ്ഥാനത്തിലുള്ള അഭിപ്രായവ്യത്യാസങ്ങൾ തീർക്കാനുള്ള മാർഗ്ഗവും ഈ പ്രസംഗങ്ങളിൽ ശരിയാംവണ്ണം പ്രതിപാദിക്കപ്പെട്ടിട്ടുണ്ട്. അതുകൊണ്ട് സാർവ്വദേശീയ കമ്യൂണിസ്റ്റ് പ്രസ്ഥാനത്തിന്റെ പ്രത്യയശാസ്ത്രപ്രശ്നങ്ങളിൽ ഞാൻ ചൈനയ്ക്കനുകൂലമായ നിലപാട് എടുക്കുന്ന പ്രശ്നമേയില്ല.

(ബി) ഇന്ത്യാ-ചൈനാ ബന്ധങ്ങളുടെ കാര്യത്തിൽ ഞാൻ ചൈനയ്ക്കനുകൂലമായ നിലപാട് സ്വീകരിക്കുന്ന പ്രശ്നമില്ല. നേരെമറിച്ച്, ഒക്ടോബർ 20-ാം തീയതി വിപുലമായ തോതിൽ അഴിച്ചുവിട്ട ആക്രമണവും അതിനുമുമ്പത്തെ സായുധ നടപടികളും മുഖേന ചൈനീസ് കമ്യൂണിസ്റ്റ് പാർട്ടിയുടെ നേതാക്കൾ ലോകത്തെമ്പാടും സ്വാതന്ത്ര്യത്തിന്റെയും ജനാധിപത്യത്തിന്റെയും സോഷ്യലിസത്തിന്റെയും ലക്ഷ്യങ്ങൾക്ക് കോട്ടംതട്ടിച്ചിരിക്കുന്നുവെന്ന പരിപൂർണ്ണ ബോദ്ധ്യമാണ് എനിക്കുള്ളത്. ആ പരിതഃസ്ഥി

തിയിൽ ഇന്ത്യൻ കമ്യൂണിസ്റ്റ് പാർട്ടി രാഷ്ട്രത്തിന്റെ ഭൂപരമായ അപരിച്ഛിന്നത സംരക്ഷിക്കുവാനായി നാട്ടിലെ മറ്റ് ദേശസ്നേഹികളായ ശക്തികളുമായി കൈകോർത്തുപിടിച്ചത് എന്റെ അഭിപ്രായത്തിൽ തികച്ചും ശരിയാണ്.

5. അതുകൊണ്ട്, എനിക്കുള്ള ചൈനാനുകൂല മനോഭാവത്തിന്റെ സൂചനയാണ് എന്റെ രാജിയെന്നുപറയുന്നത് എന്നെ അപകീർത്തിപ്പെടുത്തുന്നതിനുവേണ്ടിയുള്ള നുണപ്രചാരണമാണ്. ഈ നുണ ആവർത്തിച്ചുറപ്പിച്ചു പറയുന്നവർ ആഗ്രഹിക്കുന്നത് ചൈനീസ് ഗവൺമെന്റിനോടും ചൈനീസ് കമ്യൂണിസ്റ്റ് പാർട്ടിയോടും ജനങ്ങൾക്കുള്ള അമർഷം, ഇന്ത്യൻ കമ്യൂണിസ്റ്റ് പാർട്ടിയെയും വ്യക്തിപരമായി എന്നെയും കളങ്കപ്പെടുത്തുവാൻവേണ്ടി ഉപയോഗിക്കുക എന്നതുമാത്രമാണ്.

6. മേൽ പ്രസ്താവിച്ചതുപോലെ, ഞാനും എന്റെ സഹപ്രവർത്തകരും തമ്മിൽ അഭിപ്രായവ്യത്യാസമുള്ള കാര്യങ്ങൾ രാജ്യത്തിലെ സാമ്പത്തികവും രാഷ്ട്രീയവും സാമൂഹിക–സാംസ്കാരികവുമായ വികസനത്തെ സംബന്ധിച്ചുള്ള വിലയിരുത്തലിനെ കേന്ദ്രീകരിച്ചുകൊണ്ടുള്ളവയാണ്. ഈ അഭിപ്രായവ്യത്യാസങ്ങൾ ശരിയായ പാർട്ടി രീതിയിൽ ഉൾപാർട്ടി ചർച്ചകൾ മുഖേനയാണ് പരിഹരിക്കേണ്ടത്; പരിഹരിക്കപ്പെടുകയും ചെയ്യും. ഈ ചർച്ചകളിലേക്കുള്ള എന്റെ എളിയ സംഭാവന എന്ന നിലയിലാണ് ഞാൻ എന്റെ അഭിപ്രായങ്ങൾ രേഖാമൂലം സമർപ്പിച്ചിട്ടുള്ളത്. പ്രസ്തുത രേഖ ഞാനുംകൂടിയുൾപ്പെടുന്ന ഒരു കമ്മീഷന് വിടാൻ നാഷണൽ കൗൺസിൽ തീരുമാനിച്ചിട്ടുണ്ട്. മറ്റ് അഭിപ്രായങ്ങൾ വെച്ചുപുലർത്തുന്ന മറ്റു സഖാക്കളും സ്വാഭാവികമായും അവരുടെ അഭിപ്രായങ്ങൾ എഴുതിക്കൊടുക്കുന്നതായിരിക്കും. ഇവയെല്ലാം കമ്മീഷനിലെ നടപടിക്രമങ്ങൾ പൂർത്തിയാക്കിയശേഷം നാഷണൽ കൗൺസിലിന്റെ മുമ്പാകെയും നാഷണൽ കൗൺസിൽ മുഴുവൻ പാർട്ടിക്ക് മുമ്പാകെയും വയ്ക്കുന്നതായിരിക്കും. ഉൾപാർട്ടി ചർച്ചയുടേതായ ഈ പ്രക്രിയ ഒരു പുതിയ പാർട്ടി കോൺഗ്രസിൽ പര്യവസാനിക്കും; കോൺഗ്രസിന്റെ തീരുമാനം അന്തിമവുമായിരിക്കും.

7. ഈ ചർച്ചാപ്രക്രിയയിൽ ഞങ്ങളിലോരോരുത്തരും സ്വാഭാവികമായും അവരവരുടെ അഭിപ്രായങ്ങൾ സ്വച്ഛന്ദമായും ശക്തിയായ ഭാഷയിലും പ്രകടിപ്പിക്കുന്നതായിരിക്കും. നാഷണൽ കൗൺസിൽ സമർപ്പിച്ച രേഖയിൽ ഞാൻ ചെയ്തിട്ടുള്ളതും അതുതന്നെയാണ്. പക്ഷേ, ഈ ചർച്ചാപ്രക്രിയയിൽ ഞാൻ പറയുന്നതും എഴുതുന്നതുമെല്ലാം അംഗീകരിക്കപ്പെടുമെന്ന് ധരിച്ചുവശാകാൻമാത്രം പൊങ്ങച്ചം എനിക്കില്ല. എന്റെ സഹപ്രവർത്തകരുടെ വിമർശനം കൊണ്ട് എനിക്കു ഗുണമുണ്ടാവാം: തെറ്റോ ഹാനികരമോ

ആണെന്ന് കാണുന്ന നിലപാടുകൾ ഞാൻ ഉപേക്ഷിക്കും; ഭാഗീകമായി ശരിയും എന്നാൽ പൂർണ്ണമായി ശരിയുമല്ലാത്തവയിൽ ഞാൻ ഭേദഗതി വരുത്തും. ഉൾപാർട്ടി ചർച്ചകളോട് പാർട്ടിയുടെ മറ്റ് അംഗങ്ങളും ഇതേ സമീപനം തന്നെ സ്വീകരിക്കുമെന്ന് എനിക്കുറപ്പുണ്ട്. അതുകൊണ്ട്, ഉൾപാർട്ടി ചർച്ചകളുടേതായ ഈ പ്രക്രിയ പാർട്ടിയെ ശരിയായ നയത്തിന്റെ അടിസ്ഥാനത്തിൽ ഏകീകരണത്തിലേക്കാവും, അല്ലാതെ നമ്മുടെ എതിരാളികൾ പ്രത്യാശിക്കുകയും നമ്മുടെ സുഹൃത്തുക്കൾ ഭയപ്പെടുകയും ചെയ്യുന്നതുപോലെ പാർട്ടിയുടെ ശിഥിലീകരണത്തിലേക്കാവില്ല, നയിക്കുകയെന്നും എനിക്കു വിശ്വാസമുണ്ട്.

8. ഉൾപാർട്ടി ചർച്ചകളുടേതായ ഈ പ്രക്രിയ നടന്നുകൊണ്ടിരിക്കുമ്പോൾത്തന്നെ നാഷണൽ കൗൺസിലും കേന്ദ്ര എക്സിക്യൂട്ടീവ് കമ്മിറ്റിയും അതുപോലെതന്നെ സ്റ്റേറ്റ് കമ്മിറ്റിയും സ്റ്റേറ്റ് കൗൺസിലും സ്റ്റേറ്റ് എക്സിക്യൂട്ടീവ് കമ്മിറ്റിയും കീഴ്ഘടകങ്ങളും എടുക്കുന്ന തീരുമാനങ്ങൾക്കനുസൃതമായി പാർട്ടി അതിന്റെ സാധാരണ രീതിയിലുള്ള രാഷ്ട്രീയ, സംഘടനാപ്രവർത്തനങ്ങൾ നടത്തിക്കൊണ്ടിരിക്കുന്നു. എന്നാൽ ചില മൗലിക വശങ്ങളിൽ എനിക്ക് വിയോജിപ്പുള്ള തീരുമാനങ്ങൾ നടപ്പിലാക്കുവാനുള്ള ഭാരം വഹിക്കേണ്ടുന്ന ഒരു സ്ഥാനത്ത് എന്നെപ്പോലെയുള്ള ഒരാൾ തുടരുന്നത് ഉചിതമോ ന്യായമോ അല്ല. എന്നുവെച്ച് സാധാരണമായ പാർട്ടിപ്രവർത്തനങ്ങൾ ഞാൻ നിർത്തുമെന്നല്ല ഇതിനർത്ഥം. നേരെമറിച്ച്, പാർട്ടിയുടെ സാധാരണമായ രാഷ്ട്രീയ സംഘടനാ പ്രവർത്തനത്തെ ശക്തിപ്പെടുത്തുവാനായി ഞാൻ പാർട്ടിയുടെ കേന്ദ്ര, സ്റ്റേറ്റ് ഘടകങ്ങളുടെ നിർദ്ദേശങ്ങൾക്കനുസരിച്ച് പ്രവർത്തിക്കുന്നതായിരിക്കും.

9. എന്റെ രാഷ്ട്രീയ ഭാവിയെപ്പറ്റി ചില രാഷ്ട്രീയവൃത്തങ്ങൾ നടത്തിയ ഊഹാപോഹങ്ങൾക്ക് യാതൊരടിസ്ഥാനവുമില്ലെന്ന് ഇതിൽനിന്നു വ്യക്തമാവുന്നതാണ്. കേരളത്തിൽ പാർട്ടി രൂപവല്ക്കരിക്കുന്നതിലും ഇന്ത്യയിലാകമാനം വളർത്തിയെടുക്കുന്നതിലും എളിയ പങ്കുവഹിച്ച ഒരാളെന്ന നിലയിൽ ആ പാർട്ടിക്കുവേണ്ടി അക്ഷീണം പ്രവർത്തിക്കുവാനാണ് ഞാനുദ്ദേശിക്കുന്നത്. ഞാൻ ഒരു അടുത്തൂൺ ജീവിതം നയിക്കുന്നത് കിനാവുകണ്ടുകൊണ്ടിരിക്കുന്നവരെല്ലാം നിരാശപ്പെടേണ്ടിവരുമെന്ന് അവർക്ക് ഉറപ്പുനല്കാൻ എനിക്കു കഴിയും.[29]

ഇ എം എസിന്റെ രേഖയും, നാഷണൽ കൗൺസിൽ അതിന്മേൽ പാസാക്കിയ പ്രമേയവും, താൻ രാജിവയ്ക്കാൻ ഇടയാക്കിയ കാരണം വിശദീകരിച്ചുകൊണ്ടുള്ള പരസ്യപ്രസ്താവനയും പ്രസിദ്ധീകരിച്ചുകൊണ്ടുള്ള മുഖവുരക്കുറിപ്പിൽ കേന്ദ്രസെക്രട്ടേറിയറ്റ് ഇങ്ങനെ പറഞ്ഞു:

പാർട്ടിസഖാക്കളെ ഒരു കാര്യമറിയിക്കണമെന്ന് സഖാവ് നമ്പൂതിരിപ്പാട് സെക്രട്ടേറിയറ്റിനോട് ആവശ്യപ്പെട്ടിട്ടുണ്ട്. അതായത് നാഷണൽ കൗൺസിലിന്റെ നേതൃത്വത്തെ സംബന്ധിച്ച് അദ്ദേഹത്തിനുള്ള വിമർശനങ്ങൾ രാഷ്ട്രീയവും സംഘടനാപരവുമാണെന്ന് സഖാവ് നമ്പൂതിരിപ്പാട് നാഷണൽ കൗൺസിലിൽ അദ്ദേഹത്തിന്റെ രേഖയെ സംബന്ധിച്ചുള്ള ചർച്ചയ്ക്കിടയിൽ വ്യക്തമാക്കിയിരിക്കുന്നു. റിലീസ് കാമ്പയിനിന്റെ നേരെ നേതൃത്വമെടുക്കുന്ന സമീപനത്തോട് അദ്ദേഹം വിയോജിക്കുന്നുവെന്ന അർത്ഥത്തിൽ അദ്ദേഹത്തിന്റെ വിമർശനം രാഷ്ട്രീയമാണ്. പാർട്ടിയുടെ പ്രവർത്തനത്തിൽ പാർട്ടി നേതൃത്വം സ്വീകരിച്ച ചില നടപടികൾ പാർട്ടി സംഘടനയുടെ മാർക്സിസ്റ്റ്–ലെനിനിസ്റ്റ് തത്ത്വങ്ങളുടെ ലംഘനമാണെന്ന് അദ്ദേഹത്തിനഭിപ്രായമുണ്ടെന്നുള്ള അർത്ഥത്തിൽ അദ്ദേഹത്തിന്റെ വിമർശനം സംഘടനാപരമായതാണ്. വളരെയേറെ സഖാക്കളുടെ അറസ്റ്റിന് നേതൃത്വമാണ് ഉത്തരവാദികളെന്ന നിലയിൽ ചില സഖാക്കൾ നിരുത്തരവാദപരമായി നടത്തുന്ന ആരോപണങ്ങളുമായി തന്റെ വിമർശനങ്ങൾക്കു യാതൊരു ബന്ധവുമില്ലെന്നും സഖാവ് നമ്പൂതിരിപ്പാട് പ്രസ്താവിക്കുകയുണ്ടായി; അത്തരത്തിലുള്ള യാതൊരു ആരോപണവും ഈ രേഖയിൽ ഉന്നയിച്ചിട്ടുമില്ല. അതുകൊണ്ട് കൗൺസിൽ സ്വീകരിച്ച പ്രമേയത്തിൽ നിഷേധിക്കപ്പെട്ട ഭാഗങ്ങൾ തന്റെ രേഖയിൽ നിന്നും പിൻവലിക്കേണ്ടതാണെന്ന നിർദ്ദേശം തനിക്ക് സ്വീകരിക്കുവാൻ സാദ്ധ്യമല്ലെന്നും അദ്ദേഹം പ്രസ്താവിക്കുകയുണ്ടായി. ഈ രേഖയിൽ താൻ നടത്തിയ രാഷ്ട്രീയവും സംഘടനാപരവുമായ വിമർശനങ്ങളിൽ താൻ ഉറച്ചുനില്ക്കുന്നുണ്ടെന്നും അദ്ദേഹം പറയുകയുണ്ടായി.[30]

സൂചനകൾ

1. *റിവിഷനിസത്തിനെതിരെ,* പു:47.
2. മേൽച്ചൊന്നത്, പു:48.
3. *കമ്യൂണിസ്റ്റ് പാർട്ടി കേരളത്തിൽ II,* പു:212.
4. *ജനയുഗം,* 24 നവംബർ 1962.
5. *ജനയുഗം,* 29 നവംബർ 1962.
6. *ഒരു ഇന്ത്യൻ കമ്യൂണിസ്റ്റിന്റെ ഓർമ്മക്കുറിപ്പുകൾ,* പു:208–209.
7. *എന്റെ ജീവിതകഥ,* പു:326–27.
8. പാർട്ടി ഐക്യം കെട്ടിപ്പടുക്കാൻ വിഭാഗീയ പ്രവർത്തനങ്ങൾ അവസാനിപ്പിക്കുക, കമ്യൂണിസ്റ്റ് പാർട്ടിയുടെ നാഷണൽ കൗൺസിലിൽ സ: എ കെ ജി സമർപ്പിച്ച രേഖ, ചിന്ത പ്രസിദ്ധീകരണം, മേയ് 1964, പു:8.
9. *റിവിഷനിസത്തിനെതിരെ,* പു:58–59.
10. പാർട്ടിക്കുള്ളിലെ പിളർപ്പൻ പ്രവർത്തനങ്ങളെപ്പറ്റി, കേന്ദ്ര കൺട്രോൾ കമ്മീഷൻ നാഷണൽ കൗൺസിലിനു സമർപ്പിച്ച റിപ്പോർട്ട്, കമ്യൂണിസ്റ്റ്

പാർട്ടി പ്രസിദ്ധീകരണം, ആഗസ്ത് 1964, പു:6.

11. *റിവിഷനിസത്തിനെതിരെ,* പു:60.
12. മേൽച്ചൊന്നത്.
13. *നവയുഗം,* 2 നവംബർ 1963, പു:7.
14. *ഇന്ത്യൻ കമ്മ്യൂണിസ്റ്റ് പ്രസ്ഥാന ചരിത്രത്തിന്റെ ഒരു രൂപരേഖ,* പു:90–91.
15. *കമ്യൂണിസ്റ്റ് പാർട്ടി കേരളത്തിൽ II*, പു:213.
16. *സോഷ്യലിസത്തിലേക്കുള്ള ഇന്ത്യൻപാത,* പു:71.
17. *കമ്യൂണിസ്റ്റ് പാർട്ടി കേരളത്തിൽ II*, പു:214 .
18. *സി പി ഐ (എം) സി പി ഐ ഭിന്നത,* പു:45.
19. *കമ്യൂണിസ്റ്റ് പാർട്ടി കേരളത്തിൽ II*, പു:214.
20. ലിങ്ക്, 10 ഫെബ്രുവരി 1963, പു:10.
21. *കമ്യൂണിസ്റ്റ് പാർട്ടി കേരളത്തിൽ II*, പു:214.
22. മേൽച്ചൊന്നത്.
23. മേൽച്ചൊന്നത്, പു:217.
24. മേൽച്ചൊന്നത്.
25. *ഒരു ഇന്ത്യൻ കമ്യൂണിസ്റ്റിന്റെ ഓർമ്മക്കുറിപ്പുകൾ,* പു:210.
26. ഇ എം എസ്, *സമ്പൂർണ്ണ കൃതികൾ-33,* ചിന്ത പബ്ലിഷേഴ്സ് (തിരുവനന്തപുരം- ജനുവരി 2004), പു:327–329.
27. ജി അധികാരി, *കമ്യൂണിസ്റ്റ് പാർട്ടിയും സോഷ്യലിസത്തിലേക്കുള്ള ഇന്ത്യൻ പാതയും,* പു:3.
28. മേൽച്ചൊന്നത്, ആമുഖക്കുറിപ്പ്, പു:2.
29. *ഇ എം എസ് സമ്പൂർണ്ണകൃതികൾ-33,* പു: 330–334.
30. *ഇന്ത്യൻ കമ്യൂണിസ്റ്റ് പാർട്ടിയിലെ റിവിഷനിസവും ഡോഗ്മാറ്റിസവും,* ആമുഖക്കുറിപ്പ്.

20

എല്ലാരംഗത്തും ബൂർഷ്വാ ദേശീയതയ്ക്ക് കീഴടങ്ങൽ

1963 ലെ ഉപതിരഞ്ഞെടുപ്പ്

ആയിരത്തിത്തൊള്ളായിരത്തി അറുപത്തിരണ്ടിലെ മൂന്നാം പൊതു തിരഞ്ഞെടുപ്പിനുശേഷം തിരഞ്ഞെടുപ്പ് റിവ്യൂ നടത്താൻപോലും കഴിഞ്ഞില്ല. 1963 ൽ പാർട്ടിക്ക് ഒട്ടേറെ ഉപതിരഞ്ഞെടുപ്പുകളെ നേരിടേണ്ടിവന്നു. ഉപതിരഞ്ഞെടുപ്പിൽ പാർട്ടിക്ക് വിജയസാദ്ധ്യത ഉറപ്പില്ലാത്ത സീറ്റുകളിൽ പാർട്ടി സ്ഥാനാർത്ഥികളെ നിർത്തരുതെന്നും അവിടങ്ങളിൽ പിന്തിരിപ്പൻ പാർട്ടികൾക്കെതിരായി കോൺഗ്രസിനു പിന്തുണ നല്കണമെന്നും പാർട്ടിഘടകങ്ങൾക്ക് 1963 മാർച്ചിൽ കൂടിയ കേന്ദ്ര സെക്രട്ടേറിയറ്റ് നിർദ്ദേശം നല്കി. 1962 ഒക്ടോബറിൽ ഇന്ത്യാ–ചൈനാ യുദ്ധത്തെത്തുടർന്ന് ഉൾപാർട്ടി സ്ഥിതിഗതികളിൽ വന്ന മാറ്റമായിരുന്നു മുമ്പ് ആറാം കോൺഗ്രസിലോ തുടർന്ന് നടന്ന ദേശീയ കൗൺസിൽ യോഗങ്ങളിലോ തുറന്ന് വാദിക്കാൻ കഴിയാതിരുന്ന ഒരു ലൈനുമായി ചങ്കൂറ്റത്തോടെ മുന്നോട്ടുവരാൻ വലതുപക്ഷ നേതൃത്വത്തിന് ധൈര്യം നല്കിയത്. ഒരു സീറ്റിലും പാർട്ടിക്ക് നൂറുശതമാനവും വിജയസാദ്ധ്യതയുണ്ടായിരുന്നില്ല. ഇത് ഫലത്തിൽ എല്ലായിടത്തും കോൺഗ്രസ് സ്ഥാനാർത്ഥികളെ പാർട്ടി പിന്തുണയ്ക്കുന്നതിൽ ചെന്നെത്തി. അമ്രോഹ, രാജ്കോട്ട്, ഫറൂക്കാബാദ് എന്നീ പാർലമെന്റ് സീറ്റുകളിൽ പാർട്ടി പൂർണ്ണമായും കോൺഗ്രസിനെ പിന്തുണച്ചു. ഫറൂക്കാബാദിൽ പിന്തിരിപ്പൻ സ്ഥാനാർത്ഥികളാരുമുണ്ടായിരുന്നില്ല. അവിടെ മത്സരിച്ചത് സോഷ്യലിസ്റ്റ് നേതാവ് ഡോ.രാം മനോഹർ ലോഹ്യയായിരുന്നു. അദ്ദേഹത്തിനെതിരെ മത്സരിച്ച കോൺഗ്രസ് സ്ഥാനാർത്ഥിക്ക് പിന്തുണ നല്കാൻപോലും വലതു നേതൃത്വം മടിച്ചില്ല.

തമിഴ്നാട്ടിൽ നടന്ന മൂന്ന് ഉപതിരഞ്ഞെടുപ്പുകളിൽ കമ്യൂണിസ്റ്റ് പാർട്ടി അതിന്റെ പൂർണ്ണ പിന്തുണ നല്കിയത് കോൺഗ്രസ് സ്ഥാനാർത്ഥികൾക്കായിരുന്നു.[1]

സ്വതന്ത്രാ പാർട്ടിയിലോ ഡി എം കെ യിലോ ചേരാൻപോലും തയ്യാറാകാതെ സ്വതന്ത്രനായി മത്സരിച്ച ഒരു സ്ഥാനാർത്ഥിക്കുപോലും പിന്തുണ നല്കാതെ പാർട്ടി കോൺഗ്രസിനെ പിന്തുണച്ചു.[2]

കേരളത്തിൽ 1963 മേയ് മാസത്തിൽ നടക്കുന്ന ഉപതിരഞ്ഞെടുപ്പുകളെ സംബന്ധിച്ച് ചർച്ച നടന്നപ്പോൾ സ്റ്റേറ്റ് കൗൺസിലിലെ വലതുഭൂരിപക്ഷവും ഇടതുന്യൂനപക്ഷവും തമ്മിൽ രൂക്ഷമായ അഭിപ്രായ വ്യത്യാസമുണ്ടായി. അതേപ്പറ്റി നാഷണൽ കൗൺസിലിൽനിന്ന് 1964 ഏപ്രിൽ 11 ന് ഇറങ്ങിപ്പോന്ന കേരളത്തിലെ ഏഴു മെമ്പറന്മാരുടെ പ്രസ്താവനയിൽ ഇങ്ങനെ പറഞ്ഞു:

> 1963 മേയ് മാസത്തിൽ നടന്ന ഉപതിരഞ്ഞെടുപ്പുകളിൽ പാർട്ടി അംഗീകരിക്കേണ്ട നിലപാട് സംബന്ധിച്ച് സ്റ്റേറ്റ് കൗൺസിൽ ഭൂരിപക്ഷവും ഞങ്ങളും തമ്മിൽ രൂക്ഷമായ അഭിപ്രായവ്യത്യാസം പ്രത്യക്ഷപ്പെടുകയുണ്ടായി. ചേരിചേരാനയത്തിന്റെ കാര്യത്തിൽ മാത്രമല്ല സോഷ്യലിസ്റ്റ് സമുദായം കെട്ടിപ്പടുക്കുന്നതിന്റെ കാര്യത്തിൽപ്പോലും കോൺഗ്രസ് തുടരുന്ന നയം ദേശീയനയമാണെന്നും ആ നയത്തെ ആസ്പദിച്ച് കോൺഗ്രസും കമ്യൂണിസ്റ്റ് പാർട്ടിയും ചേർന്ന് ഒരു തിരഞ്ഞെടുപ്പുസഖ്യം ഉണ്ടാക്കണമെന്നും അവർ വാദിച്ചു. ഞങ്ങളതിനെ ശക്തിയായെതിർത്തു. വിജയവാഡയിൽ വെച്ചുകൂടിയ പാർട്ടികോൺഗ്രസിന്റെ പ്രമേയത്തിനും അതിനെത്തുടർന്നു നാഷണൽ കൗൺസിൽ അംഗീകരിച്ച തിരഞ്ഞെടുപ്പു നയത്തിനും എതിരാണിതെന്നു ഞങ്ങൾ ചൂണ്ടിക്കാണിച്ചു. പക്ഷേ, കൗൺസിലിൽ തങ്ങൾക്കുള്ള ഭൂരിപക്ഷമുപയോഗിച്ച് അവരതു പാസാക്കി.[3]

കേരളത്തിൽ നടക്കാൻ പോകുന്ന മൂന്ന് ഉപതിരഞ്ഞെടുപ്പുകളെ കുറിച്ച് ചർച്ച നടത്തിയശേഷം സംസ്ഥാനസെക്രട്ടറി പുറപ്പെടുവിച്ച ഒരു പ്രസ്താവനയിൽ സീറ്റിന്റെ കാര്യത്തിൽ കമ്യൂണിസ്റ്റ് പാർട്ടി കോൺഗ്രസുമായി നീക്കുപോക്കുകൾ നടത്തുന്നതാണെന്ന് പ്രഖ്യാപിച്ചു.[4] ചേരിചേരായ്മ, ആസൂത്രിതവികസനം, സോഷ്യലിസം എന്നിവ സംരക്ഷിക്കുന്നതിനുവേണ്ടി കോൺഗ്രസിനു പിന്തുണ നല്കേണ്ടതാവശ്യമാണെന്ന് അദ്ദേഹം തുടർന്നു പറഞ്ഞു.

പി എസ് പിയെ തോല്പിക്കുകയായിരുന്നു ലക്ഷ്യം. എന്നാൽ ഈ നയം മേയ് 15 ന് നടന്ന തിരഞ്ഞെടുപ്പിൽ നടപ്പാക്കാൻ കഴിഞ്ഞില്ല. അതിനുകാരണം കേരളത്തിലെ പാർട്ടിയിലെ വലതുപക്ഷ നേതൃത്വം അതിനുവേണ്ടി ശ്രമിക്കാത്തതായിരുന്നില്ല. മറിച്ച് അത് നടപ്പാക്കാൻ കഴിയാത്ത വിധം സംഭവഗതികൾ രൂപംകൊണ്ടതാണ്. പാർട്ടി അണികളിൽനിന്ന് കമ്യൂണിസ്റ്റ് പാർട്ടി, കോൺഗ്രസുമായി ഐക്യ മുന്നണിയുണ്ടാക്കുന്നതിനെതിരെ ശക്തമായ എതിർപ്പുണ്ടായി. ഈ സാഹചര്യത്തിൽ കമ്യൂണിസ്റ്റ് പാർട്ടിയുമായി ഐക്യമുന്നണിയുണ്ടാക്കാൻ കോൺഗ്രസ്

തയ്യാറായില്ല. ഇക്കാര്യത്തെക്കുറിച്ച് അച്യുതമേനോൻ എഴുതി:

> ....1963 ലെ ഉപതിരഞ്ഞെടുപ്പുകളുടെ കാര്യം എടുക്കാം. വാഴൂർ, പത്തനംതിട്ട, തിരുവനന്തപുരം എന്നിങ്ങനെ മൂന്ന് നിയോജക മണ്ഡലങ്ങളിലായിരുന്നു തിരഞ്ഞെടുപ്പ്. ഒരു സീറ്റെങ്കിലും കമ്യൂണിസ്റ്റ് പാർട്ടിക്ക് ജയിക്കത്തക്കവണ്ണം പി എസ് പിക്കെതിരായി ഒരു കോൺഗ്രസ്–കമ്യൂണിസ്റ്റ് പരസ്പരധാരണ ഈ 3 സീറ്റുകളെ സംബന്ധിച്ചും ഉണ്ടാവുകയാണെങ്കിൽ തെറ്റില്ലെന്നു സ്റ്റേറ്റു കൗൺസിലിനും തോന്നി. അത്തരത്തിൽ ഒരു ധാരണയുണ്ടാക്കുന്നതിനു കമ്യൂണിസ്റ്റ് പാർട്ടി തയ്യാറാണെന്നു പ്രഖ്യാപിക്കുകയും കോൺഗ്രസ് തയ്യാറാണോ എന്ന് പരസ്യമായി ചോദിക്കുകയും ചെയ്തു. കോൺഗ്രസ് അതിനു തയ്യാറാകാത്തതിനാൽ പിന്നെ ഒന്നുമുണ്ടായില്ല.[5]

ഉപതിരഞ്ഞെടുപ്പുകളിൽ ഒന്നിൽ പാർട്ടിക്ക് വിജയിക്കാൻ കഴിഞ്ഞത് കേരളത്തിൽ മാത്രമാണ്. അതും പി എസ് പിയെ പരാജയപ്പെടുത്താൻവേണ്ടി കോൺഗ്രസിനു നല്കാൻ സംസ്ഥാന കൗൺസിൽ ഉദ്ദേശിച്ചിരുന്ന സീറ്റിൽ (തിരുവനന്തപുരം). എന്നാൽ വിജയവാഡ പ്രമേയത്തിൽ പരാമർശിക്കാത്തതും വലതുപക്ഷ–പിന്തിരിപ്പൻ പാർട്ടികളിൽ ഉൾപ്പെടാത്തതുമായ പാർട്ടിയായിരുന്നു പി എസ് പി എന്നതായിരുന്നു ഏറെ രസകരം. കോൺഗ്രസിന്റെ പിന്നിൽ അണിനിരക്കുക എന്ന നയം ഒരു പൊതുനയമായി വലതുപക്ഷം അംഗീകരിച്ചുകഴിഞ്ഞിരുന്നു. അങ്ങനെ വിജയവാഡ പാർട്ടി കോൺഗ്രസ് നയം പാടെ ഉപേക്ഷിക്കപ്പെടുകയുണ്ടായി.

എന്നാൽ സാധാരണ ജനങ്ങൾക്ക് ഇത് ഉൾക്കൊള്ളാൻ കഴിഞ്ഞില്ല. കമ്യൂണിസ്റ്റ് പാർട്ടിയുടെ പിന്തുണയുണ്ടായിട്ടുകൂടി അവർ പാർലമെന്റിലേക്കുള്ള ഉപതിരഞ്ഞെടുപ്പിൽ കോൺഗ്രസ് സ്ഥാനാർത്ഥികളെ പരാജയപ്പെടുത്തി. അടിയന്തരാവസ്ഥയെ വൻകിട ബിസിനസുകാരെയും ഭൂസ്വാമിമാരെയും ഊഹക്കച്ചവടക്കാരെയും പൂഴ്ത്തിവെപ്പുകാരെയും തടിപ്പിക്കുവാനുപയോഗപ്പെടുത്തുകയും ജനങ്ങളുടെമേൽ ദുർവ്വഹമായ ഭാരം അടിച്ചേല്പിക്കുകയും ചെയ്ത കോൺഗ്രസിനോട് തങ്ങൾക്കുള്ള അമർഷവും രോഷവും അവർ രേഖപ്പെടുത്തി. സർക്കാരിന്റെ ജനവിരുദ്ധ നയങ്ങൾക്കെതിരായി അടിയുറച്ച സമരമൊന്നും കമ്യൂണിസ്റ്റ് പാർട്ടിയുടെ ഭാഗത്തുനിന്നുണ്ടായില്ല. എന്നുമാത്രമല്ല, കോൺഗ്രസിനു പിന്തുണ നല്കാനും പാർട്ടി തീരുമാനിച്ചു. ഈ സാഹചര്യത്തിൽ കോൺഗ്രസിനെ എതിർക്കുന്നവരാരായാലും അവർക്ക് വോട്ടു നല്കുകയെന്നതല്ലാതെ കോൺഗ്രസിനോടുള്ള അമർഷം പ്രകടിപ്പിക്കുന്നതിന് സാധാരണക്കാരെ സംബന്ധിച്ചിടത്തോളം മറ്റു മാർഗ്ഗങ്ങളൊന്നുമുണ്ടായിരുന്നില്ല. ഫലത്തിൽ കോൺഗ്രസിനെ പിന്തുണയ്ക്കാനുള്ള കമ്യൂണിസ്റ്റ് പാർട്ടിയുടെ

നയം ജനങ്ങളെ വലത് പിന്തിരിപ്പൻ പാളയത്തിലേക്ക് തള്ളിവിടുകയും അവരെ ശക്തിപ്പെടുത്തുകയുമാണ് ചെയ്തത്.

അവിശ്വാസ പ്രമേയം

ഉപതിരഞ്ഞെടുപ്പു ഫലം വലതുവിഭാഗത്തിന്റെ കണ്ണുതുറപ്പിച്ചു. കോൺഗ്രസ് ഗവൺമെന്റിന്റെ ജനങ്ങളുടെമേലുള്ള ആക്രമണം കമ്യൂണിസ്റ്റ് പാർട്ടിയിൽ തങ്ങൾക്കുള്ള വിശ്വാസം നഷ്ടപ്പെടുന്നതിലേക്കാണ് ജനങ്ങളെ കൊണ്ടെത്തിച്ചത്. മുഖം രക്ഷിക്കാനായി ലോകസഭയിൽ ഒരു അവിശ്വാസപ്രമേയം കൊണ്ടുവരുന്നതിന് അവർ വേഗതകൂട്ടി. അതോടൊപ്പം അതിനെ പൊളിക്കാനുള്ള ശ്രമവും നടത്തി. കമ്യൂണിസ്റ്റ് എം പി മാരുടെ മാത്രം പിന്തുണകൊണ്ട് പ്രമേയം ലോകസഭയിൽ ചർച്ചയ്ക്കെടുക്കുകയില്ല. അതിനുള്ള ഭൂരിപക്ഷം കമ്യൂണിസ്റ്റ് പാർട്ടിക്ക് ലോകസഭയിൽ ഉണ്ടായിരുന്നില്ല. എന്നിട്ടും പിന്തുണയ്ക്കുവേണ്ടി മറ്റു പാർട്ടികളെയോ വ്യക്തികളെയോ സമീപിക്കാതിരിക്കുകയാണ് വലതു പക്ഷം മനഃപൂർവ്വം ചെയ്തത്. അവരുടെ ഉദ്ദേശ്യം വ്യക്തം. ജനങ്ങളോട് തങ്ങൾ അവിശ്വാസ പ്രമേയം കൊണ്ടുവരുന്നുവെന്ന പറയണം. അതേസമയം പ്രമേയം ചർച്ചയ്ക്കെടുക്കാതിരിക്കാനാവശ്യമായ ഭൂരിപക്ഷം ഉണ്ടാകാതിരിക്കുകയും വേണം.

ഈ സമയത്താണ് ആചാര്യകൃപലാനി ഒരു അവിശ്വാസപ്രമേയം കൊണ്ടുവരുകയും അത് ചർച്ചചെയ്യാനനുവാദം ലഭിക്കുകയും ചെയ്തത് (1963 ആഗസ്തിൽ പ്രമേയം ചർച്ച ചെയ്തു വോട്ടിനിടുകയുണ്ടായി). കമ്യൂണിസ്റ്റ് പാർട്ടി വെട്ടിലായി എന്നുവേണം പറയാൻ. ഈ അവസ്ഥയിൽ എന്തു നിലപാട് സ്വീകരിക്കണമെന്നതിനെക്കുറിച്ച് അവർക്ക് ഒരു എത്തുംപിടിയും കിട്ടിയില്ല. ഒടുവിൽ കണ്ടെത്തിയ മാർഗ്ഗമിതായിരുന്നു. മന്ത്രിമാരായ എസ് കെ പാട്ടീലും മൊറാർജി ദേശായിയും രാജി വയ്ക്കണമെന്നൊരു ഭേദഗതി അവർ കൊണ്ടുവന്നു. അടിയന്തരാവസ്ഥയും രാജ്യരക്ഷാനിയമവും(ഡി ഐ ആർ) തുടരുന്ന സർക്കാരിനെതിരെയോ, അതു രണ്ടും ദുരുപയോഗപ്പെടുന്നതിനെതിരെയോ, സർക്കാരിന്റെ ജനവിരുദ്ധ നയങ്ങൾക്കെതിരെയോ അവർ ഒരക്ഷരംപോലും ശബ്ദിച്ചില്ല. അതിനുപകരം മേൽപ്പറഞ്ഞ രണ്ടു മന്ത്രിമാർ കുറ്റക്കാരും ദ്രോഹികളും എന്ന നിലയ്ക്ക് തീപ്പൊരി പ്രസംഗം നടത്തുകയാണ് അവർ ചെയ്തത്.

ഗ്രേറ്റ് മാർച്ച്

കോൺഗ്രസിന്റെ ഒരനുബന്ധമെന്ന നിലയ്ക്ക് ജനങ്ങൾ പാർട്ടിയെ നോക്കിക്കാണാൻ തുടങ്ങി. ഇതോടെ ജനങ്ങളുടെ അസംതൃപ്ത മനോഭാവം മനസ്സിലാക്കിയ വലതുനേതൃത്വം പാർട്ടിയുടെ നഷ്ടപ്പെട്ടു വരുന്ന സ്വാധീനം വീണ്ടെടുക്കാൻ ഒരു ശ്രമം നടത്തി. അങ്ങനെയാണ്

ഗ്രേറ്റ് മാർച്ച് സംഘടിപ്പിക്കാൻ തീരുമാനിച്ചത്. അന്യായ നികുതികൾ പിൻവലിക്കുക, വിലക്കയറ്റം തടയുക, ബാങ്കുകൾ, എണ്ണക്കമ്പനികൾ, വിദേശവ്യാപാരം ഉൾപ്പെടെ സമ്പദ്ഘടനയുടെ തന്ത്രപ്രധാനമായ വശങ്ങൾ ദേശസാല്ക്കരിക്കുക, നിർബ്ബന്ധിത നിക്ഷേപ പദ്ധതി പിൻവലിക്കുക മുതലായ ആവശ്യങ്ങൾ ഉന്നയിച്ചുകൊണ്ട് ഒരു ഭീമഹർജി കമ്യൂണിസ്റ്റ് പാർട്ടിയുടെ ആഭിമുഖ്യത്തിൽ 1963 സെപ്തംബർ 13–ാം തീയതി പാർലമെന്റിൽ സമർപ്പിക്കാൻ തീരുമാനിച്ചു. ഭീമഹർ ജിയിലേക്ക് ഇന്ത്യയൊട്ടാകെയുള്ള ആളുകളിൽനിന്ന് ഒപ്പ് ശേഖരിക്കാൻ തീരുമാനിച്ചു. അതിന്റെ അടിസ്ഥാനത്തിൽ ഭീമഹർജിയിൽ പറഞ്ഞി രിക്കുന്ന ആവശ്യങ്ങൾ ജനങ്ങളെ ബോദ്ധ്യപ്പെടുത്തിക്കൊണ്ടുള്ള പ്രവർത്തനങ്ങൾ സംഘടിപ്പിക്കപ്പെട്ടു. ഈ ഒപ്പുശേഖരണ കാമ്പയിനി ടയിൽ അത് സർക്കാരിനെതിരായതല്ലെന്നും പ്രത്യുത, നെഹ്റുവിന്റെ കരങ്ങളെ ശക്തിപ്പെടുത്താനുദ്ദേശിച്ചുകൊണ്ടുള്ളതാണെന്നും പാർട്ടി നേതാക്കളിൽ ഒരു വിഭാഗം വ്യക്തമാക്കി. സർക്കാരിന്റെ നയങ്ങളെ സംബന്ധിച്ചിടത്തോളം നെഹ്റുവിന് യാതൊന്നും ചെയ്യാനാവില്ലെന്നും അദ്ദേഹം പിന്തിരിപ്പന്മാരുടെ പാളയത്തിൽ അസ്വതന്ത്രനായി കഴിഞ്ഞി രിക്കയാണെന്നുമായിരുന്നു അവരുടെ വിലയിരുത്തൽ.[6] ഭീമഹർജിയിൽ കമ്യൂണിസ്റ്റുകാരെ മോചിപ്പിക്കണമെന്ന ആവശ്യം ഉൾപ്പെടുത്താൻ പോലും ഡാങ്കെയുടെ നേതൃത്വത്തിലുള്ള വലതുപക്ഷം കൂട്ടാക്കിയില്ല.[7]

ഇതെല്ലാമായിട്ടും ഏതാനും മാസക്കാലത്തെ നിർജ്ജീവാവസ്ഥ യ്ക്കുശേഷം ഗവൺമെന്റിനെതിരായി ജനങ്ങളെ അണിനിരത്താൻ പാർട്ടിപ്രവർത്തകർക്ക് ഒരവസരം കിട്ടിയപ്പോൾ അവർ ആവേശത്തോടെ അതിൽ പങ്കാളികളായി. ഡാങ്കെയുടെ നേതൃത്വത്തിലുള്ള വലതുപക്ഷ ഗ്രൂപ്പിന്റെ രാഷ്ട്രീയ നിലപാടിനെ എതിർത്ത ഘടകങ്ങളാണ് ഗ്രേറ്റ് മാർച്ചിനുവേണ്ടിയുള്ള പ്രക്ഷോഭങ്ങളിൽ ഏറ്റവും സജീവമായി പ്രവർത്തിച്ചത്. എങ്കിലും പ്രക്ഷോഭം പൊളിക്കുന്നുവെന്ന് ഡാങ്കെ അവർക്കെതിരായി ആരോപണമുന്നയിച്ചു.

സെപ്തംബർ 13 ന് ഗവൺമെന്റിന്റെ ജനവിരുദ്ധനയങ്ങൾക്കെതി രായി ഉഗ്രമായ താക്കീത് നല്കികൊണ്ട് ഡൽഹിയിൽ രണ്ട് ലക്ഷ ത്തോളംപേർ പങ്കെടുത്ത വമ്പിച്ച പ്രകടനവും യോഗവും നടന്നു.[8]

പ്രകടനത്തിനുമുമ്പായി ഒരു കോടി രണ്ടരലക്ഷം പേർ ഒപ്പിട്ട ഒരു ഭീമഹർജി എ കെ ജി പാർലമെന്റിനു സമർപ്പിച്ചു.

ഗ്രേറ്റ് മാർച്ചിൽ ജനത അണിനിരന്നത് ദൈനംദിനം വഷളായിവരുന്ന സ്ഥിതിയുടെ നേർക്കുള്ള തങ്ങളുടെ അമർഷം പ്രകടിപ്പിക്കാൻ വേണ്ടി യാണെന്നും, പാർട്ടി ജനങ്ങളുടെ ഈ അസംതൃപ്തിക്ക് നിരന്തരമായ നേതൃത്വം നല്കുകയും സർക്കാരിന്റെ നയങ്ങൾക്കെതിരായി സമരം ചെയ്യുകയുമാണ് വേണ്ടതെന്നും ഉള്ള താക്കീതായിരുന്നു. എന്നാൽ ആ താക്കീത് മനസ്സിലാക്കി അതിൽനിന്ന് പാഠംപഠിക്കാതെ ഗ്രേറ്റ് മാർച്ചിന്റെ വിജയം തന്റെ നയങ്ങൾക്ക് ജനങ്ങൾ തന്ന അംഗീകാരമായി എടുത്തു

കാണിക്കുകയാണ് ഡാങ്കെ ചെയ്തത്. ഈ ധാരണ വെച്ചുപുലർത്തിയതിന്റെ ഫലമായി ഗ്രേറ്റ് മാർച്ചിനെത്തുടർന്ന് മാസങ്ങൾക്കുശേഷവും ജനകീയ താല്പര്യങ്ങൾ സംരക്ഷിക്കുന്നതിനുവേണ്ടി സമരം ചെയ്യുന്നതിന് കാര്യമായ ഒരു ശ്രമവും നടക്കുകയുണ്ടായില്ല.

എടുത്തു പറയേണ്ട മറ്റൊരു കാര്യം ഗ്രേറ്റ് മാർച്ചിൽ ബി ടി രണദിവെയ്ക്ക് സിന്ദാബാദ് വിളിച്ചതിന് ഡാങ്കെയുടെ പ്രത്യേക നിർദ്ദേശ പ്രകാരം ബോംബെ പാർട്ടികമ്മിറ്റി ചില മെമ്പറന്മാരെ സസ്പെന്റ് ചെയ്യുകയുണ്ടായി.

സ്വാഭാവികമായും ബഹുജനപ്രസ്ഥാനങ്ങളിലും ബൂർഷ്വാസിയുടെ വാലാകൽ പ്രതിഫലിച്ചു. എ ഐ ടി യു സി ജനറൽ സെക്രട്ടറിയായിരുന്ന ഡാങ്കെ ആ നിലയ്ക്ക് വ്യവസായസമാധാനത്തിന് തയ്യാറാണെന്ന് അറിയിച്ചുകൊണ്ട് വ്യവസായമന്ത്രിക്ക് കത്തെഴുതി. ഒരു ത്രികക്ഷി കമ്മിറ്റി ഉടനെ വിളിച്ചുകൂട്ടണമെന്ന് കത്തിൽ ആവശ്യപ്പെടുകയുണ്ടായി. 1962 നവംബർ 3–ാം തീയതി സമ്മേളനം വിളിച്ചുകൂട്ടപ്പെട്ടപ്പോൾ തൊഴിലുടമകളിൽ നിന്നുള്ള ആക്രമണം എത്ര ക്രൂരമായിരുന്നാലും തൊഴിലാളികൾ പണിമുടക്കില്ലെന്ന് ഡാങ്കെ ഉറപ്പുകൊടുത്തു. എന്നാൽ ട്രേഡ് യൂണിയനുകളോടൊന്നും ആലോചിക്കാതെയാണ് ഡാങ്കെ ഇങ്ങനെ ചെയ്തത്. വ്യവസായസമാധാനത്തിന് സമ്മതിച്ചതിനുശേഷം രണ്ടാഴ്ച കഴിഞ്ഞ്(നവംബർ 16 ന്) എ ഐ ടി യു സിയുടെ ജനറൽ കൗൺസിൽ മുമ്പാകെ സംഭവിച്ചുപോയ ഒരു കാര്യം എന്ന നിലയിൽ ഈ പ്രശ്നം ഡാങ്കെ അവതരിപ്പിച്ചു. രാജ്യത്ത് അടിയന്തരാവസ്ഥയും രാജ്യരക്ഷാനിയമവും പ്രഖ്യാപിക്കപ്പെട്ടതിന്റെ പേരിലാണ് ഡാങ്കെ അതിനെ ന്യായീകരിച്ചത്. നവംബറിൽ കൂടിയ എ ഐ ടി യു സിയുടെ കൗൺസിൽ യോഗത്തിൽ ഡാങ്കെ ഇങ്ങനെ പറഞ്ഞു:

> ദേശീയമായ അടിയന്തരാവസ്ഥയെന്നുപറഞ്ഞാൽ അതിന്റെ അർത്ഥം ഭരണഘടനാപരമായ സാധാരണ അവകാശങ്ങളെല്ലാം റദ്ദ് ചെയ്തിരിക്കുന്നുവെന്നാണ്. ഇത്തരം സന്ദർഭങ്ങളിൽ ആദ്യമായി ലക്ഷ്യങ്ങളിൽ ഒന്നുമാത്രമേ ആക്രമിക്കപ്പെടാതെയുള്ളൂ. പാർലമെന്റ്; അതിപ്പോഴും പ്രവർത്തിച്ചുവരുന്നു. യുദ്ധപരിതഃസ്ഥിതി ഉണ്ടായിട്ടും അടിയന്തരാവസ്ഥ പ്രഖ്യാപിച്ചിട്ടും പാർലമെന്റ് യോഗം ചേരുകയും കാര്യാലോചനകൾ നടത്തുകയും ചെയ്യുന്നു.[9]

വ്യവസായ സമാധാനം തൊഴിലാളികളെ സംബന്ധിച്ചിടത്തോളം നിരുപാധികമാണെന്ന് വ്യക്തമാക്കിയ ഡാങ്കെ കൗൺസിൽ യോഗത്തിൽ പ്രസ്താവിച്ചു: "ഞാൻ നിരുപാധികമായും എന്റെ കടമ നിർവ്വഹിക്കുമെന്ന് ഉറപ്പുനല്കുന്നു. അതേസമയംതന്നെ മറ്റുള്ളവരോട് അവരുടെ കടമ നിർവ്വഹിക്കാൻ അഭ്യർത്ഥിക്കുകയും ചെയ്യുന്നു".

രണ്ടാംലോകമഹായുദ്ധം അതിന്റെ അത്യുച്ചകോടിയിലെത്തുകയും ഹിറ്റ്ലറുടെ ലുഫത്വാഫ് വിമാനങ്ങൾ ലണ്ടനിൽ ബോംബിടുകയും ചെയ്തപ്പോഴും, രണ്ടാം ലോകമഹായുദ്ധകാലത്താകമാനവും ബ്രിട്ടീഷ് പാർലമെന്റ് പ്രവർത്തിക്കുകയുണ്ടായി. ഒരതിർത്തിസംഘട്ടനം ആരംഭിച്ചപ്പോൾ പാർലമെന്റ് സസ്പെന്റ് ചെയ്യാത്തതിനുപോലും ഇന്ത്യാ ഗവൺമെന്റിനെ ശ്ലാഘിക്കുന്നിടത്തോളം ഡാങ്കെയും അദ്ദേഹത്തിന്റെ ഗ്രൂപ്പും അധപ്പതിക്കുകയുണ്ടായി.

ബൂർഷ്വാസി അവരുടെ കടമ നിർവ്വഹിക്കാൻ കൂട്ടാക്കിയില്ലെങ്കിലോ? അതിന് ഡാങ്കെയുടെ ഒഴികഴിവ് ഇങ്ങനെ:

> എന്തുതന്നെയായാലും അവർ ബൂർഷ്വകളാണ്. ചൂഷകരെക്കാൾ ചൂഷിതവർഗ്ഗങ്ങൾക്ക് ദേശീയ കടമയുടെ പ്രശ്നം കൂടുതൽ മൗലികവും യഥാർത്ഥവുമാണ്. യുദ്ധപരിതഃസ്ഥിതിയിൽ തൊഴിലാളിവർഗ്ഗവും കൃഷിക്കാരും ഇടത്തരക്കാരും ചൂഷകവർഗ്ഗങ്ങളിൽ നിന്ന് വിഭിന്നമായി പെരുമാറുന്നു. രാജ്യത്തെ കാത്തുരക്ഷിക്കുന്നതിനുവേണ്ടി നാം ഉപാധികൾ മുമ്പോട്ടുവയ്ക്കുന്നില്ല, എന്തുകൊണ്ടെന്നാൽ രാജ്യം ജനങ്ങളുടേതാണ്.[10]

തൊഴിലാളികളുടെ കൈയും കാലും ബന്ധിച്ച് ബൂർഷ്വാസിയുടെ കാൽക്കീഴിലാക്കിയപ്പോൾ തൊഴിലുടമകൾ അടിയന്തരാവസ്ഥയെ ശരിക്കും ഉപയോഗിച്ചു. അവർ തങ്ങളുടെ ചൂഷണം നിർബ്ബാധം തുടർന്നു. ഞായറാഴ്ച ദിവസങ്ങളിൽപോലും ഓവർടൈം ജോലി എടുപ്പിച്ച് ലാഭമുണ്ടാക്കി. ഓവർടൈം ജോലിയുടെ ഫലമായുണ്ടാവുന്ന നേട്ടം തൊഴിലാളികൾക്കുകൂടി പങ്കുവയ്ക്കാനവർ തയ്യാറായില്ല. പിരിച്ചുവിടൽ, മറ്റു ശിക്ഷണനടപടികൾ തുടങ്ങിയ ട്രേഡ് യൂണിയൻ വിരുദ്ധ പ്രവർത്തനങ്ങളുമായി അവർ നിർബ്ബാധം മുന്നോട്ടുപോയി.

ഗവൺമെന്റ് വ്യവസായ സമാധാനപ്രമേയത്തിന്റെ പ്രവർത്തനം പുനരവലോകനം ചെയ്തപ്പോൾ തൊഴിലുടമകൾ തങ്ങളുടെ കടമകൾ നിറവേറ്റാത്തതിന്റെ നൂറുകണക്കിനുദാഹരണങ്ങൾ രേഖപ്പെടുത്തപ്പെട്ടു.

ഇരുപത്തിയൊന്നാം ഇന്ത്യൻ തൊഴിൽ സമ്മേളനത്തിൽ ഡാങ്കെ ഇങ്ങനെ പ്രസ്താവിച്ചു:

> ഏതെല്ലാം മുഖ്യമായ ഇനങ്ങളിലാണ് തൊഴിലാളിവർഗ്ഗം അവരുടെ കടമ നിർവ്വഹിക്കണമെന്നാവശ്യപ്പെട്ടിരിക്കുന്നത്? ദേശീയ പ്രതിരോധനിധിയിലേക്ക് സംഭാവന നല്കുന്ന കാര്യത്തിലാണോ? ഞങ്ങൾ നല്കി. എ ഐ ടി യു സി യൂണിയനുകൾ വമ്പിച്ച തുക പിരിച്ചുനല്കി. ഞായറാഴ്ച ദിവസങ്ങളിലും ഞങ്ങൾ ഓവർടൈം ജോലിചെയ്യുന്നുണ്ട്. പണിമുടക്കങ്ങളുടെയും പണിനിർത്തലുകളുടെയും കാര്യത്തിലാണോ? തൊഴിൽ മന്ത്രി സമ്മേളനത്തിൽ വെച്ച കണക്കുകൾ കാണിക്കുന്നത് ഇന്ത്യയുടെ ചരിത്രത്തിൽ

ഏറ്റവും സമാധാനപരമായ കാലഘട്ടമാണിതെന്നാണ്. ഉല്പാദനവും ഉല്പാദനക്ഷമതയും എത്രമേൽ വർദ്ധിച്ചുവെന്നും കണക്കുകൾ കാണിക്കുന്നുണ്ട്. തൊഴിലാളിവർഗ്ഗത്തിന്റെ ചരിത്രം അതാണ്.[11]

തൊഴിലുടമവർഗ്ഗത്തിന്റെയും കേന്ദ്രസംസ്ഥാന സർക്കാരുകളുടെയും ചരിത്രം പരിശോധിക്കുക. അടിയന്തരാവസ്ഥയുടെ കാലഘട്ടത്തിൽ വില കയറിക്കൊണ്ടിരുന്നു. അതേസമയം യഥാർത്ഥവേതനം കുറഞ്ഞുവന്നു. ഇവയെ തടഞ്ഞുനിർത്തുന്നതിൽ ഗവൺമെന്റ് പൂർണ്ണമായും പരാജയപ്പെട്ടു. വേതനം കുറയുമ്പോൾ കൂടുതൽ മിച്ചം വയ്ക്കാനാണ് ഗവൺമെന്റ് ഉപദേശിച്ചുകൊണ്ടിരുന്നത്.

തൊഴിലാളിവർഗ്ഗത്തിന്റെ നേർക്ക് ആക്രമണം അഴിച്ചുവിടുമ്പോൾ, അവരുടെ വേതനം വെട്ടിക്കുറയ്ക്കപ്പെടുമ്പോൾ യഥാർത്ഥത്തിൽ സമരം ചെയ്യാതിരിക്കെ ഈ സമരോജ്ജ്വലപ്രഭാഷണംകൊണ്ട് എന്തുപയോഗമാണുള്ളത്. ഇത് തൊഴിലാളി വർഗ്ഗവഞ്ചനയും തൊഴിലാളിവർഗ്ഗത്തെയും ബഹുജനങ്ങളെയും സംരക്ഷിക്കുന്നതിനുവേണ്ടിയുള്ള സമരങ്ങൾ കൈവെടിയലുമാണ്.

എന്നാൽ തൊഴിലാളികൾ ഇത് പൂർണ്ണമായും അംഗീകരിച്ചില്ല. എ ഐ ടി യു സി നേതാക്കളുടെ ഉപദേശം അവർ അവഗണിച്ചതിന് നൂറുനൂറ് ഉദാഹരണങ്ങൾ ഉണ്ട്.

ദുർവ്വഹമായ ജീവിതഭാരത്തിനെതിരായി അവർ സമരം ചെയ്യാൻ തയ്യാറായി. നൂറുകണക്കിന് തൊഴിലാളികളെ അറസ്റ്റുചെയ്തും തടവിലിട്ടും വെടിവെച്ചും സർക്കാർ സമരത്തെ മർദ്ദിച്ചൊതുക്കാൻ ശ്രമിച്ചപ്പോൾ ഡാങ്കെയുടെ എ ഐ ടി യു സി–കമ്യൂണിസ്റ്റ് നേതൃത്വം നിശ്ശബ്ദത പാലിക്കുകയാണുണ്ടായത്.

ഡാങ്കെ ഗ്രൂപ്പ് തൊഴിലാളികളെ വഞ്ചിച്ചുകൊണ്ട് ബൂർഷ്വാസിക്ക് കീഴടങ്ങിയതിന്റെ ചില ഉദാഹരണങ്ങൾ ഇതാ:

തുറമുഖ അധികൃതരുമായി നടത്തിയ അനുരഞ്ജന സംഭാഷണങ്ങളെല്ലാം പരാജയപ്പെട്ടപ്പോൾ ഗോവയിലെ തൊഴിലാളികൾ ബോംബെ, മദിരാശി എന്നീ തുറമുഖങ്ങളിൽ തൊഴിലാളികൾക്ക് ലഭിച്ചുവരുന്ന സൗകര്യങ്ങൾ തങ്ങൾക്കും അനുവദിച്ചുകിട്ടണമെന്നാവശ്യപ്പെട്ടുകൊണ്ട് പണിമുടക്ക് നടത്തി. ഏതാനും ദിവസങ്ങൾക്കുശേഷം പണിമുടക്ക് പൊളിക്കാൻ കഴിയില്ലെന്ന് ബോദ്ധ്യപ്പെട്ടപ്പോൾ ഗുൽസാരിലാൽനന്ദ പണിമുടക്ക് പിൻവലിക്കാനാവശ്യപ്പെട്ടുകൊണ്ട് ഡാങ്കെയ്ക്ക് ഫോൺ ചെയ്തു. ഡാങ്കെ ഉടൻതന്നെ വസ്തുതകളെന്താണെന്ന് അന്വേഷിക്കുക പോലും ചെയ്യാതെ പണിമുടക്ക് നിരുപാധികം പിൻവലിക്കാൻ യൂണിയൻ നേതാക്കളോടാവശ്യപ്പെട്ടു. അവർ അത് നിരസിച്ചു. ഇതിനെത്തുടർന്ന് നൂറുകണക്കിന് തൊഴിലാളി നേതാക്കളും പണിമുടക്കിലേർപ്പെട്ട തൊഴിലാളികളും രാജ്യരക്ഷാ നിയമപ്രകാരം അറസ്റ്റ് ചെയ്യപ്പെട്ടു.

മർദ്ദനനടപടികൾകൊണ്ട് പണിമുടക്ക് പൊളിക്കാനാവില്ലെന്ന് മനസ്സിലാക്കിയപ്പോൾ തുറമുഖാധികൃതർ നേരിട്ട് കൂടിയാലോചനയ്ക്ക് തയ്യാറായി. തൊഴിലാളികളുടെ മുഖ്യമായ ആവശ്യങ്ങൾ അനുവദിച്ചു കൊണ്ട് പണിമുടക്ക് ഒത്തുതീർപ്പായി.[12]

കോയമ്പത്തൂരിൽ മൂന്നുമാസക്കാലത്തിനിടയ്ക്ക് വിവിധ തുണിമില്ലുകളിലായി ഇരുപത്തിയൊന്ന് പണിമുടക്കങ്ങൾ നടന്നു. എ ഐ ടി യു സി നേതൃത്വം ഈ സമരത്തെ സഹായിക്കുകയേയുണ്ടായില്ല. മറ്റു സ്റ്റേറ്റുകളിൽനിന്നും ഇതുപോലുള്ള ധാരാളം ഉദാഹരണങ്ങൾ എടുത്തു പറയാൻ കഴിയും.

വിലക്കയറ്റത്തിനും ജീവിതച്ചെലവു സൂചികയുടെ പോലുള്ള തട്ടിപ്പിനുമെതിരായി ബോംബെയിൽ ഒരു പണിമുടക്ക് നടത്താൻ എച്ച് എം എസ് തയ്യാറെടുത്തപ്പോൾ, അമ്പതോ അതിലധികമോ തൊഴിലാളികൾ ജോലിചെയ്യുന്ന വ്യവസായ സ്ഥാപനങ്ങളിൽ ന്യായവില ഷാപ്പുകൾ തുറക്കാനുള്ള വാഗ്ദാനം നടപ്പിൽ വരുത്താൻ സർക്കാരിനാവശ്യമായ സമയം നല്കുന്നതിനുവേണ്ടി പണിമുടക്ക് നീട്ടിവയ്ക്കാനാവശ്യപ്പെട്ടുകൊണ്ട് എച്ച് എം എസ് നേതൃത്വത്തിനെഴുതുകയാണ് ഡാങ്കെ ചെയ്തത്. എന്നാൽ ഗവൺമെന്റാകട്ടെ അങ്ങനെ ഒരുറപ്പും നല്കിയിട്ടില്ലെന്ന് പ്രസ്താവിച്ചുകൊണ്ട് അതു നിരസിക്കുകയാണുണ്ടായത്. ഡാങ്കെയുടെ ഉപദേശം എച്ച് എം എസ് നേതാക്കൾ നിരാകരിച്ചു. മുനിസിപ്പൽ തൊഴിലാളികളുടെ പണിമുടക്കോടെ പൊതുപണിമുടക്കിനുള്ള പിരിമുറുക്കം അത്യുച്ചകോടിയിലെത്തി. പൊതുപണിമുടക്ക് പൊളിക്കാനുള്ള തന്റെ എല്ലാ ശ്രമങ്ങളും പരാജയപ്പെടുകയും തന്റെ നില പരുങ്ങലിലായെന്ന് മനസ്സിലാക്കുകയും ചെയ്തതിനു ശേഷമാണ് പൊതു പണിമുടക്കിന് പിന്തുണ കൊടുക്കാൻ എ ഐ ടി യു സി യൂണിയനുകളോട് വെറും ഔപചാരികമായിട്ടെങ്കിലും ഡാങ്കെ അഭ്യർത്ഥിച്ചത്. രംഗത്തെവിടെയും ഡാങ്കെ പ്രത്യക്ഷപ്പെട്ടിരുന്നില്ലെങ്കിലും പണിമുടക്ക് വിജയിച്ചപ്പോൾ അതിന്റെ നേട്ടം തട്ടിയെടുക്കാൻ ഡാങ്കെ ശ്രമം നടത്തുകയുണ്ടായി. ഐ എൻ ടി യു സി യൂണിയനുകളിൽനിന്നാണ് എ ഐ ടി യു സി യൂണിയനുകളേക്കാൾ കൂടുതൽ തൊഴിലാളികൾ പണിമുടക്കിയതെന്ന് ഡാങ്കെ തന്നെ പാടി പുകഴ്ത്തുകയുണ്ടായി എന്നതു ശ്രദ്ധേയമാണ്.

പാർട്ടി സഖാക്കളുടെ അറസ്റ്റ് നടന്ന് ആറുമാസത്തിനകം തിരുച്ചിറപ്പള്ളിയിൽ ഒരു പൊതുയോഗത്തിൽ പങ്കെടുക്കവേ അനന്തൻ നമ്പ്യാരെയും ആർ ഉമാനാഥിനെയും ഉദ്ദേശിച്ചുകൊണ്ട് ഗോൾഡൻ റോക്ക് വർക്ക്ഷാപ്പിലും തിരുച്ചിറപ്പള്ളിയിലും ട്രേഡ് യൂണിയൻ നേതാക്കൾ പ്രതിരോധനിധിയിലേക്കുള്ള ഫണ്ട് പിരിവ് പൊളിച്ചതായി പരസ്യമായി പ്രഖ്യാപിച്ചു. എന്നാൽ അവരാകട്ടെ ജയിലിലായിരുന്നു. ഡാങ്കെയുടെ ആരോപണത്തിൽ യാതൊരു സത്യവുമുണ്ടായിരുന്നില്ല. ഇതിൽനിന്ന് അവരെ വിട്ടയക്കരുതെന്ന് ഡാങ്കെ സൂചിപ്പിക്കുകയാണ്

ചെയ്തതെന്ന് വ്യക്തം.

1963 ജൂണിൽ ഹൈദരാബാദിൽ ഒരു ട്രേഡ് യൂണിയൻ കൗൺസിൽ യോഗത്തിൽ പങ്കെടുത്തപ്പോൾ, തടങ്കലിൽവെച്ചിട്ടുള്ള കമ്യൂണിസ്റ്റ് പ്രവർത്തകരെ മോചിപ്പിക്കുന്നതിന് പാർട്ടി നേതൃത്വം ഫലപ്രദമായ നടപടി കൈകൊള്ളണമെന്ന് തൊഴിലാളികൾ ആവശ്യപ്പെട്ടുടനെ ഡാങ്കെയ്ക്ക് കലി കയറി. ക്രോധത്തോടെ അദ്ദേഹം പറഞ്ഞു: "ഈ 'മഹാത്മാക്കൾ' കുറച്ചുകാലം ജയിലിൽ കിടന്നാൽ ആകാശം ഇടിഞ്ഞു വീഴുകയൊന്നുമില്ല".[13]

കൃഷ്ണമേനോനെ കേന്ദ്രമന്ത്രിസഭയിൽനിന്ന് പുറത്താക്കിയപ്പോൾ വലതുപക്ഷവിഭാഗം അമ്പരന്നുപോയി. വലതുപക്ഷ പിന്തിരിപ്പന്മാർ ഉയർത്തിവിട്ട കമ്യൂണിസ്റ്റ് വിരോധജ്വരമാണ് അദ്ദേഹത്തിന്റെ പുറന്ത ള്ളലിലേക്ക് നയിച്ചത്. സാമ്രാജ്യത്വ സൈനികസഹായത്തെ പാർട്ടിയിലെ വലതുവിഭാഗം സ്വാഗതം ചെയ്തു. ആയുധ സഹായത്തിനുവേണ്ടി ഇരക്കാൻ ടി ടി കൃഷ്ണമാചാരി അമേരിക്കയിലേക്കും ബ്രിട്ടണിലേക്കും പോയപ്പോൾ പാർലമെന്റിൽ കമ്യൂണിസ്റ്റ് നേതാവായ ഹിരൺ മുഖർജി 'യാത്ര ശുഭകരമായിത്തീരട്ടെ' എന്നു പറഞ്ഞു ആശംസിക്കുകയാണു ണ്ടായത്. അങ്ങനെ തങ്ങളുടെ ദേശാഭിമാനം ബൂർഷ്വാസിക്ക് നിർലജ്ജം കീഴടങ്ങുന്നിടത്തോളം അവരെ കൊണ്ടെത്തിച്ചു.

> ....സാമ്രാജ്യത്വസഹായം സ്വീകരിക്കുന്നതിന്റെ അനിവാര്യഫലം കമ്യൂണിസ്റ്റ് പ്രസ്ഥാനത്തിന്റെ മേലുള്ള ആക്രമണമാണെന്ന, സാർവ്വദേശീയ കമ്യൂണിസ്റ്റ് പ്രസ്ഥാനത്തിന്റെ പ്രാഥമിക പാഠം വിസ്മരിക്കുകയാണവർ ചെയ്തത്. അതുകൊണ്ട് ബ്രിട്ടീഷ്-അമേ രിക്കൻ സൈനിക കമ്മീഷന്റെ വരവും രാജ്യവ്യാപകമായി സഖാ ക്കളെ അറസ്റ്റ് ചെയ്തതും തമ്മിലുള്ള ബന്ധം കാണാനവർക്ക് കഴിഞ്ഞില്ല. അതിനാൽ ഈ അറസ്റ്റുകൾ പാർട്ടിയെയാകെ ഉദ്ദേ ശിച്ചുകൊണ്ടുള്ളതല്ലെന്ന സർക്കാരിന്റെ അവകാശവാദം നിർല ജ്ജം സ്വീകരിക്കുകയാണവർ ചെയ്തത്. കമ്യൂണിസ്റ്റുകാരെ ആക്ര മിക്കുകയെന്നതാണ് പിന്തിരിപ്പന്മാർ ലോകവ്യാപകമായി എടുത്തു പ്രയോഗിച്ചുവരുന്ന ആയുധമെന്ന, ലോക കമ്യൂണിസ്റ്റ് പ്രസ്ഥാന ത്തിന്റെ അംഗീകൃത നിലപാടിനെ, നിർലജ്ജം കൈവെടിയുക യാണവർ ഇതുവഴി ചെയ്തത്.[14]

ഇന്ത്യാ-ചൈന യുദ്ധത്തോടെ പ്രഖ്യാപിച്ച അടിയന്തരാവസ്ഥ പിൻവലിക്കണമെന്ന് നീണ്ട ആറുമാസക്കാലത്തിനിടയ്ക്ക് കമ്യൂണിസ്റ്റ് പാർട്ടി ആവശ്യപ്പെട്ടില്ല. എന്നുമാത്രമല്ല, അടിയന്തരാവസ്ഥ റദ്ദാക്കണ മെന്ന് മറ്റു പ്രതിപക്ഷപാർട്ടികൾ ആവശ്യപ്പെട്ടപ്പോൾ അവരിൽ പലരും അതിനെ എതിർക്കുകയാണുണ്ടായത്. എന്നാൽ ഈ പ്രശ്നത്തിൽ നിന്നും ഒഴിഞ്ഞുമാറാൻ കമ്യൂണിസ്റ്റ് പാർട്ടിക്ക് കഴിയാത്ത അവസ്ഥ

സംജാതമായി. 1963 ജൂൺ 26 മുതൽ ജൂലൈ 3 വരെ കൂടിയ നാഷണൽ കൗൺസിൽ യോഗം ഈ പ്രശ്നത്തിൽ ഒരു പ്രമേയം അംഗീകരിച്ചു. എന്നാൽ ആ പ്രമേയത്തിൽ അടിയന്തരാവസ്ഥ പിൻവലിക്കണമെന്ന് അസന്ദിഗ്ദ്ധമായി പറയാൻ അവർ തയ്യാറായില്ല. പകരം പ്രതിപക്ഷ പാർട്ടികളുമായി ആലോചിച്ച് അടിയന്തരാവസ്ഥ ഇനിയും തുടരേണ്ടതാവശ്യമായിട്ടുണ്ടോ എന്ന പ്രശ്നം പരിശോധിക്കണമെന്ന് ഗവൺമെന്റിനോട് ആവശ്യപ്പെടുകയാണ് ആ പ്രമേയം ചെയ്തത്.[15] ഈ പ്രമേയം പാസാക്കി രണ്ട് ദിവസത്തിനകം എ ഐ ടി യു സി ജനറൽ കൗൺസിൽ യോഗം ചേരുകയും അടിയന്തരാവസ്ഥ തുടരണമെന്നാണ് തന്റെ അഭിപ്രായമെന്നും ഡാങ്കെ പ്രഖ്യാപിക്കുകയുണ്ടായി.[16]

സൂചിക

1. *റിവിഷനിസത്തിനെതിരെ,* പു:50
2. മേൽച്ചൊന്നത്, പു:50–51
3. പാർട്ടിയുടെ ഐക്യവും അച്ചടക്കവും ഉയർത്തിപ്പിടിക്കുക, ദേശീയ സ്റ്റേറ്റ് കൗൺസിൽ പ്രമേയങ്ങൾ, കമ്യൂണിസ്റ്റ് പാർട്ടി പ്രസിദ്ധീകരണം, മേയ് 1964, പു:136
4. *സി പി ഐ (എം) സി പി ഐ ഭിന്നത,* പു:39
5. സി അച്യുതമേനോൻ, *അഭിപ്രായ വ്യത്യാസങ്ങളുടെ കാതലെന്താണ്?* പു:8
6. *റിവിഷനിസത്തിനെതിരെ,* പു:53
7. മേൽച്ചൊന്നത്
8. Resolutions of the Central Executive Committe of the National Council of the Communist Party of India, (New Delhi 14-17 September 1963), Communist Party Publication, P:1
9. *റിവിഷനിസത്തിനെതിരെ,* പു:42
10. മേൽച്ചൊന്നത്, പു:43
11. മേൽച്ചൊന്നത്, പു:43–44
12. Fight Against Revisionism, Published by EMS Namboodiripad, (Thiruvananthapuram-December 1965), P:29
13. *റിവിഷനിസത്തിനെതിരെ,* പു:49
14. മേൽച്ചൊന്നത്, പു:49
15. മേൽച്ചൊന്നത്, പു:50
16. മേൽച്ചൊന്നത്, പു:50

21

രണ്ടു തുറന്ന കത്തുകൾ

ആയിരത്തിത്തൊള്ളായിരത്തി അറുപത്തി മൂന്ന് ജൂൺ 14-ാം തീയതി സോവിയറ്റ് കമ്യൂണിസ്റ്റ് പാർട്ടിയുടെ അന്താരാഷ്ട്ര നയങ്ങളെ രൂക്ഷമായി വിമർശിച്ചുകൊണ്ട് ചൈനീസ് കമ്യൂണിസ്റ്റ് പാർട്ടി ഒരു കത്ത് പ്രസിദ്ധീകരിച്ചു. Our Proposals Concerning the General Line of International Communist Movement എന്ന തലക്കെട്ടിലുള്ള ആ കത്തിൽ ഉഭയകക്ഷി ചർച്ചയ്ക്കു വേണ്ടി 25 നിർദ്ദേശങ്ങൾ വെച്ചിരുന്നു. ഓരോ നിർദ്ദേശവും സോവിയറ്റ് കമ്യൂണിസ്റ്റ് പാർട്ടിയുടെ മേൽ കുറ്റാരോപണം നടത്തിക്കൊണ്ടുള്ളതായിരുന്നു.[1]

ചൈനീസ് കമ്യൂണിസ്റ്റ് പാർട്ടിയുടെ മേൽപ്പറഞ്ഞ കത്തിന് മറുപടിയായി ജൂലൈ 14-ാം തീയതി സോവിയറ്റ് കമ്യൂണിസ്റ്റ് പാർട്ടിയുടെ കേന്ദ്രകമ്മിറ്റി ഒരു തുറന്ന കത്ത് (Open Letter) പുറപ്പെടുവിക്കുകയുണ്ടായി. ലോകകമ്യൂണിസ്റ്റ് പ്രസ്ഥാനത്തിൽ ആശയപരമായ സംഘട്ടനങ്ങൾക്ക് കാരണക്കാർ ചൈനയാണെന്ന് ആ കത്തു തിരിച്ചടിച്ചു.[2]

അഭിപ്രായവ്യത്യാസത്തിന്റെ ചുരുക്കം ഇതാണ്. മാർക്സിസം-ലെനിനിസത്തിന്റെ അടിസ്ഥാന തത്ത്വങ്ങളായി കണക്കാക്കപ്പെട്ടിരുന്ന സിദ്ധാന്തങ്ങളെ മുഴുവൻ വെല്ലുവിളിച്ചുകൊണ്ട് വലതുപക്ഷ റിവിഷനിസത്തിന്റേതായ നിലപാടാണ് സോവിയറ്റ് കമ്യൂണിസ്റ്റ് പാർട്ടി സ്വീകരിച്ചിരിക്കുന്നതായി ചൈനീസ് പാർട്ടി ആരോപിച്ചു. അതേസമയം, ചൈനീസ് കമ്യൂണിസ്റ്റ് പാർട്ടിയുടെ നിലപാട് സൈദ്ധാന്തിക പിടിവാശിയുടെയും ഇടതുപക്ഷ കമ്യൂണിസത്തിന്റേതുമാണെന്ന് സോവിയറ്റ് കമ്യൂണിസ്റ്റ് പാർട്ടിയും ആക്ഷേപിച്ചു.

പരസ്പരം കടന്നാക്രമിച്ചുകൊണ്ടുള്ള ഈ കത്തുകൾ 1960 ലെ മോസ്കോ സമ്മേളനത്തോടുകൂടി പരിഹരിച്ചുവെന്ന് കരുതിയിരുന്ന

ഭിന്നിപ്പ് വീണ്ടും പുറത്തുകൊണ്ടുവന്നു.

1960 നവംബറിലെ മോസ്കോ സമ്മേളനം ഏകകണ്ഠമായി ചെന്നെത്തിയ നിഗമനങ്ങളിൽ ഏറ്റവും പ്രധാനം നിലവിലുള്ള ചരിത്ര കാലഘട്ടത്തിന്റെ നിർവ്വചനത്തെ സംബന്ധിച്ചായിരുന്നു. അതേക്കുറിച്ച് ഇ എം എസ് നമ്പൂതിരിപ്പാട് എഴുതി:

> ....മനുഷ്യസമൂഹം മുതലാളിത്തത്തിൽനിന്ന് സോഷ്യലിസത്തിലേക്ക് പുരോഗമിക്കുകയാണ്; അതിന്റെ ഭാഗമായി അധീനരാജ്യങ്ങൾ സ്വാതന്ത്ര്യം നേടുകയാണ്; അവയുടെ ദേശീയ വിമോചനസമരവും ലോകവ്യാപകമായ വർഗ്ഗസമരവും പരസ്പരം ബന്ധപ്പെട്ടുകിടക്കുന്നു; രണ്ടിന്റെയും ഗതിയെ നിർണ്ണയിക്കുന്ന ഒന്നാണ് മൂന്നാം ലോകമഹായുദ്ധം ഒഴിവാക്കി ലോകസമാധാനം സ്ഥാപിക്കുന്നതിനുവേണ്ടി രൂപംകൊള്ളുന്ന സാർവ്വലൗകിക പ്രസ്ഥാനം–ഇത്രയും കാര്യങ്ങളിൽ ഏകകണ്ഠമായ അഭിപ്രായത്തോടെയാണ് മോസ്കോ സമ്മേളനം പിരിഞ്ഞത്.[3]

എന്നാൽ മോസ്കോ സമ്മേളന തീരുമാനം വ്യാഖ്യാനിക്കുന്ന കാര്യത്തിൽ രൂക്ഷമായ അഭിപ്രായവ്യത്യാസം സമ്മേളനത്തിനുശേഷവും തുടർന്നു. ഇതിലടങ്ങിയ ഓരോ ആശയത്തിന്റെയും വ്യക്തമായ അർത്ഥമെന്ത്, അതിന്റെ അടിസ്ഥാനത്തിൽ ലോക കമ്യൂണിസ്റ്റ് പ്രസ്ഥാനമാകെയും ഓരോ രാജ്യത്തെ കമ്യൂണിസ്റ്റ് പാർട്ടികൾ വിശേഷിച്ചും എന്ത് പ്രായോഗിക സമീപനമംഗീകരിക്കണം എന്ന കാര്യത്തിലായിരുന്നു അഭിപ്രായ ഭിന്നത. ഈ ഭിന്നതയ്ക്ക് വ്യക്തമായ രൂപം നല്കുകയാണ് സോവിയറ്റ്–ചൈനീസ് പാർട്ടികളുടെ നേതാക്കൾ പരസ്പരം കൈമാറിയ തുറന്ന കത്തുകൾ ചെയ്തത്. കത്തിലെ ഉള്ളടക്കം വിഭിന്ന ചിന്താഗതികളിൽ നിന്നിരുന്ന ഇന്ത്യൻ പാർട്ടിസഖാക്കളുടെ ഇടയിലെ ഉൾപാർട്ടി സമരത്തിന് മൂർച്ചകൂട്ടാൻ വളരെയധികം സഹായിച്ചു.

മുതലാളിത്തത്തിൽനിന്ന് സോഷ്യലിസത്തിലേക്കുള്ള പരിവർത്തനത്തിൽ ലോകസമാധാന പ്രസ്ഥാനത്തിനുള്ള പങ്ക് എന്താണ്, ഓരോ രാജ്യത്തെയും കമ്യൂണിസ്റ്റ് പാർട്ടിക്കും പാർട്ടി ഭരണത്തിലിരിക്കുന്ന രാജ്യങ്ങളിലെ ഗവൺമെന്റിനുമുള്ള പങ്ക് എന്താണ് എന്നിവയെപ്പറ്റിയായിരുന്നു ഒരു പ്രധാന അഭിപ്രായവ്യത്യാസം. ഇക്കാര്യത്തിൽ സോവിയറ്റ്–ചൈനീസ് നേതാക്കളുടെ അഭിപ്രായങ്ങളെക്കുറിച്ച് ഇ എം എസ് എഴുതി:

> സമാധാനം നിലനിർത്തൽ സോഷ്യലിസത്തിലേക്കുള്ള പരിവർത്തനത്തിന് അനുപേക്ഷണീയമായ ഉപാധിയാണ്; അതുകൊണ്ട് സോഷ്യലിസ്റ്റ് വിപ്ലവത്തിന് രൂപംനല്കുന്നവർ സമാധാനപ്രസ്ഥാനത്തിൽ സർവ്വശ്രദ്ധയും കേന്ദ്രീകരിക്കണം– ഇതായിരുന്നു ഒരഭിപ്രായം. വർഗ്ഗസമരത്തിന്റെ ഏറ്റവും ഉയർന്ന രൂപമാണ് സമാധാനത്തിനുവേണ്ടിയുള്ള സമരം എന്നുവരെ ഈ ചിന്താഗതി

ക്കാർ ചെന്നെത്തി. സോവിയറ്റ് പാർട്ടിയുടെ നേതൃത്വത്തിന്റെ ആധികാരിക രേഖകളിൽ അംഗീകരിക്കപ്പെടുന്ന നിലപാട് പ്രയോഗത്തിൽവരുത്തിക്കൊണ്ടുള്ള പ്രസ്താവനകൾ, പ്രബന്ധങ്ങൾ, പ്രസംഗങ്ങൾ എന്നിവ ഈ ചിന്താഗതിക്ക് വളംവെച്ചു കൊടുത്തു.

ഇതിനെതിരായ ചിന്താഗതിയിലും സാമ്രാജ്യാധിപത്യത്തിന്റെ സൃഷ്ടിയാണ് യുദ്ധവും ആയുധവല്ക്കരണവും എന്ന സത്യം അംഗീകരിച്ചിരുന്നു. യുദ്ധത്തിനെതിരായ സമരത്തിന്റെ പ്രാധാന്യം ഈ ചിന്താഗതിക്കാരും ഊന്നിപ്പറഞ്ഞിരുന്നു. എന്നാൽ, യുദ്ധം ഒഴിവാക്കേണ്ടതാണെന്നല്ലാതെ ഒഴിവാക്കാൻ കഴിയുമെന്ന ആശ അവർക്കില്ലായിരുന്നു. കൂടാതെ, യുദ്ധം പൊട്ടിപ്പുറപ്പെടുകയാണെങ്കിൽ അതുകൊണ്ട് നശിക്കുന്നത് മുതലാളിത്ത വ്യവസ്ഥയാണ്, സോഷ്യലിസമല്ല എന്നും അവർക്ക് അഭിപ്രായമുണ്ടായിരുന്നു. മനുഷ്യരാശിയിൽ വലിയൊരു വിഭാഗം നശിക്കുമെങ്കിലും അവശേഷിച്ച് ജീവിക്കുന്ന ന്യൂനപക്ഷം മനുഷ്യർക്ക് കൂടുതൽ നല്ല, കൂടുതൽ ഉജ്ജ്വലമായ ഒരു പുതിയ സോഷ്യലിസ്റ്റ് സമൂഹം കെട്ടിപ്പടുക്കാൻ കഴിയുമെന്നും അവർ പ്രതീക്ഷിച്ചു. ഇതിന്റെ ശക്തരായ വക്താക്കളായിരുന്നു ചൈനീസ് സഖാക്കൾ.[4]

രൂക്ഷമായ അഭിപ്രായവ്യത്യാസമുണ്ടായിരുന്ന മറ്റൊരുകാര്യം സോഷ്യലിസ്റ്റ് പരിവർത്തനത്തിനുള്ളതായാലും ലോകസമാധാനം നിലനിർത്താനുള്ളതായാലും ലോകവ്യാപകമായി നടക്കേണ്ട വിപ്ലവ പ്രസ്ഥാനത്തിന്റെ കേന്ദ്രമെവിടെ, അതിനുള്ള സമരത്തിൽ നേതൃത്വം വഹിക്കുന്നതും നിർണ്ണായക പങ്കുള്ളതുമായ വർഗ്ഗങ്ങൾ, രാജ്യങ്ങൾ, പ്രസ്ഥാനങ്ങൾ ഏത് എന്നിവയെ സംബന്ധിച്ചായിരുന്നു. അതേക്കുറിച്ച് ഇ എം എസ് എഴുതി:

.......സോഷ്യലിസ്റ്റ് രാജ്യങ്ങൾ, അവിടെ നടക്കുന്ന നിർമ്മാണ പ്രവർത്തനങ്ങൾ, അവർക്ക് നേതൃത്വം നല്കുന്ന തൊഴിലാളി വർഗ്ഗം എന്നിവയാണ് ലോകവിപ്ലവത്തിനുള്ള സംഘടിത സേനയിലെ മുന്നണിവിഭാഗം; മുതലാളിത്തരാജ്യങ്ങളിലെ തൊഴിലാളി പ്രസ്ഥാനം, അധീന രാജ്യങ്ങളിലെ ദേശീയവിമോചന പ്രസ്ഥാനം എന്നിവ എത്രതന്നെ പ്രധാനമാണെങ്കിലും അവയ്ക്കല്ല മുൻപറഞ്ഞവയ്ക്കാണ് പ്രാമുഖ്യം-ഇതായിരുന്നു ഒരഭിപ്രായം. സോവിയറ്റ് പാർട്ടിയുടെ നിലപാട് ഇതായിരുന്നുവെന്ന് പറയാം.

ഇതിനെതിരെ ചൈനീസ് പാർട്ടി നേതൃത്വം പ്രകടിപ്പിച്ച അഭിപ്രായം ചുരുക്കത്തിൽ ഇതാണ്: ദേശീയവിമോചന സമരങ്ങളാണ് ലോകവിപ്ലവത്തിന്റെ ഗതിയാകെ നിർണ്ണയിക്കുന്നതെന്ന ഒരു ഘട്ടം മനുഷ്യസമൂഹത്തിന്റെ ചരിത്രത്തിൽ എത്തിയിരിക്കുന്നു. ചൈനീസ് നേതൃത്വം പിന്നീട് രൂപപ്പെടുത്തിയ ഒരു ശൈലി

പ്രയോഗമനുസരിച്ച് ഭൂഗോളത്തിലെ ഗ്രാമപ്രദേശങ്ങളെന്ന് പറയാവുന്ന പിന്നണിരാജ്യങ്ങൾ പട്ടണപ്രദേശങ്ങളെന്ന് പറയാവുന്ന വികസിത രാജ്യങ്ങളെ വളഞ്ഞുവയ്ക്കുകയെന്ന സ്ഥിതി സംജാതമായിരിക്കുന്നു.[5]

സോഷ്യലിസത്തിലേക്കുള്ള പരിവർത്തനം, അധീന രാജ്യങ്ങൾക്ക് നേടിയെടുക്കാനുള്ള ദേശീയ സ്വാതന്ത്ര്യസമരത്തിന്റെ പ്രസ്ഥാനം എന്നിവയിലേക്കുള്ള മാർഗ്ഗത്തെ സംബന്ധിച്ചും തർക്കം ഉണ്ടായി. 20–ാം കോൺഗ്രസ് തീരുമാനിച്ച സമാധാനപരമായ മാർഗ്ഗമെന്ന് സോവിയറ്റ് യൂണിയൻ. സായുധസമരത്തിന്റേതെന്ന് ചൈന. അതേക്കുറിച്ച് ഇ എം എസ് എഴുതി:

> ....സോഷ്യലിസത്തിലേക്കുള്ള പരിവർത്തനം, അധീന രാജ്യങ്ങൾക്ക് നേടിയെടുക്കാനുള്ള ദേശീയ സ്വാതന്ത്ര്യസമരത്തിന്റെ പ്രസ്ഥാനം എന്നിവയിലേക്കുള്ള മാർഗ്ഗമേതെന്ന പ്രശ്നവും പൊന്തിവന്നു. താരതമ്യേന സമാധാനപരമെന്ന് പറയാവുന്നതും സോവിയറ്റ് പാർട്ടിയുടെ ഇരുപതാം കോൺഗ്രസ് വിഭാവനം ചെയ്തുമാണോ; അതോ ചൈനീസ് പാർട്ടി ഊന്നിഊന്നിപ്പറഞ്ഞിരുന്ന സായുധസമരത്തിന്റേതോ?
>
> ഇതിന്റെ തന്നെ ഒരു രൂപം മുതലാളിത്ത രാജ്യങ്ങളിലെ–ഇന്ത്യയടക്കം സമീപകാലങ്ങളിൽ ദേശീയ സ്വാതന്ത്ര്യം നേടിയ രാജ്യങ്ങളിലെ വിശേഷിച്ചും–ബൂർഷ്വാ–ഭൂപ്രഭു ഭരണവർഗ്ഗങ്ങളോടും പാർട്ടികളോടുമുള്ള സമീപനത്തിൽ പ്രതിഫലിച്ചിരുന്നു. ലോകസമാധാനമെന്ന ഒറ്റപ്രശ്നത്തിൽ സഹായകരവും ക്രിയാത്മകവുമായ നിലപാടെടുക്കുന്നുണ്ടോ എന്നു മാത്രം പരിശോധിച്ച് ഈ രാജ്യങ്ങളിലെ ഭരണവർഗ്ഗങ്ങളോടുള്ള സമീപനം രൂപപ്പെടുത്താനാണ് 20–ാം കോൺഗ്രസിനു മുൻപും കോൺഗ്രസിലും സോവിയറ്റ് നേതൃത്വം ശ്രമിച്ചത്. അന്നതിന് പൂർണ്ണ പിന്തുണ ചൈനീസ് പാർട്ടി നല്കുകയും ചെയ്തു.
>
> എന്നാൽ പിന്നീടുള്ള സംഭവവികാസങ്ങളുടെ ഫലമായി ഇതിനു നേരെ വിപരീതമായ ഒരു നിലപാട് ആ പാർട്ടിയെടുത്തു. എല്ലാ രാജ്യങ്ങളിലും ഭരണത്തിലിരിക്കുന്ന വർഗ്ഗങ്ങളെയും പാർട്ടികളെയും ശക്തിയായി എതിർക്കുക, അതിനുവേണ്ടി സംഘടിതമാവുന്ന സായുധസമരങ്ങൾക്ക് സർവ്വവിധ സഹായങ്ങളും നല്കുക–ഈ നിലപാടിലേക്ക് ചൈനീസ് സഖാക്കൾ നീങ്ങി.[6]

മേൽപ്പറഞ്ഞ രണ്ടു ചിന്താഗതികളും ഇന്ത്യൻ കമ്യൂണിസ്റ്റ് പാർട്ടിക്കകത്തെ അഭിപ്രായഭിന്നതകൾ രൂക്ഷമാക്കി. അതേപ്പറ്റി ഇ എം എസ് എഴുതി:

ഈ രണ്ട് ചിന്താഗതികളും ഇന്ത്യൻ പാർട്ടിക്കകത്ത്– നേതൃവലയത്തിലും അണികളിലും ഒരുപോലെ–അലയടിച്ചു. സോവിയറ്റ് പാർട്ടിയുടെയും ചൈനീസ് പാർട്ടിയുടെയും തുറന്ന കത്തുകൾ സ്വന്തം ആശയപരമായ വിദ്യാഭ്യാസത്തിനുവേണ്ടി ഉപയോഗിക്കുന്ന രണ്ട് വിഭാഗങ്ങൾ പാർട്ടിക്കകത്ത് രൂപംകൊണ്ടു. പാർട്ടി പരിപാടി പുതുക്കിയെഴുതൽ, സമകാലീനങ്ങളായ സാമ്പത്തിക–രാഷ്ട്രീയ സംഭവവികാസങ്ങളെ വിലയിരുത്തൽ എന്നിവയുടേതായ പ്രക്രിയയിൽ ഈ രണ്ടു ചിന്താഗതികളുടെയും പ്രതിഫലനമുണ്ടായി.

അതോടൊപ്പം, രണ്ടിനോടും പൂർണ്ണമായി യോജിക്കാതെ, രണ്ടിൽ നിന്നും സ്വതന്ത്രമായ നിലപാടുകൾ– ഒരു കാര്യത്തിൽ സോവിയറ്റ് പാർട്ടിയുടേതിനോടും മറ്റൊന്നിൽ ചൈനയുടേതിനോടും യോജിപ്പ്–ചുരുക്കം ചിലർ എടുത്തു. ഈ വ്യത്യസ്ത നിലപാടുകളാകട്ടെ, ഉൾപാർട്ടി പ്രതിസന്ധിയെ മുമ്പെന്നത്തെയുംകാൾ കൂടുതൽ മൂർച്ഛിപ്പിക്കുകയും ചെയ്തു.[7]

സാർവ്വദേശീയ കമ്യൂണിസ്റ്റ് പ്രസ്ഥാനത്തിൽ നടക്കുന്ന പ്രത്യയശാസ്ത്രപരമായ വിവാദത്തെ സംബന്ധിച്ച് 1963 ഒക്ടോബറിൽ നടന്ന നാഷണൽ കൗൺസിൽ യോഗത്തിൽ രൂക്ഷമായ അഭിപ്രായഭിന്നതയുണ്ടായി. പാർട്ടിയിലെ വലതുപക്ഷം പൂർണ്ണമായും സോവിയറ്റ് നിലപാടിനെ പിന്താങ്ങുകയുണ്ടായി. എന്നാൽ ഇടതുപക്ഷവിഭാഗം പൂർണ്ണമായി സോവിയറ്റ് നിലപാടിനെയോ ചൈനീസ് നിലപാടിനെയോ പിന്തുണച്ചില്ല. ഒക്ടോബർ 16–ാം തീയതി പ്രമേയം വോട്ടിനിടുകയും 22 നെതിരെ 52 വോട്ടോടെ പ്രമേയം പാസാക്കുകയും ചെയ്തു.[8] 100 അംഗ കൗൺസിലിൽ ബാക്കിയുള്ള ബഹുഭൂരിപക്ഷംപേരും ജയിലിലായിരുന്നു. ഈ സമയം ഇ എം എസ് നമ്പൂതിരിപ്പാട് ഒരു ബദൽ പ്രമേയം അവതരിപ്പിച്ചു. സിനോ–സോവിയറ്റ് തർക്കത്തിൽ ഇന്ത്യൻ കമ്യൂണിസ്റ്റ് പാർട്ടി നിഷ്പക്ഷത പാലിക്കണമെന്നായിരുന്നു നമ്പൂതിരിപ്പാട് അവതരിപ്പിച്ച പ്രമേയത്തിന്റെ സാരാംശം. പ്രമേയത്തിന് അനുകൂലമായി 20 വോട്ടും എതിരായി 55 വോട്ടും ലഭിക്കുകയുണ്ടായി.[9]

ഈ വ്യത്യസ്ത ചിന്താഗതികൾ തമ്മിലുള്ള സംഘട്ടനം ലോക കമ്യൂണിസ്റ്റ് പ്രസ്ഥാനത്തിൽ മറ്റൊരു വിവാദം കൂടി ഉയർത്തി. ലോക കമ്യൂണിസ്റ്റ് പ്രസ്ഥാനത്തിന് ഒരു നേതാവുണ്ടോ, ഉണ്ടെങ്കിൽ ഏതു പാർട്ടിയാണ് നേതാവ്, അതുപോലെ ലോക കമ്യൂണിസ്റ്റ് പ്രസ്ഥാനത്തിന് ഒരു കേന്ദ്രമുണ്ടോ, ഉണ്ടെങ്കിൽ ആ കേന്ദ്രം എവിടെയാണ് ഈ ചോദ്യങ്ങൾ ഉയർന്നുവന്നു. അതേക്കുറിച്ച് ഇ എം എസ് എഴുതി:

സോവിയറ്റ് പാർട്ടിയാണ് നേതാവ്, മോസ്കോ ആണ് കേന്ദ്രം എന്ന് ശക്തിയായി വാദിക്കുന്നവർ; അതല്ല ചൈനീസ് പാർട്ടിയാണ് നേതാവ്, ബെയ്ജിങ് ആണ് കേന്ദ്രം എന്ന് വാദിക്കുന്നവർ;

ഇതുരണ്ടുമല്ല ലോക കമ്യൂണിസ്റ്റ് പ്രസ്ഥാനത്തിന് നേതാവോ കേന്ദ്രമോ ഇല്ല, ഓരോ രാജ്യത്തെയും കമ്യൂണിസ്റ്റ് പാർട്ടികൾ സ്വതന്ത്രമായി പ്രവർത്തിക്കുന്നു എന്ന അഭിപ്രായക്കാർ- ഈ ചിന്താഗതികളെല്ലാം ഉയർന്നുവന്നു.

അവസാന വിഭാഗത്തിൽത്തന്നെ ഏതെങ്കിലുമൊരു പാർട്ടി നേതാവോ അതിന്റെ ആസ്ഥാനം ലോക കമ്യൂണിസ്റ്റ് പ്രസ്ഥാനത്തിന്റെ കേന്ദ്രമോ, അല്ലെങ്കിലും, സഹോദരപാർട്ടികൾ തമ്മിൽ സൗഹൃദവും സഹകരണവും ആശയവിനിമയവും ആവശ്യമാണെന്നും അല്ലെന്നും കരുതുന്ന വിഭാഗങ്ങളുണ്ടായിരുന്നു.

ഈ വിവാദത്തിനിടയ്ക്ക് രൂപപ്പെട്ട ഒരു പദപ്രയോഗമുണ്ട്- ബഹുകേന്ദ്ര സംവിധാനം. അതിന്റെ കർത്താവ് കമ്യൂണിസ്റ്റ് ഇന്റർ നാഷണലിന്റെ സെക്രട്ടേറിയറ്റിൽ പ്രവർത്തിച്ച് പ്രശസ്തനായിത്തീർന്ന പാൽമിറോ തോഗ്ലിയാത്തിയായിരുന്നു. മോസ്കോ, ബെയ്ജിങ് എന്നിവ മാത്രമല്ല ഒട്ടേറെ കേന്ദ്രങ്ങൾ ലോക കമ്യൂണിസ്റ്റ് പ്രസ്ഥാനത്തിന് ഉണ്ടെന്ന നിലവന്നിരിക്കുന്നു. അവയെല്ലാം കണക്കിലെടുത്തും സഹകരിച്ചും വേണം പ്രസ്ഥാനം വളർത്താൻ എന്നാണ് ഈ പദപ്രയോഗംകൊണ്ട് അദ്ദേഹം സൂചിപ്പിച്ചത്.

ലോകകമ്യൂണിസ്റ്റ് പ്രസ്ഥാനത്തിന്റെ വളർച്ചയിൽ ഒരു പുതിയ കാലഘട്ടമെത്തിയതായി സൂചിപ്പിക്കുന്ന തോഗ്ലിയാത്തിയുടെ രേഖയിൽ- അന്തരിക്കുന്നതിനു തൊട്ടുമുമ്പ് എഴുതിയ അതിന് തോഗ്ലിയാത്തിയുടെ മരണപത്രം എന്ന പേർ അദ്ദേഹത്തിന്റെ ആരാധകന്മാർ നല്കിയിരുന്നു- സോവിയറ്റ് പാർട്ടിയുടെയും ചൈനീസ് പാർട്ടിയുടെയും നിലപാടുകളിൽ ചിലതിനോട് യോജിപ്പും മറ്റു ചിലതിനോട് ഭിന്നാഭിപ്രായവും രേഖപ്പെടുത്തിയിരുന്നു. ചൈനീസ് പാർട്ടി പിന്നീട് ഉദ്ഘാടനം ചെയ്ത ആശയസമരത്തിൽ തോഗ്ലിയാത്തിക്കെതിരായ ആക്രമണവുമുണ്ടായിരുന്നു.[10]

ചുരുക്കത്തിൽ സോവിയറ്റ്-ചൈനീസ് കമ്യൂണിസ്റ്റ് പാർട്ടികളുടെ തുറന്ന കത്തുകളും അതിനെത്തുടർന്ന് ലോകകമ്യൂണിസ്റ്റ് പ്രസ്ഥാനത്തിലുണ്ടായ വിവാദങ്ങളും തോഗ്ലിയാത്തിയുടെ രേഖകളുമെല്ലാം ഇന്ത്യൻ കമ്യൂണിസ്റ്റ് പാർട്ടിയിലെ അഭിപ്രായഭിന്നതകൾക്കും വാദ-വിവാദങ്ങൾക്കും വ്യക്തമായ രൂപംനല്കി. ഭിന്നിപ്പിലേക്ക് നീങ്ങിക്കൊണ്ടിരുന്ന പാർട്ടിയിലെ വിവിധ വിഭാഗങ്ങളുടെ നിലപാടുകൾക്ക് ആശയപരവും താത്ത്വികവുമായ രൂപം കിട്ടാൻ ഇവ സഹായിച്ചു.

തുറന്നകത്തിൽ സോവിയറ്റ് കമ്യൂണിസ്റ്റ് പാർട്ടി സ്വീകരിച്ച നിലപാടിനെ വലതുപക്ഷ നേതൃത്വത്തിലുള്ള കേന്ദ്രസെക്രട്ടേറിയറ്റ് പൂർണ്ണമായും ശരിവെച്ചു.[11]

ജൂലൈ 14 ന് സോവിയറ്റ് യൂണിയന്റെ തുറന്ന കത്ത് പ്രസിദ്ധീകരിച്ചതിനുശേഷം ഡാങ്കെയുടെ നേതൃത്വത്തിലുള്ള വലതുവിഭാഗത്തെ എതിർക്കുന്നവരെല്ലാം ചൈനീസ് കമ്യൂണിസ്റ്റ് പാർട്ടിയുടെ ആജ്ഞാനുവർത്തികളും പിളർപ്പന്മാരായ പാർട്ടി വിരുദ്ധഗ്രൂപ്പുമാണെന്ന് ചിത്രീകരിക്കപ്പെട്ടു. അതിനുശേഷം യഥാർത്ഥ ഇന്ത്യൻ കമ്യൂണിസ്റ്റ് പാർട്ടി ഡാങ്കെയുടെ നേതൃത്വത്തിലുള്ള വലതുപക്ഷ വിഭാഗമാണെന്ന് സ്ഥാപിച്ചുകൊണ്ട് ഒട്ടേറെ പ്രചാരണ സാഹിത്യങ്ങൾ സി പി എസ് യുവും പ്രസിദ്ധപ്പെടുത്തുകയുണ്ടായി.

ഇന്തോനേഷ്യൻ കമ്യൂണിസ്റ്റ് പാർട്ടി ചെയർമാൻ സ. ഐദിത് 1963 സെപ്തംബർ 29-ാം തീയതി ജക്കാർത്തയിൽ ചെയ്ത പ്രസംഗം ഇന്ത്യൻ കമ്യൂണിസ്റ്റ് പാർട്ടിയിലെ ഇടതുപക്ഷവിഭാഗത്തിന് ശക്തി പകരുന്നതായിരുന്നു.

സോവിയറ്റ് യൂണിയൻ, ക്യൂബ, ജർമ്മൻ ജനാധിപത്യറിപ്പബ്ലിക്, ചൈന, കൊറിയൻ ജനകീയ ജനാധിപത്യറിപ്പബ്ലിക് എന്നീ രാജ്യങ്ങൾ സന്ദർശിച്ചതിനുശേഷം തിരിച്ചെത്തിയ ഇന്തോനേഷ്യൻ കമ്യൂണിസ്റ്റ് പാർട്ടിയുടെ പ്രതിനിധിസംഘത്തിന് നല്കിയ ഒരു സ്വീകരണയോഗത്തിലാണ് ഐദിത് ഈ പ്രസംഗം നടത്തിയത്.

ഇന്ത്യൻ കമ്യൂണിസ്റ്റ് പാർട്ടിയെപ്പറ്റി ഐദിത് ഇങ്ങനെ പറഞ്ഞു:

> ....ഇന്ത്യ എടുക്കുക, നെഹ്റുവിന്റെ ചാരന്മാരായിട്ടാണ് ഡാങ്കെ ക്ലിക്ക് പ്രവർത്തിക്കുന്നത്. അതുകാരണം, ഇന്ത്യൻ കമ്യൂണിസ്റ്റ് പാർട്ടിയിൽ മാർക്സിസ്റ്റ്—ലെനിനിസ്റ്റുകൾക്ക് സ്വതന്ത്രമായി സംസാരിക്കാൻ സാദ്ധ്യമല്ലാതായിത്തീർന്നിരിക്കുന്നു.
>
> നെഹ്റു ഗവൺമെന്റുമായി കൈകോർത്തു പിടിച്ചുകൊണ്ട് അത് ഇന്ത്യയിലെ കമ്യൂണിസ്റ്റുകളെ വേട്ടയാടുകയും അറസ്റ്റുചെയ്യുകയും ജയിലിലടയ്ക്കുകയും ചെയ്യുന്നു. ഇവരെ ഇനി എങ്ങനെയാ ഇന്ത്യൻ തൊഴിലാളിവർഗ്ഗത്തിന്റെ ജനറൽ സ്റ്റാഫ് എന്ന് പറയുക? നെഹ്റുവിന്റെ ജയിലുകളിൽ അടയ്ക്കപ്പെട്ടിരിക്കുന്നവരും നെഹ്റു-ഡാങ്കെ വേട്ടയാടലിന്റെ ഫലമായി അണ്ടർഗ്രൗണ്ടിൽ പ്രവർത്തിക്കുവാൻ നിർബ്ബന്ധിതരായിരിക്കുന്നവരും ആയ ഇന്ത്യയിലെ യഥാർത്ഥ കമ്യൂണിസ്റ്റുകൾക്ക് ഇന്തോനേഷ്യൻ കമ്യൂണിസ്റ്റ് പാർട്ടിയുടെ പിന്തുണയും അനുഭാവവും ഉണ്ടായിരിക്കുന്നതാണ്. ഇന്ത്യൻ തൊഴിലാളിവർഗ്ഗത്തിന്റെ ജനറൽ സ്റ്റാഫിന്റെ അഭാവം, അതിന്റെ മുന്നണിപ്പടയുടെ അഭാവം, അതിന്റെ നേതൃത്വത്തിലുള്ള അഭാവം എപ്പോഴാണ് പരിഹരിക്കപ്പെടുക എന്നത് ഇന്ത്യയിലെ യഥാർത്ഥ മാർക്സിസ്റ്റ്-ലെനിനിസ്റ്റുകളുടെ ഐക്യത്തെയും ദൃഢമായ അഭിപ്രായ ഐക്യത്തെയും മാത്രം ആശ്രയിച്ചിരിക്കുന്ന സംഗതിയാണ്. ഇന്ത്യൻ തൊഴിലാളിവർഗ്ഗത്തിന് ശരിയായ ഒരു മുന്നണിപ്പട അഥവാ ജനറൽ സ്റ്റാഫ്

ലഭിക്കുന്ന സമയം വരുമെന്ന് ഇന്തോനേഷ്യൻ കമ്യൂണിസ്റ്റുകൾക്ക് പൂർണ്ണമായ വിശ്വാസമുണ്ട്. കാരണം, ഇന്ത്യയിലെ യഥാർത്ഥ മാർക്സിസ്റ്റ്–ലെനിനിസ്റ്റുകളുടെ അണികൾ അത്രകണ്ട് സുശക്തമാണ്.[12]

തുടർന്ന് അതേ പ്രസംഗത്തിൽ അദ്ദേഹം പറഞ്ഞു:

റിവിഷനിസ്റ്റുകളെ ചെറുത്തുനില്ക്കാതിരുന്നുവെങ്കിൽ സാർവ്വദേശീയ കമ്യൂണിസ്റ്റ് പ്രസ്ഥാനത്തിന് എത്രയോ ദോഷകരമായേനെ. ഡാങ്കെയും നെഹ്റുവും നീണാൾ വാഴട്ടെ എന്ന് എല്ലാ കമ്യൂണിസ്റ്റുകളും ജയജയ മുഴക്കുകയായിരുന്നുവെങ്കിൽ സ്ഥിതി എത്ര ഭീകരമായിരിക്കും. ഒരു വീക്ഷണത്തിൽ, വളരെയധികം കമ്യൂണിസ്റ്റുകളെ നെഹ്റു ജയിലിലടച്ചത് ഒരു നല്ലകാര്യമല്ല. മറ്റൊരു അർത്ഥത്തിൽ അതൊരു നല്ല കാര്യംതന്നെയാണ്. എന്തുകൊണ്ടെന്നാൽ ഇന്ത്യയിൽ ധാരാളം മാർക്സിസ്റ്റ്–ലെനിനിസ്റ്റുകൾ ഉണ്ടെന്നും ധീരരായ വളരെയധികം കമ്യൂണിസ്റ്റുകൾ ഉണ്ടെന്നും അതുതെളിയിച്ചു. ഇവരെ നെഹ്റു–ഡാങ്കെ ജയിലുകളിൽനിന്നു വിട്ടുകിട്ടാൻ ലോകമെങ്ങുമുള്ള മാർക്സിസ്റ്റ്–ലെനിനിസ്റ്റുകൾ അവരാൽ കഴിയുന്നതെല്ലാം ചെയ്യണം.[13]

സൂചിക

1. *ലിങ്ക്, വാല്യം 5,* നമ്പർ– 46, 23 ജൂൺ 1963.
2. *ലിങ്ക്, വാല്യം 5,* നമ്പർ– 50, 21 ജൂലൈ 1963.
3. *കമ്യൂണിസ്റ്റ് പാർട്ടി കേരളത്തിൽ II,* പു:221.
4. മേൽച്ചൊന്നത്, പു:221–222.
5. മേൽച്ചൊന്നത്, പു:222.
6. മേൽച്ചൊന്നത്, പു:223.
7. മേൽച്ചൊന്നത്, പു:223.
8. Victor M Fic, Kerala: Yenan of India: Rise of Communist Power, 1937-1969, Nachiketa Publication Ltd.,(Bombay-1970), P: 150.
9. മേൽച്ചൊന്നത്.
10. *കമ്യൂണിസ്റ്റ് പാർട്ടി കേരളത്തിൽ II*, പു:224.
11. *നവയുഗം*, 27 ജൂലൈ 1963.
12. *നവയുഗം,* 25 ജനുവരി 1964, പു:27–28.
13. മേൽച്ചൊന്നത്.

22

എ കെ ഗോപാലനെതിരെ നടപടി

ഡാങ്കെയുടെയും വലതുപക്ഷക്കാരുടെയും രൂക്ഷമായ എതിർപ്പിന് ഈ കാലഘട്ടത്തിൽ ശരവ്യമായത് തടങ്കലിലായിരുന്ന സഖാക്കളുടെ മോചനത്തിനുവേണ്ടി പ്രക്ഷോഭം കൂട്ടുകയും നികുതി വർദ്ധനവിനും വിലവർദ്ധനവിനും മറ്റുമെതിരായും മറ്റ് ജനകീയാവശ്യങ്ങൾക്കുവേണ്ടിയും ലോകസഭയിൽ നിരന്തരം ശബ്ദമുയർത്തിയിരുന്ന ജനങ്ങളുടെ ചാമ്പ്യനായി പാർട്ടി പ്രവർത്തകരും അണികളും കരുതിപ്പോന്നിരുന്ന പാർലമെന്റിലെ കമ്യൂണിസ്റ്റ് ഗ്രൂപ്പ് നേതാവ് എ കെ ഗോപാലനായിരുന്നു. വലതുപക്ഷക്കാരുടെ സർക്കാർ അനുകൂല നടപടികളിൽനിന്ന് തികച്ചും വ്യത്യസ്തമായിരുന്നു അദ്ദേഹത്തിന്റെ പ്രസംഗങ്ങൾ. ജനകീയ പ്രശ്നങ്ങളെ സംബന്ധിച്ചിടത്തോളം വലതുപക്ഷക്കാരുടെ അങ്ങേയറ്റത്തെ ഉദാസീന മനോഭാവത്തിൽ അസംതൃപ്തരായ പാർട്ടിയുടെ കീഴ് ഘടകങ്ങളും പാർട്ടി അംഗങ്ങളും സ്വാഭാവികമായും എല്ലായിടത്തും എ കെ ഗോപാലനെ പ്രസംഗത്തിനു ക്ഷണിച്ചു.[1]

മുമ്പും പാർട്ടിക്ക് പ്രതിസന്ധി വന്ന ഘട്ടത്തിലൊക്കെ എ കെ ഗോപാലൻ ഇന്ത്യയിലെ പല സംസ്ഥാനങ്ങളും സന്ദർശിക്കുകയും അവിടങ്ങളിൽ പാർട്ടിയെയും അണികളെയും ശക്തമായി നിലനിർത്തുന്നതിനു പരിശ്രമിക്കുകയും ചെയ്തിട്ടുണ്ട്. ഉദാഹരണമായി പാർട്ടിയുടെ രണ്ടാം കോൺഗ്രസിനെത്തുടർന്ന് 1948–51 കാലത്ത് പാർട്ടി നിരോധിക്കപ്പെട്ടപ്പോൾ നേതാക്കളെല്ലാം ഒളിവിലോ ജയിലിലോ ആയിരുന്നു. ആ സമയം 1951 മാർച്ചിൽ കോടതിഉത്തരവ് മുഖാന്തിരം ജയിൽമോചനം നേടിയ എ കെ ജിയാണ് ഇന്ത്യയിലുടനീളം സഞ്ചരിച്ച് പാർട്ടി കെട്ടിപ്പടുത്തതും ഒന്നാം ലോകസഭ തിരഞ്ഞെടുപ്പിൽ പാർട്ടിക്ക് തിളക്കമാർന്ന വിജയം ഉണ്ടാക്കിയതും.

ബംഗാൾ, ആന്ധ്രാ, തമിഴ്നാട്, കേരളം തുടങ്ങിയ സംസ്ഥാനങ്ങളിൽ വിപുലമായ തോതിൽ അദ്ദേഹം സഞ്ചരിക്കുകയുണ്ടായി എന്ന് കുറ്റപ്പെടുത്തി.[2] 1963 മാർച്ച് 30 മുതൽ ഒരാഴ്ചക്കാലം കർണ്ണാടക സ്റ്റേറ്റിലുടനീളം എ കെ ജി പര്യടനം നടത്തി.[3] 1963 മേയ് രണ്ടാംവാരത്തിലും ജൂലൈ അവസാനവാരത്തിലും എ കെ ഗോപാലൻ കൽക്കത്തയും, ബർദ്വാൻ, സിറാംഹുർ, നൈയ്ഹത്തി എന്നീ പടിഞ്ഞാറൻ ബംഗാളിലെ പ്രദേശങ്ങളിലും, മേയ് നാലാം വാരത്തിൽ ആന്ധ്രാപ്രദേശിലെ ചില ജില്ലകളിലും സഞ്ചരിക്കുകയുണ്ടായി. ജൂൺമാസത്തിലും ജൂലൈ മൂന്നാം വാരത്തിലും ഗോപാലൻ തമിഴ്നാട് സംസ്ഥാനത്തെ വിവിധ ഭാഗങ്ങളിലും സഞ്ചരിച്ചു. ഇവിടങ്ങളിൽ നിരവധി പൊതുയോഗങ്ങളെ അഭിസംബോധനചെയ്തുകൊണ്ട് എ കെ ജി പ്രസംഗിച്ചു. ഈ യോഗങ്ങളിൽ ജയിലിൽ കിടക്കുന്ന സഖാക്കളെ മോചിപ്പിക്കുവാൻ അദ്ദേഹം ആവശ്യപ്പെട്ടു. അടിയന്തരാവസ്ഥ പിൻവലിക്കാനും കമ്യൂണിസ്റ്റ് പാർട്ടി പ്രവർത്തകരെ ക്രൂരമർദ്ദനത്തിനു വിധേയമാക്കിയതിനെ ശക്തമായി എതിർക്കാനും എ കെ ജി തയ്യാറായി.

രാജ്യത്തെ വിലക്കയറ്റത്തെയും ഭക്ഷ്യക്ഷാമത്തെയും അദ്ദേഹം തുറന്നുകാട്ടി. ദേശീയ പ്രതിരോധത്തിന്റെ പേരിൽ നടക്കുന്ന ചില കള്ളക്കളികൾക്കെതിരെയും നേതാക്കളുടെ മോചനത്തിനായും വമ്പിച്ച നികുതിക്കെതിരായും സമരം നടത്താൻ എ കെ ജി ജനങ്ങളോട് ആഹ്വാനം ചെയ്തു.[4]

എ കെ ജിയുടെ ഇത്തരം പ്രവർത്തനങ്ങൾ കമ്യൂണിസ്റ്റ് പാർട്ടിയെ കോൺഗ്രസിന്റെ വാലാക്കാൻ ആഗ്രഹിക്കുകയും ആവശ്യപ്പെടുകയും ചെയ്തിരുന്ന വലതുപക്ഷ നേതാക്കളെ അങ്ങേയറ്റം അലോസരപ്പെടുത്തി. എന്നാൽ രാജ്യം മുഴുവനുമുള്ള പാർട്ടിഅണികളെ പിടിച്ചുനിർത്താനും കോൺഗ്രസിന്റെ ജനദ്രോഹനയങ്ങളെക്കുറിച്ച് അവരെ ബോധവാന്മാരാക്കാനും എ കെ ജി യുടെ പര്യടനങ്ങൾ സഹായകമായി.

പാർട്ടി അണികൾ തങ്ങളെ കൈയൊഴിഞ്ഞേക്കുമെന്ന് ഭയന്ന് എ കെ ജി സംസ്ഥാനങ്ങൾ സന്ദർശിക്കുന്നതും പൊതുയോഗങ്ങളിൽ പ്രസംഗിക്കുന്നതും തടയുവാൻ വലതുപക്ഷ നേതൃത്വം ശ്രമിച്ചു. തമിഴ്നാട്ടിൽ പൊതുയോഗങ്ങളിൽ പ്രസംഗിക്കരുതെന്നാവശ്യപ്പെട്ടുകൊണ്ട് തമിഴ്നാട് സ്റ്റേറ്റ് കൗൺസിൽ സെക്രട്ടറി എ കെ ജിക്കെഴുതി.[5] മഹാരാഷ്ട്രയിലെ സ്റ്റേറ്റ് കമ്മിറ്റി ആവശ്യപ്പെടുന്നതുവരെ എ കെ ജി അവിടെ കടക്കരുതെന്ന് അവിടത്തെ സ്റ്റേറ്റ് കൗൺസിൽ സെക്രട്ടറി എസ് സർദേശായി എ കെ ജിക്കെഴുതി.[6] കൂടാതെ എ കെ ജി ബോംബെയിൽ ഏതെങ്കിലും പൊതുയോഗങ്ങളിൽ പ്രസംഗിക്കുന്നത് തടയുവാനും സർദേശായി പാർട്ടി കേന്ദ്രത്തോട് ആവശ്യപ്പെട്ടു.[7] എ കെ ജി ഡൽഹിയിലെ ദീപാവലി ആഘോഷങ്ങളിൽ പങ്കെടുക്കുന്നത് ഡൽഹി സ്റ്റേറ്റ് കമ്മിറ്റി നിരോധിച്ചു. ആന്ധ്രാ സെക്രട്ടേറിയറ്റ് പുറത്തിറക്കിയ കുറിപ്പിൽ എ കെ ഗോപാലൻ ആന്ധ്രായിൽ നാലു സഞ്ചാര പരിപാടികൾ നടത്തി എന്നു

പറഞ്ഞ് അതിനെ അപലപിച്ചിരുന്നു.[8] മറ്റു സംസ്ഥാനങ്ങളിലെ പല വലതുപക്ഷനേതാക്കളും എ കെ ഗോപാലന്റെ സന്ദർശനത്തെ വിമർശിച്ചുകൊണ്ടു രംഗത്തുവന്നു.

കൂടാതെ എം എൻ ഗോവിന്ദൻ നായർ, യോഗീന്ദ്രശർമ്മ എന്നീ രണ്ടു കേന്ദ്ര സെക്രട്ടേറിയറ്റ് അംഗങ്ങൾ *സമാന്തര സംഘടനയെക്കുറിച്ചുള്ള കുറിപ്പ്* എന്ന പേരിൽ ഒരു രേഖ എഴുതി തയ്യാറാക്കുകയും അത് നാഷണൽ കൗൺസിൽ അംഗങ്ങൾക്കിടയിൽ ചർച്ചകൾക്കായി വിതരണം ചെയ്യുകയും ചെയ്തു. എ കെ ഗോപാലൻ സമാന്തര സംഘടനാ പ്രവർത്തനം നടത്തി എന്നായിരുന്നു അതിൽ പ്രധാനമായും ഉന്നയിച്ചിരുന്ന ആക്ഷേപം. ഇതിനെത്തുടർന്നു പാർട്ടി ഐക്യം കെട്ടിപ്പടുക്കാൻ വിഭാഗീയ പ്രവർത്തനങ്ങൾ അവസാനിപ്പിക്കുക എന്ന പേരിൽ ഒരു മറുപടി തയ്യാറാക്കി എ കെ ജി 1963 ജൂണിൽ നാഷണൽ കൗൺസിലിനു സമർപ്പിച്ചു.[9] താൻ സമർപ്പിച്ച ആ മറുപടിയിൽ പാർട്ടിക്കകത്തു നടക്കുന്ന സംഘടനാ വിരുദ്ധ വിഭാഗീയ പ്രവർത്തനങ്ങൾ ഒന്നൊന്നായി എ കെ ജി തുറന്നു കാണിച്ചു. ആ മറുപടിയിൽ പറഞ്ഞിരുന്ന പ്രധാനപ്പെട്ട കാര്യങ്ങൾ താഴെപ്പറയുന്നവയാണ്.

1. എം എൻ ഗോവിന്ദൻ നായർ, യോഗീന്ദ്രശർമ്മ എന്നീ സെക്രട്ടേറിയേറ്റ് മെമ്പർമാർ കൊണ്ടുവന്ന *സമാന്തര സംഘടനയെക്കുറിച്ചുള്ള കുറിപ്പ്* എന്ന രേഖ പാർട്ടി കമ്മിറ്റി ചർച്ച ചെയ്യുന്നതിനുമുമ്പ് പത്രങ്ങളിൽ പ്രത്യക്ഷപ്പെടുകയുണ്ടായി. തന്റെ മറുപടിയിൽ എ കെ ജി ഇതിനെ രൂക്ഷമായി വിമർശിച്ചു:

> നാഷണൽ കൗൺസിൽ അംഗങ്ങൾക്കിടയിൽ കൈമാറിയ സമാന്തര സംഘടനയെക്കുറിച്ചുള്ള കുറിപ്പ് വായിക്കാനിടവന്നതിൽ എനിക്കതിയായ വേദനയുണ്ട്, ഞാൻ കൂടുതൽ വേദനിക്കുന്നു. കാരണം ഈ രേഖയെക്കുറിച്ച് ആദ്യമായി 1963 ജൂൺ 22-ാം തീയതിയിലെ അമൃതബസാർ പത്രികയിൽനിന്നു ഞാനറിഞ്ഞിരുന്നു- അതായത് ഡൽഹിയിൽവെച്ചു കൂടുന്ന ഈ സമ്മേളനത്തിൽ പങ്കെടുക്കുവാൻ സെൻട്രൽ എക്സിക്യൂട്ടീവ് കമ്മിറ്റി അംഗങ്ങൾ വരുന്നതിനു രണ്ടു ദിവസം മുമ്പുതന്നെ. മുമ്പുണ്ടായിരുന്ന ഇത്തരം പതിവുകളിൽനിന്നും ഇതൊരു മെച്ചപ്പെട്ട അടവാണ്. പാർട്ടിക്കമ്മിറ്റിയുടെ റിപ്പോർട്ടുകൾ മുമ്പൊക്കെ, സമ്മേളനം അവസാനിച്ചതിനുശേഷമേ ബൂർഷ്വാ പത്രങ്ങളിൽ പ്രത്യക്ഷപ്പെടാറുള്ളൂ. ഒരുപക്ഷേ, പാർട്ടിഐക്യം കെട്ടിപ്പടുക്കുന്ന ഒരടവായിരിക്കും ഇത്.[10]

2.കേന്ദ്ര സെക്രട്ടേറിയറ്റ് എന്തുകൊണ്ടാണ് വളരെ ആഴമേറിയ ഈ കുറിപ്പിന്റെ ഉള്ളടക്കം ചർച്ച ചെയ്യാത്തതെന്ന് എ കെ ജി ചോദിച്ചു. സെക്രട്ടേറിയറ്റിന്റെ സ്വന്തം കുറിപ്പായി എന്തുകൊണ്ടാണ് ഇത് നാഷണൽ കൗൺസിൽ അംഗങ്ങൾക്കിടയിൽ വിതരണം ചെയ്യാത്തത്. അങ്ങനെ

യുള്ളൊരു കുറിപ്പ് ഇത്തരത്തിൽ ഇതിന്റെ ഉള്ളുകള്ളികൾ അറിയാവുന്ന രണ്ട് സെക്രട്ടേറിയറ്റ് അംഗങ്ങൾ വിതരണം ചെയ്തത് തികച്ചും നിരുത്തരവാദപരവും കുറ്റകരവുമായ ഒരു പ്രവൃത്തിയായിപ്പോയി എന്നു എ കെ ജി പറഞ്ഞു.[11]

3.സമാന്തരപ്പാർട്ടി കേന്ദ്രത്തെപ്പറ്റി കുറിപ്പിൽ പറഞ്ഞതിനെക്കുറിച്ച് എ കെ ജി തന്റെ മറുപടിയിൽ ഇങ്ങനെ പറഞ്ഞു:

> പ്രബലമായൊരു സമാന്തരപ്പാർട്ടി കേന്ദ്രമുണ്ടെന്നാണ് കുറിപ്പിൽ പറയുന്നത്. അതിനു പറയപ്പെടുന്ന ഒരു തെളിവ്, പശ്ചിമബംഗാളിൽനിന്നും ചില റിപ്പോർട്ടുകൾ കിട്ടിയെന്നും പഞ്ചാബിൽനിന്നും കിട്ടിയതായി പറയപ്പെടുന്ന ഒരു സർക്കുലറാണെന്നും, ചില പാർട്ടി സാഹിത്യത്തിന്റെ വിതരണമാണെന്നും ചില സംസ്ഥാനങ്ങളിൽ ഞാൻ പാർട്ടി സഖാക്കളെ രഹസ്യമായി സന്ദർശിക്കാറുണ്ടെന്നും ഉള്ള കെട്ടുകഥയുമാണ്.
>
> ഒരു സമാന്തരപ്പാർട്ടികേന്ദ്രം നിലനില്ക്കുന്നുണ്ടെന്നു തെളിയിക്കുവാനായിട്ടുള്ള വിശ്വസിക്കാൻ പറ്റാത്ത തെളിവുകളായിട്ടേ ഞാനിതിനെ കാണുന്നുള്ളൂ. അവർക്ക് ഇതിനെക്കാളും നല്ല തെളിവുകൾ നാഷണൽ കൗൺസിലിന്റെ മുമ്പാകെ വയ്ക്കുവാൻ സാധിക്കുന്നില്ല; കാരണം നേതൃത്വത്തിലിരിക്കുന്ന ചില സഖാക്കളുടെ ഭാവനയിൽ മാത്രം സ്ഥിതി ചെയ്യുന്ന ഒന്നാണ്, ഉണ്ടെന്നു പറയപ്പെടുന്ന സമാന്തരകേന്ദ്രം. തങ്ങൾ പിന്തുടരുന്ന രാഷ്ട്രീയ ലൈനിനോട് പാർട്ടിഅണികളിലുള്ള എതിർപ്പ് കാണുന്നതിൽ മാനസികാവസ്ഥ നഷ്ടപ്പെടുന്ന സഖാക്കളാണ് സമാന്തര കേന്ദ്രം കണ്ടുപിടിച്ചവർ.
>
> കഴിഞ്ഞ നവംബറിൽ കൂടിയ നാഷണൽ കൗൺസിലിനുശേഷവും, അടിയന്തരാവസ്ഥ പ്രഖ്യാപിച്ചതിനുശേഷവും, ചില സഖാക്കളുടെ നോട്ടപ്പുള്ളിയായിരിക്കുകയാണ് ഞാൻ. മറ്റുള്ളവരെ സംബന്ധിച്ചും, എന്നെപ്പറ്റിയും ഹീനമായ അപവാദങ്ങൾ പറഞ്ഞു പരത്തുന്നതു ഞാൻ കേട്ടിട്ടുണ്ട്. പാർട്ടിക്കുള്ളിൽ മാത്രമല്ല, ബൂർഷ്വാപത്രങ്ങളുടെ താളുകളിൽക്കൂടിയും ഞാനിതു കേട്ടിട്ടുണ്ട്. ഇങ്ങനെ അപവാദങ്ങൾക്ക് ഇരയായ സഖാക്കളിൽ മിക്കവരും ഇന്നു ജയിലിലാണ്. ഇതുമൂലം സ്വയം സാധൂകരിക്കാൻ അവർക്ക് അവസരവും ഇല്ല. കടുത്ത അപവാദപ്രചരണത്തിന്റെ മുമ്പിൽ ഞാൻ തികഞ്ഞ ശാന്തത മാത്രമേ പാലിച്ചിട്ടുള്ളൂ. എന്നാൽ ഞങ്ങളിൽ ചിലരെ വീണ്ടും കരിതേയ്ക്കുവാനുള്ള ശ്രമത്തിൽ ഇത്തരത്തിലുള്ള സർക്കുലറുകളും എഴുത്തുകളും ചില സഖാക്കൾ മെനഞ്ഞെടുക്കുന്നുവെന്നുള്ളതിൽക്കവിഞ്ഞ് ഞാനതിന് പ്രാധാന്യം കല്പിക്കുന്നില്ല.
>
> ഈ രേഖകളുടെ വിതരണത്തെ സംബന്ധിച്ച് എനിക്കറിയാവുന്നതു

ഇതാണ്. മിക്ക സംസ്ഥാനങ്ങളിലെ അനവധിയാളുകൾക്ക് ഈ രേഖകൾ പോസ്റ്റ് വഴിയാണ് ലഭിച്ചുകൊണ്ടിരിക്കുന്നത്. ഇതുമായി ഞാനെങ്ങനെയാണ് ബന്ധപ്പെടുന്നത്? ഒരു സമാന്തരപ്പാർട്ടി കേന്ദ്രം ഉണ്ടെന്നുള്ളത് തെളിയിക്കുന്നതെങ്ങനെയാണ്? എന്തായാലും ഒരു ചോദ്യം ചോദിക്കട്ടെ. എട്ട് ചൈനീസ് രേഖകൾ ഉള്ളതിൽ ഏഴെണ്ണവും പീപ്പിൾസ് പബ്ലിഷിങ് ഹൗസ് പ്രസിദ്ധീകരിക്കുന്നുണ്ട്. ശ്രീ. ഇ എം എസിന്റെ രേഖയും ഉൾപ്പാർട്ടി വിതരണത്തിനു പുറത്തുവിട്ടിട്ടുണ്ട്. ഈ രേഖകൾ കിട്ടിക്കൊണ്ടിരിക്കുന്ന ചില സഖാക്കൾ അവരുടെ സ്നേഹിതന്മാർക്ക് കാട്ടിക്കൊടുക്കുന്നുണ്ടെങ്കിൽപോലും, അവരുടെ കാര്യത്തിൽ എങ്ങനെയാണ് ഒരു കുറ്റമായിത്തീരുക, പാർട്ടിതന്നെ പിന്നീട് ഇത് അടിക്കുകയും വിതരണം ചെയ്യുകയും ചെയ്യുമ്പോൾ.

പാർട്ടി യൂണിറ്റുകളുടെ ക്ഷണത്തെ മാനിച്ച് ഈ കാലഘട്ടത്തിൽ ഞാൻ ആന്ധ്രയിലും, തമിഴ്നാട്ടിലും, കേരളത്തിലും മൈസൂരിലും പോയിട്ടുള്ളത് ശരിതന്നെ. ഞാൻ പൊതുയോഗങ്ങളിൽ പ്രസംഗിച്ചിട്ടുണ്ട്. ചില സ്ഥലങ്ങളിലും പാർട്ടിയുടെ ജനറൽബോഡികളിൽ പങ്കെടുത്തിട്ടുണ്ട്. പൊതുസമ്മേളനങ്ങളിൽ പ്രസംഗിക്കുമ്പോൾ, ഞാൻ ബഹുജനപ്രശ്നങ്ങളിലും, ജനങ്ങളുടെ കാമ്പെയിനുകളിലും മാത്രമേ ഒതുങ്ങിനിന്നിട്ടുള്ളൂ. സെൻട്രൽ എക്സിക്യൂട്ടീവിലെ ഒരംഗമെന്ന നിലയ്ക്ക് ലോകസഭയിലെ കമ്യൂണിസ്റ്റ് ഗ്രൂപ്പിന്റെ നേതാവെന്ന നിലക്ക് അഖിലേന്ത്യാ കിസാൻസഭയുടെ പ്രസിഡന്റെന്ന നിലയ്ക്ക് പൊതുജനങ്ങളുടെ പ്രശ്നങ്ങൾ ചർച്ച ചെയ്യുവാനും പഠിക്കാനും എന്നെ ക്ഷണിക്കുന്നത് ഈ കുറിപ്പ് തട്ടിപ്പടച്ചുണ്ടാക്കിയ ആ രണ്ടു സെക്രട്ടേറിയറ്റ് അംഗങ്ങൾ തെറ്റാണെന്നു വിചാരിക്കുന്നുണ്ടോ?.......

.......ഇപ്പോൾപോലും, സെൻട്രൽ എക്സിക്യൂട്ടീവ് കമ്മിറ്റിയിലെ ചില അംഗങ്ങൾ മറ്റു സംസ്ഥാനങ്ങൾ സന്ദർശിക്കുകയും ജനറൽബോഡികളിൽ സംസാരിക്കുകയും, സ്റ്റഡീക്ലാസുകൾ നടത്തുകയും ചെയ്തിട്ടുണ്ട്. അവരെപ്പറ്റിയും യാതൊരു തടസ്സവും ഉന്നയിക്കപ്പെട്ടിട്ടില്ല. പിന്നെ എന്തുകൊണ്ടാണ്, ഈ സംസ്ഥാനങ്ങൾ ഞാൻ സന്ദർശിക്കുന്നതിനോട് എതിർപ്പ്.

ഈ സ്ഥലങ്ങളിൽ ചിലയിടത്തുമാത്രം സഖാക്കൾ എന്നോട് ചോദ്യം ചോദിക്കാറുണ്ട്. ആ വക ചോദ്യങ്ങൾ ഒരിക്കലും ചോദിക്കാൻ പാടില്ലാത്തവയാണ്. എന്നാൽ ബൂർഷ്വാ പത്രങ്ങളിൽ പ്രത്യക്ഷപ്പെട്ട അപവാദപരമായ റിപ്പോർട്ടുകളിൽ പ്രചോദിതരായി ചോദിക്കുന്നവയാണ്. ഈ അപവാദപരമായ റിപ്പോർട്ടുകൾ എനിക്കു നിഷേധിക്കേണ്ടതായി വന്നിട്ടുണ്ട്. എന്റെ നിലപാട് വിശദീകരിക്കേണ്ടതായി വന്നിട്ടുണ്ട്. എനിക്കെതിരായ അപവാദങ്ങൾ നടത്തുന്നത് ആ സെക്രട്ടേറിയറ്റ് അംഗങ്ങളാണ്. അവരങ്ങനെ

ചെയ്യുന്നത് അവരുടെ അവകാശമായി കരുതുന്നുണ്ടോ? അപ്പോൾ എന്റെ നിലപാട് വിശദീകരിക്കുവാൻ എനിക്കവകാശമില്ലേ? എനിക്ക് എന്റെ നിലപാട് വിശദീകരിക്കാൻ ആ രീതിയിൽ ആഗ്രഹമുണ്ടായിട്ടല്ല. അവരോട് രാഷ്ട്രീയമായി അഭിപ്രായവ്യത്യാസമുള്ളവരെ എതിർത്തുതോല്പിക്കുവാൻ ബൂർഷ്വാപത്രങ്ങളെയാണവർ കൂട്ടുപിടിക്കുന്നത്. അതുകൊണ്ടാണ് അങ്ങനെ ചെയ്യേണ്ടിവരുന്നത്. ഈ അപവാദങ്ങൾ നിഷേധിക്കുമ്പോൾ അതെങ്ങനെയാണ് സമാന്തരകേന്ദ്രം രൂപീകരിക്കലാവുക.

ഇതിൽനിന്നും മനസ്സിലാകുന്നത് ഒരു സമാന്തരകേന്ദ്രം രൂപീകരിക്കുന്നു എന്ന പ്രശ്നമല്ല, സെക്രട്ടേറിയറ്റ് അംഗങ്ങൾ കൊണ്ടുവന്ന ഈ കുറിപ്പ് എനിക്കെതിരായുള്ള ഒരു പ്രചാരണം കൂടിയാണ് എന്നാണ്.

ജനങ്ങളുടെ അവകാശങ്ങൾക്കുവേണ്ടി ഒരു കമ്യൂണിസ്റ്റുകാരനെന്ന നിലയിൽ ഞാനെപ്പോഴും നിലകൊണ്ടിട്ടുണ്ട്. ഞാനതിൽ അഭിമാനിക്കുന്നു. അതേസമയത്തുതന്നെ നമ്മുടെ ചില നേതാക്കൾ ഡിഫൻസിന്റെ പേരിൽ ജനങ്ങളുടെ പ്രശ്നങ്ങൾ കൈകാര്യം ചെയ്യാൻ വിസമ്മതിക്കുന്നതിന്റെ പിറകേ പോവുകയാണ് ചെയ്തത്. ജനങ്ങളുടെ വളർന്നുവരുന്ന രോഷത്തിന്റെ ഫലമായി–അതായത് ബോംബെയിലെയും ജംഷഡ്പൂരിലെയും മറ്റുസ്ഥലത്തെയും തൊഴിലാളികൾ തങ്ങളുടെ സംഭാവന പ്രതിരോധാവശ്യത്തിന് നിരാകരിച്ചത്. ഗോവായിലെ തൊഴിലാളികളോട് പണിമുടക്കവസാനിപ്പിക്കാൻ ചിലയാളുകൾ ആവശ്യപ്പെട്ടിട്ടും അവർ പണിമുടക്കു നടത്തി ഗവൺമെന്റിനെ മുട്ടുകുത്തിച്ചത്. അമ്രോഹ, രാജ്കോട്ട് മുതലായ സ്ഥലങ്ങളിലെ ഉപതിരഞ്ഞെടുപ്പിൽ കോൺഗ്രസിനെ തോല്പിച്ച ജനങ്ങളുടെ ഗവൺമെന്റിനോടുള്ള എതിർപ്പ്–വിലവർദ്ധനവിനും, ഭാരിച്ച നികുതിക്കും നിർബ്ബന്ധനിക്ഷേപപദ്ധതിക്കുമെതിരായി പാർട്ടിയെ കാമ്പയിൻ തുടങ്ങാൻ നിർബ്ബന്ധിച്ചു. പാർട്ടി നേതൃത്വം ഈ വക പ്രശ്നങ്ങൾ കൈകാര്യം ചെയ്യാൻ തുടങ്ങുന്നതിനു കുറച്ചുമുമ്പ് ഞാനീവക കാര്യങ്ങൾ ഉയർത്തിപ്പിടിച്ചതാണോ എന്റെ പേരിലുള്ള തെറ്റ്. ഗവൺമെന്റിന്റെ ജനങ്ങളുടെ നേരെയുള്ള ആക്രമണത്തിനെതിരായി ജനങ്ങളുടെ രക്ഷയ്ക്കുവേണ്ടി ഞാൻ പറഞ്ഞത് എങ്ങനെയാണ് സമാന്തരപ്പാർട്ടി രൂപീകരിക്കുന്നതായിത്തീരുക.[12]

താൻ ജനങ്ങൾക്കുവേണ്ടി നിന്നത് കുറ്റമാണോ എന്നു എ കെ ജി ചോദിച്ചു. ഉത്തർപ്രദേശിൽ 25 ശതമാനം ഭൂനികുതി വർദ്ധിപ്പിച്ചതിനെ അദ്ദേഹം ശക്തമായി എതിർത്തു. ജനസംഘം, പി എസ് പി, സ്വതന്ത്രാ പാർട്ടി, സോഷ്യലിസ്റ്റ് പാർട്ടി തുടങ്ങി മറ്റ് പ്രതിപക്ഷ കക്ഷികളെല്ലാം ഈ ഭൂനികുതി വർദ്ധനവിനെ എതിർത്തപ്പോൾ ഇന്ത്യൻ കമ്യൂണിസ്റ്റ്

പാർട്ടിയുടെ കേന്ദ്രസെക്രട്ടേറിയറ്റ് മെമ്പർകൂടിയായ ഇസഡ് എ അഹമ്മദിന്റെ നേതൃത്വത്തിലുള്ള കമ്യൂണിസ്റ്റ് പാർട്ടിമാത്രമാണ് ഇതിനെ അനുകൂലിച്ചത്. ഡോ. അഹമ്മദിന്റെ ഈ നിലപാടിനെ താൻ ചോദ്യം ചെയ്യുകയും എതിർക്കുകയും ചെയ്തു. ഡിഫൻസ് ആവശ്യങ്ങൾക്കു പണക്കാരെ പിഴിയുവാനും ജനങ്ങളെ ബുദ്ധിമുട്ടിക്കുന്ന ഈ നികുതിക്കെതിരായി സമരം ചെയ്യുവാനുമാണ് താൻ പറഞ്ഞതെന്ന് എ കെ ജി തന്റെ മറുപടിയിൽ പറഞ്ഞു.[13] കോൺഗ്രസുകാർക്കുപോലും ഈ നികുതി നിർദ്ദേശം സഹിക്കാൻ കഴിഞ്ഞില്ല എന്നതാണ് വാസ്തവം.

നെഹ്റുഗവൺമെന്റിന്റെ ജനവിരുദ്ധനയങ്ങളെ എ കെ ജി രൂക്ഷമായി എതിർത്തു. ധനകാര്യമന്ത്രിയായിരുന്ന മൊറാർജിദേശായി കൊണ്ടുവന്ന 265 കോടിരൂപയുടെ നികുതി നിർദ്ദേശങ്ങളെ അദ്ദേഹം ശക്തമായി തുറന്നുകാട്ടുകയും എതിർക്കുകയും ചെയ്തു. 1963–64 ലെ ഈ ബഡ്ജറ്റിനെതിരെ രാജ്യവ്യാപകമായി പ്രതിഷേധമുയർന്നപ്പോൾ പാർലമെന്റിൽ ഫൈനാൻസ് ബില്ലിനെ എതിർക്കുന്നതിനുപകരം നിഷ്പക്ഷത പാലിക്കാൻ എ കെ ഗോപാലന്റെ നേതൃത്വത്തിലുള്ള കമ്യൂണിസ്റ്റ് ഗ്രൂപ്പിനോട് ആവശ്യപ്പെടുകയാണ് പാർട്ടിയുടെ കേന്ദ്രനേതൃത്വം ചെയ്തത്. ഈ നികുതിഭാരത്തിനെതിരായുള്ള പ്രക്ഷോഭത്തിന് പാർട്ടി ജനങ്ങൾക്ക് നേതൃത്വം നല്കണമെന്നാവശ്യപ്പെട്ടുകൊണ്ട് എ കെ ഗോപാലൻ ഒരു പ്രമേയം കൊണ്ടുവന്നപ്പോൾ പ്രതിരോധത്തിന് പാർട്ടി പിന്തുണ പ്രഖ്യാപിച്ചിരിക്കെ പ്രതിരോധം ശക്തിപ്പെടുത്തുന്നതിനുള്ള നികുതി ചുമത്തൽ നടപടികളെ പാർട്ടിക്കെതിർക്കാൻ വയ്യെന്ന ന്യായം പറഞ്ഞുകൊണ്ട് പ്രമേയം തള്ളിക്കളയുകയാണുണ്ടായത്. നിർബ്ബന്ധിത നിക്ഷേപ പദ്ധതിക്ക് മാത്രമല്ല, ലക്ഷക്കണക്കിനു സ്വർണ്ണത്തൊഴിലാളികളെ തൊഴിൽ രഹിതരാക്കിയ സ്വർണ്ണനിയന്ത്രണ ഓർഡർ എന്നിവയ്ക്കുപോലും വലതുപക്ഷ വിഭാഗത്തിലെ പല പാർട്ടി നേതാക്കളും പിന്തുണ നല്കുകയുണ്ടായി. ഇതെല്ലാം മനസ്സിൽവെച്ചുകൊണ്ട് അദ്ദേഹം നാഷണൽ കൗൺസിലിൽ സമർപ്പിച്ച മറുപടിയിൽ ഇങ്ങനെ എഴുതി:

> കഴിഞ്ഞ ഫെബ്രുവരി അവസാനം കേന്ദ്ര ബഡ്ജറ്റ് നിർദ്ദേശങ്ങൾ പുറത്തുവന്നപ്പോൾ, ഈ നികുതിഭാരങ്ങൾ ജനങ്ങളെ സംഘട്ടനത്തിലേക്ക് നയിക്കുമെന്ന് ഞാൻ പത്രക്കാരോട് പറഞ്ഞുപോയി. ഞാനിങ്ങനെ പറഞ്ഞതിനെ ചില നേതാക്കൾ വിമർശിച്ചു. അതേക്കുറിച്ച് ഞാനെഴുതിയ ഒരു ലേഖനവും വിമർശനത്തിനു വിധേയമായി. എന്റെ പ്രസംഗത്തിലും ലേഖനത്തിലും ഞാൻ ചെയ്തതു ജനങ്ങളുടെ മേലുള്ള പുതിയ നികുതി ഭാരത്തെ എതിർത്തതു മാത്രമാണ്.
>
> പുതിയ നികുതികൾക്കെതിരെ പാർട്ടി ഒരു കാമ്പയിൻ നടത്തണമെന്ന് ഞാനാദ്യം മുതൽ ആവശ്യപ്പെട്ടിരുന്നു. എന്നാൽ പാർട്ടിനേതൃത്വം അങ്ങനെയൊരു കാമ്പയിൻ സംഘടിപ്പിക്കുന്ന ഉദ്ദേശ്യം

തന്നെ മാർച്ച് മാസം മുതൽ ജൂൺ വരെ ഇഷ്ടപ്പെട്ടില്ല. അതിനു പകരം അതേ ലൈനിലുള്ള എന്റെ പ്രസംഗങ്ങൾ വിമർശിക്കുക മാത്രമായിരുന്നു ചെയ്തിരുന്നത്.[14]

4.കുറിപ്പിൽ പറഞ്ഞിരിക്കുന്ന പ്രശ്നം രണ്ടു സെക്രട്ടേറിയറ്റ് മെമ്പറന്മാരും സെക്രട്ടേറിയറ്റിൽ ഉന്നയിച്ചു ചർച്ചചെയ്യുകയോ അല്ലെങ്കിൽ തന്റെ സാന്നിദ്ധ്യത്തിൽ കേന്ദ്രഎക്സിക്യൂട്ടീവിൽ ഉന്നയിക്കുകയും തനിക്കു പറയാനുള്ളതു കേൾക്കുകയും ചെയ്തതിനുശേഷം ആവശ്യമായ ഏതെങ്കിലും തീരുമാനമെടുക്കുകയോ ചെയ്യേണ്ടതായിരുന്നു എന്നാണ് തന്റെ എളിയ അഭിപ്രായം എന്നു എ കെ ജി പറഞ്ഞു.

5. എം എൻ ഗോവിന്ദൻനായർ സെക്രട്ടേറിയറ്റിൽ ഇരുന്നുകൊണ്ട് തനിക്കെതിരെ പ്രചാരണവും അപവാദവുമഴിച്ചുവിടാൻ പാർട്ടിയെ ഉപയോഗിക്കുകയാണ്. തനിക്കെതിരെ എം എൻ ചെളിവാരി എറിയാൻ തുടങ്ങിയത് ഇന്നും ഇന്നലെയുമല്ല. അത് വളരെ മുമ്പേ ആരംഭിച്ച ഒരു ഏർപ്പാടാണ്. അതിനൊരു ഉദാഹരണവും എ കെ ജി ചൂണ്ടിക്കാട്ടി. സാമ്രാജ്യത്വ മൂരാച്ചിയായ മിസ്സ് തായാസിങ്കിനോട് എം എൻ ഗോവിന്ദൻ നായർ പറഞ്ഞതായി അവർ എ കെ ജിയെപ്പറ്റി രേഖപ്പെടുത്തിയത് അദ്ദേഹമൊരു ബുദ്ധിയില്ലാത്ത കഴുതയാണെന്നും എന്നാൽ അദ്ദേഹത്തിന് ബഹുജനങ്ങളുടെമേൽ സ്വാധീനമുണ്ട് എന്നുമാണ്.[15]

6.സെക്രട്ടേറിയറ്റ് മെമ്പർമാരുടെ കുറിപ്പിൽ പാർട്ടി കേന്ദ്രത്തിനു യാതൊരറിവും കൊടുക്കാതെ അഖിലേന്ത്യ കിസാൻസഭയുടെ ജനറൽ സെക്രട്ടറി സ.ജഗ്ജിത് സിങ് ല്യാൽപുരി അത്ഭുതകരമായ രീതിയിൽ 1962 നവംബർ നാഷണൽ കൗൺസിൽ യോഗത്തിനുശേഷം അപ്രത്യക്ഷനായതിനേയും അതിനുശേഷം വിദേശത്തു താമസിച്ചതിനേയും കുറിച്ച് പറഞ്ഞിരുന്നു.[16] നാഷണൽ കൗൺസിൽ യോഗത്തിനുശേഷം ഉടൻതന്നെ എസ് ല്യാൽപുരി 'കർഷകതൊഴിലാളികളുടെയും വനം തൊഴിലാളികളുടെയും സാർവ്വദേശീയ ഫെഡറേഷന്റെ' ക്ഷണപ്രകാരം ആ സംഘടനയുടെ സമ്മേളനത്തിൽ പങ്കെടുക്കുന്നതിനുവേണ്ടി ഇന്ത്യ വിടുകയാണുണ്ടായത് എന്നു എ കെ ജി തന്റെ മറുപടിയിൽ വ്യക്തമാക്കി.[17] സമ്മേളനം കഴിഞ്ഞ് ല്യാൽപുരി മോസ്കോയിൽ തിരിച്ചെത്തുകയും ഒരു ടി ബി സാനിട്ടോറിയത്തിൽ വീണ്ടും ടി ബി യുടെ ആക്രമണം നേരിട്ടപ്പോൾ പ്രവേശിക്കപ്പെട്ടുവെന്നും റിപ്പോർട്ട് വന്ന കാര്യം അദ്ദേഹം ചൂണ്ടിക്കാട്ടി. തുടർന്നു എ കെ ജി ചോദിക്കുകയാണ്:

> സ.ല്യാൽപുരി അന്താരാഷ്ട്ര സമ്മേളനത്തിൽ പോയതാണോ ഈ കുറിപ്പിന്റെ കർത്താക്കളായവരുടെ ആരോപണം? അല്ലെങ്കിൽ മടങ്ങിവന്നു അറസ്റ്റ് ചെയ്യപ്പെട്ടില്ല എന്നാണോ ആ രണ്ട് സെക്രട്ടേറിയറ്റ് അംഗങ്ങളുടെയും ആരോപണം? മടങ്ങിവന്ന് അറസ്റ്റ് വരിക്കണമെന്നാണ് ആ രണ്ട് സെക്രട്ടേറിയറ്റ് മെമ്പർമാരുടെ ആഗ്രഹമെങ്കിൽ, എന്തുകൊണ്ട് അവർ ല്യാൽപുരിക്ക് അതേ അർത്ഥ

ത്തിൽ ശാസനം കൊടുത്തില്ല? അതിനുപകരം ആ രണ്ട് സെക്രട്ടേറിയറ്റ് അംഗങ്ങൾ അതൊരു പ്രശ്നമാക്കാനും, അതൊരു അജ്ഞാതവാസമാക്കാനും ആഗ്രഹിച്ചു. എന്തൊരധഃപതനമാണിത്.[18]

ഇതേപ്പറ്റി കൺട്രോൾ കമ്മീഷൻ റിപ്പോർട്ടിൽ ഇങ്ങനെ പറയുന്നു:

അദ്ദേഹത്തിന്റെ യാത്രയ്ക്ക് എന്തെങ്കിലും രഹസ്യയാത്രയുടെ രീതി ഉണ്ടായിരുന്നു എന്ന് ഞങ്ങൾ കരുതുന്നില്ല.[19]

7. ഇന്ത്യാ–ചൈന സംഘട്ടനത്തെക്കുറിച്ച് 1962 നവംബർ 1 ന് പാസാക്കിയ നാഷണൽ കൗൺസിൽ പ്രമേയത്തെക്കുറിച്ച് സഹോദര പാർട്ടികൾക്ക് വിശദീകരിച്ചുകൊടുക്കാൻ ഡാങ്കെ വിദേശത്ത് പോയിരുന്നല്ലോ. അതേക്കുറിച്ച് തന്റെ രേഖയിൽ എ കെ ജി ചോദിക്കുകയാണ്:

പാർട്ടി ചെയർമാൻ വിദേശത്തുപോകുകയും സഹോദര പാർട്ടി നേതാക്കളുമായി ചർച്ച നടത്തുകയും മടങ്ങിവരുകയും ചെയ്തു. പത്രറിപ്പോർട്ടുകൾ പ്രകാരം അദ്ദേഹത്തിന്റെ യാത്രയെപ്പറ്റി, സെൻട്രൽ എക്സിക്യൂട്ടീവ് വിളിച്ചു വിശദീകരിക്കാതെ, പ്രധാനമന്ത്രി നെഹ്റുവിനോടാണ് ആദ്യം റിപ്പോർട്ടു ചെയ്തത്. അതിനുശേഷം സെൻട്രൽ എക്സിക്യൂട്ടീവിലോ നാഷണൽ കൗൺസിലിലോ ചെയ്ത റിപ്പോർട്ട് പൂർണ്ണമായിരുന്നില്ല. തെറ്റായ ചിത്രമാണ് നമുക്ക് നല്കിയത്. ഈ സ്ഥിതിവിശേഷം നമ്മുടെ പാർട്ടിയുടെ ഐക്യത്തെ ശക്തിപ്പെടുത്തുമോ?[20]

8. അഖിലേന്ത്യാ കിസാൻ സഭയെക്കുറിച്ച് അമേരിക്കൻ പക്ഷപാതിയായ വാരികയിൽ എഴുതിയതിനെക്കുറിച്ചും, കേന്ദ്ര എക്സിക്യൂട്ടീവ് കമ്മിറ്റി അംഗങ്ങൾക്ക് വിതരണം നടത്തുന്നതിനുമുമ്പ് കേന്ദ്ര സെക്രട്ടേറിയറ്റ് മെമ്പറന്മാരുടെ കുറിപ്പിനെപ്പറ്റി *അമൃതബസാർ പത്രിക*യിൽ റിപ്പോർട്ട് വന്നതിനെക്കുറിച്ചും ഇതിന്റെയെല്ലാം ഡ്യൂപ്ലിക്കേറ്റ് കോപ്പി ആഭ്യന്തരകാര്യാലയത്തിൽ എത്തുന്നതിനെക്കുറിച്ചും എ കെ ജി പറഞ്ഞു:

.......ഇതല്ല പാർട്ടി കെട്ടിപ്പടുക്കുവാനുള്ള മാർഗ്ഗം, അതു കൂടുതൽ സഖാക്കൾ അറസ്റ്റ് ചെയ്യപ്പെടുവാനേ സഹായിക്കുകയുള്ളൂ. അതു പാർട്ടിയെ വീണ്ടും ശിഥിലപ്പെടുത്തുവാനേ ഉപകരിക്കുകയുള്ളൂ.[21]

9. അഖിലേന്ത്യാ കിസാൻസഭയ്ക്കെതിരായ എം എൻ ഗോവിന്ദൻ നായരുടെയും യോഗീന്ദ്രശർമ്മയുടെയും ആരോപണങ്ങൾ രണ്ടുമാസം മുമ്പ് ഡൽഹിയിലെ അമേരിക്കൻ പക്ഷപാതിയായ *തോട്ട്* എന്ന വാരികയിൽ പരസ്യപ്പെടുത്തിയത് ഒരു സാധാരണ സംഭവമല്ല എന്നു എ കെ ജി തന്റെ രേഖയിൽ ചൂണ്ടിക്കാട്ടി.

10. സെക്രട്ടേറിയറ്റിലും മറ്റും നടക്കുന്ന ചർച്ചകളും തീരുമാനങ്ങളും

നിരന്തരം പത്രങ്ങൾക്ക് ചോർത്തിക്കൊടുക്കുന്നതാണ് പാർട്ടിയുടെ ശിഥിലീകരണത്തിനുള്ള പ്രധാന കാരണമെന്നു എ കെ ജി തന്റെ രേഖയിൽ ചൂണ്ടിക്കാട്ടി. അദ്ദേഹം എഴുതി:

> കഴിഞ്ഞ നവംബർ മദ്ധ്യത്തിൽ ഇന്ത്യാ–ചൈനാപ്രശ്നം ചർച്ച ചെയ്യാൻ സെക്രട്ടേറിയറ്റ് സമ്മേളിച്ചപ്പോൾ ചില സെക്രട്ടേറിയറ്റു മെമ്പർമാർ ചൈനാപക്ഷ പാതികളെന്ന് ചൂണ്ടിക്കാണിക്കത്തക്ക വിധത്തിൽ സെക്രട്ടേറിയറ്റിന്റെ മിനിറ്റ്സുകൾ ബൂർഷ്വാപത്രങ്ങളിൽ വരികയുണ്ടായി. പത്രങ്ങളിൽ പാർട്ടി സെക്രട്ടേറിയറ്റു നടപടികൾ പ്രത്യേക്ഷപ്പെടുന്നിടത്തോളം കാലം പാർട്ടിക്കുള്ളിൽ ഒരു സ്വതന്ത്രമായ അഭിപ്രായം തുറന്നുപറയുവാൻ അസാദ്ധ്യമായതുകൊണ്ടും സെക്രട്ടേറിയറ്റ് തീരുമാനങ്ങൾ ഇങ്ങനെ ലീക്കുചെയ്യുന്നതുകൊണ്ടുമാണ് ചില സെക്രട്ടേറിയറ്റ് അംഗങ്ങൾ രാജിവയ്ക്കാൻ നിർബ്ബന്ധിതരായത്.
>
> ഈ ലീക്കു പ്രസ്ഥാനമാണ് അവർ രാജിവയ്ക്കുന്നതിനുള്ള കാരണം. മുമ്പ് വിജയവാഡയിൽവെച്ച് സഖാവ് സുസ്ലോവുമായി ജ്യോതിബാസുവും, ഭൂപേശ് ഗുപ്തയും എം എൻ ഗോവിന്ദൻ നായരും സംസാരിച്ച വിവരം *ലിങ്ക്* വാരിക റിപ്പോർട്ട് ചെയ്തത് അതിപ്രധാന ഗൗരവമുള്ള ഒരു സംഗതിയാണ്. ഹൈദരാബാദിൽ വെച്ചുകൂടിയ നാഷണൽ കൗൺസിലിൽ ഇത് പരിപൂർണ്ണമായ ചർച്ചയ്ക്ക് കൊണ്ടുവരപ്പെട്ടു. ഇതുപോലുള്ള കരുതിക്കൂട്ടിയുള്ള ലീക്കിങ്ങാണ് പാർട്ടിയെ ശിഥിലീകരിക്കാൻ കാരണമാക്കുന്നത്.[22]

11. കഴിഞ്ഞ നവംബർ മദ്ധ്യത്തിൽ കേന്ദ്ര സെക്രട്ടേറിയറ്റ് യോഗം കഴിഞ്ഞശേഷം അന്നത്തെ ജനറൽ സെക്രട്ടറി ഇ എം എസ് നമ്പൂതിരിപ്പാട് പത്രക്കാരോട് സെക്രട്ടേറിയറ്റിന്റെ വിവരങ്ങൾ പറഞ്ഞുകൊണ്ടിരിക്കുന്ന വേളയിൽ പാർട്ടി ചെയർമാനായ ഡാങ്കെ കടന്നുവരികയും ജനറൽ സെക്രട്ടറി പറഞ്ഞതിനെ തിരുത്തുകയും ചെയ്തത് പാർട്ടി ഐക്യം ശിഥിലീകരിക്കുന്ന ഏർപ്പാടല്ലാതെ മറ്റെന്താണെന്ന് എ കെ ജി ചോദിച്ചു.

അതിനുംപുറമേ പത്രസമ്മേളനം നടത്തി രണ്ടുദിവസം കഴിഞ്ഞപ്പോൾ പാർട്ടി ജനറൽ സെക്രട്ടറി തലസ്ഥാനത്തുണ്ടായിരുന്നപ്പോൾത്തന്നെ അദ്ദേഹത്തോട് ചോദിക്കാതെ പാർട്ടി ചെയർമാൻ നടത്തിയ വിശദീകരണ പ്രസ്താവന പാർട്ടി ഐക്യം നിലനിർത്തുന്നതിനായിരുന്നോ എന്നും എ കെ ജി തന്റെ രേഖയിൽ ചോദിക്കുന്നു.

12. ഇ എം എസ് നമ്പൂതിരിപ്പാട് ചൈനീസ് പക്ഷപാതിയാണെന്ന് വൻകിടക്കാർ പ്രചരണം നടത്തിയതിനെത്തുടർന്നല്ലേ ആഭ്യന്തരകാര്യങ്ങളിലുള്ള അഭിപ്രായവ്യത്യാസം കൊണ്ടാണ് താൻ രാജിവയ്ക്കുന്നതെന്നുള്ള പരസ്യപ്രസ്താവന പുറപ്പെടുവിക്കാൻ അദ്ദേഹം നിർബ്ബന്ധിക്കപ്പെട്ടത് എന്നു എ കെ ജി പറഞ്ഞു. തുടർന്നു അദ്ദേഹം ഇങ്ങനെ എഴുതി:

> ....എന്റെ അറിവ് ശരിയാണെങ്കിൽ പാർട്ടി ജനറൽ സെക്രട്ടറിയായും, ന്യൂ ഏജിന്റെ പത്രാധിപരായും പ്രവർത്തിക്കാൻ അദ്ദേഹത്തെ അനുവദിച്ചിട്ടില്ലെന്നുള്ളതാണ്. അങ്ങനെ അദ്ദേഹം രാജിവെച്ചതിനുശേഷം, വന്നു അദ്ദേഹത്തിന്റെ നേരെയും ആരോപണങ്ങൾ. ഈ പറഞ്ഞതെല്ലാം പാർട്ടിയുടെ ഐക്യം കെട്ടിപ്പടുക്കാൻ ഉദ്ദേശിച്ചുകൊണ്ടുള്ളതായിരുന്നോ?[23]

13. കേന്ദ്ര സെക്രട്ടേറിയറ്റ് മെമ്പർമാർ സമർപ്പിച്ച കുറിപ്പിൽ അഖിലേന്ത്യകിസാൻസഭയെ ഒരു വിഭാഗീയ പാർട്ടി കേന്ദ്രമാക്കി പ്രവർത്തിപ്പിച്ചുകൊണ്ടിരിക്കുന്നു എന്നു വിശ്വസിക്കാൻ മതിയായ കാരണങ്ങളുണ്ടെന്നും, അഖിലേന്ത്യ കിസാൻസഭ കേന്ദ്രം ഏതാണ്ട് അടച്ചുപൂട്ടിയിരിക്കുകയാണെന്നും, അതിന്റെ കേഡർമാരെയും സ്വത്തുക്കളെയും പാർട്ടിയുടെ സമാന്തരകേന്ദ്രം പ്രവർത്തിപ്പിക്കുന്നതിനുവേണ്ടി ഉപയോഗിച്ചുവരികയാണെന്നും കുറ്റപ്പെടുത്തിയിരുന്നു.[24]

ഈ ആരോപണത്തിനു എ കെ ജി ഇങ്ങനെ മറുപടി നല്കി:

> ....അഖിലേന്ത്യ കിസാൻസഭയെപ്പറ്റി പറഞ്ഞുപരത്തിയ അപവാദങ്ങളെയും ആരോപണങ്ങളെയും നിഷേധിക്കേണ്ടതുണ്ട്. അഖിലേന്ത്യാ കിസാൻസഭയ്ക്ക് വിദേശത്തുനിന്നും യാതൊരു സഹായവും കിട്ടുന്നില്ലായെന്ന് നിങ്ങൾക്കറിയാമല്ലോ. അടിയന്തരാവസ്ഥ വന്നപ്പോൾ മെമ്പർഷിപ്പ് ഫീസ് പിരിച്ചെടുക്കാൻ കഴിഞ്ഞില്ല. എന്നാൽ ഈ കാലഘട്ടത്തിൽ ഉല്പാദന സമ്മേളനങ്ങൾ വിളിച്ചുകൂട്ടിയിട്ടുണ്ട്. നികുതിക്കെതിരായ കാമ്പയിൻ നടത്തിയിട്ടുണ്ട്. ജയിലിൽ കഴിയുന്ന സഖാക്കളുടെ മോചനത്തിനുവേണ്ടി കാമ്പയിൻ സംഘടിപ്പിച്ചിട്ടുണ്ട്. ഈ കാലഘട്ടത്തിൽത്തന്നെയാണ് കേരളത്തിലെ കാർഷികബന്ധബില്ലിന്റെ പ്രശ്നം അഖിലേന്ത്യാ കിസാൻസഭ കൈകാര്യം ചെയ്തതും. ഇങ്ങനെയുള്ള അവസരത്തിലാണ് സമാന്തരപ്പാർട്ടിയുടെ പേരും പറഞ്ഞു, സഭയുടെ പ്രവർത്തകരെ നിർവ്വീര്യമാക്കുന്ന പ്രവൃത്തികൾ നടത്തിയിരുന്നത്.[25]

14. വലതുപക്ഷമടക്കമുള്ള കോൺഗ്രസ് അപ്പാടെ ഒരു ബൂർഷ്വാ സംഘടനയാണെന്നുള്ളത് വിജയവാഡയിൽ കൂടിയ ആറാം കോൺഗ്രസ് പാസാക്കിയ പ്രമേയം വ്യക്തമായി രേഖപ്പെടുത്തിയിട്ടുണ്ട്. എന്നാൽ ഇതു വകവയ്ക്കാതെ വിജയവാഡയിൽ അംഗീകരിച്ച ലൈൻ മാറ്റാനും വിജയവാഡയിൽവെച്ച് പാർട്ടി കോൺഗ്രസ് തള്ളിക്കളഞ്ഞ നയങ്ങൾ പിൻവാതിലിൽക്കൂടി കൊണ്ടുവന്ന് നടപ്പാക്കാനും ഈ അടുത്തകാലത്തു ചില നേതാക്കൾ രഹസ്യമായി ശ്രമിക്കുന്നുണ്ടെന്നുള്ളത് ഒരു വസ്തുതയാണെന്ന് എ കെ ഗോപാലൻ തന്റെ രേഖയിൽ പറഞ്ഞു. ഈ അടുത്ത കാലത്തു നടന്ന ഉപതിരഞ്ഞെടുപ്പുകളിൽ ജനസംഘം,

സ്വതന്ത്രാപാർട്ടി മുതലായ പാർട്ടികൾ പിന്തിരിപ്പൻ പാർട്ടികളാണെന്നും കോൺഗ്രസിന്റെ ഒരു വിഭാഗത്തിൽ പുരോഗമന ശക്തികളുണ്ടെന്നുമുള്ള സിദ്ധാന്തത്തിന്റെ അടിസ്ഥാനത്തിൽ കോൺഗ്രസിനെ സഹായിക്കുന്നതിനായി പാർട്ടി നേതൃത്വം മുന്നോട്ടു വരുന്നതിൽനിന്നു ഇതു മനസ്സിലാക്കാം. ഈ നയങ്ങളെ എതിർക്കുന്നവരോട് മേല്പറഞ്ഞ നേതാക്കന്മാർ രോഷാകുലരാകുന്നത് സ്വാഭാവികമാണ്. വിജയവാഡ പ്രമേയത്തിന്റെ അടിസ്ഥാനത്തിൽ ബഹുജന പ്രശ്നങ്ങളെടുത്തു കാമ്പയിനുകൾ സംഘടിപ്പിക്കുന്ന തന്നെപ്പോലുള്ളവരോട് അവർക്ക് കടുത്ത എതിർപ്പാണുള്ളത്. സമാന്തരപ്പാർട്ടി കേന്ദ്രം പ്രവർത്തിക്കുന്നുണ്ടെന്ന അപവാദത്തിന്റെ ഉദ്ദേശ്യം പാർട്ടി അണികളെ സംഭ്രാന്തരാക്കി പാർട്ടി കോൺഗ്രസിന്റെ തീരുമാനങ്ങളിൽ ഉറച്ചു നില്ക്കുന്നവർക്കെതിരെ അവരെ ഇറക്കിവിടുക എന്നതാണ്.[26] ബഹുജന താല്പര്യങ്ങളെ കാത്തുസൂക്ഷിക്കുന്ന കമ്യൂണിസ്റ്റുകാരെ എതിർക്കുകയാണ് അതുകൊണ്ടവർ ലക്ഷ്യമിടുന്നത്. വലതുപക്ഷത്തിന്റെ മുന്നേറ്റത്തെ ചെറുക്കണമെന്ന് പറയുന്ന ആ രണ്ട് സെക്രട്ടേറിയറ്റ് മെമ്പർമാർക്ക് ജനങ്ങളുടെ മേലുള്ള നികുതിഭാരത്തെ എങ്ങനെ ചെറുത്തുതോല്പിക്കണമെന്നോ വലതുപക്ഷത്തെ ശക്തിപ്പെടുത്തിക്കൊണ്ടിരിക്കുന്ന കോൺഗ്രസ് ഗവൺമെന്റിന്റെ നയങ്ങളെ എങ്ങനെ തടയണമെന്നോ ഉള്ള കാര്യത്തെക്കുറിച്ച് ഒരു വാക്കുപോലും പറയാനില്ലെന്നു എ കെ ജി ചൂണ്ടിക്കാട്ടി.[27]

15. തനിക്കെതിരായ അപവാദത്തിന്റെ ഉള്ളുകള്ളികൾ രാഷ്ട്രീയമാണെന്നു എ കെ ജി പറഞ്ഞു. പാർട്ടി നേതാക്കന്മാരെല്ലാം കോൺഗ്രസിനു കലവറയില്ലാത്ത പിന്തുണ പ്രഖ്യാപിച്ചപ്പോൾ അവരുടെ കണ്ണിൽ താൻ ചെയ്ത ഏക തെറ്റ് ബഹുജനപ്രശ്നങ്ങളെ ഉയർത്തിപ്പിടിച്ചതും കോൺഗ്രസിന്റെ കിരാത ഭരണത്തിന്റെ ഫലമായി ജനങ്ങൾ അനുഭവിക്കുന്ന കഷ്ടപ്പാടുകൾ പാർട്ടി കാണണമെന്നു പറഞ്ഞതുമാണെന്ന് എ കെ ജി പറഞ്ഞു.

1963 ജനുവരിയിൽ കൂടിയ കേന്ദ്ര എക്സിക്യൂട്ടീവ് കമ്മിറ്റിയുടെ യോഗത്തിൽ ഡെറ്റിന്യൂ സഖാക്കളുടെ മോചനത്തിനുവേണ്ടി പാർട്ടി മുൻകൈ എടുക്കണമെന്ന് എ കെ ജി ആവശ്യപ്പെട്ടു. കൂടാതെ അടിയന്തരാവസ്ഥ എടുത്തുകളയാൻ പാർട്ടി ആവശ്യപ്പെടണമെന്നും ഇന്ത്യയും ചൈനയും തമ്മിലുള്ള അതിർത്തിതർക്കം സമാധാനപരമായി പരിഹരിക്കാൻ പാർട്ടിയുടെ കഴിവ് വിനിയോഗിക്കണമെന്നും അദ്ദേഹം പറഞ്ഞു. എന്നാൽ ഡിഫൻസിന്റെ പേരുംപറഞ്ഞുകൊണ്ട് താൻ കൊണ്ടുവന്ന ആവശ്യങ്ങളെല്ലാം കേന്ദ്ര എക്സിക്യൂട്ടീവ് കമ്മിറ്റി തള്ളിക്കളയുകയാണ് ചെയ്തതെന്നും എ കെ ജി തന്റെ മറുപടിയിൽ വ്യക്തമാക്കി.[28]

16. കമ്യൂണിസ്റ്റ് പാർട്ടി പ്രവർത്തകരെ കൂട്ടത്തോടെ അറസ്റ്റ് ചെയ്ത് ജയിലിലടച്ചതിനുശേഷംപോലും പാർട്ടി നേതൃത്വം ഒരു "റിലീസ് കാമ്പയിൻ" നടത്താൻ തയ്യാറായില്ല. എ കെ ജി സെൻട്രൽ എക്സിക്യൂട്ടീവ് കമ്മിറ്റിയിൽ റിലീസ് കാമ്പയിൻ നടത്തണമെന്നാവശ്യപ്പെട്ടെങ്കിലും അത്

നിരസിക്കുകയാണ് വലതുപക്ഷ നേതൃത്വം ചെയ്തത്. ഇതു ഛിദ്ര വാസനയല്ലേ എന്നു എ കെ ജി തന്റെ രേഖയിൽ ചോദിച്ചു.

കൂട്ട അറസ്റ്റുകൾ നടന്ന അവസരത്തിൽ പശ്ചിമബംഗാളിൽ പി ഒ സി യെ നിയമിച്ചതിനെയും പഞ്ചാബിൽ പുതിയ സംസ്ഥാന കമ്മിറ്റിയെ തിരഞ്ഞെടുത്തതിനെയും എ കെ ജി ശക്തമായി വിമർശിച്ചു. ഇത്തരം പ്രവൃത്തികൾ പാർട്ടിയെ ശിഥിലീകരിക്കാനേ സഹായിക്കുകയുള്ളൂ എന്നദ്ദേഹം തന്റെ രേഖയിൽ എഴുതി.[29]

17. കേന്ദ്രത്തിലേതുപോലെ തന്നെ സംസ്ഥാനങ്ങളിലും ഒരു പ്രത്യേക പാർട്ടി ലൈനിനെ എതിർത്ത സംസ്ഥാന കൗൺസിൽ അംഗങ്ങളുടെ പേരുകൾ പത്രങ്ങളിൽ വന്നത് പാർട്ടി ഐക്യം ശക്തിപ്പെടുത്താൻ സഹായകരമായിരുന്നോ എന്നു എ കെ ജി ചോദിച്ചു.

18. സെക്രട്ടേറിയറ്റ് മെമ്പർമാർ നല്കിയ കുറിപ്പിന്റെ മറുവശംകൂടി സെൻട്രൽ എക്സിക്യൂട്ടീവ് കമ്മിറ്റിയും നാഷണൽ കൗൺസിലും ഗൗരവപൂർവ്വം കാണണമെന്ന് എ കെ ജി പറഞ്ഞു. നാഷണൽ കൗൺസിൽ രേഖകളും ചർച്ചകളുടെ വിവരങ്ങളും ബൂർഷ്വാപത്രങ്ങളിൽ മാത്രമല്ല പ്രത്യക്ഷപ്പെടാറുള്ളതെന്നും മറിച്ച് ആഭ്യന്തരകാര്യാലയത്തിലും അതു ചെന്നെത്താറുണ്ടെന്നുമുള്ള കാര്യം ഒരു പരസ്യമായ രഹസ്യമാണെന്നു അദ്ദേഹം ചൂണ്ടിക്കാണിച്ചു. ഈ കുറിപ്പിന്റെ കാര്യത്തിലും മറിച്ച് ചിന്തിക്കാൻ യാതൊരു ന്യായവും താൻ കാണുന്നില്ലെന്നു അദ്ദേഹം പറഞ്ഞു.

യാതൊരു അടിസ്ഥാനവുമില്ലാതെ ആദ്യമായി ഈ കുറിപ്പ് ഞങ്ങളിൽ ചിലരെ സമാന്തരപാർട്ടി രൂപീകരിക്കുന്നുവെന്ന് പറഞ്ഞു കുറ്റപ്പെടുത്തുന്നു. അടുത്ത ആരോപണം പാർട്ടിക്കെതിരായ പ്രവർത്തനത്തിൽ ചൈനീസ് പാർട്ടിയുടെ പ്രചരണത്തിൽ പ്രചോദിതരായി പ്രവർത്തിക്കുന്നു എന്നാണ്. അതായത് തങ്ങൾ ചൈനീസ് പക്ഷപാതികളാണെന്ന്. ഈ കുറിപ്പ് ആഭ്യന്തരകാര്യാലയത്തിലെത്തുകയും കൂടുതൽ അറസ്റ്റുകൾക്ക് വഴിതെളിക്കുകയും ചെയ്യും. കൂടാതെ ഇന്ന് ജയിലിൽ കിടക്കുന്ന സഖാക്കൾ കുറെക്കാലംകൂടി ജയിലിൽ കിടക്കുകയും ചെയ്യും. അതിന്റെ അർത്ഥം ഇന്ത്യയിലെ സാധാരണക്കാരുടെ കാര്യങ്ങൾക്കുവേണ്ടി വാദിക്കുന്ന എല്ലാവരും ഈ രണ്ടു സെക്രട്ടേറിയറ്റ് മെമ്പർമാരുടെ ദൃഷ്ടിയിൽ ചൈനപക്ഷപാതികളാണ് എന്നാണ്. ഈ രണ്ട് സെക്രട്ടേറിയറ്റ് അംഗങ്ങൾ പാർട്ടി കെട്ടിപ്പടുക്കുന്നത് ഈ രീതിയിലാണോ എന്നു എ കെ ജി ചോദിച്ചു.[30]

19. എ കെ ജി തന്റെ രേഖ ഇങ്ങനെ ഉപസംഹരിക്കുന്നു:

> ഞാനെപ്പോഴും പാർട്ടി ഐക്യത്തെ ഒരമൂല്യനിധിയെന്നോണം പൊക്കിപ്പിടിച്ചിട്ടുണ്ട്. അനവധി ത്യാഗങ്ങൾ സഹിച്ചുകൊണ്ടും ചോര ഒഴുക്കിക്കൊണ്ടുമാണ് നമ്മുടെ ഏറ്റവും നല്ല അനവധി സഖാക്കൾ ആ ഐക്യം കെട്ടിപ്പടുത്തിട്ടുള്ളത്. പാർട്ടി ഐക്യത്തെ ശിഥിലപ്പെടുത്തുന്നത് ഏറ്റവും വലിയ കുറ്റമാണ്. ഇത്രനാളും കേന്ദ്രനേതൃത്വം പാർട്ടി ഐക്യത്തെ തുരങ്കംവെച്ചുകൊണ്ടിരിക്കു

കയായിരുന്നു. ഇത്രനാളും പാർട്ടി ഐക്യത്തെ ശിഥിലപ്പെടുത്തു കയായിരുന്നു. അപ്പോഴൊക്കെ ഞാൻ മിണ്ടാതിരുന്നു. കാരണം പാർട്ടിയോടുള്ള കൂറുകൊണ്ടും വിനയംകൊണ്ടുമാണ്. ഇത്രനാളും ഞാനതേപ്പറ്റി പറഞ്ഞില്ല. കാരണം, മൺമറഞ്ഞുപോയ നമ്മുടെ ധീരരായ സഖാക്കളെ ഓർത്തുകൊണ്ടായിരുന്നു. ഇത്രനാളും ഞാനതേക്കുറിച്ചു ശബ്ദിച്ചില്ല. കാരണം, തൊഴിലാളിവർഗ്ഗത്തോ ടുള്ള എന്റെ അതിരറ്റ കടമകൊണ്ടായിരുന്നു. ഭാവിയിലും പാർട്ടി ഐക്യത്തെ ശക്തിപ്പെടുത്താൻ ഞാനെന്റെ എല്ലാ കഴിവുകളും വിനിയോഗിക്കുന്നതായിരിക്കും. അതേസമയം ഞാനൊന്നു പറയട്ടെ, തൊഴിലാളികളെ വഞ്ചിക്കുന്നതിനോട് ഞാൻ കൂട്ടു നില്ക്കില്ല. തൊഴിലാളിവർഗ്ഗത്തെ ഗവൺമെന്റ് അടിച്ചമർത്തു മ്പോൾ ഞാനതിനു കൂട്ടുനില്ക്കില്ല. ഞാനെപ്പോഴും പാർട്ടി ഐക്യം കെട്ടിപ്പടുക്കുന്നിടത്തുണ്ടാകും. അല്ലാതെ വെറും വ്യക്തി ഗതങ്ങളായ താല്പര്യം കാത്തുസൂക്ഷിച്ചുപോരുന്ന ചില നേതാ ക്കളുടെ പാർട്ടിക്കെന്തുപറ്റിയാലും വിരോധമില്ല എന്നുള്ളവരുടെ പക്ഷത്തു ഞാനില്ല. പാർട്ടി ഐക്യമെന്നു പറഞ്ഞാൽ ഇതല്ലെ അർത്ഥമാക്കുന്നത്. ഭാവിയിൽ ഇങ്ങനെയല്ലേ അർത്ഥമാക്കുക.

പാർട്ടി സംഘടനാതത്ത്വങ്ങൾ മനസ്സിലാക്കിയും അവ നടപ്പി ലാക്കിയും നമ്മൾക്ക് പാർട്ടി ഐക്യം കെട്ടിപ്പടുക്കാൻ കഴിയുമെ ന്നാണ് പാർട്ടിനേതൃത്വത്തോടുള്ള എന്റെ അഭ്യർത്ഥന. പാർട്ടി നേതൃത്വത്തോടു വിയോജിക്കുന്നവരോടും ഗവൺമെന്റിനാൽ അറസ്റ്റ് ചെയ്യപ്പെടാത്തവരോട് അച്ചടക്കനടപടി എടുക്കുമെന്നു ഭീഷണി പൊക്കിപ്പിടിച്ചുകൊണ്ടും പാർട്ടികോൺഗ്രസ് തള്ളിക്ക ളഞ്ഞ രാഷ്ട്രീയപരവും, സിദ്ധാന്തപരവുമായ ആശയങ്ങളെ പാർട്ടി യുടെമേൽ അടിച്ചേല്പിച്ചുമാണ് അവർ മുന്നോട്ടുപോകുന്നതെ ങ്കിൽ, അവരാണ് സംഘടനയെ ശിഥിലപ്പെടുത്തുന്നതിനും പാർട്ടി യിൽ അനൈക്യം ഉണ്ടാക്കുന്നതിനുമുള്ള കാരണക്കാർ.

ശരിയായ രാഷ്ട്രീയ–സൈദ്ധാന്തിക ലൈൻ ഏകീകരിച്ചുകൊണ്ട് പാർട്ടി ഒന്നായി കാണാൻ ഞാനാഗ്രഹിക്കുന്നു. പാർട്ടിയിലെ മുഴു വൻ അണികളും അതാണാഗ്രഹിക്കുന്നതെന്ന് എനിക്ക് വിശ്വാ സമുണ്ട്. ഈ കുഴപ്പം പിടിച്ച കാലഘട്ടത്തിൽനിന്ന് പാർട്ടി തലവ ലിച്ചൂരുന്നതിനുമുമ്പ് അതുനടക്കുമെന്നെനിക്കുറപ്പുണ്ട്. അങ്ങനെ ഇന്ത്യൻ തൊഴിലാളിവർഗ്ഗത്തോട് പാർട്ടിയുടെ കടമ നിർവ്വഹി ക്കാൻ സാധിക്കുമെന്നെനിക്കുറപ്പുണ്ട്.

നാഷണൽ കൗൺസിൽ ഇത് സർക്കുലേറ്റു ചെയ്യണമെന്ന് ഞാനാ വശ്യപ്പെടുന്നു.[31]

1963 ജൂൺ 26 മുതൽ ജൂലൈ 2 വരെയായിരുന്നു നാഷണൽ കൗൺസിൽ യോഗം ചേർന്നത്. പാർട്ടിവിരുദ്ധ ഗ്രൂപ്പു ശക്തമായി

പ്രവർത്തിക്കുകയാണെന്നും അതിനാൽ അതിന്റെ പ്രവർത്തനങ്ങളെക്കുറിച്ച് അന്വേഷണം നടത്തേണ്ടത് ആവശ്യമാണെന്നും ഈ യോഗം കൺട്രോൾ കമ്മീഷനോട് ആവശ്യപ്പെട്ടു. ഈ യോഗത്തിൽ ഡോ. ഇസഡ് എ അഹമ്മദ്, എം എൻ ഗോവിന്ദൻ നായർ, യോഗീന്ദ്രശർമ്മ എന്നിവർ ഒരു പ്രമേയം കൊണ്ടുവന്നു. ഇടതുപക്ഷക്കാർ ചൈനീസ് രേഖകൾ വിതരണം ചെയ്തുവെന്നും അവർ പാർട്ടിക്കകത്ത് ചൈനയ്ക്കുവേണ്ടി പ്രചാരവേല ചെയ്യുന്നുവെന്നും മറ്റുമുള്ള ആരോപണങ്ങളാണ് പ്രമേയത്തിൽ പറഞ്ഞിരുന്നത്. ഈ ആരോപണങ്ങൾക്കെതിരായി അച്ചടക്ക നടപടികൾ കൈക്കൊള്ളണമെന്നും പറഞ്ഞിരുന്നു. വലതുപക്ഷ വിഭാഗം ഇടതുപക്ഷ വിഭാഗത്തിനെതിരായി കൊണ്ടുവന്ന ഒരു പ്രധാന ആരോപണം നാഷണൽ കൗൺസിലിനെ എതിർത്തുകൊണ്ടും നാഷണൽ കൗൺസിലിന്റെ അധികാരത്തെ നിഷേധിക്കാൻ പാർട്ടി സഖാക്കളോട് ആവശ്യപ്പെട്ടുകൊണ്ടുമുള്ള ധാരാളം സർക്കുലറുകളും ലേഖനങ്ങളും ലഘുലേഖകളും അവർ വിതരണം ചെയ്തു എന്നാണ്. അവയിൽ പ്രധാനപ്പെട്ടവ താഴെപ്പറയുന്നവയാണ്.

(1) ചൈനീസ് കമ്യൂണിസ്റ്റ് പാർട്ടിയുടെ മുഖപത്രമായ *പീപ്പിൾസ് ഡെയ്‌ലി,* 1962 ഒക്ടോബർ 27 ന് പ്രസിദ്ധീകരിച്ച *ചൈനാ–ഇന്ത്യാ അതിർത്തിപ്രശ്നത്തിന്റെ വെളിച്ചത്തിൽ നെഹ്റുവിന്റെ തത്ത്വശാസ്ത്രത്തെക്കുറിച്ച് കുറെക്കൂടി*

(2) *പീപ്പിൾസ് ഡെയ്‌ലി* 1963 മാർച്ച് 9 ന് പ്രസിദ്ധീകരിച്ച *തിരുത്തൽവാദികൾക്കൊരു മുഖക്കണ്ണാടി*

(3) ആർ പി ദത്തിന്റെ *ലേബർ മന്തിലി* ലേഖനം(1962 ഡിസംബർ)

(4) ആഫ്രോ– ഏഷ്യൻ രാഷ്ട്രത്തലവന്മാർക്ക് ചൗ–എൻലായ് എഴുതിയ കത്ത്.

(5) ഇന്ത്യ–ചൈന അതിർത്തി പ്രശ്നം സംബന്ധിച്ച പശ്ചാത്തല വസ്തുതകൾ

(6) 1961 ഡിസംബർ 7 ന് *പീപ്പിൾസ് ഡെയ്‌ലി* പ്രസിദ്ധീകരിച്ച *എന്തുകൊണ്ട് നെഹ്റു കൂടിയാലോചിക്കുന്നില്ല* എന്ന മുഖപ്രസംഗം

(7) *ജനങ്ങൾ ചിന്തിച്ചുനോക്കട്ടെ* (സത്യാന്വേഷിയുടെ ബംഗാളി ലഘുലേഖ)

(8) ഇ എം എസ് നമ്പൂതിരിപ്പാട് നാഷണൽ കൗൺസിലിന് സമർപ്പിച്ച *ഇന്ത്യൻ കമ്യൂണിസ്റ്റ് പാർട്ടിയിലെ തിരുത്തൽവാദവും വരട്ടുതത്ത്വവാദവും* എന്നരേഖയിലെ തുടക്കത്തിൽനിന്നും അവസാന ഭാഗത്തുനിന്നുമുള്ള ഉദ്ധരണികൾ.

(9) *പൊതു ശത്രുവിനെതിരായ സാർവ്വദേശീയ തൊഴിലാളി പ്രസ്ഥാനത്തിന്റെ ഐക്യം*(ചൈനീസ് പത്രമായ *റെഡ് ഫ്ളാഗ്* മുഖപ്രസംഗത്തിന്റെ മലയാള വിവർത്തനം)

(10) *ഭിന്നതകളുടെ കാരണം* (തോറേക്കുള്ള മറുപടി)– ഇംഗ്ലീഷിലും തെലുങ്കിലും

(11) *തോഗ്ലിയാത്തിയും ഞങ്ങളും തമ്മിലുള്ള അഭിപ്രായ വ്യത്യാസങ്ങളെപ്പറ്റി*– ഇംഗ്ലീഷിലും തെലുങ്കിലും
(12) സ്റ്റാലിന്റെ 70–ാമത്തെ ജന്മദിനത്തിൽ മിക്കോയന്റെ പ്രസംഗം(തെലുങ്ക്)
(13) *സോഷ്യലിസ്റ്റ് ക്യാമ്പിലെ പിളർപ്പ്* (*ന്യൂയോർക്ക് മന്ത്‌ലി റിവ്യൂ*)
(14) *ഇന്നത്തെ സ്ഥിതിഗതികളും കമ്യൂണിസ്റ്റ് പാർട്ടിയുടെ നയങ്ങളും* എന്ന 64 പേജുള്ള കൗടില്യന്റെ ബംഗാളി ലഘുലേഖ
(15) പൃഥിരാജ് എഴുതിയ 36 പേജുള്ള മറ്റൊരുലഘുലേഖ തുടങ്ങിയവ.[32]

എന്നാൽ ഈ ആരോപണത്തിൽ വലിയ കഴമ്പൊന്നുമുണ്ടായിരുന്നില്ല. കാരണം ചൈനീസ് രേഖകളിൽ ബഹുഭൂരിപക്ഷവും പീപ്പിൾസ് പബ്ലിഷിങ് ഹൗസ് തന്നെ പ്രസിദ്ധീകരിച്ചിരുന്നു. ഇ എം എസ് നമ്പൂതിരിപ്പാടിന്റെ രേഖയും ഉൾപ്പാർട്ടി ചർച്ചയ്ക്കുവേണ്ടി പ്രസിദ്ധീകരിച്ചിരുന്നു. പിന്നീട് പാർട്ടി തന്നെ ഈ രേഖകൾ പലതും അച്ചടിക്കുകയും വിതരണം ചെയ്യുകയുമുണ്ടായി. കേന്ദ്ര കൺട്രോൾ കമ്മീഷൻ നാഷണൽ കൗൺസിലിനു സമർപ്പിച്ച റിപ്പോർട്ടിൽ തന്നെ മേൽപ്പറഞ്ഞ ആരോപണത്തിന് മറുപടിയും പറഞ്ഞിട്ടുണ്ട്:

> പ്രത്യയശാസ്ത്രപരമായ കുറെ രേഖകൾ പാർട്ടിയുടെ പബ്ലിഷിങ് ഹൗസുതന്നെ പ്രസിദ്ധീകരിച്ചിട്ടുണ്ട്.[33]

ഡോ. ഇസഡ് എ അഹമ്മദും മറ്റും കൊണ്ടുവന്ന പ്രമേയം പ്രസിദ്ധീകരണത്തിനായിരുന്നില്ല. എങ്കിലും ആയിരത്തോളം കമ്യൂണിസ്റ്റ് നേതാക്കളെ അറസ്റ്റുചെയ്തതിനെ ന്യായീകരിക്കാനായി അപവാദജടിലമായ ആരോപണങ്ങൾക്കു ഉപോൽബലകമായി ആഭ്യന്തരമന്ത്രി പാർലമെന്റിൽ ചെയ്ത പ്രസ്താവനയിൽ ഈ പ്രമേയം ഉദ്ധരിച്ചിരുന്നു.

ഇക്കാലത്ത് കമ്യൂണിസ്റ്റ് പാർട്ടിയുടെ പത്രങ്ങളിലും വാരികകളിലും മാധ്യമങ്ങളിലും ഒന്നും ഇടതുപക്ഷക്കാർ പറയുന്നതോ അവരുടെ പ്രസംഗങ്ങളോ വാർത്തകളോ ഒന്നും നല്കിയിരുന്നില്ല. ആ മാധ്യമങ്ങളെല്ലാം ചൈനയുടെ നിർദ്ദേശപ്രകാരം ഇടതുപക്ഷക്കാർ പാർട്ടിയെ പിളർക്കാൻ ശ്രമിക്കുകയാണെന്ന ആരോപണങ്ങൾക്കൊണ്ട് നിറഞ്ഞവയായിരുന്നു. അക്കാര്യത്തിൽ കമ്യൂണിസ്റ്റു വിരുദ്ധ മാധ്യമങ്ങളും അവരെ നിർല്ലോഭം സഹായിച്ചു. ഈ സാഹചര്യത്തിൽ ഇടതുപക്ഷക്കാരുടെ ആശയങ്ങൾ പ്രചരിപ്പിക്കുന്നതിനുവേണ്ടി ചില മാധ്യമങ്ങൾ ചില സംസ്ഥാനങ്ങളിൽ ആരംഭിക്കാൻ അവർ നിർബ്ബന്ധിതരായി. അതിനു മുൻകൈയെടുത്തവരിൽ പ്രധാനി എ കെ ജിയായിരുന്നു.[34] അവയിൽ പ്രധാനപ്പെട്ടവ:

ജനശക്തി: തെലുങ്കുവാരിക. 1963 ജൂൺ മുതൽ വിജയവാഡയിൽനിന്നും പ്രസിദ്ധീകരിച്ചു തുടങ്ങി.

തീക്കതിർ: തമിഴ് വാരിക. 1963 ജൂൺ മുതൽ മദ്രാസിൽനിന്നും പ്രസിദ്ധീകരിച്ചു തുടങ്ങി.

ചിന്ത: മലയാളം വാരിക. കോഴിക്കോട്ടുനിന്നും 1963 ആഗസ്തിൽ പ്രസിദ്ധീകരണം തുടങ്ങി.

ദേശ്ഹിതൈഷി: ബംഗാളി വാരിക. കൽക്കത്തെയിൽനിന്നും 1963 ആഗസ്തിൽ പ്രസിദ്ധീകരിച്ചു തുടങ്ങി.

ജയിലിലടയ്ക്കപ്പെട്ട കമ്യൂണിസ്റ്റുകാരുടെ മോചനത്തിനുവേണ്ടി പാർലമെന്റിനകത്തും എ കെ ജി പോരാടി. അടിയന്തരാധികാരങ്ങൾ കമ്യൂണിസ്റ്റ് പാർട്ടിയേയും ട്രേഡ് യൂണിയനുകളേയും അടിച്ചമർത്താനും പ്രതിരോധ നിധിയിലേക്ക് ബലം പ്രയോഗിച്ച് സംഭാവന പിരിക്കാനും ദുരുപയോഗിച്ചുവരുന്നുവെന്ന് എ കെ ജി 1963 സെപ്തംബർ 6 ന് ലോക സഭയിൽ ആക്ഷേപിച്ചു.[35]

പ്രതിരോധ ചട്ടങ്ങൾ ദുരുപയോഗം ചെയ്യുന്നതിനു ഗവൺമെന്റിനെ കുറ്റപ്പെടുത്തുന്നതും അടിയന്തരാധികാരമുപയോഗിച്ച് അറസ്റ്റ് ചെയ്തു തടങ്കലിൽ വച്ചിട്ടുള്ള എല്ലാ രാഷ്ട്രീയ തടവുകാരെയും വിട്ടയയ്ക്കാൻ ആവശ്യപ്പെടുന്നതുമായ പ്രമേയം അവതരിപ്പിച്ചുകൊണ്ട് പ്രസംഗിക്കുമ്പോഴായിരുന്നു എ കെ ജി ഇങ്ങനെ പറഞ്ഞത്.

പ്രമേയത്തെ ഒരു സോഷ്യലിസ്റ്റ് മെമ്പറും ഒരു സ്വതന്ത്രനും അനുകൂലിച്ചപ്പോൾ കോൺഗ്രസ് ജനസംഘം മെമ്പർമാർ ശക്തമായി എതിർക്കുകയുണ്ടായി. കമ്യൂണിസ്റ്റുകാരെയും ട്രേഡ് യൂണിയൻകാരെയും അടിയന്തരാധികാരമുപയോഗിച്ച് അടിച്ചമർത്താൻ ശ്രമിക്കുമ്പോൾ ആ അവസരമുപയോഗിച്ച് ജനങ്ങളെ ചൂഷണം ചെയ്യാൻ ലാഭക്കൊതിയന്മാരെയും കരിഞ്ചന്തക്കാരെയും അഴിച്ചുവിട്ടിരിക്കുകയാണെന്നു എ കെ ജി ചൂണ്ടിക്കാണിച്ചു.

കമ്യൂണിസ്റ്റുകാരെ കരുതൽ തടങ്കലിൽ വെച്ചിരിക്കുന്നതിനെ ചോദ്യം ചെയ്ത എ കെ ജി ദേശീയ പ്രതിരോധയത്നങ്ങളെ അട്ടിമറിക്കാൻ കമ്യൂണിസ്റ്റുകാർ ശ്രമിച്ചതായി ഒരൊറ്റ ഉദാഹരണംപോലും ചൂണ്ടിക്കാണിക്കാൻ കഴിയാത്ത സ്ഥിതിക്ക് ഈ തടങ്കലിനു യാതൊരു ന്യായീകരണവുമില്ലെന്ന് പറഞ്ഞു.

കോൺഗ്രസിലോ മറ്റേതെങ്കിലും പാർട്ടിയിലോ ഉള്ളതുപോലെ തന്നെ കമ്യൂണിസ്റ്റുകാർക്കിടയിലും അഭിപ്രായവ്യത്യാസങ്ങളുണ്ടാകാം. എന്നാൽ അത് അവരിൽ കുറെപ്പേരെ കരുതൽ തടങ്കലിൽ വയ്ക്കുന്നതിനു ഒരു കാരണമല്ലെന്ന് എ കെ ജി പറഞ്ഞു.[36]

ജയിലിലടയ്ക്കപ്പെട്ട കമ്യൂണിസ്റ്റ് പാർട്ടിപ്രവർത്തകരുടെ മോചനം, വിലക്കയറ്റം തുടങ്ങിയ പ്രശ്നങ്ങളെ സംബന്ധിച്ച് പി ഒ സി തികച്ചും കാണിക്കുന്ന അനാസ്ഥയിൽ പശ്ചിമബംഗാളിലെ പാർട്ടി അംഗങ്ങൾ തികച്ചും അസംതൃപ്തരായിരുന്നു. രാഷ്ട്രീയ തടവുകാരെ മോചിപ്പിക്കുന്നതിനും ബഹുജന പ്രശ്നങ്ങൾ ഏറ്റെടുക്കുന്നതിനുംവേണ്ടി അവർ ഒരു കമ്മിറ്റി രൂപീകരിക്കുകയും ആ കമ്മിറ്റിയുടെ ആഭിമുഖ്യത്തിൽ കൽക്കത്താ മൈതാനത്ത് ഒരു ബഹുജനറാലി സംഘടിപ്പിക്കുകയും ആ റാലിയിൽ പ്രസംഗിക്കുന്നതിനു എ കെ ജിയെ അവർ ക്ഷണിക്കുകയും

ചെയ്തു.

1963 സെപ്തംബർ 28 നു നടന്ന ആ റാലിയിൽ പങ്കെടുത്ത എ കെ ജി കമ്യൂണിസ്റ്റ് പാർട്ടിയെ ഭിന്നിപ്പിക്കാനല്ല, ശക്തിപ്പെടുത്താനാണ് താൻ പശ്ചിമബംഗാളിൽ വന്നിട്ടുള്ളതെന്നു വ്യക്തമാക്കി.[37]

കമ്യൂണിസ്റ്റുകാരിൽ പീക്കിങ് പക്ഷക്കാരെന്നും പീക്കിങ് വിരുദ്ധരെന്നും പറയപ്പെടുന്നവർ തമ്മിൽ ഗുരുതരമായ അഭിപ്രായ ഭിന്നതയിലാണെന്ന് ഒരു വിഭാഗം പത്രങ്ങൾ ഈയിടെ പ്രചരണം നടത്തിയിരുന്നു. കമ്യൂണിസ്റ്റ് പാർട്ടിയിൽ ഗവൺമെന്റ് പക്ഷക്കാരും ഗവൺമെന്റ് വിരുദ്ധന്മാരും സാമ്രാജ്യത്വപക്ഷക്കാരും സാമ്രാജ്യത്വ വിരുദ്ധന്മാരും എന്നിങ്ങനെ ഗ്രൂപ്പുകൾ ഉള്ളതായി കേട്ടിട്ടുണ്ട്. എന്നാൽ പീക്കിങ് പക്ഷമെന്നോ പീക്കിങ് വിരുദ്ധമെന്നോ ഉള്ള അത്തരം ഗ്രൂപ്പുകളൊന്നും കമ്യൂണിസ്റ്റ് പാർട്ടിയിലില്ല. വ്യാജ മുദ്രാവാക്യങ്ങൾ മുഴക്കി ജനകീയപ്രസ്ഥാനങ്ങളെ തകർക്കാൻ ശ്രമിക്കുന്ന തല്പരകക്ഷികളുടെ കള്ളനാണയങ്ങളാണിതെല്ലാം എന്ന് എ കെ ജി പറഞ്ഞു.

ചില മന്ത്രിമാർ പുറത്തുപോകുകയും മറ്റു ചിലർ അകത്തു കയറുകയുമൊക്കെ ചെയ്യുന്ന കാമരാജ് പദ്ധതിയൊന്നും തങ്ങളുടെ പക്കലില്ല. "കമ്യൂണിസ്റ്റ് പാർട്ടി കോൺഗ്രസിൽ ആവശ്യമുള്ളപ്പോൾ ഭൂരിപക്ഷ വോട്ടോടുകൂടി നേതൃത്വത്തിൽ മാറ്റം വരുത്തും".

രാഷ്ട്രീയ തടവുകാരെ മോചിപ്പിക്കുന്ന കാര്യത്തിലും ജയിലുകളിൽ അവരോടുള്ള പെരുമാറ്റത്തിലുമുള്ള ഗവൺമെന്റിന്റെ നയത്തെ എ കെ ജി രൂക്ഷമായി വിമർശിച്ചു. അവശ്യസാധനങ്ങളുടെ വിലക്കയറ്റത്തിനെതിരായി സമരം നടത്താതിരിക്കാൻ അടിയന്തരാവസ്ഥയുടെ പേരും പറഞ്ഞ് ഈ തടവുകാരിൽ പലരെയും ഇരുമ്പഴികൾക്കുള്ളിൽ അടച്ചിട്ടിരിക്കുകയാണെന്നും അദ്ദേഹം ആരോപിച്ചു. ഈ തടവുകാർക്കെതിരായി ഇതുവരെ ചാർജുകളൊന്നും ചുമത്തിയിട്ടുമില്ല. ഒരു പരിഷ്കൃത രാജ്യത്തു കേട്ടുകേൾവി പോലുമില്ലാത്ത കാര്യമാണിത്. ഗവൺമെന്റിനോട് കുറഞ്ഞവിലയ്ക്ക് അരി ലഭിക്കാനാവശ്യപ്പെടുന്ന കാര്യത്തിലെങ്കിലും ഇടതുപക്ഷപ്പാർട്ടികളെങ്കിലും ഒത്തൊരുമിച്ച് പ്രവർത്തിക്കണമെന്ന് എ കെ ജി ഉദ്ബോധിപ്പിച്ചു. ഇതൊരു ദേശീയ പ്രശ്നമാണെന്നും ഈ ലക്ഷ്യം നേടുന്നതിനു എല്ലാ ഇടതുപക്ഷ പാർട്ടികളും ഒന്നുചേർന്ന് ഒരു സമരമാരംഭിക്കണമെന്നും അദ്ദേഹം ആവശ്യപ്പെട്ടു. ന്യായവിലഷാപ്പുകളിൽനിന്നും ജനങ്ങൾക്ക് അരി നല്കാൻ ഗവൺമെന്റിനു കഴിയാതെ വന്നാൽ ജനങ്ങൾ തന്നെ പൂഴ്ത്തിവെച്ച അരികൾ പുറത്തെടുത്തു ഭക്ഷ്യധാന്യങ്ങൾ വിതരണം ചെയ്യുകയും പണം ഗവൺമെന്റിനു നല്കുകയും വേണമെന്ന് എ കെ ജി ആഹ്വാനം ചെയ്തു.[38]

താൻ പീക്കിങ്ങിന്റെയോ മോസ്കോയുടെയോ പാകിസ്ഥാന്റെയോ ഏജന്റല്ലെന്നും ജനങ്ങളുടെ ഏജന്റാണെന്നും എ കെ ജി ആവർത്തിച്ചു പ്രഖ്യാപിച്ചു. ജനകീയാവശ്യങ്ങളുടെ മുമ്പിൽ സാങ്കേതികം നോക്കാറില്ലെന്നും അദ്ദേഹം പറഞ്ഞു.[39]

കമ്യൂണിസ്റ്റ് വിരുദ്ധ പത്രങ്ങളുടെ റിപ്പോർട്ടനുസരിച്ചുതന്നെ കോരിച്ചൊരിയുന്ന മഴയെപ്പോലും കൂസാതെ ഒരു ലക്ഷത്തിൽപ്പരം പേർ പങ്കെടുത്ത ഈ റാലി കൽക്കത്ത അടുത്ത കാലത്തു കണ്ടിട്ടുള്ള ബഹുജന റാലികളിൽ വച്ച് ഏറ്റവും വലിയ റാലിയായിരുന്നു.[40] 1962 നവംബറിനു ശേഷം കമ്യൂണിസ്റ്റുകാരെ വിട്ടയക്കണമെന്നു കൽക്കത്തയിൽ വച്ച് ആദ്യമായി ആവശ്യപ്പെട്ടത് ഈ റാലിയിൽ വച്ചായിരുന്നു.

ഈ റാലിയിൽ പങ്കെടുത്ത് പ്രസംഗിച്ചതിനു നാഷണൽ കൗൺസിൽ എ കെ ജിയെ പരസ്യമായി ശാസിക്കുകയുണ്ടായി.[41] പാർട്ടിയുടെ നിർദ്ദേശം "ലംഘിച്ച"തിനു അദ്ദേഹത്തെ പരസ്യമായി ശാസിക്കാൻ നാഷണൽ കൗൺസിൽ (സെൻഷർ) തീരുമാനിച്ചത് 1963 ഒക്ടോബർ 19 നാണ്.[42] ഇതു സംബന്ധിച്ച് രണ്ടുദിവസത്തെ ചർച്ചയ്ക്കുശേഷം പാസാക്കിയ പ്രമേയത്തിന് അനുകൂലമായി 49 വോട്ടും എതിരായി 18 വോട്ടുമാണ് ലഭിച്ചത്.

ഇതു സംബന്ധിച്ച കേന്ദ്ര എക്സിക്യൂട്ടീവ് കമ്മിറ്റിയുടേതായി കൗൺസിലിൽ അവതരിപ്പിച്ച പ്രമേയത്തിൽ എ കെ ജി പരസ്യമായി ശാസിക്കണമെന്നും ആറുമാസത്തേക്ക് കേന്ദ്ര എക്സിക്യൂട്ടീവ് കമ്മിറ്റിയിൽനിന്നും സസ്പെന്റ് ചെയ്യണമെന്നുമാണ് പറഞ്ഞിരുന്നത്. എന്നാൽ സസ്പെൻഷനെ സംബന്ധിക്കുന്ന ഭാഗം ഉപേക്ഷിക്കണമെന്നു ഭൂപേശ് ഗുപ്ത അവതരിപ്പിച്ച ഭേദഗതി കൗൺസിൽ അംഗീകരിക്കുകയായിരുന്നു.

നേരത്തെ ഈ പ്രശ്നത്തെ സംബന്ധിച്ച് കേന്ദ്ര എക്സിക്യൂട്ടീവ് കമ്മിറ്റിയിൽ നടന്ന ചർച്ചയിൽ എ കെ ജി പറഞ്ഞത് കൽക്കത്ത റാലിയിൽ താൻ പങ്കെടുത്തത് സാങ്കേതികമായി തെറ്റായ ഒരു നടപടിയായിരിക്കാമെങ്കിലും ഭക്ഷണക്ഷാമത്തിനും ബംഗാളിലെ പാർട്ടി പ്രവർത്തകനെ തടങ്കലിൽവെച്ചുകൊണ്ടിരിക്കുന്നതിനുമെതിരായി പ്രതിഷേധിക്കാൻ വിളിച്ചുകൂട്ടിയ റാലിയിൽ പങ്കെടുക്കുക എന്നത് തന്റെ കടമയാണെന്നാണ്. അതുമാത്രമല്ല കേന്ദ്ര എക്സിക്യൂട്ടീവ് കമ്മിറ്റിയുടെ നിർദ്ദേശം (സെപ്തംബർ 14 മുതൽ 17 വരെ ചേർന്ന സി ഇ സി യോഗമാണ് സെപ്തംബർ 28 ന് വിളിച്ചുകൂട്ടുന്ന യോഗത്തിൽ പങ്കെടുക്കരുതെന്ന തീരുമാനമെടുത്തത്.) തന്റെ ശ്രദ്ധയിൽപ്പെടുന്നതിന് എത്രയോ മുൻപ് നിശ്ചയിച്ചതായിരുന്നു തന്റെ കൽക്കത്ത പരിപാടിയെന്ന് എ കെ ജി സി ഇ സി യോഗത്തിൽ പ്രസ്താവിച്ചിരുന്നു.[43]

ദേശീയ കൗൺസിൽ പ്രമേയത്തിനു വിരുദ്ധമായി പശ്ചിമബംഗാൾ സംസ്ഥാന കൗൺസിൽ പുനഃസ്ഥാപിക്കണമെന്ന് എ കെ ജി പരസ്യമായി ആവശ്യപ്പെടുകയും അങ്ങനെ പാർട്ടിയെ പരസ്യമായി ധിക്കരിക്കുകയും ചെയ്തുവെന്നും നാഷണൽ കൗൺസിൽ പാസാക്കിയ പ്രമേയത്തിൽ പറഞ്ഞിരുന്നു. കൽക്കത്ത റാലിയിൽ പങ്കെടുത്തതിനെ ന്യായീകരിച്ചുകൊണ്ട് അദ്ദേഹം നാഷണൽ കൗൺസിലിൽ നടത്തിയ പ്രസ്താവനയിൽ പറഞ്ഞത് തടവുകാരുടെ രക്ഷയെ കരുതി താൻ പോകേണ്ടത് ആവശ്യമായിരുന്നുവെന്നാണ്.

എ കെ ജിയുടെ നീതികരണത്തെ തിരസ്കരിക്കുകയും ഗോപാലന്റെ പെരുമാറ്റം വ്യക്തവും മനഃപൂർവ്വവുമായ പാർട്ടി അച്ചടക്ക ലംഘനവും പാർട്ടിയുടെ അധികാരത്തോടുള്ള വെല്ലുവിളിയും ബഹുജനപ്രസ്ഥാനത്തെ ശിഥിലീകരിക്കുന്ന ഒരു നടപടിയുമാണെന്നു നാഷണൽ കൗൺസിൽ പ്രമേയം പറയുകയുണ്ടായി. അത്തരം പെരുമാറ്റത്തെ ശക്തിയായി തടയുകയും ശിക്ഷിക്കുകയും ചെയ്യുന്നതാണെന്നും എത്ര സമുന്നതനായ സഖാവ് അങ്ങനെ ചെയ്താലും അതു പാർട്ടിയെ സ്തംഭിപ്പിക്കുകയും ബഹുജനാവശ്യങ്ങൾക്കുവേണ്ടിയുള്ള സമരത്തെ ദുർബ്ബലപ്പെടുത്തുകയും ചെയ്യുമെന്നു പ്രമേയത്തിൽ തുടർന്നു പറഞ്ഞു. അതുകൊണ്ട് നാഷണൽ കൗൺസിൽ അദ്ദേഹത്തെ പരസ്യമായി താക്കീതു നല്കുന്നു. പാർട്ടി ഭരണഘടനയനുസരിച്ച് അദ്ദേഹത്തിന് പാർട്ടി കോൺഗ്രസ്സിൽ അപ്പീൽ ബോധിപ്പിക്കാവുന്നതാണ് എന്നും പ്രമേയത്തിൽ പറഞ്ഞിരുന്നു.[44]

സുന്ദരയ്യയെ താക്കീത് ചെയ്യാനും കൗൺസിൽ തീരുമാനിച്ചു. ഒക്ടോബർ 19 ന്റെ യോഗത്തിൽ ഇ എം എസ് നമ്പൂതിരിപ്പാട് പങ്കെടുത്തിരുന്നില്ല. അദ്ദേഹം പാർട്ടി ചെയർമാനയച്ച ഒരു കത്തിൽ എ കെ ജിക്കും മറ്റുള്ളവർക്കുമെതിരായി നാഷണൽ കൗൺസിൽ നടപടിയെടുക്കുന്നത് ധാർമ്മികമായി തെറ്റായ ഒരു നടപടിയായിരിക്കുമെന്നും അത് പാർട്ടിയെ നശിപ്പിക്കാനുള്ള വിഭാഗീയമായ ഒരു നീക്കമായിരിക്കുമെന്നും ശക്തമായ മുന്നറിയിപ്പു നല്കുകയുണ്ടായി.[45] താൻ പാർട്ടി ജനറൽ സെക്രട്ടറിയായിരുന്ന കാലത്ത് ഇപ്പോഴത്തെ നേതൃത്വം തന്നെ അറിയിക്കാതെ ചില നടപടികൾ എടുത്തതായി ഇ എം എസ് തന്റെ കത്തിൽ കുറ്റപ്പെടുത്തി. ചില മെമ്പറന്മാരുടെ അഭ്യർത്ഥനയനുസരിച്ച് ഇ എം എസിന്റെ കത്ത് നാഷണൽ കൗൺസിൽ യോഗത്തിൽ വായിക്കുകയുണ്ടായി.[46] എന്നാൽ പാർട്ടിയും വലതുപക്ഷ നേതൃത്വം ഇ എം എസിന്റെ മുന്നറിയിപ്പിനൊന്നും വലിയ വിലയൊന്നും നല്കാൻ തയ്യാറായില്ല.

സൂചനകൾ

1. *റിവിഷനിസത്തിനെതിരെ*, പു:61.
2. *പാർട്ടിക്കുള്ളിലെ പിളർപ്പൻപ്രവർത്തനങ്ങളെപ്പറ്റി*, പു:12.
3. *ജനയുഗം*, 19 ഏപ്രിൽ 1963.
4. എ കെ ജി, *എന്റെ ജീവിതകഥ*, പു:327.
5. *റിവിഷനിസത്തിനെതിരെ*, പു:61–62.
6. *എന്റെ ജീവിതകഥ*, പു:327.
7. *റിവിഷനിസത്തിനെതിരെ*, പു:62.
8. *പാർട്ടിക്കുള്ളിലെ പിളർപ്പൻ പ്രവർത്തനങ്ങളെപ്പറ്റി*, പു:21.
9. പാർട്ടി ഐക്യം കെട്ടിപ്പടുക്കാൻ വിഭാഗീയ പ്രവർത്തനങ്ങൾ അവസാനിപ്പിക്കുക. കമ്യൂണിസ്റ്റ് പാർട്ടിയുടെ നാഷണൽ കൗൺസിലിൽ സ. എ കെ ജി സമർപ്പിച്ച രേഖ, മേയ് 1964, പു:2.
10. മേൽച്ചൊന്നത്, പു:2.

11. മേൽച്ചൊന്നത്.
12. മേൽച്ചൊന്നത്, പു:2–6.
13. മേൽച്ചൊന്നത്, പു:5.
14. മേൽച്ചൊന്നത്.
15. മേൽച്ചൊന്നത്, പു:9;* സാമ്രാജ്യത്വവാദികൾക്കുവേണ്ടി പ്രചാരവേല നടത്തുന്ന എഴുത്തുകാരി. അവരുടെ "റിപ്പോർട്ടിങ് ഇന്ത്യ" എന്ന ഗ്രന്ഥത്തിലാണ് ഈ പരാമർശം.
16. പാർട്ടിക്കുള്ളിലെ പിളർപ്പൻ പ്രവർത്തനങ്ങളെപ്പറ്റി, പു:24.
17. പാർട്ടി ഐക്യം കെട്ടിപ്പടുക്കാൻ വിഭാഗീയ പ്രവർത്തനങ്ങൾ അവസാനിപ്പിക്കുക, പു:10.
18. മേൽച്ചൊന്നത്.
19. പാർട്ടിക്കുള്ളിലെ പിളർപ്പൻ പ്രവർത്തനങ്ങളെപ്പറ്റി, പു:24.
20. പാർട്ടിഐക്യം കെട്ടിപ്പടുക്കാൻ വിഭാഗിയ പ്രവർത്തനങ്ങൾ അവസാനിപ്പിക്കുക, പു:8–9.
21. മേൽച്ചൊന്നത്, പു:11.
22. മേൽച്ചൊന്നത്, പു:7.
23. മേൽച്ചൊന്നത്, പു:8.
24. പാർട്ടിക്കുള്ളിലെ പിളർപ്പൻ പ്രവർത്തനങ്ങളെപ്പറ്റി, പു:24.
25. പാർട്ടി ഐക്യം കെട്ടിപ്പടുക്കാൻ വിഭാഗീയ പ്രവർത്തനങ്ങൾ അവസാനിപ്പിക്കുക, പു:10.
26. മേൽച്ചൊന്നത്, പു:6.
27. മേൽച്ചൊന്നത്.
28. മേൽച്ചൊന്നത്, പു:4.
29. മേൽച്ചൊന്നത്, പു:8.
30. മേൽച്ചൊന്നത്, പു:30.
31. മേൽച്ചൊന്നത്, പു:11–12.
32. പാർട്ടിക്കുള്ളിലെ പിളർപ്പൻ പ്രവർത്തനങ്ങളെപ്പറ്റി, പു: 7–15.
33. മേൽച്ചൊന്നത്, പു:15.
34. മേൽച്ചൊന്നത്, പു:12–13, 23.
35. *ജനയുഗം*, 10 സെപ്തംബർ 1963.
36. മേൽച്ചൊന്നത്.
37. *ജനയുഗം*, 1 ഒക്ടോബർ 1963.
38. മേൽച്ചൊന്നത്.
39. *ജനയുഗം*, 5 ഒക്ടോബർ 1963.
40. റിവിഷനിസത്തിനെതിരെ, പു:62.
41. മേൽച്ചൊന്നത്.
42. *ജനയുഗം*, 20 ഒക്ടോബർ 1963.
43. *ദേശാഭിമാനി*, 19 ഒക്ടോബർ 1963.
44. അനുബന്ധം–2.
45. *ദേശാഭിമാനി*, 19 ഒക്ടോബർ 1963.
46. മേൽച്ചൊന്നത്.

23

കോൺഗ്രസുമായി പരസ്യമുന്നണി

വീണ്ടും തന്റെ നില ഗുരുതരമായി അപകടപ്പെടുന്നുവെന്ന് ഡാങ്കെ മനസ്സിലാക്കി. അപ്പോൾ പൊള്ളയായ വാചകമടിയും 'ഭാരതബന്ദു'പോലുള്ള മുദ്രാവാക്യങ്ങളുമുയർത്തിക്കൊണ്ട് ഡാങ്കെ രംഗപ്രവേശനം ചെയ്തു. ഇവയൊന്നും ഗൗരവമായി പറഞ്ഞതൊന്നുമായിരുന്നില്ല. 1963 ഡിസംബറിൽ ബോംബെയിൽ അഖിലേന്ത്യാ ട്രേഡ് യൂണിയൻ സമ്മേളനം ഡാങ്കെ വിളിച്ചുകൂട്ടി. വിലവർദ്ധനവിന്റെ പ്രശ്നത്തിലും മറ്റടിയന്തരാവശ്യങ്ങൾക്കുംവേണ്ടി ഒരഖിലേന്ത്യാ പണിമുടക്കിന് കാര്യമായ ഒരുക്കങ്ങൾ ചെയ്യാൻ സമയമായിരിക്കുന്നുവെന്ന് ഫ്രാക്ഷൻ യോഗം കൂടി തീരുമാനിച്ചു. എന്നാൽ ഇതും അത്ര കാര്യമായിട്ടായിരുന്നില്ല പറഞ്ഞിരുന്നത്. എ ഐ ടി യു സിയുടെ അറിയപ്പെടുന്ന നേതാക്കളെല്ലാം രാജ്യമാകെ പരട്യനം നടത്തുകയും പ്രധാനപ്പെട്ട ട്രേഡ് യൂണിയൻ കേന്ദ്രങ്ങൾ സന്ദർശിക്കുകയും പണിമുടക്ക് പ്രചാരണം നടത്തുകയും സംസ്ഥാന-പ്രാദേശിക നേതാക്കളെ പണിമുടക്കിനുള്ള ഒരുക്കങ്ങളിൽ സഹായിക്കുകയും വേണമെന്ന് പി രാമമൂർത്തി നിർദ്ദേശം വെച്ചപ്പോൾ അത് നിരാകരിക്കപ്പെട്ടു.[1] അതിനുപകരമായി പണിമുടക്ക് പ്രചാരണത്തിന് സഹായകമായവിധം താൻ ചില ലഘുലേഖകൾ തയ്യാറാക്കുന്നുണ്ടെന്നും അതുമതിയെന്നും ഡാങ്കെ പറഞ്ഞെങ്കിലും അങ്ങനെ യാതൊരു ലഘുലേഖകളും പുറത്തിറങ്ങുകയുണ്ടായില്ല.

ട്രേഡ് യൂണിയൻ പ്രസ്ഥാനത്തിന്റെ വളർച്ചയും സമരത്തിനുള്ള പിരിമുറക്കവും അസന്തുലിതമായിരുന്നതിനാൽ, തൊഴിലാളികൾക്കിടയിൽ സമരത്തിനാവശ്യമായ പിരിമുറുക്കം ഉണ്ടായിക്കഴിഞ്ഞ സ്ഥലങ്ങളിൽ അഖിലേന്ത്യാ പണിമുടക്കിന് കാത്തുനില്ക്കാതെ സംസ്ഥാനവ്യാപകമായ പണിമുടക്കങ്ങൾക്ക് പ്രോത്സാഹനം കൊടുക്കണമെന്ന മറ്റൊരു

നിർദ്ദേശവും രാമമൂർത്തിവെച്ചു. സംസ്ഥാനവ്യാപകമായ അത്തരം പണിമുടക്കുകൾ മറ്റു സംസ്ഥാനങ്ങളിലെ തൊഴിലാളികൾക്ക് പ്രോത്സാഹനവും ആവേശവും നല്കുമെന്നും അദ്ദേഹം ചൂണ്ടിക്കാണിച്ചെങ്കിലും ആ നിർദ്ദേശത്തെയും ഡാങ്കെ പാടെ തള്ളിക്കളയുകയാണുണ്ടായത്.

പൊതുപണിമുടക്കിനുള്ള ഒരുക്കങ്ങൾ നടത്തുന്നതിന് സംസ്ഥാന കൺവെൻഷനുകൾ വിളിച്ചുകൂട്ടി കമ്മിറ്റികൾ ഏർപ്പെടുത്തുന്നത് സംബന്ധിച്ചുറപ്പുണ്ടാക്കണമെന്ന് ഒരു പ്രതിനിധിസമ്മേളനത്തിൽ നിർദ്ദേശിച്ചപ്പോൾ ഡാങ്കെ അത് നിരസിക്കുക മാത്രമല്ല ഉണ്ടായത്, ആ നിർദ്ദേശം വെച്ച പ്രതിനിധിയെ അധിക്ഷേപിക്കുക കൂടിചെയ്തു. ഈ സമ്മേളനത്തെത്തുടർന്നുള്ള മൂന്നുമാസക്കാലത്തിനിടയ്ക്ക് പ്രധാന ട്രേഡ് യൂണിയൻ നേതാക്കളെയെല്ലാം വിവിധ പ്രതിനിധി സംഘങ്ങളെന്ന നിലയ്ക്ക് വിദേശത്തേക്കയക്കപ്പെടുകയാണുണ്ടായത്. ഇതിൽനിന്നും പൊതുപണിമുടക്കിനുള്ള ആഹ്വാനം അത് നടപ്പാക്കണമെന്ന ഉദ്ദേശ്യത്തോടെ ഗൗരവബുദ്ധിയോടുകൂടിയല്ല നല്കപ്പെട്ടതെന്ന വസ്തുത വ്യക്തമാണ്.

കേരളത്തിൽ വിലക്കയറ്റത്തിന്റെ പ്രശ്നത്തിലും കാർഷികബന്ധനിയമത്തിൽ ഭേദഗതികൾ കൊണ്ടുവരാനുള്ള നീക്കത്തിലും പ്രതിഷേധിച്ച് ഒരു പൊതുപണിമുടക്ക് ആസൂത്രണം ചെയ്യുന്നതിനെക്കുറിച്ചാലോചിക്കാൻ സംസ്ഥാനകമ്മിറ്റി അംഗങ്ങളുടെയും ജില്ലാകമ്മിറ്റി അംഗങ്ങളുടെയും കീഴ്കമ്മിറ്റി പ്രതിനിധികളുടെയും ഒരു കൺവെൻഷൻ വിളിച്ചു കൂട്ടണമെന്ന പാർട്ടി മെമ്പറന്മാരുടെ ആവശ്യത്തിനു മുന്നിൽ സംസ്ഥാന കമ്മിറ്റിക്ക് വഴങ്ങേണ്ടി വന്നു. കൺവെൻഷനുള്ള ഒരുക്കങ്ങൾ ജില്ലാ സഖാക്കൾ വളരെ ആവേശത്തോടെ നടത്തി. എന്നാൽ കൺവെൻഷനും നാലുദിവസംമുമ്പ് യാതൊരു കാരണവും പറയാതെ കൺവെൻഷൻ റദ്ദാക്കുകയാണ് സംസ്ഥാന സെക്രട്ടേറിയറ്റ് ചെയ്തത്.[2]

1956 ൽ പാലക്കാട്ട് വെച്ചുനടന്ന നാലാം കോൺഗ്രസിൽ കോൺഗ്രസ് കമ്യൂണിസ്റ്റ് ഐക്യം ആവശ്യപ്പെട്ടുകൊണ്ട് ബദൽ പ്രമേയം അവതരിപ്പിച്ചവരിൽ ഒരാളും വലതുപക്ഷക്കാരുടെ ശക്തനായ വക്താവുമായിരുന്ന കെ ദാമോദരൻ അവിടംമുതലിങ്ങോട്ട് നിരന്തരം കോൺഗ്രസ്–കമ്യൂണിസ്റ്റ് ഐക്യത്തിനുവേണ്ടി വാദിച്ചുകൊണ്ടിരുന്നു. അവയിൽ ചിലത് നോക്കുക. 1963 ലെ *ദേശാഭിമാനി വാർഷിക പതിപ്പി*ലെഴുതിയ ലേഖനത്തിൽ കെ ദാമോദരൻ എഴുതി:

> സാമ്രാജ്യവാദികൾക്കും അവരുമായി കൂട്ടുകെട്ടുകളുണ്ടാക്കുന്ന വൻകിട ബൂർഷ്വാ–നാടുവാഴി വിഭാഗങ്ങൾക്കും എതിരായ എല്ലാ ജനവിഭാഗങ്ങൾ ഉൾക്കൊള്ളുന്ന അതിവിപുലമായ ഒരു ദേശീയ ജനാധിപത്യ മുന്നണി കെട്ടിപ്പടുത്തുകൊണ്ടുമാത്രമേ ഇന്ത്യയുടെ മൗലിക നയങ്ങളെ കാത്തുരക്ഷിക്കാൻ കഴിയൂ: കോൺഗ്രസ് കമ്യൂണിസ്റ്റ് ഐക്യമാണ് ഈ ദേശീയ ജനാധിപത്യമുന്നണിയുടെ കാതൽ.

അതായത് ദേശീയ ജനാധിപത്യ മുന്നണി പടുത്തുയർത്തുന്നതിന് കോൺഗ്രസ് കമ്യൂണിസ്റ്റ് ഐക്യം ഊട്ടിയുണ്ടാക്കുകയാണ് വേണ്ടത് എന്ന് ദാമോദരൻ വ്യക്തമായി പറയുന്നു.

പ്രതിപക്ഷകക്ഷി എന്നതിനുപകരം കോൺഗ്രസിന്റെ നയങ്ങളുമായി പൊരുത്തപ്പെട്ടുകൊണ്ട് ഐക്യമുണ്ടാക്കി "സോഷ്യലിസത്തിനുവേണ്ടിയുള്ള സമരത്തിന്റെ ഒഴിച്ചുകൂടാൻ വയ്യാത്ത ഒരു ഉപാധികൂടിയായി" അതിനെ കണക്കാക്കണമെന്ന് ദാമോദരൻ പറയുന്നു.

1963 ആഗസ്ത് 3 ന് *നവയുഗ*ത്തിലെഴുതിയ ഒരു ലേഖനത്തിന്റെ തലക്കെട്ടുതന്നെ *കോൺഗ്രസ്-കമ്യൂണിസ്റ്റ് ഐക്യം കൂടിയേ കഴിയൂ* എന്നതായിരുന്നു. ദീർഘമായ ആ ലേഖനം ദാമോദരൻ ഉപസംഹരിക്കുന്നത് ഇങ്ങനെയാണ്:

> ഇന്നത്തെ അടിയന്തര ദേശീയ കടമകൾ പൂർത്തിയാക്കാൻ വേണ്ടിയുള്ള പ്രക്ഷോഭങ്ങളിലൂടെ മാത്രമേ കമ്യൂണിസ്റ്റ് പാർട്ടിക്ക് സ്വയം ശക്തിപ്പെടാൻ കഴിയൂ. ദേശീയ ജനാധിപത്യ കടമകൾ പൂർത്തിയാക്കാനുള്ള ഒഴിച്ചുകൂടാനാവാത്ത ഒരു ഉപാധിയാണ് വിപുലമായ ദേശീയജനാധിപത്യമുന്നണി. ദേശീയജനാധിപത്യമുന്നണി കെട്ടിപ്പടുക്കണമെങ്കിലോ കോൺഗ്രസ്-കമ്യൂണിസ്റ്റ് ഐക്യം കൂടിയേകഴിയൂ. ഈ വസ്തുതയെ നിഷേധിക്കുന്നവർക്ക് തങ്ങൾ വിജയവാഡ പ്രമേയത്തെ അനുകൂലിക്കുന്നവരാണെന്ന് എങ്ങനെ അവകാശപ്പെടാൻ കഴിയും?

കോൺഗ്രസ്-കമ്യൂണിസ്റ്റ് ഐക്യത്തെപ്പറ്റിയാണ് വിജയവാഡാ പ്രമേയത്തിൽ പറഞ്ഞിരിക്കുന്നതെന്ന് സ്ഥാപിക്കാൻ ശ്രമിക്കുകയായിരുന്നു കെ ദാമോദരൻ.

1964 ജനുവരി 18 മുതൽ 22 വരെ കെ ടി ജേക്കബ്ബിന്റെ അദ്ധ്യക്ഷതയിൽ തൃശൂരിൽവെച്ച് കമ്യൂണിസ്റ്റ് പാർട്ടി കേരള സ്റ്റേറ്റ് കൗൺസിൽ യോഗം നടന്നു. 80 പേർ പങ്കെടുത്ത യോഗത്തിൽവെച്ച് ഇടതുപക്ഷക്കാരനായ എ കെ ജിക്കും വലതുപക്ഷക്കാരനായ കെ ദാമോദരനും എതിരെയുള്ള ചില ആരോപണങ്ങൾ ചർച്ച ചെയ്യുകയുണ്ടായി. രണ്ടുപേർക്കും എതിരെ എടുത്ത നടപടികൾ സ്റ്റേറ്റ് കൗൺസിലിന്റെ 'വലതുപക്ഷ' പക്ഷപാതം ശരിയായി വെളിപ്പെടുത്തിത്തരുന്നുണ്ട്. കൗൺസിലിൽ പങ്കെടുത്തിരുന്ന ഇ കെ നായനാർ അക്കാര്യങ്ങളെക്കുറിച്ച് എഴുതി:

> 1963 ഒക്ടോബറിൽ ഡൽഹിയിൽവെച്ച് ചേർന്ന നാഷണൽ കൗൺസിൽ യോഗത്തിന്റെ റിപ്പോർട്ട് അച്യുതമേനോൻ സ്റ്റേറ്റ് കൗൺസിലിൽ സമർപ്പിച്ചു. സാർവ്വദേശീയ കമ്യൂണിസ്റ്റ് പ്രസ്ഥാനത്തിലെ പ്രത്യയശാസ്ത്രപരമായ വിവാദങ്ങളെപ്പറ്റി നാഷണൽ കൗൺസിൽ പാസാക്കിയ പ്രമേയവും ഇന്ത്യയിലെ അന്നത്തെ രാഷ്ട്രീയ സ്ഥിതിഗതികളെപ്പറ്റി പാസാക്കിയ പ്രമേയവും എ കെ

ജിയുടെ പേരിൽ എടുത്ത അച്ചടക്കനടപടിയും ബംഗാൾ സംസ്ഥാന കൗൺസിൽ പുനഃസംഘടിപ്പിക്കുന്നതിനെപ്പറ്റിയുള്ള തീരുമാനവും റിപ്പോർട്ട് ചെയ്തു.

പ്രത്യയശാസ്ത്രപരമായ വിവാദത്തെപ്പറ്റി പാർട്ടിയിൽ ഉടനീളം ചർച്ച സംഘടിപ്പിക്കാൻ നിശ്ചയിച്ചു. ഈ ഘട്ടത്തിൽ ഡാങ്കെയുടെ നേതൃത്വത്തിലുള്ള കേന്ദ്ര നേതൃത്വം എ കെ ജിക്കെതിരായി അന്വേഷണം നടത്താനും തുടർന്ന് നടപടി എടുക്കാനും ശ്രമമാരംഭിച്ചതുപോലെ തന്നെ കേരളത്തിലും അച്യുതമേനോൻ–എം എൻ ഗോവിന്ദൻ നായർ നേതൃത്വം എ കെ ജിക്കെതിരായി ചാർജ്ഷീറ്റ് തയ്യാറാക്കാൻ ശ്രമവും തുടങ്ങി.

കേരളസ്റ്റേറ്റ് കൗൺസിൽ യോഗത്തിൽ സ്റ്റേറ്റ് സെക്രട്ടേറിയറ്റ് അതുമായി ബന്ധപ്പെടുത്തിക്കൊണ്ട് അവതരിപ്പിച്ച ഒരു പ്രമേയം ചർച്ചയ്ക്ക് വരികയുണ്ടായി. 1963 ഒക്ടോബർ 23 ന് *കേരളകൗമുദി* പ്രതിനിധിയുമായി എ കെ ജി നടത്തിയ അഭിമുഖസംഭാഷണത്തിന്റെ റിപ്പോർട്ടും, ഒക്ടോബർ 24 ന് അതിനെപ്പറ്റി നല്കിയ തിരുത്തും, 28 ന് വയലാറിലെ പൊതുയോഗത്തിൽ എഴുതിവായിച്ച പ്രസ്താവനയും സംബന്ധിച്ച് സ്റ്റേറ്റ് സെക്രട്ടേറിയറ്റ് തയ്യാറാക്കിയ പ്രസ്താവനയാണ് ചർച്ചയ്ക്കെടുത്തത്. അതോടുകൂടി തന്നെ എ കെ ജിയുടെ പ്രസ്താവനയ്ക്ക് മറുപടിയായി എം എൻ ഗോവിന്ദൻ നായർ ഒക്ടോബർ 26 ന് തിരുവനന്തപുരത്തുവെച്ച് നടത്തിയ പത്രസമ്മേളനത്തിലെ പ്രസ്താവനയും ചർച്ചയ്ക്കെടുത്തു.

ചർച്ചയിൽ ആദ്യത്തെ ദിവസം എ കെ ജി പങ്കെടുത്തു സംസാരിച്ചു. ഇ എം എസും എം എൻ ഗോവിന്ദൻ നായരും കൗൺസിൽ യോഗത്തിൽ പങ്കെടുത്ത് സംസാരിച്ചു. ദീർഘമായ ചർച്ചകൾക്കുശേഷം എ കെ ജി യുടെ പ്രസ്താവനയെ സംബന്ധിച്ച് ഭൂരിപക്ഷാഭിപ്രായപ്രകാരം ഇങ്ങനെയൊരു പ്രമേയം പാസാക്കി.

കേന്ദ്ര എക്സിക്യൂട്ടീവിന്റെ തീരുമാനം ലംഘിച്ചതിന് സ: എ കെ ജിയുടെ പേരിൽ പാർട്ടി നാഷണൽ കൗൺസിൽ കൈക്കൊണ്ട സെൻഷർ നടപടി സ്വീകരിക്കുകയുണ്ടായി.

സംഘടനാതത്ത്വത്തെ അവഗണിച്ചുകൊണ്ട് എ കെ ജി പരസ്യമായി പ്രസ്താവനകളിറക്കുകയും പ്രസംഗിക്കുകയും ചെയ്തതിൽ സ്റ്റേറ്റ് കൗൺസിലിനുള്ള എതിർപ്പ് രേഖപ്പെടുത്തി.

ഇതേ കൗൺസിൽ യോഗം തന്നെ 1961 ലെ വിജയവാഡാ പാർട്ടി കോൺഗ്രസിന്റെ തീരുമാനങ്ങളെപ്പറ്റി ദുർവ്യാഖ്യാനം നടത്തിക്കൊണ്ടും കോൺഗ്രസുമായുള്ള ഐക്യമുന്നണിയെ ന്യായീകരിച്ചുകൊണ്ടും കെ ദാമോദരൻ *നവയുഗ*ത്തിലെഴുതിയ ലേഖനത്തെപ്പറ്റിയും ചർച്ച നടത്തി. വിജയവാഡയിൽ സമ്മേളിച്ച ആറാം

പാർട്ടി കോൺഗ്രസ് അംഗീകരിച്ച രാഷ്ട്രീയ പ്രമേയത്തിൽ മൊത്തത്തിൽ കോൺഗ്രസുമായി ഒരു പൊതു ഐക്യമുന്നണി ഉണ്ടാക്കുന്ന പ്രശ്നമേയില്ല. എന്തുകൊണ്ടെന്നാൽ പിന്തിരിപ്പൻ അംശങ്ങൾ കോൺഗ്രസിലുംകൂടി അടങ്ങിയിട്ടുണ്ട് എന്നു പ്രസ്താവിച്ചിരുന്നു. ഈ നിഗമനത്തെ വിജയവാഡാ പാർട്ടി കോൺഗ്രസിൽവെച്ചും അത് കോൺഗ്രസ് അംഗീകരിച്ചതിനുശേഷവും കെ ദാമോദരൻ അംഗീകരിച്ചിരുന്നില്ല. ദാമോദരന്റെ ലേഖനത്തെപ്പറ്റി ചർച്ചചെയ്തു എങ്കിലും തീരുമാനം അടുത്ത് സ്റ്റേറ്റ് കൗൺസിൽ യോഗത്തിലേക്ക് മാറ്റിവയ്ക്കുകയാണ് ചെയ്തത്. ഇതിനിടയ്ക്ക് പാർട്ടി ഭിന്നിച്ചതിനാൽ പിന്നീടത് ചർച്ചചെയ്യേണ്ടിയും വന്നില്ല.

ഇതുമാത്രമല്ല, കമ്യൂണിസ്റ്റ്-കോൺഗ്രസ് ഐക്യം കൂടിയേ കഴിയൂ എന്നുവാദിച്ചുകൊണ്ട് പല ലേഖനങ്ങളും കെ ദാമോദരൻ പലപ്പോഴായി എഴുതിയിരുന്നു. കേന്ദ്രസെക്രട്ടേറിയറ്റ് അംഗമായ എം എൻ ഗോവിന്ദൻ നായർ കമ്യൂണിസ്റ്റ് പാർട്ടിയും കോൺഗ്രസും തമ്മിൽ സാരമായ അഭിപ്രായവ്യത്യാസമില്ലായെന്ന് പ്രചരിപ്പിച്ചു.[3]

വിജയവാഡ പ്രമേയത്തിന്റെ മാത്രമല്ല 1962 ലെ മൂന്നാം പൊതു തിരഞ്ഞെടുപ്പിന്റെ സന്ദർഭത്തിൽ നാഷണൽ കൗൺസിൽ അംഗീകരിച്ച പ്രകടനപത്രികയിലെ വ്യക്തമായ പ്രഖ്യാപനങ്ങൾക്കെല്ലാം എതിരായ വിധത്തിൽ കോൺഗ്രസും കമ്യൂണിസ്റ്റ് പാർട്ടിയും കൂടിച്ചേർന്നുണ്ടാക്കുന്ന ഐക്യമുന്നണിയിലൂടെയാണ് ഇന്ത്യൻ ജനത സോഷ്യലിസത്തിലേക്ക് നീങ്ങേണ്ടതെന്ന് വാദിക്കുന്ന ലേഖനങ്ങൾ തുടരെത്തുടരെയായി പാർട്ടി പത്രങ്ങളിലും വാരികകളിലും മറ്റും ദാമോദരനും മറ്റും എഴുതിയതിനെതിരായി ഒരു ചെറുവിരൽപോലുമുയർത്താൻ വലതുപക്ഷം തയ്യാറായില്ല. 10 മാസത്തോളം കാലം തുടരെത്തുടരെയായി നടന്ന സമ്മർദ്ദത്തിന്റെ ഫലമായാണ് ഇത്തരം ലേഖനമെഴുതിയ കെ ദാമോദരന്റെ പ്രവർത്തിയെ ആക്ഷേപിച്ചുകൊണ്ട് ഒരു പ്രമേയം പാസാക്കാൻ കേരള സ്റ്റേറ്റ് കൗൺസിലിലെ ഭൂരിപക്ഷം തയ്യാറായത്.[4]

1964 ഏപ്രിൽ 4,5 തീയതികളിൽ ചേർന്ന കേരള സ്റ്റേറ്റ് കൗൺസിൽ അംഗീകരിച്ച പ്രമേയത്തിൽ പറഞ്ഞു:

> ....മുന്നണി കെട്ടിപ്പടുക്കുന്നതിനുള്ള പ്രവർത്തനത്തിന്റെ ഭാഗമായി കോൺഗ്രസുമായി ഒരു പൊതു ഐക്യമുണ്ടാക്കണമെന്ന ധാരണയെ വിജയവാഡ പ്രമേയം നിരാകരിച്ചിരിക്കുകയാണ്. ഈ വസ്തുത സ. ദാമോദരന്റെ ലേഖനത്തിൽ വ്യക്തമാക്കുന്നില്ല, എന്നുമാത്രമല്ല, ദേശീയ ജനാധിപത്യമുന്നണിയുടെ കാതൽ-കോൺഗ്രസ്-കമ്യൂണിസ്റ്റ് ഐക്യമാണെന്ന് സ. ദാമോദരൻ പറയുകയും ചെയ്യുന്നു. ഇത് വിജയവാഡ പ്രമേയം അംഗീകരിച്ചിട്ടുള്ളതല്ല.

> അതുകൊണ്ട് ഈ ലേഖനത്തിലെ പ്രസ്തുത പരാമർശം പാർട്ടിയുടെ അംഗീകൃത നയത്തിൽനിന്ന് വ്യതിചലിച്ചുകൊണ്ടുള്ളതും പാർട്ടിനയത്തെ തെറ്റായി ചിത്രീകരിക്കുന്നതും ആണെന്ന് സ്റ്റേറ്റ് കൗൺസിൽ അഭിപ്രായപ്പെടുന്നു .
>
> പാർട്ടിപത്രങ്ങളിലും അല്ലാത്തവയിലും എഴുതുന്ന ലേഖനങ്ങൾ പാർട്ടിയുടെ അംഗീകൃതനയത്തിൽനിന്ന് വ്യതിചലിച്ചുപോകാതിരിക്കാൻ മേലിൽ ജാഗ്രതകാണിക്കണമെന്ന് അഭിപ്രായപ്പെടുകയും ചെയ്യുന്നു.[5]

കോൺഗ്രസ് കമ്യൂണിസ്റ്റ് ഐക്യത്തിന്റെ പേരിലാണ് പാർട്ടി പ്രധാനമായും രണ്ടായി പിളർന്നത്. ദാമോദരന്റെ ആ നിലപാടുകളെ തള്ളിപ്പറഞ്ഞതോ പാർട്ടി രണ്ടായി പിളർന്ന സമയത്ത്. എന്നാൽ ആ സമയത്തുപോലും കേരളത്തിലെ ഉപതിരഞ്ഞെടുപ്പുകളുടെ കാര്യത്തിൽ(1963 മെയിലെ) തങ്ങൾ എടുത്ത നിലപാട് തെറ്റായിരുന്നുവെന്ന് പരസ്യമായി സമ്മതിച്ച് തിരുത്തുവാൻ കേരളാ സ്റ്റേറ്റ് കൗൺസിലിലെ വലതുപക്ഷ ഭൂരിപക്ഷം തയ്യാറായില്ല.

തമിഴ്നാട് മുനിസിപ്പൽ തിരഞ്ഞെടുപ്പ്

തമിഴ്നാട് സംസ്ഥാന കൗൺസിൽ ഭൂരിപക്ഷപ്രകാരം ഒരു പ്രമേയം പാസാക്കി. തമിഴ്നാട്ടിലെ എല്ലാ മുനിസിപ്പാലിറ്റികളിലും എല്ലാ സീറ്റുകളുടെ കാര്യത്തിലും അന്യോന്യം പിന്തുണ നല്കത്തക്കവിധം കോൺഗ്രസ് കക്ഷിയുമായി തിരഞ്ഞെടുപ്പ് നീക്കുപോക്കുകളുണ്ടാക്കാൻ പാർട്ടി ശ്രമിക്കണമെന്ന് ആ പ്രമേയത്തിൽ വ്യക്തമാക്കിയിരുന്നു.[6] സംസ്ഥാന കൗൺസിൽ പിന്നീട് പുറപ്പെടുവിച്ച ഒരു പ്രസ്താവനയിൽ കോൺഗ്രസുമായി ധാരണയുണ്ടാക്കാൻ പറ്റില്ലെങ്കിൽക്കൂടി പാർട്ടിക്ക് ഒറ്റയ്ക്ക് മത്സരിക്കാൻ കഴിയാത്ത സ്ഥലങ്ങളിലെല്ലാം കമ്യൂണിസ്റ്റ് പാർട്ടി കോൺഗ്രസിന് പിന്തുണ നല്കണമെന്ന് പ്രസ്താവിച്ചു. കോൺഗ്രസുമായി പൊതുവായ ഒരു ഐക്യമുന്നണിക്ക് ശ്രമിക്കുകയല്ലെന്ന് പ്രമേയത്തിൽ പ്രസ്താവിക്കപ്പെട്ടിരുന്നുവെങ്കിലും കോൺഗ്രസുമായുള്ള ഐക്യമുന്നണിയല്ലാതെ മറ്റൊന്നുമല്ലായിരുന്നു ഈ പ്രമേയംകൊണ്ട് ഉദ്ദേശിച്ചിരുന്നത്.

ഈ പ്രശ്നം സഖാക്കൾ കേന്ദ്ര എക്സിക്യൂട്ടീവ് കമ്മിറ്റിയുടെ ശ്രദ്ധയിൽപ്പെടുത്തുകയുണ്ടായി. എന്നാൽ തമിഴ്നാട് പാർട്ടിയെ അതിൽനിന്ന് പിന്തിരിപ്പിക്കാൻ കേന്ദ്ര എക്സിക്യൂട്ടീവ് കമ്മിറ്റി തയ്യാറായില്ല എന്നുമാത്രമല്ല തമിഴ്നാട് കൗൺസിൽ കോൺഗ്രസുമായി ഒരു ഐക്യമുന്നണി ഉണ്ടാക്കുകയില്ലെന്ന് പ്രസ്താവിച്ചിരിക്കുന്നുവെന്ന വസ്തുതയെ മാത്രം എടുത്തുകാട്ടിക്കൊണ്ട് ഒരു പ്രമേയം പാസാക്കുകയാണ് ചെയ്തത്. സ്വയംഭരണ സ്ഥാപനങ്ങളുടെമേൽ കോൺഗ്രസിനുള്ള അധികാരകുത്തക ദുർബ്ബലപ്പെടുത്തണമെന്ന കാഴ്ചപ്പാട്

തമിഴ്നാട് കൗൺസിലിനുണ്ടായിരിക്കണമെന്ന് പ്രമേയം നിർദ്ദേശിച്ചു.

ആകയാൽ പിന്തിരിപ്പൻ മുക്കൂട്ടിനെ എതിർക്കുമ്പോൾ മുകളിൽ പ്പറഞ്ഞ പൊതു ലൈനിനു വിധേയമായി ഏതേത് കോൺഗ്രസ് സ്ഥാനാർത്ഥികൾക്ക് പിന്തുണ നല്കണമെന്ന് സ്റ്റേറ്റ് സെക്രട്ടറിയേറ്റ് തീരുമാനിക്കുന്നുവോ, ആ സ്ഥാനാർത്ഥികൾക്ക് മാത്രമേ പിന്തുണ നല്കിക്കൂടു. കോൺഗ്രസിനു പൊതുപിന്തുണ എന്ന പ്രശ്നമേയില്ല.[7]

എന്നാൽ നിർദ്ദേശങ്ങളൊന്നുമായിരുന്നില്ല തമിഴ്നാട് സംസ്ഥാന നേതൃത്വം നടപ്പിലാക്കിയത്. തമിഴ്നാട് നേതൃത്വം കോൺഗ്രസിന്റെ വാലാകുന്നതിലേക്ക് നീങ്ങിയെങ്കിലും ബഹുഭൂരിപക്ഷം മുനിസിപ്പാലിറ്റികളിലും ഒരു ധാരണയുണ്ടാക്കാൻ കോൺഗ്രസ് നേതാവ് കാമരാജൻ നാടാർ തയ്യാറായില്ല. അമ്പതിൽപ്പരം മുനിസിപ്പാലിറ്റികൾ ഉള്ളതിൽ തങ്ങളുടെ നില പരുങ്ങലിലായ മൂന്നേ മൂന്ന് മുനിസിപ്പാലിറ്റികളിൽ മാത്രമാണ് ഏതെങ്കിലും ചില ധാരണ കമ്യൂണിസ്റ്റ് പാർട്ടിയുമായി ഉണ്ടാക്കാൻ കോൺഗ്രസ് തയ്യാറായത്. മദിരാശി മുനിസിപ്പാലിറ്റിയിൽ 100 സീറ്റിൽ മൂന്നും തൃശ്ശിനാപ്പള്ളിയിൽ 36 ൽ ആറു സീറ്റും തൂത്തുക്കുടിയിൽ 32 ൽ 3 സീറ്റുമാണ് പാർട്ടിക്ക് നല്കാൻ കോൺഗ്രസ് തയ്യാറായത്. എന്നിട്ടും സകല മുനിസിപ്പാലിറ്റികളിലും, പാർട്ടി സ്ഥാനാർത്ഥികളെ നിർത്തി മത്സരിക്കാത്ത എല്ലാ സീറ്റുകളിലും കോൺഗ്രസിനെ പിന്തുണയ്ക്കാൻ പാർട്ടി തീരുമാനിച്ചു. ധാരണയായ മേൽപ്പറഞ്ഞ മൂന്ന് മുനിസിപ്പാലിറ്റികളിൽ പല സ്ഥലത്തും ത്രിവർണ്ണ പതാകയും ചെങ്കൊടിയും ഒന്നിച്ചുയർത്തി. കോൺഗ്രസിനുകൊടുക്കുന്ന ഓരോ വോട്ടും കമ്യൂണിസ്റ്റ് പാർട്ടിക്ക് നല്കുന്ന വോട്ടുകളായി പരിഗണിക്കണമെന്ന് തൃശ്ശിനാപ്പള്ളിയിലെ വോട്ടർമാരോട് കല്യാണസുന്ദരം അഭ്യർത്ഥിച്ചു. എന്നാൽ മിക്ക ജില്ലകളിലും പാർട്ടി സഖാക്കളും ഘടകങ്ങളും നേതൃത്വവുമായി സഹകരിക്കാനും യോഗങ്ങൾ വിളിച്ചുകൂട്ടാനും തയ്യാറായില്ല. മദിരാശിയിൽ പ്രാദേശിക കമ്മിറ്റികളും പാർട്ടി സഖാക്കളും കോൺഗ്രസിനു പിന്തുണ നല്കുന്നതിനുവേണ്ടി യോഗങ്ങൾ വിളിച്ചുകൂട്ടാതിരുന്നപ്പോൾ 'ദേശീയ പുരോഗമനമുന്നണി'യെന്ന പേരിൽ ഒരു വേദി പാർട്ടിയിലെ വലതുവിഭാഗം ഉണ്ടാക്കി. കോൺഗ്രസും, വർഗ്ഗീയ ചിന്താഗതിക്കാരായ ദ്രാവിഡ കഴകത്തിന്റെ അണികളും തമിഴ്നാട് നാഷണൽ പാർട്ടിയും(ഈ സംഘടന പിന്നീട് കോൺഗ്രസിൽ ലയിച്ചു)ചേർന്ന് രൂപികരിച്ചതാണ് ദേശീയപുരോഗമന മുന്നണി. ഈ മുന്നണി സംഘടിപ്പിച്ച യോഗങ്ങളിലെ ഒരു പ്രധാന പ്രാസംഗികൻ സി പി ഐ തമിഴ്നാട് സംസ്ഥാന സെക്രട്ടേറിയറ്റ് മെമ്പറന്മാരിൽ ഒരാളായിരുന്നു. വർഗ്ഗീയതയുടെ തീപ്പൊരിപ്രസംഗങ്ങളാണ് ഈ യോഗങ്ങളിൽ ഉണ്ടായത്. പാർട്ടിക്ക് ഒട്ടേറെ സീറ്റുകൾ നഷ്ടപ്പെട്ടതും പൊതുജനങ്ങൾക്കിടയിൽ പാർട്ടി പരിഹാസപാത്രമായതുമായിരുന്നു തമിഴ്നാട്ടിലെ മുനിസിപ്പൽ തിരഞ്ഞെടുപ്പിൽ കോൺഗ്രസുമായി കൂട്ടുകൂടിയതുകൊണ്ട് പാർട്ടിക്കുണ്ടായ നേട്ടം.

തമിഴ്നാട് മുനിസിപ്പൽ തിരഞ്ഞെടുപ്പ് ഫലം വിലയിരുത്തിക്കൊണ്ട് മോഹൻ കുമാരമംഗലം എഴുതിയ ലേഖനം നോക്കുക. ലജ്ജാകരമായ കോൺഗ്രസ് കമ്യൂണിസ്റ്റ് ഐക്യത്തെപ്പറ്റിയുള്ള എല്ലാ കാര്യങ്ങളും അതിലടങ്ങിയിട്ടുണ്ട്.

1962 ലെ പൊതുതിരഞ്ഞെടുപ്പിലാണ് ഇവിടെ ആദ്യമായി ഡി എം കെ, സ്വതന്ത്ര പാർട്ടി, മുസ്ലീംലീഗ് എന്നീ കക്ഷികൾ ചേർന്നുള്ള മൂക്കൂട്ടു രൂപംകൊണ്ടത്. ഇത്തവണത്തെ മുനിസിപ്പൽ തിരഞ്ഞെടുപ്പിൽ കോൺഗ്രസ് പാർട്ടിയെയും കമ്യൂണിസ്റ്റ് പാർട്ടിയെയും തറപറ്റിക്കുകയെന്നതായിരുന്നു ഈ പിന്തിരപ്പൻ മുക്കൂട്ടിന്റെ ലക്ഷ്യം.

ഈ പോക്കിന്റെ അപകടം കമ്യൂണിസ്റ്റ് പാർട്ടിക്കു ബോദ്ധ്യമായിരുന്നു. 1962 ഡിസംബറിൽ തിരുവെട്ടിയൂരിൽ ചേർന്ന പാർട്ടിയുടെ സംസ്ഥാനസമ്മേളനം മുക്കൂട്ടിന്റെ ലക്ഷ്യത്തെ പരാജയപ്പെടുത്തുകയാണ് തങ്ങളുടെ പ്രധാന കടമ എന്ന് തീരുമാനിച്ചു. അതേയവസരം കമ്യൂണിസ്റ്റ് പാർട്ടിയുടെ പ്രാതിനിധ്യം വർദ്ധിപ്പിക്കണമെന്നും കോൺഗ്രസിന്റെ അധികാരകുത്തക കുറയ്ക്കണമെന്നും കൗൺസിൽ തീരുമാനിച്ചു. ഈ സാഹചര്യത്തിൽ മുക്കൂട്ട് അധികാരത്തിൽ വരാനിടയുള്ള സ്ഥലങ്ങളിലെല്ലാംതന്നെ ഇവരെ എതിർക്കുന്ന കോൺഗ്രസ് അടക്കമുള്ള എല്ലാ പാർട്ടികളുമായി ധാരണയിലെത്തേണ്ടതാണെന്നും കൗൺസിൽ തീരുമാനിക്കുകയുണ്ടായി. പാർട്ടിയുടെ ഈ തീരുമാനം 100 ശതമാനം ശരിയായിരുന്നുവെന്ന് തിരഞ്ഞെടുപ്പു ഫലങ്ങൾ തെളിയിക്കുന്നുണ്ട്.

കമ്യൂണിസ്റ്റ് പാർട്ടിയും കോൺഗ്രസും തമ്മിൽ പൂർണ്ണധാരണയിലെത്താൻ കഴിഞ്ഞ മൂന്ന് പ്രധാന കേന്ദ്രങ്ങൾ– തൃശ്ശിനാപള്ളി, തൂത്തുക്കുടി, കരൂർ– ഇതിനുദാഹരണങ്ങളാണ്.

ഈ മൂന്ന് കേന്ദ്രങ്ങളിലും കോൺഗ്രസും കമ്യൂണിസ്റ്റും സംയുക്ത കാമ്പയിനാണ് നടത്തിയത്. അതേയവസരത്തിൽ കമ്യൂണിസ്റ്റ് പാർട്ടി പ്രത്യേകം യോഗങ്ങളും നടത്തുകയുണ്ടായി. കോൺഗ്രസിന്റെയും കമ്യൂണിസ്റ്റ് പാർട്ടിയുടെയും പിന്നിലുള്ള ജനങ്ങൾ തമ്മിലുള്ള വിടവ് കുറയ്ക്കാൻ ഇതുവളരെയേറെ സഹായകമാണ്. തിരഞ്ഞെടുപ്പിൽ ലഭിച്ച സീറ്റുകളുടെ എണ്ണത്തെക്കാൾ വമ്പിച്ച രാഷ്ട്രീയ പ്രാധാന്യം ഇതിനുണ്ട്.

എന്നാൽ കോയമ്പത്തൂർ, മധുര, തിരുപ്പൂർ, ദിണ്ടിഗൽ പോലുള്ള നഗരങ്ങളിൽ കോൺഗ്രസ് നേതൃത്വത്തിന്റെ പിന്തിരിപ്പൻ സമീപനംമൂലം ഐക്യമുണ്ടായില്ല. ലീഗിനും ഡി എം കെയ്ക്കും എതിരായി ഇവിടങ്ങളിൽ പാർട്ടി കോൺഗ്രസിനെ സഹായിച്ചതുകൊണ്ട് അവർക്ക് കൂടുതൽ സീറ്റ് ലഭിക്കുകയുണ്ടായി.

മദ്രാസ് സിറ്റിയിലെ സീറ്റുകളെ സംബന്ധിച്ചിടത്തോളം കോൺഗ്രസ്, കമ്യൂണിസ്റ്റ്, തമിഴ് ദേശീയ പാർട്ടി എന്നീ മൂന്ന് കക്ഷികൾക്ക് ഒരു യോജിപ്പിലെത്താൻ കഴിഞ്ഞില്ലെങ്കിലും മൂന്ന് സീറ്റിൽ കമ്യൂണിസ്റ്റുകളെയും ഏഴിൽ തമിഴ് ദേശീയ പാർട്ടിയെയും കോൺഗ്രസ് പിന്താങ്ങി. സി പി ഐ പതിനൊന്നിൽ സ്വന്തം സ്ഥാനാർത്ഥികളെ നിർത്തി. ഏഴിൽ സ്വതന്ത്രന്മാരെ പിന്താങ്ങി. 75 ൽ കോൺഗ്രസിനെ പിന്താങ്ങി. ഇതിന്റെ ഫലമായി മുക്കൂട്ടുകാരുടെ ആക്രമണത്തെ കുറേയൊക്കെ കടിഞ്ഞാൺ ഇടാൻ കഴിഞ്ഞു. കമ്യൂണിസ്റ്റ് പാർട്ടിയും തമിഴ് ദേശീയപാർട്ടിയും യോജിച്ച് നടത്തിയ രാഷ്ട്രീയ കാമ്പയിനാണ് കോൺഗ്രസിന് ഇത്രയെങ്കിലും സീറ്റ് നല്കിയത് എന്ന കാര്യത്തിൽ പക്ഷാന്തരമില്ല.

തിരഞ്ഞെടുപ്പ് ഫലം പ്രഖ്യാപിക്കപ്പെട്ട ഉടനെ ഈ മൂന്ന് കക്ഷികൾ ചേർന്ന് നടത്തിയ പൊതുയോഗത്തിൽ ഒരു ലക്ഷംപേർ പങ്കെടുത്തു. ഇത് കോൺഗ്രസിന്റെയും കമ്യൂണിസ്റ്റ് പാർട്ടിയുടെയും ബഹുജനങ്ങൾ തമ്മിലുള്ള കൂടുതൽ അടുപ്പത്തിനു വഴിതെളിച്ചു. ഭാവിയുടെ ആശ അതിലാണ് നിലകൊള്ളുന്നത്.

എ ഐ ടി യു സിയുടെ ആഹ്വാനമനുസരിച്ച് നടത്തപ്പെട്ട നിരാഹാര സത്യഗ്രഹത്തിൽ സംസ്ഥാനവ്യാപകമായി 1500പേർ പങ്കെടുത്തു. ഒരു വലിയ വിഭാഗം കോൺഗ്രസുകാർ സത്യഗ്രഹികളെ സന്ദർശിച്ചു. ചിലരെല്ലാം യോഗങ്ങളിൽ പ്രസംഗിച്ചു. ഈ നയം കൂടുതൽ ഫലപ്രദമായി നടപ്പിലാക്കാൻ കഴിയണം.[8]

ഈ ലേഖനത്തിന്റെ കുറെക്കൂടി വിശദീകരിച്ച രൂപം *ന്യൂഏജ്* വാരികയിൽ നമുക്ക് വായിക്കാം.[9]

സൂചിക

1. റിവിഷനിസത്തിനെതിരെ, പു:54
2. മേൽച്ചൊന്നത്, പു:55
3. *ചിന്ത,* എ കെ ജി പതിപ്പ്, 24 മാർച്ച് 1978, പു: 9–10
4. *നവയുഗം,* 11 ഏപ്രിൽ 1964
5. മേൽച്ചൊന്നത്
6. റിവിഷനിസത്തിനെതിരെ, പു:65
7. *നവയുഗം,* 25 ജനുവരി 1964
8. *നവയുഗം,* 21 മാർച്ച് 1964
9. *ന്യൂ ഏജ്* വാരിക, വാല്യം XII നമ്പർ– 12, 22 മാർച്ച് 1964.

24

പാർട്ടി ഐക്യം പുനഃസ്ഥാപിക്കാനുള്ള ഇടതുപക്ഷക്കാരുടെ ശ്രമങ്ങൾ

ജനറൽ സെക്രട്ടറിസ്ഥാനം രാജിവെച്ചതിനുശേഷം 1963 ആഗസ്ത്-ഒക്ടോബർ മാസങ്ങളിൽ ഏതാണ്ട് രണ്ടുമാസത്തോളം ഇ എം എസ് സോവിയറ്റ് യൂണിയനിലുണ്ടായിരുന്ന സമയത്ത് ഇന്ത്യൻ കമ്യൂണിസ്റ്റ് പാർട്ടിയിലെ പ്രശ്നങ്ങളെ സംബന്ധിച്ച് അദ്ദേഹം സോവിയറ്റ് പാർട്ടിയുടെ സാർവ്വദേശീയ വകുപ്പിന്റെ ഡെപ്യൂട്ടി തലവനായ പൊനോമറോവും മറ്റുമായി സംസാരിച്ചിരുന്നു. എ കെ ജിക്കെതിരെ നടപടിയെടുക്കാൻ വലതുപക്ഷ നേതൃത്വം കൊണ്ടുപിടിച്ച് ശ്രമിക്കുന്ന സമയമായിരുന്നു അത്. ഇന്ത്യൻ കമ്യൂണിസ്റ്റ് പാർട്ടിയുടെ ഭാവിയെയാകെ പ്രതികൂലമായി ബാധിക്കാവുന്ന ഒരു സംഭവവികാസമാണിതെന്ന് ഇ എം എസ് പൊനോമറോവിനെയും മറ്റും ചില സോവിയറ്റ് സഖാക്കളെയും ബോദ്ധ്യപ്പെടുത്തി. പിന്നീട് തിരുത്താൻ പ്രയാസമുണ്ടാക്കുന്ന വഴിക്കാണ് ഇന്ത്യൻ പാർട്ടിയുടെ നേതൃത്വത്തിൽ ഒരു വിഭാഗം നീങ്ങുന്നതെന്ന് ഇ എം എസ് അവരെ അറിയിച്ചു. ഇതൊഴിവാക്കാൻ പറ്റുന്നതായി എന്തെങ്കിലുമുണ്ടെങ്കിൽ അത് ചെയ്യണമെന്നും അദ്ദേഹം അവരോട് അഭ്യർത്ഥിച്ചു.[1]

എന്നാൽ സോവിയറ്റ് നേതാക്കൾ അതിന് തയ്യാറായില്ല. ഇന്ത്യൻ പാർട്ടിയുടെ ആഭ്യന്തര പ്രശ്നമാണ് അതെന്നും അതിൽ സോവിയറ്റ് പാർട്ടിക്ക് ഇടപെടാൻ വയ്യെന്നുമുള്ള നിലപാടാണ് അവർ എടുത്തത്. എന്നാൽ അതനുസരിച്ചായിരുന്നില്ല സോവിയറ്റ് പാർട്ടിയുടെ പ്രവർത്തി. 1963 ജൂലൈ 14 ന് സോവിയറ്റ് പാർട്ടി പുറപ്പെടുവിച്ച തുറന്ന കത്തിൽ ചൈനയ്ക്കെതിരായി നടത്തിയ വിമർശനങ്ങളുടെ കൂട്ടത്തിൽ ഇന്ത്യൻ പാർട്ടിയിൽ ഭിന്നിപ്പുളവാക്കിയെന്ന ഒരാരോപണമുണ്ടായിരുന്നു. അങ്ങനെ ഇന്ത്യൻ പാർട്ടിയിലൊരു വിഭാഗത്തിന് ചൈനീസ് പാർട്ടിയുടെ പ്രത്യക്ഷമായ പ്രേരണയുണ്ടെന്ന സോവിയറ്റ് നേതൃത്വത്തിന്റെ ആരോപണം യഥാർത്ഥത്തിൽ ഇന്ത്യൻ കമ്യൂണിസ്റ്റ് പാർട്ടിയിലെ ആഭ്യന്തര പ്രശ്ന

ങ്ങളിലുള്ള ഇടപെടൽ തന്നെയായിരുന്നു. ഇക്കാര്യം ഇ എം എസ് പൊനോമറോവുമായുള്ള സംഭാഷണത്തിൽ ചൂണ്ടിക്കാണിക്കുകയും ചെയ്തിരുന്നു. അത്രയും ചെയ്ത സോവിയറ്റ് നേതൃത്വം ഇന്ത്യൻ പാർട്ടി നേതൃത്വത്തിലൊരു വിഭാഗത്തിന്റെ നടപടി നിമിത്തം ഇവിടെ അത്യന്തം ഗൗരവമായ ഒരു ഉൾപ്പാർട്ടി പ്രതിസന്ധി വളർന്നുവരുന്നതിന്റെ നേരെ നിസ്സഹായതാനയം അംഗീകരിക്കുന്നത് ഇന്ത്യൻ പാർട്ടിയെ സഹായിക്കലായിരിക്കുകയില്ലെന്ന് തനിക്ക് തോന്നിയിരുന്നുവെന്നും, പിന്നീട് നടന്ന സംഭവങ്ങൾ ഇതിനു ശക്തികൂട്ടുകയും ചെയ്തുവെന്നും ഇ എം എസ് രേഖപ്പെടുത്തിയിട്ടുണ്ട്.[2]

ഗുരുതരമായ പാർട്ടി സ്ഥിതിഗതികളെക്കുറിച്ച് ജയിൽ മോചിതരായ സഖാക്കൾ ചിന്തിച്ചു. പാർട്ടിയിൽ ഐക്യം പുനഃസ്ഥാപിക്കുന്നതിനുവേണ്ടിയുള്ള ചില നിർദ്ദേശങ്ങൾ അവർ ആവിഷ്കരിച്ചു. 1963 ഒക്ടോബർ 14 മുതൽ 19 വരെ ന്യൂഡൽഹിയിൽ ചേർന്ന നാഷണൽ കൗൺസിൽ യോഗത്തിൽ പാർട്ടി ഐക്യം നിലനിർത്തണമെന്ന ഉദ്ദേശ്യത്തോടെ എം ബസവ പുന്നയ്യ, കെ രമണി, പി രാമമൂർത്തി, എം ആർ വെങ്കിട്ടരാമൻ, എൻ ശങ്കരയ്യ, എ കെ ജി, ഇ കെ ഇമ്പിച്ചിബാവ, സി എച്ച് കണാരൻ, വി എസ് അച്യുതാനന്ദൻ, ഇ കെ നായനാർ, പി സുന്ദരയ്യ, എം ഹനുമന്തറാവു, എൻ പ്രസാദ്റാവു, പി നാഗിറെഡ്ഢി, വജുഭായി ശുക്ല (Vajubhai Shukla), എം പുനാമിയ, ആർ പി ശരഫ് (R P Saraf) എന്നീ 17 നാഷണൽ കൗൺസിൽ അംഗങ്ങൾ ഒരു കുറിപ്പ് സമർപ്പിച്ചു.

പാർട്ടി ഐക്യത്തിന് നേർക്കുള്ള ഭീഷണി-അതെങ്ങനെ ഒഴിവാക്കാം? (The Threatening Disruption and Split of the Party-How to Avoid the Disaster?) എന്ന തലക്കെട്ടിലുള്ള ആ കുറിപ്പിൽ സാർവ്വദേശീയ കമ്യൂണിസ്റ്റ് പ്രസ്ഥാനത്തിലെ പ്രത്യയശാസ്ത്രപരമായ അഭിപ്രായഭിന്നതകളെ സംബന്ധിച്ച് അവർ മുന്നോട്ടുവെച്ച നിർദ്ദേശങ്ങൾ ഇവയായിരുന്നു:

> സാർവ്വദേശീയ കമ്യൂണിസ്റ്റ് പ്രസ്ഥാനത്തിലെ ഒരു സ്വതന്ത്ര പരമാധികാരഘടകമെന്ന നിലയ്ക്ക് നമ്മുടെ പാർട്ടി, പാർട്ടിക്കകത്താകമാനം പൂർണ്ണമായും ജനാധിപത്യപരമായ ചർച്ചകൾക്കു ശേഷം നമ്മുടേതായ സ്വതന്ത്രമായ നിഗമനത്തിലെത്തിച്ചേരണം. കമ്യൂണിസത്തിന്റെ എതിരാളികൾ എന്തെന്ത് അപവാദങ്ങൾ പറഞ്ഞുപരത്തിയാലും ചൈനാനുകൂലമെന്നോ റഷ്യാനുകൂലമെന്നോ ഉള്ള പ്രശ്നമേ ഉത്ഭവിക്കരുത്. ഉൾപ്പാർട്ടി ചർച്ചകൾ പൂർത്തിയാക്കുകയും നമ്മുടേതായ നിഗമനത്തിലെത്തിച്ചേരുകയും ചെയ്യുന്നതുവരെ സി പി എസ് യുവിന്റെയോ സി പി സിയുടെയോ നിലപാടിനെ തുറന്നു വിമർശിക്കുകയെന്ന സമ്പ്രദായം നാം അവലംബിക്കരുത്.[3]

ഇന്ത്യാ-ചൈനാ തർക്കത്തെ സംബന്ധിച്ച് അവരുടെ കുറിപ്പിൽ ഇങ്ങനെ പറഞ്ഞിരുന്നു:

അഭിപ്രായ ഭിന്നതകൾ അപ്പപ്പോൾ ചർച്ചചെയ്യുന്നതിൽ നാം ഒരു സ്തംഭനത്തിലകപ്പെടുകയും ചൈനയ്ക്കെതിരായി വിദ്വേഷം ആളിക്കത്തിക്കുന്നതിനും തർക്കം കൂടിയാലോചനകൾവഴി സമാധാനപരമായി പരിഹരിക്കപ്പെടുന്നതിനാവശ്യമായ ഒരു കാലാവസ്ഥ രൂപപ്പെട്ടുവരുന്നതിനെ തടയുവാൻ സാദ്ധ്യമായതൊക്കെ ചെയ്യുന്നതിനും സ്ഥിതിഗതികളെ ചൂഷണം ചെയ്യാൻ രാജ്യത്തെ എല്ലാവിധ സങ്കുചിത ദേശീയവാദികളെയും വലതുപക്ഷപിന്തിരിപ്പൻ ശക്തികളെയും അനുവദിക്കുകയും ചെയ്തു. സ്ഥിതിഗതികളിൽ കാര്യമായൊരു മാറ്റം ഉളവാക്കാൻ കഴിയുന്ന അതിപ്രധാനമായ പ്രശ്നം ഇന്ത്യാ-ചൈനാ അതിർത്തിത്തർക്കത്തിൽ സമാധാനപരമായ കൂടിയാലോചനകളിൽക്കൂടി ഒരൊത്തുതീർപ്പുണ്ടാക്കുകയെന്നതാണ്. നാം ആഗ്രഹിക്കുന്നത്ര വേഗത്തിൽ കൂടിയാലോചനകളിൽക്കൂടി ഒരൊത്തുതീർപ്പുണ്ടാക്കുന്നതിൽ നാം വിജയിച്ചാലും ഇല്ലെങ്കിലും ഒരു കാര്യം തീർച്ചയാണ്: ജനാധിപത്യ-വിപ്ലവപ്രസ്ഥാനത്തിന്റെ ഇനിയങ്ങോട്ടുള്ള മുന്നേറ്റം അത്തരമൊരൊത്തുതീർപ്പുണ്ടാക്കുന്നതിനുവേണ്ടി നാം നടത്തുന്ന ചിട്ടയായും നിരന്തരമായുമുള്ള സമരത്തെ വളരെയേറെ ആശ്രയിച്ചിരിക്കുന്നു........ രാജ്യരക്ഷ ശക്തിപ്പെടുത്തുന്നതിനുവേണ്ടി എല്ലാവിധ നടപടികളുമെടുക്കുന്നതോടൊപ്പം സമാധാനപരമായ പ്രശ്നപരിഹാരത്തിൽ മുഖ്യമായും ഊന്നിക്കൊണ്ട്, ആ നിലയ്ക്ക് ഗവൺമെന്റിനെക്കൊണ്ട് ഒരു പുതിയ മുൻകൈയെടുപ്പിക്കാൻ സ്വന്തമായ ബഹുജനാഭിപ്രായം സംഘടിപ്പിക്കാതെ, സമാധാനപരമായ പ്രശ്നപരിഹാരമെന്ന നെഹ്റു ഗവൺമെന്റിന്റെ പ്രഖ്യാപിതോദ്ദേശ്യത്തിന് പിന്തുണ നല്കിയതുകൊണ്ടും നമ്മുടെ പാർട്ടിക്ക് ഈ പ്രശ്നത്തിൽ എന്തെങ്കിലും ഫലപ്രദമായ പങ്കുവഹിക്കാനാവില്ല. അതിന് ഇന്ന് പലപ്പോഴും ചെയ്യുന്നതുപോലെ, രാജ്യത്തെ വലതുപക്ഷ ശക്തികളുടെ ചൈനാവിരുദ്ധ പ്രചാരണത്തിൽ ഒഴുകിപ്പോകുന്നതിനുപകരം, നമ്മുടെ പാർട്ടി അതിന്റെ പ്രക്ഷോഭപ്രചാരണ ലൈൻ പരിഷ്കരിക്കുകയും പ്രവർത്തനത്തെ സംബന്ധിച്ചിടത്തോളം അതതവസരത്തിൽ ശരിയായ മുദ്രാവാക്യങ്ങൾ ഉയർത്തുകയും ചെയ്യേണ്ടിയിരിക്കുന്നു. ചൈനാ ഗവൺമെന്റിന്റെ വാദഗതികൾ ശരിയോ തെറ്റോ ആകട്ടെ, ആ ഗവൺമെന്റിനെ യാതൊരു ലക്കുംലഗാനും ഇല്ലാതെ വിമർശിക്കുകയും പരസ്യമായി ശകാരം ചൊരിഞ്ഞ് ആക്രമണം നടത്തുന്നതും ഈ രാജ്യത്ത് സമാധാനപരമായ കൂടിയാലോചനകൾക്കുള്ള അന്തരീക്ഷം സൃഷ്ടിക്കാൻ സഹായകരമാവുകയില്ല. നമ്മുടെ പാർട്ടി സമാധാനപരമായ കൂടിയാലോചനയിൽ ഊന്നുകയും ഇന്നത്തെ സ്തംഭനാവസ്ഥ അവസാനിപ്പിക്കുന്നതിന് ഒരു പുതിയ മുൻകൈയെടുക്കുയും ചെയ്യുന്നത് നമുക്കിടയിൽ വൻതോതിൽ ഐക്യം

വളർത്തുന്നതിനുപുറമെ കൂടിയാലോചനയിൽക്കൂടി എത്രയും വേഗം അതിർത്തി തർക്കങ്ങൾ അവസാനിപ്പിക്കണമെന്ന മുദ്രാവാക്യത്തിനുപിന്നിൽ വിശാലമായ ജനാധിപത്യ ഐക്യം വളർത്തുകയും ചെയ്യും. നമ്മിൽത്തന്നെ ഭിന്നിപ്പ് ഉളവാക്കുന്ന കാര്യങ്ങളെ സംബന്ധിച്ച ചർച്ച നാം മാറ്റിവയ്ക്കണം; കൂടിയാലോചനയെന്ന അടിയന്തരവും അതിപ്രധാനവുമായ പ്രശ്നത്തിൽ നാം ശ്രദ്ധകേന്ദ്രീകരിക്കണം. അതിന്റെ വിശദാംശങ്ങൾ ഇവിടെ രൂപപ്പെടുത്താനാവില്ല. പാർട്ടിയെ ഏകോപിപ്പിക്കുകയെന്ന പണി പാർട്ടി നേതൃത്വം ആത്മാർത്ഥമായും ഏറ്റെടുക്കുകയാണെങ്കിൽ വിശദാംശങ്ങൾ രൂപപ്പെടുത്തുകയെന്ന കർത്തവ്യം കേന്ദ്ര എക്സിക്യൂട്ടീവ് കമ്മിറ്റിക്കും നാഷണൽ കൗൺസിലിനും ഏറ്റെടുക്കേണ്ടിവരും.[4]

സമകാലിക രാഷ്ട്രീയ ലൈനിനെ സംബന്ധിച്ച് 17 സഖാക്കൾ സമർപ്പിച്ച കുറിപ്പിൽ താഴെപ്പറയുന്ന നിർദ്ദേശം മുന്നോട്ടുവെക്കുകയുണ്ടായി:

രാഷ്ട്രീയാഭിപ്രായത്തിന്റെ പേരിൽ നേതാക്കൾക്കെതിരായി അച്ചടക്കനടപടിയെടുക്കലും, തിരഞ്ഞെടുക്കപ്പെട്ട കമ്മിറ്റികൾ പിരിച്ചുവിടലും, സംഘാടകകമ്മിറ്റികളെ നിയമിക്കലും തുടങ്ങിയ സംഘടനാരീതിയിലൂടെ നേതൃത്വത്തിലിരിക്കുന്ന ഒരു വിഭാഗം സഖാക്കൾ വിജയവാഡാ ലൈൻ തങ്ങളുടെ വ്യാഖ്യാനത്തിനനുസരിച്ച് നടപ്പാക്കാൻ നടത്തുന്ന യാതൊരു ശ്രമവും ആ നയം ഫലപ്രദമായി നടപ്പാക്കുന്നതിലേക്കോ പാർട്ടിക്കുള്ളിൽ കൂടുതൽ ഐക്യം വളർത്തുകയെന്ന പ്രക്രിയയെ സഹായിക്കുന്നതുപോയിട്ട് പാർട്ടിയെ ഏകോപിപ്പിച്ചുനിർത്തുന്നതിലേക്കു പോലുമോ വഴിതെളിക്കില്ല.

......അത്തരം(ഭരണഘടനാ)നിർദ്ദേശങ്ങളുടെയും പാർട്ടിക്കുള്ളിൽ നിലനിന്നുവരുന്ന കുഴപ്പം പിടിച്ച ഉൾപാർട്ടി സ്ഥിതിഗതികളുടെയും വെളിച്ചത്തിൽ ബഹുജനപ്രസ്ഥാനത്തെ സംബന്ധിച്ച അടിയന്തരവും അതിപ്രധാനവുമായ പ്രശ്നങ്ങളിൽ നാം നമ്മുടെ ശ്രദ്ധ കേന്ദ്രീകരിക്കണം. രൂക്ഷമായ അഭിപ്രായഭിന്നതയുടെയും ഭിന്നിപ്പിന്റേതുമായ ഒരു അന്തരീക്ഷത്തിൽ രാഷ്ട്രീയവും പ്രത്യയശാസ്ത്രപരവുമായ തീരുമാനങ്ങളുമായി മുന്നോട്ടുപോകാൻ ധൃതിപിടിച്ച് ശ്രമിക്കരുത്. അടിയന്തര പ്രാധാന്യമുള്ള ബഹുജനപ്രശ്നങ്ങളിലൂടെമാത്രമേ പരമാവധി ഐക്യം നമുക്കിടയിൽ ഉളവാക്കാൻ കഴിയൂ. അത്തരം ഏകോപിച്ച പ്രവർത്തനം കൂടുതൽ ഐക്യത്തിലേക്കും കൂടുതൽ ധാരണയുളവാക്കുന്നതിലേക്കും നയിക്കും. വിജയവാഡയിൽവെച്ച് അംഗീകരിച്ച രാഷ്ട്രീയ ലൈൻ അനുസരിക്കുകയും നടപ്പാക്കുകയും ചെയ്യുമ്പോൾത്തന്നെ വിജയവാഡ

> സമ്മേളനത്തിനുശേഷമുണ്ടായ, പ്രത്യേകിച്ചും കഴിഞ്ഞ ഒരു വർഷത്തിനുള്ളിലുണ്ടായ, സംഭവവികാസങ്ങളുടെ വെളിച്ചത്തിൽ വിജയവാഡ ലൈനിനെ പുനഃപരിശോധിക്കുന്നതിനെക്കുറിച്ചും ഇന്ത്യൻ യാഥാർത്ഥ്യങ്ങളിൽ ദേശീയ ജനാധിപത്യം, മുതലാളിത്തേതര പാത എന്നിവയുടെയും പ്രായോഗികതയെക്കുറിച്ചും പാർട്ടി പരിപാടിയെക്കുറിച്ചും ഉടനെ ഉൾപ്പാർട്ടി ചർച്ചകൾ സംഘടിപ്പിക്കണം.[5]

സാർവ്വദേശീയ കമ്യൂണിസ്റ്റ് പ്രസ്ഥാനത്തിലെ പ്രത്യയശാസ്ത്രപരമായ പ്രശ്നങ്ങളെപ്പറ്റിയും ഇന്ത്യയിലെ വിപ്ലവ പ്രസ്ഥാനവുമായി ബന്ധപ്പെട്ട പ്രശ്നങ്ങളിലും സംഘടിതവും തത്ത്വദീക്ഷയോടുകൂടിയതുമായ ഉൾപ്പാർട്ടി ചർച്ച നടത്തണമെന്ന് ഈ 17 സഖാക്കൾ ആവശ്യപ്പെട്ടു. അതിനുവേണ്ടി ഇനിപറയുന്ന നിർദ്ദേശങ്ങൾ അവർ തങ്ങളുടെ കുറിപ്പിൽ മുന്നോട്ടുവെച്ചു:

> സ്വതന്ത്രവും നീതിപൂർവ്വകവുമായ ചർച്ചകൾ നടത്തുന്നതിന് പാർട്ടി സഖാക്കളെയാകെ പ്രതിനിധാനം ചെയ്യുന്നതും അവരുടെ വിശ്വാസത്തിന് പാത്രീഭൂതരുമായ ഒരേഴംഗ സമിതിയെ നാഷണൽ കൗൺസിൽ ഏർപ്പെടുത്തണം. ആവശ്യമെന്നു തോന്നുന്ന സംസ്ഥാനങ്ങളിലും അതേപോലെ സമിതികൾ ഏർപ്പെടുത്തണം. അതതു പാർട്ടി കോൺഫറൻസുകളിലും പാർട്ടി കോൺഗ്രസുകളിലുംവെച്ച് അവസാന തീരുമാനങ്ങൾ എടുക്കുന്നതുവരെ(നമ്മുടെ പാർട്ടിക്കു നേരെയുള്ള ഗവൺമെന്റിന്റെ മർദ്ദന നടപടികളുടെ കാഠിന്യത്തെയും സ്വഭാവത്തെയും മനസ്സിൽവെച്ചുകൊണ്ടാവണം അത്തരം കോൺഫറൻസുകളുടെയും കോൺഗ്രസിന്റെയും തീയതി നിശ്ചയിക്കുന്നത്) പാർട്ടിയുടെ അംഗീകൃതനയത്തെ സംബന്ധിച്ച് ഒരു വിഭാഗം അല്ലെങ്കിൽ മറ്റൊരുവിഭാഗം സഖാക്കളുടെ ആശയഗതി പ്രചരിപ്പിക്കുന്നതിന് പാർട്ടിപത്രങ്ങളെ ഉപകരണമാക്കരുത്. ബൂർഷ്വാ പത്രങ്ങൾ ചിലരെ ചൈനാനുകൂലികളെന്നും ദേശീയവിരുദ്ധരെന്നും വിളിച്ച് നിരന്തരം ആക്ഷേപിക്കുകയും, അവരെ അറസ്റ്റുചെയ്യണമെന്ന് ഗവൺമെന്റിനോടാവശ്യപ്പെടുകയും അവരെ പുറന്തള്ളണമെന്ന് കേന്ദ്രനേതൃത്വത്തോടഭ്യർത്ഥിക്കുകയും മറ്റും ചെയ്യുമ്പോൾ അതിനെ ശക്തമായി നിഷേധിക്കുകയും എല്ലാ കമ്യൂണിസ്റ്റുകാരെയും സംരക്ഷിക്കുകയും ചെയ്യാൻ പാർട്ടി പത്രങ്ങൾ നിർണ്ണായകമാംവിധം മുമ്പോട്ടുവരണം.[6]

പരസ്പരവിശ്വാസം വീണ്ടെടുക്കുന്നതിനും പാർട്ടിഐക്യം വളർത്തുന്നതിനുംവേണ്ടി ഉൾപ്പാർട്ടിക്കുഴപ്പം മൂർച്ഛിച്ച സന്ദർഭത്തിൽ കേന്ദ്രവും ചില സംസ്ഥാനങ്ങളും കൈക്കൊണ്ട സംഘടനാ നടപടികളെ പുനഃപരിശോധിക്കുകയും പരിഷ്കരിക്കുകയും ചെയ്യണമെന്നും ജനാ

ധിപത്യ രീതിയിൽ പാർട്ടി സമ്മേളനങ്ങളും പാർട്ടി കോൺഗ്രസും ചേരുന്നത് ഉറപ്പുവരുത്തണമെന്നും ആവശ്യപ്പെട്ടുകൊണ്ട് അവർ താഴെപറയുന്ന കാരണങ്ങൾ തങ്ങളുടെ കുറിപ്പിൽ നിർദ്ദേശിച്ചു:

(എ)പശ്ചിമബംഗാളിലെ പ്രൊവിൻഷ്യൽ ഓർഗനൈസിങ് കമ്മിറ്റി പിരിച്ചുവിട്ട് സംസ്ഥാന കൗൺസിൽ പുനഃസ്ഥാപിക്കുക.

(ബി)1962 ൽ അടിയന്തരാവസ്ഥ പ്രഖ്യാപിച്ചതോടെ പഞ്ചാബിൽ പ്രമുഖരായ മിക്കനേതാക്കളെയും അറസ്റ്റുചെയ്തു. ആ സമയത്ത് കേന്ദ്രനേതൃത്വം ധൃതിപിടിച്ച്–അസാധാരണനിലയിൽ–ഒരു പ്രത്യേക സംസ്ഥാന സമ്മേളനം നടത്തുകയും ഒരു പുതിയ സംസ്ഥാന കൗൺസിലിനെ തിരഞ്ഞെടുക്കുകയുമുണ്ടായല്ലോ. ഈ പ്രശ്നത്തെക്കുറിച്ച് ഗുണദോഷവിചിന്തനം നടത്താതെ ജയിലിൽ കിടക്കുന്ന ഭൂരിപക്ഷം നേതാക്കളും പുറത്തുവന്നാലുടനെ സംസ്ഥാനത്ത് സാധാരണനിലയിൽ പാർട്ടി സമ്മേളനം നടത്തണം. ആ സമ്മേളനം തിരഞ്ഞെടുക്കുന്ന സംസ്ഥാന കൗൺസിലിനാവണം സാധുത നല്കേണ്ടത്. നേരത്തെ പ്രത്യേക സമ്മേളനം തിരഞ്ഞെടുത്ത കൗൺസിൽ നിലവിൽ ഇല്ലാതാക്കണം.

(സി) എ കെ ജിയും സുന്ദരയ്യയെയും പോലുള്ള നേതാക്കളുടെ പ്രവർത്തനത്തെ സംബന്ധിച്ച് അന്വേഷണം നടത്താനുള്ള എല്ലാ നീക്കങ്ങളും ഉപേക്ഷിക്കുക. മുകളിൽ സൂചിപ്പിച്ച പ്രശ്നവുമായി ബന്ധപ്പെട്ട് കൂടുതൽ പ്രവർത്തനങ്ങൾ നടത്തേണ്ടതില്ലെന്ന് കേന്ദ്ര കൺട്രോൾ കമ്മീഷനോട് ശുപാർശ ചെയ്യുക.

നേതാക്കൾ മോചിതരാവുകയും ഏറക്കുറെ സാധാരണനില പുനഃസ്ഥാപിക്കപ്പെടുകയും ചെയ്ത ജില്ലകളിലും സംസ്ഥാനങ്ങളിലും പൂർണ്ണമായ ഉൾപ്പാർട്ടി ചർച്ചകൾക്കുശേഷം സമ്മേളനം നടത്തുന്നതിന് ദേശീയ കൗൺസിൽ പരിപാടി തയ്യാറാക്കണം. ബംഗാൾ, പഞ്ചാബ്, അസാം, മഹാരാഷ്ട്ര, ത്രിപുര, മണിപ്പൂർ, യു പി തുടങ്ങിയ സംസ്ഥാനങ്ങളിൽനിന്നുള്ള പ്രമുഖ നേതാക്കൾ മോചിതരാകുന്നതുവരെ പാർട്ടി കോൺഗ്രസ് നടത്തുന്നതിന് നമുക്ക് കാത്തിരിക്കാം. ഈ കോൺഗ്രസിൽവെച്ച് നിലവിലുള്ള എല്ലാ പ്രശ്നങ്ങളും ചർച്ച ചെയ്ത് തീരുമാനം കൈക്കൊള്ളാം. സാധാരണ നിലയിൽത്തന്നെ പാർട്ടി കോൺഗ്രസ് നടത്തുന്നതിന് മതിയായ സാഹചര്യം ഇപ്പോഴും നമ്മുടെ പാർട്ടിക്കകത്തില്ല. അംഗങ്ങളെ ചേർക്കുന്നതിന്റെയും അംഗത്വം പുതുക്കുന്നതിന്റെയും കാര്യമെടുക്കുക. അക്കാര്യത്തിൽ ചിട്ടയോ ക്രമമോ ഉണ്ടായിട്ടില്ല. അവ ശരിക്ക് പരിശോധിച്ചിട്ടില്ല. വിവിധ തലങ്ങളിലെ പാർട്ടി നേതൃത്വം ഒറ്റക്കെട്ടായി നിന്ന ഘട്ടത്തിൽ അത്തരം കുറ്റങ്ങളും കുറവുകളും ഒരു പ്രശ്നമായിവന്നില്ല. എന്നാൽ പല സംസ്ഥാനങ്ങളിലെയും കേന്ദ്രത്തിലെയും പ്രമുഖനേതാക്കൾ കൂട്ടത്തോടെ

അറസ്റ്റിലായപ്പോൾ പുതുതായി അംഗങ്ങളെ ചേർക്കുന്നതോ അംഗത്വം പുതുക്കുന്നതോ തൃപ്തികരമായി നടത്താൻ സാധിച്ചില്ല. നമ്മുടെ പാർട്ടിയുടെ ശരിയായ ഏകീകരണത്തിനും പാർട്ടിയുടെ മുന്നേറ്റത്തെ സഹായിക്കുന്നതിനും പറ്റിയവിധത്തിൽ നീതിപൂർവ്വകവും ജനാധിപത്യപരവുമായ രീതിയിൽ കോൺഗ്രസ് നടത്തുന്നതിന് ഊതിപ്പെരുപ്പിച്ച അംഗത്വത്തെ കുറിച്ചുള്ള എല്ലാ ഭയപ്പാടുകളും ഇല്ലാതാക്കണം. അംഗത്വം പുതുക്കുന്നതിനുള്ള അവസരം അന്യായമായി നിഷേധിക്കരുത്. ഈദൃശലക്ഷ്യത്തോടെ താഴെപ്പറയുന്ന നിർദ്ദേശങ്ങൾ ഞങ്ങൾ മുന്നോട്ടുവയ്ക്കുന്നു:

(എ)വിജയവാഡ കോൺഗ്രസ് നടത്തുന്നതിന് അടിസ്ഥാനമായി എടുത്ത അതേ അംഗത്വപട്ടികതന്നെ അടുത്ത പാർട്ടി കോൺഗ്രസിന്റെയും അടിസ്ഥാനമായി അംഗീകരിക്കുക. കാരണം, ആ പട്ടിക ചോദ്യംചെയ്യാതെ എല്ലാവരും അംഗീകരിച്ചതാണ്.

(ബി) നിശ്ചിതസമയത്തിനകം തങ്ങളുടെ പാർട്ടി കാർഡ് പുതുക്കുന്നതിന് എല്ലാ പാർട്ടി അംഗങ്ങൾക്കും പൂർണ്ണമായ അവസരം നല്കുക. അടിച്ചമർത്തലിൽ അയവുണ്ടായിട്ടില്ലാത്ത സ്ഥലങ്ങളിൽ കാർഡ് പുതുക്കുന്നതിനുള്ള കാലാവധി കുറച്ചുകൂടി നീട്ടിക്കൊടുക്കുക.

(സി) പുതുതായി അംഗങ്ങളെ റിക്രൂട്ട് ചെയ്ത സ്ഥലങ്ങളിൽ അവ ശരിയായ പരിശോധനയ്ക്ക് വിധേയമാക്കണം. അതിനായി സംസ്ഥാന തലത്തിലും ദേശീയതലത്തിലും എല്ലാവർക്കും സ്വീകാര്യമായ സബ് കമ്മിറ്റികൾ രൂപീകരിക്കണം. ശരിക്കുമുള്ള അംഗങ്ങളാണോ അല്ലയോ എന്ന് ഈ കമ്മിറ്റികൾ പരിശോധിച്ച് അവരെ പൂർണ്ണമായും അംഗീകരിക്കണോ വേണ്ടയോ എന്ന് ബന്ധപ്പെട്ട കമ്മിറ്റികളെ അറിയിക്കണം. അങ്ങനെ അവർ ശുപാർശ ചെയ്യുന്ന അംഗങ്ങൾക്കുമാത്രമേ സമ്മേളനങ്ങളിലും കോൺഗ്രസിലും പ്രതിനിധികളാകാൻ അവകാശം നല്കാവൂ. ഒരു കാരണവശാലും ഈ പ്രശ്നം ഗുരുതരമായ അഭിപ്രായവ്യത്യാസങ്ങൾക്കും വിയോജിപ്പിനും ഇടവരുത്തരുത്.[7]

ഒക്ടോബർ 15 ന് ആയിരുന്നു 17 പേരുടെ കുറിപ്പ് നാഷണൽ കൗൺസിലിൽ സമർപ്പിച്ചത്. കുറിപ്പിൽ പറഞ്ഞിരിക്കുന്ന നിർദ്ദേശങ്ങൾ പാർട്ടിയുടെ ഭാവിപ്രവർത്തനത്തിനും പാർട്ടി ഐക്യം നിലനിർത്തുന്നതിനും വളരെ ഗൗരവമായ കാര്യങ്ങളാണെന്ന് പറഞ്ഞുകൊണ്ട് ആ നിർദ്ദേശങ്ങളെക്കുറിച്ചുള്ള ചർച്ച മാറ്റിവയ്ക്കുകയാണ് വലതുഭൂരിപക്ഷമുള്ള നാഷണൽ കൗൺസിൽ ചെയ്തത്. പിന്നീട് കേന്ദ്ര സെക്രട്ടേറിയറ്റിനുവേണ്ടി ഡാങ്കെ ഈ കുറിപ്പിന് ഒരു മറുപടി തയ്യാറാക്കി. ഡാങ്കെയുടെ ഈ മറുപടിയും നാഷണൽ കൗൺസിൽ അംഗങ്ങൾക്കിടയിൽ വിതരണം ചെയ്യാൻ തീരുമാനിച്ചു.

ഡാങ്കെ തയ്യാറാക്കിയ മറുപടിയിൽ പാർട്ടി ഐക്യത്തിന്റെ കാര്യത്തിൽ വളരെ കുറച്ചേ പരിഗണന കല്പിച്ചുള്ളൂ. 17 പേരുടെ കുറിപ്പിൽ പറയുന്ന ന്യായയുക്തമായ നിർദ്ദേശങ്ങളെല്ലാം അദ്ദേഹം നിരസിച്ചു. എല്ലാ രാഷ്ട്രീയ പ്രതിയോഗികളെയും ചൈനാനുകൂലമെന്ന് വിളിച്ചാക്ഷേപിക്കാനുള്ള ഒരു ശ്രമമാണ് അദ്ദേഹം തന്റെ മറുപടിയിൽ നടത്തിയത്. സ്വന്തമായി ഒരു നിർദ്ദേശവും അദ്ദേഹം മുന്നോട്ടുവെച്ചില്ല. കുറിപ്പ് സമർപ്പിച്ച 17 പേർ തങ്ങളുടെ കടപ്പാട് അംഗീകരിക്കണമെന്നാവശ്യപ്പെടുകയാണ് അദ്ദേഹം ചെയ്തത്. അതൊന്നും പാർട്ടി ഐക്യത്തിനുവേണ്ടിയുള്ള ഗൗരവാവഹമായ നിർദ്ദേശങ്ങളായിരുന്നില്ല. ഇടതുപക്ഷക്കാരുടെമേൽ ചില നിബന്ധനകൾ അടിച്ചേല്പിക്കാനുള്ള ശ്രമമായിരുന്നു അത്. അന്നത്തെ ഉൾപ്പാർട്ടി സ്ഥിതിയിൽ അത് അഭിപ്രായഭിന്നതകൾ രൂക്ഷമാക്കാനും വിടവ് വർദ്ധിപ്പിക്കാനുമേ സഹായിച്ചുള്ളൂ. അതുപോലെതന്നെ 17 പേർ സമർപ്പിച്ച കുറിപ്പിനോടൊപ്പം ഡാങ്കെയുടെ മറുപടിയും പാർട്ടി അണികളിൽ വിതരണം ചെയ്യുമെന്ന് പറഞ്ഞിരുന്നെങ്കിലും ഡാങ്കെയുടെ മറുപടി മാത്രമാണ് ഏകപക്ഷീയമായി പാർട്ടി അണികളിൽ വിതരണം ചെയ്തത്.

1963 ഒക്ടോബർ 14 മുതൽ 19 വരെ ചേർന്ന നാഷണൽ കൗൺസിൽ യോഗം ഒരു പ്രമേയത്തിലൂടെ 1963 സെപ്തംബർ 5–ാം തീയതി കാട്ടൂരിലും മറ്റു സ്ഥലങ്ങളിലും ജനറൽബോഡി യോഗങ്ങളിൽ പി സുന്ദരയ്യ ചെയ്ത പ്രസംഗങ്ങളെക്കുറിച്ച് അന്വേഷിക്കാൻ എസ് വി ഘാട്ടെ ചെയർമാനായ കേന്ദ്ര കൺട്രോൾ കമ്മീഷനോട് ആവശ്യപ്പെട്ടു.

അഞ്ചംഗ കൺട്രോൾ കമ്മീഷനിൽ അബ്ദുൾ ഹലിം, യു രാമൻ എന്നിവർ ഇന്ത്യാ–ചൈനാ യുദ്ധത്തെത്തുടർന്ന് ജയിലിലായി. യു രാമൻ 1963 ആഗസ്തിലും അബ്ദുൾ ഹലിം നവംബർ അവസാനവും ജയിൽ മോചിതരായെങ്കിലും സുഖമില്ലാത്തതിനാൽ അവർ ചികിത്സയിലും വിശ്രമത്തിലുമായിരുന്നു. കമ്മീഷനിലെ മറ്റംഗങ്ങളായ എസ് വി ഘാട്ടെ (ചെയർമാൻ), പി നാരായണൻ നായർ, ഹജറാബീഗം എന്നിവരാണ് പരാതി അന്വേഷിച്ചത്. വലതുപക്ഷവിഭാഗത്തിന്റെ ശക്തരായ വക്താക്കളായിരുന്നു ഇവരെല്ലാം. ഇവർ കാട്ടൂരിലും മറ്റുംപോയി ജനറൽബോഡികളിൽ പങ്കെടുത്ത അംഗങ്ങളെയും മറ്റും കണ്ട് കൂലങ്കഷമായ അന്വേഷണം നടത്തുകയുണ്ടായി. എന്നാലും അവർക്ക് ആവശ്യമുള്ളതൊന്നും കിട്ടുകയുണ്ടായില്ല. 32 അംഗങ്ങൾ ഇറങ്ങിപ്പോന്നതിനുശേഷം കൺട്രോൾ കമ്മീഷൻ നാഷണൽ കൗൺസിലിന് സമർപ്പിച്ച റിപ്പോർട്ടിൽ നിന്നുതന്നെ അതു മനസ്സിലാക്കാവുന്നതാണ്.[8]

സുന്ദരയ്യയ്ക്കെതിരായ അപവാദ ജടിലമായ ആരോപണങ്ങൾ തുടർന്നുകൊണ്ടിരുന്നു. അതുപോലെതന്നെ ബസവ പുന്നയ്യ, ഹനുമന്തറാവു, നാഗിറെഡ്ഢി എന്നിവർക്കെതിരെയും. ഈ ആരോപണങ്ങൾ പാർട്ടി അണികളിൽ വിതരണം ചെയ്യുകയും ചെയ്തു. ഇതിന്റെ ഫലമായി ആ ആരോപണങ്ങൾക്ക് മറുപടി പറയേണ്ട അവസ്ഥ സംജാതമാ

യി. ആന്ധ്രയിൽ പി സുന്ദരയ്യയെയും മറ്റും പാർട്ടിയിൽനിന്ന് പുറത്താക്കണമെന്ന ആവശ്യം ശക്തമായി ഉന്നയിക്കപ്പെടുകയുണ്ടായി.

തമിഴ്നാട്ടിൽ പി രാമമൂർത്തിയെയും മറ്റും പുറത്താക്കണമെന്ന ആവശ്യം ശക്തമായി ഉന്നയിച്ചു. പഞ്ചാബിൽ ഹർകിഷൻസിങ് സുർജിത്തിനെ ആറുമാസത്തേക്ക് പാർട്ടി അംഗത്വത്തിൽനിന്ന് സസ്പെന്റ് ചെയ്യാൻ സ്റ്റേറ്റ് കൗൺസിൽ തീരുമാനിച്ചു. അതുപോലെ ദേശ്രാജഛദ്ദയെ പാർട്ടിയിൽനിന്ന് പുറത്താക്കാനും. ബോംബെയിൽ ഒട്ടേറെ സഖാക്കൾക്ക് കുറ്റപത്രവും നോട്ടീസും നല്കുകയുണ്ടായി.[9]

കേരളത്തിൽ ആകെയുള്ള ഒമ്പത് ജില്ലകളിൽ മൊത്തം അംഗസംഖ്യയുടെ അമ്പതുശതമാനത്തിലധികം വരുന്ന നാല് ജില്ലകളിൽ ജില്ലാ കൗൺസിലുകളും സ്റ്റേറ്റ് കൗൺസിൽ മെമ്പറന്മാരിൽ ഒട്ടേറെപേരും ഒരു വിശേഷാൽ സമ്മേളനം വിളിച്ചു കൂട്ടണമെന്നാവശ്യപ്പെട്ടിട്ടും, ഭരണഘടനയെ ധിക്കരിച്ചുകൊണ്ട്, സമ്മേളനം വിളിച്ചുകൂട്ടാൻ തയ്യാറാകാതിരിക്കുകയാണ് സ്റ്റേറ്റ് കൗൺസിൽ ചെയ്തത്.

1964 ജനുവരിയിൽ കേന്ദ്ര എക്സിക്യൂട്ടീവ് കമ്മിറ്റിയോഗം ചേർന്നപ്പോൾ ഡാങ്കെയും അദ്ദേഹത്തിന്റെ നേതൃത്വത്തിലുള്ള വലതുപക്ഷ വിഭാഗവും ഇതേ രീതിയിലാണ് പെരുമാറിയത്.

പത്ത് സി ഇ സി അംഗങ്ങളുടെ നിർദ്ദേശം

1964 ജനുവരിയിൽ കേന്ദ്രഎക്സിക്യൂട്ടീവ് കമ്മിറ്റിയോഗം കൂടിയപ്പോൾ ഇടതുപക്ഷക്കാരായ പത്തു സി ഇ സി അംഗങ്ങൾ പാർട്ടി ഐക്യം പുനഃസ്ഥാപിക്കണമെന്ന് അഭ്യർത്ഥിച്ചു. പാർട്ടി ഐക്യത്തെ ഗൗരവാവഹമാംവിധം ഭീഷണിപ്പെടുത്തുന്ന ഡാങ്കെയുടെയും അനുയായികളുടെയും പ്രത്യയശാസ്ത്രപരവും രാഷ്ട്രീയവും സംഘടനാപരവുമായ രീതികളെ ചൂണ്ടിക്കാണിച്ചുകൊണ്ട്, ഓരോ നിമിഷവും വഷളായിക്കൊണ്ടുവരുന്ന സ്ഥിതിവിശേഷം അവസാനിപ്പിക്കാനും പാർട്ടി ഐക്യം പുനഃസ്ഥാപിക്കാനുമുള്ള പ്രവർത്തനം ആരംഭിക്കുന്നതിനുള്ള അന്തരീക്ഷം സൃഷ്ടിക്കാൻ ആവശ്യപ്പെട്ടുകൊണ്ട് ഇവർ ചില നിർദ്ദേശങ്ങൾ സി ഇ സിയുടെ മുമ്പിൽവെച്ചു. അവ:

ഈ കാലയളവിൽ എടുക്കപ്പെട്ട എല്ലാ അച്ചടക്ക നടപടികളും റദ്ദാക്കുക;

പശ്ചിമബംഗാൾ സംസ്ഥാന കൗൺസിൽ പുനഃസ്ഥാപിക്കുക; ക്രമപ്രകാരമുള്ള മുൻസമ്മേളനത്തിൽവെച്ച് തിരഞ്ഞെടുത്ത പഞ്ചാബ് സ്റ്റേറ്റ് കൗൺസിൽ പുനഃസ്ഥാപിക്കുക;

ആന്ധ്രയിൽ പാർട്ടിമെമ്പർമാർക്കിടയിൽ വിതരണം ചെയ്തിട്ടുള്ള ആരോപണങ്ങളും പ്രത്യാരോപണങ്ങളും പിൻവലിക്കുക;

പാർട്ടി കോൺഗ്രസ് കൂടുന്നതിലേക്കായി പരിപാടി ഉൾപ്പെടെ പ്രത്യയശാസ്ത്രപരവും രാഷ്ട്രീയവുമായ പ്രശ്നങ്ങളെ സംബന്ധിച്ച് ഉടൻതന്നെ ഉൾപ്പാർട്ടി ചർച്ചകൾ സംഘടിപ്പിക്കുക;

അഭിപ്രായഭിന്നതകൾ പരിഹരിക്കുന്നതിനുവേണ്ടി ഒരു പാർട്ടി കോൺഗ്രസ് വിളിച്ചുകൂട്ടുക, അതിന്റെ സ്ഥാനവും തീയതിയും അജണ്ടയും നിർണ്ണയിക്കുക, ഏതൊരു മെമ്പർഷിപ്പിന്റെ അടിസ്ഥാനത്തിലാകണം കോൺഗ്രസ് ചേരേണ്ടത് എന്ന കാര്യത്തെക്കുറിച്ച് നാഷണൽ കൗൺസിലിന്(1963 ഒക്ടോബറിൽ) സമർപ്പിച്ച കുറിപ്പിൽ ഒരു നിർദ്ദേശം വെച്ചിരുന്നു;

ചർച്ചകൾ നടത്താനും പാർട്ടി കോൺഗ്രസിനുള്ള ഒരുക്കങ്ങൾ ചെയ്യാനും സുസമ്മതമായ ഒരു കമ്മീഷനെ നിയമിക്കുക;

ഈ കാലഘട്ടത്തിൽ ഒരേ സ്വരത്തിൽ ജനങ്ങളെ സമീപിക്കുന്നതിന് ബഹുജനപ്രസ്ഥാനങ്ങൾ കെട്ടിപ്പടുക്കുകയും വളർത്തുകയും ചെയ്യുന്ന കാര്യത്തിൽ സുസമ്മതമായ ഒരു ധാരണ ഉണ്ടായിരിക്കുക;

ഈ നടപടികൾ കൈക്കൊള്ളാത്തപക്ഷം ഇന്നത്തെ പ്രതിസന്ധി തരണം ചെയ്യുന്നതിനും നമ്മുടെ പാർട്ടിയെ നേരിട്ടിരിക്കുന്ന പിളർപ്പിന്റെ ഭീഷണി ഒഴിവാക്കുന്നതിനും യാതൊരു സാദ്ധ്യതയുമില്ല. ഭൂരിപക്ഷമുണ്ടെന്നുവെച്ച് എന്തും ചെയ്യാമെന്ന മനോഭാവം വരുന്നതും ഒരു പാർട്ടി കോൺഗ്രസിന് തയ്യാറെടുത്തുവരുന്ന സന്ദർഭത്തിൽ യാന്ത്രികമായി അച്ചടക്കം അടിച്ചേല്പിക്കാനുള്ള ശ്രമം നടത്തുകയും ചെയ്യുന്നത് സ്ഥിതിഗതികൾ കൂടുതൽ വഷളാക്കുകയേ ചെയ്യൂ; നമ്മുടെ പാർട്ടിയുടെ മാത്രമല്ല രാജ്യത്തെ ജനാധിപത്യപ്രസ്ഥാനത്തിന്റെയാകെ താല്പര്യമോർത്ത് അതൊഴിവാക്കേണ്ടതാണ്.

ഈയൊരു സ്പിരിറ്റിലാണ് ഞങ്ങളിൽ ചിലർ നേരത്തെ നാഷണൽ കൗൺസിലിന് സമർപ്പിച്ച കുറിപ്പിനെ അപേക്ഷിച്ച് മെച്ചപ്പെട്ട ഒരു പ്രതികരണം ഇതിന്റെ കാര്യത്തിൽ ഉണ്ടാവുമെന്നുമുള്ള പ്രതീക്ഷയോടെയാണ് ഞങ്ങൾ ഈ കുറിപ്പും നിർദ്ദേശങ്ങളും സമർപ്പിക്കുന്നത്.[10]

എന്നാൽ മുമ്പു സമർപ്പിച്ചിരുന്ന നിർദ്ദേശങ്ങൾപോലെത്തന്നെ ഈ അഭ്യർത്ഥനയിൽ പറഞ്ഞിരുന്ന നിർദ്ദേശങ്ങളും അവഗണിക്കുകയാണുണ്ടായത്. എത്രയും നേരത്തെ പാർട്ടി കോൺഗ്രസ് വിളിക്കണമെന്നുള്ള ഇടതുപക്ഷക്കാരുടെ അഭ്യർത്ഥന തങ്ങൾക്കുള്ള ഭൂരിപക്ഷമുപയോഗിച്ച് വലതുപക്ഷം തള്ളുകയുണ്ടായി. മെമ്പർഷിപ്പിന്റെ കാര്യത്തിൽ ഇടതുപക്ഷം വെച്ച നിർദ്ദേശങ്ങളും വലതുപക്ഷം തള്ളിക്കളഞ്ഞു. മെമ്പർഷിപ്പിൽ 30 ശതമാനംപേരെ വലതുപക്ഷം പുറന്തള്ളി. ഇവർ ഇടതുപക്ഷക്കാരോടൊപ്പം നില്ക്കുന്നവരായിരുന്നു. പാർട്ടിമെമ്പറന്മാരുടെയിടയിൽ വലതുപക്ഷക്കാർക്ക് ഭൂരിപക്ഷമുണ്ടായിരുന്നില്ല. ഇവരെ പുറന്തള്ളുന്നതിലൂടെ അടുത്ത പാർട്ടി കോൺഗ്രസിൽ ഭൂരിപക്ഷമുണ്ടാക്കുകയായിരുന്നു ലക്ഷ്യം. അതുപോലെതന്നെ അടുത്ത പാർട്ടി കോൺഗ്രസിനു

വേണ്ട രേഖകൾ തയ്യാറാക്കാനുള്ള കമ്മീഷനിൽ ആരെല്ലാമായിരിക്കണം അംഗങ്ങളെന്ന് തീരുമാനിക്കുന്നതിനും വലതുപക്ഷക്കാർ തങ്ങളുടെ ഭൂരിപക്ഷം ഉപയോഗിച്ചാണ് തീരുമാനമെടുത്തത്. ഇടതുപക്ഷക്കാർക്കോ ഇ എം എസിനോ കമ്മീഷന്റെ പ്രവർത്തനങ്ങളിൽ പങ്കുവഹിക്കാൻ കഴിയാത്ത തരത്തിലുള്ളതായിരുന്നു വലതുപക്ഷക്കാരുടെ സമീപനമെല്ലാം. അടുത്ത പാർട്ടി കോൺഗ്രസിനുള്ള രേഖകൾ തയ്യാറാക്കുന്നതിന് 'യോജിച്ച അംഗങ്ങളോട് കൂടിയ ഒരു കമ്മീഷനെ' നിയമിക്കണമെന്ന് ഇടതുപക്ഷക്കാരും നടുനിലക്കാരുമായ കേന്ദ്ര എക്സിക്യൂട്ടീവ് കമ്മിറ്റിയിലെയും നാഷണൽ കൗൺസിലിലെയും അംഗങ്ങൾ ആവശ്യപ്പെട്ടിരുന്നു.

1964 ജനുവരി 12 മുതൽ 17 വരെ യോഗം ചേർന്ന കേന്ദ്ര എക്സിക്യൂട്ടീവ് കമ്മിറ്റി ഇന്ത്യൻ കമ്യൂണിസ്റ്റ് പാർട്ടിയുടെ 7-ാം കോൺഗ്രസ് വിളിച്ചുകൂട്ടുന്നതിനെപ്പറ്റി ഒരു പ്രമേയം അംഗീകരിക്കുകയുണ്ടായി. കോൺഗ്രസിന് മുമ്പായി ഉൾപ്പാർട്ടി ചർച്ചയ്ക്കു സമർപ്പിക്കേണ്ട രേഖകളെന്തൊക്കെയാണെന്ന് ആ പ്രമേയത്തിൽ പറഞ്ഞിരുന്നു. ദേശീയ കൗൺസിലിന്റെ പരിഗണനയ്ക്കുവേണ്ടി ആ രേഖകളുടെ കരട് തയ്യാറാക്കാൻ ഒരു ഡ്രാഫ്റ്റിങ് കമ്മീഷനേയും കേന്ദ്ര എക്സിക്യൂട്ടീവ് കമ്മിറ്റി നിയമിച്ചു. ആ കമ്മീഷനിലേക്ക് താഴെ പറയുന്നവരെ കേന്ദ്ര എക്സിക്യൂട്ടീവ് കമ്മിറ്റി തിരഞ്ഞെടുത്തു.

പാർട്ടിയുടെ ചെയർമാൻ സ. എസ് എ ഡാങ്കെ, കേന്ദ്രസെക്രട്ടേറിയേറ്റ് മെമ്പർമാരായ സഖാക്കൾ എം എൻ ഗോവിന്ദൻ നായർ, ഭൂപേശ് ഗുപ്ത, ഡോക്ടർ ഇസഡ് എ അഹമ്മദ്, പി സി ജോഷി, യോഗീന്ദ്ര ശർമ്മ, സഖാക്കൾ ഇ എം എസ് നമ്പൂതിരിപ്പാട്, ജ്യോതിബസു, പി രാമമൂർത്തി, എസ് ജി സർദേശായ്, എം ബസവ പുന്നയ്യ, ഭവാനിസെൻ.

കമ്മീഷന്റെ ആദ്യത്തെ യോഗം 1964 ഫെബ്രുവരി 14 മുതൽ 21 വരെ ഡൽഹിയിൽവെച്ചു ചേരുമെന്നറിയിച്ചുകൊണ്ട് ജനുവരി 28-ാം തീയതി ചെയർമാൻ ഡാങ്കെ എല്ലാ മെമ്പർമാർക്കും ഒരു കത്തയച്ചു. ആ കത്തിൽ ഇങ്ങനെ പറഞ്ഞിരുന്നു:

> ഏകകണ്ഠമായ രേഖകൾ തയ്യാറാക്കുന്നതിന് നമുക്ക് കഴിഞ്ഞില്ലെങ്കിൽ കമ്മീഷൻ മെമ്പർമാർ തയ്യാറാക്കുന്ന എല്ലാ രേഖകളും ദേശീയ കൗൺസിലിന്റെ മുമ്പിൽ സമർപ്പിക്കപ്പെടുന്നതാണെന്ന കാര്യം അംഗീകരിക്കപ്പെട്ടിട്ടുണ്ട്. അതായിരുന്നുവല്ലോ ഇതുവരെയും തുടർന്നുപോന്നിട്ടുള്ള നടപടിക്രമം. എങ്കിലും കമ്മീഷനിൽ നടക്കുന്ന ചർച്ചകളുടെ ഫലമായി അഭിപ്രായവ്യത്യാസങ്ങൾ പരമാവധികുറയ്ക്കാൻ സഹായിക്കുമെന്ന് ഞങ്ങൾ ആശിക്കുന്നു. കമ്മീഷൻ ചർച്ചകൾ പാർട്ടി ഐക്യത്തിലേക്കുള്ള പ്രധാനമായ ഒരു സംഭവമായിത്തീരാൻ കഴിയും. അതുകൊണ്ട് കമ്മീഷന്റെ ഈ പ്രാരംഭയോഗങ്ങളിൽ ഹാജരാവാൻ നിങ്ങൾ കഴിയുന്നതും ശ്രമിക്കണമെന്നു പ്രതീക്ഷിക്കുന്നു.[11]

ഈ കത്തിനു സഖാവ്. ഇ എം എസ് മാത്രമാണ് മറുപടി അയച്ചത്. 1964 ജനുവരി 30 ന് എഴുതിയ മറുപടിക്കത്തിൽ സഖാവ്. ഇ എം എസ് എഴുതി:

> യോജിച്ച ഒരു കമ്മീഷൻ ഉണ്ടാക്കാൻപോലും നിങ്ങൾക്ക് കഴിയാത്ത സ്ഥിതിക്ക്, കമ്മീഷൻ യോഗത്തിൽ പങ്കെടുക്കുന്നതുകൊണ്ട് എന്തെങ്കിലും പ്രയോജനം ഉണ്ടാകും എന്ന് അവർ കരുതുന്നില്ലെന്ന് കേന്ദ്ര എക്സിക്യൂട്ടീവ് കമ്മിറ്റിയോഗത്തിൽ വച്ച് ഞാൻ നിങ്ങളോട് പറഞ്ഞത് ഓർക്കുമല്ലോ. കമ്മീഷനിലെ അംഗങ്ങൾ ആരായിരിക്കണമെന്നതിനെപ്പറ്റി യോജിപ്പുണ്ടാകാതിരിക്കാൻ ഒരൊറ്റ കാരണം, സഖാവ് സുർജിത്തിനെ കമ്മീഷനിൽ എടുക്കണമെന്ന് ഞങ്ങൾ നിർബ്ബന്ധിച്ചതാണെന്ന് നിങ്ങൾ സ്വയം ന്യായീകരിച്ചുകൊണ്ട് പറഞ്ഞത് ഞാൻ അനുസ്മരിപ്പിക്കുന്നു. അങ്ങനെ നിർബ്ബന്ധിച്ചതിൽ തെറ്റൊന്താണെന്ന് എനിക്കറിയുകയുമില്ല. നിങ്ങളുടെ ലിസ്റ്റിൽ നിന്ന് വിട്ടുകളഞ്ഞ 1962 ഏപ്രിൽ മുതൽ ഒക്ടോബർ വരെ പ്രവർത്തിച്ചിരുന്ന സംയുക്ത സെക്രട്ടേറിയറ്റിലെ ഒരേയൊരു അംഗം സ. സുർജിത്തായിരുന്നു (ആ സെക്രട്ടേറിയറ്റിലെ മറ്റൊരു അംഗമായ സ. സുന്ദരയ്യ കമ്മീഷനിൽ അംഗമായിരിക്കാൻ സ്വയം ഇഷ്ടപ്പെട്ടിട്ടില്ല. അതുകൊണ്ട് പകരം സ.ബസവ പുന്നയ്യയെ എടുത്തു). അതുകൊണ്ട് സ.സുർജിത്തിനെ ഉൾപ്പെടുത്താൻ നിങ്ങൾ കരുതിക്കൂട്ടി കൂട്ടാക്കാത്തത് നിങ്ങളുടെ അഭിപ്രായഗതിയോട് യോജിപ്പില്ലാത്ത ആളുകളുടെ സഹകരണം തേടുന്നതിൽ നിങ്ങൾക്ക് താല്പര്യമില്ലെന്നതിനു സ്പഷ്ടമായ തെളിവാണ്. നിങ്ങളുടെ ഈ നിലപാട് കമ്മീഷന്റെ പ്രവർത്തനത്തിൽ തടസ്സങ്ങളുണ്ടാക്കാനിടയുണ്ടെന്നു ഞാൻ ഭയപ്പെടുന്നു. എങ്കിലും, ന്യായീകരിക്കാൻ വയ്യാത്ത ഈ നിലപാട് നിങ്ങളുപേക്ഷിക്കുകയാണെങ്കിൽ നിങ്ങളോട് സഹകരിക്കാൻ എനിക്ക് സന്തോഷമേയുള്ളൂ.[12]

സുർജിത്തിനെ കമ്മീഷനിൽ ഔപചാരികമായി അംഗമായെടുക്കുന്നതിനു കേന്ദ്രസെക്രട്ടേറിയറ്റ് ശക്തമായി എതിർത്തു. സുർജിത്തല്ലാതെ മറ്റേതൊരു സഖാവിനേയും കമ്മീഷന്റെ പ്രവർത്തനത്തിൽ പങ്കെടുപ്പിക്കാൻ തയ്യാറാണെന്ന് കേന്ദ്ര സെക്രട്ടേറിയറ്റ് മെമ്പർമാർ പറഞ്ഞു. എന്നാൽ സുർജിത്തിനെ ഔപചാരികമായി കമ്മീഷനിലെടുത്തില്ലെങ്കിൽ തങ്ങൾ നിസ്സഹകരിക്കുമെന്ന നിലപാട് ഇടതുപക്ഷക്കാരും മറ്റും എടുത്തു. സുർജിത്തിനെ കമ്മീഷനിൽ അംഗമാക്കാൻ പാടില്ലെന്ന് പറയാൻ കാരണമെന്താണെന്ന് 1964 ഫെബ്രുവരി 21-ാം തീയതി ഡാങ്കെ ഇ എം എസിന്റെ മേൽപ്പറഞ്ഞ കത്തിനയച്ച മറുപടിയിൽ ഇങ്ങനെ വിശദീകരിച്ചു:

നിങ്ങൾ പറയുന്നതുപോലെ കമ്മീഷനിൽ പ്രവർത്തിക്കാൻ നിങ്ങൾ കൂട്ടാക്കാത്തതിന് കാരണം സ. സുർജിത്തിനെ കമ്മീഷനിൽ ഉൾപ്പെടുത്തിയിട്ടില്ലെന്നതാണ്. ആ സഖാവിനെ ഉൾപ്പെടുത്തണമെന്ന് നിഷ്കർഷിച്ചതിൽ തികച്ചും ന്യായമുണ്ടെന്നും അതിനു കൂട്ടാക്കാത്ത ഞാൻ ചെയ്തതു ന്യായീകരിക്കത്തക്കതല്ലെന്നും നിങ്ങൾ പറയുന്നു.

നിങ്ങളും മറ്റു സഖാക്കളും അങ്ങനെ നിഷ്കർഷിച്ചതിന് നിങ്ങൾ പറയുന്ന കാരണം കമ്മീഷനിൽനിന്ന് ഒഴിച്ചുനിർത്തിയ പഴയ സംയുക്ത സെക്രട്ടേറിയറ്റിലെ ഒരൊറ്റ മെമ്പർ സ.സുർജിത് മാത്രമാണെന്നാണ്.

ഒരു തരത്തിൽ നിങ്ങളുടെ വാദം ശരിയാണ്. എല്ലാ ചിന്താഗതിക്കാരുമടങ്ങുന്ന ഒരു സംയുക്തകമ്മീഷൻ രൂപീകരിക്കാൻ കേന്ദ്ര എക്സിക്യൂട്ടീവ് കമ്മിറ്റി ആഗ്രഹിച്ചുവെന്ന് അതു കാണിക്കുന്നു. അതുകൊണ്ടാണ് പഴയ സംയുക്ത സെക്രട്ടേറിയറ്റിലെ അംഗങ്ങളായ നിങ്ങളെയും ജ്യോതിബസുവിനെയും സുന്ദരയ്യയെയും കമ്മീഷനിലേക്ക് നിർദ്ദേശിച്ചത്. എന്നാൽ സുന്ദരയ്യ കമ്മീഷനിൽ അംഗമായിരിക്കാൻ ആഗ്രഹിച്ചില്ല. തനിക്ക് പകരം ബസവ പുന്നയ്യയെ എടുക്കാൻ സുന്ദരയ്യ അഭിപ്രായപ്പെട്ടു. നിങ്ങളെല്ലാം സമ്മതിക്കുകയും ചെയ്തു.

ആ മാറ്റം കൊണ്ടുതന്നെ പഴയ സംയുക്ത സെക്രട്ടേറിയറ്റിന്റെ നിറം കമ്മീഷനുണ്ടായിരിക്കണമെന്ന നിങ്ങളുടെ വാദം നിങ്ങൾ ഉപേക്ഷിക്കുകയാണ് ചെയ്തത്. എന്നിട്ടും നിങ്ങളെന്തുകൊണ്ടാണ് സുർജിത്തിനെ എടുക്കണമെന്ന് നിഷ്കർഷിച്ചത്. ഞാൻ എന്തുകൊണ്ട് അതിനെ എതിർത്തു? രണ്ടിനും കാരണം സുർജിത്ത് പഴയ സംയുക്ത സെക്രട്ടേറിയറ്റിലെ അംഗമായിരുന്നുവെന്നതല്ല.

നവംബർ പ്രമേയ(1962)ത്തിനുശേഷം പാർട്ടി ഫണ്ടിനെയും പാർട്ടി രേഖകളെയും സംബന്ധിച്ചിടത്തോളം സുർജിത് സ്വീകരിച്ച തെറ്റായ നടപടി കാരണം പാർട്ടി പ്രവർത്തനത്തെ തകരാറിലാക്കിയതിനു സുർജിത്തിനെ പഞ്ചാബ് സ്റ്റേറ്റ് കൗൺസിൽ സ്റ്റേറ്റ് എക്സിക്യൂട്ടീവ് കമ്മിറ്റിയിൽനിന്ന് സസ്പെന്റു ചെയ്തിരുന്നു. അതിന്റെ വിശദാംശങ്ങളിലേക്കു ഞാനിവിടെ പോകേണ്ടതില്ല. അതുകൊണ്ടാണ് ഞാൻ എതിർത്തത്.

സുർജിത്തിനെ ഒരു ഉപരികമ്മീഷനിലേക്കു എടുത്തിട്ട്, അദ്ദേഹത്തിനെതിരായി അച്ചടക്ക നടപടിയെടുത്ത പഞ്ചാബ് സ്റ്റേറ്റ് കൗൺസിലിനെ അധിക്ഷേപിക്കാനും അപമാനിക്കാനുമായിരുന്നു നിങ്ങളുടെ നിർദ്ദേശം. തീർച്ചയായും എനിക്ക് അതിനോട് യോജിക്കാൻ കഴിയുമായിരുന്നില്ല. അതുകൊണ്ട് ഞാൻ ആ നിർദ്ദേശത്തെ എതിർത്തു. അതുകൊണ്ടുതന്നെ നിങ്ങൾ അതു നിർബ്ബ

ന്ധിക്കുകയും ചെയ്തു.[13]

അതായത്, ഡാങ്കെയുടെ കത്തിൽനിന്ന് വെളിവാകുന്നത് ഇതാണ്. പഞ്ചാബ് സ്റ്റേറ്റ് കൗൺസിൽ സുർജിത്തിനെതിരെ നടപടിയെടുത്തതുകൊണ്ടാണ് അദ്ദേഹത്തെ കമ്മീഷനിൽ എടുക്കാത്തത്. 1962 നവംബർ പ്രമേയത്തെത്തുടർന്ന് സുർജിത് കേന്ദ്ര സെക്രട്ടേറിയറ്റിൽനിന്നു മാത്രമേ രാജിവെച്ചിരുന്നുള്ളൂ. കേന്ദ്ര എക്സിക്യൂട്ടീവ് കമ്മിറ്റിയിലും നാഷണൽ കൗൺസിലിലും അദ്ദേഹം തുടരുകയായിരുന്നു. സുർജിത് എന്തു കുറ്റം ചെയ്താലും അദ്ദേഹത്തിനെതിരെ നടപടിയെടുക്കേണ്ടത് അദ്ദേഹം അംഗമായ ഏറ്റവും ഉയർന്നകമ്മിറ്റിയായ കേന്ദ്ര എക്സിക്യൂട്ടീവ് കമ്മിറ്റിയും നാഷണൽ കൗൺസിലുമാണ്. അല്ലെങ്കിൽ കീഴ്കമ്മിറ്റികൾ എടുക്കുന്ന തീരുമാനത്തിന് ഉപരി കമ്മിറ്റിയുടെ അംഗീകാരം ആവശ്യമാണ്. ഇവിടെ ഇതൊന്നുമുണ്ടായിട്ടില്ല. കേന്ദ്ര എക്സിക്യൂട്ടീവ് കമ്മിറ്റി അംഗത്തിനെതിരെ ഒരു സംസ്ഥാന കൗൺസിൽ നടപടിയെടുത്തു എന്നും അതുകൊണ്ടാണ് അദ്ദേഹത്തെ കമ്മീഷനിൽ ഉൾപ്പെടുത്താത്തതെന്നുമാണ് ഡാങ്കെ പറയുന്ന ന്യായം. സംസ്ഥാന കൗൺസിലാണെങ്കിലോ സംഘടനാവിരുദ്ധമായ രീതിയിൽ പടച്ചുണ്ടാക്കിയതും (അദ്ധ്യായം 19 കാണുക). ആ സംസ്ഥാന കൗൺസിൽ എടുത്ത തീരുമാനത്തെക്കുറിച്ചാണ് ഡാങ്കെ വായ്തോരാതെ പ്രസംഗിച്ചത്.

തമിഴ്നാട്ടിൽ നടന്ന മുനിസിപ്പൽ തിരഞ്ഞെടുപ്പിൽ കോൺഗ്രസുമായി കമ്യൂണിസ്റ്റ് പാർട്ടി ഐക്യമുന്നണിയുണ്ടാക്കുകയും തിരഞ്ഞെടുപ്പിൽ തികഞ്ഞ പരാജയം ഏറ്റുവാങ്ങേണ്ടിവരുകയും ചെയ്തിരുന്നു. എന്നാൽ ആ ലൈൻ ഈ കേന്ദ്ര എക്സിക്യൂട്ടീവ് കമ്മിറ്റി യോഗത്തിൽ ശരിവയ്ക്കുകയുണ്ടായി. പൊതുതിരഞ്ഞെടുപ്പിനെ സംബന്ധിച്ച് ബാംഗ്ലൂരിൽ ചേർന്ന നാഷണൽ കൗൺസിൽ ആവിഷ്കരിച്ച തിരഞ്ഞെടുപ്പ് അടവുകൾ ഈ ശരിവയ്ക്കലിൽ ഔപചാരികമായി പറഞ്ഞിരുന്നുവെങ്കിലും യഥാർത്ഥത്തിൽ ഇത് കോൺഗ്രസുമായി പൊതുവിൽ ഐക്യമുന്നണി എന്ന ലൈൻ ശരിവയ്ക്കലായിരുന്നു എന്നതാണ് എടുത്തുപറയേണ്ട വസ്തുത.[14]

ഇന്ത്യാ-ചൈനാ യുദ്ധത്തെത്തുടർന്ന് അല്പം ശാന്തമായിരുന്ന കോൺഗ്രസ് സംഘടനയ്ക്കകത്തെ ഗ്രൂപ്പ് വഴക്ക് 1963 ൽ പൊട്ടിത്തെറിയിലെത്തി. കോൺഗ്രസ് സംഘടനയ്ക്കകത്തുള്ളവർതന്നെ കോൺഗ്രസ് നേതാക്കൾക്കെതിരായി അഴിമതി ആരോപണങ്ങളുമായി പരസ്യമായി രംഗത്തുവന്നു. പാർട്ടിയുടെ പ്രശസ്തി താഴ്ന്നു. തങ്ങളുടെ തകർച്ചയ്ക്ക് വിരാമമിടാൻ ചില തന്ത്രങ്ങൾ ആവിഷ്കരിക്കാൻ കോൺഗ്രസ് നേതൃത്വം തീരുമാനിച്ചു. അങ്ങനെ 'കാമരാജ് പദ്ധതി' കൊണ്ടുവരികയും സംഘടനയ്ക്കകത്ത് അത് നടപ്പിലാക്കുകയുമുണ്ടായി. ജനങ്ങളുടെ കണ്ണിൽ പൊടിയിടാൻ സോഷ്യലിസത്തിന്റെ നിർവ്വചനം സംബന്ധിച്ച് ഒരു വലിയ വിവാദം സൃഷ്ടിച്ചു. ജയ്പൂർ എ ഐ സി സി ജനാധിപത്യ സോഷ്യലിസം എന്ന ഒരു നീണ്ട പ്രമേയവുമായി രംഗപ്രവേശം ചെയ്തു. ഈ

പ്രമേയം 1964 ജനുവരിയിൽ കോൺഗ്രസിന്റെ ഭൂവനേശ്വരം സമ്മേളനം കൊട്ടിഘോഷിച്ച് അംഗീകരിക്കുകയുണ്ടായി.

സോഷ്യലിസത്തെക്കുറിച്ച് വാചകകസർത്തല്ലാതെ അടിസ്ഥാന നയങ്ങളിൽ അണുകിട മാറ്റംവരുത്താൻ കോൺഗ്രസ് നേതൃത്വം തയ്യാറായില്ല. ഭക്ഷ്യധാന്യങ്ങളിൽ സ്റ്റേറ്റ് മൊത്തവ്യാപാരം ഏറ്റെടുക്കുക, ബാങ്കുകൾ ദേശസാൽക്കരിക്കുക എന്നീ നടപടികൾ കൈക്കൊള്ളാൻപോലും അവർ തയ്യാറായില്ല. സാധനവില കുതിച്ചുകയറിക്കൊണ്ടിരിക്കുന്ന പരിതഃസ്ഥിതിയിൽ ഏറ്റവും അത്യാവശ്യമായിരുന്നു ഇവയെല്ലാം.

ഇത്തരം നയങ്ങളുടെ ഫലമായി മേൽപ്പറഞ്ഞ തന്ത്രങ്ങളെല്ലാം പരാജയപ്പെടുകയുണ്ടായി. കോൺഗ്രസ് നേതാക്കൾക്ക് അധികാരത്തിൽ താല്പര്യമില്ലെന്ന് 'കാമരാജ് പദ്ധതി' പ്രകടമാക്കുമെന്നും 'കാമരാജിത' മന്ത്രിമാർ തങ്ങളുടെ സമയവും കഴിവും സംഘടന ശക്തിപ്പെടുത്തുന്നതിനുവേണ്ടി ഉഴിഞ്ഞുവയ്ക്കുമെന്നാണ് പറഞ്ഞിരുന്നതെങ്കിലും അത് നടപ്പിലാക്കാൻ തുടങ്ങിയതോടെ ഗ്രൂപ്പുവഴക്കുകൾ കുറയുകയല്ല ശക്തിപ്പെടുകയാണ് യഥാർത്ഥത്തിൽ സംഭവിച്ചത്.

അധികാര വടംവലികളിലും വിവിധ ഗ്രൂപ്പുകളിലും(ഫാക്ഷനുകൾ) അകപ്പെട്ടു കോൺഗ്രസ് സംഘടന അധഃപതിച്ചപ്പോൾ, അഴിമതി, പുതിയ നികുതികൾ ചുമത്തൽ, ഭൂപരിഷ്കാരത്തിന് മോറട്ടോറിയം പ്രഖ്യാപിക്കൽ, വിലക്കയറ്റം തടയാൻ കഴിയാതിരിക്കൽ തുടങ്ങിയ ജനവിരുദ്ധനയങ്ങളുമായി കോൺഗ്രസ് ഭരണവും മുന്നോട്ടുപോയി. ജനാധിപത്യ സോഷ്യലിസം പറഞ്ഞ് ജനങ്ങളെ കൈയിലെടുക്കാൻ ഭൂവനേശ്വരത്തു വെച്ചാരംഭിച്ച ശ്രമത്തിലും ഉന്നംപിഴച്ചു. കേരളം, മഹാരാഷ്ട്ര, ഗുജറാത്ത്, യു പി, പശ്ചിമബംഗാൾ എന്നിവിടങ്ങളിലെല്ലാം ഇതുവരെ ഉണ്ടായിട്ടില്ലാത്ത തോതിലുള്ള സമരങ്ങളും സംസ്ഥാനവ്യാപകമായ ഹർത്താലുകളും നടന്നത് ഈ തന്ത്രത്തിന്റെ പരാജയം വെളിച്ചത്തുകൊണ്ടുവന്നു. ഇത്തരം സമരങ്ങൾ നടത്തിയത് കടുത്ത മർദ്ദനങ്ങളെ നേരിട്ടുകൊണ്ടുകൂടിയായിരുന്നു.

കോൺഗ്രസ് നേതൃത്വത്തിന്റെ ഈ നടപടികളിലൊന്നും യാതൊരു തന്ത്രങ്ങളും വലതുപക്ഷക്കാർ കണ്ടില്ല. അവർ കാമരാജ് പദ്ധതിയെ അഭിനന്ദിച്ചുകൊണ്ടിരുന്നു. ആ പദ്ധതിയനുസരിച്ച് കേന്ദ്രമന്ത്രിമാരായ എസ് കെ പാട്ടീലിനോടും മൊറാർജി ദേശായിയോടും മന്ത്രിപദം ഒഴിയാൻ പറഞ്ഞത് തങ്ങൾക്ക് 'വമ്പിച്ച വിജയ'മാണെന്നാണവരുടെ അഭിപ്രായം. അതായത് ഗവൺമെന്റിന്റെ ജനവിരുദ്ധനയങ്ങൾക്കെല്ലാം ഈ രണ്ടു മന്ത്രിമാരാണ് ഉത്തരവാദികൾ എന്നവർ കണക്കാക്കി.

ജയ്പൂർ എ ഐ സി സിയിൽ സി സുബ്രഹ്മണ്യത്തിന്റെയും ഗുൽസാരിലാൽ നന്ദയുടെയും രണ്ട് കരടുകൾ സമർപ്പിക്കപ്പെട്ടു. ഈ രണ്ടു കരടുകളിൽവെച്ച് ഏതാണ് പുരോഗമനപരമെന്ന് കണ്ടുപിടിക്കാൻ *ന്യൂഏജ്* വാരികയിൽ പി സി ജോഷി വിശകലനം നടത്തി. അതുപോലെതന്നെ 'ജനാധിപത്യ സോഷ്യലിസം' സംബന്ധിച്ച ഭൂവനേശ്വർ

കോൺഗ്രസിന്റെ പ്രമേയത്തിൽ അത് കോൺഗ്രസ് നേതൃത്വത്തിന്റെ തന്ത്രങ്ങളൊന്നും കാണാതെ കെ ഡി മാളവ്യയുടെയും വി കെ കൃഷ്ണ മേനോന്റെയും ചില പ്രസംഗങ്ങളിൽ പിടിച്ചുതൂങ്ങിക്കൊണ്ട് ഇങ്ങനെ പ്രസ്താവിച്ചു:

> തങ്ങളുടെ ആവശ്യങ്ങളംഗീകരിച്ചു കിട്ടുന്നതിൽ കോൺഗ്രസിലെ ഇടതുപക്ഷം ഭുവനേശ്വർ കോൺഗ്രസിൽ വിജയിച്ചില്ലെങ്കിലും കോൺഗ്രസ് സംഘടനയിൽ മൊത്തത്തിലും നമ്മുടെ പൊതുജീവിതത്തിൽ തീർച്ചയായും അത് ചെലുത്തിയ സ്വാധീനം നിഷേധിക്കാവുന്നതല്ല.......
>
> അത് ബഹുജനങ്ങളിൽ ആത്മവിശ്വാസമുളവാക്കുകയും വലതുപക്ഷ പിന്തിരിപ്പത്തത്തിനെതിരായ വിപുലമായ ജനകീയ സമരങ്ങൾക്ക് പുതിയ വീഥികൾതുറന്നു കൊടുക്കുകയും ചെയ്തു .[15]

കോൺഗ്രസ് പ്രസിഡന്റ് കാമരാജ് സോഷ്യലിസ്റ്റ് ഐക്യത്തിനുവേണ്ടി ആഹ്വാനം ചെയ്തപ്പോൾ ആ ആഹ്വാനത്തിന്റെയും ജനാധിപത്യവും സോഷ്യലിസവുമെന്ന അവരുടെ മുദ്രാവാക്യത്തിന്റെയും തനിനിറം തുറന്നുകാണിക്കുന്നതിനുപകരം *ന്യൂഏജ്* വാരിക അതിനെപ്പറ്റി പറഞ്ഞത് ഇങ്ങനെയായിരുന്നു:

> സോഷ്യലിസ്റ്റ് ഐക്യത്തിനുവേണ്ടിയുള്ള കാമരാജിന്റെ ആഹ്വാനം ജയപ്രകാശ് നാരായണന്റെയും അശോക്മേത്തയുടെയും വളരെയേറെ പ്രസിദ്ധീകരണം നല്കപ്പെട്ട ഇടപെടൽമൂലം കുറേയൊക്കെ വളച്ചൊടിക്കപ്പെട്ടിട്ടുണ്ട്. എന്നാൽ കുത്തകക്കാരുടെ അധികാരം നിയന്ത്രിക്കുന്നതും മുതലാളിത്തപാതയുടെ ദൂഷ്യങ്ങളിൽനിന്ന് വ്യതിയാനം സൃഷ്ടിക്കുന്നതുമായ ഒരു വ്യവസ്ഥയ്ക്കുവേണ്ടി ആത്മാർത്ഥമായി ആഗ്രഹിക്കുന്നവരുടെ സഹകരണം നേടാനുള്ള ആത്മാർത്ഥമായ ആഗ്രഹമാണ് പ്രസ്തുത ആഹ്വാനമെങ്കിൽ തല്പരവിഭാഗം അവരുടേതായ നിറംകൊടുക്കാൻ ശ്രമിച്ചാൽ പോലും അതിന് നിശ്ചയമായും പൊതു പിന്തുണയുണ്ടാകും.[16]

ലേഖനം തുടർന്ന് ഇങ്ങനെ പ്രസ്താവിച്ചു:
"ഇക്കാര്യത്തിൽ കാമരാജ് മുൻകൈയെടുക്കുന്നത് എത്രയും ശരിയാണ്".[17]

തന്റെ പാർട്ടിയായ കോൺഗ്രസിനെ ശക്തിപ്പെടുത്താനും മറ്റുപാർട്ടികളെ പൊളിക്കുന്നതിനും വേണ്ടിയുള്ള കാമരാജിന്റെ നീക്കത്തിനെ പുകഴ്ത്തിയതിനുശേഷം അങ്ങേയറ്റത്തെ നിരാശഭാവത്തോടെ വാരിക ചോദിച്ചു:

> കോൺഗ്രസിനകത്തെ വലതുപക്ഷക്കാരുടെ കമ്യൂണിസ്റ്റ് വിരോധം ഐക്യത്തിനുവേണ്ടിയുള്ള ഈ യത്നത്തിൽനിന്ന് കമ്യൂ

ണിസ്റ്റ് പാർട്ടിയെയും അതിന്റെ അനുകൂലികളെയും ഒഴിച്ചുനിർത്തുകയാണോ?

സോഷ്യലിസ്റ്റ് ഐക്യത്തിന്റെ പേരിൽ കോൺഗ്രസുമായി യോജിക്കാനുള്ള കാമരാജിന്റെ ആഹ്വാനത്തോട് യോജിക്കാൻ ഡാങ്കെയുടെ നേതൃത്വത്തിലുള്ള വലതുപക്ഷം തയ്യാറായിരുന്നുവെന്ന് ഇതിൽനിന്ന് വ്യക്തമാണല്ലോ. പക്ഷേ, കാമരാജിൽനിന്ന് അവർക്ക് ക്ഷണം കിട്ടുകയുണ്ടായില്ല എന്നുമാത്രം.

എങ്കിലും പാർട്ടി ഐക്യത്തിനുള്ള താല്പര്യം നിമിത്തം ഒരു പാർട്ടി കോൺഗ്രസിൽവെച്ച് ജനാധിപത്യപരമായ വിധിയെഴുത്തിനുവേണ്ടി സമരം ചെയ്യാനാണ് ഇടതുപക്ഷക്കാർ ആഗ്രഹിച്ചത്. അതിനാൽ 1963 ഒക്ടോബറിലും 1964 ജനുവരിയിലും പാർട്ടി ഐക്യത്തിനുവേണ്ടി ഇടതുപക്ഷക്കാർവെച്ച നിർദ്ദേശങ്ങൾ തള്ളിക്കളഞ്ഞെങ്കിലും വരുന്ന പാർട്ടി കോൺഗ്രസിനു മുന്നോടിയായി നാഷണൽ കൗൺസിൽ സമർപ്പിക്കുന്നതിനുവേണ്ടി അവർ ചില രേഖകൾ തയ്യാറാക്കാനുള്ള പ്രവർത്തനങ്ങളാരംഭിച്ചു.

> ......പ്രാരംഭ ചർച്ചയ്ക്കുശേഷം പ്രത്യയശാസ്ത്രപരമായ പ്രശ്നങ്ങളെക്കുറിച്ചും പാർട്ടി പരിപാടിയെക്കുറിച്ചും കരട് തയ്യാറാക്കുകയും ഏപ്രിൽ ആദ്യത്തിൽ ചേരുന്ന ഒരു യോഗത്തിൽവെച്ച് അവയ്ക്ക് അവസാനരൂപം നല്കണമെന്ന നിർദ്ദേശത്തോടെ അവ ഞങ്ങളുടെ അഭിപ്രായഗതിക്കാരായ എല്ലാ സംസ്ഥാന നേതാക്കന്മാർക്കിടയിലും വിതരണം ചെയ്യുകയും ചെയ്തു. ഏപ്രിൽമാസത്തിൽ ചേർന്ന യോഗം ഒരെതിർപാർട്ടി ഉണ്ടാക്കുന്നതിനുവേണ്ടിയായിരുന്നില്ല. മേൽപ്പറഞ്ഞ രേഖകൾക്ക് അവസാനരൂപം നല്കാൻ ഉദ്ദേശിക്കപ്പെട്ടതായിരുന്നു അത്. അന്തിമരൂപം നല്കിക്കഴിഞ്ഞാൽ അവ നാഷണൽ കൗൺസിൽ മുമ്പാകെ സമർപ്പിക്കുന്നതാണെന്ന് പ്രസ്തുത രേഖകളുടെ ആമുഖത്തിൽത്തന്നെയും പ്രസ്താവിച്ചിരുന്നു.[18]

സൂചിക

1. *കമ്യൂണിസ്റ്റ് പാർട്ടി കേരളത്തിൽ II,* പു:229.
2. മേൽച്ചൊന്നത്, പു:229–230.
3. *റിവിഷനിസത്തിനെതിരെ* പു:64–65.
4. മേൽച്ചൊന്നത്, പു:65–66.
5. മേൽച്ചൊന്നത്, പു:66–67.
6. മേൽച്ചൊന്നത്,പു:67–68.
7. *ഇന്ത്യൻകമ്യൂണിസ്റ്റ് പ്രസ്ഥാന ചരിത്രത്തിന്റെ ഒരു രൂപരേഖ,* പു:94–95.
8. *പാർട്ടിക്കുള്ളിലെ പിളർപ്പൻ പ്രവർത്തനങ്ങളെപ്പറ്റി,* പു: 37–44.
9. *റിവിഷനിസത്തിനെതിരെ,* പു:70.

10. *റിവിഷനിസത്തിനെതിരെ*, പു:71–72.
11. അനുബന്ധം 3.
12. അനുബന്ധം 4.
13. അനുബന്ധം 5.
14. *റിവിഷനിസത്തിനെതിരെ*, പു:72.
15. *റിവിഷനിസത്തിനെതിരെ,* പു:114.
16. മേൽച്ചൊന്നത്.
17. മേൽച്ചൊന്നത്.
18. *ന്യൂ ഏജ്,* 2 ഫെബ്രുരി 1964.
19. *റിവിഷനിസത്തിനെതിരെ,* പു:73.

25

ഡാങ്കെ കത്തുകളും പാർട്ടി പിളർപ്പും

ഈ പശ്ചാത്തലത്തിലാണ് ഉൾപ്പാർട്ടി സമരത്തിന് പിരിമുറുക്കം കൂട്ടുന്ന ഒരു വാർത്ത പുറത്തുവരുന്നത്. കാൺപൂർ ഗൂഢാലോചനക്കേസിൽ ശിക്ഷിക്കപ്പെട്ട ഒരു തടവുകാരനായി കഴിയുമ്പോൾ ബ്രിട്ടീഷ് ഗവൺമെന്റിന് ഒരു ഏജന്റെന്ന നിലയ്ക്ക് തന്റെ സേവനം വാഗ്ദാനം ചെയ്തുകൊണ്ട് ഡാങ്കെ എഴുതിയ കത്തുകൾ പുറത്തുവരുന്നത്. ജയിലിൽനിന്ന് മോചനം നേടുന്നതിനുവേണ്ടി ഗവൺമെന്റിനോട് മാപ്പ് പറയുകയും മേലിൽ കൂറോടെ പ്രവർത്തിക്കാമെന്ന് വാക്കുകൊടുക്കുകയും ചെയ്യുന്ന കത്തായിരുന്നു അത്.

ഡാങ്കെയുടെ പൂർവ്വകാല ചരിത്രത്തെക്കുറിച്ച് ഇ എം എസ് നമ്പൂതിരിപ്പാട് എഴുതി:

> വലതുപക്ഷക്കാരുടെ പ്രതിനിധിയെന്ന നിലയ്ക്ക് പാർട്ടിയുടെ ചെയർമാൻ സ്ഥാനത്തേക്ക് ഉയർത്തപ്പെട്ട ആളാണല്ലോ ഡാങ്കെ. ഇടതുപക്ഷവിഭാഗത്തിൽപ്പെട്ട മുസഫർ അഹമ്മദിനെപ്പോലെ പാർട്ടിയുടെ സ്ഥാപകനേതാക്കളിലൊരാളാണദ്ദേഹം. എന്നാൽ പശ്ചിമബംഗാളിലും രാജ്യത്താകെയും മുസഫർ അഹമ്മദ് ബഹുമാനിക്കപ്പെടുമ്പോൾ ഡാങ്കെയെക്കുറിച്ച് അത്രവലിയ മതിപ്പൊന്നും പാർട്ടിമെമ്പർമാർക്കിടയിലില്ലായിരുന്നു.
>
> ഇന്ത്യൻ കമ്യൂണിസ്റ്റ് പാർട്ടിയെക്കുറിച്ച് ധാരാളമാളുകൾ അറിയാൻ ഇടയാക്കിയ സംഭവമാണല്ലോ 1928 മുതൽ നാലുവർഷത്തിലേറെക്കാലം നീണ്ടുനിന്ന മീററ്റ് ഗൂഢാലോചന കേസിന്റെ നടപടികൾ. അറിയപ്പെടുന്ന കമ്യൂണിസ്റ്റുകാർ മാത്രമല്ല, മറ്റ് കുറേ തൊഴിലാളിപ്രവർത്തകരും അതിൽ പ്രതികളായിരുന്നു. കമ്യൂണിസ്റ്റുകാർ അല്ലാത്തവരെന്ന നിലയ്ക്ക് അവർ പ്രത്യേകമൊരു പ്രസ്താവന

യാണ് കോടതിയിൽ സമർപ്പിച്ചിരിക്കുന്നത്. കമ്യൂണിസ്റ്റ് പ്രതികളുടേതായ മറ്റൊരു പ്രസ്താവനയും സമർപ്പിക്കപ്പെട്ടു. കമ്യൂണിസത്തിന്റെ സിദ്ധാന്തം ഇന്ത്യയിലെ സവിശേഷ സാഹചര്യത്തിൽ എങ്ങനെ ഉപയോഗപ്പെടുത്താൻ പോകുന്നുവെന്നതിന്റെ ആദ്യത്തെ വിശദീകരണമെന്ന് പറയത്തക്ക ചരിത്രപ്രാധാന്യം ആ രേഖയ്ക്കുണ്ട്.

ഡോ.അധികാരി, മുസഫർ അഹമ്മദ്, മിറാജ്കർ, പി സി ജോഷി മുതലായ കമ്യൂണിസ്റ്റ് മെമ്പർമാരായിരുന്ന മീറത്ത് പ്രതികൾ മുഴുവൻ ഒപ്പുവെച്ച ഈ രേഖയിൽ ഡാങ്കെയുടെ ഒപ്പില്ലായിരുന്നു. അദ്ദേഹത്തിന്റെ പല ചെയ്തികളെയും കുറിച്ചുള്ള ആരോപണങ്ങളെ തുടർന്ന് പാർട്ടി അംഗത്വത്തിൽനിന്ന് നീക്കം ചെയ്യപ്പെട്ടിരുന്നു. അന്ന് അദ്ദേഹം ജയിലിലായിരുന്നു. തന്റെ സ്വന്തം പ്രസ്താവനയാണ് അദ്ദേഹം കോടതിയിൽ ചെയ്തത്.

ജയിൽമോചനത്തിനുശേഷം പാർട്ടിയുടെ കേന്ദ്രനേതൃത്വം നിലവിൽവന്നപ്പോഴാകട്ടെ, അതിൽ ഡാങ്കെ ഉൾപ്പെട്ടിരുന്നില്ല. പി സി ജോഷി ജനറൽ സെക്രട്ടറിയും ഡോ.അധികാരി, ഭരദ്വാജ്, അജയഘോഷ് എന്നിവർ മെമ്പർമാരുമായാണ് ആദ്യത്തെ പോളിറ്റ് ബ്യൂറോ 1934 ൽ സംഘടിപ്പിക്കപ്പെട്ടത്. പിന്നീട് രണദിവെയെക്കൂടി ഉൾപ്പെടുത്തി വികസിപ്പിച്ച പൊളിറ്റ് ബ്യൂറോ ആണ് 1948 ൽ നടന്ന രണ്ടാം (കൽക്കത്ത) കോൺഗ്രസ് വരെ പാർട്ടിയുടെ തലപ്പത്തിരുന്നത്.

അങ്ങനെ ഒന്നരപ്പതിറ്റാണ്ടോളം കാലം ഡാങ്കെ പാർട്ടിയുടെ ഉന്നത നേതൃസ്ഥാനങ്ങളിലില്ലായിരുന്നു. പാർട്ടി മെമ്പർകൂടിയായ ട്രേഡ് യൂണിയൻ നേതാവെന്ന നിലയിൽ മാത്രമാണദ്ദേഹം ഇന്ത്യയിലും വെളിയിലും അറിയപ്പെട്ടിരുന്നത്. പി സി ജോഷിയുടെ നേതൃത്വത്തിനെതിരായി രണ്ടാം കോൺഗ്രസിൽ നടന്ന രൂക്ഷമായ വിമർശനത്തെത്തുടർന്നുണ്ടായ നേതൃത്വ പുനഃസംഘടനയാണ് ഡാങ്കെയെ പാർട്ടി നേതൃത്വത്തിലേക്ക് കൊണ്ടുവന്നത്. 1950 കളിൽ പാർട്ടിനേതൃത്വത്തിലും അണികളിലാകെതന്നെയും രൂക്ഷമായ ആശയസമരം പൊട്ടിപ്പുറപ്പെടുകയും വ്യക്തമായ രണ്ടു (ഇടതു–വലതു) ചേരികൾ രൂപംകൊള്ളുകയും ചെയ്തപ്പോഴാണ് ഡാങ്കെ വലതുവിഭാഗത്തിന്റെ നേതാവായി പ്രത്യേക്ഷപ്പെട്ടത്.

ഈ ഭൂതകാല ചരിത്രം നിമിത്തം വലതു ചിന്താഗതിക്കാരായ സഖാക്കൾക്കുപോലും ഡാങ്കെയുടെ പാർട്ടികൂറിനെക്കുറിച്ച് നല്ല അഭിപ്രായമല്ല ഉണ്ടായിരുന്നത്. നിസ്വാർത്ഥമായി അർപ്പണബോധത്തോടെയും പാർട്ടിക്കുവേണ്ടി പ്രവർത്തിക്കുന്നതിനുപകരം പാർട്ടിയിലും ട്രേഡ് യൂണിയൻ സംഘടനയിലുമുള്ള ഉയർന്ന സ്ഥാനം ഉപയോഗിച്ച് തൻകാര്യം നേടുകയാണ് ഡാങ്കെ ചെയ്യു

> ന്നതെന്നായിരുന്നു സഖാക്കൾക്കിടയിൽ പൊതുവെ അഭിപ്രായം.
>
> രാഷ്ട്രീയവും ആശയപരവുമായ കാരണങ്ങളാൽ ഇടതുപക്ഷ ചേരിക്കാരെ ശക്തിയായി എതിർത്തിരുന്നവർപോലും മുസഫർ അഹമ്മദ്, രണദിവെ, എ കെ ജി മുതലായ ഇടതുപക്ഷ നേതാക്കളെ, അവരുടെ നിസ്വാർത്ഥത, അർപ്പണബോധം മുതലായ കമ്യൂണിസ്റ്റ് സ്വഭാവം നിമിത്തം ബഹുമാനിച്ചിരുന്നു. എന്നാൽ സ്വന്തം (വലതു) ചേരിയിൽനിന്നുകൊണ്ട് തങ്ങൾക്ക് രാഷ്ട്രീയ നേതൃത്വം നല്കുന്ന ഡാങ്കെയെക്കുറിച്ച് അവർക്ക് തീരെ മതിപ്പില്ലായിരുന്നു.[1]

ആരോപണവിധേയമായ ഈ കത്തുകളുടെ പൂർണ്ണരൂപം 1964 മാർച്ച് 7–ാം തീയതിയിലെ *കറന്റ് വാരിക* പ്രസിദ്ധീകരിക്കുകയുണ്ടായി. അതിനുമുമ്പുതന്നെ ഈ കത്തുകളുടെ സൈക്ലോസ്റ്റൈൽ ചെയ്ത കോപ്പികൾ പാർട്ടിയിലെ ഇടതുപക്ഷക്കാർക്ക് കിട്ടുകയുണ്ടായി. പിന്നീട് *കറന്റിന്* അതിന്റെ കോപ്പികൾ നല്കിയ ആൾ തന്നെയായിരിക്കും ഇടതുപക്ഷക്കാർക്കും അതയച്ചതെന്ന് കരുതപ്പെടുന്നു. ഇടതുപക്ഷക്കാർ ഈ കാര്യം കേന്ദ്ര സെക്രട്ടേറിയറ്റിലോ കേന്ദ്ര എക്സിക്യൂട്ടീവ് കമ്മിറ്റിയിലോ ഉന്നയിക്കുകയുണ്ടായില്ല. പ്രശ്നം അങ്ങേയറ്റം ഗൗരവമുള്ളതാകയാൽ ഈ കത്തുകൾ നാഷണൽ ആർക്കൈവ്സിൽ ഉണ്ടോ ഇല്ലയോ എന്ന് പരിശോധിക്കേണ്ടതും കഴിയുമെങ്കിൽ കത്തുകളുടെ സർട്ടിഫൈ ചെയ്ത സംഗ്രഹം കൈക്കലാക്കേണ്ടതുമാണെന്ന് അവർ കരുതി. ഇടതുപക്ഷക്കാർക്കു വേണ്ടി ഒരു സഖാവിനെ ആർക്കൈവ്സിൽ പ്രവർത്തിക്കാൻ നിയോഗിച്ചു. ഡാങ്കെയുടെ സ്വന്തം കൈപ്പടയിലുള്ള കത്തുകൾ ആർക്കൈവ്സിലെ ഫയലുകളിൽ കണ്ടെത്തുകയും ചെയ്തു. ഉടൻതന്നെ കത്തുകളുടെ സത്യം ബോദ്ധ്യപ്പെടുത്തിയ കോപ്പികൾക്കു വേണ്ടി അപേക്ഷിച്ചു. ഈ സമയത്ത് *കറന്റ്* അവ പ്രസിദ്ധീകരിച്ചത് കത്തുകളുടെ സർട്ടിഫൈ ചെയ്ത സംഗ്രഹം എത്രയും വേഗം ലഭിക്കുന്നതിന് പ്രതിബന്ധമായി മാറി.

നാലു കത്തുകളിൽ[2] ആദ്യത്തേതു 24–5–1924 ൽ കാൺപൂരിൽ ഡിസ്ട്രിക് ജയിലിൽനിന്ന് ഡാങ്കെ എഴുതിയതാണ്. അതിൽ അവിഹിതമായി ഒന്നുമില്ല. യു പി യിൽനിന്ന് തന്നെ ബോംബെയിലോ പൂനയിലോ ഉള്ള ജയിലിലേക്ക് മാറ്റണമെന്ന് ആ കത്തിൽ അപേക്ഷിച്ചിരുന്നു. രണ്ടാമത്തെ കത്ത് 7–7–1924 ൽ അതേ ജയിലിൽ നിന്നുതന്നെ ഡാങ്കെയും നളിനി ഭുഷൻദാസ് ഗുപ്തയുംകൂടി എഴുതിയതാണ്. മേലാൽ കുറ്റം ചെയ്യുകയില്ലെന്ന് ഉറപ്പുകൊടുത്തുകൊണ്ട് തങ്ങളെ മോചിപ്പിക്കണമെന്ന് അപേക്ഷിക്കുന്നതാണ് ആ കത്ത്. മൂന്നാമത്തേത് ഖോരഖ്പൂർ ജയിലിൽ നിന്ന് 16–7–24 ൽ നളിനി ഗുപ്തമാത്രമായി എഴുതിയിട്ടുള്ളതാണ്. അതിൽ മുൻപറഞ്ഞ അഭ്യർത്ഥന ആവർത്തിക്കുന്നു. നാലാമത്തേതു സീതാപൂർ ഡിസ്ട്രിക് ജയിലിൽനിന്നു 28–7–1924 ൽ ഡാങ്കെ എഴുതിയ കത്താണ്. തന്നെ മോചിപ്പിച്ചാൽ താൻ ബ്രിട്ടീഷുക്കാരുടെ ഏജന്റായി ഇരുന്നുകൊ

ള്ളാമെന്ന് ഉറപ്പുകൊടുത്തുകൊണ്ടുള്ളതായിരുന്നു ആ കത്ത്.

മാർച്ച് 7 ന് ബോംബെയിൽനിന്ന് പ്രസിദ്ധീകരിക്കുന്ന *കറന്റ്* ഡാങ്കെ കത്തുകൾ പ്രസിദ്ധീകരിച്ചതിനുശേഷം പാർട്ടിയുടെ കേന്ദ്ര സെക്രട്ടേറിയറ്റ് അതിനോട് കൈക്കൊണ്ട സമീപനം വളരെയേറെ ദുഃസൂചന ഉളവാക്കുന്ന ഒന്നായിരുന്നു. പാർട്ടിയുടെ വിപ്ലവകരമായ സത്യസന്ധത സൂക്ഷിക്കുന്ന പ്രശ്നമല്ലാതെ പ്രത്യയശാസ്ത്രപരമായ അഭിപ്രായഭിന്നതയൊന്നും ആ കത്തുകളിലന്തർഭവിച്ചിരുന്നില്ല. എങ്കിലും നാഷണൽ ആർക്കൈവ്സിൽ പരിശോധിക്കാൻപോലും മെനക്കെടാതെ മാർച്ച് 13 ന് കേന്ദ്ര സെക്രട്ടേറിയറ്റ് ഒരു പ്രസ്താവന നടത്തി. ഈ കത്തുകൾ വ്യാജനിർമ്മിതമാണെന്ന് മുദ്രയടിച്ചുകൊണ്ടും വ്യാജനിർമ്മിതമായ ഈ രേഖയുടെ പ്രസിദ്ധീകരണത്തിന് പാർട്ടിയിലെ ഇടതുപക്ഷക്കാരാണ് ഉത്തരവാദികളെന്നുമുള്ള കുറ്റാരോപണത്തോടുകൂടിയുള്ളതായിരുന്നു ആ പ്രസ്താവന.[3]

ഈ ആരോപണത്തിന് മറുപടിയായി തങ്ങളുടെ അഭിപ്രായത്തിൽ ആ കത്തുകൾ സത്യമായിട്ടും ഡാങ്കെ തന്നെ എഴുതിയതാണെന്ന് കമ്യൂണിസ്റ്റ് പാർട്ടി നേതാക്കന്മാരിൽ ചിലർ മറുപടി പറഞ്ഞു. മാർച്ച് 20 ന് ഉമാനാഥ് എം പി കേന്ദ്ര സെക്രട്ടേറിയറ്റിനും കേന്ദ്ര എക്സിക്യൂട്ടീവ് കമ്മിറ്റിക്കും അയച്ച കത്തിൽ താൻ നാഷണൽ ആർക്കൈവ്സിൽ പോകുകയുണ്ടായെന്നും കത്തുകൾ പരിശോധിച്ചെന്നും അവ ഡാങ്കെ തന്നെ എഴുതിയതാണെന്ന് തനിക്ക് വ്യക്തമായി ബോദ്ധ്യപ്പെടുത്തുകയുണ്ടായെന്നും പറഞ്ഞിരുന്നു. കൂടാതെ കറന്റ് മൂന്ന് കത്തുകൾ മാത്രമാണ് പ്രസിദ്ധീകരിച്ചിരുന്നതെന്നും നാലാമതൊരു കത്തുകൂടി കണ്ടെത്താൻ തനിക്ക് കഴിഞ്ഞെന്നും അദ്ദേഹം പറഞ്ഞു. ഹൈക്കോടതി തന്റെ അപ്പീലിൽ നിരസിച്ചതിനുശേഷം ഡാങ്കെ എഴുതിയ ദയാഹർജിയാണതെന്നും ഉമാനാഥ് തന്റെ കത്തിൽ വ്യക്തമാക്കി.[4]

മാർച്ച് 25 ന് നാഷണൽ കൗൺസിൽ അംഗങ്ങൾക്ക് ബസവപുന്നയ്യ ഒരു കത്തയച്ചു. ആ കത്തിൽ മാർച്ച് 16–ാം തീയതി താനും പി രാമമൂർത്തിയും പാർട്ടിക്കാരനല്ലാത്ത ഒരു എം പിയും കൂടി നാഷണൽ ആർക്കൈവ്സിൽ പോയി കത്തുകൾ പരിശോധിക്കുകയുണ്ടായെന്നും, മാർച്ച് 17 ന് രാമമൂർത്തി വീണ്ടും അവിടെ പോകുകയും കത്ത് പരിശോധിച്ചെന്നും, മാർച്ച് 19–ാം തീയതി വീണ്ടും താനും ഉമാനാഥും കൂടി നാഷണൽ ആർക്കൈവ്സിൽ എത്തി കത്തുകൾ വളരെ സൂക്ഷ്മമായി പരിശോധിച്ചിരുന്നുവെന്നും പ്രസ്താവിച്ചു. ആ കത്തുകൾ ഡാങ്കെ തന്നെയാണ് എഴുതിയതെന്നതിന് തങ്ങൾക്ക് യാതൊരു സംശയവുമില്ലെന്നും അദ്ദേഹം പറഞ്ഞു.[5]

മാർച്ച് 26 ന് ബസവപുന്നയ്യയും പി രാമമൂർത്തിയും ചേർന്ന് ഒരു പ്രസ്താവനയും പത്രക്കാർക്ക് നല്കി. ഈ പ്രസ്താവനയിൽ ഡാങ്കെ എഴുതിയ നാലു കത്തുകളിൽ പറഞ്ഞിരുന്ന കാര്യങ്ങൾ അവർ വിശദീകരിച്ചതിനു പുറമെ മാർച്ച് 13–ാം തീയതി കത്തുകൾ നേരിട്ട് പരിശോധി

ക്കുകപോലും ചെയ്യാതെ ഡാങ്കെയെ രക്ഷിക്കാൻ വേണ്ടി കേന്ദ്ര സെക്രട്ടേറിയറ്റ് പുറപ്പെടുവിച്ച പ്രസ്താവനയുടെ പൊള്ളത്തരം അവർ തുറന്നുകാട്ടി.[6]

കത്തുകൾ സത്യസന്ധമായി ഉള്ളതാണെന്നും അതിന്റെ അടിസ്ഥാനത്തിൽ ഡാങ്കെ നേതൃത്വത്തിൽ നിന്നുമാറി നില്ക്കണമെന്നും അവർ ആവശ്യപ്പെട്ടു.

മാർച്ച് 27 ന് സുന്ദരയ്യയും നാഗിറെഡ്ഢിയും ഹൈദരാബാദിൽവെച്ചു നടത്തിയ പത്രസമ്മേളനത്തിലും ഇതേകാര്യങ്ങൾ ആവർത്തിച്ചു.

മാർച്ച് 28 ന് പ്രമോദ് ദാസ് ഗുപ്ത, ഹരേകൃഷ്ണ കോനാർ, മുസഫർ അഹമ്മദ് എന്നിവർ ഇക്കാര്യങ്ങൾ വെളിപ്പെടുത്തിക്കൊണ്ട് ഒരു പത്രപ്രസ്താവന നടത്തി. മാർച്ച് 29 ന് എ കെ ജിയും ഒരു പത്രപ്രസ്താവന നല്കുകയുണ്ടായി.

29–ാം തീയതി തിരുവനന്തപുരത്തുനിന്ന് കേന്ദ്ര സെക്രട്ടേറിയറ്റിന് ഇ എം എസ് നമ്പൂതിരിപ്പാട് ഒരു കത്തയച്ചു. 27–ാം തീയതി കമ്യൂണിസ്റ്റ് പാർട്ടിയിലെ വലതുപക്ഷ വിഭാഗത്തിലെ പ്രധാനപ്പെട്ട നേതാക്കൾ ന്യൂഡൽഹിയിലെ പാർട്ടി കേന്ദ്രഓഫീസിൽ കൂടി പാർട്ടി ചെയർമാനായ ഡാങ്കെയ്ക്കെതിരെ പരസ്യമായി ആക്രമണം നടത്തിക്കൊണ്ട് ബസവ പുന്നയ്യ ഉയർത്തിയ പ്രശ്നങ്ങളെക്കുറിച്ച് അഞ്ചുമണിക്കൂറോളം ചർച്ച നടത്തി. പാർട്ടി അച്ചടക്കം ലംഘിച്ചതിന് ബസവ പുന്നയ്യയെ പാർട്ടിയിൽ നിന്ന് പുറത്താക്കാൻ സാദ്ധ്യതയുണ്ട് എന്ന ഒരു റിപ്പോർട്ട് Express New Service ൽ വന്നതിനെത്തുടർന്നാണ് ഇ എം എസ് ഈ കത്തെഴുതിയത്.

ഡാങ്കെ കത്തുകളെക്കുറിച്ചുള്ള സെക്രട്ടേറിയറ്റിന്റെ പ്രസ്താവനയെ അദ്ദേഹം ചോദ്യം ചെയ്തു. കത്തുകളെക്കുറിച്ചുള്ള പ്രശ്നം ഉയർന്നുവന്നപ്പോൾ കേന്ദ്ര എക്സിക്യൂട്ടീവ് കമ്മിറ്റിയെങ്കിലും വിളിച്ചുകൂട്ടി എല്ലാ കാര്യങ്ങളും കമ്മിറ്റിയുടെ മുമ്പിൽ വയ്ക്കുകയും അതിനുശേഷം കേന്ദ്ര എക്സിക്യൂട്ടീവ് കമ്മിറ്റിയുടെ ഒരു കമ്മീഷൻ നാഷണൽ ആർക്കൈവ്സിൽ പോയി രേഖകൾ പരിശോധിച്ച് കമ്മിറ്റിയിൽ റിപ്പോർട്ട് ചെയ്യേണ്ടതായിരുന്നുവെന്ന് അദ്ദേഹം പറഞ്ഞു.

കത്തുകൾ വ്യാജമല്ല യഥാർത്ഥത്തിലുള്ളതാണെന്നത് ബസവ പുന്നയ്യയും പി രാമമൂർത്തിയും പറയുന്നതാണ് ശരിയെങ്കിൽ ബ്രിട്ടീഷ് ഗവൺമെന്റിന് തന്റെ സേവനം വാഗ്ദാനം ചെയ്തുകൊണ്ട് കത്തെഴുതിയ പാർട്ടി ചെയർമാൻ ഡാങ്കെയെ രക്ഷിക്കാൻവേണ്ടി സെക്രട്ടേറിയറ്റ് പ്രസ്താവന നടത്തിയതിലൂടെ അവർ കുറ്റം ചെയ്തിരിക്കുന്നു. അതല്ല കത്തുകൾ വ്യാജമാണെങ്കിൽ പാർട്ടി ചെയർമാനായ ഡാങ്കെയെ അപകീർത്തിപ്പെടുത്താൻ ബസവ പുന്നയ്യയും പി രാമമൂർത്തിയും നടത്തിയ ശ്രമം കുറ്റകരമാണ്. എന്തുതന്നെയായാലും കുറ്റംചെയ്തവർ അങ്ങേയറ്റത്തെ ശിക്ഷയർഹിക്കുന്നു.

എന്നാൽ ഇവിടെ ഡാങ്കെയുടെയോ സെക്രട്ടേറിയറ്റിലെ മറ്റംഗങ്ങ

ളുടെയോ ബസവപുന്നയ്യയുടെയോ പി രാമമൂർത്തിയുടെയോ അഭിമാന മല്ല പ്രശ്നം. ഇപ്പോഴത്തെ പ്രശ്നം പാർട്ടിയുടെ 'അഭിമാന'വും 'സുര ക്ഷിതത്വ'വുമാണ്. അതുകൊണ്ട് നമ്പൂതിരിപ്പാട് തന്റെ കത്തിൽ ഒരു നിർദ്ദേശംവെച്ചു. കേന്ദ്ര എക്സിക്യൂട്ടീവ് കമ്മിറ്റിയുടെയും നാഷണൽ കൗൺസിലിന്റെയും യോഗം വിളിച്ചുകൂട്ടി, മറ്റ് പ്രശ്നങ്ങളൊക്കെ പരിഗ ണിക്കുന്നതിനുമുമ്പ്, പാർട്ടിയിലെ എല്ലാ രാഷ്ട്രീയ വിഭാഗങ്ങൾ ക്കും പ്രാതിനിധ്യമുള്ള ഒരു പ്രത്യേക കമ്മീഷൻ രൂപീകരിക്കുകയും, ആ കമ്മീഷൻ നാഷണൽ ആർക്കൈവ്സിൽ പോയി രേഖകൾ പരിശോധി ക്കുകയും ചെയ്തതിനുശേഷം ഏതാണ് ശരിയെന്ന് റിപ്പോർട്ട് ചെയ്യുക. ഈ തീരുമാനത്തിനുശേഷം മറ്റുപ്രശ്നങ്ങൾ ചർച്ച ചെയ്യാമെന്ന് നമ്പൂ തിരിപ്പാട് കത്തിൽ വ്യക്തമാക്കി. കത്തുകൾ വ്യാജമല്ല സത്യമാണെങ്കിൽ സെക്രട്ടേറിയറ്റ് ഒന്നടങ്കം പുറത്ത് പോകണം. അവർക്ക് എന്താണ് ശിക്ഷ നല്കേണ്ടതെന്ന് പാർട്ടി തീരുമാനിക്കും.[7]

എന്നാൽ അർഹിക്കുന്ന ഗൗരവത്തോടെ പ്രശ്നങ്ങൾ കൈകാര്യം ചെയ്യുന്നതിനുപകരം 1964 ഏപ്രിൽ 1 ന് സെക്രട്ടേറിയറ്റ് മറ്റൊരു പ്രസ്താ വന പുറപ്പെടുവിച്ചു. ചൈനയുടെ ഇംഗിതപ്രകാരം ഇടതുപക്ഷക്കാർ പാർട്ടിയെ പിളർക്കാൻ ശ്രമിക്കുകയാണെന്ന് കുറ്റാരോപണം നടത്തിക്കൊ ണ്ടുള്ളതായിരുന്നു ആ പ്രസ്താവന. പ്രസ്താവനയിൽ നിന്ന്:

> ചൈനീസ് നേതൃത്വം തീരുമാനിച്ചതും ഫെബ്രുവരി 4 ന്റെ അവ രുടെ ലേഖനത്തിൽ പ്രകടമാക്കിയതുമായ എല്ലാ കമ്യൂണിസ്റ്റ് പാർട്ടികളെയും പരസ്യമായി പിളർക്കുകയെന്ന പുതിയ ലൈൻ അനുസരിച്ച് ചൈനീസ് നേതൃത്വത്തിന്റെ പ്രത്യയശാസ്ത്രപരമായ നിലപാടിനെ പിന്താങ്ങുന്നവരായി നമ്മുടെ പാർട്ടിയിലുള്ളവർ ഇന്ത്യൻ പാർട്ടിയെയും പിളർക്കുവാൻ തീരുമാനിച്ചിരുന്നുവെന്ന് സ്പഷ്ടം.[8]

ഡാങ്കെയെ രക്ഷിക്കുക എന്നതുമാത്രമായിരുന്നു ഈ പ്രചാരണ ത്തിന്റെ ഏക ഉദ്ദേശ്യം. ഡാങ്കെയുടെ അനുയായികൾക്ക് നന്നായി ബോദ്ധ്യമുണ്ട്, അദ്ദേഹത്തെ രക്ഷിച്ചാൽ മാത്രമേ തങ്ങളുടെ രാഷ്ട്രീയ ത്തിന് നിലനില്പുള്ളൂവെന്ന്. ഇത്തരമൊരു പ്രശ്നത്തിൽ വിവാദങ്ങൾ ഉണ്ടാവുകയില്ലെന്നും കത്തുകളെക്കുറിച്ച് അന്വേഷണം നടത്തണമെന്ന നിർദ്ദേശത്തിന് എല്ലാവരുടെയും പൂർണ്ണപിന്തുണയുണ്ടാകുമെന്നുള്ള ഇട തുപക്ഷക്കാരുടെ പ്രതീക്ഷ സെക്രട്ടേറിയറ്റിന്റെ ഈ പ്രസ്താവന കെടു ത്തിക്കളഞ്ഞു. അതോടൊപ്പം ഇടതുപക്ഷക്കാരെ 'പുത്തൻ ട്രോട്സ്കി യിസ്റ്റു'കൾ എന്നുവിളിച്ചുകൊണ്ട് ഡാങ്കെ മറ്റൊരു പ്രസ്താവനയും പുറ പ്പെടുവിച്ചു.

കേന്ദ്ര സെക്രട്ടേറിയറ്റിന്റെയും ഡാങ്കെയുടെയും പ്രസ്താവനകൾ കാരണം ഇടതുപക്ഷക്കാർക്ക് അവരുടെ നിലപാട് തുറന്ന് പ്രസ്താവി ക്കേണ്ടത് വീണ്ടും ആവശ്യമായിവന്നു. അതേത്തുടർന്ന് എ കെ ജി,

ജ്യോതിബസു, പി രാമമൂർത്തി, എം ബസവ പുന്നയ്യ, പി സുന്ദരയ്യ, പ്രമോദ് ദാസ് ഗുപ്ത, ജഗ്ജിത് സിങ് ല്യാൽപുരി, ഹരേകൃഷ്ണ കോനാർ, ഹർകിഷൻസിങ് സുർജിത് എന്നീ കേന്ദ്ര എക്സിക്യൂട്ടീവ് കമ്മിറ്റിയിലെ 9 അംഗങ്ങൾ ഏപ്രിൽ 6-ാം തീയതി പത്രങ്ങൾക്ക് ഒരു പ്രസ്താവന നല്കി. ആ പ്രസ്താവനയിൽ പറഞ്ഞു:

> ഈയൊരു പരിതഃസ്ഥിതിയിൽ പാർട്ടിയുടെ പ്രശസ്തിയും വിപ്ലവപരമായ അഭിമാനവും കാത്തുരക്ഷിക്കുന്നതിൽ യഥാർത്ഥത്തിൽ താല്പര്യമുണ്ടെങ്കിൽ ഇന്ത്യൻ കമ്യൂണിസ്റ്റ് പാർട്ടി ആപ്പീസിന്റെ വെറും രണ്ടു നാഴികമാത്രം അകലെ സ്ഥിതിചെയ്യുന്ന നാഷണൽ ആർക്കൈവ്സിലെ ഫയലുകൾ പരിശോധിക്കുവാൻ സെക്രട്ടേറിയറ്റ് തീർച്ചയായും വല്ല നടപടിയും സ്വീകരിക്കുമെന്നാണ് പ്രതീക്ഷിക്കുക. പക്ഷേ എന്ത് കാരണംകൊണ്ട് എന്നറിയില്ല, സെക്രട്ടേറിയറ്റ് പ്ലേഗിനെയെന്നപോലെ വർജ്ജിച്ചതും ഇതുതന്നെയാണ്.
>
> ഇതുകൊണ്ടൊക്കെ, നാഷണൽ കൗൺസിലിന്റെയും എക്സിക്യൂട്ടീവിന്റെയും അടിയന്തരയോഗം വിളിക്കുകയല്ലാതെ സെക്രട്ടേറിയറ്റിന് മറ്റു മാർഗ്ഗമുണ്ടായിരുന്നില്ല. എന്നാൽ അവയുടെ പര്യാലോചനയ്ക്കൊന്നും കാത്തുനില്ക്കാതെ പാർട്ടിയുടെ പേരിൽ പ്രസ്താവനയിറക്കാൻ ധൃതിപ്പെടുകയും ഇടത് എന്ന് പറയപ്പെടുന്ന വിഭാഗത്തിനെതിരായി ശകാരവർഷം ചൊരിയുകയും ആരോപണങ്ങളുന്നയിക്കുകയും അവരെ പിളർപ്പന്മാരെന്ന് വിളിക്കുകയും പാർട്ടിയെ പിളർക്കാൻ ചൈനീസ് കമ്യൂണിസ്റ്റ് പാർട്ടിയുടെ ആഹ്വാനമനുസരിച്ച് പ്രവർത്തിക്കുന്നതായി കുറ്റപ്പെടുത്തുകയുമാണ് സെക്രട്ടേറിയറ്റ് ചെയ്തത്.[9]

ഏപ്രിൽ 8-ാം തീയതി അനന്തൻ നമ്പ്യാർ എം പി നാഷണൽ കൗൺസിലിന് അയച്ച കത്തിൽ അദ്ദേഹവും ദിനൻ ഭട്ടാചാര്യയും മറ്റു രണ്ട് എം പിമാരും നാഷണൽ ആർക്കൈവ്സിൽ പോയി കത്തുകൾ പരിശോധിക്കുകയുണ്ടായിയെന്നും അവ ഡാങ്കെ എഴുതിയ കത്തുകളാണെന്ന് തങ്ങൾക്ക് പൂർണ്ണമായും ബോദ്ധ്യപ്പെടുകയുണ്ടായെന്നും പറഞ്ഞിരുന്നു.[10]

ഈയൊരന്തരീക്ഷത്തിലാണ് ഏപ്രിൽ 9-ാം തീയതി കേന്ദ്ര എക്സിക്യൂട്ടീവ് കമ്മിറ്റിയോഗം ചേർന്നത്. ഡാങ്കെ കത്തുകളെയും ബന്ധപ്പെട്ട സംഭവങ്ങളെയും സംബന്ധിച്ച് ചർച്ചചെയ്യാൻ വിളിച്ചുകൂട്ടിയ അടിയന്തരയോഗമായിരുന്നു അത്. എന്നാൽ കമ്മിറ്റിയുടെ അജണ്ടയിൽ ആദ്യം ചേർത്തിരുന്നത് പാർട്ടി നേതൃത്വത്തിലുള്ള ചിലരുടെ 'പാർട്ടിവിരുദ്ധ പിളർപ്പൻ നടപടികളെ' സംബന്ധിച്ച ഒരു പ്രമേയമായിരുന്നു. ഡാങ്കെ കത്തുകൾക്ക് അജണ്ടയിൽ രണ്ടാം സ്ഥാനം മാത്രമേ ഉണ്ടായിരുന്നുള്ളൂ. അജണ്ടയിൽ ആദ്യത്തെ ഇനം ഡാങ്കെ കത്തുകളെക്കുറിച്ചുള്ള ആലോചനയായിരിക്കണമെന്നും ഡാങ്കെ കത്തുകളെക്കുറിച്ചാലോചിക്കു

മ്പോൾ ഡാങ്കെ അദ്ധ്യക്ഷപദവിയിൽ ഇരിക്കരുതെന്നും ഇടതുപക്ഷക്കാർ കമ്മിറ്റിയിൽ ആവശ്യപ്പെട്ടു. ഡാങ്കെയുടെ നേതൃത്വത്തിലുള്ള വലതു പക്ഷം ഇതിനെ ശക്തമായി എതിർത്തു. ഈ സമയം രണ്ടിനങ്ങളും ഒന്നിച്ച് ചർച്ചയ്ക്കെടുക്കണമെന്ന ഒരു നിർദ്ദേശം ഭൂപേശ് ഗുപ്ത ഉന്നയിച്ചു. യോഗം നിർത്തിക്കണമെന്നും അജണ്ടയെയും നടപടിക്രമത്തേയും സംബന്ധിച്ച് പൊതുയോജിപ്പിലെത്താനുള്ള സാദ്ധ്യത ആരായാൻ ശ്രമിക്കണമെന്നും ഈ സമയം ജ്യോതിബസു നിർദ്ദേശിച്ചു. എന്നാൽ ഇതെല്ലാം ഡാങ്കെയും അനുയായികളും തങ്ങൾക്ക് കേന്ദ്ര എക്സിക്യൂട്ടീവ് കമ്മിറ്റിയിലുള്ള നേരിയ ഭൂരിപക്ഷമുപയോഗിച്ച് നിരസിക്കുകയാണ് ഉണ്ടായത്. ഇതിനെത്തുടർന്ന് ഇ എം എസ് നമ്പൂതിരിപ്പാട്, എ കെ ജി, പി രാമമൂർത്തി, എം ആർ വെങ്കിട്ടരാമൻ, പി സുന്ദരയ്യ, എം ബസവ പുന്നയ്യ, ജ്യോതിബസു, ഹരേകൃഷ്ണ കോനാർ, പ്രമോദ് ദാസ് ഗുപ്ത, ഹർകിഷൻസിങ് സുർജിത്, ജഗ്ജിത് സിങ് ല്യാൽപുരി, ഭൂപേശ് ഗുപ്ത എന്നിവർ യോഗത്തിൽ നിന്നിറങ്ങിപ്പോന്നു. ഭൂപേശ് ഗുപ്ത കേന്ദ്ര സെക്രട്ടേറിയറ്റിൽനിന്ന് രാജിവയ്ക്കുകയും ചെയ്തു.[11]

തുടർന്ന് കേന്ദ്ര എക്സിക്യൂട്ടീവ് കമ്മിറ്റിയിൽനിന്ന് ഇറങ്ങിപ്പോരാനുണ്ടായ സാഹചര്യങ്ങൾ വിശദീകരിച്ചുകൊണ്ടും യോഗത്തിൽനിന്ന് വിട്ടുനില്ക്കുകയല്ലാതെ അപ്പോഴത്തെ സാഹചര്യത്തിൽ മറ്റ് മാർഗ്ഗങ്ങളൊന്നുമുണ്ടായിരുന്നില്ലെന്ന് വ്യക്തമാക്കിക്കൊണ്ടും അടുത്ത ദിവസം യോഗം ചേരുന്ന നാഷണൽ കൗൺസിലിന് മേൽപ്പറഞ്ഞ 12 പേർ ഒരു കത്തെഴുതി.[12]

മേൽപ്പറഞ്ഞ 12 സഖാക്കൾ കേന്ദ്ര എക്സിക്യൂട്ടീവ് കമ്മിറ്റിയോഗത്തിൽനിന്ന് ഇറങ്ങിപ്പോന്നശേഷം കമ്മിറ്റി 'പാർട്ടിവിരുദ്ധ പിളർപ്പൻ നടപടികൾ' ചർച്ചയ്ക്കെടുത്തു. സമാന്തര പാർട്ടി പ്രവർത്തനത്തെക്കുറിച്ച് മാസങ്ങളായി അന്വേഷണം നടത്തിവരുന്ന കൺട്രോൾ കമ്മീഷന്റെ റിപ്പോർട്ടിനുപോലും കാത്തുനില്ക്കാതെ അരമണിക്കൂറിനുള്ളിൽ കമ്മിറ്റി ഇതുസംബന്ധിച്ച് ഒരു പ്രമേയം അംഗീകരിച്ചു. പി സുന്ദരയ്യ, ബസവ പുന്നയ്യ, എ കെ ഗോപാലൻ, പി രാമമൂർത്തി, പ്രമോദ് ദാസ് ഗുപ്ത, ഹരേകൃഷ്ണ കോനാർ, ഹർകിഷൻസിങ് സുർജിത് എന്നീ കേന്ദ്ര എക്സിക്യൂട്ടീവ് കമ്മിറ്റി അംഗങ്ങളെ പുറത്താക്കാൻ നാഷണൽ കൗൺസിലിനോട് ശുപാർശ ചെയ്തുകൊണ്ടുള്ളതായിരുന്നു. ആ പ്രമേയം.[13]

പ്രമേയം അംഗീകരിച്ചതോ പോകട്ടെ, നാഷണൽ കൗൺസിലിൽ സമർപ്പിക്കുന്നതിനുമുമ്പ് അത് പത്രക്കാർക്ക് നല്കുകയും ചെയ്തു.

ഏപ്രിൽ 10-ാം തീയതി നാഷണൽ കൗൺസിൽ യോഗം ചേർന്നപ്പോൾ അജണ്ടയിൽ ആദ്യത്തെ ഇനം ഡാങ്കെ കത്തുകളായിരിക്കണമെന്നും അത് ചർച്ചചെയ്യുന്ന യോഗത്തിൽ ഡാങ്കെ അദ്ധ്യക്ഷം വഹിക്കരുതെന്നും ഇടതുപക്ഷക്കാർ ആവശ്യപ്പെട്ടു. ഡാങ്കെയുടെ നേതൃത്വത്തിലുള്ള വലതുപക്ഷം അത് ശക്തമായി എതിർത്തു. അജണ്ടയെയും

നടപടിക്രമത്തെയുംക്കുറിച്ച് ഒരൊത്തുതീർപ്പുണ്ടാക്കാൻ സാദ്ധ്യമാണോ എന്ന് നോക്കാനായി സെക്രട്ടേറിയറ്റ്, ഇ എം എസ് നമ്പൂതിരിപ്പാട്, ജ്യോതിബസു, ഭൂപേശ് ഗുപ്ത എന്നിവരുമായി അനൗപചാരിക സംഭാഷണം നടത്തണമെന്ന നിർദ്ദേശം അംഗീകരിച്ചുകൊണ്ട് മൂന്നരമണിക്കൂറത്തെ വാദപ്രതിവാദത്തിനുശേഷം യോഗം അടുത്ത ദിവസത്തേക്ക് നിർത്തിവെച്ചു.[14] ഈ നിർദ്ദേശം ആദ്യമായി മുന്നോട്ടുവച്ചപ്പോൾ സെക്രട്ടേറിയറ്റിന്റെ ഒരു കമ്മിറ്റി മേൽപ്പറഞ്ഞവരുമായി കൂടിയാലോചന നടത്തണമെന്നായിരുന്നു തീരുമാനിച്ചത്. ഈ കമ്മിറ്റിയിൽ ഡാങ്കെ ഉൾപ്പെട്ടിരുന്നില്ല. എന്നാൽ തനിക്കല്ലാതെ മറ്റാർക്കും അക്കാര്യങ്ങൾ വേണ്ടുംവണ്ണം നിർവ്വഹിക്കാൻ കഴിയുകയില്ലെന്നും താൻ പങ്കെടുക്കാതെ ഏതൊരു സംഭാഷണവും സാദ്ധ്യമല്ലെന്നും ഡാങ്കെ നിർബ്ബന്ധം പിടിക്കുകയാണുണ്ടായത്. ഇതിനെത്തുടർന്ന് സെക്രട്ടേറിയറ്റാകെ മേൽപ്പറഞ്ഞ മൂന്ന് സഖാക്കളെ കണ്ട് സംഭാഷണം നടത്തണമെന്ന് തീരുമാനിച്ചു.

ഈ കൂടിയാലോചനകളിലാണ് ഡാങ്കെ 'പ്രഥമദൃഷ്ടിയാലുള്ള കേസ്' എന്ന വാദഗതി ആദ്യമായി ഉയർത്തിയത്. അദ്ധ്യക്ഷസ്ഥാനത്തുനിന്ന് താൻ മാറിയിരിക്കുക എന്നു വെച്ചാൽ പ്രഥമദൃഷ്ട്യയാൽ തനിക്കെതിരായി കേസുണ്ടെന്നാണ് അതിനർത്ഥമെന്ന് ഡാങ്കെ വാദിച്ചു. ഉടൻ തന്നെ ഇ എം എസ് ഇങ്ങനെ പറഞ്ഞു. നാഷണൽ ആർക്കൈവ്സിൽ കത്തുകളുണ്ട്. അത് നാഷണൽ കൗൺസിൽ മെമ്പർമാരിൽ പലരും കണ്ടിട്ടുമുണ്ട്. പ്രഥമദൃഷ്ട്യയാൽ കേസുണ്ടെന്ന് ഇതുകൊണ്ടുതന്നെ സ്ഥാപിക്കപ്പെട്ടിട്ടുണ്ട്. ഇനി ആ കത്തുകൾ വ്യാജമല്ലെന്ന് തെളിയിക്കേണ്ടത് ഡാങ്കെ തന്നെയാണ്. അതിനുപകരം യാതൊരു ചർച്ചപ്പോലും നടത്താതെ പ്രഥമദൃഷ്ട്യാ തനിക്കെതിരായി കേസില്ലെന്നു പറഞ്ഞുകൊണ്ട് നാഷണൽ കൗൺസിൽ ഒരു സർട്ടിഫിക്കറ്റ് കൊടുക്കണമെന്നാണ് ഡാങ്കെ ആവശ്യപ്പെടുന്നത്. ഇക്കാര്യത്തിൽ തങ്ങൾക്കൊന്നും ചെയ്യാനില്ലെന്ന നിലപാടാണ് സെക്രട്ടേറിയറ്റ് കൈക്കൊണ്ടത്. ഡാങ്കെയുടെയും സെക്രട്ടേറിയറ്റിന്റെയും ഈ കടുംപിടിത്തംകാരണം അജണ്ടയേയും നടപടിക്രമത്തേയും സംബന്ധിച്ച് യോജിപ്പിലെത്താൻ കഴിഞ്ഞില്ല. അങ്ങനെ കൂടിയാലോചന പരാജയപ്പെട്ടു.

കത്ത് യാഥാർത്ഥ്യമുള്ളതാണെന്ന് സെക്രട്ടേറിയറ്റ് മെമ്പർമാരിൽ മിക്കവരും രഹസ്യമായി സമ്മതിക്കുകയുണ്ടായി. പക്ഷേ, അവ നാല്പതുകൊല്ലത്തെ പഴക്കമുള്ളതാണെന്നും മറ്റുമുള്ള ഒഴികഴിവുകൾ ഡാങ്കെക്കുവേണ്ടി കണ്ടുപിടിക്കുകയാണവർ ചെയ്തത്. കത്ത് യാഥാർത്ഥ്യത്തിലുമുള്ളതാണെന്ന് പരസ്യമായി സമ്മതിക്കാൻ അവർ തയ്യാറില്ല. കാരണം അവരുടെ പ്രശസ്തിക്ക് സാരമായ ഹാനിവരുത്തിവയ്ക്കും. കൂടാതെ അത് അവരുടെ രാഷ്ട്രീയ ലൈനിനെ അപകടപ്പെടുത്തുകയും ചെയ്യും. തങ്ങളുടെ രാഷ്ട്രീയ ലൈനിന്റെ നേതാവാണല്ലോ ഡാങ്കെ. ഡാങ്കെ കത്തുകൾ പോലുള്ള ഗുരുതരമായ ഒരു കാര്യം അവർക്ക് മൂടിവയ്ക്കേണ്ടിവന്നത് തങ്ങളുടെ റിവിഷനിസ്റ്റ് ലൈനിന്റെ രക്ഷയ്ക്കുവേ

ണ്ടിയാണ്. അതുകൊണ്ടാണ് ഈ കത്തുകളെ കുറിച്ച് അന്വേഷണം നടത്താൻ ഒരു സംയുക്ത കമ്മീഷനെ നിയമിക്കണമെന്നും കറന്റ് വാരികയ്ക്കെതിരായി നിയമപരമായ നടപടി കൈക്കൊള്ളണമെന്നും മറ്റുമുള്ള ന്യായമായ ആവശ്യങ്ങൾ നിരസിക്കാൻ അവർ തയ്യാറായത്. ഏപ്രിൽ 11–ാം തീയതി നാഷണൽ കൗൺസിൽ കൂടിയപ്പോൾ കേന്ദ്ര എക്സിക്യൂട്ടീവിൽ കൈക്കൊണ്ട അതേനിലപാട് തന്നെ വലതുപക്ഷം നാഷണൽ കൗൺസിലിലും കൈക്കൊണ്ടപ്പോൾ 32 നാഷണൽ കൗൺസിൽ അംഗങ്ങൾ യോഗനടപടികൾ ബഹിഷ്കരിച്ച് ഇറങ്ങിപ്പോരുകയുണ്ടായി.[15]

പി സുന്ദരയ്യ എഴുതി:

> ഞങ്ങൾ നാഷണൽ കൗൺസിൽയോഗത്തിൽ നിന്ന് ഇറങ്ങിപ്പോകുമ്പോൾ ഡാങ്കെ പറഞ്ഞു: പോകുന്നവർ പോവിൻ. ആ ശല്യം തീർന്നു. ആ വാക്കിൽ അസഹ്യമായി തോന്നിയവർ രണ്ടുമൂന്നു പേർ ഞങ്ങളോടൊപ്പം ചേർന്നു.[16]

അന്നുതന്നെ നാഷണൽ കൗൺസിൽ മീറ്റിങ്ങിൽ തങ്ങൾക്ക് പങ്കെടുക്കാൻ കഴിയാത്തതിന്റെ കാരണങ്ങൾ വിശദീകരിച്ചുകൊണ്ട് 32 നാഷണൽ കൗൺസിൽ അംഗങ്ങൾ ഒരു പ്രസ്താവന പുറപ്പെടുവിക്കുകയും ചെയ്തു.[17]

32 അംഗങ്ങൾ നാഷണൽ കൗൺസിലിൽനിന്നും ഇറങ്ങിപ്പോന്ന ശേഷം കൗൺസിൽ ഒരു പ്രമേയം പാസാക്കി. ഡാങ്കെയ്ക്കെതിരായി പ്രഥമദൃഷ്ട്യാ കേസില്ലെന്നും അക്കാരണത്താൽ ഡാങ്കെ അദ്ധ്യക്ഷസ്ഥാനത്തുനിന്നും മാറിനില്ക്കേണ്ടതില്ലെന്നും, എങ്കിലും യോഗത്തിൽ അധ്യക്ഷതവഹിക്കാൻ ഡാങ്കെ വിസമ്മതിക്കുകയുണ്ടായെന്നും, ഡാങ്കെ കത്തുകളുടെ പ്രശ്നവും നേതൃത്വസ്ഥാനത്തുള്ള ചില സഖാക്കളുടെ പിളർപ്പൻ നടപടികളും ഒന്നിച്ച് ചർച്ചയ്ക്കെടുക്കുന്നതാണെന്നുമൊക്കെ പറഞ്ഞുകൊണ്ടുള്ളതുമായിരുന്നു ആ പ്രമേയം.[18] ഡാങ്കെ അധ്യക്ഷസ്ഥാനം ഒഴിഞ്ഞശേഷം ജി.അധികാരിയുടെ അദ്ധ്യക്ഷതയിലാണ് യോഗം തുടർന്നത്.[19] ഡാങ്കെയും സെക്രട്ടേറിയറ്റും മൂന്ന് ദിവസത്തോളം മർക്കട മുഷ്ടിയോടുകൂടി ചെയ്യാൻ കൂട്ടാക്കാത്ത ഒരു കാര്യമായിരുന്നു അദ്ധ്യക്ഷസ്ഥാനം ഒഴിയാനുള്ള ഡാങ്കെയുടെ തീരുമാനം. ഡാങ്കെ അദ്ധ്യക്ഷസ്ഥാനം ഒഴിയേണ്ടിവന്നുവെന്ന വസ്തുത കാണിക്കുന്നത് പാർട്ടിയെ അഭിമുഖീകരിക്കുന്ന ഗുരുതരമായ സ്ഥിതിവിശേഷം കൈകാര്യം ചെയ്യുന്ന കാര്യത്തിലുള്ള സെക്രട്ടേറിയറ്റിന്റെ പാപ്പരത്വത്തെയാണ്. ഈ പ്രമേയം 32 അംഗങ്ങൾ നാഷണൽ കൗൺസിലിലേക്ക് തിരിച്ചുപോകുന്നതിന് യാതൊരടിസ്ഥാനവും സൃഷ്ടിക്കുകയുണ്ടായില്ല. ഏപ്രിൽ 12 ന് 32 പേർ പുറപ്പെടുവിച്ച ഒരു പ്രസ്താവനയിൽ പറഞ്ഞു:

> യഥാർത്ഥ പ്രശ്നത്തെയും അതിന്റെ ഗൗരവത്തെയും വേണ്ടത്ര മനസ്സിലാക്കുന്നുവെന്ന് ഈ പ്രമേയം വെളിപ്പെടുത്തുന്നില്ലെന്നാണ്

ഞങ്ങളുടെ അഭിപ്രായം. എന്നിരിക്കലും സെക്രട്ടേറിയറ്റിന്റെ പാപ്പരത്തം ആർക്കും വ്യക്തമായി കാണാവുന്നതാണ്. അവരിപ്പോഴും തങ്ങളുടെ നിലപാടിൽ കടിച്ചുതൂങ്ങാനാണാഗ്രഹിക്കുന്നത്.

ഒന്നാമതായി, പാർട്ടിക്കുമുന്നിലുള്ള അതിഗുരുതരമായ പ്രശ്നം ഡാങ്കെക്കത്തുകളാണ്. ഈ കത്തുകളും ബന്ധപ്പെട്ട രേഖകളും നേരിട്ടുകണ്ട ഞങ്ങളിൽ പലർക്കും അത് യഥാർത്ഥത്തിലുള്ളതാണെന്നും വ്യാജനിർമ്മിതമല്ലെന്നും ബോദ്ധ്യമായിരിക്കുന്നു. പ്രഥമദൃഷ്ട്യാ കേസില്ലെന്ന് ഞങ്ങളെക്കൊണ്ട് സമ്മതിപ്പിക്കാൻ ശ്രമിക്കയാണ് പ്രമേയം ചെയ്യുന്നത്.

രണ്ടാമതായി, കത്തുകൾ സെക്രട്ടേറിയറ്റും നാഷണൽ കൗൺസിലിന്റെ മറ്റംഗങ്ങളും പുറപ്പെടുവിച്ച പ്രസ്താവനയോടൊപ്പം പര്യാലോചനയ്ക്കെടുക്കുകയും ചർച്ചചെയ്യുകയും ചെയ്യാവുന്നതാണ്. എന്നാൽ നാഷണൽ കൗൺസിലിലെ ചില മെമ്പർമാരുടെ പിളർപ്പൻ നടപടികളെന്ന് സെക്രട്ടേറിയറ്റ് വിശേഷിപ്പിച്ചിട്ടുള്ളതിനെക്കൂടി അവയോടൊപ്പം കൂട്ടിക്കെട്ടുന്നത് തെറ്റാണ്.

ഡാങ്കെക്കത്തുകളുടെ ഗൗരവം കുറയ്ക്കുവാനും ആരോപണ പ്രത്യാരോപണങ്ങളെക്കുറിച്ചുള്ള പൊതുചർച്ചയിൽ അതാഴ്ത്തിക്കളയാനും ശ്രമിക്കുന്നുവെന്നുമാത്രമാണിത് കാണിക്കുന്നത്.

പാർട്ടിയെ ഏകീകരിക്കുകയും ഇന്നത്തെ കുഴപ്പത്തിൽനിന്ന് പാർട്ടിയെ മോചിപ്പിക്കുകയും ചെയ്യണമെങ്കിൽ ഡാങ്കെയെ ചുറ്റിപ്പറ്റിയുള്ള കാർമേഘപടലം സർവ്വസമ്മതമായ ഒരു കമ്മിറ്റിയുടെ അന്വേഷണത്തിൽക്കൂടി നീക്കേണ്ടിയിരിക്കുന്നു. അങ്ങനെ ചെയ്തതിനുശേഷം എല്ലാ ഉൾപ്പാർട്ടി സംഘടനാപ്രശ്നവും ശാന്തമായ ഒരന്തരീക്ഷത്തിൽ ചർച്ച ചെയ്യണം. രാഷ്ട്രീയമായും പ്രത്യയശാസ്ത്രപരമായും അഭിപ്രായഭിന്നതയുള്ള എല്ലാ പ്രശ്നങ്ങളെക്കുറിച്ചും പൂർണ്ണവും സ്വതന്ത്രവുമായ ഉൾപ്പാർട്ടി ചർച്ച ഉറപ്പുവരുത്തുന്നതിന് ആവശ്യമായ നടപടികൾ ആരായുക എന്നതായിരിക്കണം അത്തരമൊരു ചർച്ചയുടെ ലക്ഷ്യം. ഇതൊഴിവാക്കാൻ ശ്രമിക്കുകയാണ് പ്രമേയം ചെയ്തിട്ടുള്ളത്.[20]

നാഷണൽ കൗൺസിലിൽനിന്ന് ഇറങ്ങിപ്പോയ 32 അംഗങ്ങൾ പിന്നീട് സ്ഥിതിഗതികളെക്കുറിച്ച് ചർച്ച നടത്തുകയും ചില നിഗമനങ്ങളിൽ എത്തുകയും ചെയ്തു. ആ നിഗമനങ്ങൾ ഡാങ്കെയെയും അദ്ദേഹത്തിന്റെ ഗ്രൂപ്പിനെയും നിരാകരിക്കാൻ അപേക്ഷിച്ചുകൊണ്ട് പാർട്ടി അംഗങ്ങളോട് നടത്തിയ 2500 വാക്കുകളുള്ള അവരുടെ അഭ്യർത്ഥനയിൽ ഉൾപ്പെടുത്തുകയുണ്ടായി.[21]

ഡാങ്കെയുടെ നേതൃത്വത്തിലുള്ള വലതുപക്ഷവിഭാഗം സ്വീകരിച്ചിട്ടുള്ള പാർട്ടി വിരുദ്ധ വിഭാഗീയ സംഘടനാരീതികൾക്കെതിരായി മാത്രമല്ല, കോൺഗ്രസുമായി പൊതുഐക്യമുന്നണിയുണ്ടാക്കുന്നതിലൂടെ

ബൂർഷ്വാസിയുടെ വാലായി പ്രവർത്തിക്കുകയെന്ന അവരുടെ രാഷ്ട്രീയ ലൈനിനെതിരായിട്ടു കൂടിയാണ് തങ്ങൾ ഏകോപിച്ചിട്ടുള്ളതെന്ന് ആ 32 പേർ തമ്മിൽ നടത്തിയ അഭിപ്രായവിനിമയം വെളിപ്പെടുത്തിയെന്ന് അവർ പ്രസ്താവനയിൽ ചൂണ്ടിക്കാട്ടി.

ഡാങ്കെയുടെ നേതൃത്വത്തിലുള്ള വലതുപക്ഷ ഗ്രൂപ്പിന്റെ പിളർപ്പൻ പ്രവർത്തനങ്ങളെ അവലോകനം ചെയ്തുകൊണ്ട് അവർ തങ്ങളുടെ പ്രസ്താവനയിൽ ഇങ്ങനെ പറഞ്ഞു:

> ഡാങ്കെയുടെ അനുയായികളുടെ വിഭാഗീയ സമീപനത്തിനെതിരായുള്ള നമ്മുടെ സമരം അവരുടെ പരിഷ്കരണവാദപരമായ രാഷ്ട്രീയ ലൈനിനെതിരായ സമരത്തിന്റെ അഭേദ്യഭാഗമാണെന്ന ഏകകണ്ഠമായ നിഗമനത്തിലാണ് ഞങ്ങൾ ഇപ്പോൾ എത്തിച്ചേർന്നിരിക്കുന്നത്. അതിനാൽ ഡാങ്കെയെയും അദ്ദേഹത്തിന്റെ അനുയായികളെയും നിരാകരിക്കാൻ ഭൂരിപക്ഷം പാർട്ടിഅംഗങ്ങളോടും പാർട്ടി ഘടകങ്ങളോടുമുള്ള ഞങ്ങളുടെ ആഹ്വാനം കോൺഗ്രസുമായി പൊതുഐക്യമുന്നണി എന്ന പരിഷ്കരണവാദപരമായ രാഷ്ട്രീയ ലൈൻ തള്ളിക്കളയുവാനുള്ള ഒരു ആഹ്വാനംകൂടിയാണ്; വഞ്ചനാപരമായ ഒരു പാർട്ടി കോൺഗ്രസിനുവേണ്ടിയുള്ള വിഭാഗീയമായ തയ്യാറെടുപ്പിന്റേതായ ലൈൻ തള്ളിക്കളയാനുള്ള ഒരാഹ്വാനമാണ്; ആരോപണവിധേയമായ കത്തുകളെ സംബന്ധിച്ച് അവ നാഷണൽ ആർക്കൈവ്സിൽ സ്ഥിതിചെയ്യുന്നുവെന്നത് ഒരു തർക്കമറ്റ സംഗതിയായിരിക്കെ, സംശയാസ്പദമായ ഡാങ്കെയുടെ പെരുമാറ്റത്തെ വെള്ളപൂശാനുള്ള അവരുടെ ശ്രമത്തെ തള്ളിക്കളയാൻകൂടിയുള്ള ഒരാഹ്വാനമാണത്. [22]

ഈ 32 മെമ്പറന്മാർക്കിടയിൽ പ്രത്യയശാസ്ത്രപരമായും രാഷ്ട്രീയവുമായ അഭിപ്രായഭിന്നതയുണ്ടെന്ന് അവർ സമ്മതിച്ചു. എന്നിരിക്കലും പരിഷ്കരണവാദപരമായ രാഷ്ട്രീയ നയത്തെയും പാർട്ടി വിരുദ്ധ വിഭാഗീയ നടപടികളെയും ബ്രിട്ടീഷുകാർക്ക് സേവനം വാഗ്ദാനം ചെയ്തുകൊണ്ടുള്ള ഡാങ്കെയുടെ പ്രവർത്തികളെ വെള്ളപൂശാൻ നടത്തുന്ന നാണംകെട്ട ശ്രമങ്ങളെയും ചെറുക്കേണ്ടത് ആവശ്യമാണെന്ന കാര്യത്തിൽ തങ്ങളെല്ലാം യോജിച്ചിരിക്കുകയാണെന്നും അവർ പറഞ്ഞു.

മുഴുവൻ പാർട്ടി മെമ്പറന്മാരെയും പങ്കെടുപ്പിച്ചുകൊണ്ട് അവർക്കിടയിൽ തന്നെ അഭിപ്രായഭിന്നതയുള്ള പ്രത്യയശാസ്ത്രപരവും രാഷ്ട്രീയവുമായ പ്രശ്നങ്ങളിൽ ചർച്ചകൾ നടത്താൻ അവർ തീരുമാനിച്ചിട്ടുണ്ടെന്ന് അഭ്യർത്ഥനയിൽ വ്യക്തമാക്കി. ഈ ചർച്ചകളും യോജിച്ച് നടത്താൻ ഉദ്ദേശിക്കുന്ന രാഷ്ട്രീയ-ബഹുജന പ്രവർത്തനങ്ങളും വഴി ഡാങ്കെയുടെയും അനുയായികളുടെയും നയങ്ങളെയും നടപടികളെയും ഫലപ്രദമായി ചെറുക്കാനും പാർട്ടിയുടെ ഏഴാം കോൺഗ്രസ് വിളിച്ചുകൂട്ടുന്നതിനുവേണ്ട രാഷ്ട്രീയവും സംഘടനാപരവുമായ ഒരുക്കങ്ങൾ

നടത്താനും വലിയൊരു വിഭാഗം പാർട്ടി മെമ്പറന്മാരെയും അനുഭാവിക ളെയും അണിനിരത്താൻ തങ്ങൾക്ക് കഴിയുമെന്ന് വിശ്വാസമുണ്ടെന്നു അവർ ആത്മവിശ്വാസം പ്രകടിപ്പിച്ചു. 32 പേരുടെ പ്രസ്താവനയിൽ പറഞ്ഞു:

> ഈ ഘട്ടത്തിൽപ്പോലും ഡാങ്കെ ഗ്രൂപ്പ് അതിന്റെ പാർട്ടിവിരുദ്ധ സംഘടനാ രീതികൾ ഉപേക്ഷിക്കുകയും ഞങ്ങളുമായാലോചിച്ചു കൊണ്ട് പൂർണ്ണവും നിർബ്ബാധവുമായ ഉൾപ്പാർട്ടി ചർച്ചയ്ക്കും എല്ലാ യഥാർത്ഥ പാർട്ടിമെമ്പറന്മാർക്കും പ്രാതിനിധ്യത്തിനും ഉറപ്പു നല്കുന്നതിനുവേണ്ട ഏർപ്പാടുകൾ ഉണ്ടാക്കുകയും ചെയ്യു കയാണെങ്കിൽ പാർട്ടി കോൺഗ്രസിന്റെ വിജയത്തിനുവേണ്ടി ഞങ്ങളുടെ പിന്തുണയും സഹകരണവും നല്കുന്നതിനു ഞങ്ങൾ തയ്യാറാവുന്നതാണ്.[23]

പ്രശ്നം പരിഹരിച്ച് പാർട്ടി ഐക്യം കെട്ടിപ്പടുക്കുന്നതിനുവേണ്ടി യുള്ള ചില നിർദ്ദേശങ്ങൾ അഭ്യർത്ഥനയിൽ അവർ പാർട്ടിമെമ്പർമാരുടെ മുന്നിൽവെച്ചു. ഈ നിർദ്ദേശങ്ങൾ അംഗീകരിക്കാതെ സെക്രട്ടേറിയറ്റും അതിന്റെ അനുയായികളും അവരുടെ പഴയ നിലപാടിൽ തന്നെ നില്ക്കു കയാണെങ്കിൽ ഏഴാംപാർട്ടി കോൺഗ്രസ് വിളിച്ചുകൂട്ടുന്നതിന് തങ്ങളുടെ കൂടെ ചേരാൻ മുഴുവൻ പാർട്ടി അംഗങ്ങളോടും തങ്ങൾക്ക് അഭ്യർത്ഥി ക്കേണ്ടതായി വരുമെന്നും അവർ വ്യക്തമാക്കി.

32 പേർ ഇറങ്ങിപോന്നതിനുശേഷം ഏപ്രിൽ 14-ാം തീയതി ഡാങ്കെ കത്തുകളെപ്പറ്റി നാഷണൽ കൗൺസിൽ ഒരു പ്രമേയം അംഗീകരിച്ചു. അതിൽ ഡാങ്കെയുടെ മഹത്ത്വത്തെ വാഴ്ത്തി പറഞ്ഞു. തുടർന്ന് "ഈ കത്തുകൾ യഥാർത്ഥമാണെന്നു പ്രഥമദൃഷ്ടിയിൽ സ്ഥാപിക്കുന്ന ഒരു ആരോപണംപോലും ഉദിക്കുന്നില്ലെന്ന നിഗമനത്തിൽ കൗൺസിൽ എത്തിചേർന്നു."[24]

ഇതിനിടയിൽ മുസഫർ അഹമ്മദ്, പി സുന്ദരയ്യ എം എൽ എ, എ കെ ഗോപാലൻ എം പി, എൻ പ്രസാദറാവു, ജഗ്ജിത് സിങ് ല്യാൽപു രി, എൽ കെ ഓക്ക്, ശിവ് കുമാർ മിഷ്റ എന്നിവർ നാഷണൽ ആർക്കൈ വ്സിൽ പോകുകയും കത്തുകൾ നേരിട്ട് പരിശോധിക്കുകയും ചെയ്യുക യുണ്ടായി. കത്തുകൾ ഡാങ്കെയുടെ സ്വന്തം കൈയക്ഷരത്തിലുള്ളതാ ണെന്ന് അവർക്ക് ബോദ്ധ്യപ്പെടുകയുണ്ടായി. ഏപ്രിൽ 15 ന് മുസഫർ അഹമ്മദ് എഴുതിയ ഒരു കുറിപ്പിലാണ് ഇക്കാര്യം വെളിപ്പെടുത്തിയത്. 1924-ലെ കാൺപൂർ ബോൾഷവിക് ഗൂഢാലോചന കേസിലും 1929-33 ലെ മീറത്ത് കമ്യൂണിസ്റ്റ് ഗൂഢാലോചന കേസിലും ഡാങ്കെയോടൊപ്പം പ്രതി യാകുകയും ജയിലിൽ കിടക്കുകയും ചെയ്തിരുന്ന സഖാവായിരുന്നു മുസഫർ അഹമ്മദ്. അന്നുമുതൽ ഡാങ്കെയുടെ കൈയക്ഷരത്തെക്കു റിച്ച് അദ്ദേഹത്തിന് നല്ല പരിചയമാണ്. കത്തുകൾ പരിശോധിച്ച അദ്ദേഹം എല്ലാ ഉത്തരവാദിത്വത്തോടും കൂടി ഉറപ്പിച്ചു തന്നെ പ്രഖ്യാപിക്കുകയു

ണ്ടായി. ആ കത്തുകൾ ഡാങ്കെയുടെ സ്വന്തം കൈയക്ഷരത്തി ലുള്ളതാണെന്ന്.[25]

ഏപ്രിൽ 15 ന് 6 ദിവസത്തെ നാഷണൽ കൗൺസിൽ യോഗം സമാപിച്ചു. *ചരിത്രം അവർക്ക് മാപ്പു നല്കുകയില്ല* എന്ന ഒരു പ്രമേയം കൗൺസിൽ പാസാക്കുകയുണ്ടായി. ചൈനയുടെ നിർദ്ദേശപ്രകാരം ഇടതുപക്ഷക്കാർ പാർട്ടി പിളർക്കാൻ ശ്രമിക്കുകയാണ് എന്നാണ് പ്രമേയത്തിലെ പ്രധാന ആരോപണം.[26] മറ്റൊന്ന് നാഷണൽ കൗൺസിലിൽ നിന്ന് ഇറങ്ങിപ്പോരുകയും ഏപ്രിൽ 12 ന്റെ പ്രസ്താവനയിൽ ഒപ്പുവയ്ക്കുകയും ചെയ്ത 32 പേരെ സസ്പെന്റ് ചെയ്യുകയും അവരോട് വിശദീകരണമാവശ്യപ്പെടാനും തീരുമാനിച്ചുകൊണ്ടുള്ളതാണ്. മൊത്തത്തിൽ ഒരു ഗ്രൂപ്പായി നടത്തിയ പാർട്ടിവിരുദ്ധ നടപടികളിൽ അവർക്കുള്ള പങ്കിനെ പരിഗണിച്ച് പാർട്ടി ഭരണഘടനയുടെ 20–ാം വകുപ്പ് 5–ാം സെക്ഷൻ പ്രകാരമുള്ളതാണ് ഈ ശിക്ഷണ നടപടിയെന്നും പ്രമേയത്തിൽ വ്യക്തമാക്കി.[27] തുടർന്ന് പ്രമേയത്തിൽ പറഞ്ഞു:

> പാർട്ടി സംഘടനയിൽ അവർ നിർവ്വഹിക്കുന്ന എല്ലാ സ്ഥാനങ്ങളിൽനിന്നും ഇതോടൊപ്പം അവരെ മാറ്റിയിരിക്കുന്നു. സസ്പെൻഷൻ കാലഘട്ടങ്ങളിൽ ഏതെങ്കിലും പാർട്ടി മീറ്റിങ്ങുകളിൽ പങ്കെടുക്കുവാനോ പാർട്ടിക്കുവേണ്ടി ഏതെങ്കിലും വിധമുള്ള അധികാരം പ്രയോഗിക്കുവാനോ അവകാശമുണ്ടായിരിക്കുന്നതല്ല.
>
> കൂടുതൽ ഗുരുതരമായ ശിക്ഷണ നടപടി എടുക്കാതിരിക്കുന്നതിനു കാരണം വ്യക്തമാക്കുവാൻ നാഷണൽ കൗൺസിൽ അവരോട് നിർദ്ദേശിക്കുന്നു. നാഷണൽ കൗൺസിലിന്റെ അടുത്ത യോഗത്തിനുമുമ്പ് ഇതുവേണംതാനും.[28]

നാഷണൽ കൗൺസിലിലെ ഒട്ടാകെ അംഗങ്ങളുടെ പകുതിയിൽ കുറഞ്ഞ അംഗങ്ങൾ ചേർന്ന് കൗൺസിലിലെ മൂന്നിലൊന്നോളം വരുന്ന മെമ്പറന്മാരെ സസ്പെന്റു ചെയ്യുകയെന്ന ഈ നടപടി വലതുപക്ഷക്കാരുടെ പിളർപ്പൻ നടപടിക്ക് അനുയോജ്യമായ ഒന്നായിരുന്നു. ഈ യാഥാർത്ഥ്യം പുറത്തറിയുന്നത് തടയാൻ വേണ്ടി ചെയർമാൻ പ്രമേയം വോട്ടിനിട്ടത് അനുകൂലരൂപത്തിലായിരുന്നില്ല, നിഷേധാത്മക രീതിയിലായിരുന്നു.[29]

ഈ യോഗത്തിൽ കൺട്രോൾ കമ്മീഷൻ അതിന്റെ റിപ്പോർട്ട് സമർപ്പിക്കുകയുണ്ടായി. അഞ്ചുപേർ അടങ്ങിയ കൺട്രോൾ കമ്മീഷനിൽ ഡാങ്കെയെ അങ്ങേയറ്റം പിന്തുണയ്ക്കുന്ന മൂന്നുപേർ– എസ് വി ഘാട്ടെ (ചെയർമാൻ), ഹജറാബീഗം, പി നാരായണൻ നായർ– സമർപ്പിച്ച റിപ്പോർട്ടിൽനിന്ന് തങ്ങൾ ഡാങ്കെ ഗ്രൂപ്പിന്റെ വിശ്വസ്ത സേവകരാണെന്ന് അവർ തെളിയിച്ചു.

കമ്മീഷന്റെ അന്വേഷണത്തിന് വിട്ടിരുന്നത് രണ്ട് പ്രശ്നങ്ങളാണ്. ഒരു സമാന്തരകേന്ദ്രം സംഘടിപ്പിച്ചു എന്ന ആരോപണവും വിഭാഗീയ

പ്രവർത്തനം സംബന്ധിച്ച പ്രത്യാരോപണവും.

കമ്മീഷന്റെ അന്വേഷണരീതി അതിന്റെ പക്ഷപാതസ്വഭാവം വിളിച്ചോതി. ഒന്നാമതായി, പ്രത്യാരോപണത്തെക്കുറിച്ച് അന്വേഷണം നടത്താൻ കമ്മീഷൻ യാതൊരുശ്രമവും നടത്തിയില്ല. രണ്ടാമതായി, സെക്രട്ടേറിയറ്റിൽനിന്ന് വിവരങ്ങൾ ചോർന്നുപോകുന്നത് സംബന്ധിച്ച ആരോപണങ്ങളെക്കുറിച്ച് ഇ എം എസ് നമ്പൂതിരിപ്പാട് തന്റേതായ തെളിവ് നല്കിയിട്ടും കമ്മീഷൻ അതിനെക്കുറിച്ച് കൂടുതലൊന്നും പരാമർശിച്ചിട്ടില്ല. മൂന്നാമതായി, തങ്ങൾക്കെതിരായ തെളിവുകൾ തങ്ങളുടെ മുമ്പിൽവയ്ക്കുകയും നിഷേധിക്കാനൊരവസരം നല്കുകയും ചെയ്യണമെന്ന് സുന്ദരയ്യയും മറ്റും ആവശ്യപ്പെട്ടപ്പോൾ തെളിവുകൾ അവരുടെ മുമ്പിൽ സമർപ്പിക്കാൻ കമ്മീഷൻ തയ്യാറായില്ല. നാലാമത്, ഏതേത് സഖാക്കളുടെ നടപടികളെക്കുറിച്ചാണോ കമ്മീഷൻ അന്വേഷണം നടത്തുന്നത് ആ സഖാക്കളോട് അതേക്കുറിച്ച് യാതൊന്നും കമ്മീഷൻ അന്വേഷിക്കുകപോലുമുണ്ടായില്ല. അങ്ങനെ തങ്ങൾക്കിഷ്ടമുള്ള കുറെപ്പേരെ തിരഞ്ഞെടുത്ത് അവരിൽനിന്ന് ചില പ്രസ്താവനകൾ വാങ്ങിക്കൊണ്ട് കമ്മീഷൻ അതിന്റെ റിപ്പോർട്ട് നാഷണൽ കൗൺസിലിന് സമർപ്പിക്കുകയാണ് ചെയ്തത്.

ചരിത്രം അവർക്ക് മാപ്പുനല്കുകയില്ല എന്ന പ്രമേയത്തിൽ പറഞ്ഞിരിക്കുന്ന കാര്യങ്ങൾക്ക് മറുപടി പറഞ്ഞുകൊണ്ട് ഏപ്രിൽ 16 ന് എം ബസവ പുന്നയ്യയും പി രാമമൂർത്തിയും ചേർന്ന് ഒരു പ്രസ്താവന പുറപ്പെടുവിച്ചു.[30]

32 സഖാക്കളുടെ അഭ്യർത്ഥനയുടെ അടിസ്ഥാനത്തിൽ അവർ പാർട്ടിക്കുള്ളിലും ബഹുജനങ്ങൾക്കിടയിലും പ്രചാരണം സംഘടിപ്പിക്കുകയും രാജ്യവ്യാപകമായി പാർട്ടി സഖാക്കളെയും പാർട്ടികമ്മിറ്റികളെയും സമീപിക്കുകയും ചെയ്തു. പാർട്ടി അണികൾ ഐക്യത്തിന് ആഗ്രഹിച്ചിരുന്നു. എങ്കിലും ഡാങ്കെയും അനുയായികളും പിന്തുടരുന്ന റിവിഷനിസ്റ്റ് ലൈനിനെയും അവരുടെ പിളർപ്പൻ രീതികളെയും വിമർശിക്കുന്നവരായിരുന്നു ബഹുഭൂരിപക്ഷവും. പാർട്ടിയന്ത്രം തികച്ചും ഡാങ്കെയുടെ നേതൃത്വത്തിലുള്ള വലതുവിഭാഗത്തിന്റെ കൈയിലായിരുന്നു. അതിന്റേതായ പരിമിതി ഇടതുപക്ഷക്കാർക്കുണ്ടായിരുന്നു. എങ്കിലും വെറും രണ്ടുമാസത്തിനകം ഭൂരിപക്ഷം പാർട്ടി അംഗങ്ങളെയും തങ്ങളുടെ അഭ്യർത്ഥനയ്ക്കു പിന്നിൽ അണിനിരത്താൻ 32 സഖാക്കൾക്ക് കഴിഞ്ഞു.

നാഷണൽ കൗൺസിലിന്റെ അധികാരം തങ്ങളുടെ കൈവശമിരിക്കുന്നതിനാലും എല്ലാ ധനാഗമമാർഗ്ഗങ്ങളും തങ്ങളുടെ പിടിയിലായതിനാലും ബൂർഷ്വാ ദേശീയത്വവികാരം ഇളക്കിവിടുക വഴി ഇടതുപക്ഷക്കാരെ ഒറ്റപ്പെടുത്താമെന്ന് വലതുപക്ഷക്കാർ കരുതി. ചൈനീസ് പാർട്ടിയുടെ അഭീഷ്ടാനുസരണം ഇടതുപക്ഷക്കാർ പാർട്ടിയെ പിളർക്കുകയാണെന്നും മറ്റും വലതുപക്ഷക്കാർ അപവാദപ്രചാരണം നടത്തി. ഗവൺമെന്റിന്റെയും കോൺഗ്രസിന്റെയും മറ്റു പ്രതിപക്ഷ പാർട്ടികളിൽ

ബഹുഭൂരിപക്ഷത്തിന്റെയും പിന്തുണയും വലതുപക്ഷക്കാർക്കുണ്ടായിരുന്നു. അതിനുപുറമെ സോവിയറ്റ് കമ്യൂണിസ്റ്റ് പാർട്ടിയുടെ പൂർണ്ണ പിന്തുണയും അവർക്കുണ്ടായിരുന്നു. കുപ്രസിദ്ധമായ ഡാങ്കെ കത്തുകൾ കൃത്രിമമാണെന്ന് പറഞ്ഞ് അപലപിച്ചുകൊണ്ട് *പീസ് ആന്റ് സോഷ്യലിസം* എന്ന മാസികയിൽ ഒരു ലേഖനം പ്രസിദ്ധപ്പെടുത്തുന്നിടത്തോളം ചെന്നെത്തി അവരുടെ പിന്തുണ. ഡാങ്കെ കത്തുകളെക്കുറിച്ച് 32 പേർ ഇറങ്ങിപ്പോയതിനുശേഷം വലതുപക്ഷവിഭാഗംതന്നെ രൂപീകരിച്ച ഒരു കമ്മീഷൻ അന്വേഷണം നടത്തിക്കൊണ്ടിരിക്കുമ്പോഴാണ് ഈ ലേഖനം പ്രസിദ്ധീകരിച്ചതെന്നതാണ് ഏറെ രസകരം. ഇതെല്ലാം വഴി ഇടതുപക്ഷക്കാരെ ഒതുക്കാമെന്നാണ് വലതുപക്ഷം കണക്കുകൂട്ടിയതെങ്കിലും സംഭവിച്ചത് നേരെമറിച്ചാണ്. എന്നാൽ കൂടുതൽ കൂടുതൽ പാർട്ടിമെമ്പറന്മാർ വലതുപക്ഷത്തിനെതിരായി അണിനിരക്കാൻ തുടങ്ങിയതോടെ അവർതന്നെയാണ് ഒറ്റപ്പെട്ടത്. ഈ സാഹചര്യത്തിൽ ഐക്യത്തിനുവേണ്ടിയുള്ള പാർട്ടി അണികളുടെ ആഗ്രഹത്തെ ചൂഷണം ചെയ്യാൻ ഡാങ്കെ മറ്റൊരു ശ്രമം നടത്തി. ജവഹർലാൽ നെഹ്റുവിന്റെ ചരമത്തെത്തുടർന്നുളവായ സ്ഥിതിവിശേഷം ഉപയോഗപ്പെടുത്തിക്കൊണ്ട് സസ്പെന്റ് ചെയ്യപ്പെട്ട 32 നാഷണൽ കൗൺസിൽ അംഗങ്ങൾക്ക് 1964 മേയ് 29 ന് ഡാങ്കെ ഒരു കത്തെഴുതി. നെഹ്റുവിന്റെ മരണത്തെത്തുടർന്നുളവായ പുതിയ സ്ഥിതിഗതികളെയും ഐക്യത്തിന്റെ ആവശ്യകതയെയും മറ്റുംപറ്റി ആ കത്തിൽ പറഞ്ഞിരുന്നു.[31] കത്തിന്റെ മർമ്മപ്രധാനമായ ഖണ്ഡിക ഇതായിരുന്നു.

> നിങ്ങൾക്കെല്ലാമെതിരായുള്ള സസ്പെൻഷൻ പ്രമേയം ഉടനെ പിൻവലിക്കണമെന്നൊരു നിർദ്ദേശം അടുത്തുചേരുന്ന നാഷണൽ കൗൺസിൽ മുമ്പാകെ വയ്ക്കാൻകഴിയണമെന്ന് സെക്രട്ടേറിയറ്റംഗങ്ങളായ ഞങ്ങൾക്ക് അത്യാകാംക്ഷയുണ്ട്. എന്നാൽ അത് സാദ്ധ്യമാകുന്നതിന് നിങ്ങൾ ഏർപ്പെടുത്തിയിട്ടുള്ള എതിർ കമ്മിറ്റികൾ പിരിച്ചുവിടാൻ വ്യക്തമായ നടപടികളെടുക്കുകയും എല്ലാ നിലവാരത്തിലും പാർട്ടിസംഘടനയുടെ തീരുമാനത്തിന് വിധേയമായിരിക്കുവാൻ സന്നദ്ധരാണെന്ന് പ്രഖ്യാപിക്കുകയും ചെയ്യണമെന്ന് ഞങ്ങൾ നിങ്ങളോട് ആത്മാർത്ഥമായി അഭ്യർത്ഥിക്കുന്നു.[32]

ഇടതുപക്ഷക്കാരുടെ മുമ്പിൽ നിബന്ധനകൾ ഒന്നൊന്നായി എടുത്തുവയ്ക്കാനുള്ള ശ്രമമായിരുന്നു ഈ കത്ത്. അതിനുപുറമെ തങ്ങൾ ആരംഭിച്ചു കഴിഞ്ഞിട്ടുള്ള പിളർപ്പൻ നടപടികളെ മൂടിവയ്ക്കാനുദ്ദേശിച്ചുകൊണ്ടുള്ളതും. വലതുപക്ഷക്കാർ സംസ്ഥാനങ്ങളിൽ ശക്തിയായ നടപടികളാരംഭിച്ചു. കമ്മിറ്റികളെല്ലാം പിരിച്ചുവിട്ടു. വിവിധ സ്ഥലങ്ങളിൽ അവർ സമാന്തരകമ്മിറ്റികളേർപ്പെടുത്താനാരംഭിച്ചു. നാഷണൽ കൗൺസിൽ ഇടതുപക്ഷക്കാരായ 32 അംഗങ്ങളെ സസ്പെന്റ് ചെയ്തിരുന്നല്ലോ.

അതിൽ എ കെ ജി ഉൾപ്പെട്ടിരുന്നു. അദ്ദേഹത്തിന്റെ വിശദീകരണത്തിന് കാത്തുനില്ക്കാതെയാണ് ലോകസഭയില കമ്യൂണിസ്റ്റ് ഗ്രൂപ്പിന്റെ നേതൃത്വ സ്ഥാനത്തുനിന്ന് അദ്ദേഹത്തെ നീക്കാൻ തീരുമാനിച്ചത്. ഈ നടപടിമൂലം ലോകസഭയിലെ കമ്യൂണിസ്റ്റ് ഗ്രൂപ്പ് ഭിന്നിക്കുമെന്നും സ്വതന്ത്രാപാർട്ടിക്ക് പ്രധാന പ്രതിപക്ഷമാവാൻ സാധിക്കുമെന്നും അറിഞ്ഞുകൊണ്ടുതന്നെയാണ് ഇത് സംബന്ധിച്ച് സ്പീക്കർക്ക് എഴുതിയത്. പാർട്ടി ഐക്യത്തെക്കുറിച്ച് വാചാലമായി പ്രസംഗിച്ച ഡാങ്കെയുടെയും കൂട്ടരുടെയും നടപടികളായിരുന്നു ഇത്.

ഡാങ്കെയുടെ ഈ ഐക്യശ്രമത്തെയും മറ്റും പറ്റി എ കെ ജി എഴുതി:

> പണ്ഡിറ്റ് നെഹ്റുവിന്റെ നിര്യാണംമൂലം ഒരു പുതിയ സ്ഥിതിവിശേഷം ഉളവായിട്ടുണ്ടെന്നും അതുകൊണ്ട് ഞങ്ങൾക്കെതിരെയുള്ള പാർട്ടിനടപടികൾ പിൻവലിക്കാൻ നിങ്ങൾ പ്രത്യാശിക്കുന്നുവെന്നും പറയുന്നു. ഞാനൊന്നു ചോദിക്കട്ടെ. വളരെ ധൃതിപിടിച്ച് ചെയർമാൻ ഡാങ്കെ എന്തിനാണ് ലോകസഭയിലെ സ്പീക്കർക്ക് എന്നെ പാർട്ടിയിൽനിന്ന് നീക്കിയെന്നും അതുകൊണ്ട് കമ്യൂണിസ്റ്റ് പാർട്ടി ഗ്രൂപ്പിന്റെ നേതൃസ്ഥാനത്തുനിന്ന് മാറ്റണമെന്നും പറഞ്ഞ് എഴുതിയത്? എന്തിനാണ് ഹിരൺമുഖർജിയെ തൽസ്ഥാനത്തു നിങ്ങൾ നിയമിച്ചത്? വരുന്ന സെപ്തംബറിൽ മാത്രമേ പാർലമെന്റ് കൂടുന്നുള്ളൂ. അതിനിടയ്ക്ക് പാർട്ടിയിൽ ഐക്യം സ്ഥാപിക്കാൻ സാധിക്കുമോ എന്നൊന്നു നിങ്ങൾക്ക് കാക്കാമായിരുന്നില്ലേ? ഇത്തരം വ്യഗ്രത പിടിച്ച നിങ്ങളുടെ നടപടി പാർട്ടിഐക്യം സ്ഥാപിക്കാനാണോ? അപ്പോൾ പുറമേ പാർട്ടി ഐക്യം കാത്തുരക്ഷിക്കാനാണെന്നു പറയുകയും അകത്തു അതിനു കടകവിരുദ്ധമായി പ്രവർത്തിക്കുകയുമല്ലേ നിങ്ങൾ ചെയ്യുന്നതും ചെയ്തുകൊണ്ടിരിക്കുന്നതും?
>
> അപ്പോൾ കാര്യം വളരെ വ്യക്തമാണ്. പുര ചെറുതായാലും ചോർച്ച ഇല്ലാതിരുന്നാൽ മതി എന്നുള്ള നിങ്ങളുടെ പുതിയ സിദ്ധാന്തം നടപ്പിൽ വരുത്തണം. അതിന് ഇന്നു നിങ്ങളുടെ കണ്ണിൽ മാത്രം അച്ചടക്കം ലംഘിക്കുന്ന ഞങ്ങളെ പുറന്തള്ളണം. അതല്ലേ നിങ്ങൾ നടത്തിക്കൊണ്ടിരിക്കുന്നത്.[33]

ഇടതുപക്ഷ വിഭാഗത്തിൽപ്പെട്ട കേന്ദ്ര എക്സിക്യൂട്ടീവ് കമ്മിറ്റി അംഗങ്ങളും അവരുടെ പ്രത്യേക ക്ഷണമനുസരിച്ച് ഉത്തർപ്രദേശ്, രാജസ്ഥാൻ, മഹാരാഷ്ട്ര, ജമ്മുകാശ്മീർ, ബീഹാർ എന്നിവിടങ്ങളിൽനിന്നു വന്നവരും മേയ് 27 മുതൽ 29 വരെ ഡൽഹിയിൽ യോഗംകൂടി സ്ഥിതിഗതികളെക്കുറിച്ച് വിലയിരുത്തുകയും ഡാങ്കെയുടെ കത്തുകളെക്കുറിച്ച് ചർച്ചചെയ്യുകയും ഉണ്ടായി. ഓരോ സംസ്ഥാനങ്ങളിൽനിന്നും ഇടതുപക്ഷക്കാരോടൊപ്പം നില്ക്കാൻ സാദ്ധ്യതയുള്ളവരെയും മറ്റും കുറിച്ച് അവർ

ചർച്ച ചെയ്തു. അതിൽനിന്ന് പാർട്ടി അണികളിൽ ഭൂരിപക്ഷവും തങ്ങൾക്കാണ് പിന്തുണ നല്കുന്നതെന്ന് അവർക്ക് ബോദ്ധ്യമായി. മഹാരാഷ്ട്ര, മദ്ധ്യപ്രദേശ്, ബീഹാർ, ഒഡിഷ, ഡൽഹി എന്നിവിടങ്ങളിൽ മാത്രമേ വലതുപക്ഷക്കാർക്ക് വ്യക്തമായ ഭൂരിപക്ഷമുള്ളൂ എന്നവർ മനസ്സിലാക്കി. പാർട്ടി മെമ്പർഷിപ്പിന്റെ കാര്യത്തിൽ മുഖ്യസംസ്ഥാനങ്ങളായ കേരളം, തമിഴ്നാട്, ആന്ധ്രാ, പശ്ചിമബംഗാൾ, പഞ്ചാബ് എന്നീ സംസ്ഥാനങ്ങളിൽ 60 ശതമാനം മുതൽ 80 ശതമാനം വരെ പാർട്ടിഅംഗങ്ങൾ ഇടതുപക്ഷക്കാർക്കാണ് പിന്തുണ നല്കുന്നതെന്ന് അവർക്ക് മനസ്സിലാക്കാൻ കഴിഞ്ഞു. ഇടതുപക്ഷക്കാർ പ്രതീക്ഷിച്ചതിലും വലിയ പിന്തുണയാണ് ഉത്തർപ്രദേശിൽ നിന്നുപോലും ലഭിച്ചത്. വലതുപക്ഷക്കാരുടെ പൂർണ്ണ നിയന്ത്രണത്തിൻകീഴിലുള്ള ബീഹാർ പോലുള്ള സംസ്ഥാനങ്ങളിൽ പോലും 32 സഖാക്കളുടെ പേരിലുള്ള സസ്പെൻഷൻ പിൻവലിക്കണമെന്നും ഡാങ്കെയുടെ സാമ്പത്തിക കാര്യങ്ങളെക്കുറിച്ചും മറ്റും അന്വേഷണം നടത്തണമെന്നും ആവശ്യപ്പെട്ടുകൊണ്ടുള്ള പ്രമേയങ്ങൾ സംസ്ഥാന നേതൃത്വം പാസാക്കുകയുണ്ടായി.

1964 മേയ് 29 ന് ഡാങ്കെ എഴുതിയ കത്തിന് മേയ് 31 ന് സെക്രട്ടേറിയറ്റിന്റെ പേർക്കയച്ച 1000 വാക്കുകളുള്ള ഒരു മറുപടിയിൽ പാർട്ടി ഐക്യത്തിനുള്ള ഇടതുപക്ഷക്കാരുടെ അടിയുറച്ച ആഗ്രഹം ഊന്നിപ്പറയുകയും പാർട്ടി ഐക്യത്തിനുതകുന്ന എല്ലാ യത്നങ്ങൾക്കും പിന്തുണ നല്കാനും അവയെ സ്വാഗതം ചെയ്യാനും തങ്ങൾക്ക് യാതൊരു മടിയുമില്ലെന്നു ഇടതുപക്ഷക്കാർ പ്രഖ്യാപിക്കുകയും ചെയ്തു. നാഷണൽ കൗൺസിലിൽനിന്ന് ഇറങ്ങിപ്പോയ 32 പേരിൽ 10 പേർ ഒപ്പിട്ടയച്ചതാണ് ഈ കത്ത്. ഇ എം എസ് നമ്പൂതിരിപ്പാട്, ജ്യോതിബസു, പി സുന്ദരയ്യ, എം ബസവ പുന്നയ്യ, എ കെ ഗോപാലൻ, പ്രമോദ് ദാസ് ഗുപ്ത, ഹരേകൃഷ്ണ കോനാർ, പി രാമമൂർത്തി, ഹർകിഷൻസിങ് സുർജിത്, ജഗ്ജിത് സിങ് ല്യാൽപുരി എന്നിവരായിരുന്നു ആ പത്തുപേർ. അതോടൊപ്പം അവർ തങ്ങളുടെ കത്തിൽ ഇങ്ങനെ പറഞ്ഞിരുന്നു:

> ......പാർട്ടി ഐക്യം സംബന്ധിച്ച പ്രശ്നം പരിഹരിക്കുന്നതിന് നിങ്ങൾ നിർദ്ദേശിച്ച മാർഗ്ഗം നമ്മെ എവിടെയും കൊണ്ടെത്തിക്കുകയില്ല. പാർട്ടി ഐക്യത്തിനുനേർക്കുള്ള ഭീഷണി ഉയർന്നുവന്നത് വ്യക്തമായും നിങ്ങളും നിങ്ങളുടെ ചില കൂട്ടുകാരും അംഗീകരിച്ച നയങ്ങളിൽനിന്നും നടപടികളിൽനിന്നുമാണ്. നിങ്ങൾ അവ കൈവെടിയാതെ എങ്ങനെ പാർട്ടിഐക്യം പുനഃസ്ഥാപിക്കാൻ കഴിയുമെന്നകാര്യം ചിന്തിക്കാനേ കഴിയുന്നില്ല. നിങ്ങൾ ആ നിലയ്ക്ക് യാതൊരു ശ്രമവും നടത്തുന്നില്ലെന്ന് നിങ്ങളുടെ കത്തിൽ നിന്ന് വ്യക്തമാണ്. നേരെമറിച്ച്, നിങ്ങൾ ഞങ്ങളുടെ മുമ്പിൽ നിബന്ധനകൾ എടുത്ത് നിരത്തുകയാണ് ചെയ്യുന്നത്.[34]

ഉൾപ്പാർട്ടി വാർത്തകൾ വളച്ചൊടിക്കപ്പെട്ട രീതിയിൽ ബൂർഷ്വാപത്രങ്ങൾക്ക് ബോധപൂർവ്വം ചോർത്തിക്കൊടുക്കുക, കേന്ദ്ര എക്സിക്യൂട്ടീവ് കമ്മിറ്റിയുടെ നിർദ്ദേശമുണ്ടായിരുന്നിട്ടും *ലിങ്ക്, പേട്രിയറ്റ്* എന്നീ പത്രമാസികകളുമായി സജീവബന്ധം പുലർത്തിപ്പോരുക, 1962 ഏപ്രിലിൽ രൂപീകൃതമായ സംയുക്ത സെക്രട്ടേറിയറ്റിന്റെ സ്പിരിറ്റ് കൈവെടിയുക തുടങ്ങി ഡാങ്കെയുടെയും അനുയായികളുടെയും പിളർപ്പൻ നടപടികളെ വീണ്ടും അനുസ്മരിച്ചുകൊണ്ട് ഇടതുപക്ഷക്കാർ അയച്ച കത്ത് ഇങ്ങനെ ഉപസംഹരിച്ചു:

> കൂട്ടായ പ്രവർത്തനത്തിന്റെയും സംഘടിതമായ ഉൾപ്പാർട്ടി ചർച്ചയുടെയും സ്പിരിറ്റ് നിങ്ങൾ കൈവെടിഞ്ഞിരിക്കുന്നുവെന്ന വസ്തുതയാണ് അന്തിമവും വീണ്ടും യോജിപ്പിലെത്താൻ കഴിയാത്തതുമായ ഒരു പിളർപ്പിന്റെ വക്കത്ത് എത്തിനില്ക്കുകയെന്ന പാർട്ടിയുടെ സംഘടനാപരമായ ഇന്നത്തെ അവസ്ഥയിലേക്ക് പാർട്ടിയെ നീക്കിയത് എന്ന് ചൂണ്ടിക്കാണിക്കുക മാത്രമാണ് ഇവിടെ ചെയ്യുന്നത്.[35]

പതിനേഴ് നാഷണൽ കൗൺസിൽ മെമ്പർമാർ മുഖേന 1963 സെപ്തംബറിൽ ചേർന്ന കേന്ദ്ര എക്സിക്യൂട്ടീവ് കമ്മിറ്റിയിലും വീണ്ടും 32 അംഗങ്ങൾ ഇറങ്ങിപ്പോകുന്നതിനുമുമ്പായി 1964 ഏപ്രിലിൽ ചേർന്ന നാഷണൽ കൗൺസിൽ യോഗത്തിലും ഐക്യത്തിനുവേണ്ടി ഇടതുപക്ഷക്കാർ നടത്തിയ യത്നങ്ങൾ മറുപടിയിൽ അനുസ്മരിച്ചു. എന്നാൽ തങ്ങളുടെ അഭ്യർത്ഥനകളെല്ലാം അവഗണിക്കപ്പെടുകയാണുണ്ടായത്. അവയ്ക്ക് മറുപടിയായി ഇടതുപക്ഷക്കാർ 'ചൈനാനുകൂലി'കളാണെന്നും 'പുത്തൻ ട്രോട്സ്കിയിസ്റ്റു'കളാണെന്നും മറ്റുമുള്ള അപവാദങ്ങൾ ഉയർത്തുകയാണ് വലതുപക്ഷക്കാർ ചെയ്തത്.

നേരത്തെ 32 സഖാക്കൾ നടത്തിയ 'അഭ്യർത്ഥന'യിൽ പറഞ്ഞ നിർദ്ദേശങ്ങൾ മറുപടിയിൽ അവർ ആവർത്തിച്ചു പ്രസ്താവിച്ചു. പിളർപ്പൻ–പൊളിപ്പൻ പ്രവൃത്തികളുടെ പേരിൽ കഴിഞ്ഞ ഒന്നരക്കൊല്ലത്തിനിടയ്ക്ക് കൈക്കൊണ്ട എല്ലാ അച്ചടക്കനടപടികളും പിൻവലിക്കാൻ അവർ ആവശ്യപ്പെട്ടു. അതു ചെയ്തുകഴിഞ്ഞാൽ 'എതിർകമ്മിറ്റി'കളുടെ പ്രശ്നം ഉദിക്കുകയില്ല. അവയെല്ലാം പിരിച്ചുവിടപ്പെടും; പാർട്ടിസംഘടനയെ സംബന്ധിച്ചിടത്തോളം ഈ സമീപനം കൈക്കൊണ്ടാൽ "എല്ലാ നിലവാരത്തിലും പാർട്ടി അച്ചടക്കത്തിന് വിധേയരാകാനുള്ള സന്നദ്ധത"യുടെ പ്രശ്നവും ഉത്ഭവിക്കുകയില്ല; ഡാങ്കെ കത്തുകളെയും *പേട്രിയറ്റ്* നടത്തുന്ന കമ്പനിയിൽ ഡാങ്കെയ്ക്കുള്ള ഷെയറുകളെയും കുറിച്ച് എല്ലാവർക്കും സമ്മതമായ രീതിയിൽ അന്വേഷണം നടത്തുക; ചെയർമാൻ സ്ഥാനവും ജനറൽ സെക്രട്ടറി സ്ഥാനവും ഉൾപ്പെടെ സെക്രട്ടേറിയറ്റാകമാനം അടുത്ത പാർട്ടി കോൺഗ്രസുവരെ വേണ്ടെന്നുവെക്കുക; രാഷ്ട്രീയമായും സംഘടനാപരമായും പാർട്ടിക്ക് മാർഗ്ഗനിർദ്ദേശങ്ങൾ

നല്കുന്നതിന്റെ മുഴുവൻ ചുമതലയും ഒരൊത്തുതീർപ്പുപ്രകാരം ഉണ്ടാക്കുന്ന ഏർപ്പാടു മുഖേന കേന്ദ്ര എക്സിക്യൂട്ടീവ് നിർവ്വഹിക്കുക തുടങ്ങിയവയായിരുന്നു നിർദ്ദേശങ്ങൾ.[36]

ഈ നിർദ്ദേശങ്ങൾ സ്വീകരിച്ചാൽ പാർട്ടിയുടെപ്രവർത്തനം സ്തംഭനത്തിലാകുമെന്ന് മേൽപ്പറഞ്ഞ കത്തിന് ജൂൺ 2 ന് കേന്ദ്ര സെക്രട്ടേറിയറ്റ് അയച്ച മറുപടിയിൽ പറഞ്ഞു.[37] 1963 ഫെബ്രുവരി മുതൽ ഒരു ജനറൽ സെക്രട്ടറിയില്ലാതെയാണ് പാർട്ടി പ്രവർത്തിച്ചുവരുന്നതെന്ന വസ്തുത വിസ്മരിച്ചുകൊണ്ടാണ് ഡാങ്കെ ഇങ്ങനെ എഴുതിയത്. അതുപോലെതന്നെ ചെയർമാൻ സ്ഥാനവും സെക്രട്ടേറിയറ്റും തല്ക്കാലം വേണ്ടെന്നുവെച്ചാലും നേതൃത്വം കേന്ദ്ര എക്സിക്യൂട്ടീവ് ഏറ്റെടുക്കുകയും എല്ലാവർക്കും സമ്മതമായ ഒരു ഏർപ്പാടുണ്ടാക്കുകയും ചെയ്യുകയാണെങ്കിൽ പാർട്ടിപ്രവർത്തനം യാതൊരു സ്തംഭനവുമില്ലാതെ മുന്നോട്ടുകൊണ്ടുപോകാവുന്നതാണെന്ന വസ്തുതയും ഡാങ്കെ വിസ്മരിച്ചു.

പാർട്ടി ഐക്യത്തെക്കുറിച്ചുള്ള വലതുപക്ഷക്കാരുടെ വാചകമടിയുടെ കൂടുതൽ മറനീക്കിക്കാട്ടുന്നതായിരുന്നു നാഷണൽ കൗൺസിലിന്റെ തുടർന്നുണ്ടായ യോഗം. ഉൾപ്പാർട്ടി സ്ഥിതിഗതികളെക്കുറിച്ച് കൗൺസിലിനുമുമ്പാകെ മൂന്ന് പ്രമേയങ്ങൾ ഉണ്ടായിരുന്നു. കരട് പ്രമേയങ്ങളെക്കുറിച്ചുള്ള ചർച്ച വെളിപ്പെടുത്തിയത്, മറ്റുപ്രശ്നങ്ങളോടുള്ള സമീപനം പോകട്ടെ, 32 പേരെ സസ്പെന്റ് ചെയ്ത നടപടിപോലും പിൻവലിക്കാൻ വലതുപക്ഷക്കാർ തയ്യാറില്ല എന്നാണ്. അവസാനം 1964 ജൂൺ 11 ന് നാഷണൽ കൗൺസിൽ അംഗീകരിച്ച പ്രമേയത്തിൽ ഇങ്ങനെ പറഞ്ഞു:

> ഐക്യത്തിനുവേണ്ടി തുടങ്ങിവെച്ച പ്രവർത്തനം മുമ്പോട്ടുകൊണ്ടുപോകാൻ നാഷണൽ കൗൺസിൽ ആഗ്രഹിക്കുന്നു. രാജ്യം ഇന്നഭിമുഖീകരിക്കുന്ന പരിതഃസ്ഥിതിയിൽ ഐക്യത്തിന്റെ അടിയന്തരാവശ്യകതയുടെ വെളിച്ചത്തിൽ 32 സഖാക്കളോ അവരിലാരെങ്കിലുമോ നാഷണൽ കൗൺസിൽ തീരുമാനങ്ങൾ അനുസരിക്കുകയും നാഷണൽ കൗൺസിലിലേക്കു തിരിച്ചുവരാൻ സന്നദ്ധത പ്രകടിപ്പിക്കുകയും വിവിധ നിലവാരത്തിൽ ഏർപ്പെടുത്തപ്പെട്ടിട്ടുള്ള സമാന്തര പാർട്ടിസംഘടന പിരിച്ചുവിടുകയോ അതുമായുള്ള ബന്ധങ്ങൾ അവസാനിപ്പിക്കുകയോ ചെയ്യുകയുമാണെങ്കിൽ അവർക്കെതിരായുള്ള സസ്പെൻഷൻ കല്പന പിൻവലിക്കപ്പെട്ടതായി കരുതാവുന്നതാണ്.
>
> 32 സഖാക്കളെ സംബന്ധിച്ച് നിർദ്ദേശിച്ചിട്ടുള്ളതുപോലെ തന്നെയുള്ള പ്രഖ്യാപനം നടത്തുകയാണെങ്കിൽ സംസ്ഥാന–ജില്ലാ–പ്രാദേശിക സംഘടനകൾ ബന്ധപ്പെട്ട സഖാക്കളുടെ പേരിൽ സമാന്തര പാർട്ടി സംഘടിപ്പിച്ചതിന് കൈക്കൊണ്ട അച്ചടക്ക നടപടികളും അതുപോലെതന്നെ പിൻവലിക്കപ്പെട്ടതായി കരുതാവുന്നതാണ്.

> പാർട്ടി ഐക്യത്തിനുവേണ്ടി ആരംഭിച്ചിട്ടുള്ള പ്രവർത്തനം മുമ്പോട്ടുകൊണ്ടുപോകാനും ഈ ഉദ്ദേശ്യം മുൻനിർത്തി ആവശ്യമായ സംഭാഷണങ്ങളും ചർച്ചകളും നടത്താനും നാഷണൽ കൗൺസിൽ കേന്ദ്ര സെക്രട്ടേറിയറ്റിനെ അധികാരപ്പെടുത്തുന്നു.[38]

ഈ പ്രമേയം നാഷണൽ കൗൺസിലിന്റെ ആകെ അംഗങ്ങളുടെ പകുതിയിലും താഴെ അംഗങ്ങളുടെ(40 അംഗങ്ങളുടെ) പിന്തുണയോടെയാണ് അംഗീകരിച്ചത്.

ഈ പ്രമേയത്തെക്കുറിച്ച് 1964 ജൂൺ 15 നു ഇടതുപക്ഷക്കാരായ പി രാമമൂർത്തി, ബസവ പുന്നയ്യ, ഹർകിഷൻസിങ് സുർജിത് എന്നിവർ പുറപ്പെടുവിച്ച പ്രസ്താവനയിൽ പറഞ്ഞത് "ഇന്നത്തെ സ്ഥിതിഗതികളിലേക്ക് നയിച്ച യഥാർത്ഥപ്രശ്നത്തെ ഇതൊഴിവാക്കുകയും അതിന്റെ ഉത്തരവാദിത്വത്തിൽനിന്ന് ഒഴിഞ്ഞു മാറാൻ ശ്രമിക്കുകയുമാണ് ചെയ്യുന്നത്"എന്നാണ്.

പാർട്ടി ഐക്യവും ഒരേകോപിച്ച പാർട്ടി കോൺഗ്രസും ഉറപ്പുവരുത്തുന്നതിനുള്ള ഞങ്ങളുടെ നിർദ്ദേശത്തിന് ബഹുഭൂരിപക്ഷം പാർട്ടി മെമ്പർമാരും പിന്തുണ നല്കിയിരിക്കുന്നു എന്ന വസ്തുതയിൽനിന്നു പാഠം ഉൾക്കൊള്ളാൻ നാഷണൽ കൗൺസിൽ കൂട്ടാക്കുന്നില്ല, പ്രമേയം ഈ നിർദ്ദേശങ്ങളെപ്പറ്റി ഒരക്ഷരം മിണ്ടുന്നില്ല" എന്നും മേൽപ്പറഞ്ഞവരുടെ പ്രസ്താവനയിൽ വ്യക്തമാക്കി.

1957 ലെയും 1960 ലെയും മോസ്കോ പ്രഖ്യാപനവും പ്രസ്താവനയും വിജയവാഡ പാർട്ടി കോൺഗ്രസ് ഐകകണ്ഠ്യേന അംഗീകരിച്ച രാഷ്ട്രീയപ്രമേയവും റിപ്പോർട്ടും, പാർട്ടി സംഘടനയെ സംബന്ധിച്ച് ഹൈദരാബാദിൽവെച്ച് ചേർന്ന നാഷണൽ കൗൺസിൽ അംഗീകരിച്ച പ്രമേയവുമാണ് ഇപ്പോഴും പാർട്ടി ഐക്യത്തിന്റെ സുശക്തമായ അടിത്തറയെന്ന് ഈ മൂന്ന് സഖാക്കളുടെ പ്രസ്താവനയിൽ എടുത്തുപറഞ്ഞു. അക്കാര്യം പരാമർശിച്ചുകൊണ്ട് അവർ അവരുടെ പ്രസ്താവനയിൽ ഇങ്ങനെ പറഞ്ഞു:

> വിജയവാഡയിൽ അംഗീകരിച്ച രാഷ്ട്രീയ ലൈനും നാഷണൽ കൗൺസിലിന്റെ ഹൈദരാബാദ് യോഗത്തിന്റെ സംഘടനാപ്രമേയവും നാഷണൽ കൗൺസിലിൽ ഡാങ്കെയുടെ നേതൃത്വത്തിലുള്ള ഭൂരിപക്ഷവിഭാഗം നിരന്തരമായി അതിലംഘിക്കുകയും ഈ പ്രക്രിയ അവസാനിപ്പിക്കാൻ ഞങ്ങൾ നടത്തിയ ശ്രമത്തെ പരാജയപ്പെടുത്തുകയും ചെയ്തതുമൂലമുളവായതാണ് ഇന്നത്തെ കുഴപ്പം. ശരിയായ ജനാധിപത്യാടിസ്ഥാനത്തിൽ തിരഞ്ഞെടുക്കപ്പെട്ട ഒരു പാർട്ടി കോൺഗ്രസിനും അതിനുവേണ്ട തയ്യാറെടുപ്പു നടത്തുന്നതിനും 1957 ലെയും 1960 ലെയും മോസ്കോ സമ്മേളനത്തിന്റെ പ്രഖ്യാപനത്തിന്റെയും പ്രസ്താവനയുടെയും വ്യാഖ്യാനമുൾക്കൊണ്ട് പാർട്ടി അഭിമുഖീകരിക്കുന്ന എല്ലാ പ്രശ്നങ്ങ

ളെയും സംബന്ധിച്ച് പൂർണ്ണവും ഉള്ള് തുറന്നതുമായ ചർച്ച ഉറപ്പുവരുത്തുന്നതിനും ആവശ്യമായ ഒരു ഏർപ്പാടുണ്ടാക്കുന്നതിന് വളരെക്കാലമായി ഞങ്ങൾ സമൂർത്തവും വ്യക്തവുമായ നിർദ്ദേശങ്ങൾ മുമ്പോട്ടുവെച്ചുവരുന്നത് ഒരു പിളർപ്പ് ഒഴിവാക്കുകയെന്ന കാഴ്ചപ്പാടോടുകൂടിയാണ്. ഈ നിർദ്ദേശങ്ങൾ പാടെ നിരസിക്കപ്പെട്ടിരിക്കുകയാണ്.

എല്ലാറ്റിനുമുപരി ഡാങ്കെ കത്തുകളും അദ്ദേഹത്തിന്റെ സാമ്പത്തിക കാര്യങ്ങളെപ്പറ്റിയുള്ള വിവരങ്ങളും പുറത്തുവരികയും ചെയ്തു. ഈ കാര്യങ്ങളെ സംബന്ധിച്ച് അന്വേഷണത്തിന് വിധേയമായി താൻ വഹിക്കുന്ന സ്ഥാനത്തുനിന്ന് ഡാങ്കെ ഒഴിയേണ്ടത് പൊതുജീവിതത്തിലെ അന്തസ്സിനുചേർന്ന ഒരു പ്രാഥമിക മര്യാദയാണ്.

രണ്ടുമാസത്തിൽ കൂടുതൽ സമയമുണ്ടായിരുന്നിട്ടും നാഷണൽ കൗൺസിൽ അതിന്റെ പ്രമേയത്തിൽ പാർട്ടിയുടെ മുന്നിലുള്ള ഈ പ്രശ്നങ്ങൾ ഒന്നുംതന്നെ സ്പർശിക്കുന്നില്ല. അതിനുപകരം സമാന്തര സംഘടനകളെന്ന് അവർ വിശേഷിപ്പിക്കുന്നവയിൽനിന്ന് നാം സ്വയം വിട്ടുനില്ക്കുമെന്ന് സമ്മതിക്കണമെന്നാണവർ ആവശ്യപ്പെടുന്നത്. തങ്ങളുടെ ലൈൻ അനുസരിക്കാൻ ഭൂരിപക്ഷംപേരും കൂട്ടാക്കാതിരുന്ന പല സ്ഥലങ്ങളിലും തിരഞ്ഞെടുക്കപ്പെട്ട കമ്മിറ്റികളെ അടിച്ചമർത്തുകയും സമാന്തര കമ്മിറ്റികൾ ഏർപ്പെടുത്തിയത് തങ്ങൾതന്നെയാണെന്ന വസ്തുത അവർ മറച്ചുവയ്ക്കുകയാണ്.[39]

തത്ത്വദീക്ഷയോടുകൂടിയ ഐക്യം പാർട്ടിക്കകത്ത് സൃഷ്ടിക്കാനുള്ള ഏതൊരു നീക്കത്തെയും തങ്ങൾ സ്വാഗതം ചെയ്യുമെന്നും ആ പ്രശ്നത്തെ സംബന്ധിച്ച് ആരുമായും ഏതുസമയത്തും സംഭാഷണം നടത്താൻ തങ്ങൾ തയ്യാറാണെന്നും കൂടി ഈ മൂന്ന് സഖാക്കൾ തങ്ങളുടെ പ്രസ്താവനയിൽ പ്രഖ്യാപിച്ചു.

ഐക്യത്തെപ്പറ്റി വലതുപക്ഷക്കാർ സംസാരിച്ച അതേ നാഷണൽ കൗൺസിൽ യോഗത്തിൽവെച്ചു തന്നെയാണ് പശ്ചിമ ബംഗാളിൽ ഒരു സമാന്തര സംസ്ഥാനകമ്മിറ്റി ഏർപ്പെടുത്താൻ തീരുമാനിച്ചത്. ഇ എം എസ് വലതുപക്ഷക്കാരുമായി സംഭാഷണങ്ങൾ നടത്തിയതിനുശേഷവും ജ്യോതിബസു, പ്രമോദ്ദാസ് ഗുപ്ത, ഹർകിഷൻസിങ് സുർജിത് എന്നിവർ അവരുമായി സംഭാഷണം നടത്തുന്നതിന്റെ തൊട്ടുമുമ്പും അവർ പുറപ്പെടുവിച്ച ഒരു പ്രസ്താവനയിൽ എന്തുതന്നെ സംഭാഷണങ്ങൾ നടന്നാലും അവയെല്ലാം നാഷണൽ കൗൺസിൽ പ്രമേയത്തിന്റെ ചട്ടക്കൂടിനകത്ത് നിന്നുകൊണ്ടായിരിക്കുമെന്നു പറഞ്ഞ് അവർ ഒരു പ്രസ്താവന പുറപ്പെടുവിച്ചു.

അങ്ങനെ ഈ അവസാനസമയത്തെങ്കിലും പാർട്ടിയിൽ ഐക്യം പുനഃസ്ഥാപിക്കാൻ യഥാർത്ഥമായ ഒരു ശ്രമം വലതുവിഭാഗം നടത്തുമെന്ന ആശപോലും അവർ തകർത്തു കളഞ്ഞു. അതിനാൽ വലിയ ആശയോടുകൂടിയായിരുന്നില്ല 32 പേരുടെ പ്രതിനിധികൾ സെക്രട്ടേറിയറ്റിന്റെ പ്രതിനിധികളുമായി സംഭാഷണമാരംഭിച്ചത്. പാർട്ടിയിൽ ഐക്യം പുനഃസ്ഥാപിക്കാനുള്ള എല്ലാ വഴികളും പരീക്ഷിച്ചുനോക്കണമെന്നും അതിന്റെയെല്ലാ സാദ്ധ്യതകളും ഉപയോഗപ്പെടുത്തണമെന്നും ഇടതുപക്ഷക്കാർ ആഗ്രഹിച്ചതിനാലാണ് അവർ ചർച്ചയ്ക്കു തയ്യാറായത്.

ഇടതുപക്ഷക്കാരുടെ പ്രതിനിധിയായ ഇ എം എസ് നമ്പൂതിരിപ്പാടുമായി സെക്രട്ടേറിയറ്റിന്റെ പ്രതിനിധികളായ ഗംഗാധർ അധികാരി, ഭൂപേശ് ഗുപ്ത, രാജേശ്വര റാവു എന്നിവർ ജൂൺ 26–ാം തീയതി ഭൂപേശ് ഗുപ്തയുടെ വസതിയിൽവെച്ച് ഒന്നര മണിക്കൂർ സംഭാഷണം നടത്തി.[40]

ജൂലൈ 4–ാം തീയതി മേൽപ്പറഞ്ഞ സെക്രട്ടേറിയറ്റ് പ്രതിനിധികൾ ജ്യോതിബസു, പ്രമോദ് ദാസ് ഗുപ്ത, ഹർകിഷൻസിങ് സുർജിത് എന്നിവരുമായി ഭൂപേശ് ഗുപ്തയുടെ വസതിയിൽവെച്ച് രണ്ടര മണിക്കൂർ സംഭാഷണം നടത്തി.[41]

സെക്രട്ടേറിയറ്റിന്റെ പുനഃസംഘടന, ഡാങ്കെ കത്തുകളെയും ഡാങ്കെയുടെ സാമ്പത്തികകാര്യങ്ങളെയും പറ്റി അന്വേഷിക്കാനുള്ള സർവ്വസമ്മതമായ കമ്മീഷൻ, പാർട്ടി കോൺഗ്രസിന് തയ്യാറെടുക്കാനുള്ള സർവ്വസമ്മതമായ കമ്മീഷൻ, പാർട്ടിമെമ്പർഷിപ്പ് പരിശോധന തുടങ്ങി പാർട്ടി ഐക്യവുമായി ബന്ധപ്പെട്ട ഓരോ പ്രശ്നത്തിലും സ്വന്തം താല്പര്യങ്ങൾക്കുപരി വലതുപക്ഷക്കാർക്ക് യാതൊരു ചിന്തയുമില്ലെന്ന് 32 സഖാക്കളുടെ പ്രതിനിധികൾ സെക്രട്ടേറിയറ്റിന്റെ പ്രതിനിധികളുമായി നടത്തിയ സംഭാഷണത്തിൽനിന്നു വ്യക്തമായി. പാർട്ടി അണികളിൽനിന്ന് അങ്ങേയറ്റം ഒറ്റപ്പെട്ട് വരുന്നതുകൊണ്ടുമാത്രമാണ് അവർ സംഭാഷണത്തിന് സമ്മതിച്ചത്. പാർട്ടിയന്ത്രമാകെ തങ്ങളുടെ കൈപ്പിടിയിൽ അമർത്താൻ അവർ ഉറച്ച തീരുമാനമെടുത്തു. ശരിയായ നിലയിൽ സെക്രട്ടേറിയറ്റ് പുനഃസംഘടിപ്പിക്കാൻ അവർ തയ്യാറായില്ല. പാർട്ടി പത്രങ്ങളും വാരികകളും തങ്ങളുടെ ആഗ്രഹത്തിനൊത്ത് ഉപയോഗപ്പെടുത്തുന്നതിനും, തങ്ങളുടെ ലൈനിന് അംഗീകാരം നേടാൻ കഴിയത്തക്ക രീതിയിൽ പാർട്ടി കോൺഗ്രസ് നടത്താനും കഴിയത്തക്കവണ്ണം സെക്രട്ടേറിയറ്റിൽ തങ്ങൾക്ക് ഭൂരിപക്ഷം നിലനിർത്തണമെന്നതായിരുന്നു അവരുടെ ആഗ്രഹവും ആവശ്യവും. യോജിച്ച കമ്മിറ്റികളെ വലതുപക്ഷക്കാർ അംഗീകരിച്ചില്ല. ഡാങ്കെ കത്തുകളെ സംബന്ധിച്ച കമ്മീഷനിൽ പുതുതായി ആരെയെങ്കിലും ഉൾപ്പെടുത്താൻ അവർ തയ്യാറായില്ല. ഡാങ്കെയുടെ സാമ്പത്തിക ഇടപാടുകളെക്കുറിച്ചന്വേഷിക്കാനും അവർക്ക് ഭയമായിരുന്നു. അന്വേഷണ കാലത്ത് ഡാങ്കെയെ ചെയർമാൻ സ്ഥാനത്തുനിന്ന് നീക്കം ചെയ്യാനും അവർ സന്നദ്ധമായില്ല. അതിനിടയ്ക്ക് രാജേശ്വര റാവുവിനെയും ജി അധികാരിയെയും അവർ സെക്രട്ടേറിയറ്റിൽ

ഉൾപ്പെടുത്തുകയും ചെയ്തു. 32 സഖാക്കളുടെ പ്രതിനിധികൾ മുന്നോട്ടുവെച്ച എല്ലാ നിർദ്ദേശങ്ങൾക്കും നിഷേധാത്മകമായ മറുപടിയാണ് സെക്രട്ടേറിയറ്റ് പ്രതിനിധികളിൽ നിന്നുണ്ടായത്.

രാഷ്ട്രീയമോ സംഘടനാപരമോ ആയ ഏതുപ്രശ്നവും ഭൂരിപക്ഷത്തിന്റെ അടിസ്ഥാനത്തിൽ തീരുമാനിക്കണം എന്ന തത്ത്വം വലതുപക്ഷക്കാർ മുറുകെ പിടിച്ചു. എന്നാൽ പാർട്ടി ഐക്യത്തിന്റെ പ്രശ്നങ്ങളുമായി ബന്ധപ്പെട്ട എല്ലാ കാര്യങ്ങളിലും യോജിച്ച തീരുമാനമെടുക്കണമെന്ന 32 സഖാക്കളുടെ നിർദ്ദേശത്തെ ഭൂരിപക്ഷതീരുമാനം എന്ന തത്ത്വംകൊണ്ട് വലതുപക്ഷക്കാർ നേരിട്ടു. ഈ നിർദ്ദേശം 'ന്യൂനപക്ഷത്തിന് വീറ്റോ അധികാരം നല്ക'ലാണെന്നും അത് 'പാർട്ടിയെ മരവിപ്പിക്കു'മെന്നും അവർ പറഞ്ഞു. നിലവിലുള്ള നാഷണൽ കൗൺസിലും, കേന്ദ്ര എക്സിക്യൂട്ടീവ് കമ്മിറ്റിയും, സെക്രട്ടേറിയറ്റും, ചെയർമാൻ സ്ഥാനവും നിലവിൽ വന്നത് വലതുപക്ഷക്കാർ ഇപ്പോൾ നിരാകരിക്കുന്ന യോജിപ്പിന്റെ അടിസ്ഥാനത്തിലായിരുന്നു എന്ന വസ്തുത വലതുപക്ഷക്കാർ മറന്നുപോകുകയായിരുന്നു.

വിജയവാഡയിൽവെച്ചുനടന്ന ആറാം പാർട്ടി കോൺഗ്രസിൽവെച്ച് നാഷണൽ കൗൺസിൽ മെമ്പർമാരുടെ പാനലിലെ പേരിലുണ്ടായ അഭിപ്രായഭിന്നത പരിഹരിച്ചത് ഭൂരിപക്ഷവോട്ടിന്റെ അടിസ്ഥാനത്തിലായിരുന്നില്ല, യോജിച്ച തീരുമാനത്തിന്റെ അടിസ്ഥാനത്തിലായിരുന്നു. പാർട്ടി ഭരണഘടന ഭേദഗതി അജണ്ടയിൽപ്പോലുമുൾപ്പെടുത്താതെ തന്നെ അന്നു യോജിപ്പിനുവേണ്ടി ഒരു ഭരണഘടന ഭേദഗതി ചെയ്യുകവരെ പാർട്ടി കോൺഗ്രസ് ചെയ്തു. 1962 ൽ ഏപ്രിലിൽ ഡാങ്കെയെ ചെയർമാനും ഇ എം എസ് നമ്പൂതിരിപ്പാടിനെ ജനറൽ സെക്രട്ടറിയുമായി തിരഞ്ഞെടുക്കാനും കേന്ദ്ര ഏക്സിക്യൂട്ടീവ് കമ്മിറ്റിയുടെയും നാഷണൽ കൗൺസിലിന്റെയും അംഗസംഖ്യ വർദ്ധിപ്പിക്കാനുംവേണ്ടി ഭരണഘടന ഭേദഗതി ചെയ്യാൻ നാഷണൽ കൗൺസിലിനു അധികാരമില്ലാതിരുന്നിട്ടുകൂടി അതു ചെയ്തത് ഭൂരിപക്ഷ തീരുമാനമനുസരിച്ചായിരുന്നില്ല, യോജിച്ച തീരുമാനമനുസരിച്ചായിരുന്നു.

ലോകസഭയിലെ കമ്യൂണിസ്റ്റ് ഗ്രൂപ്പിൽ പിളർപ്പുണ്ടാക്കിയതിനെത്തുടർന്ന് 32 എം.പിമാരുള്ള കമ്യൂണിസ്റ്റ് പാർട്ടി രണ്ടുഗ്രൂപ്പായി. എ കെ ഗോപാലനെ കമ്യൂണിസ്റ്റ് ഗ്രൂപ്പിന്റെ നേതൃത്വസ്ഥാനത്തുനിന്ന് നീക്കി ഹിരൺ മുഖർജിയെ നേതാവാക്കി. ഇതോടെ 1964 സെപ്തംബർ 8 ന് ഇടതുപക്ഷക്കാരായ എ കെ ജിയും 11 സഹപ്രവർത്തകരും പ്രത്യേക ഗ്രൂപ്പായി മാറി. അതോടെ പ്രധാന പ്രതിപക്ഷ പാർട്ടിക്കുള്ള ഔദ്യോഗിക പദവിയും അവകാശങ്ങളും കമ്യൂണിസ്റ്റ് പാർട്ടിക്ക് നഷ്ടമായി. 29 അംഗങ്ങളുള്ള സ്വതന്ത്രാപാർട്ടി അത് നേടിയെടുത്തു. അങ്ങനെ രാജ്യത്തെ വലതുപക്ഷ പിന്തിരിപ്പന്മാരെ എതിർക്കണമെന്ന് വാതോരാതെ പ്രസംഗിക്കുന്ന കമ്യൂണിസ്റ്റ് പാർട്ടിക്കകത്തെ വലതുപക്ഷക്കാർതന്നെ വലതുപക്ഷ പിന്തിരിപ്പൻ പാർട്ടിയായ സ്വതന്ത്രാപാർട്ടിയെ പ്രധാന പ്രതിപക്ഷ പാർട്ടിയാക്കി.

സംസ്ഥാന നിയമസഭകളിലെ കമ്യൂണിസ്റ്റ് ഗ്രൂപ്പുകളിലും അവർ പിളർപ്പുണ്ടാക്കി. ആന്ധ്രാ നിയമസഭയിലെ കമ്യൂണിസ്റ്റ് നിയമസഭ കക്ഷിനേതാവിനെയും ഡെപ്യൂട്ടി(ഉപ) നേതാവിനെയും സെക്രട്ടറിയെയും വിപ്പിനെയും തൽസ്ഥാനങ്ങളിൽ നിന്ന് അവർ മാറ്റി.

തിരുവനന്തപുരം മുൻസിപ്പൽ തിരഞ്ഞെടുപ്പിൽ വലതുപക്ഷക്കാർ എതിർസ്ഥാനാർത്ഥികളെ നിർത്തി. ആർ എസ് പിയുമായി തിരഞ്ഞെടുപ്പിൽ ധാരണയുണ്ടാക്കണമെന്ന് ജില്ലാ കൗൺസിൽ നേരത്തെ തീരുമാനിച്ചിരുന്നു. എന്നാൽ ജില്ലാ കൗൺസിലിൽനിന്ന് വിട്ടുപോയശേഷം അവർ പി എസ് പി യുമായി സഖ്യമുണ്ടാക്കുകയാണ് ചെയ്തത്. ഇടതുപക്ഷക്കാർ മുൻതീരുമാനപ്രകാരം ആർ എസ് പിയുമായിതന്നെ തിരഞ്ഞെടുപ്പു ധാരണയുണ്ടാക്കി. ഒരു കൊല്ലം മുമ്പുവരെയും പി എസ് പിയെ തോല്പിക്കാൻ കോൺഗ്രസുമായി കൂട്ടുകൂടണമെന്നായിരുന്നു വലതുപക്ഷക്കാരുടെ തീരുമാനം. എന്നാൽ ദയനീയമായ പരാജയമാണ് അവർക്കുണ്ടായത്. വലതുപക്ഷക്കാരുടെ ഒരൊറ്റ സ്ഥാനാർത്ഥിയും ജയിച്ചില്ലെന്നതോ പോകട്ടെ, അവരിൽ മിക്കപേർക്കും ജാമ്യത്തുക നഷ്ടപ്പെടുകയും ചെയ്തു.

32 പേർ തങ്ങളുടെ പ്രസ്താവനയിൽ ആവശ്യപ്പെട്ടതുപോലെ കർണ്ണാടക സംസ്ഥാന കൗൺസിൽ നാഷണൽ കൗൺസിലിനെ തള്ളിക്കളയുകയുണ്ടായില്ല. സസ്പെൻഷൻ നടപടിയിൽ ഖേദിക്കുകയും ഐക്യം വീണ്ടെടുക്കാനുള്ള നടപടികൾ കൈക്കൊള്ളാൻ നാഷണൽ കൗൺസിലിനോട് അഭ്യർത്ഥിക്കുകയുമാണ് കർണ്ണാടക സംസ്ഥാന കൗൺസിൽ ചെയ്തത്. പാർട്ടിയിൽ ഐക്യം വീണ്ടും ഊട്ടിയുറപ്പിക്കാൻ സാദ്ധ്യതമാകത്തക്കവിധം ഡാങ്കെയെ ചെയർമാൻ സ്ഥാനത്തുനിന്ന് നീക്കംചെയ്യണമെന്ന് 1964 സെപ്തംബറിൽ കർണ്ണാടക സംസ്ഥാന കൗൺസിൽ പാസാക്കിയ പ്രമേയത്തിൽ പറഞ്ഞിരുന്നു. ഈ പ്രമേയം പാസായയുടനെ 9 അംഗങ്ങൾ യോഗത്തിൽനിന്ന് ഇറങ്ങിപ്പോകുകയും ഒരു സമാന്തര സെക്രട്ടേറിയറ്റ് രൂപീകരിക്കുകയും ചെയ്തു. ഡാങ്കെ ഗ്രൂപ്പ് അതിന് അംഗീകാരവും നല്കി. അങ്ങനെ സംസ്ഥാന കൗൺസിലോ, സംസ്ഥാന എക്സിക്യൂട്ടീവ് കമ്മിറ്റിയോ ഇല്ലാത്ത ഒരു സെക്രട്ടേറിയറ്റ് രൂപംകൊണ്ടു. ഈ സെക്രട്ടേറിയറ്റിനെ അംഗീകരിക്കുന്നതിനുമുമ്പ് എന്താണ് സംഭവിച്ചതെന്ന് അന്വേഷിച്ചുകൊണ്ട് കർണ്ണാടക സംസ്ഥാന കൗൺസിലിന് എഴുതുകപോലും ചെയ്തില്ല.

ഗുജറാത്തിലുണ്ടായതും ഏതാണ്ടിതുപോലെതന്നെയായിരുന്നു.

> ......ഗുജറാത്ത് സംസ്ഥാന കൗൺസിലോ സെക്രട്ടേറിയറ്റോ ഒരു തരത്തിലും നാഷണൽ കൗൺസിലിനെ ധിക്കരിച്ചിരുന്നില്ല. എന്നാൽ അതിൽ ഭൂരിപക്ഷം അംഗങ്ങൾക്കും ഡാങ്കെ ഗ്രൂപ്പുകാർ അനുവർത്തിച്ചുവന്ന രാഷ്ട്രീയ ലൈനിന്റെയും സംഘടനാരീതിയുടെയും നേരെ അങ്ങേയറ്റത്തെ വിമർശനമുണ്ടായിരുന്നു. ഇതുപോലും ഡാങ്കെ ഗ്രൂപ്പുകാർക്ക് വെച്ചുപൊറുപ്പിക്കാൻ കഴിഞ്ഞിരു

ന്നില്ല. സംസ്ഥാന വ്യാപകമായി നടന്ന പണിമുടക്കിനെയും ഹർത്താലിനെയും തുടർന്ന് സംസ്ഥാന കൗൺസിൽ സെക്രട്ടറിയും നാഷണൽ കൗൺസിൽ അംഗവുമായ സ. ദിൻകർ മേത്തയും മറ്റും അറസ്റ്റുചെയ്യപ്പെട്ടപ്പോൾ ഡാങ്കെയുടെ ഏതാനും അനുയായികൾ സ്വയം ഒരു സെക്രട്ടേറിയറ്റ് പടച്ചുണ്ടാക്കി. ഗുജറാത്ത് പാർട്ടിയുടെ സെക്രട്ടേറിയറ്റ് എന്ന നിലയ്ക്ക് കേന്ദ്രം അതിന് ഉടനെ അംഗീകാരം നല്കുകയും ചെയ്തു.[42]

ഡാങ്കെയുടെ നേതൃത്വത്തിലുള്ള വലതുവിഭാഗം ആവർത്തിച്ചുപോന്ന സംഘടനാരീതി ഇതൊക്കെയായിരുന്നെങ്കിൽ നാഷണൽ കൗൺസിലിന് സമർപ്പിച്ച രാഷ്ട്രീയ രേഖകളും അവിടെ നടന്ന ചർച്ചകളും പാസാക്കിയ പ്രമേയങ്ങളുമെല്ലാം വർഗ്ഗസഹകരണത്തിന്റേതായ രാഷ്ട്രീയ ലൈൻ അംഗീകരിച്ചുകൊണ്ടുള്ളതായിരുന്നു.

അങ്ങനെ ഐക്യം സ്ഥാപിക്കാനുള്ള എല്ലാശ്രമവും പരാജയപ്പെടുകയുണ്ടായി. അതിനെത്തുടർന്ന് ഇടതുപക്ഷക്കാർ രാജ്യത്തെ കമ്യൂണിസ്റ്റ് പ്രസ്ഥാനത്തെ രക്ഷിക്കുന്നതിനുവേണ്ടി ആന്ധ്രാപ്രദേശിലെ തെന്നാലിയിൽ ഒരു കൺവെൻഷൻ വിളിച്ചുകൂട്ടാൻ തീരുമാനിച്ചു.

സൂചനകൾ

1. *കമ്യൂണിസ്റ്റ് പാർട്ടി കേരളത്തിൽ II,* പു:234-35.
2. അനുബന്ധം-6.
3. അനുബന്ധം-7.
4. അനുബന്ധം-8.
5. അനുബന്ധം-9.
6. അനുബന്ധം-10.
7. അനുബന്ധം-11.
8. അനുബന്ധം-12.
9. അനുബന്ധം-13.
10. അനുബന്ധം-14.
11. *The Hindu 10* April 1964.
12. അനുബന്ധം-15.
13. Resolutions on Spliters And other Documents of the National Council of the Communist Party of India, Communist Party Publications, (New Delhi-28, April 1964), P.P: 11-15.
14. *The Hindu,* 11 April 1964.
15. *The Hindu,* (Madras), 12 April 1964.
16. പി സുന്ദരയ്യ, വിപ്ലവപാതയിൽ എന്റെ യാത്ര, ചിന്ത പബ്ലിഷേഴ്സ്, (തിരുവനന്തപുരം, 1990), പു:339.
17. അനുബന്ധം-16.
18. *The Hindu,* 13 April 1964.
19. മേൽച്ചൊന്നത്.

20. അനുബന്ധം–17.
21. അനുബന്ധം–18.
22. മേൽച്ചൊന്നത്.
23. മേൽച്ചൊന്നത്.
24. അനുബന്ധം–19.
25. അനുബന്ധം–20.
26. അനുബന്ധം–21.
27. മേൽച്ചൊന്നത്.
28. മേൽച്ചൊന്നത്.
29. റിവിഷനിസത്തിനെതിരെ, പു:82.
30. അനുബന്ധം–22.
31. അനുബന്ധം–23.
32. മേൽച്ചൊന്നത്.
33. *സ.അച്യുതമേനോൻ മറുപടി പറയട്ടെ*, പു:16.
34. റിവിഷനിസത്തിനെതിരെ, പു:85.
35. മേൽച്ചൊന്നത്, പു:86.
36. മേൽച്ചൊന്നത്, പു:87.
37. അനുബന്ധം–24.
38. അനുബന്ധം–25.
39. റിവിഷനിസത്തിനെതിരെ, പു:88–89.
40. അനുബന്ധം–26.
41. അനുബന്ധം–27.
42. റിവിഷനിസത്തിനെതിരെ, പു:94.

26

പിളർപ്പ് കേരളത്തിൽ

ആയിരത്തിത്തൊള്ളായിരത്തി അറുപത്തിനാല് ഏപ്രിൽ 11ന് ഇടതുപക്ഷക്കാരും നടുനിലക്കാരുമായ 32 അംഗങ്ങൾ ഇറങ്ങിപോന്നതിനെത്തുടർന്ന് അവരെ നാഷണൽ കൗൺസിലിൽനിന്ന് സസ്പെന്റ് ചെയ്തിരുന്നല്ലോ. ഇതിനെത്തുടർന്ന് വലതുവിഭാഗം നേതാക്കൾ തങ്ങളുടെ നിലപാട് വിശദീകരിക്കാനും തങ്ങളുടെ ഭാഗത്തുനിന്നുള്ള കൂടുതൽ ചോർച്ച തടയുന്നതിനുംവേണ്ടി സംസ്ഥാനങ്ങളിലുടനീളം സഞ്ചരിച്ചു. പാർട്ടി സംസ്ഥാന സെക്രട്ടറി അച്യുതമേനോനും മുൻസെക്രട്ടറി എസ് കുമാരനും കേരളത്തിൽ അതിനു നേതൃത്വം കൊടുത്തു. കൂടാതെ എം എൻ ഗോവിന്ദൻ നായർ, കെ ദാമോദരൻ, സി ഉണ്ണിരാജ, കെ സി ജോർജ്, എൻ ഇ ബലറാം, ടി വി തോമസ് മുതലായ അനേകം നേതാക്കളും രംഗത്തിറങ്ങി.

മറുഭാഗത്ത് ഇ എം എസ് നമ്പൂതിരിപ്പാടും എ കെ ജിയുമാണ് നേതൃത്വം വഹിച്ചത്. നാഷണൽ കൗൺസിലിൽനിന്ന് ഇറങ്ങിപ്പോന്ന 32 അംഗങ്ങൾ ഏപ്രിൽ 14 ന് പുറപ്പെടുവിച്ച പ്രസ്താവനയെത്തുടർന്ന് അതിലുൾപ്പെട്ട കേരളത്തിലെ ഏഴംഗങ്ങൾ ചേർന്ന് ഒരു പ്രസ്താവന പുറപ്പെടുവിച്ചു. ഇ എം എസ് നമ്പൂതിരിപ്പാട്, എ കെ ജി, സി എച്ച് കണാരൻ, ഇ കെ നായനാർ, ഇ കെ ഇമ്പിച്ചി ബാവ, എ വി കുഞ്ഞമ്പു, വി എസ് അച്യുതാനന്ദൻ എന്നിവരായിരുന്നു ആ ഏഴുപേർ.

ഏതാനും മാസങ്ങൾക്കകത്ത് കേരളത്തിൽ നടക്കാനിരിക്കുന്ന തിരഞ്ഞെടുപ്പിൽ ഒരു പൊതുപരിപാടിയുടെ അടിസ്ഥാനത്തിൽ ജനാധിപത്യശക്തികളെയെല്ലാം യോജിപ്പിച്ചണിനിരത്തി കോൺഗ്രസിന് കനത്ത പരാജയം ഏല്പിക്കുക എന്ന കാര്യത്തിൽ ഒരു തരത്തിലും കമ്യൂണിസ്റ്റ് പാർട്ടിയിലെ അഭിപ്രായവ്യത്യാസങ്ങൾ ബാധിക്കരുത്. നാഷണൽ കൗൺസിലിന്റെ ഈയിടത്തെ യോഗത്തിൽ നടന്നതോ

കേരളത്തിൽ ഇനി നടക്കാവുന്നതോ ആയ സംഭവവികാസങ്ങളൊന്നും തന്നെ തങ്ങളെ ഇതിൽനിന്നും പിന്തിരിപ്പിക്കാൻ പോകുന്നില്ലെന്നും അവർ പ്രസ്താവനയിൽ പറഞ്ഞു. ഇക്കാര്യത്തിൽ കേരളത്തിലെ ഭൂരിപക്ഷം പാർട്ടി മെമ്പറന്മാരും തങ്ങളെ പിന്താങ്ങുന്നുണ്ടെന്നാണ് തങ്ങളുടെ വിശ്വാസമെന്നും അവർ പ്രസ്താവനയിൽ പറഞ്ഞു.[1]

നാഷണൽ കൗൺസിലിൽനിന്ന് ഇറങ്ങിപ്പോന്ന അംഗങ്ങളുടെ സസ്പെൻഷനിൽ കേരളത്തിലെ പാർട്ടി അണികൾക്കുള്ള പ്രതിഷേധം പ്രകടിപ്പിക്കുന്നതിന് സസ്പെന്റ് ചെയ്യപ്പെട്ട നേതാക്കൾക്ക് സ്വീകരണം നല്കുന്ന വിപുലമായ പരിപാടി ആസൂത്രണം ചെയ്തു. എന്നുമാത്രമല്ല, നാഷണൽ കൗൺസിലിൽനിന്ന് ഇറങ്ങിപ്പോന്നതിനെത്തുടർന്ന് ഇ എം എസും എ കെ ജിയും ഒന്നിച്ച് കേരളത്തിലുടനീളം സഞ്ചരിച്ച് ജനറൽ ബോഡിയോഗങ്ങളിലും പൊതുസമ്മേളനങ്ങളിലും പ്രസംഗിക്കണമെന്നും തീരുമാനിക്കപ്പെട്ടിരുന്നു.[2]

ഈ പരിപാടികൾ നടപ്പിലാക്കാൻ തുടങ്ങുന്നതിനുമുമ്പുതന്നെ, കേരളത്തിലെ ഇടതുപക്ഷ നേതാക്കളെ ഈ പരിപാടിയിൽനിന്ന് പിന്തിരിപ്പിക്കാൻ വലതുവിഭാഗം കിണഞ്ഞു പരിശ്രമിച്ചു. സ്വീകരണ പരിപാടി ഉദ്ഘാടനം ചെയ്യുന്ന തിരുവനന്തപുരം സമ്മേളനത്തിന് ഏതാനും മണിക്കൂറുകൾമുമ്പ് വലതുപക്ഷക്കാരെ പ്രതിനിധീകരിച്ചുകൊണ്ട് എസ് കുമാരൻ ഇ എം എസിനെ കണ്ട് ചർച്ച നടത്തി. പരിപാടിയുമായി മുമ്പോട്ടുപോയാൽ ഇരുവിഭാഗങ്ങളും തമ്മിലുള്ള അകൽച്ച പിടിച്ചാൽ കിട്ടാത്തവണ്ണം പുരോഗമിക്കുമെന്നും അതൊഴിവാക്കുന്നതിന് തല്ക്കാലം പരിപാടി നിർത്തിവയ്ക്കണമെന്നുമായിരുന്നു എസ് കുമാരന്റെ നിർദ്ദേശം. പിടിച്ചാൽ കിട്ടാത്ത നിലയിലേക്ക് കാര്യങ്ങൾ എത്തിക്കരുതെന്ന വിചാരത്തോടെ ഇടതുപക്ഷക്കാർ നടത്തിയ ശ്രമങ്ങളെ പരാജയപ്പെടുത്തിക്കൊണ്ടാണ് വലതുവിഭാഗക്കാർ നീങ്ങുന്നതെന്നും, അത് നിർത്തിവെച്ചാൽ അകൽച്ചയില്ലാതാവുമെന്നും അതിനുള്ള ശ്രമത്തിന് ഈ പരിപാടി തടസ്സമാകുകയില്ലെന്നും ഇ എം എസ് മറുപടി നല്കി.[3]

അങ്ങനെ നിശ്ചയിച്ച രീതിയിൽത്തന്നെ പരിപാടി നടന്നു. ആദ്യ സ്വീകരണം തിരുവന്തപുരത്തായിരുന്നു. ഇ എം എസിനും എ കെ ജിക്കും 1964 ഏപ്രിൽ 21 ന് തിരുവനന്തപുരത്തുവെച്ച് പാർട്ടി പ്രവർത്തകർ ഒരു ഗംഭീരസ്വീകരണം നല്കി. സ്വീകരണം സംഘടിപ്പിച്ചത് കർഷകസംഘത്തിന്റെ ആഭിമുഖ്യത്തിലായിരുന്നു. കേശവദാസപുരം മുതൽ പഴവങ്ങാടി വരെ ചെങ്കൊടിവച്ച നൂറിലേറെ ടാക്സി കാറുകളുടെ ഒരു പ്രകടനവും സ്വീകരണത്തോടനുബന്ധിച്ചുണ്ടായിരുന്നു. ഏറ്റവും മുന്നിലായി ഒരു തുറന്ന ജീപ്പിൽ എ കെ ജി, ഇ എം എസ് എന്നിവരും അതിനുപിന്നിലായി കൊടിവച്ച കാറുകളും പഴവങ്ങാടിയിലേക്ക് നീങ്ങി.

'അവസരവാദികൾ ഒറ്റപ്പെട്ടു', 'കോൺഗ്രസുമായി കൂട്ടുകൂടാൻ അനുവദിക്കില്ല', 'പാർട്ടിയിൽ ഐക്യം ഞങ്ങളുടെ ലക്ഷ്യം' തുടങ്ങിയ മുദ്രാവാക്യങ്ങളാണ് പ്രകടനക്കാർ മുഴക്കിയത്. പ്രകടനത്തെത്തുടർന്ന്

പഴവങ്ങാടി മൈതാനത്തു ചേർന്ന പൊതുസമ്മേളനത്തിൽ പാർട്ടിയുടെ തിരുവനന്തപുരം താലൂക്ക് കമ്മിറ്റി സെക്രട്ടറി അവണാകുഴി സദാശിവൻ അദ്ധ്യക്ഷത വഹിച്ചു. ജില്ലാ കർഷകസംഘം സെക്രട്ടറി പി ജി പുരുഷോത്തമൻ നായർ സ്വാഗതമാശംസിച്ചു. ഇ എം എസ്, എ കെ ജി എന്നിവർ യോഗത്തിൽ പ്രസംഗിച്ചു. കമ്യൂണിസ്റ്റ് പാർട്ടി ഘടകങ്ങൾ, കർഷകസംഘം കമ്മിറ്റികൾ, വിദ്യാർത്ഥി ഫെഡറേഷൻ കമ്മിറ്റികൾ, തുടങ്ങിയവയെ പ്രതിനിധീകരിച്ച് ഡസൺകണക്കിനു ഹാരങ്ങൾ അവർക്ക് അർപ്പിക്കപ്പെട്ടു.[4] കമ്യൂണിസ്റ്റ് പാർട്ടിയിലെ ഇടതുപക്ഷകാരോടൊപ്പമാണ് പാർട്ടി പ്രവർത്തകർ എന്ന് വിളംബരം ചെയ്യാൻ ഈ പരിപാടിക്ക് കഴിഞ്ഞു.

തുടർന്ന് മറ്റു ജില്ലകളിലും നടന്ന സ്വീകരണ പരിപാടികൾ ഗംഭീര വിജയമായിരുന്നു. പാർട്ടിമെമ്പറന്മാരെ വിളിച്ചുകൂട്ടി നടത്തിയ വമ്പിച്ച ജനറൽ ബോഡികൾക്ക് പുറമേ വമ്പിച്ച പ്രകടനങ്ങളും പൊതുയോഗങ്ങളുമാണ് എല്ലാ സ്ഥലത്തും നടന്നത്. പാർട്ടി സംഘടനയിൽ സാധാരണ നടക്കാൻ പാടില്ലാത്ത ഇറങ്ങിപ്പോക്കുനടപടിയിലേക്ക് നീങ്ങാൻ തങ്ങൾ നിർബ്ബന്ധിക്കപ്പെട്ടത് എന്തുകൊണ്ടാണെന്ന് ഇടതുപക്ഷ വിഭാഗം ജനറൽബോഡികളിലും പൊതുയോഗങ്ങളിലും വിശദീകരിച്ചു. ഇന്ത്യ–ചൈന തർക്കമോ ലോക കമ്യൂണിസ്റ്റ് പ്രസ്ഥാനത്തിലെ അഭിപ്രായ ഭിന്നതകളോ അല്ല, ഇന്ത്യയിലെ ഭരണാധികാരിവർഗ്ഗങ്ങളോടും അവയുടെ താല്പര്യങ്ങൾ സംരക്ഷിക്കുന്ന കോൺഗ്രസ് ഗവൺമെന്റിനോടുമുള്ള സമീപനമാണ് പാർട്ടിക്കകത്തെ അഭിപ്രായ വ്യത്യാസങ്ങൾക്കും പാർട്ടി പിളർപ്പിനും കാരണമെന്ന് അവർ വ്യക്തമാക്കി. ഈ യാഥാർത്ഥ്യം മറച്ചുവെച്ചുകൊണ്ട് ഇടതുവിഭാഗക്കാരുടെമേൽ ചൈനാപക്ഷപാതിത്വമാരോപിച്ച് അവർക്കെതിരായി സംഘടനാ നടപടികളെടുക്കുകയാണ് നാഷണൽ കൗൺസിലിൽ താല്ക്കാലിക ഭൂരിപക്ഷമുള്ള വലതുനേതൃത്വം ചെയ്തതെന്നും അതാണ് പാർട്ടിയെ ആഭ്യന്തരമായ സംഘടനാ പ്രതിസന്ധിയിലേക്കും അവസാനം പിളർപ്പിലേക്കും എത്തിച്ചതെന്നും വസ്തുതകൾ നിരത്തിവെച്ചുകൊണ്ട് ഇ എം എസും എ കെ ജിയും വിശദീകരിച്ചു.

സംസ്ഥാന കൗൺസിലിലെ ഭൂരിപക്ഷം അച്ചടക്ക നടപടികളുമായി മുന്നോട്ടു പോയി. ഇ എം എസിനും എകെജിക്കും സ്വീകരണങ്ങൾ സംഘടിപ്പിക്കുകയും ജനറൽബോഡി യോഗങ്ങൾ നടത്താൻ നേതൃത്വം കൊടുക്കുകയും ചെയ്യുന്നവരെ സസ്പെന്റ് ചെയ്യുക മുതലായ അച്ചടക്ക നടപടികൾ സ്വീകരിച്ചു. അവർ അംഗീകരിച്ച ഒരു പ്രമേയത്തിൽ ഇങ്ങനെ പറഞ്ഞു:

> ദേശീയ കൗൺസിൽ യോഗത്തെ തുടർന്നു കേരളത്തിൽ സസ്പെന്റു ചെയ്യപ്പെട്ട പ്രമുഖനേതാക്കന്മാരുടെ നേതൃത്വത്തിൽ നടക്കുന്ന സമാന്തരപ്പാർട്ടി പ്രവർത്തനങ്ങളെപ്പറ്റി കൗൺസിൽ ഗൗരവമായി ചർച്ച ചെയ്യുകയും പാർട്ടിയുടെ ഐക്യവും അച്ചട

ക്കവും നിലനിർത്തുന്നതിനുവേണ്ടി താഴെപ്പറയുന്ന തീരുമാനങ്ങ ളെടുക്കുകയും ചെയ്തു.

ദേശീയ കൗൺസിൽ സസ്പെന്റു ചെയ്ത സഖാക്കൾക്ക് സ്വീക രണയോഗങ്ങൾ സംഘടിപ്പിക്കുക, അവരെ പങ്കെടുപ്പിച്ചുകൊണ്ട് പാർട്ടികമ്മിറ്റിയോഗങ്ങൾ നടത്തുക, പാർട്ടി ജനറൽബോഡിയോ ഗങ്ങൾ നടത്തുക മുതലായ നടപടികൾ പാർട്ടികമ്മിറ്റികളിൽ ചിലതും ചില ഉത്തരവാദപ്പെട്ട പാർട്ടിമെമ്പർമാരും നടത്തുന്നതായി സ്റ്റേറ്റുകൗൺസിലിന്റെ ശ്രദ്ധയിൽപ്പെട്ടിരിക്കുന്നു. അത്തരം പ്രവർത്തനങ്ങൾ തെറ്റും അനധികൃതവും പാർട്ടിസംഘടനാതത്ത്വ ങ്ങൾക്ക് വിരുദ്ധവുമാണ്. ഇത്തരം പ്രവർത്തനങ്ങൾ പാർട്ടിയുടെ ഐക്യത്തെ ഒരു തരത്തിലും സഹായിക്കുകയില്ല. അതുകൊണ്ട് മേലിൽ ഇവ ആവർത്തിക്കരുതെന്ന് എല്ലാ പാർട്ടിഘടകങ്ങളോടും മെമ്പറന്മാരോടും അഭ്യർത്ഥിക്കുന്നു.

20-4-64 ൽ കോഴിക്കോടു ജില്ലാ കൗൺസിലിന്റെ ഒരു യോഗം പാർട്ടിയിൽനിന്നു സസ്പെന്റ് ചെയ്ത സ: സി എച്ച് കണാരന്റെ അദ്ധ്യക്ഷതയിൽ ചേരുകയും ചില തീരുമാനങ്ങളെടുക്കുകയും ചെയ്തിരിക്കുന്നു. ആ യോഗത്തിൽ സസ്പെന്റു ചെയ്യപ്പെട്ട സ. നായനാരാണ് ചർച്ചകൾക്ക് നേതൃത്വം കൊടുത്തത്. ആ യോഗ ത്തിന്റെ നടപടികളും തീരുമാനങ്ങളും പാർട്ടി സംഘടനാതത്ത്വ ങ്ങൾക്കെതിരും ദേശീയ കൗൺസിലിനെ ധിക്കരിക്കുന്നതുമാണ്. അതിനാൽ പ്രസ്തുത യോഗ തീരുമാനങ്ങൾ സ്റ്റേറ്റ് കൗൺസിൽ റദ്ദ് ചെയ്യുന്നു. അവ നടപ്പിൽ വരുത്തരുതെന്നു ജില്ലാ കൗൺസി ലിനോടും ജില്ലയിലെ പാർട്ടി ഘടകങ്ങളോടും ആവശ്യപ്പെടുന്നു.

നാഷണൽ കൗൺസിൽ സസ്പെന്റു ചെയ്ത സ: എ വി കു ഞ്ഞമ്പു കണ്ണൂർ ജില്ലാ കൗൺസിൽ സെക്രട്ടേറിയറ്റിനുവേണ്ടി ജില്ലാ-മണ്ഡലം കമ്മിറ്റികളുടെയും ബ്രാഞ്ചു സെക്രട്ടറിമാരുടെയും ഒരു സംയുക്ത യോഗം 26-4-64 ന് വിളിച്ചിരിക്കുകയും അതിൽ സസ്പെൻഷനിലിരിക്കുന്ന സ. ഇ എം എസും സ. സി എച്ച് ക ണാരനും പങ്കെടുക്കുമെന്നു അറിയിച്ചിരിക്കുകയുമാണ്. ഈ യോഗവും അനധികൃതവും പാർട്ടി പിളർക്കുന്നതിനുവേണ്ടിയുള്ള തുമാണ്. അതിനാൽ ഇതിൽ പങ്കെടുക്കരുതെന്നു അതിലേക്കു ക്ഷണിക്കപ്പെട്ട സഖാക്കളോടു കൗൺസിൽ അഭ്യർത്ഥിക്കുന്നു.

തിരുവനന്തപുരത്ത് സസ്പെൻഷനിലിരിക്കുന്ന സഖാക്കൾ ഇ എം എസിനും എ കെ ജിക്കും സ്വീകരണയോഗങ്ങൾ സംഘടിപ്പിക്കുക, ആ യോഗത്തിൽ അദ്ധ്യക്ഷത വഹിക്കുക, പ്രസംഗിക്കുക, അവരെ പങ്കെടുപ്പിച്ചുകൊണ്ട് പാർട്ടിമെമ്പർമാരുടെ ജനറൽബോഡിയോ ഗങ്ങൾ നടത്തുക മുതലായ സമാന്തരപ്പാർട്ടി പ്രവർത്തനങ്ങളിൽ സജീവമായി പങ്കെടുത്ത സഖാക്കൾ ഒ ജെ ജോസഫ്, അവണാ കുഴി സദാശിവൻ, കെ അനിരുദ്ധൻ, പി ജി വേലായുധൻ നായർ

എന്നിവരുടെ നടപടി പരസ്യമായ പാർട്ടി അച്ചടക്കലംഘനമാണെന്നു സ്റ്റേറ്റു കൗൺസിൽ കരുതുകയും ഭരണഘടന ഇരുപത്തൊൻപതാം വകുപ്പനുസരിച്ച് അവരെ അന്വേഷണവിധേയമായി പാർട്ടിയിൽനിന്നും സസ്പെന്റ് ചെയ്യുകയും ചെയ്യുന്നു. പാർട്ടിയുടെ സംഘടനാപരമായ അടിസ്ഥാനതത്ത്വങ്ങളെയും രാഷ്ട്രീയ ലൈനിനെയും അതിലംഘിച്ചുകൊണ്ട് ആപല്ക്കരമായ പല പ്രവർത്തനങ്ങളും പാർട്ടിക്കുള്ളിലും വെളിയിലും സംഘടിപ്പിച്ചു വരുന്ന ഇന്നത്തെ സ്ഥിതിഗതികളെ നേരിടുന്നതിന്നു ആവശ്യമായ നടപടികളെടുക്കുന്നതിനു സ്റ്റേറ്റ് എക്സിക്യൂട്ടീവിനെ അധികാരപ്പെടുത്തുന്നു.[5]

സ്റ്റേറ്റ് കൗൺസിൽ മെമ്പറന്മാരിലും എം എൽ എ മാരിലും ബഹുഭൂരിപക്ഷവും വലതുപക്ഷക്കാരോടൊപ്പം നിന്നു. ജില്ലാ കൗൺസിൽ അംഗങ്ങളുടെയിടയിൽ കണ്ണൂർ, തൃശൂർ, കോട്ടയം, കൊല്ലം എന്നീ ജില്ലകളിലും വലതുപക്ഷവിഭാഗത്തിനു ഭൂരിപക്ഷമുണ്ടായിരുന്നു. എന്നാൽ പാലക്കാട്, കോഴിക്കോട്, എറണാകുളം, ആലപ്പുഴ, തിരുവനന്തപുരം എന്നീ ജില്ലാ കൗൺസിലുകളിലെ ഭൂരിപക്ഷം ഇടതുവിഭാഗത്തോടൊപ്പം നിന്നു. എ ഐ ടി യു സി സംസ്ഥാന ഘടകത്തിൽ നേരിയ ഭൂരിപക്ഷം വലതുവിഭാഗത്തിനായിരുന്നപ്പോൾ കിസാൻസഭ സംസ്ഥാനഘടകത്തിലെ ബഹുഭൂരിപക്ഷവും ഇടതുവിഭാഗത്തോടൊപ്പമായിരുന്നു. ബഹുജനസംഘടനകളിലും പിളർപ്പ് ബാധിച്ചു. എന്നാൽ ഒരു കാര്യം പ്രത്യേകം ശ്രദ്ധിക്കേണ്ടതുണ്ട്. പാർട്ടി മെമ്പറന്മാരിലും അനുഭാവികളിലും ബഹുഭൂരിപക്ഷവും ഇടതുപക്ഷക്കാരോടൊപ്പമായിരുന്നു.

പാർട്ടിയുടെയും വർഗ്ഗ–ബഹുജനസംഘടനകളുടെയും പ്രാദേശിക കമ്മിറ്റികളിൽ ബഹുഭൂരിപക്ഷവും ഇടതുകാരോടൊപ്പം നില്ക്കുകയുണ്ടായി.

വലതു–ഇടതുപക്ഷ നേതാക്കളുടെ പര്യടനം ജില്ലാതലങ്ങളിൽനിന്ന് പിന്നീട് താലൂക്ക്–പ്രാദേശിക തലങ്ങളിലേക്കുവരെ വ്യാപിച്ചു. ഓരോ കമ്മിറ്റിയും, കമ്മിറ്റിക്കകത്തുതന്നെ എത്രപേർ ഇടതുപക്ഷത്ത് ചേരും അല്ലെങ്കിൽ വലതുപക്ഷത്തുചേരും എന്നൊക്കെ നിർണ്ണയിക്കപ്പെട്ടു. ഏതു ഭാഗം വിജയിച്ചാലും മറുഭാഗം ഉടൻതന്നെ സമാന്തര കമ്മിറ്റിയായി മാറുക എന്ന സ്ഥിതിവിശേഷം സംജാതമായി.

ഇതുപോലെ പാർട്ടി ഓഫീസുകൾ, പത്രങ്ങൾ, മാസികകൾ, വാരികകൾ, പുസ്തകപ്രസിദ്ധീകരണ സ്ഥാപനങ്ങൾ, പ്രസുകൾ തുടങ്ങി പാർട്ടി സ്വത്തുക്കളുടെ കാര്യത്തിലും വമ്പിച്ച തർക്കം നടന്നു. *ദേശാഭിമാനി* പത്രവും പ്രസുമൊഴികെ മറ്റെല്ലാം വലതുവിഭാഗം കൈക്കലാക്കി. അതുകൊണ്ട് വെറും കൈയോടെ ഇടതുവിഭാഗക്കാർക്ക് കേരളത്തിൽ തങ്ങളുടെ പ്രവർത്തനം ആരംഭിക്കേണ്ടിയിരുന്നു. ഈ സമരങ്ങളെക്കുറിച്ചെല്ലാം ഇ എം എസ് എഴുതി:

പാർട്ടിമെമ്പർമാർക്ക് മാത്രമല്ല, പാർട്ടിയോട് സ്നേഹമുള്ള ബഹു ജനങ്ങൾക്ക് കൂടി താല്പര്യമുള്ളതാണ് പ്രശ്നമെന്നതിനാൽ ഇക്കാര്യം സംബന്ധിച്ച് തങ്ങൾക്കുള്ള നിലപാട് വ്യക്തമാക്കാൻ ഇടതുപക്ഷ നേതാക്കൾ സ്വീകരണയോഗങ്ങളുടെ വേദി ഫലപ്ര ദമായി ഉപയോഗിച്ചു. സാധാരണകാലത്ത് പാർട്ടി കമ്മിറ്റികൾക കത്തുമാത്രം ചർച്ച ചെയ്യുന്ന രാഷ്ട്രീയവും സംഘടനാപരവുമായ പ്രശ്നങ്ങൾ ആയിരക്കണക്കിന് ജനങ്ങളുടെ മുമ്പിൽ ചർച്ച ചെയ്യ പ്പെട്ടു.

ഈ പ്രചാരവേലയ്ക്കുള്ള മറുപടി സ്വാഭാവികമായി വലതുനേ തൃത്വത്തിന്റെ ഭാഗത്ത് നിന്നുവന്നു. അവരും പൊതുയോഗങ്ങൾ വിളിച്ചുകൂട്ടി തങ്ങളുടെ നിലപാട് വ്യക്തമാക്കി. അങ്ങനെ നാഷ ണൽ കൗൺസിൽ യോഗത്തിൽ നിന്നുള്ള ഇറങ്ങിപ്പോക്കെന്ന ഉൾപ്പാർട്ടി സംഘടനാ പ്രശ്നം പാർട്ടിക്കകത്തെ രണ്ടു വിഭാഗ ങ്ങൾ തമ്മിലുള്ള പരസ്യവിവാദത്തിന്റെ രൂപം കൈക്കൊണ്ടു.

എന്നാൽ ഇരുചേരികൾ തമ്മിലുള്ള പരസ്യവിവാദത്തിന്റെ പരി ധിയിൽ മാത്രമായി ഇത് ഒതുങ്ങിനിന്നില്ല. സ്റ്റേറ്റ് കമ്മിറ്റി, ജില്ലാക മ്മിറ്റികൾ, അവയ്ക്ക് കീഴെയുള്ള പാർട്ടിഘടകങ്ങൾ എന്നീ ഓരോ നിലവാരത്തിലും ഇരുവിഭാഗങ്ങൾ തമ്മിൽ സംഘടനാപരമായി ഏറ്റുമുട്ടി. ആർക്കാണ് ഭൂരിപക്ഷമെന്ന പ്രശ്നം ഓരോ കമ്മിറ്റി ക്കുമകത്ത് രൂക്ഷമായ സംഘട്ടനത്തിൽ ചെന്നുകലാശിക്കുകയും വോട്ടെടുപ്പോടെ പ്രശ്നത്തിന് ഔപചാരികമായ പരിഹാരമുണ്ടാ ക്കുകയും ചെയ്തു. പക്ഷേ, വോട്ടെടുപ്പിന്റെ ഫലം എന്തായാലും, ജയിച്ചവരും തോറ്റവരും വെവ്വേറെനിന്ന് തങ്ങളുടേതാണ് യഥാർത്ഥ പാർട്ടിഘടകമെന്ന അവകാശവാദമുയർത്തി.

അതായത്, ഇറങ്ങിപ്പോക്ക് കഴിഞ്ഞ് ഏതാനും ആഴ്ചകൾക്കു ള്ളിൽ പാർട്ടി സംഘടനയുടെ ഓരോ നിലവാരത്തിലും സമാന്തര മായ രണ്ടു കമ്മിറ്റി നിലവിൽവന്നു. ഓരോ വിഭാഗത്തിലുംപ്പെട്ട കമ്മിറ്റി പിളർപ്പിനുമുമ്പുണ്ടായിരുന്ന പാർട്ടിയിലെ മെമ്പർമാരെ പര മാവധി തങ്ങൾക്ക് പിന്നിൽ അണിനിരത്താൻ കിണഞ്ഞ ശ്രമം നടത്തി. ഓരോ മെമ്പറും ഓരോ അനുഭാവിയും എവിടെ നില്ക്കു ന്നുവെന്ന് തിട്ടപ്പെടുത്തി ഇരുവിഭാഗക്കാരുടെയും സ്വാധീനം വർദ്ധി പ്പിക്കാനുള്ള ശ്രമം നടന്നു. അതേവരെ അവിഭക്തമായി നിന്നിരുന്ന കമ്യൂണിസ്റ്റ് പാർട്ടി അടിമുതൽ മുടിവരെ രണ്ടായി പിളർന്നുവെ ന്നർത്ഥം.

ഈ മത്സരത്തിൽ ഉയർന്നുവന്ന ഒരു പ്രധാനപ്രശ്നം പാർട്ടിയുടെ പേരിലുള്ള സ്ഥാപനങ്ങളും സ്വത്തുക്കളും ആർക്ക് കൈവശമാ കുമെന്നതായിരുന്നു. ആയിടെ പണിത തിരുവനന്തപുരത്തെ സ്റ്റേറ്റ് കമ്മിറ്റി ആപ്പീസ്, അതുപോലെ മറ്റു ചില കെട്ടിടങ്ങളും സ്വത്തു

ക്കളും *ദേശാഭിമാനി*യും *ജനയുഗ*വും അടക്കമുള്ള പാർട്ടി പത്രങ്ങൾ, *പ്രഭാത്* ബുക്ക് ഹൗസ് എന്ന പാർട്ടി പ്രസിദ്ധീകരണശാല മുതലായവ ആരുടെ കൈയിലെത്തുമെന്നത് വാശിയേറിയ മത്സരത്തിന് വഴിവെച്ചു. സ്റ്റേറ്റ് കമ്മിറ്റിയിൽ ഭൂരിപക്ഷം വലതുകാർക്കായിരുന്നതിനാൽ ഈ സ്ഥാപനങ്ങളിൽ മിക്കതിന്റെയും നിയന്ത്രണവും മിക്കവാറും എല്ലാ പാർട്ടി സ്വത്തുക്കളും വലതുകാർക്ക് കൈവശപ്പെടുത്താൻ കഴിഞ്ഞു.

ചില സാങ്കേതിക കാരണങ്ങളാൽ *ദേശാഭിമാനി* ദിനപത്രവും അതച്ചടിക്കുന്ന പ്രസും ഇടതുകാരുടെ കൈവശം നിന്നു. എന്നാൽ അവിടെയും പത്രാധിപത്യ ജോലി, മാനേജ്മെന്റ് മുതലായ രംഗങ്ങളിൽ പ്രവർത്തിച്ചിരുന്നവരിൽ ഭൂരിപക്ഷം വലതുകാരായിരുന്നതിനാൽ, ഇടതുകാർക്ക് പത്രനടത്തിപ്പിൽ ഒട്ടേറെ തടസ്സങ്ങൾ അനുഭവപ്പെട്ടു. പ്രസിന്റെ ഉടമാവകാശമുള്ള ലിമിറ്റഡ് കമ്പനിയിലെ ഓഹരിക്കാരിൽ ഭൂരിപക്ഷം നേടാൻ വലതുകാർ നടത്തിയ ശ്രമവും പ്രശ്നങ്ങൾ സൃഷ്ടിച്ചു. പക്ഷേ, ആ ശ്രമം അവസാനം പൊളിഞ്ഞു. കമ്പനിയുടെ നിയന്ത്രണം നിലനിർത്താൻ ഇടതുകാർക്ക് സാധിച്ചു.

കേരള നിയമസഭയിലുള്ള കമ്യൂണിസ്റ്റ് പാർട്ടി മെമ്പർമാർ ഒരു സംഘടിതഗ്രൂപ്പായി പ്രവർത്തിക്കുകയായിരുന്നുവല്ലോ. അതിന്റെ നേതാവെന്ന നിലയ്ക്ക് പ്രതിപക്ഷനേതാവ് ഈ ലേഖകനും ഉപനേതാവ് അച്യുതമേനോനുമായിരുന്നു. മറ്റുപാർട്ടി കമ്മിറ്റികളെന്നപോലെ നിയമസഭാവിഭാഗവും പിളർന്നു. പിളർപ്പിന്റെ രൂപമാകട്ടെ, നേതൃസ്ഥാനത്തുനിന്ന് ഈ ലേഖകനെ മാറ്റി അച്യുതമേനോൻ നേതൃസ്ഥാനം ഏറ്റെടുക്കുകയായിരുന്നു. എം എൽ എമാരിൽ ഒരു നേരിയ ഭൂരിപക്ഷം അച്യുതമേനോന്റെ കൂടെയായിരുന്നു. അതുകൊണ്ട് പ്രതിപക്ഷ നേതൃസ്ഥാനത്തു നിന്നും ഈ ലേഖകനെ മാറ്റുക, അതിനൊത്ത പുതിയ സംവിധാനം പ്രതിപക്ഷ സീറ്റുകളുടെ കാര്യത്തിൽ വരുത്തുക, ഈ ലേഖകൻ നേതാവായിക്കൊണ്ട് മറ്റൊരു പാർട്ടിയെ സ്പീക്കർ അംഗീകരിക്കുക–ഇതെല്ലാം നടന്നു. പ്രതിപക്ഷ നേതാവെന്ന നിലയ്ക്ക് ഈ ലേഖകന് അനുവദിച്ചു കിട്ടിയിരുന്ന സൗകര്യങ്ങൾ അച്യുതമേനോന് മാറ്റിക്കൊടുത്തു.[6]

ജില്ലകളിലും മറ്റും ജനറൽ ബോഡിയോഗങ്ങളും പര്യടനവും പൂർത്തിയാക്കിയ ശേഷം ഇടതുവിഭാഗം നേതാക്കൾ മേയ് 6,7 തീയതികളിൽ എറണാകുളത്തു ഹിന്ദിപ്രചാരസഭ ഹാളിൽവെച്ച് 'കമ്യൂണിസ്റ്റ് ഐക്യ സമ്മേളനം' എന്ന പേരിൽ ഒരു കൺവെൻഷൻ വിളിച്ചുകൂട്ടി. സ്റ്റേറ്റ് കൗൺസിലിലെയും ജില്ലാ കൗൺസിലിലെയും ഇടതുപക്ഷ മെമ്പറന്മാരാണ് ഈ കൺവെൻഷനിൽ പങ്കെടുത്തത്. 160 ൽപ്പരം പ്രതിനി

ധികൾ സമ്മേളനത്തിൽ പങ്കെടുത്തു. പ്രതിനിധികളുടെ ജില്ല തിരിച്ചുള്ള പട്ടിക താഴെ ചേർക്കുന്നു. തിരുവനന്തപുരം–16, കൊല്ലം–2, തൃശൂർ–7, ആലപ്പുഴ–16, കോട്ടയം–13, എറണാകുളം–26, പാലക്കാട്–13, കോഴിക്കോട്–33, കണ്ണൂർ–33, ഇ എം എസ് നമ്പൂതിരിപ്പാട്, എ കെ ജി, അഴീക്കോടൻ രാഘവൻ എന്നിവർ ഇതിൽപ്പെടുകയില്ല.[7]

എം കെ കേളു, ഡോ. പി കെ സുകുമാരൻ, വി ശ്രീധർ, എന്നിവരടങ്ങിയ പ്രസീഡിയമാണ് സമ്മേളന നടപടികൾ നിയന്ത്രിച്ചത്.

കേരളത്തിൽ കമ്യൂണിസ്റ്റ് പാർട്ടി അണികളിൽ ബഹുഭൂരിപക്ഷവും ഇടതുപക്ഷക്കാരുടെ കൂടെയാണെന്ന് തനിക്കും എ കെ ജിക്കും തങ്ങൾ ഈയിടെ സ്റ്റേറ്റിലുടനീളം നടത്തിയ പര്യടനത്തിൽ ബോദ്ധ്യപ്പെട്ടതായി കൺവെൻഷനിൽ രാഷ്ട്രീയ റിപ്പോർട്ട് അവതരിപ്പിച്ചുകൊണ്ട് ഇ എം എസ് പറഞ്ഞു. വലതുപക്ഷക്കാരടക്കം പാർട്ടി അണികളിൽ ഐക്യം വേണമെന്നാണ് തന്റെ അഭിപ്രായമെങ്കിലും തത്ത്വങ്ങൾ അടിയറ വെച്ചുകൊണ്ടോ ആശയങ്ങൾ ബലികഴിച്ചുകൊണ്ടോ ഐക്യമുണ്ടാക്കാമെന്ന് പ്രതീക്ഷിക്കാൻ തങ്ങൾക്ക് നിവൃത്തിയില്ലെന്ന് നമ്പൂതിരിപ്പാട് പറഞ്ഞു. ആശയപരവും മറ്റുമായ അഭിപ്രായവ്യത്യാസങ്ങൾ ചർച്ച ചെയ്യുന്നതിന് സ്റ്റേറ്റ് നിലവാരത്തിലും കേന്ദ്രനിലവാരത്തിലും ഒരു പാർട്ടി കോൺഗ്രസ് വിളിക്കുമെന്ന് ഉറപ്പ് നല്കുകയാണെങ്കിൽ പാർട്ടിയിൽ ഐക്യം നിലനിറുത്തുന്നതിന് വലതുപക്ഷക്കാരുമായി യോജിക്കാൻ ഇടതുപക്ഷക്കാർ തയ്യാറാവുമെന്ന് നമ്പൂതിരിപ്പാട് അഭിപ്രായപ്പെട്ടു. അതിന്റെ മുൻ ഉപാധിയായി 32 പേരുടെ പേരിലുള്ള സസ്പെൻഷൻ പിൻവലിക്കണം എന്നദ്ദേഹം പറഞ്ഞു.[8]

പിന്നീട് രാഷ്ട്രീയ റിപ്പോർട്ട് പ്രതിനിധികൾ ചർച്ചചെയ്ത് അംഗീകരിച്ചു.

എല്ലാ ഭിന്നിപ്പുകളും അവസാനിപ്പിക്കുകയും കമ്യൂണിസ്റ്റ് പാർട്ടിയിൽ ഐക്യം പുനഃസ്ഥാപിക്കുകയും ചെയ്യേണ്ടതിന്റെ ആവശ്യകത ഊന്നിപറഞ്ഞുകൊണ്ട് കൺവെൻഷൻ ഒരു ദീർഘമായ പ്രമേയം അംഗീകരിച്ചു.[9] സ്റ്റേറ്റ് കൗൺസിൽ നേതൃത്വവുമായി സംഭാഷണം നടത്താൻ പതിനൊന്ന് അംഗങ്ങളടങ്ങിയ ഒരു കമ്മിറ്റിയെയും തിരഞ്ഞെടുത്തു. എന്നാൽ കൺവെൻഷൻ ആവിഷ്കരിച്ച നിർദ്ദേശങ്ങളുടെ അടിസ്ഥാനത്തിലായിരിക്കും സംഭാഷണം. ആ നിർദ്ദേശങ്ങൾ: ഒന്ന്, നാഷണൽ കൗൺസിൽ സസ്പെന്റ് ചെയ്ത 32 പേരുടെ മാത്രമല്ല, കേരളാ സ്റ്റേറ്റ് കൗൺസിൽ നടപടിയെടുത്ത എല്ലാവരുടെയും സസ്പെൻഷൻ പിൻവലിക്കുക. രണ്ട്, 1962 ലെ അംഗത്വനിലവാരത്തിന്റെ അടിസ്ഥാനത്തിൽ പാർട്ടി സമ്മേളനത്തിലേക്ക് പ്രതിനിധികളെ തിരഞ്ഞെടുക്കുക. മൂന്ന്, അതിനു മുമ്പ് രണ്ടുവിഭാഗവും യോജിച്ചുകൊണ്ട് ഉൾപ്പാർട്ടി ചർച്ച നടത്തുക. നാല്, ഡാങ്കെ കത്തുകളെക്കുറിച്ച് സംയുക്ത കമ്മീഷൻ അന്വേഷണം നടത്തുക. അഞ്ച്, അന്വേഷണം കഴിയുന്നതുവരെ ഡാങ്കെ ചെയർമാൻ സ്ഥാനത്തുനിന്ന് മാറിനില്ക്കുക.[10]

ഇക്കാര്യങ്ങൾക്ക് പിന്തുണ നേടാൻ പാർട്ടി അംഗങ്ങളിൽനിന്ന് ഒപ്പുശേഖരിക്കണമെന്നും കൺവെൻഷൻ തീരുമാനിച്ചു. യോഗം ഒരു സംഘടനാ കമ്മിറ്റിയെയും തിരഞ്ഞെടുത്തു.

കൺവെൻഷനിൽ പങ്കെടുത്ത ഇടതുപക്ഷക്കാരിൽ തന്നെ അഭിപ്രായ ഭിന്നതയുണ്ടായിരുന്നു. എങ്കിലും തല്ക്കാലം അതെല്ലാം മാറ്റിവയ്ക്കാൻ അവർ തീരുമാനിച്ചു. അതേക്കുറിച്ച് ഇ എം എസ് എഴുതി:

> വലതുപക്ഷത്തിനെതിരെ ഒറ്റക്കെട്ടായിരുന്നെങ്കിലും കേരളത്തിലെ ഇടതുപക്ഷക്കാരായ ഞങ്ങൾക്കിടയിൽത്തന്നെ അഭിപ്രായവ്യത്യാസമുണ്ടായിരുന്നുവെന്നതാണ് മറ്റൊരു പ്രശ്നം. ദേശീയ നയങ്ങളുടെ കാര്യത്തിലേറെ സാർവ്വദേശീയ നയങ്ങളുടെ കാര്യത്തിലായിരുന്നു രൂക്ഷത കൂടുതൽ. ആ പ്രശ്നങ്ങൾ ഇപ്പോൾ ചർച്ച ചെയ്ത് പരിഹരിക്കാൻ മെനക്കെടുന്നതിലർത്ഥമില്ല എന്ന് ഞങ്ങൾ തീരുമാനിച്ചു. അതുകൊണ്ട് അഭിപ്രായവ്യത്യാസം ഏറ്റവും കുറവുള്ള കാര്യങ്ങളെക്കുറിച്ച് യോജിച്ച ധാരണയിലെത്താൻ ഞങ്ങൾ തീരുമാനിച്ചു. അങ്ങനെയാണ് ദേശീയ കൗൺസിലിൽനിന്നുള്ള ഇറങ്ങിപ്പോക്കിനുശേഷം, പാർട്ടി കോൺഗ്രസിനുമുമ്പു കൊച്ചിയിൽ ചേർന്ന പ്രത്യേക യോഗത്തിൽവെച്ച് ഏകീകൃത ധാരണയുണ്ടായത്.[11]

എന്നാൽ ഇടതുപക്ഷക്കാരുടെ കൺവെൻഷനിൽവെച്ച ഐക്യ നിർദ്ദേശങ്ങളൊന്നും അംഗീകരിക്കാൻ വലതുപക്ഷ നേതൃത്വത്തിലുള്ള സംസ്ഥാന കൗൺ സിൽ തയ്യാറായില്ല. മേയ് 23, 24 തീയതികളിൽ കെ എ കേരളീയന്റെ അദ്ധ്യക്ഷയിൽ തൃശൂരിൽ ചേർന്ന സ്റ്റേറ്റ് കൗൺസിൽ യോഗം അംഗീകരിച്ച നീണ്ടപ്രസ്താവനയിൽ അതു വ്യക്തമാക്കി. കൂടാതെ സംഘടനാ നടപടികളുമായി സ്റ്റേറ്റ് കൗൺസിൽ മുന്നോട്ടു പോയി. സ്റ്റേറ്റ് കൗൺസിൽ അംഗീകരിച്ച ഒരു തീരുമാനത്തിൽ പറഞ്ഞു:

> ....അടുത്ത മൂന്നുമാസങ്ങളിൽ പാർട്ടി കോൺഗ്രസിന്നൊരുക്കുകൂട്ടുന്നതിന്റെ ഭാഗമായി ദേശീയ കൗൺസിലംഗീകരിക്കുന്ന രേഖകളുടെ അടിസ്ഥാനത്തിൽ സ്വതന്ത്രമായ ഉൾപ്പാർട്ടി ചർച്ച സംഘടിപ്പിക്കുന്നതോടൊപ്പം തന്നെ, ഇന്ന് പാർട്ടിയുടെ തീരുമാനങ്ങൾ നടപ്പിലാക്കുന്നതിനും ബഹജനങ്ങളോടുള്ള ഉത്തരവാദിത്വം നിറവേറ്റുന്നതിനും ആവശ്യമായ സംഘടനാ നടപടികൾ എടുക്കാൻ സ്റ്റേറ്റ് കൗൺസിൽ നിർബ്ബന്ധിതമായിരിക്കുന്നു. പ്രസ്ഥാനത്തോടും ജനങ്ങളോടും ഉള്ള കടമകൾ നിറവേറ്റുന്നതിന് ആ നടപടികൾ അനുപേക്ഷണീയമാണ്.
>
> മുകളിൽപ്പറഞ്ഞ അടിസ്ഥാനത്തിൽ ഓരോ ജില്ലയിലെയും പാർട്ടി സംഘടനയെ സംബന്ധിച്ച് ആവശ്യമായ നടപടികൾ എടുക്കാൻ

അതാത് ജില്ലാ കൗൺസിലുകളെ അധികാരപ്പെടുത്തുകയും അപ്രകാരം പ്രവർത്തിക്കണമെന്ന് ജില്ല കൗൺസിലുകളോട് നിർദ്ദേശിക്കുകയും ചെയ്യുന്നു. മേൽക്കമ്മിറ്റികളുടെ അച്ചടക്കത്തെ അംഗീകരിക്കാതിരിക്കുകയും ഔദ്യോഗിക പാർട്ടിയുടെ തീരുമാനങ്ങൾ നടപ്പിലാക്കാതെ തടസ്സങ്ങൾ സൃഷ്ടിക്കുകയും ചെയ്യുന്ന താലൂക്ക്-മണ്ഡലം കമ്മിറ്റികളോ ശാഖകളോ ഉള്ള സ്ഥലങ്ങളിൽ അവ ഇന്ത്യൻ കമ്യൂണിസ്റ്റ് പാർട്ടിയുടെ കീഴ്ഘടകങ്ങൾ അല്ല എന്ന് പ്രഖ്യാപിക്കുകയും അവർക്ക് പകരം പാർട്ടി പ്രവർത്തനം നടത്തുന്നതിന് അച്ചടക്കം പാലിക്കാൻ തയ്യാറുള്ള അംഗങ്ങളെ ചേർത്തുകൊണ്ട് പുതിയ ഘടകങ്ങൾ രൂപീകരിക്കുകയും വേണം. ഔദ്യോഗിക പാർട്ടിയെ അംഗീകരിക്കുന്നവരെല്ലാം ഇത്തരം പുതിയ ഘടകങ്ങളുമായി ബന്ധപ്പെട്ടു പ്രവർത്തിക്കണം.[12]

ഇടതുപക്ഷക്കാരുടെ കൊച്ചി കൺവെൻഷൻ തിരഞ്ഞെടുത്ത സംഘടനാ കമ്മിറ്റി ജൂൺ 13 ന് യോഗം ചേർന്ന് 15 പേരടങ്ങിയ ഒരു എക്സിക്യൂട്ടീവ് കമ്മിറ്റിയെ തെരഞ്ഞെടുത്തു. കമ്മിറ്റിയിലെ അംഗങ്ങൾ ഇ എം എസ് നമ്പൂതിരിപ്പാട്, എ കെ ജി, സി എച്ച് കണാരൻ, അഴീക്കോടൻ രാഘവൻ, എ വി കുഞ്ഞമ്പു, ഇ കെ നായനാർ, കെ ചാത്തുണ്ണി മാസ്റ്റർ, ഇ കെ ഇമ്പിച്ചി ബാവ, പി ഗംഗാധരൻ, ടി കെ രാമകൃഷ്ണൻ, ഇ ബാലാനന്ദൻ, വി എസ് അച്യുതാനന്ദൻ, സി കെ സുശീല, വി ശ്രീധർ, ഒ ജെ ജോസഫ് എന്നിവരാണ്.[13]

കേരളത്തിൽ നടന്നതുപോലെ തന്നെ മറ്റെല്ലാ സംസ്ഥാനങ്ങളിലും ഇരുപക്ഷവും ഏറ്റുമുട്ടുകയും ഇടതുപക്ഷക്കാർ സംസ്ഥാന കൺവെൻഷനുകൾ സംഘടിപ്പിക്കുകയും ചെയ്തു. അതിനുശേഷം ജൂലൈ മാസത്തിൽ ആന്ധ്രാപ്രദേശിലെ തെന്നാലിയിൽവെച്ച് അഖിലേന്ത്യാ കൺവെൻഷനും തുടർന്ന് ഒക്ടോബർ-നവംബർ മാസത്തിൽ ഏഴാം പാർട്ടി കോൺഗ്രസും സംഘടിപ്പിച്ചു. പാർട്ടി കോൺഗ്രസിന് തൊട്ടു മുമ്പായി ആലപ്പുഴയിൽവെച്ച് ഇടതുപക്ഷ വിഭാഗത്തിന്റെ കേരള സംസ്ഥാനസമ്മേളനം നടന്നു.

സൂചനകൾ

1. അനുബന്ധം–28.
2. *ഒരു ഇന്ത്യൻ കമ്യൂണിസ്റ്റിന്റെ ഓർമ്മക്കുറിപ്പുകൾ*, പു:217.
3. *കമ്യൂണിസ്റ്റ് പാർട്ടി കേരളത്തിൽ II*, പു:247.
4. *ജനയുഗം*, 22 ഏപ്രിൽ 1964.
5. *പാർട്ടിയുടെ ഐക്യവും അച്ചടക്കവും ഉയർത്തിപ്പിടിക്കുക*, പു: 39–40.
6. *കമ്യൂണിസ്റ്റ് പാർട്ടി കേരളത്തിൽ II*, പു: 247.
7. *ദേശാഭിമാനി*, 8 മേയ് 1964.

8. *ദേശാഭിമാനി,* 7 മേയ് 1964.
9. *ദേശാഭിമാനി,* 9 മേയ് 1964.
10. *ദേശാഭിമാനി,* 9 മേയ് 1964.
11. *ഒരു ഇന്ത്യൻ കമ്യൂണിസ്റ്റിന്റെ ഓർമ്മക്കുറിപ്പുകൾ,* പു:216–17.
12. *നവയുഗം,* 30 മേയ് 1964.
13. *ദേശാഭിമാനി,* 16 ജൂൺ 1964.

27

തെന്നാലി കൺവെൻഷൻ

നാഷണൽ കൗൺസിലിലെ 32 അംഗങ്ങൾ ഇറങ്ങിപ്പോന്നതിനു ശേഷം പാർട്ടി ഐക്യത്തിനുവേണ്ടി നടത്തിയ കൂടിയാലോചനകളൊന്നും ഫലപ്രാപ്തിയിലെത്തിയില്ല. അതിനാൽ ഇറങ്ങിപ്പോക്ക് നടത്തിയ ഇട തുവിഭാഗക്കാർ തങ്ങളുടേതാണ് യഥാർത്ഥ ഇന്ത്യൻ കമ്യൂണിസ്റ്റ് പാർട്ടി യെന്ന് തെളിയിക്കുന്നതിനുള്ള പ്രവർത്തനങ്ങളിലേർപ്പെട്ടു. അവർ ഒരു താല്ക്കാലിക കമ്മിറ്റി ഓഫീസ് ഡൽഹിയിൽ തുറന്നു.

വലതുപക്ഷ നേതൃത്വത്തെ എതിർക്കുന്ന കാര്യത്തിൽ നാഷണൽ കൗൺസിലിൽനിന്ന് ഇറങ്ങിവന്ന 32 അംഗങ്ങൾ തമ്മിൽ പൂർണ്ണമായ യോജിപ്പുണ്ടായിരുന്നെങ്കിലും ഇടതുപക്ഷ ചായ്വോടുകൂടി പാർട്ടിയെ പുനഃസംഘടിപ്പിക്കേണ്ടതെങ്ങനെയെന്ന കാര്യത്തിൽ അവർക്കിടയിൽ അഭിപ്രായഐക്യമില്ലായിരുന്നു.

ഉദാഹരണത്തിന്, അവസാനംവരെ ഇടതുപക്ഷക്കാരോടൊപ്പം നില്ക്കുകയും, ഏപ്രിൽ 9–ാം തീയതി നടന്ന കേന്ദ്ര എക്സിക്യൂട്ടീവ് കമ്മിറ്റി യോഗത്തിൽനിന്ന് ഇറങ്ങിപ്പോന്ന 12 പേരിൽ ഒരാളായ ഭൂപേശ് ഗുപ്ത പിന്നീട് വലതുപക്ഷക്കാരോടൊപ്പം നില്ക്കുകയും ഏപ്രിൽ 11–ാം തീയതിയിലെ നാഷണൽ കൗൺസിൽ യോഗത്തിൽനിന്ന് 32 പേരോ ടൊപ്പം ഇറങ്ങിപ്പോകാതിരിക്കുകയും ചെയ്തു. ഇറങ്ങിപ്പോന്നവരിലൊ രാളായ ഇ എം എസ് നമ്പൂതിരിപ്പാട് തനിക്ക് ഇടതുപക്ഷവിഭാഗക്കാ രിൽ ഭൂരിപക്ഷവുമായി ചില മൗലിക പ്രശ്നങ്ങളിൽ അഭിപ്രായവ്യത്യാ സമുണ്ടെന്ന് ഇറങ്ങിപ്പോക്കിനെത്തുടർന്ന് നടത്തിയ ചർച്ചകൾക്കിടയിൽ തുറന്നുപറഞ്ഞിരുന്നു. പുനഃസംഘടിപ്പിക്കുന്നതിലൂടെ രൂപംകൊള്ളുന്ന പുതിയ പാർട്ടിയിൽ ചേർന്ന് പ്രവർത്തിക്കാൻ കഴിയുമോ എന്നുപോലും സംശയം പ്രകടിപ്പിച്ചുകൊണ്ടാണ് ഇടതുപക്ഷത്തെ ഭൂരിപക്ഷം സഖാ ക്കളുമായി അദ്ദേഹം സഹകരിച്ചത്. ഇത്ര വ്യക്തമായി പറഞ്ഞിട്ടില്ലെ

ങ്കിലും ജ്യോതിബസുവിനും ഭൂരിപക്ഷത്തോട് പൂർണ്ണമായി യോജിക്കാൻ സാധിച്ചില്ല. ഈ അഭിപ്രായവ്യത്യാസങ്ങളൊക്കെയുണ്ടെങ്കിലും വലതു പക്ഷവിഭാഗത്തിനെതിരെ ഒന്നിച്ചുനില്ക്കാനുള്ള സാഹചര്യങ്ങളുമുണ്ടായിരുന്നു. അതാണ് ഇനി വിശദീകരിക്കുന്നത്.

32 അംഗങ്ങൾ നാഷണൽ കൗൺസിലിൽനിന്ന് ഇറങ്ങിപ്പോന്നതിനെത്തുടർന്ന് വിവിധ സംസ്ഥാനങ്ങളിലും രൂക്ഷമായ ഉൾപാർട്ടി സമരം നടന്നു.

നാഷണൽ കൗൺസിൽ അംഗങ്ങൾക്കിടയിൽ ഭൂരിപക്ഷം വലതു പക്ഷത്തും ന്യൂനപക്ഷം മാത്രം ഇടതുപക്ഷത്തുമായിരുന്നല്ലോ. നാഷണൽ കൗൺസിലിൽ മാത്രമല്ല, പാർട്ടിയിലാകെ ഇതാണ് സ്ഥിതിയെന്ന് വരുത്താനായിരുന്നു വലതുപക്ഷം കിണഞ്ഞുശ്രമിച്ചത്. എന്നാൽ, ഇട തുപക്ഷക്കാരാകട്ടെ കേന്ദ്രതലത്തിൽ വലതുപക്ഷക്കാർക്കുള്ള ഭൂരിപക്ഷം കൃത്രിമമായുള്ളതാണ്, പാർട്ടിയിലാകെ പരിശോധിച്ചാൽ ഇടതു പക്ഷത്തിനാണ് ഭൂരിപക്ഷം എന്ന് സ്ഥാപിക്കാനാണ് പ്രവർത്തിച്ചത്.

അതിനാൽ ഇറങ്ങിപ്പോക്കിനെത്തുടർന്ന് നടന്ന സംസ്ഥാനക്കമ്മിറ്റികളുടെ യോഗങ്ങളാകെ ഇരുവിഭാഗക്കാർ തമ്മിലുള്ള ബലപരീക്ഷണങ്ങളുടെ വേദിയായി മാറി. ഏത് വിഭാഗം ജയിച്ചാലും മറുവിഭാഗക്കാർ സമാന്തര കമ്മിറ്റികളുണ്ടാക്കി പ്രവർത്തിച്ചു തുടങ്ങി. മുൻസമ്മേളനങ്ങളിൽ വെച്ച് തിരഞ്ഞെടുക്കപ്പെട്ട കമ്മിറ്റികളുടെ സ്വഭാവമെന്തായിരുന്നാലും അതിൽനിന്ന് വ്യത്യസ്തമായ സമാന്തര കമ്മിറ്റികൾ എല്ലാ സംസ്ഥാനങ്ങളിലും രൂപംകൊണ്ടു. സംസ്ഥാനതലത്തിൽ മാത്രമല്ല, ജില്ലാ–പ്രാദേശിക നിലവാരങ്ങളിലെല്ലാം ഈ രീതിയിൽ സമാന്തര കമ്മിറ്റികൾ രൂപം കൊണ്ടു.

അടി മുതൽ മുടിവരെ നടന്ന ഈ രൂക്ഷസമരത്തിൽ തങ്ങളുടെ ചേരിക്ക് കഴിയുന്നത്ര വിപുലമായ ബഹുജന പിന്തുണയും ഉൾപ്പാർട്ടി പിന്തുണയും ഉണ്ടെന്ന് വരുത്തേണ്ടത് വലതുപക്ഷക്കാരുടെ ആവശ്യമായിരുന്നു. അതുകൊണ്ടാണവർ അവസാനംവരെ ഇടതുപക്ഷക്കാരോടൊപ്പം നിന്ന ഭൂപേശ് ഗുപ്തയെ ഹൃദയപൂർവ്വം ഉൾക്കൊണ്ട് തങ്ങളുടെ നേതാവാക്കി ഉയർത്തിയത്. ഭൂപേശ് ഗുപ്തയെന്നപോലെ 'നടുനിലക്കാരെ'ന്ന് വിശേഷിപ്പിക്കപ്പെട്ടിരുന്ന ഇ എം എസ് നമ്പൂതിരിപ്പാട്, ജ്യോതി ബസു എന്നിവർ അധികം കഴിയുന്നതിനുമുമ്പ് വലതുപക്ഷത്തേക്ക് ചെല്ലുമെന്ന് അവർ പരസ്യമായി പറഞ്ഞുപരത്തി.

ഇടതുപക്ഷക്കാർക്കിടയിലുള്ള അഭിപ്രായ വ്യത്യാസങ്ങൾക്ക് മുൻഗണന കൊടുക്കാതിരുന്നാലേ വലതുനേതൃത്വത്തിന്റെ ഈ തന്ത്രം പൊളിച്ച് വ്യക്തമായ ഇടതുപക്ഷ സ്വഭാവത്തോടുകൂടി പാർട്ടിയെ പുനഃസംഘടിപ്പിക്കാൻ കഴിയുകയുള്ളൂവെന്ന് ഇടതുപക്ഷക്കാർ മനസ്സിലാക്കി. അതിനാൽ പ്രകടമായ അഭിപ്രായവ്യത്യാസങ്ങളെ അവഗണിക്കാനും ഉൾപ്പാർട്ടി ചർച്ചയിലൂടെ അഭിപ്രായഭേദങ്ങൾ പരിഹരിക്കാനും ഇടതുപക്ഷക്കാർ തീരുമാനിച്ചു.

ഈ ചുറ്റുപാടിലാണ് 32 പേരുടെ മുൻകൈയോടെ വലതുപക്ഷ നേതൃത്വത്തിനെതിരായി പോരാടുന്ന ഇന്ത്യൻ കമ്യൂണിസ്റ്റുകാരുടെ ഒരു അഖിലേന്ത്യാ കൺവെൻഷൻ വിളിച്ചുകൂട്ടിയത്.

1964 ജൂലൈ 7 മുതൽ 11 വരെ ആന്ധ്രാപ്രദേശിലെ ഗുണ്ടൂർ ജില്ലയിലെ തെന്നാലി നഗരത്തിൽ വെച്ചായിരുന്നു നാഷണൽ കൗൺസിലിൽ നിന്നിറങ്ങിപ്പോന്ന 32 അംഗങ്ങൾ വിളിച്ചുകൂട്ടിയ കൺവെൻഷൻ നടന്നത്. രാജ്യത്തിന്റെ വിവിധ ഭാഗങ്ങളിൽ നിന്നായി 146 പ്രതിനിധികൾ കൺവെൻഷനിൽ പങ്കുകൊണ്ടു. ഒരു ലക്ഷം പാർട്ടി അംഗങ്ങളെ പ്രതിനിധീകരിച്ചവരായിരുന്നു ഇവർ. കമ്യൂണിസ്റ്റ് പാർട്ടിയുടെ സ്ഥാപകാംഗങ്ങളിൽ ഒരാളായ മുസഫർ അഹമ്മദ് പതാക ഉയർത്തിയതോടെ കൺവെൻഷൻ ആരംഭിച്ചു. യഥാർത്ഥ കമ്യൂണിസ്റ്റ് പാർട്ടിയുടെ സൃഷ്ടിക്കായി നമുക്ക് പ്രതിജ്ഞയെടുക്കാം എന്ന ആഹ്വാനത്തോടെയാണ് മുസഫർ അഹമ്മദ് പതാക ഉയർത്തിയത്. സമ്മേളനം നിയന്ത്രിക്കുന്നതിനുവേണ്ടി എ കെ ജി, ജ്യോതി ബസു, ശിവവർമ്മ എന്നിവരടങ്ങിയ പ്രസീഡിയത്തെ തിരഞ്ഞെടുത്തു. പി സുന്ദരയ്യ സമ്മേളനത്തിന് സ്വാഗതമാശംസിച്ചു.

വലതുപക്ഷ വിഭാഗത്തിന്റെ പ്രതിനിധികളായ ഗംഗാധർ അധികാരി, രാജേശ്വര റാവു, ഭൂപേശ് ഗുപ്ത എന്നിവരുമായി 32 പേരുടെ പ്രതിനിധികളായ ഇ എം എസ് നമ്പൂതിരിപ്പാട്, ജ്യോതിബസു, പ്രമോദ് ദാസ് ഗുപ്ത, ഹർകിഷൻസിങ് സുർജിത് എന്നിവർ നടത്തിയ ഐക്യ ചർച്ചയെപ്പറ്റി സമ്മേളനത്തിൽ റിപ്പോർട്ടുചെയ്തു. ഓരോ സംസ്ഥാനങ്ങളിലും നിലനില്ക്കുന്ന ഉൾപ്പാർട്ടി സാഹചര്യങ്ങളെ സംബന്ധിച്ചും പാർട്ടിയെ തകർക്കുന്നതിന് വലതുപക്ഷവിഭാഗം ചെയ്തുവരുന്ന പ്രവർത്തനങ്ങളെപ്പറ്റിയും അതതു സംസ്ഥാനങ്ങളിലെ പ്രതിനിധികൾ സമ്മേളനത്തിൽ റിപ്പോർട്ട് ചെയ്തു.

> ദേശീയ കൗൺസിലിലെ 32 അംഗങ്ങൾ തിരുത്തൽവാദത്തിനും പാർട്ടി വിരുദ്ധനിലപാടുകൾക്കുമെതിരെ യോജിച്ച് അണിനിരന്നെങ്കിലും രാഷ്ട്രീയ–ആശയ വിഷയങ്ങളിൽ അവർ തമ്മിലും ചില അഭിപ്രായഭേദങ്ങൾ നിലനിന്നിരുന്നു. അതിനാൽ ചില രേഖകൾ മുൻകൂറായി ചർച്ചയ്ക്കു വിതരണം ചെയ്തിരുന്നു. *ആശയസംവാദത്തിന് ചില സംഭാവനകൾ* എന്ന കുറിപ്പിൽ ഈ നിലപാടുകൾ വിശദമാക്കിയിരുന്നു. സ:ഇ എം എസ് നേരത്തെതന്നെ അന്തർദ്ദേശീയരംഗത്തെ ആശയസംവാദങ്ങളെപ്പറ്റിയുള്ള തന്റെ നിലപാട് വ്യക്തമാക്കിയിരുന്നു. പാർട്ടിയിൽ വളരെ മുമ്പേ നിലനിന്നിരുന്ന ഈ പ്രശ്നങ്ങൾക്ക് പരിഹാരം കാണണമെന്ന് 1963 ഒക്ടോബറിൽ നിർദ്ദേശിക്കുകയും ഈ വിഷയത്തിൽ ഒരു സ്വതന്ത്ര കമ്യൂണിസ്റ്റ് പാർട്ടി എന്ന നിലയിൽ പാർട്ടിയിൽ എല്ലാ തലങ്ങളിലും ചർച്ച ചെയ്ത് തീരുമാനമെടുക്കണമെന്ന് നിർദ്ദേശിക്കുകയും ചെയ്തിരുന്നു. ചൈനാഅനുകൂലികൾ എന്നോ മോസ്കോ അനുകൂലി

> കൾ എന്നോ ഉള്ള ചോദ്യം ഉയരാനോ ഉൾപ്പാർട്ടി ചർച്ചകൾ അവസാനിക്കാതെ സോവിയറ്റ് കമ്യൂണിസ്റ്റ് പാർട്ടിയെയോ(സി പി എസ് യു) ചൈനീസ് കമ്യൂണിസ്റ്റ് പാർട്ടിയെയോ വിമർശിക്കുകയോ ആക്രമിക്കുകയോ ചെയ്യാൻ പാടില്ലെന്നും നിലപാടെടുത്തു. പക്ഷേ, ദേശീയ കൗൺസിൽ ഈ അഭിപ്രായത്തെ ചെവിക്കൊള്ളാതെ ഏകപക്ഷീയ നിലപാടാണ് കൈക്കൊണ്ടത്. മേൽ പറഞ്ഞ നിലപാടിനോട് യോജിച്ചുകൊണ്ട് ഈ വിഷയങ്ങളിൽ തീരുമാനം ചർച്ചകൾക്കുശേഷം പാർട്ടി കോൺഗ്രസിൽ കൈക്കൊള്ളാമെന്ന് കൺവെൻഷൻ തീരുമാനിച്ചു. എന്നാൽ മാറ്റത്തിന്റെ രീതി, സമാധാനപൂർണ്ണമായ സഹവർത്തിത്വം എന്നീ കാര്യങ്ങളിൽ രാഷ്ട്രീയവും പ്രത്യയശാസ്ത്രവുമായ നിലപാടുകൾ കൈക്കൊള്ളേണ്ടത് ഏറ്റവും അത്യാവശ്യമായതിനാൽ അത് കരട് പരിപാടിയുടെ ഭാഗമാകണം എന്ന ഇ എം എസിന്റെ നിർദ്ദേശം അംഗീകരിക്കുകയും ചെയ്തു.[1]

തുടർന്ന് പാർട്ടി പരിപാടിയെ സംബന്ധിച്ചാണ് ചർച്ച നടന്നത്. നാഷണൽ കൗൺസിലിൽനിന്ന് ഇറങ്ങിപ്പോന്ന 32 ൽ 31 പേർ തയ്യാറാക്കിയ ഒരു കരട് പാർട്ടി പരിപാടി (1964 ഏപ്രിൽ 2 മുതൽ 9 വരെ ഡൽഹിയിൽ സമ്മേളിച്ച ഇടതുപക്ഷക്കാരുടെ യോഗമാണ് ഈ കരട് പരിപാടി അംഗീകരിച്ചത്)ചർച്ചയ്ക്കുവേണ്ടി വിതരണം ചെയ്തിരുന്നു. അതുപോലെ തന്നെ ഇ എം എസ് നമ്പൂതിരിപ്പാട് തയ്യാറാക്കിയ *ഇന്ത്യൻ കമ്യൂണിസ്റ്റ് പാർട്ടിയുടെ പരിപാടിക്കുള്ള കുറിപ്പും* (Note for the Programme of the Communist Party of India)(1963 ഡിസംബറിൽ തന്നെ ഇത് അദ്ദേഹം തയ്യാറാക്കിയിരുന്നു. പ്രത്യയശാസ്ത്രപരവും രാഷ്ട്രീയവുമായ പ്രശ്നങ്ങളെ പറ്റിയുള്ളതാണ് ഈ രേഖ, അതായത് പാർട്ടി പരിപാടിയും രാഷ്ട്രീയ പ്രമേയവും അടങ്ങിയ രേഖ) വിതരണം ചെയ്യുകയുണ്ടായി. ലോക കമ്യൂണിസ്റ്റ് പ്രസ്ഥാനത്തിൽ ഉണ്ടായ ഭിന്നിപ്പ്, ഇന്ത്യയുടെ ആഭ്യന്തര സ്ഥിതിഗതികൾ എന്നിവയെക്കുറിച്ച് ഇടതുപക്ഷക്കാരായ 31 പേരുടേതിൽനിന്ന് വ്യത്യസ്തമായ നിലപാടായിരുന്നു ഇ എം എസ് നമ്പൂതിരിപ്പാടിനുണ്ടായിരുന്നത്. അതിനാൽ പാർട്ടി പരിപാടി തയ്യാറാക്കുന്നതിൽ അവരോടൊപ്പം ചേരാതെ താൻ തയ്യാറാക്കി 1964 ജനുവരിയിൽ തന്നെ കേന്ദ്ര എക്സിക്യൂട്ടീവ് കമ്മിറ്റിക്കും നാഷണൽ കൗൺസിലിനും സമർപ്പിച്ചിരുന്ന കുറിപ്പ് മറ്റ് സഖാക്കൾക്ക് നല്കുകയാണ് ഇ എം എസ് ചെയ്തത്.

1963 ഡിസംബറിൽ, വരാൻ പോകുന്ന പാർട്ടി കോൺഗ്രസിനായുള്ള രേഖകൾ തയ്യാറാക്കുന്നതു സംബന്ധിച്ച ചർച്ചകളുടെ പ്രകൃതത്തിൽ സ: ഇ എം എസ് നമ്പൂതിരിപ്പാട് ഒരു രേഖ സമർപ്പിച്ചിരുന്നു. പാർട്ടിയുടെ മുമ്പാകെയുള്ള പ്രത്യയശാസ്ത്രപരവും പരിപാടിയെ സംബന്ധിക്കുന്നതുമായ പ്രശ്നങ്ങളെക്കുറിച്ച് ഒരു റിപ്പോർട്ടിന്റെ സ്വഭാവത്തിലുള്ളതാണത്. പാർട്ടി കോൺഗ്രസിനായി വെവ്വേറെ മൂന്നു രേഖകൾ–അ

തായതു ഒരു പാർട്ടി പരിപാടി, പ്രത്യയശാസ്ത്രപരമായ പ്രശ്നങ്ങളെക്കുറിച്ചുള്ള ഒരു രേഖ, ഒരു രാഷ്ട്രീയ പ്രമേയം എന്നിവ– തയ്യാറാക്കുന്നതിനുപകരം, ഈ മൂന്നു പ്രശ്നങ്ങളെക്കുറിച്ചെല്ലാം കൂടി വിപുലമായ ഒരു റിപ്പോർട്ട് നാം തയ്യാറാക്കണമെന്നും അതു മാത്രമായിരിക്കണം കോൺഗ്രസിന്റെ മുമ്പാകെയുള്ള ഒരേയൊരു രേഖ എന്നുമുള്ള അഭിപ്രായമാണ് ഇ എം എസിനുണ്ടായിരുന്നത്. ഈ രേഖ ചില ഭേദഗതികളോടുകൂടി, കോൺഗ്രസിനായുള്ള തന്റെ കരടു രേഖയായി സ. ഇ എം എസ് കേന്ദ്ര സെക്രട്ടേറിയറ്റിനു വീണ്ടും സമർപ്പിച്ചിരുന്നു. ആ രേഖയാണിത്.

നമ്പൂതിരിപ്പാടിന്റെ കുറിപ്പ് ചർച്ചകൾക്കായി പാർട്ടി സഖാക്കൾക്കിടയിൽ വിതരണം ചെയ്തുകൊണ്ടുള്ള മുഖവുരയിൽ ബസവപുന്നയ്യ എഴുതി:

> 1964 ജനുവരിക്കുമുമ്പുതന്നെ, ദേശീയ കൗൺസിലിനും, സെൻട്രൽ എക്സിക്യൂട്ടീവ് കമ്മിറ്റിക്കും സ: ഇ എം എസ് നമ്പൂതിരിപ്പാട് സമർപ്പിച്ച അദ്ദേഹത്തിന്റെ ഇന്ത്യൻ കമ്യൂണിസ്റ്റ് പാർട്ടിയുടെ പരിപാടിക്കുള്ള കുറിപ്പ് ഞങ്ങൾ ഇതോടുകൂടി പ്രസിദ്ധം ചെയ്യുകയാണ്! ഈ സമയംവരെ സെൻട്രൽ എക്സിക്യൂട്ടീവ് കമ്മിറ്റി അതിന്റെ സ്വന്തമായ ഏതെങ്കിലും പരിപാടി എഴുതി തയ്യാറാക്കുകയോ, അല്ലെങ്കിൽ സ: നമ്പൂതിരിപ്പാടിന്റെ കുറിപ്പ് പാർട്ടി അംഗങ്ങൾക്കിടയിൽ വിതരണം ചെയ്യുകയോ ഉണ്ടായിട്ടില്ല. അതുകൊണ്ട് പാർട്ടി അംഗങ്ങളോടുള്ള 32 നാഷണൽ കൗൺസിൽ അംഗങ്ങളുടെ അഭ്യർത്ഥനയിൽ വാഗ്ദാനം ചെയ്തിരുന്നതുപോലെ, പാർട്ടി പരിപാടിയെ സംബന്ധിച്ച് ചർച്ച നടത്തുവാൻ ഈ രേഖ പാർട്ടി അംഗങ്ങൾക്കും ലഭ്യമാക്കുകയാണ് ഞങ്ങൾ.
>
> മുമ്പ് പ്രസ്താവിക്കപ്പെട്ടതുപോലെ നാഷണൽ കൗൺസിലിലെ 31 അംഗങ്ങളുടേതായി വിതരണം ചെയ്ത കരടുപരിപാടിയുടെ ചർച്ചയിൽ സ. നമ്പൂതിരിപ്പാട് പങ്കെടുത്തിരുന്നില്ല. ഈ വിഷയത്തെക്കുറിച്ച് സ. നമ്പൂതിരിപ്പാടുമായി ഒരു സമഗ്രമായ ചർച്ച നടത്താനുള്ള അവസരം ഞങ്ങൾക്കു കിട്ടിയിരുന്നില്ല; എന്നുമാത്രമല്ല, ഇടതുപക്ഷ സഖാക്കൾ നടത്തിയ ചർച്ച അദ്ദേഹത്തിനു പ്രയോജനപ്പെടുത്താനും കഴിഞ്ഞിട്ടില്ല. പാർട്ടി പരിപാടിയുമായി ബന്ധപ്പെടുന്ന നിരവധി പ്രശ്നങ്ങളെ സംബന്ധിച്ചു ഞങ്ങൾ അന്യോന്യം അഭിപ്രായം കൈമാറുന്ന അവസരത്തിൽ ഈ വിടവ് നികത്താമെന്ന് ഞങ്ങളാശിക്കുന്നു. ഇതിനകംതന്നെ വിതരണം ചെയ്യപ്പെട്ട കരടുപരിപാടിയോടൊപ്പം സ:നമ്പൂതിരിപ്പാടിന്റെ കുറിപ്പ് സശ്രദ്ധം പഠിക്കാനും നിങ്ങളുടെ വിലയേറിയ അഭിപ്രായങ്ങളും വിമർശനങ്ങളും അയച്ചുതരാനും ഞങ്ങൾ സഖാക്കളോട് അഭ്യർത്ഥിച്ചുകൊള്ളുന്നു.

ഇതുകൂടാതെ ദേശീയ കൗൺസിലിൽ ഡാങ്കെ, ഭൂപേശ് ഗുപ്ത, പി സി ജോഷി എന്നിവർ ഒറ്റക്കെട്ടായി തയ്യാറാക്കി വിതരണം ചെയ്തിരുന്ന മൂന്ന് പാർട്ടി പരിപാടികളും തെന്നാലി കൺവെൻഷനിൽ ചർച്ചകൾക്കായി വിതരണം ചെയ്തിരുന്നു.

ചർച്ചയിൽ മുപ്പതിലധികം സഖാക്കൾ പങ്കെടുത്തു. 31 പേർ തയ്യാറാക്കിയ കരട് പാർട്ടി പരിപാടിയോട് പല കാര്യങ്ങളിലും ഇ എം എസ് വിയോജിച്ചു. അതിൽ പ്രധാന സംഗതികൾ ഇവയാണ്:

> ....പരിപാടിയോട് ഭൂരിപക്ഷം അംഗങ്ങളും യോജിച്ചെങ്കിലും ഇ എം എസ് ചില കാര്യങ്ങളിൽ തന്റെ വിയോജിപ്പ് രേഖപ്പെടുത്തി. മാർക്സിസ്റ്റ്–ലെനിനിസ്റ്റ് വിമർശനത്തോടെ ദേശീയപ്രശ്നം വേണ്ടത്ര പ്രാധാന്യത്തോടെ ഉൾപ്പെടുത്തിയിട്ടില്ലെന്നതാണ് അദ്ദേഹത്തിന്റെ ആദ്യ വിമർശനം. ജാതി, മത, ഗോത്ര വിഭാഗങ്ങൾ സംബന്ധിച്ച ചോദ്യങ്ങൾക്കും വേണ്ടത്ര പരിഗണന നല്കിയിട്ടില്ല. ഇതിനോട് പല പ്രതിനിധികളും യോജിച്ചു. വർഗ്ഗസഹകരണത്തെ സംബന്ധിച്ച വിഷയത്തിലും സ: ഇ എം എസ് വിയോജിച്ചു. ഇന്ത്യൻ കുത്തകകളും വിദേശ കുത്തകകളും തമ്മിൽ വർദ്ധിച്ചു വരുന്ന സംഘർഷത്തിന്റെ പങ്കിനെ കുറച്ചു കാണിച്ചിരിക്കുന്നു എന്ന മറ്റൊരു വിമർശനവും അദ്ദേഹം ഉന്നയിച്ചു. മുതലാളിത്തത്തിന്റെ പ്രതിസന്ധിയുടെ മൂന്നാംഘട്ടത്തിൽ രാജ്യത്തെ ബൂർഷ്വാസി അതിന്റെ അധികാരം ഉപയോഗിച്ച് വളരുമ്പോഴും സാമ്രാജ്യത്വവമായുള്ള സംഘർഷത്തിന് സാദ്ധ്യതയേറുകയാണ്. ഇതിനോട് പ്രതിനിധികൾ യോജിച്ചില്ല. കരടിലെ ദേശീയ ജനാധിപത്യം. മുതലാളിത്ത വിരുദ്ധപാത എന്നീ നിലപാടുകളോടും അദ്ദേഹം യോജിച്ചില്ല. പക്ഷേ, തന്റെ ഇക്കാര്യങ്ങളിലുള്ള നിലപാട് ഡാങ്കെ സംഘത്തിന്റേതിൽനിന്നും തികച്ചും വ്യത്യസ്തമാണെന്നും വ്യക്തമാക്കി.[2]

രണ്ടുദിവസത്തെ ചർച്ചയ്ക്കുശേഷം കരട് പരിപാടി ഇ എം എസിന്റെ വിമർശനങ്ങൾ കൂട്ടിച്ചേർത്ത് അടുത്ത പാർട്ടി കോൺഗ്രസിൽ ചർച്ചചെയ്യാനും തീരുമാനമെടുക്കാനുമായി വിതരണം ചെയ്യാൻ തെന്നാലി കൺവെൻഷൻ തീരുമാനിച്ചു.

കൺവെൻഷനിൽ നടന്ന ചർച്ചകളുടെ അടിസ്ഥാനത്തിൽ വലതുപക്ഷ വിഭാഗത്തിനെതിരായി പോരാട്ടം നടത്തുന്ന കമ്യൂണിസ്റ്റുകാരുടേതായ ഒരു പുതിയ സംഘടനയുണ്ടാക്കാനും അതാണ് യഥാർത്ഥ ഇന്ത്യൻ കമ്യൂണിസ്റ്റ് പാർട്ടിയെന്ന് പ്രഖ്യാപിക്കാനും തീരുമാനമെടുത്തു. കൺവെൻഷൻ പാർട്ടി ഐക്യത്തെ സംബന്ധിച്ചും ഏഴാം പാർട്ടി കോൺഗ്രസ് വിളിച്ചുചേർക്കുന്നതിനെപ്പറ്റിയും ചർച്ചചെയ്തു. ഇതേക്കുറിച്ച് ഇ എം എസ് നമ്പൂതിരിപ്പാട് അവതരിപ്പിച്ച പ്രമേയം കൺവെൻഷൻ പാസാക്കി. 1964 ഒക്ടോബർ 24 മുതൽ 31 വരെ കൽക്കത്തയിൽവെച്ച്

ഏഴാം കോൺഗ്രസ് കൂടാൻ തീരുമാനിച്ചു.

ഇന്ത്യൻ കമ്യൂണിസ്റ്റ് പാർട്ടിയുടെ ഏഴാം കോൺഗ്രസ് എന്ന പേരിൽ അഖിലേന്ത്യാ സമ്മേളനം നടത്തുക, അതിന്റെ മുന്നോടിയായി സംസ്ഥാന ജില്ലാ സമ്മേളനങ്ങൾ സംഘടിപ്പിക്കുക, ഏഴാം കോൺഗ്രസിൽ അവതരിപ്പിക്കേണ്ട രേഖകൾ തയ്യാറാക്കുക മുതലായ ജോലികൾ ചെയ്യുന്നതിനും പാർട്ടി സെന്റർ ചുമതല നിർവ്വഹിക്കുന്നതിനും 41 അംഗങ്ങൾ അടങ്ങിയ ഒരു കേന്ദ്രസംഘാടക സമിതിയെ തിരഞ്ഞെടുത്തു. ദേശീയ കൗൺസിലിൽനിന്ന് ഇറങ്ങിപ്പോന്ന 32 അംഗങ്ങളും എസ് എസ് ശ്രീവാസ്തവ (ബീഹാർ), അചിന്ത്യഭട്ടാചാര്യ (ആസാം), എസ് വൈ കോൽഹാട്കർ (മഹാരാഷ്ട്ര), ബനാവലി ദാസ്(ഒറീസ) എന്നിവരും കർണ്ണാടകയിൽനിന്നും ഒരാളും അടങ്ങിയതായിരുന്നു കേന്ദ്രസംഘാടകസമിതി. ഈ സമിതിയിൽ നിന്ന് ഒരു എക്സിക്യൂട്ടീവിനെയും സെക്രട്ടേറിയറ്റിനെയും തിരഞ്ഞെടുത്തു. കേന്ദ്ര എക്സിക്യൂട്ടീവ് കമ്മിറ്റിയിലുണ്ടായിരുന്ന അംഗങ്ങളും എസ് വൈ കോൽഹാട്കർ, ശിവകുമാർ മിത്ര എന്നിവരും അടങ്ങിയതായിരുന്നു എക്സിക്യൂട്ടീവ്. സെക്രട്ടേറിയേറ്റ് എം ബസവ പുന്നയ്യ, പി രാമമൂർത്തി, എ കെ ജി, ഹർകിഷൻ സിങ്ങ് സുർജിത് എന്നിവരുൾപ്പെട്ടതായിരുന്നു. സെക്രട്ടേറിയേറ്റ് യോഗത്തിൽ എക്സിക്യൂട്ടീവ് കമ്മിറ്റിയിലെ ഒരംഗവും ബംഗാളിൽ നിന്നുള്ള അംഗങ്ങളും പങ്കെടുക്കും. കൺവീനറായി എം ബസവ പുന്നയ്യയെ തീരുമാനിച്ചു.

ഏഴാം കോൺഗ്രസ് നടത്തുന്നത് 1963 ഡിസംബർ 31 ലെ അംഗത്വമനുസരിച്ചായിരിക്കും. 1961 ൽ പാർട്ടി മെമ്പർഷിപ്പുണ്ടായിരിക്കുകയും പുതുക്കുകയും ചെയ്യാൻ കഴിയാത്തവർക്ക് ലോക്കൽ സമ്മേളനങ്ങൾക്ക് മുമ്പായി പുതുക്കാൻ അവസരം കൊടുക്കും. ഒരു സംസ്ഥാനത്തുനിന്നും ഏറ്റവും കുറഞ്ഞത് 5 എന്ന കണക്കിൽ 250 അംഗങ്ങൾക്ക് ഒരു പ്രതിനിധി എന്ന നിലയിൽ പാർട്ടി കോൺഗ്രസിൽ പങ്കെടുക്കാം. 1964 സെപ്തംബറിന് മുമ്പ് സംസ്ഥാനസമ്മേളനങ്ങൾ അവസാനിക്കുന്ന തരത്തിൽ താഴോട്ടുള്ള മറ്റു സമ്മേളനങ്ങളുടെ തീയതികൾ തീരുമാനിക്കും. പാർട്ടി പരിപാടി അംഗീകരിക്കുക, പാർട്ടി ഭരണഘടനാ ഭേദഗതികൾ അംഗീകരിക്കുക, വിജയവാഡ കോൺഗ്രസിനുശേഷമുള്ള രാഷ്ട്രീയ–സംഘടനാ റിപ്പോർട്ടും സമകാലിക വിഷയങ്ങളിലുള്ള പ്രമേയങ്ങളും അംഗീകരിക്കുക, പുതിയ നേതൃത്വത്തിന്റെയും കേന്ദ്ര കൺട്രോൾ കമ്മീഷന്റെയും തിരഞ്ഞെടുപ്പ് എന്നിങ്ങനെയുള്ള പാർട്ടി കോൺഗ്രസിന്റെ അജണ്ടയും അംഗീകരിച്ചു.[3]

തടവുകാരെ വിട്ടയയ്ക്കുക, അടിയന്തരാവസ്ഥ പിൻവലിക്കുക, വിജയവാഡ തീപിടുത്തം, കുതിച്ചുയരുന്ന വിലകൾ, ഇന്ത്യാ ചൈനാ അതിർത്തിതർക്കം, ഒന്നാം കമ്യൂണിസ്റ്റ് ഇന്റർനാഷണലിന്റെ നൂറാം സ്ഥാപനവാർഷികാചരണം, മുസഫർ അഹമ്മദിന്റെ 75–ാം ജന്മവാർഷികദിനം, ടി ടി കൃഷ്ണമാചാരിയുടെ വിടുവായത്തത്തെപ്പറ്റി, 25,000 രൂപ ഫണ്ട് ശേഖരണം എന്നീ വിഷയങ്ങളെപ്പറ്റി പ്രമേയങ്ങൾ അവതരിപ്പിച്ചു

പാസാക്കി. ആഭ്യന്തര അടിയന്തരാവസ്ഥയും രാജ്യരക്ഷാനിയമവും പ്രകാരം ബി ടി രണദിവെ, എസ് വി പരുലേക്കർ, ഗോദാവരി പരുലേക്കർ, പാർലമെന്റ് അംഗങ്ങളായ ദശരഥ് ദേബ്, ബിരേൻ ദത്ത എന്നിവരും നൃപൻ ചക്രവർത്തി ഉൾപ്പെടെ പശ്ചിമബംഗാൾ, ത്രിപുര, ഉത്തർപ്രദേശ്, ഡൽഹി, മഹാരാഷ്ട്ര തുടങ്ങി പല സംസ്ഥാനങ്ങളിലെയും നേതാക്കൾ ജയിലിലടയ്ക്കപ്പെട്ടിരുന്നു. ഇവരെ ഉടനടി മോചിപ്പിക്കണമെന്നും ആഗസ്ത് രണ്ട് തടവുകാരെ വിട്ടയക്കൽ ദിനമായി ആചരിക്കണമെന്നും ആവശ്യപ്പെട്ടുകൊണ്ടുള്ളതായിരുന്നു തടവുകാരെ വിട്ടയയ്ക്കുക എന്ന പ്രമേയം.

ദേശ് രാജ്ഛദ്ദ, എ പി വജ്രവേലു എന്നിവരംഗങ്ങളായ ക്രഡൻഷ്യൽ കമ്മിറ്റിയുടെ റിപ്പോർട്ടും അവതരിപ്പിച്ചു.

തെന്നാലി കൺവെൻഷൻ വിളിച്ചുകൂട്ടിയ നേതാക്കൾക്കിടയിലെന്നപോലെ അണികളിലും രൂക്ഷമായ അഭിപ്രായവ്യത്യാസമുണ്ടായിരുന്നു. കൺവെൻഷനിൽ നടന്ന ചർച്ചകളിലും അതു കാണാമായിരുന്നു. എന്നാൽ, ഈ അഭിപ്രായവ്യത്യാസങ്ങളെയെല്ലാം അവഗണിച്ചുകൊണ്ട് യോജിച്ച് മുന്നേറാൻ അവർ തീരുമാനിക്കുകയാണുണ്ടായത്. ആ നിലയ്ക്ക് ഇന്ത്യൻ കമ്യൂണിസ്റ്റ് പ്രസ്ഥാനത്തിന്റെ ചരിത്രത്തിൽ അതിപ്രധാനമായ ഒരു പങ്കാണ് തെന്നാലി സമ്മേളനം വഹിച്ചത്. ഇതേക്കുറിച്ചെല്ലാം ഇ എം എസ് ഇങ്ങനെ രേഖപ്പെടുത്തുന്നു:

> ഇടതുപക്ഷ വിഭാഗത്തിൽപ്പെട്ട നേതൃത്വത്തിലെ സ്ഥിതിയിതായിരുന്നുവെങ്കിൽ, അണികളുടേത് ഇതിലും ഗൗരവാവഹമായിരുന്നു. അതിന്റെ ഒരു സൂചന തെന്നാലി സമ്മേളനംതന്നെ നല്കുകയും ചെയ്തു. സമ്മേളന ഹാളിൽവെച്ചിരുന്ന ലോക കമ്യൂണിസ്റ്റ് നേതാക്കളുടെ പടങ്ങളായിരുന്നു പ്രശ്നം. പതിവുപോലെ മാർക്സ്, എംഗൽസ്, ലെനിൻ, സ്റ്റാലിൻ എന്നിവരുടെ പടങ്ങൾ മാത്രമാണ് ആദ്യംവെച്ചിരുന്നത്. മൗ വിന്റെ പടം അക്കൂട്ടത്തിലില്ലായിരുന്നു. അതുകൂടി വയ്ക്കണമെന്ന ആവശ്യം ശക്തിയായി ഉയർന്നു. സമ്മേളന പ്രതിനിധികളിൽ ബഹുഭൂരിപക്ഷം ഈ ആവശ്യത്തിന് പിന്തുണ നല്കുകയും ചെയ്തു. അങ്ങനെ അവസാനം അതുകൂടിവെച്ചു.
>
> ഇതിന്റെ ആവർത്തനം സംസ്ഥാന കൺവെൻഷനുകളിലും ജില്ല തൊട്ട് കീഴേ നിലവാരങ്ങളിലുള്ള സമ്മേളനങ്ങളിലും നടക്കുകയും ചെയ്തു. പുതുതായി രൂപംകൊള്ളുന്ന ഇടതുപക്ഷ കമ്യൂണിസ്റ്റ് പാർട്ടിയുടെ രാഷ്ട്രീയ സ്വഭാവത്തിന്റെ ഒരു വശത്തിലേക്ക് ഇതു വെളിച്ചം വീശുന്നു. സോവിയറ്റ് കമ്യൂണിസ്റ്റ് നേതൃത്വം റിവിഷനിസ്റ്റാണ്, അതിനെ എതിർത്തുകൊണ്ട് പുതിയൊരു ലോക കമ്യൂണിസ്റ്റ് നേതൃത്വം ഉയർന്നുവരികയാണ്, അതിന്റെ നേതാവ് ചൈനീസ് കമ്യൂണിസ്റ്റ് പാർട്ടിയാണ്– ഈ ധാരണ ഇടതുപക്ഷ കമ്യൂണിസ്റ്റുകാരിൽ ബഹുഭൂരിപക്ഷത്തിന് അന്നുണ്ടായിരുന്നുവെ

ന്നതാണ് വസ്തുത. അതിനോട് സ്വന്തമായിത്തന്നെ യോജിപ്പുള്ളവർ, പൂർണ്ണയോജിപ്പ് സ്വയം ഇല്ലെങ്കിൽപ്പോലും ഭൂരിപക്ഷാഭിപ്രായത്തെ എതിർക്കേണ്ടതില്ലെന്ന് കരുതുന്നവർ, എന്ന രണ്ട് വിഭാഗം ഏഴാം കോൺഗ്രസ് സംഘടിപ്പിക്കുന്നതിനുവേണ്ടി പ്രവർത്തിക്കുന്ന സംഘടനാകമ്മിറ്റി മെമ്പർമാർക്കിടയിലുമുണ്ടായിരുന്നു.

ഈ രണ്ടുവിഭാഗക്കാരും തമ്മിലുള്ള യോജിപ്പ് രണ്ട് കാര്യങ്ങളിലാണ്. ഒന്നാമത്, ഇരുപതാം കോൺഗ്രസ് തൊട്ട് സോവിയറ്റ് നേതൃത്വം വ്യക്തമായും റിവിഷനിസത്തിന്റേതായ നിലപാടാണെടുക്കുന്നത്. രണ്ടാമത്, സോവിയറ്റ് നേതൃത്വത്തിന്റെ നിലപാടിനൊത്ത് ഇവിടത്തെ ആഭ്യന്തരപ്രശ്നങ്ങൾ കൈകാര്യം ചെയ്യുന്ന ഇന്ത്യൻ വലതുകമ്യൂണിസ്റ്റ് നേതൃത്വം വിപ്ലവതൊഴിലാളിവർഗ്ഗ പ്രസ്ഥാനത്തെ ബൂർഷ്വാസിയുടെ വാലാക്കുകയാണ് ചെയ്യുന്നത്. ഇത്രയും കാര്യങ്ങളിൽ യോജിപ്പുള്ള ഇടതുപക്ഷ കമ്യൂണിസ്റ്റുകാർക്ക് മാർക്സിസം-ലെനിനിസത്തിന്റെ അടിസ്ഥാനത്തിൽ ഇന്ത്യൻ പാർട്ടിയെ പുനഃസംഘടിപ്പിക്കുന്ന കാര്യം ചർച്ചചെയ്ത് യുക്തമായ തീരുമാനങ്ങളെടുക്കാൻ കഴിയും.

സമ്മേളന ഹാളിൽ മൗവിന്റെ പടം പ്രദർശിപ്പിക്കുന്ന കാര്യത്തിൽ പ്രകടമായ പ്രവണത കൺവെൻഷനിൽ നടന്ന ചർച്ചകളിലുടനീളം നിഴലിച്ചിരുന്നു. *ഇടതുപക്ഷ കമ്യൂണിസം ഒരു ബാലാരിഷ്ടത* എന്ന ലഘു ഗ്രന്ഥത്തിൽ ഏതെല്ലാം തെറ്റായ പ്രവണതകളെയാണോ ലെനിൻ തുറന്നുകാട്ടിയത്, അവയെല്ലാം പല രൂപങ്ങളിലായി ആവർത്തിച്ചുകൊണ്ടുള്ള പ്രസംഗങ്ങൾ പല പ്രതിനിധികളും നടത്തി. അവരിൽ പലരും അവസാനം നക്സലുകാരായി മാറി. മറ്റു പലർക്കും പിന്നീട് നടന്ന ചർച്ചകളുടെയും അനുഭവങ്ങളുടെയും വെളിച്ചത്തിൽ ആദ്യം തങ്ങളെടുത്ത നിലപാട് തെറ്റാണെന്ന് ബോദ്ധ്യപ്പെട്ടതിനാൽ അവർ അത് ഉപേക്ഷിച്ചു. നക്സൽ പ്രസ്ഥാനം ഉടലെടുക്കാൻ തുടങ്ങിയ കാലംതൊട്ട് നടന്ന രൂക്ഷമായ സമരത്തിന്റെ മുന്നോടിയായിരുന്നു തെന്നാലി സമ്മേളനമെന്നർത്ഥം.

എന്നാൽ, വിവിധ ചിന്താഗതികളോടുകൂടിയാണെങ്കിലും ഒരൊറ്റ ലക്ഷ്യം നേടുന്നതിനുവേണ്ടി യോജിച്ച കാഴ്ചപ്പാടോടെ നീങ്ങാനുള്ള വ്യഗ്രത തെന്നാലി സമ്മേളനത്തിൽ പ്രകടമായിരുന്നു. കോൺഗ്രസ് ഭരണത്തെ എതിർക്കുക, ആ എതിർപ്പ് ഫലപ്രദമാക്കുന്നതിന് കമ്യൂണിസ്റ്റ് പാർട്ടിയിലെ വലതുപക്ഷ നേതൃത്വത്തെ തുറന്നുകാട്ടുക, അവരുടെ പിടിയിൽനിന്ന് കഴിയുന്നത്ര സംസ്ഥാന കമ്മിറ്റികളെയും കീഴ്ഘടകങ്ങളെയും മോചിപ്പിക്കുക, അഖിലേന്ത്യാ കേന്ദ്രത്തിൽ രൂപംകൊണ്ടിട്ടുള്ള ഇടതുപക്ഷ കമ്യൂണിസ്റ്റ് സംഘടനാകമ്മിറ്റിക്ക് ജനപിന്തുണ നേടുക- ഇതൊക്കെയായിരുന്നു പിന്നീട് നക്സലുകാരായി മാറിയവരും അല്ലാത്തവരുമായ

തെന്നാലി സമ്മേളനം പ്രതിനിധികളെ ഒന്നിപ്പിച്ചു നിർത്തിയത്.

.......ഇന്ത്യൻ കമ്യൂണിസ്റ്റ് പ്രസ്ഥാനത്തിന്റെ വളർച്ചയുടെ ചരിത്രത്തിൽ അതിപ്രധാനമായ പങ്ക് തെന്നാലി സമ്മേളനം വഹിക്കുന്നുണ്ടെന്നു കാണാം. വലതുകാർ ആരോപിക്കുന്നതുപോലെ, ചൈനീസ് കമ്യൂണിസ്റ്റ് പാർട്ടിയുടെ നിർദ്ദേശമനുസരിച്ച് ചൈനാ പക്ഷപാതികൾ സംഘടിപ്പിച്ച ഒന്നല്ല പിന്നീട് കമ്യൂണിസ്റ്റ് (മാർക്സിസ്റ്റ്) പാർട്ടിയെന്ന പേരിൽ പ്രവർത്തിക്കാൻ തുടങ്ങിയ അന്നത്തെ ഇടതുപക്ഷ കമ്യൂണിസ്റ്റുകാർ. അവരിൽ ഒരുവിഭാഗത്തിന്–അതെത്ര ചെറിയ ന്യൂനപക്ഷമാണെങ്കിലും–ചൈനീസ് പാർട്ടിയുടെ നിലപാടുകളിൽ പലതിനോടും അന്നുതന്നെ വിയോജിപ്പുണ്ടായിരുന്നു. അന്നു പൂർണ്ണയോജിപ്പുണ്ടായിരുന്നവരിൽത്തന്നെ പലരും പിന്നീടുള്ള അനുഭവത്തിന്റെ വെളിച്ചത്തിൽ നിലപാടുമാറ്റി. അങ്ങനെ സോവിയറ്റ് പാർട്ടിയുടേതിൽ നിന്നെന്നപോലെ ചൈനീസ് പാർട്ടിയുടെയും നിലപാടിൽനിന്ന് തികച്ചും സ്വതന്ത്രമായി ഇന്ത്യയുടെ മണ്ണിൽ ഉറച്ചുനിന്നുകൊണ്ട്, സാർവ്വദേശീയ സാഹോദര്യത്തെ അടിസ്ഥാനമാക്കി, പ്രവർത്തിക്കുന്ന ഒരു പാർട്ടി ജന്മംകൊള്ളുന്നതിന്റെ തുടക്കമായിരുന്നു തെന്നാലി സമ്മേളനം. അതിന്റെ ജനനപ്രക്രിയയിൽ നേരിടേണ്ടിവന്ന പ്രസവവേദനയാണ് മൗ പടത്തെക്കുറിച്ചുള്ളതടക്കം തെന്നാലിയിൽ നടന്ന രൂക്ഷ വിവാദങ്ങൾ.[4]

സമ്മേളനം പരാജയപ്പെടുത്താനുള്ള നടപടി

തെന്നാലി കൺവെൻഷൻ പരാജയപ്പെടുത്താനുള്ള നടപടികളും ബോധപൂർവ്വം നടന്നു. ഒരു വിഭാഗം കോൺഗ്രസുകാരുടെ പിന്തുണയോടെ സാമൂഹ്യവിരുദ്ധ ശക്തികൾ വിജയവാഡയിൽ ആയിരത്തോളം തൊഴിലാളികളുടെ കുടിലുകൾക്ക് തീവയ്ക്കുകയും, അതിന്റെ പേരിൽ ഇടതുപക്ഷ കമ്യൂണിസ്റ്റ് നേതാക്കളുടെ പേരിൽ പൊലീസ് കേസെടുക്കുകയും ചെയ്തു. വലതുപക്ഷ നേതാക്കളുടെ പിന്തുണയോടുകൂടിയായിരുന്നു ഇതെല്ലാം നടന്നത്. എന്നാൽ ആ കേസ് കോടതിയിൽവെച്ച് തള്ളപ്പെടുകയുണ്ടായി. ഇടതുപക്ഷ കമ്യൂണിസ്റ്റുകാർക്കെതിരായി കരുതിക്കൂട്ടി സൃഷ്ടിച്ചതാണ് ആ തീവയ്പ്പെന്ന് പിന്നീട് തെളിഞ്ഞു. ഇതിനെത്തുടർന്ന് വളരെ വിഷമിച്ചാണെങ്കിലും കൺവെൻഷൻ വിജയകരമായി നടന്നു.

സൂചനകൾ

1. *പാർട്ടി കോൺഗ്രസുകളുടെ ചരിത്രം,* പു:90.
2. *പാർട്ടി കോൺഗ്രസുകളുടെ ചരിത്രം,* പു:90–91.
3. മേൽച്ചൊന്നത്, പു:92.
4. *കമ്യൂണിസ്റ്റ് പാർട്ടി കേരളത്തിൽ II,* പു:243–46.

28

രണ്ട് പാർട്ടി കോൺഗ്രസുകൾ

ബോംബെയിൽവെച്ച് വലതുപക്ഷ വിഭാഗത്തിന്റെയും കൽക്കത്തയിൽവെച്ച് ഇടതുപക്ഷവിഭാഗത്തിന്റെയും രണ്ട് ഏഴാം കോൺഗ്രസുകൾ നടന്നു. പത്രങ്ങൾ അവയെ യഥാക്രമം 'റഷ്യാപക്ഷപാതി'കളുടെ കോൺഗ്രസെന്നും 'ചൈനാപക്ഷപാതി'കളുടെ കോൺഗ്രസെന്നും വിശേഷിപ്പിച്ചു.

ഇടതുപക്ഷവിഭാഗത്തിന്റെ ഏഴാം കോൺഗ്രസ് 1964 ഒക്ടോബർ 31 മുതൽ നവംബർ 7 വരെ കൽക്കത്തയിൽവെച്ച് നടന്നു.

ഒക്ടോബർ 31 ന് രണ്ടുമണിക്ക് പി സുന്ദരയ്യ പതാക ഉയർത്തൽ കർമ്മം നിർവ്വഹിച്ചതോടെ 7–ാം പാർട്ടി കോൺഗ്രസ് ആരംഭിച്ചു. എ കെ ജി, ജ്യോതിബസു, നാഗിറെഡ്ഢി എന്നിവരടങ്ങിയ പ്രസിഡീയമാണ് പാർട്ടി കോൺഗ്രസ് നടപടികൾ നിയന്ത്രിച്ചത്. ബംഗാൾ സംസ്ഥാന പാർട്ടിക്കുവേണ്ടി ജ്യോതിബസു സമ്മേളനപ്രതിനിധികൾക്ക് സ്വാഗതമാശംസിച്ചു.

പ്രാദേശിക–സംസ്ഥാന സമ്മേളനങ്ങളിൽനിന്ന് 250 അംഗങ്ങൾക്ക് ഒരു പ്രതിനിധി വീതം തിരഞ്ഞെടുക്കപ്പെട്ടവരെ കൂടാതെ, പ്രത്യേകം ക്ഷണിക്കപ്പെട്ടവരായി 68 നിരീക്ഷകന്മാരും സമ്മേളനത്തിനുണ്ടായിരുന്നു. അവരിൽ ഇന്ത്യൻ കമ്യൂണിസ്റ്റ് പ്രസ്ഥാനത്തിന്റെ ആദികാലം മുതൽ പ്രവർത്തിച്ചുവന്ന എ ഐ ടി യു സി പ്രസിഡന്റ് മിറാജ്ക്കറും ഗദ്ദർ പാർട്ടി സ്ഥാപകനും 90 വയസ്സ് പ്രായമുള്ള നേതാവുമായ ഭാഗ്സിങ് കനേഡിയനും ഉൾപ്പെടുന്നു.

1,04,421 പാർട്ടി മെമ്പറന്മാരെ പ്രതിനിധീകരിച്ചുകൊണ്ട് 422 പ്രതിനിധികൾ സമ്മേളനത്തിൽ പങ്കെടുത്തു. ഇവർ ആറാം പാർട്ടി കോൺഗ്രസിന്റെ കാലത്ത് മെമ്പർഷിപ്പ് രജിസ്റ്ററിലുള്ള അംഗങ്ങളുടെ 60 ശതമാനത്തെ പ്രതിനിധീകരിക്കുന്നു.

19 സംസ്ഥാനങ്ങളിൽ 15 സംസ്ഥാനങ്ങളിലും പാർട്ടിഘടകങ്ങൾ പ്രവർത്തിക്കുന്നു. നാഷണൽ കൗൺസിലിൽനിന്ന് ഇറങ്ങിവന്ന 32 മെമ്പറന്മാർക്ക് പുറമെ 9 അംഗങ്ങൾകൂടി നാഷണൽ കൗൺസിലിൽനിന്ന് വലതുപക്ഷ വിഭാഗവുമായി യാത്രപറഞ്ഞ് പിരിഞ്ഞുവന്നു.

7–ാം പാർട്ടി കോൺഗ്രസിൽ പങ്കെടുത്ത പ്രതിനിധികൾ ഇന്ത്യയിലെ യഥാർത്ഥ കമ്യൂണിസ്റ്റ് പാർട്ടിയുടെ പ്രതിനിധികളാണെന്നും, ഡാങ്കെ ഗ്രൂപ്പിനു ഇന്ത്യൻ കമ്യൂണിസ്റ്റ് പാർട്ടി എന്നുവിളിക്കപ്പെടുവാൻ യാതൊരവകാശവുമില്ലെന്നും പാർട്ടി കോൺഗ്രസ് ഒരു പ്രത്യേക പ്രമേയത്തിലൂടെ പ്രഖ്യാപിച്ചു.

തെന്നാലി കൺവെൻഷന്റെ തീരുമാനമനുസരിച്ച് ഏഴാം പാർട്ടി കോൺഗ്രസിന് മുമ്പുള്ള ചർച്ചയ്ക്കുവേണ്ടി നാഷണൽ കൗൺസിലിൽ നിന്ന് ഇറങ്ങിപ്പോന്ന 31 പേർ തയ്യാറാക്കിയ കരട് പാർട്ടി പരിപാടിയോടൊപ്പം ഇ എം എസ് നമ്പൂതിരിപ്പാട് തയ്യാറാക്കിയ *കരട് പരിപാടികളെക്കുറിച്ചുള്ള വിമർശനവും*(A Brief Critical Note on the Programme Drafts)(1963 ഡിസംബറിൽ *ഇന്ത്യൻ കമ്യൂണിസ്റ്റ് പാർട്ടിയുടെ പരിപാടിക്കുള്ള കുറിപ്പ്* തയ്യാറാക്കുന്ന സമയത്ത് വിജയവാഡ പാർട്ടി കോൺഗ്രസിൽ അവതരിപ്പിച്ച കരട് പരിപാടികൾ മാത്രമാണ് അദ്ദേഹത്തിനു മുന്നിലുണ്ടായിരുന്നത്. എന്നാൽ 1964 ഏപ്രിലിൽ ഇടതുപക്ഷക്കാരുടെയും ജൂണിൽ വലതുപക്ഷക്കാരുടെയും കരടു പരിപാടികൾ പുറത്തുവന്നു. ഇടതുപക്ഷക്കാരുടെ കരടിലെയും ഇ എം എസിന്റെ *കുറിപ്പി*ലെയും ഉള്ളടക്കങ്ങളെ സംബന്ധിച്ച് തെന്നാലി കൺവെൻഷനിൽ ചില ചർച്ചകളും നടന്നു. തെന്നാലി കൺവെൻഷനിൽ നടന്ന ചർച്ചകളോടൊപ്പം വലതും ഇടതും രാഷ്ട്രീയ ചായ്വുള്ള സഖാക്കളുടെ വിമർശനങ്ങളും ലേഖനങ്ങളും പത്രങ്ങളിൽ വരികയുണ്ടായി. അതിനാൽ വലതും ഇടതും കരടു പരിപാടികളിൽ അവരെടുത്തിട്ടുള്ള നിലപാടുകളെ സംബന്ധിച്ച് ഒരു വിമർശനം ഇ എം എസ് നടത്തുകയുണ്ടായി. ഇ എം എസിന്റെ വിമർശനത്തെക്കുറിച്ചുള്ള 31 സഖാക്കളുടെ അഭിപ്രായവും, ഇ എം എസ് 1962 ൽ തന്നെ നാഷണൽ കൗൺസിലിന് സമർപ്പിച്ചിരുന്ന *ദേശീയോദ്ഗ്രഥനവും കമ്യൂണിസ്റ്റ് പാർട്ടിയും* (National Integration and the Communist Party) എന്നീ രേഖകളും വിതരണം ചെയ്തിരുന്നു. ഇ എം എസ് 1962 ൽ നാഷണൽ കൗൺസിലിന് സമർപ്പിച്ച ദേശീയോദ്ഗ്രഥനവും കമ്യൂണിസ്റ്റ് പാർട്ടിയും എന്ന രേഖ കൗൺസിൽ ഒരിക്കലും ചർച്ചചെയ്യുകയുണ്ടായില്ല.

പാർട്ടി പരിപാടി

ഏഴാം കോൺഗ്രസിൽ പാർട്ടി പരിപാടിയിന്മേൽ തലനാരിഴ കീറിയ ചർച്ച നടക്കുകയും അവസാനം ഏകകണ്ഠമായി അത് അംഗീകരിക്കുകയും ചെയ്തു. അതേക്കുറിച്ച് ഇ എം എസ് എഴുതി:

ഇന്ത്യൻ വിപ്ലവത്തിന്റെ തന്ത്രവും അടവുകളുമാണ് പാർട്ടി

കോൺഗ്രസ് പ്രധാനമായും ചർച്ച ചെയ്തത്. ഈ പ്രശ്നങ്ങൾ കൈകാര്യം ചെയ്ത പാർട്ടി പരിപാടിയിന്മേൽ തീക്ഷ്ണമായ ചർച്ച നടന്നു. വിപ്ലവത്തിന്റെ പാതയെക്കുറിച്ചും വിപ്ലവത്തിന്റെ തന്ത്രപരവും അടവുപരവുമായ കടമകൾ നിറവേറ്റുന്നതിന് അണിനിരത്തേണ്ട ശക്തികൾ ഓരോന്നിനെയും കുറിച്ചും മറ്റ് പ്രശ്നങ്ങളെക്കുറിച്ചുമെല്ലാം കോൺഗ്രസിലെ പ്രതിനിധികൾക്ക് അഭിപ്രായ വ്യത്യാസമുണ്ടായിരുന്നു. ആ പ്രശ്നങ്ങളിൽ തീവ്രമായ വിവാദവും നടന്നു. നിരവധി ഭേദഗതികൾ അവതരിപ്പിക്കപ്പെട്ടു. അതിൽ പലതും നേതൃത്വം സ്വീകരിക്കുകയും അതിലേറെ ഭേദഗതികൾ നിരാകരിക്കുകയും ചെയ്തു. ഒട്ടേറെ ഭേദഗതികളിന്മേൽ വോട്ടെടുപ്പുണ്ടായി. ഒടുവിൽ ഭേദഗതി ചെയ്യപ്പെട്ട കരട് പരിപാടി വോട്ടിനിടുകയും ഏകകണ്ഠമായി അംഗീകരിക്കുകയും ചെയ്തു.[1]

9 അദ്ധ്യായങ്ങളും 120 ഉപവിഭാഗങ്ങളുമടങ്ങിയതാണ് പാർട്ടി പരിപാടി. ഇന്ത്യൻവിപ്ലവം അതിന്റെ രണ്ടാം ദശയിലാണെന്നും മാർക്സിസം ലെനിനിസത്തിൽ അടിയുറച്ച് അദ്ധ്വാനിക്കുന്ന ജനവിഭാഗങ്ങളുടെ നേതൃത്വത്തിൽ *ജനകീയ ജനാധിപത്യം* സ്ഥാപിക്കുകയും അതിലൂടെ സോഷ്യലിസത്തിലേക്ക് നീങ്ങുകയും ചെയ്യുമെന്ന് കോൺഗ്രസ് അംഗീകരിച്ച പാർട്ടി പരിപാടി വ്യക്തമാക്കുന്നു.[2] 1951 ൽ അംഗീകരിച്ച പാർട്ടി പരിപാടിയിൽ ഉയർത്തിയ കേന്ദ്രമുദ്രാവാക്യമായ *ജനകീയജനാധിപത്യം* തുടരുകയാണ് ഏഴാം കോൺഗ്രസ് പാസാക്കിയ പാർട്ടി പരിപാടി ചെയ്തത്.

റിവിഷനിസത്തിനെതിരായ സമരം

പാർട്ടി കോൺഗ്രസിൽ അവതരിപ്പിച്ച രാഷ്ട്രീയ-സംഘടനാ റിപ്പോർട്ടിന്റെ പേരു *റിവിഷനിസത്തിനെതിരായ സമരം* എന്നായിരുന്നു. അവിഭക്ത കമ്യൂണിസ്റ്റ് പാർട്ടിക്കകത്ത് റിവിഷനിസത്തിനെതിരായി നടന്ന സുദീർഘസമരത്തിന്റെ സംക്ഷിപ്ത വിവരണം ആ റിപ്പോർട്ടിൽ അടങ്ങിയിരുന്നു. അതായത് അവിഭക്ത കമ്യൂണിസ്റ്റ് പാർട്ടിക്കകത്ത് നടന്ന ആശയപരവും സംഘടനാപരവുമായ രൂക്ഷസമരത്തെ അവലോകനം ചെയ്ത് അതിൽനിന്ന് പാർട്ടി ചെന്നെത്തേണ്ട നിഗമനങ്ങൾ ചുരുക്കി വിവരിക്കുന്ന രേഖയായിരുന്നു *റിവിഷനിസത്തിനെതിരായ സമരം* എന്ന രാഷ്ട്രീയ സംഘടനാ റിപ്പോർട്ട്. റിവിഷനിസത്തിനെതിരായ സമരത്തിന്റെ അഭേദ്യ ഭാഗമെന്ന നിലയ്ക്ക് തീവ്രവാദത്തിനെതിരായി പോരാടുന്നതിന്റെ ആവശ്യം, ആ പോരാട്ടത്തിന്റെ വിശ്വരൂപങ്ങൾ എന്നിവ അതിൽ എടുത്തുപറഞ്ഞിരുന്നു. എന്നാൽ ഈ രേഖ പാർട്ടി കോൺഗ്രസിൽ അവതരിപ്പിച്ച് പാസാക്കുകയാണുണ്ടായത്. അതിന് മുന്നോടിയായി നടന്ന സംസ്ഥാന-ജില്ലാ-പ്രാദേശിക സമ്മേളനങ്ങളിൽ ഈ രേഖ വിതരണം ചെയ്യുകയുണ്ടായില്ല. ഈ രേഖ തയ്യാറാക്കുന്നതിൽ ഇ എം എസും പങ്കാളിയായിരുന്നു.

വർത്തമാനകാല സാഹചര്യങ്ങളിൽ പാർട്ടിയുടെ കർത്തവ്യങ്ങളെപ്പറ്റി

ഇതായിരുന്നു രാഷ്ട്രീയ പ്രമേയം. രാജ്യത്ത് നിലനില്ക്കുന്ന രാഷ്ട്രീയ-സാമ്പത്തിക സ്ഥിതിഗതികൾ രാഷ്ട്രീയപ്രമേയത്തിൽ വിശകലനം ചെയ്യുന്നു:

> ....ഒരു പതിറ്റാണ്ടുകാലത്തെ കോൺഗ്രസിന്റെ ഭരണം മുതലാളിത്തമൂലധനത്തെ വളർത്തിക്കൊണ്ടും വിദേശമൂലധനത്തെ എതിർക്കാതെയും കാർഷിക തൊഴിലാളികൾക്കും പാട്ടക്കാർക്കും മറ്റു ചെറുകിട നാമമാത്രകർഷകർക്കും അനുകൂലമായി ഭൂപരിഷ്കരണം നടപ്പാക്കാതെയുമുള്ള നയങ്ങൾ രാജ്യത്തെ രാഷ്ട്രീയ സാമ്പത്തിക സ്ഥിതിയെ പ്രതിസന്ധിയിലാഴ്ത്തിയിരിക്കുന്നു. ഈ സാഹചര്യത്തിൽ കമ്യൂണിസ്റ്റ് പാർട്ടിയും അതിന്റെ വർഗ്ഗ-ബഹുജനമുന്നണികളും പോരായ്മകൾ തിരിച്ചറിഞ്ഞ് ബഹുജനങ്ങളെ അണിനിരത്തി പോരാട്ടങ്ങൾ സംഘടിപ്പിക്കേണ്ടതുണ്ട്. അതിനായി ശക്തമായ കമ്യൂണിസ്റ്റ് പാർട്ടി മാർക്സിസം-ലെനിനിസത്തിന്റെ അടിസ്ഥാനത്തിൽ കെട്ടിപ്പടുക്കണം. തിരുത്തൽവാദത്തിനെതിരെയുള്ള സമരം അഭംഗുരം തുടരണം. ക്ലാസിക്കുകളുടെ പഠനത്തിന് പ്രത്യേക പ്രോത്സാഹനം നല്കണം. രാജ്യം നേരിടുന്ന പ്രശ്നങ്ങൾ പഠിച്ച് മാർക്സിസം-ലെനിനിസത്തിന്റെ അടിസ്ഥാനത്തിൽ പരിഹാരം നിർദ്ദേശിക്കാനുള്ള കഴിവ് ആർജ്ജിക്കണം. ഉൾപ്പാർട്ടി ജനാധിപത്യവും കേന്ദ്രീകൃതനേതൃത്വവും എന്ന കാഴ്ചപ്പാട് ഉയർത്തിപ്പിടിക്കണം. അതോടൊപ്പം തൊഴിലാളിവർഗ്ഗ കാഴ്ചപ്പാട് ഉയർത്തിപ്പിടിക്കണം.......[3]

ഇന്ത്യൻ കമ്യൂണിസ്റ്റ് പാർട്ടിയുടെ പരിപാടിയുടെ വിശദീകരണം

1951 ൽ അംഗീകരിച്ച പാർട്ടി പരിപാടിയുടെ നയരേഖ ചില ഭേദഗതികളോടെ ഏഴാം കോൺഗ്രസ് അംഗീകരിച്ചു.

> ....രാജ്യത്തെ ജനങ്ങളുടെ ഭൂമി, ഭക്ഷണം, തൊഴിൽ ഉൾപ്പെടെയുള്ള ഒരു പ്രശ്നവും പരിഹരിക്കാൻ ഈ സർക്കാരിന് കഴിയുകയില്ലെന്ന് കഴിഞ്ഞകാല അനുഭവം നമ്മെ പഠിപ്പിക്കുന്നു. സാമ്രാജ്യത്വത്തിന്റെ പിണിയാളുകയായിനിന്ന് രാജ്യത്തെ ജന്മി, ബൂർഷ്വാ കുത്തകമുതലാളിത്ത താല്പര്യങ്ങളാണ് ഈ സർക്കാർ സംരക്ഷിക്കുന്നത്. ഈ സർക്കാരിനെ താഴെയിറക്കി ജനകീയ ജനാധിപത്യ സർക്കാരിന് രൂപം നല്കുക എന്നുള്ളതാണ് പാർട്ടി പരിപാടി ലക്ഷ്യമിടുന്നതെന്ന് ആമുഖമായി വ്യക്തമാക്കിക്കൊണ്ട് നമ്മുടെ കഴിഞ്ഞകാല നയങ്ങൾ, ചൈനയും ഇന്ത്യയും സാമ്യവും വ്യത്യാ

സങ്ങളും, നമ്മുടെ കാഴ്ചപ്പാട്, ഉന്മൂലനസിദ്ധാന്തത്തെ ചെറുക്കുക, അടിയന്തര സാഹചര്യവും കടമകളും, തൊഴിലാളിവർഗ്ഗ ഐക്യത്തിന്റെ പങ്കും പാർട്ടിയും, സമാധാനത്തിനുവേണ്ടിയുള്ള സമരം എന്നീ വിഷയങ്ങളിലുള്ള വിശദീകരണവുമാണ് ഉൾപ്പെട്ടിട്ടുള്ളത്.[4]

പ്രമേയങ്ങൾ

രക്തസാക്ഷി പ്രമേയം, തോഗ്ലിയാത്തി, മോറിസ്സ് തോറെ തുടങ്ങിയ ലോക കമ്യൂണിസ്റ്റ് നേതാക്കളുടെയും, അജയഘോഷ്, ശ്രീനിവാസറാവു, ബങ്കിം മുഖർജി തുടങ്ങി ഇന്ത്യൻ കമ്യൂണിസ്റ്റ് നേതാക്കളുടെയും, പണ്ഡിറ്റ് ജവാഹർലാൽ നെഹ്റു, ഡോ.രാജേന്ദ്രപ്രസാദ് തുടങ്ങിയ നേതാക്കളുടെ നിര്യാണത്തിൽ അനുശോചനം രേഖപ്പെടുത്തുന്ന പ്രമേയങ്ങൾ, പശ്ചിമബംഗാളിലെ പാർട്ടിനേതാക്കളുടെ അറസ്റ്റുകൾ, ബി ടി രണദിവെ, എസ്‌വി പരുലേക്കർ, ഗോദാവരി പരുലേക്കർ എന്നിവരുൾപ്പെടെയുള്ള ജയിൽതടവുകാരുടെ മോചനം, കേരളത്തിൽ അടുത്ത് നടക്കുന്ന തിരഞ്ഞെടുപ്പ്, ബോണസിനെപ്പറ്റി കേരളത്തിലെ മലയോര പ്രദേശങ്ങളിൽനിന്ന് കൃഷിക്കാരെ ഒഴിപ്പിച്ചത്, നാലാം പഞ്ചവത്സരപദ്ധതിയെപ്പറ്റി, ബർമ്മയിൽനിന്നുള്ള അഭയാർത്ഥി പ്രശ്നം, തെക്കുകിഴക്കൻ ഏഷ്യയിലെ സ്ഥിതി, അടിയന്തരാവസ്ഥ പിൻവലിക്കുക, സോവിയറ്റ് കമ്യൂണിസ്റ്റ് പാർട്ടിയിലെ നേതൃമാറ്റത്തെപ്പറ്റി, സി പി എസ് യു കേന്ദ്രകമ്മിറ്റിക്ക് അഭിവാദ്യങ്ങൾ, പ്രത്യയശാസ്ത്രപരമായ അഭിപ്രായവ്യത്യാസങ്ങളെപ്പറ്റി, ഭക്ഷ്യവിഷയത്തെപ്പറ്റിയും ഉയരുന്ന വിലകളെപ്പറ്റിയും, ഇന്ത്യാ-ചൈന അതിർത്തി തർക്കം, വിയത്നാം, ലാവോസ്, കോംഗോ, തെക്കൻ റോഡേഷ്യ, അംഗോള, മൊസംബിക്ക് എന്നീ രാജ്യങ്ങളെപ്പറ്റി, ഇന്ത്യ-സിലോൺ കരാറ്, മുതലായ വിഷയങ്ങളിൽ അവതരിപ്പിക്കപ്പെട്ട പ്രമേയങ്ങൾ കോൺഗ്രസ് അംഗീകരിച്ചു.

ക്രഡൻഷ്യൽ കമ്മിറ്റി റിപ്പോർട്ട്

എം എ റസൂൽ, സത്‌വന്ത്‌സിങ്, എ നല്ലശിവം എന്നിവരടങ്ങുന്ന ക്രഡൻഷ്യൽ കമ്മിറ്റി അവതരിപ്പിച്ച റിപ്പോർട്ടും പാസാക്കി.

പാർട്ടി നേതൃത്വത്തിന്റെ തിരഞ്ഞെടുപ്പ്

1958 ൽ അമൃതസറിൽവെച്ചു നടന്ന അഞ്ചാം പാർട്ടി കോൺഗ്രസിൽവെച്ചാണ് കേന്ദ്രകമ്മിറ്റി, പൊളിറ്റ്ബ്യൂറോ എന്നീ രണ്ടുതട്ടുകൾക്ക് പകരം നാഷണൽ കൗൺസിൽ, കേന്ദ്ര എക്സിക്യൂട്ടീവ് കമ്മിറ്റി, കേന്ദ്ര സെക്രട്ടേറിയറ്റ് എന്നിങ്ങനെ മൂന്ന് തട്ടുള്ള കേന്ദ്രനേതൃത്വം കൊണ്ടുവന്നത്. ഏഴാം കോൺഗ്രസ് അത് വീണ്ടും പഴയതുപോലെ രണ്ട് തട്ടുള്ള സംവിധാനമാക്കി.

കേന്ദ്രകമ്മിറ്റി

പാർട്ടി കോൺഗ്രസിന്റെ അവസാന ദിവസമാണ് കേന്ദ്രകമ്മിറ്റിയിലേക്കുള്ള അംഗങ്ങളെ തിരഞ്ഞെടുത്തത്. 41 പേർ അടങ്ങിയതാണ് പുതിയ കേന്ദ്രകമ്മിറ്റി.

തിരഞ്ഞെടുക്കപ്പെട്ട കേന്ദ്രകമ്മിറ്റി അംഗങ്ങൾ

1. ഇ എം എസ്.നമ്പൂതിരിപ്പാട്
2. എ കെ ഗോപാലൻ
3. സി എച്ച് കണാരൻ
4. ഇ കെ നായനാർ
5. വി എസ് അച്ചുതാനന്ദൻ
6. പി രാമമൂർത്തി
7. എം ആർ വെങ്കിട്ടരാമൻ
8. എൻ ശങ്കരയ്യ
9. ബാലസുബ്രഹ്മണ്യം
10. എൻ എൻ ഉപാദ്ധ്യായ
11. പി സുന്ദരയ്യ
12. എം ബസവ പുന്നയ്യ
13. എം ഹനുമന്ത റാവു
14. പ്രസാദറാവു
15. ബനമാലി ദാസ്
16. മുസഫർ അഹമ്മദ്
17. പ്രമോദ് ദാസ് ഗുപ്ത
18. ജ്യോതിബസു
19. ഹരേ കൃഷ്ണ കോനാർ
20. അചിന്ത്യ ഭട്ടാചാര്യ
21. ശ്രീവാസ്തവ
22. ശിവകുമാർ മിശ്ര
23. ശങ്കർദയാൽ തിവാരി
24. ഹർകിഷൻ സിങ് സുർജിത്
25. ജഗ്ജിത് സിങ് ലാൽപുരി
26. റാമചരൻ ഷറാഫ്
27. മോഹൻപുനാമിയ
28. ദിനകർമേത്ത
29. ബി ടി രണദിവെ
30. എസ് വി പരുലേക്കർ
31. കോൽഹാട്ക്കർ
32. ത്രിപുരയിൽനിന്ന് ഒരു സഖാവിനെ പിന്നീട് എടുക്കുന്നതാണ്.
33. ഭാഗ്സിങ്
34. അബ്ദുൾ ഹലിം
35. വെങ്കിടേശ്വര റാവു

6 സഖാക്കളെ പിന്നീട് കേന്ദ്രകമ്മിറ്റിയുടെ അനുവാദത്തോടുകൂടി ഉൾപ്പെടുത്തും. ഒടുവിൽ പേരുചേർത്ത 3 സഖാക്കളെ കൺട്രോൾ കമ്മീഷൻ അംഗങ്ങളായിട്ടാണ് പാർട്ടി കോൺഗ്രസ് തിരഞ്ഞെടുത്തത്.

പൊളിറ്റ്ബ്യൂറോ

1964 ൽ നവംബർ 8 ന് ചേർന്ന കേന്ദ്രകമ്മിറ്റിയോഗം ഒൻപതുപേരടങ്ങിയ പൊളിറ്റ്ബ്യൂറോയെ തിരഞ്ഞെടുത്തു. അവർ 1. പി സുന്ദരയ്യ, 2. എം ബസവപുന്നയ്യ, 3. പി രാമമൂർത്തി, 4. എ കെ ഗോപാലൻ, 5. ഇ എം എസ് നമ്പൂതിരിപ്പാട്, 6. ഹർകിഷൻ സിങ് സുർജിത്, 7. ജ്യോതിബസു 8. പ്രമോദ് ദാസ് ഗുപ്ത, 9. ബി ടി രണദിവെ എന്നിവരായിരുന്നു. പൊളിറ്റ്ബ്യൂറോക്ക് രണ്ട് കേന്ദ്രകമ്മിറ്റി യോഗങ്ങൾക്കിടയ്ക്ക് രാഷ്ട്രീയവും, സംഘടനാപരവുമായ തീരുമാനങ്ങളെടുക്കുവാൻ അധികാരമുണ്ടായിരിക്കും.

പി സുന്ദരയ്യയെ ഐകകണ്ഠ്യേന പാർട്ടിയുടെ ജനറൽ സെക്രട്ടറിയായും തിരഞ്ഞെടുക്കുകയുണ്ടായി.

ഇതിനുപുറമെ അവിഭക്ത കമ്യൂണിസ്റ്റ് പാർട്ടിയിലെ വലതുപക്ഷവുമായി ബന്ധം വിടർത്തി പിരിയേണ്ടിവന്ന സാഹചര്യം വിശദീകരിച്ചുകൊണ്ട് ഇടതുപക്ഷവിഭാഗത്തിന്റെ പുതിയ ജനറൽ സെക്രട്ടറിയായ പി സുന്ദരയ്യ സി പി എസ് യു കേന്ദ്രകമ്മിറ്റിക്ക് വിശദമായ ഒരു കത്തെഴുതി. ഈ കത്തിന്റെ പകർപ്പ് മറ്റൊരു പൊളിറ്റ്ബ്യൂറോ അംഗമായ ബസവപുന്നയ്യ ഒപ്പിട്ട് എല്ലാ സഹോദര പാർട്ടികൾക്കും അയച്ചുകൊടുക്കുകയുണ്ടായി.

പാർട്ടി കോൺഗ്രസ് വിവാദപരമായ രണ്ട് വിഷയങ്ങളെക്കുറിച്ചുള്ള ചർച്ച മാറ്റിവയ്ക്കുകയുണ്ടായി. ഒന്ന്, സാർവ്വദേശീയ കമ്യൂണിസ്റ്റ് പ്രസ്ഥാനത്തിൽ ചർച്ച ചെയ്യപ്പെട്ടു വന്ന താത്വികപ്രശ്നങ്ങൾ. അതായത് സോവിയറ്റ്–ചൈനീസ് പാർട്ടികൾ തമ്മിലുള്ള തർക്കപ്രശ്നം. കൂടുതൽ സമയമെടുത്ത് സവിസ്തരവും സനിഷ്കർഷവുമായ ചർച്ച നടത്തിയശേഷം മാത്രമേ ഇക്കാര്യത്തിൽ വ്യക്തമായ നിലപാട് സ്വീകരിക്കാൻ കഴിയൂ എന്ന കാരണത്താലാണ് ഇതേക്കുറിച്ചുള്ള ചർച്ച മാറ്റിവെച്ചത്.[5]

പിന്നീട് 1968 മേയിൽ പശ്ചിമബംഗാളിലെ ബർദ്വാനിൽ ചേർന്ന പ്രത്യേക പാർട്ടി പ്ലീനത്തിലാണ് ഈ പ്രശ്നത്തെ സംബന്ധിച്ച പാർട്ടിയുടെ വീക്ഷണം വിശദീകരിക്കുന്ന ഒരു രേഖ അംഗീകരിച്ചത്. ആ രേഖ ചില പ്രശ്നങ്ങളിൽ ചൈനീസ് കമ്യൂണിസ്റ്റ് പാർട്ടിയുടെയും സി പി ഐ (എം)ന്റെയും നിലപാടുകളിലെ വ്യത്യാസം ചൂണ്ടിക്കാട്ടുകയുണ്ടായി.

ദേശീയതയെ സംബന്ധിച്ചുള്ള ചർച്ചയാണ് മാറ്റിവയ്ക്കപ്പെട്ട രണ്ടാമത്തെ വിഷയം. അതേക്കുറിച്ചുള്ള ചർച്ച മാറ്റിവയ്ക്കാനുള്ള കാരണം വേറിട്ടുപോകലടക്കം ദേശീയ ജനവിഭാഗങ്ങളുടെ സ്വയം നിർണ്ണയാവകാശം ഏതൊരു മാർക്സിസ്റ്റ്–ലെനിനിസ്റ്റ് പാർട്ടിക്കും നടപ്പാക്കാൻ ബാദ്ധ്യതയുള്ള ഒരു നിയമമാണെന്ന ധാരണ പാർട്ടിയിൽ വ്യാപകമായി നിലനിന്നിരുന്നെങ്കിലും അതേക്കുറിച്ച് നേതൃത്വത്തിന് ആശങ്കകളുമുണ്ടായിരുന്നു. അവസാനം 1972 ൽ മധുരയിൽ നടന്ന ഒമ്പതാം പാർട്ടി കോൺഗ്രസിൽവെച്ച് ഈ പ്രശ്നം ചർച്ചചെയ്ത് ധാരണയിലെത്തിയപ്പോൾ വേറിട്ടുപോവുക എന്ന സിദ്ധാന്തം തിരസ്കരിക്കപ്പെടുകയുണ്ടായി.

കൽക്കത്താ കോൺഗ്രസിൽ സഹോദര പാർട്ടികളുടെ സൗഹാർദ്ദ പ്രതിനിധികൾ ഇല്ലായിരുന്നു. ഇരുചേരികളായി–സോവിയറ്റ് ചേരിയും ചൈനീസ് ചേരിയും–തിരിഞ്ഞ സഹോദര പാർട്ടികളുടെ പ്രതിനിധികളെ ക്ഷണിക്കേണ്ടതില്ലെന്ന് കൽക്കത്ത കോൺഗ്രസ് സംഘാടകർ തീരുമാനിച്ചിരുന്നു.[6]

ഇവിടെ ഒരു കാര്യംകൂടി എടുത്തു പറയുന്നത് നന്നായിരിക്കും എന്നു തോന്നുന്നു. കൽക്കത്താ കോൺഗ്രസിനെ ക്ഷീണിപ്പിക്കുന്നതിനായി കരുതികുട്ടിയുള്ള ആക്രമണങ്ങളുമുണ്ടായി. സമ്മേളനം നടക്കുന്നതിന്റെ തലേദിവസം(ഒക്ടോബർ 30) രാത്രി ബംഗാൾ സംസ്ഥാന പാർട്ടി

സെക്രട്ടറി പ്രമോദ് ദാസ് ഗുപ്തയടക്കം 24 ഇടതുപക്ഷ വിഭാഗത്തിൽപ്പെട്ട സഖാക്കളെ രാജ്യരക്ഷാ നിയമമുപയോഗിച്ച് ബംഗാൾ ഗവൺമെന്റ് അറസ്റ്റുചെയ്ത് തടങ്കലിലിട്ടടച്ചു. ഇവർ അറസ്റ്റ് ചെയ്യപ്പെട്ടതിനെത്തുടർന്ന് വളരെയധികം വിഷമതകൾ അനുഭവിച്ചെങ്കിലും ബംഗാൾ പാർട്ടി സഖാക്കൾ അവരുടെ മുഴുവൻ കഴിവുമുപയോഗിച്ച് പാർട്ടി സമ്മേളനം വിജയകരമായി നടത്തുന്നതിന് അവിശ്രമം പ്രവർത്തിച്ചു.

വലതുപക്ഷ വിഭാഗത്തിന്റെ ഏഴാം പാർട്ടി കോൺഗ്രസ് 1964 ഡിസംബർ 13 മുതൽ 24 വരെ ബോംബെയിൽവെച്ചുനടന്നു. കോൺഗ്രസ് 84 പേജുള്ള(മലയാളം) *ഇന്ത്യൻ കമ്യൂണിസ്റ്റ്പാർട്ടിയുടെ പരിപാടി* അംഗീകരിച്ചു. പാർട്ടി പരിപാടി *ജനകീയ ജനാധിപത്യ*ത്തിനുപകരം *ദേശീയ ജനാധിപത്യം* അംഗീകരിച്ചുകൊണ്ടുള്ളതായിരുന്നു. പാർട്ടി പരിപാടിയുടെ അവസാന ഖണ്ഡികയിൽ ഇങ്ങനെ പറയുന്നു:

> നമ്മുടെ രാജ്യത്തിലെ ജനങ്ങൾ ദേശീയ ജനാധിപത്യമുന്നണിയുടെ വിജയത്തിലേക്കും ദേശീയ ജനാധിപത്യ ഭരണകൂടം സ്ഥാപിക്കുന്നതിലേക്കുമുള്ള വിപ്ലവകരമായ പാത വെട്ടിത്തെളിയിക്കുന്നതിൽ ശരിയായ ഒരു മാർഗ്ഗദർശിയേയും വിശ്വസിക്കാവുന്ന ഒരു വഴികാട്ടിയെയും ഞങ്ങളുടെ പരിപാടിയിൽ കണ്ടെത്തുമെന്ന് ഇന്ത്യൻ കമ്യൂണിസ്റ്റ് പാർട്ടിക്കു തികഞ്ഞ വിശ്വാസമുണ്ട്.[7]

പാർട്ടി കോൺഗ്രസ് അംഗീകരിച്ച മറ്റൊരു രേഖ *സംഘടനാ റിപ്പോർട്ട്* ആയിരുന്നു. വലതുപക്ഷ വിഭാഗത്തിന്റെ വീക്ഷണത്തിൽ പാർട്ടി പിളരാനുള്ള കാരണങ്ങളും മറ്റും 79 പേജുള്ള(മലയാളം) ഈ സംഘടനാ റിപ്പോർട്ടിൽ വിവരിച്ചിരുന്നു.

ഏഴാം പാർട്ടി കോൺഗ്രസ് അംഗീകരിച്ച മറ്റൊരു രേഖയാണ് 25 പേജുള്ള *രാഷ്ട്രീയപ്രമേയം.*

ഒട്ടേറെ സഹോദര പാർട്ടികളുടെ പ്രതിനിധികൾ ക്ഷണം സ്വീകരിച്ച് സമ്മേളനത്തിൽ പങ്കെടുത്തിരുന്നു. സോവിയറ്റ് പാർട്ടിയുടെ പ്രതിനിധി സംഘം നേതാവ് പൊനോമറോവ് സാഹോദര്യത്തിന്റെ സൂചനയായി ഒരു ലെനിൻ പതാക കൊണ്ടുവരികയും അത് കോൺഗ്രസിനെ ഏല്പിക്കുകയുണ്ടായി. ഇതിനെ ചൂണ്ടിക്കാണിച്ചുകൊണ്ട് ലോകകമ്യൂണിസ്റ്റ് പ്രസ്ഥാനത്തിന്റെ അംഗീകാരം വലതുവിഭാഗത്തിനാണെന്ന് അവർ അവകാശപ്പെട്ടു. പത്രങ്ങൾ അത് വേണ്ടുവോളം പ്രചരിപ്പിക്കുകയും ചെയ്തു.

സമ്മേളനം എസ് എ ഡാങ്കെയെ പാർട്ടി ചെയർമാനായും സി രാജേശ്വരറാവുവിനെ ജനറൽ സെക്രട്ടറിയായും തിരഞ്ഞെടുത്തു.

സൂചിക

1. ഇ എം എസ് നമ്പൂതിരിപ്പാട്, *കേരളത്തിലെ കമ്യൂണിസ്റ്റ് പ്രസ്ഥാനം: ഉത്ഭവവും വളർച്ചയും,* പു:286.

2. *പാർട്ടി കോൺഗ്രസുകളുടെ ചരിത്രം*, പു:96.
3. മേൽച്ചൊന്നത്, പു:98.
4. മേൽച്ചൊന്നത്, പു:98–99.
5. *കമ്മ്യൂണിസ്റ്റ് പാർട്ടി കേരളത്തിൽ II*, പു:266.
6. *കേരളത്തിലെ കമ്മ്യൂണിസ്റ്റ് പ്രസ്ഥാനം ഉദ്ഭവവും വളർച്ചയും*, പു:285.
7. *ഇന്ത്യൻ കമ്മ്യൂണിസ്റ്റ് പാർട്ടി ഏഴാം കോൺഗ്രസ് രേഖകൾ, ഇന്ത്യൻ കമ്മ്യൂണിസ്റ്റ് പാർട്ടിയുടെ പരിപാടി*, മേയ് 1965, പു:84.

29

സി പി ഐ (എം)ന്റെയും സി പി ഐയുടെയും പരിപാടികൾ തമ്മിലുള്ള വ്യത്യാസം

കൽക്കത്തെയിൽവെച്ച് ഇടതുകമ്യൂണിസ്റ്റുകാരുടെ ഏഴാം പാർട്ടി കോൺഗ്രസും ബോംബെയിൽവെച്ച് വലതുകമ്യൂണിസ്റ്റുകാരുടെ ഏഴാം പാർട്ടി കോൺഗ്രസും നടന്നതോടെ അതേവരെ ഒരേ പാർട്ടിക്കകത്തുണ്ടായിരുന്ന രണ്ട് വിഭാഗം ഇന്ത്യൻ കമ്യൂണിസ്റ്റുകാർ രണ്ട് സ്വതന്ത്ര പാർട്ടികളായി മാറി.

ഇന്ത്യൻകമ്യൂണിസ്റ്റ് പാർട്ടിയിലെ പിളർപ്പിന് വഴിവച്ച കാരണങ്ങളിൽ ഓരോന്നിനോടും ഇരുപാർട്ടികോൺഗ്രസുകളും സ്വീകരിച്ച സമീപനം ഈ അവസരത്തിൽ ഒന്നു പരിശോധിക്കുന്നത് നന്നായിരിക്കും.

ഒന്നാമതായി, സാർവ്വദേശീയ കമ്യൂണിസ്റ്റ് പ്രസ്ഥാനത്തിൽ വിവാദത്തിലിരിക്കുന്ന പ്രശ്നങ്ങളിൽ– സോവിയറ്റ്–ചൈനീസ് പാർട്ടികൾ തമ്മിലുള്ള തർക്കങ്ങളുടെ കാര്യത്തിൽ–വലതുപക്ഷ വിഭാഗത്തിന്റെ ബോംബെയിൽ നടന്ന ഏഴാം കോൺഗ്രസ് ഒരു രേഖ അംഗീകരിച്ചു. സോവിയറ്റ് കമ്യൂണിസ്റ്റ് പാർട്ടിയുടെ നിലപാട് പൂർണ്ണമായും അംഗീകരിച്ചുകൊണ്ടുള്ള ഒരു രേഖയായിരുന്നു അത്.[1] ലോക കമ്യൂണിസ്റ്റ് പ്രസ്ഥാനത്തിലെ ഐക്യത്തെപ്പറ്റി അവർ ഒന്നും പറഞ്ഞില്ല. ചൈനാവിരുദ്ധ ഭ്രാന്ത് അവർ തൊണ്ടകീറെ പാടി.

എന്നാൽ ആഗോള രാഷ്ട്രീയം സംബന്ധിച്ച ഒരു രേഖയും ഇടതുപക്ഷവിഭാഗത്തിന്റെ കൽക്കത്തയിൽ ചേർന്ന ഏഴാം കോൺഗ്രസ് അംഗീകരിച്ചിരുന്നില്ല. അതു സംബന്ധിച്ച ചർച്ച കോൺഗ്രസ് മാറ്റിവയ്ക്കുകയാണ് ചെയ്തത്. സി പി എസ് യുവിന്റെയോ സി പി സി യുടേയോ നിലപാടുകൾ ഇടതുപക്ഷം അംഗീകരിച്ചിരുന്നില്ല. 'ക്രൂഷ്ചേവ് ലൈൻ' എന്നറിയപ്പെട്ട സോവിയറ്റ് ലൈനിനോടുള്ള എതിർപ്പിൽ ഇടതുപക്ഷം ഒറ്റക്കെട്ടായി നിന്നപ്പോൾ ചൈനീസ് പാർട്ടിയുടെ നിലപാടിനോടും

അവർക്ക് പൂർണ്ണമായ അഭിപ്രായ ഐക്യം ഉണ്ടായിരുന്നില്ല. അങ്ങനെ ഗുരുതരമായ അഭിപ്രായ ഭിന്നതയുള്ളതുകൊണ്ടാണ് ചർച്ച മാറ്റിവെച്ചത്.[2] ശത്രുക്കൾ പറഞ്ഞ് പരത്തിയതുപോലെ പാർട്ടി കോൺഗ്രസ് 'ചൈനാ അനുകൂല' നിലപാടെടുത്തില്ല. വലതുപക്ഷക്കാർ ഉൾപ്പെടെയുള്ളവർ ആക്ഷേപിച്ചതുപോലെ ചൈനാ അനുകൂലികളായിരുന്നുവെങ്കിൽ അത്തരമൊരു പ്രമേയം പാർട്ടി കോൺഗ്രസിൽ പാസാക്കാൻ ഇടതുപക്ഷക്കാർക്ക് യാതൊരു ബുദ്ധിമുട്ടുമുണ്ടാകുമായിരുന്നില്ല. എന്നുമാത്രമല്ല, റിവിഷനിസത്തിനും സെക്ടേറിയനിസത്തിനുമെതിരെ പൊരുതിക്കൊണ്ട് ലോക കമ്യൂണിസ്റ്റ് പ്രസ്ഥാനത്തിൽ ഐക്യം പുനഃസ്ഥാപിക്കാൻ പ്രവർത്തിക്കുമെന്ന പ്രതിജ്ഞ കൂടിയുണ്ടായിരുന്നു ഇടതുപക്ഷ കോൺഗ്രസ് അംഗീകരിച്ച പാർട്ടി പരിപാടിയിൽ.[3]

രണ്ടാമതായി, ബോംബെയിൽവെച്ച് വലതുവിഭാഗക്കാർ അംഗീകരിച്ച പാർട്ടി പരിപാടിയിൽ പറഞ്ഞിരുന്നത് *ദേശീയ ജനാധിപത്യ*മാണ്. തുടക്കത്തിൽ ബൂർഷ്വാസിക്കും തൊഴിലാളിവർഗ്ഗത്തിനും കൂട്ടായ പങ്കുള്ളതായിരിക്കും ദേശീയ ജനാധിപത്യ മുന്നണിയും ഗവൺമെന്റും എന്ന് അതിൽ വിശദീകരിക്കുകയും ചെയ്തു. ഈ രാഷ്ട്രീയ കാഴ്ചപ്പാട് ഒരു ഘട്ടത്തിൽ ജനസംഘം, സ്വതന്ത്ര മുതലായ ബൂർഷ്വാ പ്രതിപക്ഷകക്ഷികളുടെയും അവസാനം കോൺഗ്രസിന്റെ തന്നെയും ഭരണപങ്കാളിയായി പ്രവർത്തിക്കാൻ സി പി ഐയെ പ്രേരിപ്പിച്ചു.[4]

1951 ലെ പാർട്ടി പരിപാടിയിൽ അംഗീകരിച്ച *ജനകീയ ജനാധിപത്യ*ത്തിനുവേണ്ടിയുള്ള പോരാട്ടമാണ് ദീർഘകാല അടവുനയമായി കൽക്കത്തയിൽ ചേർന്ന ഇടതുപക്ഷക്കാരുടെ കോൺഗ്രസ് അംഗീകരിച്ചത്. 1951 ൽ അംഗീകരിച്ച പരിപാടി പൂർണ്ണമായും കുറ്റമറ്റതാണെന്ന അഭിപ്രായം കൽക്കത്താ കോൺഗ്രസിന് ഇല്ലായിരുന്നു. മൗലിക പ്രാധാന്യമുള്ള ചില പ്രശ്നങ്ങളിൽ 1951 ലേതിൽനിന്നു വ്യത്യസ്തമായ നിലപാടാണ് ഇടതുപക്ഷക്കാരുടെ പരിപാടിയിലെ ഉള്ളടക്കം. 1951 ലെന്നപോലെ 1964 ലും ജനകീയ ജനാധിപത്യ വിപ്ലവത്തിന്റെ കേന്ദ്രമായി നിന്നത് തൊഴിലാളിവർഗ്ഗ നേതൃത്വത്താൽ തൊഴിലാളി–കർഷക സമര സഖ്യത്തെ ആസ്പദമാക്കിയും ബൂർഷ്വാ–ഭൂപ്രഭു ഭരണവർഗ്ഗങ്ങൾക്കെതിരായ രൂക്ഷസമരങ്ങളിലൂടെയും രൂപംകൊള്ളുന്ന വിപ്ലവമുന്നണിയാണ്. അതിന്റെ വളർച്ചയ്ക്കിടക്ക് ചിലപ്പോൾ ചില ബൂർഷ്വാ രാഷ്ട്രീയ കക്ഷികളുമായി താല്ക്കാലികമായ കൂട്ടുകെട്ടുണ്ടാക്കിയെന്നുവരും. എന്നാൽ ഭരണകക്ഷിയായ കോൺഗ്രസിന്റേയോ, ജനസംഘം, സ്വതന്ത്ര മുതലായ ബൂർഷ്വാ പ്രതിപക്ഷകക്ഷികളുടെയോ ജൂനിയർ പങ്കാളിയായി ഗവൺമെന്റിൽ ഇരിക്കുക എന്ന നിലപാട് കൈക്കൊള്ളുകയില്ല.[5]

*ജനകീയ ജനാധിപത്യ*വും *ദേശീയ ജനാധിപത്യ*വും തമ്മിലുള്ള വ്യത്യാസത്തെക്കുറിച്ച് ഇ എം എസ് എഴുതി:

> കൽക്കത്തയിൽവെച്ച് ഇടതുപക്ഷക്കാരുടെ ഏഴാം കോൺഗ്രസ് അംഗീകരിച്ച പുതിയ പാർട്ടി പരിപാടിയിൽ കേന്ദ്രമുദ്രാവാക്യമായി

ഉയർത്തിയത് 1951 ലെ അവിഭക്തപാർട്ടിയുടെ പരിപാടിയിലെ ജനകീയ ജനാധിപത്യം തന്നെയായിരുന്നു. പിന്നീട് ബോംബെയിൽ ചേർന്ന വലതുകമ്യൂണിസ്റ്റുകാരുടെ കോൺഗ്രസാകട്ടെ, ജനകീയ ജനാധിപത്യത്തിനുപകരം ദേശീയ ജനാധിപത്യമാണ് ഉയർത്തിക്കൊണ്ടുവന്നത്.

രണ്ടും തമ്മിലുള്ള പ്രധാന വ്യത്യാസം ഇതാണ്: വലതുകാരുടെ ദേശീയ ജനാധിപത്യം ബൂർഷ്വാഭരണ സംവിധാനത്തിൽ– ബൂർഷ്വാസിയുടെ നേതൃത്വത്തിലുള്ള ഭരണസംവിധാനത്തിൽ– ജൂനിയർ പങ്കാളിയായി തൊഴിലാളിവർഗ്ഗത്തിന്റെ രാഷ്ട്രീയ പാർട്ടി തുടരുകയാണ്. അതാണ് പിന്നീട് ഇന്ദിരാഗാന്ധിയുടെ അടിയന്തരാവസ്ഥയ്ക്കു വലതുകാർ നല്കിയ പൂർണ്ണമായ പിന്തുണയിൽ കലാശിച്ചത്.

കേരളത്തിലാകട്ടെ, കോൺഗ്രസിനു മേൽക്കൈയുള്ള ഒരു സി പി ഐ (എം) വിരുദ്ധ ഗവൺമെന്റിന്റെ തലപ്പത്ത് ഔപചാരികമായി അച്യുതമേനോൻ ഇരിക്കുകയും കോൺഗ്രസിന്റെ ആഭ്യന്തരമന്ത്രി അടിയന്തരാവസ്ഥ പ്രയോഗത്തിൽ വരുത്തുന്നതിനു മൂകസാക്ഷിയായിരിക്കുകയും ചെയ്തു. പിളർപ്പിനുശേഷമുള്ള സി പി ഐയുടെ മാത്രമല്ല, ഇന്ത്യൻ കമ്യൂണിസ്റ്റ് പാർട്ടിയുടെ മുഴുവൻ ചരിത്രത്തിലെ, ഇരുണ്ട അദ്ധ്യായമായിരുന്നു അച്യുതമേനോന്റെ കേരള മുഖ്യമന്ത്രിപദം.

ഈ വ്യത്യാസത്തിനുള്ള കാരണമെന്താണ്? 1951 ലെ അവിഭക്ത പാർട്ടിയുടെ പരിപാടിയിലെന്നപോലെ ഉടൻ സോഷ്യലിസം നടപ്പിൽ വരുത്താനല്ലെങ്കിലും കർഷക ജനസാമാന്യത്തിന്റെയും മറ്റ് അദ്ധ്വാനിക്കുന്ന ബഹുജനങ്ങളുടെയും ഉപരിവർഗ്ഗങ്ങളിൽനിന്നു വരുന്ന ഉല്പതിഷ്ണുക്കളുടെയും മേൽ തൊഴിലാളി വർഗ്ഗത്തിനു നേതൃത്വമുണ്ടാക്കുന്ന വിധത്തിലാണ് സി പി ഐ (എം)ന്റെ പരിപാടി ജനകീയ ജനാധിപത്യത്തെ വിഭാവനം ചെയ്തത്. വലതുകാരുടെ പരിപാടിയാകട്ടെ ബൂർഷ്വാസിക്കും തൊഴിലാളിവർഗ്ഗത്തിനും തുല്യപങ്കുള്ള ഒരു രാഷ്ട്രീയ സംവിധാനമാണ് വിഭാവനം ചെയ്തത്. അതുകൊണ്ടാണവർ ജനകീയ ജനാധിപത്യമെന്ന ലക്ഷ്യമുപേക്ഷിച്ച് ദേശീയ ജനാധിപത്യം സ്വീകരിച്ചത്.

വലതുകാരുടെ ദേശീയ ജനാധിപത്യത്തിൽ, ഇടതുകാരുടെ ജനകീയ ജനാധിപത്യത്തിലെന്നപോലെ ഒരേ വർഗ്ഗങ്ങളാണ് പങ്കാളികളാകുക: വ്യവസായ തൊഴിലാളികൾ, കാർഷികതൊഴിലാളികൾ, പണിയെടുത്തു ജീവിക്കുന്ന കർഷകജനസാമാന്യം, ഇടത്തരം ജീവനക്കാർ, ഉപരിവർഗ്ഗങ്ങളിൽ നിന്നുവരുന്ന ഉല്പതിഷ്ണുവിഭാഗങ്ങൾ. പക്ഷേ, ഇവരെല്ലാം പ്രവർത്തിക്കുന്നത് ബൂർഷ്വാസിയും തൊഴിലാളിവർഗ്ഗവും ചേർന്ന ഒരു കൂട്ടുനേതൃത്വത്തിൻകീഴിലാണ്.

> ഇടതുകാരുടെ ജനകീയ ജനാധിപത്യത്തിന്റെയും വർഗ്ഗസ്വഭാവം ഇതുതന്നെയാണ്. പക്ഷേ, അദ്ധ്വാനിക്കുന്ന ബഹുജനങ്ങളുടെ മേൽ ആധിപത്യം സ്ഥാപിക്കുന്നതിന് ബൂർഷ്വാസിയും തൊഴിലാളിവർഗ്ഗവും തമ്മിൽ ഏറ്റുമുട്ടുന്നു. പൊതുജനാധിപത്യ പ്രസ്ഥാനത്തിന്റെമേൽ തൊഴിലാളിവർഗ്ഗത്തിനു നേതൃത്വം കിട്ടുന്നതിനുവേണ്ടിയുള്ള സമരം കൂടി ജനകീയ ജനാധിപത്യത്തിന്റെ ഭാഗമാണ്. ആ പ്രക്രിയ പൂർത്തിയാകുമ്പോൾ മാത്രമേ ജനകീയ ജനാധിപത്യം പ്രായോഗികമായി നിലവിൽ വരികയുള്ളൂ.
>
> അതായത്, മറ്റദ്ധ്വാനിക്കുന്ന ബഹുജനങ്ങളുടെയും ദേശാഭിമാനികളുടെയുംമേൽ തൊഴിലാളിവർഗ്ഗത്തിനു പടിപടിയായി നേതൃത്വം കരസ്ഥമാക്കാൻ നടത്തുന്ന ശ്രമമാണ്, 1951 ലെ അവിഭക്ത കമ്യൂണിസ്റ്റ് പാർട്ടിയുടേതെന്നപോലെ, 1964 ലെ ഇടതുപക്ഷ കമ്യൂണിസ്റ്റ് പാർട്ടിയുടെയും ജനകീയ ജനാധിപത്യത്തിന്റെ സത്ത. ഇത് ഉപേക്ഷിച്ച് തൊഴിലാളിവർഗ്ഗത്തെ ബൂർഷ്വാസിയുടെ ഒരു ജൂനിയർ പങ്കാളിയാക്കി മാറ്റുന്ന കാഴ്ചപ്പാടാണ് വലതുകാരുടെ ദേശീയ ജനാധിപത്യം.[6]

മൂന്നാമതായി, ഇന്ത്യയും ചൈനയും തമ്മിലുള്ള അതിർത്തി പ്രശ്നങ്ങളിൽ ബോംബെ കോൺഗ്രസിലെ പ്രതിനിധികൾക്ക് ചൈനീസ് ഗവൺമെന്റിനോടുള്ള നിലപാട് ശത്രുതാപരമായിരുന്നു. ഈ പ്രശ്നത്തിൽ ഇന്ത്യാ ഗവൺമെന്റിന്റെ സമീപനം അവർ അതേപടി അംഗീകരിച്ചു.

എന്നാൽ കൽക്കത്തയിൽ ചേർന്ന ഇടതുപക്ഷ വിഭാഗത്തിന്റെ ഏഴാം കോൺഗ്രസ് സമാധാനപരമായ കൂടിയാലോചനകളിലൂടെ ഇന്ത്യാ –ചൈന അതിർത്തി തർക്കം പരിഹരിക്കണമെന്ന് പറഞ്ഞു. അവരുടെ രേഖകളിൽ ഇങ്ങനെ പറഞ്ഞു:

> ഇന്ത്യാ–ചൈന പ്രതിനിധികൾ കൂടിയാലോചിച്ചുകൊണ്ട് സംഭാഷണങ്ങൾ നടത്താനുള്ള സാദ്ധ്യതകൾ ആരായണം. ഇന്ത്യാ ഗവ: മുൻകൈയെടുത്തു ചൈനയുമായി ബന്ധപ്പെടണം. അതിർത്തിത്തർക്കം ഇരുഗവൺമെന്റിനും താല്പര്യം സൃഷ്ടിക്കുന്നതാണെന്ന അടിസ്ഥാനത്തിൽ ചൈനീസ് ഗവൺമെന്റും അതിർത്തിത്തർക്കം തീർക്കുന്ന കാര്യത്തിൽ മുൻകൈയെടുത്ത് പ്രവർത്തിക്കുമെന്ന് 7–ാം പാർട്ടി കോൺഗ്രസ് പ്രതീക്ഷിക്കുന്നു.

സി പി ഐ (എം)ഉം സി പി ഐ യും അംഗീകരിച്ച പരിപാടികളിൽ ഇന്ത്യൻ ഭരണകൂടത്തെയും വിപ്ലവത്തെയും വിവരിച്ചിട്ടുള്ള രീതിയും വ്യത്യസ്തമായിരുന്നു. അതേപ്പറ്റി ഇ എം എസ് നമ്പൂതിരിപ്പാട് എഴുതി:

> ഇന്ത്യൻ ബൂർഷ്വാസിയുടെ ഉപകരണമാണ് ഇവിടത്തെ ഭരണകൂടമെന്നാണ് സി പി ഐ ഭരണകൂടത്തിന്റെ വർഗ്ഗസ്വഭാവം വിശ

ദീകരിച്ചത്. സംസ്ഥാനതലത്തിൽ ഭൂവുടമ വർഗ്ഗങ്ങളുടെ സ്വാധീനവും ശക്തിയായി പ്രതിഫലിക്കുന്നുണ്ടെന്ന് അവർ ചൂണ്ടിക്കാട്ടി. കേന്ദ്രതലത്തിൽ ഭൂപ്രഭുവർഗ്ഗവുമായി കൂട്ടുകെട്ടില്ലാത്ത ബൂർഷ്വാ ഭരണകൂടമാണ് പൂർണ്ണസ്വാതന്ത്ര്യലബ്ധിയോടുകൂടി നിലവിൽ വന്നതെന്നാണല്ലോ ഇതിനർത്ഥം.

കമ്യൂണിസ്റ്റ്(മാർക്സിസ്റ്റ്) പാർട്ടിയാകട്ടെ, ബൂർഷ്വാ-ഭൂപ്രഭുവർഗ്ഗങ്ങളുടെ രാഷ്ട്രീയ സഖ്യത്തിൽ അടിയുറച്ചതാണ് സ്വതന്ത്ര ഇന്ത്യയുടെ ഭരണകൂടമെന്ന് വ്യക്തമായി പറഞ്ഞതിനുശേഷം രണ്ടുകാര്യങ്ങൾ കൂട്ടിച്ചേർത്തു. ഒന്നാമത്, ബൂർഷ്വാസി, പ്രഭുക്കൾ എന്നീ രണ്ട് വർഗ്ഗങ്ങൾ കൂടിച്ചേർന്നുണ്ടാക്കിയ കൂട്ടുകെട്ടിൽ നേതൃസ്ഥാനമുള്ളത് വൻകിട വിഭാഗത്തിൽപ്പെട്ട ബൂർഷ്വാസിക്കാണ്. രണ്ടാമത്, ഭരണകൂടത്തിനകത്ത് നേതൃപദവിയിലിരിക്കുന്ന വൻകിട ബൂർഷ്വാസി വിദേശീയ കുത്തകകളുമായി കൂട്ടുകച്ചവടം നടത്തിക്കൊണ്ടിരുന്നു.

ഇങ്ങനെ വർഗ്ഗസഖ്യം രണ്ടുതരത്തിൽ വിശദീകരിക്കാൻ ഓരോ പാർട്ടിയും താന്താങ്ങളുടെ പരിപാടിയിലൂടെ നടത്തുന്ന ശ്രമത്തിന്റെ ഫലമെന്താണ്? ബൂർഷ്വാസിയും ഭൂപ്രഭുവർഗ്ഗവും തമ്മിൽ ഭരണകൂടം നിയന്ത്രിക്കുന്നതു സംബന്ധിച്ചുണ്ടാക്കിയ രാഷ്ട്രീയ കൂട്ടുകെട്ടാണ് ഇന്ത്യൻ ഭരണകൂടമെന്ന വസ്തുത സി പി ഐ യുടെ വിശദീകരണത്തിൽ വരുന്നേയില്ല. അതുപോലെ ഭരണകൂടത്തിന്റെയും അതിന് ആസ്പദമായ വർഗ്ഗസഖ്യത്തിന്റെയും നേതൃത്വം വൻകിട ബൂർഷ്വാസിക്കാണെന്നോ ആ വിഭാഗക്കാർ വൈദേശീക കുത്തകകളുമായി കൂട്ടുകച്ചടം നടത്തുന്നുണ്ടെന്നോ ഉള്ള സത്യം അവർ അംഗീകരിക്കുന്നില്ല; ബൂർഷ്വാസിയുടേതായ ഭരണകൂടം, ആ ആയുധമുപയോഗിച്ച് ഭൂപ്രഭുവർഗ്ഗങ്ങൾക്കും വൈദേശിക കുത്തകകൾക്കുമെതിരായി ശക്തമായ നടപടികളെടുക്കുന്ന ബൂർഷ്വാസി- ഇതാണ് സി പി ഐ യുടെ കാഴ്ചപ്പാട്.

സംസ്ഥാനതലത്തിലാണ് ഭൂപ്രഭുവർഗ്ഗത്തിന് ഭരണകൂടത്തിന്റെ മേൽ കാര്യമായ സ്വാധീനമുള്ളതായി സി പി ഐ അംഗീകരിക്കുന്നത്. അതുപോലും കേന്ദ്രത്തിനുള്ളതായോ കേന്ദ്ര-സംസ്ഥാന തലങ്ങളിൽ വൈദേശിക കുത്തകകളുടെ സ്വാധീനമുള്ളതായോ അവർ അംഗീകരിക്കുന്നില്ല.[7]

അവിഭക്ത കമ്യൂണിസ്റ്റ് പാർട്ടിയിൽനിന്ന് റിവിഷനിസ്റ്റുകാരെയും അവസരവാദികളെയും പുറത്താക്കി പുനഃസംഘടിപ്പിച്ചതാണ് തങ്ങളുടെ പാർട്ടിയെന്ന് ഇടതുപക്ഷ വിഭാഗത്തിന്റെ കൽക്കത്ത കോൺഗ്രസ് പ്രഖ്യാപിച്ചു.

ഇതിനെ ഖണ്ഡിച്ചുകൊണ്ട് 'ചൈനീസ് കമ്യൂണിസ്റ്റ് പാർട്ടിയുടെ ഉപദേശനിർദ്ദേശങ്ങൾക്കനുസരിച്ച് ഇന്ത്യയിലെ കമ്യൂണിസ്റ്റ് പ്രസ്ഥാ

നത്തെ പിളർന്ന് രണ്ടാക്കിയവർ' എന്ന കുറ്റം ഇടതുപക്ഷ വിഭാഗത്തിന്റെ മേൽ ചുമത്തുകയാണ് വലതുപക്ഷവിഭാഗത്തിന്റെ ബോംബെ കോൺഗ്രസ് ചെയ്തത്. അവിഭക്ത കമ്യൂണിസ്റ്റ് പാർട്ടിയുടെ യഥാർത്ഥ അനന്തരാവകാശികളെന്ന നിലയ്ക്ക് തങ്ങളുടേത് 'മാതൃസംഘടന'യും ഇടതുവിഭാഗക്കാരുടേത് 'പിളർപ്പൻ ഗ്രൂപ്പു'മാണെന്ന് ബോംബെ കോൺഗ്രസ് പ്രഖ്യാപിച്ചു.[8]

ഇന്ത്യൻ കമ്യൂണിസ്റ്റ് പാർട്ടിയിലെ ഇരുവിഭാഗവും പ്രത്യേകം പ്രത്യേകം പാർട്ടിയായി തീർന്നതോടെ മുമ്പ് ഒരു പാർട്ടിക്കകത്ത് നില നിന്നിരുന്ന ആഭ്യന്തര സമരം രണ്ടു പാർട്ടികൾ തമ്മിലുള്ള സമരമായി രൂപംകൊണ്ടു. പാർട്ടിയുടെ പേര്, ചിഹ്നം എന്നിവയെച്ചൊല്ലിയായിരുന്നു പുതിയ തർക്കം.

രണ്ടു പാർട്ടികളും ആദ്യം ഇന്ത്യൻ കമ്യൂണിസ്റ്റ് പാർട്ടി എന്ന പേർതന്നെ ഉപയോഗിച്ചുവന്നു. എന്നാൽ 1965 ൽ കേരളത്തിൽ ഇടക്കാല തിരഞ്ഞെടുപ്പ് നടക്കാൻ പോകുകയായിരുന്നു. തിരഞ്ഞെടുപ്പിൽ മത്സരി ക്കുന്നതിന് ഒരേ പേരിൽത്തന്നെ രണ്ടു പാർട്ടികളും ഒരേ ചിഹ്നം തന്നെ രണ്ടു പാർട്ടികൾക്കും ഉണ്ടാകാൻ പാടില്ലല്ലോ. അതിനാൽ വരാൻ പോകുന്ന കേരളത്തിലെ തിരഞ്ഞെടുപ്പിനു മുന്നോടിയായി 1964 സെപ്തം ബർ 15 ന് ഇലക്ഷൻ കമ്മീഷൻ ഇടതുപക്ഷ വിഭാഗക്കാരുടെ ഇന്ത്യൻ കമ്യൂണിസ്റ്റ് പാർട്ടിയെ കമ്യൂണിസ്റ്റ് പാർട്ടി ഓഫ് ഇന്ത്യ(മാർക്സിസ്റ്റ്) അഥവാ സി പി ഐ (എം) എന്നും ആ പാർട്ടിയുടെ തിരഞ്ഞെടുപ്പ് ചിഹ്ന മായി അരിവാൾ ചുറ്റിക നക്ഷത്രവും അംഗീകരിച്ചു. എന്നാൽ ഇന്ത്യ യിൽ എല്ലായിടത്തും ഈ പേര് ഉപയോഗിക്കാൻ തുടങ്ങിയത് 1967 ലെ പൊതുതിരഞ്ഞെടുപ്പോടുകൂടിയാണ്. അക്കാര്യങ്ങളെക്കുറിച്ച് ഇ എം എസ് വിശദീകരിച്ച് രേഖപ്പെടുത്തിയിട്ടുണ്ട്. അദ്ദേഹത്തിന്റെ വാക്കുകളിൽ:

> ഇന്ത്യൻ കമ്യൂണിസ്റ്റ് പാർട്ടി എന്ന പഴയ പേരിന് തങ്ങൾക്കാണ് അവകാശമെന്ന് ഇരുപാർട്ടികളും ഒരുപോലെ പറഞ്ഞു. കൽക്കത്ത കോൺഗ്രസിന്റെയും അതിൽ രൂപംകൊണ്ട കേന്ദ്രകമ്മിറ്റി പൊളിറ്റ് ബ്യൂറോ എന്നിവയുടെയും രേഖകളിൽ എല്ലാം ഇന്ത്യൻ കമ്യൂ ണിസ്റ്റ് പാർട്ടിയെന്ന പഴയ പേർതന്നെ ഉപയോഗിച്ചുപോന്നു. വല തുവിഭാഗക്കാരുടെ ബോംബെ കോൺഗ്രസ്, തുടർന്നുള്ള കേന്ദ്ര നേതൃത്വം എന്നിവയുടെ രേഖകളിലും ഇതുതന്നെ കാണാം.
>
> ഒരേ പേരോടുകൂടി പൊതുജനസമക്ഷം പ്രത്യക്ഷപ്പെട്ട ഈ രണ്ടു പാർട്ടികളെയും അന്യോന്യം വേർതിരിക്കുന്നതിന് പത്രക്കാർ പല പദപ്രയോഗങ്ങളും നടത്തി. ചിലർ ഇടത്, വലത് എന്ന വിശേഷ ണത്തോടുകൂടിയാണ് അതത് പാർട്ടിയെ വിശേഷിപ്പിച്ചത്. വേറെ ചിലർ ചൈനാപക്ഷപാതികളെന്ന് ഇടതുകാരെയും റഷ്യപക്ഷപാ തികളെന്ന് വലതുകാരെയും വിളിച്ചു. ഇനിയും ചിലർ അതത് പാർട്ടിയുടെ നേതാക്കളുടെ പേർചേർത്ത് ഡാങ്കെ പാർട്ടി, സുന്ദര

യ്യപാർട്ടി മുതലായ പേർ നല്കിയാണ് ഇരു പാർട്ടികളെയും വിശേഷിപ്പിച്ചത്.

പേർ സംബന്ധിച്ച ഈ തർക്കം ഔപചാരിക നിലവാരത്തിലെത്തിയത് രണ്ട് പാർട്ടി കോൺഗ്രസുകളും കഴിഞ്ഞ ഉടനെ നടന്ന കേരളത്തിലെ ഇടക്കാല തിരഞ്ഞെടുപ്പോടുകൂടിയാണ്. രണ്ടു പാർട്ടികളും മത്സരിക്കുന്ന ആ തിരഞ്ഞെടുപ്പിൽ ഇരുവർക്കും അനുവദിക്കേണ്ട ചിഹ്നം സംബന്ധിച്ച തർക്കം (അവിഭക്ത കമ്യൂണിസ്റ്റ് പാർട്ടിയുടെ ചിഹ്നമായി അംഗീകരിക്കപ്പെട്ടിരുന്ന അരിവാളും നെൽക്കതിരും തങ്ങൾക്കാണ് അവകാശപ്പെട്ടതെന്ന വാദം) ഇരുവിഭാഗക്കാരും തിരഞ്ഞെടുപ്പു കമ്മീഷന്റെ മുന്നിൽ അവതരിപ്പിച്ചു. വാദം കേട്ടതിനുശേഷം കമ്മീഷൻ നല്കിയ വിധിയിൽ ഇന്ത്യൻ കമ്യൂണിസ്റ്റ് പാർട്ടിയെന്ന പേരും അതിന് അനുവദിച്ച ചിഹ്നവും വലതുകാർക്കാക്കി. പക്ഷേ, ഇന്ത്യൻ കമ്യൂണിസ്റ്റ് പാർട്ടി എന്നപേർതന്നെ ഒരു ഭേദഗതിയോടെ ഇടതുകാർക്കും അംഗീകരിക്കാമെന്നും അവർക്ക് മറ്റൊരു ചിഹ്നം നിശ്ചയിക്കാമെന്നും കമ്മീഷൻ സമ്മതിച്ചു. പേരിൽ വരുത്തേണ്ട മാറ്റം, പുതിയ ചിഹ്നം എന്നിവ നിശ്ചയിക്കുന്നതിന് ഇടതുകമ്യൂണിസ്റ്റ് പാർട്ടിയുടെ പ്രതിനിധികളോട് ആവശ്യപ്പെടുകയും ചെയ്തു. അവർ അത് ചെയ്തതിനെത്തുടർന്ന് കമ്യൂണിസ്റ്റ് പാർട്ടി ഓഫ് ഇന്ത്യ(മാർക്സിസ്റ്റ്) എന്ന പേരും അരിവാൾ ചുറ്റിക നക്ഷത്രമെന്ന ചിഹ്നവും ഇടതു കമ്യൂണിസ്റ്റുകാർക്ക് അനുവദിച്ചു.

ഇത് പ്രത്യക്ഷത്തിൽ വലതുകാരുടെ വിജയമാണ്. അവർക്കാണല്ലോ അവിഭക്തകമ്യൂണിസ്റ്റ് പാർട്ടിയുടെ പേരും തിരഞ്ഞെടുപ്പു ചിഹ്നവും കിട്ടിയത്.

പക്ഷേ, അവർക്കൊട്ടും സന്തോഷകരമല്ലാത്ത ഒന്നാണ് കമ്യൂണിസ്റ്റ്(മാർക്സിസ്റ്റ്) പാർട്ടിക്ക് കിട്ടിയ തിരഞ്ഞെടുപ്പ് ചിഹ്നം. എന്തുകൊണ്ടെന്നാൽ, കമ്യൂണിസ്റ്റ് പ്രസ്ഥാനത്തിന്റെ സാർവ്വലൗകികമായ കൊടിയടയാളമാണ് അരിവാളും ചുറ്റികയും. അത് തിരഞ്ഞെടുപ്പ് അടയാളമായി കിട്ടണമെന്നാണ് ആദ്യം (1952 ലെ തിരഞ്ഞെടുപ്പിനുമുമ്പ്) അവിഭക്ത കമ്യൂണിസ്റ്റ് പാർട്ടിയുടെ പ്രതിനിധികൾ തിരഞ്ഞെടുപ്പ് കമ്മീഷനോട് അപേക്ഷിച്ചിരുന്നത്. അത് അനുവദിക്കാതിരിക്കാൻ അന്ന് പറഞ്ഞ കാരണമാകട്ടെ, ഏതെങ്കിലുമൊരു പാർട്ടിയുടെ കൊടിയടയാളം തിരഞ്ഞെടുപ്പ് ചിഹ്നമായി അംഗീകരിക്കാൻ വയ്യെന്നായിരുന്നു. കൊടിയടയാളത്തിൽനിന്ന് സ്വല്പം വ്യത്യാസപ്പെട്ട മറ്റൊന്ന് നിർദ്ദേശിക്കാൻ പറഞ്ഞപ്പോൾ അരിവാൾ ചുറ്റികയ്ക്കുപകരം അരിവാൾ നെൽക്കതിരാക്കാൻ സമ്മതിക്കുകയാണ് അന്ന് പാർട്ടിയുടെ പ്രതിനിധികൾ ചെയ്തത്.

ഇപ്പോഴോ? 1952 ലെ അവിഭക്ത പാർട്ടി കിട്ടാൻ ശ്രമിച്ചതും കിട്ടാ

തിരിക്കുന്നതുമായ തിരഞ്ഞെടുപ്പടയാളം ഇടതുകാർക്ക് കിട്ടിയിരിക്കുകയാണ്. ഇത്രതന്നെ വ്യക്തമല്ലെങ്കിലും മാർക്സിസ്റ്റ് എന്ന വിശേഷണം ചേർത്തുകൊണ്ടാണെങ്കിലും ഇന്ത്യൻ കമ്യൂണിസ്റ്റ് പാർട്ടി എന്ന പേർതന്നെ ഇടതുകാർക്ക് കിട്ടിയതും വലതുകാരെ സന്തോഷിപ്പിച്ചില്ല. മാർക്സിസ്റ്റ് എന്ന വിശേഷണത്തോടുകൂടിയതും ആ വിശേഷണം ഇല്ലാത്തതുമായ രണ്ട് ഇന്ത്യൻ കമ്യൂണിസ്റ്റ് പാർട്ടികൾ ഉണ്ടെന്നാണല്ലോ ഇതിനർത്ഥം. പേരിന്റെ കൂടെ റിവിഷനിസ്റ്റ് എന്ന വിശേഷണം ചേർത്തിട്ടില്ലെങ്കിലും എതിരാളിയുടെ പേരിന് മാർക്സിസ്റ്റ് എന്ന വിശേഷണം ചേർത്തതിൽ വലതുകാർക്ക് വിഷമമുണ്ടായിരുന്നു.

ചുരുക്കത്തിൽ, ലോകകമ്യൂണിസ്റ്റ് പ്രസ്ഥാനത്തിന്റെ കൊടിയടയാളമായ അരിവാളും ചുറ്റികയും എതിരാളികൾക്ക് കിട്ടിയതോടെ മാർക്സിസ്റ്റ് എന്നുകൂടി ചേർന്ന ഇന്ത്യൻ കമ്യൂണിസ്റ്റ് പാർട്ടി എന്ന പേർകൂടി ഔദ്യോഗികമായി ഇടതുകാർക്ക് കിട്ടിയത് വലതുകാർക്ക് മനഃപ്രയാസമുണ്ടാക്കി.

തങ്ങളുടതാണ് കമ്യൂണിസ്റ്റുകാരുടെ മാതൃസംഘടന, അതിൽ നിന്ന് ഒരു ചെറു ന്യൂനപക്ഷം മാത്രംവരുന്ന പിളർപ്പന്മാർ വിട്ടുപോയെന്നേയുള്ളൂ എന്ന വാദം ഔദ്യോഗികതലത്തിൽ അംഗീകരിക്കപ്പെട്ടിട്ടില്ലന്നാണല്ലോ അതിനർത്ഥം.

ഇടതുകാർക്കിടയിലും കൽക്കത്ത കോൺഗ്രസ് അംഗീകരിച്ച ഔദ്യോഗിക രേഖകളിലെ പദപ്രയോഗം അതേപടി തുടരാനുള്ള പ്രവണത ശക്തിയായി ഉണ്ടായിരുന്നു. ഇന്ത്യൻ കമ്യൂണിസ്റ്റ് പാർട്ടി എന്ന പഴയപേരിൽത്തന്നെ പ്രവർത്തിക്കാനായിരുന്നു അധികംപേർക്കും ഇഷ്ടം. കേരളത്തിലെ ഇടക്കാല തിരഞ്ഞെടുപ്പിൽ ഔദ്യോഗികാവശ്യങ്ങൾക്കുവേണ്ടി പുതിയപേർ ഉപയോഗിക്കേണ്ടിവന്നുവെങ്കിലും കേരളത്തിന് വെളിയിലോ ഔദ്യോഗികാവശ്യങ്ങൾക്കല്ലാതെ പാർട്ടിയുടെ പേർ പറയേണ്ടിവരുമ്പോൾ ഇന്ത്യൻ കമ്യൂണിസ്റ്റ് പാർട്ടിയെന്ന പഴയ പേർതന്നെ പ്രയോഗിക്കുകയായിരുന്നു പതിവ്.

ഇതിനുമാറ്റം വന്നത് 1967 ലെ പൊതുതിരഞ്ഞെടുപ്പോടുകൂടിയാണ്. ഇന്ത്യയിൽ എല്ലായിടത്തും നടന്ന ആ രാഷ്ട്രീയ സമരത്തിനുമുമ്പ് കേരളത്തിലെന്നപോലെ തിരഞ്ഞെടുപ്പുകമ്മീഷന്റെ രേഖകളിലുള്ള പേർതന്നെ പറയേണ്ടിവന്നു. അങ്ങനെയാണ് ഇന്ത്യൻ കമ്യൂണിസ്റ്റ്(മാർക്സിസ്റ്റ്) പാർട്ടിയെന്ന പേർ സാർവ്വത്രികമായത്.[9]

സൂചിക

1. *കേരളത്തിലെ കമ്യൂണിസ്റ്റ് പ്രസ്ഥാനം: ഉത്ഭവവും വളർച്ചയും*, പു:285; *സോഷ്യലിസത്തിലേക്കുള്ള ഇന്ത്യൻ പാത*, പു:75.

2. *കേരളത്തിലെ കമ്യൂണിസ്റ്റ് പ്രസ്ഥാനം: ഉത്ഭവവും വളർച്ചയും*, പു:285.
3. *ഒരു ഇന്ത്യൻ കമ്യൂണിസ്റ്റിന്റെ ഓർമ്മക്കുറിപ്പുകൾ*, പു:217–18.
4. *കമ്യൂണിസ്റ്റ് പാർട്ടി കേരളത്തിൽ II*, പു:263.
5. മേൽച്ചൊന്നത്, പു:263–64.
6. *ഇന്ത്യൻ കമ്യൂണിസ്റ്റ് പ്രസ്ഥാനം 1920–1998*, പു:156–57.
7. *കമ്യൂണിസ്റ്റ് പാർട്ടി കേരളത്തിൽ II*, പു:274–75.
8. മേൽച്ചൊന്നത്, പു:260.
9. മേൽച്ചൊന്നത്, പു:261–62.

ഉപസംഹാരം

ആയിരത്തിത്തൊള്ളായിരത്തി ഇരുപത് ഒക്ടോബർ 7 ന് സോവിയറ്റ് യൂണിയനിലെ ഉസ്ബെസ്ക്കിസ്ഥാന്റെ തലസ്ഥാനമായ താഷ്ക്കെന്റിൽ ചേർന്ന യോഗത്തിൽവെച്ച് ഇന്ത്യൻ കമ്യൂണിസ്റ്റ് പാർട്ടി രൂപീകരിച്ചു. ഇന്ത്യക്കകത്തുവെച്ച് കമ്യൂണിസ്റ്റ് പാർട്ടി രൂപീകരിച്ചത് 1925 ഡിസംബർ 26 മുതൽ 28 വരെ കാൺപൂരിൽവെച്ച് നടന്ന സമ്മേളനത്തിൽവെച്ചാണ്. എന്നാൽ ഈ കമ്യൂണിസ്റ്റ് പാർട്ടികളെയൊന്നും തന്നെ പ്രവർത്തിക്കാൻ ബ്രിട്ടീഷ് ഗവൺമെന്റ് അനുവദിച്ചിരുന്നില്ല. അതിലെ പ്രവർത്തകർക്കെതിരെ പെഷവാർ, കാൺപൂർ, മീററ്റ് മുതലായ ഗൂഢാലോചന ക്കേസ്സുകൾ ചുമത്തി അറസ്റ്റുചെയ്തു ജയിലിലടച്ചിരുന്നു. മീററ്റ് പ്രതികൾ ജയിൽമോചിതരായി പുറത്തുവന്നശേഷം 1933 ഡിസംബറിൽ കൽക്കത്തയിൽക്കൂടിയ ഒരു അഖിലേന്ത്യാ സമ്മേളനത്തിൽവെച്ചാണ് സി പി ഐക്ക് ഒരു താല്ക്കാലിക ഭരണഘടന ഉണ്ടായതും ഒരു താൽക്കാലിക കേന്ദ്രകമ്മിറ്റി രൂപംകൊണ്ടതും. അതോടെ പാർട്ടിയുടെ പ്രവർത്തനം അടുക്കുംചിട്ടയോടുംകൂടി തുടങ്ങിയെങ്കിലും 1934 ജൂലൈയിൽ പാർട്ടിയെ നിരോധിച്ചു. 1935 ൽ ആഗസ്തിൽ നടന്ന കോമിന്റേണിന്റെ ഏഴാം കോൺഗ്രസ് തീരുമാനത്തെത്തുടർന്ന് പാർട്ടി അംഗങ്ങൾ കോൺഗ്രസിലും കോൺഗ്രസ് സോഷ്യലിസ്റ്റ് പാർട്ടിയിലും ചേർന്ന് സജീവമായി പ്രവർത്തിച്ചു. 1939 സെപ്തംബറിൽ രണ്ടാം ലോകമഹായുദ്ധം പൊട്ടിപ്പുറപ്പെട്ടപ്പോൾ പാർട്ടി ആ യുദ്ധത്തെ *സാമ്രാജ്യത്വയുദ്ധം* എന്നു വിശേഷിപ്പിച്ചു. എന്നാൽ 1941 ജൂൺ 22 ന് ജർമ്മനി സോവിയറ്റ് യൂണിയനെ ആക്രമിച്ചതോടെ യുദ്ധത്തിന്റെ സമീപനത്തിൽ പാർട്ടി മാറ്റം വരുത്തുകയും 1941 ഡിസംബറോടെ സാമ്രാജ്യത്വയുദ്ധം *ജനകീയ യുദ്ധ*മാണെന്ന് പാർട്ടി പ്രഖ്യാപിക്കുകയും ചെയ്തു. 1945 ൽ യുദ്ധം അവസാനിച്ചതോടെ

പാർട്ടി ജനകീയമുന്നേറ്റങ്ങൾക്ക് നേതൃത്വം നല്കി. ഈ സാഹചര്യത്തിലാണ് 1947 ജൂൺ 3 ന് അധികാരക്കൈമാറ്റത്തെ സംബന്ധിച്ച മൗണ്ട്ബാറ്റൺ പദ്ധതി പ്രഖ്യാപിക്കപ്പെട്ടത്. ഇതോടെ പാർട്ടിക്കകത്ത് അഭിപ്രായ വ്യത്യാസവും ഉടലെടുത്തു.

ജനമുന്നേറ്റ പാതയിൽ ഉപയോഗിക്കാവുന്ന ഒരായുധമെന്ന നിലയ്ക്ക് അധികാരക്കൈമാറ്റത്തെ ചില നിബന്ധനകളോടെ പിന്തുണയ്ക്കാൻ പാർട്ടി തീരുമാനിച്ചു. അങ്ങനെയാണ് സ്വാതന്ത്ര്യദിനം ആഘോഷിക്കാൻ പാർട്ടി തീരുമാനിച്ചത്. കമ്യൂണിസ്റ്റ് പാർട്ടി ജനറൽ സെക്രട്ടറി പി സി ജോഷിയാണ് ഈ നയത്തിന്റെ സൂത്രധാരൻ. ഇതിനെതിരെ രണദിവെയുടെ നേതൃത്വത്തിൽ മറ്റൊരു വിഭാഗം ഉയർന്നുവന്നു. ഔപചാരികമായി അധികാരക്കൈമാറ്റം നടത്തവേതന്നെ ഇന്ത്യയെ ഒരു കോളനിയായി നിലനിർത്താനുള്ള ബ്രിട്ടീഷുകാരുടെ ഗൂഢപദ്ധതിയാണ് അധികാരക്കൈമാറ്റമെന്ന് ഈ വിഭാഗം വാദിച്ചു. ആറുമാസം നീണ്ടുനിന്ന ആശയ സമരത്തിന്റെ അന്ത്യത്തിൽ രണദിവെയുടെ നേതൃത്വത്തിലുള്ള വിഭാഗം വിജയിച്ചു. 1948 ഫെബ്രുവരി–മാർച്ച് മാസത്തിൽ കൽക്കത്തയിൽവെച്ചു നടന്ന പാർട്ടി കോൺഗ്രസിൽ രണദിവെ ജനറൽസെക്രട്ടറിയായി തിരഞ്ഞെടുക്കപ്പെട്ടു. എല്ലായിടത്തും *തെലങ്കാന മാതൃക*യിൽ വിപ്ലവം സംഘടിപ്പിച്ച് നെഹ്റു ഗവൺമെന്റിനെ കടപുഴക്കിയെറിയുക എന്നതായിരുന്നു പാർട്ടി കോൺഗ്രസ് എടുത്ത തീരുമാനം.

തെലങ്കാന മാതൃകയെന്നാൽ എന്താണ് എന്നതായിരുന്നു അടുത്ത തർക്കം. രണദിവെയുടെ നേതൃത്വത്തിലുള്ള കേന്ദ്രനേതൃത്വം *റഷ്യൻവിപ്ലവരീതി (റഷ്യൻ പാത)*യാണ് തെലങ്കാനമാർഗ്ഗം എന്ന് വ്യക്തമാക്കി. എന്നാൽ തെലങ്കാന സമരം നയിച്ച പി സുന്ദരയ്യ, രാജേശ്വരറാവു, ബസവ പുന്നയ്യ മുതലായ ആന്ധ്രാസഖാക്കളുടെ അഭിപ്രായത്തിൽ *ചൈനീസ് വിപ്ലവരീതി(ചൈനീസ് പാത)*യാണ് തെലങ്കാന മാർഗ്ഗം. ഈ രണ്ട് അഭിപ്രായങ്ങൾ തമ്മിൽ ഏറ്റുമുട്ടുകയും അവസാനം തെലങ്കാന മാർഗ്ഗമെന്നാൽ റഷ്യൻപാതയാണെന്ന് പൊളിറ്റ്ബ്യൂറോ പ്രഖ്യാപിക്കുകയും ചെയ്തു. അതിനനുസരിച്ചുള്ള നയങ്ങൾ നടപ്പിലാക്കിയെങ്കിലും അത് പരാജയപ്പെടുകയാണുണ്ടായത്. ഈ സമയത്താണ് *കോമിൻഫോം* മുഖപത്രത്തിൽ ഇന്ത്യൻ പാർട്ടി നയം മാറ്റുന്നതായിരിക്കും നല്ലതെന്ന അഭിപ്രായമടങ്ങുന്ന മുഖപ്രസംഗം പ്രത്യക്ഷപ്പെട്ടത്. ഇതിനെത്തുടർന്ന് നടന്ന ചർച്ചയിൽ ആന്ധ്രാസഖാക്കളുടെ ലൈൻ–ചൈനീസ് പാത–അംഗീകരിക്കാൻ പാർട്ടി തീരുമാനിച്ചു. അങ്ങനെ രണദിവെയെ പാർട്ടി ജനറൽ സെക്രട്ടറി സ്ഥാനത്തുനിന്ന് നീക്കുകയും ചൈനീസ് പാതയുടെ വക്താവായ രാജേശ്വരറാവുവിനെ 1950 ജൂണിൽ ജനറൽ സെക്രട്ടറിയാക്കുകയും ചെയ്തു. എന്നാൽ ഈ നയവും വിജയം കണ്ടില്ല. ഇതിനെത്തുടർന്ന് 1950 ഡിസംബറിൽ രാജേശ്വരറാവുവിനെ ജനറൽ സെക്രട്ടറി സ്ഥാനത്തുനിന്ന് മാറ്റുകയും അജയഘോഷ് കൺവീനറായി ഒരു താല്ക്കാലിക കമ്മിറ്റി രൂപീകരിക്കുകയും ചെയ്തു. തുടർന്നാണ് ഇന്ത്യൻ വിപ്ലവ

ത്തിന്റെ മാർഗ്ഗം റഷ്യൻ പാതയോ ചൈനീസ് പാതയോ എന്ന് തീരുമാനിക്കാൻ സോവിയറ്റ് പാർട്ടിയുടെ സഹായം തേടിയതും ഇന്ത്യക്ക് ഇന്ത്യയുടേതായ ഒരു തനത് പാതയാണ് ഉണ്ടാകേണ്ടതെന്ന് തീരുമാനമായതും. അതിന്റെ അടിസ്ഥാനത്തിൽ 1951 ഒക്ടോബറിൽ കൽക്കത്തയിൽ കൂടിയ ഒരു രഹസ്യസമ്മേളനത്തിൽവെച്ച് പുതിയൊരു *പാർട്ടി പരിപാടിയും* *നയപ്രഖ്യാപനരേഖയും* അംഗീകരിച്ചു. അജയഘോഷ് ജനറൽ സെക്രട്ടറിയായി ഒരു പൊളിറ്റ്ബ്യൂറോയും കേന്ദ്രകമ്മിറ്റിയും നിലവിൽവന്നു. പാർട്ടി പരിപാടിയിൽ ഉൾക്കൊള്ളിച്ചിരുന്ന കേന്ദ്രമുദ്രാവാക്യം *ജനകീയ ജനാധിപത്യം* ആയിരുന്നു. ഇതോടെ 1947–51 കാലത്ത് പാർട്ടിക്കകത്തുയർന്നുവന്ന തർക്കങ്ങൾ പരിഹരിക്കപ്പെടുകയുണ്ടായി. ഇന്ത്യൻ വിപ്ലവത്തിന്റെ കാഴ്ചപ്പാട് സംബന്ധിച്ച് സ്വാതന്ത്ര്യലബ്ധി തൊട്ടുതന്നെ പാർട്ടിക്കകത്തു പൊട്ടിപ്പുറപ്പെട്ട രൂക്ഷമായ അഭിപ്രായവ്യത്യാസങ്ങൾ ഭിന്നിപ്പിലെത്താതെ അങ്ങനെ പരിഹരിക്കപ്പെട്ടു.

എന്നാൽ 1953–54 ലോടെ ഇന്ത്യൻ കമ്യൂണിസ്റ്റ് പാർട്ടിക്കകത്ത് അഭിപ്രായഭേദം വീണ്ടും തലപൊക്കി. കോൺഗ്രസിനോടുള്ള ഇന്ത്യൻ കമ്യൂണിസ്റ്റ് പാർട്ടിയുടെ നയസമീപനത്തെ സംബന്ധിച്ചതായിരുന്നു അത്. ഈ അഭിപ്രായഭേദങ്ങൾ വളർന്നുവന്നതിന്റെ ഫലമായാണ് 1964 ൽ പാർട്ടി രണ്ടായി ഭിന്നിച്ചത്. ഇന്ത്യാ–ചൈന അതിർത്തി തർക്കവും ലോക കമ്യൂണിസ്റ്റ് പ്രസ്ഥാനത്തിലെ പിളർപ്പും അതിനു വേഗംകൂട്ടി.

1952 ലെ ആദ്യത്തെ പൊതുതിരഞ്ഞെടുപ്പിൽ കമ്യൂണിസ്റ്റ് പാർട്ടിക്ക് നേട്ടമുണ്ടായത് തങ്ങളുടെ നയം മാറ്റാൻ കോൺഗ്രസിനെ പ്രേരിപ്പിച്ചു. അതേവരെ പാശ്ചാത്യശക്തികളോട് കൂടുതൽ താല്പര്യം കാണിച്ചിരുന്ന ഇന്ത്യ, ക്രമേണ സോവിയറ്റ് യൂണിയനും ചൈനയുമുൾപ്പെട്ട സോഷ്യലിസ്റ്റ് ചേരിയോടടുക്കാൻ തുടങ്ങി. ഇന്ത്യാ ഗവൺമെന്റിന്റെ വിദേശനയത്തിലുണ്ടായ ഈ മാറ്റം ഇന്ത്യൻ കമ്യൂണിസ്റ്റ് പാർട്ടിക്കകത്ത് അഭിപ്രായവ്യത്യാസത്തിനിടയാക്കി. ഗവൺമെന്റിന്റെ വിദേശനയത്തിൽ മാറ്റം സംഭവിച്ചിരിക്കുകയാണെന്നും അത് ക്രമേണ ആഭ്യന്തരനയത്തിലും പ്രതിഫലിക്കുമെന്നും അതുകൊണ്ട് ഇന്ത്യൻ കമ്യൂണിസ്റ്റ് പാർട്ടി കോൺഗ്രസിനോടുള്ള നയം മാറ്റേണ്ടതാണെന്നും 1953–54 മധുരയിൽവെച്ചുകൂടിയ മൂന്നാം പാർട്ടി കോൺഗ്രസിൽ ഒരു വിഭാഗം വാദിച്ചു. എന്നാൽ പാർട്ടി കോൺഗ്രസ് ഈ വാദത്തെ തള്ളിക്കളഞ്ഞു.

1954–55 ഓടെ വിദേശനയരംഗത്ത് സോഷ്യലിസ്റ്റ് ശക്തികൾക്കനുകൂലമായ നയം ഇന്ത്യ കൂടുതൽ സ്വീകരിക്കാൻ തുടങ്ങിയെന്നുമാത്രമല്ല, ആഭ്യന്തരരംഗത്തും പുരോഗമനപരമായ പല പരിഷ്കാരങ്ങളും നടപ്പിലാക്കാൻ തുടങ്ങി. ഇതോടെ പാർട്ടിയുടെ കോൺഗ്രസുമായുള്ള നയം മാറ്റി കോൺഗ്രസുകാരും കമ്യൂണിസ്റ്റുകാരുമടക്കമുള്ള ഒരു ഐക്യമുന്നണിയും തുടർന്ന് ഒരു കൂട്ടുമന്ത്രിസഭയും രൂപീകരിക്കണമെന്ന് ഒരു വിഭാഗം വാദിച്ചു. പി സി ജോഷി, രാജേശ്വര റാവു മുതലായവരായിരുന്നു അവരുടെ നേതാക്കൾ. ഇവർ വലതുപക്ഷക്കാർ എന്നറിയപ്പെട്ടു.

ബി ടി രണദിവെയുടെ നേതൃത്വത്തിലുള്ള മറ്റൊരുവിഭാഗം(ഇടതുപക്ഷ ക്കാർ) ഇതിനെ ശക്തമായി എതിർത്തു. ഇതെല്ലാം ബൂർഷ്വാ ഭരണ കർത്താക്കളുടെ തട്ടിപ്പാണെന്ന് അവർ പറഞ്ഞു. എന്നാൽ അജയഘോ ഷിന്റെയും ഇ എം എസ് നമ്പൂതിരിപ്പാടിന്റെയും നേതൃത്വത്തിലുള്ള കേന്ദ്ര കമ്മിറ്റിയിലെ ഭൂരിപക്ഷം(നടുനിലക്കാർ) ഈ രണ്ടു വിഭാഗങ്ങളെയും എതിർത്തു. കോൺഗ്രസ് ഗവൺമെന്റ് പുരോഗമനപരമായ നിലപാടെ ടുക്കുന്ന കാര്യങ്ങളിലെല്ലാംതന്നെ കലവറയില്ലാതെ പിന്തുണ അവർക്ക് നല്കുമ്പോൾതന്നെ ഗവൺമെന്റ് നടപ്പിലാക്കുന്ന വിദേശനയത്തിലും ആഭ്യന്തരനയത്തിലുമുള്ള വൈകല്യങ്ങളെടുത്തു കാണിച്ച് അവ ക്കെതിരെ പാർട്ടി പോരാടണമെന്ന് ഈ വിഭാഗം പറഞ്ഞു. അതായത്, 'വിമർശനാത്മകമായ സഹകരണ'മാണ് ഗവൺമെന്റിനോടുള്ള സമീപ നമെന്ന് അവർ വ്യക്തമാക്കി. ഈ മൂന്ന് ചിന്താഗതികളും അടങ്ങിയ കരട് രേഖകൾ തമ്മിലാണ് 1956 ഏപ്രിലിൽ പാലക്കാട്ടു നടന്ന നാലാം പാർട്ടി കോൺഗ്രസിൽ ഏറ്റുമുട്ടിയത്. കരടുരേഖകൾ വോട്ടിനിട്ടപ്പോൾ ഇടതു പക്ഷക്കാർ അവരുടെ രേഖ പിൻവലിക്കുകയും അജയഘോഷിന്റെ നേതൃ ത്വത്തിൽ അവതരിപ്പിച്ച കേന്ദ്ര കമ്മിറ്റിയുടെ കരടിനു വോട്ട് ചെയ്യുകയും ചെയ്തു. എന്നാൽ പ്രതിനിധികളിൽ മൂന്നിലൊന്ന് പേരുടെ വോട്ട് വല തുപക്ഷ രേഖയ്ക്ക് ലഭിച്ചു എന്നതിൽനിന്നും പാർട്ടിയാകെ വലത്തോട്ടു ചായുകയെന്ന അപകട സാദ്ധ്യത നിലനില്ക്കുന്നുവെന്ന യാഥാർത്ഥ്യം തിരിച്ചറിഞ്ഞു.

കോൺഗ്രസുമായി ഐക്യത്തിനുവേണ്ടി വാദിച്ചവർ പിന്തിരിയാൻ തയ്യാറായില്ലെന്ന് മാത്രമല്ല, അവർക്ക് അനുകൂലമായാണ് കാര്യങ്ങൾ നീങ്ങിക്കൊണ്ടിരുന്നത്. ഇക്കാലമത്രയും സോവിയറ്റ്-ചൈനീസ് പാർട്ടി കൾ നെഹ്റുവിന്റെ വിദേശനയത്തെയും, ഒരു പരിധിവരെ ആഭ്യന്തര നയത്തെയും പുകഴ്ത്തിക്കൊണ്ടാണിരുന്നത്. ഇന്ത്യൻ പാർട്ടി നെഹ്റു വിന് പിന്തുണ നല്കണമെന്ന് അവർ ഒരേ സ്വരത്തിൽ വാദിച്ചുകൊണ്ടി രുന്നു. നാലാം കോൺഗ്രസിൽ വലതുപക്ഷക്കാർക്ക് മൂന്നിലൊന്നുപേരുടെ പിന്തുണ ലഭിക്കാനുള്ള സാഹചര്യവും അതായിരുന്നു. നാലാം കോൺഗ്ര സിനുശേഷവും സോവിയറ്റ്-ചൈനീസ് പാർട്ടികൾ നെഹ്റുവിന് പിന്തുണ നല്കാൻ ഇന്ത്യൻ പാർട്ടിയെ ഉപദേശിച്ചുകൊണ്ടിരുന്നു. ആ രാജ്യങ്ങ ളിലെ പണ്ഡിതന്മാർ അവരുടെ പ്രസിദ്ധീകരണങ്ങളിൽ നെഹ്റു ഗവൺ മെന്റിനെ വാഴ്ത്തിക്കൊണ്ട് നിരന്തരം എഴുതിക്കൊണ്ടിരുന്നു. ഇങ്ങനെ ഓരോ ലേഖനങ്ങളും പ്രത്യക്ഷപ്പെടുമ്പോൾ അത് ഇന്ത്യൻ പാർട്ടിക്കുള്ള നിർദ്ദേശങ്ങളാണെന്ന് വാദിച്ചുകൊണ്ട് ഇന്ത്യൻ പാർട്ടിയിലെ വലതു പക്ഷം കോൺഗ്രസുമായുള്ള ഐക്യത്തിനുവേണ്ടി വാദിച്ചുകൊണ്ടിരു ന്നു. പാർട്ടിയിലെ നടുനിലക്കാരും ഇടതുപക്ഷവും അടങ്ങിയ ഭൂരിപക്ഷം ഇതിനെ തള്ളിക്കളഞ്ഞു. എന്നാൽ 1959 മുതൽ ഇതിനൊരു മാറ്റമുണ്ടായി.

1959 ൽ ഇന്ത്യാ-ചൈന അതിർത്തി തർക്കം ഉയർന്നുവരികയും 1962 ഒക്ടോബറിൽ അത് യുദ്ധത്തിൽ കലാശിക്കുകയും ചെയ്തു. അതിർത്തി

പ്രശ്നം ഉയർന്നുവരികയും അതു വളരാൻ തുടങ്ങുകയും ചെയ്തതോടെ പാർട്ടിക്കകത്തെ ഗ്രൂപ്പ് സമവാക്യങ്ങൾക്കും മാറ്റം വന്നു. അജയഘോഷിന്റെ നേതൃത്വത്തിൽ നടുനിലക്കാരിൽ ഒരു വിഭാഗം വലതുപക്ഷത്തേക്ക് നീങ്ങി. ഇ എം എസ് നമ്പൂതിരിപ്പാടിന്റെ നേതൃത്വത്തിൽ അവശേഷിച്ച നടുനിലക്കാർ അങ്ങനെതന്നെ തുടർന്നുവെങ്കിലും അവർക്ക് ഇടതുപക്ഷക്കാരോടായിരുന്നു കൂടുതൽ അടുപ്പം. ഇന്ത്യാ-ചൈന പ്രശ്നത്തിൽ വലതുപക്ഷക്കാർ ഇന്ത്യാ ഗവൺമെന്റിന്റെ നിലപാടിനു പൂർണ്ണ പിന്തുണ നല്കി. എന്നാൽ ഇടതുപക്ഷക്കാരും നടുനിലക്കാരും തർക്കം കൂടിയാലോചനകളിലൂടെയും രാഷ്ട്രീയമായും പരിഹരിക്കണമെന്നാവശ്യപ്പെട്ടു.

കോൺഗ്രസുമായി ഐക്യത്തിന് വാദിച്ചിരുന്നവർ ഇന്ത്യാ-ചൈന പ്രശ്നത്തോടെ പാർട്ടിയുടെ നേതൃഘടകങ്ങളിൽ (സെക്രട്ടേറിയറ്റ്, കേന്ദ്ര എക്സിക്യൂട്ടീവ് കമ്മിറ്റി, നാഷണൽ കൗൺസിൽ) ഭൂരിപക്ഷമായി.

ഏതാണ്ട് ഇതേ കാലത്തുതന്നെയാണ് ലോക കമ്യൂണിസ്റ്റ് പ്രസ്ഥാനത്തിലും പിളർപ്പുണ്ടായത്. സോവിയറ്റ് കമ്യൂണിസ്റ്റ് പാർട്ടി ഒരു വശത്തും ചൈനീസ് കമ്യൂണിസ്റ്റ് പാർട്ടി മറുവശത്തുമായി രണ്ടുചേരികൾ രൂപംകൊണ്ടു. അതിൽ സോവിയറ്റ് ചേരിയുടെ നിലപാടാണ് നൂറു ശതമാനവും ശരി, അത് പിന്തുടരുകയാണ് ലോകത്തിൽ മറ്റു രാജ്യങ്ങളുടേതെന്നപോലെ ഇന്ത്യയിലും കമ്യൂണിസ്റ്റുകാരുടെ കടമ എന്ന് വലതുവിഭാഗം വാദിച്ചു. എന്നാൽ സോവിയറ്റ് യൂണിയന്റെ നിലപാടിനെ അംഗീകരിക്കാൻ ഇടതുപക്ഷക്കാർ തയ്യാറായില്ലെങ്കിലും ചൈനയുടെ നിലപാട് പൂർണ്ണമായും ശരിയാണെന്ന് അവർ പറഞ്ഞില്ല. അതേസമയം സാർവ്വദേശീയ കമ്യൂണിസ്റ്റ് പ്രസ്ഥാനത്തിലെ അഭിപ്രായവ്യത്യാസത്തിൽ ഇന്ത്യൻ പാർട്ടി പക്ഷം പിടിക്കേണ്ടെന്ന നിലപാട് നടുനിലക്കാരായ ഇ എം എസും കൂട്ടരും എടുത്തു. ഇതോടെ സോവിയറ്റ് യൂണിയന്റെയും മറ്റു ബഹുഭൂരിപക്ഷം സോഷ്യലിസ്റ്റ് രാഷ്ട്രങ്ങളുടെയും പിന്തുണ വലതുവിഭാഗക്കാർക്ക് ലഭിച്ചു. ഇടതുവിഭാഗക്കാർക്ക് ചൈനയുടെ പിന്തുണയും. അങ്ങനെ വലതുകാരെ റഷ്യാചേരിയെന്നും ഇടതുകാരെ ചൈനാചേരിയെന്നും വിളിച്ചു.

കേന്ദ്ര നേതൃഘടകങ്ങളിൽ തങ്ങൾക്കുള്ള ഭൂരിപക്ഷം, ഇന്ത്യാഗവൺമെന്റിന്റെ പിന്തുണ, സോവിയറ്റ് ചേരിയുടെ സഹായം മുതലായവ കാരണം ഉൾപ്പാർട്ടി ജനാധിപത്യത്തിന്റെ പ്രക്രിയ സ്വതന്ത്രമായി നടത്താൻപോലും പാർട്ടിയിലെ വലതുവിഭാഗം തയ്യാറായില്ല. ഇതവസാനിപ്പിച്ച് ഉൾപ്പാർട്ടി ജനാധിപത്യം പ്രയോഗത്തിൽ വരുത്താൻ ഇടതുപക്ഷക്കാരും നടുനിലക്കാരും നടത്തിയ അഭ്യർത്ഥന വലതുപക്ഷക്കാർ നിരസിച്ചതാണ് ഇന്ത്യൻ കമ്യൂണിസ്റ്റ് പാർട്ടിയുടെ പിളർപ്പിന് പെട്ടെന്നു വഴി തെളിയിച്ച കാരണം.

അനുബന്ധം 1

ഇന്ത്യാ–ചൈന അതിർത്തിയെസംബന്ധിച്ച് 1959 നവംബറിൽ മീററ്റിൽ ചേർന്ന നാഷണൽ കൗൺസിൽ അംഗീകരിച്ച പ്രമേയം

കഴിഞ്ഞ ഏതാനും മാസങ്ങൾക്കുള്ളിൽ ഇന്ത്യാ–ചൈനാ ബന്ധത്തിൽ ഉണ്ടായിട്ടുള്ള അധഃപതനത്തെ ഇന്ത്യൻ കമ്യൂണിസ്റ്റ് പാർട്ടിയുടെ നാഷനൽ കൌൺസിൽ ഉൽക്കണ്ഠയോടുകൂടി വീക്ഷിക്കുന്നു. ആദ്യമായി പഞ്ചശീലതത്വങ്ങൾ പ്രഖ്യാപിച്ച ഈ രണ്ടു രാജ്യങ്ങൾ തങ്ങളുടെ അതിർത്തികൾ നിർണ്ണയിക്കുന്ന കാര്യത്തിൽ അന്യോന്യം അകലാൻ തുടങ്ങിയിരിക്കുകയാണ്. ഇന്ത്യാ–ചൈനാ സൌഹാർദ്ദം പരസ്പരവിദ്വേഷത്തിന്നും വെറുപ്പിന്നും വഴി മാറിക്കൊടുത്തിരിക്കുന്നു.

ലഡാക്ക് സംഭവത്തിൽ ഇന്ത്യൻ പട്ടാളക്കാർ കൊല്ലപ്പെട്ടതിൽ നാഷനൽ കൌൺസിൽ അഗാധമായ ദുഃഖം പ്രകടിപ്പിക്കുകയും ജീവഹാനി നേരിട്ടവരുടെ കുടുംബങ്ങളെ കൌൺസിലിന്റെ അനുശോചനം അറിയിക്കുകയും ചെയ്യുന്നു.

സൌഹാർദ്ദപരവും സമാധാനപരവുമായ രീതിയിൽ അതിർത്തിപ്രശ്നം പരിഹരിക്കാൻ അടിയന്തിര നടപടികളെടുക്കാതെ സ്ഥിതി കൂടുതൽ വഷളായിത്തീരാൻ അനുവദിക്കുകയാണെങ്കിൽ അത് നമ്മുടെ രാജ്യത്തിന്റെയും ചൈനയുടെയും താല്പര്യങ്ങൾക്കു ഹാനികരമായിത്തീരുമെന്നും ലോകസമാധാനത്തിന്റെ ഉത്തമതാല്പര്യങ്ങൾക്കു ആപൽക്കരമായി പരിണമിക്കുമെന്നും നാഷനൽ കൌൺസിൽ ദൃഢമായി വിശ്വസിക്കുന്നു. ഇന്ത്യയും ചൈനയും തമ്മിൽ നിലവിലുള്ള അഭിപ്രായഭിന്നതയെ നമ്മുടെ രാജ്യത്തിന്റെ സ്വതന്ത്രവിദേശനയം ഉപേക്ഷിക്കുന്നതിന്നു സമ്മർദ്ദം ചെലുത്തുകയും ആഫ്രോ–ഏഷ്യൻ സൌഹാർദ്ദം ദുർബ്ബലപ്പെടുത്തുകയും ചെയ്യുന്നതിന്നുള്ള ഒരു സന്ദർഭമായി ഉപയോഗപ്പെടുത്താൻ സാമ്രാജ്യത്വശക്തികൾ ശ്രമിച്ചുവരുന്നു.

തിബത്തിൽ ലഹള നടന്ന കാലംമുതൽ ആരംഭിച്ച ഇന്ത്യയും ചീനയും തമ്മിലുള്ള അഭിപ്രായവ്യത്യാസങ്ങളിൽനിന്നു മുതലെടുത്തുകൊണ്ടു് ജനസംഘം, സ്വതന്ത്രപാർട്ടി, പി. എസ്. പി. നേതൃത്വം കോൺഗ്രസ്സിലെ സ്വാധീനശക്തിയുള്ള ചില ആളുകൾ എന്നിങ്ങനെ രാജ്യത്തിനകത്തുള്ള പിന്തിരിപ്പൻ ശക്തികൾ ചൈനയുടെനേർക്ക് വിദ്വേഷം ഉളവാക്കുന്നതിനുള്ള ഒരു പ്രക്ഷോഭം ആരംഭിച്ചിട്ടുണ്ടായിരുന്നു. അതിർത്തിയിലെ ആദ്യത്തെ സംഭവത്തോടുകൂടി അവർ യുദ്ധമനോഭാവം ആളിക്കത്തിക്കുകയും ചൈനീസ് ആക്രമണത്തെപ്പറ്റി അയഥാർത്ഥമായ മുറവിളി കൂട്ടുകയും ഇന്ത്യയുടെ ഭൂപരമായ അപരിച്ഛിന്നത അപകടത്തിലായിട്ടുണ്ടെന്നു ആർത്തുവിളിച്ചുനടക്കാൻ തുടങ്ങുകയും ചെയ്തിരുന്നു.

ജനങ്ങളുടെ ജീവിതപ്രശ്നങ്ങളിൽനിന്നു് അവരുടെ ശ്രദ്ധയെ വേറെ വഴിക്കു തിരിച്ചുവിടുന്നതിനും നാട്ടിലെ ജനാധിപത്യപ്രസ്ഥാനത്തെ അടിച്ചമർത്തുന്നതിനുംവേണ്ടി പിന്തിരിപ്പൻ ശക്തികൾ അതിർത്തിയിലെ സംഭവവികാസങ്ങളെ കല്പിച്ചുകൂട്ടി പെരുപ്പിക്കുകയും ദുരുപയോഗപ്പെടുത്തുകയും ചെയ്യുന്നു. ദേശസ്നേഹികളും ജനാധിപത്യവാദികളുമായ ജനവിഭാഗങ്ങളെ മുഴുവൻ ഏകോപിപ്പിച്ച് അണിനിരത്തുന്ന ഏറ്റവും ഉറച്ച ശക്തിയും ഇന്ത്യയുടെ വിദേശനയത്തെ പൂർണ്ണമായും പിന്താങ്ങുന്ന ഒരു രാഷ്ട്രീയകക്ഷിയും ബഹുജനങ്ങളുടെ അവകാശങ്ങളും താല്പര്യങ്ങളും കാത്തുരക്ഷിക്കുന്ന ശക്തിയുമായ കമ്മ്യൂണിസ്റ്റ് പാർട്ടിയുടെ നേർക്ക് [illegible] പിന്തിരിപ്പന്മാർ അവരുടെ സർവ്വശക്തിയുമുപയോഗിച്ച് ഇന്നു ആക്രമണത്തിനു് മുതിർന്നിട്ടുള്ളതിൽ ആശ്ചര്യത്തിന്നവകാശമില്ല.

ഈ പിന്തിരിപ്പൻ ശക്തികളുടെ പ്രവർത്തനങ്ങൾക്കെതിരെ ജാഗ്രതയായിരിക്കണമെന്നു് ഇന്ത്യൻ കമ്യൂണിസ്റ്റ് പാർട്ടി ജനങ്ങൾക്കു് താക്കീതുനൽകുന്നു. ഇന്ത്യയുടെ ഭൂപരമായ അപരിച്ഛിന്നത സംരക്ഷിക്കുന്നതിനുവേണ്ടിയാണ് ഞങ്ങൾ നിലകൊള്ളുന്നതെന്നു നമ്മുടെ പാർട്ടി പലതവണ പ്രഖ്യാപിച്ചിട്ടുണ്ടു. ഈ പ്രഖ്യാപനം ആവർത്തിച്ചുറപ്പിക്കുന്നതോടൊപ്പംതന്നെ, ഇന്ത്യയും ചൈനയും തമ്മിൽ ഒരു യു

ദ്ധം ഉണ്ടാവുകയെന്ന പ്രശ്നമേ ഇല്ലെന്നു നേഷനൽ കൌൺസിൽ ഉറപ്പിച്ചുപറഞ്ഞുകൊള്ളുന്നു. ഇന്ത്യയിലെ നാല്പതു കോടി ജനങ്ങളും ചൈനയിലെ അറുപതുകോടി ജനങ്ങളും സമാധാനത്തിൽ ജീവിച്ചു സൌഹാർദ്ദപൂർവ്വമായ പരസ്പരസഹകരണത്തിലൂടെ തങ്ങളുടെ ദേശീയ സമ്പദ്‌വ്യവസ്ഥകളേയും സംസ്കാരങ്ങളേയും പരിപോഷിപ്പിക്കാൻ ആഗ്രഹിക്കുന്നു. ഇരു ഗവർമ്മെണ്ടുകളുടേയും വിദേശനയങ്ങൾ സമാധാനത്തെയാണ് ലക്ഷ്യമായംഗീകരിച്ചിട്ടുള്ളതു്. സ്വതന്ത്ര ഇന്ത്യക്കു് ചൈനയുടെ നേർക്കുള്ള ഒരു യുദ്ധത്തെപ്പററി ചിന്തിക്കാൻ വയ്യാത്തതുപോലെ ഒരു സോഷ്യലിസ്റ്റു ചൈനക്കു ഇന്ത്യയുടെ നേർക്കു ആക്രമണോദ്ദേശമുണ്ടാവാൻ ഒരിക്കലും നിർവ്വാഹമില്ല. ഇന്ത്യയും ചൈനയും തമ്മിൽ ഒരു യുദ്ധത്തിനുള്ള സാദ്ധ്യതയെപ്പററി സംസാരിക്കുന്നവർ തങ്ങളുടെ പ്രതിലോമപരമായ ഉദ്ദേശങ്ങൾ നേടുന്നതിനുവേണ്ടി അതിർത്തിപ്രശ്നത്തെ പെരുപ്പിച്ചുകൂട്ടി ദുരുപയോഗപ്പെടുത്തുകയാണു് ചെയ്യുന്നതു്.

ഇന്ത്യയുടേയും ചൈനയുടേയും അതിർത്തി അത്യുന്നതങ്ങളായ ഗിരിപ്രദേശങ്ങളുടെ മീതെ നൂറുകണക്കിൽ നാഴിക നീണ്ടുകിടക്കുന്നു. ഈ അതിർത്തിയുടെ കിഴക്കെഭാഗത്തു ഇരു രാജ്യങ്ങളും അംഗീകരിച്ചതായ ഒരതിർത്തിരേഖയില്ലെന്നതു് ദൌർഭാഗ്യകരമാണു്. ഇതുപോലെ പടിഞ്ഞാറുഭാഗത്തെ പുരാതനമായ അതിർത്തി അവ്യക്തവും മുമ്പൊരിക്കലും വ്യക്തമായി വേർതിരിക്കപ്പെടാത്തതുമാണു്. ഈ പരിതഃസ്ഥിതിയിൽ ആക്രമണത്തെ സംബന്ധിച്ച ആരോപണപ്രത്യാരോപണങ്ങൾ അർത്ഥമില്ലാത്തതും ദോഷകരവുമാണെന്നു പറയേണ്ടിയിരിക്കുന്നു.

ഇന്ത്യയും ചൈനയും തമ്മിലുള്ള ബന്ധങ്ങളിൽ സംഭവിച്ച പരിതാപകരമായ അധഃപതനം ഏഷ്യൻ ഐക്യത്തിന്റേയും സമാധാനത്തിന്റേയും താല്പര്യത്തിനു ഗുരുതരമായ വിന വരുത്തിവെച്ചുകഴിഞ്ഞിരിക്കുന്നു എന്നു ഊന്നിപ്പറയാൻ നേഷനൽ കൌൺസിൽ ആഗ്രഹിക്കുന്നു. അതിർത്തിത്തർക്കം നേരത്തെത്തന്നെ ഒത്തുതീർത്തിരുന്നുവെങ്കിൽ ഈ സ്ഥിതിവിശേഷം ഉണ്ടാകാതെ കഴിക്കാമായിരുന്നു.

ഇന്ത്യയുടേയും ചൈനയുടേയും ദീർഘകാലമായി നിലനില്ക്കുന്ന സൌഹൃദബന്ധങ്ങളെ തികച്ചും സംരക്ഷിക്കുന്നതിനുവേണ്ടിത്തന്നെ ഇരുരാജ്യങ്ങൾക്കുമിടക്ക് ആറുനൂറു നാഴിക ദൂരം നീണ്ടുകിടക്കുന്ന അതിർത്തി പൂർണ്ണമായും വ്യക്തമായും നിർണ്ണയിക്കേണ്ടതുണ്ട്. പ്രശ്നത്തിന്റെ എല്ലാ വശങ്ങളെപ്പററിയും വ്യത്യസ്തമായ എല്ലാ വാദമുഖങ്ങളെപ്പററിയും വിശദമായും ശ്രദ്ധയോടുകൂടിയും പരിഗണിച്ചതിനുശേഷം, ഇതുസംബന്ധമായി നാഷനൽ കൌൺസിൽ എത്തിച്ചേർന്നിട്ടുള്ള നിഗമനം, അത്തരം അതിർത്തി നിർണ്ണയം സാദ്ധ്യമാകണമെങ്കിൽ രാഷ്ട്രീയവും ഭരണപരവുമായ യാഥാർത്ഥ്യങ്ങളെ കണക്കിലെടുക്കുകയെന്നതു് വളരെ പ്രധാനമായ കാര്യമായി അംഗീകരിക്കപ്പെടേണ്ടതുണ്ടെന്നാണ്.

മക്മോഹൻരേഖ

ഈ പശ്ചാത്തലത്തിൽ, മാക്മോഹൻ രേഖയെന്നു പൊതുവെ അറിയപ്പെടുന്ന അതിർത്തിരേഖയെസംബന്ധിച്ചെടുക്കുന്ന നിലപാടെന്തെന്നതു് വളരെ പ്രധാനമത്രെ. രഹസ്യക്കുറിപ്പുകളെ ആധാരമാക്കിയുള്ളതും ഒരു കേന്ദ്ര ചൈനീസ് ഗവമ്മെണ്ടു് ഒരുകാലത്തും അംഗീകരിച്ചിട്ടില്ലാത്തതുമെന്നനിലക്ക് ഈ മാക്മോഹൻരേഖ നിയമദൃഷ്ട്യാ ശരിയായ ഒന്നല്ലെന്നാണ് ചൈനീസ് ഗവമ്മെണ്ടിന്റെ ഭാഗത്തുനിന്നുള്ള വാദം. എന്നാൽ ഇന്ത്യാഗവമ്മെണ്ടാകട്ടെ ഇക്കാര്യത്തെസംബന്ധിച്ച് വ്യത്യസ്തമായ ഒരു നിലപാടാണ് കൈക്കൊള്ളുന്നതു്.

മാക്മോഹൻ രേഖയുടെ ആവിർഭാവത്തെ സംബന്ധിച്ചുള്ള വസ്തുതകളെന്തുതന്നെയാവട്ടെ, ഏറെക്കാലമായി അതു് ഇന്ത്യയുടെ അതിർത്തിയായിരുന്നെന്നും അതിനു തെക്കുള്ള ഭാഗങ്ങൾ ഇന്ത്യൻ ഭരണനിയന്ത്രണത്തിൻകീഴിലായിരുന്നുവെന്നുമുള്ള വാസ്തവം അനിഷേധ്യമാണെന്നു നാഷനൽ കൌൺസിൽ കരുതുന്നു. മാക്മോഹൻരേഖക്കു് തെക്കുള്ള പ്രദേശങ്ങൾ ഇപ്പോൾ ഇന്ത്യയുടെ അവിഭാജ്യഘടകമാണെ

ന്നും, അങ്ങിനെത്തന്നെ തുടരേണ്ടതാണെന്നും നാഷനൽ കൌൺസിൽ പ്രഖ്യാപിക്കുന്നു.

പടിഞ്ഞാറൻ അതിർത്തിയെപ്പററി

പടിഞ്ഞാറൻ അതിർത്തിയെസ്സംബന്ധിച്ചേടത്തോളം പരമ്പരാഗതമായ അതിർത്തിതന്നെ സ്വീകരിക്കണമെന്ന ശരിയായ നിലപാടാണ് ഇന്ത്യാഗവൺമെൻറ് എടുത്തിട്ടുള്ളത്. പക്ഷെ, ഈ പരമ്പരാഗതമായ അതിർത്തി ഏതെന്നതിനെക്കുറിച്ച് തർക്കമുണ്ട്. ഇതൊരു സങ്കീർണ്ണപ്രശ്നമാണെന്നും മാക്മോഹൻ രേഖയെപ്പോലെ വ്യക്തമായ അതിർത്തിനിർണ്ണയമൊന്നും ഇവിടെ സാധിച്ചിട്ടില്ലെന്നും പണ്ഡിററ് നെഹറുതന്നെ പാർലിമെണ്ടിൽ പറഞ്ഞിരുന്നു. അതുകൊണ്ട് നമ്മുടെ ഗവൺമെണ്ടും ചൈനീസ് ഗവൺമെണ്ടുംതമ്മിൽ സൌഹാർദ്ദപൂർവ്വകമായ ചർച്ചകൾവഴിക്കുമാത്രമേ ഈ രേഖയേതെന്നു ശരിയാംവണ്ണം നിർണ്ണയിക്കാൻ സാദ്ധ്യമാവൂ എന്നകാര്യം ഇതെല്ലാം വ്യക്തമാക്കുന്നുണ്ട്.

കൂടിയാലോചനകൾ ആരംഭിക്കുന്നതിനുമുമ്പ് തങ്ങൾ തങ്ങളുടെ നിലപാട് മറുഭാഗക്കാർ അംഗീകരിക്കണമെന്ന മുൻവിധിയൊന്നുംകൂടാതെ, ഇന്ത്യയുടെയും ചൈനയുടെയും ഗവൺമെണ്ടുകൾ ഈക്കാര്യത്തിൽ ചർച്ചകളാരംഭിക്കണമെന്ന് നാഷനൽ കൌൺസിൽ അഭിപ്രായപ്പെടുന്നു. ഇതിനിടക്കു അതിർത്തിസംഭവങ്ങളോ, ഏററുമുട്ടലുകളോ ഉണ്ടാകാതിരിക്കാൻ അങ്ങേയററം ശ്രദ്ധിക്കേണമെന്നതു പരമപ്രധാനമായ കാര്യമാണ്. ഒരവസാന തീരുമാനമുണ്ടാകുന്നതുവരെ ഇരുഭാഗക്കാരും അതതു മേഖലകളിലെ സ്ററാററസ്ക്വോ (മുൻസ്ഥിതി) പരിപാലിക്കുകയും, മറുഭാഗക്കാരുടെ കൈവശമുള്ള പ്രദേശങ്ങളിലേക്ക് അതിർത്തി ലംഘിച്ചു കടക്കാതിരിക്കുകയും, എന്തുചെയ്തും വെടിവെപ്പുകളും മററനിഷ്ടസംഭവങ്ങളും മററും ഒഴിവാക്കുകയും ചെയ്തേ തീരൂ.

ചൌവിൻെറ കത്ത്

അതിർത്തിപ്രശ്നങ്ങൾ യഥാസമയം പരിഹരിക്കുന്നതിനെസ്സംബന്ധിച്ച് നവമ്പർ ഏഴാംതിയ്യതി പ്രധാനമന്ത്രി നെ

ഫറുവരിന്നു ചൈനീസ് പ്രധാനമന്ത്രി മി: ചൌഎൻലായ് എഴുതിയ കത്തിന്റെ സ്പിരിട്ടിനേയും ക്രിയാത്മകമായ സമീപനത്തേയും നാഷനൽ കൌൺസിൽ അഭിനന്ദിക്കുന്നു. അതിർത്തിപ്രശ്നം മുഴുവൻ പരിഹരിക്കുന്നതിനുവേണ്ടി, ഇരുരാജ്യങ്ങളുടേയും പ്രധാനമന്ത്രിമാർ കൂടിയാലോചിക്കണമെന്ന നിർദ്ദേശം ഇന്ത്യയിലേയും ചൈനയിലേയും ജനകോടികളുടെ ഉൽക്കടമായ ആഗ്രഹപ്രകാരമായിത്തന്നെയുള്ളതാണ്. ഇന്ത്യാ-ചൈനാ ബന്ധങ്ങളിലെ ഇപ്പോഴത്തെ ദൌർഭാഗ്യകരമായ അദ്ധ്യായം അവസാനിച്ച്, ഇരുരാജ്യങ്ങളും തമ്മിലുള്ള സൌഹൃദബന്ധം സുദൃഢമായിക്കാണാൻ ആശിക്കുന്ന ലോകത്തെങ്ങുമുള്ള സമാധാനപ്രേമികളായ ജനങ്ങളും ആ നിർദ്ദേശത്തെ അനുകൂലിക്കുന്നു. അവസാനതീരുമാനം ഉണ്ടാകുന്നതുവരെ അതിർത്തിയിൽ ശാന്തത പുലർത്താൻ വേണ്ട നടപടികളെടുക്കാനുള്ള സന്നദ്ധത പ്രകടമാക്കുന്ന നിർദ്ദേശങ്ങളും ചൌഎൻലായുടെ കത്തിലുണ്ട്. [illegible] അതിർത്തിസംഭവങ്ങളെ തടയാനുള്ള മാർഗ്ഗങ്ങളും നടപടികളും ഇരുഭാഗക്കാരും ചേർന്നാവിഷ്കരിക്കുമെന്ന് നാഷനൽ കൌൺസിൽ പ്രതീക്ഷിക്കുന്നു. കൂടിയാലോചനകൾവഴി സമാധാനപരമായ തീരുമാനങ്ങൾ ഉണ്ടാകാനുള്ള ശ്രമങ്ങൾക്കുപിന്നിൽ സംഘടിതരായി അണിനിരക്കാൻ ഇന്നാട്ടിലെ ജനാധിപത്യവാദികളും സമാധാനപ്രേമികളുമായ ജനങ്ങളോട് നാഷനൽകൌൺസിൽ അഭ്യർത്ഥിക്കുന്നു.

ഇന്ത്യാ-ചൈനാ അഭിപ്രായഭിന്നതകളെ കല്പിച്ചുകൂട്ടി ദുരുപയോഗപ്പെടുത്തി യുദ്ധോന്മാദത്തിന്റേതായ ഒരന്തരീക്ഷം സൃഷ്ടിക്കാൻ നടത്തപ്പെടുന്ന [illegible] ശ്രമങ്ങൾക്കെതിരായി നാഷനൽ കൌൺസിൽ ഇന്ത്യയിലെ ജനങ്ങൾക്കു മുന്നറിയിപ്പു നൽകുന്നു. നമ്മുടെ അതിർത്തിസംരക്ഷണത്തിന്റെ പേരുംപറഞ്ഞുകൊണ്ടു ഇക്കൂട്ടർ—പ്രജാസോഷ്യലിസ്റ്റ് പാർട്ടിയും, ജനസംഘവും, സ്വതന്ത്രപാർട്ടിയും, മറ്റു തീവ്രവലതുപക്ഷവാദികളും—ഇന്ത്യയുടെ സ്വതന്ത്രമായ വിദേശനയവും പഞ്ചശീലതത്വങ്ങളും മാറ്റിക്കാനാണ് ശ്രമിക്കുന്നത്. അതും പ്രസ്തുത തത്വങ്ങളും നയവും സമാധാനത്തെ

മികളായ മനുഷ്യരാശിയുടെ മുഴുവൻ ദൃഷ്ടിയിൽ ഇന്ത്യക്ക് അത്യുന്നതവും ബഹുമാന്യവുമായ ഒരു സ്ഥാനം നേടിക്കൊടുത്തിട്ടുള്ള ഒരവസരത്തിൽ, രാജ്യങ്ങൾ തമ്മിലുള്ള ബന്ധങ്ങളെസ്സംബന്ധിച്ച ഏററവും ശരിയായ തത്വം ഏതാണെന്ന് ചരിത്രം തെളിയിച്ചിട്ടുള്ള ഒരവസരത്തിലും, ഇന്ത്യയെ പാശ്ചാത്യസൈനികച്ചേരിയിലേക്ക് വലിച്ചിഴക്കാനാണ് അങ്ങിനെ, നാം കഷ്ടപ്പെട്ടു നേടിയ സ്വാതന്ത്ര്യത്തെ അപകടപ്പെടുത്താനുമാണവർ നോക്കുന്നത്. അവർ, ''ഒരു പുതിയ വിദേശനയം, ഒരു പുതിയ നാഷ്യരക്ഷാമന്ത്രി, ഒരു പുതിയ പ്രധാനമന്ത്രി'' എന്നിങ്ങിനെയുള്ള മുദ്രാവാക്യം ഉയർത്തുക പോലും ചെയ്യുന്നിരിക്കുന്നു.

ഈ പിന്തിരിപ്പൻ ശക്തികളുടെ കുത്തിത്തിരിപ്പുകളെ എതിർത്തുതോല്പിക്കാൻ കമ്യൂണിസ്റ്റ് പാർട്ടിയുടെ നാഷനൽ കൌൺസിൽ എല്ലാ ജനാധിപത്യവാദികളോടും അഭ്യർത്ഥിക്കുന്നു.

ഈ പിന്തിരിപ്പൻ ശക്തികളിൽനിന്നു കഠിനമായ സമ്മർദ്ദം ഉണ്ടായിട്ടും സ്വതന്ത്രമായ വിദേശനയം ഉയർത്തിപ്പിടിക്കാനുള്ള ദൃഢനിശ്ചയം പ്രകടിപ്പിക്കുകയും പട്ടാളക്കൂട്ടുകെട്ടുകളെ ദൃഢചിത്തതയോടെ തള്ളിക്കളയുകയും കൂടിയാലോചനകളുടെയും സമാധാനപരമായ ഒത്തുതീർപ്പിൻറയും ആവശ്യകത ഊന്നുകയും യുദ്ധമനോഭാവത്തിന്നെതിരായി താക്കീതു നൽകുകയും ചെയ്ത പ്രധാനമന്ത്രി നെഹറുവിൻെറ നിലപാടിനോടുള്ള ആദരവ് നാഷനൽ കൌൺസിൽ രേഖപ്പെടുത്തുന്നു.

ഇന്ത്യയും ചൈനയും തമ്മിലുള്ള അസ്വരസ്യത്തിൻേറതായ ഇപ്പോഴത്തെ അദ്ധ്യായം ഉടൻ അവസാനിക്കുമെന്നും സൌഭ്രാത്രബന്ധങ്ങൾ പുനഃസ്ഥാപിക്കപ്പെട്ടുമെന്നും നാഷനൽ കൌൺസിലിന്നു വിശ്വാസമുണ്ട്.

അനുബന്ധം 2

എ കെ ഗോപാലനെ പരസ്യമായി ശാസിച്ചു കൊണ്ട് 1963 ഒക്ടോബർ 19 ന് നാഷണൽ കൗൺസിൽ അംഗീകരിച്ച പ്രമേയം

പാർട്ടി നിർദ്ദേശങ്ങളെ ധിക്കരിച്ചുകൊണ്ട് സ:ഗോപാലൻ ഈയിടെ നടത്തിയ പ്രവർത്തനങ്ങളും പാർട്ടിക്കെതിരായി പരസ്യമായി നടത്തിയ അപവാദവും ഇന്ത്യൻ കമ്യൂണിസ്റ്റ് പാർട്ടിയുടെ നാഷണൽ കൗൺസിൽ വളരെ ഗൗരവമായെടുക്കുന്നു.

സെപ്തംബർ 14 മുതൽ 17 വരെ യോഗം ചേർന്ന കേന്ദ്ര നിർവ്വാഹക സമിതി പശ്ചിമ ബംഗാളിൽ നടന്ന ഡെമോക്രാറ്റിക് കൺവെൻഷനെക്കുറിച്ച് ഒരു പ്രമേയമംഗീകരിക്കുകയുണ്ടായി. അതിൽ "അത്തരമൊരു ഡെമോക്രാറ്റിക് കൺവെൻഷൻ വിളിച്ചു കൂട്ടിയത് ബഹുജനപ്രസ്ഥാനത്തിന്റെ ഒരു സമാന്തരകേന്ദ്രം സ്ഥാപിക്കാനുള്ള സംരംഭമാണ്. അതനിവാര്യമായും സംസ്ഥാനത്തിലെ പാർട്ടിയിലും നിലവിലുള്ള ബഹുജന സംഘടനകളിലും പിളർപ്പിനു കാരണമാകും എന്ന് പ്രസ്താവിച്ചിരിക്കുന്നു."

അതുകൊണ്ട് "കൺവെൻഷനുവേണ്ടിയുള്ള പ്രിപ്പറേറ്ററി കമ്മിറ്റിയിൽനിന്നും അതിന്റെ പ്രവർത്തനങ്ങളിൽനിന്നും സ്വയം ഒഴിഞ്ഞു നില്ക്കണ"മെന്ന് എല്ലാ പാർട്ടി അംഗങ്ങൾക്കും കേന്ദ്ര നിർവ്വാഹകസമിതി അതിന്റെ പ്രമേയത്തിൽ വ്യക്തമായ നിർദ്ദേശം നല്കിയിരുന്നു.

വ്യക്തമായ ഈ നിർദ്ദേശത്തെ വകവയ്ക്കാതെ ആ പ്രിപ്പറേറ്ററി കമ്മിറ്റി 1963 സെപ്തംബർ 28 ന് കൽക്കത്തയിൽ സംഘടിപ്പിച്ച റാലിയിൽ സ:ഗോപാലൻ പ്രസംഗിച്ചു.

റാലിയിൽ ചെയ്ത പ്രസംഗത്തിൽ നയപരമായ ഭിന്നതകളെക്കുറിച്ച് വിശദീകരണങ്ങൾ നല്കിയതുവഴി പാർട്ടിക്ക് പരസ്യമായി ദോഷം വരുത്തുകയല്ലേ ചെയ്തത് എന്നു ചോദിച്ചതിനു സ:ഗോപാലൻ കേന്ദ്ര നിർവ്വാഹകസമിതിക്കു നല്കിയ ഒരു പ്രസ്താവനയിൽ ഇങ്ങനെ പറഞ്ഞിരുന്നു:

ബഹുജന റാലിയിൽ ഇന്ത്യൻ കമ്യൂണിസ്റ്റ് പാർട്ടിയ്ക്കകത്ത് ഒരു ഡാങ്കെ അനുകൂലഗ്രൂപ്പും ഡാങ്കെ വിരുദ്ധഗ്രൂപ്പും ഉണ്ടെന്നു പറയുന്നത് അസത്യമാണ് എന്ന് ഞാൻ പറഞ്ഞു. കമ്യൂണിസ്റ്റ് പാർട്ടികൾക്കകത്തു നയങ്ങളുടെ കാര്യത്തിലാണ്, ഒരു നയം ഗവൺമെന്റനുകൂലമോ ഗവൺമെന്റു വിരുദ്ധമോ ആയിത്തീരുന്നുണ്ടോ, അതിന്റെ ഫലം സാമ്രാജ്യത്വ അനുകൂലമോ സാമ്രാജ്യത്വവിരുദ്ധമോ ആണോ എന്നതിലാണ് അഭിപ്രായഭിന്നതകളുണ്ടാകുവുന്നതെന്നും ഞാൻ പ്രസ്താവിക്കുകയുണ്ടായി.

പിന്നീട് നാഷണൽ കൗൺസിൽ യോഗത്തിൽ സ:ഗോപാലൻ ഇങ്ങനെ പറഞ്ഞു: "പാർട്ടിക്കകത്ത് ഒരു ഡാങ്കെ അനുകൂലഗ്രൂപ്പോ ഡാങ്കെ വിരുദ്ധഗ്രൂപ്പോ ഉണ്ടെന്നതിനെ ഞാൻ നിഷേധിച്ചു. കമ്യൂണിസ്റ്റ് പാർട്ടികളിൽ–ഇന്ത്യൻ കമ്യൂണിസ്റ്റ് പാർട്ടിയല്ല–വ്യക്തികളുടെ അടിസ്ഥാനത്തിലല്ലാതെ നയങ്ങളുടെ കാര്യത്തിൽ–ഒരു പ്രത്യേക നയം എങ്ങനെ ഗവൺമെന്റനുകൂലമോ ഗവൺമെന്റു വിരുദ്ധമോ ആകുന്നതിലേക്കെത്തുന്നുവെന്നുകൂടി ഞാൻ പ്രസ്താവിച്ചു."

സ:ഗോപാലൻ നാഷണൽ കൗൺസിൽ പ്രമേയത്തിനു വിരുദ്ധമായി പശ്ചിമബംഗാളിലെ സ്റ്റേറ്റ് കൗൺസിലിനെ പുനഃസ്ഥാപിക്കണമെന്ന് പരസ്യമായി ആവശ്യപ്പെടുകയും അങ്ങനെ പാർട്ടിയെ ധിക്കരിക്കുകയും ചെയ്തു.

ഡെമോക്രാറ്റിക് കൺവെൻഷനെക്കുറിച്ചുള്ള കേന്ദ്രനിർവ്വാഹക സമിതിയുടെ ഒരു പ്രമേയവും തനിക്കറിയില്ലെന്ന് സ:ഗോപാലൻ കൽക്കത്തയിൽവെച്ച് പരസ്യമായി പ്രസ്താവിച്ചു. എന്നാൽ, വിശദീകരണം ചോദിച്ചപ്പോൾ, അങ്ങനെയൊരു നിർദ്ദേശത്തെക്കുറിച്ച് തനിക്കറിയാമായിരുന്നുവെന്നും, കൽക്കത്തയിലേക്കു പോകുംമുമ്പ് കേന്ദ്ര നിർവ്വാഹകസമിതി പ്രമേയം താൻ കണ്ടിരുന്നുവെന്നും സ: ഗോപാലൻ സമ്മതിച്ചു. മേൽകാണിച്ച പ്രസ്താവനകൾ താൻ ചെയ്തതായും അദ്ദേഹം സമ്മതിച്ചു.

പരസ്യവും മനഃപൂർവ്വവുമായി പാർട്ടിയെ അങ്ങനെ ധിക്കരിച്ചതിലോ പരസ്യമായി അപവദിച്ചതിലോ സ. ഗോപാലൻ ഖേദം പ്രകടിപ്പിച്ചില്ല. അദ്ദേഹം നേരെ മറിച്ച് തന്റെ പെരുമാറ്റത്തിനനുകൂലമായി വാദിക്കുകയും അതിനെ ന്യായീകരിക്കുകയും ചെയ്തു. ജനങ്ങളുടെ ആവശ്യങ്ങൾക്കുവേണ്ടിയുള്ള ബഹുജനപ്രക്ഷോഭത്തിനും നമ്മുടെ തടവുകാരുടെ വിമോചനത്തിനും താൻ ചെയ്ത അത്തരം നടപടി ആവശ്യമാണെന്നായിരുന്നു സ:ഗോപാലന്റെ ന്യായീകരണം.

ഈ അഭിപ്രായത്തെ നാഷണൽ കൗൺസിൽ പൂർണ്ണമായും നിരാകരിക്കുന്നു.

പാർട്ടി ദേശീയ നിലവാരത്തിലും വിവിധ സംസ്ഥാനങ്ങളിലും ജനങ്ങളുടെ ആവശ്യങ്ങൾക്കും തടങ്കലിൽ കിടക്കുന്ന സഖാക്കളുടെ

വിടുതിക്കുംവേണ്ടി മുമ്പേതന്നെ ബഹുജനപ്രസ്ഥാനങ്ങളെ നയിച്ചുകൊണ്ടിരിക്കയാണ്. സ:ഗോപാലൻ ചെയ്തത് പ്രസ്ഥാനത്തിനെതിരും സമാന്തരവുമായ ഒരു കേന്ദ്രവുമായി കൂട്ടുകൂടുകയാണ്. ബഹുജന പ്രസ്ഥാനത്തെ അനിവാര്യമായും ഭിന്നിപ്പിക്കുകയും അതിനു ദോഷം വരുത്തുകയും ചെയ്യുന്ന നടപടിയാണിത്. പശ്ചിമബംഗാളിലെ സംസ്ഥാന സംഘടനാ കമ്മിറ്റി ഒക്ടോബർ 1 മുതൽ "രാഷ്ട്രീയത്തടവുകാർ മോചനപക്ഷമായി" പ്രക്ഷോഭം സംഘടിപ്പിക്കുകയും ചെയ്യുമ്പോൾ അതിനിടയിൽ 1963 ഒക്ടോബർ 7-ാം തീയതി നമ്മുടെ തടവുകാരായ സഖാക്കളുടെ വിമോചനത്തിനുവേണ്ടി ഒരു ബഹുജന പ്രകടനം നടത്താൻ ആഹ്വാനം ചെയ്തിട്ടുകൂടി, അതേ പ്രശ്നത്തിന്മേൽ തന്നെ ഒക്ടോബർ 5-ാം തീയതി ഒരു സമാന്തര പ്രകടനം നടത്താൻ സ:ഗോപാലൻ 28-ാം തീയതി പങ്കെടുത്തു പ്രസംഗിച്ച റാലി ആഹ്വാനം ചെയ്യുകയും ഗവൺമെന്റിലേക്കു വേറിട്ടൊരു നിവേദനം നടത്തുക പോലും ചെയ്തു എന്നതിൽനിന്നു ഇതു വളരെയേറെ വ്യക്തമാണ്.

അതിനാൽ സ:ഗോപാലന്റെ നടപടി വ്യക്തമായും പാർട്ടിയെ പരസ്യമായി മനഃപൂർവ്വം ധിക്കരിക്കുകയും അതിന്റെ അധികാരത്തെ അവഹേളിക്കുകയും ചെയ്യുക മാത്രമല്ല, ബഹുജനപ്രസ്ഥാനത്തെ ഭിന്നിപ്പിക്കുക കൂടിയാണ് എന്നത് വ്യക്തമാണ്.

എത്ര ഉയർന്ന സഖാവായാലും ശരി, അത്തരം പെരുമാറ്റത്തെ ഉറച്ച നിലയിൽ നേരിട്ട് ശിക്ഷ നടപടി കൈക്കൊള്ളേണ്ടിയിരിക്കുന്നു. അങ്ങനെ ചെയ്യാതിരിക്കുന്നത് പാർട്ടിയെ മരവിപ്പിക്കുകയും അസംഘടിതമാക്കുകയും ജനകീയാവശ്യങ്ങൾക്കുവേണ്ടിയുള്ള സമരത്തെ ക്ഷീണിപ്പിക്കുകയും മാത്രമേ ചെയ്യുകയുള്ളൂ..

അതിനാൽ സഖാവ് ഗോപാലനെ പരസ്യമായി ശാസിക്കണമെന്നു നാഷണൽ കൗൺസിൽ തീരുമാനിക്കുന്നു.

അനുബന്ധം 3

ഏഴാം കോൺഗ്രസിന് മുമ്പായി ഉൾപ്പാർട്ടി ചർച്ചകൾക്കു സമർപ്പിക്കേണ്ട കരട് രേഖകൾ തയ്യാറാക്കുന്നതിനുവേണ്ടി രൂപീകരിച്ച ഡ്രാഫ്റ്റിങ് കമ്മീഷനിലെ അംഗങ്ങൾക്ക് 1964 ജനുവരി 28 ന് എസ് എ ഡാങ്കെ അയച്ച കത്ത്

January 28, 1964

DEAR Comrade,

The Drafting Commission which was elected by the Central Executive Committee to prepare the documents for pre-Congress discussion to be placed before the next meeting of the National Council in April, will meet in Delhi from February 14 to 21. These dates were agreed upon at the initial meeting of the Commission in Delhi on January 18.

During the week, we propose to hold a preliminary round of discussions, with a view to arrive at an understanding on points of agreement and disagreement, so that the first drafts may then be prepared for further discussion in March.

It has been agreed that as has been the practice earlier, in case we are unable to arrive at unanimous documents, all documents prepared by members of the Commission will be placed before the National Council. We, however, hope that the discussions in the Commission will help to narrow down differences to the minimum. The Commission discussions can be an important contribution towards Party unity, and we, therefore, hope you will do your best to attend these preliminary meetings in February.

With greetings,

Fraternally yours,
S. A. Dange
Chairman

അനുബന്ധം 4

1964 ജനുവരി 28 ന് ഡാങ്കെ അയച്ച കത്തിന് ജനുവരി 30 ന് ഇ എം എസ് നമ്പൂതിരിപ്പാട് അയച്ച മറുപടി കത്ത്

Trivandrum
January 30, 1964

DEAR Comrade Dange,

I have received your letter of January 12 (28—Ed. NA) from which I learn your decision to hold the Commission meeting and your desire that I also attend the same.

You will remember that I myself had told you at the meeting of the CEC that I do not think any useful purpose will be served by my attending the meeting, since you are not able even to have an agreed Commission. I recall your self-justificatory remark that disagreement on the personnel of the Commission is due solely to the insistence made by us that Com. Surjeet should also be included in the Commission. I do not know what is wrong in that insistence, since Com. Surjeet was the only member of the composite Secretariat of April to October 1962 who has been left out from your list. (The other member of that Secretariat, Com. Sundarayya, himself did not want to be there and in his place comrade Basavapunniah was included) The deliberate refusal to include Com. Surjeet was therefore clear proof that you are not interested in getting the cooperation of those who are in disagreement with your point of view. I am afraid that this attitude of yours is likely to create obstacles in the way of functioning of the Commission.

I shall, however, be happy to cooperate with you if you give up this unjustifiable attitude.

With greetings,

Fraternally yours,
E. M. S. Namboodiripad

അനുബന്ധം 5

1964 ജനുവരി 30 ന് ഇ എം എസ് നമ്പൂതിരിപ്പാട് അയച്ച മറുപടി കത്തിന് ഫെബ്രുവരി 21 ന് ഡാങ്കെ അയച്ച മറുപടി

February 21, 1964

Com. E. M. S. Namboodiripad,
TRIVANDRUM.

DEAR Com. EMS,

Your letter dated January 30 declining to participate in the work of the Commission which was elected by the CEC.

The reason of your refusal to work on the Commission is, as you say, that Com. Surjeet has not been included in the Commission. You say that you are justified in insisting on his inclusion and that I am unjustified in refusing it.

The reason you mention for your insistence (and that of those who wanted the same) is that Surjeet is "the only member of the composite Secretariat of April to October, 1962 who has been left out from your list."

Your point is in a way correct. It shows that the CEC did want to have a composite commission of all trends of thought and so proposed you, Jyoti Basu and Sundarayya of the old composite Secretariat to be on the Commission. But then Sundarayya did not want to be there and he proposed and you all agreed with him that he should be replaced by Basavapunniah.

By that very change your proposition that the Commission should take the colour of the old composite Secretariat was given up by you.

But then why did you insist on Surjeet and why did I oppose? Not because he belonged to the composite Secretariat.

I objected because Com. Surjeet has been suspended by the Punjab State Council from the State Executive for having disrupted Party work by his wrong behaviour in relation to the Party funds and Party records after the November resolution. I need not go into the details of that here.

Your proposal was to repudiate and humiliate the Punjab Council which took that action, by appointing Comrade Surjeet on a higher Commission. I could certainly not agree with that and hence I opposed and hence you insisted.

You ask me to change my attitude. May I request you to do the same and not help disruptive activities under the guise of "neutrality" and so-called "composite unity"?

Greetings,

S. A. Dange

അനുബന്ധം 6

കാൺപൂർ ഗൂഢാലോചന കേസിൽ ശിക്ഷിക്കപ്പെട്ട് തടവിൽ കഴിയുമ്പോൾ ഒരു ഏജന്റ് എന്ന നിലയ്ക്ക് തന്റെ സേവനം ബ്രിട്ടീഷ്ഗവൺമെന്റിന് വാഗ്ദാനം ചെയ്തുകൊണ്ട് എസ് എ ഡാങ്കെ എഴുതിയ കത്തുകളും അതിൽ ഗവൺമെന്റ് കൈക്കൊണ്ട നടപടികളും

To

The District Magistrate,
Cawnpore,
Submitted
for orders.

Sir,

I, Shripad Amrit Dange, hereby, beg to put before you the following petition for favourable consideration. I have been sentenced by the Session Judge Cawnpore to four years rigorous imprisonment. I do not belong to United Provinces and have been brought here, under warrant, from Bombay. I wish to be returned to the Bombay Presidency for following reasons.

The climate of this province is not suited to my health. This province is too hot for me now and will be too cold later on — such is not the case in Bombay or Poona City, where I have passed the greater part of my life.

I do not know the language of this province and it causes me much inconvenience in my conduct towards officials, high and low. It is difficult for me to make myself understood, for example, to the warders or convict overseers appointed to be with me. And moreover, it is some consolation to hear ones own language spoken about to hear "suffolk people talking Suffolk."

My family relations and my friends are in Bombay. The Jail rules allow interview at fixed period. But, if I am kept in this province, myself will not get the advantage or my family relations will be able to take advantage of this rule, as this place is too far away and my relations, being not rich, cannot afford to spend much money on the journey every time.

They are also trying to file an appeal on my behalf and want to make arrangement under my instructions, from

Bombay. If you would kindly transfer me from here to the Poona Central Jail (Yarrowada Jail) or Bombay they can facilitate arrangements of Appeal by interviewing me, with the permission of the authorities very easily without loss of much time and money, to which they will be put by my being far away from their place. Taking these things into consideration, will you be pleased to concede to my request and oblige.

Your Obedient Servant,
Shripad Amrit Dange.

Sentence under
Section 121 A. I. P. C.
No. 1333, Dated 26.5.24.

Forwarded to the District Magistrate Cawnpore for favour of disposal.

W. S. Willimore
Lieut. Col. I.M.S.
Superintendent Jail
Cawnpore
26.5.1924

XVIII
197
7917
26.5.24.

II

File No. 421-Poll (Home Deptt.) — 1924

To

The District Magistrate,
Cawnpore.

Sir,

We, the undersigned, beg to inform you that we are willing to give an undertaking to Government not to commit any more offences, for which we are at present convicted and we shall be thankful to Government if they will deign to consider our request favourably and release us as soon as possib'e, as we are undergoing suffering which we cannot sustain. We shall be personally thankful to you if you will arrange with Government for our petition being granted.

We are,
Your Obdt. Servants,
Shripad Amrit Dange
Nalini Bhushan Das Gupta.

District Jail,
Cawnpore
7th July 1924.
No. 1707, dated 8.7.24

Forwarded to the District Magistrate Cawnpore for favour of disposal. Prisoners were transferred to Sitapore and Gorakhpore on 7.7.24.

W. S. Willimore
Lieut. Col. I.M.S.
Superintendent Jail
Cawnpore.

Forwarded this in original with a covering docket to Commr. Keeping copy for file.

J. Crerar
8.7.24

III

From

J. R. W. Bennett, Esqr., I.C.S., M.L.C.,
Secretary to Government, United Provinces

To

The Secretary to the Government of India,
Home Department (Political)

Subject : Dated Allahabad the 19th September 1924.
Petition from two prisoners in the Bolshevik Conspiracy Case praying for their release.

Sir,

Judl. (Criminal) Department

I am directed to acknowledge the receipt of the Government of India, Home Department (Political), letter No. D. 2556-Poll., dated the 9/11th August, 1924 communicating the orders passed on the petition mentioned above.

2. I am now to forward for the information of the Government of India a separate petition from one of the two prisoners viz. Shripat Amrit Dange, dated the 28th July, 1924, that from the other prisoner Nalini Bhushan Das Gupta having already been submitted with this Government letter No. 4013 dated the 7th August, 1924.

File No. 421-Poll (Home Deptt.) — 1924.

I have the honour to be,
Sir,
Your most Obedient Servant,
Sd./-
for Deputy Secretary.

C/O The Superintendent
District Jail,
Sitapur (U. P. of A. O.)

From

Shripat Amrit Dange,
Prisoner,
(4 years R. I. under Sec. 121 A. I.P.C.
In the Bolshevik Conspiracy Case of Cawnpore)

To

His Excellency the Governor General in Council.

Your Excellency,

I am one of the four in the Bolshevik Conspiracy case of Cawnpore. I beg to put forward for your Excellency's consideration a prayer for the remission of my sentence for following reasons.

In submitting my prayer I have to refer to certain facts which your Excellency may not be cognisant of ; but Your

Excellency can verify their truth by referring to Col. C. Kaye, Director Central Intelligence Bureau or to the persons mentioned hereinafter.

When the above referred case was proceeding in the Lower Court Mr. Ross Alstron, the learned Counsel for prosecution happened to have a side talk with me, during the course of which he remarked, Government is not very particular about the punishment of the individual accused. The case is instituted only to prove to a doubting public the truth of Government's statements, made from time to time as to the existence of Bolshevik Conspiracy in India. I think the learned Counsel is not likely to have misrepresented Your Excellency's Government's policy, as he was in too close a touch with Government's officials to have mistaken Government's intentions. As the position of Your Excellency has been vindicated by the verdict of the Court, Your Excellency may not mind remitting my sentence and granting my prayer.

I might also refer to another incident. Exactly one year back, the Deputy Commissioner of Police, of Bombay Mr. Stewart was having a conversation with me, in his office, regarding my relations with M. N. Roy and an anticipated visit to me of certain persons from abroad. During the course of the conversation the Honourable officer let drop a hint in the following words, the full import of which I failed to catch at that moment. Mr. Stewart said, "you hold an exceptionally influential position in certain circles here and abroad. Government would be glad if this position would be of some use to them." I think I still hold that position. Rather it has been enhanced by the prosecution. If your Excellency is pleased to think that I should use that position for the good of Your Excellency's Government and the country, I should be glad to do so, if I am given the opportunity by Your Excellency granting my prayer for release.

I am given the punishment of four years' rigorous imprisonment in order that those years may bring a salutory change in my attitude towards the King Emperor's sovereignty in India. I beg to inform Your Excellency that those years are unnecessary, as I have never been positively disloyal towards His Majesty in my writings or speeches nor do I intend to be so in future.

Hoping this respectful undertaking will satisfy and move Your Excellency to grant my prayer and awaiting anxiously a reply.

I beg to remain,
Your Excellency's
Most Obedient Servant
Shripat Amrit Dange.

Endorsement No. 1048, dated 31.7.1924.

Forwarded in original to I. G. Prisons U. P. for disposal.

Sd./- W. P. Cook
Col. I.M.S.
Superintendent Jail.

Seal of I. G. Prisons 13070
Dated 1.8.1924.

FROM HOME DEPTT. POLITICAL

File No. 278/25 of 1925 Page 2 (Corres).

INSPR. GEN.
PRISONS, U. P.
Received
20 Nov. 1924
Regr. No. 19573

SEAL

From

Shripat Amrit Dange, Esqr.
Distr. Jail,
Sitapur (U.P.).

No. 2157
of Sitapur Jail
the 19-11-24

To

His Excellency,
The Governor-General-in-Council.

Submitted in original to the Inspector General of Prisons, U. P., Lucknow in continuation of this office endorsement No. 1048 D/31-7-24

Your Excellency,

Pending my appeal before the Hon. High Court, Your Excellency's Government were not prepared to take into consideration my petition, dated 26th July, 1924, re. remission of my sentence, in what is known as the Bolshevik Conspiracy Case of Cawnpore. The decision of the Government was conveyed to me in their communication No. 5718/VI — 1376 D/ Nainital 11-10-24 forwarded with the endorsement No. 22594/B 37 of 24 D/21-10-24, of the Inspector General of Police, U.P.

My appeal having now been dismissed, I beg to bring the same petition to Your Excellency's notice for consideration and await favour.

I beg to remain,
Your Obdt. Servant,
Shripat Amrit Dange

16th November 1924

H. P. Cook
Major, I.M.S.,
Superintendent
Jail, Sitapur.

From Home Department Secret File No. 261 of 1924 page 11 (Notes in the Intelligence Bureau of Home Department)

The I.P.I. letter referred to is put up in original, return requested. They were both written before the receipt of the information given in Secretary of State's telegram, which apparently means that Jotin Mitter's departure for India is indefinitely postponed—probably abandoned. The letter suggesting "counter-action" has not yet been received; but I should suppose that it suggests the use of Regulation IV against Roy's agents in India: a mere refusal of passports could not be characterised as "counter-action". If Roy is, as the Secretary of State's telegram says, relying on correspondence to secure the attendance of the "Indian Communist Party's" representative at Berlin, it is unlikely that he will get them, for a number of letters from him, inviting representatives, has lately been intercepted and has not reached the address. It is, I think, pretty evident that Roy's communications with India are not working smoothly and some, at least, of the agents whom he believes to be in India are not there in fact; his information is, in some respects, out of date and inaccurate owing, I think, to the insecurity of his post to India. Dange seems to be losing heart, as a conspirator—his paper, the "Socialist" has been more moderate lately and I have seen correspondence showing that the communists in Lahore and Calcutta are complaining that he has failed them. Roy does not know him personally; only by reputation, chiefly of Dange's own making—my own information is that Dange is not the stuff of which revolutionaries are made. I do not think he will go to Berlin, even if an invitation reaches him; and Singaravelu (of Madras) has already once definitely refused to go. I think the odds are pretty strongly against Roy getting an Indian contingent for the "Special World Congress" from India, sent ad hoc, and that his invitation will share the fate of those to the Moscow Conference, when Roy himself was the sole Indian representative....

C. Kaye
7/2/23.

Certain Confidential Records relating to the period before Government framed the Cawnpore Conspiracy

1) Note by C. Kaye, 27.7.1923

I think that the views of the Government of Bombay should be accepted. I have collected all the data bearing on the question of the prosecution, under the ordinary law, of the three internees, and hope to submit a detailed note, on this, in a few days. In all three cases, I think there is a strong 'moral' case, but a weak legal one : and this also applies to Dange (and to Singaravelu). The alternative is action by 'Regulation' which is of course equally distasteful to the Government of India as to the Government of Bombay. Personally, I do not think that Dange's position as "in a way public man" would make any difference to the reception by the Indian public of his internment, but all information about him reaches the same conclusion—that he is, personally, a mere worm : and this does support the belief that he is not worth powder and shot. Even the most insignificant insects, however, are often dangerous foci of infection and I think that a perusal of Dange's latest letter to Roy, which is reproduced in my current weekly report (now being printed) will show that he is decidedly infectious. The letter unmistakably acknowledges assistance, either in kind or money, from Roy, and exposes the intention of the writer to continue to work in furtherence of Roy's programme though Dange shies at the "illegal" part—a defection which he covers in fine phrases, but which is, in fact, a confession of personal cowardice. I think that a severe official talking to, by someone in authority—not a police authority—would probably frighten Dange effectively: he is quite obviously very nervous already. It should, I think, be pointed out to him that other members of Roy's Party have been interned under Regulation, and that he was only not been similarly dealt with because he is such a miserable specimen that he is not worth it, but that, if he continues to play with fire in the way that he is doing now, the only possible result will be that he will burn his own fingers badly, and will force

Government summarily to shut down his activities if he can't summon up enough commonsense to shut them down himself.

2) 4.8.1923

Mr. Kaye writes a note in which he says, "the warning proposed to be administered to Dange" should be done only after the case against the two people at Madras is completed.

3) Bombay Government Home Department writes to Mr. Crerar, its opinion as to whether any action should be taken against Dange, in which it says:

—No action necessary:
—His writings contain 'very little of anti-British'.
—If carefully followed, he will be a good source of information.

FROM PRINTED FILE

D.O. Letter from A. Montgomery, Esq., CIE, Secretary to the Government of Bombay, to the Hon'ble Mr. J. Crerar, CSI, CIE, Secretary to the Government, Home Department.

No. S.D. 113 dated Bombay the 25th Jany. 1924.

Your Demi Official No. 3412-D (Political) of the 15th inst.

The Government of Bombay have no objection to the inclusion of Dange among the accused provided there is a water tight case against him. They do not think that it would be advisable to prosecute him merely to show up the conspiracy. They still think as indicated in my D.O. letter No. S.D. 1243, dated the 16th July 1923, that he is more useful to us than dangerous. I am particularly hopeful that if he is left alone, something further may come up in the negotiations referred to in the letter from the Commissioner of Police, Bombay No. D. 1125 dated 3rd Nov. last, a copy of which was endorsed direct to the Director Intelligence Bureau. I enclose a copy for ready reference. Would you let me know your views again before you definitely decide to take action against him ?

FROM PRINTED FILE

D.I.B.

I do not think that there is any legal case against Velayudhan—the best one that we could make, would be very slender. I think there is a strong case against Dange ; and, in any event, it would be impossible to leave his name out ; it would necessarily figure conspicuously in the trial and the fact that he himself was not included would certainly lead to the presumption that this was done deliberately, with an ulterior purpose. The report forwarded by the Govt. of Bombay, was summarised in para 4 of my Weekly Report dated 14th November 1923.

C. Kaye—31.1.24.

FROM FILE 278

Home Deptt. Political F. 278/1925 Poll

Letter from U.P. Govt. No. 69 d/6.1.1925

S.A. Dange, one of the four men convicted in the Cawnpore Bolshevik Conspiracy Case prays that now his appeal has been dismissed his petition for remission of sentence may be considered. In July 1924, while the appeal was still pending, Dange and N.B. Das submitted a joint petition praying for release as they would not commit any more offences. This was regarded as an assurance of no value and it was considered, as the appeal was then pending, that the petitions should be rejected but H.E. considered that a reply should be sent simply saying that the Govt. of India was not prepared, in view of the fact that an appeal was pending, to take the petition into consideration. The petitioners were informed accordingly. Through the local Govt. Dange submitted a separate appeal in Sept. 1924, praying for the remission of his sentence and hinting at a willingness on his part to act as an agent for Govt. if it is thought he could be usefully so employed. It was decided, however to adhere to the previous decision not to consider the matter, until the disposal of the appeal. On the 10th Nov. 1924 the Allahabad High Court passed judgement on appeal, upholding all convictions and sentences. Dange has now returned to the charge for his prayer for release to be ascertained. If this is to be examined it raises the general question of clemency to the convicted Cawnpore Bolshevik Conspirators as there are no prima facie grounds for treating Dange specially. Actually only two out of the four have appealed for mercy, i.e. Dange & N.B. Das. We may, in the first instance, invite the views of the D.I.B. It may be noted that it may possibly be considered politic to consider the appeal.

May we have D.I.B's views on the matter.

Sd/- (H.D. Hodge)

(Additional Deputy Secretary Govt. of India)

SEAL
INTELLIGENCE BUREAU
Rd. 20.1.1925
Dy. No. 879
HOME DEPARTMENT

FROM HOME (POLITICAL) FILE

No. 278/25 of 1925

Mr. Petrie who succeeded Mr. Kaye as Director of Central Intelligence recommends to the Government of India to reject the mercy petition for six reasons, the important of which are mentioned as :

—If released the revolutionaries will be encouraged thinking if they are arrested they will be released tomorrow.

—Secondly, the conviction in the Cawnpore Conspiracy Case has convinced liberal opinion of the existence of a Bolshevik conspiracy in India. In this context, if we release Dange, those sections will feel that the Government itself considers that all this is not serious as it was made out to be.

—So the D.I.B. says 'clemency should not be granted now' and adds that, 'if after Dange undergoes half the sentence, and if the circumstances are favourable then and if his conduct in jail also was good, I will not be the person to oppose clemency, if Dange makes a petition for clemency then.

This note of Petrie to the Home Secretary is dated 28.1.1925.

—On 13.2.1925 Mr. Crerar expresses his agreement with the D.I.B. Accordingly the mercy petition is again rejected.

അനുബന്ധം 7

ഡാങ്കെ കത്തുകൾ വ്യാജനിർമ്മിതമാണെന്നു പറഞ്ഞുകൊണ്ട് കേന്ദ്ര സെക്രട്ടേറിയറ്റ് 1964 മാർച്ച് 13 ന് പുറപ്പെടുവിച്ച പ്രസ്താവന

The English weekly CURRENT of Bombay in its issue of 7th March, 1964, has published a story that it has got hold of a bunch of letters alleged to have been written by Comrades S. A. Dange and Nalini Gupta, after their conviction to four years' imprisonment in the year 1924 in the Kanpur Bolshevik Conspiracy Case. The CURRENT says that the alleged letters were found by some research scholars who went to the National Archives of the Government of India.

On enquiry, the Secretariat has found that typed copies of these letters are being surreptitiously circulated by some people, obviously with a view to attack the character of the Chairman of the Communist Party of India, spread vile slanders against him in order to disrupt the Communist Party and the mass movement led by it.

These vile fabrications have been produced with all the paraphernalia of so-called genuineness. They were very conveniently "discovered" in the National Archives, where the Home Department files were made available for "research" in the history of the Communist Party. It is even said that the Home Department obligingly allowed copies of the document to be made and taken out in the interest of "historical truth".

The real truth is that no such letters were ever written.

The contents of these fabrications, apart from an innocuous one relating to a request for transfer from one jail to another, purport to show Comrade Dange as offering his services to the then British Government in exchange for his release from prison. In short, the slanderous suggestion is being circulated that the Chairman of the Communist Party was given his release on the undertaking to become a British agent.

There have been instances of astounding forgeries in history done by the ruling classes to destroy their enemies. The Communist and labour movements of the whole world have been victims of such vile attacks of slander and character assassination of leading personalities. This one against one of the most popular veterans of the labour and Communist movement in our country is of the same kind.

We cannot say when these alleged letters were forged, and if they have been planted in the Archives, when and by whom. It is a fact that just in this very period, when the Kanpur case was launched against the Indian Communists, the British Tory Government was using all its vile apparatus to malign the Soviet Government, the Communist Party and all the progressive forces who supported them. The case itself was launched at the instance of the Tory reactionaries in order to prevent the recognition of the Soviet Government for which the British people were pressing. The case was intended to show that the Soviet Government and the Communist International were trying to overthrow the British Government through its "agents" and hence it was wrong to have any relations with it.

When the Labour Government was installed in England in 1924, the Foreign Office manned by Lord Curzon's stooges forged the well-known "Zinoviev Letter" which led to the overthrow of the Labour Ministry and its defeat in the elections. Even the other day, George Brown, Deputy Leader of the Labour Party, complained that the Tory lie factory of "forgeries beginning with the Zinoviev letter of 1924 and the Gestapo smear of 1945" is continuing to work even today.

The timing of the publication of these forgeries shows that a very deep game is being played by various forces against the Party and the masses.

Vile slander of this kind was first spread by the Chinese leadership through the Peking Radio that the Indian Party is a Dange clique and has become the agent of the Government in getting people arrested.

Certain disruptors who support and circulate this Chinese lie against our Party have joined hands with certain reactionaries in India in alliance with Anglo-American intelligence agents to explode this slanderous time-bomb against the Party as a whole and Comrade Dange personally. It is meant to weaken and destroy those forces who are defending the people's interests and organising the greatest movement of the masses today under the leadership of the Party with Comrade Dange as Chairman. It is a clever move to kill several birds with one stone.

These forgeries thus serve the game of all reactionary and disruptive forces, each one with its own special interest to serve, and all of whom together are trying to destroy the Party and the mass movement led by it.

The slandermongers of the CURRENT and those who help it have tried to suggest that Comrade Dange secured his release before the expiry of the term of imprisonment. This is another lie. The facts on record are as follows : four accused were sentenced in the Kanpur Case in 1924 May—Comrades Dange, Muzaffar Ahmad, Usmani and Nalini Gupta. Out of them, both Nalini Gupta and Muzaffar Ahmad alone were released prematurely, that is in 1925, on grounds of illness. Comrades Dange and Comrades Usmani served their sentences in full, deducting the usual remission that is earned under jail rules and were released in 1927.

The subsequent history of Comrade Dange and his various imprisonments in the cause of the Party and the working class completely belie all the insinuations made by these forgeries of the reactionary forces. After Kanpur, Comrade Dange served seven years in the Meerut case. There also, he along with Muzaffar Ahmad and Usmani got specially larger sentences than the others as these three were declared to be "habitual conspirators" from the Kanpur Case. Muzaffar Ahmad was given larger sentence because he had not served full term in the Kanpur case. Comrade Dange was arrested on the outbreak of the war in 1939, convicted for publishing anti-war pamphlets and then detained in the Deoli Camp, altogether for four years. Though the Party had been legalised in 1941 and other Communist detenus had been freed, Comrade Dange continued to be detained and was released only' in 1943. He has so far spent about 17 years in prison since 1924, of them nearly 14 years under the British Government and the rest under the Congress Government.

Whatever the slandermongers may do, the toiling masses of India will not forget this record of sacrifices, years of imprisonments suffered in the struggle against the British imperialists and now the rule of the monopolists in free India. Those who are trying to use these forgeries, whoso-ever made them or planted them, are only serving the interests of the imperialists and the reactionaries. And those who are trying to use them in the ideological or political organizational controversies inside the Party are only becoming the handmaids of reaction with a view to disrupt and split the Party and smash the mass movement. The slanderous attack on Comrade Dange as Chairman of the Party and one of the most popular, respected old leaders of the Party and the working class, serves the far-reaching aims of reaction on a national and international scale.

All decent-minded people, the whole Party, must combat and repulse this sinister and vile manoeuvre.

അനുബന്ധം 8

1964 മാർച്ച് 20 ന് ഉമാനാഥ് എം പി കേന്ദ്ര സെക്രട്ടേറിയറ്റിനും കേന്ദ്ര എക്സിക്യൂട്ടീവ് കമ്മിറ്റിക്കും അയച്ച കത്ത്

4 Ashoka Road,
New Delhi-1.
20.3.1964

To

The Secretariat, National Council
of the Communist Party of India, New Delhi.

Dear Comrades,

I am enclosing herewith a letter to the Central Executive of our party. Question of the individual apart, since it involves the security of the entire Party and revolutionary mass movement of our country, I request you to place this letter before an urgent meeting of the Central Executive. In the meantime, I request you to circulate the same to all CEC members for their perusal.

Yours fraternally,
R. Umanath

To

The Central Executive Committee,
Communist Party of India,
New Delhi

Dear Comrades,

I am one of those who dismissed the story of "Dange Letters" that appeared in the CURRENT as some American-inspired stuff. On the morning of the 9th of this month, I left Tiruchirapalli by State Transport express bus for Madras to catch the de luxe for New Delhi. When the bus halted at Villupuram for half an hour, I found the CURRENT poster and the CURRENT itself displayed in a shop containing these allegations. Instantly, I dismissed it as some cock-and bull story and some cooked-up slander about Com. Dange, by the CURRENT which is an anti-Communist paper. I did not care to read it and so I did not even purchase a copy.

But on coming to New Delhi I chanced to read the said issue of the CURRENT (the relevant article) in full. The reference numbers, the officers' names and the assertion that they are in the National Archives, for the first time, shook my earlier conviction. When I read the Secretariat statement which appeared in the PATRIOT, three or four points emerged which made matters worse.

It was obvious from the Secretariat statement that when they issued the statement, they had not even looked into the said file to verify as to what actually was there in the file. Anyway my conscience was urging me to see the files with my own eyes before coming to any conclusions. For a long time I had a mind to register myself at the Archives for the purpose of research in the national movement and of our Party's role in the same. I decided to enrol and register myself at the National Archives.

In the course of my research, I saw the files in question and the connected records in the National Archives with my own eyes in the original. What I saw was most shocking and a shock which I did not experience in my political or personal life before.

(1) The three letters published in the CURRENT are word for word found in the file. I saw a fourth letter also by Com. Dange appealing for mercy after rejection of the High Court appeal.

(2) All the four letters are in Com. Dange's own handwriting.

(3) I saw also Com. Muzaffar Ahmad's letters to the Government for transfer, on the injustice done by the Government in the matter of fixing lawyers, and the reasons which impelled him to go on hunger-strike. My hair stood on end as I read Com. Muzaffar's letters, inspired and deeply moved by the sacred revolutionary spirit displayed by him in the thick and thin of tortuous jail life.

(4) All the detailed references given by CURRENT about various endorsements at various official levels, are found

to be true. I found them jotted down on the original petition itself with connected seals, initials and signatures.

(5) I found cross references to this mercy petition of Com. Dange in various other correspondence and different files.

(6) There is enough and conclusive material to show that the Government assessed Com. Dange :

(a) As not of much significance.

(b) That the release would prejudice the political purpose for which the prosecution was conducted.

(c) Release, when the appeal was pending, would prejudice the case.

(7) The Official note to Viceroy in Council on the first joint undertaking by Com. Dange and Nalini Bhushan Das Gupta remarked that since the appeal in the High Court has been filed by them, the repentance could not be taken to be genuine. And the remarks go on to state that the other two prisoners Muzaffar Ahmad and Shaukat Usmani are recalcitrant, and are even now on hunger-strike, etc.

In this letter I have given only certain pointed references. From all the mass of materials, documents, cross references and quite a number of other reports that I saw in the files in the National Archives, I am deeply convinced that :

(1) The said letters under no stretch of imagination could be said to be forged or planted.

(2) They are genuine and original and in Com. Dange's own hand-writing.

(3) Its genuineness is impossible of contradiction or challenge.

Yours fraternally,
R. Umanath

അനുബന്ധം 9

1964 മാർച്ച് 25 ന് ബസവ പുന്നയ്യ നാഷണൽ കൗൺസിൽ അംഗങ്ങൾക്ക് അയച്ച കത്ത്

Dear Comrades,

I am herewith sending you all available material concerning Dange's letters, the Central Secretariat's statement and the relevant press comments for your information. As far as Dange's letters and connected correspondence between different officials of that period are concerned a copy of it reached us as early as three months ago. But I thought it would not be correct and prudent on my part to talk about them without ascertaining the authenticity of this material. Yet, I had shown them to several members of our C.E.C. and promised to find out the truth or otherwise of it. Since then I have been seriously attempting to verify the truth of the existence of these letters in the National Archives from sources which cannot be questioned. In the meantime, the nortorious anti-Communist weekly CURRENT got hold of the material probably from the same source which also posted it to us—and published them in its issue dated March 7, 1964. The Central Secretariat, under Dange's guidance, came out with a statement on March 13, 1964, denouncing the whole thing as forgery. I was away from Delhi from February 24 and was again there only for a day on March 10 on my way to Calcutta. I returned from Calcutta in the night of March 15. The CURRENT publication, the Secretariat statement denouncing it and the adverse reactions in political circles upset me very much, as the whole affair involved the entire Communist Party and its future. Under these circumstances there was no course left for me except to go to the National Archives and find out the truth. On March 16, I together with Comrade P. Ramamurti and another non-party M.P. went to the National Archives, obtained permission for research into the history of the Communist movement during the period from 1921 to

1933, as the records are avilable only up to that year. We spent more than three hours and examined the concerned files. After a thorough study and scrutiny of the files, we found to our dismay and surprise that every word and letter published in the weekly CURRENT regarding Dange's letters is absolutely true. It is evident that it is not Dange's letters that are forged and planted in the National Archives. On the contrary, the statement of Dange to which the Central Secretariat has affixed its stamp stands out as deliberate bluff. On March 17 Comrade Ramamurti once again went through the files for further details. On March 19, I together with Comrade Umanath, M.P., went to the National Archives and studied the records for more than four hours to probe the matter still more deeply. We found that all the four letters of Dange mentioned in the information document—three in file No. 421 of the year 1924 and one in file No. 278 of the year 1925—and all other connected observations by the Director of Central Intelligence, Home Secretary, etc., are cent per cent authentic. Comrade Umanath, on his own, has written a letter to the Secretariat on March 20, stating what he had seen in the Archives and demanding an emergent meeting of the Central Executive Committee to thrash out the issue. We are enclosing herewith a copy of his letter, too, in this information document.

We wish to pursue our research and find out whether the then British Government had utilised these letters in any manner in the subsequent period, if so in what manner, etc. But to our surprise, we learn that the Home Ministry is evincing special interest in these files and trying to put all obstacles and make them inaccessible even to Members of Parliament, many of whom have applied for permission to go through these records. In fact these are records thrown open to research long ago and by now several people have had the opportunity to go through them. Yet it is strange that the Government at this stage, instead of defending the integrity of the National Archives and admitting the truth of the existence of these letters against the charge of Dange that they are forged and planted, is trying to play politics over this matter. Maybe they wish to further disrupt our Party by shutting these files from the people interested in seeing them, and thus keeping the Party in doubts regarding the existence of these letters in the Archives.

The situation is quite serious. Dange and the Central Secretariat through their press statement have totally denied the letters and denounced them as forged and planted in the Archives. The existence of Dange's letters is a fact which scores of people by now can affirm. The Home Ministry is trying to deny access to these files and keep the public guessing. The statement of the Secretariat has convinced nobody and the revolutionary prestige and integrity of our Party is in jeopardy. The CURRENT published these letters on March 7 and by now full twenty days are over. The Secretariat issued the statement on March 13 and now fourteen days have passed by. Till now no meeting of either the C.E.C. or the National Council has been called by the Secretariat and any sense of urgency is totally lacking. In view of this, we are compelled to come out with a statement to save the prestige and honour of the Party. Hope you will appreciate the extraordinary step we have taken and do all you can do to set matters right.

With greetings

Yours fraternally,
M. Basavapunniah

New Delhi
25th March; 1964.

അനുബന്ധം 10

1964 മാർച്ച് 26 ന് ബസവ പുന്നയ്യയും പി രാമമൂർത്തിയും ചേർന്ന് പുറപ്പെടുവിച്ച പ്രസ്താവന

It is by now widely known that the English weekly CURRENT of Bombay, in its issue of March 7, 1964, has published some letters alleged to have been written by S.A. Dange, Chairman of the Communist Party of India, to the then Government of India giving an undertaking and also offering his services. The Central Secretariat of the Communist Party of India has issued a press statement on March 13, 1964, denouncing these as forged and planted in the National Archives by imperialists, Indian reactionaries and all sorts of anti-Communists. Though no prominent English daily of our country has published either the alleged letters of Dange or the statement of the Central Secretariat denouncing it, HINDUSTAN TIMES of Delhi has made scathing editorial comments on the Central Secretariat statement in its issue of March 17, 1964; The STATSEMAN in its Delhi Edition on March 21 also published a write-up on its front page on this affair. The whole issue has assumed serious significance and has become a subject of public discussion in the different political circles of the country. Members of the Communist Party and its well-wishers are very much perturbed, and confused. In fact the problem is no more confined to the Party Chairman S.A. Dange but in a way involves the entire Party.

We are fully aware that the enemies of the Communist Party do not hesitate to indulge in any foul conspiracy including forgery to discredit, disrupt and destroy the Communist movement. The notorious "Zinoviev Letter", the scandalous Reichstag Trial and the like are there before us. Equally well-known to us are the nefarious methods of reactionary Governments who indulge in planting spies and purchasing some weaklings in the Communist Parties to sabotage and disrupt them. The Communist movement could survive and forge ahead victoriously despite these vile conspiracies of the reactionaries because basing on the solid ground of Marxism-Leninism it could systematically disprove and expose these as outrageous fabrications. Similarly it could from time to time, through its revolutionary vigilance, successfully unearth the enemy agents and purge the Communist Parties of all such despicable elements.

But the perfunctory and laboured statement of the Central Secretariat on the grave and categorical allegations made in the issue of CURRENT on S.A. Dange is neither convincing nor can it dispel apprehensions created in the minds of the public, particularly in the face of such details about the letters and their reported existence in the National Archives of India. The leadership of the Communist Party of India, built and nurtured by fearless heroes and best patriots of the anti-imperialist struggle, must feel genuinely concerned about the threat to its revolutionary organisation. One would expect that S.A. Dange himself would have asked the Central Executive Committee and National Council of our Party to go into the whole matter and offered to clear himself after thorough investigation. It is highly regrettable that he has not chosen to do this.

Still more it was the responsibility of the Central Secretariat to have placed the matter in the hands of the Central Executive Committee or the National Council. Instead, the Secretariat with no attempt whatsoever to investigate the whole matter simply came out with a long-winded explanation and a cheap denunciation which convinced nobody. The Secretariat through its hurried and hasty statement has done distinct disservice to the Party by committing the whole Party to this.

We deem it our bounden duty in the genuine interest of the Communist Party and the revolutionary movement of the working class in India that this question cannot be left in the manner the Secretariat statement sought to do. To say that these letters are 'forged' and 'planted' in the National Archives of India is nothing but an open accusation against the National Archives charging it as a "den of forgery and conspiracy", a challenge to the authorities in charge of the Archives, to the Government that is controlling it, and the scores of research scholars who might have gone through these documents in the National Archives, some of whom might even possess copies of this material. It would be a calamity to the entire Party, in case the concerned authorities or other competent people accept this challenge to prove the genuineness of the alleged letters and their existence in the Archives. This course may be chosen by them at any time, as they think it opportune. Naturally, under these circumstances, we have no option left except to probe into the matter deeply.

After full enquiry, thorough investigation and a careful check-up of all available meterial on this issue, we are firmly convinced that the matter is of a very serious and grave character and it is highly impermissible for any honest political party to demagogically dismiss the letters as forged and planted in the National Archives by some enemies of Communism. We are further convinced that the three letters said to be written from jail in 1924—one asking for transfer to a jail in Bombay or Poona, the second jointly with Nalini Bhushan Das Gupta giving an undertaking that they would not commit the offence for which they had been convicted and asking for release and the third offering his services to the then British Government if released, are all in S.A. Dange's own handwriting, beyond any shadow of doubt. It did not end with this. There was also a fourth letter which was sent to the Governor-General in Dange's own hand-writing, requesting Government to reconsider his earlier letter pleading for his release and offering his services, after the High Court had dismissed the appeal.

In face of these facts not only has S.A. Dange, the Chairman of the Party, grossly abused the trust placed in him by the Party but he has also deliberately implicated the whole Secretariat which in turn, through its statement, compromised the entire Party before the public. In the Central Secretariat statement there is an insinuation that "those who are *trying to* use them in the ideological or political, organisational controversies inside the Party are only becoming the handmaids of the reactionaries with a view to disrupt and split the Party and smash the mass movement." Instead of feeling genuinely concerned about the integrity of the Party organisation, the Central Secretariat acts in a most partisan and factional manner, and we understand that in furtherance of its narrow aims, it intends to maliciously accuse a section of the Party with forging such letters, and even planting them in the National Archives. This attempt on its part is all the more preposterous.

That the damaging allegations against S.A. Dange should never be mixed up with the political-ideological controversies inside the Party is an elementary obilgation for one and all concerned. This is a grave matter concerning the security, integrity and prestige of the revolutionary organisation of our Party, and one should react to it genuinely.

We appeal to the people and all Communists and their well-wishers not to treat the Secretariat statement as the last word on the question and thus judge the whole Party. We also appeal to all Communists not to falter and relax in their determination to lead the day-to-day struggles of the peoples in defence of their interests, due to likely confusion and frustration caused by this sad episode. We pledge to place all the facts and a full report before the Central Executive Committee and the National Council to thoroughly investigate the question and punish the guilty. We are confident that all genuine and honest members of the Communist Party of India will stand up to defend the interests and integrity of the Communist Party of India, against all threats whether they emanate from reactionary forces outside or their hirelings hidden inside the Party.

M. Basavapunniah, M. P.,
Member, Central Executive Committee.
P. Ramamurti, M. P.,
Member, Central Executive Committee.

4, Ashoka Road, New Delhi
March 26, 1964.

അനുബന്ധം 11

1964 മാർച്ച് 29 ന് ഇ എം എസ് നമ്പൂതിരിപ്പാട് കേന്ദ്ര സെക്രട്ടേറിയറ്റിന് അയച്ച കത്ത്

Trivandrum,
29th March 1964.

The Central Secretariat,
Communist Party of India,
New Delhi.

Dear Comrades,

I understand that a special urgent meeting of the Secretariat is being held, presumably to discuss the situation that has arisen following the 'Current' report on the alleged letters by Com. Dange to the Viceroy, your statement characterising two of these letters as forgeries, the Basavapunniah-Ramamurthy statement that they are satisfied about the genuineness of all the letters, Com. Sundarayya's press conference in Hyderabad etc.

I do not know whether the Secretariat meeting will be followed by special meetings of the CEC and the National Council. Nor do I know whether you will go to these meetings with the idea of trying to salvage what remains of the Party, or to further intensify the inner-Party conflict.

An "Express News Service" message with the dateline, New Delhi, March 27, says "prominent leaders of the Rightist faction of the Communist Party met here today at the Party headquarters for five hours to discuss the situation arising out of Mr. M. Basavapunniah's public attack on the Party Chairman, Mr. S.A. Dange. It is expected that Mr. Basavapunniah will be expelled from the party for committing breach of discipline." I do not know whether this is correct reporting, but from the trend of discussions here (in the State Executive and the State Council), I am apprehensive that this may be the line taken by some among you. But the brief talk which I had with Com. Yogi during my recent visit to Delhi, followed by an equally brief talk with Comrade Bhupesh, gives me the hope that things may not be taken to such a pass.

In the light of those talks, I have today sent a telegram to Comrade Bhupesh recalling my talk to both of them and expressing my willingness to fly to Delhi immediately if my presence there at the present moment will help. While confirming that telegram, I would request you to seriously ponder over the immediate cause of the present crisis.

As I had told Com. Yogi and Com. Bhupesh I think it was totally incorrect on the part of the Secretariat to have issued the March 13th statement. After all, as the statement itself admits the existence of a file in the National Archives is not in doubt. Nor is it disputed that the file contains three letters, allegedly written by Com. Dange. One of these three, it is explicitly admitted in the statement, had actually been written by him. (A careful reading of the Secretariat statement shows it does not admit the genuineness of even this letter—*Editor*). How then could you rush to the conclusion that the others are forgeries? Did you get them examined and satisfied yourselves about the explanation offered by Com. Dange that the British forged two letters and put them along with a genuine letter? Obviously not.

The minimum that you should have done under the circumstances was to convene a meeting of the CEC, place all the facts before it and to suggest that a CEC Commission should go to the National Archives, examine the documents and report on them to the CEC. You, however, thought it necessary to dispense with this normal elementary precaution and blindly accepted Comrade Dange's explanation.

The present position is extremely difficult: here are two members of the CEC who claim to have examined the documents and satisfied themselves that they are not forged but genuine. Here, on the other hand, is the Secretariat which, even without examining the documents, has given a verdict in favour of the theory of forgery. The Party as a whole has to satisfy itself as to which of these is correct.

Involved in this question is the equally serious question as to who—yourselves, or Comrades Basavapunniah and Ramamurthy—have done incalculable damage to the Party. The charge against both is extremely serious. If the letters are genuine and not forged as is claimed by Com. Basavapunniah and Com.

Ramamurthy, then the Secretariat (the top-most executive organ of the Party) is guilty of shielding a person who reached the highest post in the party by posing himself to be a revolutionary while, as early as 40 years ago, he had offered his services to the British government. If, on the other hand, the letters are not genuine but forged, then Comrades Basavapunniah and Ramamurthy are guilty of having made a careless, prejudiced and subjective examination of the documents and drawn hasty conclusions in order to slander the Chairman of the Party. In either case, the comrades who are found guilty deserve to be given the most merciless, exemplary punishment.

I, therefore, earnestly plead with you to be above all consideration of Com. Dange's prestige, or the prestige of the other members of the Secretariat, or of Comrades Basavapunniah and Ramamurthy. The question now is the prestige and safety of the Party as a whole. The minimum that you should be prepared now is to offer to the CEC and the National Council when they meet that, before any other question is considered, a Special Commission representing all the political trends in these leading organs should go to the National Archives, examine the documents and come back with a report as to who is telling the truth. Only after a decision on this is taken can other questions be discussed. For, it is obvious, if the letters are genuine and not forged, then the whole Secretariat will have to go; the Party will have to decide what punishment to be inflicted on them for blindly supporting a person who should have no place in a revolutionary Party.

I do not want to add anything more, since I still have some hope that, at least at this late hour, you will rise above subjective and factional considerations. If, however, you fail to do that (I should plainly tell you that my experience of the last year and a half makes me rather pessimistic), I shall consider myself free to come out in public against your behaviour.

With greetings,

Yours comradely,
E.M.S. Namboodiripad

അനുബന്ധം 12

1964 ഏപ്രിൽ ഒന്നിന് കേന്ദ്ര സെക്രട്ടേറിയറ്റ് പുറപ്പെടുവിച്ച പ്രസ്താവന

The Central Secretariat of the Communist Party of India is deeply concerned at the serious threat to disrupt and split the Party which has been openly and publicly made in a concerted and pre-planned manner by certain members of the Central Executive Committee and the National Council.

Several of the State Committees of the Party have adopted resolutions calling for immediate action to save the unity of the Party and to discipline the splitters.

The Central Secretariat has decided to convene an emergent meeting of the National Council on April 10 to deal with this grave inner-Party situation. Party members and supporters can be confident that the highest organ of our Party will take all necessary steps to foil the attempts at disruption and split and to vindicate the honour and integrity of the Party.

The entire Party is fully aware of the splitting activities being carried out today on an international plane at the behests of the leadership of the Communist Party of China, who have given the call for split in open and radio broadcasts. In some Parties, the Chinese leadership have already succeeded in their objective and have split them.

The Communist Party of India has been a special target of the leadership of the Communist Party of China. As long ago as March 1963; the Chinese leadership came out with its attack on the Party in the article titled "Mirror For Revisionists". The Party was denounced as an agent of Nehru and of imperialism. This attack was followed by the foul and pernicious slanders against our Party made by the Chairman of the Indonesian Communist Party in October 1963. And again in its latest call for disruption issued on February 4, 1964, the Chinese leadership has once more launched a special assault on our Party.

Each of these attacks, particularly that of February 4, is an open call for the establishment of a rival "Communist Party" of India.

The present phase of the inner-Party situation cannot be divorced from this context. For several months now, certain leading members of our Party have been actively campaigning against the Party's policies and slandering the Party's leadership. Party members are fully aware of these activities.

With the new line of open split of every Communist Party decided upon by the Chinese leadership and given expression to in their February 4 article, the supporters inside our own Party of the ideological positions of the Chinese leadership have evidently now, decided to split the Indian Party also.

To that end they are now carrying on public agitation against the accepted line of the Party, organising press conferences for vilifying and denouncing the Party leadership, holding open meetings and conferences of Party members of their point of view on an all-India scale to chalk out the political and organizational tasks and future line of action of their "rival group". They have resorted to the totally unprecedented step of setting up a rival candidate to the official Party candidate in the Rajya Sabha election in Andhra Pradesh. Indeed, as some of them have admitted in press statements, they have been functioning as a separate party for some time past.

The campaign of slander launched recently against Comrade S.A. Dange is only the highpoint of these splitting and disruptive activities—the excuse which is being made for the line of split and disruption.

The Central Secretariat of the Party has already made its position clear in regard to the letters alleged to have been written by Comrade Dange to the British authorities forty years ago. The entire public record of Comrade Dange for the last forty years, the positions of trust he has held all along inside our

Party, his seventeen years in prison, including thirteen years in British jails, and the great working class movement he has built, are testimony enough of his political integrity and his devotion to the cause of our Party. The vast masses of the Indian working people, who know Comrade Dange's record, naturally treat these slanders against him with the contempt and revulsion they deserve.

No circumstances whatsoever can justify the public and open slander campaign launched by certain members of the Central Executive Committee and the National Council during the last few days against the Party and its Chairman. If there were the slightest genuine ground for their apprehensions regarding the authenticity of the alleged "letters" it was open to these members to discuss the question with the Secretariat and call for an immediate meeting of the National Council, where they could put forward any appropriate proposals. The very fact that they did not do this, but instead rushed to the press in an organised manner through a series of statements is proof of their determination to split and disrupt the Party.

This is a moment when the entire Party is engaged in the biggest national mass campaigns in the entire history of our Party, when millions are taking part in these campaigns under the banner of our Party. Disruptive and splitting activities slanders against our Party's Chairman at this time amount to nothing less than stabbing the mass movement in the back and betraying the struggles of the working people.

The Central Secretariat will place before the coming meeting of the National Council a detailed report on the splitting activites of certain leading Party members and will recommend drastic steps against them.

The Party can and must answer the challenge of the splitters. The unity and integrity of the Party is in peril. All Party members and units should rise to the occasion to take strong steps to save the Party from split and disintegration.

അനുബന്ധം 13

1964 ഏപ്രിൽ 6 ന് കേന്ദ്ര എക്സിക്യൂട്ടീവ് കമ്മിറ്റിയിലെ 9 ഇടതുപക്ഷ അംഗങ്ങൾ പത്രങ്ങൾക്ക് നല്കിയ പ്രസ്താവന

Comrades A.K. Gopalan, Jyoti Basu, P. Ramamurti, M. Basavapunniah, P. Sundarayya, Promode Das Gupta, Jagjit Singh Lyallpuri, Harekrishna Konar, Harkishan Singh Surjeet, members of the Executive Committee of the National Council of the Communist Party of India have issued the following statement :

The Secretariat of the National Council of the Communist Party of India has been coming out with a spate of insulting, irresponsible and provocative statements against those members in the Party, who do not agree with the Secretariat on political and organisational questions. Hence it is not possible for us to keep silent.

Faced with the publication in the CURRENT of 7-3-1964 of the letters that the Chairman of the Party, S.A. Dange, is reported to have written to the British Viceroy, the Secretariat shirked its elementary duty of investigating into those letters. Instead, it came out with the story of forgery and planting of the letters. It went further and linked, without any foundation whatever, those in the Party who are opposed to the Secretariat's political line, with publication and circulation of the letters and called them names.

After this, some members of the Central Executive examined the relevant files. Many members of Parliament have also gone through these records in this period. Some leading newspapers have commented that the Secretariat's story does not carry conviction. It should be known to the Secretariat that its assertion of forgery is widely disbelieved.

In these circumstances, one would expect that the Secretariat, if it was interested in safeguarding the revolutionary honour and prestige of the Party, would take some tangible steps to investigate into the files of the National Archives situated within a couple of miles from the office of the Communist Party of India. But for reasons best known to itself, this is exactly what the Secretariat shuns like the plague.

After all this, the Secretariat had no alternative to calling emergent meetings of the National Council and its Executive. However, without waiting for their deliberations, the Secretariat again rushes to the press in the name of the Party, hurls abuses and charges against the so-called Left, calls them splitters and alleges that they are acting in furtherance of the call of the Communist Party of China to split the Party.

All these are crude attempts to burke the very serious and inconvenient issues concerning the Chairman, S.A. Dange. The letters that he is reported to have written to the Viceroy or the acquiring by him, under an assumed name, of shares of the value of Rs. 30,000/- in the company publishing PATRIOT have nothing to do with inner-Party controversy on the political line. It is not known what funds were used for this investment. As is known the PATRIOT is used against the so-called Left. Equally worthy of note is the fact that the Central Executive Committee of the Party, some years back, had directed that no member of the Party should have anything to do with the LINK, a sister paper run by the same people who publish the PATRIOT.

As for attempts at splitting the Party, it is precisely most of the members of the present Secretariat and foremost among them S.A. Dange, who have been, over years, throwing to winds all norms of the Communist Party, rushing to the press in denunciation of Party's policies and meeting in groups to sabotage the Party's policies. Instead of directing their attack against the so-called. Left, let them explain how the entire proceedings of even the meetings of the Secretariat were finding their way into the press. It is they that sought to split the Party by the illegal organisational measures they resorted to in West Bengal, Punjab and other States, taking advantage of Government's repression against the militant section of the Party.

The informal meeting of some comrades now taking place has been necessitated precisely because of these activities of the Secretariat, which have led to an unprecedented crisis in the Party. We are seriously considering how to get the Party out of this critical situation.

Evidently, the Secretariat and the Chairman S.A. Dange realise that they do not represent the majortiy of the Party members, who by their own experience have come to realise that the present Secretariat is dragging the Party with its glorious traditions of struggle to the path of class collaboration. Hence, they seem to be bent upon splitting the Party.

They forget that they are only the Secretariat and cannot arrogate to themselves the powers of pronouncing judgment—because that is the exclusive prerogative of the National Council. It is noteworthy that some members of the Secretariat have refused to attend its meetings and associate themselves with these statements.

We are confident that Party members would see through these attempts at shirking the real issues and no one would be fooled by them.

അനുബന്ധം 14

1964 ഏപ്രിൽ 8 ന് അനന്തൻനമ്പ്യാർ എം പി നാഷണൽ കൗൺസിലിന് അയച്ച കത്ത്

TO THE MEMBERS OF THE NATIONAL COUNCIL

Dear Comrades,

Yesterday evening I visited the Home Ministry's office and inspected the concerned files containing Dange's alleged letters along with Com. Dinen Bhattacharyya and two other MPs.

From my careful scrutiny of all four letters of Dange and the cross references that are in the files, I am convinced that all the four letters are in his own handwriting and are genuine. I compared the handwriting of Dange and his signatures with recent ones and found it correct. I have absolutely no doubt then about the genuineness of the letters.

The so-called discrepancy that in two letters he signed as "Shripat" instead of "Shripad" is not of vital character as he generally does not write his full name except on very rare occasions and therefore the use of "t" or "d" could normally occur. On this so-called discrepancy, it will be most unfair to dismiss the whole files and the connected references as false. High Government officials right from the Viceroy down to the Jail Superintendent, have referred to "Dange's mercy petition" in all their letters, notes, discussions ever since his mercy petition of 26th July, 1924. To say the whole thing as concocted for the reason that "t" was used instead of "d" in the signature is fantastic.

Another so-called discrepancy that exists is the reference of Dange's letter of 26th July, 1924 by the Government as of "28th July". On scrutiny, I found that the "26 July" was so written as if it could read as "28th" from a little distance because of a thin loop around "6". This is how the typist placed the date as "28th". This is only a trivial matter which cannot contribute at all even remotely to a dispute about the authenticity of the letter.

As additional proof, I am enclosing herewith a copy of the office note which I copied from File 278 for your information which further adds to the veracity of the letter (Home Department Political No. F. 278/1925 Poli-dated 8.1.1925-typed, corrected and signed by H. D. Hodge, I.C.S., Additional Deputy Secretary to the Government of India, bearing the seal of Intelligence Bureau). Several such references are available in Files 278 and 421.

However, in order to settle this matter finally and to derive correct conclusion about the conduct of Dange, my submission is that this matter warrants a thorough enquiry by a batch of honest gentlemen of any party, or no party, who will not be influenced by either side, so that our Party Members and people may know the truth behind it.

Yours Comradely,
K. Anandan Nambiar

അനുബന്ധം 15

1964 ഏപ്രിൽ 9–ാം തീയതി കേന്ദ്ര എക്സിക്യൂട്ടീവ് കമ്മിറ്റി യോഗത്തിൽ നിന്ന് ഇറങ്ങിവന്ന 12 അംഗങ്ങൾ പിറ്റേദിവസം നാഷണൽ കൗൺസിലിന് എഴുതിയ കത്ത്

Dear Comrades,

We, the members who walked out of the CEC meeting yesterday afternoon consider it our duty to explain to the National Council the circumstances which forced us to take this step.

It is universally acknowledged that the present meeting of the National Council has to tackle an extremely serious situation, unprecedented in the history of our Party.

That the Chairman of the Party is one who according to the disclosures of the National Archives is alleged to have written to the Viceroy, offering his services to the British Government is no ordinary thing. It will be easily understood that such serious disclosure, unless immediately disproved, would create a crisis in any Party in any situation at any time. For if this is proved true, then the highest post in the Party is occupied by one, who should have no place in the revolutionary movement, but who has succeeded in coming to the top of the Party by keeping the Party in the dark about his relations with the British rulers.

Many of those who had seen the letters and the connected papers are convinced that they are genuine and are not forged.

Is it not clear that the most important task before the National Council is to deal with this question of the alleged letters, set up an agreed enquiry committee to go into the genuineness or otherwise of the letters ?

Instead of that, the Secretariat which did not care to look into the letters came out with a statement and called them forgeries. In the subsequent statement instead of correcting its ways, it arrogated to itself all the powers of the CEC and the National Council. It persisted in treating this to be a secondary matter and placed before the CEC the agenda with the following points in order of priority.

(1) Resolution on the disruptive and anti-Party activities of certain leading Party members ;

(2) Consideration of the alleged "Dange Letters" ;

(3) Tasks of the mass movement.

A question has been raised that in judging the conduct of those who went to the press on these letters it is material and important to decide whether they were really spreading a slander against the Party Chairman or exposing a serious unknown fact affecting the honour and prestige of the entire Party.

But, most of the Secretariat members had evidently made up their minds that the only factor which prevents the unity of the Party is what they call the disruptive and anti-Party activities of a section in the CEC and the National Council. They pretend as if they themselves have been behaving in the most correct manner. We for our part cannot accept this position. We are of opinion that the responsibility for bringing about the present deplorable state of affairs in the Party rests on the shoulders of the Secretariat.

Some of us have repeatedly put our case before the National Council, the case that, ever since the November (1962) meeting of the National Council, the Secretariat and those who support them in the National Council and in the provinces have been functioning not on behalf of the Party as a whole but of a particular faction. (Com. Bhupesh Gupta, however, has a different view on these.) It is obvious that both points of view should be thoroughly discussed within the National Council. This the Secretariat was not prepared to do. According to the Secretariat the very fact that it makes the assertion that those who oppose their points of view are disruptors and splitters is enough proof. Anyhow, the question of split and unity of the Party is too great an issue for the Party and the people to be discussed in this perfunctory and casual manner.

This refusal to listen to the voice of reason went to the extent of turning down the proposal made by Com. Bhupesh Gupta that the whole inner-Party situation, including items (1) and (2) of the Secretariat's draft agenda be taken as a whole and thoroughly discussed. They further turned down the proposal made by Bhupesh and Jyoti Basu that an effort be made to explore the possibilities of agreement on the agenda and procedure. They insisted on using the slender majority they have in the CEC and the National Council to impose on us a procedure according to which serious inner-Party questions which will decide the future of the Party are to be decided at a time when certain serious suspicions aroused against the Chairman have not been cleared and under his chairmanship.

What is more, the Chairman refused to relinquish the chair even when his conduct was to be discussed. On the other hand he made an extremely provocative speech even going to the extent of shouting, "I will not vacate, you get out".

Under these circumstances there is no alternative for us but to refrain from participating in the meeting.

Sd/- E.M.S. Namboodiripad
A.K. Gopalan
P. Ramamurti
M.R. Venkataraman
P. Sundarayya
M. Basavapunniah
Jyoti Basu
Harekrishna Konar
Promode Das Gupta
Harkishan Singh Surjeet
Jagjit Singh Lyallpuri
Bhupesh Gupta

അനുബന്ധം 16

1964 ഏപ്രിൽ 11–ാം തീയതി നാഷണൽ കൗൺസിൽ യോഗത്തിൽനിന്ന് ഇറങ്ങിവന്ന 32 അംഗങ്ങൾ അന്നുതന്നെ പുറപ്പെടുവിച്ച പ്രസ്താവന

After the National Council adjourned yesterday, Coms. E.M.S. Namboodiripad, Jyoti Basu and Bhupesh Gupta met the Secretariat members this morning to explore every avenue of taking the Party out of the present crisis.

They pointed out that in order to create a proper atmosphere for a frank, full and dispassionate discussion of the present crisis, the minimum requirement would be (a) that the Chairman should step down when the letters in the Archives are discussed; and (b) the letters in the Archives and the press statements of some of the CEC members should be taken up for discussion together.

They further pointed out that a question of "splitting activities" can and should be taken up for a full and thorough discussion in a special meeting of the Council after full preparation and collection of relevant facts. It was pointed out that some of us, particularly Com. E.M.S. Namboodiripad, had repeatedly raised the question of the disruptive and splitting activities of the Secretariat and their supporters for the last one-and-a-half years. These questions had been brushed aside and not even cursorily discussed. All these have to be discussed in their entirety in order to find a proper solution to the whole problem.

But the Secretariat would not budge from their stand and the Chairman insisted that he should be in the chair even when his question was being discussed, and the so-called splitting activities of some of the CEC members should take precedence over everything else.

It is obvious that the Secretariat which came out with a statement denying the authenticty of Dange letters in the Archives even without looking at them, was bent upon further continuing their disruptive and splitting activities which they embarked upon since November 1962. They do not realise or they shut their eyes to the very serious damage that has been done to the prestige of the revolutionary Party by the disclosure of the letters in the Archives. For if the letters are genuine it means that the highest post in the Party is being occupied by one who had offered his services to the British Government. Hence they do not seem to be interested in taking effective steps to have the entire thing investigated and take the appropriate measures on the findings of the investigation in order to safeguard the prestige and honour of the Party. This made it impossible for us to participate in the meeti g.

The present Secretariat and their supporters alone are responsible for the present situation. We know that they are unrepresentative of the real feelings of the vast majority of the Party members.

We are sure that the mass of Party members and units will repudiate Dange and his followers. We are confident that the vast majority of the party members and public will support our principled stand and rally to uphold the honour and prestige and the revolutionary traditions of the Communist movement in India.

Andhra

1. P. Sundarayya
2. M. Basavapunniah
3. T. Nagi Reddy
5. M. Hanumantha Rao
5. D. Venkateswara Rao
6. N. Prasada Rao
7. G. Bapanayya

Kerala

8. E.M.S. Namboodiripad
9. A.K. Gopalan
10. A.V. Kunhambu
11. C.H. Kanaran
12. E.K. Nayanar
13. V.S. Achuthanandan
14. E.K. Imbichi Bawa

W. Bengal

15. Promode Das Gupta
16. Muzaffar Ahmad
17. Jyoti Basu
18. Abdul Halim
19. Hare Krishna Konar
20. Saroj Mukherjee

Tamilnad

21. P. Ramamurti
22. M.R. Venkataraman
23. N. Sankariah
24. K. Ramani

Punjab

25. Harkishan Singh Surjeet
26. Jagjit Singh Lyallpuri
27. Dalip Singh Tapiala
28. Dr. Bhag Singh

Uttar Pradesh

29. Sheo Kumar Misra
30. R.N. Upadhyaya

Rajasthan

31. Mohan Punamiya

J & K

32. R.P. Saraf

(It should be noted that apart from these 32, out of the six NC, membes who are still in prison, five are widely known for their opposition to Dange's revisionist political line and disruptive organisational methods. Similarly, comrades Vajubhai Shukla from Gujarat and U. Ramam from Andhra who have been associating with these 32 could not be present at the NC meeting due to their illness. Another ten or so have practically remained confused and neutralised by these developments—*Editor*)

അനുബന്ധം 17

നാഷണൽ കൗൺസിൽ യോഗത്തിൽനിന്ന് ഇറങ്ങിവന്ന 32 പേർ 1964 ഏപ്രിൽ 12–ാം തീയതി പുറപ്പെടുവിച്ച പ്രസ്താവന

We heard from Comrade Bhupesh Gupta that after our coming out of the meeting of the National Council yesterday, the remaining members discussed the question of the agenda of the meeting and adopted a resolution this morning and adjourned the meeting at Comrade Bhupesh Gupta's suggestion

We have since learned its contents. The main points of the resolution are :-

(1) Since the National Council has not yet heard from S. A. Dange and the Secretariat on the one hand and from those who hold that the letters are genuine on the other, the question of a *prima facie* case does not arise and hence he need not vacate the chair on that account. But he should stand down for other reasons.

(2) The Chairman has declined to preside ; and

(3) The question of the letters and that of the "splitting activities" of some National Council members should be taken up together. In the latter question are also added the statements of the Secretariat as well as the walk-out by us from the National Council meeting yesterday and our subsequent statements.

The fact that after our walk-out Dange had to vacate the chair, the very thing that he and the Secretariat doggedly refused to do for three days—both in the CEC and the National Council shows the utter bankruptcy of the Secretariat to deal with the present serious situation.

We certainly appreciate the efforts that are made by some members of the Council, who are anxious to find a way out of the present situation.

But, we are of the opinion that the present resolution does not reveal a sufficient realisation of the real issues and their gravity. Although the bankruptcy of the Secretariat is patent for all to see, it still wishes to cling to its position.

First, the Dange letters are the most serious issue before the entire Party. Many of us who have seen these letters and the connected papers are convinced that they are genuine and not forged. The resolution seeks to commit us to the position that no *prima facie* case exists.

Secondly, while the letters can be considered and discussed along with the statements issued by the Secretariat as well as other members of the National Council together, it is wrong to club with them, the question of what the Secretariat terms " splitting activities " of some members of the National Council.

This only shows that the seriousness of the Dange letters is sought to be minimised, and drowned in a general discussion of charges and counter-charges.

We are convinced that if the Party is to be unified and brought out of the present crisis, the cloud hanging around Dange must first be cleared through a probe by an agreed committee. Having done that, the entire inner-Party organisational question should be discussed in a calm atmosphere. The aim of such a discussion should be to find ways of ensuring fuller and freer inner-Party discussion on all issues of political and ideological controversy.

This is exactly what the resolution seeks to avoid. The very fact that our walk-out and subsequent statement—which arose as a result of the adamant attitude of the Chairman, have been added to the agenda shows the intention of those who insisted on the addition.

This resolution does not, therefore, provide any basis for reconsidering our stand.

New Delhi,
12-4-1964.

1. P. Sundarayya
2. M. Basavapunniah
3. T. Nagi Reddy
4. M. Hanumantha Rao
5. D. Venkateswara Rao
6. N. Prasada Rao
7. G. Bapanayya
8. E.M.S. Namboodiripad
9. A.K. Gopalan
10. A.V. Kunhambu
11. C.H. Kanaran
12. E.K. Nayanar
13. V.S. Achuthanandan
14. E.K. Imbichibava
15. Promode Das Gupta
16. Muzaffar Ahmad
17. Jyoti Basu
18. Abdul Halim
19. H.K. Konar
20. Saroj Mukerjee
21. P. Ramamurti
22. M.R. Venkataraman
23. N. Sankariah
24. K. Ramani
25. H.S. Surjeet
26. Jagjit Singh Lyallpuri
27. D.S. Tapiala
28. Dr. Bhag Singh
29. Sheo Kumar Misra
30. R.N. Upadhyaya
31. Mohan Punamiya
32. R.N. Saraf.

അനുബന്ധം 18

ഡാങ്കെയെയും അദ്ദേഹത്തിന്റെ ഗ്രൂപ്പിനെയും നിരാകരിക്കാൻ അപേക്ഷിച്ചുകൊണ്ട് 1964 ഏപ്രിൽ 14–ാം തീയതി 32 പേർ പുറപ്പെടുവിച്ച പ്രസ്താവന

We, the members of the National Council who walked out of the meeting on 11.4.1964, have been exchanging our views on how to carry forward the struggle against the anti-Party factional activities being carried on by the Secretariat headed by S. A. Dange.

This exchange of views revealed the fact that we are united not only against the factionalism and anti-Party organisational methods resorted to by them, but also against their political line of tailing behind the bourgeoisie through general united front with the Congress.

It may be mentioned in this connection that three years ago, at the Sixth Congress held at Vijayawada, the line of Congress-Communist unity as the general political tactical line of the Party was advanced. This, however, was stoutly opposed by the delegates and rejected by the Congress in the resolution which was finally adopted. The comrades who had championed that nakedly reformist political line had to accept defeat at the Congress. They, however, tried to push that line in their practical activities even after the Party Congress.

The crisis which arose in the country in October-November 1962, the declaration of Emergency and the arrests of a large number of comrades became a god-send for the champions of this line of class-collaboration who, under the new circumstances, got a majority in the National Council. They used this opportunity to launch a political and organisational offensive against those who resisted the reformist line of Congress-Communist unity.

This, naturally, roused the indignation of ordinary Party members. Larger and larger numbers of them began to express their protest against it. But, far from seeing the gap that was forming between the mass of Party members and themselves, the leaders of the National Council and their supporters at lower levels began to use the weapon of disciplinary measures against those who protested against their activities. Furthermore, they adopted the most reprehensible tactics of denouncing those who opposed the reformist line of general united front with the Congress as followers of the Peking line, thus joining the chorus of rabid anti-Communism. It was as a part of this tactics that they raised the bogey of "anti-Party groups" functioning at various levels and disrupting the unity of the Party.

We have been trying to put a stop to this. We, of course, had our own differences concerning the estimation of the economic and political situation in the country as well as in our approach to the problem of how to offer resistance to the reformist politics and factional organisational methods of the Secretariat headed by Dange. Despite these differences, however, we were united in our understanding that the inner-Party problem posed under the circumstances can be solved only through an appeal to the Party membership as a whole, culminating in the convening of a Party Congress.

We, therefore, made several proposals for organising inner-Party discussion, for the creation of the necessary conditions in which a Party Congress can be convened and for the postponement of all other inner-Party organisational questions till the Congress is convened and takes appropriate decisions. The Secretariat and the majority of the National Council however refused to help this process. They, on the other hand, insisted on so using their majority in the National Council and in various State Councils to prevent the expression of the *genuine* will of the majority of the Party members.

They refused to have an agreed Commission to prepare the draft documents which should form the basis of pre-Congress inner-Party discussion.

They refused to have an agreed method of scrutinising the membership with the result that large numbers of members have been denied their right of participation in pre-Congress discussions and in the conferences which would culminate in the Party Congress.

Above all, they started the process of taking disciplinary actions against some of the most effective opponents of their line with a view to prevent them from participating in the pre-Congress discussions and from getting elected as delegates to the Congress.

The proposed expulsion of seven members of the Central

Executive Committee which they broadcast to the press even before the National Council had met was only the culmination of these efforts and at preventing the convening of a genuine Party Congress. This had been preceded by disbanding the elected West Bengal Council and imposing an illegal Provincial Organising Committee; by holding an illegal conference in Punjab and replacing the properly elected leadership; by expulsions and other forms of disciplinary action against several Party members, including members of the National Council and Central Executive Committee in Tamilnad and Punjab and threats of similar action in several other provinces. As a matter of fact, the period that interevened between the public censure administered to Comrade A. K. Gopalan in October last and the proposed expulsion of seven CEC members at the recent meeting of the National Council, witnessed a spate of disciplinary actions all over the country. It is also no secret that the entire machinery at the disposal of Dange's followers has been kept ready for large-scale expulsions after the National Council meeting.

It was against this background that the existence of the incriminating letters, alleged to have been written by Dange in 1924 was publicly revealed in the columns of the "Current". This, too, was used by the Secretariat in order to carry on a campaign against those in the Party who oppose their political-organisational line. The members of the Secretariat, even without visiting the Archives, declared the letters as 'forged' and even joined the "Current" in its assertion that it was the "Left" in the Communist Party that had helped in the revelation of the story. When this attack on them was answered by some leaders of the CPI by a public statement that according to them the letters are genuine, the Secretariat went to the extent of calling them "neo-Trotskyites" and "splitters". The responsibility for initiating the public controversy around the Dange letters, therefore, rests squarely on the Secretariat.

A review of this whole controversy would show to any impartial observer that the Secretariat and its supporters have become so factional that they are prepared to renounce every norm enjoined upon the Communist Party. For, the existence of the letters in the National Archives is not in dispute. The only basis on which it had been declared "forged" is the assertion of Dange.

Under these circumstances, the normal practice in the Communist Party would demand of its leadership that Dange is removed from all responsible posts pending the enquiry. How ever, considering the present inner-Party situation we suggested that he should first be asked to vacate the chair when the two leading bodies of the Party—the CEC and the National Council —consider the question.

Even this was stoutly resisted by Dange and his followers. It is obvious that they are prepared to renounce all principles if their observance weakens their faction. It was against this that we protested when we walked out.

Having reviewed the situation for two days, we have now come to the unanimous conclusion that our struggle against this factional approach of the followers of Danges is an integral part of our struggle against their anti-Party factional method of preparing for and convening the Party Congress as well as against their reformist political line. Our call to the majority of the Party members and units to repudiate Dange and his group is, therefore, a call to repudiate the reformist political line of general united front with the Congress, to repudiate the line of factional preparation for a fake Party Congress, to repudiate their efforts at whitewashing the suspicious conduct of Dange in relation to his alleged letters whose existence in the National Archives is not in dispute.

We do have our differences among ourselves.

Even among the comrades of the "Left", who met here from the 2nd to the 9th of April, there are differences on ideological questions. They, however, are united on the draft programme which they have provisionally accepted.

Comrade E.M.S. Namboodiripad, who did not participate in these meetings, and who had written his own document covering the ideological and political questions, differs on certain questions of the draft programme.

Despite these differences, however, we are all agreed on the necessity to resist the reformist political line, the anti-Party factional methods and the shameless effort to whitewash Dange's alleged conduct in having offered his services to the British.

We are conscious that unity on this alone would not be a sufficient basis for real unity of will and action. We, therefore, propose to have further exchange of views on the ideological and political questions that divide us. We propose to associate the entire Party membership in these discussions. With this idea in view, we have decided to circulate among Party members and sympathisers the following documents ; (i) The Draft Programme which was provisionally accepted by the meeting of the "Left" comrades; (2) Comrade EMS's Draft on the Party Programme ; (3) the Draft on ideological questions prepared by Comrades M. Basavapunniah and others (4) another draft on the above prepared by Comrade Jyoti Basu and others. We may subsequently circulate EMS's critique on the first as well as the critique of Comrade EMS's draft by the other comrades.

We are confident that these discussions and the active political and mass work we propose to carry on jointly will enable us to rally the large mass of Party members and sympathisers not only in offering effective resistance to the policies and practices of Dange and his followers, but also to make the necessary political and organisational preparations for convening the Seventh Congress of the Party. We, however, want to add that, if even at this stage the Dange group renounces its anti-Party organisational methods and creates, in consultation with us, the machinery that ensures full and unfettered inner-Party discussions and representation to all genuine members, we would be prepared to give our support and cooperation for its success. It is obvious that if they are honest about the unity of the Party about which they talk so loud when resorting to disciplinary actions, they would have to recognise that, divided as the Party is from top to bottom, the success of a Party Congress depends on agreement between the various sections in the National Council on at least the machinery which will conduct inner Party discussions and prepare for the Party Congress. It was their resistance to this reasonable stand of ours that led to this crisis. We, therefore, appeal to all those comrades in the National Council and outside, who are pained at the developments which took place at the recent meeting of the National Council, to put their full weight in favour of the following proposals which we are making :

1. The enquiry regarding the Dange letters should be conducted through a machinery created by agreement between them and us. We would like to take this opportunity to repudiate the charge made by Dange that any of us is opposed to examination by experts. We are of opinion that the enquiry should be thorough, it should be conducted by a body which certainly utilises the services of experts but which consists of persons who are competent to examine all aspects of the case. We also insist that the personnel of the enquiry body and the methods of the enquiry should not be dictated by Dange and his followers, but should be acceptable to all sections in the National Council.

2. The question of the so-called "disruptive and splitting activities" should be dealt with more comprehensively and in a thorough manner. The Dange group should realise that they are very much in the dock. This being so, all disciplinary actions arising out of the so-called "disruptive and splitting activities" should be held over till the inner-Party discussion, which culminates in the Party Congress, is over. All disciplinary actions taken on this account during the last year-and-a-half should be immediately cancelled.

3. Arrangements should be made for a fresh scrutiny of Party membership in those cases where disputes have arisen in relation to it. And all those members who were in the lists at

the time of Vijayawada Party Congress should be allowed to renew their membership.

4. A commission with agreed personnel should be appointed to examine the documents that have already been prepared by us and the documents that may be prepared by other comrades and to decide whether any of them can form the basis of inner-Party discussion, and, if not, how one document or more documents can be prepared for the same.

It is also obvious that, if the above steps are to be taken, then the method of functioning the Party Centre, running the Party organs, etc., will have to be reviewed and necessary changes made in them.

In making the above proposals, we have not much hope that the Secretariat and its followers would accept them. Their whole conduct during the last year-and-a-half has shown that they would stoop to anything in their resistance to the observance of democratic practices in the functioning of the Party. We are nevertheless offering the above proposals with the hope that those who are earnest about the unity of the Party would ponder over them and force the Secretariat and its followers to accept them. We are sure that all those who are genuinely interested in the unity of the Party would agree with us that only through the acceptance and implementation of the above proposals can inner-Party democracy be assured and split in the Party averted.

While thus appealing to all sincere advocates of Party unity to force the Secretariat and its supporters to reverse their present policies and practices, we wish to declare that, if the Secretariat and its supporters persist in their attitude, we will have to appeal to the entire Party membership to join us in convening the Seventh Congress which will be a Congress of struggle against the reformism, factionalism and the renunciation of revolutionary traditions, which are the characteristics of S.A. Dange and his group.

We have decided to organise an inner-Party and mass campaign on the above lines. We have decided that we will convene a meeting of the representatives of party members from all over India after two months in order to review our activities during the period and to chalk out further programmes.

We are confident that increasingly vast masses of Party members will lend their support to us in these endeavours and thus contribute to the emergence of a still stronger Communist Party of India, which has been built up by great sacrifices of innumerable martyrs and glorious struggles of our people and uphold the banner of Marxism—Leninism.

4, Windsor Place

New Delhi.

April 14, 1964.

1. P. Sundarayya	2. M. Basavapunniah
3. T. Nagi Reddy	4. M. Hanumanta Rao
5. D. Venkateswara Rao	6. N. Prasada Rao
7. G. Bapanayya	8. E.M.S. Namboodiripad
9. A. K. Gopalan	10. A. V. Kunhambu
11. C. H. Kanaran	11. E. K. Nayanar
13. V. S. Achuthanandan	14. E. K. Imbichibava
15. Promode Das Gupta	16. Muzaffar Ahmad
17. Jyoti Basu	18. Abdul Halim
19. H. K. Konar	20. Saroj Mukerjee
21. P. Ramamurti	22. M. R. Venkataraman
23. N. Sankariah	24. K. Ramani
25. H. S. Surjeet	26. Jagjit Singh Lyallpuri
27. D. S. Tapiala	28. Dr. Bhag Singh
29. Sheo Kumar Misra	30. R. N. Upadhyaya
31. Mohan Punamiya	32. R. P. Saraff.

അനുബന്ധം 19

32 പേർ ഇറങ്ങിപ്പോന്നതിനുശേഷം 1964 ഏപ്രിൽ 14 ന് ഡാങ്കെ കത്തുകളെപ്പറ്റി നാഷണൽ കൗൺസിൽ അംഗീകരിച്ച പ്രമേയം

The National Council of the Communist Party of India has given preliminary consideration to the question of the alleged letters in the National Archives.

It has heard an exhaustive explanation of Com. Dange on the subject. Com. Dange has categorically reaffirmed his denial that he ever wrote such letters. The Council has also heard several members on this question including some of those who have personally examined the documents concerned.

The National Council however considers it necessary to go on record that those members of the Council who had earlier made public statements or otherwise expressed themselves to the effect that the alleged Dange letters are genuine were absent from the meeting when this question was discussed. These members did not return to the meeting, having walked out of it two days earlier.

Though the National Council had their press statements and documents before, their non-participation naturally denied the National Council the opportunity of hearing their views and their case on the subject in person. For this however the responsibility rests with these members themselves.

On the basis of these alleged letters which relate to the years 1924-25, some people have contended that Com. Dange has been a British agent. Even those who think that the letters are genuine have not produced any convincing evidence at all to prove this contention.

Their entire case in regard to this charge is sought to be substantiated by these letters and inferences from certain observations and remarks of British officials in connection therewith. All this does not make even a prima facie case in favour of this charge.

The National Council cannot but recall the fact that Comrade Dange not only served the full term of his sentence in the Cawnpore Bolshevik Conspiracy Case but was later arrested and tried again in the Meerut Conspiracy Case.

He was held in custody as undertrial prisoner, for nearly four years and was awarded by the Trial Court 12 years' rigorous imprisonment. This sentence, however, was reduced to three years by the High Court, along with that of Comrades Muzaffar Ahmad and Shaukat Usmani. This was the highest sentence given to any Meerut case prisoner on appeal.

During the second world war, Comrade Dange was arrested in 1939 and 1940 and was in continued detention from the later year till 1943. He continued to be in detention even when almost all the Communist detenus in the country were released. All this, together with Com. Dange's record of work and active service to the cause of the working class and national liberation movement would refute the charge that he has been a British agent.

The public records of Com. Dange's political activity in the years that followed his release from the Cawnpore Bolshevik Conspiracy Case would on the contrary show him to be a staunch anti-imperialist fighter. The National Council repudiates this charge as slanderous.

From the reports which have been made to the National Council by members who examined the documents, it does appear that there exist a number of glaring inconsistencies and discrepancies in these "letters", such as the wrong spelling of Comrade Dange's name and signature, the general tenor of handwriting and also discrepancies regarding the stationary, ink, etc., used.

It has to be noted that in the copies of the letters circulated by Comrade M. Basavapunniah the difference in the spelling of Comrade Dange's name has been suppressed.

Similarly in the notings given in the papers circulated by Comrade Basavapunniah there are some vital words and sentences which are not faithful to the papers in original file.

From the reports that have been made to the Council by its members, the Council has come to the conclusion that not even a prima facie case has been made out that the letters are genuine.

Nevertheless, in order to make a more extensive examination of all relevant and available materials and documents, including the circumstances as to how these letters were found and then distributed to the outside world and by whom the National Council decides to set up a committee which shall submit its report within a month.

The Committee will consist of Comrades S. V. Ghate, G. Adhikari, C. Rajeshwar Rao, Bhupesh Gupta, Achutha Menon, Sohan Singh Josh and Hiren Mukherjee.

അനുബന്ധം 20

കത്തുകൾ ഡാങ്കെയുടെ സ്വന്തം കൈയക്ഷരത്തിലുള്ളതാണെന്ന് വ്യക്തമാക്കിക്കൊണ്ട് 1964 ഏപ്രിൽ 15-ാം തീയതി മുസഫർ അഹമ്മദ് എഴുതിയ കുറിപ്പ്

I have been knowing Shripat (both Shripat and Shripad are correct) Amrit Dange's handwriting for the last 42 years, that is since 1922. From that year I have been in corresponding terms with him. I was prosecuted both in the "Cawnpore Bolshevik Conspiracy Case, 1924" and the "Meerut Communist Conspiracy Case, 1929-1933" and was convicted and sentenced to different terms of imprisonment in both the cases. In both the cases S. A. Dange along with others was my co-accused. We lived together in the Kanpur District Jail for nearly five months and were then transferred to different jails. In connection with the Meerut Communist Conspiracy Case, Dange and I lived together in the Meerut District Jail, Dehra Dun District Jail and Allahabad Central Jail for about four years and eight months. On account of this living together for such a long time I had the fullest opportunity of seeing him write. In this connection I want to make it clear that though during pendency of the Meerut trial after a certain period S.A. Dange was expelled form the Party (C.P.I.) for his anti-Party disruptive activities carried on outside through his wife and friends, yet he lived with us in the jails. So none can challenge my claim of being very well acquainted with S.A. Dange's handwriting.

After the research scholars discovered his letters written from jails in 1924 in the National Archives of India in which he prayed for mercy of the British Government of India and offered his services to that Government, the Central Secretariat of the C.P.I. issued a statement saying that the letters are forged ones. This made several of our comrades visit the Archives. They came away convinced about the genuineness of the letters. I too went to the Home Ministry (where the files by then had been taken) with Comrades P. Sundarayya, M.L.A. (Andhra), A.K. Gopalan, M.P., N. Prasada Rao, Jagjit Singh Lyallpuri, L.K. Oak and Shiv Kumar Mishra. All inspected the letters and found them in Dange's handwriting. From my 42 years' acquaintance with Shripat Dange's handwriting I am declaring with full responsibility that the letters written by him from Sitapur District Jail are in his own handwriting. The letter signed jointly by Dange and Nalini Bhushan Das Gupta on the 7th July, 1924, from the Cawnpore District Jail praying for mercy and promising to give undertaking is also in Dange's handwriting. Nalini's real name was Nalini Kumar Das Gupta (in brief Nalini Gupta). But out of ignorance the prosecution made it Nalini Bhushan Das Gupta. So when signing the joint petition with Dange he hesitated, out of habit perhaps, wrote "K" after the word Nalini. This it seems he corrected by turning "K" into "Bh". This is the reason of the thickness of "Bh". It is also to be remembered that while in Berlin, Nalini was referred to as Kumar and he actually signed his name as Kumar.

I found some of my letters in the file. Most of them were written from Rae-Bareli District Jail. They are either on the subject of better treatment or on the subject of my transfer to the Alipore Central Jail, Calcutta. These letters are surely in my handwriting and not forged or planted by anybody.

When Lt. Col. Willimore, the Superintendent of the Kanpur District Jail, refused to forward our application to the Government for better treatment, all of us went on hunger strike in protest. On the 7th July, 1924, when we were transferred to four different jails we were on hunger-strike. But Dange and Nalini broke it immediately. Before leaving Kanpur Jail, on the 7th July, Dange and Nalini wrote their joint petition and managed with the help of jail officials to keep it a close secret from two of us. Lt. Col. Willimore, of course, willingly forwarded this application.

The four accused convicted and sentenced to four years R.I. each were Shripat Amrit Dange, Nalini Bhushan Das Gupta, Shaukat Usmani alias Maola Bukhsh and Muzaffar Ahmad.

One may enquire what happened to Dange's expulsion from the Party during the pendency of Meerut trial ?. Well, I was released from imprisonment on June 24, 1936. On my coming out I found Dange was already in the Party. He was released from the Hyderabad (Sind) Jail in 1935. I was told that he surrendered to the Party and was readmitted.

Here I have stated some facts for the understanding of our Party members and friends. I shall write in detail on the Dange affair after going back to Calcutta.

New Delhi.
15th April, 1964.

അനുബന്ധം 21

32 പേർ ഇറങ്ങിപ്പോന്നശേഷം 1964 ഏപ്രിൽ 15 ന് സമാപിച്ച നാഷണൽ കൗൺസിൽ യോഗം പാസാക്കിയ, *ചരിത്രം അവർക്ക് മാപ്പു നല്കുകയില്ല* എന്ന പ്രമേയം

ഇന്ത്യൻ കമ്മ്യൂണിസ്റ്റ് പാർട്ടിയുടെ [illegible] ലിന്റെ ആറുദിവസം നീണ്ടുനിന്ന സമ്മേളനം ഏപ്രിൽ [illegible] തീയതി സമാപിക്കുകയുണ്ടായി. പ്രസ്തുത സമ്മേളനത്തിൽ അംഗീകരിച്ച [illegible] ത്തിന്റെ പൂർണ്ണരൂപമാണ് ചുവടെ ചേർക്കുന്നത്:—

ഇന്ത്യൻ കമ്മ്യൂണിസ്റ്റ് പാർട്ടിയുടെ നാഷണൽ [illegible] ന്റെ യോഗത്തിൽനിന്ന് ഏപ്രിൽ 11-ാം തീയതി 32 [illegible] അംഗങ്ങൾ ഇറങ്ങിപ്പോവുകയും ഒരു പ്രസ്താവന [illegible] ചെയ്തിട്ടുണ്ട്. അത് ഫലത്തിൽ ഒരു [illegible] യുമാകുന്നു. "ഇടതുപക്ഷ" ന്യൂനവിഭാഗത്തിന്റെ ഈ [illegible] സംബന്ധിച്ച് ഇന്ത്യൻ കമ്മ്യൂണിസ്റ്റ് പാർട്ടിയുടെ [illegible] ചർച്ചചെയ്യുകയുണ്ടായി. ഈ പ്രസ്താവന [illegible] പിളർപ്പൻ നടപടികൾക്കും ശിഥിലീകരണ [illegible] രണം കാണാൻ ഉദ്ദേശിച്ചുകൊണ്ടു [illegible] വളച്ചൊടിക്കലുകളുടെയും പാർട്ടിക്കെതിരായ [illegible] ഒരു പട്ടികയാണതെന്നു കൗൺസിൽ കണ്ടു.

അവരുടെ ഇറങ്ങിപ്പോക്കും തങ്ങളുടെ [illegible] പ്പെടുത്തിയവിധം തുടർന്നവരെടുത്ത നിലപാടുകളും [illegible] ക്കൾ സ്വയം പാർട്ടിയുടെ പുറത്ത് [illegible] ന്നത്. ഇന്ത്യൻ കമ്മ്യൂണിസ്റ്റ് പാർട്ടിയുടെ [illegible] ള്ള അവകാശം അവർ സ്വയം നഷ്ടപ്പെടുത്തിയിരിക്കുന്നു.

"എസ്. എ. ഡാംഗെയുടെ [illegible] യും ഫാക്ഷനൽ പ്രവർത്തനങ്ങൾക്കു" [illegible] പേരിൽ നാഷനൽ കൗൺസിലിനോടും [illegible] പാർട്ടിചെയർമാനോടും യുദ്ധം പ്രഖ്യാപിച്ചിരിക്കയാണ് [illegible] റിട്ടു പോയവർ.

തൽസംബന്ധമായി, കഴിഞ്ഞ കാലത്തെയും [illegible] ചില കടുത്ത യാഥാർത്ഥ്യങ്ങൾ ഓർക്കേണ്ടതു [illegible] രിക്കും.

ഒന്നാമതായി, ഇതേ "ഇടതുപക്ഷ"ഗ്രൂപ്പ് ഇറങ്ങിപ്പോക്കിന്റെയും പിളർപ്പിന്റെയും ഭീഷണി എന്ന പാർട്ടിവിരുദ്ധ ആയുധം പ്രയോഗിച്ച് പാർട്ടിയെ പേടിപ്പെടുത്തി കീഴടക്കാൻ ശ്രമിക്കുന്നതു പാർട്ടിയുടെ ചരിത്രത്തിൽ ഇതാദ്യമല്ല. 1961-ൽ നടന്ന വിജയവാഡാ പാർട്ടി കോൺഗ്രസ്സിൽ ഇതിന്റെ ഏററവും പ്രകടമായ ഒരുദാഹരണം നാം കാണുകയുണ്ടായി. പുതിയ ദേശീയ കൌൺസിലിൽ തങ്ങൾക്കു ന്യായമായി അർഹതയുള്ളതിലും കവിഞ്ഞ പ്രാതിനിധ്യം തന്നില്ലെങ്കിൽ കോൺഗ്രസ്സ് വിട്ടിറങ്ങിപ്പോവുമെന്നു ഈ "ഇടതുപക്ഷ" നേതാക്കളും അവരുടെ അനുയായികളും ഭീഷണിപ്പെടുത്തി. പല സൗഹൃദകമ്മ്യൂണിസ്റ്റ് പാർട്ടികളുടെ പ്രതിനിധിസംഘങ്ങളുടെ സാന്നിധ്യത്തിൽവെച്ച് ഒരു കുഴപ്പം ഉണ്ടാക്കാൻ അവർ ഒട്ടും മടിച്ചില്ല.

രണ്ടാമതായി, ഇടതുപക്ഷ-സെക്ടേറിയൻ ഗ്രൂപ്പിന്റെ ഏററവും ഒടുവിലത്തെ പിളർപ്പൻപണികളെ അതിന്റെ ശരിയായ സാർവ്വദേശീയ പശ്ചാത്തലത്തിൽ തുറന്നുകാട്ടിയില്ലെങ്കിൽ ദേശീയ കൌൺസിൽ അതിന്റെ കർത്തവ്യനിർവ്വഹണത്തിൽ പരാജയപ്പെടുകയായിരിക്കും ചെയ്യുക. ഇതൊരൊററപ്പെട്ടതോ യാദൃച്ഛികമോ ആയ ഒരു സംഭവമല്ല. എന്നാൽ, [illegible] പാർട്ടികളെ ഭിന്നിപ്പിക്കാൻവേണ്ടിയുള്ള ലോകവ്യാപകമായ നീക്കത്തിന്റെ ഒരവിഭാജ്യഭാഗമാണിതു്.

അടുത്ത കാലത്തായി ബൽജിയം, ബ്രിട്ടൻ, ആസ്ട്രേലിയ, സിലോൺ, പെറു തുടങ്ങിയ രാജ്യങ്ങളിലെ കമ്മ്യൂണിസ്റ്റ് പാർട്ടികളിൽ ന്യൂനപക്ഷക്കാരുടെ ഗ്രൂപ്പുകൾ ബോധപൂർവ്വം ഭിന്നിപ്പിന്നു പ്ലാൻ ചെയ്യുകയും നടപ്പിലാക്കുകയും ചെയ്തിട്ടുണ്ടെന്നതു പരക്കെ അറിയപ്പെടുന്ന സംഗതികളാണ്. സാർവ്വദേശീയാടിസ്ഥാനത്തിലുള്ള ശിഥിലീകരണവും സഹോദരപ്പാർട്ടികളുടെ ആഭ്യന്തരകാര്യങ്ങളിലുള്ള നഗ്നമായ ഇടപെടലും ചൈനീസ് കമ്മ്യൂണിസ്റ്റ് പാർട്ടിയുടെ ഇന്നത്തെ നേതൃത്വത്തിന്റെ സ്വയം പ്രഖ്യാപിതമായ ലക്ഷ്യമായിത്തീർന്നിട്ടുണ്ട്.

ചൈനയിലെയും ഇന്തോനേഷ്യയിലേയും കമ്മ്യൂണിസ്റ്റ് പാർട്ടികളുടെ നേതൃത്വങ്ങൾ കഴിഞ്ഞ 16 മാസക്കാലമായി നമ്മുടെ പാർട്ടിയുടെ മേൽ നടത്തിയ പരസ്യമായ ആക്രമണങ്ങളെ കേന്ദ്രഎക്സിക്യൂട്ടീവ് കമ്മിററിയും നാഷനൽ കൗൺസിലും കണക്കിലെടുത്തിട്ടുണ്ട്. "[illegible]" യിലെയും പീക്കിങ്ങിലെ പീപ്പിൾസ് "ഡെയിലി" യിലെയും പീക്കിംഗ് റേഡിയോയിലെയും പരസ്യമായ ആഹ്വാനങ്ങൾ വഴി ചൈനീസ് കമ്മ്യൂണിസ്റ്റ് പാർട്ടി നേതൃത്വം നമ്മുടെ പാർട്ടിയുടെ ആഭ്യന്തരകാര്യങ്ങളിൽ ഇടപെടാൻ ശ്രമിക്കുന്നതിനെ ആക്ഷേപിച്ചുകൊണ്ട് കഴിഞ്ഞ കൊല്ലം ആദ്യം (ഫെബ്രുവരി 1963) ദേശീയകൌൺസിൽ ഒരു പ്രമേയം പാസ്സാക്കുകയുണ്ടായി.

"റിവിഷനിസ്റ്റുകൾക്കൊരു കണ്ണാടി" എന്ന ലഘുലേഖയിൽ നമ്മുടെ പാർട്ടിയെ "ഡാങ്കെ ക്ലിക്ക്" എന്നും സാമ്രാജ്യത്വത്തിന്റെയും ഇന്ത്യൻ വൻകിടബൂർഷ്വാസിയുടെയും ഉപകരണങ്ങളുടെയും ഏജൻസിയെന്നും പറഞ്ഞ് ആക്രമിക്കുകയുണ്ടായി. ഇതിന് മറുപടിയായി പാർട്ടിയുടെ നേതാക്കൾ "[illegible] മാർഗ്ഗദർശകത്വം നൽകുന്നത് റിവിഷനിസമോ ഡോഗ്മാറ്റിസമോ അല്ല" എന്ന ഒരു ലഘുലേഖ എഴുതുകയുണ്ടായി.

നമ്മുടെ പാർട്ടിനേതൃത്വത്തെ 'ചാരന്മാർ' എന്ന വിശേഷിപ്പിക്കത്തക്ക തനി താണനിലവാരത്തിലേക്ക് ഇന്തോനേഷ്യൻ കമ്മ്യൂണിസ്റ്റ് പാർട്ടി അധഃപതിക്കുകയുണ്ടായി. "യഥാർത്ഥ മാർക്സിസ്റ്റ്-ലെനിനിസ്റ്റുകൾ" എന്നവർ അംഗീകരിച്ച ആളുകളോട് ഇന്ത്യൻ കമ്മ്യൂണിസ്റ്റ് പാർട്ടിയെ പൊളിക്കുവാൻ അവർ ആഹ്വാനം നൽകി. നമ്മുടെ കേന്ദ്രഎക്സിക്യൂട്ടീവ് കമ്മിറ്റി അംഗീകരിച്ച ഒരു പ്രമേയത്തിൽ ഇതിനെയെല്ലാം അധിക്ഷേപിക്കുകയുണ്ടായി.

1964 ഫെബ്രുവരി 4-ാം തീയതി "[illegible]"യും "പീപ്പിൾസ് ഡെയിലി"യും പ്രസിദ്ധപ്പെടുത്തിയ മുഖപ്രസംഗങ്ങളിലൂടെ പാർട്ടിയെ പിളർക്കാൻ പരസ്യമായ ആഹ്വാനമാണ് നൽകിയത്.

നമ്മുടെ പാർട്ടിയിലെ ഡോഗ്മാറ്റിസ്റ്റ്-സെക്ടേറിയൻ ഗ്രൂപ്പുകളുടെ പ്രവർത്തനങ്ങളും നടപടികളും ചൈനയിലെയും ഇന്തോനേഷ്യയിലെയും കമ്മ്യൂണിസ്റ്റ് പാർട്ടികൾ ഇന്ത്യൻ കമ്മ്യൂണിസ്റ്റ് പാർട്ടിയുടെ മേൽ നടത്തുന്ന ആക്രമണങ്ങളും സമാന്തരമായ രീതിയിലാണ് നടന്നുകൊണ്ടിരിക്കുന്നത്.

ഈ പശ്ചാത്തലത്തിലാണ് പാർട്ടിയിലെ പിളർപ്പന്മാരുടെ നേതാക്കളുടെ ഏറ്റവും ഒടുവിലത്തെ നടപടികളെപ്പറ്റി ദേശീയ കൗൺസിൽ വിലയിരുത്തേണ്ടിവന്നത്.

നാഷണൽ കൗൺസിലിന്റെ ഭൂരിപക്ഷം "കോൺഗ്രസ്സ്–കമ്മ്യൂണിസ്റ്റ് ഐക്യമെന്ന പൊതുരാഷ്ട്രീയ ടാക്ടിക്കൽ ലൈനാ'ണ് പ്രചരിപ്പിക്കുകയും പ്രാവർത്തികമാക്കുകയും ചെയ്യുന്നതെന്ന പാർട്ടി പരിധിക്കു പുറത്തു സ്വയം നിൽക്കാനായി ഇറങ്ങിപ്പോയ 32 സഖാക്കൾ അവകാശപ്പെടുന്നു. അതു തനി പരിഷ്കരണവാദമാണെന്നവർ സിദ്ധാന്തിക്കുന്നു. വിജയവാഡാ കോൺഗ്രസ്സിൽവെച്ച് തങ്ങളുടെ ശ്രമഫലമായി അതിനെ പരാജയപ്പെടുത്തിയെന്നും അവർ വാദിക്കുന്നു. സത്യത്തിന്റെ നഗ്നമായ വളച്ചുകെട്ടലാണിതു.

കോൺഗ്രസ്സ് കമ്മ്യൂണിസ്റ്റ് ഐക്യമെന്ന യാതൊരു പൊതുലൈനും വിജയവാഡാ കോൺഗ്രസ്സിൽ ഒരിക്കലും ഉന്നയിക്കപ്പെട്ടിരുന്നില്ല. ശരിയായ ഒരു പൊതുലൈനിനു വേണ്ടിയുള്ളതായിരുന്നു ആറാം പാർട്ടികോൺഗ്രസ്സിലെ യഥാർത്ഥസമരമെന്ന പരക്കെ അറിയുന്ന വസ്തുതയാണ്. അങ്ങിനെയൊരു ലൈൻ — അതായതു പൊതു

പ്രശ്നങ്ങളിൽ വലതുപക്ഷപിന്തിരിപ്പൻശക്തികൾക്കെതിരായി കോൺഗ്രസ്സിന്നകത്തും പുറത്തുമുള്ള പുരോഗമനവാദികളുമായി യോജിക്കുകയും അതേ സമയം കോൺഗ്രസ്സിന്റെ ജനാധിപത്യവിരുദ്ധനയങ്ങൾക്കെതിരായി സമരം നടത്തുകയും ചെയ്യുകയെന്ന ലൈൻ — പാർട്ടി കോൺഗ്രസ്സ് അംഗീകരിക്കുകയും ചെയ്തു.

പിളർപ്പന്മാർ തെററായി ആരോപിക്കുന്നതുപോലെ 1961-ന്നു ശേഷം വിജയവാഡാ പാർട്ടി ലൈൻ ലംഘിച്ചതു നാഷണൽ കൌൺസിലല്ല, മറിച്ച്, വിജയവാഡയിൽവെച്ച് പരാജയപ്പെട്ട തങ്ങളുടെ ഇടതു സെക്ടേറിയൻ ലൈൻ—കോൺഗ്രസ്സിനെ കുറ്റംപുട്ടി എതിർക്കുകയെന്ന ലൈനിൽ കോൺഗ്രസ്സിനെ എതിർക്കുകയെന്ന പേരിൽ മുസ്ലീം ലീഗ്, ഡി. എം. കെ. സ്വതന്ത്രാ പാർട്ടി, അകാലി തുടങ്ങിയ പിന്തിരിപ്പൻ വർഗ്ഗീയ വിഭാഗീയശക്തികളുമായി തത്വദീക്ഷയില്ലാത്ത കൂട്ടുകെട്ടുകളിലേക്കും ധാരണയിലേക്കും ചെന്നെത്തിക്കുന്ന ഒരു ലൈനിൽ — പിടിവാദപരമായി പിടിച്ചുതൂങ്ങുന്നതു ഇപ്പോൾ വിട്ടുപോയവരാണ്.

1962 ഒക്ടോബർ-നവമ്പറിലെ 'പ്രതിസന്ധിഘട്ട'ത്തിന്റെയും അടിയന്തിരാവസ്ഥയുടെയും ധാരാളംസഖാക്കൾ അറസ്റ്റ് ചെയ്യപ്പെട്ടതിന്റെയും ഫലമായിട്ടാണ് താൽക്കാലികമായി ദേശീയകൌൺസിലിൽ തങ്ങൾക്കെതിരായി ഒരു ഭൂരിപക്ഷം ഉണ്ടായിരിക്കുന്നതെന്ന് വിട്ടുപിരിഞ്ഞു പോകുന്നവർ പറയുന്നുണ്ട്. ഇതുപോലെ സത്യവിരുദ്ധമായ മറെറാരു സംഗതിയില്ല.

നയതന്ത്രഭാഷയിൽ "പ്രതിസന്ധിഘട്ട''മെന്നു ഇടതുനേതാക്കൾ പറയുന്നതു. ചൈനീസാക്രമണം മൂലമുണ്ടായ കുഴപ്പമാണ്. ഈ ആക്രമണത്തെ അധിക്ഷേപിക്കുവാനും രാജ്യരക്ഷയ്ക്കു വേണ്ടിയുള്ള അതിന്റെ അസന്നിഗ്ദ്ധമായ നിലപാട് പ്രഖ്യാപിക്കാനും വേണ്ടി 1962 നവമ്പറിൽ ദേശീയകൌൺസിൽ ചേർന്നപ്പോൾ ഒരൊററ അറസ്റ്റ് പോലും നടന്നിരുന്നില്ല.

വിശദമായ ചർച്ചകൾക്കും വിവാദത്തിനും ശേഷമാണ്. ദേശീയ കൌൺസിൽ വമ്പിച്ച ഭൂരിപക്ഷത്തോടുകൂടി പ്രമേയം പാസ്സാക്കിയതു്. ഈ വിട്ടുപോകുന്നവരെല്ലാം അന്നു ഹാജരുണ്ടായിരുന്നു. അന്നുവരെ ആരും തന്നെ അറസ്റ്റ് ചെയ്യപ്പെട്ടിരുന്നില്ല. പിന്നെ എന്തുകൊണ്ടാണ് ഭൂരിപക്ഷം യഥാർത്ഥമായിട്ടുള്ളതല്ലെന്നു അവകാശപ്പെടുകയും സൂചന നൽകുകയും ചെയ്യുന്നതു?

'ഉൾപാർട്ടി ചർച്ച സംഘടിപ്പിക്കുവാനും പാർട്ടികോൺഗ്രസ്സ് നടത്തുന്നതിനാവശ്യമായ സാഹചര്യങ്ങൾ സൃഷ്ടിക്കുവാനും വേണ്ടിയുള്ള തങ്ങളുടെ നിർദ്ദേശങ്ങൾ ദേശീയകൌൺസിൽ തള്ളിക്കളഞ്ഞു എന്ന ഇടതുപക്ഷക്കാരുടെ പ്രസ്താവനയിലെ ആരോപണം മറെറാരു തികഞ്ഞ വളച്ചൊടിക്കലാണ്. ഇതുമൂലം അഭ്യന്തരപാർട്ടി പ്രശ്നങ്ങൾ പരിഹരിക്കുവാൻ വേണ്ടിയുള്ള അവരുടെ പങ്കാളിത്തവും സഹക-

ണെന്നും അസാദ്ധ്യമാക്കിത്തീർത്തിരിക്കുകയാണെന്ന ധാരണ ഉളവാക്കപ്പെടുന്നു.

ബസവപുന്നയ്യയും മററു 16 സഖാക്കളും കൂടി തയ്യാറാക്കിയ ഒരു രേഖയെപ്പററി 1963 ഒക്ടോബർമാസത്തിൽ ചേർന്ന നാഷനൽ കൗൺസിൽ നടത്തിയ ചർച്ചയെപ്പററിയാണെന്ന തോന്നൽ ഇത് ഉളവാക്കും. 'പാർട്ടിയെ ഭീഷണിപ്പെടുത്തുന്ന ശിഥിലീകരണവും പിളർപ്പും —ഈ ആപത്ത് എങ്ങിനെ ഒഴിവാക്കാം?' എന്നാണ് രേഖയുടെ പേര്. നാഷണൽകൗൺസിലിലെ മെമ്പർമാരിൽ പലർക്കും ഈ രേഖ രഹസ്യമായി വിതരണം ചെയ്തിട്ടുണ്ട്. സെക്രട്ടറിയേററിനു വേണ്ടി സ. ഡാംഗെ ഇതിനു മറുപടി പറയുകയും ഈ രണ്ടു രേഖകളും പിന്നീട് സെക്രട്ടറിയേററ് പ്രസിദ്ധീകരിക്കുകയും ചെയ്തു.

ഈ യോഗത്തിൽവെച്ചുതന്നെ, എല്ലാ തർക്കപ്രശ്നങ്ങളെപ്പററി ചർച്ച ആരംഭിക്കുവാനും പാർട്ടികോൺഗ്രസ്സിനുവേണ്ടി തയ്യാറെടുക്കുവാനും ന്യൂനപക്ഷഗ്രൂപ്പിന്റെ പ്രതിനിധികളെക്കൂടി ഇതിന്റെ പ്രവർത്തനങ്ങളിൽ പങ്കെടുപ്പിക്കുവാനും കൗൺസിൽ തീരുമാനിക്കുകയുണ്ടായി.

പാർട്ടികോൺഗ്രസ്സ് നടത്തുവാനുള്ള കാലം അതിക്രമിച്ചിരുന്നു. എന്തായാലും ജയിലിലാക്കപ്പെട്ടിരുന്ന സഖാക്കൾ വിട്ടയക്കപ്പെടുന്നതുവരെ അതു നീട്ടിവെക്കാൻ നാഷണൽകൗൺസിൽ സമ്മതിച്ചു.

പാർട്ടി മെമ്പർഷിപ്പ് സംബന്ധിച്ച യഥാർത്ഥ തർക്കങ്ങൾ തീർക്കുവാൻവേണ്ട ഏർപ്പാട് നിർദ്ദേശിക്കുന്ന ഒരു പ്രമേയം 1964 ജനുവരിയിൽ ചേർന്ന കേന്ദ്ര എക്സിക്യൂട്ടീവ് സ്വീകരിച്ചു. വ്യക്തികളായ ഓരോതലത്തിലുള്ള അസ്സസ്മെൻറും മെമ്പർഷിപ്പും നടക്കാതെപോയ ഇടങ്ങളിൽ വീണ്ടും മെമ്പർഷിപ്പ് എടുക്കാനുള്ള സൗകര്യം അനുവദിച്ചുകൊടുക്കപ്പെട്ടു.

പാർട്ടികോൺഗ്രസ്സിലേക്കുള്ള രേഖകൾ തയ്യാറാക്കാൻവേണ്ടി കേന്ദ്ര എക്സിക്യൂട്ടീവ് തിരഞ്ഞെടുത്ത കമ്മിററിയിൽ സഖാക്കൾ എം. ബസവപുന്നയ്യ, ഇ. എം. എസ്സ്. നമ്പൂതിരിപ്പാട്, ജ്യോതിബാസു, പി. രാമമൂർത്തി എന്നിവരും അംഗങ്ങളായിരുന്നു. കമ്മിററിയോഗം വിളിച്ചപ്പോൾ ഈ സഖാക്കൾ അതു ബോയ്കോട്ട് ചെയ്തു. പിന്നീടവർ തങ്ങളുടേതായ എതിർ കോൺഫറൻസ് സംഘടിപ്പിച്ചു.

നാഷനൽ കൗൺസിലിൽനിന്ന് ഇറങ്ങിപ്പോക്ക്

എന്തുകൊണ്ട് ഇടതുവിഭാഗം ഈ നിർദ്ദേശങ്ങൾ തള്ളിക്കളഞ്ഞു? ഇതിലധികം അവർക്കെന്തായിരുന്നു ആവശ്യം? ഭൂരിപക്ഷത്തിന്റെ 'ജനാധിപത്യവിരുദ്ധ' നടപടികൾമൂലം പുറത്തുപോകാൻ നിർബന്ധിതരായ തങ്ങളാണ് പാർട്ടി ഐക്യത്തിന്റെ സംരക്ഷകരാണെന്ന് അവർ സ്വയം നടിക്കുന്നു. പക്ഷെ, പാർട്ടിസംഘടനയുടെ അടിസ്ഥാനതത്വങ്ങളും നാഷണൽകൗൺസിലിന്റെ അധികാരങ്ങളും

അച്ചടക്കവും ലംഘിക്കാനും പാർട്ടിക്കകത്തു മറെറാരു പാർട്ടിയായി നിന്നുകൊണ്ടുള്ള തങ്ങളുടെ പ്രവർത്തനം തുടർന്നു നടത്താനും ഉടനീളം ദൃഢനിശ്ചയം ചെയ്തിരുന്നു അവരെന്നതാണ് സത്യം.

അവർക്കു തൃപ്തിയാവണമെങ്കിൽ, തിരഞ്ഞെടുക്കപ്പെട്ട ഭൂരിപക്ഷം ഒരു ന്യൂനപക്ഷത്തിന്റെ പദവി സ്വീകരിക്കാൻ സമ്മതിക്കുകയും അതേസമയം അവർ, ശരിക്കുള്ള ന്യൂനപക്ഷത്തിന് തങ്ങളാണ് ഭൂരിപക്ഷം എന്ന ഭാവത്തിൽ കല്പന നൽകാൻ കഴിയുകയും വേണം. ഈ വിധമൊരു ധിക്കാരപരമായ ആവശ്യത്തിനു വഴങ്ങാൻ നാഷണൽകൌൺസിൽ കൂട്ടാക്കിയില്ല.

നാഷണൽകൌൺസിലിലും ചില സ്റ്റേററുകൌൺസിലുകളിലുമുള്ള ഭൂരിപക്ഷമുപയോഗിച്ചു തങ്ങൾക്കെതിരായി പ്രതികാരബുദ്ധിയോടുകൂടി ശിക്ഷണനടപടികൾ കൈക്കൊള്ളുന്നുവെന്ന 'ഇടതുപക്ഷം' പരാതിപ്പെടുന്നുണ്ട്.

നേരെ മറിച്ചു, ദേശീയകൌൺസിലിലും സ്റ്റേററ കൌൺസിലുകളിലും ഈ ഗ്രൂപ്പുകളോട് കൂടുതൽ വിട്ടുവീഴ്ചചെയ്തുവെന്നുള്ളതാണ് സത്യം. അവരാകട്ടെ, തങ്ങളുടെ പാർട്ടി മെമ്പർഷിപ്പു കാർഡിന്റെ മറപററിയും പാർട്ടി നേതാക്കന്മാരെന്ന പ്രശസ്തി ഉപയോഗപ്പെടുത്തിയും അകത്തുനിന്നുകൊണ്ടു പാർട്ടിയെ നാനാക്രമം തകർക്കുകയും എല്ലാ അംഗീകൃത പാർട്ടിസംഘടനാതത്വങ്ങളും മര്യാദകളും കാററിലെറിഞ്ഞുകൊണ്ടു പാർട്ടിസംഘടനയുടെ ഓരോ തത്വവും അച്ചടക്കവും നിരന്തരമായി ലംഘിക്കുകയുമാണ് ചെയ്തുകൊണ്ടിരുന്നത്. ഡെൽഹിയിൽനിന്നും മററു പല സ്റ്റേററുകളിൽനിന്നും സമ്പൂർണ്ണമായ സമാന്തരപാർട്ടി കേന്ദ്രങ്ങൾ അവർ പ്രവർത്തിപ്പിച്ചുപോരുന്നു. പാർട്ടി കേന്ദ്രകൺട്രോൾകമ്മീഷൻ നാഷണൽ കൌൺസിലിനു സമർപ്പിച്ച ഏററവും ഒടുവിലത്തെ റിപ്പോർട്ട് ഇതു സംശയാതീതമായി സ്ഥാപിച്ചിട്ടുമുണ്ട്.

ഇത്തരം ബോധപൂർവ്വവും ആസൂത്രിതവുമായ പാർട്ടി പൊളിക്കൽ നടപടി ഉണ്ടായിട്ടും, ഈ ഗ്രൂപ്പിലെ നേതാക്കന്മാർക്കെതിരായി സ്വീകരിച്ച ഏക അച്ചടക്കനടപടി കഴിഞ്ഞ ഒക്ടോബർ മാസത്തിൽ സ. എ. കെ. ഗോപാലന്റെ പേരിൽ എടുത്ത പരസ്യ ശാസന മാത്രമാണ്! നാഷണൽകൌൺസിൽ തെററു ചെയ്തിട്ടുണ്ടെങ്കിൽ, ഏതു അളവുകോൽവെച്ചു നോക്കിയാലും വിട്ടുവീഴ്ചയുടെ ഭാഗത്താണ്. [illegible] ഇതു, അങ്ങേയററം ഉപയോഗപ്പെടുത്തിക്കൊണ്ടു അവരുടെ പാർട്ടി വിരുദ്ധ നടപടികൾ തീവ്രപ്പെടുത്തുകയാണ് ചെയ്തത്.

സിദ്ധാന്തപരവും രാഷ്ട്രീയവും സംഘടനാപരവുമായ തങ്ങളുടെ നിലപാടുകൾ തങ്ങൾക്കു ന്യായീകരിക്കാൻ സാദ്ധ്യമല്ലെന്നു ബോദ്ധ്യമായ "ഇടതുപക്ഷ" നേതാക്കൾ, മററുള്ളവരുടെ ശ്രദ്ധ തട്ടിത്തിരിക്കുവാൻ വേണ്ടി "ഡാങ്കെയുടെ കത്തുകൾ" എന്നു പറയപ്പെടുന്ന

പ്രക്ഷോഭണം സൃഷ്ടിക്കുകയും അവരുടെ കൊള്ളരുതാത്ത പാർട്ടിവിരുദ്ധ ചൂതാട്ടത്തിന് ഒരു ധൂമമറയായി വിലകുറഞ്ഞ ഇത്തരമൊരു ഒച്ചപ്പാടുണ്ടാക്കലിനെ ആശ്രയിക്കുകയും ചെയ്തു. (വാസ്തവത്തിൽ, അവർ തമ്മിൽ തന്നെ ഗുരുതരമായ അഭിപ്രായ ഭിന്നതകളുണ്ടെന്ന് അവർ സമ്മതിക്കുന്നുണ്ട്. പക്ഷെ, തങ്ങളുടെ ഫാക്ഷനൽ താൽപര്യത്തിനു വേണ്ടി തൽക്കാലം അവയെ കീഴൊതുക്കിവെച്ചിരിക്കുകയാണ്.)

കിട്ടാവുന്നത്ര തെളിവുകൾ നാഷണൽ കൗൺസിൽ പരിഗണിക്കുകയും ഈ കത്തുകളുടെ യാഥാർത്ഥ്യത്തെക്കുറിച്ച് പ്രഥമദൃഷ്ടിയിൽപോലും ഒരു കേസില്ലെന്ന് അഭിപ്രായപ്പെടുകയും ചെയ്തു. സഖാവ് ഡാംഗെ ഒരു ബ്രിട്ടീഷ് ഏജൻറായിരുന്നു എന്ന [illegible] അപവാദാരോപണത്തെ കൗൺസിൽ തള്ളിക്കളഞ്ഞു. എങ്കിലും കൂടുതൽ കാര്യമായൊരന്വേഷണം നടത്തുന്നതിനായി ഏഴ് നാഷണൽ കൗൺസിൽ അംഗങ്ങളുടെ ഒരന്വേഷണക്കമ്മിറ്റിയെ കൗൺസിൽ നിയമിച്ചു.

എന്നാൽ, പുരമുകളിൽ കയറിനിന്ന് ഈ കത്തുകളുടെ യാഥാർത്ഥ്യത്തെക്കുറിച്ച് തങ്ങൾക്ക് ബോദ്ധ്യം വന്നിരിക്കുന്നു എന്ന് പ്രഖ്യാപിക്കുന്ന ഈ 'ഇടതുപക്ഷ' നേതാക്കന്മാർ, അവരുടെ കൈവശം തെളിവുകളുണ്ടെങ്കിൽ എന്തുകൊണ്ട് നാഷണൽ കൗൺസിലിനു മുമ്പാകെ സമർപ്പിച്ചില്ല? എന്തുകൊണ്ടവർ ഇറങ്ങിപ്പോയി? ഇക്കാര്യത്തെക്കുറിച്ചുള്ള ചർച്ചകൾക്കിടയിൽ [illegible] സ: [illegible] അഭ്യർത്ഥിച്ചതിനു ശേഷവും അവരെന്തുകൊണ്ട് മടങ്ങിവന്നില്ല? കത്തുകളുടെ യാഥാർത്ഥ്യം സംശയരഹിതമാണെന്ന് അവരുടെ പ്രതിനിധികൾ ലോകത്തോട് പ്രഖ്യാപിച്ചതിനു ശേഷവും, ഇപ്പോൾ ഒരു 'അന്വേഷണക്കമ്മിറ്റി'ക്കു വേണ്ടിയുള്ള അവരുടെ ആവശ്യം ആവർത്തിക്കുന്നതെന്തുകൊണ്ടാണ്?

പത്രങ്ങളിലേക്കോടുന്നതിനു മുമ്പ് ഇക്കാര്യം കേന്ദ്രഎക്സിക്യൂട്ടീവിലോ നാഷണൽ കൗൺസിലിലോ ഉന്നയിക്കാനുള്ള മര്യാദ അവർ കാണിച്ചില്ല. പാർട്ടിയുടെ ഏറ്റവും കടുത്ത ശത്രുക്കൾക്കല്ലാതെ മറ്റാർക്കും ഇത്തരം ഹീനമായ പ്രവർത്തനത്തിൽ—അതും അമേരിക്കനുകൂലിയായ "കറൻറു"മായി ചേർന്നുകൊണ്ട്—ഏർപ്പെടുവാൻ ഇതിനുമുമ്പൊരിക്കലും കഴിഞ്ഞിട്ടില്ല.

'ഇടതുപക്ഷ' നേതാക്കന്മാർ അവരുടെ ഭാവിപ്രവർത്തനപരിപാടി ഇപ്പോൾ പരസ്യമായി പ്രഖ്യാപിച്ചിരിക്കുന്നു. നാഷണൽ കൗൺസിലിനും പാർട്ടിയുടെ അംഗീകൃത ലൈനിനും എതിരായി പാർട്ടിമെമ്പർമാരെയും [illegible] സംഘടിപ്പിക്കുകയും അവരുടേതായ ഒരു പാർട്ടിക്കോൺഗ്രസ്സ് വിളിച്ചുകൂട്ടുകയുമെന്നുള്ളതാണത്. ഈ കോൺഗ്രസ്സിനെ 'ഇന്ത്യൻ കമ്മ്യൂണിസ്റ്റ് പാർട്ടിയുടെ ഏഴാം കോൺഗ്രസ്സ്' എന്നു വിളിക്കാനുള്ള ധാർഷ്ട്യവും അവർ പ്രകടിപ്പിച്ചിരിക്കുന്നു. അവരുടെ രേഖകൾ വിതരണം ചെയ്യാനും രണ്ട് മാസത്തിനു ശേഷം [illegible]

നിന്നുമുള്ള പാർട്ടിമെമ്പറന്മാരുടെ പ്രതിനിധികളുടെ ഒരു യോഗം വിളിച്ചുകൂട്ടാനും അവർ തീരുമാനിച്ചിരിക്കുന്നു.

അവരുടെ പ്രസ്താവനയിൽ തന്നെ അംഗീകരിക്കുന്ന വിധം ഏപ്രിൽ 2 മുതൽ 11 വരെ ഡൽഹിയിൽ യോഗം ചേർന്ന പാർട്ടിയിൽനിന്നു വിട്ടുപോയവരുടെ കോൺഫ്രൻസാണ് ഇതും മററു തീരുമാനങ്ങളും എടുത്തിട്ടുള്ളതു്.

ഈ കോൺഫ്രൻസിൽ വിവിധ സ്റ്റേററുകളിൽനിന്നും ജില്ലകളിൽനിന്നും പ്രത്യേകം ക്ഷണിച്ചിരുന്ന പാർട്ടിമെമ്പറന്മാർക്കു് കരട് പരിപാടികളും മററു രേഖകളും നൽകുകയും അവരതു ചർച്ചചെയ്യുകയുമുണ്ടായി. ഇതു സംബന്ധിച്ച് ഓരോ ദിവസവും പത്രങ്ങൾക്കു അവർ വിവരങ്ങൾ നൽകുകയും ചെയ്തിരുന്നു.

വ്യക്തമായും ഒരു സമാന്തരപ്പാർട്ടി—ഔപചാരികമായിട്ടുള്ളാത്ത ബോർഡ് ഒഴികെ മറെറല്ലാം—പരസ്യമായിത്തന്നെ രൂപീകരിച്ചു കഴിഞ്ഞിരിക്കുന്നു. ഈ അവസാന നിമിഷത്തിൽപോലും, അവരുടെ സഹകരണത്തിനുള്ള വില എന്ന നിലക്കു് ദേശീയ കൗൺസിലിന്റെ അംഗീകാരത്തിനുവേണ്ടി ചില "നിർദ്ദേശങ്ങൾ" ഈ സമാന്തര പാർട്ടിയുടെ സംഘാടകന്മാർ വെച്ചിരിക്കുകയാണ്. ഭൂരിപക്ഷത്തോടു് ഉപാധികൾ ആജ്ഞാപിക്കുന്നതിനുള്ള അവസാനത്തെ ആശയററ ശ്രമമല്ലാതെ മറെറാന്നുമല്ലിതു.

നാഷണൽ കൗൺസിലിനു എല്ലായ്പോഴും പാർട്ടി ഐക്യം പുനസ്ഥാപിക്കുന്നതിനുള്ള എല്ലാ മാർഗ്ഗങ്ങളും ആരായുന്നതിൽ അതിയായ ആഗ്രഹമുണ്ടെന്നും, അതിനു തയ്യാറാണെന്നും വ്യക്തമാക്കാൻ നാഷണൽ കൗൺസിൽ ആഗ്രഹിക്കുന്നു. പക്ഷെ, വിട്ടുപോയവർ അവരുടെ പാർട്ടിവിരുദ്ധമായ സമാന്തരപാർട്ടികേന്ദ്രങ്ങൾ നിരുപാധികമായും ഉപേക്ഷിക്കാനും നാഷണൽ കൗൺസിലിന്റെ അധികാരത്തെ സംശയലേശമെന്യേ അംഗീകരിക്കാനും തയ്യാറാകാതിരിക്കുന്നിടത്തോളം കാലം ഐക്യം എങ്ങിനെയാണ് പുനസ്ഥാപിക്കാൻ കഴിയുക?

സാമ്പത്തികവും ജനാധിപത്യപരവുമായ പ്രശ്നങ്ങളുടെ പേരിൽ ബഹുജനസമരങ്ങളുടെ വർദ്ധമാനമായ ഒരു വേലിയേററത്തിന്റെ—ഇതിലാണെങ്കിൽ പാർട്ടി മഹത്തരവും ഏററവും സുപ്രധാനവുമായൊരു പങ്കാണ് വഹിക്കുന്നതു—പശ്ചാത്തലത്തിലാണ് ഈ ആശയററ പാർട്ടിവിരുദ്ധ നടപടികളാരംഭിച്ചിട്ടുള്ളതു് എന്ന കാര്യം പ്രത്യേകം ശ്രദ്ധിക്കേണ്ടതാണ്.

നമ്മുടെ ചരിത്രത്തിലാദ്യമായി കുത്തകകൾക്കും കോൺഗ്രസ്സ് ഗവണ്മെൻറിന്റെ ജനവിരുദ്ധ നയങ്ങൾക്കും എതിരായി ഒരഖിലേന്ത്യ ബഹുജനപ്രസ്ഥാനം കെട്ടഴിച്ചുവിട്ടിരിക്കുന്നു. ബിഹാർജി പ്രക്ഷോഭത്തോടും സെപ്തംബറിലെ ഗ്രേററ് മാർച്ചോടും കൂടി ആരംഭിച്ച ഈ-

പ്രസ്ഥാനം [illegible] പൊതുപണിമുടക്കിനു തയ്യാറെടുക്കുന്ന അതിന്റെ അടുത്ത പടിയിലേയ്ക്കു പ്രവേശിച്ചുകൊണ്ടിരിക്കുന്നു.

കൃത്യമായും ഈ സമയത്താണ് പാർട്ടിയിൽനിന്നു വിട്ടുപോയവർ അവരുടെ പരസ്യമായ കലാപവുമായി പുറത്തുവന്നിരിക്കുന്നതു്. അതുകൊണ്ട്, ഈ ഗ്രൂപ്പ് പാർട്ടിക്കുള്ളിലിരുന്നു വിട്ടുപോകുന്നതിന്നിടക്കു പാർട്ടിക്കു ചെയ്തിട്ടുള്ള അതിയായ നാശത്തിന്റെ പേരിൽ മാത്രമല്ല. രാജ്യത്തെ മുഴുവൻ തൊഴിലാളി വർഗ്ഗ—ജനാധിപത്യ പ്രസ്ഥാനത്തിനു വരുത്തിവച്ചിട്ടുള്ള നാശത്തിന്റെ പേരിലും. ശക്തിയായി ആക്ഷേപിക്കപ്പെടേണ്ടിയിരിക്കുന്നു. ആഭ്യന്തരവും വൈദേശികവുമായി പിന്തിരിപ്പന്മാരുടേയും, സ്ഥാപിത താൽപര്യക്കാരുടേയും നീക്കങ്ങൾക്കു് അവർ കരുത്തുണ്ടാക്കിക്കൊടുക്കുകയാണ് ഫലത്തിൽ ചെയ്യുന്നതു്. ഇത്തരമൊരു കുറ്റത്തിന് മാപ്പുകൊടുക്കാനാവില്ല.

പാർട്ടിക്കകത്തു് ഇതിനുമുമ്പുണ്ടായിട്ടില്ലാത്തവിധമുള്ള ഛിദ്രം സൃഷ്ടിച്ചതിന്റെ പ്രധാന സംഘാടകരായതിനും എതിർ പാർട്ടി സംഘടിപ്പിക്കുന്നതിന്റെ നേതൃത്വം വഹിച്ചതിനും സഖാക്കൾ എം. ബാസവപുന്നയ്യ, പി. സുന്ദരയ്യ, പി. രാമമൂർത്തി, എ. കെ. ഗോപാലൻ, ഹരേകൃഷ്ണകോനാർ, പ്രമോദ്ദാസ്ഗുപ്ത, ഹരികിഷൻസിങ്ങ് സുർജിത് എന്നിവരുടെ മേൽ നാഷണൽ കൗൺസിൽ കുറ്റം ചുമത്തുന്നു.

ഈ ഏഴു സഖാക്കളുടെ നേതൃത്വത്തിൽ നടന്ന പ്രവർത്തനങ്ങളെക്കുറിച്ചു് സെക്രട്ടേറിയറ്റ് വിശദമായൊരു റിപ്പോർട്ട് തയ്യാറാക്കി കേന്ദ്രഎക്സിക്യൂട്ടിവ് യോഗത്തിൽ സമർപ്പിച്ചു. അവരുടെ പ്രവർത്തനങ്ങളുടെ അടിസ്ഥാനത്തിൽ അവരെ പാർട്ടിയിൽനിന്നു പുറംതള്ളണമെന്നു് നാഷണൽ കൗൺസിലിനോട് ശുപാർശ ചെയ്യുന്നൊരു പ്രമേയം കേന്ദ്രഎക്സിക്യൂട്ടിവ് അംഗീകരിക്കുകയുണ്ടായി. സെക്രട്ടേറിയേറ്റിന്റെ റിപ്പോർട്ട് ഈ യോഗത്തിൽവെച്ച് അവർക്കു നൽകിയിരുന്നു. പക്ഷെ അവർക്കെതിരായ ചാർജ്ജുകളിൽ ഒന്നിനെങ്കിലും മറുപടി പറയുന്നതിനു തയ്യാറാവാതെ ഈ സഖാക്കൾ ഇറങ്ങിപ്പോവുകയാണുണ്ടായതു്.

ഈ സഖാക്കൾക്കെതിരായുള്ള ചാർജ്ജുകൾ പരിച്ച ശേഷം അവർ പാർട്ടിയിൽനിന്നു പുറന്തള്ളൽ അർഹിക്കുന്നു എന്ന അഭിപ്രായമാണ് നാഷണൽകൗൺസിലിനുണ്ടായതു്.

നാഷണൽ കൗൺസിൽ യോഗത്തിൽ അജണ്ടയെക്കുറിച്ചുള്ള ചർച്ചകൾ നടന്നുകൊണ്ടിരിക്കെയും, സഖാവ് ഭൂപേഷ്ഗുപ്ത അജണ്ടയുടെ കാര്യത്തിൽ യോജിപ്പിനായുള്ളൊരു നിർദ്ദേശം യഥാർത്ഥത്തിൽ മുന്നോട്ടുവെയ്ക്കുകയും ചെയ്തുകൊണ്ടിരുന്നപ്പോഴാണ്, ഒരു തീരുമാനത്തിനു കാത്തുനിൽക്കാതെ, ഈ ഏഴു സഖാക്കൾ മറ്റു ഇരുപത്തഞ്ചു പേരോടുകൂടി ചേർന്നുകൊണ്ട് യോഗത്തിൽ നിന്നിറങ്ങിപ്പോയതു്.

തുടർന്ന് ഈ മുപ്പത്തിരണ്ട് സഖാക്കൾ 1964 ഏപ്രിൽ 14-ാം തീയതിയിലെ അവരുടെ പത്രപ്രസ്താവന പുറപ്പെടുവിക്കുകയും ചെയ്തു.

ഒരു എതിർ പ്രവർത്തനപരിപാടി പ്രഖ്യാപിക്കുകയും ഒരെതിർപാർട്ടി കോൺഗ്രസ്സ് വിളിക്കുകയും ചെയ്യുമ്പോൾ തന്നെ ഈ 32 സഖാക്കൾ, ഐക്യത്തിനായി ദേശീയ കൌൺസിലുമായി ചർച്ചകൾ നടത്തുന്നതിനെ കുറിച്ച് പറയുന്നുണ്ട്.

ഈ സന്ദർഭത്തിൽ തൽക്കാലത്തേക്ക് കേന്ദ്ര എക്സിക്യൂട്ടീവ് ശുപാർശ ചെയ്തിട്ടുള്ള പുറത്തള്ളൽ നടപടി ഈ ഏഴ് സഖാക്കളുടെ മേൽ നാഷണൽ കൌൺസിൽ കൈക്കൊള്ളുന്നില്ല. അതിനു പകരമായി ഈ ഏഴ് സഖാക്കളെയും, അതായത് സഖാക്കൾ എം. ബസവപുന്നയ്യ, പി. സുന്ദരയ്യ, പി. രാമമൂർത്തി, എ. കെ. ഗോപാലൻ, ഹരേകൃഷ്ണകോനാർ, പ്രമോദ്ദാസ്ഗുപ്ത, ഹർകിഷൻസിങ്ങ് സുർജിത് എന്നിവരെയും ഏപ്രിൽ 11-ാം തീയതി പുറപ്പെടുവിച്ച സംയുക്ത പ്രസ്താവനയിലൊപ്പിട്ട മറ്റ് 25 സഖാക്കളെയും പാർട്ടി അംഗത്വത്തിൽനിന്നു സസ്പെൻഡ് ചെയ്യുന്നു. ടി. നാഗിറെഡ്ഡി, ഡി. വെങ്കിടേശ്വരറാവു, ജി. ബാപ്പനയ്യ, സി. എച്ച്. കണാരൻ, വി. എസ്. അച്ചുതാനന്ദൻ, ജ്യോതിബാസു, എൻ. ശങ്കരയ്യ, സി. എസ്. തപ്യാല, ശിവകുമാർമിത്ര, മോഹൻപുനമിയ, എം. ഹനുമന്തറാവു, എൻ. പ്രസാദറാവു, ഇ. എം. എസ്സ്. നംപൂതിരിപ്പാട്, എ. വി. കുഞ്ഞമ്പു, ഇ. കെ. നായനാർ, ഇ. കെ. ഇമ്പിച്ചിബാവ, മുസഫർ അഹമ്മദ്, അബ്ദുൽഹലിം, സരോജ് മുഖർജി, എം. ആർ. വെങ്കിട്ടരാമൻ, കെ. രമണി, ജഗ്ജിത്, സിംഗ്ലയാൽപുരി, ഡാ. ഭാഗ്സിംഗ്, ആർ. എൻ. ഉപാദ്ധ്യായ, ആർ. പി. സറഫ് എന്നിവരാണ് മേൽ വിവരിച്ച 25 സഖാക്കൾ. പാർട്ടി ഭരണഘടനയിലെ 29-ാംവകുപ്പ് 5-ാംസെക്ഷൻ പ്രകാരമുള്ള ഈ സസ്പെൻഷൻ ഉടനടി ബലത്തിൽ വരുന്നതാണ്. മൊത്തത്തിൽ ഒരു ഗ്രൂപ്പായി നടത്തിയ പാർട്ടിവിരുദ്ധ നടപടികളിൽ അവർക്കുള്ള പങ്കിനെ പരിഗണിച്ചാണീ ശിക്ഷണനടപടി.

പാർട്ടി സംഘടനയിൽ അവർ നിർവ്വഹിക്കുന്ന എല്ലാ സ്ഥാനങ്ങളിൽനിന്നും ഇതോടൊപ്പം അവരെ മാററിയിരിക്കുന്നു. സസ്പെൻഷൻ കാലഘട്ടത്തിൽ എന്തെങ്കിലും പാർട്ടിമീററിങ്ങുകളിൽ പങ്കെടുക്കുവാനോ പാർട്ടിക്കുവേണ്ടി എന്തെങ്കിലും വിധമുള്ള അധികാരം പ്രയോഗിക്കുവാനോ അവർക്കവകാശമുണ്ടായിരിക്കുന്നതുമല്ല.

കൂടുതൽ ഗുരുതരമായ ശിക്ഷണനടപടി എടുക്കാതിരിക്കുന്നതിനു കാരണം വ്യക്തമാക്കുവാൻ നാഷണൽ കൌൺസിൽ അവരോടു നിർദ്ദേശിക്കുന്നു. നാഷണൽ കൌൺസിലിന്റെ അടുത്ത യോഗത്തിനു മുമ്പ് ഇതു വേണംതാനും.

ഭിന്നിപ്പിന്റെയും ഛിദ്രത്തിന്റെയും മാർഗ്ഗത്തിൽനിന്ന് പിന്തിരിയുന്നതിന് ഇനിയും സമയം വൈകിയിട്ടില്ലെന്ന വസ്തുത നാഷണൽ കൗൺസിൽ ഈ സഖാക്കളുടെ ശ്രദ്ധയിൽ പെടുത്തുന്നു. ഇപ്പോഴത്തെ മാർഗ്ഗങ്ങളിൽതന്നെ ഉറച്ചു നിൽക്കാനാണ് ഭാവമെങ്കിൽ, പാർട്ടി ഭരണഘടന അനുശാസിക്കുന്ന ഏററവും ഉയർന്ന ശിക്ഷ നൽകുവാൻ നിർബന്ധിതമാകുമെന്ന്, നാഷണൽ കൗൺസിൽ അവരെ താക്കീതു ചെയ്യുന്നു.

ഇന്ത്യൻ കമ്മ്യൂണിസ്റ്റ് പാർട്ടി അതിന്റെ ചരിത്രത്തിലെ ഏററവും ഗുരുതരമായ പ്രതിസന്ധിയെയാണ് നേരിടുന്നത്.

നമ്മുടെ പാർട്ടിക്കുള്ള് ഭിന്നിപ്പുണ്ടാക്കുന്നതിനുള്ള സാർവ്വദേശീയ ഗൂഢാലോചനകളുടെ പ്രതിഫലനമാണിതു്. [illegible] കളും ഇടതുപക്ഷ സെക്ടേറിയനും സങ്കുചിത[illegible] ടെ വിശ്വാസമാണ് ഇതിന് [illegible] നൽകിയിരിക്കയാണ്.

പതിനായിരക്കണക്കിന് ധീരരായ വിപ്ലവകാരികളും നിസ്വാർത്ഥസേവകരും ചേർന്ന് അവരുടെ ജീവൻ നൽകിയും പറഞ്ഞാൽ തീരാത്ത ത്യാഗം സഹിച്ചും കെട്ടിപ്പടുത്ത, ഇന്ത്യയിലെ കഷ്ടപ്പെടുന്ന കോടിക്കണക്കിന് ജനതയുടെ ആശാകേന്ദ്രമായ, നമ്മുടെ പാർട്ടിയെ പിളർക്കുകയെന്ന കുററത്തിന് ചരിത്രം ഇവർക്ക് മാപ്പുനൽകുകയില്ല. പാർട്ടി പതാകകളുടെ ചുററും അണിനിരക്കാനും അതിന്റെ ഐക്യവും മാനവും സംരക്ഷിക്കാനും ഛിദ്രത്തിന്റെയും അനൈക്യത്തിന്റെയും ശക്തികൾക്കെതിരെ പരമാവധി ജാഗ്രത പാലിക്കാനും എല്ലാ പാർട്ടി അംഗങ്ങളോടും നാഷണൽകൗൺസിൽ ആഹ്വാനം ചെയ്യുന്നു.

പിളർപ്പന്മാർ, പാർട്ടിയുടെ നേരെയുള്ള ആക്രമണത്തെത്തുടർന്ന് ട്രേഡ്യൂണിയനുകളുടെയും മററു ജനാധിപത്യ ബഹുജന സംഘടനകളുടെയും ഐക്യത്തിന് നേരെയും ഇതേവിധമുള്ള ആക്രമണം ആരംഭിച്ചേക്കാനിടയുണ്ട്. ഈ അപകടത്തെക്കുറിച്ച് ദേശീയകൗൺസിലിന് പൂർണ്ണമായും ബോധ്യമുണ്ട്. ഈ ആക്രമണത്തെ സർവ്വശക്തിയുമുപയോഗിച്ചു നേരിടണം. എന്തുകൊണ്ടെന്നാൽ പിളർപ്പന്മാർ എതിർ യൂണിയനുകളും എതിർ കിസാൻസഭകളും മററു സംഘടിപ്പിക്കാനുള്ള അവരുടെ കളിയിൽ വിജയിക്കുകയാണെങ്കിൽ വിലക്കയററത്തിന്നും ചൂഷണത്തിന്നും എതിരായും കൂടുതൽ നല്ല ജീവിത സാഹചര്യങ്ങൾക്കും ജനാധിപത്യാവകാശങ്ങൾക്കും വേണ്ടിയും ഉള്ള സമരങ്ങളിലേർപ്പെടുന്ന കഷ്ടപ്പെടുന്നവരുടെ ഐക്യത്തിനു ലഭിക്കുന്ന ഗുരുതരമായൊരു പ്രഹരമായിരിക്കുമത്.

അത്തരം ഭിന്നിപ്പ് എല്ലാ രംഗത്തുമുള്ള കുത്തകകൾക്കും പിന്തിരിപ്പന്മാർക്കുമാണ് ഗുണം ചെയ്യുക. അദ്ധ്വാനിക്കുന്ന ജനതയുടെ സമരങ്ങളെ ഭിന്നിപ്പിക്കാനും അടിച്ചമർത്താനും അതവരെ ശക്തരാക്കും. അവരുണ്ടാക്കിയിട്ടുള്ള നേട്ടങ്ങൾ തട്ടിയെടുക്കാനും അവരുടെ സമരം

ചെയ്തുകൊണ്ടിരിക്കുന്ന ബഹുജനസംഘടനകളെ നശിപ്പിക്കാനും ആത്മ കുത്തകകളെയും പിന്തിരിപ്പന്മാരെയും പ്രാപ്തരാക്കും.

ഇന്ത്യയിലെ തൊഴിലാളിവർഗ്ഗത്തിന്റെയും പട്ടണങ്ങളിലെയും ഗ്രാമങ്ങളിലെയും കഷ്ടപ്പെടുന്നവരുടെയും വിപ്ലവപാർട്ടിയായ ഇന്ത്യൻ കമ്യൂണിസ്റ്റ് പാർട്ടി ഇന്ത്യയിലെ കഷ്ടപ്പെടുന്നവരും ജനാധിപത്യപ്രേമികളുമായ ബഹുജനങ്ങളുടെ സമരങ്ങളിൽ ഐക്യത്തോട നിന്നു പൊരുതുന്നതാണെന്ന ദേശീയ കൗൺസിൽ പ്രഖ്യാപിക്കുന്നു. നമ്മുടെ രാജ്യത്തെ മഹാഭൂരിപക്ഷമായ ജനങ്ങളുടെ ചോരയും നീരും കൊണ്ടു കെട്ടിപ്പടുക്കപ്പെട്ടതാണ് നമ്മുടെ പാർട്ടി. അവരുടെ ത്യാഗങ്ങളും ക്രൂറം വൃഥാവിലാകില്ല. പാർട്ടിയുടെ ബാനർ വിജയിക്കതന്നെ ചെയ്യും

അനുബന്ധം 22

ചരിത്രം അവർക്ക് മാപ്പു നല്കുകയില്ല എന്ന പ്രസ്താവനയ്ക്ക് മറുപടി പറഞ്ഞുകൊണ്ട് 1964 ഏപ്രിൽ 16-ാം തീയതി എം ബസവ പുന്നയ്യയും പി രാമമൂർത്തിയും പുറപ്പെടുവിച്ച പ്രസ്താവന

—*M. BASAVAPUNNIAH, P. RAMAMURTI*
April 16, 1964

The Dange group has come out with a long resolution on 15.4.64, which is supposed to be a reply to the statement of the 32 members who had earlier walked out of the National Council. By that resolution, they have decided to suspend us from the membership of the Communist Party of India. They do not realise that their writ no longer runs among the mass of Party members and units throughout the country.

Out of the National Council of 110, six members are still in jail, and 96 attended the meeting on the 10th and 11th. It is noteworthy that the Dange group could muster less than 50 members when this resolution was passed, some more members having absented themselves on the 15th. Even then, they dared not record positive votes and abstentions! Serious actions against one-third of the National Council and about half of the CEC is passed by less than 50 per cent of the members of the National Council. Such a thing is unheard of in any party in the world.

The resolution once again burkes the issue of the Dange letters and the grave crisis that has arisen because of their refusal to defend the integrity of the Party. It seeks to submerge the real issue in a string of lies, distortions and half-truths.

They falsify the happenings at the last Vijayawada Congress and seek to make out that we threatened to walk out of the Congress. Inadvertently, however, they admit that the differences in the Party are not of recent origin, but were serious even at Vijayawada.

Having worked out a factional majority, they sought to conduct the elections to the National Council and Executive also in a factional way. Not willing to be a party to this factional game, we only said that we would not serve on these bodies and wanted to leave them entirely in their hands, so that they could work out their line without any hindrance and the results would reveal to the Party comrades their real face.

However, the mass of delegates would not allow them to run away with their factional methods and ultimately they had to agree to a unanimous and agreed election.

It is well known that the deep differences that existed then were political which were embodied in the different draft programmes as well as draft political resolutions, and the differences related essentially to the attitude to the ruling class, the Congress Party and the Congress Government. Equally known is also that the Dange group, in its anxiety to swing the Party to a line of general support to the Congress Party and Government, pooh-poohed the rapid intrusion of foreign private capital, particularly from the U.S., and the collaboration agreements, and called them "investments in Baby Johnson Powder" !

The Dange group had to retreat on this also, for the Congress unanimously adopted the late Comrade Ajoy's Report, after all the basic amendments moved by us were incorporated as the basis of redrafting the political resolution of the Congress.

The election tactics on the basis of the Vijayawada Resolution were worked out at the subsequent meeting of the National Council at Bangalore and Delhi and whatever electoral adjustments were sought to be made by us were done under the direction of the National Council.

It is known, however, that the followers of Dange in certain States, in the name of fighting Right reaction gave general support to the Congress Party and as a result the Party suffered serious reverses. Subsequently, the Dange group has deliberately sabotaged the review of the elections and drawing lessons from experience.

After November 1962 when large-scale arrests took place throughout the country, the Dange group went headlong on this path of general support to the Congress and Government.

In Madras, they supported in all the by-elections the Congress irrespective of the party to which the opponents belonged or even against independents.

In Kerala, they proposed a united front with the Congress in the by-elections to defeat the PSP. It could not be carried out because of the stiff opposition of the ranks.

In Madras, they supported the Congress candidate in the Mayoral election as against a well-known trade unionist, who is even now a member of the Executive of the AITUC, and the Chairman of the Civil Liberties Union.

In the municipal elections in Madras they sought a general united front with the Congress Party. Although because of our fight in the CEC, the Dange group had to reiterate the Bangalore National Council Resolution, they surreptitiously connived at their henchmen in Tamilnad carrying out the line of united front with the Congress.

In the Punjab, in the elections to the panchayats, they entered into united front with Congress, and in the bargain got routed.

Any number of such instances could be given that they have been, in fact, seeking to give general support to the Congress and its Government as a whole, contrary to the Vijayawada Resolution, and not seeking unity with only the democratic elements in the Congress.

Actually, as a result of this line, the discontent of the masses is allowed to be channelised towards the policies of communal and Right reaction, which was revealed fully in the Amroha and Rajkot by-elections to Parliament.

As for mass struggles against the anti-people's policies of the Government, the workers know how Dange tried to sabotage the Bombay general strike of last year, the Goa dock-workers' strike and the Barauni workers' struggles. If later he had given the call for some struggles, it is only because he found that his attempts at sabotaging the struggles were already being rebuffed and his real face was being exposed.

The Dange group could not carry through their line without the stiffest opposition from the Party ranks. Hence they resorted to the most reprehensible methods, unworthy of any decent and honest politician, let alone Communists.

As is known, after the death of Comrade Ajoy, the proposal that Dange should be the Chairman of the Party was stiffly resisted by a large section of the National Council. It was Dange and his group that threatened to split the Party if he were not made the Chairman, After three days, we

political opponents of the Dange group were given out to the press in many states and they were slandered as opposing the defence of the country. All these people were later arrested.

How can any one prevent large numbers of Party members, and the public, in these circumstances, from entertaining deep suspicions that the Government is keeping in jail the firmest political opponents of Dange only to oblige him?

The statement that there is not even a *prima facie* case, as regards the Dange letters, is the most amazingly shameless performance of this body of Dange supporters. The existence of these letters and their contents have been made known to every member of the National Council. Detailed notes as regards the entire notings in the Government deparments on these letters as well as corroborative evidence of the talk that Dange had with the Deputy Commissioner of Police, Bombay, referred to in the letters were all circulated to the National Council members by two MPs—Nambiar and Umanath.

Most of the people who had seen these files—not only Party members—but independents as well believe them to be genuine. Is it not clear that in these circumstances, it is for Dange to prove positively that the letters are forged? What can be said of a body that in the face of all this evidence declares that a *prima facie* case has not been made out merely because Dange, the accused, asserts it to be so? They have sold their conscience for their factional ends.' In these circumstances the proposed enquiry by a body composed mostly of the henchmen of Dange will not deceive anyone.

The resolution shows that the Dange group is bent upon its factional methods and imposing its reformist line on the Party, if it could.

We hope that all those interested in the unity of the Party will force Dange and company even now to retrace their steps and accept the reasonable proposals we have made for inner-Party discussion, democratically convening the Congress and for an impartial enquiry into the Dange letters. The Dange group should realise that their writ will not run in the Party. We are confident that not only will the big majority of Party members and units repudiate Dange and his group decisively but in a short time make this known to the world,

New Delhi,
16.4.1964.

P. Ramamurti
M. Basavapunnaiah

അനുബന്ധം 23

1964 മേയ് 29 ന് 32 നാഷണൽ കൗൺസിൽ അംഗങ്ങൾക്ക് ഡാങ്കെ എഴുതിയ കത്ത്

DEAR Comrade,

The question of unity in the Party is always an important question. But with the death of Pandit Nehru and the new situation that the country and all of us have to face, the question of Party unity has ecquired an added urgent importance.

Whatever may be our assessment of the situation in the country as a whole, and whether we completely agree or not in that assessment, it is a fact that Nehru's death will sharpen the contradictions in the ruling class and face the country and the toiling masses with the problem of preserving whatever was progressive in his policies and defeat attempts of Right reaction, which has its supporters inside the Congress also to change the country's course in a totally reactionary direction.

★ *The Party will now be faced with the task of guarding the policy of peace, non-alignment and anti-colonialism in our international relations, which India followed in the main so far, though with some occasional regrettable lapses.. The pressure from the Right reaction on our foreign policy will be very heavy and if it succeeds, it will lead to dangerous consequences.*

★ *In internal policy, the threat will be even more serious in as much as even under Nehru, while economic progress was taking place in one direction, the monopolists were getting more and more entrenched with the aid of foreign imperialist interests despite Nehru's insistence on building our own independent economy, his humanist sentiments for the welfare of the masses and his support for socialist thinking.*

We need not recount all the issues that were agitating the country when he died such as the issue of Kashmir, the India-China border, the communal tensions, the struggle of the masses for better living and so on.

We also cannot forget the fact that Nehru was a defender of parliamentary democracy and despite its shortcomings, it is an asset of the Indian people in the present conditions

Everyone in India is thinking of these and many other problems and trying to figure out what role each party is going to play. The democratic forces in the country, including those in the Congress, are capable enough to defeat reaction and take the country forward on the path to progress.

In such circumstances, our Party members and even the masses feel rather sad that the Party is divided and on the brink of complete split. We do not wish to go into all that has happened betwen you and the National Council. The documents speak for themselves.

But now, in the new circumstances, we should all reconsider the question. There is no doubt you have political and organisational differences with the National Council. And you say that our line has compelled you to set up separate bodies, hold separate meetings, etc. The National Council has already made known its decision on this in its last resolution by which it took action against you.

—

We of the Secretariat are deeply anxious to be able to place before the coming meeting of the National Council a proposal that the suspension resolution against all of you comrades be immediately rescinded. But in order to be able to do this, we would earnestly appeal to you to take the obvious steps of dissolving the rival committees you have set up, and declaring your willingness to abide by the decisions of the Party bodies at all levels.

We believe that the urgent national situation demands such steps by you and by us.

Once this is done, we can together prepare for a united Party Congress as early as possible. In this regard we can take some immediate steps even now, without waiting for the National Council meeting.

For example, the Commission appointed by the CEC for preparing documents for the Party Congress is there and as you know four of you are in that Commission. You refused to attend the meeting of the Commission when invited, and instead published in the press your own programme without reference to the Commission or the CEC.

The Commission is going to meet again on the eve of the National Council. We would like each of the four comrades, who refused to attend earlier to consider their decision anew in the light of the present situation, and attend the meeting of that Commission. That could be a beginning to lessen the differences and pave the way for restoring unity preparatory to the Party Congress.

We can discuss any further suggestions in this direction, keeping in view the fact that the National Council of the Party of which you are members (though under suspension) does exist and has to exist to guide the Party and that its views and decisions must be respected.

We would request you to consider this letter in all seriousness and let us have your reply.

Greetings,
(S. A. Dange)
Chairman,
for Central Secretariat

അനുബന്ധം 24

1964 മേയ് 31 ന് ഇടതുപക്ഷക്കാരായ 10 പേർ ഒപ്പിട്ടയച്ച കത്തിന് ജൂൺ 2–ാം തീയതി വലതുപക്ഷ കേന്ദ്രസെക്രട്ടേറിയറ്റ് അയച്ച മറുപടി

WE have received with great regret and concern your letter dated May 31, rejecting our earnest appeal for Party unity sent to you on May 29.

We had made this appeal in the light of the new situation in the country following the death of Pandit Nehru. We had underlined the grave dangers which exist today for the country and the urgency for united action by the democratic forces to fight these dangers. It was in this light that our unity appeal was issued.

It is amazing that your reply has not one word to say about the problems facing our people today following the passing away of the late Prime Minister. It is evident that your attitude springs from a complete failure to see the new situation and to suppress old prejudices and factional interests in the light of this new situation, which calls not for a prolongation of polemics and mutual rerecriminations but for positive steps for Party unity.

Your letter might well have been written before the death of Jawaharlal Nehru. Not only does it omit all mention of this unparalleled event in the nation's life, but the whole spirit of your letter is one which has nothing in common with the desire for Party unity, which is the dominant reaction of thousands of members of our Party, irrespective of their views on other questions.

We do not wish, at this moment, to go into a detailed rebuttal of the points raised by you. It is not necessary for us to point out again how utterly wrong and mistaken is the position taken by you. This is not the moment for the kind of vituperations in which you have indulged. Lip-service to Party unity is not enough. It must be backed by concrete action.

The Secretariat sincerely hoped that the new situation would awaken in you a sense of urgency and you would be prepared, as we were and are, to forget and put aside for the time being the rigid positions which had been taken earlier.

It was in that spirit that we wrote to you on May 29. It was in that spirit that we earnestly hoped you would enable us to place before the National Council, a proposal for the immediate cancellation of the suspension resolution against you and other comrades.

We did not, in our letter, say anything which could be interpreted as "dictating terms", as you suggest. All we did say was this: that, in order to be able to place before the coming meeting of the National Council, a proposal that the suspension resolution be immediately rescinded, "we would earnestly appeal to you to take the obvious steps of dissolving the rival committees you have set up and declaring your willingness to abide by the decisions of the Party bodies at all levels."

This is what you call "putting the cart before the horse." We are shocked at this attitude taken by you. Surely, the most elementary step for the restoration of Party unity is the dissolution of the rival committees you have established. What unity can there be if the rival committees continue to exist? We are afraid we are unable to appreciate your understanding that dissolution of rival committees is the "cart" which must follow the "horse", which is the restoration of Party unity!

Again we appealed to you to declare "your willingness to abide by the decisions of the Party bodies at all levels." Is this also something which must *follow* Party unity? Or is it an essential condition for Party unity and functioning, according to all accepted principles of Party functioning?

We are not seeking a united front of two parties. We are seeking the unity of ONE Party. And, therefore, if this Party is to function in a way in which it can carry out the heavy duties which face it today (heavier than ever in the new period), it is an elementary, basic proposition that all members should abide by the decisions of Party bodies.

This is not "dictating terms" This is not "putting the cart before the horse". Our appeal to you was made with the utmost goodwill and sincerity. When we requested the dissolution of Party Committees and adherence to Party decisions, we did not put forward "terms" or "conditions," but merely underlined the minimum that was essential for Party unity.

You have not merely rejected our appeal. You have put forward demands which go even further than the terms you insisted upon earlier. Instead of moving, as we attempted to do, towards understanding — you have, by raising new issues, declared your determination to frustrate all efforts for unity.

The report of the Central Control Commission and the Secretariat's report "From Parallel Centre to Rival Party" have already informed Party members of the manner in which some comrades from amongst you acted to split the Party and prevent it from functioning. The setting up of rival committees, the launching of rival journals, the setting up of rival candidate in the Rajya Sabha elections in Andhra Pradesh—all these were parts of a consistent line pursued by a certain group with a view to establish a rival Party, with an ideological standpoint in complete contradiction to that of the Party and the international Communist movement.

After the last meeting of the National Council in April 1964, the disruptive and splitting activities have been intensified still further. Open rival committees have been made to grab and appropriate Party property. The name of the Party itself is sought to be usurped.

Since the meeting of the National Council in February 1963, the Party leadership has been warning against the disruptive moves aimed at splitting the Party and the open calls for such a split given by the leadership of Communist Parties of China and Indonesia.

It is not the disciplinary actions which began the split, as you would suggest. It was the open formation of parallel committees, rival functioning, spreading of slanders, violation of Party policies and decisions on the part of some comrades amongst you, which is the cause of the present split. All the relevant facts in regard to this, which are already before the Party members, completely refute the false allegations made so brazenly in your letter.

At this moment, what is nessary is that the Party should be able to act with the greatest strength. For this, Party unity is essential. It is also imperative that the leading bodies should be able to take decisions on policy and other matters quickly and with the certainty that these decisions will be implemented.

In your letter, you make an astounding proposal. You demand that "the Secretariat, as such, including the posts of the Chairman and General Secretary, should be abolished" till the Party Congress and that "all the jobs of political and organisational guidance of the Party ... will have to be done by the CEC through some mechanism evolved by agreement."

This proposal means in fact the complete scrapping of all Party bodies and offices, and functioning through an agreed machinery set up by the CEC.

Functioning by agreement is always to be desired. But the creation of conditions in which,

in the name of "agreement' there is always a complete deadlock , will not strengthen the Party, but paralyse it and doom it to a slow death.

The National Council was elected by the Party Congress. To argue, as you argue, that it does not command a majority of Party comrades' confidence and, therefore, it should be put in cold storage, is fantastic.

The National Council majority has a far bigger majority in the Party membership than it has in the Council itself. This is evident from any honest evaluation. We mention this only to counter the utterly false premise on which you seek to base your proposal for the abolition of all Party bodies, and their replacement by an "agreed machinery".

We have again and again suggested united preparations for the Seventh Party Congress. We invited you to attend even now the meetings of the Drafting Commission. But you have refused to do this. Again, let us repeat, it is not enough to talk of united preparations for the Party Congress: it is necessary to show by your actions your sincere desire for such united work.

We would, however, not like to give up all hope of a positive response to our appeal, merely because of the tone of your letter and your rejection of our appeal.

We have every confidence that the situation in the country which you can see unfolding before you, will convince at least those amongst you, who sincerely desire that our Party should be able to serve our people well at this juncture.

Greetings,

for Central Secretariat
(S. A. DANGE)
Chairman

അനുബന്ധം 25

1964 ജൂൺ 11-ാം തീയതി വലതുപക്ഷ നാഷണൽ കൗൺസിൽ പാസാക്കിയ പ്രമേയം

The National Council of the Communist Party of India is deeply distressed over the trend of developments in the inner-Party situation since its last meeting. Following the walkout by the 32 comrades and the publication of their statement announcing a rival programme of action, leading to the formation of a rival party, the National Council was compelled to take action at its last meeting against them and suspend them from the Party.

After the open appeal by these 32 comrades to Party members to repudiate the National Council, the authority of elected Party Committees has been flouted and parallel committees have been formed at a number of places all over the country. Ten of the 32 comrades, who are members of the Central Executive Committee have openly met in Delhi and have reiterated their earlier decision to hold an open conference of their supporters at Vijayawada in the first week of July. The programme of holding a rival Party Congress has still not been abandoned.

The National Council is glad to note that the overwhelming majority of members of the Party irrespective of their political opinions and differences, on various issues are opposed to the splitting activities. The establishment of parallel committees and the carrying out of open attacks on the Party in the press and in public speeches have done grave damage to the Party.

The National Council shares the anxiety and concern expressed by the overwhelming majority of members and units of the Party over these disastrous developments and is in complete agreement with them on the need to make all possible efforts to a vert the impending split even at this late hour.

The National Council is firmly convinced that in the oritical political situation obtaining in the country today, specially after the death of the late Prime Minister Nehru and the seething disconent of the masses, a split in the CPI will be the gravest blow to the cause of the working class and the whole democratic movement and the greatest service to the dark forces of imperialism and Right reaction. No Communist worth his salt can cherish the idea of a split in the revolutionary vanguard of the working class at this grave juncture in our history.

The National Council firmly rejects the theory that a split in the CPI has become inevitable due to certain so called "fundamental" diflerences on the questions of ideology, current policy and organisation. Even the advocates of this erroneous theory have not been able to formulate any alternative ideological, political and organisational platform of a new Communist Party. Even the 32 have openly confessed that they themselves are divided on question of ideology and current policy.

It should be obvious, therefore, that any advocacy of split inside the Party on the basis of these socalled fundamental differences, runs quite contrary to all priciples of inner-Party struggle and the norms of democratic centralism.

The National Council is fully convinced that the internationally accepted Declaration and Statement of the 1957 and 1960 Moscow Conferences, the unanimously adopted Political Resolution and Report of the Vijayawada Party Congress and the Hyderabad National Council resolution on Party organisation still constitute a sound basis for maintaining the unity of the Party.

The National Council appreciates and supports the initiative of the Central Secretariat taken through its letters to the 32 comrades dated May 29 and June 2 to find a way out of the present unfortunate situation and to initiate the process to restore unity inside the Party by proposing rescinding of suspension order passed against the 32 comrades. The Council is sad to note that these efforts have not succeeded so far.

The National Council has carefully considered the reply sent on

May 31 to the Central Secretariat by the 10 suspended members of the CEC who recently assembled at Delhi and regrets the polemical tone of this reply which cannot be considered helpful for unity. Instead of reciprocating the initiatives for unity taken by Central Secretariat, these comrades have put forward various new comrads which make party unity more difficult to achieve.

The National Council however desiring to carry forward the unity initiatives already taken, and in view of the urgent necessity for party unity in the present situation facing our country resolves that as soon as the 32 comrades or any of them intimate their willingness to return to the National Council, abide by the decisions of the National Council, dissolve or dissociate themselves from all parallel Party organisations set up at different levels, the suspension order against those who do so shall stand rescinded.

Disciplinary actions taken by state, district and local Party organisations for formation of parallel committees shall stand rescinded similarly as soon as the comrades concerned make similar declarations as suggested above in the case of the 32 comrades.

The National Council is of the opinion that once a principled basis for party unity is agreed upon as laid down above other points of difference can be discussed and resolved satisfactorily thus enabling the party to move unitedly to the VII th party Congress.

The National Council hopes that the 32 comrades will immediately respond to this resolution by signifying their willingness to return to the National Council, discuss their differences inside the party abide by the decisions of the party bodies, put a stop to the publication of all rival Party journals and thus enable the rank and file membership to give their verdict on all issues of current inner-Party differences.

The Council authorises the Central Secretariat to take further steps to carry forward the initiative for Party unity and to hold such talks and discussions as are required for this purpose.

The National Council appeals to all units and members of the Party to restore and strengthen the Party unity at all levels, rouse the consciousness of Party members in the struggle for Party unity so that a united Party Congress is smoothly held and walkouts and splits become a thing of the past.

അനുബന്ധം 26

1964 ജൂൺ 26 ന് സെക്രട്ടേറിയറ്റ് അംഗങ്ങൾ ഇ എം എസ് നമ്പൂതിരിപ്പാടുമായി നടത്തിയ സംഭാഷണം

[സഖാവ് ഇ. എം. എസ്സുമായുള്ള സംഭാഷണത്തിന്റെ താഴെ ചേർക്കുന്ന ചുരുക്കം സഖാക്കൾ അധികാരിക്കും ഭൂപേഷിനും നൽകുകയുണ്ടായി. സഖാവ് അധികാരി നിർദ്ദേശിച്ച ചില ഭേദഗതികൾ ഇതിൽ ചേർത്തു. ഭേദഗതിവരുത്തിയ റിപ്പോർട്ട് സഖാവ് ഭൂപേഷ്ഗുപ്ത വായിച്ചു നോക്കുകയും അതു ശരിയാണെന്ന് പറയുകയും ചെയ്തു. അദ്ദേഹം ഭേദഗതികളൊന്നും നിർദ്ദേശിച്ചില്ല -സി. രാജേശ്വരറാവു]

സഖാക്കൾ അധികാരി ഭൂപേഷ്ഗുപ്ത, രാജേശ്വരറാവു എന്നിവർ സഖാവ് ഇ.എം.എസ്. നമ്പൂതിരിപ്പാടുമായി 1964 ജൂൺ 26-ാം തീയതി പാർട്ടിയൈക്യം സ്ഥാപിക്കാനുള്ള യത്നങ്ങളെക്കുറിച്ച് ഉന്നതതലത്തിലുള്ള സംഭാഷണം നടത്തി. സ. ഭൂപേഷ്ഗുപ്തയുടെ വസതിയിൽ വച്ചാണ് സംഭാഷണങ്ങൾ നടന്നത്.

(1) പാർട്ടി ഐക്യത്തെക്കുറിച്ചുള്ള ദേശീയകൗൺസിൽ പ്രമേയത്തിന്റെ നേരെയുള്ള പ്രതികരണമെന്താണെന്ന് ഞങ്ങൾ സഖാവ് നമ്പൂതിരിപ്പാടിനോടു ചോദിച്ചു. പ്രമേയത്തിന്റെ സമീപനത്തോട് താൻ യോജിക്കുന്നില്ല എന്നദ്ദേഹം പറഞ്ഞു. ചില പ്രശ്നങ്ങളിൽ യോജിപ്പിലെത്തുന്നെങ്കിൽ എതിർ കമ്മററികൾ പിരിച്ചുവിടുക, പാർട്ടി അച്ചടക്കത്തിനു വിധേയരാവുക, എന്നീ കാര്യങ്ങൾ വഴിയെ വരുന്നതാണെന്നും അദ്ദേഹം പറഞ്ഞു.

എല്ലാ പ്രശ്നങ്ങളിലും യോജിപ്പിലെത്താൻ ഞങ്ങൾ ശ്രമിക്കുന്നതാണ്, എന്നാൽ യോജിപ്പിലെത്താൻ കഴിയാത്ത പ്രശ്നങ്ങളിൽ ഭൂരിപക്ഷ തീരുമാനമെടുക്കണമെന്ന് ഞങ്ങൾ വ്യക്തമാക്കി. എന്നാൽ ദേശീയകൗൺസിൽ യോഗത്തിൽ നിന്നിറങ്ങിപ്പോയ 32 പേരുടെ നില എല്ലാ കാര്യങ്ങളിലും യോജിപ്പിലെത്തുന്നെങ്കിലേ തീരുമാനിക്കാവൂ എന്നാണ്. സെക്രട്ടേറിയററിന് അടുത്തു അയച്ച കത്തിൽ അവർ ഒരു ഉപാധികൂടി ഉന്നയിച്ചിരിക്കുന്നു. പാർട്ടികോൺഗ്രസ്‌വരെയുള്ള ഇടക്കാലഘട്ടത്തിൽ പാർട്ടി ചെയർമാൻ, ജനറൽസെക്രട്ടറി എന്നീ സ്ഥാനങ്ങളോടൊപ്പം സെക്രട്ടേറിയററും ഇല്ലാതാക്കണമെന്നതാണാ ഉപാധി. ഈ നിലപാട് സ്വീകരിക്കാൻ കഴിയില്ലെന്ന് ഞങ്ങൾ പറഞ്ഞു.

എല്ലാം കാര്യങ്ങളും ഭൂരിപക്ഷമനുസരിച്ച് തീരുമാനിക്കുക എന്ന തത്വം തനിക്കു സ്വീകാര്യമല്ലെന്ന് സഖാവ് ഇ. എം. എസ്. പറഞ്ഞു, അതു് അഭിപ്രായങ്ങൾ അടിച്ചേല്പിക്കലായി അധ:പതിക്കുമെന്നാണ് അദ്ദേഹത്തിന്റെ അഭിപ്രായം. ഭൂരിപക്ഷം പാർട്ടി മെമ്പർമാരുടെ വിശ്വാസം ദേശീയകൗൺസലിനില്ല. സെക്രട്ടേറിയററിന് അതിന്റെ പ്രവർത്തനങ്ങളുടെ ഫലമായി വിശ്വാസം നഷ്ടപ്പെട്ടിരിക്കുന്നു. അതുകൊണ്ട് സെക്രട്ടേറിയററ് ആവശ്യമില്ല. ചെയർമാന്റെയും ജനറൽ സെക്രട്ടറിയുടേയും സ്ഥാനങ്ങൾ അവസാനിപ്പിക്കുന്നതിനെ സംബന്ധിച്ചദ്ദേഹം പറഞ്ഞതു് ഇതൊരു പുതിയ നിർദ്ദേശമല്ലെന്നാണ്. അവരുടെ ആദ്യ നിർദ്ദേശ

ത്തിൽ തന്നെ ഉൾക്കൊണ്ടിരുന്നു. ഇക്കാലമത്രയും ഒരു ജനറൽ സെക്രട്ടറിയെ കൂടാതെയാണ് നാം പ്രവർത്തിച്ചത്; ഇപ്പോൾ ഒരു ജനറൽ സെക്രട്ടറിയുടെ ആവശ്യമില്ല. കോൺഗ്രസ് വരെ ഒരു ചെയർമാനെ കൂടാതെയും നമുക്ക് പ്രവർത്തിക്കാം, ഇതായിരുന്നു അദ്ദേഹത്തിന്റെ അഭിപ്രായം.

ഇതാണ് ശരിയായതെന്ന് ഒരു കോൺഗ്രസിൽ മാത്രമേ തീരുമാനിക്കാനാവൂ എന്ന് ഞങ്ങൾ പറഞ്ഞു. എന്നാൽ അതുവരെ ദേശീയകൗൺസിലിന്റെ അധികാരം അംഗീകരിക്കുകയും വേണം. ദൈനംദിനപ്രവർത്തനങ്ങളിൽ പാർട്ടിയെ നയിക്കുന്നതിന് ഒരു സെക്രട്ടേറിയേറ്റും ചെയർമാനും ഉണ്ടാവുകയും വേണം.

മുകളിൽ ചേർത്ത വിധമുള്ള പൊതുവായ സംഭാഷണത്തിനുശേഷം പാർട്ടിയുടെ പ്രവർത്തനത്തെയും പാർട്ടികോൺഗ്രസ് ചേരുന്നതിനെയും സംബന്ധിച്ച താഴെ പറയുന്ന മുഖ്യമായ സംഘടനാ പ്രശ്നങ്ങളെപ്പറ്റി ഓരോന്നായി അഭിപ്രായവിനിമയം നടത്തുന്നതിന് ഞങ്ങൾ നിശ്ചയിച്ചു.

(1) സെക്രട്ടേറിയറ്റ് വേണ്ടെന്ന് വെക്കുന്നതിനെക്കുറിച്ച്: ഇന്നുള്ള സെക്രട്ടേറിയറ്റ് വിശ്വാസമാർജ്ജിക്കുന്നില്ലെന്ന് സഖാവ് ഇ. എം. എസ്സ് പറഞ്ഞു. അതിൽ ചിലരെക്കൂടി കൂട്ടിച്ചേർത്തതുകൊണ്ട് പ്രയോജനമുണ്ടാകുന്നതല്ല. സെക്രട്ടേറിയറ്റ് വേണ്ടെന്നു വെക്കണം. പത്രങ്ങൾ നടത്തുക, രേഖകൾ തയ്യാറാക്കുക ബഹുജനരംഗങ്ങളിലെ പ്രവർത്തനം മുതലായവക്കായി കേന്ദ്രഎക്സിക്യൂട്ടീവ് കമ്മറ്റി പ്രത്യേക സബ് കമ്മറ്റികൾ രൂപീകരിക്കണം.

ദൈനംദിന പ്രവർത്തനങ്ങളും രാഷ്ട്രീയപ്രശ്നങ്ങളും പൊതുവായ ബഹുജന പ്രശ്നങ്ങളും എങ്ങിനെ പൊന്തിവരുമെന്നും ഇതെല്ലാം നോക്കാനായി കേന്ദ്രഎക്സിക്യൂട്ടീവ് കമ്മറ്റിക്ക് തുടർച്ചയായി യോഗം ചേർന്നുകൊണ്ടിരിക്കാൻ കഴിയില്ലെന്നും ഞങ്ങൾ വ്യക്തമാക്കി. അപ്പോൾ പിന്നെ സെക്രട്ടേറിയറ്റ് വേണ്ടെന്നു വെച്ചാൽ ഏതു സംഘടനയായിരിക്കും ഇക്കാര്യങ്ങളിൽ നേതൃത്വം നൽകുക? കോൺഗ്രസ്സ് വരെ ഇപ്പോഴത്തെ ചെയർമാൻ തുടരണമെന്നും ഞങ്ങൾ പറഞ്ഞു.

അങ്ങിനെയെങ്കിൽ സെക്രട്ടേറിയറ്റിൽ മൗലികമായ മാറ്റങ്ങൾ വരുത്തിയാൽ അക്കാര്യം പരിഗണിക്കാമെന്നദ്ദേഹം പറഞ്ഞു. എന്നാൽ മൗലികമായ മാറ്റങ്ങൾ എന്നതുകൊണ്ട് എന്താണുദ്ദേശിക്കുന്നതെന്ന് അദ്ദേഹം വിശദമാക്കിയില്ല. അതു വ്യക്തമായിരുന്നു. തുടർന്ന് ഞങ്ങൾ മറ്റു കാര്യങ്ങളിലേക്ക് കടന്നു.

(2) പാർട്ടി കാൺഗ്രസ്സിന്റെ രേഖകൾ തയ്യാറാക്കാനുള്ള കമ്മീഷനെ സംബന്ധിച്ചിടത്തോളം ചില കരട് രേഖകൾ ഇപ്പോൾ തന്നെ തയ്യാറാണെന്നും, മറ്റു രേഖകൾ തയ്യാറാക്കിക്കൊണ്ടിരിക്കയാണെന്നും, ഒരു ഡ്രാഫ്റ്റിംഗ് കമ്മീഷന്റെ ആവശ്യമില്ലെന്നും, ഞങ്ങൾ പറഞ്ഞു. ഈ സാഹചര്യത്തിൽ എല്ലാ കരടുരേഖകളും വിതരണം ചെയ്യുന്നതാണ്, അവരുടെ കരടുരേഖകൾ ദേശീയ കൗൺസിലിന് നൽകിയിരുന്നെങ്കിൽ വാസ്തവത്തിൽ അവയും ഞങ്ങൾ വിതരണം ചെയ്യുമായിരുന്നു, സ്വതന്ത്രവും കലവറയില്ലാത്തതുമായ ചർച്ചക്ക് അവസരവും ഉണ്ടായിരിക്കുന്നതാണ്.

എല്ലാ കരട് രേഖകളും പ്രദേശിക ഭാഷകളിലേക്ക് പരിഭാഷപ്പെടുത്തുക വളരെ ബുദ്ധിമുട്ടായിരിക്കുമെന്ന് സഖാവ് ഇ. എം. എസ്. നിർദ്ദേശിച്ചു. ഇതുവരെ ഉന്നയിക്കപ്പെട്ട പോയിന്റുകളെല്ലാം വന്നതാണ്. അഭിപ്രായവ്യത്യാസമുള്ള പോയിന്റുകൾ തരംതിരിച്ച് അവയെ ഉൾക്കൊള്ളുന്ന ലളിതമായൊരു രേഖ തയാറാക്കി, ചർച്ചക്കുള്ള അടിസ്ഥാനമായി പാർട്ടിയിലാകെതന്നെയും വിതരണം ചെയ്യുന്നതുകൊണ്ട് മതിയാകും എന്നദ്ദേഹം പറഞ്ഞു.

അതുകൊണ്ട് കാര്യമായില്ല എന്ന് ഞങ്ങൾ പറഞ്ഞു. വാസ്തവത്തിൽ ഇതായിരുന്നു അദ്ദേഹത്തിന്റെ ആദ്യത്തെ നിർദ്ദേശം. അഭിപ്രായവ്യത്യാസമുള്ള പോയിന്റുകൾ എങ്ങിനെ ഒന്നിച്ച് കൂട്ടിച്ചേർക്കുകയും എങ്ങനെയാണ് അവ കൊണ്ടുപോകുന്നതെന്ന് കാണിക്കുകയും ചെയ്യുന്നതിനെയാണ് എല്ലാം ആശ്രയിച്ചിരിക്കുന്നത്. അതുകൊണ്ട് വ്യത്യസ്ത കരട് രേഖകൾ ആവശ്യമാണ്. ഇനിയും ബാക്കിയുള്ള കരട് രേഖകൾക്ക് ഒരു കമ്മീഷനെ നിശ്ചയിക്കാമെന്ന് ഞങ്ങളും പറഞ്ഞു. അതായത് റിവ്യൂ റിപ്പോർട്ട്, രാഷ്ട്രീയപ്രമേയം, സംഘടനാപ്രമേയം എന്നിവ. ഈ ചർച്ച ഇവിടെ അവസാനിക്കുകയും ഞങ്ങൾ അടുത്ത പോയിന്റിലേക്ക് പ്രവേശിക്കുകയും ചെയ്തു.

(3) പാർട്ടികോൺഗ്രസിനുള്ള മെമ്പർഷിപ്പിന്റെ അടിസ്ഥാനത്തെ സംബന്ധിച്ച് 1962ലെ മെമ്പർഷിപ്പ് അടിസ്ഥാനമാക്കണമെന്ന് ഞങ്ങൾ പറഞ്ഞു. ചില പ്രയാസങ്ങൾ കാരണമായി മെമ്പർമാരെ ചേർത്തിട്ടില്ലാത്തതിനാൽ ഒരു നിശ്ചിത കാലത്തിനിടക്ക് മെമ്പർമാരെ ചേർക്കാവുന്നതുമാണ്.

ഇക്കാര്യത്തെക്കുറിച്ച് ഇപ്പോൾ തനിക്കൊന്നും പറയുവാൻ കഴിയില്ലെന്നദ്ദേഹം പറഞ്ഞു.

കേരളത്തെ സംബന്ധിച്ചിടത്തോളം അവിടെ ബോഗസ് (കള്ള) മെമ്പർഷിപ്പില്ല.

(4) ഡാങ്കേ കത്തുകളെ സംബന്ധിച്ചുള്ള കമ്മീഷന്റെ കാര്യത്തിൽ അദ്ദേഹം പറഞ്ഞത് ഒരു യോജിച്ച കമ്മീഷൻ രൂപീകരിക്കണമെന്നാണ്. പേട്രിയറ്റ് പത്രത്തിൽ ഷെയറിന്റെ കാര്യവും സഖാവ് എസ്. എ. ഡാങ്കേയുടെ മുഴുവൻ പണമിടപാടുകളും കമ്മീഷൻ അന്വേഷണം നടത്താനുള്ള പോയിന്റുകളിൽ ഉൾപ്പെടുത്തണം.

അവർ ദേശീയ കൗൺസിലിൽ നിന്ന് ഇറങ്ങിപ്പോയില്ലായിരുന്നെങ്കിൽ കമ്മീഷൻ രൂപീകരണത്തിൽ അവർക്കും പങ്കുണ്ടാകുമായിരുന്നു. അവർ ദേശീയകൗൺസിലേക്ക് മടങ്ങിവരുമെങ്കിൽ കമ്മീഷനിലെ അംഗങ്ങളുടെ കാര്യത്തിൽ ദേശീയകൗൺസിലിന് മാറ്റങ്ങൾ വരുത്താൻ കഴിയുന്നതാണ്. എന്നാൽ ഒരൊത്തുതീർപ്പിലെത്താൻ കഴിയുന്നില്ലെങ്കിൽ സ്വാഭാവികമായി ദേശീയകൗൺസിലിന് ഒരു തീരുമാനമെടുക്കേണ്ടതായി വരും.

പേട്രിയറ്റിലെ ഷെയറുകളെ സംബന്ധിച്ചിടത്തോളം അത്തരം കാര്യങ്ങൾ എന്തെങ്കിലും കമ്മീഷന്റെ പരിഗണനക്കയക്കാൻ കഴിയുന്നതല്ല. എല്ലാ സാമ്പത്തികപ്രശ്നങ്ങളും കേന്ദ്രഎക്സിക്യൂട്ടീവ് കമ്മറ്റിയാണ് ചർച്ച ചെയ്ത് തീരുമാനമെടുക്കേണ്ടത്. പാർട്ടിയുടെ മുഴുവൻ സാമ്പത്തിക കാര്യങ്ങളും കേന്ദ്രഎക്സിക്യൂട്ടീവ് കമ്മറ്റി പ്രത്യേകമായി പരിശോധിക്കേണ്ടതും ഉചിതമായൊരു സമ്പ്രദായം അതിനായി ഏർപ്പെടുത്തേണ്ടതുമാണ്.

ഇവിടെ സംഭാഷണം അവസാനിച്ചു. ജൂലായി 5 ാം തീയതി താൻ വീണ്ടും ഡെൽഹിയിൽ വരുന്നുണ്ടെന്ന് സഖാവ് ഇ. എം. എസ്സ്. പറഞ്ഞു. അതുവരെ താൻ വിശ്രമിക്കുകയാണെന്ന് സഖാവ് അധികാരിയും പറഞ്ഞു.

ഇതാണ് സഖാവ് ഇ. എം. എസ്സുമായുള്ള ഞങ്ങളുടെ സംഭാഷണത്തിന്റെ ചുരുക്കം.

സി. രാജേശ്വരറാവു

ജൂൺ 20 1964.

അനുബന്ധം 27

1964 ജൂലൈ 4–ാം തീയതി ജ്യോതിബസു, പ്രമോദ് ദാസ് ഗുപ്ത, ഹർകിഷൻ സിങ് സുർജിത് എന്നിവരുമായി സെക്രട്ടേറിയറ്റ് അംഗങ്ങൾ നടത്തിയ സംഭാഷണം

ഞങ്ങൾ, സഖാക്കൾ ഭൂപേഷ് ഗുപ്ത, ഡാംഗെ, അധികാരി, രാജേശ്വരറാവു എന്നിവർ സഖാക്കൾ ജ്യോതിബാസു, പ്രമോദ് ദാസ് ഗുപ്ത, സുർജിത് എന്നിവരെ സഖാവ് ഭൂപേഷിന്റെ വീട്ടിൽ വച്ച് 196 . ജൂലായി 4–ാം തീയതി സന്ദർശിച്ചു. ഞങ്ങളുടെ സന്ദർശനം രണ്ടരമണിക്കൂർ നീണ്ടു നിന്നു.

അന്യോന്യം അഭിവാദ്യങ്ങളർപ്പിച്ചശേഷം സഖാവ് ജ്യോതി സംഭാഷണമാരംഭിച്ചു. പാർട്ടിഐക്യത്തെ സംബന്ധിച്ചുള്ള പ്രശ്നം കഴിഞ്ഞതിനുശേഷം ഞങ്ങളുമായി സംഭാഷണം നടത്തുന്നതുകൊണ്ട് യാതൊരു പ്രയോജനവുമില്ല എന്നവർ കരുതുന്നതായി അദ്ദേഹം പറഞ്ഞു. എന്നാൽ സഖാവ് ഭൂപേഷ് [illegible]ത്തിലാക്കി. അദ്ദേഹം ഞങ്ങളെ കാണുകയും പ്രമേയത്തിനു പിന്നിലെ സ്പിരിറ്റ് പാർട്ടി ഐക്യമാണെന്ന് പറയുകയും ഡൽഹിക്ക് വരാനും സെക്രട്ടേറിയറ്റുമായി സംഭാഷണങ്ങൾ നടത്തുവാനും ഞങ്ങളോടാവശ്യപ്പെടുകയും ചെയ്തു. അതിനിടയ്ക്ക് ഞങ്ങളെ ചൈനീസ് ഏജന്റന്മാരെന്ന് വിളിക്കുന്ന ഡാങ്കെയുടെ പ്രസ്താവന വന്നു. ആവിയേന്ത്യാറേഡിയോ അതു പ്രക്ഷേപണം ചെയ്തു.

ഞങ്ങൾ ഡൽഹിയിൽ വന്നതിനുശേഷം സെക്രട്ടേറിയറ്റിന്റെ പ്രസ്താവന കണ്ടു. ഈ യോഗംകൊണ്ട് എന്തുപ്രയോജനമാണുണ്ടാവുക എന്ന് ഞങ്ങൾക്കറിഞ്ഞുകൂടാ. ഈ പ്രസ്താവനയെക്കുറിച്ച് ഞങ്ങൾ സഖാവ് ഡാങ്കെയോട് ചോദിച്ചതായി പറഞ്ഞു. ഒരു ജനറൽബോഡിയോഗത്തിലാണ് പ്രസ്തുത പ്രസംഗം ചെയ്തതെന്നും അതു പത്രങ്ങൾക്ക് ലഭിക്കുകയാണുണ്ടായതെന്നും അദ്ദേഹം പറഞ്ഞു. ഇടതുപക്ഷക്കാരെ ചൈനീസ് ഏജന്റന്മാരെന്ന് താൻ വിളിച്ചിട്ടില്ലെന്നും അദ്ദേഹം പറഞ്ഞു. താത്വികരാഷ്ട്രീയപ്രശ്നങ്ങളിൽ ഇടതുപക്ഷ കമ്മ്യൂണിസ്റ്റുകാരുടെ കാഴ്ചപ്പാടിന് ചൈനീസ് കമ്മ്യൂണിസ്റ്റ് പാർട്ടിയുടെ കാഴ്ചപ്പാടുമായുള്ള സാദൃശ്യം വ്യക്തമാക്കുകമാത്രമാണദ്ദേഹം ചെയ്തത്. ഇക്കാര്യക്കുറിച്ച് നിങ്ങൾ എന്തു പറഞ്ഞാലും പത്രങ്ങളതുവളച്ചൊടിക്കുന്നു.

നിങ്ങൾ സഖാവ് ഡാങ്കെയെ ബ്രിട്ടീഷുകാരുടെയും കോൺഗ്രസ് ഗവൺമെന്റിന്റെയും ഏജന്റും, ചാരനുമെന്ന് വിളിച്ചതായും ഞങ്ങൾ പത്രങ്ങളിൽ കണ്ടു. ഞങ്ങളെല്ലാവരും ഗവൺമെന്റിന്റെ വാലാണെന്നും നിങ്ങൾ പറഞ്ഞതായി പത്രത്തിൽ വായിച്ചതായി ഞങ്ങൾ പറഞ്ഞു. ഇക്കാര്യങ്ങൾ നിങ്ങൾ പറഞ്ഞതാണോ അല്ലയോ എന്നു ഞങ്ങൾക്കറിഞ്ഞുകൂടാ. എങ്കിലും ഞങ്ങൾ നിങ്ങളെ ഒരിക്കലും ചൈനീസ് ഏജന്റന്മാരെന്നു വിളിച്ചിട്ടില്ല.

നിങ്ങളുടെ ഭാഗത്തുനിന്ന് ധാരാളം പ്രസ്താവനകളും വാർത്തകളും പത്രങ്ങളിൽ വരികയും ആശയക്കുഴപ്പം ഉണ്ടാക്കുകയും ചെയ്തപ്പോഴാണ് നില വിശദീകരിച്ചുകൊണ്ട് ഒരു പ്രസ്താവനയിറക്കാൻ ഞങ്ങൾ നിർബന്ധിതരായത്. സെക്രട്ടേറിയറ്റിന്റെ പ്രസ്താവനയെക്കുറിച്ചുള്ള സ്ഥിതിയിതാണ്. പാർട്ടി ഐക്യത്തിന്റെ പ്രശ്നങ്ങളെ സംബന്ധിച്ചിടത്തോളം പരസ്പരമുള്ള യോജിപ്പ് എന്ന തത്വത്തിന്റെ അടിസ്ഥാനത്തിലാണ് നിങ്ങൾ പാർട്ടി ഐക്യം ആഗ്രഹിക്കുന്നതെന്ന് നിങ്ങളുടെ

എല്ലാ പ്രമേയങ്ങളും പ്രസ്താവനകളും വ്യക്തമാക്കുന്നു. സെക്രട്ടറിയാറ്റ് പിരിച്ചുവിടുക, ചെയർമാൻ, ജനറൽസെക്രട്ടറി എന്നീ [illegible] പാർട്ടി കോൺഗ്രസ്സ് വരെ പാർട്ടിയെ നയിക്കാൻ ഒരു യോജിച്ച സംഘടാരൂപമുണ്ടാക്കുക ഡാങ്കേയുടെതെന്നു പറയപ്പെടുന്ന കത്തുകളെ കുറിച്ചന്വേഷിക്കുന്നതിന് ഒരു യോജിച്ച കമ്മീഷനെ നിശ്ചയിക്കുക തുടങ്ങിയ നിങ്ങളുടെ എല്ലാ ആവശ്യങ്ങളും ഇതു വ്യക്തമാക്കുന്നു. ഒരു പ്രത്യേക പാർട്ടിയുടെ രൂപീകരണം ഔപചാരികമായി നിങ്ങൾ പ്രഖ്യാപിച്ചിട്ടില്ലെങ്കിലും യഥാർത്ഥത്തിൽ [illegible] നിങ്ങളൊരു എതിർ പാർട്ടി സംഘടിപ്പിക്കുകയും പ്രവർത്തിപ്പിക്കുകയും ചെയ്യുന്നു. പാർട്ടി മെമ്പറന്മാരും ജനങ്ങളും നിങ്ങളെ മറെറാരു പാർട്ടിയായാണ് കരുതുന്നത്. അപ്പോൾ നിങ്ങളുടെ പാർട്ടിയും ഇന്ത്യൻ കമ്മ്യൂണിസ്റ്റ് പാർട്ടിയും എഗ്രിമെൻറിൻെറ അടിസ്ഥാനത്തിൽ ഇന്ത്യൻ കമ്മ്യൂണിസ്റ്റ്പാർട്ടിയുടെ ഒററസെൻബോർഡിൻെറ കീഴിൽ പ്രവർത്തിക്കണമെന്നാണ് നിങ്ങളാവശ്യപ്പെടുന്നത്. മൂന്നാമതൊരു നിഷ്പക്ഷ ഗ്രൂപ്പോ അതല്ലെങ്കിൽ പാർട്ടിയോ ഉണ്ടാകുന്നെങ്കിൽ നിങ്ങളുടെ യോജിപ്പിൻെറ തത്വമനുസരിച്ച് അതിനും അതേ സെൻർബോർഡിൻെറ കീഴിൽ പ്രവർത്തിക്കാൻ കഴിയും.

ഈ നിലപാടിനെ ദേശീയകൌൺസിൽ നിരാകരിക്കുന്നു. ദേശീയകൌൺസിൽ മൂന്നു ഉപാധികൾ മുന്നോട്ടുവക്കുന്നു. പാർട്ടിക്ക് യോജിച്ച് പ്രവർത്തിക്കണമെങ്കിൽ ദേശീയ കൌൺസിലിൻെറ അധികാരം അംഗീകരിക്കുകയും, എതിർപാർട്ടി കമ്മററികൾ പിരിച്ചു വിടുകയും, എതിർ പ്രസിദ്ധീകരണങ്ങൾ നിർത്തലാക്കുകയും ചെയ്യുക എന്നീ കാര്യങ്ങൾ എതിർ പാർട്ടി നേതാക്കന്മാർ അംഗീകരിക്കണമെന്നതാണാ ഉപാധികൾ. ഓരോ പ്രശ്നങ്ങളിലും യോജിപ്പിലെത്തുന്നതിന് തീർച്ചയായും ഞങ്ങൾ ശ്രമിക്കും. എന്നാൽ യോജിപ്പിലെത്താൻ കഴിയാത്ത പ്രശ്നങ്ങളിൽ ഒരു തീരുമാനമെടുക്കേണ്ടതുണ്ട്. കഴിഞ്ഞ കാലങ്ങളിലും നാമീവിധമാണ് പ്രവർത്തിച്ചത്. എതിർപാർട്ടി നേതാക്കന്മാർദേശീയ കൌൺസിലിൻെറ ഈ നിലപാടുമായി യോജിക്കുന്നെങ്കിൽ, വിശദാംശങ്ങളുടെ കാര്യത്തിൽ നീക്കുപോക്കുകൾ ഉണ്ടാക്കാവുന്നതാണ്.

ഇപ്പോൾ കാര്യങ്ങളെല്ലാം വ്യക്തമാണെന്ന് സഖാവ് ജ്യോതി പറഞ്ഞു. സഖാവ് ഭൂപേഷ് ഞങ്ങളോട് സംസാരിച്ചപ്പോൾ ഞങ്ങൾക്ക് ശരിക്കും മനസ്സിലായിരുന്നില്ല. സ. രണദിവെ കാര്യങ്ങൾ ശരിക്കു മനസ്സിലാക്കിയിട്ടുണ്ട്. പാർട്ടി ഒരു ഗൌരവമേറിയ കുഴപ്പത്തിലാണ്. അടിമുതൽ മുടിവരെ അതു രണ്ടായി പിളർന്നിരിക്കുന്നു. ഈ സാഹചര്യത്തിൽ കോൺഗ്രസ്സ് വരെ യോജിപ്പിൻെറ അടിസ്ഥാനത്തിൽ നമുക്കു പ്രവർത്തിക്കണം. യോജിപ്പിലെത്താൻ കഴിയാത്ത പ്രശ്നങ്ങൾ ആറുമാസത്തേക്ക് നീട്ടിവക്കുന്നതുകൊണ്ട് ആകാശം ഇടിഞ്ഞു വീഴില്ല.

അണ്വായുധ നിരോധനകരാർ, പണ്ഡിററ് നെഹറുവിൻെറ മരണം. പുതിയമന്ത്രിസഭാരൂപീകരണം, കാശ്മീർ, ഷെയിക്ക് അബ്ദുള്ള തുടങ്ങിയുള്ള പ്രശ്നങ്ങൾ പൊന്തിവരുന്നതായി ഞങ്ങൾ പറഞ്ഞു. ഇക്കാര്യങ്ങളിൽ നമുക്ക് എന്തെങ്കിലും പറയേണ്ടതായുണ്ട്. യോജിപ്പിലെത്താൻസാധിക്കുന്നില്ലെങ്കിൽആ കാര്യങ്ങളെക്കുറിച്ച് മിണ്ടാതിരിക്കേണ്ടതായി വരും എന്ന് സ. ജ്യോതിബാസു പറഞ്ഞു.

രണ്ടു സ്പിരിററിൻെറ അടിസ്ഥാനത്തിൽനമുക്കപ്രവർത്തിക്കാമെന്ന് ഈ സന്ദർഭത്തിൽ സ. അധികാരി പറഞ്ഞു. നിങ്ങൾ ദേശീയകൌൺസിലിൻെറ അധികാരം അംഗീകരിക്കണം. പ്രശ്നങ്ങളിൽ യോജിപ്പുണ്ടാക്കാൻ ഞങ്ങളും ശ്രമിക്കണം. ഐക്യം ഉണ്ടാകണമെങ്കിൽ ഈ രണ്ടു സ്പിരിററും നമുക്കു കൂട്ടിയിണക്കണം. പ്രശ്നങ്ങളിൽ യോജിപ്പ് ഉണ്ടാകുന്നെങ്കിൽ ദേശീയകൌൺസിലിൻെറ അധികാരത്തെ അംഗീകരിക്കില്ലെന്ന് ഒരിക്കലും പറഞ്ഞിട്ടില്ലെന്നവർ പറഞ്ഞു. ഞങ്ങൾ യുക്തിഹീനരായിരിക്കുകയോ. ഓരോ അന്താരാഷ്ട്രപ്രശ്നങ്ങളിലുമുള്ള യോജിപ്പിനെ തടസ്ഥപ്പെടുത്തുകയോ. ചെയ്യില്ല. ഉദാഹരണത്തിന് പണ്ഡിററ്നെഹ്റുവിൻെറ നിര്യാണത്തെ സംബന്ധിച്ച്, നിങ്ങൾ പറഞ്ഞ എന്താണ്ടോ അതേ കാര്യങ്ങൾ തന്നെ ഞങ്ങളും പറഞ്ഞിട്ടുണ്ട്.

കഴിഞ്ഞകാലത്തു് അനേകമുഖ്യ പ്രശ്നങ്ങളെപ്പറ്റി് [illegible]ത്തിൽ നിന്നും ദേശീയകൌൺസിലിനെ നിങ്ങൾ നിരവധി പ്രാവശ്യം തടഞ്ഞിട്ടുണ്ടു്, എന്നു ഞങ്ങൾ പറഞ്ഞു. എന്നാലിന്നു് ഓരോ പ്രശ്നത്തിലും അവർ ശക്തിയായി വിയോജിക്കുകമൂലം ദേശീയകൌൺസിലിന്റെ അധികാരത്തെ അംഗീകരിക്കുന്നുണ്ടോ എന്നതു് വ്യക്തമായും ഒരു പ്രശ്നമാക്കാൻ ഞങ്ങൾ നിർബന്ധിതരായി. പണ്ഡിറ്റ് നെഹ്റുവിന്റെ നിര്യാണത്തെക്കുറിച്ചു് നിങ്ങൾ വിവരിച്ചു പറഞ്ഞ എന്നതു ശരിയാണു്. ബുദ്ധന്റെയും അശോകന്റെയും കാലഘട്ടം അവസാനിച്ചതുപോലെയാണു്, നെഹ്റുവിന്റെ കാലഘട്ടവും അവസാനിച്ചതെന്നു് സുന്ദരയ്യപോലും ആന്ധ്രാപ്രദേശ് നിയമസഭയിൽ പറയുകയുണ്ടായി. എന്നാലിതിനെതിരെ വിപരീതമായിമായ കാര്യം അദ്ദേഹം പാർട്ടി കമ്മററിയിൽ പറയും.

81 പാർട്ടികളുടെരേഖയേയും വിജയവാഡാപ്രമേയത്തെയും ഞങ്ങൾ [illegible]കയാണെന്നും ഗവൺമെന്റിന്റെ വാലിൽ തൂങ്ങുകയാണെന്നും [illegible] പറഞ്ഞു. 81 പാർട്ടികളുടെരേഖയും വിജയവാഡാപ്രമേയവും [illegible]രിക്കയാണെന്നു് പൂർണ്ണ വിശ്വാസം ഞങ്ങൾക്കുണ്ടെന്നു് ഞങ്ങൾ പറഞ്ഞു. എന്നാൽ മേൽവിവരിച്ച രേഖകൾക്കനുസൃതമായതു എതാണെന്നു് ആരാണു് നിശ്ചയിക്കുക. ഇതുകൊണ്ടാണു് ഞങ്ങൾ പറയുന്നതു് ദേശീയകൌൺസിലിന്റെ അധികാരം അംഗീകരിക്കണമെന്നു്.

എതിർ പ്രസിദ്ധീകരണങ്ങൾ നിറുത്തുന്നെങ്കിൽ ഞങ്ങൾ ആരംഭിച്ചിട്ടുള്ള എതിർ പ്രസിദ്ധീകരണങ്ങൾ എന്തു ചെയ്യുമെന്നവർ ചോദിച്ചു. ഒരു ബംഗാളി പ്രസിദ്ധീകരണവും മെയിൻ സ്ട്രീമു മാണവർ ചൂണ്ടിക്കാണിച്ചതു്. പാർട്ടിനയത്തിനെതിരായി പ്രചരണം നടത്തുന്നതിനു് എതിർ പ്രസിദ്ധീകരണങ്ങളുടെ ഒരു പരമ്പരതന്നെ അവർ ആരംഭിച്ചിട്ടുണ്ടെന്നു് ഞങ്ങൾ സമാധാനം പറഞ്ഞു. ഇടതുപക്ഷം ദേശീയ കൌൺസിലിനെ ധിക്കരിക്കാൻ തുടങ്ങിയപ്പോൾ ഞങ്ങളുടെ വിഭാഗം ഒരു പ്രസിദ്ധീകരണം തുടങ്ങി. മെയിൻസ്ട്രീം പാർട്ടിയുടേതോ, പാർട്ടിയിലെ ഒരു വിഭാഗത്തിന്റെയോ, മുഖപത്രമല്ല. പ്രസ്തുതവാരികയുടെ [illegible]മായി ഞങ്ങൾ വിയോജിക്കുന്നു. പൊതുവെ അതുവായിക്കാറുമില്ല. അങ്ങിനെ പ്രഖ്യാപിക്കാനവരാവശ്യപ്പെട്ടു. അതിൽ എതിർപ്പില്ലെന്നു് ഞങ്ങൾ മറുപടി പറഞ്ഞു;

ഇതിനുശേഷം, പാർട്ടിയുടെ യോജിച്ച പ്രവർത്തനത്തിന്റെ കാര്യത്തിൽ സംഘടനാപ്രശ്നങ്ങളിൽ ഓരോഭാഗവും എവിടെ നിൽക്കുന്നു എന്നറിയുന്നതിനു ഞങ്ങൾ ശ്രമിച്ചു.

(1) ഇന്നുള്ള സെക്രട്ടേറിയററ് വേണ്ടെന്നു വച്ചു് സഖാവു് ഇ. എം. എസ്സ്. ജനറൽ സെക്രട്ടറിയായുള്ള പഴയ സെക്രട്ടേറിയററ് നിലവിൽ കൊണ്ടു വരണമെന്നതാണവരുടെ ആവശ്യം.

ഇതു സ്വീകരിക്കാൻ സാദ്ധ്യമല്ല. എന്തുകൊണ്ടെന്നാൽ അതിനുശേഷം പലതും സംഭവിച്ചിരിക്കുന്നു. ആ സെക്രട്ടേറിയററ് ദേശീയ കൌൺസിലിന്റെ ഘടനയെ പ്രതിഫലിപ്പിക്കുന്നില്ല. അവർക്കു് സെക്രട്ടേറിയററിൽ ശരിയായ പ്രാതിനിധ്യം ലഭിക്കുന്നതാണു്. എന്നാൽ ദേശീയ കൌൺസിലിലെ ഭൂരിപക്ഷത്തിനു് സെക്രട്ടേറിയററിലും വ്യക്തമായ ഭൂരിപക്ഷം ഉണ്ടാകണം.

അണികളിൽ നാഷണൽ കൌൺസിലിനു ഭൂരിപക്ഷമില്ല എന്ന സാധാരണവാദം തന്നെ അവരാവർത്തിച്ചു. സഖാവു് ഇ. എം. എസ്സിനോടു് പറഞ്ഞ അതേ മറുപടി ഞങ്ങൾ അവരോടും പറഞ്ഞു.

(2) ഡോക്കുമെന്റുകളെപ്പററി അന്വേഷിക്കാനുള്ള കമ്മീഷൻ— ഡോക്കുമെന്റുകളെ സംബന്ധിച്ചുള്ള കമ്മീഷനിലേക്കു് അവരുടെ ഭാഗത്തുനിന്നു് മൂന്നോ നാലോ പേരെക്കൂടി ചേർക്കണമെന്നു് അവർ പറഞ്ഞു.

ഇന്നത്തെ കമ്മീഷൻ തന്നെ ഒരേ അഭിപ്രായക്കാരടങ്ങിയതല്ലെന്നും അവരുടെ ഭാഗത്തു് നിന്നു് മൂന്നോ നാലോ പേരെ കൂടി ചേർത്താൽ മററു ചിലരെ കൂടി ചേർക്കേണ്ടിവരുമെന്നും ഞങ്ങൾ സമാധാനം പറഞ്ഞു.

(3) മററു പ്രശ്നങ്ങളെപ്പററി സെക്രട്ടറിയററ് മെമ്പറന്മാരുടെ കാര്യം ശുദ്ധീകരണ കമ്മീഷൻെറ അന്വേഷണത്തിന് സമർപ്പിക്കണമെന്നവർ പറഞ്ഞു.

സഖാവ് ഇ. എം. എസ്സിന് നൽകിയ മറുപടി തന്നെയാണിക്കാര്യത്തിലും ഞങ്ങൾ അവർക്ക് നൽകിയത്. അതായത് അത്തരം കാര്യങ്ങൾ ഒരു കമ്മീഷൻെറയും പരിശോധനക്ക വിടാൻ പററില്ല. എല്ലാ സാമ്പത്തിക പ്രശ്നങ്ങളും കേന്ദ്രഎക്സിക്യൂട്ടീവ് കമ്മററി ചർച്ച ചെയ്ത് തീരുമാനിക്കണം.

(4) പാർട്ടി കോൺഗ്രസ് രേഖകൾ—രേഖകളെല്ലാം തയ്യാറാക്കിയിരിക്കുകൊണ്ട് അതു വിതരണം ചെയ്യുമെന്ന് ഞങ്ങൾ പറഞ്ഞു. പിന്നീട മററു രേഖകൾ അവതരിപ്പിക്കുകയാണെങ്കിൽ അവയും വിതരണം ചെയ്യുന്നതാണ്. സ്വതന്ത്ര്യവും ഉള്ളുതുറന്നതുമായ ചർച്ചകൾ നടത്തുന്നതിനുവേണ്ടി ഒരു ഫോറം പ്രസിദ്ധീകരിക്കുന്നതുമാണ്.

ഈ ചർച്ചകളും പാർട്ടികോൺഗ്രസ്സും നടത്തുന്നതിന് ഒരു കമ്മീഷൻ രൂപീകരിക്കണമെന്ന് അവർ പറഞ്ഞു. അവർക്കുകൂടി പ്രാതിനിധ്യമുള്ള സെക്രട്ടറിയററ് ചർച്ചകൾ സംഘടിപ്പിക്കുകയും കോൺഗ്രസ്സിനു തയ്യാറെടുക്കുകയും ചെയ്യുമെന്ന് ഞങ്ങൾ പറഞ്ഞു.

(5) അടിയന്തിരാവസ്ഥക്കിടയിൽ കൈക്കൊണ്ടിട്ടുള്ള എല്ലാ അച്ചടക്ക നടപടികളും റദ്ദു ചെയ്യണമെന്നവർ ആവശ്യപ്പെട്ടു. ഇപ്പോഴത്തെ പഞ്ചാബ് സ്റ്റേററ് കൌൺസിൽ പിരിച്ചുവിടുകയും പഴയ പഞ്ചാബ് കൌൺസിൽ പുന:സ്ഥാപിക്കുകയും വേണമെന്നവർ പറഞ്ഞു.

ശരിയായ വിധത്തിൽ തിരഞ്ഞെടുക്കപ്പെട്ട ഒന്നായതു കൊണ്ട് ഇപ്പോഴത്തെ പഞ്ചാബ് സ്റ്റേററ് കൌൺസിലിനെ നീക്കം ചെയ്യാനാവില്ലെന്ന് ഞങ്ങൾ പറഞ്ഞു. അച്ചടക്ക നടപടികളാണെങ്കിൽ ഇക്കാലത്തിനിടക്ക് ചുരുക്കം ചിലതുമാത്രമേ ഗൌരവമേറിയ കുററങ്ങൾക്ക് എടുത്തിട്ടുള്ളു. അവയെ കണ്ണും ചിമ്മി ഒന്നടക്കം റദ്ദു ചെയ്യാവുന്നതല്ല. ഓരോ കേയ്സും പ്രത്യേകമായി പരിശോധിച്ച്, ഗുണദോഷങ്ങളുടെ അടിസ്ഥാനത്തിൽ തീരുമാനമെടുക്കേണ്ടതാണ്.

(6) പാർട്ടി മെമ്പർഷിപ്പിനെക്കുറിച്ച്—1959-ലെ എല്ലാ മെമ്പറന്മാരെയും ചേർക്കാനനുവദിക്കണം. പുതിയ മെമ്പർഷിപ്പ് പരിശോധനക്ക് യോജിച്ച ഏർപ്പാടുണ്ടാക്കണം ഇതാണവരുടെ ആവശ്യം.

മെമ്പർഷിപ്പ് പരിശോധനക്ക് യോജിച്ച ഏർപ്പാട് എന്നു പറയുന്നതിൻെറ അർത്ഥം അവരംഗീകരിക്കുന്നവർ മാത്രമേ മെമ്പറന്മാരാകൂ എന്നാണ്. ഈ നിലപാട് സ്വീകാര്യമല്ല. മെമ്പർഷിപ്പു കാര്യത്തിൽ ഒരു പരിശോധനാ കമ്മററിയെ ദേശീയകൌൺസിലിനു നിശ്ചയിക്കാവുന്നതാണ്.

1959 ലെ മെമ്പർമാരെ വീണ്ടും ചേർക്കുന്നതിനെ സംബന്ധിച്ച് ദേശീയ കൌൺസിൽ ഒരു തീരുമാനമെടുത്തിട്ടുണ്ട്. അറസ്ററുകളോ മററെന്തെങ്കിലും ബുദ്ധിമുട്ടുകളോ കാരണമായി മെമ്പറന്മാരെ ചേർക്കാൻ കഴിഞ്ഞിട്ടില്ലാത്തിടങ്ങളിൽ ഒരു നിശ്ചിതകാലാവധിക്കിടക്ക് മെമ്പറന്മാരെ ചേർക്കുന്നതിന് അനുവദിക്കാവുന്നതാണ്. എന്നാൽ വ്യാപകമായി അത്തരം മെമ്പർഷിപ്പ് ചേർക്കലിന് അനുവാദം നൽകുന്നപക്ഷം അനാരോഗ്യകരമായ മത്സരം ആരംഭിക്കുകയും അതു വളരെ ചീത്തയായ ഫലം ഉളവാക്കുകയും ചെയ്യും. അതുകൊണ്ട് ഈ നിർദ്ദേശം ഞങ്ങൾക്ക സ്വീകാര്യമല്ല.

ചർച്ചകൾക്കിടയിൽ സഖാവ് ജ്യോതിയെ സഖാക്കൾ സുർജിത്തും പ്രമോദ ദാസ്ഗുപ്തയും സഹായിച്ചു. ഞങ്ങൾ അന്യോന്യം സഹായം നൽകുകയും ചെയ്തു.

സംഭാഷണങ്ങളുടെ ചുരുക്കമാണ് മുകളിൽ ചേർത്തിട്ടുള്ളത്. വലിയ വികാരവായ്പൊന്നും കൂടാതെയാണ് സംഭാഷണങ്ങൾ നടന്നത്.

അനുബന്ധം 28

നാഷണൽ കൗൺസിൽ യോഗത്തിൽനിന്ന് 1964 ഏപ്രിൽ 11 ന് ഇറങ്ങിപ്പോന്ന കേരളത്തിലെ ഏഴ് മെമ്പറന്മാർ പുറപ്പെടുവിച്ച പ്രസ്താവന

നാഷണൽ കൌൺസിൽ മെമ്പർമാരായ ഇ. എം. എസ്സ്. നമ്പൂതിരിപ്പാട്, എ. കെ. ഗോപാലൻ, സി. എച്ച്. കണാരൻ, ഇ. കെ. ഇമ്പിച്ചിബാവ, എ. വി. കുഞ്ഞമ്പു, വി. എസ്. അച്യുതാനന്ദൻ തുടങ്ങിയവർ പുറപ്പെടുവിക്കുന്ന പ്രസ്താവന.

ഏപ്രിൽ 11-ാംതീയതി നാഷണൽകൌൺസിൽ യോഗത്തിൽ നിന്നു ഇറങ്ങിപ്പോന്ന 32 മെമ്പർമാരിൽ പെട്ടവരാണ് ഞങ്ങൾ. ആ ഇറങ്ങിപ്പോക്കിനെത്തുടർന്നു 32 പേരുംകൂടി നടത്തിയ ചർച്ചയുടെ ഫലം ഞങ്ങളുടെ ഒരു സംയുക്ത പ്രസ്താവനയിൽ വ്യക്തമാക്കിയിട്ടുണ്ട്.

ഇതിന്റെ അടിസ്ഥാനത്തിൽ കേരളത്തിലെ സ്ഥിതിഗതികളും ഇവിടത്തെ കമ്യൂണിസ്റ്റ്കാർ ചെയ്തുതീർക്കേണ്ട കടമകളും സംബന്ധിച്ചു ഞങ്ങൾ 7 പേരുംതമ്മിൽ കൂടിയാലോചിക്കുകയുണ്ടായി. ഇതിനെത്തുടർന്നു ഞങ്ങളുടെ മനസ്സിൽ രൂപംകൊണ്ടിട്ടുള്ള അഭിപ്രായങ്ങൾ കേരളത്തിലെ പാർട്ടിമെമ്പർമാരെയും അനുഭാവികളെയും പൊതുജനങ്ങളെയും അറിയിക്കേണ്ടതു ആവശ്യമാണെന്നു കരുതുന്നു.

പല കാരണങ്ങളാലും, മററു സംസ്ഥാനങ്ങളുടേതിൽനിന്നു വ്യത്യസ്തമായ ഒരു രാഷ്ട്രീയ സാഹചര്യമാണ് കേരളത്തിലുള്ളത്. ഏതാനും മാസങ്ങൾക്കകത്തു നടക്കാനിരിക്കുന്ന തിരഞ്ഞെടുപ്പു സമരത്തിൽ ജനാധിപത്യശക്തികളെയെല്ലാം ഒരു പൊതുപരിപാടിയുടെ അടിസ്ഥാനത്തിൽ യോജിപ്പിച്ചണിനിരത്തി കോൺഗ്രസ്സിനു കനത്ത പരാജയം ഏൽപ്പിക്കുകയെന്ന പ്രായോഗിക പ്രശ്നം കമ്യൂണിസ്റ്റ്കാരെ അഭിമുഖീകരിച്ചുകഴിഞ്ഞിരിക്കുന്നു. ഈ പ്രശ്നത്തിനു തൃപ്തികരമായ പരിഹാരം കാണാനുള്ള ശ്രമത്തിലാണ് കേരളത്തിലെ ഓരോ കമ്യൂണിസ്റ്റ്കാരനും ഏർപ്പെടേണ്ടത്. ഏതു കാരണത്താലായാലും ഈ കടമയിൽനിന്നു വ്യതിചലിക്കാൻ കമ്യൂണിസ്റ്റ്പാർട്ടി അല്ലെങ്കിൽ അതിൽ ഏതെങ്കിലുമൊരു വിഭാഗം തയ്യാറാവുകയാണെങ്കിൽ അവർ കേരളത്തിലെ ബഹുജനങ്ങളുടെ അടങ്ങാത്ത രോഷത്തിനും വെറുപ്പിനും ഇടയാവുമെന്ന കാര്യത്തിൽ യാതൊരു സംശയവുമില്ല.

ഞങ്ങളെ സംബന്ധിച്ചു പറയുകയാണെങ്കിൽ, കേരളത്തിലെ ജനാധിപത്യവാദികളുടെ കേന്ദ്രകടമയായ ഐക്യമുന്നണി കെട്ടിപ്പടുക്കാനുള്ള പ്രവർത്തനത്തിൽ മുഴുകാൻ തന്നെയാണ് ഞങ്ങളുദ്ദേശിക്കുന്നത്. നാഷണൽ കൗൺസിലിന്റെ ഇവിടത്തെ യോഗത്തിൽ നടന്നതോ കേരളത്തിൽ ഇനി നടക്കാവുന്നതോ ആയ സംഭവവികാസങ്ങളൊന്നും തന്നെ ഞങ്ങളെ ഇതിൽനിന്നു വ്യതിചലിപ്പിക്കാൻ പോകുന്നില്ല. ആർ. എസ്. പി., പി. എസ്. പി. മുതലായ സഹോദരപാർട്ടിക

ളും മററു ജനാധിപത്യപ്രതിപക്ഷശക്തികളുമെല്ലാം ചേർന്നു ഒരു പൊതുപരിപാടിയംഗീകരിച്ചു കോൺഗ്രസ്സിനെ തോല്പിക്കാൻവേണ്ടി പ്രവർത്തിക്കുമ്പോൾ അതിൽ സർവ്വാത്മനാ പങ്കുകൊള്ളുന്നതിൽ കമ്മ്യൂണിസ്റ്റുകാർക്കിടയിലുള്ള അഭിപ്രായവ്യത്യാസങ്ങൾ ഒരു തടസ്ഥമാവാൻ പാടില്ലെന്നാണു് ഞങ്ങളുടെ അഭിപ്രായം. ഇതനുസരിച്ചു പ്രവർത്തിക്കാൻ ഞങ്ങൾ ഞങ്ങളുടെ കഴിവുകൾ മുഴുവൻ ഉപയോഗിക്കുന്നതായിരിക്കും.

ഇതിന്നു സഹായകരമായ നിലപാടുകളെടുക്കാൻ കേരളാ സ്റ്റേറ്റുകൗൺസിലിന്റെ ഭൂരിപക്ഷം തയ്യാറാകുമോ എന്നതാണു് ചോദ്യം. അവ ഇതിന്നു തയ്യാറാവാതിരിക്കുകയാണെങ്കിൽ കേരളത്തിലെ പൊതുജനങ്ങളോടു് അവർ ഇതിനുത്തരം പറയേണ്ടിവരുമെന്ന കാര്യത്തിൽ ഞങ്ങൾക്കു യാതൊരു സംശയവുമില്ല.

ഞങ്ങൾ ഈ ചോദ്യം ഈ ഘട്ടത്തിൽ ചോദിക്കുന്നതിനു് പ്രത്യേകകാരണമുണ്ടു്. മററു സംസ്ഥാനങ്ങളിലും കേന്ദ്രത്തിലുമെന്നപോലെ ഇവിടെയും പാർട്ടിക്കകത്തു തീക്ഷ്ണമായ അഭിപ്രായവ്യത്യാസം കുറേക്കാലമായി വളർന്നുവന്നിട്ടുണ്ടെന്ന കാര്യം എടുത്തു പറയേണ്ടതില്ല. ഈ അഭിപ്രായവ്യത്യാസത്തിന്റെ കേന്ദ്രമായി നില്ക്കുന്നതാകട്ടെ—കോൺഗ്രസ്സിനോടുള്ള സമീപനമാണുതാനും. പത്രങ്ങളും പാർട്ടിക്കകത്തുള്ള ഞങ്ങളുടെ എതിരാളികൾപോലും പറഞ്ഞു പരത്തുന്നതുപോലെ ഞങ്ങൾ ''പീക്കിങ്ങ് പക്ഷപാതിക''ളായതുകൊണ്ടു വളർന്നുവന്ന ഒരഭിപ്രായവ്യത്യാസമല്ല ഇതു്. പിന്നെയോ? സ്റ്റേറ്റുകൗൺസിൽ ഭൂരിപക്ഷം പ്രചരിപ്പിച്ചുകൊണ്ടിരിക്കുന്ന കാൺഗ്രസ്സ്-കമ്മ്യൂണിസ്റ്റ് ഐക്യമെന്ന മുദ്രാവാക്യവും അതിനെതിരായ ഞങ്ങളുടെ സമീപനവും തമ്മിലാണു് അഭിപ്രായവ്യത്യാസമുള്ളതു്. ഈ യാഥാർത്ഥ്യം മൂടിവെക്കുന്നതിനുള്ള ഒരു സൂത്രം മാത്രമാണു് ഞങ്ങൾ 'പീക്കിങ്ങ് പക്ഷപാതി'കളാണെന്ന പ്രചരണം.

1960 ഡിസംബറിൽ നടന്ന ഉപതിരഞ്ഞെടുപ്പിൽ പാർട്ടി അംഗീകരിക്കേണ്ട നിലപാടു് സംബന്ധിച്ചു് സ്റ്റേറ്റുകൗൺസിൽ ഭൂരിപക്ഷവും ഞങ്ങളും തമ്മിൽ മൂർത്തമായ അഭിപ്രായവ്യത്യാസം പ്രത്യക്ഷപ്പെടുകയുണ്ടായി. ചേരിചേരാനയത്തിന്റെ കാര്യത്തിൽ മാത്രമല്ല സോഷ്യലിസ്റ്റ് സമുദായം കെട്ടിപ്പടുക്കുന്നതിന്റെ കാര്യത്തിൽപോലും കോൺഗ്രസ്സ് തുടർന്ന നയം ശരിയായ നയമാണെന്നും ആ നയത്തെ ആസ്പദിച്ചു് കോൺഗ്രസ്സും കമ്മ്യൂണിസ്റ്റുപാർട്ടിയും ചേർന്നു് ഒരു തിരഞ്ഞെടുപ്പുസഖ്യം ഉണ്ടാക്കണമെന്നും അവർ വാദിച്ചു. ഞങ്ങളതിനെ ശക്തിയായെതിർത്തു. വിജയവാഡയിൽ വെച്ചു കൂടിയ പാർട്ടികോൺഗ്രസ്സിന്റെ പ്രമേയത്തിനും അതിനെ തുടർന്നു നാഷണൽകൗൺസിൽ അംഗീകരിച്ച തിരഞ്ഞെടുപ്പു നയത്തിനും എതിരാണിതെന്നു ഞങ്ങൾ ചൂണ്ടിക്കാണിച്ചു. പക്ഷെ കൗൺസിലിൽ തങ്ങൾക്കുള്ള ഭൂരിപക്ഷമുപയോഗിച്ചു് അവരതു പാസ്സാക്കി:

സ്വാഭാവികമായും പാർട്ടി അണികളിൽ വമ്പിച്ച എതിർപ്പ് സൃഷ്ടിക്കാനിടയാക്കിയ ഒരു പ്രമേയമാണിത്. എന്നാൽ പാർട്ടി അണികളിൽനിന്നു വന്ന വിമർശനത്തെയും എതിർപ്പിനെയും ജനാധിപത്യപരമായ അടിസ്ഥാനത്തിൽ വിലയിരുത്തി തങ്ങളുടെ നിലപാട് മാററുന്നതിനു പകരം എതിർപ്പ് പ്രകടിപ്പിക്കുന്നവരെ "പീക്കിംഗ് പക്ഷപാതിക"ളെന്നു മുദ്രകുത്തി അച്ചടക്കഭീഷണി ഉപയോഗിച്ച് അമർത്താനാണിവർ ശ്രമിക്കുന്നത്. അവരുടെ ഈ സമീപനം പാർട്ടിക്കകത്ത് ഇതിനു മുമ്പൊരിക്കലുമുണ്ടായിട്ടില്ലാത്ത ഗൗരവാവഹമായ ഒരു ഉൾപ്പാർട്ടിക്കുഴപ്പം സൃഷ്ടിച്ചിരിക്കുന്നു.

മുസ്ലിംലീഗുമായുണ്ടാക്കേണ്ട ബന്ധത്തെ സംബന്ധിച്ച് സ: എ. കെ. ഗോപാലൻ ചെയ്ത പ്രസ്താവന തെററാണെന്നു പരസ്യമായി പ്രഖ്യാപിക്കാൻ സ്റ്റേററ് കൌൺസിൽ ഭൂരിപക്ഷത്തിനു മടിയുണ്ടായില്ല. എന്നാൽ മൂന്നാം പൊതുതിരഞ്ഞെടുപ്പിന്റെ സന്ദർഭത്തിൽ നാഷണൽ കൌൺസിലംഗീകരിച്ച പ്രകടനപത്രികയിലെ വ്യക്തമായ പ്രഖ്യാപനങ്ങൾക്കെല്ലാം എതിരായ വിധത്തിൽ കോൺഗ്രസ്സും കമ്മ്യൂണിസ്റ്റ് പാർട്ടിയും കൂടിച്ചേർന്നുണ്ടാക്കുന്ന ഐക്യമുന്നണിയിലൂടെയാണ് ഇന്ത്യൻ ജനത സോഷ്യലിസത്തിലേക്കു നീങ്ങേണ്ടതെന്നു വാദിക്കുന്ന ലേഖനങ്ങൾ തുടരെത്തുടരെയായി പാർട്ടിപത്രങ്ങളിൽ വന്നതിനെതിരായി ഒരു ചെറുവിരൽ പോലുമുയർത്താൻ ഇവർ തയ്യാറായില്ല. 10 മാസത്തോളം കാലം തുടരെത്തുടരെയായി നടന്ന സമ്മർദ്ദത്തിന്റെ ഫലമാണ് ഇത്തരം ലേഖനമെഴുതിയ കെ. ദാമോദരന്റെ പ്രവൃത്തിയെ ആക്ഷേപിച്ചുകൊണ്ട് ഒരു പ്രമേയം പാസ്സാക്കാൻ സ്റ്റേററ് കൌൺസിൽ ഭൂരിപക്ഷം തയ്യാറായത്. അപ്പോൾ പോലും ഉപതെരഞ്ഞെടുപ്പുകളുടെ കാര്യത്തിൽ തങ്ങൾ സ്വയം എടുത്ത നിലപാട് തെററായിരുന്നുവെന്ന് പരസ്യമായി സമ്മതിച്ച് അതു തിരുത്താൻ അവർ തയ്യാറായില്ല.

സ്റ്റേററ് കൌൺസിൽ ഭൂരിപക്ഷം അംഗീകരിക്കുന്ന ഈ നിലപാട് കമ്മ്യൂണിസ്റ്റുകാരുടെ തിരഞ്ഞെടുപ്പ് പ്രവർത്തനത്തിൽ ഒരു വലിയ തടസ്സമായിരിക്കുമെന്നു തെളിയിക്കപ്പെട്ടിരിക്കുന്നു. ഈ നിലപാട് തുടരുന്ന കാലത്തോളം കോൺഗ്രസ്സിന്റെ അധികാരകുത്തക പൊളിക്കുന്നതിന് ജനാധിപത്യപ്രതിപക്ഷകക്ഷികളെയെല്ലാം ഒരു പൊതുപരിപാടിയുടെ അടിസ്ഥാനത്തിൽ യോജിപ്പിച്ചുനിർത്താൻ സാധിക്കുകയില്ലെന്നു വ്യക്തമാണ്.

തെരഞ്ഞെടുപ്പിനെ സംബന്ധിച്ച് കേരളാ സ്റ്റേററ് കൌൺസിലംഗീകരിച്ചതും മററു പല കാര്യങ്ങളെയും കുറിച്ച് മററു സ്റ്റേററ് കൌൺസിലുകളംഗീകരിച്ചതുമായ പ്രമേയങ്ങളെയും അവയുടെ അടിസ്ഥാനത്തിൽ അവരെടുത്ത നടപടികളെയും മുൻനിറുത്തിയാണ് കേന്ദ്ര സെക്രട്ടേറിയററ് തുടരുന്ന നയത്തെ ഞങ്ങൾ വിലയിരുത്തുന്നതെന്ന് വ്യക്തമാക്കേണ്ടിയിരിക്കുന്നു. വിജയവാഡയിൽ കൂടിയ പാർട്ടി

കോൺഗ്രസ്സിന്റെ വ്യക്തമായ നിർദ്ദേശങ്ങൾക്കെതിരായി കമ്മ്യൂണിസ്റ്റ് പാർട്ടിയെ കോൺഗ്രസ്സിന്റെ ഒരു വാലാക്കിത്തീർക്കാൻ കേന്ദ്രസെക്രട്ടേറിയറ്റ് ശ്രമിക്കുന്നുവെന്നുള്ളതാണ് ഞങ്ങളുടെ വിമർശനം.

ഈ കാര്യത്തിൽ കേരളത്തിലെ പാർട്ടി മെമ്പർമാരിൽ ഭൂരിപക്ഷം ഞങ്ങളെ പിന്താങ്ങുന്നുണ്ടെന്നാണ് ഞങ്ങളുടെ വിശ്വാസം. സ്റ്റേറ്റ് കൗൺസിലിൽ ഇന്ന് ഭൂരിപക്ഷമുള്ള സഖാക്കളുടെ വിശ്വാസത്തി [illegible] പ്രവർത്തനങ്ങളുമെല്ലാം ന്യായമായി നടത്തപ്പെടുന്ന ഒരു പാർട്ടി കോൺഫറൻസിൽ തള്ളപ്പെടുമെന്ന കാര്യത്തിൽ ഞങ്ങൾക്ക് യാതൊരു സംശയവുമില്ല. എന്നാൽ ന്യായമായ നിലക്ക് ഒരു കോൺഫറൻസ് നടത്തി പാർട്ടിമെമ്പർമാരുടെ ഭൂരിപക്ഷാഭിപ്രായം മനസ്സിലാക്കി പ്രവർത്തിക്കുന്നതിനു പകരം തങ്ങളുടെ അഭിപ്രായഗതി പാർട്ടിയുടെമേൽ വെച്ചുകെട്ടാനാണവർ ശ്രമിക്കുന്നത്. ഈ ശ്രമം അവസാനിപ്പിച്ച് ഉൾപ്പാർട്ടിജനാധിപത്യം സ്ഥാപിക്കാൻ ഈ വൈകിയ വേളയിലെങ്കിലും തയ്യാറാവണമെന്ന് അവരോട് ഞങ്ങളഭ്യർത്ഥിക്കുന്നു. അവരതിന് തയ്യാറാവാത്തപക്ഷം അവരെ അതിന് നിർബന്ധിക്കത്തക്ക സംഘടിത പ്രവർത്തനം നടത്തണമെന്ന് കേരളത്തിലെ എല്ലാ പാർട്ടി മെമ്പർമാരോടും ഞങ്ങൾ അഭ്യർത്ഥിക്കുന്നു.

ഇതവസാനിപ്പിക്കുന്നതിന് മുമ്പ് പ്രധാനമായി മറ്റൊരു കാര്യം കൂടി ചൂണ്ടിക്കാണിക്കേണ്ടതുണ്ട്. വില നിയന്ത്രണം, നികുതി കുറയ്ക്കൽ, മലയോരപ്രദേശങ്ങളിൽനിന്നും മറ്റുമുള്ള കുടിയിറക്കൽ, ജന്മികളെ സഹായിക്കാൻവേണ്ടി കോൺഗ്രസ്സ് ഗവണ്മെന്റ് പാസ്സാക്കിയ ഭൂപരിഷ്കരണ നിയമത്തിന്റെ ഫലമായി വരാൻപോകുന്ന ഒഴിപ്പിക്കലുകളും പാട്ടം വർദ്ധിപ്പിക്കലുകളും മുതലായ നിരവധി പ്രശ്നങ്ങൾ ഇന്ന് കേരളത്തിലെ ബഹുജനങ്ങളെ നേരിട്ടുകൊണ്ടിരിക്കുന്നുണ്ട്. ഇവക്കെല്ലാം പരിഹാരം കാണുന്നതിന് കമ്മ്യൂണിസ്റ്റ് പാർട്ടിയും മറ്റു ജനാധിപത്യവാദികളും യോജിച്ച് പ്രവർത്തിച്ചിട്ടുണ്ട്. ഇതു തുടരണമെന്നാണ് ഞങ്ങളാഗ്രഹിക്കുന്നത്. കമ്മ്യൂണിസ്റ്റുകാർക്കിടയിൽ ഇന്നുള്ള അഭിപ്രായവ്യത്യാസങ്ങളും പാർട്ടി നിലവാരത്തിൽ അവർ തമ്മിൽ നടക്കുന്ന സമരങ്ങളും ബഹുജനപ്രശ്നങ്ങൾ കൈകാര്യം ചെയ്യുന്നതിൽ ബാധകമാവരുതെന്ന് ഞങ്ങൾക്ക് നിർബന്ധമുണ്ട്. തിരഞ്ഞെടുപ്പു സമരത്തിന്റെ കാര്യത്തിലെന്നപോലെ ഇതിലും സ്റ്റേറ്റ് കൗൺസിൽ ഭൂരിപക്ഷം തെറ്റായ നിലപാടെടുത്ത് ബഹുജനപ്രസ്ഥാനത്തിന്റെ ഐക്യം പൊളിക്കാൻ ശ്രമിക്കുന്നപക്ഷം അവരെ അതിൽനിന്ന് പിന്തിരിപ്പിക്കുവാൻ കേരളത്തിലെ പാർട്ടിമെമ്പർമാരും അനുഭാവികളും മുന്നോട്ടുവരുമെന്ന് ഞങ്ങളാശിക്കുന്നു.

ഗ്രന്ഥസൂചി

I കമ്യൂണിസ്റ്റ് പാർട്ടി രേഖകൾ

A. ഇംഗ്ലീഷ്

Amendments To Draft Programme of Communist Party of India and to Constitution of Communist Party of India (Adopted by National Council, Communist Party of India), Trivandrum - 4 to 9 November 1964, Communist Party Publication, (New Delhi-November 1964)

Central Committee Resolution (Adopted by the Central Committe of the Communist Party of India (Marxist), Madurai, August 18 to 27, 1967, Published by Communist Party of India (Marxist), (Calcutta- July 1973)

Comments on the Two Draft Programmes by Bhupesh Gupta, Communist Party Publication,(New Delhi-October 1964)

Critical Note on the Programme Draft by EMS Namboodiripad and *Comments on Namboodiripad's Critical Note* by Bhupesh Gupta, Communist Party Publication, (New Delhi- October 1964)

Dange Unmasked, Repudiate the Revisionist, 4 Windsor Place, (New Delhi- 25 April 1964)

Draft Programme of the Communist Party of India by Bhupesh Gupta and P Ramamurti (Party Congress Document), Sixth Congress of the Communist Party of India, Vijayawada - April 7 to 16, 1961.

Draft Programme of the Communist Party of India by S A Dange,

P C Joshi, G Adhikari, Party Congress Document, Sixth Congress of the Communist Party of India, Vijayawada-April 7 to 16, 1961, Communist Party of India, New Delhi.

Draft Programme of the Communist Party of India, For Discussion, Bassava punniah, published by Desraj Chaddha, (New Delhi-April 1964)

Election Manifesto of the Communist Party of India, 1961.

Fight Against Revisionism, Published by EMS Namboodiripad, (Trivandrum-December 1965)

For the Unity of the Party and the International Communist Movement (Report on the Ideological Controversy in the International Communist Movement approved by the National Council of the Communist Party of India), (New Delhi-August 1964)

National Democratic Front for National Democratic Tasks (Political Resolutions Adopted by the Sixth Congress of the Communist Party of India), Vijayawada - 7-16 April 1961, Communist Party Publication.

New Situation and Our Tasks (Speech by Ajoy Ghosh as Amended and adopted by the Sixth Congress of the Communist party of India), Vijayawada-7-16 April 1961, Communist Party Publication.

On the slogan of a "New Path" (Extracts from the speeches made by Comrade Ajoy Ghosh at the joint meeting of the Travancore-Cochin and Malabar, Provincial Committees on 30 November 1955), Fourth Party Congress Document No.7, Communist Party Publication, New Delhi.

Party Letter No.1, August 30,1951

Party Letter No.2, September 12, 1951

Party Letter No.4, November 20,1951

Party Letter No.6, December 24, 1952

Political Resolution(Draft by 21 members of the National Council), Party Congress Document, Sixth Congress of the Communist Party of India, Vijayawada - April 7 to 16, 1961.

Proceedings of the Seventh Congress of the Communist Party of India, Bombay 13-23 December 1964, Volume Three, Discussions, Communist Party Publication, (New Delhi-August 1965)

Proceedings of the Seventh Congress of the Communist Party of

India, Bombay-13-23 December, Volume Two, Communist Party Publication

Resolutions of the Central Executive Committee of the National Council of the Communist Party of India, New Delhi-12-17 January 1964, Communist Party Publication.

Resolutions of the Central Executive Committee of the National Council of the Communist Party of India, New Delhi - 14-17 Septemeber 1963, Communist Party Publication.

Resolutions of the Communist Party of India, Adopted at the Extra Ordinary Party Congress, Amritsar April 1958, (New Delhi-June 1958)

Resolutions of the National Council of the Communist Party of India, Hyderabad- 14-20 August 1962, Communist Party Publication, (New Delhi-September 1962)

Resolutions of the National Council of the Communist Party of India, New Delhi - 5-12 February 1963, Communist Party Publications, (New Delhi- February 1963)

Resolutions of the National Council of the Communist Party of India, New Delhi - 14-19 October 1963, Communist Party Publications, (New Delhi- October 1963),

Resolution on Splitters and Other Documents of the National Council of the Communist Party of India, New Delhi - April 10-15, 1964, Communist Party Publication, (New Delhi-April 1964)

Stand on Ideological Issues, Communist Party of India (Marxist), (Calcutta-November 1969)

The Great Debate (Selected Writings on Problems of Marxism-Leninism Today), Peoples Publishing House, (New Delhi-July 1963)

Threat to Party Unity-How to Avert It? (Texts of a Document by M Basavapunniah and Sixteen other Members of the National Council with a Reply by S.A.Dange, Chairman CPI), Communist Party Publication, (New Delhi-December-1963)

What Dange Programme Reveals- A real face of Revisionists (A criticism), Published by Desraj Chadda, New Delhi.

B. മലയാളം

ആശയപരമായ പ്രശ്നങ്ങൾ (ഇന്ത്യൻകമ്യൂണിസ്റ്റ് പാർട്ടിയുടെ ഏഴാം

കോൺഗ്രസ് അംഗീകരിച്ച പ്രമേയം), ഇന്ത്യൻ കമ്യൂണിസ്റ്റ് പാർട്ടി ഏഴാം കോൺഗ്രസ് (1964 ഡിസംബർ, ബോംബെ) രേഖകൾ.

ആശയസമരത്തെക്കുറിച്ച് (ഇന്ത്യൻ കമ്യൂണിസ്റ്റ് പാർട്ടി ദേശീയ കൗൺസിൽ 1962 ആഗസ്തിൽ ഹൈദരാബാദിൽവെച്ചും 1963 ഒക്ടോബറിൽ ഡൽഹിയിൽവെച്ചും അംഗീകരിച്ച പ്രമേയങ്ങൾ), പ്രഭാതം പ്രിന്റിങ് ആന്റ് പബ്ലിഷിങ് കമ്പനി പ്രൈവറ്റ് ലിമിറ്റഡ്,(തിരുവനന്തപുരം–മാർച്ച് 1964)

ഇന്ത്യൻ കമ്യൂണിസ്റ്റ് പാർട്ടി ഏഴാം കോൺഗ്രസ് രേഖകൾ, ഇന്ത്യൻ കമ്യൂണിസ്റ്റ് പാർട്ടിയുടെ പരിപാടി, മേയ് 1965.

ഇന്ത്യൻ കമ്യൂണിസ്റ്റ് പാർട്ടി കേരളാസ്റ്റേറ്റ് സമ്മേളനം, സ്റ്റേറ്റ് കൗൺസിൽ സമർപ്പിക്കുന്ന റിവ്യൂ റിപ്പോർട്ട്, 1964 ഡിസംബർ 2 മുതൽ 6 വരെ, തൃശൂർ.

ഇന്ത്യൻ കമ്യൂണിസ്റ്റ് പാർട്ടിയിലെ റിവിഷനിസവും ഡോഗ്മാറ്റിസവും (1963 ഫെബ്രുവരിയിൽ ചേർന്ന ഇന്ത്യൻ കമ്യൂണിസ്റ്റ് പാർട്ടിയുടെ നാഷണൽ കൗൺസിൽ യോഗത്തിൽ സ. ഇ എം എസ് സമർപ്പിച്ച ഇംഗ്ലീഷിലുള്ള രേഖയുടെ തർജ്ജുമ), ഇന്ത്യൻ കമ്യൂണിസ്റ്റ് പാർട്ടിയുടെ കേരള സ്റ്റേറ്റ് കൗൺസിൽ, (തിരുവനന്തപുരം–നവംബർ 1963)

ഇന്ത്യൻ കമ്യൂണിസ്റ്റ് പാർട്ടിയുടെ പരിപാടി (1964 ഡിസംബർ 13–24 തീയതികളിൽ ബോംബെയിൽ സമ്മേളിച്ച പാർട്ടിയുടെ ഏഴാം കോൺഗ്രസ് അംഗീകരിച്ചത്), നവയുഗം പ്രസ്,(തിരുവനന്തപുരം– മേയ് 1965)

ഇന്നത്തെ രാഷ്ട്രീയ സ്ഥിതിയെപ്പറ്റി ഇന്ത്യൻ കമ്യൂണിസ്റ്റ് പാർട്ടിയുടെ കരടുപ്രമേയം (1961 ഏപ്രിൽ മാസത്തിൽ കൂടുന്ന പാർട്ടിയുടെ ആറാം കോൺഗ്രസിൽ അവതരിപ്പിച്ച കരട് രേഖ, 1961 ഫെബ്രുവരിയിൽ ഡൽഹിയിൽവെച്ച് യോഗം ചേർന്ന നാഷണൽ കൗൺസിൽ അംഗീകരിച്ചത്), കമ്യൂണിസ്റ്റ് പാർട്ടി പ്രസിദ്ധീകരണം, നവയുഗം പ്രസ്, (എറണാകുളം–1961)

ഐക്യം ഐക്യം ഐക്യം, സെൻട്രൽ കമ്മിറ്റി പ്ലീനത്തിന്റെ രാഷ്ട്രീയ പ്രമേയം, ദേശാഭിമാനി പബ്ലിഷിങ് ഹൗസ്, (കോഴിക്കോട്–1942)

ഐക്യം പുനഃസ്ഥാപിക്കാനുള്ള ലളിതമായ മാർഗ്ഗം (ഇടതുപക്ഷ കമ്യൂണിസ്റ്റുകാരുടെ എറണാകുളം കൺവെൻഷൻ തീരുമാനങ്ങളെപ്പറ്റി, മേയ് 23,24 തീയതികളിൽ കൂടിയ കമ്യൂണിസ്റ്റ് പാർട്ടി കേരളാസേറ്റ് കൗൺസിൽ അംഗീകരിച്ച പ്രസ്താവന)

കമ്യൂണിസ്റ്റ് പാർട്ടി നാഷണൽ കൗൺസിൽ പ്രമേയങ്ങൾ, കമ്യൂണിസ്റ്റ് പാർട്ടി പ്രസിദ്ധീകരണം നമ്പർ–12, നവംബർ 1959

കരടു പരിപാടികളെക്കുറിച്ച് ഒരു ലഘുവിമർശനം (ചർച്ചക്കുവേണ്ടി

ഇഎം എസ് നമ്പൂതിരിപ്പാട് തയ്യാറാക്കിയത്), ഇന്ത്യൻ കമ്യൂണിസ്റ്റ് പാർട്ടിയുടെ കേരളാ സ്റ്റേറ്റ് സംഘടനാ കമ്മിറ്റി,(എറണാകുളം-ആഗസ്ത് 1964)

കൽക്കത്തയിൽവെച്ചുകൂടിയ ഏഴാം പാർട്ടി കോൺഗ്രസ് നടപടികളെക്കുറിച്ച് റിപ്പോർട്ടുചെയ്യാനുള്ള കുറിപ്പുകൾ, കമ്യൂണിസ്റ്റ് പാർട്ടിയുടെ കേരള സ്റ്റേറ്റ് കമ്മിറ്റി, (എറണാകുളം, ഡിസംബർ 1964)

കോൺഗ്രസ്സിന്റെ പ്രകടനപത്രിക ഒരു വിമർശനം, ഇന്ത്യൻ കമ്യൂണിസ്റ്റ് പാർട്ടിയുടെ കേരള സംസ്ഥാന കമ്മിറ്റി പ്രസിദ്ധീകരിക്കുന്നത്, പ്രഭാത് ബുക്ക് ഹൗസ്, ജനുവരി 1957

പരിപാടിയെയും നയത്തെയും സംബന്ധിക്കുന്ന ചില അടിസ്ഥാനപ്രശ്നങ്ങളിൽ നമ്മുടെ പാർട്ടിക്കും ചൈനീസ് പാർട്ടിക്കുമുള്ള ഭിന്നമായ വീക്ഷണങ്ങൾ (1967 ആഗസ്ത് 18 മുതൽ 27 വരെ മധുരയിൽചേർന്ന ഇന്ത്യൻ കമ്യൂണിസ്റ്റ് പാർട്ടി(മാർക്സിസ്റ്റ്) കേന്ദ്രകമ്മിറ്റിയോഗം അംഗീകരിച്ച പ്രമേയം), ദേശാഭിമാനി പ്രസിദ്ധീകരണം,(കോഴിക്കോട്- ഒക്ടോബർ 1967)

പാർട്ടി ഐക്യം കെട്ടിപ്പടുക്കാൻ വിഭാഗീയ പ്രവർത്തനങ്ങൾ അവസാനിപ്പിക്കുക(കമ്യൂണിസ്റ്റ് പാർട്ടിയുടെ ദേശീയ കൗൺസിലിൽ എ കെ ജി സമർപ്പിച്ച രേഖ) ചിന്ത പ്രസിദ്ധീകരണം, മേയ് 1964

പാർട്ടിയുടെ ഐക്യവും അച്ചടക്കവും ഉയർത്തിപ്പിടിക്കുക, കമ്യൂണിസ്റ്റ് പാർട്ടി പ്രസിദ്ധീകരണം,മേയ് 1964

പാർട്ടിക്കത്ത് നമ്പർ 2, മലബാർ ജില്ലാകമ്മിറ്റി,(കോഴിക്കോട്-23 ഏപ്രിൽ 1947)

പാർട്ടിക്കത്ത് നമ്പർ 1, ഇന്ത്യൻ കമ്യൂണിസ്റ്റ് പാർട്ടിയുടെ കേരളാ കമ്മിറ്റി പ്രസിദ്ധപ്പെടുത്തുന്നത്,(30 ആഗസ്ത് 1951)

പാർട്ടിക്കത്ത് നമ്പർ 4, ഇന്ത്യൻ കമ്യൂണിസ്റ്റ് പാർട്ടിയുടെ കേരളാ കമ്മിറ്റി പ്രസിദ്ധപ്പെടുത്തുന്നത്, (20 നവംബർ 1951)

പാർട്ടിക്കത്ത് നമ്പർ 2, ഇന്ത്യൻ കമ്യൂണിസ്റ്റ് പാർട്ടിയുടെ കേരളാ കമ്മിറ്റി, (ഫെബ്രുവരി 1953)

പാർട്ടിക്കത്ത് നമ്പർ 1, ഇന്ത്യൻ കമ്യൂണിസ്റ്റ് പാർട്ടിയുടെ കേരളാ കമ്മിറ്റി, (29 ജൂലൈ 1953)

പാർട്ടിക്കത്ത് നമ്പർ 6, ഇന്ത്യൻ കമ്യൂണിസ്റ്റ് പാർട്ടിയുടെ തിരുകൊച്ചി സ്റ്റേറ്റ് കമ്മിറ്റി,(ഡിസംബർ 1954)

പാർട്ടിക്കത്ത് നമ്പർ 3, കമ്യൂണിസ്റ്റ് പാർട്ടി കേരളാ സ്റ്റേറ്റ് കൗൺസിൽ, (ജൂലൈ 1961)

പാർട്ടിക്കത്ത് നമ്പർ 5, ഇന്ത്യൻ കമ്യൂണിസ്റ്റ് പാർട്ടി കേരളാ സ്റ്റേറ്റ് കൗൺസിൽ,(3 ഡിസംബർ 1962)

പാർട്ടി സംഘാടകൻ, നമ്പർ 3, ദേശാഭിമാനി പ്രസ്, (കോഴിക്കോട്-

ആഗസ്ത് 1944)

പാർട്ടിക്കുള്ളിലെ പിളർപ്പൻ പ്രവർത്തനങ്ങളെപ്പറ്റി, കേന്ദ്ര കൺട്രോൾ കമ്മീഷൻ നാഷണൽ *കൗൺസിലിനു സമർപ്പിച്ച റിപ്പോർട്ട്,* കമ്യൂണിസ്റ്റ് പാർട്ടി പ്രസിദ്ധീകരണം, ആഗസ്ത് 1964.

ഇന്ത്യൻ സ്വാതന്ത്ര്യസമരവും കമ്യൂണിസ്റ്റ് പ്രസ്ഥാനവും, 1984 ആഗസ്ത് 15, 16 തീയതികളിൽ തിരുവനന്തപുരം എ കെ ജി പഠനഗവേഷണ കേന്ദ്രത്തിന്റെ ആഭിമുഖ്യത്തിൽ നടന്ന സെമിനാറിൽ അവതരിപ്പിച്ച പ്രബന്ധങ്ങൾ, ചിന്ത, (തിരുവനന്തപുരം–1984)

പാർട്ടിയുടെയും ലോക കമ്യൂണിസ്റ്റ് പ്രസ്ഥാനത്തിന്റെയും ഐക്യത്തിനുവേണ്ടി (ലോക കമ്യൂണിസ്റ്റ് പ്രസ്ഥാനത്തിലെ ഇന്നത്തെ പ്രത്യയശാസ്ത്രപരമായ വിവാദത്തെപ്പറ്റി ദേശീയ കൗൺസിൽ അംഗീകരിച്ച റിപ്പോർട്ട്), കമ്യൂണിസ്റ്റ് പാർട്ടി പ്രസിദ്ധീകരണം, സെപ്തംബർ 1964.

പിളർപ്പന്മാരുടെ നുണബോംബു ശേഖരണശാല (പിളർപ്പന്മാരുടെ നുണബോംബുകളുടെ പൊള്ളത്തരം തുറന്നുകാട്ടിക്കൊണ്ട് സഖാവ് എസ് എ ഡാങ്കെ നാഷണൽ കൗൺസിലിനു നല്കിയ വിശദീകരണം), കമ്യൂണിസ്റ്റ് പാർട്ടി കേരളാ സ്റ്റേറ്റ് കൗൺസിൽ പ്രസിദ്ധീകരണം, ജനയുഗം പ്രസ്, കൊല്ലം.

പുതിയ സ്ഥിതിയും നമ്മുടെ ചുമതലകളും (ഭേദഗതി ചെയ്തതംഗീകരിച്ച അജയഘോഷിന്റെ പ്രസംഗം), കമ്യൂണിസ്റ്റ് പാർട്ടി കേരള സ്റ്റേറ്റ് കൗൺസിൽ പ്രസിദ്ധപ്പെടുത്തുന്നത്, (തിരുവനന്തപുരം–ആഗസ്ത് 1961)

ബുൾഗാനിൽ–ക്രൂഷ്ചേവ് ഇന്ത്യൻ പാർലമെന്റിൽ ചെയ്ത പ്രസംഗങ്ങൾ (ലഘു ജീവചരിത്രങ്ങളോടു കൂടി), പ്രഭാതം പ്രിന്റിങ് ആന്റ് പബ്ലിഷിങ് കമ്പനി ലിമിറ്റഡ്, ഡിസംബർ 1955.

മാതൃവഞ്ചകന്മാർ (ഇന്ത്യാ–ചീനാ അതിർത്തിത്തർക്കത്തിലുള്ള ഇന്ത്യൻ കമ്യൂണിസ്റ്റ് പാർട്ടിയുടെ നിലപാടു സംബന്ധിച്ച ധവളപത്രം), നാഷണൽ മാർക്സിസ്റ്റ് അസോസിയേഷൻ ഓഫ് ഇന്ത്യ പ്രസിദ്ധപ്പെടുത്തുന്നത്, 54, സൗത്ത് അവന്യൂ, ന്യൂഡൽഹി.

രാഷ്ട്രീയപ്രമേയം (ഇന്ത്യൻ കമ്യൂണിസ്റ്റ് പാർട്ടി ഏഴാം കോൺഗ്രസ് രേഖകൾ), 1964 ഡിസംബർ, ബോംബെ

ലോക കമ്യൂണിസ്റ്റു പ്രസ്ഥാനത്തിന്റെ പൊതുപരിപാടി (81 കമ്യൂണിസ്റ്റു വർക്കേഴ്സ് പാർട്ടികളുടെ മോസ്കോ സമ്മേളനരേഖകൾ), ഇ എം എസിന്റെ ഒരു മുഖവുരയോടുകൂടി, പ്രഭാതം പ്രിന്റിങ് ആന്റ് പബ്ലിഷിങ് കമ്പനി (പ്രൈവറ്റ്) ലിമിറ്റഡ്, (കോഴിക്കോട് –ഫെബ്രുവരി 1961)

സാർവ്വദേശീയ കമ്യൂണിസ്റ്റ് പ്രസ്ഥാനത്തെ നേരിടുന്ന ചില പ്രശ്നങ്ങളെപ്പറ്റി, (1960 സെപ്തംബർ 4–7 തീയതികളിൽ ചേർന്ന കമ്യൂണിസ്റ്റ്

പാർട്ടി കേന്ദ്ര എക്സിക്യൂട്ടീവ് കമ്മിറ്റി അംഗീകരിച്ച ഉൾപാർട്ടിപ്രമേയം), പാർട്ടി അംഗങ്ങൾക്കുമാത്രം, കമ്യൂണിസ്റ്റ് പാർട്ടി കേരളാസ്റ്റേറ്റ് കൗൺസിൽ പ്രസിദ്ധപ്പെടുത്തുന്നത്, ജനയുഗം പ്രസ്, (തിരുവനന്തപുരം–1–10–1960)

സോവിയറ്റ് കമ്യൂണിസ്റ്റ് പാർട്ടിനേതൃത്വവും ചൈനീസ് കമ്യൂണിസ്റ്റ് പാർട്ടി നേതൃത്വവും തമ്മിലുള്ള അഭിപ്രായവ്യത്യാസത്തിന്റെ ഉത്ഭവവും വളർച്ചയും (സോവിയറ്റ് പാർട്ടിയുടെ തുറന്ന കത്തിനുള്ള മറുപടി), ചിന്ത പ്രസിദ്ധീകരണം, 6 സെപ്തംബർ 1963

സോവിയറ്റ് കമ്യൂണിസ്റ്റ് പാർട്ടിയുടെ 22–ാം കോൺഗ്രസിനെപ്പറ്റി, ഇന്ത്യൻ കമ്യൂണിസ്റ്റ് പാർട്ടി ദേശീയ കൗൺസിലിന്റെ പ്രമേയം, സ്റ്റേറ്റ് കൗൺസിൽ പ്രസിദ്ധീകരണം, നവയുഗം പ്രസ്,(തിരുവനന്തപുരം–25–1–1963)

സംഘടനാ റിപ്പോർട്ട് (1964 ഡിസംബർ 13 മുതൽ 24 വരെ ഇന്ത്യൻ കമ്യൂണിസ്റ്റ് പാർട്ടിയുടെ ഏഴാം കോൺഗ്രസ് അംഗീകരിച്ചത്.)

റിവിഷനിസത്തിനെതിരെ (1964 ഒക്ടോബർ 31 മുതൽ നവംബർ 7 വരെ ബോംബെയിൽ വച്ച് നടന്ന കൽക്കത്തയിൽ ചേർന്ന ഇന്ത്യൻ കമ്യൂണിസ്റ്റ് പാർട്ടിയുടെ 7–ാം കോൺഗ്രസിൽ അംഗീകരിച്ച രാഷ്ട്രീയ- സംഘടനാ റിപ്പോർട്ട്), കമ്യൂണിസ്റ്റ് പാർട്ടി ഓഫ് ഇന്ത്യ (മാർക്സിസ്റ്റ്) കേരള സംസ്ഥാന കമ്മിറ്റി പ്രസിദ്ധീകരണം, (തിരുവനന്തപുരം–1986)

II ഗ്രന്ഥങ്ങൾ

A. ഇംഗ്ലീഷ്

Ajoy Ghosh, *On the work of the Third Congress of the Communist Party of India,* Madurai- December 27,1953 to January 4,1954, Communist Party of India,(New Delhi-March 1954)

Third Elections Communist Challenge, Communist Party Publication, (New Delhi-December 1961)

Towards A Mass Communist Party, Communist Party Publication, (New Delhi-February 1958)

Babu John, *History of Party Congress of the Communist Party of India,* Chintha Publishers, (Thiruvananthapuram-March 2012)

Georges Kristoffel Lieten, *The First Communist Ministry in Kerala 1957-59*, K P Bagchi And Company,(Calcutta-1962)

Harkishan Singh Surjeet, *An Outline History of The Communist Movement in India,* National Book Centre, (New Delhi-1993)

Hiren Mukherjee, *The Legacy We Cherish 60 years of CPI, Communist Party Publication,* (New Delhi December 1985)

Mankekar D.R , The Red Riddle of Kerala,(Bombay-1965)

Muraleedharan Nair S. Dr., *EMS and the Communist Movement in Kerals upto 1959,*(Unpublished Ph.D Thesis),University of Kerala,(Trivandrum-November 2000)

Namboothiripad EMS, Crisis into Chaos, Published by Sujith Mukherjee, Orient Longman Ltd(New Delhi-1981)

Economics and Politics of India's Socialist Pattern, Peoples Publishing House, (New Delhi-August 1966)

How I Became A Communist, Chintha, (Trivandrum-1976)

Indian Planning in Crisis, National Book Centre, (New Delhi 1982)

India Under Congress Rule, National Book Agency(PVT) Ltd., (Calcutta-February 1967)

Kerala:Society and Politics: An Historical Survey, National Book Centre,(New Delhi-1984)

Nehru: *Ideology and Practice,* National Book Center, (New Delhi-November 1998)

Reminiscences of an Indian Communist, National Book Centre, (New Delhi- June 1987)

Selected Writings, Volume Two, National Book Agency Pvt Ltd., January 1985

The Mahatma and the Ism, National Book Agency(P) Ltd., (Calcutta-June 1981)

The Communist Party in Kerala: Six Decades of Struggle and Advance, National Book Centre, (New Delhi-1994)

Nossiter T J, *Communism in Kerala- A study of Political Adaptation,* Oxford University Press,(Delhi-1982)

Marxist State Government in India, Pinter Publishers Ltd., (London-1988)

Overstreet D Gene and Marshall Wind Miller, *Communism in India*, University of California Press, (California-1959)

Rasul M A, *A History of the All India Kisan Sabha*, Salil Kumar Ganguli, National Book Agency Private Ltd., (Calcutta-1989)

Sudhan Mukherjee, *CPI and Internationalism,* Communist Party

Publication, (New Delhi-December 1985)
Victor M.Fic, *Kerala: Yenan of India: Rise of Communist Power*, 1937-69, Nachiketa Publication Ltd., (Bombay-1970).
Peaceful Transition to Communism in India, Nachiketa Publication Ltd.,(Bombay-1969).

B. മലയാളം

അച്യുതമേനോൻ. സി, *അഭിപ്രായവ്യത്യാസങ്ങളുടെ കാതലെന്താണ്?*, കമ്യൂണിസ്റ്റ് പാർട്ടി പ്രസിദ്ധീകരണം, ഏപ്രിൽ 1964
അജയഘോഷ്, *കേന്ദ്രകമ്മിറ്റിയുടെ പ്രമേയത്തെപ്പറ്റി*, പ്രഭാതം പ്രിന്റിങ് ആന്റ് പബ്ലിഷിങ് കമ്പനി (ലിമിറ്റഡ്), (കൊല്ലം-ജൂലൈ 1955)
ഇന്ത്യൻ രാഷ്ട്രീയത്തിന്റെ സവിശേഷതകൾ, പ്രഭാതം പ്രിന്റിങ് ആന്റ് പബ്ലിഷിങ് കമ്പനി (പ്രൈറ്റ്) ലിമിറ്റഡ്, (എറണാകുളം-1962)
മൂന്നാം കോൺഗ്രസിനുശേഷം (കേന്ദ്ര കമ്മിറ്റി യോഗത്തിന്റെ തീരുമാനങ്ങളെപ്പറ്റി), പ്രഭാതം പ്രിന്റിങ് ആന്റ് പബ്ലിഷിങ് കമ്പനി (ലിമിറ്റഡ്), (കൊല്ലം-മേയ് 1954)
അധികാരി ജി, *കമ്യൂണിസ്റ്റുപാർട്ടിയും സോഷ്യലിസത്തിലേക്കുള്ള ഇന്ത്യൻപാതയും*, കമ്യൂണിസ്റ്റ് പാർട്ടി കേരളസ്റ്റേറ്റ് കൗൺസിൽ പ്രസിദ്ധീകരണം, ജനയുഗം പ്രസ്സ്, (കൊല്ലം ഏപ്രിൽ 1965)
ഒരു സംഘം ലേഖകർ, *കമ്യൂണിസ്റ്റ് പ്രസ്ഥാനം ബംഗാൾ മുതൽ കേരളം വരെ*, ചിന്ത പബ്ലിഷേഴ്സ്, (തിരുവനന്തപുരം-ഒക്ടോബർ 1995)
ഒരു സംഘം ലേഖകർ (ഇ എം എസ്, ബസവ പുന്നയ്യ, രാജേശ്വരറാവു, ബാലറാം), *സി പി ഐ-സി പി ഐ(എം) സംവാദം*, ഇന്ത്യൻ കമ്യൂണിസ്റ്റ് പാർട്ടി കേരളസ്റ്റേറ്റ് കൗൺസിൽ പ്രസിദ്ധീകരണം, ജനയുഗം പ്രസ്, (കൊല്ലം-സെപ്തംബർ 1981)
ഗോപാലൻ എ കെ, *സ. അച്യുതമേനോൻ മറുപടി പറയട്ടെ*, ചിന്ത പ്രസിദ്ധീകരണം, ദേശാഭിമാനി പ്രസ്,(കോഴിക്കോട്-ജൂൺ 1964)
ചന്തവിള മുരളി ഡോ., *സഖാവ് പി കൃഷ്ണപിള്ള: ഒരു സമഗ്ര ജീവചരിത്ര പഠനം*, ചിന്ത പബ്ലിഷേഴ്സ്, (തിരുവനന്തപുരം-ഫെബ്രുവരി 2009)
ഡാങ്കെ എസ് എ, *ഞങ്ങളുടെ മാർഗ്ഗം തിരുത്തൽവാദമോ വരട്ടുതത്ത്വവാദമോ അല്ല*, ദേശാഭിമാനി, (കോഴിക്കോട്-മേയ് 1963)
തോപ്പിൽഭാസി, *തെളിവിലെ യാഥാർത്ഥ്യങ്ങൾ*, ജനയുഗം പ്രസിദ്ധീകരണം, (കൊല്ലം-ആഗസ്റ്റ് 1964)
ദാമോദരൻ കെ, *ഒരു ഇന്ത്യൻ കമ്യൂണിസ്റ്റിന്റെ ഓർമ്മക്കുറിപ്പ്*, പ്രഭാതം പ്രിന്റിങ് ആന്റ് പബ്ലിഷിങ് കമ്പനി (പ്രൈവറ്റ്) ലിമിറ്റഡ്,

(തിരുവനന്തപുരം–ഏപ്രിൽ 1990)
നമ്പൂതിരിപ്പാട് ഇ എം എസ്, *ആത്മകഥ*, ചിന്ത പബ്ലിഷേഴ്സ്, (തിരുവനന്തപുരം–മേയ് 1985)
അരനൂറ്റാണ്ടിന്റെ അനുഭവങ്ങൾ, ചിന്ത പബ്ലിഷേഴ്സ്, (തിരുവനന്തപുരം–മാർച്ച് 1987)
ഇന്ത്യൻ കമ്യൂണിസ്റ്റ് പ്രസ്ഥാനം (ചിന്ത ചോദ്യോത്തരങ്ങൾ–1), ചിന്ത പബ്ലിഷേഴ്സ്, (തിരുവനന്തപുരം–ആഗസ്ത് 1977)
ഇന്ത്യൻ കമ്യൂണിസ്റ്റ് പ്രസ്ഥാനം 1920–1998, ചിന്ത പബ്ലിഷേഴ്സ്, (തിരുവനന്തപുരം–മേയ് 2008)
ഇന്ത്യ–ചൈനാ അതിർത്തിയും കമ്യൂണിസ്റ്റ് പാർട്ടിയും (കമ്യൂണിസ്റ്റ് പാർട്ടി തിരഞ്ഞെടുപ്പ് പ്രസിദ്ധീകരണം നമ്പർ 18), ഡിസംബർ 1959
ഇന്ത്യൻ സ്വാതന്ത്ര്യസമരചരിത്രം, ചിന്ത പബ്ലിഷേഴ്സ്,(തിരുവനന്തപുരം–ഡിസംബർ 1987)
ഒക്ടോബർ വിപ്ലവത്തിനുശേഷം, ചിന്ത പബ്ലിഷേഴ്സ്,(തിരുവനന്തപുരം– 1988)
ഒരു ഇന്ത്യൻ കമ്യൂണിസ്റ്റിന്റെ ഓർമ്മക്കുറിപ്പുകൾ, ചിന്ത പബ്ലിഷേഴ്സ്, (തിരുവനന്തപുരം– ആഗസ്ത് 1987)
ഒരു മുൻമുഖ്യമന്ത്രിയുടെ ഓർമ്മക്കുറിപ്പുകൾ, ചിന്ത പബ്ലിഷേഴ്സ്, (തിരുവനന്തപുരം–ജൂലൈ 1995)
കമ്യൂണിസ്റ്റ് പാർട്ടി കേരളത്തിൽ I, ചിന്ത പബ്ലിഷേഴ്സ്, (തിരുവനന്തപുരം–ഒക്ടോബർ 1984)
കമ്യൂണിസ്റ്റ് പാർട്ടി കേരളത്തിൽ II, ചിന്ത പബ്ലിഷേഴ്സ്, (തിരുവനന്തപുരം– മാർച്ച് 1986)
കമ്യൂണിസ്റ്റ് പാർട്ടിയും ഇന്ത്യയുടെ വിദേശനയവും, പ്രഭാതം പ്രിന്റിങ് ആന്റ് പബ്ലിഷിങ് കമ്പനി, ജനുവരി 1954
കമ്യൂണിസ്റ്റ് പാർട്ടിയെപ്പറ്റി പ്രധാന ചോദ്യങ്ങൾ, ദേശാഭിമാനി, (കോഴിക്കോട്–നവംബർ 1964)
കേരള തിരഞ്ഞെടുപ്പ് ഡാങ്കെയിസ്റ്റുകളും, ദേശാഭിമാനി, (കോഴിക്കോട്–ജൂലൈ 1965)
കേരളത്തിലെ കമ്യൂണിസ്റ്റ് പ്രസ്ഥാനം: ഉദ്ഭവവും വളർച്ചയും, ചിന്ത പബ്ലിഷേഴ്സ്, (തിരുവനന്തപുരം–ഏപ്രിൽ 1995)
കോൺഗ്രസിനേയും ഡാങ്കെയിസ്റ്റുകളേയും ബാധിച്ച ആഴമേറിയ കുഴപ്പം, ദേശാഭിമാനി, (കോഴിക്കോട്–ജൂലൈ 1965)
ഞങ്ങൾ പ്രതിജ്ഞ പുതുക്കുന്നു, (സ്റ്റാലിന്റെ ഒന്നാം ചരമവാർഷികം), പ്രഭാതം പ്രിന്റിങ് ആന്റ് പബ്ലിഷിങ് കമ്പനി ലിമിറ്റഡ്, (കൊല്ലം–ഏപ്രിൽ 1954)
ഗാന്ധിയും ഗാന്ധിസവും, ചിന്ത പബ്ലിഷേഴ്സ്, (തിരുവനന്തപുരം–ജൂലൈ 1977)

തീവ്രവാദവും മാർക്സിസവും, ദേശാഭിമാനി ബുക്ക് ഹൗസ്, ഒക്ടോബർ 1968
ദേശീയരംഗത്തെ പ്രശ്നങ്ങൾ (ചിന്ത ചോദ്യോത്തരങ്ങൾ–6), ചിന്ത പബ്ലിഷേഴ്സ്, (തിരുവനന്തപുരം–സെപ്തംബർ 1977)
ദേശീയോദ്ഗ്രഥനവും കമ്യൂണിസ്റ്റ് പാർട്ടിയും (ചർച്ചയ്ക്കുവേണ്ടി), കമ്യൂണിസ്റ്റ് പാർട്ടി കേരളാസ്റ്റേറ്റ് സംഘടനാ കമ്മിറ്റി, (എറണാകുളം–സെപ്തംബർ 1964)
നെഹറുവും നെഹറുയിസവും, ചിന്ത പബ്ലിഷേഴ്സ്, (തിരുവനന്തപുരം–ജനുവരി 1990)
പാർട്ടി കോൺഗ്രസിലേക്ക്, കമ്യൂണിസ്റ്റ് (മാർക്സിസ്റ്റ്) പാർട്ടി സ്റ്റേറ്റ് കമ്മിറ്റി പ്രസിദ്ധീകരണം, (തിരുവനന്തപുരം–ഒക്ടോബർ 1985)
പാർലമെന്ററിസം (ചിന്ത ചോദ്യോത്തരങ്ങൾ–2), ചിന്ത പബ്ലിഷേഴ്സ്, (തിരുവനന്തപുരം–ആഗസ്റ്റ് 1977)
മാർക്സിസ്റ്റിതരമുന്നണി അന്നും ഇന്നും, ദേശാഭിമാനി ബുക്ക് ഹൗസ്, (തിരുവനന്തപുരം–നവംബർ 1969)
മാർക്സിസം–ലെനിനിസം ഒരു പാഠപുസ്തകം, സോഷ്യൽ സയന്റിസ്റ്റ് പ്രസ് (തിരുവനന്തപുരം–ഒക്ടോബർ, 1990)
മാർക്സിസവും ലെനിനിസവും ആശയസമരവും, ചിന്ത പബ്ലിഷേഴ്സ്, (തിരുവനന്തപുരം–ഏപ്രിൽ 1997)
വിപ്ലവതന്ത്രവും അടവുകളും, ചിന്ത പബ്ലിഷേഴ്സ്, (തിരുവനന്തപുരം–ഫെബ്രുവരി 1978)
ലോക കമ്യൂണിസ്റ്റ് നേതാക്കളോടൊപ്പം, ചിന്ത പബ്ലിഷേഴ്സ്, (തിരുവനന്തപുരം ഏപ്രിൽ 1997)
ലെനിനിസം ഉദ്ഭവവും വളർച്ചയും, ചിന്ത പബ്ലിഷേഴ്സ്, (തിരുവനന്തപുരം–ജൂൺ 1992)
വറചട്ടിയിൽനിന്ന് എരിതീയിലേക്ക്, ചിന്ത പബ്ലിഷേഴ്സ്, (തിരുവനന്തപുരം–ജനുവരി 1982)
സ:അച്യുതമേനോന്നു "മനസ്സിലാക്കാനാവാത്ത ഒരു കാര്യ"ത്തെപ്പറ്റി, ചിന്ത പ്രസിദ്ധീകരണം, (കോഴിക്കോട്–മേയ് 1964)
സാർവ്വദേശീയ കമ്യൂണിസ്റ്റ് പ്രസ്ഥാനം (ചിന്ത ചോദ്യോത്തരങ്ങൾ), ചിന്ത പബ്ലിഷേഴ്സ്, (തിരുവനന്തപുരം–ഏപ്രിൽ 1980)
സി പി ഐ(എം): ഒരു ലഘുവിവരണം, ചിന്ത പബ്ലിഷേഴ്സ്,(തിരുവനന്തപുരം–ജനുവരി 1994)
സോവിയറ്റ് യൂണിയനും കമ്യൂണിസ്റ്റുകാരും, അച്ചടി: പരിഷന്മുദ്രണാലയം, (എറണാകുളം–സെപ്തംബർ 1956)
സോഷ്യലിസത്തിലേക്കുള്ള ഇന്ത്യൻപാത, ചിന്ത പബ്ലിഷേഴ്സ്, (തിരുവനന്തപുരം–ഡിസംബർ 1991)
സോഷ്യലിസത്തിലേക്കുള്ള പാത, ചിന്ത പബ്ലിഷേഴ്സ്, (തിരുവനന്തപു

രം–മാർച്ച് 1980)

സൈദ്ധാന്തിക പ്രശ്നങ്ങൾ, ചിന്ത പബ്ലിഷേഴ്സ്,(തിരുവനന്തപുരം–സെപ്തംബർ 1977)

നായനാർ ഇ കെ, *വലതുപക്ഷ റിവിഷനിസവും ഇടതുപക്ഷ അവസരവാദവും*, ദേശാഭിമാനി പ്രസിദ്ധീകരണം, (കോഴിക്കോട്–ആഗസ്റ്റ് 1968)

നാരായണൻ നായർ പി, *അരനൂറ്റാണ്ടിലൂടെ*, സാഹിത്യ പ്രവർത്തക സഹകരണ സംഘം, (കോട്ടയം–1973)

പവനൻ, *ഈ പിളർപ്പ് എങ്ങനെയുണ്ടായി?* കമ്യൂണിസ്റ്റ് പാർട്ടി പ്രസിദ്ധീകരണം, (തിരുവനന്തപുരം – മേയ് 1964)

പി കെ വി, ഇ എം എസ്, *ഉണ്ണിരാജ, കമ്യൂണിസ്റ്റ് ഐക്യത്തിന്റെ പ്രശ്നങ്ങൾ, ഇന്ത്യൻ കമ്യൂണിസ്റ്റ് പാർട്ടി*, പ്രഭാത് ബുക്ക് ഹൗസ്

ബാബുജോൺ, *പാർട്ടി കോൺഗ്രസുകളുടെ ചരിത്രം*, ചിന്ത പബ്ലിഷേഴ്സ്, (തിരുവനന്തപുരം–ജനുവരി 2012)

ബാലകൃഷ്ണൻ പി കെ, *അജയഘോഷ് ധീരനായ വിപ്ലവകാരിയും ദേശാഭിമാനിയും*, പ്രഭാതം പ്രിന്റിങ് ആന്റ് പബ്ലിഷിങ്ങ് കമ്പനി (പ്രൈറ്റ്) ലിമിറ്റഡ്, (തിരുവനന്തപുരം–ഡിസംബർ 2009)

ബാലറാം എൻ ഇ, *ഇടത്തോ വലത്തോ*, കമ്യൂണിസ്റ്റ് പാർട്ടി കേരള സ്റ്റേറ്റ് കൗൺസിൽ പ്രസിദ്ധീകരണം, ജനയുഗം പ്രസ്, (കൊല്ലം–ജൂലൈ 1965)

തർക്കത്തിന്റെ തായ് വേര്, കമ്യൂണിസ്റ്റ് പാർട്ടി പ്രസിദ്ധീകരണം, ജനയുഗം പ്രസ്, (കൊല്ലം,സെപ്റ്റംബർ 1964)

നമ്പൂതിരിപ്പാടിന്റെ ഒരു കൊല്ലത്തെ ബാലൻസ്ഷീറ്റ്, ഇന്ത്യൻ കമ്യൂണിസ്റ്റ് പാർട്ടി കേരളസംസ്ഥാന കൗൺസിൽ, (തിരുവനന്തപുരം, ജൂൺ 1965)

ഭിന്നിപ്പുകൊണ്ട് ഗുണമോ ദോഷമോ? പ്രഭാത് ബുക്ക് ഹൗസ്, (തിരുവനന്തപുരം)

മാർക്സിസ്റ്റുകാർക്ക് ഒരു തുറന്ന കത്ത്, കമ്യൂണിസ്റ്റ് പാർട്ടി കേരളസ്റ്റേറ്റ് കൗൺസിൽ പ്രസിദ്ധീകരണം, ജനയുഗം പ്രസ്, കൊല്ലം.

മാർക്സിസ്റ്റ് പാർട്ടി എവിടെ നിന്നു തുടങ്ങി? എവിടെ ചെന്നെത്തി?, ഇന്ത്യൻ കമ്യൂണിസ്റ്റ് പാർട്ടി കേരളസ്റ്റേറ്റു കൗൺസിൽ പ്രസിദ്ധീകരണം.

ബസവപുന്നയ്യ എം, *തെലങ്കാനയും കാർഷികരംഗവും*, കമ്യൂണിസ്റ്റ് (മാർക്സിസ്റ്റ്) പാർട്ടി കേരളസംസ്ഥാന കമ്മിറ്റി, തിരുവനന്തപുരം.

ബാലറാം എൻ ഇ, ഉണ്ണിരാജ സി, *കമ്യൂണിസ്റ്റൈക്യത്തിന്റെ പ്രശ്നങ്ങൾ*, ഇന്ത്യൻ കമ്യൂണിസ്റ്റ് പാർട്ടി, പ്രഭാത് ബുക്ക് ഹൗസ്, ഫെബ്രുവരി 1986

ഭാസ്കരൻ സി, *ഇന്ത്യൻ വിപ്ലവപ്രസ്ഥാനം: വിവിധ കൈവഴികൾ*, ചിന്ത

പബ്ലിഷേഴ്സ്, (തിരുവനന്തപുരം–മാർച്ച് 2004)

______ *ഇന്ത്യൻ കമ്യൂണിസ്റ്റ് പ്രസ്ഥാന ചരിത്രത്തിലേക്ക് ഒരെത്തിനോട്ടം,* ചിന്ത പബ്ലിഷേഴ്സ്,(തിരുവനന്തപുരം–ജൂൺ 1989)

മാർക്സിസ്റ്റ് (ലേഖകൻ), *ഇന്ത്യൻ കമ്യൂണിസ്റ്റ് പാർട്ടിയും റിവിഷനിസവും സെക്ടേറിയനിസവും,* കമ്യൂണിസ്റ്റ് പാർട്ടി പ്രസിദ്ധീകരണം, ആഗസ്ത് 1964.

മുസഫർ അഹമ്മദ്, *പാർട്ടിയുടെ ആദ്യനാളുകൾ,* ചിന്ത പബ്ലിഷേഴ്സ്, (തിരുവനന്തപുരം 1978)

രജനി പാംദത്ത്, *ഇന്ത്യയെപ്പറ്റി* (1950 നവംബർ ലക്കം *ലേബർ മന്തിലി യിൽ* എഴുതിയ മുഖപ്രസംഗവും 1950 ഡിസംബറിൽ *ക്രോസ് റോഡ്സി*ന്റെ ചോദ്യങ്ങൾക്ക് നല്കിയ മറുപടിയും), പ്രോഗ്ര സീവ് ലിറ്ററേച്ചർ ഏജൻസി, (കൊല്ലം–മേയ് 1951)

രാജേശ്വരറാവു സി., *ലോകകമ്യൂണിസ്റ്റ് പ്രസ്ഥാനവും മാർക്സിസ്റ്റ് പാർട്ടിയും,* കമ്യൂണിസ്റ്റ് പാർട്ടി കേരളാസ്റ്റേറ്റ് കൗൺസിൽ പ്രസിദ്ധീകരണം, ജൂൺ 1981

സിപിഐ(എം) ചരിത്ര കമ്മീഷൻ, *ഇന്ത്യയിലെ കമ്യൂണിസ്റ്റ് പ്രസ്ഥാനം: ഒരു ചരിത്രം,* സഞ്ചിക 1, ചിന്ത പബ്ലിഷേഴ്സ്, (തിരുവനന്ത പുരം–ഒക്ടോബർ 2005)

എം എൻ സത്യാർത്ഥി, *സ്വാതന്ത്ര്യസമരം,* ചിന്ത പബ്ലിഷേഴ്സ്,(തിരുവ നന്തപുരം–ജനുവരി 1987)

സുന്ദരയ്യ പി, *വിപ്ലവപാതയിൽ എന്റെ യാത്ര,* ചിന്ത പബ്ലിഷേഴ്സ്,(തിരു വനന്തപുരം–1990)

ഹർകിഷൻ സിങ്ങ് സുർജിത്, *സിപിഐ(എം) സിപിഐ ഭിന്നത,* ചിന്ത പബ്ലിഷേഴ്സ്,(തിരുവനന്തപുരം – നവംബർ 1985)

______ *ഇന്ത്യൻ കമ്യൂണിസ്റ്റ് പ്രസ്ഥാന ചരിത്രത്തിന്റെ ഒരു രൂപരേഖ,* ചിന്ത പബ്ലിഷേഴ്സ്, (തിരുവനന്തപുരം–സെപ്റ്റംബർ 2011)

റുബിൻ ഷെയിൻ പ്രൊഫസർ എം, *ഇന്നത്തെ ഇന്ത്യയുടെ സാമ്പത്തി കാഭിവൃദ്ധി,* പ്രഭാതം പ്രിന്റിങ് ആന്റ് പബ്ലിഷിങ് കമ്പനി ലിമിറ്റഡ്,(കണ്ണൂർ–ഫെബ്രുവരി 1956)

III വർത്തമാന പത്രങ്ങൾ

കേരള കൗമുദി
ജനയുഗം
ദ ഹിന്ദു(ഇംഗ്ലീഷ്)
ദേശാഭിമാനി
മാതൃഭൂമി
ഹിന്ദുസ്ഥാൻ ടൈംസ്(ഇംഗ്ലീഷ്)
നവഭാരത് ടൈംസ്(ഇംഗ്ലീഷ്)

IV ആഴ്ചപ്പതിപ്പുകൾ

ചിന്ത വാരിക
ജനയുഗം വാരിക
ദേശാഭിമാനി വാരിക
നവയുഗം വാരിക
ന്യൂ ഏജ് (ഇംഗ്ലീഷ്)
പീപ്പിൾസ് ഡെമോക്രസി(ഇംഗ്ലീഷ്)
ലിങ്ക്(ഇംഗ്ലീഷ്)

V മാസികകൾ

കമ്യൂണിസ്റ്റ്(മലയാളം)
ദ മാർക്സിസ്റ്റ്(ഇംഗ്ലീഷ് ക്വാർട്ടർലി)
ന്യൂ ഏജ് (ഇംഗ്ലീഷ്)

www.ingramcontent.com/pod-product-compliance
Lightning Source LLC
LaVergne TN
LVHW040548051026
849519LV00004B/1268
* 9 7 8 9 3 8 5 0 1 8 6 1 9 *